AF738993

செந்நா வேங்கை

வெண்முரசு

(மகாபாரத நாவல் தொடர் வரிசை)

முதற்கனல்
மழைப்பாடல்
வண்ணக்கடல்
நீலம்
பிரயாகை
வெண்முகில் நகரம்
இந்திரநீலம்
காண்டீபம்
வெய்யோன்
பன்னிரு படைக்களம்
சொல்வளர்காடு
கிராதம்
மாமலர்
நீர்க்கோலம்
எழுதழல்
குருதிச்சாரல்
இமைக்கணம்
செந்நாவேங்கை
திசைதேர் வெள்ளம்
கார்கடல்
இருட்கனி
தீயின் எடை
நீர்ச்சுடர்
களிற்றியானை நிரை
கல்பொருசிறுநுரை
முதலாவிண்

வெண்முரசு

(நாவல் பகுதிகள்)

எரிமலர்
புல்லின் தழல்
செம்மணிக்கவசம்
இருள்விழி
ஆயிரம் கைகள்

செந்நா வேங்கை

ஜெயமோகன்

கிழக்கு

செந்நா வேங்கை
Sennaa Vengai
by *Jeyamohan* ©

First Edition: November 2020
848 Pages
Printed in India.

ISBN : 978-93-5135-045-3
Kizhakku 1193

Kizhakku Pathippagam
177/103, First Floor,
Ambal's Building, Lloyds Road,
Royapettah, Chennai 600 014.
Ph: +91-44-4200-9603

Email : support@nhm.in
Website : www.nhm.in

kizhakkupathippagam

kizhakku_nhm

Cover Image: Shanmugavel

Author's Email: jeyamohan.writer@gmail.com
Author's Website: www.jeyamohan.in | venmurasu.in

Kizhakku Pathippagam is an imprint of New Horizon Media Private Limited.

அத்வைத மரபினரும்
மலேசிய கூலிம் பிரம்மவித்யாரண்யத்தின் முதலாசிரியருமான
சுவாமி பிரம்மானந்த சரஸ்வதி அவர்களுக்கு

சில முக்கிய வார்த்தைகளுக்கான பொருள்
பின்னிணைப்பாக இணைக்கப்பட்டுள்ளது...

வேங்கையின் வாய்

குருதிவிடாய் கொண்டு திறந்து காத்திருக்கும் வேங்கையின் வாய் என்பது குருக்ஷேத்திரம்தான். வேங்கையின் வாய் குருதி ஊறி குருதியால் ஆனது என சிவந்திருக்கிறது. அதன் வாயில் இருந்து குருதி குருதியைத் தேடுகிறது. குருக்ஷேத்திரம் மகாபாரதத்தில் போரின் நிலம் என்றே சொல்லப்படுகிறது. அங்குதான் இந்திரன் விருத்திராசுரனைக் கொன்று குருதிபெருக்கினான். அன்றுமுதல் அது சிவந்திருந்தது. சிவப்படைய வெறிகொண்டிருந்தது.

குருக்ஷேத்திரத்தை அறநிலம் என்கின்றன நூல்கள். ஏனென்றால் அங்கே நிகழ்வது அறத்திற்கான போர். என்றும் எங்கும் அறமே அறுதியாக வெல்லும் என்பது தொல்நூல்களின் கூற்று என்பதனால் அறுதிப்போர் நிகழும் களம் என்பது அறநிலமே. குருக்ஷேத்திரத்தில் சொல் வென்றது. அழியாச்சொல். ஆகவே அது அவன் சொல்விளைந்த வயல்.

குருக்ஷேத்திரம் உருவாகி எழுவதன் பெருங்காட்சியைக் காட்டும் நாவல் இது. அங்கே இரு தரப்பினருடைய படைகளும் வந்து சேர்கின்றன. முகத்தோடு முகம்நோக்கி நிற்கின்றன. போர் அணுகுகிறது. ஒரு பெருவேள்விக்கான ஒருக்கங்கள் போல. முதற்குருதி விழுகிறது. எரியில் விழும் முதல்துளி நெய்போல.

போரெழுகையின் ஓவியம் இந்நாவல். போர் என்பது புறத்தே நடப்பது மட்டுமல்ல. குருக்ஷேத்திரம் எவ்வகையிலோ எங்கும் நிகழ்ந்துகொண்டிருக்கிறது. அனைத்து உயிர்களிலும். அனைத்து உடல்களிலும். அனைத்து உள்ளங்களிலும். இது அந்த முடிவிலாச் சமரின் கதை.

குருக்ஷேத்திரம் அத்வைதத்தின் விளைநிலம். அவ்வேள்வியில் எழுந்த தெய்வம் அதுவே. இந்நாவலை அத்வைத மரபினரும் மலேசிய கூலிம் பிரம்மவித்யாரண்யத்தின் முதலாசிரியருமான சுவாமி பிரம்மானந்த சரஸ்வதி அவர்களுக்குக் காணிக்கையாக்குகிறேன்.

ஜெயமோகன்
93, சாரதா நகர், பார்வதிபுரம்,
நாகர்கோவில் 629003

1

உபப்பிலாவ்யத்தின் தென்கிழக்கில் மையச்சாலையிலிருந்து சற்று விலகி அமைந்திருந்த இளைய யாதவரின் சிறிய மரமாளிகையின் முற்றத்தைச் சென்றடைந்து புரவியிலிருந்து இறங்கி கடிவாளத்தை ஏவலனிடம் அளித்துவிட்டு முகப்பை நோக்கி சாத்யகி நடந்து சென்றான். முதன்மைக்கூடத்தில் ஏவலர்களுக்கு ஆணைகளிட்டுக்கொண்டிருந்த இளைய யாதவரின் அணுக்கனான நேமிதரன் அசைவை உணர்ந்து திரும்பி சாத்யகியைப் பார்த்ததும் படிகளில் இறங்கி விரைந்து அணுகி "வருக, மூத்தவரே. அரசர் சற்று முன்னர்தான் நைமிஷாரண்யத்திலிருந்து திரும்பி வந்தார். ஓய்வெடுத்துக்கொண்டிருக்கிறார்" என்றான்.

எதிர்வெயிலுக்கு முகம் சுளித்தபடி "இப்போது அவரை சந்திக்கமுடியுமா?" என்று சாத்யகி கேட்டான். "வந்து அரைநாழிகை கூட ஆகவில்லை. ஓய்வெடுத்த பின் நீராடி அணிபுனைந்து அறை வந்தமர நான்கைந்து நாழிகை பொழுதாகுமென்று எண்ணுகின்றேன்" என்று நேமிதரன் சொன்னான். சாத்யகி "என் மைந்தர்களை அரசருக்கு அறிமுகம் செய்யலாம் என்று எண்ணினேன்" என்றான். நேமிதரன் முகம் மலர்ந்து "வந்திருக்கிறார்களா? எப்போது?" என்றான். "இன்று காலைதான் அவர்களுடன் நகருக்குள் நுழைந்தேன்" என்றான் சாத்யகி.

நேமிதரன் "ஆம், நீங்கள் ரிஷபவனத்திற்குச் சென்றிருப்பதாக சொன்னார்கள்" என்றான். சாத்யகி "போர் தொடங்கவிருக்கிறது. தந்தையிடம் வாழ்த்து பெற்று வரலாம் என்று எண்ணினேன். அத்துடன் திரும்பிச்செல்லும்வரை அங்கு நிகழவேண்டிய அனைத்தையும் ஒழுங்குசெய்து உரிய ஆணைகளையும் பிறப்பித்துவிட்டு வரவேண்டியிருந்தது" என்றான். நேமிதரன் "ஆம், போருக்கும் துறவுக்கும்

எச்சமின்றி செல்லவேண்டும் என்பார்கள்” என்றான். சாத்யகி உதடுகள் வளைய சற்றே புன்னகை செய்து “எப்படியிருந்தாலும் இது போர். என்ன நிகழுமென்று தெய்வங்கள்கூட இப்போது சொல்லிவிட முடியாது” என்றான்.

இருவர் விழிகளும் ஒருகணம் தொட்டுக்கொண்டு விலகின. போர் குறித்த அனைத்து உரையாடல்களும் வந்து தொட்டுச்செல்லும் கூர்முனை அது. நேமிதரன் “மைந்தர்கள் எத்தனை பேரை அழைத்து வந்தீர்கள்?” என்று கேட்டான். “பத்து பேரையுமே” என்று சாத்யகி சொன்னான். நேமிதரனின் புருவங்கள் சுருங்கின. உடனே முகத்தை இயல்பாக்கி “ஆம், பதின்மருமே இளைய யாதவரை சந்திப்பது நன்று. அரசரை அவர்களும் இதுவரை சந்தித்ததில்லையல்லவா? மூத்தோர் வாழ்த்து அவர்களை நிறைவாழ்வு கொள்ளச்செய்யும்” என்றான்.

சாத்யகி முகம் மலர்ந்து “அசங்கன் பிறந்தபோது கைக்குழந்தையாக அவனைக் கொண்டுசென்று துவாரகையில் அரசரிடம் காட்டி வந்தேன். அவருடைய அளிபெருகும் அழகிய கைகள் அவன் தலையில் பதிந்திருக்கின்றன. என் மைந்தனை அவர் இரு கைகளாலும் வாங்கி நெஞ்சோடணைத்து மென்தலையில் முத்தமிட்ட காட்சியை இப்போது நிகழ்ந்ததென காணமுடிகிறது. பிற மைந்தரை அவர் பார்த்ததில்லை” என்றான். “இளையவனுக்கு எத்தனை அகவை?” என்று நேமிதரன் கேட்டான். “இந்த சைத்ர பஞ்சமியில் பன்னிரண்டு” என்றான் சாத்யகி.

நேமிதரனின் விழிகள் ஒருகணம் அலைபாய்ந்தன. பின்னர் “யாதவர்களில் சற்று பிந்தியே குண்டலம் அணிவிக்கும் வழக்கம் உள்ளது” என்றான். பெருமிதத்துடன் “பத்து பேருக்குமே படைக்கலம் அளித்து குண்டலம் அணிவித்தாகிவிட்டது” என்று சாத்யகி சொன்னான். நேமிதரன் “அது வழக்கமில்லை… ஆனால் யாதவர்களில் எல்லாவற்றுக்குமே ஏதேனும் ஒரு மரபு இருக்கும்” என்றான். சாத்யகி “இதற்கு மரபே இல்லை. தந்தை என்னை எதிர்த்தார். ஆனால் என்னிடம் நேரடியாக பேச அவர் துணியவில்லை. நான் அவரை சொல்லெதிர்த்து நிற்பேன் என அவருக்குத் தெரியும்” என்றான். “உண்மையில் பன்னிரு நாட்களுக்கு முன்னர்தான் இளையவன் சினிக்கு குண்டலச்சடங்கு நடைபெற்றது.”

சாத்யகி அருகிலிருந்த மரத்தாலான முக்காலியில் அமர்ந்தான். காவலன் வந்து அவனது குறடுகளைக் கழற்றி அப்பால் வைத்தான். இடையிலிருந்த பெரிய கச்சையைக் கழற்றி அவனிடம் அளித்துவிட்டு கூடத்திலேயே போடப்பட்டிருந்த தாழ்வான மஞ்சத்தில் அமர்ந்து கால்களை நீட்டியபடி “இரவெல்லாம் புரவியில் வந்தேன். இன்று பகல் முழுக்க பல பணிகள் உள்ளன. ஆனால் மைந்தரை அரசரிடம் காட்டி வாழ்த்துபெற்ற பின்னர் அவற்றுக்குச் செல்லலாம் என்று எண்ணுகிறேன்” என்றான்.

கைகளைத் தூக்கி உடலை நீட்டி “இன்று மாலை அரசப்பேரவை கூடுகிறது. கருநிலவின் கொற்றவைப் பூசனைக்குப் பின் படைநகர்வு இருக்குமென்றார்கள். இப்போது தவறவிட்டால் மீண்டும் அரசரை ஓய்வாக சந்திக்க வாய்ப்பில்லாமலே போய்விடும்” என்றான்.

தயங்கிக்கொண்டிருந்த நேமிதரன் உளம்கூட்டி அவன் எண்ணியதை நேரடியாகவே கேட்டான். “பதின்மரில் எவரை உங்கள் நாட்டுக்கு திருப்பி அனுப்பவிருக்கிறீர்கள், மூத்தவரே?” சாத்யகி அவன் விழிகளை நேர்நோக்கி “பதின்மரும் போரில் கலந்து கொள்ளட்டும் என்று எண்ணினேன். அதன்பொருட்டுதான் அவர்களை அழைத்து வந்தேன்” என்றான். பதறிநோக்கி விழிவிலக்கி “அனைவருமா?” என்று நேமிதரன் கேட்டான். “ஆம், என் இறுதித் துளி குருதியும் அரசருக்குரியது.” நேமிதரன் “ஆனால் உங்கள் மண்ணுக்கும் மூதாதையருக்கும் கடன்பட்டிருக்கிறீர்கள்” என்றான். “இல்லை, நான் பிற எவருக்கும் எவ்வகையிலும் கடன்படவில்லை” என்று சாத்யகி சொன்னான். தன் மேலாடையை விலக்கி “நோக்குக, இவை தொழும்பர் குறிகள்! தொழும்பருக்கு புவியில் தங்கள் தலைவனன்றி உறவென்றே எவருமில்லை” என்றான்.

நேமிதரன் தரையிலிருந்து விழியகற்றாமல் அசையாது நின்றான். சாத்யகி “நான் தொழும்பன் என்றால் என் மைந்தரும் அவ்வாறே. அவர்களுக்கும் நானோ என் தலைவனோ அளிக்காமல் தனிவாழ்வென ஏதுமில்லை. என் மைந்தர் முறைப்படி படைக்கலம் பயின்றவர்கள், போர்நெறிகள் அறிந்தவர்கள். என் அரசரின்பொருட்டு களம் நின்று பொருதுவதே தங்கள் பிறப்பின் நோக்கம் என்று அறிந்தவர்கள்” என்றான். நேமிதரன் “நன்று சூழ்க!” என்று சொல்லி தலைவணங்கி “நான் தேர்களை அனுப்பிவிட்டு வருகிறேன்” என்று வெளியே சென்றான். சாத்யகி தான் சொன்ன அச்சொற்களை மீண்டும் தனக்கே சொல்லிக்கொண்டவனாக கைகளைக் கட்டிக்கொண்டு கண்களைமூடி அமர்ந்தான்.

மறுபக்கம் மரப்படியில் குறடுகள் இறங்கி வரும் ஓசை கேட்டது. சாத்யகி திரும்பிப்பார்த்து இளைய யாதவரைக் கண்டு பதறி எழுந்து தலைவணங்கி “அரசரை வணங்குகிறேன்” என்றான். இளைய யாதவர் “நீர் எப்போது வந்தீர்?” என்றார். “சற்றுமுன்னர்” என்றான் சாத்யகி. “நேமிதரன் எங்கே?” என்றார் இளைய யாதவர். “சற்றுமுன் வெளியே சென்றார். நான் அழைத்துவருகிறேன்” என்று சாத்யகி திரும்பினான். “பொறும், அவன் வரட்டும்” என்றபடி இளைய யாதவர் இறங்கி வந்தார். “சத்யகர் எப்படி இருக்கிறார்? நலமாக இருக்கிறாரா?” என்றார்.

“நலமாக இருக்கிறார், முதுமைக்குரிய முறையில்” என்று சாத்யகி சொன்னான். இளைய யாதவர் “இன்றுதான் நைமிஷாரண்யத்திலிருந்து திரும்பிவந்தேன். இன்று மாலை அனைத்தரசர்களின் பேரவையை இந்திரப்பிரஸ்தத்தின் அரசர் கூட்டியிருக்கிறார். படைநகர்வுக்கான

நாள் இன்று அறிவிக்கப்படும். படைத்தலைவர்களுக்கும் ஓலை அளிக்கப்படும் என்று எண்ணுகிறேன்” என்றார். சாத்யகி மெல்லிய உளக்கிளர்ச்சியுடன் “ஆம், ஒவ்வொரு கணமாக இத்தருணத்தை நோக்கி வந்துகொண்டிருக்கிறோம். உள்ளத்தில் போர் தொடங்கி நெடுநாட்களாகின்றன என்றாலும் தொடங்கிவிட்டது என்ற சொல் நாம் தெய்வங்களுக்கு உரைப்பது” என்றான்.

இளைய யாதவர் “அவர்களும் இன்று மாலை பேரவை கூட்டுகிறார்கள் என்று செய்தி வந்தது” என்றார். சாத்யகி “அரசே, நான் என் மைந்தர்களை உபப்பிலாவ்யத்திற்கு அழைத்து வந்துள்ளேன்” என்றான். இளைய யாதவர் முகத்தில் எந்த மாறுதலுமில்லாமல் “அனைவரையுமா?” என்றார். சாத்யகி “ஆம், அனைவரையும். பதின்மரும் தங்கள் படைப்பணிக்காக வந்துள்ளனர். மூத்தவனை மட்டுமே தாங்கள் சிறு குழந்தையாக பார்த்திருக்கிறீர்கள். அனைவரும் தங்கள் தாள்பணிந்து வாழ்த்துபெறும் தருணத்திற்காக முற்பிறப்பில் தவம் செய்திருக்கிறார்கள்” என்றான்.

“மூத்தவன் பெயர் அசங்கன் அல்லவா? உம்மைப்போன்றே நெடிய உருவத்துடன் வளர்வான் என்று அன்று எண்ணியதை நினைவுகூர்கிறேன்” என்று இளைய யாதவர் சொன்னார். சாத்யகி முகம் மலர்ந்து “ஆம், என் அளவே உயரமிருக்கிறான். பதினாறு அகவைதான் ஆகிறது. ஆனால் குறுவாள்போல மீசையை கூர்மைப்படுத்திவிட்டிருக்கிறான்” என்றான். இளைய யாதவர் சிரித்து “நன்று, மீசையை நீவி நீவித்தான் அவர்கள் தங்களை ஆணென உணர்கிறார்கள்” என்றார். “தாங்கள் ஓய்வெடுப்பதாக நேமிதரன் சொன்னார். பொழுது இருக்குமாயின் என் மைந்தரை வரச்சொல்வேன்” என்று சாத்யகி சொன்னான்.

“தேரில் ஓய்வெடுத்தபடிதான் வந்தேன். ஒற்றர்கள் அனைவரையும் சந்திக்க வேண்டியுள்ளது. மறுபடியும் ஓய்வெடுக்கும் எண்ணமில்லை. அவர்களை வரச்சொல்க!” என்றபின் இளைய யாதவர் “நான் மாடத்தில் இருக்கிறேன். நேமிதரனை என்னை வந்து பார்க்கச்சொல்லும்” என்று சொன்னபின் படியேறி மேலே சென்றார். சாத்யகி உடலில் குடியேறிய துள்ளலுடன் முற்றத்தில் இறங்கி ஏவலனை நோக்கி “யாரங்கே? விரைந்து செல்லும் புரவியுடன் உடனே வருக!” என்றான். சூதன் ஒருவன் ஓடிவந்து நிற்க “எனது அரண்மனைக்குச் செல். அரசரை சந்திக்கும்பொருட்டு மைந்தர்கள் கிளம்பி வரும்படி நான் ஆணையிட்டேன் என்று சொல்” என்றான்.

மாளிகைக்குப் பின்புறமிருந்து விரைந்து வந்த நேமிதரன் “கிளம்புகிறீர்களா, மூத்தவரே?” என்றான். “அரசர் ஓய்வெடுக்கவில்லை. மாடத்து அறையில் இருக்கிறார். உம்மை சென்று சந்திக்கச் சொன்னார்” என்றான் சாத்யகி. நேமிதரன் வியப்புடன் தலையசைத்துவிட்டு விரைந்து மாளிகைக்குள் நுழைந்து மரப்படிகளில் ஓசையெழ ஏறி மேலே சென்றான். சாத்யகி

மீண்டும் பெருங்கூடத்துக்குள் சென்று பீடத்தில் அமர்ந்தான். சிலகணங்களில் நேமிதரன் கீழே இறங்கிவந்து சாத்யகியை நோக்கித் தலைவணங்கியபடியே கூடத்தைக் கடந்து வெளியே சென்றான். ஏழு ஒற்றர்களுடன் மீண்டும் படியேறி மேலே சென்றான்.

சாத்யகி பொறுமையிழந்து முற்றத்தை நோக்கிக்கொண்டிருந்தான். சற்று நேரத்தில் தேர் வரும் ஓசை கேட்டது. பொறுமையின்மையுடன் எழுந்து சென்று வாசலில் நின்று சாலையைப் பார்த்தான். தொலைவிலேயே அது அவன் மைந்தர்கள் வரும் தேர் என்று தெரிந்தது. அவனுடைய குடியின் மூன்றிலைக் கொடி அதில் பறந்தது. முதல் தேர் வந்து முற்றத்தில் வளைந்து நிற்க ஏவலன் கதவைத் திறந்து மரப்படிகளை வைப்பதற்குள் இளையவனாகிய சினி பாய்ந்து வெளியே இறங்கினான். சாத்யகியைப் பார்த்தபின் உள்ளே நோக்கி “மூத்தவரே, தந்தை நமக்காகக் காத்திருக்கிறார்” என்று கூவினான். அசங்கன் இறங்கியதும் பிறரும் இறங்கினர். சினி “இது இளைய யாதவரின் மாளிகையா? சிறிதாக உள்ளதே?” என்றான். அசங்கன் “வாயை மூடு” என மெல்லிய குரலில் சொல்லிவிட்டு இளையோரிடம் தனக்குப் பின்னால் வரும்படி கைகாட்டினான்.

அவர்கள் சாத்யகியை அணுகி தலைவணங்கினார்கள். சாத்யகி “அரசர் நம்மை சந்திக்க ஒப்புக்கொண்டுவிட்டார். அனைவரிடமும் அவர் முன் எப்படி நடந்துகொள்ள வேண்டுமென்று பிறிதொருமுறை சொல்லியிருப்பாய் என்று எண்ணுகிறேன்” என்றான். “ஆம்” என்று அசங்கன் சொன்னான். இரண்டாவது தேர் வந்து முதல் தேருக்குப் பின்னால் நின்றது. அதிலிருந்து உத்ஃபுதனும் சந்திரபானுவும் சபரனும் சாந்தனும் முக்தனும் இறங்கி வந்தார்கள். அசங்கனுக்குப் பின்னால் இளையோர் நிற்பதைக் கண்டு தாங்களும் வந்து நிரை வகுத்தனர்.

ஒருகணத்தில் வெவ்வேறு அகவைகளில் தானே அங்கு முகம் கொண்டு நிற்பதாக சாத்யகிக்குத் தோன்றியது. மறுகணமே தானும் அவர்களுடன் நின்றால் தன் தந்தையின் பதினொரு தோற்றங்கள் என்று எண்ணமெழுந்தது. அவ்வெண்ணத்தை அகற்றி கடுமையான முகத்துடன் “மூத்தவன் உங்களிடம் சொல்லியிருப்பான்” என்று அவர்களிடம் சொன்னான். “இதுவரை நீங்கள் உங்கள் ரிஷபவனத்திற்கு வெளியே சென்றதில்லை. முதுதந்தையையும் மூத்தோரையும் ஆசிரியர்களையும் அன்றி பெரியவர்களை சந்தித்ததில்லை. ஆகவே முறைமைகளை கல்வியாகவே அறிந்திருக்கிறீர்கள். அவை உடற்பழக்கமாக ஆகும்போதே நம்மில் எப்போதும் வெளிப்படுகின்றன” என்றான்.

அவர்கள் தலையசைத்தனர். சாத்யகி அவர்களை மாறி மாறி கூர்ந்து நோக்கியபடி “மீண்டும் சொல்கிறேன், துவாரகையின் அரசர் யாதவ

குலங்கள் அனைத்திற்கும் முதன்மைப் பெருந்தலைவர். அத்துடன் பாரதவர்ஷத்தின் பேரரசர்களில் ஒருவர். பாரதவர்ஷமெங்கும் முடிசூடி நாடாளும் அரசர்கள் ஏவலருக்கு நிகராகப் பணிந்து நிற்கும் பேரவை கொண்டவர். அவர் துவாரகையின் அரண்மனையிலிருந்தாலும் காட்டுக் குடிலிலிருந்தாலும் பேரரசர்தான். அவர் முன் அவரது குடிகள், அவருக்கு ஏவல் செய்யும் நம்மைப்போன்ற அடியார் நடந்து கொள்ளும் முறை ஒன்று உண்டு" என்றான்.

அவர்கள் விழிகள் மாறுபட தலையசைத்தனர். சாலன் விழிகளில் மட்டும் சிறு புன்னகை எஞ்சியுள்ளதா என்று சாத்யகிக்கு தோன்றியது. அது அவனை சீண்டியது. "நீங்கள் இளையோர். அனைத்து மரபுகளும் பொருளற்ற வேடிக்கைகளே என்று தோன்றும் அகவை கொண்டவர். அறிக! நாம் வாழும் இந்த உலகமே பலவகையான நெறிகளாலும் மரபுகளாலும் சடங்குகளாலும் பழக்கங்களாலும் ஆனது. நம்மைச் சூழ்ந்திருக்கும் விலங்குகளுக்கும் நமக்குமான வேறுபாடு இதுவே. தந்தையென்றும் தனயரென்றும் அரசரென்றும் குடிகள் என்றும் வீரரென்றும் மக்களென்றும் மானுடரைப் பிரிப்பது மரபே" என்றான்.

"எந்த மரபும் எளிதாக உருவாகி வருவதல்ல. ஒவ்வொரு மரபுக்காகவும் மானுட குலம் குருதி சிந்தியிருக்கும். ஆகவே மரபுகளுக்கு முழுமையாக உளம் அளியுங்கள். மரபுகளால்தான் நீங்கள் அரசகுடியினர். உங்களுக்கு பெயரென்றும் ஊரென்றும் அமைவது மரபே. மறுசொல் இலாது உளமளித்தால் மட்டுமே மரபுகள் மெய்யாகவே கடைப்பிடிக்கப்படுகின்றன என்று உணருங்கள். மெய்யாகவே கடைப்பிடிக்கப்படும் மரபுகளே மானுடரை வகுத்தும் தொகுத்தும் ஒற்றைப்பெருக்கென ஆக்குகின்றன. ஒற்றை விசையென ஆன குடிகளும் படைகளுமே வெல்கின்றன" என அவன் தொடர்ந்தான்.

"மூத்தவன் சொல்லியிருப்பான். எனினும் மீண்டுமொருமுறை நினைவூட்டுகிறேன். எந்நிலையிலும் அரசரின் விழிகளை நோக்கிப் பேசலாகாது. எப்போதும் அவர் முன் நம் தலை படிந்திருக்கவேண்டும். அவர் கால்தொட்டு சென்னி சூடுகையிலும் அவரிடமிருந்து இரண்டு அடி தள்ளியே நின்றிருக்க வேண்டும். அவர் நம்மைத் தொடலாம், நாம் அவரைத் தொட உரிமையில்லை. அவருக்கு நம் பின்புறம் தெரியலாகாது. பணிவுக்குரிய சொற்களை இணைக்காமல் எந்த மறுமொழியும் சொல்லலாகாது. நாமே அவரிடம் எந்த வினாவும் எழுப்பக்கூடாது. ஆணைகள் எதற்கும் தலைவணங்கி ஏற்புச் சொல் மட்டுமே உரைக்கப்படவேண்டும். அவர் சொற்களில் ஐயம் இருந்தால் அவர் முன்னிருந்து விலகிய பின்னர் பிறரிடமே அதை உசாவ வேண்டும்.

“அவர் நம் குடிக்கு மூத்தவர். ஆனால் மூத்தவருக்குரிய குருதிநெறிகள் எதுவும் அவரிடம் நாம் கொள்ளவேண்டியதில்லை. ஏனெனில் அவர் நம் பேரரசர்” என்றான் சாத்யகி. அசங்கன் “தேரிலேறுவதற்கு முன்னரே நான் இவற்றை இவர்களிடம் உரைத்தேன், தந்தையே” என்றான். சாத்யகி “மிகுதியாக உரைக்கப்படுகையில் இதை சற்றேனும் மீறிப்பார்த்தால் என்ன என்று தோன்றுவது இளையவர்கள் கொள்ளும் தொல்வழக்கம். உன் இளையவர்கள் மீது உன் சொல் எவ்வாறு நின்றிருக்கிறதென்று பார்க்கிறேன்” என்றான். “எண்ணிக்கொள்க, நான் பிழைபொறுப்பவன்! ஆனால் என் தலைவரிடம் பிழை இயற்றுபவர் எவரும் எனக்கு எதிரியே.”

மேலிருந்து நேமிதரன் படிகளில் இறங்கிவந்து “தங்களை அரசர் அழைக்கிறார், மூத்தவரே” என்றான். சாத்யகி “மைந்தரை நான் அழைத்துவரலாமா?” என்றான். “தேர் வந்த ஒலியை கேட்டுத்தான் தங்களை மேலே வரச்சொன்னார்” என்று நேமிதரன் சொன்னான். சாத்யகி “வருக!” என்றபடி படிகளில் ஏறி அவனைத் தொடர்ந்து சென்றான். அவன் மைந்தர் ஓசையற்ற காலடிகளுடன் அவனுக்குப் பின்னால் சென்றனர். சித்ரனும் சித்ராங்கதனும் ஏதோ பேசிக்கொள்வதாகத் தோன்ற சாத்யகி சினத்துடன் திரும்பிப்பார்த்தான். அவர்கள் முகங்களில் சொல்லின் ஒளி இருந்தது. ஆனால் உதடுகள் அசைவற்றிருந்தன. அவன் கூர்ந்து நோக்கிவிட்டுத் திரும்பிக்கொண்டான்.

சாத்யகி மைந்தர்களுடன் இளைய யாதவரின் அறை வாயிலில் நின்றான். நேமிதரன் “நான் அறிவித்து வருகிறேன், மூத்தவரே” என்றபின் கதவைத் திறந்து உள்ளே சென்றான். சாத்யகி தன் மைந்தர்களிடம் “நிரைவகுத்து நில்லுங்கள். மூத்தவர் முதலில். இளையோர் பின்னர். ஆடைகள் நெகிழ்ந்திருக்கலாகாது. குழல் கற்றைகள் முகத்திலோ தோளிலோ சரிந்திருக்கலாகாது. தலைவணங்குகையில் ஆடையும் குழலும் கலையக்கூடாது” என்றான். அவர்கள் ஒருவர் பின் ஒருவராக உடலை இறுக்கி நின்று கைகளைக் கூப்பிக்கொண்டனர். சாத்யகி தன் ஆடையை சீர்படுத்தி பிசிறிய குழலைக் கொண்டைக்குள் செருகிக்கொண்டான்.

கதவு ஓசையுடன் திறந்து இளைய யாதவர் வெளியே வந்தார். அதை எதிர்பாராத சாத்யகி திகைத்து ஓசையின்றி வாயை அசைத்தான். இளைய யாதவர் அவனை நோக்காமல் முன்னால் சென்று பதின்மரில் இளையவனாகிய சினியை அணுகி அவன் தோளில் கைவைத்து தன் உடல் நோக்கி இழுத்து அணைத்துக்கொண்டார். “இவன்தான் இளையவன் இல்லையா? இவன் பெயரென்ன? சினிதானே? உமது மூதாதையின் பெயர் அல்லவா?” என்றபின் அசங்கனிடம் “உன்னை இளமைந்தனாக பார்த்திருக்கிறேன்” என்றார். சாத்யகி “உங்கள் கைபடும் பேறு இவர்களுக்கு உள்ளது” என்றான்.

இளைய யாதவர் சாத்யகியிடம் "அனைவரும் ஒரே முகம் கொண்டிருக்கிறார்கள். மீண்டும் மீண்டும் மண் நிகழ உமக்கு வாய்ப்பு அமைந்திருக்கிறது, யாதவரே" என்றார். சாத்யகி தலைவணங்கி "எல்லாம் தங்கள் அருள்" என்றான். ஆனால் அவன் குரல் மேலெழவில்லை. அவனுடைய இடது கால் துடித்துக்கொண்டிருந்தது. பிற மைந்தர்கள் அந்த எதிர்பாரா நிகழ்வால் குழம்பி ஒருவரை ஒருவர் பார்த்துக்கொண்டனர். இளைய யாதவர் சந்திரபானுவின் குடுமியைப்பற்றி இழுத்து ஆட்டுக்கல் குழவிபோல அவன் தலையை சுழற்றி "இவன் என்ன வில்பயில்கிறானா?" என்றார். அசங்கன் "அனைவரும் வில்லவர்கள்தான், அரசே" என்றான்.

இளைய யாதவர் "நாளை காலை பயிற்சிக்களத்திற்கு வருக! அங்கு மெய்யாகவே உங்களுக்கு எவ்வளவு பயிற்சியிருக்கிறதென்று பார்க்கிறேன்" என்றார். சாத்யகி "எங்கள் நகரில் பெரிய ஆசிரியர்கள் எவரும் இல்லை. ஷத்ரியர்கள் ரிஷபவனத்தில் வந்து தங்கி பயிற்றுவிப்பதில்லை. யாதவர்கள் தங்களுக்குத் தெரிந்தவரை கற்றுக்கொடுத்துதான் அங்கு வில்லவர்கள் உருவாகிறார்கள். தாங்கள் அறியாதது அல்ல" என்றான். இளைய யாதவர் நகைத்து "ஆம், வளைதடிகள்போல யாதவர்கள் அம்பு விடுகிறார்கள், சென்ற அம்பு திரும்பி அவர்களிடமே வந்துவிடுகிறது என்றொரு சூதன் பாடக்கேட்டேன்" என்றபின் "உள்ளே வருக!" என்று மைந்தர்களிடம் சொல்லி கதவைத்திறந்து உள்ளே சென்றார்.

நேமிதரன் தலைவணங்கி வெளியே செல்ல இளைய யாதவர் இரு மைந்தர்களின் தோளில் கைவைத்து தள்ளியபடி நடந்துசென்று மஞ்சத்தில் அமர்ந்தார். சந்திரபானுவைக் கைப்பற்றி இழுத்து தன்னருகே அமரவைத்தார். சினியைத் தன் மடியில் அமர்த்தி அவன் தோள்களை வருடியபடி "இவன் தோள்கள் இன்னும் திரளவில்லை. பயிற்சி குறைவென்று எண்ணுகிறேன்" என்றார். "ஆம், மூவருக்கு வில்லைவிட நூல் பயில்வதில்தான் ஆர்வமிகுதி. அன்றாடப் பயிற்சிகளுக்குப் பின்னர் நூல் பயில ஓடிவிடுகிறார்கள்" என்று சாத்யகி சொன்னான். "அதுவும் நன்று. ஓரிருவர் நூல்களைக் கற்பது யாதவர்களுக்கு பொதுவாக நன்மை பயக்கும்" என்று இளைய யாதவர் உரக்க நகைத்து "செய்வனவற்றின்மேல் ஐயம்கொள்ள கல்வி மிக இன்றியமையாதது" என்றார். சாத்யகி மெலிதாகப் புன்னகைத்தான்.

இளைய யாதவர் அமர்க என்று பீடங்களைக் காட்ட அசங்கன் தந்தையைப் பார்த்தான். "நீங்கள் என் சிறுமைந்தர். இது அரசவை அல்ல, உங்கள் மூதாதையின் மடி. விரும்பியவண்ணம் அமரவும் விளையாடவும் உங்களுக்கு உரிமையுள்ள இடம்" என்று இளைய யாதவர் சொன்னார். சபரன் அமர்ந்துகொண்டு "அன்னை அப்படித்தான் சொன்னார்" என்றான். இளைய யாதவர் "தந்தை வேறுவகையில் சொல்லியிருப்பார்

இல்லையா?" என்றார். அசங்கன் புன்னகைத்தான். சாந்தன் "அன்னை சொன்னார்கள் நாங்கள் உங்களை எங்கள் களித்தோழராகக் கருதலாம் என்று" என்றான். முக்தன் "ஆனால் பெண்களிடம் ஆடுவதில் உங்களை முன்னேற்பாகக் கொள்ளவேண்டாம் என்று முதுசேடி சொன்னாள்" என்றான்.

இளைய யாதவர் சிரிக்க சாத்யகி தவிப்புடன் மைந்தர்களை மாறி மாறி நோக்கினான். அவர்கள் அவனை முழுமையாக மறந்துவிட்டவர்கள் போலிருந்தனர். "நீர் துவாரகைக்கு வந்தபிறகு அவ்வப்போதுதான் ஊர் திரும்பியிருக்கிறீர். நான்கு துணைவியரில் பத்து மைந்தர் என்பது வியப்பளிக்கிறது" என்றார் இளைய யாதவர். மைந்தர்கள் உரக்க சிரித்தனர். சாத்யகி சிரிப்பதுபோல் உதட்டை வளைத்தபின் அசங்கனைக் கடிந்து நோக்கினான். ஆனால் அவன் சாத்யகியின் விழிகளை சந்திக்கவில்லை.

"சத்யகர் என்ன சொல்கிறார்? யாதவப்படைக்கூட்டில் இணைய உளம்கொண்டிருக்கிறாரா?" என்று சாத்யகியிடம் இளைய யாதவர் கேட்டார். சாத்யகி "தாங்கள் அறிவீர்கள் அரசே, அவர் வழக்கமான யாதவ மூத்தவர் மட்டுமே" என்றான். "ஆகவே ரிஷபவனத்தின் விருஷ்ணிகுலத்தவர் கௌரவர்களுடன் சேர்ந்துள்ளனர் அல்லவா?" என்றார் இளைய யாதவர். "ஆம், ஆகவேதான் என் மைந்தரை நான் இங்கே அழைத்துவந்தேன். என் சொல் முழுதாளும் படை இன்று இப்பதின்மரே" என்றான் சாத்யகி.

இளைய யாதவர் "நீங்கள் என்ன எண்ணுகிறீர்கள்?" என மைந்தரிடம் கேட்டார். அசங்கன் "முதுதந்தை என்னிடம் சொன்னார், யாதவர் என்பதே நமது அடையாளம், யாதவர்கள் கௌரவர்களிடமிருந்தால் நாமும் அங்குதான் செல்ல வேண்டும் என்று. நான் அவரிடம் யாதவர் என்பது என் அடையாளம் அல்ல, யுயுதானரின் மைந்தர் என்பது மட்டுமே என் அடையாளம். பிற எல்லாம் அவர் அளிப்பதே என்றேன்" என்றான்.

"உமது அன்னை என்ன சொன்னார்கள்?" என்று இளைய யாதவர் சாத்யகியிடம் கேட்டார். "காசிநாட்டு அரசி சுதமதியை நான் மிக இளமையில் சந்தித்திருக்கிறேன்." சாத்யகி "அன்னை நான் எண்ணுவதை சொல்லாமலே புரிந்துகொள்பவர். நான் நம்புவதை முற்றும் ஏற்பவர்" என்றான். அசங்கன் "யாதவர் என எவருமில்லை. ஆண்களென்றும் இப்புவியில் எவருமில்லை. ஒருவரின் ஆடிநிழல்களே அனைவரும் என்று மூதன்னை சொன்னார்" என்று சொன்னான். சந்திரபானு "அப்போது அன்னையரும் சேடியரும் உடனிருந்தனர். அவர்களும் சிரித்துக்கொண்டே ஆம் ஆம் என்று கூச்சலிட்டனர்" என்றான். அவர்கள்

அனைவரும் ஒரேகுரலில் பேசத்தொடங்க சாத்யகி "அமைதி!" என கடிந்தான். அவர்கள் ஒன்றாக அமைதியாயினர்.

இளைய யாதவர் அசங்கனிடம் "இந்தப் போர் எதன்பொருட்டென்று உங்களுக்கு தெரியுமா?" என்று கேட்டார். அசங்கன் "இது குடிப்போர். முறைப்படி இந்திரப்பிரஸ்தத்திற்கும் அஸ்தினபுரிக்கும் உரியவர் யுதிஷ்டிரர். அவ்வுரிமை மறுக்கப்படுவதனால் படைகொண்டெழுகிறார். அவருக்கு உறுதுணையாக தாங்கள் இருக்கிறீர்கள். தங்கள் ஏவலரென நாங்கள் வந்திருக்கிறோம்" என்றான். இளைய யாதவர் "அல்ல, இப்போர் அனைத்தையும் ஒருங்கிணைக்கும் தத்துவத்திற்கும் ஒவ்வொன்றையும் பிரித்து நிறுத்தும் சடங்குகளுக்குமான முரண். இதில் ஒருங்கிணைக்கும் தத்துவம் நின்றாகவேண்டும். ஒருங்கிணைவினூடாகவே இனி பாரதவர்ஷம் முன்னகர முடியும்" என்றார்.

தங்களிடம் பெரிய செய்தியொன்று பேசப்படுகையில் இளையவர் கொள்ளும் கூர்மை அவர்களின் முகங்களில் தோன்றியது. இளைய யாதவர் சொன்னார் "நம் மக்கள் இங்கு நலம்கொண்டு வாழவேண்டுமெனில் பிறிதொரு வழியில்லை. எவரும் எனக்காகப் படைக்கலம் எடுக்கவேண்டியதில்லை. இன்னமும் இங்கு பிறந்து வராத உங்கள் மைந்தர்களுக்காக, அவர்களின் நூறு தலைமுறையினருக்காகப் படைக்கலமெடுங்கள்." அசங்கன் உணர்வெழுச்சியுடன் "ஆணை" என்று தலைவணங்கினான். இளைய யாதவர் உடனே முகம் மாறி நகைத்து சாத்யகியை நோக்கி "மரபுகளையும் முறைமைச் சொற்களையும் நன்கு பயின்றிருக்கிறார்கள் உம் மைந்தர்" என்றார்.

சாத்யகி பெருமிதமாகப் புன்னகைத்து "ஆம், மரபுகளையும் நெறிகளையும் அறிந்தவரே தன்னை எங்கு எவ்வாறு பொறுத்திக்கொள்ளவேண்டுமென்று தெரிந்தவர். தனது இடமென்ன, பணியென்ன என்று தெளிந்தவர். நான் இவர்களுக்கு முதன்மையாக சொல்லிக்கொடுத்திருப்பதே முறைமைகளைத்தான்" என்றான். இளைய யாதவர் மைந்தரிடம் "இன்று நாம் இணைந்து உணவுண்போம். நான் புலால் உண்டு நெடுநாட்களாகிறது. இன்றுதான் நகர்நுழைந்திருக்கிறேன். உச்சிப்பொழுதுக்கு நல்லூண் வேண்டுமென்று அடுமனையாளிடம் சொன்னேன்" என்றார். சினி உரக்க "நாங்களும் ஊரிலிருந்து கிளம்பியபின் ஊன் உண்ணவில்லை" என்றான். "இன்று உண்போம்" என்று சொல்லி அவன் தோளைத் தட்டி இளைய யாதவர் நகைத்தார். சினியை பற்றித்தூக்கி தன் தோள்மேல் ஏற்றிக்கொண்டு "செல்வோம்" என்றார். ஊஊ என கூவியபடி அவர் ஓட மேலிருந்து சினி கூச்சலிட்டு நகைத்தான். மைந்தர்கள் கலைந்து கூச்சலிட்டபடியும் சிரித்து ஆர்த்தபடியும் அவரைத் தொடர்ந்து ஓடினர்.

2

மைந்தர்கள் வருவதற்காக உபப்பிலாவ்யத்தின் அரச மாளிகை முகப்பில் சாத்யகி அமைதியிழந்து காத்து நின்றான். உள்ளிருந்து விரைந்து வந்த சுரேசர் அவனைக் கடந்து செல்லும்போது ஓரவிழியால் பார்த்து நின்று "தாங்களா? இங்கு?" என்றார். "மைந்தர்களுக்காகக் காத்திருக்கிறேன்" என்று சாத்யகி சொன்னான். "நான் அவர்களைத் தங்களிடம் அழைத்துவரச் சொல்கிறேன். உள்ளே கூடத்தில் அமர்ந்திருக்கலாமே?" என்றார் சுரேசர். "இல்லை, அவர்களுக்கு அரசநெறிமுறைகள் பழக்கமில்லை. ஒவ்வொன்றையும் சொல்லிக்கொடுத்து அழைத்து வரவேண்டியிருக்கிறது" என்றான் சாத்யகி.

சுரேசர் புன்னகைத்து "இளைஞர்களுக்கு நாம் எண்ணுவதைவிட மிகுதியாகவே தெரியும். நாம் கற்பிப்பதைவிட குறைவாகவே கற்றுக்கொள்கிறார்கள்" என்றார். சாத்யகி அதை உளம் கொள்ளாமல் சாலையை நோக்கி "உடனே கிளம்பி வரும்படி சொல்லிவிட்டு வந்தேன். இவ்வளவு பொழுதாகிறது. எங்காவது கிளம்புவதென்றால் ஒவ்வொன்றாக சொல்லிச் சொல்லி பொழுது கடத்துவார்கள். ஒருவருக்கொருவர் சிறுபூசல்கள். மூத்தவன் சொல்லை இளையவர் மறுப்பது ஒரு விளையாட்டாகவே மாறிவிட்டிருக்கிறது" என்றான்.

"யாதவரே, நீங்கள் பெரும்பாலும் அவர்களுடன் இல்லை. இப்போதுதான் அவர்களை இத்தனை அணுக்கத்தில் அறிகிறீர்கள் என்று நினைக்கிறேன்" என்று சுரேசர் சொன்னார். சாத்யகி "ஆம், இளமையிலேயே துவாரகைக்குச் சென்றுவிட்டேன். அரசப்பொறுப்பை தந்தைதான் நோக்கினார். நான் அடிக்கடி அங்கு செல்வதில்லை. ஒவ்வொரு முறை செல்லும்போதும் வளர்ந்து முற்றிலும் புதியதாக உருமாறிய மைந்தர்களைத்தான்

பார்ப்பேன். இப்போது என்னுடன் வந்திருக்கும் இவர்களை இதற்குமுன் நான் அறிந்ததே இல்லையென்று தோன்றுகிறது” என்றான்.

சுரேசர் “முதிரா இளமையில் ஒவ்வொரு இளைஞனுக்கும் அவர்களுக்கான தனித்தன்மைகள் உண்டு. ஆனால் அவற்றைப் புரிந்துகொள்வதைவிட அனைத்து இளைஞர்களுக்குமான இயல்புகளை அவர்களிடம் கண்டு அதற்கேற்ப நடந்துகொள்வதே அவர்களை அணுகுவதற்கான எளிய வழி. ஏனென்றால் அவர்களின் தனித்தன்மை சார்ந்த சிக்கல்கள் இன்னமும் உருப்பெற்றிருக்காது. அந்த அகவைக்குரிய சிக்கல்களே மேலோங்கியிருக்கும்” என்றபின் சிரித்து “எப்படியாயினும் இதை உங்கள் உள்ளத்தின் ஆழம் உவகையுடன் எதிர்கொள்கிறதென்றே தெரிகிறது. மானுடர் சிறந்த மகிழ்ச்சிகளை நெருக்கடிகளாகவே அடைகிறார்கள்” என்றுகூறி தலைவணங்கி வெளியே சென்றார்.

சுரேசர் வெளியே முற்றத்தில் உடை ஒளிர நின்று அவருக்காகக் காத்து நின்றிருந்த தேர்ப்பாகனிடம் தேரைக் கொண்டுவரும்படி சொன்னார். அவர் தேரிலேறிச் செல்வதை சாத்யகி நோக்கிக்கொண்டிருந்தான். மாலை வெயில் நீளத்தொடங்கியிருந்தது. அரண்மனையின் கூரைவிளிம்பு முற்றத்தில் நெடுந்தூரம் சென்று படிந்திருக்க அதிலிருந்து புறா நிழல்கள் எழுந்து அமைந்தன. சாத்யகி உள்ளே சென்று அமரலாமா என்று எண்ணினான். ஆனால் அவன் மைந்தர் ரிஷபவனத்தில் தேரில் வந்து அரண்மனைமுன் இறங்கிய ஒரு பழைய காட்சி நினைவு வந்தது. ஓசையிட்டுச் சிரித்தபடி உடைந்த குரல்களில் கூச்சலிட்டுக்கொண்டு தேரிலிருந்து நான்கு பக்கமும் சிதறி விழுவதுபோல் இறங்கி பாய்ந்து ஓடிவந்து திண்ணைகளிலும் தூண்களிலும் தொற்றி ஏறினர். ஒருவரையொருவர் முந்தி வலியவரை எளியவர் பாராமல் பிடித்துத்தள்ளி உள்ளே ஓடினர். அவ்வெண்ணம் எழுந்ததுமே அவன் உடல் விதிர்த்தது. அதை அங்கும் அவர்கள் நிகழ்த்திவிட்டதுபோல எண்ணி சினம்கொண்டு பற்களைக் கடித்து கைகளை இறுக்கிக்கொண்டான். பின்னர் மெல்ல தன்னை அடக்கி உடலை எளிதாக்கினான்.

தொலைவில் தேரின் ஒலி கேட்டதுமே ‘அவர்கள்தான்’ என்று தனக்குத் தானே சொல்லிக்கொண்டான். கவலையுடன் நெற்றிமேல் கைவைத்து நோக்கினான். முதல்தேர் காவல் மாடத்தின் முன் தோன்றியது. அதிலிருந்த மைந்தர்கள் உரக்கப் பேசி கூச்சலிட்டுக்கொண்டுதான் இருந்தனர். சந்திரபானு திண்ணையில் நின்றிருந்த அவனைப் பார்த்ததுமே ஏதோ சொல்ல அனைவரும் அமைதியடைந்தனர். முதல்தேர் காவல் மாடத்தைக் கடந்ததுமே இரண்டாவது தேர் வந்தது. தேர் வந்து முற்றத்தில் வளைந்து நின்றபின் அனைவரும் இறங்காமல் அசையாத விழிகளுடன் அவனை நோக்கினர். இறங்கும்படி சாத்யகி கைகாட்டினான். அசங்கன் தேரின்

சிறுகதவைத் திறந்து படிகளில் கால்வைத்திறங்கி பிறரிடம் இறங்கும்படி கைகாட்டினான். அவர்கள் ஒவ்வொருவராக இறங்கி ஒருவருக்குப் பின் ஒருவராக நின்றனர்.

இரண்டாவது தேரிலிருந்து சிரித்தபடியும் உரக்கப் பேசியபடியும் இறங்கிய மைந்தர்கள் முதல் தேரிலிருந்து இறங்கியவர்கள் அமைதியாக இருப்பதைக்கண்டு தாங்களும் அமைதியடைந்து பின்னால் வந்து நிரை வகுத்தனர். தேர்கள் விலகிச் சென்றதும் சாத்யகி "ஒன்று நினைவில் கொள்க! அதைச் சொல்லவே இங்கே காத்து நின்றேன். இளைய யாதவர் நம் குடிக்கு மூத்தவர். அவர் நமக்களித்த உரிமையை இவ்வரண்மனையில் இந்திரப்பிரஸ்தத்தின் அரசர் அளிப்பாரென்று எண்ணவேண்டாம். இங்கு நாம் அரசாலும் குடியாலும் அயலவர். பாண்டவ மன்னர் அஸ்வமேதமும் ராஜசூயமும் செய்து மும்முடி சூடிக்கொண்டவர் என்பதை மறக்க வேண்டியதில்லை" என்றபின் வருக என்று சொல்லி நடந்தான். அவர்கள் ஒருவர் பின் ஒருவர் மெல்லிய குரலில் பேசிக்கொண்டு வருவதை உணர்ந்தான்.

இளைய யாதவருடனான சந்திப்பில் மதிய உணவை அருந்தியபோது நிகழ்த்திய ஆடலை எண்ணிக்கொண்டான். அவன் அவர்களுக்கு கற்பித்திருந்த அனைத்து நெறிமுறைகளும் இல்லாமலாயிற்று. உணவருந்த அமர்ந்தபோது இளைய யாதவர் யாதவர்களின் குடியூட்டுகளின் வழக்கப்படி ஊன்துண்டு ஒன்றை எடுத்து அசங்கனின் மீது எறிந்தார். அவன் சிரித்தபடி எழ, கூவி நகைத்தபடி சினி ஒரு ஊன் துண்டை எடுத்து இளைய யாதவர் மேல் எறிந்தான். அவர் துள்ளி எழுந்து அதை ஒழிந்து இன்னொரு துண்டை எடுத்து அவன் மேல் எறிந்தார். சாந்தனும் சபரனும் கூவிச்சிரித்தபடி இருக்கையிலிருந்து பாய்ந்து எழுந்தனர். அசங்கன் ஓர் ஊன் துண்டை எடுத்து இளைய யாதவர் மேல் எறிய அது உத்ஸ்புதன் மேல் பட்டது. அதன்பின் அங்கிருந்த அனைத்து ஒழுங்குகளும் இல்லாமலாயின. மாறி மாறி உணவால் அடித்துக்கொண்டார்கள். தின்று குடித்து கூச்சலிட்டு ஒருவரை ஒருவர் நகையாடி உண்டு முடிப்பதற்கு நெடுநேரமாயிற்று.

சாத்யகி ஒரு வாய்கூட உண்ணாமல் பதைப்புடன் அவர்களை நோக்கிக்கொண்டிருந்தான். உடம்பு முழுக்க அன்னமும் ஊனும் எண்ணெய்யும் வழிய அவர்கள் நீராடச் சென்றபோது அங்கு நிகழ்ந்ததைக் கனவென்று எண்ணியவன்போல மலைத்து சுவர்சாய்ந்து நின்றிருந்தான். இளைய யாதவர் இரு மைந்தர்களுடன் உரக்க கூச்சலிட்டு பேசியபடி அவனைக் கடந்து சென்றார். அவர்கள் ஒருவரையொருவர் உந்தி உரையாடியபடி உணவறையிலிருந்து வெளியே செல்ல நேமிதரன்

அவனருகே வந்து சிரித்தபடி "பிறிதெவ்வாறு அவர் இருப்பாரென்று எண்ணினீர், மூத்தவரே?" என்றான்.

"ஆம், அவர் எப்போதும் அப்படித்தான் இருந்தார். நான் எப்போதும் இவ்வாறுதான் உணர்ந்தேன்" என்றான் சாத்யகி. நேமிதரன் "அவர் என்றும் தந்தையென்றும் தோழனென்றும் திகழ்பவர். ஒருபோதும் மாறாத சிறுவன் ஒருவன் அவருள் குடிகொள்கிறான். அதை உங்கள் மைந்தர் அறிந்துவிட்டார்கள். இனி ஒருபோதும் அரசநெறியோ அவைமுறைமைகளோ அவர்களைக் கட்டுப்படுத்தாது. அவர் அவர்களில் ஒருவர், களித்தோழர்" என்றான். சாத்யகி பெருமூச்சுடன் "ஆம்" என்றான். நேமிதரன் "நாம் அவரைத் தலைவராக மட்டுமே கொள்ளும் ஊழ்பெற்றவர்கள்" என்றான்.

இளைய யாதவரின் அரண்மனையிலிருந்து திரும்பி வரும்போது தேரில் கூச்சலிட்டு நகைத்தபடி உச்ச குரலில் அவர்கள் அவரைப்பற்றி பேசிக்கொண்டனர். அவருடைய களியாட்டுகள், அவர் சொன்ன வேடிக்கைகள். பின்னால் புரவியில் சென்றபடி அவர்கள் எவரைப்பற்றி அப்படிப் பேசிக்கொள்கிறார்கள் என்று வியந்தான். துவாரகையை அமைத்த பேரரசனை, சாந்தீபனியின் முதலாசிரியனை, பாரதவர்ஷம் அஞ்சும் பெரும்படைத்தலைவனை அவர்கள் அறிந்திருக்கவே இல்லை. உண்ணும்போது ஆட்டு ஊனிலிருந்து கால் எலும்பை எடுத்து வாயில் வைத்து ஊதி சங்கொலி எழுப்பிய ஒருவனைத்தான் இளைய யாதவரென்று எண்ணியிருக்கிறார்கள். அவர்களுக்கு அவர் எவ்வகையிலும் வியப்பளிப்பவராக இல்லை. விளையாட்டுச்சிறுவனாகவே அவர்கள் அவரை அறிந்திருக்கிறார்கள். அன்னையர் அவ்வாறே அவரைப்பற்றி சொல்லியிருக்கிறார்கள். ஒருவேளை அதுவே மெய்யான இளைய யாதவராக இருக்கலாம். பிற அனைத்தும் உள மயக்குகளாக இருக்கலாம்.

இடைநாழியினூடாக அரண்மனையின் சிற்றவை நோக்கி நடந்தபோது சாத்யகி மேலும் பேச விழைந்தான். இளைஞனாக துவாரகையின் அவையில் புகுந்தபோது தான் அடைந்த பதற்றத்தை, பிழைகளினூடாக கற்றுத் தேறியவற்றை, ஒரு சிறு பிழை ஒன்று நூறெனப் பெருகி சூழும் விந்தையை, ஒவ்வொரு உள்ளமும் கணம்தோறும் திரும்பி புதிதெனக் காட்டும் மாயத்தை, கற்று கற்று அத்தனை ஆண்டுகள் கடந்தபின்னும் கல்லாதவன்போல் ஒவ்வொரு தருணத்திலும் நின்று திகைக்க நேர்வதை. ஆனால் அருமணிகளைக் கூழாங்கற்களெனக் காலால் மிதித்து விளையாடும் விழியற்ற குழந்தைகள் போலிருந்தனர் அவன் மைந்தர்.

அவர்களிலொருவன் பிறிதொருவனிடம் எதையோ சொல்ல அவன் சிரிப்பை அடக்கியபடி வாயை மடித்தான். சந்திரபானு செல்லும்

வழியிலிருந்த அணித்தூணை கை முறுக்கி தட்டிப்பார்த்தான். சினி எதிரே வந்த ஏவலனை நோக்கி வாயைக்குவித்துக் காட்டி அவன் திகைத்தபோது விழிகளைத் திருப்பி சிரிப்பை அடக்கி முன்னால் வந்தான். சாந்தன் தனக்குத்தானே ஏதோ சொல்லியபடி வாள் சுழற்றுபவனைப்போல கைவீசிக்கொண்டே நடந்தான். மிகச் சிறிய விழியசைவினூடாகவே சாத்யகி பத்து மைந்தரின் முகங்களை, அவற்றினூடாக அவர்களின் உள்ளங்களைக் கண்டான். எவ்வாறு இத்தனை தெளிவாக இவர்களைப் புரிந்துகொள்ளமுடிகிறது என்று வியந்தான். ஏனெனில் இவர்கள் ஒவ்வொருவரின் உள்ளிருந்தும் நானே இத்தருணத்தை நடித்துக்கொண்டிருக்கிறேன். இவர்கள் எண்ணுவதும் ஆற்றுவதும் நான் எண்ணியவை, எண்ணி ஆற்றாது ஒழிந்தவை, எண்ணக்கூடுபவை.

அவ்வெண்ணம் எழுந்ததுமே அவன் சினம்கொண்டு முகம் இறுக "மீண்டும் சொல்கிறேன், இது அரசவை. விளையாட்டுக்கூடமல்ல. இங்கு நீங்கள் சந்திக்கப்போகும் ஒவ்வொருவரும் பாரதவர்ஷத்தின் பேரரசருக்கு நிகரானவர்கள். பேரரசி திரௌபதி மூன்று முதன்மைத் தெய்வங்களும் அடிபணிய அமர்ந்திருக்கும் முழுமுதல் கொற்றவை. அதை மறக்க வேண்டாம்" என்றான். சிற்றமைச்சர் சம்புகர் வாயிலைத் திறந்து விரைந்த காலடிகளுடன் வெளியே வந்தார். சாத்யகியைக் கண்டதும் "மைந்தர்களா?" என்றபின் சிரித்து "குஞ்சுகளுடன் வாத்து அலைமேல் நீந்துவதுபோல் வருகிறீர்கள், யாதவரே" என்றார்.

சாத்யகி சற்றே உதடுகள் வளைய புன்னகைத்து "பேரவை கூடுவதற்குள் அரசருக்கும் அரசிக்கும் மைந்தரை அறிமுகம் செய்துவைக்கலாம் என்று எண்ணுகின்றேன்" என்றான். "ஆம், அது நன்று. ஆனால் பொழுது மிகுதியில்லை. பேரவையில் அரசர்கள் அனைவரும் அமர்ந்துவிட்டார்கள் என்று செய்தி வந்துள்ளது" என்று சம்புகர் சொன்னார். சாத்யகி "ஆம், அரசவீதியை நிறைத்தபடி ஒவ்வொருவராக வந்துகொண்டிருப்பதைப் பார்த்தேன்" என்றான். "அமைச்சர்கள் அனைவருமே அங்கிருக்கிறார்கள். இங்கு இளைய யாதவர் அரசருடனும் இளையவருடனும் பேசிக்கொண்டிருக்கிறார்" என்று சம்புகர் சொன்னார். "சந்திப்பதில் பிழையில்லையல்லவா?" என்று சாத்யகி கேட்டான். சம்புகர் "இது என்ன கேள்வி? நீங்கள் இளைய யாதவரின் மாற்றுருவாகவே இங்கு கருதப்படுபவர். இந்திரப்பிரஸ்தத்தின் பெரும்படைத்தலைவராக நின்று போர்முகம் கொள்ளப்போகிறவர்" என்றார்.

சாத்யகி உளக்கிளர்ச்சியுடன் "முடிவெடுக்கப்பட்டதா? படைத்தலைமை எனக்கு அளிக்கப்படுமா?" என்றான். "அதில் சிறுகுழப்பம் நீடிக்கிறது. யாதவர்கள் இங்கே படைத்தலைமை கொள்வது இளைய யாதவர் அளித்த சொல்லுக்கு மாறாக ஆகும் என்று துருபதர் எண்ணுகிறார்.

ஆனால் உங்களைப்போன்ற பெருந்திறல்கொண்ட படைத்தலைவர் ஒருவரின் பங்கை மறுப்பதும் நன்றல்ல என கருதுகிறார்” என்றார். “நான் யாதவன் அல்ல. அரசனும் அல்ல. நான் தொழும்பன், என் தலைவன் பொருட்டுப் போரிடவேண்டியவன். குடிநெறியோ அரசநெறியோ எனக்குப் பொருட்டு அல்ல” என்று சாத்யகி சொன்னான்.

“அது நீங்கள் கூறுவது. பிற்பாடு ஒரு சொல்லுக்கு வாய்ப்பளிக்கலாகாது” என்ற சம்புகர் “சற்று பொறுங்கள். உங்கள் வருகையை நான் அறிவிக்கிறேன்” என்றார். சாத்யகி “நானும் என் மைந்தரும் படையிலிருப்போம். களம்பொருதுவோம். இது என் தலைவனின் போர்” என்றான். சம்புகர் விழிகனிந்து “இதையே நானும் துருபதருக்கு உரைத்தேன். தாங்கள் வெறும் படைத்தலைவர் மட்டுமல்ல, இளைய யாதவரின் உள்ளத்தின் ஒரு பகுதியே உங்களுக்குள் இருக்கிறது. நீங்கள் வில்லுடன் எழுந்தால் இளைய யாதவரின் ஒரு கை படைக்கலமேந்தி எழுவது போன்றது அது. பார்ப்போம், இன்று அவையில் அரசர் முதன்மைப் படைத்தலைவர்களையும் துணைசெல்பவர்களையும் முறைப்படி அறிவிப்பார். இறுதி முடிவை அவர்தான் எடுக்க வேண்டும்” என்றார்.

சாத்யகி “அங்கு அனைவரும் அமர்ந்துவிட்டார்கள் என்றால் நான் சென்றுவிட்டு இரவில் மைந்தருடன் சென்று அரசரைப் பார்க்கிறேன்” என்றான். “பொறுங்கள். பொழுதிருக்குமென்றால் இப்போதே பார்த்துவிடலாம்” என்றபின் சம்புகர் உள்ளே சென்றார். சாத்யகி மூச்சை இழுத்துவிட்டு உடலை எளிதாக்கிக்கொண்டான். அசங்கன் “தாங்கள் படைத்தலைமை கொண்டாகவேண்டும், தந்தையே” என்றான். சாத்யகி சினத்துடன் குரல் தாழ்த்தி “நான் ஆணையிடப்படுவதை இயற்றுபவன். முடிவெடுக்க வேண்டியவர் இந்திரப்பிரஸ்தத்தின் அரசரே” என்றான்.

சம்புகர் கதவைத் திறந்து உள்ளே செல்லும்படி தலைவணங்கினார். சாத்யகி திரும்பி “வருக!” என்றபின் உள்ளே நுழைய மைந்தர்கள் ஓசையற்ற நிரையாகத் தொடர்ந்தனர். நீள்சதுர சிற்றறைக்குள் இளைய யாதவரும் யுதிஷ்டிரரும் மட்டும் பீடங்களில் அமர்ந்திருந்தனர். நகுலனும் சகதேவனும் அர்ஜுனனும் சுவர் சாய்ந்து நின்றிருக்க பீமன் சாளரத்தருகே கையூன்றி நின்று வெளியே பார்த்துக்கொண்டிருந்தான். ஏனென்றறியாமல் சாத்யகி அங்கநாட்டரசன் கர்ணனை நினைவுகூர்ந்தான். பீமன் அவர்கள் நுழைவதைக் கேட்டு திரும்பிப்பார்த்துப் புன்னகைத்தான்.

சாத்யகி யுதிஷ்டிரரை அணுகித் தலைவணங்கி “இந்திரப்பிரஸ்தத்தின் அரசருக்கு வணக்கம். இவர்கள் என் மைந்தர். தங்கள் படைப்பணிக்கென அழைத்து வந்தேன்” என்றான். யுதிஷ்டிரரின் முகம் சோர்வுகொண்டிருந்தது. இடக்கண் தொய்ந்து சற்று கீழிறங்கி நிழல்வளையம் சூடியிருந்தது. உதடுகளின் இருபுறமும் ஆழ்ந்த மடிப்புகள் விழுந்திருந்தன. புன்னகையற்ற முகத்துடன் மைந்தரைப் பார்த்து “பதின்மர்! ஆம், தங்களுக்கு பத்து

மைந்தர்கள் என்று கேள்விப்பட்டிருக்கிறேன்" என்றார். இளைய யாதவர் "யாதவர்களுக்கு மைந்தர்கள் பொதுவாகவே சற்று மிகுதி" என்றார். யுதிஷ்டிரர் புன்னகைக்காமல் "இன்றுதான் வந்தார்களா?" என்றார். சாத்யகி "ஆம்" என்றான்.

அங்கே எண்ணப்பட்டதை பீமன் உரக்க கேட்டான். "பத்து மைந்தரையுமே போருக்கென அழைத்து வந்துவிட்டீர்களா?" என்றான். சாத்யகி "நான் என் தலைவருக்காக என்னை அளித்தவன். என் மைந்தர் என்னிலிருந்து வேறல்ல" என்றான். யுதிஷ்டிரர் முகத்தில் மெல்லிய கசப்புடன் "உமது மைந்தர்கள் போருக்கு எழுந்தாகவேண்டும் என்பதில்லை. இங்கு ஏராளமான படைகள் ஏற்கெனவே திரண்டுவிட்டன" என்றார். சகதேவனை நோக்கியபின் மைந்தரைப் பார்த்து "மிக இளையோர்! இவர்கள் வந்து என்ன ஆகப்போகிறது?" என்றார். சகதேவன் "அவ்வாறல்ல அரசே, நமது படைகளில் அணிநிரந்திருக்கும் அனைவரும் எவருக்கோ மைந்தர்கள். அவர்களைப் படைக்கலமெடுத்து வரும்படி ஆணையிட நமக்கு அறத்தகுதி வேண்டுமென்றால் நமது மைந்தர் படைக்கலம் எடுத்து போர்முகம் நின்றாக வேண்டும்" என்றான்.

"இந்த அணிச்சொற்களையும் அரசமுறைமைகளையும் கேட்டு சலித்துவிட்டேன். எப்போது எழுந்து பார்த்தாலும் இளமை மாறா முகங்களுடன் சிரித்துப்பேசிக்கொண்டு போர்க்கலங்கள் ஏந்திச்செல்லும் மைந்தர்களையே பார்க்கிறேன்" என்ற யுதிஷ்டிரர் "இவர்களிடம் போருக்கு வரும்படி என் நாவால் ஒருபோதும் ஆணையிடமாட்டேன்" என்றார். "உங்கள் மைந்தர்களிடம் நீங்கள் ஆணையிட்டீர்கள், அரசே" என்று சகதேவன் சொன்னான். "ஆம், என் மைந்தரிடம் சொன்னேன். படைமுகம் நின்று உயிர் வைத்து ஆடுவது அவர்களின் பொறுப்பு. அம்முடிவை நான் எடுக்க முடியும். ஏனெனில் அவர்கள் என் மைந்தர்கள்."

சாத்யகி தலைவணங்கி "இவர்கள் பொருட்டு அதே முடிவை நான் எடுக்கிறேன், அரசே" என்றான். யுதிஷ்டிரர் தலையை இல்லை என்பதுபோல் அசைத்தார். பீமன் எரிச்சலுடன் உடலை அசைத்து "போர்முரசு கொட்டும் வரை இப்படி ஒவ்வொரு கணத்திலும் தயங்கியும் கசந்தும் ஐயம்கொண்டும்தான் செல்லப்போகிறோமா?" என்று எவரிடமென்றில்லாமல் கேட்டான். யுதிஷ்டிரர் சீற்றத்துடன் தலைதூக்கி "ஆம், நான் ஐயம் கொண்டிருக்கிறேன். ஒவ்வொரு கணமும் என் ஐயங்கள் வளர்கின்றன. மடியிலிருந்து மைந்தரை இறக்கி போர்முகப்பில் கொண்டுசென்று நிறுத்திக்கொண்டே இருக்கிறேன். வேறெதையும் என்னால் எண்ண முடியவில்லை. இப்பழியை நூறு தலைமுறையாயினும் என் மீதிருந்து நீக்க இயலாது. என் கொடிவழிகள் இதற்குப் பழிநிகர் செய்யவேண்டியிருக்கும்" என்றார்.

“நாம் இதைப் பேசவேண்டியதில்லை” என்று சகதேவன் சொன்னான். “ஏனெனில் இனி திரும்பிச்செல்ல இயலாது. நம்மால் இயன்ற அனைத்தையும் செய்துவிட்டோம். இந்தப் போர் நாம் தொடங்கியதல்ல. நாம் முன்னெடுப்பதுமல்ல. நம்மால் எவ்வகையிலும் தவிர்க்கக்கூடியதுமல்ல.” பீமன் “தவிர்க்க முடியும், அரசே. அத்தனை ஐயமும் துயரமும் இருந்தால் ஆணையிடுங்கள், போரை நிறுத்திவிடுவோம்” என்றான். யுதிஷ்டிரர் துயரம் நிறைந்த விழிகளைத் தூக்கி பீமனைப் பார்த்து “அது இயலாதென்று நீ அறிவாய்” என்றார். “ஏன்? அதை சொல்லுங்கள்” என்றான் பீமன்.

“ஏனெனில் நான் என்னை இளைய யாதவனுக்கு அளித்திருக்கிறேன். இது உண்மையில் அவனுடைய போரென்பதை இங்கிருக்கும் அனைவரும் அறிவோம்” என்று யுதிஷ்டிரர் சொன்னார். “பிறகென்ன? இப்போர் அவர் நிகழ்த்துவது. அவர் சொற்களின் பொருட்டு நாம் படைக்கலமேந்துகிறோம். அவரால் நாம் வெல்வோம். அவர் சொற்களை வேர்நிறுத்தி மண் நீங்குவோம். பிறிதொன்றும் எண்ண வேண்டியதில்லை” என்றான் பீமன். யுதிஷ்டிரர் “ஆனால், இவ்விளையோர்...” என்றபின் “இல்லை” என்றார்.

இளைய யாதவர் மெல்லிய குரலில் “அரசே, குருதி கோருவது நான். எக்குருதியும் எனக்கு நிகரே” என்றார். சாத்யகி உள எழுச்சியுடன் “அதை அளிப்பதே எங்கள் மீட்பும் முழுமையுமாகும். தங்களால் ஆணையிடப்பட்டமையால் நாங்கள் இதை ஆற்றவில்லை. இதன்பொருட்டே பிறந்திருக்கிறோம்” என்றான். இளைய யாதவர் “அரசரை வணங்கி வாழ்த்து பெறுக!” என்று அசங்கனிடம் சொன்னார். அசங்கன் முன்னால் நகர்ந்து தன் இடையிலிருந்த உடைவாளை உருவி யுதிஷ்டிரரின் காலை நோக்கித் தாழ்த்தி தலைவணங்கினான். யுதிஷ்டிரர் செம்மைபடர்ந்த தளர்ந்த விழிகளும் தொய்ந்த தோள்களுமாக அவனை சில கணங்கள் பார்த்துவிட்டு வலக்கையைத் தூக்கி “வெல்க!” என்று வாழ்த்தினார்.

பின்னர் இளையோர் அனைவரும் தங்கள் வாட்களை உருவி யுதிஷ்டிரர் காலடியில் தாழ்த்தினர். சினியைப் பார்த்து யுதிஷ்டிரர் “இவனுக்கு என்ன அகவை?” என்றார். “பன்னிரண்டு. படைக்கலம் தொட்டு குண்டலம் அணிந்துவிட்டான்” என்று சாத்யகி சொன்னான். வலி தெரிந்த விழிகளுடன் அவனை சில கணங்கள் பார்த்துவிட்டு யுதிஷ்டிரர் முகத்தைத் திருப்பிக்கொண்டார். சாத்யகி “என் தலைவர் பொருட்டு பதின்மடங்கு பெருகியுள்ளேன் என பெருமிதம் கொள்கிறேன், அரசே” என்றான். கைகளை வீசி அச்சொற்களை யுதிஷ்டிரர் தவிர்த்தார்.

கதவைத் திறந்து உள்ளே வந்த ஏவலன் தலைவணங்கி “பாஞ்சாலத்து அரசி வருகை தருகிறார்” என்றான். “இங்கா?” என்றார் யுதிஷ்டிரர். “ஆம்,

அவையில் நுழைவதற்குமுன் இங்கு வந்துவிட்டுச் செல்லவேண்டுமென்று சொன்னார்" என்று ஏவலன் சொன்னான். "வரச்சொல்க!" என்று யுதிஷ்டிரர் கையசைத்தார். ஏவலன் வெளியே செல்ல யுதிஷ்டிரர் சாத்யகியை நோக்கித் தலையசைத்தார். சாத்யகி அசங்கனை நோக்க அவன் விழிகளால் ஆம் என்றபின் தன் இளையவரிடம் கைகாட்டினான். அவர்கள் பின்புறம் காட்டாமல் அறையை விட்டு வெளியே சென்றனர். சாத்யகியும் உடன் செல்ல பீமன் "தாங்கள் இருக்கலாம், யாதவரே" என்றான். சாத்யகி தலைதாழ்த்தியபின் சுவர் சாய்ந்து நின்றான்.

யுதிஷ்டிரர் "இளமைந்தர். அந்த முகங்கள் இன்றிரவு என்னை துயில்களைந்து தவிக்கச் செய்யும்" என்றார். பீமன் அதைப் பொருட்படுத்தாமல் "இன்று அவையில் நாம் படைத்தலைமைகளை அறிவிக்கவேண்டும். சௌனகர் துருபதரை சந்திக்கச் சென்றிருக்கிறார். முழுமையான பெயர்நிரை இன்னும்கூட ஒருங்கவில்லை" என்றான். யுதிஷ்டிரர் "அதில் என்ன அத்தனை இடர்?" என்றார். நகுலன் புன்னகைத்தபடி "படைத்தலைமைக்குப் பெயரமைக்கும்போது முதலில் இருந்து மெல்ல மெல்ல ஏறிச்செல்லும் தகுதிப்படியே அமைப்பர். ஆகவே முதலில் படைத்தலைமைக்கு பெயர் வருவது இழுக்கு. ஆனால் முதல் சிலநாட்களிலேயே போர் முடிந்துவிடுமென்றால் அதைத் தலைமைதாங்கியவர்கள் பெரும்புகழ் கொள்வர். ஆகவே முதலிலும் இன்றி பின்னரும் இன்றி இடம்பெற்றாகவேண்டும் என முந்துகிறார்கள்" என்றான்.

பீமன் நகைத்து "அவர்கள் நடுவே அதன்பொருட்டு போர் நிகழட்டும்... முடிவுசெய்வது எளிது" என்றான். யுதிஷ்டிரர் அமைதியின்மையுடன் அசைந்தார். அவர்கள் திரௌபதியைப் பற்றித்தான் எண்ணுகிறார்கள் என்றும் அதை மறைக்கவே பிறிதொன்றைப் பேசுகிறார்கள் என்றும் சாத்யகி எண்ணினான். "அவர்கள் தரப்பில் முதலில் படைமுகம் கொள்பவர் எவர் என்று அறியாமல் இந்நிரையை அமைப்பதில் பொருளே இல்லை. இது வெறுமனே நாம் படைமுகம்கொள்கிறோம் என்னும் அறிவிப்பே. அவர்களின் சூழ்கை தெரிந்ததும் அனைத்தையும் மாற்றிவிடுவோம்" என்றான் அர்ஜுனன். சகதேவன் "ஆம், படைத்தலைமையை இப்போது முடிவுசெய்யவேண்டியதில்லை. எப்படைகள் எவருக்குப் பொறுப்பு என்று மட்டும் இப்போது முடிவெடுப்போம்" என்றான்.

அவர்கள் மீண்டும் அமைதியானார்கள். திரௌபதியைப் பற்றித்தான் அவர்கள் அவன் அங்கே வருவதற்கு முன்பு பேசிக்கொண்டிருந்தார்கள் என்று சாத்யகி உணர்ந்தான். கைகளை மார்பில் கட்டிக்கொண்டான். திரௌபதியின் காலடியோசையை அவன் உள்ளத்தால் கேட்டான்.

3

யுதிஷ்டிரர் சலிப்புடன் நகுலனிடம் "எங்கே சென்றாள்? இன்னும் வந்தணையவில்லையே?" என்றார். நகுலன் "அரசியின் இயல்பே மாறிவிட்டது. எதிர்ப்படும் அனைவரிடமும் நலம்பேசாமல் வரமுடிவதில்லை. இளையோர் என்றால் முகம் மலர்ந்துவிடுகிறது" என்றான். யுதிஷ்டிரர் இளைய யாதவரிடம் "அரசி போரில் என்னைவிட தயக்கமும் சலிப்பும் கொண்டிருக்கிறாள். சின்னாட்களுக்கு முன் போரவையில் இந்தப் போர் தன் பொருட்டல்ல என்று சொல்லப்போகிறேன் என்றாள். நான் அது முறையல்ல என்று சொன்னேன். அவள் ஒப்பவில்லை. அவளுடைய உளப்போக்கு என்னால் புரிந்துகொள்ள முடிவதாக இல்லை" என்றார்.

இளைய யாதவர் "அதை இங்கே சொல்லத்தான் வருகிறார்கள் போலும்" என்றார். யுதிஷ்டிரர் "இத்தனை படைவீரர்கள் நம்பொருட்டுத் திரண்டிருக்கிறார்கள் என்றால் அதற்குரிய அடியுணர்வு என அமைந்திருப்பது நம் அரசிக்கு நிகழ்ந்த அவைச்சிறுமைதான். சொல்லி சொல்லிப் பரவி இன்று பாரதவர்ஷம் முழுக்க அறியப்பட்ட ஒன்றாக ஆகிவிட்டது. பெண்ணுக்கு இழைக்கப்பட்ட சிறுமைக்குப் பழிநிகர் செய்ய உயிர்கொடுப்பதென்பது பாரதவர்ஷத்தின் தொல்குடிகள் அனைத்திற்கும் மாறா விழுமியமென உள்ளது. தொலைநிலங்களிலிருந்து நாமறியாத கிராதரும் நிஷாதரும் கிளம்பி நம்மிடம் படைகொண்டு சேர்ந்திருப்பது அதன் பொருட்டே. அவர்கள் நம்மிடமிருந்து பெற எதுவுமில்லை. நிலமோ கப்பமோ நாடுபவர்கள் அல்ல அவர்கள்" என்றார்.

"அரசி அவையில் அவ்வாறு அறிவித்தாள் என்றால் நமக்கு அது பேரிழப்பு" என்றான் நகுலன். இளைய யாதவர் "ஆம்" என்றார். பீமன் "அதை அவள் அறிவித்தாலும் அந்தப் பழி அங்குதான் இருக்கும் என்றும், குருதியாலன்றி வேறெதாலும் அதை நிகர் செய்ய இயலாதென்றும் அறியாதவர்கள் இங்கு எவருமில்லை" என்றான். சகதேவன் "ஆம். ஆனால் எந்தப் போரிலும் படைவஞ்சினமே அனைத்து உணர்வுகளையும் ஒருங்கு திரட்டுகிறது. நம் படைவஞ்சினத்தில் முதன்மையாக ஒலிக்க வேண்டியது அரசிக்கு இழைக்கப்பட்ட அவைச்சிறுமைதான்" என்றான்.

யுதிஷ்டிரர் "அவர்கள் அறியாத எதை சொல்லப்போகிறோம்?" என்றார். சகதேவன் "மெய்யாகவே அவர்கள் முன்னர் அறியாத எதையும் வஞ்சினமென்று உரைக்க இயலாது, மூத்தவரே. அவர்களிடம் இல்லாத எவ்வுணர்வையும் எழுப்பவும் முடியாது. நீங்கள் எழுந்து உரைக்கும் ஒவ்வொரு சொல்லும் பலநூறுமுறை அவர்களுக்குள் எழுந்ததாகவே இருக்கும். அவர்கள் கேட்க விழைவதையே சொல்லவேண்டும். அது சொல்லப்படுகிறது என்பதே முதன்மையானது. சொல்லும் உணர்வுதான் அத்தருணத்தின் கூர்முனை" என்றான்.

"பல்லாயிரம் படைவீரர்களிடமிருந்து அவ்வுணர்வு உங்களுக்கு வருகிறது. நீங்கள் அதன் சுழிமையம். உங்களில் குவிவதனால் அவ்வுணர்வு பெருகி பெருகிப் பலமடங்கென அவர்களிடம் திரும்பிச் செல்கிறது" என்று சகதேவன் சொன்னான். "மூத்தவரே, முன்பு இங்கே கூறப்பட்ட போர்வஞ்சினங்கள் அனைத்தும் சூதர்களால் பாடல்களாக எழுதப்பட்டுப் பாடப்படுகின்றன. அனைத்துமே உணர்வு மட்டுமேயான வெறுஞ்சொற்கள், காதலுரைகளைப்போல. ஆனால் அழியாதவை, மானுட வாழ்க்கையை திசை திருப்பியவை."

பீமன் "அரசி ஒருபோதும் அவையில் தன்னிடம் வஞ்சமில்லை என்று சொல்லமாட்டாள்" என்றான். யுதிஷ்டிரர் அமைதியின்றி தலையை அசைத்து "போர் நெருங்குந்தோறும் நாம் அறுவரும் ஆறு திசைகளிலாக விலகிச் செல்கிறோம். ஒரு சொல்லிலும் நம்மால் ஒருங்கிணைய இயலவில்லை" என்றார். சகதேவன் கவலையுடன் "அரசி ஒருபோதும் அவையில் அவளிடம் வஞ்சமில்லை என்று சொல்லக்கூடாது" என்றான். நகுலன் "அரசி தங்களிடம் இந்த அவையில் அவ்வாறு கூறப்போவதாக சொன்னாளா, மூத்தவரே?" என்றான். "ஆம், நேற்று மாலை நாங்கள் பேசிக்கொண்டிருந்தபோது" என்றார் யுதிஷ்டிரர்.

அவர் மேலும் விளக்குவதற்காக அவர்கள் காத்து நிற்க யுதிஷ்டிரர் "நெடுநாட்களுக்குப்பின் பார்த்துக்கொண்ட அந்தி. நான் சுவடிகளை நோக்கிக்கொண்டிருந்தேன். அனைத்தும் போர் ஆணைகள்.

இயல்பாக பேச்சு தொடங்கி போர் ஒருங்குகூடி வருவதைப்பற்றி நான் சொல்லலானேன். என் சொற்கள் எதற்கும் அவள் செவி குவிக்கவில்லை. தனக்குத் தொடர்புறாத எதையோ கேட்பவள்போல வெளியே நோக்கிக்கொண்டிருந்தாள். அவளை ஊக்கும் பொருட்டு நான் இன்னும் பதினைந்து நாட்கள்தான் தேவி, உனது வஞ்சம் நிறைவேறும் என்றேன். நீ அடைந்த சிறுமைக்கு நாங்கள் செய்த நிகரை ஆயிரம் ஆண்டுகள் இப்பாரதவர்ஷம் பேசும் என்றேன்" என்றார்.

"அச்சொல் எங்கோ அவளைத் தைத்திருக்கக்கூடும், சீற்றத்துடன் திரும்பி "இது எனது போர் அல்ல! இப்புவியில் எவர் மீதும் எனக்கு வஞ்சமில்லை. இங்கு படைக்கலம் ஏந்திச்செல்லும் அனைவரும் எனது மைந்தர்களே. மைந்தரைக் களப்பலியிட்டு அன்னை அடையக்கூடியது ஒன்றுமில்லை" என்றாள். நான் திகைத்து "என்ன சொல்கிறாய்?" என்றேன். "இப்போர் என்னுடையதல்ல. என் பொருட்டென்று சொல்லி ஆண்களாகிய நீங்கள் போருக்கெழுகிறீர்கள். காலந்தோறும் இது இவ்வாறுதான் நிகழ்கிறது. மிதிலையின் அரசியின் பொருட்டு நிகழ்ந்தது இலங்கைப்போர் என்கிறார்கள் சூதர்கள். அது அரக்கர்கோனுக்கும் அயோத்தியின் அரசனுக்கும் நிகழ்ந்த பூசல். அதில் ஜனகர் மகள் ஆற்றுவதற்கென்ன இருந்தது?" என்றாள்.

நானும் சீற்றம்கொண்டு "இப்போது நீ உன் பொறுப்பிலிருந்து விலக எண்ணுகிறாய். அவைச்சிறுமை அடைந்தது நீ. அதற்குப் பழிகொள்ள வேண்டுமென்று எங்களிடம் ஆணையிட்டதும் நீ. ஆண்மையிலாதோராய் அஞ்சி ஒதுங்குகிறோம் என்று கைநீட்டி எங்களை இகழ்ந்ததும் நீ" என்று கூவினேன். "ஆம், உன் பொருட்டே இப்போர் நிகழ்கிறது. இரு தரப்பிலும் குருக்ஷேத்திரத்தில் குருதி சிந்தி வீழும் ஒவ்வொருவரும் உன் பொருட்டே மடிகிறார்கள்" என்றேன்.

அவள் முகம் அனல்கொண்டு விழிகள் நீர்மைபடிந்தன. பற்களைக் கடித்தபடி "அவ்வாறல்ல என்று ஆவதற்கு நான் செய்யவேண்டியதென்ன? அவையெழுந்து சொல்கிறேன், இப்போர் என்னுடையதல்ல என்று. எவரிடமும் எனக்கு வஞ்சமில்லை, நான் தீர்க்க வேண்டிய கணக்கென்று இப்புவியில் ஏதுமில்லை என்று. ஆம், அரசர் கூடிய அவையில் சொல்கிறேன். உங்களுக்கு நிலம், உங்கள் தம்பியருக்குப் புகழ், அவையமர்ந்திருக்கும் அத்தனை அரசர்களுக்கும் முடிநலனும் குடிநலனும். இழப்பவர்கள் பெண்கள். மைந்தரை, கணவரை, தந்தையரை. பழி கொள்ளப்போவதும் பெண்ணாகிய நானே" என்றாள்.

அவள் குரல் நானறியாத நடுக்கமும் விசையும் கொண்டிருந்தது. "அவையெழுந்து கூவி உரைக்கிறேன், அரசர்களே உங்கள் பொருட்டுப்

போரிடுங்கள். இழந்தபின் சுட்டுவதற்கென்று பெண்களை அங்கு கொண்டு நிறுத்தாதீர்கள். உங்கள் ஆணவத்தின், பெருவிழைவின் விளைவுகள் அனைத்தையும் குருதியென்றும் கண்ணீரென்றும் சுமக்க வேண்டியது எங்கள் பொறுப்பென்றால் அதை செய்கிறோம். பழிமட்டும் கொள்ளமாட்டோம். ஆம், இது அன்னையென என் ஆணை!" என்றாள். என் உடல் நடுங்கிக்கொண்டிருந்தது. "சரி சொல், உனக்கு அத்தனை உறுதியிருந்தால் நாளையே அவையிலெழுந்து அதை சொல்" என்றேன்.

"அவள் சொல்லத்தான் போகிறேன் என்றாள். சரி சொல் என்று சொல்லி நான் கிளம்பிவிட்டேன்" என்றார் யுதிஷ்டிரர். நகுலன் "அவையெழுந்து ஒருபோதும் அரசி அதை சொல்லமாட்டாள்" என்றான். "ஏனெனில் பெண்ணென்று நின்று உங்கள் முன் அதை சொல்லியிருக்கிறாள். மூத்தவர் மூவர் முன்பும் பெண்ணென்று வெளிப்படுபவள் எங்கள் முன் ஆணென்றும் தோன்றுவதுண்டு. அவையில் எப்போதுமே அவள் அரசி. இகழ்ச்சியும் பழியும் கொண்டு எதிர்காலக் கொடிவழியினர் முன்னால் நிற்க அரசிக்குள் வாழும் அந்த ஆண்மகன் ஒப்பான். மும்முடி சூடி அமர்ந்தவள் அவள். அகத்தளத்தில் அன்னையென்றோ துணைவியென்றோ பேசலாம். அவையிலெழுந்தால் அரசியென்றே அவள் குரலெழும்" என்றான்.

"நீ என்ன எண்ணுகிறாய், இளையோனே?" என்று யுதிஷ்டிரர் அர்ஜுனனிடம் கேட்டார். அர்ஜுனன் அப்போதுதான் அச்சொற்களை கேட்பவன்போல மெல்லிய உடலசைவு கொண்டு இருமுறை உதடுகளை அசைத்தபின் "அரசி சொல்லக்கூடும்" என்றான். யுதிஷ்டிரர் புருவம் சுளிக்க அவனை நோக்கினார். "ஏனெனில் மெய்யாகவே அரசிக்குள் எந்த வஞ்சமும் இல்லை" என்று அர்ஜுனன் சொன்னான். "அதில் எனக்கு எந்த ஐயமும் இல்லை. முற்றிலும் இவை அனைத்திலிருந்தும் விலகி இருக்கிறாள். அத்தனை தொலைவிலிருந்து பார்க்கையில் இந்தப் படைக்குவிப்பும் அணிவகுப்பும் உணர்வெழுச்சிகளும் சொல்லடுக்குகளும் கேலிக்குரியதாகவே தோன்றும்."

"ஆம்" என்றான் சகதேவன். அர்ஜுனன் "அரசி உங்களிடம் பேசியதுபோல உணர்வு எழுச்சியுடனோ கசப்புடனோ அவையில் பேசுவாளென்று எனக்குத் தோன்றவில்லை. ஆனால் இகழ்ச்சியும் விலக்கமுமாக அதை சொல்லக்கூடும்" என்றான். சகதேவன் "ஒருபோதும் அவ்வாறு சொல்லலாகாது. அரசிக்கு உங்கள் ஆணை இங்கு எழவேண்டும், மூத்தவரே" என்றான். யுதிஷ்டிரர் "ஏன், சொன்னால் படைதிரண்டு போருக்கு விம்மி நின்றிருக்கும் வீரர்கள் அனைவரும் தலைதாழ்த்தித் திரும்பிச் செல்வார்களா என்ன?" என்றார்.

சகதேவன் "அரசே, உச்சங்களில் மானுடர் ஒருநிலை கொண்டிருப்பதில்லை. போர் என்று வெறிகொண்டு இவர்கள் கிளம்புவது எத்தனை மெய்யோ அதற்கிணையான மெய் இதன் இழப்புகளையும் பொருளின்மையையும் உள்ளுணர்ந்து அவர்களின் ஆழம் ஒன்று தயங்குவது. அந்தப் பின்னகர்வை வெல்லும்பொருட்டே மேலும் மேலுமென முன்னோக்கிப் பாய்கிறார்கள். களமறிந்த எவரும் உணர்ந்த ஒன்றுண்டு, வெற்றிவேல் வீரவேல் என்று பொங்கி முன்னெழும் படை அவர்களில் மிகச் சிலரிடம் எழும் அச்சத்தையும் ஐயத்தையும் ஒருசொல்கூட உரைக்காமலேயே தான் வாங்கிக்கொள்ளும். வென்று எழுந்த படை அவ்வண்ணமே சுருண்டு பின்வாங்கி சிதறி அழிவதை நாம் கண்டிருக்கிறோம்" என்றான்.

யுதிஷ்டிரர் "ஆம், படைகள் அவர்களின் தெய்வங்களால் ஆளப்படுகின்றன" என்றார். "மூத்தவரே, அரசி அவையெழுந்து அவள் வஞ்சம் ஒழிந்திருப்பதாக சொன்னால் அச்சொற்களைக் கேட்டு அவையமர்ந்த அரசர்களும் அவர்களுக்குப்பின் திரண்ட வீரர்களும் மேலும் சினந்தெழுவார்கள். போர் வேண்டுமென்று வெறிக்கூச்சலிடுவார்கள். ஆனால் திரள்விட்டு தனியர்களாக அவர்கள் தங்களை உணரும்போது அலையடங்கி ஆழம் தெளிவதுபோல் அந்த அச்சமும் ஐயமுமே மேலெழும். அதன்மேல் மேலும் மேலும் சொற்களையும் உணர்வுகளையும் கொட்டி தங்களை அவர்கள் எழுப்பிக்கொள்ளக்கூடும். ஆனால் ஒருவரிடமிருந்து பிறிதொருவருக்கெனப் படையினர் அனைவருக்கும், முதல்முரசறைவோன் முதல் அடுமனையாளன் வரைக்கும் அந்த அச்சமும் ஐயமும் ஆழத்து உணர்வென வாழும்" என்றான் சகதேவன்.

"போர்க்களத்தில் எதிரி விழிகொண்டும் செவிகொண்டும் காண்பது அவர்களின் எழுச்சியையும் வெறியையும்தான். அவன் தன் ஆழத்தைக் கொண்டு நோக்குவான் என்றால் அந்த அச்சத்தையும் ஐயத்தையும் உணர்வான். கோடி அம்புகளால் நமது வெறியையும் சினத்தையும் அவன் எதிர்கொள்ளும் அதே நேரத்தில் ஒற்றை அம்பு நம் ஆழத்தைக் கடந்து வந்து தொட்டதென்றால் அக்கணமே நாம் வீழ்வோம். கொல்லும் நஞ்சை உடலுக்குள் செலுத்திக் களம் புகுவதுபோல அது.

"ஐயமே தேவையில்லை, அவையெழுந்து அரசி அறைகூவியாக வேண்டும். தனக்கிழைக்கப்பட்ட சிறுமைக்கு அரசர்கள் பழிநிகர் செய்யவேண்டுமென்று அன்னையாக, அரசியாக, ஆதரவில்லாத பெண்ணாக நின்று அவள் கோரவேண்டும். ஆணையும் அடைக்கலம் கோரலுமாக அவளது சொற்கள் நமது படையினர் அனைவர் முன்னும் எழவேண்டும். அழியாது அவர்களிடம் நிலைகொள்ளவேண்டும். எதன்பொருட்டு இப்போர் என்று அவர்களிடம் கேட்கப்படுமெனில் இது

ஒரு பெண்ணின் விழிநீர் துடைப்பதற்காக என்று ஐயமின்றி அவர்கள் சொல்ல வேண்டும்.

“ஆழத்தின் இருளில் அவர்கள் அறிந்திருப்பார்கள், எப்போரையும் போலவே இப்போரும் விழைவையும் ஆணவத்தையும் நிறைவு செய்துகொள்வதற்காக மட்டுமே என்று. மானுடன் போரிடும் விலங்கு என்பதனால் மட்டுமே இது நிகழ்கிறது என்று. ஆனால் அவ்விடையை அவன் தன் தெய்வங்களிடம் சொல்ல முடியாது. அவற்றிடம் சொல்வதற்கு என அவனுக்கு ஒரு மறுமொழி அளிக்கப்படவேண்டும் நம்மால்” என்றான் சகதேவன்.

பீமன் பெருமூச்சுடன் உடலை அசைத்தபோது அவனுடைய பெரிய கைகள் சரிந்து தொடையை உரசும் ஓசை கேட்டது. இயல்பாக விழிதிருப்பி அவனைப் பார்த்தபின் யுதிஷ்டிரர் தாடியைப் பற்றி மெல்ல கசக்கியபடி “ஒவ்வொரு சிறு செயலையும் எத்தனை முரண்பட்ட உள நாடகங்களுடன் நிகழ்த்துகிறோம். இது ஏன் என்றும் எவ்வாறென்றும் எதைப்பற்றி நம்மிடம் கேட்கப்பட்டாலும் கேட்கும் ஒவ்வொருவருக்கும் ஒவ்வொரு விடையையே நம்மால் சொல்லமுடிகிறது” என்றார். “இளையோனே, இப்போரை அணுகும்தோறும் முற்றிலும் செயலற்றவனாகவும் சிந்தையற்றவனாகவும் உணர்கிறேன்.”

சகதேவன் “நான் எப்பொழுதும் மண்ணிலிருந்து என் கால்களை எடுத்ததில்லை, மூத்தவரே. ஆகவே எனக்கு ஐயங்களேதுமில்லை” என்றான். அர்ஜுனன் “அரசி அவ்வாறு படைகளை நோக்கி அறைகூவுவாளென்று எண்ணவேண்டியதில்லை. இங்கிருக்கும் நாம் அனைவருமே ஒவ்வொருவகையில் இப்போரிலிருந்து ஏற்கெனவே சற்று விலகியிருக்கிறோம். எனது விலக்கத்தால் நான் மேலும் ஆற்றல் கொண்டவனாக ஆகியிருக்கிறேன். சகதேவன் மேலும் அறிந்தவனாக மாறியிருக்கிறான். நகுலன் மேலும் கனிந்தவனாக. மூத்தவர் பீமன் மேலும் சினம் கொண்டவராக. ஆனால் முற்றாக விலகி இவையனைத்திலும் ஒரு சொல்லால்கூட தொடர்புறாது இன்றிருப்பவள் பாஞ்சாலத்தரசிதான்” என்றான்.

யுதிஷ்டிரர் குழப்பத்துடன் திரும்பி இளைய யாதவரிடம் “சொல்க இளைய யாதவனே, இது உனது போர். இத்தருணத்தை எப்படிக் கடப்பது? இது இத்தனை பெரிதென்று நான் எண்ணவில்லை. இவர்கள் சொல்லச் சொல்ல பேருருக்கொண்டு வழியற்ற கோட்டையென வழி மூடி நின்றிருக்கிறது” என்றார். இளைய யாதவர் “இங்கு பேசப்பட்ட அனைத்தும் ஒன்று நிகழ்வதற்கு முன்பு அதைப்பற்றி நாம் எண்ணும் முடிவிலாத வழிகளைப்பற்றி மட்டுமே. அது நிகழட்டும், அதன்பின் எண்ணுவோம்” என்றார்.

யுதிஷ்டிரர் “ஆனால்...” என்று சொல்ல அவரை கையமர்த்தி இளைய யாதவர் “அது நிகழ்கையிலேயே அதன் எல்லைகள் தெளிவாகிவிடுகின்றன. ஒன்று நிகழ்வதற்கு பல்லாயிரம் வாய்ப்புகள். அவற்றில் ஒரு வாய்ப்பையே அது நிகழ்வதற்குத் தெரிவுசெய்ய முடியும். நிகழ்ந்தபின் பிற வழிகள் அனைத்தும் இல்லாமலாகிவிடுகின்றன. அந்நிகழ்வு வரையறுக்கப்பட்டுவிடுகிறது. அதன்பின் அதை எதிர்கொள்வது மிக எளிது. அது நிகழ்ந்த அவ்வெல்லைக்கு அப்பால் நாம் செயல்படுவதற்கு பல நூறு இடைவெளிகள் இருக்கும். நாம் செல்வதற்கான வழிகள் முடிவிலாது திறக்கும்” என்றார்.

“என்ன சொல்கிறாய் என்றே புரியவில்லை” என்ற யுதிஷ்டிரர் புன்னகைத்து “இந்த இக்கட்டை எதிர்கொள்ள முடியவில்லை என்பதனால் நிகழவிட்டு என்ன ஆகிறது என்று பார்க்கலாம் என்று எண்ணுகிறாய், இல்லையா?” என்றார். இளைய யாதவர் நகைத்து “ஆம், அவ்வாறும் சொல்லலாம்” என்றார். பீமன் “எதையானாலும் அப்படியே விட்டுவிடுவது ஒரு நல்ல வழி. எதுவும் எவ்வண்ணமேனும் முடிந்துதானே ஆகவேண்டும்?” என்றான்.

ஏவலன் அறைக்குள் வந்து தலைவணங்கி ‘பாஞ்சால அரசி திரௌபதி எழுந்தருள்கை’ என்று அறிவித்தான். “வரச்சொல்” என்றார் யுதிஷ்டிரர். பின்னர் எழுந்து தன் மேலாடையை சீரமைத்து, தோளில் கலைந்து பரவியிருந்த குழல்களைத் தள்ளிவிட்டுக்கொண்டார். ஏவலன் கதவைத் திறந்து ‘பாஞ்சாலத்து அரசி! துருபதன் புதல்வி! ஐங்குழலன்னை! திரௌபதி எழுந்தருள்கை!’ என்று அறிவித்தான். மங்கலத்தாலமேந்திய சேடி முன்னால் வந்து அதை அங்கிருந்த சிறுபீடத்தில் வைத்து தலைவணங்கி புறங்காட்டாது வெளியேற அவளைத் தொடர்ந்து அவையில் தோன்றுவதற்குரிய முழுதணிக்கோலத்தில் திரௌபதி உள்ளே வந்தாள்.

திரௌபதி இளைய யாதவரை நோக்கித் தலைவணங்கிவிட்டு யுதிஷ்டிரரிடம் “பொழுது அணுகிவிட்டது. அவை கூடி அனைவரும் காத்திருக்கிறார்கள் என்று சுரேசர் சொன்னார்” என்றாள். “ஆம், நாம் உடனே கிளம்பவேண்டும். நான் முன்னரே கிளம்பியிருப்பேன். நீ இங்கு என்னைப் பார்க்க வரப்போவதாக சொன்னார்கள். ஆகவேதான்...” என்று யுதிஷ்டிரர் சொல்லி இளைய யாதவரைப் பார்த்தார். இளைய யாதவர் “அமருங்கள், அரசி. தாங்கள் இங்கு ஆற்றவேண்டிய சிறுபணி ஒன்றுள்ளது” என்றார்.

திரௌபதி பீடத்தில் அமர்ந்து தன் நீண்ட கருங்குழல் பொழிவை வலக்கையால் அள்ளி ஓரமாக ஒதுக்கி வைத்தாள். மேலாடையை

இடக்கையால் பற்றி மடிமீது வைத்துவிட்டு "இங்கு போர்சூழ்கை நிகழ்ந்ததுபோல் உள்ளது. ஒவ்வொரு முகத்திலும் மறுகணம் படைக்கலம் ஏந்தும் விசை தெரிகிறது" என்றாள். அவளுடைய புன்னகை அனைவரையும் குழப்பியது. "ஆம், போர் அணுகி வருகிறது" என்று சொன்ன இளைய யாதவர் திரும்பி சாத்யகியை காட்டி "ரிஷபவனத்தின் யாதவ அரசர் சத்யகரின் மைந்தர் யுயுதானன் இவர். சாத்யகியாகிய இவருடைய மைந்தர்கள் பதின்மர் வந்துள்ளனர்" என்றார்.

"ஆம், மைந்தர்கள் வந்திருப்பதாக சொன்னார்களே?" என்று திரௌபதி முகம்மலர்ந்தாள். இளைய யாதவர் சாத்யகியிடம் "யுயுதானரே, மைந்தர்களை வரச்சொல்க! அவர்கள் தங்கள் அன்னையிடம் அருள் பெறட்டும்" என்றார். சாத்யகி உடல் பதறி நான்கு திசைகளிலும் ஒரே கணத்தில் பாயமுயன்று மைந்தர்கள் இருந்த அறையை உளம்கொண்டு பாய்ந்து அதன் கதவைத்தட்டி தாழ்ந்த குரலில் "அசங்கா, என்ன செய்கிறீர்கள்? அசங்கா!" என்றான்.

உள்ளிருந்து கதவைத் திறந்து அசங்கன் வெளியே வந்தான். திரௌபதியைப் பார்த்ததும் தலைவணங்கி "இந்திரப்பிரஸ்தத்தின் பேரரசியை வணங்குகிறேன். எட்டு திருமகள்கள் ஒருடலில் எழுந்தருளிய தோற்றம் தாங்கள் என்று சூதர்கள் பாடிக் கேட்டிருக்கிறேன். பிழையல்ல என்று இப்போது அறிந்தேன்" என்றான். சாத்யகி அந்தத் தெளிந்த குரலாலும் முறையான மரபு உரையாலும் நிறைவடையாமல் அதில் ஏதேனும் பிழையிருக்கிறதா என்று எண்ணி உடல் பதறி பின்னர் எண்ணம் சென்றடையாமல் அதை உதறி "முன்னால் போ, மூடா! சென்று வணங்கு!" என்றான். திரௌபதி நகைத்து "பதற வேண்டாம் யுயுதானரே, உங்கள் மைந்தர் உங்களைவிட சிறப்பாகவே முறைமைச்சொல் எடுக்கிறார்" என்றாள்.

அசங்கன் அருகே சென்று திரௌபதியின் கால்களைத் தொட்டு தலையில் வைத்து வணங்கினான். அவனை தோளில் தொட்டு "தந்தையைவிட சற்றே உயரமாக வருவார் என்று நினைக்கிறேன்" என்றுசொல்லி திரும்பி பீமனைப் பார்த்தாள். பீமன் "இதற்குமேல் கதை பயில முடியாது இவர்களால். வில் பயின்று தோள்கள் பழகிவிட்டிருக்கின்றன" என்றான். "கதை பயிலாதவர்களும் வீரர்களாக இருக்கமுடியுமென்பதை தாங்கள் ஒருபோதும் புரிந்துகொள்ள முடிந்ததில்லை" என்று சிரித்த திரௌபதி பிற மைந்தரைப் பார்த்து "ஆடியிலிருந்து யுயுதானரே கிளம்பிவருவதைப் போலிருக்கிறது... வருக!" என்று கைவிரித்தாள்.

சினி அவள் சிரிப்பால் தன்னை மறந்து அருகே வந்து அவள் ஆடையை பற்றிக்கொண்டு அருகே சேர்ந்து நின்றான். மைந்தர்கள் ஒவ்வொருவராக

அணுகி வாழ்த்து பெற்றனர். அவர்கள் எவரிடமும் தயக்கமிருக்கவில்லை. அவள் அவர்கள் தலையிலும் தோள்களிலும் கைவைத்து "நலம் சிறக்க! வெற்றியும் புகழும் விளைக!" என்று வாழ்த்தினாள். சினியைக் கழுத்தை சுற்றிப்பிடித்து இழுத்து தன் உடலோடு அணைத்து அவன் கன்னத்தைக் கையால் வருடி பீமனிடம் "தாடி! மெல்லிய தாடி முளைக்கிறது இவனுக்கு" என்றாள்.

பீமன் "அவனுக்கு பன்னிரு அகவைதான் ஆகிறது. அதற்குள் படைக்கலமும் குண்டலமும் அணிந்திருக்கிறான்" என்றான். "ஆம்" என்று அவன் குண்டலத்தைத் தொட்டுப் பார்த்த திரௌபதி சாத்யகியிடம் "யாதவரில் இத்தனை இள அகவையிலேயே பயிற்சி நிறைவு பெறுவதுண்டா? சிற்றகவையில் குண்டலம் அணிந்த பெருமை பாண்டவர்களுக்கும் அவர்களின் மைந்தர்களுக்கும் மட்டுமே உரியது என்பார்கள்" என்றாள். சாத்யகி தத்தளித்து இடறிய குரலை இருமுறை செருமி சீர்படுத்தி "நான் இங்கிருந்து செல்வதற்கு முன் ஆணையிட்டிருந்தேன், அரசி. பத்து மைந்தரும் படைக்கலமேந்தும் நிலையிலிருக்க வேண்டுமென்று சொன்னேன். என் இறுதித் துளிவரை துவாரகையின் அரசருக்கு படைக்கப்படவேண்டும் என்பதனால்..." என்று சொன்னான்.

திரௌபதி முகம் சுளித்து "என்ன சொல்கிறார்?" என்றாள். இளைய யாதவர் "உங்களுக்கு ஒரு பணி இங்கு எஞ்சியுள்ளது, அரசி. மூத்தவனுக்கு நாம் ஓரிரு நாட்களுக்குள் இங்கு மணம்புரிந்து வைத்தாக வேண்டும்" என்றார். "மணமா? இவனுக்கா?" என்று திரும்பி அசங்கனை பார்த்தாள் திரௌபதி. "இவனுக்கு என்ன அகவை ஆகிறது?" என்று சாத்யகியிடம் கேட்டாள். "பதினேழு நிறைகிறது" என்றான் சாத்யகி. "என் முதலரசி பார்கவியின் மகன் இவன். எனக்கு நான்கு அரசியர்."

திரௌபதி "பதினேழாம் அகவையில் மணம்புரிந்துகொள்வதுண்டா யாதவர்கள்?" என்று கேட்டாள். "நான் என் இருபத்தி நான்காவது அகவையில்தான் மணம்புரிந்துகொண்டேன்" என்றான் சாத்யகி. இளைய யாதவர் "அப்போது போர் அணுகிவரவில்லை" என்றார். அவர் என்ன சொல்கிறார் என்பதைப் புரிந்துகொண்டு திரௌபதி விழிமாறினாள். "பத்து மைந்தரும் போருக்குச் செல்கிறார்கள்" என்று சகதேவன் சொன்னான். பீமன் உரக்க "ஆகவே போர் தொடங்குவதற்குள் அரசி ஒருத்தி யுயுதானரின் குருதியைக் கருவுற வேண்டியுள்ளது அல்லவா?" என்றான்.

அத்தனை நேரடியாக அவன் சொன்னது அவர்கள் அனைவரையும் சற்றே குன்ற வைக்க இளைய யாதவர் உரத்த நகைப்பால் அதைக் கடந்து "போர் தலைமுறைகள்தோறும் தொடர்ந்து நிகழவேண்டுமல்லவா?"

என்றார். திரௌபதி “என்ன சொல்கிறீர்கள்?” என்று சினந்தாள். “அவ்வாறு மணம்புரிந்து மைந்தரைப் போருக்கனுப்பும் வழக்கம் எங்குமுள்ளதே” என்ற இளைய யாதவர், “அரசி, தங்கள் அகத்தளத்தில் யாதவப்பெண்களில் தகுதியான எவரும் உள்ளனரா?” என்றார்.

“இங்கிருப்பவர்களெல்லாம் பணிப்பெண்கள்...” என்ற திரௌபதி “அரசகுலத்துப் பெண்டிர் என்றால்...” என உள்ளத்தால் தேடினாள். சாத்யகி “அரசகுடியினர் மணக்கொடைக்கு ஒப்பவேண்டுமே?” என்றான். “இன்று யாதவர்களும் அரசகுடியினரே” என்று திரௌபதி சொன்னாள். இளைய யாதவர் “முன்பு துவாரகையில் இவரும் திருஷ்டத்யும்னரும் இணையாகப் புரவியில் செல்வதைப் பார்த்த சூதன் ஒருவன் பாடியது நினைவு வருகிறது. குதிரைகள் யாதவர்களை ஷத்ரியர்கள் என எண்ணும் காலம் அணுகிவிட்டது என்று பாடினான்” என்றபின் சாத்யகியிடம் “திருஷ்டத்யும்னரை சந்தித்தீரா? உமது அணுக்கத்தோழர் அல்லவா அவர்?” என்றார். சாத்யகி “உபப்பிலாவ்யத்திற்கு வந்தபின் சந்திக்கவில்லை” என்றான்.

திரௌபதி முகம்மலர்ந்து “திருஷ்டத்யும்னனின் மகள் சௌம்யை இங்கு வந்திருக்கிறாள். அவளுக்கு பதினேழு அகவை நிறைந்துவிட்டது. இந்தப் போர் முடிந்தபின் மணத்தன்னேற்புக்கு ஒருங்கு செய்யலாம் என்று ஓரிரு நாட்களுக்கு முன் இளவரசர் சொன்னார். அவள் இவனுக்குப் பொருத்தமானவள்” என்றாள்.

சாத்யகி திகைத்து “பாஞ்சாலத்து அரசகுலத்துடன் உறவென்றால்...” என்றான். “தங்கள் குடியில் எதிர்ப்பிருக்குமா?” என்று திரௌபதி கேட்டாள். “அரசி, எனது கொடிவழியில் பதினான்கு தலைமுறையாகச் செய்த நல்லூழின் விளைவென்றே இதைக் கொள்வார்கள். என் தந்தை தன் வாழ்வின் நிறைவென்றெண்ணி விழிநீர் சிந்துவார்” என்றான் சாத்யகி. “பிறகென்ன? அவள் என் மருமகள். அவள் பொருட்டு முடிவெடுக்கும் உரிமை எனக்குண்டு. என் சொல்லை திருஷ்டத்யும்னனோ துருபதரோ மறுக்கப்போவதில்லை” என்ற திரௌபதி “என் குலமகள் உங்கள் குடிக்கு அரசியாக வருவாள், யுயுதானரே” என்றாள்.

சாத்யகி மெல்லிய நடுக்கம் உடலெங்கும் பரவியிருக்க கண்கள் ஈரமாகி மின்ன கைகூப்பினான். திரௌபதி திரும்பி அசங்கனிடம் “மணப்பெண்ணை நீ பார்க்க வேண்டுமல்லவா? இன்று அவை முடிந்த பின்னர் அகத்தளத்திற்கு வா. அவளையும் வரச்சொல்கிறேன். நீங்கள் சந்தித்துக்கொள்ளலாம். அதற்கு முன் தந்தையிடமும் திருஷ்டத்யும்னனிடமும் இவ்வெண்ணத்தை சொல்லிவிடுகிறேன்” என்றாள். அசங்கன் முகம் சிவந்து உதடுகளைக் கடித்து பார்வையைத்

தாழ்த்திக்கொண்டான். திரௌபதி சிரித்தபடி “நாணுகிறான், பார்த்தீர்களா?” என்றாள்.

பீமன் அவன் தோள்களைப்பற்றி உலுக்கி “ஆம், நாணம் சற்று மிகையென்று தோன்றுகிறது” என்று சிரித்தான். யுதிஷ்டிரர் அப்போதும் உளக்குழப்பம் நீங்காதவர்போல் முகம் கொண்டிருந்தார். ஓரக்கண்ணால் பலமுறை இளைய யாதவரைப் பார்த்தார். “நாம் கிளம்புவோம், அவை நிறைவுற்றிருக்கும்” என்று சகதேவன் சொன்னான். “ஆம், பொழுதாகிறது” என்றபடி யுதிஷ்டிரர் எழுந்துகொண்டார். திரௌபதி சினியின் தலையை வருடி “இரவில் பார்ப்போம்” என்றபின் யுதிஷ்டிரருடன் கிளம்பினாள். ஏவலன் வெளியே சென்று ஆணையிட அரசரும் அரசியும் கிளம்புவதை அறிவிக்கும் மங்கலச்சங்கு முழங்கியது.

அவர்கள் வெளியே சென்றதும் பீமன் “அரசி தான் சொல்லவந்ததை சொல்லாமலாக்கிவிட்டீர்கள்” என்றான். “ஆம், அவர் இன்று வெறும் அன்னை. அவர் உளம் எதில் எளிதில் சென்று படியும் என அறிவேன்” என்றார் இளைய யாதவர். “இதே இனிமை அவள் நெஞ்சில் எஞ்சினால் அவையில் சினந்துரைக்க வாய்ப்பில்லை” என்றான் அர்ஜுனன். “சௌம்யையை உளங்கொண்டுதான் இப்பேச்சை தொடங்கினீர்களா, யாதவரே?” என்று பீமன் கேட்டான். இளைய யாதவர் “இல்லை, ஆனால் பேச்சு தொடங்கியவுடனே அவளைத்தான் நினைவுகூர்ந்தேன். இன்று காலைதான் அவளை ஆலயத்தில் பார்த்தேன்” என்றார்.

4

அறையிலிருந்து அனைவரும் வெளியே சென்றதும் சாத்யகி திரும்பி அசங்கனிடம் "இங்கு நிகழ்ந்த எதையுமே அவ்வண்ணமே பொருள்கொள்ள வேண்டியதில்லை. அரசுசூழ்தலின் கணக்குகள் நம்மால் புரிந்துகொள்ள முடியாதவை. இங்கு ஏன் இளைய யாதவர் இந்தத் திருமணப் பேச்சை எடுத்தார் என்று ஒருபோதும் நம்மால் புரிந்துகொள்ள முடியாது" என்றதும் சாந்தன் "புரிந்துகொள்ள முடிகிறது, தந்தையே. அவையில் பேரரசி கடுமையாகப் பேசிவிடக்கூடாது என்பதற்காக அவர்கள் உளம் மலரும் ஓர் இனிய செய்தியைத் தொடங்கிவைக்கிறார். இங்கு வரும்போது பேரரசியின் முகம் கடுமை கொண்டிருந்தது. செல்லும்போது மலர்ந்து உதடுகளில் இளநகைகூட இருந்தது" என்றான்.

ஆனால் அதைக் கேட்டு சாத்யகி மேலும் சினங்கொண்டான். "இதைத்தான் நான் தவிர்க்கும்படி சொல்கிறேன். அவர்களின் செய்கைகளுக்குப் பொருள் கற்பிப்பதையும் அவற்றைப் புரிந்துகொண்டோம் என்று நம்புவதையும்விட மடமை வேறொன்றுமில்லை. நம்மால் ஒருபோதும் அவற்றைப் புரிந்துகொள்ள முடியாது. இன்று மாலையே இளைய யாதவர் அழைத்து இந்தச் செய்தியை முற்றாக மறுக்கும் பிறிதொன்றை சொன்னால் இதுவரை நீ புழங்கிய சொற்கள் அனைத்தும் வெற்றுச் சருகுகள் என்றாகும்" என்றான். அசங்கன் "இல்லை தந்தையே, அவர் எதன்பொருட்டு உரைத்தாலும் பேரரசி அதை மெய்யாகவே சொன்னார்கள்" என்றான்.

மேலும் சினத்துடன் சாத்யகி "அப்படி சொல்லவேண்டாம் என்றுதான் உன்னிடம் சொல்லிக்கொண்டிருக்கிறேன். மூடா, இதற்குள் நீ துருபதரின் பெயர்மகளை மணம்செய்வதைப் பற்றிய கனவுகளை

வளர்த்துக்கொண்டுவிட்டாய். பாஞ்சாலப் பெரும்படையின் உதவியுடன் யாதவர்களை வென்று பேரரசு அமைக்க எண்ணுகிறாய். உன் கொடிவழியினர் பெறும் வெற்றிகளைக் கணக்கிடத் தொடங்கிவிட்டாய். இந்தப் பகற்கனவுகளுக்குத்தான் அரசியலில் இடமே இல்லை. மிகை விழைவும் அதன் இன்றியமையா விளைவான ஏமாற்றமும் நம்மை அலைக்கழித்து வீணர்களாகவும் மூடர்களாகவும் மாற்றிவிடும். அதை முதலில் புரிந்துகொள்" என்றான்.

சாத்யகியின் உணர்வுகளை புரிந்துகொண்ட அசங்கன் "ஆணை, தந்தையே" என்றான். "சொல்லி வை உன் இளையோரிடம், அவர்கள் இன்னும் இங்கு ஏவலருக்கும் கீழ்தான்" என்றான். அவர்கள் தலையசைத்தனர். "அரசர்களின் அவைச்சொல்லாடலில் அருகே நின்றார்கள் என்பதனால் அவர்கள் அரசகுடியும் ஆவதில்லை, அரசு சூழ்தலைக் கற்றுக்கொள்ளவும் இல்லை. புரிகிறதல்லவா?" என்றான் சாத்யகி. "புரிகிறது" என்றான் அசங்கன். "வருக!" என்றபின் சாத்யகி முன்னால் சென்றான். அசங்கன் கண்களில் மட்டும் புன்னகையுடன் தன் இளையோரைப் பார்த்து "செல்வோம்" என்று உதடசைய ஓசையின்றி சொன்னான்.

சாத்யகி முன்னால் செல்ல மைந்தர்கள் பின்னால் நடந்தனர். சாத்யகி கிராதர்களுக்குரிய மூன்றாவது வாயிலினூடாக உள்ளே சென்றான். அங்கு நின்றிருந்த சிற்றமைச்சர் பத்ரசேனர் "தங்களுக்கும் இளவரசர்களுக்கும் நான்காம் நிரையில் இருக்கைகள் உள்ளன, அரசே" என்றார். "நன்று" என்றபின் அவையில் அமர்ந்திருந்த அரசர்களை ஒருமுறை பார்த்துவிட்டு சாத்யகி தங்களுக்கு ஒதுக்கப்பட்ட இருக்கை நோக்கி சென்றான். விழிகளைத் தாழ்த்தி குரலெழாமல் "அவையில் அமரும்போது ஒரு சொல்கூட பேசக்கூடாது. அகவை முறைப்படி அமரவேண்டும். எவரேனும் திரும்பி உங்கள் விழிகளைப் பார்த்தால் தலைவணங்கி வாழ்த்து சொல்லவேண்டும், ஆனால் குரலெழலாகாது" என்று சொன்னான். "ஆணை" என்றான் அசங்கன்.

அது அரசர்களும் அரசகுடியினரும் மட்டுமே அமரும் சிற்றவை. உபப்பிலாவ்யத்தில் பாண்டவர்கள் வந்தமைந்த பின்னர் அங்கிருந்த கூடத்தை இரு பக்கமும் உடைத்து தூண்நட்டு விரிவாக்கியிருந்தனர். பிறைவடிவில் அமைந்த அவைக்கு நடுவே உயரமற்ற அரசமேடை அமைந்திருந்தது. எட்டு வாயில்கள் வழியாகவும் அவையினர் உள்ளே புகுந்து அமர்ந்திருந்தனர். உள்ளே நுழைந்த முதற்கணம் சாத்யகி ஏமாற்றம் அடைந்தான். பாரதவர்ஷத்தை முழுமையாகத் தோற்கடித்தாலன்றி முடிவடையாத பெரும்போரை அறிவிக்கும் அவை அது என எண்ணியபோது விந்தையாகவே தோன்றியது. ஆனால் தன் விழிகள்

துவாரகையின் பெருவிரிவுகளுக்குப் பழகியவை ஆகையால் அந்த உளமயக்கு உருவாகிறது என அவன் சொல்மேவிக்கொண்டான்.

அவர்கள் அமர்ந்து கைகளையும் கால்களையும் எளிதாக்கிக்கொண்டதும் சாத்யகியும் பெருமூச்சுவிட்டு கண்களை மூடிக்கொண்டான். அதுவரை நிகழ்ந்தவற்றை எண்ணிப்பார்த்தபோது பிழையென எதுவும் உளத்திற்குப் படவில்லை. "நன்று" என அகத்தே சொல்லிக்கொண்டு சுற்றி அமர்ந்திருந்த அரசர்களைப் பார்த்தான். இந்திரப்பிரஸ்தத்தின் ஆதரவாளர்களான அரசர்கள் அனைவருமே அங்கிருந்தனர். முன்நிரையில் விராடரும் குந்திபோஜரும் துருபதரும் அமர்ந்திருக்க அகவை நிரைப்படி ஷத்ரியர்களுக்கு இருக்கை அமைக்கப்பட்டிருந்தது. அசங்கன் "ஒன்பது ஷத்ரிய குடிகள் மட்டுமே இங்குள்ளனவா?" என்றான். சாத்யகி திரும்பி சினத்துடன் பற்களைக் கடித்து "நாம் பிறகு யார்? நாமும் ஷத்ரியர்கள்தான்" என்றான். "ஆம்" என்றபின் அசங்கன் தலைதாழ்த்தி விழிகளைத் திருப்பிக்கொண்டான்.

சாத்யகியால் அமரமுடியவில்லை. அவை முழுமையடைந்ததை அறிவிக்க நிமித்திகன் வலம்புரிச் சங்கை மும்முறை ஊதினான். வெளியே அதை ஏற்று கொம்புகள் நாரைகளைப்போல குரலெழுப்பி அமைந்தன. அவையின் வாயில்கள் மூடப்பட்டு திரைகள் தாழ்த்தப்பட்டன. அவைக்கூரைக்கு மேலிருந்த துளைகளினூடாக உள்ளே நுழைந்த காற்று பெரிய கயிறுகளால் இழுக்கப்பட்ட தூக்கு விசிறிகளால் கீழே செலுத்தப்பட்டது. நெய்விளக்குகளின் மெல்லிய செவ்வொளி ஆடிகளால் அவைக்குள் பரப்பப்பட்டது. மூச்சுத்திணறுவது போலவும் வியர்ப்பது போலவும் தோன்ற சாத்யகி மெல்ல உதடுகளை ஊதிக்கொண்டான்.

"அவர் சேதிநாட்டு அரசர் திருஷ்டகேது. மறைந்த சிசுபாலரின் மைந்தர்" என்று சந்திரபானு சொன்னான். "இளைய யாதவரால் சிசுபாலர் கொல்லப்பட்டார் அல்லவா?" என்று சாந்தன் கேட்க சந்திரபானு "ஆம், ஆனால் திருஷ்டகேதுவை அரசராக்கியவர் இளைய யாதவர்" என்றான். சாத்யகி சினத்துடன் திரும்பி நோக்கினான். சினி தயக்கமில்லாமல் "சேதிநாடு கௌரவர்களுடன் உள்ளது என்று சொன்னார்களே?" என்றான். சாந்தன் "அது தமகோஷரின் தட்சிண சேதிநாடு. இது உத்தரசேதி. சிசுபாலரின் மைந்தரை யாதவகுடியைச் சேர்ந்தவர்கள் ஆதரிக்கிறார்கள். சிசுபாலரின் அன்னை சுருதகீர்த்தியின் ஆதரவு அவருக்கு உள்ளது" என்றான். சாத்யகி பற்களைக் கடித்து "உம்" என்றான். அவன் விழிகளை நோக்கியபின் அவர்கள் அமைதியடைந்தனர். அவன் திரும்பியதும் "அப்படி நோக்கினால் ஜராசந்தரின் மைந்தர் சகதேவர் வந்துள்ளாரே? பீமசேனரால் அவர் தந்தை கொல்லப்பட்டார் அல்லவா?" என்றான் சபரன். "அவருடைய மைந்தர் கௌரவர் தரப்புக்கு சென்றுவிட்டார்கள்

என்று சொன்னார்களே?" என்று முக்தன் கேட்டான். "அவர்கள் வேறு மைந்தர்கள். இப்போது ஜராசந்தரின் மைந்தர்கள் என ஏராளமானவர்கள் கிளம்பியிருக்கிறார்கள்" என்றான் உத்ஃபுதன். "இவர் ஒரு அக்ஷௌகிணி படையுடன் வந்துள்ளார்."

சாத்யகி திரும்பி நோக்கி "அமைதி" எனப் பல்லைக் கடித்தபடி சொன்னான். சினி அவன் கண்களை நோக்கி "தந்தையே, அந்த நீலஇறகு சூடிய மணிமுடி அணிந்தவர் கேகயர் அல்லவா?" என்று கேட்டான். அசங்கன் விழிகளில் நகைப்பு தெரிந்தது. சாத்யகி என்ன பேசுவது என தெரியாமல் திரும்பிக்கொண்டான். அசங்கன் "பேசவேண்டாம்" என தம்பியரை விலக்கினான். சாத்யகி அபிமன்யூவைப் பார்த்தான். தன் பீடத்தில் சற்று கோணலாக அமர்ந்து வேறெங்கோ நோக்கிக்கொண்டிருந்தான். ஏதோ காட்டில் மரக்கிளையில் அமர்ந்திருப்பவனைப்போல. அவனருகே பிரதிவிந்தியனும் சதானீகனும் சுதசோமனும் சுருதசேனனும் சுருதகீர்த்தியும் அமர்ந்திருந்தனர். அவர்களுக்குப் பின்நிரையில் யௌதேயனும் சர்வதனும் நிர்மித்ரனும் இருந்தனர்.

சாத்யகி "நீங்கள் இன்னும் உபபாண்டவர்களிடம் அறிமுகம் செய்துகொள்ளவில்லை அல்லவா?" என்று கேட்டான். "இல்லை தந்தையே, அவர்கள் வடக்குக் காட்டிலிருக்கும் இந்திரப்பிரஸ்தத்தின் படைகளுடன் தங்கியிருக்கிறார்கள்" என்றான் அசங்கன். உத்ஃபுதன் எட்டி நோக்கி "அவர்களில் இளையவராகிய அபிமன்யூ அப்படைகளுக்குத் தலைமை தாங்குகிறார் என்றார்கள்" என்றான். "நான் உன்னிடம் அதைக் கேட்கவில்லை" என்றான் சாத்யகி. அசங்கனிடம் "பின்னர் தம்பியருடன் சென்று அவர்களை வணங்கு. அவர்களுடனான உறவே நம் குடியின் எதிர்காலம்" என்றான். அசங்கன் புன்னகை புரிந்தான். விழிதிருப்பிக்கொண்ட பின் அப்புன்னகைக்கு என்ன பொருள் என சாத்யகி எண்ணினான். எதிர்காலம் என்னும் சொல்லால்தான் எனத் தோன்றியதும் சினத்துடன் "எவ்வளவு நேரம்தான் சடங்குகளை செய்வார்கள்... மூடர்கள்" என முணுமுணுத்துக்கொண்டான்.

வெளியே மங்கல ஓசை எழுந்தது. அவைமுறைமைப்படி யுதிஷ்டிரரும் திரௌபதியும் வணங்கியபடி வந்து அவையில் அமர்ந்தனர். பாண்டவர்கள் நால்வரும் அவர்களுக்கு இருபுறமும் இடப்பட்ட தங்கள் இருக்கைகளுக்கு வந்தமர்ந்தனர். பட்டுத்திரைக்கப்பால் குந்தியும் பிற அரசியரும் வந்தமர்வதை சாத்யகி கண்டான். இளைய யாதவர் வணங்கியபடி வந்து அவருக்கென இடப்பட்ட தனி இருக்கையில் அமர்ந்ததும் சுரேசர் கைகாட்ட மூத்த குடிகளால் அரசருக்கு செங்கோல் அளிக்கப்பட்டு மணிமுடி சூட்டப்பட்டது. வேதியர் வேதமோதி கங்கை தூவி வாழ்த்தி விலகினர். அவையிலிருந்து கலைவோசை

எழுந்தபடியே இருந்தது. சாத்யகி உத்தரனின் அருகே அமர்ந்திருந்த, தாடியும் சடையும் மண்டிய, மெலிந்த உருவினரை சற்றுநேரம் கூர்ந்து நோக்கிய பின்னரே சிகண்டி எனத் தெளிந்தான். அவர் வாயை மெல்லுவதுபோல அசைத்துக்கொண்டிருந்தார். தனக்குள் ஏதோ சொல்லிக்கொண்டிருக்கிறாரா? உத்தரன் நேர்விழிகளுடன் யுதிஷ்டிரரைப் பார்த்துக்கொண்டிருந்தான்.

சுரேசர் கைகாட்ட முதுநிமித்திகர் மேலே ஏறி வெள்ளிக்கோலை மும்முறை சுழற்றி வணங்கி அவை தொடங்கவிருப்பதை அறிவித்தார். யுதிஷ்டிரரின் குலவரிசையையும் அவைச்சிறப்பையும் சொல்லி, அந்தப் பேரவை அஸ்தினபுரியை அறம்மீறி ஆளும் தார்த்தராஷ்டிரர்கள் மீதும் அவர்களுடன் படைநிற்கும் அனைவர் மீதும் இறுதிவெற்றிவரை நீளும் போர்க்கூவலை விடுப்பதன் பொருட்டுக் கூடியிருப்பதாக அறிவித்தார். அவையினர் தங்கள் கோல்களைத் தூக்கி "வெற்றிவேல்! வீரவேல்! வெல்க குருகுலம்! வெல்க பேரறம்! வெல்க அறத்தில் நிற்கும் அவை!" எனக் குரலெழுப்பினர். நிமித்திகர் பேரமைச்சர் சௌனகர் முறையான அறிவிப்புகளை விடுப்பார் என்று சொல்லி வணங்கி கோல்தாழ்த்தி பின்னடி வைத்து மேடையிலிருந்து இறங்கினார்.

சௌனகர் வெண்ணிற ஆடையும் வெண்தலைப்பாகையும் அணிந்திருந்தார். நீர்மணிமாலை நெஞ்சில் கிடந்தது. அசங்கன் "அந்தணர் போர் அறிவிப்பதுண்டா, தந்தையே?" என்றான். "அவர் உலகியல் நெறியினர். சௌனகநீதி நூலை நீ கேட்டதில்லையா?" என்றான் சாத்யகி. சாந்தன் "நான் கற்றிருக்கிறேன். அரசன் மண்ணை வெல்லும்பொருட்டு விண்ணை வளைக்கவே வேள்வி செய்யவேண்டும் என அது தொடங்கும்" என்றான். சாத்யகி "அவர் சம்பத்நீதி என்னும் நூலையும் எழுதியிருக்கிறார். பாரதவர்ஷத்தின் பல நாடுகளில் வரி அதன் அடிப்படையிலேயே முடிவுசெய்யப்படுகிறது" என்றான்.

சௌனகர் அவையை வணங்கி யுதிஷ்டிரரையும் திரௌபதியையும் வாழ்த்தி முறைமைச்சொற்கள் கூறி முடித்து அவையின் நோக்கத்தை சொல்லத் தொடங்கினார். "அவையோர் அறிந்த செய்தியே இது. பாரதவர்ஷத்தில் செவிகொண்ட அனைவரும் கேட்ட கதை." அஸ்தினபுரியின் கொடிவழியில் யுதிஷ்டிரருக்கு இருந்த முடியுரிமையை, அதை எவ்வாறு தார்த்தராஷ்டிரரான துரியோதனன் மறுத்தார் என்பதை, உடன்பிறந்தாரான பாண்டவர்களை கௌரவர்கள் வாரணவதத்தில் மாளிகைக்கு தீயிட்டுக் கொல்ல முயன்றதை, பன்னிரு படைக்களத்தில் நிகழ்ந்த சூதை, பாஞ்சாலத்து அரசி அவைச்சிறுமை செய்யப்பட்டதை, பாண்டவர்களின் கான்புகுதலை, மீண்டு வந்து அவர்கள் நிலம் கோரியபோது மறுக்கப்பட்டதை, ஒவ்வொரு முறையும் போரைத்

தவிர்க்கும்பொருட்டு யுதிஷ்டிரர் எடுத்த முயற்சிகளை, இளைய யாதவரின் தூது மறுக்கப்பட்டதை விரித்துரைத்தார்.

சாத்யகி அவையனைத்தையும் அப்போதுதான் கேட்பதுபோல விழிநட்டு மெல்லிய பதற்றத்துடன் கேட்டுக்கொண்டிருந்தான். அவை நிகழ்ந்தபோது அவன் நிகழ்வுகளுடன் இருந்தான். அப்போது ஒவ்வொரு தருணத்திலும் ஒன்றுக்கு மீறிய தரப்புகளும், ஒன்றையொன்று ஊடறுக்கும் ஐயங்களும், இலக்கடையாச் சினங்களுமாக அவை கலங்கிக்கொண்டே இருந்தன. அந்தத் தெளிவின்மையாலேயே அவற்றைக் கூர்ந்துநோக்கி அறிய முடியவில்லை. அவை காலத்தில் கடந்து கதையென்று திரண்டு நிற்கக் கண்டபோது ஒவ்வொன்றும் அவனை உலுக்கின. பாஞ்சாலத்து அரசி அவைநடுவே சிறுமைகொண்டு நின்றதை அவனால் எண்ணமென்றுகூட திரட்டிக்கொள்ள முடியவில்லை. பற்கள் உரசிக்கொள்ள உடலை அதிரச்செய்தபடி ஒரு விதிர்ப்பு அவனில் ஓடியது. கைகளை இறுகப்பற்றி ஒவ்வொரு விரலாக மெல்ல விட்டு அந்த இறுக்கத்தைக் கடந்தான்.

பெருமூச்சுடன் மீண்டுவந்தபோது மைந்தர் நடுவே மெல்லிய ஓசை கேட்க திரும்பிப் பார்த்தான். அவர்கள் கைகளால் தொட்டும் விழிகளால் உரசிக்கொண்டும் ஓசையில்லா உரையாடலில் இருப்பதைக் கண்டு "என்ன?" என்றான். "ஒன்றுமில்லை" என்றான் சாந்தன். அனைத்தும் அவர்கள் அறிந்த கதைகள் என்பதனால் அவர்கள் ஆர்வம் காட்டவில்லை என்பதை உணர்ந்த சாத்யகி மீண்டும் சினம்கொண்டான். அவர்களுக்கு அவை கதைகள். கதைக்கும் நிகழ்வுக்குமான வேறுபாடு ஒன்றே, கதை பல்லாயிரம் நிகழ்தகவுகளில் ஒன்று. ஆகவே பிறிதொன்றென்றும் மாற்றிக்கொள்ளத்தக்கது. நிகழ்வு மாற்றமில்லாதது. இரக்கமற்ற ஒருமை கொண்டது. இவர்கள் இந்தக் கதையை ஒரு விளையாட்டாகவே எண்ண இயலும். ஏனென்றால் இவர்கள் இதற்குள் இல்லை. அவ்வண்ணமென்றால் இவர்கள் எதன்பொருட்டு போருக்கு எழுகிறார்கள்? போரும் இவர்களுக்கு வெறும் விளையாட்டா என்ன?

இவை ஒவ்வொன்றினூடாகவும் நான் வாழ்ந்து கடந்து வந்திருக்கிறேன் என சாத்யகி மீண்டும் எண்ணினான். ஒவ்வொரு முறை கேட்கையிலும் அவை மீண்டும் ஒரு வாழ்வு என அலையலையாக உணர்வுகொண்டு எழுகின்றன. ஆனால் நோக்கியிருக்கவே அது வெறும் கதையாக மாறிவிட்டது. ஒரு கற்பனைமிக்க சூதன் அதை மாற்றிவிடமுடியும் இன்று. முதுமையிலென இங்கு அமர்ந்து அதை மீளமீள எண்ணிக்கொண்டிருக்கிறேன். எழும் தலைமுறை இக்கதைகளை ஒருமுறைக்கு மேல் செவிகொள்ளாது. பிறிதொருமுறை சொல்லக்கேட்டால் உதடு சுழித்து கண்களில் இளநகைப்புடன் பொய்ப்பணிவு காட்டி முடிவதற்காகக் காத்திருக்கும். சாத்யகி மேலும் சினம்கொண்டான். அவர்களைக் கண்டிக்க

வேண்டுமென்றும் கடுஞ்சொற்கள் உரைக்கவேண்டுமென்றும் விழைந்தான். ஆனால் எதன்பொருட்டென்று தெரியவில்லை.

சௌனகர் அப்போரை ஏன் தவிர்க்க முடியாது என்று சொல்லி நிறுத்தினார். பின்னர் பாரதவர்ஷத்தின் அரசர்கள் அந்த அவையில் அறத்தின் பொருட்டுக் கூடியிருப்பதற்காக அனைவருக்கும் நன்றியும் வரவேற்பும் உரைத்தார். "அரசர்களே, குடித்தலைவர்களே, வீரர்களே, போருக்கென எழுந்த அனைவருக்கும் மாறாத மெய்யறத்தை ஆளும் தெய்வங்களின் நற்கொடைகள் பொழிக! இத்தருணம் தெய்வங்களால் மும்முறை வாழ்த்தப்படுக! ஆம், அவ்வாறே ஆகுக!" என்று சொல்லி தலைவணங்கி அவர் அவையிறங்கியதும் அவையினர் தங்கள் கோல்களையும் கொடிக்குறிகளையும் தூக்கி வாழ்த்துரைத்தனர். நிமித்திகர் மேடையேறி அவையில் இந்திரப்பிரஸ்தத்தின் அரசர் யுதிஷ்டிரர் போர்வஞ்சினம் உரைக்கப்போவதாக அறிவித்தார். அதைக் கேட்டதும் அவையினர் தங்கள் கோல்களையும் வாள்களையும் தூக்கி பெருங்குரலெழுப்பினர். ஆனால் அவர்கள் அனைவரின் முகங்களிலும் ஒரு தயக்கமும் இருப்பதாக அவனுக்குப் பட்டது. அந்தத் தயக்கத்தைத் தாண்டிச்செல்லத்தான் மிகையாகக் கூச்சலிடுகிறார்களா?

யுதிஷ்டிரர் கைகூப்பியபடி எழுந்தார். அவையின் நான்கு மூலைகளிலும் சங்குகள் ஓசையிட்டமைந்தன. அவர் குரல் அவையெங்கும் ஒலிக்கும்படி முற்றமைதி நிலவியது. யுதிஷ்டிரர் அவைமேடையில் சற்றே முன்னால் வந்து நின்று தணிந்த குரலில் தொடங்கினார். "இன்று இந்த அவையில் நுண்ணுருவில் நின்றிருக்கும் எங்கள் குடித்தெய்வங்களை வாழ்த்துகிறேன். தோன்றாத் தெய்வங்களென அருள்புரிந்து சூழ்ந்திருக்கும் என் குலத்து மூதாதையரைப் பணிகிறேன். என் முன் அறம்விளையும் நெஞ்சுடன் அமர்ந்திருக்கும் அரசர்கள், குடித்தலைவர் அனைவரையும் வணங்குகிறேன். இத்தருணம் பாரதவர்ஷத்தின் வரலாற்றில் ஒளிமணியென என்றும் திகழ்க! இதைப் பெருங்கவிஞர் சொல்லில் நிலைநிறுத்துக! நம் கொடிவழியினர் எந்நிலையிலும் தோற்காது அறம் என்ற மெய்மையின் விளக்கமாக இதைப் பயில்க! ஆம், அவ்வாறே ஆகுக!"

அவையினர் "ஆம்! ஆம்! ஆம்!" என்று வாழ்த்துக்குரல் எழுப்ப யுதிஷ்டிரர் தொடர்ந்தார். "அவையோரே, நீங்கள் அனைவரும் அறிந்தது இது. இந்தப் போர் மண்ணின்பொருட்டு மட்டுமல்ல. நான் ஷத்ரியனாக மண்ணை விழைகிறேன். முடிசூடியமர எண்ணுகிறேன். ஆனால் அது எந்த நுகர்வின்பொருட்டும் அல்ல. புகழின்பொருட்டும் அல்ல. நெஞ்சில் கைவைத்து விண்நோக்கி ஒரு சொல்லும் தயங்காமல் என்னால் உரைக்கவியலும். ஆம், அறத்தின்பொருட்டே நான் மண்ணை

விரும்புகிறேன்.” அவை தன் ஐயங்களைக் கடந்து மெய்யாகவே உணர்வெழுச்சி கொள்வதை சாத்யகி உணர்ந்தான். “மாமன்னர் யுதிஷ்டிரர் வெல்க! பேரறத்தார் வெல்க! குருகுலமுதல்வர் வெல்க!” என்று வாழ்த்தொலி எழுந்தது. அவர் கையசைத்ததும் அது அமைந்தது.

“அவையீரே, மெய்யாகவே நான் இதை சொல்கிறேன். மண்ணின்பொருட்டு மாய்வதில் எனக்கு எவ்வகையிலும் உடன்பாடில்லை. ஆகவே இந்த அவைக்கு வந்து அரியணை அமரும் இக்கணம் வரை நான் இப்போரில் ஐயமும் தயக்கமுமே கொண்டிருக்கிறேன்” என யுதிஷ்டிரர் தொடர்ந்தார். அவையில் மெல்லிய கலைவோசை எழுவதை சாத்யகி உணர்ந்து திரும்பிப்பார்த்தான். யுதிஷ்டிரர் பிழையாக ஏதோ சொல்லவிருக்கிறார் என்ற அச்சம் அவனுக்கு ஏற்பட்டது. அவன் இளைய யாதவரைப் பார்த்தான். அவர் ஊழ்கத்திலென விழிசரிய, மடியில் கைகள் படிந்திருக்க அமர்ந்திருந்தார். துருபதர் ஒவ்வாமை தெரியும் முகச்சுளிப்புடன் அமர்ந்திருந்தார். யுதிஷ்டிரரின் குரல் ஓங்கியது. “ஷத்ரிய அரசர்களே, பாரதவர்ஷத்தின் தொல்குடிகளே, நாம் நமக்காகக் குருதி சிந்தினால் அது வீண். மூதாதையரின்பொருட்டு குருதி சிந்தினால் அது நம் கடன். வரும் தலைமுறைகளுக்காகக் குருதி சிந்துவோமெனில் அது தெய்வங்களுக்கு நாம் அளிக்கும் கொடை.” அக்கணமே அவை நெய்த்தழல் என பற்றிக்கொண்டது. அனைவரும் கோல்களையும் படைக்கலங்களையும் தூக்கி “போர்! போர்! போர்!” என்று கூவினர்.

கைகளை விரித்து உரத்த குரலில் யுதிஷ்டிரர் சொன்னார் “இந்தப் போரே இப்பாரதவர்ஷத்தில் நிகழ்ந்தவற்றில் மாபெரும் வேள்வி. இது ஆயிரம் அஸ்வமேதம், பல்லாயிரம் ராஜசூயம்! இங்கு நாம் அளிப்பது நமது குருதியை, நமது கண்ணீரை, நமது உயிரை. அவையோரே, நாம் அளிக்கவிருப்பது நாம் கொண்டுள்ள அனைத்தையுமேதான். எச்சமின்றி நம்மை அளித்து நாம் கோருவது ஒன்றே. வெற்றியை. அது இங்கு நமது செல்வம் செழிக்கவேண்டுமென்பதற்காக மட்டுமல்ல. நமது கொடிவழிகள் வளமிக்க வாழ்வை அடையவேண்டுமென்பதற்காக மட்டுமல்ல. எது மானுட குலமனைத்துக்கும் மாறாத உண்மையோ அது நிலைநாட்டப்பட வேண்டுமென்பதற்காக. இந்நிலம் இன்று எவ்வாறு இருக்கவேண்டும் என்பதற்காக அல்ல, என்றும் இது எவ்வாறு அமையவேண்டும் என்பதற்காக! எவ்வாறு இவ்வுலகு இனி புலரவேண்டும் என்பதற்காக. அவையோரே, எதன்பொருட்டு இப்புவியையே மும்முறை அழிக்கத் தகுமோ அது நிலைகொள்ள வேண்டுமென்பதற்காக.

“அது என்ன என்பதை இங்குள்ள அனைவரும் உணர்ந்திருப்போம். சொல்லென அதை முன்வைக்க நம்மில் அனைவராலும் இயலாது போகலாம். அவையில் வகுத்துரைக்கும் திறன் நம்மில் மிகச் சிலருக்கன்றி

பிறருக்கு இல்லை என்று எவரும் அறிவார். ஆனால் அதை அறியாத எவரும் இங்கில்லை. வேதமுடிபு என்னும் மெய்மையின் பொருட்டே நாம் படைகொண்டு எழுந்திருக்கிறோம். உண்மையென்பது ஒன்றை ஏற்று பிறிதனைத்தையும் மறுப்பதாக அமையாது என்றும், மெய்மையென்பது ஒருவருக்கு ஒரு வண்ணமே தன்னை வெளிப்படுத்துவது அல்ல என்றும், ஒன்றே மற்றொன்று என்றும், இங்கிருப்பதனைத்தும் அதுவே என்றும், அதுவன்றி பிறிதொன்று எங்குமில்லை என்றும், அறிவதெல்லாம் அதையே என்றும் நமக்குரைக்கிறது. அந்த அழியா மெய்மைக்கென எழுந்தவர்கள் நாம்.

“வேதமுடிபு பிரிவின் பாதையல்ல. வேதம் தன் சாறென, ஒளியெனக் கொண்டுள்ளது ஒருங்கிணையும் பாதையையே. வேதத்தில் விளைவது விலக்கலின் பாதையல்ல, ஒருமையின் வழியே. இங்கு கொல்வேலும் கூர்வில்லும் ஏந்தி நின்று, திசை திசையென விரியும் எதிர்காலத்தின் மானுடத்திடம் நாம் சொல்கிறோம். ஒருங்கிணைக, அதுவே வெற்றி. ஒன்றாகுக, அதுவே மெய்மை. இப்புவியில் எதுவும் பிறிதில்லை என்று எண்ணுக, அதுவே நிறைவு. விலக்கி விலக்கி இதுகாறும் வந்தோம். வென்றும் அழித்தும் இவ்வண்ணம் நிலைகொண்டோம். இனி இணைத்து இணைத்து முன்செல்வோம். அணைத்து செழித்து இனி என்றும் இங்கு வாழ்வோம்” என்றார் யுதிஷ்டிரர். அவை முழுமையாகவே உணர்ச்சிக்குரல்களால் நிறைந்து அலையடித்தது. சாத்யகி மெய்ப்புகொண்டு கைகூப்பினான். நெஞ்சு விம்மியது. விழிநீர் வழிந்து நிறைக்க அவன் மூக்கை உறிஞ்சியபடி தலைகுனிந்தான்.

யுதிஷ்டிரரும் உணர்வெழுச்சியால் நிலையழிந்திருந்தார். நிற்கமுடியாதவர் போல கால்கள் தளர்ந்தார். குரல் உடைந்து தழுதழுக்க கூவினார். “இளைய யாதவரின் சொற்கள் பாரதவர்ஷத்தை இனி வழிநடத்துக! இப்பெருநிலத்தை தன் நெஞ்சின் அருமணியாக அணிந்திருக்கும் நிலத்திருமடந்தையை இனி பல்லாயிரம் காலம் அவையே ஆள்க! அதன்பொருட்டே இங்கு போருக்கெழுகிறோம். அவையோரே, இது நமது போரல்ல. இது இளைய யாதவரின் போரும் அல்ல. நாம் பெரும்புயலில் சிறு சருகுகள் மட்டுமே. அவர் இப்புயலில் சுருளவிழும் ஒளிரும் கொடி. புயலெழுவது வளிமண்டலத்தை ஆளும் தெய்வங்களின் விழைவால். அவை முடிவு செய்கின்றன எங்கு புயல், எங்கு சுழல் என்று. எவை நிலைகொள்ளும், எவை வளையும், எவை உடையும், எவை புழுதியென தூக்கிவீசப்படும் என்று.

“மானுடத்தை ஆளும் எண்ணங்களில் எழுந்த புயல் இது. இது வென்று மேற்செல்லும் என்பதில் ஐயமே இல்லை. நாம் இதைக் கொண்டுசெல்லவில்லை, இது நம்மைக் கொண்டுசெல்கிறது.

நாம் இப்போரை இயற்றவில்லை, நம்மிலூடாக அது தன்னை இயற்றிக்கொள்கிறது. பெருஞ்செயல்கள் செய்பவர்களே பிறப்பைப் பொருள்கொள்ளச் செய்பவர்கள். பெருஞ்செயல்கள் ஆற்றும் வாய்ப்பு நூறு தலைமுறைக்கு ஒருமுறையே மானுடருக்கு வாய்க்கிறது. நாம் செய்த நல்லூழால் இன்று நமக்கு அது அமைந்துள்ளது. நம் போர்மறத்தால், தலைக்கொடையால், பிறிதென ஏதும் எஞ்சா முழுதளிப்பால் அதை இயற்றுவோம். புகழ் நமக்கும், குன்றாப்பெருவாழ்வு நம் கொடிவழிகளுக்கும் அமையட்டும். ஆம் அவ்வாறே ஆகுக!"

கூறி முடித்ததும் அச்சொற்களால் ஏந்தி நிறுத்தப்பட்டு விடப்பட்டவர்போல யுதிஷ்டிரர் தளர்ந்து பின்னால் விழப்போனார். இயல்பாகக் கைநீட்டி சகதேவன் அவரைப் பற்றிக்கொண்டான். யுதிஷ்டிரர் நடுங்கும் கைகளால் அரியணையைப் பற்றி மெல்ல அமர்ந்தார். கைகளை மடிமேல் கோத்துக்கொண்டு உதடுகளை இறுக்கியபடி வெறுமனே நோக்கி அமர்ந்திருந்தார். பெருஞ்சொற்கள் மானுடரை மிக மேலே கொண்டுசென்றுவிடுகின்றன. புவியும் மானுடமும் மிகச் சிறிதென சுருங்கித் தாழும் உயரத்திற்கு. சாத்யகி கைகளைக் கூப்பி நெஞ்சோடு அணைத்தபடி அமர்ந்திருந்தான். அவன் கண்களிலிருந்து நீர் சொட்டிக்கொண்டிருந்தது.

5

அவையில் ஒலித்த போர்க்கூச்சல்களையும் வாழ்த்தொலிகளையும் இளைய யாதவரும் அர்ஜுனனும் செவிகொள்ளவில்லை என்று சாத்யகிக்கு தோன்றியது. முற்றிலும் பிறிதொரு உலகில் அவர்கள் தனித்திருப்பதுபோல. அவர்களுக்கு மிக அப்பால் பிறிதொரு உலகிலென திரௌபதி அமர்ந்திருந்தாள். எத்தனை விரைவில் உணர்வெழுச்சியில் இருந்து கீழிறங்கினோம் என அவன் வியந்துகொண்டான். ஒரு சிறு எண்ணம் அனைத்து உணர்வுகளையும் திசைமாற்றிவிடுகிறது. அவன் இளைய யாதவரையே நோக்கிக்கொண்டிருந்தான். அங்கு எழுந்துகொண்டிருந்த அந்தப் போர்க்கூச்சல்களில் அவன் காணும் விளக்கிவிடமுடியாத குறைவை அவர் உணர்கிறாரா?

சகதேவன் குனிந்து யுதிஷ்டிரரிடம் ஏதோ சொல்ல அவர் புன்னகையுடன் தலையசைத்தார். அந்த அவையோசைப்பெருக்கால் அவர் நிறைவுற்றிருப்பது தெரிந்தது. சகதேவன் திரும்பி நோக்க அவனை நோக்கி சுரேசர் சற்றே குனிந்தபடி ஓடிவந்தார். சகதேவனிடம் ஆணைபெற்று அவர் திரும்பிச்செல்ல அவரை நோக்கிப் பிற துணையமைச்சர்கள் சென்றனர். சுரேசர் சௌனகரிடம் ஓரிரு சொற்கள் பேசிவிட்டு வெளியே சென்றார். யுதிஷ்டிரர் கையசைக்க கொம்புகள் முழங்கி அமைந்தன. அவை அமைதிகொண்டது. யுதிஷ்டிரர் "அவை நிகழ்வுகள் தொடர்க!" என்று ஆணையிட்டார்.

சௌனகர் மீண்டும் கைகூப்பியபடி மேடையில் ஏறி நின்றார். கொம்பொலி ஒன்று அலையெழுந்து ஓய அவை அவர் சொற்களுக்காகக் கூர்ந்தது. சௌனகர் "இந்த அவையில் முறைப்படி போர் அறிவிப்பு எழவிருக்கிறது. அஸ்தினபுரியை நெறிமீறி ஆளும் திருதராஷ்டிரருக்கும், அவர் மைந்தர் துரியோதனருக்கும், அவர் தம்பியருக்கும், அவர்களுக்குத்

துணை நிற்கும் அனைத்து அரசர்களுக்கும் எதிராக குருகுலத்தின் மெய்யான குருதிவழியினரும், பிரதீபரின் சந்துனுவின் வழி வந்தவரும், பாண்டுவின் மைந்தரும், அஸ்தினபுரிக்கும் இந்திரப்பிரஸ்தத்திற்கும் முறையான அரசருமான யுதிஷ்டிரர் போர் அறிவிப்பு செய்கிறார். இப்போரில் அவருடைய தம்பியர் நால்வரும் துவாரகையின் தலைவர் கிருஷ்ண யாதவரும், பாஞ்சாலத்து அரசர் துருபதரும் அவர் மைந்தரும் விராட அரசரும் அவர் மைந்தரும் முதல்துணையாக உடன்நிற்பார்கள். வெற்றி அன்றி பிறிதெதையும் ஏற்கமாட்டோம் என்று அரசர் தன் குடித்தெய்வங்கள் மீதும், மூதாதையர் மீதும், குலச்சின்னமாக கொண்டுள்ள அமுதகலம் மீதும் ஆணையிட்டுரைக்கிறார். அதை அவருடைய முதல்துணைவர்கள் ஏற்றுரைக்கிறார்கள்" என்றார்.

அவையில் அனைவரும் எழுந்து தங்கள் கோல்களைத் தூக்கி வஞ் சினக் கூச்சலெழுப்பினர். "வெல்வோம்! குருதிகொண்டு மீள்வோம்! களவெறியாட்டு நிகழ்த்துவோம்! வெற்றிவேல் வீரவேல்! வெற்றி அல்லது வீரச்சாவு!" என்று கூவிய குரல்கள் அனைத்தும் ஒன்றென இணைந்து முழங்கின. சாத்யகி தன்னையறியாமல் எழுந்து கைவீசிக் கூவினான். பின்னர் திரும்பி தன் மைந்தர்களைப் பார்த்தான். அவர்கள் என்ன செய்வதென்றறியாமல் அவனை நோக்கி அமர்ந்திருந்தனர். அவன் சினத்துடன் பற்களைக் கடித்து அசங்கனிடம் "மண்சிலைகள்போல அமர்ந்திருக்கிறீர்களே! எழுந்து வஞ்சினமுரைத்துக் கூச்சலிடவேண்டியதுதானே?" என்றான். "தாங்கள் சொல்லவில்லை, தந்தையே" என்று அசங்கன் சொன்னான். "அறிவிலியாகப் பேசாதே. நான் சொன்னால்தான் இதை செய்வாயா?" என்று சாத்யகி கூவ அசங்கன் தன் இளையவர்களுக்குக் கண்ணைக்காட்டிவிட்டு எழுந்து "வெற்றிவேல் வீரவேல்! உயிர்குடிப்போம்! எதிரிகளைத் தலைகொள்வோம்! களம் வென்றாடுவோம்!" என்று கூச்சலிட்டான். அவர்கள் உடன்சேர்ந்து குரலெழுப்பினர். சினி சிரித்துக்கொண்டிருப்பதை சாத்யகி கண்டான். அவன் நோக்கியதை உணர்ந்த சாந்தன் சினியைத் தொட்டு விழிகளால் தந்தையை சுட்டிக்காட்டினான்.

சௌனகர் போர் அறிவிப்பு பொறித்த ஓலை ஒன்றைத் தூக்கி அவையினருக்குக் காட்டினார். பின்னர் அதை சிற்றமைச்சர் சுரேசரிடம் அளித்தார். அவர் அதைக் கொண்டுசென்று துருபதரிடம் அளித்தார். துருபதர் அதை வாங்கி தலைக்குமேல் தூக்கி "ஆணை! ஆணை! ஆணை!" என்று கூறித் திருப்பியளித்தார். விராடரும் குந்திபோஜரும் அதை வாங்கி ஆணையுரைத்தனர். ஒவ்வொரு அரசரிடமாக அவையில் அந்த ஓலை சுற்றிவந்தது. சாத்யகியின் வலப்பக்கம் அனுபநாட்டு மூதரசர் விருத்தக்ஷர்மரும், அவர் மைந்தர் வசுதனரும், இளையோன் நீலனும் அமர்ந்திருந்தனர். அவர்கள் ஆணையிட்டதும் ஓலை அவன் கைக்கு

வந்தது. அவன் அதை நடுங்கும் கைகளால் பெற்று தலைக்குமேல் வைத்து ஆணை உரைத்து அசங்கனிடம் அளித்தான். அசங்கன் ஆணையிட்டதும் ஓலை அவனைக் கடந்து இடப்பக்கத்திலிருந்த மேற்கு நிஷாதஅரசின் ஹிரண்யநாபனையும் அவன் இளையோன் ஹிரண்யபாகுவையும் அடைந்தது. அவர்கள் நிஷாதமரபின்படி அவ்வோலையை நெஞ்சில் வைத்து கைதூக்கி ஆணையுரைத்தனர். ஓலை அதற்கப்பால் அமர்ந்திருந்த மைய நிஷாதநிலத்து அரசர் மணிமானையும் அவர் மைந்தர் மணிகர்ணனையும் கீழ்நிஷாதநிலத்து அரசர் தண்டதரனையும் அவர் மைந்தர் சார்ங்கதரனையும் சென்றடைந்தது. அது ஒரு சரடுபோல அங்கிருந்த அனைவரையும் ஊடுருவிச்சென்று ஒன்றெனக் கட்டியது.

ஓலை திரும்ப அரசமேடைக்குச் சென்றதும் யுதிஷ்டிரர் அதை வாங்கி தலைமேல் வைத்து வணங்கினார். பாண்டவர்கள் அனைவரும் சேர்ந்து அவ்வோலையை சுரேசரிடம் அளிக்க அவர் அதை செம்பட்டு விரித்த தாலத்தில் வைத்து அவைமேடையில் போடப்பட்ட பீடத்தில் வைத்தார். யுதிஷ்டிரர் உடைவாளை உருவி அந்த ஓலைமுன் தாழ்த்தி வணங்கியபின் தன் இடக்கை கட்டைவிரலைக் கிழித்து குருதி எடுத்து அதன் மூன்று சொட்டுகளை அந்த ஓலைமேல் வீழ்த்தினார். அவை வெறிகொண்டு போர்க்குரல் எழுப்பியது. கொம்புகளும் முழவுகளும் சங்குகளும் மணிகளும் இணைந்து முழங்கின. அவர் வாளை அதனருகே வைத்துவிட்டு பின்னகர்ந்து தன் அரியணையில் அமர்ந்ததும் வெளியே பெருமுரசு ஓசையிட்டது. அவ்வொலி கேட்டு மேலும் மேலுமென முரசுகள் முழங்க உபப்பிலாவ்ய நகரத்திலும் அதைச் சூழ்ந்த காடுகளில் விரிந்திருந்த பாண்டவர்களின் படைப்பிரிவுகளிலும் முரசொலி எழுந்தது. படைவீரர்களும் குடிகளும் எழுப்பிய போர்க்குரல் பெருமுழக்கமென எழுந்து வந்து அவைக்கூடத்தின் அனைத்து சாளரங்களையும் அதிரவைத்து உள்ளே கார்வையை நிரப்பியது.

சௌனகர் கை தூக்க கொம்போசை எழுந்தது. அவை அமைதியடைந்ததும் அவர் மீண்டும் உரத்த குரலில் “இங்கு கூடியிருக்கும் அனைத்து அரசர்களின் சார்பாகவும் மூத்த அரசர் துருபதர் தலைமையில் அமைந்த படைசூழ்கைக் குழு நமது படைநகர்வுகளை முழுமையாக வகுத்து ஏடுகளில் பொறித்துள்ளது. இவை உரியவர்கள் அனைவருக்கும் இப்போது வழங்கப்படும். படைகளின் முதன்மைத் தலைவர்களையும் துணைப்படைத்தலைவர்களையும் பிற பொறுப்புகளையும் முறையாக இங்கு அறிவிக்கிறோம். அரசர் சார்பில் இந்த அறிவிப்புகள் இங்கு வெளியிடப்படுகின்றன. அவை இவற்றை ஏற்றுக்கொண்டதென்றால் நம் படைஎழுகை தொடங்கிவிட்டதென்றே பொருள்” என்றார்.

பெரிய மரத்தாலத்தில் வைக்கப்பட்ட ஓலைத்தொகை சௌனகரிடம் கொண்டுசெல்லப்பட்டது. சௌனகர் “அவையினரே, இந்த ஓலையின்

செய்திகள் அனைத்தும் அனைவரும் அறிந்தவையே. எனினும் முறையாக இவற்றை அவையில் வைக்கிறோம். செவிகொள்க!" என்றபின் அதை படிக்கத் தொடங்கினார். சுரேசர் அருகே நின்று ஓலைகளை எடுத்தளித்தார். "நமது படை இப்போது ஏழு அக்ஷௌகிணி அளவுள்ளது என்று அறிக! 2187 யானைகளும் 2187 தேர்களும் 6561 குதிரைகளும் 109,350 காலாட்களும் கொண்டது என்று அறிந்திருப்பீர்கள். சென்றகாலங்களில் இதன் பத்துமடங்கே ஓர் அக்ஷௌகிணி என கருதப்பட்டது என்று போர்நூல்கள் சொல்கின்றன.

"வேலோ வில்லோ ஏந்தி காலாளரான பன்னிரு பதாதிக்குகள் புரவியூரும் ஒரு அஸ்வாரோகிக்கு நிகர் என்றும் பன்னிரு அஸ்வாரோகியர் பயின்று படைக்கலம் ஏந்திய ஒரு கவச யானைக்கு நிகர் என்றும் கணக்கிடப்பட்டுள்ளது. நமது படைகளின் கணக்கு இது. சிபிநாட்டிலிருந்து வந்த படைகளுடன் தன்விருப்பால் வந்த யாதவப் படைகளும் ஏழு நிஷாதகுடியினரின் படைகளும் இணைந்து உருவானது முதல் அக்ஷௌகிணி. அதை ரிஷபவனத்தின் சத்யகரின் மைந்தரும் விருஷ்ணிகுலத்தோன்றலுமான யுயுதானர் தலைமைகொண்டு நடத்துவார்." தன் பெயர் சொல்லப்பட்டதும் சாத்யகி மெய்ப்புகொண்டு கைகூப்பினான். அவன் கையை அருகே அமர்ந்திருந்த அசங்கன் மெல்லத் தொட்டான். சாத்யகி திரும்பிப்பார்த்தான். அசங்கனின் விழிகள் ஈரமாக மின்னிக்கொண்டிருந்தன. அவன் அசங்கனின் தோளில் கையை வைத்து முகத்தைத் திருப்பிக்கொண்டான்.

"ஆறு கிராதர்குடிப் படைகளும் பாணாசுரரின் படைகளும் இணைந்து உருவான ஓர் அக்ஷௌகிணி படையை குந்திபோஜர் தலைமைதாங்குவார். சேதிநாட்டு திருஷ்டகேது அரை அக்ஷௌகிணி படையுடன் வந்துள்ளார். மகதத்தில் இருந்து அவர்களின் பதினெட்டு தொல்குடியினர் அடங்கிய ஓர் அக்ஷௌகிணியுடன் ஜராசந்தரின் மைந்தர் சகதேவன் வந்துள்ளார். துருபதரின் தலைமையில் பாஞ்சாலப்படை ஓர் அக்ஷௌகிணி உள்ளது. விராடரின் ஓர் அக்ஷௌகிணி படைகள் மாவீரர் உத்தரனால் கொண்டுவரப்பட்டுள்ளன. தென்னகத்தில் இருந்து மலயத்வஜபாண்டியரின் தலைமையில் வந்துள்ளது அரை அக்ஷௌகிணி. அரக்கர்குடிகளும் நாகர்குடிகளும் இணைந்தால் அது ஓர் அக்ஷௌகிணி ஆகும். நம்மிடமுள்ள இந்தப் படை பாரதவர்ஷத்தில் இன்றுவரை கூடிய பெரும்படைகளில் ஒன்று. கௌரவப்படை பதினொரு அக்ஷௌகிணி அளவுள்ளது என்கிறார்கள். ஆனால் நாம் அறத்தால் இருமடங்கு ஆற்றல்கொண்டவர்களாகிறோம்.

"தலைமைகொண்டு நடத்தும் படைகளின் எண்ணிக்கையையும் எதிர்கொள்ளும் படைகளின் எண்ணிக்கையையும் கொண்டு போர்த்திறலோரை நூல்கள் வகுக்கின்றன. அர்த்தரதி என்பவர் 2500

படைவீரருக்கு ஒருவர். ரதி 5000 வீரருக்கு தலைவர். ஏகரதி என்பவர் 40,000 படைவீரர்களை நடத்துபவர். அதிரதி எனும் வீரர் 60,000 வீரர்களின் முதல்வர். மகாரதியாக திகழ்பவர் 720,000 வீரர்களுக்கு நிகரானவர். அதிமகாரதி 8,640,000 வீரர்களை ஆள்பவர். அவையோரே, மகாமகாரதி என்பவர் மண்ணில் அரிதாக நிகழ்பவர். 24 அதிமகாரதிகளுக்கு நிகரானவர். நம்மிடம் மகாமகாரதியாகத் திகழ்பவர் இளைய யாதவர். ஆனால் அவர் தன் குடியினர் மறுபக்கம் படைகொண்டு வந்திருப்பதனால் அவர்களைக் கொல்ல விழையாமல் தான் படைக்கலம் ஏந்துவதில்லை என சொல்லளித்துள்ளார். நம்மிடம் அதிமகாரதியாக இளைய பாண்டவர் அர்ஜுனன் உள்ளார். மகாரதிகளாக உபபாண்டவராகிய அபிமன்யூவும் பீமசேனனும் பாஞ்சாலராகிய திருஷ்டத்யும்னனும் வில்முனிவர் சிகண்டியும் உள்ளனர். அதிரதிகளாக விராட இளவரசர் உத்தரனும், இளைய பாண்டவர்களாகிய சகதேவனும், நகுலனும், யாதவராகிய சாத்யகியும் உள்ளனர். ஏகரதிகளாக உபபாண்டவர்கள் எண்மரும் சேதிநாட்டு இளவரசர் திருஷ்டகேதுவும் மகதநாட்டு இளவரசர் சகதேவனும் உள்ளனர்" என்று சௌனகர் சொன்னார்.

சாத்யகி அவையில் பிறிதேதோ ஒன்று உருவாகி எழுவதை கண்டான். அது என்னவென்று உணரமுடியவில்லை, ஆனால் மிக அருகே ஓர் காணா இருப்பென உணர முடிந்தது. எக்கணமும் அதை எவரேனும் எழுந்து வினவக்கூடும் என்று எண்ணினான். சௌனகர் "போர் முதல்நாளில் பாண்டவருக்கு உரிய அஸ்தினபுரியின் படைகளின் முதன்மைப் படைத்தலைவராக பாஞ்சாலத்து அரசர் துருபதரை பேரரசர் யுதிஷ்டிரர் நிறுத்துகிறார். இப்படைகளுக்கு முதன்மைப் படைத்தலைமை கொள்ளும் முதுமையும் களப்பட்டறிவும் கொண்டவர். நம் படைகளின் ஆற்றல் மிக்க ஒரு பகுதி பாஞ்சாலத்திலிருந்து வந்தது. துருபதர் இப்போரை முன்னின்று நடத்தி அளிக்கும்படி பேரரசர் யுதிஷ்டிரர் கோருகிறார்" என்றார். அவையினர் கோல்தூக்கி வாழ்த்தொலி எழுப்பினர். துருபதர் எழுந்து பாஞ்சாலத்தின் குலக்குறி பொறித்த கோலை தலைக்குமேல் தூக்கி அவ்வழைப்பை ஏற்றார்.

உத்தரமல்லநாட்டு தீர்க்கபிரக்யர் துணைப்படைத்தலைவர்களில் ஒருவராக அறிவிக்கப்பட்டார். அவருடைய மைந்தர் தீர்க்கதந்தர் அவருக்குத் துணைவராக அமைக்கப்பட்டார். ஒவ்வொரு துணைப்படைத்தலைமையாக அறிவிக்கப்பட்டு முடிந்தபோது போர்க்கூச்சல்களும் வாழ்த்தொலிகளும் வஞ்சினவிளிகளும் முற்றாக மறைந்து வெறும் சடங்கென ஆகிவிட்டிருந்தது. ஒவ்வொரு பெயர் சொல்லப்பட்டபோதும் அக்குடியினருக்கு குருதியுறவு கொண்டவர்கள் மட்டும் உரக்க வாழ்த்துக்கூற பிறர் வெறுமனே கோல்களை மட்டும் தூக்கினர். சாத்யகி சலிப்புடன் கால்களை நீட்டிக்கொண்டான்.

அச்சலிப்பு முதலிலேயே உள்ளம் உச்சத்தை அடைந்ததனால்தான் எனத் தோன்றியது. பின்னர் பிறிதொன்று நிகழும் என எதிர்பார்த்துக்கொண்டே இருப்பதனால்தான் எனத் தோன்றியது. கைகளை நீட்டி உடலை சோம்பல்முறித்தபடி திரும்பிப்பார்த்தபோது அரசர்கள் அனைவரும் திரௌபதியையே நோக்கிக்கொண்டிருப்பதைக் கண்டான். அவர்கள் உள்ளத்தில் எழுவதென்ன என்பதை அவன் உணர்ந்தான். அவன் உள்ளத்தில் மெல்லிய நடுக்கு குடியேறியது.

அறிவிப்புகள் முடிந்து சௌனகர் கைகூப்பி “இந்த அரசாணைகள் அனைத்தும் உரிய முறையில் ஓலையில் பொறித்து நாளை அனைவருக்கும் அனுப்பப்படும். இருள்நிலவுக்கு மறுநாள் புலரியில் இங்கிருந்து நமது படைகள் குருஷேத்திரம் நோக்கிக் கிளம்பும். வெற்றி கொள்க! வீரர் எழுக! அவர்களின் கைகளில் குருதிவிடாய் மிக்க படைக்கலன்கள் எழுக! அவர்களின் தோள்களில் அன்னை ஊட்டிய முலைப்பால் எழுக! உள்ளங்களில் மண்ணிற்கும் மானத்திற்கும் அறத்திற்கும் என்று பொருதி வீழ்ந்த மூதாதையர் எழுக! அருள்க தெய்வங்கள்!” என்றார். போர்க்குரல்களும் வாழ்த்தொலிகளும் எழுந்து அமைந்தன. சௌனகர் வணங்கி திரும்பிச்சென்றார்.

கொம்புகள் முழங்கி அமைந்தன. நிமித்திகன் அரசரின் சொல் எழவிருப்பதை அறிவித்தான். யுதிஷ்டிரர் எழுந்து கைகூப்பி “அவையோரே, இந்தப் பேரவையில் இவ்வண்ணம் ஒரு போர் அறிவிப்பு ஒருபோதும் நிகழலாகாது என்று முப்பதாண்டுகளுக்கும் மேலாக விழைந்தவன் நான். இன்று இப்போர் அறிவிக்கப்பட்டுள்ளது. இனி எந்நிலையிலும் எவ்வழியிலும் வெற்றி ஒன்றே நமது இலக்கு. நாம் வெல்கையில் வெல்வது அறம். நாம் புகழ் கொள்கையில் நிலைகொள்வது அழிவற்ற மெய்மை. ஓம்! அவ்வாறே ஆகுக!” என்றார். அவை “ஆம்! ஆம்! ஆம்!” என ஏற்றொலித்தது.

கைகூப்பி மும்முறை வணங்கி யுதிஷ்டிரர் திரும்புவதற்குள் பின்நிரையிலிருந்து அசுரகுலத்து அரசர் ஹிரண்யகட்கர் எழுந்து “பொறுத்தருள்க அஸ்தினபுரியின், இந்திரப்பிரஸ்தத்தின் பேரரசே, ஒன்று மட்டும் உரைக்கப்படவில்லை. அது உரைக்கப்படாமல் இந்த அவை முழுமையடையாது. இங்கு நாங்களெல்லாம் படைக்கலன் கொண்டு எழுந்திருப்பது அதன்பொருட்டே. மெய்யுரைப்பதென்றால் அதற்கு மட்டுமே எங்கள் அன்னையரும் துணைவியரும் மகளிரும் எங்களை அனுப்பியிருக்கிறார்கள். பெண்ணை அவை நிறுத்திப் பெரும்பிழை செய்தனர் தார்த்தராஷ்டிரர். அவர்களின் நெஞ்சு பிளந்து குருதி குடிப்பேன் என்று உங்களின் இளையவர் வஞ்சினம் உரைத்தார். அக்குருதி பூசி தலையள்ளி முடிவேன் என்று உங்கள் அரசி ஆணையிட்டாள். அது என்ன ஆயிற்று? இங்கே அது உரைக்கப்படவில்லை” என்றார்.

“ஆம்! மெய்!” என்று கூவியபடி அசுரர்களும் அரக்கர்களும் நிஷாதர்களும் கிராதர்களும் எழுந்தனர். ஹிரண்யகட்கர் “நாங்கள் அறியவேண்டியது இதுவே. இப்போர் எப்போது முடியும்? அஸ்தினபுரி வெல்லப்பட்ட பின்னரா? அரியணையில் தாங்கள் அமர்ந்த பின்னரா? வேதமுடிபு நிலைநிறுத்தப்பட்ட பின்னரா? அன்றி அரசியின் அவைச்சிறுமைக்கு பழிநிகர் கொள்ளப்பட்ட பின்னரா? அதை முதலில் உரையுங்கள்” என்றார். காருஷ நிஷாதகுடித் தலைவர் அஷ்டஹஸ்தர் “ஆம், வஞ்சினம் முடிவதுவரை போர் நிகழுமா? அதை சொல்லியாகவேண்டும்” என்று கூவ அனைவரும் சேர்ந்து “ஆம், அதற்கு விடைவேண்டும்... அதைத் தெளிவுசெய்யவேண்டும்!” என்று கூச்சலிட்டனர்.

சௌனகர் அந்த நேரடியான வினாவால் திகைத்து கைதூக்கி “அவை நிறைவுறுகிறது. இது முறையான அறிவிப்புக்கான அவை மட்டுமே. அரசுசூழும் சொற்களமல்ல” என்றார். அரக்கர் குலத்தலைவர் வக்ரசீர்ஷர் “அந்த வேறுபாடுகள் எதுவும் எங்கள் குலங்களில் இல்லை. நாங்கள் இங்கு ஷத்ரியர்களாகவோ யாதவர்களாகவோ வந்தமரவில்லை. நிஷாதர்களாகவும் கிராதர்களாவும் வந்து அமர்ந்திருக்கிறோம். அவைச்சிறுமை கொண்டவள் எங்கள் குடியை சேர்ந்தவள் அல்ல. அவளுக்கும் எங்களுக்கும் எந்தக் குருதி உறவுமில்லை. பெண் என்பதனால் எழுந்து வந்தோம். இந்த அவையில் இதை ஆணையிட்டுரைக்கிறேன். பெண்ணின் பொருட்டன்றி வேறெதற்காகவும் எங்கள் குடிகள் இப்போரில் இறங்காது” என்றார். “ஆம் ஆம்” என்று அவையெங்கும் குரலெழுந்தது.

ஷத்ரியர்கள் அல்லாத அரசர்களும் குடித்தலைவர்களும் ஒன்றாக எழுந்துநின்று கூவினர். அசுரர் குடித்தலைவர் காகர் “ஆம், நாங்கள் படைகொண்டெழுந்தது அதன்பொருட்டு மட்டுமே. எங்கள் அன்னையரிடமும் துணைவியரிடமும் விடைகொண்டது அதற்காகத்தான்” என்றார். பீமன் “அமருங்கள் அரசர்களே, இப்போர் அதன்பொருட்டும்தான். அவ்வஞ்சம் அவ்வாறே உள்ளது” என்றான். “அல்ல, எங்களுக்கு அரசரின் சொல் வேண்டும். ஷத்ரியர்களின் போர்கள் முற்றழிவில் முடிவதில்லை என நாங்கள் அறிவோம். அதை நாங்கள் களிற்றுப்பூசல் என்கிறோம். வெல்லும் தரப்பு எதுவென்று ஐயத்திற்கிடமின்றி நிறுவப்பட்ட உடனே மறுதரப்பு துதிக்கை வளைத்து மத்தகம் தாழ்த்தி அமர்ந்து ஆணைபெற்று அடங்கித்தொடர ஒப்புக்கொள்கிறது. பாரதவர்ஷத்தில் நடந்த அனைத்து போர்களிலும் ஷத்ரியர்கள் தோற்றவர்கள் வென்றவர்களுக்கு கப்பம் கட்டியிருக்கிறார்கள். முற்றழிந்த ஷத்ரியர் எவருமில்லை” என்றார் காகர்.

பாணாசுரரின் மைந்தனான அக்னிசக்ரன் “மேலும் இங்கு இரு தரப்பிலும் நின்றிருப்பது ஒரே குருதி. இரு தரப்பிலும் உள்ளனர் குலமூத்தவர்கள்.

போரில் களம்படுதல் நிகழத்தொடங்கியதுமே மூத்தவர்கள் திகைத்து எழுவார்கள். வெல்வது எவர் தோற்பது எவர் என்று முதலிருநாள் களமுடிவிலேயே தெரிந்துவிடும். அஸ்தினபுரியின் அரசர் அந்நிலத்தையும் அரியணையையும் விட்டுத்தர ஒப்பினால், இந்திரப்பிரஸ்தத்தின் அரசரின் முன் அடிபணிந்து இளையோனாக அமர்ந்துகொள்ள சித்தமானால் இப்போர் முடியுமா? முடியாது என்றொரு சொல் அவையமர்ந்த யுதிஷ்டிரரின் நாவிலிருந்து எழவேண்டும். பெண்பழிக்கு நிகர் கொண்டபின் மட்டுமே இப்போர் முடியுமென்று அவர் எங்களுக்கு சொல்லவேண்டும். போர்முனையிலிருந்து எங்கள் குடிகளுக்கு நாங்கள் செல்லும்போது பெண்பழி தீர்த்தோமென்று நிறைவுற்றுப் போகவேண்டும்" என்றான்.

யுதிஷ்டிரர் பதற்றத்துடன் சகதேவனையும் இளைய யாதவரையும் பார்த்தார். இருவரும் வெற்று முகத்துடன் அசைவிலாது அமர்ந்திருக்கக் கண்டு எழுந்து "எப்போரும் எங்கேனும் ஓரிடத்தில் நிறுத்தப்பட வேண்டியதுதான். முற்றழித்த பின்னரே போர் முடியவேண்டுமென்று அரக்கர் குலநெறிகள் சொல்லலாம். ஷத்ரியர்களின் போர்கள் அனைத்துமே களவிளையாட்டுகளும்கூட" என்றார். "உங்கள் களவிளையாட்டுக்கு நாங்கள் ஏன் வரவேண்டும்?" என்று சம்பராசுரரின் மைந்தர் கீர்த்திமான் கேட்டார். "இது அப்படிப்பட்ட போரல்ல என்று எங்களுக்கு உரைக்கப்பட்டது. நாங்கள் எழுந்தது பெண்பழி தீர்க்கவே. நாங்கள் கேட்பது ஒன்றே. அவை நின்று அரசியும் உங்கள் இளையோரும் உரைத்த வஞ்சினங்கள் என்ன ஆயின?" என்றான். முதிய கிராதமன்னர் கூர்மர் எழுந்து அவர் உடலுக்குப் பொருந்தாத ஓங்கிய மணிக்குரலில் "பிறிதொரு சொல்லே தேவையில்லை. துச்சாதனனின் நெஞ்சுக்குருதியும் துரியோதனனின் தொடைக்குருதியும் கொண்டு உங்கள் அரசி குழல் நீவி முடிப்பாளா இல்லையா என்பதை மட்டும் உரையுங்கள். நாங்கள் போரில் இணைகிறோமா இல்லையா என்று முடிவு செய்கிறோம்" என்றார்.

யுதிஷ்டிரர் திணறலுடன் கையைத் தூக்கி ஏதோ சொல்வதற்குள் திரௌபதி எழுந்தாள். அனைவரும் திறந்த வாயும் தூக்கிய கைகளுமாக உறைந்தனர். அரசி கைகூப்பியபடி வந்து அவைமேடைமேல் நின்று "அவையோர் அறிக, அன்று அஸ்தினபுரியில் அவைச்சிறுமை கொண்டபோது என்னில் பெண் எழுந்தாள். என் பொருட்டல்ல, இனி இங்கு பிறந்தெழும் அனைத்துப் பெண்டிர் பொருட்டும் அவ்வஞ் சினத்தை நான் உரைத்தேன். குருதி கொண்டன்றி வேறெவ்வகையிலும் அமையேன் என்று ஆணையிட்டேன். ஆனால் பதினான்கு ஆண்டுகாலம் காட்டில் அலைந்து மீண்டபின் நான் வெறும் பெண்ணல்ல. இப்புவி

படைக்கும் அன்னை. என் பொருட்டு ஒரு துளிக்குருதிகூட மண்ணில் சிந்த நான் ஒப்பமாட்டேன். எனக்காக ஒரு மைந்தன்கூட உயிர் துறக்க நான் எண்ணமாட்டேன்" என்றாள்.

"எனக்கு இப்புவியில் எவர் மீதும் வஞ்சமில்லை. நான் வஞ்சம் கொள்ளுமளவுக்கு வல்லவர் என எவரும் இப்புவியில் இல்லை. இங்குள்ள ஆண்களனைவரும் என் மைந்தரே, நான் அவர்களை ஊட்டிய முலை அன்றி வேறல்ல. இந்த அவைச்சிறுமையல்ல, இன்னும் ஒரு நூறு ஆயிரம் சிறுமைகளை என் மைந்தர் பொருட்டும் அவர் கொடிவழியினர் பொருட்டும் அடைய சித்தமாக இருக்கிறேன். பலநூறு அவைகளில், பல்லாயிரம் களங்களில், நாளுக்கு ஆயிரம் என இல்லங்களில் என் மூதன்னையர் அடைந்த சிறுமைகளால் உருவானதே உங்கள் நகரங்களும் குடிகளும் குலமுறைகளும் என்று அறிக! எச்சிறுமைக்குப் பின்னரும் உளங்கனிந்து குழந்தைகளே மகிழ்ந்து வாழுங்கள், நன்று நிகழ்க என்று மட்டுமே என்னால் சொல்ல இயலும். இப்போருக்கு என் ஆணையில்லை. இங்கு நிகழ்வன என் பொருட்டுமில்லை. இந்த அவையில் இதை உரைக்கவே நான் வந்தேன்" என்றாள். அவை சொல்லவிந்து நிலைகொள்ள "போரைத் தடுக்க என்னால் இயலாதென்று அறிவேன். அன்னைசொல் கேட்கும் நிலையில் எவரும் இல்லை. செல்க, குருதிசிந்தி வீழ்க! நீங்கள் வீழுந்தோறும் பெற்றுப்பெருக்குகிறோம் என்று மட்டுமே சொல்ல விழைகிறேன்" என்றபின் திரும்பி நடந்து அவைமேடையிலிருந்து இறங்கி சிறு வாயிலினூடாக வெளியேறினாள்.

அவளுடன் சேடிகள் தொடர்ந்து செல்ல யுதிஷ்டிரர் கைகள் தளர்ந்து அரியணையில் கிடக்க அவள் செல்வதுவரை பார்த்துவிட்டு அவையைத் தவிப்புடன் நோக்கினார். வெண்பட்டுத்திரைக்குள் குந்தி எழுந்து செல்வதை சாத்யகி கண்டான். இளைய யாதவரும் அர்ஜுனனும் எதையும் அறியாதவர்கள் போலிருந்தனர். "அவ்வண்ணமெனில் இனியொன்றும் நாங்கள் சொல்வதற்கில்லை. ஷத்ரியரின் ஒரு சாரார் பிறிதொரு சாராரின் நிலத்தை வெல்வதோ முடியை சூடுவதோ எங்களுக்குரிய போர் அல்ல. அவர்கள் தங்கள் கொள்கைகளில் ஒன்றைப் பிறிதொன்றால் வெல்வது எங்களுக்கு ஒரு பொருட்டும் அல்ல. இப்போர் உங்களுடையது, அதை நீங்களே நிகழ்த்துங்கள்" என்றபின் கிராதமன்னர் கூர்மர் தன் குடியினருக்குக் கைகாட்டிவிட்டு வெளியே சென்றார். ஒவ்வொருவராக நிஷாதரும் கிராதரும் அரக்கரும் அசுரரும் தங்கள் கோல்களுடன் அவை நீங்கலாயினர்.

6

ஒவ்வொருவராக வெளியேறுவதை நோக்கி அமர்ந்திருந்த சாத்யகி அசங்கனிடம் "அவையில் நிகழ்ந்த எதைப்பற்றியும் உங்களுக்குள் பேசிக்கொள்ளவேண்டியதில்லை. இங்கு நிகழ்ந்தன அனைத்தும் உங்கள் நினைவில் நின்றால் போதும். சென்று அரண்மனையில் ஓய்வெடுங்கள். நான் அரசரையும் அமைச்சர்களையும் பார்த்துவிட்டுத் திரும்பிவருகிறேன்" என்றான். சாந்தன் "ஏன் நாங்கள் பேசிக்கொள்ளக்கூடாது?" என்றான்.

சினத்துடன் திரும்பிய சாத்யகி "ஏனென்றால் நீங்கள் பேசிக்கொள்ளத் தொடங்கினால் உடனே இளிவரல்தான் எழுந்துவரும். இந்த அகவையில் அரசுசூழ்தலும் அதன் பலநூறு சிடுக்குகளும் விசைநிகர்களும் புரிந்துகொள்ள முடியாதவையாகவே இருக்கும். தங்களால் புரிந்துகொள்ள முடியாதவற்றை ஏளனம் செய்வதென்பது இளையவர்களின் இயல்பு. நீங்கள் ஒன்றை உணர்ந்துகொள்ள வேண்டும், அரசர்கள் பல்லாயிரம் செவிகளும் கண்களும் கொண்டவர்கள். தனியறைக்குள் இருந்து நீங்கள் பேசும் சொற்களைக்கூட அவர்கள் அறியக்கூடும். எப்போதும் எச்சரிக்கையாக இருப்பதென்பது காட்டு விலங்குகளுக்கு தெய்வங்கள் அளித்த கட்டளை. அரசியல் சூழலும் ஓர் வேட்டைக்காடு என்றுணர்க!" என்றான்.

அசங்கன் இளையவனை முகம் திருப்பாமல் பார்த்து நுட்பமாக விழியசைத்துவிட்டு சாத்யகியிடம் "அவ்வாறே, தந்தையே" என்றான். "செல்க! இளையோரை நீதான் பார்த்துக்கொள்ளவேண்டும். அவர்களின் செயல்களிலும் சொற்களிலும் உன்னுடைய கட்டுப்பாடு எப்போதும் இருக்கவேண்டும்" என்று சாத்யகி சொன்னான். அவர்கள் தலைவணங்கி

விலகிச் சென்றபின் விழிமறைவது வரை நோக்கி நின்றான். பின்பு பெருமூச்சுடன் திரும்பி இடைநாழியினூடாக நடந்து அரசுசூழ் அறை நோக்கி சென்றான்.

அவனுக்கு எதிரே வந்த சுரேசர் புன்னகைத்து "மைந்தர் எங்கே?" என்றார். "அவர்களை தங்கள் அறைக்கு செல்லும்படி சொல்லியிருக்கிறேன். இன்று அவையில் என்ன நிகழ்ந்ததென்று அவர்களுக்குப் புரிந்திருக்காது. யாதவர் குடியவைகளில் ஆளுக்கொன்று சொல்லிக் கூச்சலிட்டுக்கொண்டிருப்பார்கள். அதைப்போல என்று எண்ணிவிட்டிருப்பார்கள்" என்றான் சாத்யகி. வெண்பற்கள் காட்டிச் சிரித்தபடி "மைந்தர்களை நாம்தான் பின்தொடர்கிறோம், அதை நாணி அவர்களிடம் நம்மைப் பின்தொடரும்படி ஆணையிடுகிறோம்" என்று சொன்ன சுரேசர் சாத்யகியின் தோளில் கைவைத்து "மைந்தரைப்பற்றிய பதற்றத்தை ஒரு பெருங்கொண்டாட்டமாக மாற்றிக்கொண்டிருக்கிறீர்கள், யாதவரே. உம்மை இத்தனை மகிழ்வுடன் இதற்குமுன் பார்த்ததே இல்லை" என்றார்.

"மகிழ்வா? என்னால் நிலைகொண்டு அமரவே இயலவில்லை" என்றான் சாத்யகி. "ஆம், தெரிகிறது" என்றபின் சுரேசர் "செல்க, அங்கு அரசர் அவையமர்ந்துவிட்டார்!" என்றார். சாத்யகி தாழ்ந்த குரலில் "என்ன நிகழ்கிறது, அமைச்சரே? அரசி இன்று அவையில் அவ்வாறு பேசுவார் என்று அனைவருக்கும் தெரிந்ததுதானே? எனினும் ஏன் பேசவிட்டார்கள்? ஏதேனும் சொல்லி அரசியை அவையிலிருந்து தவிர்த்திருக்கலாமே?" என்றான். சுரேசர் "நானும் அதேதான் எண்ணினேன். மிதமிஞ்சிய வஞ்சத்தால் உணர்வழிந்து அரசி போர்த்தெய்வப் பூசனைகளிலும் கடுநோன்புகளிலும் ஆழ்ந்திருக்கிறார் என்று அவையில் சொல்லியிருந்திருக்கலாம். ஆனால் அரசி அவைக்கு வரட்டும் என்று இளைய யாதவர் எண்ணினார் என்று தோன்றியது. அவர் எண்ணத்தை நாம் எப்போதுமே அறியவியலாது" என்றார்.

"அவர் என்ன இவையனைத்திலும் இருந்து முற்றாக விலகியவர் போலிருக்கிறார்? இது அவருடைய போர் என்பதை மறந்துவிட்டவர்போல" என்று சாத்யகி சொன்னான். சுரேசர் "ஆனால் இத்தனை ஆண்டுகளில் அனைத்திற்கும் அவரிடம் விடை இருக்குமென்று ஒவ்வொரு முறையும் நம்பியிருக்கிறேன். ஒருமுறைகூட அது பொய்யென்று ஆனதில்லை. அவர்மேல் ஐயமோ சினமோ கொள்வதும், ஆற்றாமையுடன் பேசிக்கொள்வதும் எப்போதும் அவரை எண்ணியிருப்பதற்கான வழி என்றே எனக்குத் தோன்றுகிறது. இத்தருணமும் அவ்வாறே. நாம் வியந்து சொல்வதற்குரிய ஒன்றாக ஒரு விழியசைவில், ஒரு சொல் மிகையில் அவரால் ஆக்கிவிட இயலும்" என்றார்.

சாத்யகி முகமும் உடலும் இளகி புன்னகைத்தான். “ஆம், அவரால் இயலாதது என்று எதுவுமில்லை. நன்று நிகழுமென்றே எண்ணுவோம்” என்றபின் தலைவணங்கி விடைபெற்றான். சொல்லாடல் நிகழ்ந்துகொண்டிருந்த சிற்றறையின் வாயிலை சென்றடைந்தான். அங்கு நேமிதரன் வாயிற்காவலனாக நின்றிருந்தான். தலைவணங்கி “தங்களை அரசர் தேடினார்” என்றான். “என்னையா? கேட்டாரா?” என்று பதைப்புடன் கேட்டான் சாத்யகி. “சொல்லெடுத்துக் கேட்கவில்லை. என்னை அவர் நோக்கியபோது உங்களைப் பார்க்க விழைகிறார் என்று தெரிந்துகொண்டேன்” என்றான் நேமிதரன். “உள்ளே எவர் இருக்கிறார்கள்?” என்று சாத்யகி கேட்டான். “அனைவரும்தான். சௌனகர் பேசிக்கொண்டிருக்கிறார். செல்க!” என்றான் நேமிதரன்.

சாத்யகி கதவைத் திறந்து உள்ளே சென்றபோது பேசிக்கொண்டிருந்த சௌனகர் ஒருகணம் நிறுத்தி திரும்பிப்பார்த்தபின் தொடர்ந்தார். “தொடக்கமுதலே தாங்கள் வேறு என்பதை காட்டிக்கொள்வதில் கிராதரும் நிஷாதரும் ஆர்வம் கொண்டிருக்கின்றனர். ஷத்ரியர்கள் வீரமும் ஒற்றுமையும் நிறைந்தவர்களாயினும் அவர்களுக்குப் பிழையான தெய்வங்களின் திசைகாட்டுதல் இருக்கிறது என்று எப்போதும் அவர்கள் கூறிவருகிறார்கள். இது தாங்கள் வேறு என்று அவர்கள் காட்டிக்கொள்வதற்கான தருணம். இவ்வுச்சநிலையில் அவர்கள் விலகிச்சென்றால் நம்முடைய படைவல்லமை பெரிதும் குறையும். தாங்கள் அறிவீர்கள், இப்போர் முற்றிலும் நிகர்நிலையில் இப்போது நின்றிருக்கிறது. இத்துலாவில் ஒரு தட்டிலிருந்து ஒரு மணற்பரு அகல்வதும் பெரிய வேறுபாடென்றாகும்.”

அவர்களை மாறி மாறி நோக்கியபடி சௌனகர் சொன்னார் “அவர்கள் நம்மிடமிருந்து விலகிச்செல்வதை சொல்லி சொல்லிப் பெருக்கி தங்கள் படைவீரரின் நம்பிக்கையைப் பெருக்க முயல்வார்கள் கௌரவர்கள். இப்புறம் அவர்கள் விலகிச் செல்வதை எவ்வளவு சொல்குவித்து விலக்கினாலும் ஆழுள்ளத்தில் அது பெருங்குறையென்றே நமது படைவீரர்களுக்குத் தோன்றும். சொல்லப்போனால் அக்குறையை இல்லாமை செய்யும்பொருட்டு அதைப்பற்றி மிகையாகப் பேசுவார்கள். பேசுந்தோறும் அது பெருகும். உள்ளத்தில் ஆழ்நோய் என நின்று வளரும். படைதிரண்டு செல்கையில் நமது வீரர்கள் ஒவ்வொரு அடிக்கும் நம்பிக்கை இழப்பார்கள்.”

“இப்போது என்ன செய்வது?” என்று எரிச்சலுடன் யுதிஷ்டிரர் கேட்டார். சௌனகர் “இப்போதுகூட நிஷாதரும் அரக்கரும் அசுரரும் நம்மிடமிருந்து விலகிச்செல்லும் எண்ணத்துடன் இல்லையென்றே எண்ணுகின்றேன். அவர்கள் இங்கு வந்த பொழுதிலிருந்தே ஷத்ரியர்களின்

மேட்டிமைநடத்தையால் சற்று உளம்புண்பட்டிருக்கிறார்கள், அவ்வளவுதான். அதைத்தான் காட்டுகிறார்கள். அதற்கு நாம் நிகர்செய்தால் போதும் என எண்ணுகிறேன்" என்றார். யுதிஷ்டிரர் "தெளிவான ஆணைகள் இடப்பட்டிருந்தனவே, என்ன ஆயிற்று அவர்களுக்கு?" என்றார்.

"ஆம், நமது தரப்பிலிருந்து ஒரு சொல்கூட, ஒரு நோக்குகூட அவர்களின் உளம் புண்படும்படி எழுந்ததில்லையென்றே உறுதி கூறுகிறேன். அத்தனை படைத்தலைவர்களுக்கும் துணைப்படைத்தலைவர்களுக்கும் நூற்றுவருக்கும்கூட மறுசொல்லிலாத ஆணைகள் அளிக்கப்பட்டிருந்தன" என்றார் சௌனகர். "ஆனால் ஒன்றை உள்ளே கொண்டிருந்து வெளியே மறைக்கையில் எழும் நடத்தை மாறுபாடே உள்ளிருப்பதை மிகத் தெளிவாக வெளிக்காட்டுவது. கிராத குலத்துத் தலைவர் ஒருவரைக் கண்டு எழுந்து கைகூப்பி முகமன் சொல்லும் ஷத்ரிய சிறுபடைத்தலைவர் ஒருவர் அக்கணமே அவர் உள்ளத்தைப் புண்படுத்தியவராகிறார். புண்படுத்தலாகாதென்று ஒருவர் செய்யும் ஒவ்வொரு செயலும் புண்படுத்தலாகவே ஆகும். இரு சாராரும் சேர்ந்து வாழ்ந்து ஓரிரு தலைமுறை கடந்த பின்னரே ஒருவரை ஒருவர் கண்காணிக்காத இயல்பு நிலை அமையும். அப்போது மட்டுமே புண்படுத்தலும் புண்படுதலும் நிகழாது. நிகர்நிலையில் இரு சாராரும் திகழ்வர்."

எரிச்சல் மீதூற "இதைப்பற்றி நாம் ஏன் பேசிக்கொண்டிருக்கிறோம்? இப்போது என்ன செய்வதென்று சொல்லுங்கள்" என்று உரத்த குரலில் யுதிஷ்டிரர் கேட்டார். "இது ஒரு சிறு பழிவாங்கல் என்று தோன்றுகிறது. அரசரே தன் தம்பியருடன் சென்று நிஷாத குலத்தலைவர்களைப் பணிந்து போருக்கு உதவும்படி மீண்டும் ஒருமுறை கோரினால் இப்படையில் தாங்கள் விழைந்த முதன்மையைப் பெற்றுவிட்டதாக நிஷாதரும் கிராதரும் அசுரரும் அரக்கரும் எண்ணக்கூடும். அவர்கள் விழைவது தங்களைப் பிறர் பணியவேண்டுமென்று மட்டுமே என்று எனக்குத் தோன்றுகிறது. அவர்களாலேயே நமது படை வெற்றி அமைந்ததென்று பின்னர் கூறிக்கொள்வதற்காக இப்போதே இதை நிகழ்த்துகிறார்கள்" என்றார் சௌனகர்.

"அவ்வண்ணமெனில் அதையே செய்வோம். நான் என்ன செய்ய வேண்டும்? நிஷாதரும் அரக்கரும் அசுரரும் தங்கியிருக்கும் பாடிவீடுகளுக்குச் சென்று அவர்களின் தலைவர்களுக்கு முன் தலைவணங்கி விண்ணப்பிக்க வேண்டுமா? அல்லது அவர்கள் கிளம்பிச் செல்லும் பாதைக்கு குறுக்கே நின்று தொழுது மன்றாட வேண்டுமா? இத்தருணத்தில் மேடையில் பொருந்தா வேடமொன்றை நடிப்பவன்போல் உணர்கிறேன்" என்று யுதிஷ்டிரர் சலிப்புடன் சொன்னார்.

சகதேவன் “இல்லை, மூத்தவரே. சௌனகர் அவர்களை சரியாகப் புரிந்துகொள்ளவில்லை என்று எண்ணுகின்றேன். அவர்கள் உண்மையாகவே இப்போரில் கலந்துகொள்வதில் பொருளில்லை என்று எண்ணுகிறார்கள்” என்றான். யுதிஷ்டிரர் அவனை நோக்கித் திரும்பி புருவம் சுளித்தார். “எண்ணிப்பாருங்கள். அசுரர்கள், நிஷாதர்கள், கிராதர்கள் என்றேனும் நிலம் வெல்லவோ தங்கள் நெறிகளைப் பிறர்மேல் நிறுத்தவோ படைகொண்டு எழுந்திருக்கிறார்களா? அரக்கர்கள் சிலர் அதை செய்ததுண்டு. அவர்களும் ஷத்ரிய அரசர்கள்போல் தங்களை ஆக்கும்பொருட்டே அதை செய்தார்கள். அது அவர்களது இயல்பே அல்ல. அவர்கள் மண்போல் நிலைகொண்டவர்கள். ஆகவேதான் அவர்களை தமோகுணத்தார் என்றனர் நம் நூலோர்” என்றான்.

“படைகொண்டு சென்று பிறிதொரு நிலத்தை வென்றபின் அதை என்ன செய்வதென்று அவர்களுக்கு இன்னமும் தெரியாது. அயல்நிலத்தில் அவர்கள் வாழ்வதில்லை. கப்பம் கொள்வதைத் திருட்டென்றே கருதுகிறார்கள். தங்கள் நெறியைப் பிறர் ஏற்றுக்கொள்வார்கள் என்ற எண்ணமே அவர்களுக்கில்லை. ஒவ்வொருவருக்கும் அவர்களுக்கான நெறிகள் உண்டென்றும், முகங்களைப்போல, உடலின் வண்ணங்களைப்போல அவற்றை மாற்றிக்கொள்ள முடியாதென்றும் அவர்களின் மரபுகள் சொல்கின்றன. அவர்கள் போர்புரிவது பெண்கவர்தலுக்காகவும் பெண்மீட்புக்காகவும் சிறுகொள்ளைகளுக்காகவும் மட்டுமே. பெண் சிறுமை செய்யப்பட்டால், மைந்தர்கள் கொல்லப்பட்டால், தெய்வங்கள் அழிக்கப்பட்டால் மட்டும் பழிநிகர் செய்ய படைகொண்டெழுகிறார்கள்.

“இப்போரில் நம் படைக்காக நிஷாதரையும் கிராதரையும் அரக்கரையும் அசுரரையும் திரட்டியவன் நான். ஒவ்வொரு குழூவுக்கும் ஓலை அனுப்பினேன். அனைத்திலும் எங்களுக்கு இழைக்கப்பட்ட அவைச்சிறுமைக்காகப் போர்கொண்டெழுவதாகவே சொன்னேன். ஒவ்வொரு தூதுவனுடனும் அவையில் நிகழ்ந்ததை உளஎழுச்சியுடன் பாடி விளக்கும் சூதன் ஒருவனையும் அனுப்பினேன். அவர்கள் அவைகளில் முதலில் சூதன் அஸ்தினபுரியின் அவையில் நிகழ்ந்ததை சொல்கொந்தளிக்க பாடினான். அவர்களின் அவைகளில் பெரும்பகுதி மூதன்னையர் அமர்ந்திருப்பார்கள் என்பதை நீங்கள் அறிவீர்கள். கதை கேட்டு கிராதரும் நிஷாதரும் அவைகளில் கண்ணீர்விட்டு விம்மி அழுதனர். பெரும்பாலான அவைகளில் அப்பாடல் முடிவதற்குள் மூதன்னையொருத்தி சன்னதம் கொண்டெழுந்து கைவிரித்துக் கூச்சலிட்டு தன் ஆணையை அவர்களுக்கு விடுத்தாள். அக்கணமே அவர்கள் தங்கள் குடிக்கோல்களையும் படைக்கலங்களையும் தூக்கி

ஆட்டி நமக்குப் படைத்துணை செய்வதாக ஆணையிட்டனர்” என்று சகதேவன் தொடர்ந்தான்.

“அவர்கள் குடிசேர்ந்து சொல்சூழவில்லை. அவையமர்ந்து அரசாடல் நிகழ்த்தவில்லை. தங்கள் நிகழ்நலன், வருநலன் எதைப்பற்றியும் எண்ணவில்லை. நிஷாத மன்னர் சுஹோத்திரர் வீறிட்டலறியபடி நெஞ்சில் ஓங்கியறைந்து முன்னகர்ந்து இரு கைகளையும் விரித்து அன்னை குருதிகொண்டு குழல் முடியும் காட்சியைக் கண்டபின் அன்றி இனி நாட்டு எல்லைக்குள் நுழையமாட்டேன் என்று வஞ்சினம் உரைத்தார். உபமல்லநாட்டு அரசர் துர்கேசன் தன் அவையிலேயே வாளுருவி மூதன்னை முன் தாழ்த்தி துச்சாதனனின் ஒரு சொட்டுக்குருதியேனும் தன் வாளில் படியாமல் திரும்பி வந்து அன்னையை பார்ப்பதில்லை என்றார்.

“பெரும்பாலான நிஷாதரும் கிராதரும் தங்கள் அன்னைதெய்வங்களுக்கு குருதிபலி கொடுத்து பழிதீர்க்க வஞ்சினம் உரைத்த பின்னரே இங்கு வந்திருக்கிறார்கள். அவர்களுடன் படைக்கலம் ஏந்தி வந்திருக்கும் வீரர்களுக்கோ அன்னைத் தெய்வமொன்றின் பழிதீர்க்கும் பணி ஒன்றெனமட்டுமே சொல்லப்பட்டிருக்கிறது. நான் இங்கிருந்து நாம் அவைக்குக் கிளம்பும்போதே அதைத்தான் சொன்னேன். குருதிகொண்டு குழல்முடிய பாஞ்சாலத்தரசி எழுந்து வஞ்சினம் உரைத்தாலொழிய நமது படைகள் இங்கிருந்து வெற்றி பெறுமென நம்பிக்கையுடன் கிளம்ப இயலாது” என்றான் சகதேவன்.

யுதிஷ்டிரர் சினத்துடன் “அதற்கான விடையை அர்ஜுனன் சொன்னான். அதை அவளிடம் சொல்லிப்பார்ப்பதில் எந்தப் பயனுமில்லை. அவள் இந்தப் போருக்கும் வஞ்சினத்துக்கும் மிக அப்பால் இருக்கிறாள். நமது சொற்களை வெறும் மைந்தர்ப் பூசலென்றே பார்ப்பாள்” என்றார். கசப்புடன் கைவீசி “சரி, அப்படியென்றால் போர் தொடங்குமுன்னரே தோற்றுவிட்டதென்று பொருள். அவளிடம் சென்று சொல்லுங்கள், அவள் வஞ்சினம் உரைத்தால் நமது படைகள் உயிர் கொடுத்து வெற்றியை ஈட்டும், அவள் வஞ்சினம் உரைக்காததால் வெறுமனே உயிர்கொடுத்து களம் நிறைக்கப்போகிறார்கள் என்று” என்றார்.

சௌனகர் “முழுமையாக அனைத்துத் திசைகளும் மூடப்பட்டு விட்டதாகவே தோன்றுகிறது. மாற்றுவழி ஏதேனும் உண்டென்றால் அதை இளைய யாதவரே சொல்லவேண்டும்” என்றார். அதுவரை எதையும் கேளாதவர் போலிருந்த இளைய யாதவர் திரும்பி “போரெழுச்சிக்கான கொற்றவை பூசனை வரும் கருநிலவு நாளில் நிகழ்கிறது. அதன்பிறகே நாம் படையெழவிருக்கிறோம் அல்லவா?” என்றார். “ஆம், கொற்றவைக்கு

உயிர்பலி கொடுத்து அக்குருதியை நெற்றியிலிட்டுக் கிளம்புவது வழக்கம்” என்று சௌனகர் சொன்னார். “அப்பூசனையை எவர் நிகழ்த்தவேண்டும்?” என்றார் இளைய யாதவர். “வழமையின்படி குலத்து மூதன்னை முன்னின்று நிகழ்த்தவேண்டும்” என்றார் சௌனகர்.

“இம்முறை அதை திரௌபதியே செய்யட்டும்” என்று இளைய யாதவர் சொன்னார். “வஞ்சினம் உரைப்பதற்கே மறுப்பவள் போர் திறப்பு பூசனைக்கு மட்டும் எழுந்தருள்வாளா என்ன?” என்று யுதிஷ்டிரர் கேட்டார். “அவளிடம் அதைப்பற்றி சொல்வோம். இது பூசனையென்று சொன்னால் அவள் மறுக்கமாட்டாள்” என்று பீமன் சொன்னான். அர்ஜுனன் “இல்லை. சென்ற ஈராண்டுகளாக திரௌபதி கொற்றவை பூசனையில் ஈடுபாடு காட்டவில்லை. முறைமைகளுக்கு மட்டுமே செல்கிறாள். நோன்புகொள்வதில்லை” என்றான். யுதிஷ்டிரர் நிமிர்ந்து பார்த்து “ஆம், இதை நானும் அறிவேன். ஆனால் இவ்வண்ணம் எண்ணியதில்லை” என்றார்.

இளைய யாதவர் “எந்த தெய்வத்தை அவர் வழிபடுகிறார்?” என்றார். “ஆலயப் பூசனைகளை பெரும்பாலும் அரசி இயற்றுவதில்லை. பெரும்பாலான பொழுதுகளில் தன் தனியறைக்குள் சுவடிகளுக்குள் மூழ்கியிருக்கிறார். அரிதாக வெளிவந்து விறலியர் நடனமோ இசையோ கேட்டு மகிழ்கிறார். தோழியுடன் அணுக்கக்காட்டில் உலா செல்வதுண்டு” என்றார் யுதிஷ்டிரர். சகதேவன் “அரசி வாக்தேவியை வணங்குகிறாள்” என்றான். சௌனகர் “இங்கு வாக்தேவிக்கு ஆலயமில்லையே” என்றார். சகதேவன் “தன் அறையில் சிறுபீடத்தில் வெண்பட்டு விரித்து அதில் சுவடிகளை தெய்வமென ஏற்றி சிற்றகலிட்டு வணங்குகிறாள்” என்றான். “அவளது அணுக்கச்சேடி ஒருநாள் வெண்மலர்கள் கொண்டுசெல்வதைப் பார்த்தேன். ஏனென்று கேட்டபோது இதை சொன்னாள்.”

யுதிஷ்டிரர் மீண்டும் கசப்புடன் நகைத்து “இது இன்னமும் தெளிவாக இருக்கிறது. கொல்வேல் கொற்றவையை முற்றிலும் தவிர்த்து சொல்லமர் தேவியை வழிபடுகிறாள்” என்றார். சாத்யகி இளைய யாதவரைப் பார்த்துக்கொண்டிருந்தான். அவர் அவ்வுரையாடலை கேட்காதவர்போல சாத்யகியை நோக்கி “இங்கிருந்து இப்போதே கிளம்பினால் இந்திரப்பிரஸ்தத்திற்கு சென்று வர எத்தனை பொழுதாகும்?” என்றார். “புரவியில் கிளம்பினால் மூன்றாம்நாள் இரவுக்குள் சென்றுவிடுவேன்” என்று சாத்யகி சொன்னான். அவர் ஏதோ தீர்வுக்கு வந்துவிட்டாரென்பதை அங்கிருந்தோர் உணர்ந்து முகம் இளகினர். யுதிஷ்டிரர் அவர்கள் இருவரையும் மாறி மாறி நோக்கியபின் “ஆம், புரவியிலென்றால் விரைந்து சென்றுவிடலாம்” என்றார். “அங்கிருந்து அரசியின் தோழி மாயையை விரைவுத்தேரிலேற்றி இங்கு

கொண்டுவரவேண்டும்” என்று இளைய யாதவர் சொன்னார். “ஆணை, அரசே!” என்று சாத்யகி சொன்னான்.

“அவள் அங்கு பதினைந்து ஆண்டுகளுக்கு மேலாக அணங்கு கொண்டிருப்பதாக சொல்கிறார்கள். அன்னையிடம் ஒருமுறை கேட்டேன். மானுடர் முகம்நோக்கிப் பேசுவதில்லை என்றார்” என்று யுதிஷ்டிரர் சொன்னார். “ஆம், அஸ்தினபுரியின் அரசப்பேரவையில் எழுந்து வஞ்சினமுரைத்த அதே உச்ச உணர்வுநிலையில் அவ்வண்ணமே நீடிக்கிறாள்” என்றார் இளைய யாதவர். சகதேவன் “குருதி அன்றி பிறிதெதையும் நோக்கா விழி கொண்டவள் என்று சூதர்கள் அவளைப் பாடுகிறார்கள். ஒவ்வொரு கருநிலவு நாளிலும் கொற்றவை ஆலயத்திற்குச் சென்று குருதி அளித்து வணங்கி வழிபடுகிறாள். ஐந்து புரியென குழல் நீட்டியிட்டிருக்கிறாள். பலிவிலங்கின் குருதிநெய் பூசப்பட்டு ஊன் வாடை அடிக்கும் அக்குழல் சடைபிடித்து விழுதுகளெனத் தொங்குகிறது என்று சூதன் பாடியபோது தொல் கதைகளில் வரும் போர்த்தெய்வமொன்றை என் உளவிழியால் கண்டேன்” என்றான்.

“அவள் இங்கு வரட்டும். கொற்றவைப் பூசனையை அவள் நிகழ்த்தட்டும்” என்று இளைய யாதவர் சொன்னார். “அவளா? அவள் அரசியின் நிழல் மட்டுமே. அவள் இங்கு வந்து கொற்றவைப் பூசனையை எப்படி நிகழ்த்தினாலும் கிராதரும் நிஷாதரும் அரக்கரும் அவளை ஏற்றுக்கொள்ளவேண்டுமென்பதில்லை. நாம் ஏதோ சூழ்ச்சி செய்கிறோம் என்று எண்ணினால் அது நம்மீது மேலும் ஏளனத்தையே உருவாக்கும்” என்றார் யுதிஷ்டிரர். இளைய யாதவர் “நமக்கிருக்கும் ஒரே வழி அவள்தான்” என்றார்.

யுதிஷ்டிரர் மேலும் ஏதோ சொல்வதற்குள் சகதேவன் ஊடுபுகுந்து “மூத்தவரே, யாதவர் கூறுவது சரியென்று எனக்கும் தோன்றுகிறது. மாயை இன்றிருக்கும் தோற்றம் இத்தொல்குடிகளின் மூதன்னைக்குரியது. கொற்றவை ஆலயத்தில் குருதிபலி கொடுத்து வெறியாட்டெழுந்து அவள் வந்துநின்று வஞ்சம்கொளச் சொல்லி ஆணையிட்டால் இம்மக்கள் அவளை மறுக்கமாட்டார்கள்” என்றான். இளைய யாதவர் “மாயை வரட்டும். இங்கு கொற்றவை பூசனை நிகழட்டும். நன்று நிகழுமென்று எதிர்பார்ப்போம்” என்றார். யுதிஷ்டிரர் “எனக்கு நம்பிக்கை வரவில்லை என்றாலும் பிறிதொரு வழியில்லை என்பதையும் உணர்கிறேன்” என்றார். சாத்யகி தலைவணங்கி “ஆணை தலைக்கொள்கிறேன், அரசே” என்றான்.

சாத்யகி தன் அரண்மனைக்கு வந்தபோது தேர்முற்றத்திலேயே அரண்மனைக்குள் மைந்தரின் ஓசைகள் ஒலித்துக்கொண்டிருப்பதைக்

கேட்டான். சினத்துடன் கடிவாளத்தை ஏவலனிடம் கொடுத்துவிட்டு "என்ன ஓசை அங்கே?" என்றான். ஏவலன் தயங்கி "மைந்தர்கள் விளையாடுகிறார்கள்" என்றான். "விளையாடுகிறார்களா? விளையாடவா அவர்கள் இங்கு வந்தார்கள்? மூடர்கள்! இவர்களை என் குலத்தின் படைத்தொகை என்று அரசர் முன் நிறுத்திய நான் பெருமூடன்!" என்றபடி சாத்யகி படிகளில் ஏறினான். ஏவலன் குனிந்து அவன் காலணிகளைக் கழற்றுவதற்குள் "யாரங்கே, அசங்கா..." என்று கூவினான்.

உள்ளே ஒலிகள் நின்றன. அசங்கன் படிகளின்மேல் தோன்றி மெல்ல இறங்கிவந்து தலைவணங்கினான். "என்ன அங்கே ஓசை?" என்று சாத்யகி அதட்டினான். "ஒன்றுமில்லை" என்று அவன் சொன்னான். "ஒன்றுமில்லாமலா இந்த ஓசை?" என்று சாத்யகி கூச்சலிட்டான். அசங்கன் "இளையவன் விளையாட்டுக் காட்டுகிறான், மற்றவர்கள் சிரிக்கிறார்கள், அவ்வளவுதான்" என்றான். "என்ன விளையாட்டு?" என்று சாத்யகி கேட்டான். அசங்கன் பேசாமல் நின்றான். "சொல், அறிவிலியா நீ? என்ன விளையாட்டு?" என்று உரக்க கேட்டான் சாத்யகி. அவன் பேசாமல் நிற்க "இது என் ஆணை! சொல்!" என்றான்.

"அவன் யுதிஷ்டிரரை ஏளனம் செய்துகொண்டிருந்தான்" என்றான் அசங்கன். ஓசையெழ பற்களைக் கடித்து "ஆம், எண்ணினேன்" என்றான் சாத்யகி. அசங்கன் பதறி "மிகையாக அல்ல. மென்மையாகத்தான்" என்றான். "என்ன சொன்னான்?" என்றான் சாத்யகி. "அரசர் படைகளிடம் போர் வஞ்சினத்தை உரைத்ததும் அவர்கள் அனைவரும் கலைந்து சென்று சிறுகுழுக்களாக அமர்ந்து அந்த வஞ்சினத்தைப் புரிந்துகொள்ள முயல்வதாக சொன்னான். அதை விளங்கிக்கொள்ளும் பொருட்டு அறிஞர்களிடமும் சூதர்களிடமும் சென்று வினவுவதாக நடித்துக் காட்டினான்." சாத்யகி உடலெங்கும் நடுக்கம் பரவ கைகளால் மீசையை முறுக்கியபடி கூர்ந்து நோக்கி "உம்" என்றான். "அவ்வளவுதான்" என்றான் அசங்கன். "முழுமையாக சொல்!" என்றான் சாத்யகி.

"முழுமையாகவே..." என்று தொடங்கிய அசங்கன் "இன்னும் ஓரிரு செய்திகள்தான், தந்தையே" என்றான். "முழுமையாக சொல்" என்றான் சாத்யகி. "அவர்கள் அறிஞர்களிடம் சொன்னபோது அந்த வஞ்சின உரையை விரிவாக விளக்கி ஆளுக்கொரு நூல் எழுதி அளித்தார்கள். அந்த நூல்களைப் புரிந்துகொள்ளும் பொருட்டு அவர்கள் வேறுநாட்டு அறிஞர்களை நாடிச் சென்றார்கள். இறுதியில் அஸ்தினபுரிக்கே சென்று அங்கிருக்கும் அறிஞர்களிடம் அளித்தார்கள். அங்கிருக்கும் அறிஞர்கள் அந்நூல்களை விளக்கி மேலும் நூல்களை எழுதினார்கள். அதன்படி அஸ்தினபுரியின் அரசர் துறவு மேற்கொண்டு கமண்டலமும் கைத்தடியுமாக இமையமலைக்கு சென்றார். இந்திரப்பிரஸ்தத்தின் அரசர்

துறவு மேற்கொண்டு தென்திசை நோக்கி சென்றார். மக்கள் மகிழ்ச்சியாக வாழ்ந்தனர்."

சாத்யகி "உம்" என்றான். "அந்த வஞ்சினத்தை விளக்கும்பொருட்டு சூதர்களிடம் கேட்டபோது அதன் பொருளை ஆடலும் பாடலுமாக நடித்துக்காட்டினர். அதைத் தெளிவாக புரிந்துகொண்ட அனைவருமே உடனே அடுமனைகளுக்குச் சென்று உணவருந்தி மதுவுண்டு களித்து நகருக்குள் இறங்கி மகளிருடன் காதல் விளையாடத்தொடங்கினர். நாட்டில் மகிழ்ச்சி நிலவியது" என்று தாழ்ந்த குரலில் அசங்கன் சொல்லி "எல்லாம் விளையாட்டாகத்தான். அவன் கடுஞ்சொல் எதுவும் சொல்லவில்லை. நாங்கள் சற்று சிரித்து..." என்றான். "அவனை வரச்சொல்" என்றான் சாத்யகி. அசங்கன் "மிக இளையவன். அவனுக்கு இன்னும் அகவை முதிர்வே..." என்று தயங்க "வரச்சொல்" என்று உரத்த குரலில் சாத்யகி கூவினான்.

அசங்கன் உள்ளே சென்று சொல்ல மைந்தர்கள் ஒருவர் பின் ஒருவராக வந்தனர். "இளிவரல் நடித்தவன் எவன்? அவன் முன்னே வரட்டும்" என்றான் சாத்யகி. மைந்தர்கள் அசையாது நிற்க அசங்கன் "அவன் பிழை எதுவும் செய்யவில்லை. அவனிடம் நடித்துக்காட்டும்படி சொன்னது நானே. வேண்டுமென்றால் தாங்கள் என்னைத் தண்டிக்கலாம், தந்தையே" என்றான். "யாரை தண்டிப்பதென்று எனக்குத் தெரியும். முன்னால் வா" என்றான் சாத்யகி. சினி மெதுவாக முன்னால் வந்து நின்றான். அவனைப் பார்த்ததும் சாத்யகி தன்னையறியாமலே புன்னகை புரிந்தான். அதைக்கண்டு அவனும் புன்னகையுடன் தலை தூக்கி "நான் விளையாட்டாகத்தான்" என்றான்.

"அறிவிலி, அரசரையா ஏளனம் செய்வது?" என்றான் சாத்யகி. ஆனால் புன்னகையால் அவன் குரலில் வலு அழிந்துவிட்டிருந்தது. "நான் வேறு எவரும் இல்லாதபோதுதான்..." என்றான் அவன். சாத்யகி அவன் தோளில் கைவைத்து தன்னருகே இழுத்து உடலுடன் சேர்த்துக்கொண்டு "நாம் சிற்றரசர்கள், மைந்தா. உண்மையில் நாம் அரசர்களே இல்லை. கன்றோட்டும் யாதவர்குடி நாம். துவாரகை எழுந்த பின்னர் நாம் அரசர்கள் என்று சொல்லிக்கொள்கிறோம். சிற்றரசர்களுக்கு படைவீரர்களுக்குரிய விடுதலை இல்லை. அரசர்களுக்குரிய உரிமைகளும் இல்லை. நாம் சொல்வனவற்றுக்கு அரசர்களின் கூற்றுக்குரிய மதிப்பு உண்டு, அச்சொற்களை நிலைநாட்டும் ஆற்றல் நமக்கில்லை" என்றான்.

"பாரதவர்ஷம் முழுக்க சிற்றரசர்கள் அனைவரும் அரசர் என மாற்றுருக்கொண்டு கூத்து மேடையில் நடிக்கும் பாணர்கள்தான். பேரரசர் யயாதியின் உருக்கொண்டு கூத்துமேடையில் எழும் பாணன் யுதிஷ்டிரரை

அருகே வாடா மைந்தா என்று அழைக்க முடியுமா என்ன?” என்றான் சாத்யகி. சினி “அழைக்க முடியும், தந்தையே” என்றான். சாத்யகி “எப்படி?” என்றான். “மது அருந்தியிருக்க வேண்டும்” என்றான் சினி. சாத்யகி என்னசெய்வதென்றறியா தவிப்புடன் நோக்க அவன் மேலும் ஊக்கம் கொண்டு “அரசரும் மதுவருந்தியிருக்கவேண்டும்” என்றான். சாத்யகி உடைந்து சிரித்து “உங்களிடம் பேசுமளவுக்கு என்னிடம் சொற்களில்லை. இனி இளிவரல் என்றால் இந்த அறைக்குள் நிகழவேண்டும். ஏவலரோ காவலரோ அறியலாகாது” என்றபின் முகம் மாறி அசங்கனிடம் “நான் இன்றே இந்திரப்பிரஸ்தத்திற்குக் கிளம்புகிறேன். இங்குள அனைத்தையும் நீ முறைப்படி நிகழ்த்தவேண்டும்” என்றான்.

அசங்கன் “எங்களை இன்று அரசி அழைத்திருக்கிறார்கள்” என்றான். “அரசியா, எதற்கு?” என்று கேட்டதுமே சாத்யகி நினைவுகூர்ந்து “மெய்யாகவா?” என்றான். அசங்கன் “மெய்யாகவே அரசி என்னுடைய திருமணத்தை எண்ணுகிறார்கள் என்று தோன்றுகிறது” என்றான். சாத்யகி “ஆம், பேரரசி வெறுஞ்சொல் உரைப்பதில்லை” என்றான். “அதைத் தாங்கள் விரும்பவில்லையா, தந்தையே? நம் குடிக்கு அது உகந்ததல்ல என்று எண்ணுகிறீர்களா?” என்றான் அசங்கன். “என்ன பேச்சு பேசுகிறாய்? பாஞ்சாலத்து இளவரசியைக் கொள்வதென்பது நம் குடிக்குத் தெய்வங்கள் அளிக்கும் கொடை” என்றான் சாத்யகி. “பிறகு ஏன் அஞ்சுகிறீர்கள்?” என்றான் அசங்கன்.

“அஞ்சவில்லை. அவர்களுக்கு நிகராக அமரவேண்டுமே என்று எண்ணிப் பதறுகிறேன், அவ்வளவுதான்.” அசங்கன் “நான் அந்த இளவரசியை சந்திக்கிறேன். எனக்கு எந்தப் பதற்றமுமில்லை. நான் இப்புவியின் முதன்மை அரசனின் தொண்டன். இளைய யாதவர் பெயர் என் நாவில் உள்ளவரை எந்த அவையிலும் எனக்குத் தாழ்வுணர்ச்சியில்லை” என்றான். மெல்லிய உளக்கிளர்ச்சியுடன் அவன் விழிகளைப் பார்த்தபின் சாத்யகி “ஆம், உன் அகவையில் நானும் அவ்வாறுதான் இருந்தேன்” என்றான். “பாஞ்சாலத்தரசியை சென்று சந்தியுங்கள். அதற்கு முன் மூதன்னை குந்தியையும் சென்று வணங்கி வாழ்த்துகொள்ளுங்கள். நம் குடிக்கு மூதன்னை அவர். அவருக்கு அனைத்தும் இதற்குள் தெரிந்திருக்கும்.” அசங்கன் “ஆணை” என்றான். “நன்று நிகழட்டும்” என்றான் சாத்யகி.

7

சாத்யகி கிளம்பி மாளிகையிலிருந்து வெளியேவந்து புரவியில் ஏறும்பொருட்டு காலைத்தூக்கி சேணத்தில் வைத்தபோது ஓர் எண்ணம் எழுந்தது. புரவி உபப்பிலாவ்யத்தின் கோட்டையைக் கடந்ததும் நேராகச் செல்லும் மையப் பாதையில் இருந்து விலகி பக்கவாட்டில் சென்ற சாலையில் பெருநடையாக விரைந்தான். அது படைநகர்வுக்கென உருவாக்கப்பட்ட சாலை. மலைப்பாறைகளைப் போட்டு யானைகள் தூக்கி இடித்த பெருங்கற்களால் இறுக்கி உருவாக்கப்பட்டது. அதன் இருமருங்கும் குறுங்காடு முழுக்க படைகளின் பாடிவீடுகள் செறிந்திருந்தன. குரலோசைகளின் முழக்கமும், வண்டிகளும் படைக்கலங்களும் பிறவும் எழுப்பிய ஓசைத்திரளும், எங்கும் அசைந்த எரிபந்தங்களும், அவ்வொளியில் எரியெனத் தெரிந்த பாடிவீட்டுச் சுவர்களின் பரப்புமாக அது ஒரு பெருநகரின் மைய வீதி என்றே தோன்றியது.

பாஞ்சாலப் படைகளின் முகப்பில் அவர்களின் விற்கொடி பறந்தது. சாத்யகி முகப்பிலிருந்த படைவீட்டின் காவலனிடம் அவன் திருஷ்டத்யும்னனை சந்திக்க விழைவதை அறிவித்தான். வீரன் உள்ளே சென்றதுமே பாடிவீட்டுக்குள் இருந்து துருபதரின் இளையவரான சத்யஜித்தும் மைந்தன் சித்ரகேதுவும் வெளியே வந்தார்கள். சத்யஜித் உவகையுடன் சிரித்தபடி வணங்கி அருகணைந்து “வருக, யாதவரே... எங்கள் படையில்லத்திற்கு நீங்கள் வந்தது நல்நிகழ்வு” என்றார். சித்ரகேது “எண்ணியிருக்கவில்லை. ஒருமுறை உங்களை அழைத்து படையமைப்பைக் காட்டவேண்டும் என இளையவன் சொல்லிக்கொண்டிருந்தான்” என்றான். பந்தங்களின் செவ்வொளியில் அவர்களின் பற்களும் வெண்விழிகளும் மின்னின.

சாத்யகி குழப்பமான முகத்துடன் “ஆம், நான் வர எண்ணினேன்... இப்போது இந்திரப்பிரஸ்தத்திற்குக் கிளம்பிக்கொண்டிருக்கிறேன். அதற்கு முன் பாஞ்சாலரை சந்தித்துவிட்டுச் செல்லலாம் என்று எண்ணினேன்” என்றான். “பாடிவீட்டில்தான் இருக்கிறான். இளையவன் உடன் வந்து தங்களுக்குக் காட்டுவான்” என்றார் சத்யஜித். “இல்லை, ஏவலர் எவரேனும் வந்தால் போதும்” என்றான் சாத்யகி. “தங்களை ஏவலருடன் அனுப்புவதா? இளையோனே, செல்க!” என்று சத்யஜித் சொன்னார். சாத்யகி தவிப்புடன் அவர்களின் முகங்களைப் பார்த்தான். சித்ரகேது “வருக, யாதவரே!” என புரவிநோக்கி சென்றான்.

செல்லும் வழியில் சாத்யகி ஒரு சொல்லும் உரைக்கவில்லை. மணப்பேச்சு இளையவருக்கும் இளவரசருக்கும் தெரிந்திருக்கவில்லை என்று அவன் எண்ணினான். அவர்களிடம் விழிமாறுபாடுகள் இல்லை. தெரிந்தால் அவர்கள் எப்படி எதிர்வினைபுரிவார்கள்? இருமருங்கும் விரிந்திருந்த பாஞ்சாலப் படைகளை நோக்கிக்கொண்டே சென்றான். அவற்றிலிருந்த முற்றொழுங்கு அவனை அச்சுறுத்தியது. விழிதொடும் தொலைவுவரை எரிந்த பந்தங்கள் பெருநகர் ஒன்று பற்றிக்கொண்டுவிட்டதென காட்டின. ஆனால் வகுத்துக் கோடிட்டு நிறுத்தப்பட்ட தழல் அது. பாண்டவர்களின் படைகளில் எங்கும் அத்தகைய ஒழுங்கு இருக்கவில்லை. கிராதர்களும் நிஷாதர்களும் வெறும் ஆள்கூட்டம். அரக்கரும் அசுரரும் ஒழுங்கமைந்த படைகள் என்றாலும் அவற்றில் ஒரு ததும்பல் இருந்துகொண்டிருக்கும். தொல்குடி ஷத்ரியர் போருக்கென வாழ்ந்தவர் என சாத்யகி எண்ணிக்கொண்டான்.

திருஷ்டத்யும்னனின் பாடிவீடு ஓர் அரண்மனையளவுக்கே பெரிதாக இருந்தது. விற்கொடி துவண்ட பெரிய மூங்கில் கொடிமரத்திற்குக் கீழே நான்கு தேர்களும் ஏழு புரவிகளும் பந்த வெளிச்சத்தில் மெல்ல அதிர்ந்தபடி நின்றிருந்தன. காவலர்தலைவன் அவர்களைக் கண்டதும் சிறிய குழாய்க்கருவியை ஊதி அறிவிப்பை எழுப்பிவிட்டு வரவேற்கும்பொருட்டு முன்னால் வந்தான். சித்ரகேது காவலர்தலைவனிடம் சாத்யகியின் வரவை அறிவித்தான். அவன் உள்ளே சென்றதும் “நான் விடைகொள்கிறேன், யாதவரே. பிறிதொருநாள் நான் அழைத்துச்சென்று எங்கள் படையணிகளைக் காட்டுகிறேன்” என்றான். “இளையவனானாலும் அவன் படைத்தலைவன், நான் அவனுக்குக் கீழே படைகொண்டுசெல்பவன்” என்றபின் புரவியைத் திருப்பினான்.

ஓசையுடன் கதவு திறந்து திருஷ்டத்யும்னன் கைகளை விரித்தபடி வெளியே வந்தான். “வருக, யாதவரே! ஒவ்வொருநாளும் இங்கே உங்கள் வருகை நிகழவேண்டும் என்று எண்ணிக்கொண்டிருந்தேன்... வருக!” என்று தோள்தொட்டு அணைத்துக்கொண்டான். சாத்யகி அவனைத்

தழுவி "இங்கிருக்கிறீர்கள் என்று அறிவேன்... நான் ரிஷபவனத்திலிருந்து இன்றுதான் வந்தேன்" என்றான். "வருக..." என்று திருஷ்டத்யும்னன் அவனை உள்ளே அழைத்துச்சென்றான். சாத்யகி "நான் இவ்வழி இப்படியே இந்திரப்பிரஸ்தத்திற்கு செல்வதாக இருக்கிறேன். அதற்கு முன் உங்களிடம் பேசிவிட்டுப்போகவேண்டும் என்று தோன்றியது" என்றான். "ஆம், சொன்னார்கள். புலரிக்கு முன்னரே கிளம்பிவிட்டீர்கள்" என்றான் திருஷ்டத்யும்னன். "புலரிக்காகக் காத்திருக்க முடியாது. நீங்கள் இரவுறங்குவதில்லை என்று அறிவேன்" என்றான் சாத்யகி.

பாடிவீட்டின் மென்மையான பலகைச் சுவருக்கு அப்பால் பேச்சொலி கேட்டது. ஏவலன் வந்து "மூத்தவர்" என்றான். "வரச்சொல்க!" என்றான் திருஷ்டத்யும்னன். "மூத்தவர்கள் துணைப்படைத்தலைவர்களாகப் பணிபுரிகிறார்கள் என்று அறிந்தேன்" என்றான் சாத்யகி. திருஷ்டத்யும்னன் "ஆம், போரில் திறன் மட்டுமே அளவீடு" என்றான். கதவு திறந்து உத்தமௌஜன் உள்ளே வந்து வணங்கினான். அவனை சாத்யகி பார்த்திருக்கவில்லை என்றாலும் திருஷ்டத்யும்னனின் முகத்தை அடையாளம் கண்டான். "என் மூத்தவர் உத்தமௌஜன். இவரும் இவருக்கு இளையவராகிய விரிகரும்தான் இங்கே என் நேருதவிக்கு இருக்கிறார்கள். யுதாமன்யுவும் சுரதனும் தந்தையுடன் உள்ளனர்" என்றான் திருஷ்டத்யும்னன்.

"பாஞ்சாலத்தில் எவர் இருக்கிறார்கள்?" என்று சாத்யகி கேட்டான். "சத்ருஞ்சயனும் ஜனமேஜயனும் அங்கிருப்பார்கள். அவர்கள் நகர்நீங்காது காக்கவேண்டுமென்பது ஆணை" என்றான் திருஷ்டத்யும்னன். உத்தமௌஜன் "சுமித்ரனும் பாஞ்சால்யனும் அசுரர்படைப்பிரிவுகளுக்குத் தலைமைகொள்கிறார்கள் ஷத்ரியத் தலைமை இன்றி அவர்களால் அணிவகுக்க முடிவதில்லை" என்றான். "பிரியதர்சனும் துவஜசேனனும் என் படைகளுடன் உள்ளனர், என் இளையோன் குமாரதேவனும் உடனுள்ளான். எங்கள் மைந்தர்களும் போருக்கெழுந்துள்ளனர்" என்றான் திருஷ்டத்யும்னன். சாத்யகி "நன்று, போரினூடாகவே ஷத்ரியர் புகழ்பெற இயலும்" என்றான். உத்தமௌஜன் திருஷ்டத்யும்னனிடம் "படைப்பிரிவுகளுக்கான ஆணைகள் அனுப்பப்பட்டுவிட்டன. இன்று அந்தியில் படைக்காட்சிக்கு நீ செல்ல இயலுமா?" என்றான். "இல்லை, நான் இன்று அரசியை சந்திக்கச் செல்கிறேன்" என்று திருஷ்டத்யும்னன் சொன்னான். "நன்று, அதைக் கேட்கவே வந்தேன்" என்றான் உத்தமௌஜன். "மைந்தரை வரச்சொல்க, மூத்தவரே!" என்று திருஷ்டத்யும்னன் சொன்னான். "ஆம்" என்று சொல்லி சாத்யகியை வணங்கி வெளியே சென்றான் உத்தமௌஜன்.

“பாஞ்சாலரே, நான் உங்களை சந்திக்க வந்தது எதன் பொருட்டென்று அறிந்திருப்பீர்கள்” என்றான் சாத்யகி. “ஆம், சற்றுமுன்னர் பாஞ் சாலத்தரசியின் தூது வந்தது. அது செய்தியறிவிப்பு அல்ல, ஆணை. அதை எந்தையும் மீறமுடியாது” என்றான் திருஷ்டத்யும்னன். “நான் அதைபற்றிப் பேசவே வந்தேன்” என்ற சாத்யகி மூச்சுத்திணறினான். “அவ்வெண்ணத்தை நான் சரியாக சொல்லமுடியுமா என்று தெரியவில்லை” என்றபின் குழம்பி தொடர்பே இல்லாமல் “என் மைந்தரை இன்று பாஞ்சாலத்து அரசி இரவு விருந்துக்கு அழைத்திருக்கிறார்கள்” என்றான்.

திருஷ்டத்யும்னன் “ஆம், என் மைந்தரும் கிளம்பிச் சென்று கொண்டிருக்கிறார்கள். நானும் செல்லவேண்டும். இங்கே சற்று பணி உள்ளது. அதை முடித்துவிட்டு விருந்து முடிவதற்குள் சென்றுவிடுவேன்” என்றான். சாத்யகி தொடர்ச்சியை உருவாக்கிக்கொண்டான். “பாஞ் சாலரே, உங்கள் குடியுடன் மணவுறவென்பது யாதவர்களுக்கு இறைக்கொடைபோல. உங்கள் மகள் என் இல்லத்தவளாவதை நான் திருவெழுகை என்றே கருதுகிறேன். ஆனால்...” என்றபின் “நாம் எவ்வகை நண்பர்கள் என நாம் அறிவோம். நம் நட்பின் பொருட்டு நீங்கள் இதை ஒப்பவேண்டியதில்லை. உங்கள் குடிமேன்மைக்காக நீங்கள் இதை மறுப்பதை நான் புரிந்துகொள்வேன். அம்முடிவை நீங்கள் எடுத்தால் உங்கள் அணுக்கநண்பனாக நான் அதை முற்றாக ஆதரிப்பேன்...” என்றான்.

திருஷ்டத்யும்னன் சீற்றத்துடன் கைவீசி “என்ன பேசிக்கொண்டிருக்கிறீர்கள்? என்றும் முதிராதவராகவே இருக்க எண்ணமா?” என்றான். சாத்யகி “இல்லை” என்றான். “இதைப்பற்றி பேசவேண்டியதில்லை. நீங்கள் இனி பாரதவர்ஷத்தை ஆளப்போகும் இளைய யாதவரின் குலம். அவ்வெண்ணமாவது உங்களுக்கு வேண்டும்” என்றான் திருஷ்டத்யும்னன். சாத்யகி உளம் விம்ம “ஆம்” என்றான். “என் நண்பருக்கு மகள்கொடை அளிக்கும் நற்பேறென்றே கருதுகிறேன். அதையே அரசியிடமும் தெரிவித்தேன்” என்று திருஷ்டத்யும்னன் சொன்னான். “தங்கள் தந்தை...” என்று சாத்யகி தொடங்க “அவருக்கும் அதே எண்ணம்தான். மூத்தோர் எவருக்கும் மாற்று எண்ணம் இல்லை” என்றான் திருஷ்டத்யும்னன்.

சாத்யகி பெருமூச்சுவிட்டான். அவன் நெஞ்சு விம்மிக்கொண்டிருந்தது. அங்கிருந்து அப்படியே எழுந்து சென்றுவிடவேண்டும் என்று தோன்றியது. திருஷ்டத்யும்னன் “நான் உங்களை சந்திக்க விரும்பியது வேறொன்றின்பொருட்டு” என்றான். “நான் விரைந்த பயணமாக காம்பில்யம் வரை சென்றுமீள எண்ணுகிறேன்.” சாத்யகி நோக்க “அவளை சந்திப்பதற்காக” என்றான். சாத்யகி புன்னகைத்தான். “அவளிடம்

விடைபெறவேண்டும். பெண் என உண்மையில் அவளிடம் மட்டுமே நான் கடன்கொண்டிருக்கிறேன்" என்றான் திருஷ்டத்யும்னன்.

சாத்யகி சிரித்தபடி "ஒவ்வொரு ஆணும் ஏதோ ஒரு பெண்ணுக்கு மட்டும் திருப்பமுடியாதபடி கடன்பட்டிருப்பான் என்பார்கள்" என்றான். "ஆம், நான் சுஃப்ரைக்கு" என்ற திருஷ்டத்யும்னன் "நீங்கள்?" என்றான். "எனக்கு எவரிடமும் கடன் இல்லை. அடிமைகளுக்குக் கடன்கொள்ளும் உரிமை இல்லை" என்றான் சாத்யகி. "சென்று அவளிடம் சொல்லவேண்டும், மறுபிறப்பென ஒன்று உண்டு என. அவ்வளவுதான்" என்றான் திருஷ்டத்யும்னன்.

கதவு திறந்து இளையவர்கள் நால்வர் உள்ளே வந்தனர். சாத்யகி எழுந்து அவர்களில் இளையவன் தோளைத்தொட்டு தன்னருகே இழுத்துக்கொண்டு "இவன் கடைமைந்தன் அல்லவா? இவன் பெயர் மனாதன்தானே?" என்றான். "ஆம், இங்கு வந்து சிலநாட்களே ஆகின்றன. இங்கே நிறைய விளையாட்டு உள்ளது என்னும் மகிழ்ச்சியில் இருக்கிறார்கள்" என்றான். மனாதன் குனிந்து சாத்யகியைக் கால்தொட்டு வணங்கினான். "நலம் சூழ்க! வெற்றியும் புகழும் திரள்க!" என சாத்யகி வாழ்த்தினான். "மூத்தவன் திருஷ்டகேது. அடுத்தவன் க்ஷத்ரதர்மன். மூன்றாமவன் க்ஷத்ரஞ்சயன்" என்று திருஷ்டத்யும்னன் அறிமுகம் செய்தான். அவர்கள் கால்தொட்டு வணங்க சாத்யகி அவர்களை வாழ்த்தினான்.

"இன்று உங்கள் மைந்தர்களை சந்திக்கவிருக்கிறோம், தந்தையே" என்றான் திருஷ்டகேது. "ஆம், அவர்கள் யாதவர்கள். அரசமுறைமை அறியாதவர்கள். நட்பின்பொருட்டு நீங்கள் எல்லை கடக்கவேண்டும்" என்றான் சாத்யகி. "இந்தப் பதற்றத்திலேயே இருந்துகொண்டிருக்கிறீர்கள்" என்று திருஷ்டத்யும்னன் சொன்னான். "நான் கிளம்புகிறேன். நலம் சூழ்க!" என சாத்யகி எழுந்துகொண்டான்.

இந்திரப்பிரஸ்தத்தை நெருங்கும்வரை அது அஸ்தினபுரியின் ஆட்சியின் கீழ் உள்ளதென்பதையோ, போர் அணுகிக்கொண்டிருக்கும்போது பாண்டவர் தரப்பின் படைத்தலைவனாகிய அவன் அந்நகருக்குள் நுழைவது இயலாதென்பதையோ சாத்யகி எண்ணியிருக்கவில்லை. விரல் தொட்டதும் கிளம்பும் அம்பென ஆணை பெற்றதுமே செயலாற்றத் தொடங்குவதே அவன் இயல்பு. உபப்பிலாவ்யத்திலிருந்து கிளம்பி புரவிகள் மட்டுமே செல்லத்தக்க ஊடுவழிகளினூடாக மலைகளில் ஏறியிறங்கி, ஓடைகளைக் கடந்து, இரு இடங்களில் தோணிகளில் புரவியை ஏற்றி மறுபக்கம் சென்று மூன்றாம்நாள் முன்னிரவில் இந்திரப்பிரஸ்தத்தின் புறஎல்லையை அடைந்தான். இந்திரப்பிரஸ்தம்

அணுகுகிறது என்று அறிந்த பின்னரே அதற்குள் நுழைவதெப்படி என்ற எண்ணங்கள் உருவாயின.

புரவியை இழுத்து விரைவழியச் செய்து நிறுத்தி அதன்மேல் அமர்ந்தபடி எண்ணத்திலாழ்ந்தான். பின்னர் அருகிலிருந்த சிறு சுனையில் புரவியை நீரருந்தவிட்டு மரத்தடியில் கால்நீட்டி அமர்ந்து கண்களை மூடிக்கொண்டான். இந்திரப்பிரஸ்தத்தை சுற்றி கௌரவர்களின் பெரும்படை நிற்குமென்பதில் ஐயமில்லை. யுதிஷ்டிரர் எடுக்கத்தக்க படைநகர்வுகளில் ஒன்று விரைந்த தாக்குதலினூடாக இந்திரப்பிரஸ்தத்தை கைப்பற்றிக்கொள்வது. அங்கு மீண்டும் முடிசூடிக்கொண்டு தன்னை அரசனென அறிவித்து குருக்ஷேத்திரத்திற்குப் படைகொண்டு சென்றால் அஸ்தினபுரியின் வைதிகர்களும் அவரை ஏற்றுக்கொண்டாகவேண்டும். அது பாண்டவப் படைகளுக்கும் ஒரு உளத்தூண்டுதலாக அமையும். அதற்கு ஒருபோதும் இடமளிக்கமாட்டார்கள். அவ்வாறு முறைமை மீறி படைகொண்டு செல்வது யுதிஷ்டிரரின் இயல்பல்ல எனினும் அதற்கான எந்த வாய்ப்பையும் சகுனியும் கணிகரும் அளிக்கப்போவதில்லை.

எண்ண எண்ண எந்த வழியும் அவனுக்குப் புலப்படவில்லை. இந்திரப்பிரஸ்தத்திற்குக் காவல் நிற்கும் அஸ்தினபுரியின் படைவீரர்களுக்குத் தன் முகம் அறிமுகமாகியிருக்காது என்பதொன்றே ஆறுதலளிப்பதாக இருந்தது. அப்படைகளில் யாதவர்கள் இருந்தார்கள் என்றால் அதுவும் பொய்க்கும். ஆனால் இந்திரப்பிரஸ்தத்திற்குக் காவலாக யாதவப் படைகளை ஒருபோதும் அஸ்தினபுரியிலிருந்து அனுப்பமாட்டார்கள் என்று தோன்றியது. அவர்களின் மீது அத்தனை நம்பிக்கையை கணிகர் கொள்ள வாய்ப்பில்லை. இந்திரப்பிரஸ்தத்திற்கு வந்து நோக்கியபின், அதுவும் யாதவர்களின் நகரமே என்று அவர்கள் எண்ணக்கூடும். அதை உரிமைகொள்ளும் கனவு அவர்களில் எழலாம்.

அனைத்துக் கோணங்களிலும் எண்ணி எண்ணி சலித்த பின்னரும் ஒரு வழியும் தோன்றாமல் சாத்யகி எழுந்தான். புரவி நீரருந்திவிட்டு குறுங்காட்டுக்குள் மேய்ந்துகொண்டிருந்தது. அவன் எழுந்ததை உணர்ந்து திரும்பி நோக்கி என்ன என்று கேட்டது. வாயிலிருந்த புல்லை மென்றபடி மீண்டும் குனிந்து விலா சிலிர்க்க மேய்ந்தது. அவன் அதை அணுகி கடிவாளத்தைப்பற்றி ஏறி அமர்ந்த கணம் ஒன்று தோன்றியது, அவன் இந்திரப்பிரஸ்தத்திற்குக் கிளம்பிச் செல்லவேண்டுமென்று ஆணையிட்டபோது இளைய யாதவர் அந்நகருக்குள் நுழைவதைக் குறித்தோ மாயையுடன் மீள்வதைக் குறித்தோ எதுவும் சொல்லவில்லை. அவர் அவ்வாறு சொல்லாததே அவர் அனைத்தையும் முன்னரே உணர்ந்து வகுத்திருந்தார் என்பதற்கு சான்று. எப்போதும் செயலனைத்தையும் அவருக்கு அளித்து ஆற்றுவதொன்றே தன் கடனெனக் கொள்வது அவன்

இயல்பு. இதுவும் அவ்வாறே. செய்வதற்கொன்றே, தொடுக்கப்பட்ட அம்பு இலக்கு நோக்கிச் சென்று தைப்பதுபோல் இந்திரப்பிரஸ்தத்தை அணுகுவது.

அவன் இந்திரப்பிரஸ்தத்தின் முதற்காவல்மாடம் இருந்த குறுங்காட்டின் எல்லைக்குள் வந்தபோது காட்டுக்குள்ளிருந்து மெல்லிய சீழ்க்கையொலி கேட்டது. யாதவர்களுக்குரிய குழூஉக்குறி அது என்பதனால் அவன் புரவிக் கடிவாளத்தை இழுத்து நிறுத்தினான். புதர்களுக்குள்ளிருந்து அஸ்தினபுரியின் படைவீரர்களுக்குரிய ஆடை அணிந்த இரு வீரர்கள் தோன்றி அவனை அணுகினர். அவன் குழூஉக்குறிச் சொற்களால் அவர்கள் எவரென்று வினவினான். அதே சொற்களால் இளைய யாதவரால் அமர்த்தப்பட்ட ஒற்றர்கள் என்றனர். பெயர்களைச் சொல்லி அறிமுகம் அளிக்கவில்லை.

“இந்திரப்பிரஸ்தத்திற்குள் எவ்வாறு நுழைவதென்று எண்ணிக் கொண்டிருந்தேன்” என்று சாத்யகி சொன்னான். “தாங்கள் உள்ளே சென்று மீள்வதற்குரிய அனைத்தும் இங்கு முன்னரே ஒருக்கப் பட்டுவிட்டன, சிற்றரசே” என்று யாதவன் சொன்னான். “இந்தக் காடு எங்கள் கூர்நோக்கில் உள்ளது. வருக!” என்று அழைத்துச்சென்றான். புரவியிலிருந்து இறங்கி புதர்களுக்குள் மிக மெல்ல ஊர்ந்து அவர்கள் சென்றனர். குறுங்காடு மேலும் மேலும் அடர்வு கொண்டது. அதன்மேல் காற்று ஓடிக்கொண்டிருந்தது.

அங்கிருந்த சிறிய ஆலயமொன்றை அடைந்ததும் “இங்கிருந்து நகருக்குள் நுழைவதற்கான சுரங்கப்பாதை உள்ளது” என்று முதல் ஒற்றன் சொன்னான். “நெடுந்தொலைவாயிற்றே?” என்று சாத்யகி கேட்டான். “இல்லை, கிழக்காகச் சென்று நகருக்குள் நுழைந்து அரண்மனைக்கு வடக்கே உள்ள கொற்றவை ஆலயத்திற்குப் பின் திறக்கும். அங்கு உங்களைக்காத்து பூசகராகப் பணிபுரியும் நமது ஒற்றர் இருப்பார்” என்றான். சாத்யகி “இவ்வாறு கிழக்காகச் சென்றால் வழியில் யமுனை குறுக்கே வரும்” என்றான். “யமுனைக்கு அடியில் இந்தப் பாதை செல்கிறது” என்றான் ஒற்றன்.

சாத்யகி திகைத்து உதடுகள் பிரிய நின்றான். “அஞ்சவேண்டாம், சிற்றரசே. நதிப்படுகைக்கு அடியில் முற்றிலும் கற்களாலான குகைப்பாதை உள்ளது. அதன் பொருத்துகள் அனைத்தும் செம்பு உருக்கி இணைக்கப்பட்டவை. உள்ளே ஒரு துளி ஈரத்தை நீங்கள் உணரமாட்டீர்கள்” என்று இரண்டாம் ஒற்றன் சொன்னான். அவர்களுடன் சிற்றாலயத்திற்குள் சாத்யகி நுழைந்தான். அங்கிருந்த சிற்பப்பொறியை விலக்கி தரையில் வேயப்பட்டிருந்த கற்பலகை மேலெழ வைத்தான் ஒற்றன். சிறிய கற்படிகள் இருளுக்குள் இறங்கிச் சென்றன.

“நீங்கள் நுழைந்ததுமே இதை மூடிவிடுவோம். உள்ளே மிதமான வெளிச்சமும் மூச்சுக்குரிய காற்றும் உண்டு” என்றான் ஒற்றன். இரண்டாம் ஒற்றன் குடிநீர் நிறைந்த தோல்பையையும், புகையிலாது ஊன்நெய்யில் எரியும் பீதர்நாட்டு கைவிளக்கையும் அளித்தான். சாத்யகி தலையசைத்து படிகளிலிறங்கி உள்ளே சென்றான். மேலே சுரங்க வழி மூடப்பட்டது. இருவர் உடல் தொடாமல் செல்லுமளவுக்கு அகலம் கொண்டிருந்தது அப்பாதை. சுவர்களின் மேல்வளைவும் தரையும் கருங்கற்களால் ஆனவை. கற்கள் ஒன்றுக்கொன்று இடைவெளி இல்லாமல் மிகச் சரியாக பொருத்தப்பட்டிருந்தன. சிறிய வளைகளினூடாக காற்று உள்ளே வந்தது. பீதர்நாட்டுக் கைவிளக்கில் வெண்ணிறப் பளிங்குக் குழாய்க்குள் சுடர் எரிந்தது. அப்பளிங்குக் குழாயே அசைவிலாச் சுடர் என ஒளிர்ந்தது.

செல்லுந்தோறும் அந்தப் பாதைக்கு மேலும் அணுக்கமானவனாக ஆனான். பின்னர் சுரங்கப்பாதை குளிர்கொள்ளத் தொடங்கியது. பின் உடம்பு சிலிர்த்து கைவிரல்கள் உறையும் குளிர் சூழ்ந்தது. இப்போது தலைக்குமேல் மரக்கலங்கள் மிதந்து செல்லும் பெருநதியொன்று ஓடிக்கொண்டிருக்கிறது என்று எண்ணிக்கொண்டான். நாகங்களின் நிலத்தடிப் பாதை. மண்ணுக்கு அடியில் புகுந்ததுமே மேலிருக்கும் வாழ்க்கையும், அங்குள்ள பூசல்களும், நெறிகளும், அறங்களும் அனைத்தும் பிறிதொரு காலத்தைச் சார்ந்தவையாகத் தோன்றிடும் விந்தையை அவன் உணர்ந்தான். இங்கே சிலகாலம் வாழநேர்ந்தால் மீண்டும் மேலே செல்கையில் அங்கிருக்கும் எதனையும் புரிந்துகொள்ள முடியாமல் ஆகலாம்.

பின்னிரவில் அவன் மேலேறும் படிகளைக் கண்டுகொண்டான். அதில் ஏறி மேலே சென்று கற்பலகையில் தன் கையிலிருந்த கல்லால் குழூஉக்குறியில் தட்டி ஓசையெழுப்பினான். மேலிருந்து பலகை விலகி அங்கு நின்றிருந்த உயரமற்ற தடித்த உடல்கொண்ட பூசகர் அவனிடம் “மேலே வருக, யாதவ அரசே!” என்றார். அவன் மேலே வந்ததும் கொற்றவை பீடத்திற்கு பின்னால் இருந்த சிற்பப்பொறியை இழுத்து அப்பலகையை மூடினார். “தங்களைக் காத்து மூன்று ஒற்றர்கள் இங்கு நின்றிருக்கிறார்கள். அவர்களுடன் சென்று தாங்கள் எண்ணிவந்தது இயற்றலாம். ஒவ்வொன்றும் முன்னரே இங்கு ஒருக்கப்பட்டுள்ளது” என்றார் பூசகர்.

சிறுவழி ஒன்றினூடக கொற்றவை ஆலயத்தின் பின்புறம் சாத்யகி வெளியே வந்தான். அவனுடன் வந்த பூசகர் அங்கு பூசகர் தோற்றத்தில் காத்து நின்றிருந்த மூவரை அழைத்து “தங்கள் பணிக்காக இவர்கள்” என்று அறிமுகம் செய்தார். அவர்களும் தங்கள் பெயர் சொல்லி அறிமுகம் செய்துகொள்ளவில்லை. தலைவணங்கி “தங்கள்

பணிக்காக, அரசே” என்றனர். ஆலயமுகப்பில் ஏராளமான வீரர்கள் வழிபட்டுக்கொண்டிருந்தனர். பல்லக்குகளும் தேர்களும் ஆலயமுற்றத்தில் செறிந்திருந்தன. பின்பக்கம் அந்த இடம் மட்டும் பந்தங்கள் அணைந்து இருட்டாக இருந்தது. அப்பால் நின்றிருந்த புரவிகளை சாத்யகி கண்டான்.

ஒற்றர்கள் மிகவும் பயிற்சி பெற்றவர்களாக இருந்தார்கள். ஒரு சொல்லும் எடுக்காமலேயே அவர்கள் உரிய அனைத்தையும் விரைந்து செய்தனர். அஸ்தினபுரியின் படைவீரர்களுக்குரிய ஆடையை அவர்கள் அளிக்க சாத்யகி பெற்று அணிந்துகொண்டான். செவிமறைக்கும் தலைப்பாகை அணிந்து, கழுத்தில் சால்வையை சுற்றிக்கொண்டதும் அவன் முகத்தின் சிறு பகுதியே வெளித்தெரிந்தது. ஓசையில்லாமல் குதிரைகளிலேறி இந்திரப்பிரஸ்தத்தின் சாலையை அடைந்தனர்.

இந்திரப்பிரஸ்தத்தின் மைய அரண்மனைக்குத் தெற்காக அமைந்திருந்த ஊடுவழி அது. ஆனால் அஸ்தினபுரியின் அரசப்பெருஞ்சாலை அளவுக்கே இருந்தது. ஒப்புநோக்க இந்திரப்பிரஸ்தத்தின் சாலைகள் துவாரகையின் சாலைகளைவிடப் பெரியவை என்று சாத்யகி எண்ணினான். சாலையின் இருபுறமும் வெண்மாளிகைகள் ஒன்றுடன் ஒன்று நிகர் செய்தபடி அணிவகுத்திருந்தன. விண்ணிலிருந்து நோக்கும் கந்தர்வர்களுக்கு வெண்தந்தத்தாலோ பளிங்காலோ செதுக்கி அடுக்கப்பட்ட சிறு செப்புகள் என்று அவை தோன்றும். அங்கிருந்த கல்லும் மரமும் சுதையும் அவ்வாறு மாளிகையாவதற்கென்றே மண்ணில் தோன்றியவை போலிருந்தன. பழுதற்றவை, ஆகவே ஒன்றுடன் ஒன்று முற்றாக இணைபவை.

நோக்க நோக்க அம்மாளிகைகளின் அமைப்பிலிருந்த ஒத்திசைவு வியப்பூட்டியது. மேலும் நோக்குகையில் ஒவ்வொரு மாளிகையும் கொண்டிருந்த தனித்தன்மை மேலெழுந்தது. சாத்யகி செயல் அனைத்தையும் மறந்து சிறுவன்போல விழிமட்டுமாக மாறி சென்றுகொண்டிருந்தான். ஆனால் அனைத்து மாளிகைகளும் ஒருவகை இருளில் மூழ்கியிருப்பவைபோல் தோன்றின. முற்றங்களில் பந்தங்களும், பிறைகளிலும் பாவைகளிலும் அகல்களும் எரிந்தபோதிலும்கூட மேலாடையை இழுத்து முகத்தின் மேலிட்டு தலைகுனிந்து துயருடன் அமர்ந்திருக்கும் பெண்களின் நிரைபோலிருந்தன அவை.

அவற்றில் ஏராளமான மாளிகைகள் முன்னரே கைவிடப்பட்டவை என்றும் அவற்றில் அப்போது அஸ்தினபுரியின் படைவீரர்கள் குடியிருப்பதும் தெரிந்தது. தெருவெங்கும் நெரிந்துகொண்டிருந்த மக்கள் அனைவருமே அஸ்தினபுரியின் படைவீரர்கள் என்று அதன் பின்னரே புரிந்துகொண்டான். வீரர்களுக்குரிய உடையில் படைக்கலங்களுடன்

நிரைகளாகவும் கலைந்த சிறுகுழுக்களாகவும் சென்றுகொண்டிருந்தவர்கள், இயல்புடை அணிந்து மது அருந்தி உரத்த குரலில் பேசியபடியும் கைவீசி பாடியபடியும் சென்று கொண்டிருந்தவர்கள் அனைவருமே படைவீரர்கள்தான். அங்கு குடிகளே அப்போது இல்லையோ என்ற ஐயம் எழுந்தது.

அவ்வளவு பெரிய படையை அந்நகருக்குள் கொண்டுவந்து நிறைப்பதனூடாக ஒருவகையில் எவரையும் எவரும் அடையாளம் காண முடியாதபடி ஆக்கிவிட்டிருக்கிறார்கள் என்று அவன் எண்ணிக்கொண்டான். ஒருவர்கூட அவர்களை ஏறெடுத்து நோக்கவோ அடையாளம் காண முயலவோ இல்லை. மூன்று முறை சாலைகளைக் கடந்து வளைந்து மேலேறிச் சென்றனர். நகரத்தின் உச்சியில் அமைந்த இந்திரனின் பேராலயத்தில் விளக்குகள் எரிந்தன. விண்ணிலிருந்து கந்தர்வர்களின் ஊர்தியொன்று இறங்கி முகிலில் நின்றிருப்பதுபோல் தோன்றியது. மண்ணுடன் எத்தொடர்பும் இல்லாததுபோல. நகரம் தன் அனைத்து மாளிகைகளாலும் எழுந்து அதைப் பற்ற முயல்வதுபோல.

அத்தனை மாபெரும் நகரத்தை உருவாக்கினால் பின்னர் அதை காப்பதே எஞ்சிய நாளெல்லாம் அவ்வரசன் செய்வதாக இருக்கும் என்று சாத்யகி எண்ணிக்கொண்டான். இந்திரப்பிரஸ்தம் அதன் பேருருவாலேயே மானுடருக்குரியதல்லாததாக ஆகிவிட்டிருக்கிறது. அந்நகரில் எவரும் நிலைத்து வாழப்போவதில்லை. அவ்வெண்ணம் எழுந்ததுமே அவன் அகம் முழுமையாக எழுந்து ஆம் ஆம் என்றது. ஏன்? அதை விளக்க முடியாது. ஆனால் தன் தகுதிக்கு மீறி மானுடர் உருவாக்கிய எதுவும் நிலைத்ததில்லை. அப்படியென்றால் துவாரகை? அவன் நீள்மூச்சுடன் அந்த எண்ணத்தை அகற்றினான்.

இருமருங்கும் நான்கடுக்குப் பெருமாளிகைகள் நிரை அமைந்த அகன்ற வீதியொன்றை அவர்கள் அடைந்தனர். அஸ்தினபுரியின் படைத்தலைவர்கள் அங்கே குடியிருந்தனர் எனத் தெரிந்தது. அமுதகலசக் கொடியும் அங்கு குடியிருப்போரின் குலமுத்திரை கொண்ட கொடியும் இணையாகப் பறந்தன. மாளிகை முகப்புகளில் தேர்களும் பல்லக்குகளும் புரவிகளும் காத்து நின்றிருந்தன. சாலை நிறைத்து ஒரு படைப்பிரிவு பந்தவெளிச்சத்தில் சீராக ஒளிவிட்ட கவசங்களும் வாள்முனைகளும் வேல்முனைகளுமாக கடந்து சென்றது. பிறிதொரு சாலையிலிருந்து இருளொழுகுவதுபோல் இருபது யானைகள் இரும்புச் சங்கிலிகளின்றி அணிகளேதுமின்றி தெருவுக்குள் நுழைந்து ததும்பி அசைந்து கடந்து அப்பால் சென்றன.

முன்னால் சென்ற ஒற்றன் “இங்கிருந்து நேராகச் சென்றால் அரசமுதன்மைத் தோழியின் மாளிகை” என்றான். “அவர்கள் யமுனைக்கரையில் தனி

மாளிகையில் குடியிருப்பதாக அல்லவா சொன்னார்கள்?" என்றான் சாத்யகி. "ஆம், அங்குதான் இருந்தார்கள். ஆனால் யமுனைக்கரை முழுக்க இப்போது கடுமையான காவல் போடப்பட்டுள்ளது. அங்குள்ள அரசமாளிகைகள் அனைத்திலும் அஸ்தினபுரியின் படைத்தலைவர்கள் தங்கியிருக்கிறார்கள். ஆகவே சில நாட்களுக்கு முன் அரசியின் பெருந்தோழி இந்த மாளிகைக்குக் கொண்டுவரப்பட்டார். இங்கு பிற சேடியருடன் அவரும் தங்கியிருக்கிறார்" என்றான்.

"அங்கு செல்ல காவல் ஏதுமில்லையா?" என்று சாத்யகி கேட்டான். ஒற்றன் "பெரிதாகத் தடை இல்லை. முதல் சில நாட்களுக்குப் பின் படைத்தலைவர்கள் இப்பகுதியை மறந்துவிட்டார்கள். அரசப்பெருந்தோழி எவரென்றும் அவரது இடமென்னவென்றும் இவர்கள் எவருக்கும் தெரியாது. அவர்கள் பித்தெடுத்து நிலைமறந்த முதுமகள் என்று எண்ணுகிறார்கள்" என்றான். "அவர்கள் ஒவ்வொரு கருநிலவிலும் கோட்டைக்கு வெளியே கொற்றவைக்குப் பூசனை செய்வதுண்டு என்று அறிந்தேன்" என்றான் சாத்யகி. "ஆம், ஆனால் இப்போது இக்கோட்டைக்குள் எவரும் நுழைவதும் வெளியேறுவதும் முழுமையாகக் கட்டுப்படுத்தப்பட்டுள்ளது. அக்கொற்றவை ஆலயத்திலிருந்து சிறுசிலையொன்று கொண்டுவந்து இங்கு அரண்மனைக்குள்ளேயே நிறுவப்பட்டுள்ளது. பெருந்தோழி அச்சிலைக்கே குருதிபலி கொடுத்து வணங்குகிறார்கள்" என்றான் ஒற்றன்.

மாயையின் அரண்மனை முகப்பை அடைந்ததும் அவனை அழைத்து வந்த ஒற்றர்கள் முன்னால் சென்று அங்கு காவலுக்கு நின்றிருந்தவர்களிடம் தலைவணங்கி ஏதோ சொன்னார்கள். காவலர்களிடம் அவர்கள் கணையாழி ஒன்றைக் காட்ட காவலர் தலைவன் தலைவணங்கினான். அருகே வந்து சாத்யகியை வணங்கி "இங்கு எங்களுக்கு தங்கள் வரவைக் குறித்து ஆணை எதுவும் வரவில்லை, ஒற்றர்தலைவரே" என்றான். சாத்யகி ஒற்றனை நோக்க அவன் "இது சற்று முன் வந்த ஆணை. பெருந்தோழி இங்கிருந்து அகற்றப்படவேண்டும்" என்றபின் "அதன்பொருட்டே அஸ்தினபுரியிலிருந்து வந்திருக்கிறார்" என்றான். சாத்யகி தன்னிடமிருந்த கணையாழியைக் காட்ட காவலர்தலைவன் தலைவணங்கி "அவ்வாறே" என்றான்.

8

பிறை விளக்குகளின் சிறுசுடர்கள் நடுங்கி விரித்த ஒளியில் எழுந்து சுழன்ற நிழல்கள் தொடர காவலனுக்குப் பின்னால் சாத்யகி நடந்தான். அவனுக்குப் பின்னால் இரு ஒற்றர்களும் நிழல்களென ஓசையின்றி வந்தனர். அறைகள் அனைத்திலும் பெண்களிருப்பதை மெல்லிய பேச்சொலிகளிலிருந்து உணரமுடிந்தது. இரு வாயில்களில் முதுபெண்டிரின் தலைகள் எட்டிப்பார்த்தன. விழிகள் உணர்வுகளை உள்ளிழுத்துக்கொண்டு அணைந்திருந்தன.

படிகளிலேறி இடப்பக்கம் திரும்பி சிற்றறை ஒன்றின் வாயிலை அடைந்த பின் ஏவலன் திரும்பி மெல்லிய குரலில் "பெருந்தோழி இதற்குள்தான் இருக்கிறார். அவர் எவரிடமும் பேசுவதில்லை, பிறரை முகம் அறிவதுமில்லை. ஒவ்வொருநாளும் இரவெழுந்த பின்னரே உணவுண்கிறார். சேடியர் எவரும் அவரை அணுகுவதில்லை. முதுசேடி கர்த்தமை மட்டுமே அவருக்கு பணி செய்யமுடியும். அவரும் நாளுக்கு ஒருமுறை உணவை கொண்டுவந்து இங்கு வைத்துவிட்டு செல்வதைத் தவிர்த்தால் சொல்தொடர்பேதும் இல்லை" என்றான்.

ஒரு ஏவலன் சென்று கர்த்தமையை அழைத்துவந்தான். வறுமுலைகள் தொங்கி ஊசலாட கைகள் கால்கள்போல அசைய முதுகு வளைந்து நடந்துவந்த கர்த்தமை பழுத்த விழிகளால் சாத்யகியை நோக்கி உதட்டசைவால் "யார்?" என்றாள். "பேரரசி பானுமதியின் ஒற்றர், ஆணையுடன் வந்திருக்கிறார். பெருந்தோழியை அஸ்தினபுரிக்கு அழைத்துச்செல்கிறார்" என்றான் காவலர்தலைவன். அவள் அவன் உதடுகளைப் படித்தறிந்து கையசைவால் 'அவர் வரமாட்டார். அவரிடம் எந்த மானுடரும் எதையும் தெரிவிக்க இயலாது' என்று சொன்னாள்.

“இது எனக்கு அளிக்கப்பட்ட ஆணை” என்றான் சாத்யகி. “உள்ளே அழைத்துச்செல்லுங்கள், செவிலியே. அவர்கள் பேசிக்கொள்ளட்டும்” என்றான் காவலர்தலைவன்.

கர்த்தமை வருக என்று கைகாட்டிவிட்டு முன்னால் சென்றாள். சாத்யகி “இவ்வறைவிட்டு வெளியே செல்வதே இல்லையா?” என்றான். காவலன் “இரவில் அறையிலிருந்து கிளம்பி பின்பக்கம் இருக்கும் குளக்கரையிலும் குறுங்காட்டிலும் உலவி வருவார்கள். அதைப் பார்க்க அஞ்சி சேடியர் சாளரங்களை மூடிக்கொள்வார்கள். செவிலி மட்டும் மாளிகை முற்றத்திலேயே காத்து நின்றிருப்பதைக் கண்டிருக்கிறேன். பெருந்தோழி எவரையும் விழிநோக்குவதோ ஆளறிவதோ இல்லை” என்றான். “இரவில் விடியல்வரை உலவிக்கொண்டே இருப்பார்கள். பகலிலும் துயில்வதில்லை. சென்ற பதினைந்தாண்டுகளுக்கு மேலாக நான் அவர்களை ஒவ்வொருநாளும் பார்த்துவருகிறேன். அவர் துயின்று கண்டதேயில்லை.”

சாத்யகி மெல்லிய பதற்றம்கொண்டான். தன்னை மாயை அடையாளம் கண்டுகொள்ளவில்லை என்றால் என்ன செய்வது? அவள் தன்னை அடையாளம் காணும்பொருட்டு அவன் எந்தப் பொருளையும் கொண்டுவந்திருக்கவில்லை. எந்தக் குழூக்குறிச் சொல்லையும் இளைய யாதவர் கூறி அனுப்பியிருக்கவுமில்லை. ஏதேனும் வழி ஒற்றர்களிடமிருக்கக்கூடும் என்று எண்ணி அவர்களைத் திரும்பிப்பார்த்தான். அவர்கள் நிழல்கள்போல சற்று அப்பால் நின்றுவிட்டிருந்தனர். அந்த முகங்களில் எந்த உணர்வும் தெரியவில்லை.

கர்த்தமை கையசைவால் கதவைத் திறக்கலாமல்லவா என்றாள். சாத்யகி தலையசைத்தான். கர்த்தமை மெல்ல கதவைத் திறந்து உள்ளே சென்றாள். சாத்யகி ஒருகணம் தயங்கியபின் அறைக்குள் சென்றான். அது நீளமான பெரிய அறை. அதன் மறு எல்லையில் அமர்ந்திருந்த மாயையை அவன் சிலகணங்கள் கழித்தே மானுட உரு என்று அடையாளம் கண்டான். ஐந்து கரிய வேர்கள் என கூந்தல் சரிந்து அவள் அமர்ந்திருந்த பீடத்தில் விழுந்து பரவியிருந்தது. சடைத்தொகையின் பரப்பால் முகம் நிழலுக்கு அடியிலென மறைந்திருந்தது. செந்நிறப் பட்டாடை அணிந்த உடல் மெலிந்து குறுகி அந்த சடைத்தொகையின் எடையைத் தாங்கமுடியாதது என மஞ்சத்தில் தொற்றியதுபோல் அமர்ந்திருந்தது.

அவள் காற்றிலாடும் முட்புதர்போல மெல்ல அசைந்தபடி தாழ்ந்த குரலில் முட்களில் காற்று சீறும் ஒலியில் எதையோ சொல்லிக்கொண்டிருந்தாள். அவ்வசைவினாலேயே அவள் மனித உருவென விழிக்கு காட்டினாள்.

சாத்யகி மூச்சை அமைத்துக்கொண்டு மேலும் ஓரடி முன்னெடுத்து வைத்தான். அசைவுகளை அவள் அறியவில்லை. அந்த அறையில் அவர்கள் இருப்பதையே அவள் அறியவில்லை என்று தோன்றியது. இரு கைகளையும் மஞ்சத்தில் ஊன்றியிருந்தாள். அவையும் கருகி மெலிந்து அந்தச் சடைக்கற்றைகள் போலவே வேர்களெனத் தெரிந்தன.

அறைக்குள் சிறு பிறையிலெரிந்த விளக்கின் ஒளியில் அவளுடைய நிழல் எழுந்து எதிர்சுவரில் பேருருக்கொண்டு மடங்கியிருந்தது. கர்த்தமை அருகணைந்து கைவீசி முனகலென ஒலியெழுப்பி உங்களைப் பார்க்க வந்துள்ளார் என்றாள். அவ்வசைவும் ஒலியும் இருளில் என அவளை உடல்கடந்து அப்பால் சென்றன. கர்த்தமை மும்முறை சொல்லிவிட்டு சாத்யகியிடம் குறிப்பால் இனி நீங்கள் சொல்லுங்கள் என்றபின் வெளியே சென்றாள். கதவை அவள் மெல்ல மூடும் ஓசை கேட்டது. சாத்யகி மஞ்சத்தில் ஊன்றிய உள்ளங்கைகளைப் பார்த்தான். உகிர்கள் எழுந்து உள்நோக்கி வளைந்திருந்தன. தலை குனிந்திருந்தமையால் கண்களோ முகமோ தெரியவில்லை.

மூச்சொலிபோல அவள் கூறிக்கொண்டிருந்தது என்ன சொல்லென்று அவனால் அறியமுடியவில்லை. செவிகூர்ந்தபடி அறியாமல் மேலுமிரு எட்டுகள் முன்னகர்ந்தான். சீரான அசைவுடன் அவள் ஊழ்கத்திலென இருந்தாள். ஒரு சொல் உள்ளத்தை நெடுந்தொலைவுக்கு எடுத்துச் சென்றுவிட முடியும் என்று சாத்யகிக்கு வில் கற்பித்தபோது அர்ஜுனன் சொன்னான். மீள மீள சொல்லப்படுகையில் சொல் பொருளிழக்கிறது. முடிவிலாது சொல்லப்படுகையில் அதுவே ஒரு மொழியென மாறுகிறது. முடிவில் அனைத்தையும் தன்னில் சூடிக்கொள்கிறது. “மொழியைத் துறப்பதற்கு ஒரு சொல்லைப் பற்றிக்கொள்வதே உகந்த வழி. இங்கிருந்து சென்றவர்கள் அனைவரும் ஒரு சொல்லை சரடெனப் பற்றிக்கொண்டு தொற்றி மேலேறியவர்களே.”

உளம் பிறழ்ந்தோர் அனைவரும் அதேபோல ஒற்றைச் சொல்லில் அமைந்திருப்பதை நினைவுகூர்ந்தான். ஊழ்கத்தில் அமைந்த படிவரை முடிவிலி வரை கொண்டு செல்லும் ஒற்றைச் சொல் இவர்களை முடிவிலாத காலத்தில் ஒற்றைப் புள்ளியில் கட்டிப்போடுகிறதா என்ன? சொல்ல சொல்ல விரிந்து பரவாது அழுத்தம் கொண்டு, எடை மிகுந்து, அவர்கள் மேல் அமர்ந்திருக்கிறதா? அவன் வெளியே செல்ல விழைந்தான். அந்தப் பணிக்குத் தன்னை ஏன் இளைய யாதவர் அனுப்பினார் என்று ஐயுற்றான்.

அவளைப் பற்றி, கைகளை ஆடையால் கட்டி, தூக்கிக்கொண்டு தேரி ஏற்றிச் சென்றுவிடமுடியுமா என்று ஓர் எண்ணம் எழுந்தது. மறுகணமே

அச்சத்தில் அவன் உடல் மெய்ப்பு கொண்டது. போரிலும்கூட தனக்கு நிகரான உளநிலை கொண்டவர்களையே மனிதர்களால் எதிர்கொள்ளமுடியும். படைக்கலம் ஏந்தி எதிர்நிற்கும் உடலுக்குள் உறையும் உள்ளமென்ன என்பதை உணர்ந்தாலொழிய போரிட இயலாது. பித்தர்கள், படிவர்கள், உளமாயம் கற்றவர்கள் எதிர்கொள்ள இயலாதவர்கள். இங்கிருக்கும் இச்சிறு உடல் அமர்ந்திருக்கும் அந்த எடை மிகுந்த மரப்பீடத்தை இரு கைகளாலும் தூக்கித் தன் மேல் அறையக்கூடும். சுவர்களில் கால்வைத்து எழுந்து வௌவால்போல் இவ்வறைக்குள் சுற்றிவரக்கூடும். கூருகிர்களைத் தன் கழுத்தில் பதித்து தசைபிளந்து குருதியுண்ணக்கூடும்.

உடலென்பது உள்ளே உறைவதன் ஒரு தோற்றம் மட்டுமே. இவ்வாறாகத் தன்னை வற்றவைத்து, கருகவைத்து, சடைத்தொகை சூடி, இவ்வுடல் தன்னை முற்றாக இங்கிருந்து விலக்கிக்கொண்டிருக்கிறது. ஏனெனில் உள்ளம் மிக அப்பால் எங்கோ இருக்கிறது. முற்றிலும் வேறொன்றாக. அங்கிருப்பது ஒரு முதுமகள் அல்ல. வஞ்சினம் கொண்ட அறியாத கொலைத்தெய்வம் என்று தோன்றியது. அந்த ஐம்புரிச்சடை பதினைந்து ஆண்டுகள் பசுங்குருதி பூசி கொழுப்பு படிந்து உருவானது. அவ்வெண்ணம் எழுந்ததுமே அவன் முதுகெலும்பு கூச கண்கள் நீர்மை கொள்ள ஒரு விதிர்ப்பு உள்ளங்காலிலிருந்து தலை வரை கடந்து சென்றது. பற்கள் ஒன்றுடன் ஒன்று உரசி கிட்டித்த ஓசை எழுப்புவதை உணர்ந்தான். விழுந்துவிடப்போவதுபோல் நிலைதடுமாறினான். பின்னர் திரும்பி அறைவாயிலை நோக்கி செல்லப்போனான்.

அவ்வெண்ணம் எழுந்ததே ஒழிய அவன் உடல் அசையவில்லை. ஆனால் அவ்வெண்ணத்தால் உள்ளம் திசைமாறியதனால் அதுவரை அவளிடமிருந்து கேட்டுக்கொண்டிருந்த அச்சொல் சற்றே கோணம் மாறி பொருள் கொண்டது. அவள் குருதி என்றுதான் சொல்லிக்கொண்டிருந்தாள். அச்சொல்லை மூன்று ஒலியலகுகளாகப் பிரித்து மூன்றையும் நீட்டி விட்டிருந்தமையால் அது பிறிதொன்றென ஒலித்தது. "ரா—க்தா—ஹா!" அச்சொல்லே சிவப்பாக, பச்சைவீச்சத்துடன் இருந்தது. "ரக்தஹ! ரக்தஹ! ரக்தஹ!" என்று அவள் உடலிலிருந்து ஓசையெழுந்தது. அவ்வொலியில் ஏறி அவள் ஊசலாடிக்கொண்டிருப்பதுபோல. அவ்வொலி அவளிடமிருந்து எழுந்து சிவந்த சிறகுகளுடன் அவளைச் சுற்றி ரீங்கரித்து பறப்பதுபோல.

அறைக்குள் புகுந்த காற்றில் சுடரசைய அவள் நிழல் பொங்கி மேலெழுந்து கூரையில் வளைந்து மீண்டும் இணைந்தது. சாத்யகி மீண்டும் திரும்பிவிடும் எண்ணத்தை அடைந்தான். ஒன்றும் செய்வதற்கில்லை என உணர்ந்த அக்கணமே இளைய யாதவரின் நினைவெழுந்தது. இது எனக்கிடப்பட்ட

ஆணை. எந்நிலையிலும் இதன்பொருட்டே நின்றிருக்கவேண்டியவன் நான் என்று அவன் தனக்கே சொல்லிக்கொண்டான். எப்போதும் அவனுள் உறைந்த எண்ணமாயினும் அதை சொற்களென உள்ளத்தில் தொகுத்துக்கொண்டபோது அவனுக்கு உறுதியையும் தெளிவையும் அளித்தது.

சீராகக் கால்களை எடுத்து வைத்து முன்னால் சென்றான். அவள் முன் நின்று "அன்னையே!" என்று அழைத்தான். அவள் அவன் குரலைக் கேட்கவில்லை. அவன் மேலும் ஓரடி முன்னால் எடுத்து வைத்து "அன்னையே!" என்றான். அவள் தன்னை அறியவில்லை என்று உணர்ந்தபின் "அன்னையே, நான் இளைய யாதவரின் தூதன்!" என்றான். நீர்ப்பாவை விரல்தொட்டுக் கலைவதுபோல அவளில் அச்சொல் எழுப்பிய அசைவை அவன் கண்டான். அவள் விழிதூக்கி அவனைப் பார்த்தாள். "யார்?" என்றாள். விலங்குகளுக்குரிய நாதெளியா குரல். "யார்?" என்று அவள் மீண்டும் கேட்டாள்.

அவள் விழிகள் குருதி கசிய வெட்டிவைக்கப்பட்ட இரு தசைத் துண்டுகள்போலிருந்தன. வாய் கரிய பற்களுடன் வற்றிய உதடுகளுடன் சேற்றுக்குழி போலிருந்தது. வடிக்கப்பட்ட காதுகள் தசைவளையங்கள் வற்றி, தோல் வார்களென அவள் தோளில் கிடந்தன. "யார்?" என்று அவள் கேட்டாள். மேலுமுரக்க "யார்?" என்றாள். இரு கைகளையும் மஞ்சத்தில் ஓங்கி அறைந்து முழங்காலை ஊன்றி எழுந்து அவ்வறையை நிரப்பிய பெருங்குரலில் "யார்?" என்றாள். சாத்யகி "நான் இளைய யாதவரின்..." என்றான். அவன் அச்சொற்றொடரை முடிப்பதற்குள் அவள் உடல் நடுங்க இரு கைகளையும் நீட்டி "யாதவரே, நீங்களா?" என்றாள்.

"அன்னையே..." என்று அவன் மீண்டும் சொல்லெடுப்பதற்குள் "யாதவரே, வந்துவிட்டீர்களா? அந்தப் பொழுது அணைந்துவிட்டதா?" என்றாள். அதற்கென்ன மறுமொழி சொல்வதென்று அவனுக்கு தெரியவில்லை "யாதவரே! யாதவரே! யாதவரே!" என்று அவள் கூவினாள். தன் நெஞ் சில் வலக்கையால் ஓங்கி அறைந்து "இத்தருணத்திற்காகக் காத்திருந்தேன். இதற்காகத்தான். என் கடன் முடிந்தது! யாதவரே, என் கடன் முடிந்தது! இதோ என் கடன் முடிந்தது!" என்று வீறிட்டாள். பின்னர் காற்றில் கண்காணாதெழுந்த ஒரு காலால் நெஞ்சில் உதைக்கப்பட்டவள்போல மல்லாந்து தெறிந்து விழுந்தாள். இரு கைகளும் மஞ்சத்தில் அறைந்தபடி துடித்தன. கால்கள் வலிப்பு கொண்டு இழுத்துக்கொண்டன. அவள் அணிந்திருந்த செம்பட்டு ஆடை விலக வற்றிச் சுருங்கிய வறுமுலைகளும் தசைவழிந்து எலும்புகளென ஆகிவிட்டிருந்த கால்களும் தெரிந்தன. "ரக்தஹ! ரக்தஹ!" என்று மீண்டும் சொல்லத்தொடங்கினாள். தலையை

இருபுறமும் அசைத்தபடி கடும்வலியில் துடிப்பவள்போல அச்சொல்லைக் கூறிக்கொண்டிருந்தாள்.

சாத்யகி மேலும் முன்னகர்ந்து பீடத்தில் கையூன்றி அவள் மேல் குனிந்து "அன்னையே, தாங்கள் என்னுடன் வரவேண்டும். இப்போதே கிளம்பவேண்டும்" என்றான். "ஆம், குருதியின் தருணம்... யாதவரே, நீர் வேள்விநிலையில் எரிகூட்டிவிட்டீர்" என்று மாயை சொன்னாள். எழுந்து சேக்கையை கைகளால் அறைந்தபடி "ஆஆஆ!" என வீறிட்டாள். அலையலையாக அவளுக்குள் இருந்து அந்த ஓலம் எழுவதைக் கண்களால் காணமுடிந்தது.

சாத்யகி மாயையுடன் உபப்பிலாவ்யத்திற்கு திரும்பி வந்தபோது அவனைக் கோட்டைக்கு வெளியிலேயே சுரேசர் படைத்தலைவர் சிம்மவக்த்ரருடன் எதிர்கொண்டார். அவன் புரவியிலிருந்து இறங்கி சுரேசரை வணங்கி "அமைச்சருக்கு வணக்கம். அழைத்து வந்துள்ளேன்" என்றான். "வழியில் இடர் ஏதுமில்லையே?" என்று அவர் கேட்டார். "இல்லை, முழுப்பொழுதும் துயிலிலென இருந்தார். ஆனால் அவர் துயில்கொள்வதில்லை. உடலில் அசைவு ஓய்வதோ உதடுகளில் ஊழ்கச் சொல் அமைவதோ இல்லை" என்றான் சாத்யகி.

சுரேசர் "உடன் எவர் இருக்கிறார்கள்?" என்று பின்னால் வந்துகொண்டிருந்த மூடுதேரைப் பார்த்தபடி கேட்டார். "கர்த்தமை என்ற அவருடைய சேடி மட்டும்தான். ஆனால் அதற்கும் தேவையில்லை என்றார்கள். நான் அழைத்தபோது அவரே என்னுடன் வந்து மூடுதேரில் ஏறிக்கொண்டார். அங்குள்ள ஒற்றர்கள் அனைத்தையும் ஒருக்கியிருந்தமையால் இந்திரப்பிரஸ்தத்தின் பின்வாயிலினூடாக காட்டிற்குள் எளிதில் புகுந்தோம்" என்று சாத்யகி சொன்னான். சுரேசர் "ஆம், அவர்கள் அனைவரும் ஏற்கும் கணையாழி அது. அதற்குமேல் அஸ்தினபுரியில் ஆணைகொண்ட கணையாழி ஒன்றே" என்றார்.

சாத்யகி புருவங்கள் சுருங்க "அது எந்தக் கணையாழி என்று நான் பார்க்கவில்லை. பேரரசி பானுமதியின் ஆணை என்றனர்" என்றான். "ஆம், அவருடையதே" என்றார் சுரேசர். "ஒற்றர்களிடம் அது எவ்வாறு வந்தது? பொய்யாகச் செய்தார்களா?" என்றான் சாத்யகி. "இல்லை, அதிலிருக்கும் அந்த அருமணி பிறிதொன்றிலாதது. அரசியே இளைய யாதவரின் ஒற்றரிடம் அளித்தார். இன்று மாலை அதைத் திரும்ப கொண்டுசென்று அளித்துவிடுவார்கள். இப்பணியின் பொருட்டே அது அளிக்கப்பட்டது" என்று சுரேசர் சொன்னார்.

சாத்யகி மூடுதேர் வந்து திரும்பி விரைவழிந்து நிற்பதைப் பார்த்தபின் "அதை ஏன் அஸ்தினபுரியின் அரசி செய்யவேண்டும்?" என்றான்.

“பெருந்தோழி இந்திரப்பிரஸ்தத்தில் இருப்பது ஒரு அழியாப் பழிச்சொல் உடல்கொண்டு உடனிருப்பதுபோல. அதை எவ்வகையிலேனும் விழிமுன் இருந்து விலக்க முயல்வது குலமகள்களின் இயல்புதானே?” என்றார் சுரேசர். சாத்யகி தலையசைத்தான். “நீங்களே பார்க்கலாம், மானுட உருக்கொண்ட ஒரு பழிச்சொல்போலத்தான் அவர் தோற்றமளிக்கிறார்” என்றார் சுரேசர். சாத்யகி “ஆம், அவரை விழிநிலைக்க நோக்க முடியாது நம்மால்” என்றான்.

சிம்மவக்த்ரர் “ஐந்தாண்டுகளுக்கு முன் நான் ஒருமுறை பார்த்திருக்கிறேன். அன்று அவரின் விழிகளை நோக்கிய முதல்கணமே திகைத்து கால்நடுங்கி அருகிருந்த சுவரைப் பற்றிக்கொண்டேன். சென்ற சில மாதங்களில் மேலும் மேலும் வற்றி உருவழிந்துகொண்டிருக்கிறார் என்று சொன்னார்கள்” என்றார். தேர் நின்று அதன் காவலன் வந்து அருகே நின்றான். சிம்மவக்த்ரர் “மூடுதேரைத் திறக்க வேண்டியதில்லை. இங்கிருந்தே அவர்களுக்கு ஒருக்கப்பட்ட மாளிகைக்குக் கொண்டு செல்வோம்” என்றார். சுரேசர் கையசைத்து அவருக்கு ஆணைகொடுக்க சிம்மவக்த்ரர் தேரை அணுகி அதன் பாகனிடம் ஓரிரு சொற்கள் பேசிவிட்டு முன்னால் செல்ல, தேர் அவருக்குப் பின்னால் சென்றது.

சுரேசர் “வருக!” என்று சாத்யகியின் தோளைத் தட்டியபடி தன் புரவியில் ஏறிக்கொண்டார். இருவரும் மென்நடையில் நகருக்குள் நுழைந்தார்கள். சாத்யகி “இந்திரப்பிரஸ்தம் அஸ்தினபுரியின் படைகளால் நிறைக்கப்பட்டுள்ளது, அமைச்சரே. இறந்த விலங்கின் உடலில் ஈக்கள் மொய்ப்பதுபோல என்று எனக்கு அங்கிருக்கும்போது தோன்றியது. அனைத்துத் தெருக்களும் படைவீரர்களால் நிறைந்துள்ளன. அனைத்து இல்லங்களும் பாடிவீடுகளாக மாறியுள்ளன. மக்கள் அங்கிருப்பதாகவே தெரியவில்லை” என்றான்.

சுரேசர் “மக்களில் பெரும்பகுதியினர் இங்கு வந்துவிட்டனர். அங்கிருப்பவர்கள் எளிய குடியினர் மட்டுமே. ஆகவே பெரிய மாளிகைகள் அனைத்தையும் அஸ்தினபுரியின் படைகள் எடுத்துக்கொண்டுவிட்டன. சூதர்களும் வணிகர்களும் பணியாட்களுமே அங்கிருக்கிறார்கள். அவர்கள் பணிவை இயல்பிலேயே கற்றவர்கள். எனவே எவர் மாறினாலும் அவர்களால் அங்கிருக்க முடியும்” என்றார். அவர்கள் உபப்பிலாவ்யத்தின் தெருவினூடாக அலையில் மிதப்பவர்கள்போல சென்றனர். சாத்யகிக்கு அதுவரை இல்லாதிருந்த துயில் வந்து விழிகளை அழுத்தியது. அங்கிருந்து தன் மாளிகைக்கு எத்தனை காலடித்தொலைவு என்று உள்ளம் கணக்கிட்டது.

“நேற்று மாலை உங்கள் மைந்தர்களை பேரரசி திரௌபதி தன் அரண்மனைக்கு அழைத்திருந்தார். திருஷ்டத்யும்னன் தன் அரசியருடனும்

மகளுடனும் மைந்தர்களுடனும் வந்திருந்தார். அவர்கள் இரவு நெடுநேரம் வரை விருந்து கொண்டாடினர். நான் உடன் இருந்தேன்” என்றார் சுரேசர். “திருஷ்டத்யும்னன் உங்கள் முதல் மைந்தரால் உளநிறைவடைந்திருப்பதாக எனக்குத் தோன்றியது. இளவரசிக்கும் அவரை விரும்ப இயன்றதென்று அவர்களின் முகம் காட்டியது.”

சாத்யகி துயிலில் ஆழ்ந்துகொண்டிருந்தான். சுரேசர் அதை உணரவில்லை. “அரசகுடிகள் தங்கள் உணர்வுகளை வெளிக்காட்டுவதில்லை என்றாலும் என்னைப்போன்ற அணுக்கர்களால் சிறுசெயல்கள் வழியாக அதை உணரமுடியும். விருந்தின் தொடக்க நாழிகைக்குப் பின் இளவரசி விழிதூக்கி ஒருமுறைகூட நேருக்கு நேராக உங்கள் முதல் மைந்தரை பார்க்கவில்லை. ஆனால் உதடுகளில் ஒரு புன்னகை இருந்தது” என்றார் சுரேசர். சாத்யகி விழித்துக்கொண்டு மெல்லிய பதற்றத்துடன் “என்னால் இதை இன்னமும்கூட சரியாக புரிந்துகொள்ள இயலவில்லை. துருபதர் இதற்கு முழுதுளத்துடன் ஒப்புவாரா? பின்னர் பேச்சு எழக்கூடுமா?” என்றான்.

“இன்று காலை திருஷ்டத்யும்னன் துருபதரை சென்று பார்த்து இரண்டு நாழிகைப்பொழுது உரையாடியிருக்கிறார்” என்றார் சுரேசர். “அவர் என்ன சொன்னார்?” என்றான் சாத்யகி. “உரையாடலுக்குப் பின் திருஷ்டத்யும்னன் படைமுகப்புக்கு சென்றுவிட்டார். துருபதர் படைநகர்வு ஓலைகளைப் படித்துக்காட்டச் சொல்லி ஆணைகளைப் பிறப்பித்தார். அதன்பின் உணவுண்டு ஓய்வெடுத்தார்” என்றார் சுரேசர். சாத்யகி அமைச்சரின் தோளைத்தொட்டு “அவரது எண்ணமென்ன?” என்றான்.

சுரேசர் சிரித்து “அதைத்தானே சொன்னேன்? மாற்று எண்ணமிருந்தால் உடனடியாக அலுவல்களுக்கு செல்வாரா? இந்தத் திருமணத்தை நிறுத்துவதற்கு என்ன செய்வது என்றல்லவா பார்ப்பார்? அவர் சினம் கொள்ளவில்லை என்பதே அவரும் ஏற்றுக்கொண்டுவிட்டார் என்பதைத்தான் காட்டுகிறது” என்றார். சாத்யகி “அவர்கள் தொல்குடி ஷத்ரியர். நாங்கள் இப்போதுதான் அரசு என ஒன்றை அமைத்து முடிசூடி அமரத்தொடங்கியிருக்கிறோம். இணையானவர்களிடம் மட்டுமே பெண்கொள்ள வேண்டுமென்று எங்கள் மூதாதையர் சொல்வார்கள்” என்றான்.

சுரேசர் “அது யாதவ குடியினருக்குரிய சிறுநெறி, அரசர்களுக்குரியதல்ல. அரசர்களின் திருமணமென்பது ஒவ்வொருமுறையும் அவர்களைவிட மேலானவர்களிடமே அமையவேண்டும். எவ்வளவு மேலானவர்களுடன் அமைகிறதோ அந்த அளவுக்கு நல்லது. யாதவரே, குருதியால்

இணைவதுபோல அரசுகளும் படைகளும் வேறு எதனாலும் பிணைத்துக் கட்டப்படுவதில்லை. ஒன்று சூழ்ந்து நோக்குக! பாரதவர்ஷத்தின் மிகத் தொன்மையான குடிகளில் ஒன்று பாஞ்சாலம். இன்று அவர்களில்லையேல் பாண்டவர்களின் படைவல்லமை பாதிக்கும் குறைவு. அசுரரும் அரக்கரும் நிஷாதரும் கிராதரும் நிறைந்த இப்படைகளுக்கு நடுவே பாஞ்சாலத்தின் பல்லாயிரம் ஷத்ரியர்கள் தங்கள் பெருமிதத்தையும் ஆணவத்தையும் அகற்றி படைகொண்டு நிற்கிறார்கள் என்றால் அது ஏன்? அரசி பாண்டவர்களால் மணக்கப்பட்டவர் என்பதனால் மட்டுமே. அவர் வயிற்றில் பிறந்த மைந்தர் இந்திரப்பிரஸ்தத்தையும் அஸ்தினபுரியையும் ஒருங்கு ஆளக்கூடும் என்பதனால்" என்றார்.

தொடர்ந்து "பாஞ்சாலரின் கோணத்தில் எண்ணிப்பாருங்கள். இப்போர் வென்றபின் பாரதவர்ஷத்தின் முற்று ஆட்சி யாதவக் குருதி கொண்ட யுதிஷ்டிரரிடம் வந்தமையும். ஏனெனில் இப்போரில் பாரதவர்ஷத்தின் அனைத்து ஷத்ரியர்களும் தோற்கடிக்கப்படுவார்கள். அவர்கள் அனைவரும் யுதிஷ்டிரருக்கு கப்பம் கட்டியாகவேண்டும். யாதவரே, அதன்பின் பல தலைமுறைக்காலம் ஆரியவர்த்தத்தில் யாதவர்களின் எதிர்ப்பில்லாத கொடியே பறக்கும். அப்போது ரிஷபவனத்தின் அரசரின் நிலஎல்லையும் முடிமாட்சியும் இப்போது இருப்பதுபோல இருக்காது. நூறு மடங்கு பெருகிப்பொலியும். அதை அரியணையமர்ந்து ஆளும் மைந்தர் தன் மகளின் வயிற்றில் பிறப்பதை பாஞ்சாலர் விரும்பமாட்டாரா என்ன?" என்றார் சுரேசர்.

சாத்யகி "ஆம், அவ்வாறு பார்த்தால் அது சரியென்றே தோன்றுகிறது" என்றான். "நான் இன்று மாலை நிகழவிருக்கும் கொற்றவை பூசனைக்கான ஒருக்கங்களை செய்யவேண்டியுள்ளது. செல்க! சென்று சற்று ஓய்வெடுத்து உடைமாற்றி இளைய யாதவரைப் பார்த்து உங்கள் பணி முடிந்ததென்று கூறிவிட்டு மாலை பூசனைக்கு ஒருங்குக!" என்றார் சுரேசர். "கொற்றவை பூசனைக்குப் பின் படைநகர்வுதானே?" என்றான் சாத்யகி. "ஆம், படைத்தலைவர்களுக்கான ஆணைகள் அனைத்தும் பிறப்பிக்கப்பட்டுவிட்டன. ஒருமுறை பேரரசர் வாளை தலைக்குமேல் ஓங்கி அசைத்தால் இந்நகரையும் இதைச் சூழ்ந்து உள்ள அனைத்துக் காடுகளையும் முற்றாக நிரப்பியிருக்கும் பெரும்படை கிளம்பி குருக்ஷேத்திரம் நோக்கிக் கிளம்பும். விராடரின் படைகள் நேரடியாக அங்கு வந்து சேரும். மேலும் பன்னிரு படைப்பிரிவுகள் வெவ்வேறு இடங்களிலிருந்து குருக்ஷேத்திரத்திற்கு செல்கின்றன."

சாத்யகி "அவையில் முரண்கொண்ட நிஷாதர்களும் கிராதரும் நம்மைவிட்டுக் கிளம்புகிறார்கள் என்றார்கள்" என்றான். "ஆம், அவர்கள் நேற்றே கிளம்பவிருந்தனர். கொற்றவைப் பூசனை நிகழ்ந்தபின் அவர்கள்

முடிவெடுக்கலாம் என அரசரின் சார்பில் கேட்டுக்கொள்ளப்பட்டது. கொற்றவையின் பூசையை அவர்களால் தவிர்க்க இயலாதென்று நிமித்திகர்களும் சொன்னார்கள். ஆகவே அவர்கள் காத்திருக்கிறார்கள்" என்றார் சுரேசர்.

சாத்யகி "கொற்றவைப் பூசனையில் வெளிப்படும், நாம் போரை வெல்லவிருக்கிறோமா இல்லையா என்று" என்றான். "ஏன்?" என்று சுரேசர் கேட்டார். "அவர்கள் மாயையின் ஆணையை ஏற்க வேண்டும்" என்று சாத்யகி சொன்னான். "யாதவரே, அஸ்தினபுரியின் அவையில் எழுந்து வஞ்சினம் உரைத்தவர் மாயை என்று அவர்கள் அனைவருமே அறிவார்கள்" என்று சுரேசர் சொன்னார். "ஆம், ஆனால் அது அரசியின் வஞ்சினம்" என்றான் சாத்யகி. சுரேசர் "அவர்கள் வெவ்வேறல்ல. அரசியின் மாற்றுருவே மாயை" என்றார்.

"அது ஒன்றையே நம்பிக்கொண்டிருக்கிறேன். அவர்களின் உள்ளங்கள் விலங்குகளைப்போல கட்டற்றவை, தெய்வங்களால் ஆளப்படுபவை. அவர்களாலேயே முன்கூட்டி உரைத்துவிட முடியாது. கொற்றவைப் பூசனைக்குப் பின் மாயையின் வஞ்சின உரை எழுமென்றால் நன்று" என்றபின் சாத்யகி புரவியைத் திருப்பினான்.

9

சாத்யகி தன் மாளிகையை அடைந்தபோது தொலைவிலேயே ஊடி அமர்ந்திருக்கும் கைக்குழந்தைபோல அந்தச் சிறிய கட்டடம் ஓசையின்றி இருப்பதைக் கண்டான். அங்கு தன் மைந்தர்கள் இல்லை என்ற எண்ணம் ஏற்பட்டது. அவர்கள் அரண்மனையிலிருந்து திரும்பிய பின்னர் வேறு ஏதேனும் பணிக்கு அமர்த்தப்பட்டிருக்கிறார்களா? அதன் பின்னரே தேர்களும் புரவிகளும் முழுமையாகவே முற்றத்தில் பரவியிருப்பதை நோக்கி அவர்கள் எங்கு சென்றிருப்பார்கள் என்று வியந்துகொண்டான். அவ்வெண்ணத்தால் துயில் விலக அவன் உடலெங்கும் எரிச்சல் குடியேறியது.

தலைவணங்கி அணுகிய சூதனிடம் கடுமுகம் காட்டி கடிவாளத்தை அளித்துவிட்டு “மைந்தர் இங்கில்லையா?” என்றான். “இருக்கிறார்கள், அரசே. அனைவரும் மாளிகையில்தான் உள்ளனர்” என்றான் சூதன். “என்ன செய்கிறார்கள்?” என்று அவன் மாடியை நோக்கியபடி கேட்டான். “அங்கேதான் இருக்கிறார்கள்” என்றான் சூதன். வியப்புடன் படிகளிலேறி தாழ்வான பீடத்தில் அமர்ந்தான். ஏவலன் அவன் காலணிகளையும் கச்சைகளையும் கழற்றியபின் எழுந்து அவனைப் பார்க்காமல் “மைந்தர் எங்கிருக்கிறார்கள்?” என்றான்.

“பதின்மரும் தங்கள் அறைகளில்தான் இருக்கிறார்கள்...” என்று ஏவலன் மறுமொழி சொன்னான். அவன் படியேறி முதற்கூடத்தை அடைந்தபோது அங்கு சந்திரபானுவும் சாந்தனும் தனித்திருப்பதைப் பார்த்தான். அவர்கள் நெடுநேரமாக ஒன்றும் சொல்லிக்கொள்ளவில்லை என்பது முகங்களில் தெரிந்தது. அவனுடைய காலடி ஓசையும் நுழைவும் சற்று பிந்திதான் அவர்களின் எண்ணத்தை அடைந்தது. சந்திரபானு

எழுந்து முனகலாக “வணங்குகிறேன், தந்தையே” என்ற பின்னர்தான் சாந்தன் திடுக்கிட்டு எழுந்தான். அவனும் முனகலாக வாழ்த்துரைத்த பின் சந்திரபானுவை ஓரவிழியால் பார்த்தான்.

“அசங்கன் எங்கே?” என்று சாத்யகி கேட்டான். “அவரும் இரு மூத்தவரும் அவருடைய அறையில் இருக்கிறார்கள், தந்தையே” என்று சாந்தன் சொன்னான். “அழைத்து வரவா, தந்தையே?” என்று சந்திரபானு கேட்க வேண்டாம் என்று கையமர்த்திவிட்டு சிறு இடைநாழியினூடாக நடந்து அசங்கனின் அறை முகப்பை அடைந்தான். உள்ளே பேச்சொலி எழவில்லை. “மைந்தர்கள் உள்ளிருக்கிறீர்களா?” என்றான். “ஆம், தந்தையே” என்றபடி அசங்கன் எழுந்துவந்து வாயிலைத் திறக்க உள்ளே இருந்த இருவரும் எழுந்து நின்றனர்.

சாத்யகி உள்ளே சென்று பீடத்தில் அமர்ந்தான். மைந்தர்கள் நின்றுகொண்டனர். அவன் அவர்களின் முகங்களை மாறிமாறி நோக்கி “என்ன ஆயிற்று? இங்கு பேச்சும் சிரிப்பும் ஒலிக்கவில்லையே?” என்றான். அசங்கன் “ஒன்றுமில்லையே…” என்றான். “இல்லை. நான் வரும்போதே இந்த மாளிகை அமைதியில் செயலற்றிருப்பதைப்போல தோன்றியது. நீங்கள் உள்ளே இல்லையோ என்று எண்ணிக்கொண்டு வந்தேன்” என்றான் சாத்யகி.

“இங்குதான் இருக்கிறோம், காலையிலிருந்தே” என்றான் அசங்கன். “வெளியே செல்லவில்லையா?” என்றான் சாத்யகி. “இல்லை” என்றான் அசங்கன். “பாஞ்சால இளவரசர்கள் வந்திருக்கிறார்கள். அவர்களை சென்று சந்தித்திருக்கலாமே?” அசங்கன் “செல்லவேண்டும்” என்றான். மேலும் எரிச்சலுடன் “என்ன ஆயிற்று உங்களுக்கு?” என்றான் சாத்யகி. “ஒன்றுமில்லை, தந்தையே” என்று நிலம்நோக்கியவனாக அசங்கன் சொன்னான். சாத்யகி அவனைக் கூர்ந்து நோக்கினான். அங்கே என்ன நிகழ்ந்தது என அவனால் உய்த்தறிய இயலவில்லை.

சாலன் “தாங்கள் கூறியபடிதான் ஓசையேதும் எழுப்பாமல் இங்கிருக்கிறோம்” என்றான். சினத்துடன் “நான் என்ன சொன்னேன் உங்களிடம்?” என்று கேட்ட சாத்யகி “நான் சொன்னது முறைமைகளைக் குறித்துதான். ஒவ்வொருவரும் தங்கள் அறைக்குள் சொல்லாடாமல் அமர்ந்திருக்கவேண்டுமென்றல்ல” என்றபின் பார்வையைத் திருப்பிக்கொண்டு “நீங்கள் இவ்வாறு இருப்பது எனக்கு துயர் அளிக்கிறது… நீங்கள் மகிழ்ச்சியாக இல்லை என நினைக்கச் செய்கிறது” என்றான். “துயரெல்லாம் இல்லை, தந்தையே. பாஞ்சாலத்து அரசியை சந்தித்து வந்தபின் மூன்றுநாட்களாகவே அனைவரும் வேறு ஒரு உளநிலைக்கு சென்றுவிட்டோம். அதை எங்களால் விளங்கிக்கொள்ள முடியவில்லை”

என்றான் அசங்கன். “என்ன உளநிலை?” என்று சாத்யகி கேட்டான். “அதை என்னால் சொல்ல முடியவில்லை…” என்றான் அசங்கன்.

சினி “நான் நல்ல உளநிலையில்தான் இருந்தேன். ஆனால் மூத்தவர் இப்படி முகம்பருத்து விழிதாழ்த்தி இருப்பதனால் மற்றவர்களும் அப்படி இருக்கிறார்கள். ஆகவே நான் சாளரம் வழியாக அம்புகளை விட்டு மாமரத்தில் இருந்து மாங்காய்களை வீழ்த்தினேன்” என்றான். சாத்யகி “பாஞ்சாலத்து அரசியின் விருந்தில் என்ன நிகழ்ந்தது?” என்றான். “எல்லாம் எண்ணியபடியேதான். பிழையென ஏதுமில்லை” என்றான் அசங்கன். “பிறகென்ன?” என்று சாத்யகி கேட்டான். “ஒன்றுமே இல்லை, தந்தையே” என்றான் அசங்கன். சாத்யகி “சொல்க, அங்கே என்ன நிகழ்ந்தது?” என்றான்.

அசங்கன் தயங்கி பின் குரல் தீட்டி “பாஞ்சாலத்தரசி எங்களை விருந்துண்ண அழைத்தார். அங்கு செல்லும்போது அரண்மனைப் படியேறுவது வரை எப்படி முறைமைச்சொல் உரைக்கவேண்டும், அப்போது கைகளை எப்படி வைத்திருக்கவேண்டும், எவ்வாறு அமரவேண்டும், எந்த உணவை எப்படியெல்லாம் உண்ண வேண்டும் என்று முறைமைகளைத்தான் நான் சொல்லிக்கொண்டு சென்றேன். இவர்கள் முதலில் சற்று அஞ்சினார்கள். அதன் பின்னர் நான் திரும்பத் திரும்ப சொன்னதனால் அச்சமும் தயக்கமும் இழந்து அங்கு செல்லும்போது நகையாடிக்கொண்டிருந்தார்கள்…”

சாத்யகி சினத்துடன் “அதாவது அங்கு சென்று அவர்கள் முறைமைகளைக் கடைப்பிடிக்கவில்லை. ஆகவே அரசியோ அல்லது பிறரோ எதையோ கூறினார்கள். ஆகவே உளம் சோர்ந்துவிட்டீர்கள், அவ்வளவுதானே?” என்றான். “சொல்க, கடிந்தார்களா? ஏளனம் சொன்னார்களா?” அசங்கன் இல்லை என்று தலையசைப்பதை விழிகொள்ளாமல் அவன் மேலும் கூவினான். “இவர்களிடம் நாம் இறங்கிநிற்க வேண்டியதில்லை. நாம் யாதவர்கள், புவியாளும் பேரரசர் கிருஷ்ணரின் குலத்தோர். நாளை இந்த மண்ணை ஆளப்போகிறவர்கள். அதனால்தான் நம்மிடம் குருதி உறவுகொள்ள பாஞ்சாலம் இறங்கிவருகிறது. நோக்குக, இன்னும் ஒரு தலைமுறைக்கு பின் நம்முடைய நெறிகளையும் முறைமைகளையும் அவர்கள் கடைப்பிடிக்கப்போகிறார்கள். வெற்றியே எது சரியென்பதை முடிவு செய்கிறது. அதன்பொருட்டு நீங்கள் வருந்தவேண்டியதில்லை. யாதவக்குடி ஒன்றும் நேற்று முளைத்ததல்ல, நமக்கும் யுகங்களின் நீள்வரலாறு உள்ளது. நம்மை எவரும் ஏளனம் செய்யவோ இறக்கி நிறுத்தவோ நாம் ஒப்பவேண்டியதில்லை.”

அவன் சினத்தைப் பார்த்து தயங்கி பின் உளச்சொல் சேர்த்து அசங்கன் “அவ்வாறல்ல, தந்தையே. நாங்கள் எவரும் அங்கு முறையெதையும்

மீறவில்லை" என்றான். புருவம் சுருக்கி "பிறகென்ன?" என்றான் சாத்யகி. அசங்கன் "தந்தையே, ஒவ்வொன்றையும் மிகத் தேர்ந்த கூத்தர்கள்போல்தான் செய்தோம். ஒவ்வொரு சொல்லையும் எண்ணித்தான் உரைத்தோம். பாஞ்சாலத்து அரசிதான் எந்த முறைமையையும் கடைப்பிடிக்கவில்லை. அவர்கள் இளைய யாதவரைப்போலவே இருக்கிறார்கள். நாங்கள் அறைக்குள் நுழைந்ததுமே கைவிரித்தபடி வந்து எங்களை அணைத்துக்கொண்டார். இளையவனைக் காதைப் பிடித்து இழுத்துச்சென்று தன்னருகே அமரவைத்து அவனிடம் கொஞ்சிப் பேசத்தொடங்கினார். அவன் எங்களைப் பார்த்து விழித்துக்கொண்டிருந்தான்..." என்றான்.

சாத்யகி திகைப்புடன் மாறி மாறி நோக்க சாந்தன் "திருஷ்டத்யும்னர் என்னைப் பிடித்து அருகே நிறுத்தி நான் செம்மொழி கற்றுள்ளேனா என்று கேட்டார். ஆம் என்றேன். உனக்கு பிரஹசனங்கள் பிடிக்கும் அல்லவா என்று கேட்டார். நான் எப்படித் தெரியும் என்றேன். தெரியும் என்று சொல்லி சிரித்தார். அருகே அமர்ந்திருந்த பாஞ்சாலத்து அரசி உன் கண்களில் சிரிப்பு உள்ளது என்றார். திருஷ்டத்யும்னர் ஆகவே உன் தந்தை உன்னை அஞ்சிக்கொண்டே இருப்பார் என நினைக்கிறேன் என்று சொல்லி உரக்க நகைத்தார்" என்றான். சினி "நான் சொல்கிறேன்... நான் சொல்கிறேன்" என்று முந்தி "பாஞ்சாலத்து அரசி என்னிடம் எனக்கு மிகப் பிடித்த உணவு என்ன என்று கேட்டார். நான் கன்றிறைச்சி என்றேன். உன் குடியினர் உண்ணமாட்டார்களே என்றார். இல்லை இளைய யாதவருக்குத் தெரியாமல் மந்தணமாக உண்பார்கள் என்றேன்" என்றான்.

சாத்யகி திடுக்கிட்டு "மந்தணமாக உண்கிறார்களா? எங்கே?" என்றான். "அவன் பாஞ்சாலத்து அரசியை களியாடியிருக்கிறான், தந்தையே. யாதவர் உண்பதில்லை..." என்றான் அசங்கன். சாத்யகி சினியை நோக்கி மேலும் ஏதோ கேட்க வாயெடுக்க அவன் தந்தையை மறித்து "அதன்பின் பாஞ் சாலத்து இளவரசர்கள் அங்கே வந்தார்கள். உடன் அரசியும் மகளும் வந்தனர்" என்றான். சாத்யகி முகம் மலர்ந்து "ஆம், முதலில் உங்களை அமரச்செய்துவிட்டு அவர்களை அழைக்கவேண்டும். அதுவே குடிக்கு அளிக்கப்படும் முதன்மை" என்றான். சினி "மனாதனும் நானும் ஒரே அகவை. அவன் என்னிடம் நீ தேரோட்டுவாயா என்று கேட்டான்" என்று ஊடே புகுந்தான்.

அவனை அடக்கிவிட்டு அசங்கன் "அவர்கள் நால்வர், தந்தையே. திருஷ்டகேது என்னளவே மூத்தவன். அடுத்தவன் க்ஷத்ரதர்மன். மூன்றாமவன் க்ஷத்ரஞ்சயன். மூவரும் எங்களை முறைப்படி வணங்கி முறைமைச்சொல் உரைத்தனர். நாங்களும் முறைமையுரைத்தோம்.

உடனே முறைமைகள் விலக நாங்கள் விளையாட்டுத்தோழர்கள்போல ஆனோம். சிரிப்பும் ஏளனமுமாக அத்தருணத்தைக் கொண்டாடினோம்” என்றான். சாந்தன் சிரித்தபடி “தந்தையே, அந்த இளவரசன் க்ஷத்ரஞ்சயன் இளவரசர்கள் அனைவருக்கும் மணநிகழ்வு ஒருக்கப்பட்டுள்ளதாக எண்ணிக்கொண்டிருந்தான். அவனுடைய இளவரசியை சந்திக்க வந்திருக்கிறான். எங்களைக் கண்டதும் ஏமாற்றம் அடைந்து இளவரசி எங்கே என்று கேட்டான். அதை நான் அவையினருக்குக் கூவிச்சொன்னேன். அனைவரும் அவனை ஏளனம் செய்தனர். சிரித்து சிரித்து சலித்தோம்” என்றான்.

சாத்யகி சிரித்துக்கொண்டு அசங்கனிடம் “உன்னை அவளுக்குப் பிடித்திருக்கிறது என்று அறிந்தேன்” என்றான். அசங்கன் முகம் சிவக்க விழிகளைத் திருப்பிக்கொண்டு “நான் அறியேன்” என்றான். சாத்யகி மேலும் சிரித்து அவன் தோளைத்தட்டி “அவளுக்கு உன்னைப் பிடித்திருக்கிறது என்பது இந்தப் புவியில் முதன்மையாக உனக்குத்தான் தெரிந்திருக்கும்” என்றான். அசங்கன் “இல்லை, தந்தையே” என்றான். அவன் குரல் உடைந்திருந்தது. “என்ன நடந்தது? அதை மட்டும் சொல்” என்றான் சாத்யகி.

“இளையவருக்கும் இளவரசியை மிகவும் பிடித்திருந்தது. நான் அவர்களைக் கண்டதும் எழுந்து வணங்கி முகமன் உரைத்தேன். அவர்களும் வழக்கமான முகமனை உரைத்தனர். அதன்பின் அமர்ந்துகொண்டோம். சற்றுநேரத்தில் எல்லாம் கலைந்துவிட்டது. எந்த முறைமையும் இல்லை. அனைவரும் ஒரே நேரத்தில் உரக்க பேசிக்கொண்டார்கள். பாஞ்சாலத்து இளவரசர் ஊனுணவை எடுத்து இளையவருக்கு ஊட்டியே விட்டார். இளையோர் அந்தக் கூத்தில் கலந்துகொண்டார்கள். நானும் மூத்த இளையோரும் என்ன செய்வதென்றறியாமல் குழம்பி எப்போதும் பயின்று தேர்ந்திருந்த சொற்களை மட்டுமே சொன்னோம். சந்திரபானு தயங்கி ஏதோ முறைமைச்சொல் உரைக்க பாஞ்சாலத்து அரசி அவனை தலையில் அறைந்து என்ன கூத்திலா நடித்துக்கொண்டிருக்கிறீர்கள், முறையாகப் பேசு அறிவிலி என்றார். அவன் நான் முறையாகவே பேசுகிறேன் என்று சொன்னதும் உன் தந்தை உங்களுக்கு பயிற்றுவித்த அனைத்தையும் மறந்துவிடுங்கள். இது உங்கள் அரண்மனை, உங்கள் உறவினர் இங்குள்ளவர்கள் என்றார். நாங்கள் மூவரும் இறுதிவரை எங்கள் தயக்கத்தை விடவே இல்லை” என்றான் அசங்கன்.

சாத்யகி “முறையாக ஏதேனும் முடிவு சொல்லப்பட்டதா?” என்றான். “இல்லை, ஆனால் இன்று மாலை கொற்றவை பூசனைக்குப் பிறகு மணஅறிவிப்பு இருக்கும் என்று எனக்குத் தோன்றியது” என்றான் அசங்கன். “என்னிடம் எதையும் சொல்லவில்லை. அவர்கள் பேசிக்கொண்டதிலிருந்து

நீங்கள் உபப்பிலாவ்யத்திற்கு திரும்பி வந்ததுமே பொழுதும் முறைமையும் முடிவெடுக்கப்படும் என்ற எண்ணம் ஏற்பட்டது." சாத்யகி "இப்போது இங்கு படைகள் சூழ்ந்துள்ளன. போரெழுகை நிகழ்கிறது. இதன் நடுவே ஒரு மணநிகழ்வை எண்ணிப்பார்க்கவே என்னால் இயலவில்லை" என்றான். அசங்கன் "ஆம், அதைத்தான் மூதன்னையும் சொன்னார்கள். நாங்கள் முதலில் அவர்களைத்தான் பார்க்கச் சென்றோம். அவர்கள் மிகுந்த மகிழ்ச்சியுடன் இருந்தார்கள் என்று தோன்றியது. எங்களைப் பார்த்ததும் ஓடிவந்து அணைத்துக்கொண்டார்கள். தங்கள் தந்தையைப்பற்றியும் அன்னையைப்பற்றியும் கேட்டறிந்தார்கள். அன்னை இளைய யாதவரைப்பற்றி சொன்னதை சொன்னதும் வாய்விட்டு சிரித்தார்கள்" என்றான்.

சாத்யகி "நான் அவர்களை முப்பதாண்டுகளாகப் பார்த்துவருகிறேன். இப்போதுதான் அவர்கள் முழு மகிழ்வுடன் இருக்கிறார்கள். அவர்கள் எண்ணிய அனைத்தும் ஈடேறப்போகிறதென்று உணர்ந்திருக்கிறார்கள்" என்றான். சந்திரபானு "ஆம், தந்தையே. மூதரசி சிறுமியைப்போல சிரித்துக்கொண்டே இருந்தார்கள். எதையாவது எடுப்பதென்றாலும் வைப்பதென்றாலும் தானே துள்ளி எழுந்து சென்றார்கள். இளையவர்களைத் தனது இரு பக்கமும் அமர்த்தி கையால் தழுவிக்கொண்டே பேசினார்கள். பாஞ்சாலத்து இளவரசி ரிஷபவனத்துக்கு அரசியாக வருவது ஒரு தொடக்கம் என்று மூத்தவரிடம் சொன்னார்கள்" என்றான்.

சாந்தன் ஊடே புகுந்து கைநீட்டி "இனி ஷத்ரியர் அனைவரும் யாதவக்குடிகளுக்கு பெண்கொடுக்க நிரையில் நிற்பார்கள் என்று சொல்லி உரக்க நகைத்தார். அவர் மிகையாக சிரிப்பதுபோலிருந்தது. சிரிக்கையில் முகம் சிவந்து கண்கள் கசிய அழுவதுபோலவும் தோன்றியது. வெண்ணிறம்கொண்டவர்களாதலால் கழுத்துகூட சிவந்துவிட்டிருந்தது. சிரித்து மூச்சுவாங்கி மேலாடையால் முகம் துடைத்துக்கொண்டார். முதிய பெண்கள் அப்படி சிரித்து நாங்கள் பார்த்ததே இல்லை. ஆகவே அவரை நாங்கள் விந்தையாகப் பார்த்துக்கொண்டிருந்தோம். மூத்தவரிடம் அந்தப் பெண்ணை நீ விரும்புவாய், நான் அவளை இளமையிலிருந்து பார்த்துவருகிறேன், அறிவுக்கூர் கொண்டவள். உன்னை அவளுக்குப் பிடிக்குமென்றே எண்ணுகின்றேன் என்று மூதரசி சொன்னார். நான் ஏன் என்று கேட்டேன். இவன் நாண் கொண்டவனாக இருக்கிறான். நாணும் ஆண்களை பெண்களுக்குப் பிடிக்கும் என்று சொல்லி மூதரசி மீண்டும் நகைத்தார்" என்றான்.

சந்திரபானு "ஷத்ரியர்கள் தருக்கவும் பெருமை பேசவும் மட்டுமே பயின்று மிகையோசை எழுப்பும் வெண்கலக் கலங்கள்போல ஆகிவிட்டிருக்கிறார்கள் என்றார் மூதரசி. ஆகவே இன்று தகுதியுள்ள எந்த

யாதவனைப் பார்த்தாலும் ஷத்ரிய அரசிகள் விழைவு கொள்வார்கள் என்றார். மூத்தவர் முகம் சிவந்து நான் எல்லா யாதவர்களிலும் ஒருவன் மட்டும் அல்ல என்றார். மூதரசி மூத்தவரை முதுகில் தட்டி, சினம்கொள்கிறான், சினம்கொள்கையில் சிவப்பவர்களைப் பெண்களுக்கு பிடிக்கும் என்றார். மூத்தவர் எழுந்து சென்று அப்பால் அமர்ந்துகொண்டார். மூதரசி அவரை நகையாடிக்கொண்டே இருந்தார். தந்தையே, இவன் என் கையைப் பிடித்து மெல்லிய குரலில் இவர்கள் பிச்சியா என்றான். நான் பேசாமலிரு என்றேன்" என்றான். சினி "நான் அவ்வாறு கேட்கவில்லை" என்றான்.

சாத்யகி மெல்ல சிரித்துக்கொண்டே இருந்தான். சந்திரபானு "ஊணறையில் மூதரசி பாஞ்சாலத்து அரசியிடம் இத்தருணத்தில் ஒரு மணநிகழ்வு உகந்ததாகுமா என்றார். எத்தருணத்திலும் மணநிகழ்வு உகந்ததே, களியாட்டுக்கும் விருந்தூணுக்கும்தான் இது தருணமல்ல என்று பாஞ்சாலத்து அரசி சொன்னார். ஆம் மணமென்றால் களியாட்டும் இருந்தாகவேண்டுமென்பதில்லை என்று மூதரசி சொன்னார். அவ்வாறென்றால் என்ன செய்வது என்று திருஷ்டத்யும்னர் கேட்டார். எட்டு திருமகள்கள் ஆலயத்தின் முன் நின்று மாலையிட்டு கணையாழி அளித்தால் போதும். ஒரு வாளை நட்டு அதற்கு மாலையிட்டாலே போதும், அது மணம்தான். ஷத்ரியர்கள் அவ்வாறு சடங்குகளை செய்யவேண்டுமென்பதுகூட இல்லை. ஆணும் பெண்ணும் உளமுவந்து இணைந்தாலே அது ஏதேனும் ஒரு வகையில் மணமென்று கொள்வதே இங்குள்ள வழக்கம் என்றார் பாஞ்சாலத்து அரசி" என்றான்.

சாத்யகி "பார்ப்போம், இதில் நாம் சொல்வதற்கு ஏதுமில்லை. இவ்வாறு ஒரு மண உறவு நிகழவிருக்கிறது என்பதை மட்டும் முறையாக தந்தையிடமும் அன்னையிடமும் தூதனுப்பித் தெரிவிக்கவேண்டும். அவர்களுக்கு மாற்று எண்ணமிருக்க வாய்ப்பில்லை. தந்தை இதன் பொருட்டே கௌரவப் படையிலிருந்து உளம் விலகிக்கொண்டாலும் வியப்பதற்கில்லை" என்றான். அசங்கன் பேசாமல் நின்றிருக்கக் கண்டு திரும்பி "நல்ல செய்திகள்தானே? பிறகேன் இங்கே களியாட்டும் மகிழ்வும் இல்லை? ஏன் ஓசையில்லாமல் இருந்தீர்கள்?" என்றான். "நாங்கள் அல்ல, மூத்தவர் திரும்பிவரும் வழியிலேயே எரிச்சலுடன் எங்களை வசை சொல்லிக்கொண்டே இருந்தார். அவர் இங்கு வந்தபின் அமைதியானார். நாங்களும் அமைதியாக இருந்தோம்" என்றான் சந்திரபானு.

சாந்தன் "சென்ற இரு நாட்களாகவே அப்படித்தான் இருக்கிறார்" என்றான். "ஏன்?" என்று சாத்யகி கேட்டான். "ஒன்றுமில்லை, தந்தையே" என்றான் அசங்கன். "என்ன?" என்று மீண்டும் சாத்யகி கேட்டான். "ஒன்றுமில்லை, தந்தையே. மெய்யாகவே ஒன்றுமில்லை." சாத்யகி

கூர்ந்து நோக்கினான். பின்னர் இளையோரிடம் "நீங்கள் சென்று உங்கள் வழக்கப்படி இருங்கள்... ஓசையெழலாம், அது நன்று" என்றான். அவர்கள் வெளியே சென்றதும் எழுந்து சென்று அசங்கனின் தோளில் கைவைத்து "என்ன உனக்கு? ஏன் உளம் கலங்கியிருக்கிறாய்? சொல்" என்று கனிந்த குரலில் கேட்டான்.

அசங்கனின் உடல் மெல்ல அதிர்ந்துகொண்டிருந்ததை சாத்யகி தன் கையில் உணர்ந்தான். "உன் உள்ளம் ஏன் நிலைகொள்ளவில்லை? உனக்கு அவ்விளவரசியை பிடிக்கவில்லையா? உண்மையிலேயே பிடிக்கவில்லை என்றால், எதுவானாலும் சரி, நீ அவளை மணக்கவேண்டியதில்லை. எவரிடம் அதைப்பற்றி பேசவேண்டுமென்றாலும் பேசுகிறேன். இளைய யாதவரையே மறுக்கவும் எனக்குத் தயக்கமில்லை" என்று அவன் சொன்னான். "இல்லை தந்தையே, அவளை எனக்கு மிகமிகப் பிடிக்கிறது. அவளை மட்டுமே எண்ணிக்கொண்டிருக்கிறேன். அவள் என்னிடம் சில சொற்களே பேசினாள். ஆனால் என்னையே நோக்கிக்கொண்டிருந்தாள். அவ்விழிகளை நான் ஒரு கணம்கூட உளவிழிமுன் இருந்து அகற்றவில்லை" என்றான் அசங்கன்.

சாத்யகி "பிறகென்ன?" என்றான். "எனக்கு தெரியவில்லை, தந்தையே. என் உடல் பதறிக்கொண்டே இருக்கிறது. எங்கோ மலைவிளிம்பில் கால்பதற நின்றிருப்பதுபோல." சாத்யகி "இதனால் ஏதேனும் தீங்கு எனக்கோ நம் குடிக்கோ வருமென ஐயுறுகிறாயா?" என்றான். "இல்லை தந்தையே, அவள் திருமகள் வடிவு. நலமே நிகழும், ஐயமில்லை." சாத்யகி சிறிய எரிச்சலுடன் "பிறகென்ன?" என்றான். "ஒன்றுமில்லை" என்ற அசங்கன் தன் தோள்மேலிருந்த சாத்யகியின் கையை விலக்கிவிட்டு திரும்ப முயல சாத்யகி மேலும் அழுத்தமாக அதை ஊன்றினான். மெல்லிய விசும்பலோசையுடன் அசங்கன் அழத்தொடங்கினான். சாத்யகி அவனை தன் தோளுடன் அணைத்துக்கொண்டான். அவன் முதுகில் அசங்கனின் சூடான விழிநீர் சொட்டி வழிந்தது.

பின்னர் அவன் உந்தி விலகி முகத்தைத் துடைத்தான். சிவந்த முகத்துடன் தலைதாழ்த்தி புன்னகைத்தபடி "நான் வருகிறேன், தந்தையே" என்றான். சாத்யகி வெறுமனே நோக்கினான். மீண்டும் புன்னகைத்து "வருகிறேன்" என்றபடி அவன் அறையைவிட்டு வெளியேறினான்.

10

உபப்பிலாவ்யத்தின் தென்மேற்கு மூலையில் அமைந்திருந்த சிறிய ஆலயத்தின் கொற்றவை ரக்தஃபோஜி என்று அழைக்கப்பட்டாள். மக்கள் நாவில் ரக்தை என்று. அந்நகரைவிட மிகத் தொன்மையானது அவ்வாலயம். முன்பு அப்பகுதி அடர்காடாக இருந்தபோது அதனூடாக கோடைகாலங்களில் மட்டுமே உருவாகி முதல் மழை விழுந்ததுமே செடியும்கொடியும் படர்ந்து மறையும் ஒற்றையடிப்பாதை ஒன்று இருந்தது. விராடபுரிக்கு அவந்தியிலிருந்து செல்லும் அப்பாதையை மலைப்பொருட்களை கொண்டுசென்று விற்கும் வேட்டுவ வணிகர் மட்டுமே பயன்படுத்தி வந்தனர். வணிகர் செலவு தொடங்கும் இளவேனிலில் அத்திரிகளும் கழுதைகளும் நடந்து நடந்து உருவாகும் அப்பாதை ஒவ்வொரு முறையும் ஒவ்வொரு இடத்தில் அமைந்தது. பெருமரங்கள் கடைபுழங்கி விழுவதும், மழையில் மலைப்பாறைகள் உருண்டு வந்து அமைவதும், உருள் பொட்டி மண் மலைகள் சரிவதும் திரும்பத் திரும்ப அப்பாதையை மாற்றியமைத்தது.

ஒருமுறை பல இடங்களில் வளைவமைந்தமையால் மிகவும் சுற்றி மட்டுமே அப்பாதையில் செல்ல முடிந்தது. அன்று புதிதென உள்காட்டுக்குள் சென்று மீண்ட அப்பாதையில் நின்றிருந்த காஞ்சிர மரத்தின் அடியில் தன் குழுவுடன் இளைப்பாறும்பொருட்டு வந்தமர்ந்தான் வேட்டுவ வணிகனாகிய காரி. பதப்படுத்தப்படாத தோல்களும், கஸ்தூரியும், கோரோசனையும், கொம்பரக்கும் பொதிகளாகக் கட்டப்பட்டு அவன் அத்திரிகளில் ஏற்றப்பட்டிருந்தன. பொதிகளை இறக்கிவைத்து அவற்றுக்கு ஓய்வளித்தனர் ஏவலர். கோபுரம்போல் எழுந்து கூரை என விரிந்து நின்ற அந்த மரத்தை அண்ணாந்து பார்த்த காரி “இதென்ன, காஞ்சிரமா இத்தனை பேருருக்கொண்டு நின்றிருக்கிறது? காஞ்சிரம் இவ்வளவு

வளருமா என்ன?” என்றான். அவன் கேட்ட பின்னரே மரத்தை நோக்கிய பிறர் அருகே வந்துநின்று மேலே நோக்கினர்.

அவர்களுடன் வந்த முதிய சூதன் “கதைகளில் இந்த மரம் இவ்வாறு வளருமென்று கேட்டிருக்கிறேன். நான் நேரில் கண்ட எட்டி எல்லாம் குறுமரங்களே” என்றான். அவனுடன் வந்த கணக்கன் குசகன் “எட்டிமரமேதானா?” என்றான். “ஐயமில்லை, அதுவே” என்றான் சூதன். காரி தரையெங்கும் புடைத்திருந்த வேர்களினூடாக நடந்து அந்த மரத்தை சுற்றிவந்தான். “முதுமரம்! இந்த அடிச்சுற்றை அடைவதற்கு இருநூறு ஆண்டுகளேனும் இது இங்கு நின்றிருக்கவேண்டும்” என்றான் கணக்கன் குசகன். அவர்களுடன் வந்த முதிய வேட்டுவன் ஒருவனைக் கைகாட்டி அழைத்து “இது காஞ்சிரமல்லவா?” என்றான் காரி. அவனும் அப்போதுதான் அந்த மரத்தை ஏறிட்டுப் பார்த்தான். “உருளைப்பந்து போன்ற காய்களும் குற்றிலைகளும் காஞ்சிர மரத்தையே காட்டுகின்றன. ஆனால் காஞ்சிரம் இப்படி திமிர்த்து எழுந்து வளர்வதற்கு வாய்ப்பே இல்லை” என்றான் வேட்டுவன்.

பின் பிறிதொரு முதுவேட்டுவனை அருகழைத்து “குலப்பாடகரே, இது காஞ்சிரம்தானா?” என்று கேட்டான். அவனும் பார்த்துவிட்டு “காஞ் சிரமேதான்” என்றான். “காஞ்சிரத்தில் ஏதேனும் புதிய வகையாக இருக்குமோ?” என்று காரி கேட்க குலப்பாடகன் “காஞ்சிரத்தில் அணங்கோ தெய்வமோ குடியேறுமென்றால் மட்டுமே அது பேருருக் கொள்ளும் என்பார்கள். மரங்கள் அனைத்திலும் தெய்வங்கள் வாழ்கின்றன. அடங்கும் தெய்வங்கள், அன்னை தெய்வங்கள், எளிய தெய்வங்கள் என அவை கொண்ட இயல்பே மரமென்றாகிறது” என்றான். “ஐயமில்லை, இந்த மரத்தில் பேராற்றல்கொண்டு எழும் காட்டுத் தெய்வமொன்று வாழ்கிறது. இதன் திமிர்ப்பும் எழுச்சியும் அதையே காட்டுகின்றன.”

அச்செய்தி அனைவரிடமும் பரக்க ஏவலர்கள் பதற்றமடைந்தனர். “நாம் இங்கு தங்கவேண்டியதில்லை. இது தெய்வத்தின் நிலம் போலும்” என்று ஒருவன் சொன்னான். “இப்போதே மேலிருந்து எவரோ நோக்கும் உணர்வு எழுகிறது. என் முதுகு பதைபதைத்துக்கொண்டிருக்கிறது” என்றான் இன்னொருவன். அவன் சொன்னதுமே அங்கிருந்த அனைவருமே நோக்குணர்வை அடைந்தனர். காரி “நாம் அஞ்சவேண்டியது மானுடருக்கும் குருதிவிடாய் கொண்ட விலங்குகளுக்கும் மட்டுமே, தெய்வங்களுக்கல்ல. காட்டுத் தெய்வங்களை நம்பி வாழ்பவர்கள் நாம். இப்பெருமரத்தில் வாழும் தெய்வம் எதுவென்றாலும் எனக்குக் காட்சியளித்தமையால் அதுவே என் குடிக்கும் என் கொடிவழியினருக்கும் காப்பென்றமைக!” என்றபின் சுற்றுமுற்றும் பார்த்தான். அப்பால் கிடந்த நீள்கல் ஒன்றை மண்ணிலிருந்து பெயர்த்து தூக்கி எடுத்தான்.

“என்ன செய்கிறீர், வணிகரே?” என்றான் முதுமகன். “இங்கு தெய்வமிருந்தால் அது என்னால் இக்கல்லில் நிறுவப்படட்டும். என்றும் என் குடிகள் வழிபடும் இடமாக இது அமையட்டும்” என்றபடி அவன் அக்கல்லை காஞ்சிர மரத்தடியில் வைத்தான். குலப்பாடகன் “வெறுமனே தெய்வங்களை நிறுவ இயலாது, வணிகரே. ஏழு வகை பதிட்டைகள் உள்ளன என்பார்கள் வைதிகர். பூசகர் சொல்பதிட்டையும் நீர்ப்பதிட்டையும் செய்வர். தொல்முனிவர் மூச்சுப்பதிட்டை இயற்றுவர். முதுபூசகர்களின் பொறிப்பதிட்டையும் மூதன்னையர் அன்னப் பதிட்டையும் உண்டு. பெருந்தெய்வங்களுக்கு உயிர்ப்பதிட்டை செய்வது தொல்வழக்கம். குருதிப்பதிட்டை கொடுந்தெய்வங்களுக்குரியது. எந்த வகையில் பதிட்டை செய்யப்படவேண்டும் என அத்தெய்வமே ஆணையிடவேண்டும்” என்றான்.

காரி அந்தக் காஞ்சிர மரத்தை அண்ணாந்து பார்த்து சிலகணங்கள் நின்றுவிட்டு “இங்கு வாழும் தெய்வம் தனக்கென கோருவது எந்தப் பதிட்டை?” என்றான். “தெய்வமே சொல்க, நான் செய்யவேண்டுவது என்ன? நான் எதையும் அளிப்பேன், சொல்க!” என்று கூவினான். நிலைகொள்ளாதவனாக அந்தக் காஞ்சிர மரத்தை சுற்றிவந்தான். மீண்டும் சிலையருகே அவன் வரும்போது விண்ணிலிருந்து விழுந்ததுபோல் ஒரு குருதித் துளி அக்கல்மேல் சொட்டியது. அது ஏதோ பறவையின் எச்சமென்று எண்ணி முகம் சுளித்து குனிந்து பார்த்த காரி கல்லின் பரப்புகளில் பிரிந்து தயங்கி வழிவது செங்கொழுங்குருதியென்று கண்டு மேலே பார்த்தான். கிளையிலமர்ந்து, உகிர்களால் கவ்விய தன் இரையை கொத்திக்கிழித்து உண்டுகொண்டிருந்த செம்பருந்து தலைதூக்கி ஓசையிட்டது. அவனுக்குப் பின்னாலிருந்த குலப்பாடகன் “தெய்வம் சொல்லிவிட்டது, இது குருதியால் நிறுவப்படவேண்டிய ஆலயம்!” என்று கூவினான்.

“பலிவிலங்கைத் தேடி கொண்டுவருக!” என்று வேட்டுவன் ஒருவன் கூவ காரி “இதை என் குருதியால் நிறுவுவேன்” என்றபடி இடையிலிருந்து வாளை எடுத்து தன் இடக்கை மணிக்கட்டை கிழித்து ஊறிப்பெருகிய குருதியில் நூற்றியெட்டு சொட்டுக்களை அக்கல்மேல் உதிர்த்து வணங்கினான். அன்னமும் மலரும் படைத்து அவர்கள் அத்தெய்வத்தை வணங்கி அதை அங்கே நிறுவினர். அப்போது சிம்மக்குரல் என ஓசையெழ அவர்கள் திரும்பி நோக்கினர். உடல் நடுங்க கைகளைத் தூக்கி வீசி துள்ளியபடி குலப்பாடகன் வெறியாட்டு கொண்டிருந்தான். “அன்னையே! கான்பெருமகளே! விண்ணுருவே!” என அவர்கள் கூவினர்.

மலைக்குடிகளின் பாடகன் அலறியபடி வந்து அக்கல் முன் நின்று தாவிச்சுழன்று குதித்தான். “ஏழு யுகம் துயின்றேன். இன்றெழுந்தேன்.

கொல்வேல் கொடுந்தெய்வம் நான். பெருங்கசப்பின் தேவி நான். குருதிகொள்வேன். கடல் எனக் குருதி கொள்வேன். தலை கொள்வேன். ஆற்றுமணற்பருக்கள் என தலை கொண்டமைவேன். ஆயிரம் பல்லாயிரம் குருதித் தெய்வங்களை துயில்விட்டெழுப்புவேன். அவர்கள் அனைவரும் கொள்ளும் குருதியை நானே பெறுவேன். ஆம் ! ஆம்! ஆம்!" என்று கூவினான். காரி அஞ்சி கைகூப்பி நின்றான். அனைவரும் நடுங்கியபடி நின்றனர். "நீ என் மைந்தன். இது உன் குடிக்கு என் ஆணை! ஒருபோதும் இப்பலிபீடத்தில் குருதி காயலாகாது... குருதி! பசுங்குருதி!" என்று அலறி உடற்தசைகள் வலிப்புகொள்ள துடித்து மல்லாந்து விழுந்தான்.

அவர்கள் அந்த ஆலயத்தின் முன் ஒரு தட்டைக்கல்லை பலிபீடமாக நிறுவினர். ஒரு காட்டு ஆட்டைப் பிடித்து அதன் கழுத்தை அறுத்து அப்பலிபீடம் மீது குருதி சொட்டும்படி அதை மேலே மரக்கிளையில் கட்டித் தொங்கவிட்டுவிட்டுக் கிளம்பிச் சென்றனர். அந்தியில் அவ்வழி வந்த இன்னொரு வணிகக்குழு அந்த ஆட்டின் குருதியால் நனைந்த பலிபீடத்தை கண்டது. அவர்கள் இன்னொரு ஆட்டை அங்கே கழுத்தறுத்துக் கட்டித்தொங்கவிட்டனர். வந்தவர் அனைவரும் அவ்வாறே செய்ய பலிபீடக் குருதி காயவே இல்லை. வணிகம் முடித்து திரும்பி வந்த காரி அப்பலிபீடம் அப்போது வெட்டி வைக்கப்பட்ட தசைத்துண்டுபோல உயிருடன் குருதி வழிய அதிர்வதைக் கண்டான். அவன் அங்கேயே தங்கிவிட்டான்.

காரியும் அவன் இளையோர் இருவரும் பூசகர்களாக அங்கேயே குடிலமைத்துத் தங்கி அப்பலிபீடம் காயாமல் பலியும் பூசையும் செய்ய முற்பட்டனர். அவர்களுக்குரிய கொடைகளை அவ்வழி செல்லும் வணிகர்கள் அளித்தனர். குருதிகாயா பலிபீடம் என்ற சொல் புகழ்பெற்றது. அந்த இடம் அனைவரும் வந்து வணங்கி கொடையளித்துச் சென்றாகவேண்டிய ஆலயம் ஆகியது. அதன் வழியாக அமைந்த வணிகப்பாதை நிலைகொண்டது. அதனூடாகப் பெருவணிகக் குழுக்கள் செல்லத் தொடங்கின. அது பின்னர் வண்டிப்பாதையாக ஆகியது.

பெயரிலாத தெய்வமாக நெடுங்காலம் அது அங்கிருந்தது. குருதியன்னை என்று பின்னர் அதை வணிகர்கள் அழைக்கலாயினர். ரக்தஃபோஜி என்று அவ்வழிச் சென்ற பாடகனாகிய சூதன் ஒருவன் அதற்குப் பெயரிட்டான். மேலும் நெடுங்காலம் கழித்து வணிகர் குழுவுடன் வந்த வேதியர் அது கொற்றவை என்றார். அன்னைக்கு அங்கு ஓர் ஆலயம் அமையவேண்டுமென்று வணிகர்களுக்கு அவர் ஆணையிட்டார். வணிகர்களின் கொடையால் சிறிய கற்கோயிலொன்று அங்கு அமைந்தது. ரக்தையன்னையின் ஆலயம் நெடுந்தொலைவிலிருந்துகூட ஷத்ரியர்களும் வணிகர்களும் வந்து வணங்கிச்செல்லும் மையமாக ஆயிற்று. குலப்பழி

தீர்க்கவும், சூழ்வினை அகற்றவும், எதிரிகளை வெல்லவும் அங்கு வந்து குருதி பலி கொடுத்து வணங்கிச் சென்றனர்.

அக்கொற்றவை ஆலயத்தை ஒட்டி விராடர்கள் காவலர் குடியிருப்பொன்றை அமைத்தனர். பூசகர் குடியிருப்புகளுக்கான இல்லங்கள் அமைந்தன. அங்கு வணிகர்கள் தங்கிச்செல்லத் தொடங்கியதும் அவர்களின் பொருட்காப்பு மனைகளும் விடுதிகளும் உருவாயின. நெடுந்தொலைவில் மகாப்பிலாவ்யம் என்னும் வணிகநகரம் இருந்தமையால் புதிய ஊர் உபப்பிலாவ்யம் என்று பெயர் பெற்றது. விராடபுரியின் வடமேற்கு எல்லையென்றாகியது. ஒவ்வொரு ஆண்டும் விராடர் தன் துணைவியுடனும் மகளுடனும் வந்து உபப்பிலாவ்யத்தின் அரண்மனையில் தங்கி ரக்தை அன்னைக்கு உயிர்ப்பலியிட்டு வணங்கிமீளும் வழக்கம் உருவாகியது. பன்னிரு ஆண்டுகளுக்கு ஒருமுறை அன்னைக்கு மானுடப்பலி அளிக்கப்பட்டது. வடக்கிலிருந்து ஷத்ரியர்களும் அரக்கர்களும் பிற மலைக்குடியினரும் விராடபுரிக்குள் நுழையாமல் காக்கும் காவல் தெய்வமாகவே ரக்தை அன்னை விராடர்களால் வணங்கப்பட்டாள்.

அதை நிறுவிய காரியின் குடியைச் சேர்ந்தவர்களே அவ்வாலயத்தின் முதன்மைப்பூசகர்களாக அமைந்தனர். காரி இறக்கும் முன் தன் மைந்தனுக்குச் சொன்ன மந்தணச்செய்தியை அவர்கள் வழிவழியாக செவியினூடாகப் பேணினர். அன்னைக்கு பெருங்குருதிக்கொடை ஒன்று நிகழும், அன்று ஆற்றுமணற்பரு என அவள்முன் தலைகள் விழுந்து பரவும். பெருவெள்ளம்போல் அவள் குருதி உண்டு விடாய் தணிவாள். அதன் பின்னர் அவள் மீண்டும் மண்மறைவாள். அதுவரை பலிபீடம் உலராது காப்பதே அவர்களின் குடியின் கடன். அவர்கள் அன்னை பலிகொள்ள எழும் தருணத்திற்காகக் காத்திருந்தனர். அந்த மந்தணத்தை ஆயிரமாண்டுகளாக பிறர் எவரும் அறிந்திருக்கவில்லை.

சாத்யகி தன் மைந்தர்களுடன் ரக்தை அன்னையின் ஆலயத்திற்குச் சென்றபோது அந்தி இருளத்தொடங்கியிருந்தது. தென்மேற்குத் திசை நோக்கிச்சென்ற மூன்று சாலைகளிலுமே படைவீரர்களும் தேர்களும் புரவிகளும் ஒன்றுடனொன்று முட்டி, தேங்கி, பிரிந்து, சுழித்துச் சென்றுகொண்டிருந்தன. தனக்கு முன் சென்றுகொண்டிருந்த தேரில் கிராத மன்னர் கூர்மரின் எருமைக் கொடி பறப்பதை சாத்யகி கண்டான். அருகிலிருந்த அசங்கனிடம் “கிராதர்கள், நிஷாதர்கள் அனைவருமே இப்பூசனைக்கு வருவார்கள் என்று எண்ணுகின்றேன். ஏனெனில் இது அவர்களின் தொல்தெய்வம். அன்னையிடம் பலிகொடுத்து விடைபெற்றே அவர்கள் நகர்நீங்குவார்கள் என்று சொன்னார்கள்” என்றான். அசங்கன் “அவர்கள் நகர்நீங்கப்போவதில்லை, தந்தையே” என்றான். “எப்படி சொல்கிறாய்?” என்று சாத்யகி கேட்டான். “சற்று முன்பு வரை அத்தனை உறுதியாகத் தோன்றவில்லை. ஆனால் இப்போது

திரண்டு சென்றுகொண்டிருக்கும் இந்தப் படைகளைப் பார்க்கையில் அந்த உறுதி ஏற்படுகிறது. ஏனெனில் இவர்கள் ஒவ்வொருவரும் ஏதேனும் நிகழவேண்டுமென்று விரும்புகிறார்கள். அவர்கள் ஏற்கெனவே உளமெழுந்து போருக்கு ஒருங்கிவிட்டார்கள். ஒரு சிறு தெய்வக்குறிப்பு போதும், மீண்டும் கிளர்ந்தெழுவார்கள்" என்றான்.

சாத்யகி தலையசைத்தபின் அவன் முகத்தை இன்னொருமுறை பார்த்தான். பின்பு முகத்தை திருப்பிக்கொண்டு வெளியே சென்றுகொண்டிருந்த திரளை வெறித்தான். அணுக்கத்தால் தன் மைந்தர்களை சரியாகப் புரிந்துகொள்ளவில்லையோ என்ற எண்ணம் அவனுக்கு ஏற்பட்டது. வெறும் விளையாட்டுச் சிறுவர்களாகவும், பொறுப்பற்றவர்களாகவும், அரசமுறை அறியாதவர்களாகவும், முறையான போர்ப்பயிற்சி அற்றவர்களாகவுமே அவன் அவர்களை நடத்தினான். அவ்வாறு அவன் நடத்துகையில் அவர்கள் அதற்குரிய நடத்தையை தாங்களும் கொண்டார்கள். தந்தையருக்கும் மைந்தர்களுக்குமான உறவே அவ்வாறு இருவரும் சூடிக்கொள்ளும் உருவங்களும் நடிப்புகளும்தாம் போலும்.

அவன் அசங்கனிடம் மேலும் மேலும் ஏதோ சொல்ல விரும்பினான். அவர்கள் தன்னைப்பற்றி என்ன எண்ணுகிறார்களோ அதுவல்ல தான் என்று. அதற்கும் அப்பால் தனக்குள் சில உள்ளன என்று. ஆனால் உடனே அத்தனை தந்தையரும் மைந்தரிடம் சொல்வது அதைத்தானே என்று தோன்றியது. அதை சொல்லத் தொடங்கியதுமே செயற்கையான சொற்றொடர்களாகவோ, மிகையுணர்வுகளாகவோ ஆகிவிடக்கூடும். அவன் அசங்கனைத் தொடவிரும்பினான். அவன் மிக அரிதாகவே அவன் மைந்தர்களைத் தொடுவான். இளையவன் சினியை மட்டுமே தயக்கமின்றித் தொடவோ உடலுடன் இணைத்துக்கொள்ளவோ அவனால் இயன்றிருக்கிறது. கைகளால் தொடாமல் இருப்பதனாலேயே ஒவ்வொரு சொல்லுக்கும் அவன் உள்ளம் சென்று அவர்களைத் தொட்டு வருடிக்கொண்டிருந்தது. அவர்களின் தோள்களை, குழல் சுருள்களை, நெற்றியை, மென்மயிர் படிந்த முகத்தை விழிகளால் தொட்டுத் தழுவாமல் அவர்களிடம் அவனால் பேசமுடிந்ததே இல்லை.

அசங்கனை முந்தையநாள் அணைத்த தொடுவுணர்வு அவன் தோள்களில் எஞ்சியிருந்தது. அது அவன் அடக்கிவைத்த விழைவனைத்தையும் எழுப்பிவிட்டிருந்தது. அவன் கையை தேரின் இருக்கையில் வைத்தான். பின்னர் அதை மெல்ல நகர்த்தி அசங்கனின் முழங்கால்முட்டில் படுமாறு வைத்துக்கொண்டான். கண்களைக் கூட்ட நெரிசலில் நிறுத்தியபடி மேலும் நன்றாகவே அசங்கனின் முழங்காலைத் தொட்டான். அவன் உள்ளம் நெகிழ்ந்தது. முகத்தசைகள் மென்மையடைய, புன்னகைபோல் இதழ்கள் நீண்டன. மறந்துபோன இனிய நினைவொன்று என்ன ஏதென்று தெரியாமல் உள்ளத்திலெழுந்து உவகை அளிப்பதுபோல் தோன்றியது.

தென்மேற்கு மூலையை நெருங்கும்போது முழவோசை கேட்கத் தொடங்கியது. நாய் ஒன்று உரக்கக் குரைப்பதுபோல. ஒருசில கணங்களுக்குப் பின்னரே அது முழவோசை என்று அவன் உணர்ந்தான். உபப்பிலாவ்யத்தின் கொற்றவை ஆலயத்தில் மட்டுமே விந்தையானதோர் தொல்முழவு மீட்டப்படுகிறது என்று எவரோ சொன்னது நினைவுக்கு வந்தது. உடும்புத்தோலால்தான் முழவும் உடுக்கும் அமைப்பது வழக்கம். ரக்தை அன்னையின் முழவு மேலும் ஒருமடங்கு பெரிய வட்டம் கொண்டது. முதலைத்தோலை விரித்து அதன் செதில்களை வெப்பத்தால் பதப்படுத்தி அமைக்கப்படுவது அதன் பரப்பு. சிறிய பிரம்புக்குச்சிகளால் அதை மீட்டுகையில் பசிகொண்ட பெண் ஓநாயின் குரலெழும் என்று ஒரு முறை மது அருந்திக்கொண்டிருந்தபோது அங்கே பாடிய சூதன் சொன்னான். அவ்வோசையை செவிகொள்ளக்கொள்ள ரக்தஹ ரக்தஹ என்று அது ஒலிக்கும் என்றான் அவன்.

அவ்வெண்ணம் தோன்றியதுமே அவ்வோசை மிகத் தெளிவாக சொல்லென்று மாறியது. குருதி குருதி குருதி என அது காற்றில் அதிர்ந்தது. அவ்வோசையை ஏற்று அனைத்து சுவர்ப் பரப்புகளும் குருதி குருதி என்றன. அங்கிருக்கும் அனைத்துப் பொருட்களும் அச்சொல்லை ஊழ்க நுண்சொல்லென ஏற்று தங்களுக்குள் ஒலித்துக்கொண்டிருப்பதாக அவன் எண்ணினான். அசங்கன் “அம்முழவு எதையோ சொல்வதுபோல் ஒலிக்கிறது, தந்தையே” என்றான். திடுக்கிட்டவன்போல் திரும்பிப்பார்த்து “என்ன?” என்றான் சாத்யகி. “குருதி குருதி குருதி என்று அது சொல்வதுபோல் தோன்றுகிறது” என்றான் அசங்கன். “வீண் உளமயக்கு. இதெல்லாம் சூதர்கள் சொல்லலாம், வணிகர்கள் கேட்டு நாணயங்களை வீசலாம், வீரர்கள் மண்ணில் காலூன்றி நிற்கவும் படைக்கலத்தால் மட்டுமே உளமோட்டவும் பயின்றவர்கள்” என்றான் சாத்யகி. “ஆம்” என்றபின் அசங்கன் தலைதாழ்த்தினான்.

கொற்றவை ஆலயத்தின் முன்பு தேர் சென்றுநின்றது. சாத்யகி திரும்பி தன் பிற மைந்தர்கள் ஏறிய தேர்கள் தொடர்ந்து வருகின்றனவா என்று பார்த்தான். நெரித்த கூட்டத்தில் அங்குமிங்குமாக உந்தப்பட்டு அவை சற்று தள்ளி தனித்தனியாக வந்துகொண்டிருந்தன. ஆலயத்தின் முற்றம் மிகச் சிறிதாகையால் உள்ளே சென்ற தேர்களிலிருந்து அரசர்களும் குடித்தலைவர்களும் இறங்கியதுமே தேர்களை ஓட்டி மறுபக்கம் வழியாக வெளியே கொண்டுசென்றுகொண்டிருந்தனர். தங்கள் குடிக்கோல்களுடனும் தலையணிகளுடனும் பலவண்ண ஆடைகளுடனும் இறங்கிய கிராதரும் நிஷாதருமான குடித்தலைவர்கள் இந்திரப்பிரஸ்தத்தின் துணைப்படைத்தலைவர்களாலும் சிற்றமைச்சர்களாலும் வரவேற்கப்பட்டு ஆலயத்திற்குள் கொண்டுசெல்லப்பட்டனர். அவர்களின் காவலர்கள்

தனியாக நிரைவகுத்துச் சென்று ஏற்கெனவே நின்றிருந்த காவலர்களுடன் சேர்ந்துகொண்டனர்.

தன் தேர் நின்றதும் சாத்யகி "மைந்தர்கள் பிரிந்து போய்விடக்கூடாது. இறங்கி ஆலயமுற்றத்தில் சற்று நேரம் நிற்போம்" என்றான். அசங்கன் "அவர்கள் ஓரிரு தேர்களுக்குப் பின்னால்தான் இருக்கிறார்கள். வந்துவிடுவார்கள்" என்றான். சாத்யகியை எதிர்கொண்ட படைத்தலைவனாகிய வக்ரதந்தன் தலைவணங்கி முகமன் உரைத்தான். சாத்யகி "இளைய யாதவர் வந்துவிட்டாரா?" என்றான். "அரசரும் இளையோரும் வரும்போது அவர்களுடன் வருகிறார் என்றார்கள்" என்று வக்ரதந்தன் சொன்னான். அவர்கள் இறங்கி நடந்து கொற்றவை ஆலயத்தின் முன்னால் நின்ற இலஞ்சி மரத்துக்குக் கீழே கூடிநின்றனர்.

பிற தேர்களிலிருந்து மைந்தர்கள் இறங்கியதும் சாத்யகி "இங்கே கட்டுக்கடங்காமல் கூட்டம் நெரிபடுகிறது. ஒருவருடன் ஒருவர் அணுகி நின்றுகொள்ளுங்கள். பிரிந்தால் மீண்டும் ஒன்று கூடுவதற்கு பொழுது விடியவேண்டியிருக்கும்" என்றான். துணைப்படைத்தலைவன் கட்கீர்த்தி அருகே வந்து "உள்ளே செல்லலாமே, அரசே" என்று சொல்ல சாத்யகி திரும்பி அசங்கனிடம் "இளையோரை ஒற்றைத் திரளாக அழைத்து வா" என்று ஆணையிட்டுவிட்டு உள்ளே சென்றான். அவர்கள் அவனைத் தொடர்ந்தனர்.

கொற்றவை ஆலயம் தொன்மையான சின்னஞ்சிறு கல்ஆலயம் ஒன்றை உள்ளே அமைத்து கட்டப்பட்ட பெரிய சுவர்வளைப்பு. அங்கே முன்பு நின்றிருந்த காஞ்சிரமரம் காலப்போக்கில் பட்டுப்போனபின் அதன் மிகப்பெரிய அடிமரத்தை மட்டும் மூன்று இடங்களிலாக பீடமமைத்து நட்டு நிறுத்தியிருந்தனர். அந்த மரத்தில் வெள்ளியாலான கொற்றவை முகம் பதிக்கப்பட்டு அதற்கும் தனியாகப் பூசனைகள் செய்யப்பட்டன. பழைய மரமிருந்த இடத்திற்கருகே நடப்பட்டிருந்த புதிய காஞ்சிர மரம் இரண்டு ஆள் சுற்றி பற்ற முடியாத அளவுக்கு பேருருத் திரட்டி, கிளைகள் திமிறி, விரிந்து வானில் பரந்து நின்றிருந்தது.

காஞ்சிர மரத்தின் வேர்கள்மேல் கட்டப்பட்ட சிறிய ஆலயம் வேர்கள் தடிக்க கற்கள் வெடித்து வெவ்வேறு வகையில் விரிசலிட்டு சற்று சரிந்ததுபோல் அமர்ந்திருந்தது. ஆனால் வேர்கள் அதை கவ்வி இணைத்திருந்தன. உள்ளே ரக்தை அன்னையின் மையப்பதிட்டை உருவற்ற கல் என்பதை சாத்யகி அறிந்திருந்தான். அன்னை முன் அமைக்கப்பட்டிருந்த பலிபீடம்தான் மிகப் பெரியது. கவிழ்ந்த தாமரை வடிவில் இடையளவு உயரமாக அமைக்கப்பட்டிருந்தது. அதை ஆமை தாங்கியது. நாகங்கள் அதன் விலாவெங்கும் பின்னியிருக்க விடாய்

கொண்ட தெய்வங்கள் வாய்திறந்தும் கைவிரித்தும் குருதி ஏற்பதாக செதுக்கப்பட்டிருந்தன.

ஆலயத்தைச் சுற்றி மூங்கில்கள் நடப்பட்டு அவற்றில் ஊன்நெய்ப் பந்தங்கள் எரிந்துகொண்டிருந்தன. ஆலயமுகப்பின் பெரிய அரைவட்ட முற்றத்தை வளைத்து பிறைவடிவில் அரசர்களும் குடித்தலைவர்களும் நின்றிருந்தனர். அவையிலிருக்கும் முதன்மை, முறைமை எதுவும் அங்கு பேணப்படவில்லை. எனவே கிராதரும் நிஷாதரும் ஷத்ரியரும் கலந்து தோள்தொட்டு நெரித்து நின்றிருந்தனர். அவர்களின் கோல்கள் மீதும் கவசங்கள் மேலும் தலையணிகள் மேலும் பந்தங்களின் செவ்வொளி அலையடித்துக்கொண்டிருந்தது. ஆலயவளைப்புக்குள் அரசர்களும் சிற்றரசர்களும் குடித்தலைவர்களும் ஒவ்வொருவராக உள்ளே வந்துகொண்டிருந்தனர்.

தெய்வத்தின் முன் மனிதர்கள் வாழ்த்தப்படுவதில்லை என்பதனால் அவர்களை வரவேற்கும் ஒலிகளோ வாழ்த்தொலிகளோ எழவில்லை. அரசர்களன்றிப் பிறர் உள்ளே அனுப்பப்படவில்லை என்பதனால் அவர்கள் வந்ததை பிறர் விழிதிருப்பி நோக்கவும் இல்லை. ஓசையின்றி நீர் பெய்து சுனை நிறைவதுபோல் அவர்கள் வந்து அந்த தலைச்செறிவை மேலும் விரித்து அழுத்திக்கொண்டிருந்தனர். ஆலயத்தின் இடப்பக்கமாக நின்றிருந்த நூற்றெட்டு இசைச்சூதர்கள் ஐம்மங்கல இசைக்கருவிகளை ஒலித்துக்கொண்டிருந்தனர். முழவும் உடுக்கும் மணியும் சங்கும் கொம்பும் இணைந்த தாளம் கடல் அலையென சுருண்டெழுந்து அறைந்து சிதறி வழிந்தோடி மீண்டும் எழுந்து வந்தது. சுரேசரும் சிற்றமைச்சர்களும் அங்குமிங்குமாக ஓடி பூசகர்களையும் பிறரையும் ஏவிக்கொண்டிருந்தனர்.

உபப்பிலாவ்யத்தின் பூசகர்கள் அங்கேயே தொன்றுதொட்டு வாழ்ந்து வந்த தொல்குடியினர். ஆகவே அவர்களின் முகங்கள் அனைத்தும் ஒன்றுபோலிருந்தன. வலப்பக்கமாக சரித்த கொண்டையும், காதளவோடிய பெரிய மீசையும், கரிய திரண்ட உடலும், கைகளிலும் உடலிலும் இரும்பு அணிகளும் கொண்டு அவர்கள் அசுரகுடியினர் என்றே தோன்றினர். முதுபூசகர் நூறு அகவை கண்ட செங்கர் காரி. அவர் கொற்றவை சிலைக்கு அருகே போடப்பட்ட கரடித்தோல் விரித்த மணை மீது மெலிந்த கால்களை மடித்து அமர்ந்திருந்தார். பூசகர்கள் அனைவருமே கரடித்தோலாடை அணிந்திருந்தனர். இடுப்பில் சிவந்த பட்டாலான கச்சை. கழுத்தில் வயிறு வரை வரும் கல்மணிமாலை. அந்த மாலைகள் மிகத் தொன்மையானவை என்பது தொலைவிலேயே தெரிந்தது. எளிய கூழாங்கற்களைக் கைகளாலேயே உரசி மணிகளாக்கி உருவாக்கப்பட்ட அத்தகைய மாலைகளை ஆழ்காடுகளில் வாழும் அசுர குடிகள் மட்டுமே அணிவது வழக்கம்.

வெளியே முரசுகளும் முழவுகளும் கொம்புகளும் ஒலித்து அமைய சுரேசரால் அழைத்து வரப்பட்டு யுதிஷ்டிரரும் தம்பியரும் கைகளைக் கூப்பியபடி நடந்து வந்தனர். கொற்றவை பூசனைக்குரிய கரிய இடையாடையும் செம்பட்டுக் கச்சையும் அணிந்திருந்தனர். உடலில் பிற அணிகளேதும் கொண்டிருக்கவில்லை. குழலை அவிழ்த்து முதுகிலும் தோளிலுமாக புரளவிட்டிருந்தனர். வரவேற்புரையின்றி யுதிஷ்டிரர் வந்து முன்நிரையில் நின்றார். அங்கு முன்னரே கூடிநின்ற எவரையும் அவர் பார்க்கவில்லை. அவருக்கு இருபுறமும் நகுலனும் சகதேவனும் நின்றனர். பீமன் சற்று அப்பால் கைகளை மார்பில் கட்டியபடி சிறிய விழிகளைத் தாழ்த்தி நிலம் நோக்கி நின்றான். இப்பாலிருந்து சாத்யகி நோக்கியபோது அவன் விழிமூடித் துயில்வதுபோல் தோன்றியது.

இளைய யாதவர் நேமிதரன் தொடர உள்ளே வந்தார். எவரையும் நோக்காமல் கைகளைக் கூப்பியபடி வந்து அரசர் நிரையில் தானும் நின்றுகொண்டார். சாத்யகி தன் உள்ளத்தில் பதற்றமெழுவதை உணர்ந்தான். கொற்றவைப் பூசனைக்கு திரௌபதி வரமாட்டேனென்று சொல்லிவிடக்கூடுமென்று எண்ணமெழுந்தது. மறுகணமே அதெப்படி என்று உள்ளம் மறுத்தது. ஆனால் முற்றிலும் எதிர்பாராத ஒன்று நிகழும் என்றே அவன் உள்ளம் எதிர்பார்த்துக்கொண்டிருந்தது. மீண்டும் சங்குகளும் முரசுகளும் கொம்புகளும் முழவுகளும் முழங்க திரௌபதி தன் அணுக்கச் சேடி தொடர கைகூப்பியபடி உள்ளே நுழைந்தாள். முதன்முறையாக ஆலயத்தை வளைத்து நின்றிருந்த அரசர்கள் அனைவரிலும் ஓர் அசைவு மெல்லிய அலைபோல கடந்து சென்றது. அனைவரும் தலைதிருப்பி அவர்களைப் பார்த்தனர். எவரும் வாய்திறந்து பேசவில்லையென்றாலும் தேனீ ரீங்காரம் போலொரு முழக்கம் அவர்களில் எழுந்தது.

திரௌபதி செம்பட்டு ஆடை அணிந்திருந்தாள். வேறு அணிகளோ பூண்களோ சூடியிருக்கவில்லை. கைகளைக் கூப்பியபடி கண்களை நிலம் நோக்கித் தாழ்த்தி சீராக அடிவைத்து நடந்து வந்தாள். நல்லொழுக்கில் அனைத்துப் பாய்களையும் தணித்து மெல்ல செல்லும் பெருங்கலம்போல் என்று சாத்யகி நினைத்துக்கொண்டான். அவள் கால்கள் மண்ணில் படுவதுபோல் தோன்றவில்லை. நிகர்கொண்ட தோள்கள், அரவென எழுந்த தலை. இழுத்துக்கட்டிய சரடில் நடப்பதுபோன்று முற்றிலும் ஒழுங்கமைந்த உடலசைவு. மிதந்து வருபவள்போல் அணுகி யுதிஷ்டிரருக்கு மறுபக்கம் மகளிர் நிரை நடுவே சென்று நின்றாள். அவளைத் தொடர்ந்து குந்தியும் பாண்டவர்களின் துணைவியரும் உள்ளே வந்தனர். அவர்கள் கைகூப்பியபடி வந்து திரௌபதியின் இருபக்கமும் நின்றனர்.

11

கருவறைக்குள் கரடித்தோல் பீடத்தில் மெலிந்த கால்களை மடித்து அமர்ந்திருந்த தலைமைப்பூசகர் செங்கர் காரி தன் மெலிந்த கைகளைத் தூக்கி, வளைந்து உருக்குலைந்த சுட்டுவிரலை நீட்டி சுரேசரை அழைத்தார். அவருடைய முழங்கையிலும் கையிலும் நைந்த தசை தொங்கி கையின் நடுக்கத்துடன் சேர்ந்து அசைந்தது. சுரேசர் அருகே அணுகி வாய்பொத்தி உடல்வளைத்து பணிந்து கேட்க அவர் வெளியே சுட்டி ஏதோ ஆணையிட்டார். சுரேசர் விரைந்து சென்று யுதிஷ்டிரரிடமும் பின்னர் திரௌபதியிடமும் ஓரிரு சொற்கள் பேசிவிட்டு பாய்ந்த நடையுடன் வெளியே சென்றார். திரௌபதி கையை சற்றே தூக்க சிற்றமைச்சர் இருவர் கையசைத்து ஐம்மங்கல இசையையும் வெளியே ஒலித்த பெருமுரசுகளையும் நிறுத்தினர். இசை நின்றதும் அப்பகுதி செவி துளைக்கும் அமைதி கொண்டதாக மாறியது. பின்னர் அதன் ஆழத்திலிருந்து கலங்களும் அணிகளும் குலுங்கும் ஓசையும் ஆடைகள் காற்றில் சரசரக்கும் ஒலியும் எழுந்து வந்தன.

திரௌபதி சிற்றமைச்சரிடம் "பலிகொடை பிறகு நடக்கட்டும், அதற்குமுன் பூசெய்கையும் வழிபாடும் மங்கலச் சடங்குகளும் முடியட்டும்" என்றாள். அவர் ஆமென்று தலையசைத்து ஓடிச்சென்று செங்கரிடம் அதை சொன்னார். செங்கர் தலையசைத்து ஆணையளித்ததும் பூசகர்கள் ஒருவருக்கொருவர் பேசியபடி அங்குமிங்கும் பரவ சிலகணங்களில் அப்பகுதி மெல்ல உருமாறியது. அதுவரை அங்கு எழுந்துகொண்டிருந்த விசை ஒன்று அவிழ்ந்து தளர்ந்து பின்னகர ஒவ்வொருவரும் இயல்பான உடல்நிலைக்குச் சென்றனர். முகங்கள் புன்னகையும் இயல்பொழுக்கும் கொண்டன. அந்தத் தாளம்தான் ஒவ்வொருவரையும் இறுக முறுக்கிக்கொண்டிருந்ததாகத் தோன்றியது.

பூசகர்கள் ஈச்சஓலைகளில் கட்டப்பட்ட மலர்ப்பொதிகளையும், தோல்பைகளில் அடைக்கப்பட்ட நறுமணப்பொருட்களையும் சுமந்துகொண்டுவந்து கொற்றவையின் ஆலயமுகப்பில் பரப்பினர். ஏழு உருளிகளில் வெண்ணிற அன்னமும், பன்னிரு நிலவாய்களில் கள்ளும், பதினெட்டு கலங்களில் தேனும் பாலும் பழச்சாறும்கொண்ட இன்னமுதும் கொண்டுவந்து அன்னையின் முன் நிரத்தப்பட்டன. நறுமணப்பொருட்களை பொதிகளிலிருந்து திறந்து எடுத்து அன்னையின் சிறு ஆலயமுகப்பில் பரப்பியபோது வெவ்வேறு மணங்கள் சிறிய காற்றலைகள் என எழுந்து ஒன்றுடன் ஒன்று கலந்து புதிய நறுமணங்களை உருவாக்கிக்கொண்டே இருந்தன. மலர்மணங்களுடன் கஸ்தூரியும் சவ்வாதும் புனுகும் கற்பூரமும் கலந்தபோது ஆழுள்ளத்தில் அறியா மலர்கள் இதழ் விரித்தன.

திரௌபதி திரும்பி யுதிஷ்டிரரிடம் “பூசனை முடிந்ததும் மங்கலச் சடங்குகளை நிகழ்த்துவோம். சாத்யகியின் மைந்தரை அழையுங்கள்” என்றாள். யுதிஷ்டிரர் புரிந்துகொண்டு “ஆம், அது இன்றே நிகழட்டும். இனி பொழுதில்லை” என்றபின் சிற்றமைச்சர் சந்திரசூடரிடம் கைகாட்டி அழைத்து ஆணையிட்டார். உதட்டசைவிலிருந்து தன் பெயரை அவள் சொன்னதை அறிந்து சாத்யகி விதிர்ப்பு கொண்டான். அவனது இடதுகால் துடிக்கத்தொடங்கியது. சந்திரசூடர் பதற்றமான காலடிகளுடன் அவனிடம் வந்து “யாதவ அரசே, தங்களையும் மைந்தர்களையும் பேரரசி அழைக்கிறார். மங்கலச் சடங்கை இங்கே இப்போதே நிகழ்த்திவிடலாம் என்று எண்ணுகிறார்” என்றார். “ஆணை !” என்று நடுங்கிய குரலில் சாத்யகி சொன்னான்.

கூப்பிய கைகள் இறுகி நடுங்கிக்கொண்டிருக்க திரும்பி அருகே நின்ற அசங்கனிடம் “அரசியின் ஆணை, மைந்தா” என்றான். “ஆம்” என்று அவன் சொன்னான். சாத்யகி கைகளைக் கூப்பியபடி முன்னால் செல்ல மைந்தர் தொடர்ந்தனர். அவர்கள் சென்று திரௌபதியின் அருகே நின்றதும் திரௌபதியின் அணுக்கச்சேடி சலஃபை மகளிர்நிரைக்குப் பின்னால் சென்று அங்கிருந்து பாஞ்சாலத்து இளவரசி சௌம்யையை அழைத்து முன்னால் கொண்டுவந்தாள். அவள் தன் இரு சேடிகள் இரு பக்கமும் வர தன் அன்னை விப்ரையுடன் திருஷ்டத்யும்னனின் அருகே வந்துநின்றாள். கொற்றவைபூசனைக்குரிய எளிய ஆடையையே அவள் அணிந்திருந்தாள். சலஃபை சேடியருடன் ஏதோ பேச அவர்கள் ஓடிச்சென்று கொண்டுவந்த மலர்மாலையை சௌம்யையின் கூந்தலில் சூட்டினாள்.

யுதிஷ்டிரர் கையசைத்ததும் ஆலயத்தின் மங்கலப்பூசை முறைமைகள் தொடங்கின. ஐம்மங்கல ஒலிகள் சூழ அன்னைக்கு நூற்றெட்டு

மலர்களால் மலராட்டு செய்யப்பட்டது. அதன்பின் கங்கை, கோமதி, சாரதா, சர்மாவதி, யமுனை, வாக்மதி, கண்டகி என்னும் ஏழு ஆறுகளின் நீரால் நீராட்டும் கஸ்தூரி, கோரோசனை, புனுகு, சவ்வாது, கல்மத்தம், மரமஞ்சள், கொம்பரக்கு என்னும் ஏழு நறுமணப்பொருட்களால் நறுமணமாட்டும் அகில், சந்தனம், குந்திரிக்கம், சாதிக்காய், கற்பூரம் என்னும் ஐந்து புகைகளால் புகையாட்டும் நிகழ்ந்தன. பூசகர் அனைத்துக் கலங்களிலிருந்தும் ஒரு கரண்டி அன்னம் எடுத்துச்சென்று இலையில் விளம்பி அன்னை முன் வைத்தனர். அதன்மேல் மலரிட்டு நீர்தெளித்து தூய்மைசெய்தபின் அன்னப்பலி ஏற்குமாறு பூசகர் கைகளால் செய்கை காட்டினார். அது இனிதென்றும், தங்கள் உடலே அதுவென்றும் சொன்னார்.

தொன்மையான அசுரமுறைப்படி அப்பூசனைகள் அனைத்தும் சொல்லற்ற நுண்ணொலிகளும் விரல்முத்திரைகளும் கையசைவுகளும் மட்டுமே கொண்டவை. சாத்யகி கைகளைக் கூப்பியபடி கொற்றவையின் சிறிய கல்வடிவைப் பார்த்துக்கொண்டிருந்தான். இரண்டு முழம் உயரமுள்ள உருவற்ற நீளக்கல். அதில் வெள்ளியாலான இரு கண்கள் பொருத்தப்பட்டிருந்தன. பவளத்தால் செதுக்கப்பட்ட நீண்ட நாக்கு குருதிசொட்டுவதுபோல தெரிந்தது. கண்களும் நாக்கும் மட்டுமேயாகி அக்கல் முகமென்றாகியது. அதைச் சூழ்ந்து கருங்குழல் விரிவும் கரிய உடல்திரள்வும் எழுந்து வந்தன. முகமென்பது நோக்கும் திறந்த வாயின் பசியும் மட்டுமே. வாய் ஒன்று சொல்ல கண் பிறிதொன்று காட்டியது. சில கணங்களுக்குள் அன்னையின் நோக்கன்றி பிறிது எதுவும் அவனை வந்தடையவில்லை.

எங்கிருக்கிறோம் என்றறியாமல் கூப்பிய கைகள் நடுங்கிக்கொண்டிருக்க சாத்யகி நின்றுகொண்டிருந்தான். ஐம்மங்கல ஓசைகள் நிலைக்க பூசகர்கள் சங்கொலித்தமைந்த பின் கைகளில் ஏந்திய வட்டமணியை மட்டும் நீள்தாளத்தில் முழக்கத் தொடங்கினர். இரு பூசகர்கள் ஆலயவாயிலில் இருந்த செம்பட்டுத் திரையைக் கீழே தாழ்த்தினர். உள்ளே முதுபூசகர் கொற்றவையுடன் தான் மட்டுமே அமர்ந்து செய்யும் மந்தணப் பூசைச் சடங்குகளை செய்யத் தொடங்கினார். உள்ளே திரைக்கப்பால் சுடர் சுழல்வதும் கைமணியோசை எழுவதும் தெரிந்தது. பின்னர் கருவறைக்குள் அமைந்த நூற்றெட்டு சிறு அகல்களை ஒவ்வொன்றாகப் பூசகர் ஏற்றினர். சுடர் பெருகி அங்கே நெருப்பெழுந்து தழல் ஆடுவதுபோல் தோன்றியது. செம்பட்டுத் திரைச்சீலையே ஒரு பெரும் தழல்பரப்புபோல ஆகியது.

பூசகர் கைகாட்ட ஐம்மங்கல இசையுடன் அனைத்து இசைக்கலங்களும் ஒற்றை அலையெனப் பொங்கி எழுந்திசை நிரப்பின. திரை மேலெழ கொந்தளிக்கும் செவ்வொளியில் கொற்றவை தெரிந்தாள். முன்னால்

நின்றிருந்த முதுசூதர் "அன்னையே! மாமாயையே! உலகாள்பவளே! வானிலும் காலத்திலும் நின்றவளே! எங்கும் நிலைபெறாதவளே! ஈன்றவளே! இயற்றுபவளே! இவ்வனைத்தும் ஆனவளே! விண்ணுருவே! மண்முதலே!" என்று கூவி வாழ்த்தினார். அங்கிருந்தோரின் உள்ளம் அக்குரலென்றாகியது. பெண்டிர் கைகளைக் கூப்பியபடி உடல்நடுக்குற்று குரவையிட்டனர். அத்தனை ஒலிகளுக்கும் எதிர்முனைபோன விழித்திருந்தன கொற்றவையின் கண்கள்.

அன்னைக்கு சுடராட்டு தொடங்கியது. நூற்றெட்டு திரிகளிட்ட கொத்துவிளக்கு கொன்றை மலர்ச்செண்டு என சுழன்று வந்தமைந்தது. பின்னர் எழுபத்திநான்கு திரியிட்ட கொத்துவிளக்கு. நாற்பத்தெட்டு திரியிட்ட விளக்கு. அதன்பின்னர் ஏழு, ஐந்து என சுடர் குறைந்து இறுதியாக ஒற்றைச் சுடர் அகல் சுழன்று அன்னையின் காலடியில் வைக்கப்பட்டது. அச்சுடரிலிருந்து ஒரு திரியைக் கொளுத்தி எடுத்துக்கொண்டு வந்து பலிபீடத்தில் எரிந்த கலவிளக்கில் இட்டனர். கொழுந்தெழுந்து அது எரிய அக்கலத்தை இரு பூசகர்கள் கைகளில் ஏந்தியபடி அரசர்கள் அருகே அணைந்தனர். யுதிஷ்டிரரும் பாஞ் சாலத்து அரசியும் இளையவரும் அதைத் தொட்டு விழியில் வைத்து வணங்கியபின் குந்தியும் அரசியரும் தொட்டு வணங்கினர். பின்னர் அது அரசர் நிரைகளில் சுழன்று வந்தது. அனைவரும் தொட்டு வணங்கியபின் மீண்டும் அன்னையின் காலடிக்கே சென்று சேர்ந்தது.

திரௌபதி "மணநிகழ்வு தொடங்கட்டும்" என்றாள். அவள் உதடசைவே அச்சொல் என்று தெரிந்தது. அதை கேட்டோமா பார்த்தோமா என உளம் மயங்கியது. பூசகர் பணிதன் காரி "இங்கு அன்னைமுன் வைதிக மணம் ஒப்பப்படுவதில்லை. இங்கு வேதநுண்சொற்கள் எதற்கும் ஒப்புதல் இல்லை, அரசி" என்றார். "இங்குள்ள தொல்முறைப்படியே மணம் நிகழட்டும்" என்றாள் அரசி. திருஷ்டத்யும்னன் தன்னருகே நின்ற பாஞ்சால இளவரசியை தோளில் தொட்டு "முன்னால் செல்க!" என்றான். அவள் கைகூப்பியபடி ஓரடி முன்னால் சென்றாள். திரௌபதி சாத்யகியை நோக்கியதும் சாத்யகி அசங்கனை தோளில் தொட்டு "முன்னால் செல்க!" என்றான். அவனும் தயங்கிய காலடிகளுடன் முன்னால் நகர்ந்து நின்றான்.

சாத்யகி அப்போதுதான் சௌம்யையை முதல்முறையாக பார்த்தான். அசங்கனைவிட மிகவும் மூத்தவள்போல தோன்றினாள். பெண்டிருக்கு உடலில் அகவை மிகுதிகாட்டும் என அவன் சொல்லிக்கொண்டாலும் உள்ளம் அமையவில்லை. அவள் வெண்ணிறமான உருண்ட பெரிய முகமும் தடித்த தோள்களும் கொண்டிருந்தாள். சுருண்ட நுரைபோன்ற கூந்தல். சிறிய கரிய விழிகள். கன்னங்களில் செந்நிறப்

பருக்கள். சிவந்த சிறு உதடுகள். அவள் தன் அன்னையைப்போல என எண்ணிக்கொண்டான்.

அவள் அன்னை பாஞ்சாலத்தின் தொல்குடியாகிய துர்வாச மரபை சேர்ந்தவள். அவர்கள் யவனர்களின் குருதிகொண்டவர்கள் என்பதுண்டு. இமையமலைக்கு அப்பாலிருக்கும் வடமேற்குப் பாலையிலிருந்து குடியேறியவர்கள். எங்கிருந்தோ ஒரு குருதி. வேறெங்கிருந்தோ வந்த இன்னொரு குருதி. தெய்வங்கள் கனிந்தால் இந்தப் பெண்ணின் வயிற்றில் என் குருதிவழி பிறக்கும். பிறக்கும் மைந்தன் இவளைப்போல யவனச்சாயலுடன் இருந்தால் அதில் என் குருதி எங்கிருக்கும்? இங்கு பத்து வடிவில் பெருகிப்பரந்திருக்கும் என் முகம் எஞ்சியிருக்குமா என்ன? என்ன வீண் எண்ணங்கள்? ஆனால் இத்தகைய சிறிய தன் மைய விழைவுகளினூடாகவே மானுடம் முன்னகர்கிறது.

இருவர் முகங்களிலும் உவகையோ நாணமோ இல்லை என்பதை சாத்யகி கண்டான். அவள் முகம் செதுக்குப்பாவை போலிருந்தது. அசங்கன் குளிரில் என மெல்ல நடுங்கிக்கொண்டிருந்தான். துயர்கொண்டவன்போல் இமைசரிந்து விழிகள் மறைந்திருந்தன. அவன் தன் மைந்தனின் கையைப் பற்றிக்கொள்ள விழைந்தான். மீண்டும் அவனைத் தொட தன்னால் இயலாது என்ற எண்ணம் எழுந்ததும் உள்ளதிர்ந்தான். திரும்பி அருகே நின்ற சந்திரபானுவை நோக்கியபின் கையை அவன் தோள்மேல் வைத்தான்.

பூசகர் மூவர் அன்னையின் காலடியிலிருந்து சுண்ணமும் மஞ் சளும் கலந்த செங்குருதிநீரை மூன்று கலங்களில் கொண்டுவந்தனர். முதுபூசகியர் அக்கலங்களை வாங்கி குரவையிட்டபடி அச்செந்நீரை பாஞ்சால இளவரசியின் தலையில் மூன்று முறை கவிழ்த்தனர். பூசகர் மூவர் கொண்டுவந்த செங்குருதியை அசங்கனின் தலையில் மூன்று பூசகர் கவிழ்த்தனர். சாத்யகியும் திருஷ்டத்யும்னனும் இருபுறமும் நின்று மணமக்களை வழிநடத்தி கொண்டுசென்று அன்னையின் ஆலய முகப்பில் நிறுத்தினர். பூசகர் பணிதன் காரி வழிகாட்ட சாத்யகியும் திருஷ்டத்யும்னனும் மைந்தனையும் மகளையும் பூசகர்களிடம் ஒப்படைத்துவிட்டு மும்முறை நிலத்தில் விழுந்து அன்னையை வணங்கி கைதொழுதபடி கூட்டத்தில் சென்று பின்னால் நின்றனர். தன் பிற மைந்தரும் மெல்ல நடுங்கிக்கொண்டிருப்பதை சாத்யகி உணர்ந்தான்.

முதுபூசகர் செங்கர் காரி உள்ளிருந்து மெல்ல எழுந்து வந்து அன்னையின் காலடியில் வைத்து எடுத்த கரிய சரடு ஒன்றை பணிதனிடம் அளித்தார். அதில் மூதன்னையர் மூவர் ஏழு கல்மணிகளைக் கோத்து அசங்கனிடம் அளித்தார்கள். செங்கர் காரி கைவீசி ஆணையிட அசங்கன் அதை

பாஞ்சால இளவரசியின் கழுத்தில் கட்டினான். “மூன்று முறை முடிச்சு இடுக!” என்றார் பணிதன். மங்கல வாத்தியங்கள் முழங்கின. மகளிர் குரவையிட்டனர். “வலக்கை சிறுவிரலைப் பற்றிக்கொள்க! தென்மேற்கிலிருந்து கிழக்கு நோக்கி ஏழு அடியெடுத்து வைத்து நின்று நிலம் தொட்டு வணங்குக!” என்றார். அவர்களிருவரும் நிலம்தொட்டு வணங்கியதும் “திரும்பாமல் மீள்க! அன்னை முன் வந்து வணங்கி குருதித்துளி கொண்டு மீள்க!” என்றார் பூசகர்.

இருவரும் முன்னால் சென்று பலிபீடத்தருகே நின்று அன்னையை குனிந்து வணங்கினர். செங்கர் உள்ளிருந்து செங்குருதிப்பொடி அள்ளி அவர்களுக்கு அளித்தார். அதை அசங்கன் பெற்றுக்கொண்டு அதில் ஒரு துளியை எடுத்து அவள் நெற்றியிலிட்டான். அவள் ஒரு துளியை எடுத்து அவன் நெற்றியிலிட இருவரும் கைகூப்பி புறம்காட்டாது நகர்ந்து மீண்டும் அரசநிரைக்கே வந்தனர். பணிதன் “அன்னைமுன் உளமிணைந்த இருவரும் இனி துணைவரென்று திகழ்க! மைந்தரையும் கொடிவழிகளையும் காக்கும் தெய்வங்கள் அனைத்தும் இச்செய்தியை அறிக!” என்றார். கூட்டத்திலிருந்த மகளிர் குரவையிட்டனர்.

திரௌபதி கைகளால் இளவரசியை வளைத்து தன் உடலுடன் சேர்த்துக்கொண்டாள். அவள் தலையை திரௌபதியின் தோளில் மெல்ல சாய்த்தாள். அவளுக்கு தன் அத்தையே அன்னைக்கும் மேலான இடத்திலிருந்தாள் என அந்தச் சிறு அசைவில் சாத்யகி உணர்ந்தான். அவன் உள்ளம் பொங்கிக்கொண்டிருந்தது. சிறு உள அசைவில் தான் அழுதுவிடக்கூடும் என்று தோன்றியது. ஏதேனும் செய்து அத்தருணத்தை கடந்துசெல்ல விரும்பினான். அசங்கனிடம் “அரசியையும் அரசரையும் வணங்கி வாழ்த்து கொள்க! இளைய யாதவரை வணங்குக!” என்று காதில் சொன்னான். அருகே நின்றிருந்த சகதேவன் திரும்பிநோக்கி “அல்ல, இது ஆலய வளாகம். இங்கு எவரையும் எவரும் வணங்கலாகாது” என்றான். “ஆம்” என்று சாத்யகி சொன்னான். நீண்ட பெருமூச்சுடன் உடலை அசைத்து கால்மாற்றி நின்றான். திரும்பி தன் மைந்தனை நோக்கவேண்டுமென எண்ணினான். ஆனால் திரும்பமுடியாதபடி அகம் தடுத்தது.

கருவறைக்குள் செங்கர் காரி ஆசுரமுறையில் அமைந்த சிறுபூசனைகளைத் தொடர்ந்து செய்துகொண்டிருக்க அங்கிருந்த ஒவ்வொருவரும் மெல்ல பிறிதொரு உளநிலை கொள்வதை சாத்யகி கண்டான். பூசகர்கள் படையல் முற்றத்திலிருந்த அன்னக்கலங்களையும் மலர்க்குவைகளையும் நறுமணப்பொருட்களையும் எடுத்து அகற்றினர். கருவறைக்குள்ளிருந்து அனைத்து மங்கலப்பொருட்களும் எடுத்துச் செல்லப்பட்டன. செங்கர்

எழுந்து மும்முறை முழந்தாள் பணிந்து வணங்கியதும் இருவர் அவரை கைபற்றி வெளியே கொணர்ந்தனர்.

நடுங்கும் காலடிகளுடன் செங்கர் காரி அன்னையை மும்முறை வணங்கி புறம்காட்டாமல் சென்று மறைந்தார். ஆலயத்தின் கருவறை முகப்பில் இருந்த செம்பட்டுத் திரைச்சீலை கீழிறக்கப்பட்டது. ஐந்து இளைய பூசகர்கள் வந்து அரசர்கள் அனைவரிடமும் பணிந்து சற்றே பின்னகர்ந்து நிற்கும்படி சொல்ல களமுற்றம் அகன்றுகொண்டே இருந்தது. மங்கல இசை இயற்றிய சூதர்கள் நிரை மாறி ஒழுகியவர்களாகப் பின்னால் செல்ல, கொடுமுழவும் பெருமுழவும் எருமைக்கொம்புகளும் பேரிலைத்தாளங்களும் ஏந்திய காடவர் குலத்து இசைஞர் நூற்றெண்மர் நிரைவகுத்து அவ்விடத்தில் வந்து நின்றனர்.

நிகழவிருக்கும் ஒன்றுக்காக அங்கிருக்கும் ஒவ்வொரு பொருளும் தன்னைத் தீட்டிக்கொள்வதை சாத்யகி உணர்ந்தான். தன் மைந்தர் அங்கு நிற்கத்தான் வேண்டுமா என்று எண்ணம் எழுந்தது. யாதவர்கள் குருதிபலி கொடுப்பதை நிறுத்தி நெடுங்காலமாகிறது. இளைய யாதவர் சிறுவனாக இருந்தபோது குருதிபலியை நிறுத்தி இனிய அன்னங்களுடன் மந்தரமலையை வழிபட்டால் போதும் என்று அறிவித்ததாகவும் அதை யாதவகுலங்கள் அனைத்தும் ஏற்று குருதிபலியை முற்றாக நிறுத்திக்கொண்டதாகவும் அவன் இளமையிலேயே கேட்டிருந்தான். தன் மைந்தர் அக்குருதிபலியால் அஞ்சி உளங்கலங்கிவிடக்கூடுமென்று தோன்றியது. ஆனால் அதை எப்படி அங்கே சொல்வது என்று அவனுக்கு தோன்றவில்லை.

என்ன செய்வதென்று குழம்பியபடி அவன் திரும்பி இளைய யாதவரைப் பார்த்தான். அவரது கண்கள் நிலம் நோக்கித் தழைந்திருந்தன. அங்குள்ள பிற எவரிடமும் ஒரு சொல்கூட உரைக்குமிடத்தில் தானில்லை என்பதை உணர்ந்த பின் சாத்யகி நெடுமூச்சுடன் அமைதியடைந்தான். வெளியே இருந்து சுரேசர் உள்ளே வந்ததும் அனைவரும் அவரையே நோக்கித் திரும்பினர். மன்னர் நிரையிலிருந்தே மெல்லிய பேச்சொலி எழுந்தது. சுரேசர் வந்து யுதிஷ்டிரரிடமும் திரௌபதியிடமும் ஓரிரு சொற்கள் சொல்லி தலைவணங்கிய பின் பூசகர் தலைவர் பணிதன் காரியிடம் சென்று கையால் வாய்மூடி ஓரிரு சொற்கள் உரைத்தார். காரி கைதூக்கி தலையை அசைத்ததும் வெளியே முரசுகள் முழங்கத் தொடங்கின.

அப்பெருமுழக்கத்திற்கு நடுவே ஆற்றுப்பெருக்கில் ஊடுருவும் செங்கலங்கல் நீர் என உடுக்கும் சிறுகொம்பும் மட்டும் கலந்த துடிக்கும் இசை கேட்டது. அனைவரும் வாயிலையே நோக்கிக்கொண்டிருந்தனர். வெளியேயிருந்து செம்பட்டுத் திரைச்சீலையைப் பிடித்தபடி இரு சேடியர் வந்தனர்.

பக்கவாட்டிலும் நான்கு சேடியர் திரைவிரித்திருந்தனர். திரைச்சீலை செம்மண் கலங்கிய ஆற்றுப்பெருக்கென அலைகொண்டது. அதற்குள் மாயை நடந்து வருகிறாள் என்பதை சாத்யகி அறிந்தான். அவன் அவள் கால்களைப் பார்த்தான். அவன் பலமுறை நோக்கியவை என்றாலும் மெலிந்து வற்றிச் சுருங்கி பறவைக் கால்கள் என்றான அவை அவனை நடுக்குறச் செய்தன.

நான்கு புறமும் பிடிக்கப்பட்ட திரைச்சீலைக்குள் வந்த மாயை அன்னையின் ஆலயத்து முகப்பில் நின்றாள். கிராததாளம் கொடும்பிரி கொண்டது. ஒவ்வொரு ஒளித்துளியும் அதிர்ந்தது. திரைச்சீலைகளை பிடித்திருந்த சேடியர்களின் கைகள் நடுங்க அத்திரைச்சீலை நான்கு பக்கமும் எரிந்த பந்தங்களின் ஒளியில் மெல்ல அலையடித்து தழல்போல் ஆடியது. மறுபக்கப் பந்தங்களின் ஊடொளியில் பட்டுப் பரப்புக்குள் நிழலுருவென மாயையின் கூனிய சிற்றுடல் தெரிந்தது. அவன் அதை முன்னரே கண்டிருந்தமையால் அவளென உணரமுடிந்தது. பிறருக்கு அவ்வுரு என்ன என்றே புரியவில்லை என்பது மூச்சொலிகள், வியப்பு முனகல்களிலிருந்து தெரிந்தது.

மாயை கைகளைக் கூப்பி மெல்ல ஆடியபடி நின்றிருந்தாள். காற்று பந்த ஒளியை அசைத்தபோது அவள் நிழலுருவம் கரைந்து கோணலாக நீண்டு நண்டு போலாகி பின் தேள்போல் மாறி மீண்டும் அவளுருக்கொண்டது. மீண்டும் ஒருமுறை காற்று எழுந்தபோது இரண்டாகப் பிளந்து சிறகுகளாக அலைந்து மீண்டும் உருமீண்டாள். சாத்யகி திரௌபதியை நோக்கினான். அவள் இமையா விழிகளுடன் மாயையை நோக்கிக்கொண்டு அசையாமல் நின்றிருந்தாள். மாயை நகருக்குள் நுழைந்த பின்னர் அரசி சென்று தன் பெருந்தோழியை சந்தித்தாளா என அவன் வினவிக்கொண்டான். மீண்டும் அவள் விழிகளை நோக்கினான். இரு அசையாத கரிய ஒளிகள் மட்டுமே என அவை அவள் முகத்தில் அமைந்திருந்தன. அவள் மாயையை அப்போதுதான் பார்க்கிறாள் என சாத்யகி தெளிந்தான். ஆனால் அவள் அனைத்தையும் அறிந்திருக்கிறாள். அவள் உரு எந்த அதிர்ச்சியையும் அளிக்கவில்லை.

முழவுகளும் கொம்புகளும் ஓய்ந்த அமைதியில் பந்தங்களின் சுடர் படபடக்கும் ஓசை மட்டுமே அங்கே எஞ்சியிருந்தது. பணிதன் காரி மும்முறை தலை நிலம்தொட அன்னையை வணங்கி பட்டுத்திரைச்சீலையை விலக்கி கருவறைக்குள் நுழைந்தார். துணைப்பூசகர் சூக்தன் காரி கைகாட்ட இசை எழத்தொடங்கியது. சிம்மங்கள் போரிடுவதுபோல என்று அந்த ஓசையை சாத்யகி எண்ணினான். கொம்புகள் யானைத்திரளின் பிளிறல்கள். மணிகள் மலைக்கழுகுப்பூசல்.

உள்ளமைந்திருந்த கொடுவிசை அனைத்தையும் ஓசையென்று வெளியே உமிழும் வெறி திகழ்ந்த இசை.

திரையைப் பிடித்திருந்த சேடியர் அதை மெல்ல விலக்கி அப்பால் சென்றனர். மாயையைப் பார்த்ததும் சூழ்ந்திருந்த அனைவரும் அறியாது எழுப்பிய வியப்பொலி ஒன்றாகத் திரண்டு செவியில் முரலுதலாகக் கேட்டது. மாயை சிறுவிலங்கென தரை நோக்கி நன்றாகக் குனிந்த முதுகுடன் கைகூப்பி நின்றிருந்தாள். ஆடை விலக அவளுடைய முதுகெலும்பு வில்லின் நடுவளைவென எழுந்து தெரிந்தது. கரிய ஆடை அணிந்து இடையில் செம்பட்டுக் கச்சை கட்டியிருந்தாள். கழுத்திலிட்ட கல்மணி மாலைகள் தாழ்ந்து தொங்கின. அவள் அங்கே அத்தனை பெருந்திரள் இருப்பதை உணரவில்லை என்று தெரிந்தது.

சாத்யகி மீண்டும் திரௌபதியை நோக்கினான். அவளும் அங்கே பிறர் இருப்பதை உணரவில்லை என்று தெரிந்தது. இருவரையும் மாறி மாறி நோக்கிக்கொண்டிருந்தவன் விழிதிருப்பியபோது அனைவருமே அவ்வாறுதான் பார்க்கிறார்கள் என்று கண்டான். பாஞ்சால மண்ணில் அரசிக்கும் மாயைக்கும் இருந்த உறவைப்பற்றி அதற்குள் பல பாடல்கள் உருவாகி சூதர் நாவில் திகழ்ந்தன. “நீல நிழல் மாயை, எழுந்த செஞ்சுடர் பாஞ்சாலத்து அரசி. சிம்மம் பெருந்தோழி, ஊரும் விரிகுழல்கொற்றவையே எரிமகள்” என்ற வரி அவன் நினைவில் எழுந்தது.

12

பணிதன் காரி கையசைத்ததும் அனைத்து ஓசைகளும் நின்றன. சூழ்ந்திருந்த அத்தனை பொருட்களும் தேனீக்கூட்டம்போல் ரீங்கரிக்கத் தொடங்கின. அதுவரை இசையிலாடியவை எனத் தோன்றிய தழல்கள் பொருளிழந்து துவண்டு காற்றில் தெறித்து துணிகளை உதறுவதுபோல் ஓசையிட்டன. பொருட்கள் ஒவ்வொன்றாக கொண்டுவரப்பட்டு அன்னையின் முன் படைக்கப்பட்டன. சலங்கை கட்டப்பட்ட மாபெரும் பள்ளிவாட்கள். குருதி மொள்ளும் குடுவைகள். நிறைக்கவேண்டிய புதிய மண்கலங்கள். யுதிஷ்டிரரின் உடைவாளை ஒரு பூசகர் வந்து வாங்கிச்சென்றார். அதை மரத்தாலத்தில் வைத்து அன்னையின் முன் படைத்தார்.

பணிதன் காரி அன்னையின் முன் கரிய திரையை இழுத்துவிட்டு மந்தணவழிபாட்டை செய்யத் தொடங்கினார். கருமையை நோக்கியபடி கூடியிருந்தவர்கள் கைகூப்பி நின்றனர். கரிய திரைக்கு அப்பால் அனைத்து விளக்குகளும் அணைக்கப்பட்டன. இருளுக்குள் பூசகனும் அன்னையும் மட்டுமே அறியும் வழிபாட்டுச் சடங்குகள் நிகழ்ந்தன. அனல் வெடித்து உலையும் ஓசையும் மூச்சொலிகளும் காற்றில் இலையுலைவதும் அன்றி எந்த ஒலியும் எழவில்லை.

உள்ளே மணியோசை கேட்டதும் பூசகர் சூக்தன் காரி கைகாட்ட அனைத்து இசைக்கலங்களும் ஒரே விசையில் பொங்கி எழுந்தன. “பலி நிகழ்க!” என்று பணிதன் காரி கையசைத்தார். சாத்யகி அந்த இசையின் ஏறுவிசையில் தன் கால்கள் நிலமூன்றாமல் எழுவதை உணர்ந்தான். மாயை தலைக்குமேல் இரு கைகளையும் கூப்பி, ஓசையின்றி நடுங்கினாள். பின்னர் எங்கிருந்தோ ஊளையோசை ஒன்று எழுந்தது. ஒருகணம் கழித்தே அது மாயையிடமிருந்து எழுந்தது என்று சாத்யகி உணர்ந்தான்.

அப்பேரொலியை அச்சிறிய உடலிலிருந்து கேட்க முடியுமென்பதே விந்தையாக இருந்தது. அவன் உடல் நடுங்கிக்கொண்டிருந்ததை உணர்ந்தான்.

அவள் தன் இரு கைகளையும் வெடிப்போசை எழ தொடைகளில் ஓங்கி அறைந்தபடி தலையை அண்ணாந்து குரல்வளை புடைக்க தொண்டை நரம்புகள் இழுபட்டு அதிர ஊளையிட்டாள். அறியா காட்டுவிலங்கொன்றின் உடல்பிளந்தெழும் கொலைவிளி. பெரும்பசியோ தாளவியலாத வலியோ கொண்டாலொழிய எவ்விலங்கும் அவ்வோசையை எழுப்புவதில்லை. அல்லது அணங்கெழுந்த விலங்குகளின் ஓசை. யானையும் சிம்மமும் புலியும் பன்றியும்கூட அவ்வப்போது அணங்கு கொள்வதுண்டு. அவற்றின் தலைக்குமேல் ஏறியமரும் காட்டுத் தெய்வங்கள் அவற்றை வெறிகொள்ளச் செய்கின்றன. கொம்புகளால் பெருமரங்களைக் குத்திப் புரட்டி தும்பிக்கை சுழற்றி தலை குலுக்கி மதங்கொண்ட யானைகள் பிளிறும். சிங்கங்கள் இரு கைகளாலும் மாறி மாறி தலையை அறைந்து பிடரி குலுக்கி ஓசையிடும். பன்றிகள் மண் கிளறிப் புரளும். கரடிகள் மரப்பட்டைகளைக் கிழித்து வீசும்.

அச்சிற்றுடலில் கூடிய தெய்வம் எது? கொற்றவை தன் கருவறைவிட்டு அவளைத் தன் பீடமாகக் கொண்டாள் என்று சாத்யகிக்குத் தோன்றியது. திரும்பி தன் மைந்தரைப் பார்த்தான். அவர்களனைவரும் கைகளைக் கூப்பியபடி விழித்த கண்களுடன் அவளைப் பார்த்து நின்றிருந்தனர். அவர்கள் அச்சம் கொள்வதைப்போல தோன்றவில்லை. விழிகள் மலைத்து திறந்திருக்க வாய் சற்றே அகன்று பற்கள் தெரிய சமைந்து நின்றிருந்தனர். அவர்களுக்குள் அப்போது சொற்களேதும் இருக்காதென்று அவன் எண்ணினான். அங்கிருப்பவர்களில் தான் மட்டுமே நிலைகுலைந்து தத்தளித்துக்கொண்டிருப்பதாகத் தோன்றியது.

மாயை எவரென்று அங்கு கூடியிருந்த அரசர்கள் அனைவரும் நன்குணர்ந்திருந்தார்கள் என்று சாத்யகி அறிந்தான். அவள் அங்கு வரப்போவதையும் அவர்கள் அறிந்திருந்தார்கள். ஆனால் அவளுடைய முதற்தோற்றம் அனைவரையுமே திகைப்புறச் செய்தது. திரௌபதியின் மாற்றுருவாகவே மாயையை அவர்கள் தங்கள் உளஉருவாக வடித்திருக்க வேண்டும். ஐந்துபுரிக் குழலுடன், கரிய திரண்ட தோள்களும், நிகர் கொண்ட உடலும், நிமிர்ந்த தலையும், பித்து நிறைந்த நீள்விழிகளுமாக வரும் ஒருத்தியை அவர்கள் எதிர்பார்த்திருக்கக்கூடும். ஆனால் அவளைக் கண்ட சில கணங்களுக்குள்ளேயே அவ்வுருவால் அவர்கள் மேலும் உள எழுச்சி கொண்டனர். அவளிலிருந்து பேருரு ஒன்று எழுந்து வான்தொட நின்றாடுவதை எதிர்பார்த்திருந்தனர். அவர்கள் கொண்ட உளஎழுச்சியை விழிகள் காட்டின.

காய்ந்த மலைப்பாம்பின் உடல்கள்போல தலையிலிருந்து பிரிந்து தொங்கிய ஐம்புரிச்சடை நிலம்தொட நீண்டிருந்தது. கைகளில் நீண்டு சுருண்டிருந்த நகங்கள். சுள்ளியை எரி என ஆட்கொண்ட, உள்ளிருந்து எழுந்த வெறி. அது அவர்கள் அனைவரையும் அச்சுறுத்தியது. அச்சம்போல் எச்சம் இலாது உள்ளத்தை நிறைக்கும் பிறிதொரு உணர்வில்லை. அவளில் எழுந்த தெய்வம் பசியும் வஞ்சமும் கொண்டு ஆர்ப்பரித்தது. அவள் உடலில் எரிந்த கண்ணுக்குத் தெரியா தழல் அங்கிருந்த அனைவர் உடலிலும் பற்றி எழுந்து கொழுந்துவிடக்கூடுமெனத் தோன்றியது.

மாயை பலிபீடத்தருகே சென்று நின்று ஆடினாள். இளம்பூசகர்கள் கொற்றவை ஆலயத்தின் வலப்பக்கமிருந்து உள்ளே நுழைந்த சிறுவழியினூடாக கொம்பு வளைந்து, மத்தகமென தலைபெருத்து, மின்னும் இரு விழிகளுக்குப் பின்னால் இருள் திரண்டதுபோல் உடல் கொண்டு நடந்துவந்த எருமைகளை அழைத்து வந்தனர். அவை எடைமிக்க குளம்புகளை நீரில் நீந்துவதுபோல் எடுத்துவைத்து, நெஞ்சுநடுப்பந்துகள் மெல்ல உலைய, மூச்செறிந்து தலைகுனிந்து நடந்துவந்தன. முதல் எருமை களமுற்றத்தைப் பார்த்ததும் நின்று பின்காலெடுத்து வைத்து தலை தாழ்த்தி முக்காரமிட்டது. அதற்குப் பின்னால் நின்ற பூசகர் மெல்ல தட்டி அதை ஊக்க முன்னால் நிற்பவர் அதற்கு முன்னால் கைகளைச் சொடுக்கி அதை அழைத்தார்.

பூசகரின் வாயிலிருந்து எழுந்த கூரிய சிற்றொலிக்கு செவி முன்கோட்டி விழியுருட்டி தூண்டிலில் சிக்கிய பெருமீன் என அவர் சுட்டுவிரலால் இழுக்கப்பட்டு முதலெருமை பலிபீடத்தை நோக்கி வந்தது. பலிபீடத்தைக் கடந்து அவர் கையை நீட்ட அதன் தலை பலிபீடத்தின் மேல் அமைந்தது. மறுபக்கம் சலங்கை மணிகள் பொருத்தப்பட்ட பெரிய பள்ளிவாளுடன் நின்றிருந்த பேருடல்கொண்ட பூசகர் வாளைச் சுழற்றித் தூக்கி மேலெடுத்து செந்நிற ஒளி இருளில் வளைந்து அணைய வாளை வீசி அதன் கழுத்தை துண்டித்தார். வாள் பீடத்தின்மேல் பட்டு விண்ணொலி எழுப்பி அதிர்ந்து நிற்க, வெட்டுண்ட தலை மறுபக்கம் உருண்டு கொம்புகள் மண்ணிலூன்ற நின்று மெல்ல சரிந்தது.

கால்கள் மண்ணில் ஊன்றி நின்று நடுங்க, பின்பு மெல்ல சரிந்து பக்கவாட்டில் விழுந்து, வயிறு பெருத்து உப்பி அதிர, குறுவால் சுழல, கால்களை உதறித்துடித்தது பலி எருமை. வெட்டுவாயில் பீறிட்ட எஞ்சிய மூச்சில் கொழுங்குருதித் துளிகள் தெறித்தன. விழுந்த தலையின் திறந்த வாய்க்குள்ளிருந்து நாக்கு வெளியே வழிந்து துடித்தது. கண்கள் உருண்டுகொண்டிருந்தன. மூச்சு அடங்கி வயிறு தழைந்ததும் குருதி குமிழியிட்டு கொப்புளங்களை ஏந்தியபடி வெளியே பாய்ந்து மண்ணில் பரவியது. அதன் பின்னங்காலைப் பிடித்திழுத்து அப்பாலிட்டார்கள் பூசகர்கள். அடுத்த எருமை அவர்களின் கைச்சொடுக்கில் உளம் சிக்கி வந்து

பலிபீடத்தில் கழுத்தை நீட்டியது. இருளில் எழுந்த செவ்வொளிகொண்ட நாக்கு என அதை துணித்தது பலிவாள்.

மலையிறங்கும் கருங்கற்பாறைகள் என ஒன்று பிறிதால் உந்தப்பட்டு எருமைகள் பலிபீடம் நோக்கி வந்துகொண்டே இருந்தன. குருதிப் பொழிவு பெருகி முற்றம் முற்றிலுமாக நனைந்து சேறாகியது. அதில் நடந்த பூசகர்களின் கால்கள் குருதியுடன் மிதிபட்டு சகதி தெறித்தது. மீண்டும் மீண்டும் சுழன்றெழுந்த பலிவாளிலிருந்து தெறித்த குருதித்துளிகள் சூழ்ந்திருந்த அனைவர் மேலும் மழைத்தூவானம்போல் விழுந்தன. யுதிஷ்டிரர் அறியாது முகத்தில் விழுந்த குருதியை துடைக்கக் கையெடுத்து பின் தன்னைக் கட்டுப்படுத்திக்கொண்டார். திரௌபதியின் நெற்றியிலும் கன்னத்திலும் குருதி கொழுந்துளியாக நின்று தயங்கி வழிந்தது. தன் கையில் விழுந்த குருதியை மெல்ல தூக்கி நெற்றியில் ஒற்றி பதித்துக்கொண்டாள் குந்தி.

பள்ளிவாள் சுழன்று வீசும்தோறும் குருதி மழையென அனைவர் மீதும் சொட்டியது. தன் முகத்திலும் தோளிலும் குருதி வழிவதை சாத்யகி உணர்ந்தான். விழுகையில் குளிரென்றும் வழிகையில் வெம்மை என்றும் தோன்றியது. மைந்தர் முகங்களும் உடல்களும் குருதியில் நனைந்திருந்தன. கூடிநின்றிருந்த முன்நிரை அரசர்கள் அனைவருமே குருதித்துளி பட்டு மெய்ப்பு கொண்டிருந்தனர். குருதி வழிய வழிய அனைவர் முகங்களும் மாறுபட்டன. அனைத்து விழிகளிலும் உள்ளுறையும் விடாய்கொண்ட பலித்தெய்வம் தோன்றியது.

வெட்டுவாய்களில் ஊற்றெனப் பெருகிய குருதியை கொப்பரைகளில் பிடித்து கலங்களில் ஊற்றி எடுத்துக்கொண்டு சென்று அன்னை முன்னால் வைத்தனர். நூற்றெட்டு எருமைகள் பலியிடப்பட்டதும் அவற்றின் குருதி நூற்றெட்டு கலங்களில் அன்னைமுன் களத்தில் படைக்கப்பட்டது. உடல்கள் இழுத்து அகற்றப்பட்ட முற்றம் விரிக்கப்பட்ட தசைப்பரப்பு என குருதியில் பந்த ஒளி மின்ன மிதித்தடங்கள் பரவிக் கிடந்தது. பூசகர்கள் பன்னிருவர் வந்து செங்கற்களை அக்குருதிக்களத்தில் அடுக்கி எரிகுளம் அமைத்தனர். வேதவேள்விக்கான எரிகுளம்போலவே அதுவும் அமைந்திருந்தது.

அவர்கள் அதன் மூன்றுபுறமும் அமர்ந்து அதனுள் விறகும் அரக்கும் நிறைத்தனர். மலைப்பாறைகளை உரசி எரியெழுப்பி அதை மூட்டினர். மான்செவிகள்போல கைகளை வைத்துக்கொண்டு தங்கள் தொல்பாடல்களை ஓதத் தொடங்கினர். கைகள் மான்களாகவும் சிம்மங்களாகவும் நாகங்களாகவும் கழுகுகளாகவும் மாறிக்கொண்டே இருந்தன. ஓசை வெவ்வேறு விலங்குகளுக்குரியதாக இருந்தது. ஒவ்வொரு எருமையிலிருந்தும் வெட்டி எடுக்கப்பட்ட ஒரு துண்டு ஊன் நூற்றெட்டு சிறு மண்தாலங்களில் அவ்வேள்விக்குளத்தைச்

சுற்றிப் பரப்பப்பட்டிருந்தது. எரிகுளத்தில் நெய்யூற்றி விலங்கு ஊன் பெய்து தழலெழுப்பி அதில் அவ்வூனை இட்டு அவியளித்தனர். எழுந்து துடித்து கிழிந்து பறந்து அமைந்து தழைந்து மீண்டும் எழுந்து கூத்தாடியது சுடர்.

பணிதன் காரி கருவறைக்குள் ஒவ்வொரு கலமாக எடுத்து அன்னை மேல் ஊற்றி குருதியாட்டு நிகழ்த்தினார். நூற்றெட்டு குருதிக் கலங்களும் ஒழிந்தன. அன்னையின் முன் இருந்த சிறுகலத்திலிருந்து குருதியை எடுத்துக்கொண்டுவந்து அதில் கமுகுபூக்குலையை முக்கி தழல்போல் நின்று ஆடிக்கொண்டிருந்த மாயைமேல் வீசினார். நெய்த்துளிகளை எரி என அதை ஏற்று அவள் எழுந்தாடினாள். சூழ்ந்திருந்த அனைவர் மேலும் சுழற்றிச் சுழற்றி விசிறியடித்தார். குருதி உலரத் தொடங்கிய உடல்மேல் மேலும் குருதித் துளிகள் விழுந்து விதிர்க்க வைத்தன. ஓங்கிய குரலில் முழங்கியபடி குருதியை அள்ளி வீசிக்கொண்டிருந்தார் பூசகர்.

சாத்யகி தன்னுடல் முழுக்க குருதியால் நனைந்திருப்பதை உணர்ந்தான். ஆடை நனைந்து உடலுடன் ஒட்டியது. மீசையிலிருந்தும் கொழுவிய குருதித் துளிகள் திரண்டு சொட்டின. முகத்தை கைகளால் துடைக்கலாமா என்று எண்ணி பின்பு அதைத் தவிர்த்தான். ஒரு கணத்தில் அது ஒரு போர்க்களம் என்று பட்டது. ஆனால் அவர்கள் அனைவரும் இறந்துவிட்டிருந்தனர். தங்கள் குருதியுடல்களில் இருந்து எழுந்து குருதிவழியும் நுண்ணுடல்களுடன் களத்தை நோக்கிக்கொண்டிருந்தனர்.

மாயை வேள்வி நெருப்பின் அருகே நின்று உலைந்தாடினாள். அவள் உடல் நிமிர்ந்தது. நுனிக்காலில் எழுந்தபோது அங்கிருந்த அனைவரைவிடவும் உயரம் கொண்டாள். தோள்திரண்டு தலைதருக்கி எழுந்த அவளுடைய பழைய உடல் மீண்டுவிட்டதா என உளமயக்கு ஏற்பட்டது. சுழன்று ஆடியபோது ஐந்து சடைப்புரிகளும் பறந்து வட்டமிட்டன. அவையே சிறகுகளாகி அவளை அள்ளிச்சுழற்றுவதாகத் தோன்றியது. கொடுந்தாளம் அவளுடன் இணைந்துகொண்டது.

எண்ணியிராக் கணம் ஒன்றில் மாயை எழுந்து பாய்ந்து அந்த எரிகுளத்துத் தழலில் விழுந்தாள். பூசகர்கள் அதை எதிர்பாராதபோதும்கூட தாங்கள் ஓதிவந்த பாடலை நிறுத்தவில்லை. கூடிநின்ற அரசர்களிடமிருந்து ஆர்ப்பொலிகளும் கூச்சல்களும் எழுந்தன. ஊன் மெழுக்குப்பட்டு உலர்ந்திருந்த மாயையின் கூந்தல் சருகென பற்றிக்கொண்டது. நீலநிறமாகக் கொழுந்தாடி நுண்ணிதின் வெடியோசைகள் எழ தழல்விட்டு மேலெழுந்தது. அவள் உடலில் படிந்திருந்த குருதிக்கொழுப்பும் சேர்ந்துகொள்ள எரிகுளத்தில் அவள் மும்முறை எழுந்து கைவீசிக்குதித்து பின் மடிந்து விழுந்து தழலத் தொடங்கினாள்.

எரிதழலுக்குள் அவள் திறந்த வாயையும் விரித்த கண்களையும் சாத்யகி பார்த்தான். பின்னர் அது தழலின் தோற்றமயக்கம்தானோ என்று எண்ணினான். மயிரும் பின்பு ஊனும் பொசுங்கும் வாடை அடிவயிற்றை அதிரச் செய்தது. குமட்டலெழுந்து வாயை அடைய உதடுகளை இறுக்கி தன்னை அடக்கிக்கொண்டான். சற்று நேரத்திலேயே மாயை முழுமையாக எரிந்து எரிகுளத்திற்குள் ஒடுங்கினாள். அவள் ஒரு காலும் ஒரு கையும் மட்டும் எரிகுளத்திற்கு வெளியே பொசுங்கிக்கொண்டு நீண்டிருக்க பூசகர்கள் கழியால் அதைத் தூக்கி உள்ளே செலுத்தி மேலும் மேலும் ஊன் நெய்யை பொழிந்து தங்கள் பாடலைத் தொடர்ந்தனர்.

நோக்கி நிற்கையிலேயே அங்கு அவ்வாறொன்று நிகழ்ந்ததன் தடயமே இல்லாமலாயிற்று. எரிகுளத்து நெருப்பு ஊன்நெய் வாங்கி நீலமும் சிவப்பும் கருமையுமென உருக்காட்டி எழுந்து படபடத்தாடியது. பணிதன் காரி கருவறைக்குள் கைவிரித்து செய்கைகாட்டி பலி ஏற்கும்படி அன்னையை வேண்டினார். பின்னர் கருவறையிலிருந்து வெளியே வந்து கைதூக்க முழவும் கொம்புகளும் அமைந்தன. பூசகர்கள் தங்கள் பாடலை முடித்து கைகூப்பி அமைந்தனர்.

பணிதன் காரி அன்னையின் முன் படைக்கப்பட்டிருந்த யுதிஷ்டிரரின் உடைவாளை அதிருந்த தாலத்துடன் எடுத்துக்கொண்டு வெளியே வந்தார். “அரசே, போருக்கு அன்னையின் ஆணை எழுந்துள்ளது. மண்ணில் எழும் சாறுகளில் தூயது குருதி. விண்ணிலிருந்து பொழியும் சாறான மழைக்கு நிகர் அது. அனைத்து நீர்களிலும் வேள்வி செய்ய மூதாதையர் ஆணையிடுகின்றனர். ஆயின் குருதியில் செய்யப்படும் வேள்வியே அவற்றில் முதன்மையானது. இக்குருதிவேள்வி உங்கள் குடியை வெல்லச் செய்யட்டும். உங்கள் சொல் இங்கு நிலைகொள்க!” என்றார். யுதிஷ்டிரரிடம் அவர் அந்த உடைவாளை நீட்டினார்.

யுதிஷ்டிரர் அதை கைநீட்டி வாங்கப்போனபோது அவரது மறுபக்கம் நின்றிருந்த திரௌபதி மூன்று எட்டு எடுத்து வைத்து கைநீட்டி “பூசகரே, அதை இங்கே அளியுங்கள்” என்றாள். பணிதன் காரி “ஆம், பேரரசி” என்றபடி தாலத்தை திரௌபதியின் அருகே கொண்டுவந்தார். திரௌபதி அந்த வாளைக் கையிலெடுத்தபோது கூடிநின்றவர்களிடமிருந்து அறியமுடியாத முழக்கொலி எழுந்தது. உடல் மறைந்து வெற்றுவிசையென காற்றில் நின்றிருப்பதுபோல் ஓர் உள எழுச்சியை சாத்யகி உணர்ந்தான்.

திரௌபதி அந்த வாளை நோக்கிக்கொண்டிருந்தாள். அதில் குருதிச்செம்மைமேல் பந்தங்களின் செவ்வொளி அலையடித்தது. அவள் அதை சற்றே திருப்பியபோது முகத்தில் ஒளிவிழுந்து சென்றது. அவள் உடலும் விழிகளும் முழுமையாக மாறிவிட்டிருந்தன. உடல்வாயில்

திறந்து உள்ளிருந்து பிறிதொருத்தி வந்து நின்றிருப்பதுபோல். அவள் அந்த வாளைச் சுழற்றி தலைக்குமேல் மும்முறை தூக்கி ஆட்டி வேங்கைபோல் குரலெழுப்பினாள். அவளில் தெய்வம் வெறியாட்டுக்கொண்டதுபோலிருந்தது.

“அரசர்களே! தொல்குடியினரே! வீரர்களே! எழுக! இப்போர் பெண்பழி தீர்ப்பதற்கென்று நிகழ்க! அவை நின்று என் பழி கொண்டவர்களின் நெஞ்சு பிளந்து குருதி கொண்டு குழல் முடியாமல் இது முடியாது! இப்புவியே அளிக்கப்படினும் அவ்வெம்பழி அடங்கிய பின்னரே இப்போர் முற்றொழியும். இது எனது போர்! இங்கெழுந்த அனைவரும் எனது மைந்தர்கள். மூதன்னை ஆணையிடுகிறேன். என் பொருட்டு போர்வஞ்சம் கொண்டு எழுக! என் பொருட்டுக் குருதியிலாடுக! என் பொருட்டு உயிர் விடுக! என் பொருட்டுக் களம் வெல்க! உங்கள் கொடிவழியினரில் என்றும் என் சொல் நிலைகொள்ளட்டும். பெண்பழி கொண்ட மண்ணில் பிறிதொரு அறமும் இல்லையென்று உங்கள் நூல்கள் அறைகூவட்டும். எழுக! இப்போர் வெற்றியிலன்றி பிறிதொன்றிலும் நிலை கொள்ளாதாகுக!” என்று அவள் கூவினாள்.

அங்கு கூடியிருந்த அனைத்து அரசர்களும் தங்கள் உடைவாட்களை உருவி தலைக்குமேல் தூக்கி “வெற்றிவேல்! வீரவேல்!” என்று கூவினர். நிஷாதரும் கிராதரும் அரக்கரும் அசுரருமென திரண்டு நின்றிருந்த குடித்தலைவர்கள் அனைவரும் தங்கள் கோல்களையும் வாள்களையும் தூக்கி வெறிகொண்டு கூச்சலிட்டனர். “வெற்றிவேல்! வீரவேல்! பழி வெல்வோம்! குருதிகொண்டு நிகர் செய்வோம்! அன்னையின் பணியில் எங்கள் குடி வாழ்க!” என்று கூவினர். அங்கு எழுந்த அந்த வெறியை அவர்கள் அனைவர் உடல்களையும் திரைச்சீலையெனக் கிழித்துத் திறந்து எழுந்த தெய்வங்களின் வெறியாட்டு என்று சாத்யகி உணர்ந்தான். இளைய யாதவரை நோக்கினான். அவர் இமைகள் மட்டுமே தெரிய நிலம்நோக்கி விழிசரித்திருந்தார்.

பூசகர்கள் தங்கள் பாடல்களைத் தொடர்ந்தனர். திரௌபதியை சேடியர் சூழ்ந்து பற்றிக்கொண்டனர். அவள் தன் கைநகங்கள் உள்ளங்கையில் பதிந்திறுக, வெண்பற்கள் தெரிய பற்களைக் கடித்து தலையை அசைத்துக்கொண்டிருந்தாள். சேடியர் திரைச்சீலைகளுடன் ஓடிச்சென்று அவளை சூழ்ந்துகொண்டனர். அவளை அதன் நடுவே நிற்கவைத்து வெளியே கொண்டுசென்றனர். சூழ போர்க்குரல்களும் வஞ்சினங்களும் ஒலிக்க, படைக்கலங்கள் அலையலையாக எழுந்தமைய அவள் வெளியே சென்றாள். அவள் மறைந்ததும் கூச்சல்கள் மேலும் பெருகின. படைக்கலங்களைத் தூக்கி அசைத்தபடி அரசர்களும் குடித்தலைவர்களும் ஆலயத்திலிருந்து வெளியே சென்றனர். அங்கே கூடி நின்றிருந்த அவர்களின் படைத்துணைவர்களை நோக்கி அவர்கள்

போர்க்கூச்சலிட அவர்களும் இணைந்துகொண்டனர். போர்முழக்கம் ஆலயத்திலிருந்து கிளம்பி வழியெங்கும் நிறைந்திருந்த வீரர்களினூடாகப் பரவிச்சென்று நகரெங்கும் நிறைந்தது.

நகரத்தின் ஓசை பெருமழைபோல கேட்டுக்கொண்டிருந்தது. யுதிஷ்டிரரும் பாண்டவர்களும் வெளியே சென்றனர். அவர்களைக் கண்டதும் ஆலயத்திற்கு வெளியே மேலும் ஆர்ப்பரிப்பு எழுந்தது. இளைய யாதவரும் வெளியே சென்றார். சாத்யகி மெல்ல உடல் நெகிழ்ந்து பெருமூச்செறிந்தான். சேடியர் இளவரசியை அழைத்துச்சென்றனர். சுரேசர் சாத்யகியிடம் வந்து "தாங்கள் கிளம்பலாம், யாதவரே" என்றார். ஆம் எனத் தலையசைத்த சாத்யகி அசங்கனிடம் "நீ இளையோரை அழைத்துக்கொண்டு மாளிகைக்கு செல். நான் நகரின் படைநிலைகளைப் பார்த்த பின்னரே வருவேன்" என்றான். அசங்கன் தலையசைத்தான்.

அவர்கள் வெளியேறிச் செல்ல சாத்யகி அசுரவேள்வியை நோக்கியபடி நின்றான். அவர்களின் தொல்வேதம் மெல்ல விசையழிந்து ஓய்ந்தது. அவியென மலர் சொரிந்து தவளை ஓசையுடன் இசைக்கத் தொடங்கினர். மெல்ல சொற்கள் இல்லாமலாகி வெறும் தவளையோசையே எஞ்சியது. பின்னர் தன்னைச் சூழ்ந்து தவளையோசையை சாத்யகி கேட்கத் தொடங்கினான். அது உளமயக்கா என செவிகூர்ந்தான். மெய்யாகவே தவளைக்குரல்கள்தான். அவன் அதன் பின்னரே தன் உடலில் நீராவியின் வெக்கையை உணர்ந்தான். மழையிறங்கப்போகிறது என தோன்றியது. அண்ணாந்து வானைப் பார்த்தான். கீழ்வான் சரிவில் மெல்லிய மின்கிழிசல் துடித்தமைந்தது. மேற்குவான் சிம்மம்போல் உறுமியமைந்தது.

அப்பூசகர்கள் எதையும் விழிகொடுக்காமல் எழுதழலையே நோக்கியபடி அவியிட்டு ஓதிக்கொண்டிருந்தனர். மீண்டுமொரு மின்னலில் அனைத்தும் மெல்ல துலங்கியமைந்தன. இடியோசை அண்மையிலிருந்து உருண்டு அகன்றது. அடுத்த மின்னலுக்காக அவன் விழி எதிர்பார்த்துக்கொண்டிருக்க அனைத்தையும் வெண்மையாக்கும்படி பெருமின்னல் எழுந்து அணைந்தது. கண்களுக்குள் குருதிக்குமிழிகள் பறக்கும் செம்மை எஞ்சியது. சூழ்ந்திருந்தவர்களின் அச்சக்குரல்கள். இடி தலைக்குமேல் ஒலித்தது. புவி இரண்டாகப் பிளப்பதுபோல. அவ்வோசை அணைவதற்குள் அடுத்த மின்னல். மீண்டுமொரு இடி.

சாத்யகி மைந்தர் சென்றுசேர்ந்திருப்பார்களா என எண்ணிக்கொண்டான். சாலை முழுக்க படைவீரர்களும் நகர்மக்களும் தோளோடுதோள்தொட்டு நிறைந்திருக்கையில் தேர்கள் எளிதில் செல்லமுடியாது. இடியோசை எழுந்தமைந்ததும் பல்லாயிரம் தொண்டைகள் எழுப்பிய களிப்போசை மேலெழுந்தது. போர்க்கூச்சல் அலையலையாக எழுந்து அமைந்துகொண்டிருந்தது. எத்தனை நேரம்தான் போர்வெறிகொண்டு

கொந்தளிப்பார்கள்? எப்போது உளம் அமைவார்கள்? இன்னும் சற்றுபொழுதுதான், விடிந்துவிடும். நாளை அந்தியிலேயே படைப்புறப்பாடு அறிவிக்கப்பட்டுவிடும்.

மேலும் மேலும் மின்னலும் இடியும் நிகழ்ந்துகொண்டிருந்தன. முதல் துளி மழை அம்புபோல தன் தோளில் விழுவதை உணர்ந்தான். எண்ணம் சிலிர்ப்பதற்குள் மேலும் மேலும் துளிகள் வந்து விழுந்தன. வணங்கி நின்றவர்கள் "அன்னையே, தேவியே!" என கூவினர். மழை பெரிய துளிகளாகப் பெய்யத்தொடங்கியது. எரிகுளம் நனைந்து புகையெழுப்பியது. பூசகர்கள் தவளைக்குரலை எழுப்பியபடியே இருந்தனர். எரிகுளம் முழுமையாக நனைந்து அணைந்தது. அதில் மழைநீர் தேங்கியது. அவர்கள் ஒரேபொழுதில் கைகூப்பி "ஆம்! ஆம்! ஆம்!" என்று கூறி வணங்கினர். எரிசாம்பலை அள்ளி தங்கள் நெற்றியில் இட்டுக்கொண்டு எழுந்தார்கள்.

மழை பெருகி உடைகள் ஒட்டி நீர் வழிந்துகொண்டிருந்தது. ஊடே வீசிய காற்றில் குழல்கற்றைகள் எழுந்து பறந்தன. அனைத்துப் பந்தங்களும் அணைந்த இருளுக்குள் கொற்றவையின் கருவறை அகல்கள் மட்டும் எரிய அவள் விழிகள் சுடர்ந்துகொண்டிருந்தன. சாத்யகி கையை உதறி நீரை விலக்கியபின் வெளியே சென்றான். மழையில் ஊறிய உடைகளுடன் அவனை நோக்கி ஓடிவந்த சுரேசர் "உங்கள் புரவி முற்றத்தில் நிற்கிறது, யாதவரே" என்றார். மழை உச்சம்கொண்டு அனைத்து மரங்களும் ஓலமிட்டுச் சுழன்றன. நீர்ச்சரடுகளுக்குள் மின்னல் ஒளியுடன் அதிர்ந்து அணைய வானம் முழங்கியது.

அவன் புரவி நீருக்கு உடலை விதிர்த்தபடி நின்றிருந்தது. அவன் சென்று அதன் கடிவாளத்தை பெற்றுக்கொண்டு கழுத்தைத் தட்டினான். ஏறி அமர்ந்து மெல்ல காலால் தொட்டதுமே அது செல்லத் தொடங்கியது. சாலைக்குச் சென்றதும்தான் அவன் உணர்ந்தான், நகரம் அமைதியடைந்துவிட்டிருந்தது. மழையின் ஓலம் மட்டும் கேட்டுக்கொண்டிருந்தது. மழைக்கு அனைவரும் ஒதுங்கிவிட்டிருந்தார்கள் என நினைத்தான். ஆனால் சாலை முழுவதும் படைவீரர்களும் மக்களும் செறிந்திருந்தனர். அனைவரும் இருளாக பெய்த மழைக்குள் நிழலுருக்களாக செறிந்து நின்றிருந்தனர்.

அவன் அந்த மானுடத்திரளினூடாக நகரம் நோக்கி சென்றான். மின்னொளியில் அவர்கள் அனைவரும் விழிதிறந்து மலைத்தவர்களாகத் தெரிந்து அணைந்தனர். நகருக்குள் நுழைந்து தெருக்களினூடாகச் செல்கையில் உபப்பிலாவ்யமே மழையில் நின்றிருப்பதைக் கண்டான். எழுந்து அணைந்த முழு மின்னலில் தெரிந்த முகங்களெல்லாம் துயர்கொண்டிருப்பவைபோல் தோன்றின.

13

இரவெல்லாம் புரவியிலேயே பயணம் செய்து பாண்டவர்களின் ஆணைக் கீழ் அமைந்த அனைத்துப் படைப்பிரிவுகளுக்கும் நேரில் சென்று நோக்கி, படைப்புறப்பாட்டை மதிப்பிட்டு செய்திகளை அரண்மனைக்குச் சென்று சகதேவனிடம் அறிக்கையிட்டுவிட்டு முன்புலரியில் சாத்யகி தன் அறைக்குத் திரும்பினான். அங்கு அவன் மைந்தர் படைச்செலவுக்குரிய துணைக்கவச உடையணிந்து, படைக்கலங்களுடன் முதன்மைக்கூடத்தில் அமர்ந்திருந்தனர். சினி தன் வாளை உருவி திருப்பித் திருப்பி நோக்கி சாந்தனின் கண்களில் ஒளியை வீழ்த்தி அசைத்து விளையாடிக்கொண்டிருந்தான். அவன் சிரித்து தலையை அசைத்து அதிலிருந்து தப்ப முயன்றான். சாத்யகியைக் கண்டதும் சந்திரபானு சினியின் கைகளைப் பற்றித் தடுத்தான்.

சாத்யகி குறுபீடத்தில் அமர்ந்ததும் அவன் காலணிகளை ஏவலன் கழற்றினான். அவன் மைந்தரை ஒருமுறை நோக்கிவிட்டு விழிதழைத்து "இன்னும் ஒரு நாழிகையில் படைகள் கிளம்பும். உங்களுக்கு திருஷ்டத்யும்னரின் முதன்மைப் படைப்பிரிவில் பணி ஒதுக்கப்பட்டுள்ளது" என்றான். "ஆம் தந்தையே, ஓலை கிடைக்கப்பெற்றோம்" என்றான் சந்திரபானு. சாத்யகி "அது ஷத்ரியப் படை. நீங்கள் அறிந்திருப்பீர்கள் என்று எண்ணுகிறேன். இங்கு பாண்டவப் படையில் நம் குலத்தோர் எவருமில்லை. ஷத்ரியப் படையில் நம்மை சேர்த்துக்கொண்டதென்பதே ஒரு நல்ல அடையாளம். சிறப்பாக முன்னின்று போர்புரியுங்கள். ஒரு அடியேனும் உங்களில் ஒருவரேனும் பின்னெடுத்து வைத்தீர்களென்று எவரும் சொல்லாத வகையில் செரு நில்லுங்கள்" என்றான். "ஆணை" என்றான் சந்திரபானு.

“திருஷ்டத்யும்னர் என் உடன்பிறப்புக்கு நிகரானவர். இப்போது நாம் குருதியுறவும் கொண்டுவிட்டோம். இப்போரே இரு நாடுகளுக்குமிடையே என்றும் நிகழவிருக்கும் நல்லுறவுக்கும், இரு குடியும் இணைந்து பெறப்போகும் எதிர்காலத்துப் பெருவெற்றிகளுக்கும் தொடக்கமாக அமையவேண்டும்” என்றான். சினி “தந்தையே, நாங்கள் ஏன் பாண்டவர் படைப்பிரிவில் இல்லை? நான் அர்ஜுனரின் படைப்பிரிவில் போரிட விரும்பினேன்” என்றான். “பாண்டவர்களின் நேரடியாணை கொண்ட படைப்பிரிவுகளை நான் நடத்துகிறேன். அதில் உங்களைச் சேர்க்கும் மரபில்லை” என்றான் சாத்யகி. “ஏன்?” என்றான் சினி. சாந்தன் “படைத்தலைவரின் மைந்தர் படைப்பிரிவுகளில் இருந்தால் அவர்கள் படைப்பிரிவுகளை துணிந்து இறப்புக்கு அனுப்பமாட்டார்கள். அவர்கள் இறந்தால் வருந்தி உளம்தளர்வார்கள்” என்றான். சந்திரபானு அவர்களை நோக்கியபின் சாத்யகியின் முகமாற்றத்தைக் கண்டு “பேசாமலிருங்கள்” என்றான்.

சாத்யகி “வீண்பேச்சு பேசவேண்டாம். போருக்குச் செல்பவர்கள் போரைப்பற்றி எண்ணக்கூடாது, பேசிக்கொள்ளக்கூடாது. போருக்கு முந்தைய வாழ்வை எண்ணவும் கூடாது. நேற்றும் நாளையும் இன்றி இன்றின் அடுக்குகளை விரித்து விரித்து அவற்றுள் வாழவேண்டும் அவர்கள் என்று நூல்கள் சொல்கின்றன” என்றபின் நினைவுகூர்ந்து “அசங்கன் எங்கே?” என்றான். மைந்தர் விழிகளில் வந்த மாறுதலைக் கண்டதுமே அவனுக்குப் புரிந்துவிட்டது. சாந்தன் புன்னகையுடன் “அவர் முதற்புலரியில் இங்கு வந்துவிடுவார் என்றார்கள்” என்றான். யாரோ “களைத்து துயில் கொள்கிறார் போலும்” என்றனர். சாத்யகி சினத்துடன் அவர்களை நோக்க சினி “அவர் வந்துகொண்டிருக்கிறார் என்று எண்ணுகின்றேன்” என்றான்.

சாத்யகி அவர்களின் விழிகளைத் தவிர்த்தான். திரும்பி கீழே அமர்ந்திருந்த ஏவலனிடம் சினத்துடன் “எவ்வளவு நேரம்தான் இரண்டு காலணிகளை அவிழ்ப்பாய், மூடா?” என்றபின் எழுந்து கைகளை விரித்து சோம்பல் முறித்து அப்பால் நின்ற இன்னொரு ஏவலனிடம் “நீராட்டறை ஒருங்கிவிட்டதல்லவா?” என்றான். “அனைத்தும் சித்தமாக உள்ளன, அரசே” என்றான் ஏவலன். “கவச உடைகளையும் படைக்கலங்களையும் எடுத்து வை. நான் பொறுத்திருக்க பொழுதில்லை” என்றான் சாத்யகி. “தாங்கள் உணவருந்திவிட்டுத்தான்...” என்று ஏவலன் சொல்ல “ஊனுணவு ஒருங்கட்டும். இனி படைகள் பின்னுச்சிப் பொழுதில் தங்குமிடத்திலேயே உண்ண இயலும்” என்றபின் மைந்தரிடம் “நீங்கள் ஊனுணவுதானே அருந்தினீர்கள்?” என்றான்.

“ஆம் தந்தையே, போருக்குச் செல்லும்போது உண்ணவேண்டிய உணவென்று ஒன்றை அளித்தார்கள்” என்றான் சாந்தன். சினி “மிகச் சுவையானது, அதை நான் உண்டதே இல்லை என்றான்” என்றான். “உலர்ந்த ஊனையும் மீனையும் தூளாக்கி அதில் வறுத்த கோதுமையைக் கலந்து உப்பும் காரமும் சேர்த்து உருட்டப்பட்டது. நான் மூன்று உருளைகள் உண்டேன்” என்றான் சினி. சாந்தன் “அதை நான் முன்பு களிறுவேட்டைக்கு உடன்வந்தபோது உண்டிருக்கிறேன்” என்றான். சாத்யகி “நன்று. ஆனால் இனி போர் முடிந்து மீண்டும் பாடிவீடு வரும்வரை இதே உணவுதான். போரின் கொடுமைகளில் முதன்மையானது இவ்வுணவே என்று சொல்வதுண்டு” என்று சொல்லிப் புன்னகைத்தான். அதனூடாக அத்தருணத்தின் இறுக்கத்தைக் கடந்தான். “அசங்கன் வந்தால் சொல்லுங்கள்” என்றபின் ஏவலனுடன் சென்றான்.

மிக விரைவாக நீராடி, உண்ணும் அறைக்கு வந்தான். உள்ளம் உடைந்து பரவும் எண்ணங்களால் ஆனதாக இருந்தது. மரக்கிண்ணத்தில் உலர்உணவு பரிமாறப்பட்டிருந்ததைக் கண்டபோது ஒருகணம் குழம்பினான். பின்னர் ஆம், போருணவை பொற்கலத்திலா உண்பது என எண்ணிக்கொண்டான். விரைந்து உண்டபோது இருமுறை தொண்டை விக்கிக்கொண்டது. குறைந்த அளவில் மதுவையும் உடன் அருந்தினான். அதுவரை இருந்த துயில் சோர்வு முற்றாக அகன்றது. அப்போது துயிலெழுந்ததுபோல் உணர்ந்தான். உள்ளம் விசை கொண்டிருப்பதனால் உடல் தன்னைப் புதுப்பித்துக்கொள்கிறது என்று எண்ணினான். எத்தனையோ தருணங்களில் உள எழுச்சியையும் கொந்தளிப்பையும் செயலூக்கத்தையும் அவன் அடைந்ததுண்டு என்றாலும் போருக்கு முன்பு உருவாகும் நிலைக்கு எதுவும் ஈடல்ல என்று தோன்றியது. உடலும் உள்ளமும் பலமடங்கு பெருத்துவிட்டதுபோல. இந்த தடித்த மரச்சுவரை கையால் அறைந்து உடைத்துவிடமுடியும். இத்தூணை அசைத்துப் பிடுங்கி எடுத்துவிட முடியும். இத்தருணத்தில் ஒன்றும் ஒரு பொருட்டே அல்ல, சாவும் கூட.

போருக்குப் புறப்பட்டுச் செல்லும் வீரர்களிடம் இருக்கும் பெருங்களிப்பை அவன் ஒவ்வொரு முறையும் பார்த்திருக்கிறான். தெய்வமெழுந்தவர்கள்போல முகங்கள் உவகையில் இளிப்பு கொண்டிருக்கும். கண்களில் நூறு மடங்கு எனக் கள்மயக்கு திகழும். கூவுவார்கள், துள்ளிக் குதிப்பார்கள், படைக்கலங்களை மேலே தூக்கி வீசிப் பிடிப்பார்கள். சிரித்தும் ஆர்த்தும் நடனமிடுவார்கள். அந்தப் பெருங்களிப்பைப் பிறகெப்போதும் அவர்கள் வாழ்வில் அடையப்போவதில்லை என்று அறிந்திருப்பதனால் அது மேலும் அரியதாகிறது. படை புறப்படும் தருணத்தின் களிப்பிற்கெனவே மானுடர்

படை கொண்டெழுகிறார்கள் என்று அவனுக்குத் தோன்றுவதுண்டு. ஒருபோதும் வெற்றிக்குப் பின் எழும் உண்டாட்டில் அந்தக் களிப்பு தோன்றுவதில்லை. பெரும்பாலும் அனைவருமே புண்பட்டிருப்பார்கள். அணுக்கமானவர்களை இழந்துமிருப்பார்கள். அடையப்பட்டதுமே வெற்றி சிறுக்கத் தொடங்கிவிடும். இழப்பு பெருகி ஒரு கட்டத்தில் பெருவிலை கொடுத்து மிகச்சிறு பொருள் வாங்கிய வணிகனின் எரிச்சலும் ஏமாற்றமுமே அவர்களிடம் எஞ்சும்.

உண்டாட்டில் வெறிகொண்டு வீரர்கள் உண்பதை அவன் பார்த்திருக்கிறான். அது களிப்பினால் அல்ல, உயிருடனிருக்கிறேன் என்று உடலுக்கு அறிவித்துக்கொள்வது அது. இங்கிருக்கிறேன் இன்னுமிருப்பேன் என்னும் வெளிப்பாடு. பருவுடலை உயிர் மீண்டும் அடையாளம் கண்டுகொள்கிறது. பருவே உண்மை என உணர்கிறது. பருவடிவப் பொருட்கள் அனைத்தும் அரிதென்றாகிவிடுகின்றன. அனைத்துப் பொருட்களையும் அள்ளி அள்ளி உடலுடன் சேர்த்துக்கொள்ளவேண்டும் என்றும் உடலாக ஆக்கிவிடவேண்டும் என்றும் தோன்றும். மண்ணில் படுத்து புழுதியில் உருள்பவர்களை அவன் கண்டதுண்டு. பருப்பொருட்களில் உடலாக ஆக்கத்தக்கது உணவுதான். ஆகவேதான் உடல் வெறிகொண்டெழுகிறது. அள்ளி அள்ளி நிறைத்துக்கொள்வார்கள். உண்டு தீராதவர்கள்போல் உணவின் மேலேயே விழுவார்கள். உண்டு நிறைந்த பின் அங்கேயே படுத்து உருள்வார்கள். வெற்றிக் களிப்பை செயற்கையாக உருவாக்கி கூச்சலிட்டு நகைப்பார்கள். தோற்றவர்களை எள்ளி நகையாடுவார்கள்.

படை புறப்பட்டுச் செல்லும்போது எவரும் காமத்தை எண்ணுவதில்லை. அக்களிப்புடன் ஒப்பிடுகையில் காமம் மிகமிகச் சிறிதென எங்கோ கிடக்கும். படை வெற்றிகொண்டபின் ஒவ்வொரு சொல்லிலும் காமமே வெளிப்படும். அனைத்து உண்டாட்டுப் பாடல்களும் காமக்களியாட்டுகளைக் குறித்தவையே. பாடித் தளர்ந்து விழுந்து மயங்குகையில் பெரும்பாலானவர்கள் கண்ணீர் வடித்துக்கொண்டிருப்பார்கள். துயிலில் புலம்புகையில் துயர் சொற்களே அவர்களிடமிருந்து எழும். புறப்படுவதன் களிப்பிலிருந்து வெல்வதன் பொருளின்மை வரை செல்லும் ஓர் அலைக்கொந்தளிப்பே போர் என்பது.

உடைகளும் கவசமும் அணிந்து படைக்கலன்கள் சூடிக்கொண்டு சாத்யகி படியிறங்கி முதற்கூடத்திற்கு வந்தபோது அங்கு இளையோரிடம் பேசிக்கொண்டிருந்த அசங்கன் எழுந்து வந்து படிக்கட்டின் தொடக்கத்தில் நின்றான். மேலிருந்தே அவனைப் பார்த்த பின் நோக்கை விலக்கி மற்ற மைந்தரைப் பார்த்தபடி கீழிறங்கி வந்த சாத்யகி அவனைப்

பார்க்காமலேயே “சித்தமாகிவிட்டாயா?” என்றான். “ஆம், தந்தையே” என்று அசங்கன் சொன்னான். அவனைப் பார்க்கவேண்டுமென்று எழுந்த உளஎழுச்சியை அடக்கி “நான் திருஷ்டத்யும்னரைப் பார்க்க கிளம்புகிறேன். நீங்கள் உங்கள் ஆணையோலைகளுடன் உரிய படைத்தலைமைக் கீழ் சென்று சேர்ந்து கொள்ளுங்கள்” என்றான்.

அசங்கன் “தங்களிடம் வாழ்த்து பெறுவதற்காகக் காத்திருக்கிறார்கள்” என்றான். “ஆம், ஆம், வாழ்த்து அளிக்கத்தான் வேண்டும்” என்று முனகிக்கொண்ட சாத்யகி “நீங்கள் இளைய யாதவரிடமும் அரசரிடமும் முறைப்படி வாழ்த்து பெறவேண்டும். ஆனால் அது நாம் குருக்ஷேத்திரத்திற்கு சென்றபின்பு போதும். நாம் இப்போது அங்குதான் செல்கிறோம். போர் தொடங்க இன்னும் நாளிருக்கிறது. நாம் மீண்டும் சந்திப்போம்” என்றான். என்ன பேசிக்கொண்டிருக்கிறோம் என்ற வியப்பு அவனுள் ஏற்பட்டது. எனவே உரக்க “விரைந்து வந்து வாழ்த்து பெற்றுச் செல்லுங்கள், பொழுதாகிக்கொண்டிருக்கிறது” என்றான்.

அசங்கன் கைகாட்ட அவன் பத்து மைந்தரும் வந்து நிரை வகுத்தனர். இளையவனாகிய சினி வந்து கால் தொட்டு சென்னி சூடியபோது அவன் தலையில் கைவைத்து “வெற்றி கொள்க! புகழ் ஈட்டுக! குலம் செழிக்கட்டும்! ஆம், அவ்வாறே ஆகுக!” என்றான். ஒவ்வொரு மைந்தராக வந்து அவனை வணங்கி வாழ்த்து பெற்றனர். அசங்கன் வந்து பணிந்தபோது அவன் தோள்களைத் தொட சாத்யகி விரும்பினான். ஆனால் கைகள் நீண்டாலும் அவன் தொடவில்லை. அவன் உடல் பிறிதொன்றென ஆகிவிட்டதுபோல் தோன்றியது.

அவர்கள் நிரைவகுத்து நின்றனர். அவன் “நம் குடிமூத்தார் உங்களை வாழ்த்துகிறார்கள். நம் கொடிவழிகள் வணங்குகின்றன. வெற்றிவீரர்களாகுக!” என்று சொல்லித் திரும்பினான். தன் இடதுகால் மெல்ல அதிர்ந்துகொண்டிருப்பதை உணர்ந்தான். அரியது எதையோ இழந்து அதை நினைவுகூர்வதுபோல் ஓர் உளப்பதற்றம் இருந்தது. அசங்கன் இளையவர்களிடம மெல்லிய குரலில் ஏதோ சொல்லிக்கொண்டிருக்க சாத்யகி அவன் அறியாது முகத்தைப் பார்த்தான். ஒருகணம் ஆடியில் தன்னைப் பார்த்ததுபோல் உணர்ந்து திடுக்கிட்டான். ஆடிக்கு அப்பாலிருந்து இளைய சாத்யகி கனிந்த விழிகளுடன் அவனைப் பார்த்துக்கொண்டிருந்தான். அவனும் தந்தையை நோக்க எண்ணியிருந்திருக்கலாம். அவ்வெண்ணமே அவர்களின் விழிகளை ஒன்றென ஆக்கியது.

சாத்யகி “பாஞ்சாலத்து இளவரசி இனிதாக இருந்தாளல்லவா?” என்றான். அதை ஏன் கேட்டோமென்று எண்ணித் திகைத்து “ஏனென்றால் அவள் ஷத்ரிய குடியில் பிறந்தவள்” என்று சேர்த்துக்கொண்டான். அசங்கன்

“காதல்கொண்ட இளம்பெண். அதை மட்டுமே நான் அறிந்தேன், தந்தையே” என்றான். சாத்யகி முகம்மலர்ந்து “நன்று” என்றான். மறுகணமே அதன் முழுப்பொருள் விரிவையும் உணர்ந்து முகம் சிவந்து நோக்கைத் திருப்பிக்கொண்டு “மிக நன்று” என்றான். மிக ஆழத்தில் ஓர் எரிச்சல் எழுந்தது. அது ஏன் என வியந்தான். உடனே அங்கிருந்து கிளம்பிவிட வேண்டும் என்று தோன்றியது.

அசங்கன் “அவளையும் எங்களுடன் குருக்ஷேத்திரத்திற்கு வரும்படி இளைய யாதவர் ஆணையிட்டிருக்கிறார்” என்றான். குழப்பத்துடன் “குருக்ஷேத்திரத்திற்கு பெண்டிர் வருவதில்லையே? வரலாகாது என்றுதானே ஆணை?” என்று சாத்யகி கேட்டான். “ஆனால் இளைய மனைவியர் மட்டும் வரலாம் என்று நேற்று இளைய யாதவர் சொல்லி அரசர் ஆணையிட்டிருக்கிறார்” என்று அசங்கன் சொன்னான். “பாஞ்சாலத்து அரசியும் யாதவ மூதன்னையும் வருகிறார்கள். குருக்ஷேத்திரத்திற்கு வெளியே அவர்களுக்கு தனியாக தங்குமிடம் அமைக்க ஆணையிடப்பட்டுள்ளது.” விழிகளுக்குள் உணர்ச்சிகள் அடங்க அசங்கனை நேரில் பார்த்து “நன்று” என்று சாத்யகி சொன்னான்.

குருக்ஷேத்திரத்தின் பாடிவீடுகள் என்ற சொல் அவன் உள்ளத்தை அங்கிருந்த அனைத்திலிருந்தும் விலக்கி அந்தச் சிவந்த போர்நிலத்திற்கு செலுத்திவிட்டிருந்தது. அந்த மெல்லுணர்வுகள் அனைத்தும் எளிதானவையாக, சிறியவையாக எங்கோ விலகிவிட்டிருந்தன. “நான் கிளம்புகிறேன், வெற்றி சூழ்க!” என்றான். மைந்தர் தலைவணங்கினர். சாத்யகி அப்பால் நின்ற ஏவலனிடம் “எனது புரவி ஒருங்கிவிட்டதா?” என்றான். படிகளிலிறங்கி சூதன் கொண்டு வந்த புரவிமேல் ஏறி அதை தூண்டி உபப்பிலாவ்யத்தின் தெருக்களில் நுழைந்தான்.

விடியலின் கருக்கிருட்டு வானிலேயே இருந்தது. நகர் முழுவதும் நடப்பட்ட நூற்றுக்கணக்கான மூங்கிற்கால்களில் ஊன்நெய்ப் பந்தங்கள் எரிந்தன. சிவந்த அந்திபோல பந்த வெளிச்சத்தில் நகரம் தெரிந்தது. கட்டடங்கள், தெருக்கள், தூண்கள் அனைத்தும் நெருப்பாலானவை. மானுடர்கள் நெளியும் தழல்கள். தெருக்கள் முழுக்க புரவிகளும் படைவீரர்களும் சென்றுகொண்டிருந்தனர். பந்தங்களுக்கு அருகே சென்றதும் அவர்களின் குழல்களும் புரவிகளின் குஞ்சிமுடிகளும் தழல்களென அசைந்தமைந்தன. காட்டுநெருப்பு நீர்த்துளிகளிலும் இலைப்பரப்புகளிலும் சுனைகளிலுமெனப் படைக்கலங்களிலும் ஆடைகளிலும் பந்த வெளிச்சம் எதிரொளித்தது.

இருபத்துநான்கு யானைகள் கொண்ட நிரை கரிய தேரட்டைபோல மெல்ல ஒரு சாலையின் முகப்பில் தோன்றி ஊர்ந்து சாலையின் ஓரமாக சென்றது. அவற்றுக்காக வழிவிட்டு ஒதுங்கிய தேர்களில் கட்டப்பட்ட புரவிகள் மிரண்டு காலெடுத்து வைத்துக் கனைத்தன. அவை கடந்து

போனபின் சாத்யகி புரவியை மேலும் மேலும் தூண்டி சாலைநிறைய சென்று கொண்டிருந்த அனைத்துப் புரவிகளையும் ஒன்று ஒன்றெனத் தாண்டி நகரின் வெளிவிளிம்பை அடைந்தான்.

ஒவ்வொரு படைவீரனும் எதையோ ஒன்றைக் கூவி அறிவிக்கும் முகத்துடன் இருப்பதாகத் தோன்றியது. அனைத்துப் படைக்கலங்களும் மறுகணம் வெறிகொண்டு எழும் என்பதுபோல, துடித்தெழுந்து காற்றில் கிளம்பிவிடும் என்பதுபோல அசைந்தன. கோட்டை விளிம்புகளில் படைவீரர்கள் முன்னும் பின்னும் ஓடிக்கொண்டிருந்தது எறும்பு நிரைகள்போல தெரிந்தது. அவர்களின் உளவிசையால் அக்கோட்டையே பெரிய கருநாகம்போல் மெல்ல நெளிந்து கொண்டிருப்பதாகத் தோன்றியது.

கோட்டைக் காவலனிடம் "நான் பாஞ்சாலத்து இளவரசரை சந்திக்கவிருக்கிறேன். என்னைத் தேடி அரசரின் தூதர்கள் இங்கு வந்தால் சொல்க!" என்று சொல்லிவிட்டு கோட்டையைவிட்டு வெளியேறினான். வெளியே நின்று நோக்கியபோது உபப்பிலாவ்யத்தின் சிறுகோட்டை இரும்புக்கவசம்போல் தோன்றியது. அது கட்டப்பட்ட நாள்முதல் கொண்ட தவம் அந்தப் போர்க்கணம். கோட்டை முகப்பில் தங்கியிருந்த படைகள் முன்னரே கிளம்பிச் சென்றுவிட்டிருந்தமையால் மிகப் பெரிய முற்றம் அங்கு உருவாகியிருந்தது. அங்கு நடப்பட்டிருந்த கால்களும் தறிகளும் உருவப்பட்ட குழிகள் பரவியிருந்தன. அவற்றில் தன் கால்கள் விழாமல் குதிரை திரும்பித் திரும்பி ஓடியது. பல்லாயிரம் புரவிக்கால்தடம் பதிந்த முற்றத்தைப் பெருநடையில் கடந்து அப்பால் சென்று வடமேற்காகச் சென்ற சிறுபாதையில் விரைந்தான்.

காலை புலரத் தொடங்கியது. நிலம் முழுக்க கால்தடங்களும் வண்டிச்சகடக் கோடுகளும் முயங்கிப் பரவியிருந்தன. வழிமுழுக்க படைப்பிரிவுகள் கூச்சலிட்டு ஆர்த்தபடி சென்று கொண்டிருந்தன. நூற்றுவர் தலைவர்கள் நீலக்கொடிகளும் ஆயிரத்தவர் பச்சைக்கொடிகளும் அக்ஷௌகிணித்தலைவர் சிவப்புக்கொடிகளும் கொண்டிருந்தனர். குலக்கொடிகளுக்கு இலச்சினைகளிலேயே வேறுபாடிருந்தது. தாங்கள் கொண்டிருக்கும் கொடிவண்ணங்களைப் பற்றி படைதிரட்டப்படுகையிலேயே கௌரவர் தரப்பு அறிவித்துவிட்டிருந்தது. அங்கு நூற்றுவர் மஞ்சள் நிறத்திலும் ஆயிரத்தவர் நீல நிறத்திலும் அக்ஷௌகிணித்தலைவர் கருஞ்செம்மை நிறத்திலும் கொடிகள் கொண்டிருந்தனர். கொடிகள் அசைய அதைக் கண்டு பிறகொடிகள் அசைந்தன. கொடிகளே நாவென அப்படைகள் உரையாடிக்கொண்டன. விழியறியும் மொழியில்.

ஒரு கணத்தில் அக்கொடிகள் விந்தையான வான்பறவைகள்போல அப்படைகளைத் தூக்கிச் செல்வதாக அவனுக்குத் தோன்றியது.

அல்லது அவை தழல்கள். கீழே அலையடிப்பது அவற்றை எரியவைக்கும் நெய். மெல்ல நெய்யை உண்டு வற்றச்செய்கிறது சுடர். பின் தானும் கருகியணைகிறது. கொடிகளின் மொழியை மட்டும் வானிலிருந்து காணும் தெய்வங்கள் அறியும் போர் என்னவாக இருக்கும்?

கொடியசைவுகளினூடாக வகுக்கப்பட்டு படைகள் ஒழுகிச்சென்று கொண்டிருந்தன. உபப்பிலாவ்யத்திலிருந்து வடமேற்காகச் செல்வதே குருக்ஷேத்திரத்திற்குப் பாதை என்பது அவன் கணிப்பாக இருந்தது. ஆனால் படைகள் அனைத்துத் திசைகளிலும் சென்றுகொண்டிருந்தன. ஏதேனும் ஆணைக் குழப்பமா அன்றி அணிக்கலைவா என்று அவன் எண்ணினான். ஆனால் அந்தப் படைப்பிரிவுகளை தனித்தனியாக நோக்கியபோது அவை சீரான காலடிகளுடன் வகுக்கப்பட்ட அசைவுகளுடன்தான் சென்றுகொண்டிருந்தன. ஒட்டுமொத்தமாக அதிரும் தாலத்தின் பயறுமணிகள்போல தோன்றின.

பின்னர் அவன் அதிலிருந்த ஒழுங்கைக் கண்டுகொண்டான். ஏரியில் ஒரு மடை திறக்கையில் தேங்கிய நீர் கொள்ளும் அலையும் சுழிப்பும்தான் அது. வடமேற்காக படைப்பிரிவு அங்குள்ள மூன்று சாலைகளினூடாக வெளியே சென்றுகொண்டிருக்கிறது. அதை எப்படி தன் உள்ளம் உணர்ந்தது? தனித்தனி படைநகர்வுகளை ஒன்றுடன் ஒன்று இணைத்து ஒற்றைப்பெரும்படலமாக அது ஆக்கிக்கொண்டது. ஒவ்வொரு படைப்பிரிவையும் ஒட்டுமொத்தமாகப் பார்க்கும் பொருட்டு அது உரிய தொலைவை கற்பனை செய்துகொண்டது. ஒட்டுமொத்தப் படையையும் வானில் எழுந்து கீழே நோக்கியது.

ஆம் என சாத்யகி உளமலர்வுடன் சொன்னான். வானிலிருந்து முழுப்படையையும் என்னால் பார்க்கமுடிந்தது. போர்நூல்கள் சொல்வது அதையே. படைவீரன் படையில் ஒருவனாக தன்னை உணர்பவன். படைத்தலைமை கொள்பவனில் அவன் வழிபடும் தெய்வம் குடியேறுகிறது. அது வானிலிருந்து முழுப்படையையும் நோக்குகிறது. படைத்தலைவன் அந்த விழிகளை அடைந்துவிட்டவன். நான் படைத்தலைவன். அவன் உடலெங்கும் ஓர் உவகை பதற்றமாக, நடுக்காகப் பரவியது. நான் படைத்தலைவன், படைகளில் ஒருவனல்ல. படைத்தலைமை கொண்டு சென்று வெல்பவன். இதோ இக்கணம் என் எளிய யாதவக்குருதி அரசனுக்குரியதாகிவிட்டது. என் கொடிவழியினர் ஷத்ரியர்களாக மாறிவிட்டார்கள்!

ஏதோ ஒன்று அவன் ஆழத்தைத் தைத்தது. அவன் அசங்கனின் விழிகளை நினைவுகூர்ந்தான். ஆனால் கிளம்பும்போது அவன் அசங்கனின் விழிகளை சந்திக்கவே இல்லை. எங்கு சந்தித்த விழிகள்? அதன்பின் அவன் மைந்தர் விழிகள் அவன் முன் தோன்றிக்கொண்டே இருந்தன.

அவன் புரவியை குதிகாலாலும் சவுக்காலும் சொடுக்கி வால் சுழல, குளம்புகள் அறைந்தொலிக்க, கனைத்தபடி விரையச் செய்தான். அது மூச்சு சீற, வியர்வை வழிய, வாயில் எச்சில்வலை தொங்க நின்றபோது அவனும் மூச்சிரைத்தபடி அதன் கழுத்தில் நெற்றிதொட களைத்து முகம் தொங்கி அமர்ந்திருந்தான்.

அப்பெருந்திரள் நடுவே அவன் தனிமையாக உணர்ந்தான். அங்கிருந்தோர் அனைவரும் முன்னரே இறந்துவிட தான் மட்டும் வாழ்பவன்போல. அல்லது அவர்கள் வாழ நான் இறந்துவிட்டேனா? காலைவெயிலில் வெம்மை எழத் தொடங்கியிருந்தது. எதிர்வெயில்பட்டு அவன் கண்கள் கூச முகம் சுருங்கியிருந்தது. கண்களில் வழிந்த நீரைத் துடைத்துக்கொண்டான். வாயில் கை பட்டதும் வியர்வையுடன் சேர்ந்து உப்பு சுவைத்தது. காலையொளி எப்போதுமே உளம்மலரச் செய்வது. அது எஞ்சியிருப்பன அனைத்தையும் திரட்டி அளிக்கிறது. கணந்தோறும் படைத்துப் படைத்து சூழப் பரப்புகிறது. ஆனால் அன்று காலையொளி இரக்கமற்றதாக இருந்தது. பலிவிலங்கொன்றின் தோலை உரித்து தசையைக் கிழித்து செங்குருதியும் வெண்நிணமுமாக உள்ளிருப்பன அனைத்தையும் இழுத்து வெளியே போடுவதுபோல.

அவனைச் சூழ்ந்து பாஞ்சாலப் படைகளின் இறுதிப்பிரிவுகள் சீரான காலடியோசையுடன் சென்றுகொண்டிருந்தன. பொதிவண்டிகளின் பின்கட்டைகள் உரசும் ஒலி அவன் நரம்புகளைக் கூசச் செய்தது. அப்பகுதியின் நிலம் சற்று தாழ்வானது. ஒன்றன்பின் ஒன்றாக பொதிவண்டிகள் கட்டைகள் உரச முனகியும் அலறியும் முன்சென்றன. அவன் உடல் விதிர்க்க, பற்கள் கிட்டிக்க, நரம்புகள் இழுபட்டு அதிர, கைகளை இறுகப்பற்றியபடி அமர்ந்திருந்தான். மெல்ல உடல் தளர்ந்து வியர்வை வழிய விழிகள் எரிய மீண்டான்.

பொதி பொதியாக உணவு. ஊனுடன் மாவு சேர்த்த உருளைகள். புளித்த கள்ளும் எரிமணம் எழும் மதுவும் நிறைந்த பீப்பாய்கள். படைவீரர்களுக்குக் கிடைக்கும் உணவும் கள்ளும் எவருக்கும் கிடைப்பதில்லை. போரிலாச் சூழலில்கூட படைவீரர்கள் உண்பதையும் குடிப்பதையும் உழவரும் ஆயரும் எண்ணியும் பார்க்கமுடியாது. சாவின்பொருட்டு கனிந்த உடல்கள். இவர்களைக் கொல்லும் படைக்கலங்கள் அங்கே இப்போது கூர்தீட்டப்பட்டுக்கொண்டிருக்கும். இவர்களை கொண்டுசெல்லும் காலர்கள் அவற்றின் அருகே பொறுமையிழந்து விழிமின்ன காத்திருப்பார்கள். அவனுக்கு அவ்வெண்ணம் ஏனோ நிறைவை அளித்தது. புரவியை மீண்டும் செலுத்தியபோது ஒவ்வொரு காலடிக்கும் அவன் விடுபட்டு நுரையடங்குவதுபோல ஒவ்வொரு குமிழியாக உடைந்து அமைந்துகொண்டிருந்தான்.

14

சாத்யகி படைவெளியை கடந்துசென்று பாஞ்சாலப் படைப்பிரிவுகளை அடைந்தான். அங்கு ஏற்கெனவே பாடிவீடுகள் அனைத்தும் கலைக்கப்பட்டு பாய்களாகவும் மூங்கில்களாகவும் தரையில் அடுக்கப்பட்டிருந்தன. சில நாட்களுக்கு முன்பு சீரான படைகளால் நிறைந்திருந்த வெளியில் வெறுமை அலைந்தது. அவ்வெறுமை புரவியில் சென்றவர்களைத் தேவையின்றி விரையச் செய்தது. வெறுமனே கூச்சலிட வைத்தது. இறுதியாகச் செல்லும் ஏவலர்களின் அணிகளும், தச்சர் குழுக்களும் மட்டுமே எங்கும் தென்பட்டனர். சுமைகள் கொண்டுசெல்லும் அத்திரிகளும் வண்டிமாடுகளும் அவற்றின் சாணியும் நீரும் கலந்த மணத்துடன், வால்சுழலல்களுடன் ஊடுகலந்திருந்தன, பணிக்கூச்சல்கள், வண்டிகளின் சகட ஓசைகள்.

திருஷ்டத்யும்னனின் கூடார வாயிலில் புரவியை நிறுத்தி காவலனிடம் தன்னை அறிவிக்கும்படி கோரினான். காவலன் உள்ளே சென்று ஒப்புதல் வாங்கிவந்து தலைவணங்க ஆடையை சீரமைத்து குழலைக் கையால் நீவிய பின் உள்ளே நுழைந்தான். திருஷ்டத்யும்னன் தன் முன் விரிக்கப்பட்ட பெரிய தோல்பரப்பில் சிவப்பு மையாலும் நீல மையாலும் வரையப்பட்ட நில வரைபடத்தைப் பார்த்துக்கொண்டிருந்தான். சாத்யகியைப் பார்த்ததும் தலைவணங்கினான். முகமன் எதுவும் உரைக்கவில்லை.

அவன் போர் குறித்த கவலையில் ஆழ்ந்துவிட்டான் என்று சாத்யகி எண்ணினான். சற்று அப்பால் சென்று அமர்ந்து உடைவாளைக் கழற்றி வைத்தபின் “படைகள் கிளம்பிக்கொண்டிருக்கின்றன, பாஞ்சாலரே” என்றான். அவனைப் பார்க்காமல் திருஷ்டத்யும்னன் தலையசைத்தான்.

“இன்னும் பதினைந்து நாட்களில் படைகள் குருக்ஷேத்திரத்தை அடையக்கூடும்” என்றான். திருஷ்டத்யும்னன் “ஆம், மேலும் நான்கு நாட்கள் ஆகவும் கூடும்” என்றான். அவன் தன்னை விழிதூக்கிப் பார்க்கவில்லை என்றும், முகத்தில் புன்னகையில்லையென்றும் சாத்யகி கண்டான். பின்னர் அவன் அந்த வரைபடத்தை நோக்கவே இல்லை என்பதையும் புரிந்துகொண்டான்.

தன்னை தவிர்க்கும்பொருட்டே வரைபடத்தைப் பார்க்கிறான் என்று தெரிந்ததும் ஒருகணம் சினம் எழுந்தது. பின்னர் அது ஏன் என்று உளம் துழாவத் தொடங்கியது. நேற்று நிகழ்ந்த மணநிகழ்வு அவனுக்கு உவப்பாக இல்லாமலிருக்குமோ? ஆனால் பேருவகையையே முதலில் காட்டியிருந்தான். துருபதரும் மாற்றுச் சொல்லுரைக்கவில்லை. அல்லது பாஞ்சாலப் படைகளிலிருந்து ஒவ்வாமை எழுந்து அவனை வந்தடைந்திருக்குமோ? பாஞ்சாலப் படைகளில் அவ்வாறு ஒரு எண்ணமிருப்பதை எவருமே சொல்லவில்லையே...?

அவ்வாறு எண்ணிக் குழம்புவதைவிட திருஷ்டத்யும்னனிடமிருந்தே அந்த உணர்வை அறிந்துகொள்வது நன்றென்று தோன்றியது. அதற்கு பிறிதொரு முள்ளால் குத்தி அந்த முள்ளை எடுக்கவேண்டும். அவன் “மைந்தர் உங்கள் படைப்பிரிவில்தான் வந்து சேர்ந்துகொள்ளவிருக்கிறார்கள், பாஞ்சாலரே” என்றான். “ஆம்” என்று திருஷ்டத்யும்னன் சொன்னான். “அசங்கனும் வருகிறான், அவன் உங்கள் படைப்பிரிவில் ஆயிரத்தவனாக பொறுப்பேற்கிறான்” என்றான். ஓசைகேட்ட நாகமெனத் திரும்பி அவனைப் பார்த்து விழிதொட்டபின் திருஷ்டத்யும்னன் திரும்பிக்கொண்டான்.

அக்கணம் அவன் உள்ளத்திலிருப்பதென்ன என்று சாத்யகிக்கு புரிந்தது. தன் மகளை பிறிதொரு ஆணுக்களித்த தந்தையின் சீற்றத்தைப்பற்றி ஏராளமான திருமணப்பாடல்களில் அவன் கேட்டதுண்டு. அது வெறும் கேலி என்றே எண்ணியிருந்தான். மெய்போலும் என எண்ணியதும் அவன் நெஞ்சுக்குள் புன்னகை எழுந்தது. கருங்கலத்தால் அகல்சுடரை மூடிவைப்பதுபோல் அதை உள்ளத்தில் கரந்து “படை எழுச்சிக்கான முரசுகள் இன்னும் அரை நாழிகைக்குள் எழவிருக்கின்றன” என்று அவன் சொன்னான். திருஷ்டத்யும்னன் “ஆம்” என்றான். மீண்டும் விழிதூக்கி சாத்யகியைப் பார்த்தபின் தன் உணர்வை சாத்யகி புரிந்துகொண்டான் என்ற எண்ணத்தை அவன் அடைந்தான்.

ஆனால் அப்பகிர்வே அவனை எளிதாக்கியது. புன்னகைத்தபடி “நீங்கள் இங்கிருந்து கிளம்பிய அன்றே நானும் கிளம்பி காம்பில்யம் சென்றிருந்தேன், யாதவரே” என்றான். “துணைவியரைப் பார்ப்பதற்கு அல்லவா?” என்றான் சாத்யகி. ஆனால் அவன் உள்ளம் உணர்ந்துவிட்டிருந்தது.

“ஆம். அத்துடன் அவளையும் பார்த்தேன். அவளிடமும் விடைபெற்று வந்தேன். இப்போரில் களம்படுவேன் எனில் இங்கு எனக்கு செயல் எச்சங்கள் ஏதுமில்லை” என்றான் திருஷ்டத்யும்னன்.

சாத்யகி கைநீட்டி திருஷ்டத்யும்னனின் கைகளைப் பற்றிக்கொண்டான். திருஷ்டத்யும்னன் “சற்று முன் எண்ணிக்கொண்டிருந்தது அதையே. இத்தகைய பெரும்போர் எவ்வளவு நன்று என்று. இது நம்மைப்போன்ற வீரர்களின் வாழ்வை இனிதாக நிறைவடையச் செய்கிறது. நாம் மேலும் மேலும் உச்சங்களை நோக்கி செல்பவர்கள். நுகர்விலிருந்து மேலும் நுகர்வு. வெற்றியிலிருந்து மேலும் வெற்றி. அவ்வாறுதான் நாம் வடிவமைக்கப்பட்டிருக்கிறோம். உடல் மெல்ல உச்சத்திலிருந்து கீழிறங்கும் முதுமையில் நாம் அடைந்தவை அனைத்தையும் இழந்து பிறிதொருவராக ஆகி நலிந்திறக்கும் கொடுமையிலிருந்து முழுமையாகவே நம்மை விடுவிக்கிறது போர். போரில் இறக்கும் ஷத்ரியனே முழுமையானவன்” என்றான்.

சாத்யகி “இறப்பை விரும்பி போருக்குச் செல்லலாகாது என்பார்கள்” என்றான். “ஆம். ஆனால் இப்போர் எனக்கு முற்றிலும் வேறு பொருள் அளிப்பது. இது இளைய யாதவரின் சொல் நிலைகொள்ளவேண்டும் என்று, இந்திரப்பிரஸ்தத்தின் அரசரின் முடி நிலைகொள்ளவேண்டும் என்பதற்காக, என் உடன்பிறந்தாளின் சூளுரையின் பொருட்டு நிகழும் போர். ஆனால் எனக்கு அவையனைத்திற்கும் மேலாக எந்தை முன்பொரு நாள் களம் நின்றுரைத்த வஞ்சினத்தின் பொருட்டு நிகழ்வது. என் கைகளால் துரோணரின் கழுத்தை வெட்டி தலையைத் தூக்கி எடுத்து என் தந்தைக்குக் காட்டவேண்டும். இத்தருணத்தில் அக்கடனே என்னை முன் செலுத்துகிறது.”

“நீங்கள் அவரிடம் படைக்கலம் பயின்றவர்” என்றான் சாத்யகி. “ஆம், கல்லுளியை கல்லில் தீட்டுவார்கள்” என்றான் திருஷ்டத்யும்னன். “நான் அவரைக் கொல்லும்பொருட்டு எந்தையால் தவம்செய்து பெறப்பட்ட படைக்கலம். யாஜரும் உபயாஜரும் துரோணரைக் கொன்று பழிதீர்க்கும் மைந்தனாகவே என்னை எரியில் இருந்து உருத் தீட்டி எடுத்தனர் என்று சூதர்கள் பாடி கேட்டிருப்பீர்கள். அது வெறும் கதை அல்ல, உண்மை. என் நாவில் சொல்திருந்தியதும் எந்தை எனக்கு அதை சொன்னார். மூன்றாண்டு அகவையில் நான் எந்தைக்கு அளித்த சொல்லை ஒவ்வொரு மாத்திரையும் என நினைவுகூர்கிறேன். என் உள்ளத்தில் அத்தழல் தழைந்ததே இல்லை.”

“அது மிகச் சிறிய வஞ்சம். மிக நெடுநாட்களுக்கு முன் நடந்தது. அதைக் கடந்து நெடுந்தூரம் வந்திருக்கிறோம். அன்று உங்கள் தந்தையை தேரில்

கட்டியிழுத்துச் சென்ற இளைய பாண்டவர் இன்று உங்கள் குடிக்கு மறுமைந்தனாக வந்துள்ளார்" என்றான் சாத்யகி. "ஷத்ரியர் போர்வஞ்சங்களை போர்க்களத்திலேயே உதறிவிடவேண்டும் என்பார்கள். சிந்தப்படும் குருதி அக்கணமே உடல் அல்லாதாகிறது. உயிரிலிருந்து புதுக் குருதி ஊறி எழவேண்டும்." திருஷ்டத்யும்னன் "ஆம், ஆனால் சில வஞ்சங்கள் ஒருபோதும் தீர்வதில்லை. வாள்போழ்ந்த புண் ஆறும், நச்சுமுள் ஆழ்ந்தமைந்து வளர்கிறது. எந்த மருந்தும் அதை ஆற்றுவதில்லை" என்றான்.

"யாதவரே, எந்தை இந்நாள்வரை ஒருகணமும் அவ்வஞ்சம் இன்றி வாழ்ந்ததில்லை. தன் மைந்தரையும் அரசையும் குடிகளையும்கூட அவ்வஞ்சத்தின்பொருட்டு இழக்க இப்போதும் அவர் சித்தமாக இருக்கிறார்" என்று திருஷ்டத்யும்னன் தொடர்ந்தான். "அத்துடன் ஒவ்வொரு நாளும் அவ்வஞ்சத்தை அவருக்கு நினைவுபடுத்துவதென பாதிநாடு அஸ்வத்தாமன் கையில் இருக்கிறது. மூதாதையர் அளித்த நிலத்தில் பாதியை இழந்த நான் பாதி உடல்கொண்டவன் என அவர் சொல்வதுண்டு. அரசவையில் என்றால் வஞ்சத்துடன் உறுமுவார். தனியறையில் மதுமயக்கில் என்றால் விழிநிறைந்து வழிய அழுவார். தன் மனையைப் பிறன் நுகரக் காண்பது இது. இல்லை தன் தாயை அயலான் வன்புணரக் காண்பது இது என்று நெஞ்சிலறைந்து கூவுவார்."

சில மாதங்களுக்குமுன் இளைய யாதவர் பாண்டவர்களின் சார்பாக அரசத்தூதுடன் அஸ்தினபுரிக்குச் சென்று வந்துகொண்டிருந்தபோது நான் காம்பில்யம் சென்று என் தந்தையைக் கண்டேன். போருக்கென படைகளை ஒருக்கும்பொருட்டு எல்லையில் இருந்தேன் அப்போது. தந்தை நிலைகொள்ளாதவராக இருந்தார். இளைய யாதவரின் தூதின் ஒவ்வொரு செய்தியையும் ஒற்றர்கள் வழியாகத் தெரிந்துகொண்டார். மகளின் முடியுரிமை குறித்தே அவ்வளவு ஆர்வம் கொள்கிறார் என்று அப்போது எண்ணினேன். ஆனால் அன்றிரவு சற்றே மது அருந்தி தன் அறையில் தனித்திருந்தபோது அவரை சென்றுகண்ட என்னிடம் "யாதவர் தூதில் என்ன நிகழும், மைந்தா?" என்றார். என்ன எண்ணி அவர் கேட்கிறார் என உணராமல் "இளைய யாதவர் எங்கும் தோற்றதில்லை, தந்தையே" என்றேன்.

அவர் முகம் நிழல்கொண்டது. திரும்பிக்கொண்டு தன் கையிலிருந்த மதுக்கோப்பையின் சிற்பச்செதுக்குகளை வருடியபடி நெடுநேரம் பேசாமலிருந்தார். பின்னர் "இத்தூதில் இளைய யாதவர் வெல்வாரெனில் அதன் பின் நான் உயிர் வாழ்வதில் பொருளில்லை" என்றார். நான் திகைக்க என்னை நோக்கி விழிதூக்கி "கானேகி வடக்கிருந்து உயிர் துறக்கலாம் என்று எண்ணுகிறேன், மைந்தா" என்றார். அவர் என்ன

சொல்கிறார் என்று எனக்குப் புரியவில்லை. கண்கள் சிவந்திருந்தன. இமைகளில் விழிநீர்ச் சிதறல்கள். “ஆம், நீ சொல்வது மெய். இளைய யாதவர் சொல் திகைந்தவர், அவர் வெல்லக்கூடும், அவர்களுக்கு இந்திரப்பிரஸ்தம் கிடைக்கும்” என்றார் தந்தை.

“ஆம், தந்தையே” என்றேன். அவர் சீற்றம்மிக்க குரலில் “போர் எப்போதைக்குமாக முடித்து வைக்கப்படும். போர் நிகழவில்லையென்றால் பாண்டவர்களின் அந்த ஆசிரியனை நான் வெல்ல முடியாது. அவனை வெல்லும்பொருட்டே உன்னை ஈன்றேன். உன் கையில் வாள் எடுத்துத் தரும்போது உன் செவியில் உன் வாழ்கடன் அதுவே என்றுரைத்தேன். ஒவ்வொரு முறையும் உன்னைப் பார்க்கையில் இவன் என் கடன்முடிக்கப் பிறந்தவன் என்றே எண்ணினேன். அத்தனை சடங்குகளிலும் உன்னிடம் அதை உரைத்திருக்கிறேன். உனது ஒவ்வொரு பிறந்தநாளிலும் அதை உனக்கு நினைவூட்டி வஞ்சினம் உரைக்கச் சொல்லியிருக்கிறேன். போர் தவிர்ந்தால் இவையனைத்திற்கும் என்ன பொருள்? அவன் வாழ்வான். என் வஞ்சினத்துடன் நான் இறக்கவேண்டியதுதான்” என்றார்.

நான் சொல்லவிந்து அவரை வெறுமனே நோக்கி அமர்ந்திருந்தேன். “நேற்று நிமித்திகர் பத்ரரை அழைத்து கேட்டேன்” என்று தந்தை சொன்னார். “வஞ்சம் தீராது இறப்பவர் என்ன ஆவார் என்று சொல்க நிமித்திகரே என்றேன். வஞ்சம் தீராது செல்பவர் தீயூழ்கொண்ட ஆத்மாவாக மாறி இருளுலகில் அலைவார். எந்த எள்ளும் நீரும் சென்று சேராத ஆழத்தில் ஆயிரமாண்டு உழல்வார். வலியும் துயரும் தவமே என்பதனால் அத்தவப்பயனால் மீண்டும் பிறப்பெடுத்து அவ்வஞ் சத்தை மேற்கொள்வார். பிறிதொரு ஊழ்வெளியில், முற்றிலும் அறியாத வாழ்வில் அவ்வஞ்சத்தைத் தீர்ப்பார். அரசே வஞ்சங்கள் தீர்க்கப்படாமல் புவிநெசவு முடிவடைவதில்லை என்றார்.

“அவ்வஞ்சம் அடுத்த பிறப்பில் பேருருக்கொண்டு என்னை தொடரவேண்டுமென்றால் நான் என்ன செய்யவேண்டும் என்று அவரிடம் கேட்டேன். அவ்வஞ்சத்தையே ஊழ்கமெனக்கொண்டு வடக்கிருந்து உயிர் துறக்கவேண்டும் என்றார் நிமித்திகர். உங்கள் ஒன்பது வாயில்களில் ஒன்றைத் திறந்து ஆத்மா காற்றிலெழுகையில் சித்தத்திலும் நாவிலும் எஞ்சும் சொல் அவ்வஞ்சமே ஆகுமெனில் அது ககனவெளியில் பேருருக் கொள்ளும். முகில்கள் வானில் திரள்வதுபோல கருமைகொண்டு பெருகும். பெருமழையென இறங்கும். பிறிதொரு பிறவியில் நீங்கள் அவ்வஞ்சத்தை ஆற்றும் பெருந்திறல் கொண்டவராக பிறப்பீர்கள். இறந்து பிறந்து வாழும் உங்கள் வஞ்சத்திற்குரியவரை வெல்வீர்கள் என்றார். ஆம், என் வஞ்சம் நிறைவேற வாய்ப்பில்லை என்றால் அவ்வண்ணமே மாய்வேன் என்று நான் சொன்னேன்” என்று தந்தை சொன்னார்.

“தந்தையே, இறப்பென்பது மீட்புக்கான வாயில். முடிவிலாச் சுழலில் மீண்டும் சிக்கவேண்டும் என்று எண்ணி இறப்பது அசுரரும் அரக்கரும் மட்டுமே தெரிவுசெய்யும் வழி. அதை கிராதம் என்றே நூல்கள் சொல்கின்றன” என்றேன். தந்தை உரத்த குரலில் “நான் எதிர்பார்த்திருப்பது ஒரே செய்தியைத்தான். போர் நிகழவேண்டும். போர் ஒழிந்தது என்ற செய்தி வருமென்றால் நான் கானேகி உயிர்துறப்பேன், அதுவே என் முடிவு. என்னை எவரும் தடுக்கமுடியாது” என்றார். அவர் முகத்திலிருந்த துயரைக் கண்டேன். எரியில் வெந்து உடல் உருகி இறப்பவனின் விழிகள் அவை.

நான் அவரை நோக்கிக் கைகூப்பி விழிநீருடன் “இல்லை தந்தையே, உங்கள் வஞ்சத்தை நான் நிறைவேற்றுவேன். அதன் பொருட்டே நான் பிறந்திருக்கிறேன். அதுவன்றி வேறெதையும் நான் உளங்கொண்டதே இல்லை” என்றேன். “ஆனால் அந்த நச்சுப்பாம்பு அஸ்தினபுரியெனும் காவல் கோட்டைக்குள் புற்றமைத்திருக்கிறது. ஒரு பெரும்போரால் அக்கோட்டையை உடைக்காமல் உன்னால் அவனை வெல்ல முடியாது. போர் நிகழ்ந்தாகவேண்டும். எதன்பொருட்டேனும் அஸ்தினபுரி அழியவேண்டும். அஸ்தினபுரியை வெல்லும் திறல்கொண்ட படை ஒன்று திரண்டு நின்றால், அக்களத்தில் அவன் வில்கொண்டு எதிர்வந்தால் மட்டுமே நீ அவனை கொல்ல முடியும்” என்றார் தந்தை.

என் தோளைத் தொட்டு “மைந்தா, உன்னை இத்தனை நாள் கூர்ந்துநோக்கியிருக்கிறேன். உன்னால் துரோணரிடம் எதிர்நின்று போர்புரிய இயலாது. ஏனென்றால் துரோணர் கூர்மதி கொண்டவர். என் புன்னகைக்கும் பணிவுக்கும் அப்பால், உன் கூர்மைக்கும் உளக்கொடைக்கும் அப்பால் என் இருளில் அமைந்த வஞ்சம் வரை வந்தணைய அவரால் இயன்றது. உனக்கு அவர் முழுக்கல்வியை அளிக்கவில்லை. அவர் அவ்வாறு அளிக்கமாட்டார் என்பதை நானும் அறிவேன். உனக்கு அவர் ஒன்று குறைய கற்பிப்பார். உன் நுண்திறனால் அவ்வாறு விட்ட ஒன்றை நீயே கற்று அவரை எதிர்கொள்வாய் என எண்ணினேன். அது நிகழவில்லை” என்றார்.

“ஏனென்றால் மேலே செல்லும்தோறும் ஏறுவது கடினமாகிறது. இறுதிஉச்சங்களில் ஒவ்வொரு அணுவும் மலையென்றாகிறது. உனக்கு அவர் சொல்லித்தராததை சொல்லித்தர துரோணரைக் கடந்த மெய்ஞானி ஒருவர் தேவை. அது வாய்த்தது இருவருக்கே. அர்ஜுனனுக்கு கிருஷ்ண யாதவன். அங்கநாட்டான் கர்ணனுக்கு பரசுராமர். நீ அவர்களில் ஒருவருடன் இணைந்து நின்றால் மட்டுமே அவரை வெல்லக்கூடும்” என்றார் தந்தை.

நான் அவரிடம் “தந்தையே, நிமித்திகர் என் பிறவிநூலைக் கணித்து சொன்னது பிறிதொன்று. நான் அவரை கழுத்து துணித்து தலை எடுத்துச் சுழற்றுவேன் என்று முதுநிமித்திகர் கிருபாகரர் சொன்னபோது தாங்களும் உடனிருந்தீர்களல்லவா?” என்றேன். “மீள மீள நிமித்திகர்கள் அதை சொல்லியிருக்கிறார்கள். ஆனால் சூழ்ந்துவரும் ஊழ் வேறு திசை நோக்கி சென்றுகொண்டிருக்கிறது. ஒருகணமும் என்னால் இங்கு நிலையமர இயலவில்லை. மைந்தா, இளைய யாதவர் இத்தூதில் வெல்லக்கூடாது. இப்போர் நிகழவேண்டும்” என்றார்.

“நானும் அதன் பொருட்டு நம் குலதெய்வங்களை வேண்டிக்கொள்கிறேன், தந்தையே. என்னால் இயன்றவரை அதன்பொருட்டே முயல்கிறேன். முடிந்தால் அப்பேச்சை சிதறடிக்கிறேன்” என்றேன். “அது உன்னால் இயலாது. அது யானைப்போர், நீ ஊடே புகுந்தால் நசுங்குவாய். கணிகரும் இளைய யாதவரும் மோதி விளைவு தெளிந்த பின்னர் உடன்செல்வதொன்றே நாம் செய்யக்கூடுவது” என்றார் தந்தை. “ஆம் தந்தையே, அவ்வாறே” என்று மட்டும் அன்று சொன்னேன்.

திருஷ்டத்யும்னன் “போர் குறிக்கப்பட்டதும் பெருமகிழ்வடைந்தவர் என் தந்தையே. பாஞ்சாலத்தின் ஐங்குலங்களையும் அழைத்து இறுதித்துளி குருதிவரை இப்போரில் பாண்டவர்களுக்காக சிந்தவேண்டுமென்று ஆணையிட்டார். தன் மைந்தர்கள் அனைவரையுமே படைமுகத்திற்கு அனுப்பினார். இன்று அனைத்து திசைகளிலிருந்தும் அவர் கொண்ட விசைகள் பெருகிவந்து என்னில் கூர்கொண்டு நின்றிருக்கின்றன. எனக்கு இப்போர் துரோணரைக் கொல்வதற்கான போர் மட்டுமே” என்றான்.

சாத்யகி சிரித்து “ஒவ்வொருவருக்கும் அவ்வாறு ஒவ்வொரு இலக்கு. பீஷ்மரைக் கொல்லும் பொருட்டு எழுபதாண்டுகளாக தவம் பூண்டிருக்கிறார் சிகண்டி” என்றான். “அவ்வாறு பல்லாயிரம் கணக்குகள் ஒரு களத்தில் நிறைவடையவிருக்கின்றன” என்ற திருஷ்டத்யும்னன் கோணலாக இதழ் வளைய சிரித்து “அவ்வாறு அந்தணரைத் தலைவெட்டிக் கொன்ற பின்னர் அப்பழி சூடி நான் பாஞ்சாலத்து இளவரசனாக வாழமுடியுமா? எங்கேனும் முடிசூட முடியுமா? அதன் பின் எஞ்சிய வாழ்நாளெல்லாம் நான் அடையும் துயருக்கு அளவிருக்குமா? வாழ்ந்தால் என் குடி என்ன செய்யும்? என் பழியைத் தன்மேல் ஏற்றாது அதை என்னுடையதென்று சொல்லி விலக்கும். தொற்றுநோய் கண்ட விலங்கை எரித்து அழிப்பதுபோல் என்னை அழித்துத் தான் அகன்றுசெல்லும். அதுவே அரசியலின் வழி. பாஞ்சாலத்துக்கு அதுவே நன்றும்கூட” என்றான்.

“ஆகவே பழிமுடித்த பின் நான் களம்படவேண்டும். இலக்கடைந்த பின் உதிரும் அம்பின் ஊழ் அது” என்றான். “நாம் இதைப்பற்றி இப்போது

பேசவேண்டாம். பேசப்பேச பொருளின்மை பெருகும்” என்று சாத்யகி சொன்னான். “நான் அவளை சென்றுகண்டதைப் பற்றி சொல்லவந்தேன்” என்றான் திருஷ்டத்யும்னன். சாத்யகி அதை அவன் பேசவேண்டாமே என விழைந்தான். ஆனால் பேசவேண்டுமென திருஷ்டத்யும்னன் உளம்கொண்டிருந்தான். அவனை நிறுத்தமுடியாதென்று சாத்யகி உணர்ந்தான்.

அவளிடம் சொன்னேன், மீண்டும் அவளை நான் சந்திக்க வாய்ப்பில்லை என்று. அவள் ஒன்றும் சொல்லவில்லை. விழிநீர் வடித்துக்கொண்டிருந்தாள். அதை நான் துடைக்க முற்படவில்லை. “நினைவிருக்கிறதா நம் முதற்சந்திப்பு?” என்று கேட்டேன். “ஆம், அதில்தான் நாளும் கண்விழிக்கிறேன்” என்றாள். “அன்று நான் ஆணிலியா என ஐயுற்றேன். அதன் சினத்தை உன்மேல் சுமத்தினேன்” என்றேன். அவள் புன்னகைத்தாள். “எல்லா ஆண்களும் செய்வதுதானே?” என்றாள். “அன்று நான் உன்னை வெட்டினேன். நான் நிலைகுலையாமலிருந்தால் நீ அன்றே இறந்திருப்பாய்” என்றேன். “ஆம்” என்றாள். “அன்று ஏன் நீ அஞ்சவில்லை?” என்றேன். “ஏனென்றால் உயிர்துறப்பை அன்று விரும்பினேன். வெட்டு என் மேல் விழாதது எனக்கு ஏமாற்றத்தையே அளித்தது” என்றாள்.

“ஏன்?” என்று கேட்டேன். “பொருளற்றது என் வாழ்க்கை. அதை அந்த முழுதளிப்பால்தான் பொருள்செறித்துக்கொண்டேன். என் முந்தைய வாழ்க்கை நானே வெறுக்கும் சிறுமைகொண்டது. நான் அதன் பொறுப்பை ஏற்கவேண்டியதில்லை என்றாலும் அதன் கறை என்னுடையதே. முழுதளிப்பினூடாக அதை நான் கடப்பதை நானே உணர்ந்தேன்” என்றாள். “அதற்கு நான் தகுதியானவனா?” என்றேன். “அது என் வினாவே அல்ல. முழுதளிப்பு என் மீட்பு” என்றபின் “அனைத்துப் பெண்டிரும் தன்னை முழுதளிக்கும் திருநடை தேடி தவிப்பவர்கள்தான், இளவரசே” என்றாள். நான் அவளை நெடுநேரம் நோக்கிக்கொண்டிருந்தேன். நாங்கள் அன்று காமமாடவில்லை. வெறுமனே இரவெல்லாம் ஒருவரை ஒருவர் நோக்கிக்கொண்டும் விழிமூடி அருகமைவை உணர்ந்துகொண்டுமிருந்தோம். யாதவரே, ஆணும் பெண்ணும் அடுத்தறிவது அத்தகைய காமம் அற்ற பொழுதுகள் வழியாகவே. மறுநாள் கிளம்புகையில் நான் நிறைவுற்றிருந்தேன்.

“இன்று முழு உளநிறைவுடன் போருக்கு செல்கிறேன். மீண்டுவரா தொழிவேன் என்பதே இனிதாக உள்ளது” என்றான் திருஷ்டத்யும்னன். சாத்யகி என்ன சொல்வதென்று அறியாமல் வெறுமனே அமர்ந்திருந்தான். நெடுநேரம் அவ்வாறு இருவரும் தங்களுள் ஆழ்ந்தவாறு அமர்ந்திருந்தனர். சாத்யகி மெல்ல அசைய திருஷ்டத்யும்னனும் அசைந்தான்.

அணுக்கமான தோழரின் அருகேதான் அவ்வாறு முற்றிலும் தனிமையில் ஆழமுடிகிறதென்பது அவனுக்கு விந்தையாக இருந்தது. ஆனால் தன்னுள் ஓடியவற்றை அவன் திருஷ்டத்யும்னனிடம் சொல்லவில்லை என்பதையும் எண்ணிக்கொண்டான்.

படைவீரன் வந்து வணங்கினான். “நம் பாடிவீட்டை அவிழ்க்க விருக்கிறார்கள், யாதவரே” என்றான் திருஷ்டத்யும்னன். சாத்யகி சிரித்தபடி வெளியே வந்தான். தச்சர்களும் ஏவலர்களும் கயிறுகள் ஏணிகளுடன் ஒருங்கி நின்றிருந்தனர். விரைந்த கைகளுடன் அவர்கள் பாடிவீட்டை அவிழ்த்து கீழே சரித்து பலகைகளாகவும் தட்டிகளாகவும் மாற்றி அடுக்கினர். “நான் இளைய யாதவரை சந்தித்துவிட்டு என் படைப்பிரிவுக்கு செல்லவேண்டியிருக்கிறது... நானும் தங்களுக்குப் பின்னால்தான் வருவேன். குருக்ஷேத்திரத்திற்கு முன்னரேகூட நாம் சந்திக்கக்கூடும்” என்று சாத்யகி விடைபெற்றுக்கொண்டான். திருஷ்டத்யும்னன் அவனை நெஞ்சோடு தழுவி வழியனுப்பினான்.

புரவியில் திரும்பிவரும்போது அவன் பிற அனைத்தையும் மறந்து சுஃப்ரையைப் பற்றி எண்ணிக்கொண்டிருந்தான். அவளை அவன் மறந்ததே இல்லை. ஓரிரு நாட்களுக்கு ஒருமுறை அவளைப்பற்றி எண்ணிக்கொண்டிருந்திருக்கிறான். ஆனால் அவளை சென்று காண்பதைப் பற்றி எண்ணியதுமே உளம் அதிர்ந்தது. அவள் முகம் அவனுக்குள் கற்பனையால் தீட்டப்பட்டிருந்தது. அவன் அறிந்த எப்பெண்ணும் அல்ல. ஆனால் அவனறிந்த பெண்கள் அனைவரின் சாயலும் அவளிடமிருந்தது. அவன் விரும்பிய பெண்கூறுகளினாலான பெண். திருஷ்டத்யும்னனுடனான அவன் உறவை அவனே விந்தையுடன் எண்ணிப்பார்ப்பதுண்டு. அவன் திருஷ்டத்யும்னனாக மாறி அவன் வாழ்க்கையின் அனைத்துத் தருணங்களையும் நடித்துக்கொண்டிருந்தான். சென்றகாலங்கள் வரை சென்று வாழ்ந்து மீண்டான். அவளையும் அவனாகச் சென்று அறிந்திருந்தான். அல்லது திருஷ்டத்யும்னனின் உள்ளத்திற்கு அணுக்கமானவளென்பதனால் அவளை அவன் வெறுத்தானா? அவ்வெறுப்பைத்தான் பல கோணங்களில் உள்ளம் அலசிக்கொண்டிருக்கிறதா?

சாத்யகி உபப்பிலாவ்யத்தின் கோட்டையை அடைந்தபோது முன்உச்சிப் பொழுதாகிவிட்டிருந்தது. கோட்டைக்காவலன் “இளைய யாதவரிடமிருந்து செய்தி வந்திருந்தது, யாதவரே” என்று பறவைச்சுருள் ஓலையை அளித்தான். “முதல் மாலையில் கிளம்புகிறோம்” என்று இளைய யாதவரின் செய்தி இருந்தது. அவன் அதை நொறுக்கிக் கிழித்து தன் கச்சையில் வைத்தபின் கோட்டைமேல் ஏறினான். அதன்மேல் புதியதாக மரத்தாலான பன்னிரு அடுக்குக் காவல்மாடம் உருவாக்கப்பட்டிருந்தது.

முழுப் படைகளையும் மேலிருந்து நோக்கும்பொருட்டு. அவன் அதன்மேல் ஏறி நின்று பார்த்தான்.

காற்று மேலாடையை பறக்கச் செய்தது. வியர்வை வழிந்துகொண்டிருந்த உடல் கணங்களிலேயே உலர்ந்து குளிர்கொண்டது. அவன் பாண்டவர் தரப்பின் படைப்பிரிவுகள் இணைந்து மூன்று பெருக்குகளாக ஆகி சென்றுகொண்டிருப்பதைக் கண்டான். விழிதொடும் தொலைவுவரை வண்ணங்களின் ஒழுக்காக தெரிந்த சாலைகள் விண்ணை நோக்கி ஏறுவனபோல மயக்கு காட்டின. அவன் இடையில் கைவைத்து அதை நோக்கியபடி நின்றிருந்தான்.

15

பூரிசிரவஸ் அஸ்தினபுரியிலிருந்து அரசரின் ஆணையை பெற்றுக்கொண்டு எல்லைக் காவலரண்கள் அனைத்திற்கும் சென்று படைநிலைகளைப் பார்வையிட்டு தன் அறிக்கையைப் பறவைத்தூதினூடாக அனுப்பிவிட்டு பால்ஹிகபுரிக்கு வந்தான். அஸ்தினபுரியிலிருந்த அந்த மாதங்களில் அவன் பால்ஹிகபுரியை முழுமையாகவே மறந்துவிட்டிருந்தான். பின்னால் திரும்பி நோக்க பொழுதில்லாமல் படைப் பணிகள். ஒவ்வொரு நாளும் அவன் திகைப்பூட்டும்படி புதிய ஒன்றைக் கற்றுக்கொண்டான். படை என்பது தனியுளங்கள் முற்றழிந்து பொதுவுளம் ஒன்று உருவாவது. உலோகத்துளிகளை உருக்கி ஒன்றாக்கி ஒற்றைப் பொறியாக்குவது. மலைக்குடிகளின் படை என்பது ஆட்டுமந்தைபோல. சேர்ந்து வழியும்போதும் ஒவ்வொரு ஆடும் தனியானது. ஒவ்வொன்றும் தன் தனி வழியையே தேடுகிறது. அச்சத்தால், பசியால், உள்ளுணர்வால் மட்டுமே அது மந்தையென்றாகிறது.

பால்ஹிகநாட்டில் பெரும்படைகள் என்றும் இருந்ததில்லை. அதைக் குறித்த எந்தக் கல்வியும் அங்கே இயலவில்லை. அவன் பால்ஹிகபுரியிலிருந்து தன் மைந்தனையும் உடன்பிறந்தாரின் மைந்தர்களையும் அஸ்தினபுரிக்கு வரவழைத்து அப்படைநகர்வில் பங்குகொள்ளும்படி செய்தான். அவர்கள் ஒவ்வொருவரிடமும் “முடிந்தவரை விழி திறந்திருங்கள், உளம்கொள்ளும்வரை அள்ளுங்கள். பொன்னோ மணியோ அல்ல செல்வம், இந்த அறிதலே நம் தலைமுறைகளுக்கு நாம் அளித்துச்செல்லவேண்டிய செல்வம் என்று தெளிக!” என்றான். அவர்களும் அதை உணர்ந்திருந்தனர். “கற்றவற்றை நீங்கள் ஒருங்கிணைந்து பரிமாறிக்கொள்ளுங்கள். ஒருவர் கற்பது

எவ்வளவாயினும் சிறிதே. அனைவருமாக கற்கையில் நீங்கள் நூறு உள்ளம் கொண்டவர்கள். ஆயிரம் கை கொண்டவர்கள்” என்றான்.

படைப்புறப்பாடு தொடங்குவது வரை அஸ்தினபுரியிலிருந்த வெவ்வேறு படைநிலைகளில் அம்மைந்தர் பணியாற்றினர். படைகளின் நிலைக்கோளுக்கான வரைவுகள், நகர்வுக்கான வரைவுகள், படைக்கல ஒருக்கங்கள், உணவு ஒருக்கங்கள், பாடிவீடமைத்தல், களத்திற்கு ஆணைகளைக் கொண்டுசெல்லுதல், ஆணைகளைக் கண்காணித்தல் எனப் படையாட்சிக்கான அனைத்துத் தளங்களிலும் அவர்களை அவன் பிரித்து அமர்த்தினான். படைப்புறப்பாடு அணுகியபோது மைந்தரில் பாதியை ஒருவர் ஒருவராக வெவ்வேறு ஆணைகளை அளித்து பால்ஹிகபுரிக்கே திருப்பியனுப்பினான். “இப்போரில் வெல்வதும் தோற்பதும் நாமல்ல” என்று அவன் அவர்களின் கூடுகை ஒன்றில் சொன்ன வரி அவர்களின் நுண்சொல்லென்றே ஆகியது. அவர்களின் அனைத்து எண்ணங்களையும் அதுவே வழிநடத்தியது.

படையெழுச்சிக்கான அனைத்தும் முடிவடைந்தபோது அவன் துரியோதனனிடம் பால்ஹிகபுரிக்குச் செல்ல ஒப்புதல் கோரினான். “அங்கு சென்று தந்தையிடம் போர்விடை பெற்று மீள்கிறேன், அரசே” என்றான். துரியோதனன் புன்னகைத்து “அரசியரிடமும் விடைபெற்று வருக!” என்றான். பூரிசிரவஸ் “ஆம், அவர்கள் பால்ஹிகத் தொல்குடியினர். அவர்களுக்கு இங்கு நிகழ்வதென்ன என்று தெரியாது” என்றான். அருகிருந்த சகுனி “ஆனால் மைந்தருக்குத் தெரியும்” என்றார். பூரிசிரவஸ் திகைத்து அவரை நோக்கி பின்னர் திரும்பிக்கொண்டான். கணிகர் “தங்கள் மைந்தர்கள் அங்குதானே இருக்கிறார்கள்? அவர்களிடமும் விடைபெற்று வரவேண்டும் அல்லவா?” என்றார்.

பூரிசிரவஸ் தன்னைக் குவித்துக்கொண்டு, புன்னகை மாறா முகத்துடன் “ஆம் கணிகரே, அவர்களில் அகவைநிறைந்தவன் ஒருவனே. அவன் இங்குதான் இருக்கிறான். பிறர் மிக இளையோர். அவர்கள் இங்கே வரவில்லை” என்றான். கணிகர் “மைந்தர் என்கையில் உடன்பிறந்தார் மைந்தரையும் சேர்த்துச் சொல்வதே மரபு” என்றார். பூரிசிரவஸ் சொல்லுக்கு தவிக்க துரியோதனன் “மலைமைந்தர் போர்க்கலை கற்று மீண்டிருக்கிறார்கள். நன்று, அங்கு அவர்கள் நாடமைத்துக் கொடி எழுப்பட்டும். நமது கொடையென்றமைக அக்கல்வி! பால்ஹிகரே, உங்கள் மைந்தருக்கு என் வாழ்த்துக்களை சொல்க! சென்றுவருக!” என்றான். பூரிசிரவஸ் வணங்கி விடைகொண்டான்.

சிந்தாவதி ஆற்றங்கரை வந்து மலைமீது சுழன்றேறி உச்சிப்பாறையை அடைந்து பால்ஹிகநகரிக்குள் இறங்கும் கழுதைப்பாதை சென்ற

பதினைந்தாண்டுகளுக்குள் பொதிவண்டிகள் ஏறிவரும் பெருஞ் சாலையாக மாறியிருந்தது. முதலில் பழைய வழித்தடத்தையே வண்டிகள் ஏறுவதற்குரிய சரிவான சாலையாக பூரிசிரவஸ் மாற்றினான். மூன்றாண்டுகாலம் பல்லாயிரம் ஊழியர் உதவி செய்ய மாளவ நாட்டின் சிற்பி காலாந்தகரின் வழிகாட்டலில் அப்பணி நிகழ்ந்தது. பால்ஹிகநிலத்தின் வண்ணத்தையும் அங்குள்ள குடிகளின் எண்ணங்களையும் அச்சாலை முழுமையாகவே மாற்றியமைத்தது. அச்சாலை ஓரங்களில் அமைக்கப்பட்ட விடுதிகளில் மலையிலிருந்து வந்த எல்லா சிறுவழிகளும் ஒருங்கிணைந்து மையச்சாலையில் இணைந்தன. அங்கே ஒரு சிற்றங்காடி உருவானது. நாளடைவில் அவற்றைச் சூழ்ந்து ஊர்கள் எழுந்தன. அவ்வூர்கள் தீர்க்கசத்ரம், காலசத்ரம், மிருகசத்ரம் என விடுதிகளின் பெயரையே கொண்டிருந்தன.

சூழ்ந்துள்ள அனைத்து மலைச்சிற்றூர்களையும் அவ்வூர்கள் ஆண்டன. அங்கிருந்து செய்திகள் அனைத்து ஊர்களையும் சென்றடைந்தன. அனைத்து மலைக்குடிகளும் வாரம் இருமுறையேனும் அங்கிருந்த சந்தைகளுக்கு வந்துசெல்லும் வழக்கம் கொண்டிருந்தனர். குடிகளின் கூடுகைக்கென சந்தையை ஒட்டியே அரசுமாளிகைகளை அமைத்தான் சலன். அவ்வூர்களை சாலையினூடாக தொடுத்துக்கொண்டு பால்ஹிகபுரி அந்நிலப்பரப்பை முழுமையாக ஆண்டது. மலைநிலத்தில் அவ்வாறு முழுநிலத்தையும் ஆளும் ஓர் அரசு அதற்கு முன் அமைந்ததில்லை. அம்மக்கள் அரசு ஒன்று உருவாவதை உணர்வதற்குள் மையத்தில் பிழையிலாது இணைக்கப்பட்ட ஆட்சிக்குள் அமைந்துவிட்டிருந்தன.

அவ்வண்ணமொரு மலைச்சாலை இமையமலைப்பகுதிகளில் எங்கும் அதற்குமுன் அமைக்கப்பட்டிருக்கவில்லை. விந்தியனில் மட்டுமே உச்சிமலை ஏறிக்கடக்கும் சாலைகள் இருந்தன. விந்தியனைக் கடக்காமல் பாரதவர்ஷத்தின் தென்னகமும் வடக்கும் இணையமுடியாதென்ற கட்டாயத்தாலேயே மெல்ல மெல்ல அத்தகைய சாலைகள் அங்கே உருவாகி வந்தன. சர்ப்ப பதங்கள் என அவை பெயர் பெற்றன. மலைகளை ஒட்டுமொத்தமாக நோக்கி சரிவான வழிகளைக் கண்டடைந்து அவற்றினூடாக சாலையை அமைக்கும் நுட்பம் தனியான கலையாக வளர்ந்தெழுந்தது.

மாளவத்தின் துறைமுகங்களில் அயலகக் கலங்கள் வரத்தொடங்கி அவ்வரசு வணிகவளர்ச்சி பெற்றபோது தன் நிலத்திலிருந்த மலைகளைக் கடந்து வரும் பாதைகளை அமைக்கவேண்டும் என்ற நிலை உருவானது. அந்நாட்டின் கிழக்கு, தெற்கு எல்லையிலிருந்த ஊர்களிலிருந்து விளைபொருட்களையும் செய்பொருட்களையும் மகாநதியினூடாகவும் நர்மதையினூடாகவும் கலிங்கத்திற்கும் வேசரத்திற்கும் அனுப்பி வணிகம்

செய்யவேண்டியிருந்தது. அந்நாடுகளின் சுங்கத்தால் மாளவத்திற்கு பேரிழப்பு நிகழ்ந்தது.

மாளவ அரசர் இந்திரசேனர் தன் முழுச் செல்வத்தையும் மலைகளைக் கடக்கும் சர்ப்ப பதங்களை அமைப்பதில் செலவிட்டார். அதை கலிங்கனும் வேசரநாட்டு அரசர்களும் ஏளனம் செய்தனர். அவன் கருவூலத்தை இவ்வாறு ஒழியச்செய்யட்டும், படைகொண்டுசென்று அவன் கழுத்தைப்பிடித்து கப்பம் கொள்வோம். பாதைகள் ஈட்டும் செல்வமும் இங்கு வந்துசேரும் என்றார் உத்தர வேசரநாட்டரசர் பிருகத்பாகு. ஆனால் அஸ்தினபுரியுடன் போட்டுக்கொண்ட புரிதல்சாத்து வழியாக மாளவர் ஆற்றல் கொண்டவரானார். சாலைகள் அமைந்ததுமே துறைமுகங்கள் பெருகத் தொடங்கின. துறைமுகங்கள் அளித்த செல்வத்தால் சாலைகள் மேலும் விரிந்தன. சாலைகள் மாளவத்தை சரடுகளால் கட்டி ஒன்றாக்கிய பொதி என நிலைநிறுத்தின.

அஸ்தினபுரியின் தூதனாக மாளவத்திற்குச் சென்றபோதுதான் பூரிசிரவஸ் அந்த மாபெரும் பாம்புப் பாதைகளைக் கண்டான். அவற்றை பால்ஹிகபுரியிலும் அமைக்க எண்ணினான். ஆனால் மாளவ மன்னர் இந்திரசேனர் அவனுடைய கோரிக்கையை ஏற்றுக்கொள்ளவில்லை. அவன் மாளவத்தில் இந்திரசேனருடன் விருந்துக்குப் பின் தனியறையில் உரையாடிக்கொண்டிருக்கையில் பெருவிருப்புடன் அதைக் கேட்டான். "என் நாடு குருதிச்செலவு குறைந்த உடலுறுப்புபோல உயிரற்று பாரதவர்ஷத்தில் ஒட்டியிருக்கிறது, அரசே. சாலை ஒன்று அமையுமென்றால் நாங்கள் உயிர்கொண்டெழுவோம்" என்றான். அவர் புன்னகையுடன் தருணத்திற்கு உகந்த முகமன்மொழிகள் சொல்லி அதைக் கடந்துசென்றார்.

அத்துடன் நிறுத்துவதே முறை என்று அறிந்திருந்தாலும் அவனால் விழைவை வெல்ல முடியவில்லை. அதை மீண்டும் மாளவத்தின் பேரவையிலேயே கேட்டான். முறைமைச்சொற்களுடன் அரசவிண்ணப்பமாக அதை சொல்லி அவன் விடைபெற்றுக் கிளம்பும்போது அதையே கையுறையாக வேண்டுவதாக சொன்னான். ஆனால் இறுதியில் உரையாற்றும்போது அவனுக்கு நற்செலவுக் கையுறையாக ஏழு கலம் பொன்னும் சுபுண்டரம் என்னும் அருமணியும் அளிப்பதாக சொன்னார் இந்திரசேனர்.

சோர்வுடன் திரும்பி அஸ்தினபுரிக்கு வந்த பூரிசிரவஸ் வெண்ணிற ஒளிகொண்ட சுபுண்டரத்தையும் துரியோதனனுக்கே காணிக்கையாக்கினான். "அது உங்களுக்கு அளிக்கப்பட்ட நற்செலவுக் கையுறை, பால்ஹிகரே" என்று துரியோதனன் சொன்னான். "அரசே, நான் வேண்டியது பிறிதொன்று. அதை நான் பெறவில்லை. வாழ்நாளெல்லாம்

இவ்வருமணி அந்த ஏமாற்றத்தின் அடையாளமாகவே நீடிக்கும்" என்றான் பூரிசிரவஸ். துரியோதனன் இருமுறை தூண்டி கேட்டபின் தன் கோரிக்கை மறுக்கப்பட்டதை சொன்னான். மீசையை நீவியபடி துரியோதனன் "உம்" என்றான்.

மீண்டும் ஒரு மாதம் கடந்தபோது மாளவத்தின் சாலைச்சிற்பியான காலாந்தகர் தன் நூறுமாணவர்களுடன் அஸ்தினபுரிக்கு வந்தார். பூரிசிரவஸை அவைக்கு அழைத்த துரியோதனன் தன் முன் அமர்ந்திருந்த காலாந்தகரை சுட்டிக்காட்டி "இவரை அழைத்துச் செல்க பால்ஹிகரே, இவர் பெயர் காலாந்தகர். மாளவத்தின் சாலைச்சிற்பி" என்றான். பூரிசிரவஸ் திகைத்து "அரசே..." என்றான். "இவர் உமக்கு விரும்பிய சாலையை அமைத்து அளிப்பார்" என்றான் துரியோதனன். பூரிசிரவஸின் விழிகள் நிறைந்தன. உள எழுச்சியால் உதடுகளை இறுக்கிக்கொண்டான். அவன் குரல்வளை அசைந்தது.

மூச்சை மீட்டு "இவர் எப்படி...?" என்று அவன் முனக "அது உமக்கெதற்கு? வந்துள்ளார், அழைத்துச் செல்க!" என்று துரியோதனன் நகைத்தான். அருகிருந்த கர்ணன் "அப்படியே கின்னரநாடுவரை ஒரு சாலை அமையும். நமது பெண்களில் கின்னர மைந்தர் பிறக்கட்டும்" என்று சொல்லி உரக்க நகைத்தான். "நான் இதன்பொருட்டு..." என்று பூரிசிரவஸ் கைகூப்ப "அணிச்சொற்கள் வேண்டியதில்லை. நீர் என் இளவல். உம் கனவு என்னுடையது" என்ற துரியோதனன் "சாலை அமைப்பதற்காக உமக்கு இரண்டு லட்சம் பொன் அளிக்கும்படி ஆணையிட்டிருக்கிறேன். சாலைப்பணி முடிந்தபின் பத்து ஆண்டுகளில் அதை திருப்பியளித்தால் போதும்" என்றான். பூரிசிரவஸ் மீண்டும் வணங்கியபோது ஓசையெழ விசும்பிக்கொண்டிருந்தான்.

அவன் எண்ணியதற்கு மாறாக அச்சாலை அமைப்பதை பால்ஹிகக் கூட்டமைப்பின் முதன்மை நாடுகளான மத்ரம், சௌவீரம், சகநாடு, யவனநாடு, துஷாரநாடு ஆகிய ஐந்தும் கடுமையாக எதிர்த்தன. சௌவீரர்களும் துஷாரர்களும் நேரடியாகவே அஸ்தினபுரிக்கு கப்பம் கட்டுபவர்களாதலால் தங்கள் எதிர்ப்புடன் அமைச்சர்களை அஸ்தினபுரிக்கு அனுப்பினர். "இவர்கள் எதைத்தான் புரிந்துகொள்வார்கள்? இச்சாலையால் நம் குடிகளனைத்துமே செல்வம் கொள்ளும். இவர்கள் இன்று அரசர்களே அல்ல, மலைக்குடிகள்... அரசர்களாகும் பெருவாய்ப்பு இது" என்று பூரிசிரவஸ் சலித்துக்கொண்டான்.

சலன் "நீ சாலைத்திட்டத்துடன் கிளம்பும்போதே நான் ஐயுற்றேன். அவர்கள் எதிர்ப்பது இயல்பே" என்றான். "ஏன்?" என்றான் பூரிசிரவஸ். "இச்சாலையை அமைத்தவர்கள் நாம். ஆகவே இது நமக்கே

முதன்மைச்செல்வம். இதனூடாக நாம் வளர்வோம். ஆறில் ஒன்று மீறி வளர்வதென்பது ஐந்தும் அடிமைப்படுவதேதான்...” பூரிசிரவஸ் “அவ்வெண்ணமே நமக்கில்லையே. நாம் அதை அவர்களுக்கு விளக்குவோம்” என்றான். “விளக்க விளக்க எதிராகப் பெருகுவது அது, இளையோனே. ஏனென்றால் அவர்கள் எண்ணுவதே உண்மை” என்றான் சலன்.

“நான் பொய்சொல்கிறேனா?” என்று பூரிசிரவஸ் சீற்றத்துடன் கேட்டான். “இல்லை, நீ உளமுணர்ந்து சொல்கிறாய். ஆனால் செல்வமும் படையும் கொண்டு பால்ஹிகபுரி வளருமென்றால் அது ஐந்துக்கும் மேல் அமரவே விரும்பும்... உன் இளையவனிடம் கேள். என்ன சொல்கிறாய்?” என்று சலன் அருகே நின்ற பூரியிடம் கேட்டான். பூரி “ஆம், செல்வம் கொண்டால் இணையான ஆற்றலும் தேவை. ஆற்றல் வெற்றியினூடாகவே வரும்” என்றான். சலன் சிரித்து “பிறகென்ன?” என்றான். “நான் இவர்களிடம் பேசுகிறேன். இவர்களின் ஐயமென்ன? சாலை அமைந்தால் அதனூடாக எதிரிகள் வந்து மலைநிலங்களை வெல்லக்கூடும் என்றுதானே? நாம் வல்லமைகொண்டு நிகர்நிலங்களை வெல்லமுடியுமென்று அவர்களிடம் விளக்குகிறேன்” என்றான். “வேண்டாம். அதைவிட எளிய வழி உள்ளது” என்றான் சலன்.

சலன் அஸ்தினபுரி அளித்த செல்வத்தைக்கொண்டு கீழ்நிலங்களிலிருந்து வலிமையான புரவிப்படை ஒன்றைத் திரட்டினான். அதைப் பிரித்து அனுப்பி கரபஞ்சகம், கலாதம், குக்குடம், துவாரபாலம் ஆகிய பால்ஹிக குலக்குழு அரசுகளை வென்றான். அவற்றின் அரசர்களின் மகளிரை தனக்கும் இளையோருக்குமென கைக்கொண்டு அரசியராக்கினான். அவர்கள் பால்ஹிகநாட்டு அவையில் குலமூத்தோராக கோல்கொண்டு அமர்ந்தனர். பால்ஹிகம் ஒரே மாதத்தில் பெரிய நாடாகியது. எல்லைகளில் புரவிப்படைகளை நிறுத்தியபின் பால்ஹிகக் கூட்டமைப்பின் பிற நாடுகளுக்கு இளையோரைத் தூதனுப்பி சாலைப்பணிகளுக்கு அவர்களும் செல்வம் அளித்துப் பங்குகொள்ளவேண்டும் என்று கோரினான். அதன்பொருள் அவர்களுக்குப் புரிந்தது. சாலை முழுக்க விடுதிகளில் பால்ஹிகக் கூட்டமைப்பின் அனைத்து நாடுகளின் கொடிகளும் பறக்கும் என்றும் ஆறு நாடுகளுக்குச் செல்லும் வணிகர்களுக்கும் ஒற்றைமுறையாக சுங்கம் கொள்ளப்படும் என்றும் அது தகுதியும் வரிமுறையும் ஒப்ப பிரித்தளிக்கப்படும் என்றும் உறுதிச்சாத்து உருவானது. கொள்பொருளில் பெரும்பகுதி பால்ஹிகநாட்டுக்கே அமைந்தது.

சாலைப்பணி தொடங்கியபோது பால்ஹிக மலைப்பகுதிகள் முழுக்க பதற்றம் நிலவியது. பல குலக்குழுக்களில் வெறியாட்டெழுந்த பூசகரில் தோன்றிய மலைத்தெய்வங்கள் பெருங்கேடுகளை அறிவித்தன.

மலைநிலம் இடிந்து சரியும், பெரும்பாறைகள் அமைதியிழந்து உருளும், நதிகள் சீறிப் படமெடுக்கும், வானிலிருந்து அனல் பொழியும் என்று அறைகூவினர். "மண்மைந்தர் எழுந்துவந்து விண்தொட்டு வாழும் எங்கள் அமைதியைக் குலைக்க ஒப்போம். பெருங்குருதியாடுவோம். உயிர்கொண்டு வெறிதணிப்போம். மகளிர் கருபுகுந்து காலத்தை அழிப்போம்" என்றனர்.

சலன் அஸ்தினபுரியிலிருந்தே ரிக்வைதிகர் குழுவை வரவழைத்து பால்ஹிகபுரியில் மகாசத்ரவேள்வி ஒன்றை நடத்தினான். அதன் பின்னர் தூமபதத்தின் தொடக்கத்தில் வேள்விச்சாலை அமைத்து அதர்வ வைதிகர்களைக்கொண்டு மகாபூதவேள்வி ஒன்றை இயற்றினான். அதன் நிறைவுநாளில் சக்ரசண்டியை அங்கே நிறுவி அவளுக்குக் கல்லில் ஆலயம் ஒன்றை எழுப்பினான். அதற்கு நூற்றொன்று குறும்பாடுகளை பலிகொடுத்து ஆற்றல்கொள்ளச் செய்தான். சண்டியின் காலடியில் மலைவழிகளைக் காக்கும் ஒன்பது அன்னைதெய்வங்களான சரணி, மார்க்கி, பாந்தை, சாகேதை, தீர்த்தை, ஆகமை, ஸ்ரிதி, வாகை, வாமை ஆகியோரை சிறு தெய்வநிலைகளாக நிறுவி அவர்களுக்கும் அன்னமும் குருதியும் அளித்து பூசை செய்தான். சலன் சண்டிக்கு பூசை செய்ய மலைநாட்டுப் பூசகர்கள் பன்னிருவர் கொண்ட குழுவை அமைத்தான். அவர்களில் எழுந்த வழிகாக்கும் அன்னையர் "நிறைவுற்றோம். இவ்வழியை என்றும் காப்போம். இது அழியா நாகம் என பொலிக! ஆயிரம் குழவிகள் பெற்று பெருகுக!" என வாழ்த்தினர்.

ஓராண்டுக்குள் எதிர்ப்புகளும் ஐயங்களும் அகன்றன. அதன்பின் அப்பணி இயல்வதா என்ற ஐயம் உருவாகியது. அதற்கான அளவீடுகளும் கணிப்புகளும் ஓராண்டுக்கும் மேலாக நிகழ்ந்தபோது சாலையமைக்கமுடியாமல் சிற்பி திரும்பிச்சென்றுவிட்டதாகவே சொல் பரவியது. ஆனால் மெல்ல மெல்ல பணிகள் தொடங்கியபோது வியப்பு மலைக்குடிகளை ஆட்கொண்டது. குழுக்களாகக் கிளம்பி சிறுபாதைகள் வழியாக நெடுந்தொலைவு நடந்து வந்து அவர்கள் அப்பணியை நோக்கி நின்றனர். முதலில் அனைத்து ஊழியர்களும் கீழிருந்தே அழைத்துவரப்பட்டனர். மலைப்பாறைகள் புரட்டி அமைக்கப்பட்டன. மண் வெட்டிச் சரிக்கப்பட்டது. நாகம் உடல்கொண்டு வளைந்து வளைந்து மேலேறியது. மேலிருந்து நோக்கும்போது ஒவ்வொருநாளுமென அது முகம் நீட்டி சுருளவிழ்வதைக் காணமுடிந்தது. அதன் சீறலை சிலர் கேட்டனர். "அதன் நஞ்சு மலைகள்மேல் உமிழப்படும். ஐயமே வேண்டியதில்லை" என்றனர் முதுபூசகர் சிலர்.

ஆனால் ஒன்றும் செய்வதற்கில்லை என அனைவரும் புரிந்து கொண்டிருந்தனர். அத்திரிகளும் கழுதைகளும் எருதுகளும் புரவிகளும்

மக்களும் எனப் பல்லாயிரம் உயிர்களால் மொய்க்கப்பட்ட பாதை எறும்புகள் அடர்ந்த வெல்லவழிவு என்று சில தருணங்களில் தோன்றியது. நெம்புகோலை அதற்குமுன் மலைக்குடிகள் அறிந்திருக்கவில்லை. அதை இயக்க கொண்டுவரப்பட்ட யானைகள் அந்நிலத்தில் இருந்ததில்லை. முதலில் யானையைக் கண்டவர்கள் அதை உள்ளே மக்கள் இருந்து கொண்டுசெல்லப்படும் கூடாரம் என நம்பி அருகே துணிந்து அணுகி தட்டிப்பார்த்தனர். அதன் துதிக்கையைப் பிடித்து இழுத்தனர். அவற்றால் தூக்கிவீசப்பட்டு சிலர் உயிரிழந்த பின்னரே அது ஒரு விலங்கு என உணர்ந்தனர். அதன் கண்களை அருகே கண்டவர்கள் அஞ்சி உடல்விதிர்க்க பாய்ந்து விலகினர். அவர்களின் கனவுகளில் உறுத்துநோக்கும் கருவிழிகள் கொண்ட இருட்தெய்வம் தோன்றி இடியோசை எழுப்பியது. சிலர் காய்ச்சல்கொண்டு நெடுநாட்கள் அஞ்சி புலம்பி அழுதுகொண்டே படுக்கையிலிருந்தனர்.

இரும்பாலான பெரிய தூண்களின் தொகையை வடம்கட்டி யானைகள் இழுத்தபோது அவற்றால் நெம்பப்பட்ட பெரும்பாறை திடுக்கிடுவதை, முனகியபடி மெல்ல சரிவதை, சினம்கொண்டு சிறுபாறைகளை உடைத்தபடி, பூழியும் சேறும் தொடர உருண்டிறங்குவதைக் கண்டு பலர் அஞ்சி கூச்சலிட்டனர். விழிபொத்தி நடுங்கி அழுதனர். சிறுநீர் கழித்தபடி சிறுவர் தந்தையரைக் கட்டிக்கொண்டனர். அப்பாறைகள் மெல்ல சென்று உரிய இடத்தில் பாறைகள்மேல் அமர்ந்து நீள்மூச்செறிந்து மீண்டும் துயில்கொள்வதைக் கண்டு கைகூப்பினர். மறுநாளே குலக்குழூக்கள் பூசகர்களுடன் வந்து அப்பாறைகளிலிருந்து விழித்தெழுந்த தெய்வத்தை பலிகொடுத்து ஆறுதல்கொள்ளச் செய்து மீண்டும் அதில் அமைத்தனர். அத்தெய்வத்தின் விழிகள் அப்பாறையில் பொறிக்கப்பட்டு சாலையைத் திகைப்புடன் நோக்கின.

அதைவிட, பெரும் எடைகளை நுட்பமாக பின்னப்பட்ட வடங்களினூடாக ஏற்றியது அவர்களை கனவிலாழ்த்தியது. விலங்குகளும் மானுடரும் ஆளுக்கொரு திசையில் இழுக்க பொதிகள் மெல்ல எழுந்து மலைச்சரிவில் ஏறி வந்தன. அவற்றின் சகடங்கள் மரச்சட்டங்களில் ஓசையின்றி உருள்வதை மேலிருந்து நோக்கிய மலைக்குடிகள் அவை ஒருவகை நத்தைகள் என்றனர். “அவற்றுக்குள் வாழும் தெய்வங்களை அக்கரிய சிற்பி ஆள்கிறான்” என்றனர். அங்கு நிகழ்ந்த ஒவ்வொன்றும் கதைகளென்றாகி மலைகளில் நுரையென பெருகிக்கொண்டிருந்தன.

சாலை அமைந்தபோது பால்ஹிகக் கூட்டமைப்பின் அரசுகளில் மத்ரம் தவிர நால்வரும் பால்ஹிகபுரிக்கு அணுக்கர்களாயினர். சாலைத்திறப்புக்கென அமைக்கப்பட்ட பெருங்கொடைவேள்வியை காசியிலிருந்து வந்த பெருவைதிகரான சுலஃபர் முன்னின்று நடத்தினார். பன்னிரு நாட்கள்

நடந்த அந்த மகாசத்ரவேள்வியில் மலைக்குடியினரின் அனைத்து குலக்குழுக்களும் முறையாக அழைப்புவிடப்பட்டு கலந்துகொண்டன. வேள்விக்குரிய நறுமணப்பொருட்களும் தேனும் நெய்யும் அன்னமும் ஒவ்வொரு மலைக்குடிகளிடமிருந்தும் கொள்ளப்பட்டமையால் அவர்கள் அவ்வேள்வியை தங்களுடையதென்றே நினைத்தனர். குடித்தலைவர்கள் அனைவருக்கும் வேள்விக்காவலர்களாக அவையமர அழைப்பிருந்தது. புதிய தோலாடைகளும் வண்ண இறகுகள் செறிந்த தலையணியும் குலக்குறி செதுக்கப்பட்ட கோல்களுமாக அவர்கள் வந்து அவை நிறைக்க வேள்வி முடிவுற்றது. நாளும் பத்தாயிரம்பேர் உண்ட பெருவிருந்திற்குப் பின் அவ்வேள்வி மலைகளில் கதைகளென மாறி நினைவில் நிலைகொண்டது.

அவ்வேள்வி குறித்த செய்தி அந்தணர்வழியாகப் பரவியதனால் மிகச் சில மாதங்களிலேயே வணிக வண்டிகள் மலையேறலாயின. இரண்டு ஆண்டுகளில் வண்டிப்பெருக்கு மும்மடங்காகியது. தூமவதி, ஷீரவதி, பிரக்யாவதி, பாஷபபிந்து, சக்ராவதி, சீலாவதி, உக்ரபிந்து, ஸ்தம்பபாலிகை, சிரவணிகை, சூக்ஷ்மபிந்து, திசாசக்ரம் என்னும் நதிகளனைத்துமே மலைப்பொருட்களை கொண்டுவரும் பாதைகளாக மாற பால்ஹிகநகரி மலைப்பகுதியின் முதன்மை வணிக மையமாக மாறியது. அஸ்தினபுரிக்கு அளிக்கவேண்டிய கடனை நான்காண்டுகளில் முழுமையாகவே அளித்து முடித்த பூரிசிரவஸ் மேலும் ஒருமடங்கு பொன்னை அவைக்காணிக்கையாக அஸ்தினபுரிக்கு அளித்தான். தன் தமையன் சலனுடன் துரியோதனனின் அவைக்குச் சென்று வாள்தாழ்த்தி முடியுறுதி அளித்து அக்காணிக்கையை அளித்தான்.

அன்று மாலை தன் தனியறையில் நிகழ்ந்த உண்டாட்டில் துரியோதனன் "முருங்கைமரம் கிளைகளிலிருந்து எழுவதுபோல் அரசுகள் முதலரசன் ஒருவனின் உடலில் இருந்து முளைக்கின்றன என்பார்கள். இளையோனே, இன்று கண்டேன். உன் கொடிவழிகளில் அழியாப் பெயரென நீ வாழ்வாய்" என்று சொல்லி பூரிசிரவஸை தன் நெஞ்சுடன் அணைத்துக்கொண்டான். பெருங்கைகளால் விரிந்த நெஞ்சின்மேல் இறுக்கப்பட்ட பூரிசிரவஸ் உளம்விம்மி கண்ணீர் உகுத்தான்.

பூரிசிரவஸ் தூமபதத்தின் சாலையின் வளைவுச்சியில் நின்று கீழே ஓர் உணவுக்கலம்போல் கிடந்த தன் நகரைப் பார்த்தான். அதைச் சுற்றி அவன் எழுப்பிய நாகமரியாதம் என்னும் பெருங்கோட்டை ஒவ்வொரு முறையும அவனை விம்மிதம் கொள்ளச்செய்வதுண்டு. மலைநகரிகளில் நிகரற்றது அக்கோட்டை என்று அதற்குள்ளேயே குலப்பாடகர்கள் பாடி ஒவ்வொரு நாவிலும் திகழச் செய்துவிட்டிருந்தனர்.

பெரும்பாறைகளை மலைகளிலிருந்து ஆப்புகள் வைத்து பெயர்த்து மலைவெள்ளமெழுகையில் அவற்றை நதியிலிட்டு உருட்டி கீழே கொண்டு வந்து இறங்குவிசையாலேயே ஒன்றின்மேல் ஒன்றென ஏற்றி நிறுத்தி அக்கோட்டையைக் கட்டியிருந்தனர் சிற்பிகள். பாணாசுரரின் கோட்டை அவ்வண்ணம் கட்டப்பட்டது என்று நூல்களில் பயின்றிருந்தான். மேலமைந்த பாறைகள் தன் எடையால் கீழிருந்த கற்களைக் கவ்வி பற்றிக்கொள்ள அதன்மேல் வந்தமர்ந்த அடுத்த பெரும்பாறை அதை காலமின்மையில் நிறுத்தியது. கட்டி முடித்து மலையுடனான தொடர்புகளை வெட்டியபோது நோக்கும் எவருக்கும் பேருடல் கொண்ட அரக்கரோ கந்தர்வரோ மட்டும் அக்கோட்டையை கட்டியிருக்க முடியும் என்ற வியப்பை எழுப்புவதாக அது இருந்தது. இரண்டு பெருவாயில்கள் கிழக்கிலும் மேற்கிலும் திறக்க வடக்கிலும் தெற்கிலும் இரு சிறுவாயில்களுடன் நீள்வட்ட வடிவில் அமைந்திருந்தது.

சிந்தாவதியின் கரையோரமாகவே வண்டிச்சாலை சென்று கோட்டையை அடைந்தது. கோட்டையின் படிக்கட்டுக்கள் நேராக ஆற்றுக்குள் இறங்கின. அவன் சாலையில் தன் காவல்வீரர் தொடர கடிவாளத்தைத் தளரவிட்டபடி நகரை நோக்கிக்கொண்டு சென்றான். கோட்டையை ஒட்டி பால்ஹிகர்களின் குலதெய்வமான ஏழு அன்னையரின் சிறிய கற்சிலைகள் அமைந்த ஆலயம் இருந்தது. முன்பு சிறு திறந்தவெளி ஆலயமாக இருந்ததை கல்லடுக்கிக் கட்டி ஏழு கோபுரங்கள் கொண்ட ஆலயநிரையென்று ஆக்கியிருந்தனர். செந்நிறமான ஏழு கொடிகள் தேவதாரு மரத்தாலான ஓங்கிய கொடிகளில் பறந்தன. அங்கே இருந்து எழுந்த தூபத்தின் நீலவண்ணப் புகையில் தேவதாருப்பிசின் மணமிருந்தது. பின்னாலிருந்த தொன்மையான முள்மரத்தில் வேண்டுதலுக்காகக் கட்டப்பட்ட பல வண்ணத் துணிநாடாக்களால் அந்த மரம் பூத்திருப்பதுபோல் தோன்றியது.

தேவதாருப்பிசின் விற்கும் வணிகர்கள் வரிசையாக மரப்பட்டைக் கூரையிடப்பட்ட கடைகளை அமைத்திருந்தனர். வணிகர்கள் கோயில்நிரை முன் குதிரைகளையும் வண்டிகளையும் நிறுத்திவிட்டு அவர்களிடம் பிசினை வாங்கி அன்னையர் ஆலயத்தின் முன் அனல் புகைந்த தூபங்களில் போட்டுக் கைகூப்பி உடல்வளைத்து வணங்கினர். அங்கே தேவதாரு மரத்தாலான வளைவில் கட்டப்பட்டிருந்த ஏழு பெரிய மணிகளை கயிற்றை இழுத்து அடித்தனர். மணியோசை ஓயாமல் கேட்டுக்கொண்டிருந்தது. பூரிசிரவஸ் அருகே சென்றதும் இறங்கி பிசின் வாங்கி தூபத்திலிட்டு வணங்கினான். முன்னரே சென்றவர்கள் போட்ட பிசினால் அப்பகுதியே முகில்திரைக்குள்

இருந்தது. ஏழன்னையரும் குங்குமம், மஞ்சள்பொடி, கரிப்பொடி, வெண்சுண்ணப்பொடி, பச்சைத்தழைப்பொடி, நீலநிறப் பாறைப்பொடி, பிங்கல நிறமான மண் ஆகியவற்றால் அணிசெய்யப்பட்டிருந்தனர். அவற்றைத் தொட்டுத்தொட்டு வணங்கி வண்ணப்பொடியைத் தலையிலணிந்துகொண்டான்.

ஏழன்னையர் ஆலயத்திற்கு சற்று அப்பால் பால்ஹிகப் பிதாமகரின் ஆலயத்தின் முன்னால் பெரிய முகமண்டபம் மரத்தாலும் மலைக்கற்களாலும் எழுப்பப்பட்டிருந்தது. கருவறைக்குள் தோளில் வரையாட்டுடன் நின்றிருந்த பால்ஹிகரின் சிலைக்கு செம்பட்டு ஆடை சார்த்தி செந்நிற மலர்மாலையிட்டிருந்தார்கள். காலையில் பலியிடப்பட்ட மலையாடுகளின் கொம்புகள் ஒன்றன்மேல் ஒன்றென குவிக்கப்பட்டு தொலைவில் விறகுக்குவை என தெரிந்தன. அங்கே பால்ஹிகக்குடிகள் மட்டுமே சென்று வழிபட்டுக்கொண்டிருந்தனர். அவன் பால்ஹிகரின் முகத்தை நோக்கித் தலைவணங்கிக் கடந்து சென்றான். நகரத்தின் முகப்பில் அவர்களின் மூதாதைமுகங்களும் தெய்வமுகங்களும் செதுக்கப்பட்ட ஒற்றைத்தேவதாருத் தடி நாட்டப்பட்டிருக்க அதன் கீழே குலப்பூசகர்கள் பன்னிருவர் நின்றிருந்தார்கள். வணிகர்கள் அளித்த ஒரு கோழியை அந்தத் தூணுக்குக் கீழே சிறிய உருளைக்கல் வடிவில் கோயில்கொண்டிருந்த காகை என்னும் தெய்வத்திற்கு முன்னால் பிடித்து வாளால் அதன் கழுத்தை வெட்டினார் ஒருவர். தெய்வத்தின்மீது குருதியை சொட்டினர். தங்கள் கைகளிலிருந்த கொப்பரையில் இருந்து சாம்பலை எடுத்து மறைச்சொற்களைக் கூவியபடி அவர்கள் மேல் வீசி அவர்கள் மேல் ஏறிவந்திருக்கக்கூடிய பேய்களை விரட்டினார்கள். அவர்கள் வணங்கிக் கடந்து சென்றதும் அவர்களின் குதிரைகளின் குளம்படிகளில் அந்தச் சாம்பலை வீசி அவர்களைத் தொடர்ந்து வந்திருக்கக்கூடிய பேய்களைத் துரத்தினார்கள்.

மலைச்சரிவிலிருந்து இறங்கி சிந்தாவதிக்கு இணையாகச் சென்ற பாதை கோட்டையை வளைத்து கிழக்கு வாயிலினூடாக உள்ளே சென்றது. அக்கோட்டையே அந்நகரை கீழ்த்திசைகளிலெங்கும் அறியச் செய்தது. அது செல்வவளம் மிக்கது என்பதற்கான சான்றுமாகி நின்றது. ஆகவே திசையெங்கிலுமிருந்து வணிகர்கள் அங்கு வரத்தொடங்கினர். அங்கு வணிகர்கள் வருவதனாலேயே மலைப்பொருட்களுக்கு விலை கிடைக்கிறதென்ற செய்தி பரவியது. அனைத்து பால்ஹிக குடிகளிலிருந்தும் பொருட்கள் அங்கு வந்திறங்கத் தொடங்கின. ஓரிரு ஆண்டுகளிலேயே பால்ஹிகபுரி வடமேற்கு மலைப்பகுதிகளின் வணிகமையமென ஆயிற்று. ஒவ்வொரு நாளும் நூற்றுக்கணக்கான பொதி வண்டிகளும் அத்திரிகளும் புரவிகளும் அந்நகருக்குள் நுழைந்து மீண்டன. தலைச்சுமையாகவும்

அத்திரிகளில், கழுதைகளில் ஏற்றிய பொதிகளுடனும் மலைப்பொருட்கள் கொண்டு நான்கு பக்க மலைச்சரிவுகளிலிருந்து பால்ஹிக குடிகள் அந்நகரை நோக்கி இறங்கினர். மலைச்சரிவிலிருந்து நோக்குகையில் மழை வெள்ளம் மலையிறங்கி ஓடைகளாகி ஏரி நோக்கிச்செல்வது போன்று தோன்றியது அது.

ஒவ்வொரு முறையும் எழும் பெருமிதத்தை அன்று அவன் உணரவில்லை. “இந்நகர் இங்கிருக்கும்” என்று சொல்லிக்கொண்டான். அச்சொற்றொடர் தன்னுள் ஏன் எழுந்தது என எண்ணி எதையோ சென்று தொட்டு அதை அவ்வாறே விலக்கி “இது என் பெயர் சொல்லும். இது ஒன்றே நானென எஞ்சியிருக்கும்” என்று சொல்லிக்கொண்டான். “ஆம், இது இங்கிருக்கும். இது எப்போதும் இங்கிருக்கும்” என்றே அவன் மனம் அரற்றிக்கொண்டிருந்தது. பாதையை நிரப்பி சென்றுகொண்டிருந்த பொதிவண்டிகளையும் அத்திரிகளையும் ஒழிந்து வழிவிட்டுக் கடந்து கிழக்குக்கோட்டையினூடாக உள்ளே நுழைந்தான்.

16

பால்ஹிகநகரியின் தெருக்கள் மிகக் குறுகியவையாக இருந்தன. ஒரு தேர் ஒரு திசைக்கு செல்லத்தக்கவை. அந்நகரை பூரிசிரவஸ் புதுப்பித்து அமைக்கும்போது கிழக்குக்கோட்டையிலிருந்து அரண்மனை வரைக்கும் நேராகச் செல்லும் நான்கு தேர்ப்பாதைகள் கொண்ட பெருஞ்சாலை ஒன்றை அமைத்தான். அஸ்தினபுரியில்கூட அத்தனை பெரிய அரசப்பாதை இல்லை என்று அவன் அறிந்திருந்தான். அவன் தந்தை "என்ன எண்ணுகிறாய் நீ? இங்கே என்ன சாலையிலேயே அங்காடிகளும் ஆட்டக்களங்களும் அமையவிருக்கின்றனவா?" என்றார். அவன் மறுமொழி சொல்லவில்லை. அவன் உள்ளத்தில் இருப்பது இந்திரப்பிரஸ்தம் என்று அறிந்திருக்கவில்லை.

அந்தப் பெரும்பாதை முதலில் அவர்களுக்கு திகைப்பூட்டும் ஒன்றாக இருந்தது. அதன் ஒரு ஓரமாகவே மக்கள் சென்று வந்துகொண்டிருக்க பெரும்பகுதி ஒழிந்து கிடந்தது. "வெறும் ஆணவத்தின் வெளிப்பாடேதானா? நகர்நிலத்தின் பெரும்பகுதி இச்சாலையால் வீணாகிவிட்டது என்கிறார்களே?" என்று சலன் அவனிடம் சொன்னான். பூரிசிரவஸ் "பாதை இருக்குமெனில் மானுடம் அதில் செல்லும். அனைத்து இடங்களையும் அது நிரப்பும்" என்றான். மிகச் சில ஆண்டுகளிலேயே அந்த நான்கு தேர்ப்பாதையிலேயே வண்டிகள் ஒன்றையொன்று முட்டிக்கொண்டு, கூச்சலிட்டுக்கொண்டு, தேங்கி, தயங்கி முன்னகர்வது காணக்கிடைத்தது.

நகர்நடுவே இருந்த தொன்மையான அரண்மனையை இடித்து ஏழு அடுக்குகள் கொண்ட மாளிகையாக அவன் மாற்றிக்கட்டியிருந்தான். அஸ்தினபுரியிலோ இந்திரப்பிரஸ்தத்திலோ இருந்த மாளிகைகளை

அந்த மலைநிலத்தில் எழுப்ப முடியாதென்று அவன் அழைத்து வந்த கலிங்கச் சிற்பி சக்தர் சொன்னார். "இங்குள்ள நிலம் ஒவ்வொரு நாளுமென சரிந்துகொண்டிருக்கிறது. நான் இந்நகரைச் சுற்றிவந்து இங்குள்ள தொன்மையான பாறைகளைப் பார்த்தேன். அவை அனைத்துமே ஆண்டுக்கொருமுறை சற்றே பெயர்ந்திருப்பதை அவற்றின் பின்னாலிருக்கும் மண்தடத்திலிருந்து கண்டுகொண்டேன். நோக்குக, அப்பெரும்பாறை அதற்கு மேலிருக்கும் மலை முடியிலிருந்து பெயர்ந்தது. அது விழுந்து காலப்போக்கில் நகர்ந்து வந்த இடத்தை இங்கிருந்தே நோக்க முடியும். இது மலையிலிருந்து மேலாடை என மெல்ல நழுவும் மண். சற்று விரைவு குறைந்த நீர்ப்பரப்பென்றே இதைக் கொள்ளவேண்டும். இங்கு மாளிகை கட்ட இங்குள்ள சிற்பிகளாலேயே இயலும். நெடுங்காலப் பட்டறிவால் அவர்கள் தொகுத்த நுட்பங்களையே நாம் பயன்படுத்த வேண்டும்."

"ஆனால் இங்கு மாளிகைகள் இல்லையே" என்று பூரிசிரவஸ் சொன்னான். "தொல்மலைக்குடிகள்கூட மாளிகை கட்டுகிறார்கள். மாளிகை கட்டுவதென்பது மானுடனின் அகவிசைகளில் ஒன்று. ஒரு நிலத்தின் மாளிகைபோல் பிறிதொன்றிருக்காது, அவ்வளவுதான். வெறும் மூங்கிலாலேயே ஏழடுக்கு மாளிகை கட்டப்பட்டிருப்பதை நான் கண்டிருக்கிறேன். இளவரசே, உண்மையில் மானுடன் வசிப்பதற்காக மாளிகைகளைக் கட்டுவதில்லை. அதற்கு குடில்களே போதும். தன் உள்ளத்திலெழுந்த பிறிதேதோ ஒன்றின் நிகர்வடிவென மாளிகைகளை அமைக்கிறான் மானுடன்.

"இப்புடவியை பெரும் மாளிகையாக மானுடன் எண்ணிக்கொள்கிறான் என்று சிற்ப நூல்கள் சொல்கின்றன" என சக்தர் சொன்னார். "ஒன்றின்மேல் ஒன்றென அடுக்கப்பட்டது. ஒன்றிலாது பிறிதென நிலைகொள்ளாதது. மாளிகைகளைக்கொண்டே ஒரு குடியின் உலகநோக்கென்ன, அறம் என்ன, மெய்மை என்ன என்று சொல்லிவிட முடியும். இங்கு உங்கள் குலச்சிற்பிகள் இங்குள்ள பொருட்களைக் கொண்டு கட்டிய மாளிகைகளை எனக்குக் காட்டுங்கள். அவர்களின் உதவியுடன் அந்த மாளிகையின் அளவுகளை மட்டும் சில மடங்குகளாகப் பெருக்கிக்கொள்கிறேன்."

பால்ஹிக தொல்குடியைச்சேர்ந்த பன்னிரண்டு முதுசிற்பிகளை பூரிசிரவஸ் தலைநகருக்கு வரவழைத்தான். சக்தர் அவர்களுடன் அமர்ந்து சொல்லாடி அவர்கள் மண்ணில் வரைந்து காட்டிய வரைபடங்களை ஆராய்ந்து தெளிந்து அவனிடம் சொன்னார். "அரசே, இவர்கள் கட்டிக்கொண்டிருப்பது நாங்கள் ஊரில் அமைப்பதுபோன்ற கட்டடங்களை அல்ல. அவை நிலைகொள்வதனால் அவற்றை நிறுவுவதை ஸ்தாபாத்யம் என்று சொல்கிறோம். இவை பூழிமண்ணில் மிதக்கும் தெப்பங்கள் போன்றவை. இவற்றை கௌலதாரணம் என்கிறார்கள்.

“அடித்தளத்தை ஆழ ஊன்றுவது எங்கள் வழக்கம். அவை வேர்போல தாங்கி நிற்க மரமென எழுவது எங்கள் மாளிகைகள். இவர்கள் கட்டும் கட்டடங்களுக்கு வேர்களே இல்லை. தெப்பத்தின் மூழ்கியிருக்கும் பகுதி போலவே அடித்தளத்தைக் கட்டுகிறார்கள். ஒன்றுடன் ஒன்று தொடுக்கப்பட்ட பெருமரச்சட்டங்கள் முடிந்தவரை மிகுதியான நிலத்தில் பரவியிருக்கும்படி அமைக்கிறார்கள். அவற்றுடன் இணைக்கப்பட்ட மரச்சட்டங்களை எழுப்பி உச்சியில் இணைத்து கூரை வேய்கிறார்கள். அம்மரச்சட்டங்களுக்கு இடையில்தான் கற்களை சேற்றால் இணைத்து அடுக்கி சுவர்களை அமைக்கிறார்கள்.

“மண்ணின் அலைகளில் மிதந்து கிடக்கும் இக்கட்டடங்கள் சாய்ந்தும் சரிந்தும் நிற்குமே ஒழிய நிலையழிந்தால் உடைந்து விழுவதில்லை. ஒருவேளை அருகிருக்கும் பெருமலைகளிலிருந்து மண் சரிந்திறங்கி செல்லுமென்றால் இக்கட்டடங்கள் அப்பெருக்கில் மிதந்து இங்கிருந்து ஒரு நாழிகை தொலைவுகூட சென்று எந்தச் சிதைவுமின்றி நிலைகொள்ளக்கூடும். இங்கு வந்தது இத்தகைய கட்டடங்களைப் பற்றி அறிவதற்கான நல்வாய்ப்பாக அமைந்தது” என்றார் சக்தர்.

பால்ஹிகத்துச் சிற்பிகளும் சக்தரின் தலைமையில் கலிங்கச் சிற்பிகளும் சேர்ந்து ஓராண்டில் அப்பெருமாளிகையைக் கட்டி முடித்தனர். பால்ஹிக மண்ணில் ஏழடுக்கு மாளிகை ஒன்று எழுமென்று முன்னரே குலப்பூசகி அருளெழுந்து குறி சொல்லியிருக்கிறாள் என்றனர் குடிப்பாடகர். ஒவ்வொரு நாளும் பால்ஹிகச் சிற்றூர்கள் அனைத்திலிருந்தும் மக்கள் வந்து கூடி அம்மாளிகை எழுவதை நோக்கி நின்றனர். அது கட்டிமுடிக்கப்படுவதற்கு முன்பாக தொல்கதைகளிலொன்றாக மாறியது. தெய்வங்களின் வெறியாட்டெழுகையில் அம்மாளிகைக்கு மீண்டும் மீண்டும் வாழ்த்து சொல்லப்பட்டது.

பால்ஹிகக் குடிகள் அனைவரும் பங்கெடுக்கும் விழாவாக முதல் அகலேற்றுச் சடங்கு நிகழ்ந்தது. உண்டாட்டும் செண்டு விளையாட்டும் களியாட்டும் முடிந்து அரங்கில் அமர்ந்திருக்கும்போது மதுக்களியில் சரிந்த விழிகளுடன் மீசையை கோதியவராக சோமதத்தர் சொன்னார். “அனைவரும் நம்மை வாழ்த்துகிறார்கள். ஆனால் இங்கு ஒவ்வொருவரும் இதைப் போன்று ஒரு மாளிகை நகரில் அமையவேண்டுமென்று எண்ணிக்கொண்டிருக்கிறார்கள், மைந்தா.” ஏப்பம் விட்டு “நம் முன் நிற்கையில் அவர்களின் விழிகளில் அந்த அனலைக் காண்கிறேன். மூடர்கள்” என்றார்.

அவர் அருகே அமர்ந்திருந்த சலன் “ஆம், இன்னும் பத்தாண்டுகளுக்குள் பால்ஹிக நிலத்தில் இதே போன்று பல மாளிகைகள் எழும், ஐயமே

வேண்டியதில்லை” என்றான். “அது நமக்கு பெருமைதான், தந்தையே. இந்த மலைநிலங்கள் அம்மாளிகைகளால் தங்களுக்கென ஓர் இலக்கை உருவாக்கிக்கொள்கின்றன. அக்கனவை நோக்கி அவர்கள் செல்கையிலேயே நெடுங்காலத்து நீள்துயிலில் இருந்து விழித்தெழ முடியும். என்றோ ஒருநாள் நம் குடிகள் கைகோத்து நமக்கென்று ஒரு பேரரசு அமையுமென்றால் அதற்கென்று ஊன்றப்பட்ட முதல் எண்ணத்துளியாக இம்மாளிகை அமைந்ததென்று எண்ணுவோம். அது நமக்கு பெருமையே.” சோமதத்தர் நிறைவின்மையுடன் மீசையை சுருட்டியபடி முனகினார்.

மாளிகை முகப்பை அடைந்து புரவியிலிருந்து இறங்கியதும் பூரிசிரவஸை நோக்கி ஓடிவந்த ஏவலர்கள் முகம் மலர்ந்து வாழ்த்துரைத்தனர். மூத்த காவலர்தலைவரான குரகர் “தாங்கள் இங்கு திரும்பும் செய்தி முன்னரே இங்கு வந்து சேர்ந்துவிட்டது, இளவரசே. ஆனால் இவ்வண்ணம் தனியாக வருவீர்கள் என எண்ணவில்லை” என்றார். பூரிசிரவஸ் அவர்களின் தோள்களைத் தட்டி “எப்படி இருந்தது இம்முறை பனிப்பொழிவு?” என்றான். “கடினம். ஒருவழியாக வெண்ணிற அரக்கி விலகிச் சென்றாள். இம்முறை நகருக்கு வெளியே குளிர் தாளாது நிலம் வெடித்துவிட்டது என்று சொன்னால் நம்பமாட்டீர்கள்” என்று அவர் சொன்னார்.

பூரிசிரவஸ் எச்சரிக்கைகொண்டு “கோட்டையிலெங்கேனும் விரிசல் உண்டா?” என்று கேட்டான். குரகர் சிரித்தபடி “கோட்டையே விரிசல்களால் ஆனது அல்லவா? மேற்கொண்டு விரிசல்கள் விழ வாய்ப்பில்லை” என்றார். பூரிசிரவஸ் நகைத்து “ஆம், அதன் கட்டமைப்பே அப்படித்தான்” என்றான். “பனி பொழியப் பொழிய அதன் இண்டு இடுக்குக்குள் நிறைந்து கொள்கிறது. பனி விரிந்து சுவர்களை வெடிக்க வைக்கும் என்றார்கள். ஆனால் இடுக்கின் ஆழத்தில் வெப்பமிருப்பதால் உருகி அடியில் நீரோடையாக மாறி சென்று கொண்டே இருந்தது” என்றான் ஒரு காவலன்.

குரகர் “உண்மையில் இக்கோட்டைதான் நகரைப் பனிப்புயலிலிருந்து காத்தது. கோட்டைக்கு வெளியே மூன்று பக்கமும் கோட்டையளவுக்கு உயரமான பனிப்படிவு இருந்தது. கோட்டைக்குள் மெல்லிய வெண்துகள் பொழிவு மட்டுமே” என்றார். “தந்தை என்ன சொல்கிறார்?” என்றபடி பூரிசிரவஸ் அமர்ந்தான். அவன் காலணிகளை கழற்றிய ஏவலன் “ஒவ்வொரு நாளும் வணிகம் பெருகுகிறது. ஆகவே ஒவ்வொரு நாளும் வணிகப்பூசலும் பெருகுகிறது. விழித்தெழுந்தது முதல் இரவுறங்குவது வரை அரசருக்கு ஓய்வில்லை” என்றான். பூரிசிரவஸ் “மூத்தவர் இருக்கிறாரே” என்றான். “ஆம், அவரில்லையேல் இந்த நகர் நங்கூரமிழந்த கலம்” என்றார் குரகர்.

பூரிசிரவஸ் தன் அறைக்குச் சென்று நீராடி உடைமாற்றி நேராக தந்தையின் அறைக்குத்தான் சென்றான். தன் தனியறையில் மஞ்சத்தில் அமர்ந்து அருகிருந்த அமைச்சர் கர்த்தமரிடம் உரையாடிக்கொண்டிருந்த சோமதத்தர் அவன் உள்ளே நுழைந்ததும் எழுந்து கைகளை விரித்தார். அவன் அருகணைந்ததும் அள்ளி மார்போடணைத்து முதுகைத்தட்டி கர்த்தமரிடம் "ஒவ்வொரு நாளும் இவன் வருகையை எண்ணி விழிக்கிறேன். நன்கறிவேன் இவன் எங்கிருக்கிறான் என்று. இருந்தாலும் ஒருநாள் வந்துநிற்பான் என்ற கற்பனையே அந்நாளை இனிதாக்குகிறது" என்றார். கர்த்தமர் சிரித்து "அருகிலில்லாத மைந்தனைப்போல அரியவன் எவனுமில்லை என்றொரு சொல் உண்டு" என்றார்.

சோமதத்தர் சிரித்தபின் முகம் மாறி "போர் அறிவிக்கப்பட்டுவிட்டது அல்லவா?" என்றார். "ஆம், தந்தையே. போர்தான். படைமுகம் திரண்டுகொண்டிருக்கிறது. இன்னும் சில நாட்களில் அரசப்பேரவை கூடி முறையான போர் அறிவிப்பை வெளியிடும் என்று எண்ணுகிறேன்" என்றான். "நமது படைகளென பெரிதாக எதையும் நாம் அனுப்ப முடியாது. இங்கு எண்ணிக்கையே மிகக் குறைவு. நாம் அனுப்புவது உன்னைத்தான்" என்றார் சோமதத்தர். "நமது படைகள் மலையிறங்கும் பயிற்சி பெற்றவை. எனவே முன்னின்று விரைந்து தாக்க அவற்றால் இயலும். நான் நடத்தும் படையே பெரும்பாலும் முதல்நாள் போரில் முதல் தாக்குதல் நடத்த வாய்ப்பு" என்று பூரிசிரவஸ் சொன்னான்.

காவலன் உள்ளே வந்து சலன் வருவதை அறிவித்தான். உள்ளே அனுப்புமாறு சோமதத்தர் கைகாட்டினார். சலன் பூரியுடன் உள்ளே வந்து தந்தையை நோக்கித் தலைவணங்கிவிட்டு பூரிசிரவஸை அணைத்துக்கொண்டான். அவன் தோளில் தட்டியபடி "மேலும் பெருத்துவிட்டாய். இங்கிருப்பதைவிட அஸ்தினபுரியில் நல்லுணவு என்று எண்ணுகின்றேன்" என்றான். பூரிசிரவஸ் "அங்கு புரவியேற்றமும் மலையேற்றமும் மிகக் குறைவு. பெரும்பாலும் அவைகளில் அமர்ந்து சொல்லாடுகிறேன்" என்றான். "ஆம், உன் பெயரை சூதர்கள் பாடுகிறார்கள். பாரதவர்ஷத்தின் அரசுசூழ் திறலோரில் ஒருவனாக மாறிவிட்டிருக்கிறாய். உன்னால் பால்ஹிகக் குடிகள் நலம் பெற்றால் நன்று" என்றான் சலன்.

பூரிசிரவஸ் "இன்னும் ஓரிரு நாட்களுக்குள் அஸ்தினபுரியில் அரசப்பேரவை கூடும். அதற்குள் நான் மூதாதையர் அனைவரிடமும் வாழ்த்துக்களைப் பெற்று திரும்பவேண்டும். தந்தை வாழ்த்தையும் தங்கள் வாழ்த்தையும் பெறுவதற்காக வந்தேன்" என்றபின் சற்று தயங்கி "அதற்கு முன் நம் குடியின் மூத்தவராகிய முதல் பால்ஹிகரைக் கண்டு அடிபணிந்து வாழ்த்துரை பெறவேண்டும்" என்றான். சலன்

“மலையுச்சிக்குச் செல்கிறாயா?” என்றான். “ஆம்” என்று பூரிசிரவஸ் சொன்னான்.

சலன் “அவர் இப்போது அங்குதான் இருக்கிறாரா என்றுகூட தெரிவதில்லை. உண்மையில் சில ஆண்டுகளுக்கு முன்பு வரை அவரைப்பற்றி ஏதேனும் செய்திகள் வந்துகொண்டிருந்தன. அவருக்கு அங்கு ஏழு மைந்தர்கள் என்றும் எழுவரும் அவரைப்போலவே பேருடலர்கள் என்றும் சொன்னார்கள். பின்னர் நாம் ஆர்வமிழந்துவிட்டோமா, நமக்கு செய்தி சொல்பவர்களின் தொடர்பு அறுந்துவிட்டதா என்று தெரியவில்லை. இப்போது உயிருடன் இருக்கிறாரா என்றே கூறமுடியாது” என்றான்.

சோமதத்தர் “உயிருடன் இருந்தால் நூற்று எழுபது அகவை கடந்திருக்கும்” என்றார். “அத்தனை காலம் மானுடர் உயிரோடு வாழ இயலுமா?” என்று பூரி கேட்க சோமதத்தர் கைவீசி நகைத்து “மலைகளுக்குமேல் காலமில்லை என்பார்கள்” என்றார். சலன் “அவர் உயிர்துறந்திருக்க வாய்ப்பில்லை. ஏனெனில் மலைகளில் அவர் ஒரு குடித்தெய்வத்திற்கு நிகராக மதிக்கப்பட்டவர். உயிர் துறந்திருந்தால் அச்செய்தியை நமக்கு அவர்கள் அறிவித்திருப்பார்கள். ஆனால் மலைகளில் அவரை எப்படி சென்று கண்டுபிடிப்பது?” என்றான். “யானை ஒளிந்துகொள்ள முடியாது, மூத்தவரே” என்றான் பூரிசிரவஸ். சலன் நகைத்து “முடியும், யானைகள் நடுவே” என்றான்.

சோமதத்தர் “சிந்தாவதியைக் கடந்து எவரிடம் கேட்டாலும் அவரைப்பற்றி சொல்லிவிடுவார்கள்” என்றார். “நான் நாளை காலையே கிளம்புகிறேன், தந்தையே” என்று சொல்லி பூரிசிரவஸ் எழுந்தான். “இன்று மாலை அவையில் அஸ்தினபுரியின் அவைநிகழ்வுகளை விளக்கமாகக் கூறுகிறேன். அனைத்தும் நமக்கு நலம் பயப்பவையாகவே சென்றுகொண்டிருக்கின்றன. பிழையென எதுவும் நிகழ வாய்ப்பில்லை. இப்போர் எத்தரப்பில் வென்றாலும் நமக்கு நன்றே” என்றான்.

“ஆம், அஸ்தினபுரியின் உறவுபோல் பிறிதொன்று நமக்கு இத்தனை நலம் பயத்திருக்காது. இந்நகரால் ஆளப்படும் அனைத்து ஊர்களுடனும் இன்று சாலைத்தொடர்பு கொண்டுள்ளோம். குருதி நரம்புகளென ஐநூறு வழிகளால் இங்கு இது புறவுலகுடன் இணைக்கப்பட்டுள்ளது. ஒவ்வொரு நாளும் இங்கு பொன் வந்துகொண்டிருக்கிறது. இனி இதை பின்னால் கொண்டுசெல்ல எவராலும் இயலாது” என்று சலன் சொன்னான். சோமதத்தர் “விரைந்து மீள்க! அங்கு நெடுநாட்கள் இருக்கவேண்டாம்” என்றார். பூரிசிரவஸ் அவர் முகத்தை நோக்கிவிட்டு தலைவணங்கினான்.

வெளியே வருகையில் அவனுடன் வந்த சலன் தோளைத்தட்டி “நீ அவளை பார்க்கச் செல்கிறாயா?” என்று கேட்டான். “ஆம்” என்று

பூரிசிரவஸ் சொன்னான். “பார்த்தாகவேண்டும். என் கடன் அது.” சலன் “உனக்கு அங்கு மைந்தன் ஒருவன் இருக்கிறான், அறிவாயா?” என்றான். பூரிசிரவஸ் “ஆம்” என்றான். “அவன் பெரும்பால்ஹிகன் என்றார்கள். நீ அங்கு அவளை சந்திக்கப் போகவில்லை. உண்மையில் அவனைத்தான் சந்திக்கப் போகிறாய். முதல்முறையாக மைந்தனை பேருருவில் சந்திப்பதென்பது ஓர் அரிய நிகழ்வுதான்” என்று சொன்ன சலன் “போருக்கு முன் இக்கடன்கள் அனைத்தையும் முடிப்பது நன்று. குறையெஞ்சியிருக்க வாளெடுத்துச் செல்லலாகாது என்பார்கள்” என்றான்.

அன்று மாலை பூரிசிரவஸ் தன் நான்கு அரசியரையும் சந்தித்தான். அவர்கள் ஒன்றாகவே மலர்த்தோட்டத்திற்கு வந்திருந்தனர். கொடிமண்டபத்தில் அமர்ந்திருந்த அவனைக் கண்டு முறைமைச்சொல்லுரைத்து சூழ அமர்ந்துகொண்டனர். பூரிசிரவஸ் ஒவ்வொருவரிடமும் இனிய களிச்சொல்லுரைத்து நகையாடினான். அவர்கள் முகம் அவன் சொல்கேட்டு எழுந்த சிரிப்புக்கு அப்பால் துயர் கொண்டிருந்தது. மூத்தவள் பாமை சற்று நேரங்கழித்து நேரடியாக அவனிடம் கேட்டாள். “நமது மைந்தர் இப்போருக்கு எழவேண்டியிருக்குமா?” பூரிசிரவஸ் சில கணங்களுக்குப் பின் “அனைவருமல்ல” என்றான். அவர்களின் முகங்கள் மாறுபட்டன.

இரண்டாமவள் “எழுவரில் எவரெல்லாம் போருக்கு செல்லவேண்டியிருக்கும்?” என்றாள். பூரிசிரவஸ் “இளையோர் இங்கிருக்கட்டும்” என்றான். “யார் யார்?” என்று பாமை கேட்டாள். “அதை உடனடியாக ஏன் முடிவு செய்யவேண்டும்?” என்ற பூரிசிரவஸ் “இளையவர்கள் நால்வரும் இன்னும் குண்டலம் அணியவில்லை. அவர்கள் இங்கிருக்கட்டும்” என்றான். பாமை சீற்றத்துடன் முகம் சிவக்க “எவருடைய போர் இது? எதன் பொருட்டு நம் மைந்தர் உயிர்துறக்க வேண்டும்?” என்றாள்.

பூரிசிரவஸ் சினம்கொண்டான். “உயிர்துறப்பார்கள் என்று உனக்கு எவர் சொன்னது?” என்றான். “அது யானைப்போர். நாம் காலடிக்கீழ் தவளைகள். அங்கு எத்தனை பெரிய படை கூடியிருக்கிறது என்று நான் அறிவேன். ஒவ்வொருவரும் நூறு அம்புகள் வைத்திருந்தால் அங்கு அம்புகள் மழைத்துளியினும் மிகையாக கொட்டும். அதன் நடுவே இங்கே மூங்கிலம்பு வைத்து விளையாடும் என் மைந்தர் சென்றால் மீளமாட்டார்கள்.” பற்களைக் கடித்தபடி “ஆம், ஒருவேளை நானும் மீளமாட்டேன்” என்று பூரிசிரவஸ் சொன்னான்.

அவள் அதை பொருட்படுத்தாமல் “என் மைந்தர்கள் போருக்கு வரமாட்டார்கள். அவர்கள் மலைமக்கள். எவரென்றறியாத கீழ்நில

மக்களுக்காக அவர்கள் உயிர்துறக்க மாட்டார்கள்” என்றாள். “அம்முடிவை நீ எடுக்கலாகாது” என்றான் பூரிசிரவஸ். “ஆம், நான்தான் எடுப்பேன். இங்கு மலைக்குடிகளில் அன்னையருக்கு முடிவெடுக்க உரிமையுண்டு. இது ஆணவம் கொண்ட ஷத்ரியர்களின் அஸ்தினபுரியல்ல” என்றாள். இளையவள் சுகதை “ஆம், எனது ஒப்புதல் பெறாமல் எனது மைந்தனும் வரப்போவதில்லை” என்றாள். மூன்றாமவளாகிய சத்யை “எனது மைந்தனையும் நான் அனுப்பப்போவதில்லை” என்றாள்.

பூரிசிரவஸ் கசப்புடன் சிரித்து “நீங்கள் அணிந்திருக்கும் இந்த அருமணி மாலைகள், பீதர்நாட்டுப் பட்டாடைகள், கலிங்கப் பருத்தியாடைகள், பொற்கங்கணங்கள், முத்துக் கணையாழிகள் எல்லாம் உங்கள் பால்ஹிக முதற்குடியன்னையர்கள் அணிந்திருந்தார்களா என்ன? ஆற்றுப்பெருக்கில் வந்த கற்களை உரசி, துளையிட்டு அணிகலன் செய்து சூடிக்கொண்டவர்கள் அவர்கள். நீங்கள் உண்ணும் உணவும் செல்லும் தேர்களும் வாழும் மாளிகையும் எல்லாம் எப்படி வந்தன? அவை மலைமேல் நின்று ஈட்டப்பட்டவை அல்ல. தாழ்நிலத்திலிருந்து வணிகத்தால் கொண்டுவரப்பட்டவை. அவ்வணிகத்தை உருவாக்கி அளித்தது அஸ்தினபுரி. அதற்கு விலையாக நாம் கொடுக்கவேண்டியது இப்படைப்பங்கேற்பு” என்றான்.

“அதை நாங்கள் அறியவேண்டியதில்லை. எங்கள் மைந்தர் போருக்கு செல்லமாட்டார்கள் என்பதற்கப்பால் உங்களிடம் நாங்கள் சொல்வதற்கு ஏதுமில்லை” என்று சினத்தால் சிவந்த முகத்துடன் சொன்ன பாமை எழுந்து மேலாடையை அள்ளி தன் தோளிலிட்டாள். பூரிசிரவஸ் “நான் இங்கிருந்து என் மைந்தனையும் என் மூத்தவர்களின் மைந்தர்களையும் அஸ்தினபுரியின் படைப்பணிக்கு அழைத்துச் செல்வதாக முடிவெடுத்திருக்கிறேன். அம்முடிவை பால்ஹிகப் பேரவையில் சொல்கிறேன். அங்கு எழுந்து உங்கள் முடிவை சொல்லுங்கள். முடியாது என்றால் இங்கு ஆண்கள் ஒன்றும் சொல்வதற்கில்லை. நீங்கள் மறுத்தீர்கள் என்பது அவைச்சொல்லென நிலைகொள்ளட்டும்” என்றான்.

“ஆம், சொல்கிறோம். எங்களுக்கு எந்தத் தயக்கமும் இல்லை. நாங்கள் இங்கு வணிகம் பெருகவேண்டுமென்றும் ஏழடுக்கு மாளிகையில் வாழவேண்டுமென்றும் கோரவில்லை. எளிய மலைக்குடிகள் என நிலைபெற்ற வாழ்க்கையிலிருந்தோம். இங்கு எங்களுக்கு எஞ்சியதென்ன? அரசியரென்னும் பெயர், இந்த பளபளக்கும் அணியாடைகள். அதற்கப்பால் ஒருநாளும் நாங்கள் இங்கு நிறைந்து வாழ்ந்ததில்லை” என்றாள் பாமை. இகழ்ச்சியுடன் “நிறைந்து வாழ்வதென்றால் என்ன? குளிர்நீரோடும் ஆற்றில் மீன்பிடிப்பது, இரவுபகலென ஆற்றில் நீரள்ளிக் கொண்டுவிட்டு காய்கறிகள் வளர்ப்பது, கன்று மேய்ப்பது, சாணி அள்ளி

உலர்த்தி குளிர்காலத்திற்கு எரிதக்கை சேர்ப்பது அல்லவா?” என்றான் பூரிசிரவஸ். “ஆம், அதுதான். அவ்வாறுதான் நாங்கள் வளர்ந்தோம். அதில் நிறைவுற்றிருந்தோம்” என்றாள் சுகதை.

பூரிசிரவஸ் எழுந்துகொண்டு கைகளை வீசினான். “ஒவ்வொரு எழுச்சிக்கும் இழப்பென்று ஒன்று உண்டு. நீங்கள் அறிந்திருப்பீர்கள், நான் இங்கு பால்ஹிகக் குடியில் மணம்கொள்ள விரும்பியதில்லை. நான் விரும்பியது அரசமகளிரை. எனக்கு அவர்கள் அமையவில்லை. மணம்கொள்ளவேண்டுமென்று நான் எண்ணியபோது இங்குள்ள அனைத்துக் குடிகளும் எனக்கு மகள்கொடை நிகழ்த்த முட்டி மோதினர். எவரையும் பகைக்கலாகாதென்றே முதன்மைக்குடி அனைத்திலிருந்தும் பெண் கொண்டேன். அன்று உங்களை அரசியெனச் சொல்லி இங்கு நாங்கள் சிறைவைக்கப்போவதாக உங்கள் தந்தையர் எண்ணவில்லை. நீங்களும் மறுப்புரைக்கவில்லை” என்றான்.

பாமை “இதை நாங்கள் எதிர்பார்த்திருக்கவில்லை” என்று கூவினாள். “இல்லை, எதிர்பார்த்திருந்தீர்கள். ஒவ்வொருநாளும் எண்ணியிருந்தீர்கள். ஏனெனில் அஸ்தினபுரியில் பூசல் தொடங்கி பதினைந்தாண்டுகள் கடந்துவிட்டன. நீங்கள் மணமுடித்து இங்கு வரும்போதே அங்கு எந்நிலையிலும் போர்வெடிக்கும் என்ற நிலையே இருந்தது. ஆனால் நீங்கள் இந்த ஆடையணிகளை, அரண்மனையை, செல்லுமிடமெல்லாம் அரசி எனும் மதிப்பை, ஏவலரின் வணக்கத்தை, காவலரின் சூழ்கையை, அவையனைத்திற்கும் மேலாக பிற தொல்குடிப்பெண்கள் மீதெழும் தலையை விழைந்தீர்கள். அதில் திளைத்தீர்கள். இன்று அதற்கு விலைகொடுக்க வேண்டுமென்று வருகையில் தயங்குகிறீர்கள். நன்று, இது மலைக்குடியின் சிறுமையென்று எடுத்துக்கொள்கிறேன். ஷத்ரியப் பெண்டிர் எவரும் இதை செய்யமாட்டார்கள். ஏனெனில் பெறுவதனைத்தும் களத்தில் கொடுப்பதற்கே என்று சொல்லிச் சொல்லி அவர்கள் வளர்க்கப்பட்டிருக்கிறார்கள்” என்றான் பூரிசிரவஸ்.

தன் மேலாடையை அணிந்துகொண்டு, இயல்படைந்த குரலில் அவர்களை மாறிமாறி நோக்கியபடி “நான் நாளை காலை மலைக்குக் கிளம்புகிறேன்” என்றான். சுகதை வெறுப்புடன் பற்களைக் கடித்து “அங்கு அவளைப் பார்ப்பதற்கு விழைகிறீர்கள் போலும்” என்றாள். “ஆம், இத்தனை ஆண்டுகளில் ஒருமுறை கூட அவளைப் பார்க்கச் செல்லவில்லை. பார்த்து விடைகொள்ள வேண்டியிருக்கிறது. ஒருவேளை எந்தச் சிறுமையும் இன்றி உளம் விரிந்து என்னை ஏற்கவும், எனக்கு விழிகனிந்து வாழ்த்துரைக்கவும் அவளால் மட்டுமே இயலும்” என்றான்.

“அப்படியே அவள் மைந்தனையும் போருக்கு அழைத்துச் செல்லுங்கள். வெண்களிறு போலிருக்கிறான் என்றார்கள்” என்றாள் பாமை. ”ஆம், அவனை அழைத்துச் செல்கிறேன். என் அருகே மைந்தனாக அவன் நிற்பது எனக்குப் பெருமைதான். ஆனால் அவன் என்னிடமிருந்து எதையும் பெற்றுக்கொண்டதில்லை” என்றபின் பூரிசிரவஸ் கொடிமண்டபத்திலிருந்து திரும்பி நடந்தான்.

17

பால்ஹிகபுரியின் குடிப்பேரவைக்கு பூரிசிரவஸ் கிளம்பிக்கொண்டிருந்த போது மைந்தர் அவனைக் காண விரும்புவதாக ஏவலன் வந்து சொன்னான். மேலாடையை சீரமைத்தபடி அவன் சென்று பீடத்திலமர்ந்து அவர்களை வரச்சொல்லும்படி கைகாட்டினான். முதல் மைந்தன் யூபகேதனன் முன்னால் வர மைந்தர்கள் நிரையாக உள்ளே வந்தனர். யூபகேதனன் கைகூப்பியபடி உள்ளே வந்து அவனருகே குனிந்து கால்தொட்டு வணங்கினான். அவன் தலையில் கைவைத்து "நீடுவாழ்க! வெற்றியும் புகழும் சேர்க!" என்று அவன் வாழ்த்தினான். மைந்தர்கள் கால்தொட்டு வணங்கி வாழ்த்துகொண்டு சுவர் அருகே நின்றனர்.

பூரிசிரவஸ் மைந்தர்களை ஏறிட்டுப் பார்க்க விரும்பவில்லை. எப்பொழுதும் பார்த்ததுமே அவர்களை அள்ளி தோளோடும் நெஞ்சோடும் அணைத்துக்கொள்வது அவன் வழக்கம். அவர்களிலொருவராக புரவி ஊர்வதும், போர்க்களியாடுவதும், நீர்விளையாடுவதும், அவர்களின் மன்றுகளில் அமர்ந்து சொல்லாடுவதும் அவன் இயல்பு. அவர்களும் தங்களில் ஒருவராகவே அவனை எண்ணினர். யூபகேதனனும் இளையவன் யூபகேதுவும் சேர்ந்து சென்றமுறை கைகால்களைப் பற்றித் தூக்கி குளிர்ந்த ஆற்று நீரில் வீசினர். ஒருமுறை அவன் ஆடைகளைப் பறித்து அவனை மலைச்சரிவில் விட்டுவிட்டு அவர்கள் ஓடிச் சென்றதுண்டு. அன்று முதல்முறையாக அவர்களிடமிருந்து ஒரு விலக்கத்தை உணர்ந்தான்.

யூபகேதனன் "தந்தையே, அன்னை தங்களுடன் நடந்த உரையாடலைப் பற்றி சொன்னார்" என்றான். பூரிசிரவஸ் விழிதூக்காமல் "ஆம், இன்று அவையில் அவர்கள் எனக்கு மறுப்புரைக்கப் போவதாக சொன்னார்கள்" என்றான். யூபகேதனன் "அவர்கள் உரைக்கலாம். ஆனால் அவையில்

நாங்கள் எழுந்து தங்களுடன் வருவதாக கூறப்போகிறோம். குண்டலம் அணியாத இளையவர்கள் மட்டும் இங்கிருக்கட்டும். அன்னையருக்கு மைந்தராக அவர்கள் எஞ்சட்டும். நாங்கள் களம் காண்பதாக முடிவெடுத்திருக்கிறோம்" என்றான்.

பூரிசிரவஸ் சீற்றத்துடன் விழிதூக்கி அவனைப் பார்த்து "போருக்கெழுகையிலேயே திரும்பிவருவதில்லை என்ற எண்ணம் கொண்டிருக்கிறீர்களா?" என்றான். யூபகேதனன் அஞ்சாமல் "ஆம் தந்தையே, நன்கு அறிந்திருக்கிறோம் திரும்பி வரமுடியாது என" என்றான். "ஏன்?" என்று அவன் கேட்டான். "நாங்கள் குறுகிய தொலைவில் விரைந்து வில்லெடுக்கும் மலைவீரர்கள். ஆகவே எங்களைத்தான் முதன்மைப்படையாக அனுப்புவார்கள். முதன்மைப்படையில் பெரும்பாலும் எவரும் எஞ்சுவதில்லை" என்று யூபகேதனன் சொன்னான். பூரிசிரவஸ் கைவீசி "அதைப்பற்றி நாம் பேசவேண்டியதில்லை. இறப்பை எண்ணி எவரும் போருக்குச் செல்லலாகாது என்பார்கள்" என்றான். "இறப்புக்குத் துணிந்து செல்லவேண்டும் என்பதுண்டு" என்று யூபகேதனன் சொன்னான்.

யூபகேது "இத்தருணத்தில் நாம் படைக்குச் செல்லாமல் ஒதுங்கியிருப்பது பால்ஹிகக் குடிக்கு உருவாக்கும் இழிபெயர் சிறிதல்ல. நூற்றாண்டுகள் இது நிற்கும். நாம் கோழைகள் என்று அறியப்படுவோம். அச்சொல் பரவினால் இங்கு சூழ்ந்திருக்கும் அனைத்துக் குடிகளும் ஓயாமல் நம்மீது படைகொண்டு வருவார்கள். பல தலைமுறைகள் நாம் அவர்களால் தாக்கப்பட்டுக்கொண்டே இருப்போம். இன்று ஓரிருவர் களம்படக்கூடும் என்று அஞ்சி தயங்கினோம் என்றால் நமது தலைமுறைகள் களத்தில் இறந்துகொண்டே இருப்பார்கள்" என்றான்.

"மாறாக குருக்ஷேத்திரப் போர்க்களத்தில் பால்ஹிக வீரர்கள் முன்னின்று பெருந்திறலுடன் போர்புரிந்து மடிந்தார்கள் என்னும் புகழ்ச்சொல் பரவினால் பின்னர் இயல்பாகவே இம்மலைக்குடிகளின் தலைமைப்பொறுப்பு நமக்கு வந்து சேரும்" என்றான் தூமகர்ணன். "இன்று நாம் செல்வம் மிகுந்த நாடாக மாறிவிட்டோம். வீரர்கள் என்று நிறுவவேண்டிய இடத்திலிருக்கிறோம். வீரமில்லாத செல்வம் முச்சந்தியில் திறந்துவைக்கப்பட்ட கருவூலம் போன்றது என்பார்கள்." பூரிசிரவஸ் "ஆம், ஆனால் பால்ஹிக நெறிகளின்படி உங்கள் அன்னையர் முடிவெடுக்க உரிமையுள்ளவர்கள். அவர்கள் ஒப்புதல் அளிக்காமல் எவரும் போருக்குச் செல்ல இயலாது" என்றான்.

யூமகேதனன் "அன்னையர் முடிவெடுக்கும் இடத்திலிருப்பதனால்தான் நாம் போர்த்திறனற்றவர்களாக இதுவரை தேங்கியிருந்தோம். நான்

நூல்சூழ்ந்து நோக்கியது இது, தந்தையே. அன்னையர் முதன்மை கொண்ட குடிகள் வளர்வதே இல்லை. ஏனெனில் நிலைக்கோள் என்பதே பெண்டிர் இயல்பு. அன்னையர் தங்கள் மைந்தர்களை தாய்க்கோழி சிறகுக்குள் என அடைகாத்து வைத்திருக்கிறார்கள். வெல்வதும் கடந்து செல்வதும் அவர்களுக்குப் புரிவதில்லை. ஒவ்வொன்றையும் அவ்வண்ணமே பேணுவதே அவர்களின் கடன் என தெய்வங்கள் வகுத்துள்ளன. அன்னையர் முடிவெடுக்கும் மரபிலிருந்து நாம் மீறிச் சென்றாக வேண்டும். தந்தை முதன்மை கொள்ளும் குடியாக நாம் மாறியாகவேண்டும்" என்றான்.

பூரிசிரவஸ் "நன்று. ஆனால் என்றும் பால்ஹிக அவையென்பது தொல்குடிகளாலானது. ஷத்ரியர் அவைகளெதிலும் பெண்டிர் வந்தமரவும் முடிவுரைக்கவும் இடமில்லை. நாமோ முதன்மை முடிவையே அவர்களுக்கு விட்டுவிட்டவர்கள். இப்போருக்காக இத்தருணத்தில் அதை மாற்றுவது எளிதல்ல" என்றான். "நாங்கள் போருக்கெழுகிறோம். எங்கள் அன்னையர் அதற்கு ஒப்புக்கொண்டாக வேண்டும்" என்று யூபகேது சொன்னான். "அவர்கள் ஒப்புக்கொள்ளப் போவதில்லை என்று சற்று முன் சொன்னார்கள். அவர்கள் எண்ணத்தை என்னால் மாற்றமுடியுமென்று தோன்றவில்லை. உங்களைவிட அவர்களை நான் நன்கறிவேன்" என்றான் பூரிசிரவஸ்.

யூபகேதனன் மெல்ல புன்னகைத்து "ஆம் தந்தையே, எங்களைவிட அவர்களை நீங்கள் நன்கு அறிவீர்கள். ஆனால் உங்களைவிட எங்களுக்கே அவர்கள்மேல் பிடிப்பு மிகுதி. அவர்கள் நாங்கள் களம்செல்வதை ஒப்பியாக வேண்டும். இல்லையேல் நாங்கள் அறுவரும் அவர்கள் முன் வாளால் கழுத்தறுத்து விழுந்து இறப்போம் என்று குலத்தின்மேல் ஆணையாகக் கூறுகிறோம்" என்றான். பூரிசிரவஸ் திகைப்புடன் "என்ன உரைக்கிறீர்கள்? அறிவின்மை!" என்றான். யூபகேதனன் "ஆம், அவ்வாறே கூறவிருக்கிறோம். அவர்கள் எங்களை களத்திற்கு அனுப்பினால் சிலரேனும் மிஞ்ச வாய்ப்புள்ளது. இல்லையென்றால் எங்கள் அறுவரையும் இன்றே பிணமென அவர்கள் பார்க்கவேண்டியிருக்கும்" என்றான்.

"இது முறையல்ல. இவ்வாறு கூறுவதென்பது அன்னையரை சிறுமை செய்வது" என்று பூரிசிரவஸ் சொல்ல "இது எங்கள் முடிவு. இதில் தாங்களும்கூட சொல்லற்றவரே" என்று தூமகர்ணன் சொன்னான். "அவையில் தாங்கள் எங்களைப் படைமுகம்கொண்டு செல்லக்கூறும்போது நான்கு அன்னையரும் மறுப்புரைக்கமாட்டார்கள். நாங்கள் எழுந்து வாளெடுத்து வஞ்சினம் உரைப்போம். பால்ஹிக மைந்தர்கள் பதினெண்மர் இப்போரில் கலந்து கொள்வோம். மூத்த தந்தை சலனின் மைந்தர் சுபூதரும் அவர் இளையவர் காதரரும் மட்டுமே

இங்கிருப்பார்கள். அவர்கள் அஸ்தினபுரியின் படைசூழ்கைகளையும் நகராளும் நுட்பங்களையும் நேரில் கற்றவர்கள். அவர்கள் இங்கே இருந்து நம் குடியை வழிநடத்தட்டும்.”

“முடிவை எடுத்துவிட்டு என்னிடம் சொல்ல வந்திருக்கிறீர்களா?” என்று பூரிசிரவஸ் கேட்டான். யூபகேதனன் “ஆம், தந்தையே. சற்று முன் நாங்கள் மூத்தவரின் அவைக்கூடத்தில் கூடினோம். இயல்வதென்ன என்று பேசினோம். இதை முடிவென எடுத்து அன்னையர் எண்மருக்கும் அறிவித்து அதன் பின் அவைக்குச் செல்லலாம் என்று முடிவெடுத்தோம்” என்றான். பூரிசிரவஸ் சற்று தளர்ந்து பீடத்தில் நன்கு சாய்ந்து சிலகணங்கள் அமைதியாக இருந்தான். பின்பு “இதில் நான் ஒன்றும் சொல்வதற்கில்லை. நன்று நிகழ்க!” என்றான்.

சோமதத்தரின் குடியவையில் அஸ்தினபுரியில் நிகழ்வதை பூரிசிரவஸ் விரித்துரைத்தான். “இப்போர் இன்று தவிர்க்க இயலாத வருநிகழ்வாக எழுந்து நின்றுள்ளது. பாரதவர்ஷம் கண்டதில் மிகப் பெரும்போர். ஆகவே தலைமுறைகள் இதை சொல்லெனப் பேசி நினைவில் கடத்திக் கொண்டுசெல்லும். இதில் ஒவ்வொருவரும் ஆற்றும் பங்களிப்பினால்தான் இனி வரலாறு அமையவிருக்கிறது. நமது பங்களிப்பு சற்றும் குறையலாகாது. அஸ்தினபுரியிலிருந்து நாம் படைபாதுகாப்பு கொண்டோம். அஸ்தினபுரி நமது சாலைகளை பாதுகாத்ததனால்தான் நமது செல்வவளம் பெருகியது. அரசென இன்று நாம் கொடியும் கோட்டையும் அரண்மனையுமென்று அமைந்திருப்பது அஸ்தினபுரியால்தான். அதற்கு நிகர் செய்யவேண்டிய தருணம் இது.

“ஆகவே, இதில் பால்ஹிகப் படை கலந்துகொள்ள வேண்டும். பால்ஹிகக் கூட்டமைப்பில் இப்போது சிபி நாடு மட்டுமே பாண்டவர்களின் தரப்பில் உள்ளது. மத்ரர் அங்கு செல்லக்கூடுமென்று எண்ணியிருந்தோம். அவரும் கௌரவர் தரப்புக்கு வந்துள்ளார். ஆகவே பால்ஹிகக் கூட்டமைப்பின் முழுப் படைகளும் கௌரவர் தரப்பில் நின்று போர்புரியப் போகின்றன. நமது கொடைக்கு நிகராக போருக்குப் பின் பெற்றுக்கொள்வோம். இன்று நம்மில் மிகச் சிறந்ததைக் கொண்டு களம் காண்போம். இது வேள்வி. ஊர்கூடி இயற்றினாலேயே வேள்வி தெய்வங்களுக்கு உகந்ததாகிறது என்பார்கள். ஒரு மணி அரிசியேனும் ஒரு கை அன்னமேனும் ஒரு துளி நெய்யேனும் வேள்விக்கு ஒவ்வொரு குடியும் அளித்தாகவேண்டும். குண்டலம் அணிந்த நமது மைந்தர்கள் அனைவரும் இப்போரில் கலந்துகொள்ள வேண்டும். குடிக்கு ஒருவர் எஞ்ச பிறர் கலந்து கொள்ளவேண்டுமென்பது எனது விழைவு. அரசாணை கோருகிறேன்” என்றான்.

சோமதத்தர் மைந்தர்களை மாறி மாறிப் பார்த்தார். சலன் "இம்முடிவை மைந்தர்களுக்கே விட்டுவிடுவோம்" என்றான். பூரிசிரவஸ் "அவர்கள் முன்னரே முடிவெடுத்துவிட்டதை என்னிடம் சொன்னார்கள்" என்றான். யூபகேதனன் எழுந்து "இங்கு பால்ஹிகபுரியின் இளவரசர்கள் பதினெண்மர் உள்ளோம். இதில் ஐவர் ஒழிய பதின்மூன்றுபேர் போரில் கலந்துகொள்வதாக முடிவெடுத்திருக்கிறோம். எங்கள் அன்னையரிடம் அதற்கான ஒப்புதலைப் பெற்றிருக்கிறோம்" என்றான். சோமதத்தர் திரும்பி "அன்னையரின் ஆணை என்ன?" என்றார்.

அரசியர் தலைகுனிந்து விழிதாழ்த்தி அமர்ந்திருந்தனர். குக்குட குடித்தலைவரும் பாமைக்குத் தந்தையுமான சுகேதர் "அன்னையருக்கு மறுப்பேதும் இல்லை அல்லவா?" என்று கேட்டார். அவர்கள் ஒன்றும் சொல்லாமலிருக்கக் கண்டு "மறுப்புரை இல்லையா? மறுப்புரை இருக்குமெனில் கூறுக! இது இறுதிக் கோரிக்கை. எவருக்கும் மறுப்பில்லையா?" என்று குடித்தலைவர் கேட்டார். பின்னர் தன் குடிக்கோலைத் தூக்கி "மறுப்பில்லையெனில் அவ்வாறே ஆகுக!" என்றார். கரபஞ்சகம், கலாதம், குக்குடம், துவாரபாலம் எனும் நாற்பெரும் குலங்களின் தலைவர்களும் எழுந்து கோல்தூக்கி அரசருக்கு ஆதரவளித்தனர்.

பின்னர் கூடியிருந்த அனைத்து சிறுகுடித்தலைவர்களும் தங்கள் கோல்களைத் தூக்கி வாழ்த்துரை எழுப்பினர். "பால்ஹிகக்குடி வெல்க! சோமதத்தர் வெல்க! அஸ்தினபுரி வெல்க! ஆளும் பேரரசர் துரியோதனர் வெல்க! அருள்க குலதெய்வங்கள்! அருள்க மூதாதையர்! அருள்க அன்னையர்! அருள்க மலைவாழும் தொல்தெய்வங்கள்!" என்று அவை முழங்கியது. பூரிசிரவஸ் தன் துணைவியரைப் பார்த்தான். பாமை தலைகுனிந்து அமர்ந்திருக்க கண்ணீர் வழிந்து மடியில் சொட்டிக்கொண்டிருந்தது. பால்ஹிகபுரியின் அனைத்து அரசிகளுமே கண்ணீர்விட்டுக்கொண்டிருந்தனர்.

தன் அறைக்கு மீண்டு மறுநாள் புலரியில் பயணம் செய்வதற்கான ஒருக்கங்களை ஏவலருக்கு ஆணையிட்டுவிட்டு பூரிசிரவஸ் மாளிகையின் படிகளில் ஏறினான். தனியாகச் செல்ல அவன் எண்ணியிருக்கவில்லை. ஏவலன் "எவரெவர் உடன் வருகிறார்கள், அரசே?" என்றதும் இயல்பாகவே "நான் மட்டும், தனியாக" என்று அவன் வாய் சொன்னது. அதன்பின்னரே வேறெவரையும் தன்னுடன் சேர்த்துக்கொள்வதைப்பற்றி அவன் எண்ணியிருக்கவே இல்லை என அவன் உணர்ந்தான். அப்பயணத்தை அவன் உள்ளம் மீளமீள நிகழ்த்திக்கொண்டிருந்தது. அதில் அவன் புரவியில் அமர்ந்து தனியாக சென்றுகொண்டிருந்தான். குளிர்பனி முகடுகளுடன் மலைகள் சூழ்ந்து அமைதியலைகளாக நின்றிருந்தன.

அப்பாதைபோல அவனுக்கு அணுக்கமான பிற பாதை இல்லை என உணர்ந்தான். அங்கிருந்த ஒவ்வொரு கூழாங்கல்லும் நன்கறிந்திருந்ததுபோலத் தோன்றியது. பிறிதொருமுறை செல்லாத அப்பாதையில் பலநூறு முறை உள்ளத்தால் பயணம் செய்துகொண்டிருந்தான். கனவுகளில் அதில் விரைந்தான். இளமையில் இன்னும் சிலநாட்களில் கிளம்பிவிடுவோம் என்று ஒவ்வொரு முறையும் தனக்குத்தானே சொல்லிக்கொண்டான். ஒவ்வொரு முறையும் ஏதேனும் ஒரு பணி வந்து அவனை தடுத்தது. அல்லது அவ்வாறு தடுக்கும் ஒரு பணிக்காக அவன் உள்ளத்தின் ஒரு பகுதி தேடிக்கொண்டிருந்தது. பின்னர் ஆண்டுகள் கழியக் கழிய ஒவ்வொருமுறை கிளம்ப எண்ணும்போதும் அத்தருணத்தை எப்படி எதிர்கொள்வது என்னும் தயக்கமே கால்களை இழுத்தது.

அவனுள் வாழும் ஒரு தெய்வம் அவன் கிளம்புவதை விரும்பவில்லை என்பதுபோல அதற்கென்றே சிறு தடைகளும் அப்போது எழும். ஒருமுறை புரவியின் இருபுறமும் பனியாடைகளும், வழியுணவும், பரிசுப்பொருட்களும் கொண்ட பொதிகளை தொங்கவிட்டு அவன் அதன் கழுத்தை நீவி தாடையை அழுத்தி மெல்லிய குரலில் “கிளம்புவோம்” என்று சொல்லி சேணத்தில் கால்வைக்கும்போது அரண்மனைக்குள்ளிருந்து அவன் இளைய மைந்தன் பிரபாவன் இறங்கி ஓடிவந்து “தந்தையே, அஸ்தினபுரியிலிருந்து ஓலை. பேரரசர் இன்னும் பதினைந்து நாட்களில் பேரவை கூட்டப்போகிறார். தாங்கள் வாரணவதம் சென்று அங்குள்ள படைத்தலைமையை சீர்படுத்திவிட்டு அவைக்குச் செல்ல வேண்டுமென்று ஆணை” என்றான். அப்போதுதான் தான் மீண்டும் ஒருமுறை ஷீரவதியை கடக்கவே போவதில்லை என்ற எண்ணத்தை அவன் அடைந்தான்.

அது அவனை ஆறுதல்படுத்தியது. அதில் காவியங்களுக்குரிய முழுமை இருந்தது. அங்கு மீண்டும் அவன் செல்லாதொழிவது அவன் அங்கு செல்லாதிருப்பதற்குரிய தண்டனையேதான். விண்ணுலகில் மீண்டும் பிரேமையை சந்திப்பதைப்பற்றி பின்னர் அவன் எண்ணலானான். அங்கு அவள் தெய்வ உருக் கொண்டிருப்பதனால் மனிதர்களின் அனைத்துப் பிழைகளையும் பொறுத்தருளும் தன்மை கொண்டிருப்பாள். அவளை கைவிட்டதைப்பற்றி ஒரு சொல்லும் அவனிடம் உசாவமாட்டாள். முதற்கணம் கண்ட அந்த விலங்குக் காமத்தின், எளிய பேரன்பின் நீட்சியை மட்டுமே அங்கே அவளிடம் காண முடியும். அத்துடன் அவள் அதே இளமையுடன் இருப்பாள்.

ஒவ்வொரு ஆண்டும் கடக்கும்தோறும் அவன் பிரேமையின் உருவை தன் உள்ளத்தில் வரைந்துகொண்டான். எத்தனை கற்பனையை ஓட்டினாலும் அவளை அகவை முதிர்ந்த பெண்ணாக எண்ண முடியவில்லை. மீண்டும்

மீண்டும் பூர்ஜ மரப்பட்டையின் வெண்மைகொண்ட அவளுடைய பெருந்தோள்கள், அதிலோடும் நீல நரம்புகள், சற்றே பழுப்பேறிய பற்கள் தெரியும் சிரிப்பு, இளநீலக் கண்கள், அடர்ந்த புருவங்கள் மட்டுமே அகத்தில் எழுந்தன. சூடான சந்தனச் சேறு கொண்ட சுனையொன்றில் மூழ்கித் திளைப்பதுபோல் அவள் உடலுக்குள் தன்னை புதைத்துக்கொண்டு அடைந்த காமம். பிறிதொன்றை அதற்குப் பின் நிகராக அவன் அடைந்ததே இல்லை.

அவள் ஒரு பெண்ணல்ல என்று சில தருணங்களில் தோன்றும். அவள் இரு கைகளும் இரு சிறு பெண்கள்போல. இரு தொடைகளும் வேறு இரு பெண்கள்போல. பெண்களின் ஒரு சிறு குழு அவள் உடல். ஆண்கள் பெண்டிர் சூழ காமமாடுவதையே ஆழ்மனக் கனவாக கொண்டிருக்கிறார்கள் என்று ஒருமுறை நிமித்திகன் சொன்னான். அவளுடன் அடைந்த காமமென்பது ஒரு அகத்தளம் நிறைய பெண்டிருடன் ஆடியதற்கு நிகர். பின்னர் அவனறிந்த அனைத்துப் பெண்களும் மிக எளியவர்கள். உடலாலன்றி உள்ளத்தாலும். ஆண்களின் அன்பு குறித்த ஐயத்தால் ஆட்டுவிக்கப்படுபவர்கள். சற்றே உளம் நெகிழ்ந்தாலும் "என்மேல் அன்புள்ளதா? எவ்வளவு அன்பு?" என்று கேட்கத் தொடங்கிவிடுபவர்கள்.

கையில் ஊன்கூடையுடன் தலையில் தோலாடையை எடுத்துப் போட்டுக்கொண்டு பசித்த ஓநாய்கள் நடுவே இறங்கிச் செல்லும் பிரேமையைப்பற்றி ஒருமுறை அவன் தன் நான்காவது துணைவி சாந்தையிடம் சொன்னான். அவள் பால்ஹிகக் குடியில் பிறந்து தன் சிற்றூருக்குள்ளேயே வளர்ந்தவள். ஆண்டுக்கொருமுறை வரும் பெருவெள்ளத்தாலேயே காலத்தை கணக்கிடக் கற்றவள். பிற மூவரைப்போலன்றி அவனுடன் ஒரு கணத்திலும் முரண்படாதவள். அவன் தன் உளச் சித்திரங்களை அவளுக்காகவே சொல்தீட்டினான்.

அவள் அக்கதையை ஒரு தொல்கதையென்றே கேட்டாள். கண்கள் வியப்பில் விரிய கைகளால் வாயைப் பொத்திக்கொண்டாள். பின்னர் மஞ்சத்தில் தன் உடலைசேர்த்து தலையணையில் முகத்தை அழுத்தி அமைதியாகப் படுத்திருந்தாள். அவன் அவளுடைய மெலிந்த தோள்களை, நரம்புகள் புடைத்த புறங்கையை மெல்ல வருடியபடி "நான் இதை உன்னிடம் சொல்லியிருக்கக்கூடாதோ?" என்றான். அவள் அவன் கையை உதறிவிட்டு மல்லாந்து "அவள் பெண்ணல்ல. அவளில் மலைத்தெய்வம் ஏதோ குடியிருக்கிறது" என்றாள்.

அவள் கண்கள் நீரணிந்திருப்பதைக் கண்டு பூரிசிரவஸ் உளம் கனிந்தான். அவள் நெற்றியைத் தொட்டு சுருண்ட குழலை அள்ளி காதுக்குப்

பின் செருகி "நன்று, நீ சொல்வதுபோல் இருக்கலாம். மலைமக்கள் நம்மைப்போன்றவர்கள் அல்ல" என்றான். அவள் "நான் கேட்டிருக்கிறேன். இங்கிருந்து பார்த்தால் வெள்ளிக்கோடெனத் தெரியும் ஷீரவதிக்கு அப்பால் வாழ்பவர்கள் கின்னரர்கள். அதற்கப்பால் பனிமலைகளில் வாழ்பவர்கள் கந்தர்வர்கள். அவர்கள் மனிதர்களைக் கொன்று உண்பவர்கள். ஆகவேதான் பேருடலும் ஆற்றலும் கொண்டவர்களாக இருக்கிறார்கள். தங்களால் உண்ணப்படுபவர்களின் உயிரை எடுத்துக்கொள்வதனால் அவர்களுக்கு அகவை இல்லை" என்றாள்.

பூரிசிரவஸ் புன்னகைத்துவிட்டான். அவள் "சிரிக்கவேண்டாம், உங்களை அவர்கள் கொன்று உண்ணவில்லையென்பதனால் அவர்கள் நல்லவர்களாகிவிடுவதில்லை. நீங்கள் அங்கு மேலும் சில நாட்கள் தங்கியிருந்தால் உங்களை உண்டிருப்பார்கள்" என்றாள். "ஆம், உண்மைதான்" என்று பூரிசிரவஸ் சொன்னான். அவள் தணிந்து கையூன்றி எழுந்து அவன் மார்பில் தனது சிறிய முலைகளைப் பதித்து கைகளால் அவன் கழுத்தை வளைத்துக்கொண்டு "மெய்யாகவே சொல்கிறேன், அவளுக்கு உங்கள் காமம் சலிக்கவில்லை. மேலும் ஓரிரு நாட்களில் சலித்திருக்கும். அதன் பிறகு உங்களை உண்டிருப்பாள்" என்றாள். "இதற்குள் அங்கு சென்ற பல மலை வணிகர்களை அவள் உண்டிருப்பாள். மாறா இளமையுடன் இருப்பாள்" என்றாள்.

பூரிசிரவஸ் சிரித்தபடி அவள் இதழ்களில் முத்தமிட்டு "அப்படியென்றால் நன்றல்லவா? அழியா அழகு கொண்டிருப்பாள்" என்றான். அவள் அவன் மார்பை உந்தி விலக்கி எழுந்து "மெய்யாகவே சொல்கிறேன், திரும்ப நீங்கள் அங்கே செல்லக்கூடாது. சென்றால் உயிருடன் மீளமாட்டீர்கள். அது மீளவே முடியாத பெருஞ்சுழி. மண்ணுக்கு அடியில் உள்ள ஆழங்களுக்கு எடுத்துச்செல்லும் சுழிகள் நிலத்திலும் நீரிலும் உண்டு. அதைப்போலவே விண்ணாழத்திற்கு எடுத்துச்செல்லும் சுழிகளும் உண்டு. மலைகளுக்குமேல் அவை இருப்பதாக எனது மூதன்னை சொல்லியிருக்கிறாள்" என்றாள்.

பின் அவன் கையைப்பற்றி தன் நெஞ்சில் வைத்து "நமது மைந்தரை எண்ணுங்கள். இந்த அரசின் குடியை எண்ணுங்கள். இனி அருள்கூர்ந்து மலை ஏறிச் செல்வதைப்பற்றி கருதவேண்டாம்" என்றாள். "இல்லை, எண்ணப்போவதில்லை" என்று அவன் சொன்னான். "பொய்" என்று அவள் சொன்னாள். "இல்லை, ஆணை" என அவன் அவள் தலையை தொட்டான். தலையைத் தொட்டால் பொய்யல்ல என்று அவள் நம்புவாள். அவன் அவளை மகிழ்விக்கும்பொருட்டு தலையைத் தொட்டால் பிழையல்ல என்று எண்ணுபவன். ஆனால் அன்று பிறகொருபோதும் மலைக்குமேல் ஏறப்போவதில்லை என்றே எண்ணினான்.

ஆனால் அவள் சொன்ன அந்த வரி அவனுள் எப்போதும் இருந்தது. மலை உச்சியில் அவள் மாறா இளமையுடன் இருக்கக்கூடும். அதை எண்ணுவது சுவையாக இருந்தது. ஒரு தருணத்தில் தன்னுடலில் குடியேறிக்கொண்டிருந்த முதுமையை அதனூடாக வெல்வதுபோல. அங்கிருந்து ஒரு சரடு தன் அருகே தொங்கியிருக்கிறது. எப்போது வேண்டுமானாலும் அதை பற்றிக்கொண்டு அழிவின்மைக்கு, மாறா இளமைக்கு சென்றுவிடமுடியும். பிறிதொரு தருணத்தில் அவளுடைய அவ்விளமை தன்னுடைய முதுமையை நினைவுபடுத்துவதாகத் தோன்றியது. இங்கு வாழும் தனது உயிரை ஒவ்வொரு துளியும் உறிஞ்சித்தான் அவள் இளமை கொள்கிறாள். அவளைப்பற்றி எண்ணும் ஒவ்வொரு முறையும் எனது உயிரின் ஒரு துளியை அவளுக்கு அளித்துவிடுகிறேன்.

பின்னிரவுவரை அவனுக்கு அரசப்பணிகள் இருந்தன. படைகள் கிளம்புவதற்கான ஒருக்கங்கள் குறித்த அரசாணைகளை எழுதி தூதர்களிடம் அளித்துவிட்டு அமைச்சர் கர்த்தமரிடம் “நான் மீள்கையில் மறுநாளே படை கிளம்பும்படி அனைத்தும் ஒருங்கியிருக்கவேண்டும்” என்று ஆணையிட்டான். களைப்புடன் மஞ்சத்தில் படுத்து இருண்ட மேற்தளத்தை நோக்கிக்கொண்டிருந்தபோது அவளை சந்திக்க அதுவரை ஏன் செல்லவில்லை என்ற வியப்பை புத்தம்புதியதாக அவன் அடைந்தான். அஞ்சித்தான் என்று முதலில் தோன்றியது. அவளுடன் இருக்கையில் எல்லாம் உள்ளாழத்தில் மெல்லிய சிறகடிப்புபோல் ஓர் அச்சமிருந்தது. அதை அப்போது ஓர் உவகையாகவே அறிந்தான். அவ்வுறவைக்கொண்டாட்டமாக ஆக்கியது அது. பின்னர் அது அவன் ஆணவத்தை சீண்டியது.

அவள் முன் அவன் ஆண்மகனாக எழ இயலாது. வீரனாக, அரசனாக நின்றிருக்க முடியாது. வெறும் மானுடனாகவே எஞ்சுவான். அவள் தன் அளியால் அவனை மைந்தன் என கைகளில் எடுத்துக்கொள்வாள். அவளுக்குள் குழவி என அவன் பொருந்துவான். ஆனால் உள்ளிருக்கும் ஒன்று சீற்றம்கொண்டு எழுந்தபடியேதான் இருக்கும். ஆணவத்தைப் பெருக்கி ஆற்றலென்றாக்கி அரசவைகள்தோறும் எழுந்து சொல்லாடவும், படைநடத்திச் செல்லவும், அரியணை அமர்ந்து நெறிவழங்கவும், கோட்டைகளையும் காவலரண்களையும் அமைக்கவும் தன்னை தகுதிப்படுத்திக்கொண்ட இக்காலகட்டத்தில் மீண்டுமொரு அறியாச் சிறுவனாக அங்கு சென்று அமர்ந்திருக்க இயலாது.

அவன் அஸ்தினபுரியில் ஒவ்வொருநாளும் வளர்ந்துகொண்டிருந்தான். ஒவ்வொரு செயல் வழியாகவும் விடுபட்டுக்கொண்டிருந்தான். மலைமகனுக்குரிய தாழ்வுணர்ச்சிகளிலிருந்து. ஆழத்தைக் கட்டியிருந்த

தயக்கங்களிலிருந்து. ஆகவே ஒவ்வொரு வெற்றியும் அவனுக்குப் பெருங்கொண்டாட்டமாக இருந்தது. வெற்றியால் அவன் மேலும் பெரிய பணிகளை நோக்கி ஈர்ப்படைந்தான். மேலும் மேலுமென எழுந்தான். அங்கே ஒவ்வொன்றிலும் முழுமையாகத் திளைத்தான். ஆனால் எங்கோ ஒரு புள்ளியில் அந்தக் காலகட்டம் முடிவுக்கு வந்துவிட்டதென்று அவன் உள்ளம் சொன்னது. அது இளைய யாதவர் பானுமதி அளித்த கணையாழியை மறுத்து இனி இந்நகருக்கோ அரசுக்கோ நான் பொறுப்பல்ல, என் கால்பொடியைத் தட்டிவிட்டுக் கிளம்புகிறேன் என்று சொல்லி அஸ்தினபுரியின் வேதியர் அவையிலிருந்து கிளம்பிய அன்று.

போர் உறுதியாயிற்று என்ற எண்ணம் அனைவருக்குமே அன்று எழுந்தது. அவனுக்கு அது அஸ்தினபுரியின் முற்றழிவு என்றே அகம் நிலைகொண்டது. எவரும் இனி அந்நகரை, அக்குடியினரை, துரியோதனனைக் காக்கப் போவதில்லை. பிதாமகர் பீஷ்மரோ, பெருந்திறல் வீரன் கர்ணனோ, துரோணரோ, ஜயத்ரதனோ, சல்யரோ. வீரமென்பதற்கும் சூழ்திறன் என்பதற்கும் அப்பால் பேருருக்கொண்டு நிற்பதொன்றுண்டு. அது வேதியர் அவையிலெழுந்து அந்நகரை முற்றழிக்கவும் அக்குடியை துளியெஞ்சாது அழிக்கவும் முடிவு செய்துவிட்டதை அறிவித்துச் சென்றது.

அன்று அஸ்தினபுரியின் வேள்வியவையில் இருந்து சென்று மது அருந்திவிட்டு மஞ்சத்தில் படுத்து சிலகணங்கள் களிமயக்கில் துயின்று பின்னர் விழித்துக்கொண்டு ஒன்றுடன் ஒன்று தொடர்பற்ற எண்ணங்களின் பெருக்காக உள்ளத்தை அறிந்தபடி கிடந்தபோது அவன் முடிவெடுத்தான், பிரேமையை சென்று சந்திக்கவேண்டும் என்று. அவளிடம் அங்கு திரும்பி வருவதைப்பற்றி ஒவ்வொரு நாளும் எண்ணினேன் என்று மட்டும் சொல்லவேண்டும். ஆணவம் பெருகிய நாட்களின் நிரை முடிந்தது. மீண்டுமொரு மைந்தனாக அவள் முன் நின்று தன் அறியாமையை, இயலாமையை, சிறுமையை சொல்லி விடைகொண்டால் இவ்வட்டம் முழுமையடைகிறது. இவை தொடங்கியது அங்குதான். நெடுங்காலம் முன்பு அவள் உடலின் வெம்மையிலிருந்து விடுபட்டு புரவியேறி ஷீரவதியைக் கடந்தபோது உணர்ந்த தற்சிறுமையிலிருந்து முளைத்து எழுந்து பெருகி என்னை சிறகிலேற்றிக்கொண்ட ஆணவம் இது.

18

க்ஷீரவதியை கடந்தபோது இந்திரமாயக்காரன் தன் கோலை வீசியதுபோல் பூரிசிரவஸின் உள்ளம் நிலைமாறியது. அதுவரை ஒவ்வொரு புரவிக்குளம்படிக்கும் உள்ளம் ஓரடி பின்னெடுத்து வைத்துக்கொண்டிருந்தது. அதன்பின் புரவிக்கு மிக முன்னால் சென்று வருக வருக என்று அது தவித்தது. அழைத்தது. மேலும் மேலுமென அதைக் குதிமுள்ளால் குத்தி ஊக்கினான். ஆனால் புழுதியும் உருளைக்கற்களும் பரவிய, சுழன்று சுழன்றேறும் சிறிய பாதையில் விரைவிலேயே புரவி வாயிலிருந்து நுரைவலை தொங்க தலைதாழ்த்தி உடலதிர்ந்து நின்றுவிட்டது.

அவன் கீழிறங்கி அதன் கழுத்தைத் தடவி ஆறுதல்படுத்தி கடிவாளத்தைப்பற்றி இழுத்துச் சென்றான். சற்று தொலைவிலிருந்த சிறிய சுனையைக் கண்டதும் அங்கே கொண்டு அதை நிறுத்தினான். மூச்சிளைப்பால் நீரருந்தாமல் வாய்திறந்து தலைதூக்கி ஏங்கியது புரவி. அவன் நீரில் இறங்கி பனிபோல் குளிர்ந்திருந்த நீரை அள்ளி முகத்திலும் கழுத்திலும் விட்டுக்கொண்டான். பின்னர் அங்கிருந்த பாறையில் கால்களை நீட்டியபடி சாய்ந்தமர்ந்தான். காலை வெயில் உறைக்கத் தொடங்கியிருந்தது. இன்னும் நெடுந்தொலைவு செல்லவேண்டும் என்று எண்ணிக்கொண்டான்.

கீழிருந்து ஒரு வணிகக்குழு வளைந்தேறி வருவது தெரிந்தது. அதிலிருந்தவர்களை அவன் நோக்கிக்கொண்டிருந்தான். பால்ஹிகநகரியிலிருந்து பொருட்களை வாங்கிக்கொண்டு மலைக்கு மேல் செல்லும் வணிகர்கள். மூன்றாவது வளைவை அவர்கள் கடந்தபோது அவர்கள் மலைமேல் வாழும் தொல்குடிகள் என்று தெரிந்தது. மஞ்சள் படிந்த பெரிய

முகமும் இடுங்கிய சிறுவிழிகளும் கரிய நீள்மயிரும் கொண்டிருந்தனர். சென்ற பத்தாண்டுகளாகவே மலைக்கு மேலிருந்து பொருட்களை வாங்கிக்கொண்டு விற்றுவரும் தொல்குடி வணிகர்கள் உருவாகிவிட்டனர் என்று அவன் அறிந்திருந்தான். அவர்களை அங்கிருக்கும் பழங்குடிகள் எளிதில் நம்பியமையால் பிறரைவிட அவர்களால் வெற்றிகரமாக வணிகம் செய்யமுடிந்தது.

புரவி நீரை உறிஞ்சிக்குடித்து தலைதூக்கி முகத்தை விலாநோக்கி வீசி தாடையை உதறி துளிகளை தன்மேல் தெறித்துக்கொண்டது. மூச்சுசீறியபடி பிடரி சிலிர்த்து மீண்டும் குனிந்து நீரை அள்ளியது. பூரிசிரவஸ் வளைந்து மேலேறி வந்த அந்த வணிகக்குழுவை நோக்கிக்கொண்டிருந்தான். மேலும் நெருங்கி வந்தபின்னர்தான் அதில் ஒருவர் பெண் என்று தெரிந்தது. முதுமகள், ஆனால் உரம் மிக்க உடலும் பெரிய கைகளும் கொண்டிருந்தாள். பால்ஹிகக்குடியை சேர்ந்தவள் என்பது அவள் உடல் அளவுகளிலே தெரிந்தது. அவன் அவளருகே சென்றுநின்றால் அவள் தோள்களே தலைக்குமேல் இருக்குமென்று தோன்றியது.

நெஞ்சில் ஒரு திடுக்கிடலுடன் அவன் அம்முகத்தை பார்த்தான். அவளுக்கு எவ்வளவு அகவை இருக்கும்? அவன் மலைக்கு மேல் சென்றபோது பிரேமைக்கு அவனைவிட ஓரிரு அகவை மிகுதியாகவே இருந்தது. அப்படியென்றால் அவள் இவளைப் போலிருப்பாள். அவர்கள் மிகச் சீரான விரைவில் வந்து அவனை அணுகிக் கடந்து சென்றனர். ஒவ்வொருவரும் திரும்பி அவனைப் பார்த்து தலைவணங்கி தங்கள் மொழியில் முகமனுரைத்துச் சென்றனர். புரவிகளின் வியர்வை மணமும் நிலப்பகுதியின் நீராவிபடிந்த மென்மயிராடைகள் உலர்வதன் புழுங்கல் மணமும் எழுந்து மெல்ல கரைந்தன. புரவிகளின் வால்கள் சுழல்வதை அவன் நோக்கிக்கொண்டு நின்றான்.

அவர்கள் சீரான விரைவில் செல்வதனால் அங்கு நிறுத்தி ஓய்வெடுக்க வேண்டியிருக்கவில்லை. உள்ளத்தை எப்போதும் புரவிக்குப் பின்னால் நிறுத்தவேண்டும் என்று மலைப்பயணங்களை கற்றுத்தந்த முன்னோர்கள் சொன்னதை அவன் நினைவுகூர்ந்தான். புரவி தன் விரைவை தானே முடிவு செய்ய விடவேண்டும். அதை ஊக்கும்தோறும் அது வலுவிழக்கும். அவனுடைய புரவி நீரருந்திவிட்டு அங்கிருந்த பாறையொன்றில் தன்னுடலை மெல்ல சாய்த்து இடது முன்காலைத் தூக்கி கண்களைப் பாதி மூடி துயிலத்தொடங்கியது. அதன் வாயிலிருந்து அருந்திய நீரின் எச்சம் சிலந்தி வலையிழைபோல் தொங்கி ஆடியது.

அவன் புரவியை வெறுமனே நோக்கிக்கொண்டு எண்ணத்தில் அலைந்தான். அவள் எப்படியிருப்பாள்? முதுமை அணுகியிருக்கும்.

இந்த மலைப்பகுதிகளில் பெண்கள் மிக விரைவாக இளமையின் செழுமையை இழந்துவிடுகிறார்கள். முகம் பனியில் சிவந்து, கருகிய மலர்போல் ஆகிவிடுகிறது. கண்களைச் சுற்றியும் வாயோரங்களிலும் அடர் சுருக்கங்கள் உருவாகின்றன. நெற்றியில் ஆழ்ந்த வரிகள். பின்னர் அவர்களுக்கு அகவையே ஆவதில்லை. நாற்பது அகவைப் பெண்ணும் நூறு அகவையானவளும் எந்த வேறுபாடையும் காட்டுவதில்லை. இப்போது கடந்துசென்றவளுக்கு நாற்பது இருக்கலாம், நூறும் அதற்கு மேலும் கூட இருக்கலாம். இங்கு பெரும்பாலும் அனைவருமே நூற்றியிருபது வயது வரை வாழ்கிறார்கள்.

பனி மூடி, பின் உருகி, மீண்டும் மூடி இந்த மலைகளைப் பாதுகாக்கிறது. மாபெரும் வெண்ணிறப் பறவை மென்சிறகு சரித்து முட்டைகளைக் காப்பதுபோல என்பது தொல்பாடகர்களின் வரி. மண்ணிலிருந்து வரும் எந்த மாசும் மலையில் படிவதில்லை என்பார்கள். பனியைக் கடந்து எதுவும் செல்வதில்லை. நிகர்நிலத்தின் புழுதிப்புயல், நோய்கள், மானுடரின் மொழிகள், வஞ்சங்கள். மானுடரின் நாணயங்களுக்குக் கூட அங்கே மதிப்பில்லை.

பாதுகாக்கப்பட்ட செல்வம் அம்மக்கள். என்றோ ஒருநாள் விண்ணிலிருந்து அனலிறங்கி மனுக்குலமனைத்தையும் சாம்பலாக்குமென்றும், அதன்பிறகு கோபுரங்களுக்குமேல் கலங்களில் சேமிக்கப்பட்டிருக்கும் இவ்விதைமணிகளை புவியெங்கும் தெய்வங்கள் கொண்டுசென்று பரப்பும் என்றும், பேருடலும் நிலைமாறா உள்ளமும் குறைந்த சொற்களும் ஒருவரோடொருவர் உளம் கோத்துக்கொள்ளும் எளிமையும் கொண்ட மக்களின் பிறிதொரு யுகம் எழுமென்றும் பால்ஹிகத் தொல்கதைகளில் அவன் கேட்டிருந்தான்.

நீள்மூச்சுடன் அவன் எழுந்தபோது புரவி விழித்துக்கொண்டு தலையை ஆட்டி சீறல் ஓசையெழுப்பியது. அவன் கைசொடுக்கியதும் சேணங்கள் இழுபட அருகே வந்து நின்றது. அதன் கழுத்தும் விலாவும் சிலிர்த்துக்கொண்டிருந்தன. அவன் அதன் பிடரியை மெல்ல அளைந்தபின் சேணத்தில் காலூன்றி ஏறிக்கொண்டான். செல்க என்று அதை மெல்ல ஊக்கினான். சீரான அடிகளுடன் தலையசைத்தபடி அது செல்லத்தொடங்கியது.

மலைகளுக்கு மேல் கோடைகாலத்தில் அந்தி மிகவும் பிந்தித்தான் வருமென்பதை அவன் அறிந்திருந்தான். அஸ்தினபுரியும் இந்திரப்பிரஸ்தமும் இருக்கும் நிகர்நிலங்களில் இரவான பின்னரே பால்ஹிகபுரியில் இருள் கசியத்தொடங்கும். அப்போதும் சூழ்ந்திருக்கும் மலைஉச்சிகள் விண்ணிலிருந்து ஒளியைப்பெற்று மின்னிக்கொண்டிருக்கும். அவை

அன்னைப்பசுவின் வெண்பாலருந்தும் கன்றுக்குட்டிகளென்பது பால்ஹிகர்களின் தொல்கூற்று. கதிரவன் முற்றிலும் மேற்கில் மறைந்த பின்னரும்கூட மலைகளின் ஒளி நெடுநேரம் எஞ்சியிருக்கும். கீழிருந்து இருள் ஊறிப்பெருகி ஊர்களை மூழ்கடித்த பின்னரும்கூட பனிமலை உச்சிகள் ஒளிகொண்டிருக்கும். சில தருணங்களில் அவை இரவெல்லாம் அணைவதே இல்லை.

அவன் புரவி மிகவும் களைத்துவிட்டிருந்தது. அது ஒவ்வொரு காலடியாக எண்ணி எண்ணி எடுத்துவைத்து தலைதாழ்த்தி மூச்சுசீறி பின் உடலை உந்தி முன்னெடுத்து நடந்தது. அவ்வப்போது நின்று மீண்டும் உடல் விதிர்த்து முன்னகர்ந்தது. தொலைவில் தங்கும்விடுதியின் விளக்கொளியைப் பார்த்ததும் அவன் புரவியிலிருந்து இறங்கி அதன் கடிவாளத்தைப்பற்றி இழுத்துக்கொண்டு நடந்து சென்றான். அது ஊக்கமடைந்து அவனைத் தொடர்ந்து வந்தது. அவன்மேல் அதன் வாய்க்கோழை சொட்டியது. அவ்விடுதியைக் கண்டபின்னர் அதை அணுகுவது கடினமாயிற்று. நடக்க நடக்க அகன்றது அதன் சாளர ஒளி.

மரப்பட்டைக் கூரையும் உருளைக்கற்களை அடுக்கிக் கட்டப்பட்ட சுவர்களும் உயரமான புகைபோக்கிகளும் கொண்ட தாழ்வான கட்டடம். கோடையாதலால் அங்கே வணிகர்கள் பலர் தங்கியிருந்தனர். புரவிகள் தங்குவதற்கான மூடப்பட்ட கொட்டில்கள் இருந்தன. வெளியே இருந்த மரத்தொட்டியில் புரவிக்கு நீர்காட்டி கொட்டிலுக்குள் சென்று கட்டினான். உப்புசேர்த்து உலரவைக்கப்பட்ட மலைப்புல் தனிக்கொட்டகையில் சுருள்களாக வைக்கப்பட்டிருந்தது. அதை எடுத்துவந்து புரவிக்குப் போட்டபின் தொட்டிநீரில் கைகளையும் முகத்தையும் கழுவினான். மலைச்சரிவிலிருந்த பாறையிடுக்கிலிருந்து ஊற்றுநீர் பாதியாகப் பிளந்த மூங்கிலால் ஆன ஓடை வழியாக வந்து தொட்டியில் விழுந்தது. பனியுருகிய நீர் தண்மையால் எடைகொண்டிருந்தது.

உள்ளும் புறமும் என இரு கதவுகள் கொண்ட வாயிலினூடாக விடுதியின் நீள்சதுர அறைக்குள் நுழைந்தான். எடை கட்டப்பட்ட இரு கதவுகளும் முனகியபடி மூடிக்கொண்டன. உள்ளே கணப்பு எரிந்துகொண்டிருந்ததனால் முதல்கணம் அலையென வெம்மை வந்து அவனை சூழ்ந்தது. அதில் அவன் உடல் சிலிர்த்தது. தன் எடைமிக்க தோலாடையைக் கழற்றி அங்கிருந்த மூங்கில் கழியில் தொங்கவிட்டான். உள்ளே அணிந்திருந்த மென்மயிர் ஆடையைக் கழற்றி உதறி இன்னொரு கழியில் தொங்கவிட்டான். தடித்த மரவுரி ஆடையுடன் சென்று கணப்பருகே அமர்ந்து கைகளை அதில் காட்டி சூடுபடுத்திக்கொண்டான்.

அறையெங்கும் மலைவணிகர்கள் தடித்த தோல் போர்வைகளை போர்த்தியபடி உடலுடன் உடல் ஒட்டி படுத்திருந்தனர். சிலர் படுத்தபடியே ஒருவரோடொருவர் தாழ்ந்த குரலில் தங்கள் மொழியில் உரையாடிக்கொண்டிருந்தனர். புரவியிலிருந்த பையில் உணவும் நீருமிருந்ததை அவன் எண்ணினான். குளிரினால் விரைந்து உள்ளே நுழைந்துவிட்டிருந்தான். மீண்டும் எழுந்துசென்று பொதிகளை அவிழ்த்து அவற்றை எடுத்துக்கொண்டு வருவதற்கு தயக்கமாக இருந்தது. அங்கு துயில்வதற்கு தன்னிடம் போர்வை ஏதுமில்லை என்பதை நினைவுகூர்ந்தான்.

கணப்பருகே படுத்திருந்த மலைவணிகன் ஒருவன் ஒருக்களித்து "வெளியே சென்று தங்கள் பொதிகளை எடுத்துவர தயங்குகிறீர்களா, இளவரசே?" என்றான். பூரிசிரவஸ் "நான் இளவரசனென்று எப்படி அறிந்தாய்?" என்றான். "தங்களை நான் பால்ஹிகபுரியில் கண்டிருக்கிறேன்" என்றான். "ஆம்" என்று அவன் சொன்னான். "என் பெயர் ஜம்பா. அன்பானவன் என்று பொருள்" என்றான் மலைவணிகன். "பொறுங்கள், நான் சென்று எடுத்துவருகிறேன்" என்று சொல்லி எழுந்து வெளியே சென்றான். திரும்பி வந்து பூரிசிரவஸின் பொதியை அவனிடம் அளித்தான். அவன் அதை அவிழ்த்து உள்ளிருந்து உலர்ந்த அப்பத்தையும், வாட்டிய இலையில் பொதிந்து கட்டப்பட்ட ஊன்கொழுப்பையும் எடுத்தான். அப்பத்தை தீயில் காட்டி அதில் கொழுப்பை வைத்து அது உருகியதும் இன்னொரு அப்பத்தை அதன்மேல் வைத்து கடித்து உண்ணத்தொடங்கினான்.

"நீங்கள் மது எதுவும் கொண்டுவரவில்லையா?" என்று ஜம்பா கேட்டான். "இல்லை" என்று பூரிசிரவஸ் சொன்னான். "இம்மலைப்பகுதியில் இரவில் சற்றேனும் மது இல்லாமல் துயில்வது நன்றல்ல. குருதி உறைந்துவிடும். பொறுங்கள், என்னிடம் உள்ளது" என்றான். எழுந்து சென்று தன் பொதியைத் திறந்து அதிலிருந்து சிறு உலோகத்தாலான புட்டியை எடுத்தான். அதன் மரத்தாலான மூடியை பல்லால் கடித்துத் திறந்து "அருந்துக!" என்றான். அரக்கு உருகும் மணம் எழுந்தது. "நேரடியாகவா?" என்றான் பூரிசிரவஸ்.

"இதை நீர்போலவோ யவனமதுபோலவோ அருந்தலாகாது. ஓரிரு சொட்டு வாய்க்குள் விட்டு மூக்கின் வழியாக வெளியே ஆவி வரவிடவேண்டும். தொண்டையை எரித்து நெஞ்சைப் புகையவைத்தபடி அது உள்ளிறங்க விடவேண்டும். குருதியில் அது வெம்மையாகக் கலப்பதை உணர்ந்தபின் அடுத்த துளி. ஓர்இரவுக்கு பத்து பன்னிரண்டு துளிகள் போதுமானவை. இதன் பெயர் சாங். அரிசியிலிருந்து எடுக்கப்படும் மது. எங்கள் மலைப்பகுதிகளில் இதை நீரனல் என்கிறோம்" என்றான்.

பூரிசிரவஸ் அதை வாங்கி முகர்ந்து பார்த்தான். எரிமணம் மூக்கை எரித்தது. "அஞ்ச வேண்டாம். இது நரம்புகளை முறுக்கவிழச் செய்யும். தசைகளை மென்மையாக்கும். இரவில் இனிய பெண்களை கனவில் வரவழைக்கும்" என்றான் ஜம்பா. புன்னகையுடன் பூரிசிரவஸ் ஓரிரு மிடறுகள் அருந்தினான். ஜம்பா சொன்னதுபோல உடலெங்கும் வெம்மை பரவத்தொடங்கியது. மீண்டும் மீண்டும் அதை உறிஞ்சவேண்டுமென்ற எண்ணம் எழுந்தது. சற்று கழிந்ததும் ஜம்பா கைநீட்டி "போதும், இதற்கு மேல் அருந்தினால் இரவெல்லாம் துயிலின்றி நீரருந்தத் தோன்றும். காலையில் தலை பத்து மடங்கு எடைகொண்டிருக்கும்" என்றபடி அதைத் திரும்ப வாங்கிக்கொண்டான்.

பூரிசிரவஸ் பொதியிலிருந்து எடுத்த தன் போர்வையை உடல்மேல் இழுத்துக்கொண்டு படுத்தான். வெளியே குளிர்காற்று வீசியடிக்கும் ஓசை கேட்டது. பெரிய மலைக்கற்களை அடுக்கி கட்டப்பட்ட சுவர்கள் கொண்டிருந்த விடுதியின் வெளியே காற்று நுழையாமலிருக்க சேறு கொண்டு பூச்சிடப்பட்டிருந்தது. அதன்மேல் அறைந்து எழுந்த காற்று கூரைப் பலகைகளை அதிரச்செய்தது. "தங்களை ஒரே ஒருமுறை சந்தையில் பார்த்திருக்கிறேன். தங்களை இங்கு தொல்கதைகளின் பெருவீரர்களுக்கு நிகராக எண்ணுகிறார்கள். மைந்தர்களுக்குத் தங்கள் கதைகளை சொல்லிக்கொடுக்கிறார்கள். ஆனால் சிலரே உங்களைப் பார்த்தவர்கள்" என்றான் ஜம்பா.

பூரிசிரவஸ் ஒன்றும் சொல்லவில்லை. "மலைக்குமேல் தாங்கள் இதற்கு முன்பு வந்திருக்கிறீர்களா, இளவரசே?" என்றான். "ஆம், நெடுங்காலத்துக்கு முன்பு" என்றான் பூரிசிரவஸ். "என்னுடைய மூதாதை ஒருவர் இங்கு மலையேறி வந்தார். அவர் இங்கு ஒரு பெண்ணை மணந்தார். இங்கேயே இருந்துவிட்டார். அவரைத் தேடிவந்தேன்." ஜம்பா கையை ஊன்றி எழுந்து "முதிய பால்ஹிகரை சொல்கிறீர்களல்லவா?" என்றான். ஆர்வத்தை வெளிக்காட்டாமல் "ஆம்" என்றான் பூரிசிரவஸ். "அவர் நலமுடன் இருக்கிறாரா?" என்றான்.

"மிகுந்த நலமுடன் இருக்கிறார். அவருக்கு இரண்டு மனைவிகளிலாக ஏழு மைந்தர்கள். ஒரு மனைவி இறந்துவிட்டார். அவர்கள் எழுவரில் ஒருவருக்கு நிகராக நம்மில் பத்து பேர் மற்போரிட இயலாது. வெண்பாறையில் செதுக்கப்பட்ட சிலைகள் போன்றவர்கள். மூதாதையர் அவ்வடிவில்தான் இருந்தார்கள் என்கிறார்கள். ஆனால் மைந்தர் எழுவரையுமே தோள்வல்லமையால் வென்றவர் முதியவர்" என்றான் ஜம்பா. "உண்மையில் இன்று மலையில் அவரை வெல்ல எவரும் இல்லை. வெல்லும் வாய்ப்புள்ள ஒருவன் இருக்கிறான். பால்ஹிகரின் மறைந்த துணைவியின் மூத்தவரது பெயரன். அவன் பால்ஹிகரைத்

தூக்கி அறைந்தால் அவனே அந்த மலைக்குடிக்கு தலைவனாவான்." பூரிசிரவஸ் போர்வைக்குள் குளிர் நுழைந்ததைப்போல் மயிர்ப்பை அடைந்தான். "அவன் பெயரென்ன?" என்றான்.

"யாமா என்று அவனை அழைக்கிறார்கள். பால்ஹிகர்களின் பேருடலும் வெண்ணிறமும் கொண்டவன். ஆனால் நீலக்கண்கள் மட்டுமில்லை. அவன் கண்கள் அங்கே மலைக்குக் கீழே உங்கள் நிலத்தில் வாழும் மக்களுக்குரியவை. முன்னர் எப்போதோ வந்து தங்கிச்சென்ற அவன் தந்தையின் கண்கள் அவை என்கிறார்கள்." பூரிசிரவஸ் உளம் விம்மி உதடுகளை அழுத்தியபடி கண்களை மூடிக்கொண்டான். "பால்ஹிகரின் மைந்தர்கள் எழுவரையும் மற்போரில் அவன் வென்றிருக்கிறான். ஒருமுறை மலையேறிச்சென்று ஒரு காட்டு எருதைக் கொன்று அதைத் தூளில் தூக்கி மூன்று மலையேறி இறங்கி தன் இல்லத்திற்கு வந்திருக்கிறான்."

ஜம்பா மெல்ல சிரித்து "இன்று மலைப்பெண்கள் அனைவரும் விரும்பும் ஆண்மகன் அவன். இன்னும் சில ஆண்டுகளில் இந்த மலைமுழுக்க அவனுடைய மைந்தர்கள் வளரத் தொடங்கிவிடுவார்கள்" என்றான். பூரிசிரவஸ் மெல்லிய விம்மலோசை எழுப்பினான். "என்ன சொன்னீர்கள்?" என்று ஜம்பா கேட்டான். இல்லை என்று அவன் தலையசைத்தான். "களைத்திருக்கிறீர்கள். உங்களை அறியாமலேயே குறட்டையொலி வருகிறது. துயில்க!" என்று சொல்லி ஜம்பா போர்வையை தன்மேல் இழுத்துக்கொண்டான்.

போர்வைக்குள் நிறைந்த வெம்மையை குருதி ஏற்றுக்கொண்டது. தசைகள் குளிருக்காக இறுகியிருந்த செறிவு உடலிலிருந்து விலக உருகி மெல்ல பரவுவதுபோல் தன் உடலை உணர்ந்தான். மயங்கி மயங்கி உருவழிந்து பரவிய நனவில் மிக அருகிலென அவன் தன் மைந்தனைக் கண்டான். அவன் முன்பே அவனை அறிந்திருந்தான். பேருடல் கொண்ட பூரிசிரவஸ். தொல்பால்ஹிகன். அவன் கண்களை மூடி மிக அருகே தன் மைந்தனின் முகத்தைப் பார்த்தபடி படுத்திருந்தான்.

மறுநாள் புலரியில் பூரிசிரவஸ் ஒரு கனவு கண்டான். ஒரு மலைச்சரிவில் இளவெயில் விழும் முற்றத்தில் அவன் மைந்தனுடன் அமர்ந்திருந்தான். ஓர் அகவை அடைந்த குழவி என்றாலும் மைந்தன் மிகுந்த எடைகொண்டிருந்தான். அவன் கால்களின்மேல் அமர்ந்து கைகளை வீசியபடி எம்பி எம்பி குதித்தான். திறந்த சிவந்த இதழ்களிலிருந்து வாய்நீர் வழிந்தது. மேல் ஈறில் இரண்டு பாற்பற்கள். குழிகள் விழுந்த கன்னம். அவன் சிரிப்பின் ஒலி குருவிகளின் குரலெனக் கேட்டது. பிரேமை உள்ளிருந்து வந்து அவனைக் கடந்து மரத்தாலான குடத்துடன் சென்றாள். குடத்திலிருந்த நீர் அவன் தோளில் விழுந்தது. குளிர்ந்த நீர். அவன் உடல் சிலிர்த்தது.

விழித்துக்கொண்டபோது அவன் தன் முதுகிலும் தோளிலும் போர்வை விலகியிருப்பதை உணர்ந்தான். இழுத்து மூடிக்கொண்டு புரண்டபோது காலின்மேல் ஒரு வணிகன் தலைவைத்து துயில்வதை அறிந்தான். மெல்ல கால்களை உருவிக்கொண்டான். கதவு திறந்து உள்ளே வந்த ஜம்பா "விழித்துவிட்டீர்களா? கிளம்பலாம்... இன்று நல்ல வெயில் இருக்கும். வழித்தடை இருக்காது" என்றான். "விடிந்துவிட்டதா?" என்றான் பூரிசிரவஸ். "இருளவே இல்லை என்று சொல்லவேண்டும். நான் இரவில் எழுந்து பார்த்தேன். பனிமலை ஒளியில் கூழாங்கற்களைப் பார்க்கமுடிந்தது" என்றான் ஜம்பா.

மேலும் சற்றுநேரம் பூரிசிரவஸ் படுத்தே கிடந்தான். தன் உடல் உருவாக்கிய அனலில் தானே இதமாக நனைந்தபடி. இனிமை இனிமை என உள்ளம் அரற்றியது. ஏன் இந்த இனிமை? அரிதாக மதியத்துயில் விழிக்கையில், எங்கும் எந்த ஓசையும் இல்லாதிருந்தால், வெளியே வெயில் முறுகி தேன் நிறம் கொண்டிருப்பதை பார்த்துக்கொண்டு படுத்திருக்கையில் அந்த இனிமையை உணர்ந்திருக்கிறான். வெறும் இனிமை. இருத்தல் மட்டுமே அளிக்கும் இனிமை. மெய்யான இனிமை என்பது எதன்பொருட்டும் எழாததாகவே இருக்கமுடியும்.

அவன் எழுந்து போர்வையை சுருட்டிக் கட்டினான். ஜம்பா "நேற்று நீங்கள் நன்றாக துயின்றீர்கள். நான் பார்த்தேன். மது சிறப்பான துணைவன்" என்றான். பூரிசிரவஸ் "ஆம், இனிய கனவுகள்" என்று புன்னகை செய்தான். வெளியே சென்று மரத்தொட்டிக்குள் குடுவையை விட்டபோது அது கல்லில் முட்டியது. குனிந்து பார்த்தபோது நீர் உறைந்து மிதப்பது தெரிந்தது. அதை ஒதுக்கி சற்று நீரள்ளி கண்களையும் வாயையும் கழுவிக்கொண்டான். "உணவுக்கு இங்கிருக்க வேண்டியதில்லை. சென்றபடியே உண்ணலாம். புரவி உண்டு துயின்று புத்துணர்வுடன் இருக்கிறது. அது சலிப்பதற்குள் நாம் நெடுந்தொலைவு சென்றுவிடலாம்" என்றான் ஜம்பா.

பூரிசிரவஸ் தொழுவுக்குள் சென்றான். அங்கே நான்கு புரவிகள்தான் எஞ்சியிருந்தன. அவன் புரவி அவனை நோக்கித் தலைதாழ்த்திக் கனைத்து முன்காலால் நிலத்தைத் தட்டியது. அவன் அதை அணுகி மெல்ல தட்டியபின் அவிழ்த்து வெளியே கொண்டுவந்தான். அது சீறிய மூச்சுடன் தரையை முகர்ந்தது. மூடிய அறைக்குள் அது தரைக்காக ஏங்கியிருக்கிறது. ஜம்பா பொதிகளைக் கொண்டுவந்து புரவியின்மேல் வைத்துக் கட்டினான்.

"இவ்வளவு இறுக்கமாக பொதிகளைக் கட்டக்கூடாது. தளர்வாகவும் கட்டக்கூடாது. சிறுசிறு பொதிகளாகக் கட்டி அவற்றை ஒன்றாகத்

தொகுத்துக் கட்டவேண்டும். மலையேறும்போது பொதி அசையக்கூடாது, பொதிக்குள் உள்ளவையும் அசையக்கூடாது. அதுவே புரவிக்கு பிடிக்கும். அதன் விசை குறையாதிருக்கும்” என்றான். அவனே பொதிகளைக் கட்டியபின் தன் அத்திரியை அழைத்துவந்தான். அதைக் கண்டதும் பூரிசிரவஸின் புரவி மெல்ல கனைத்தது. “செல்வோம்” என்றான் ஜம்பா. அவர்கள் மலைச்சரிவில் வளைந்து மேலேறத் தொடங்கினர்.

வெண்பனிமலைகள் உறைந்து சூழ்ந்திருந்தன. கதிர் எழ நெடுநேரமாகும் என்று தெரிந்தது. வானம் சாம்பல்நிற ஒளியுடன் முகில்களே இல்லா வெளியாக வளைந்திருந்தது. பறவைகளே இல்லை. குளிர்காலத்திற்கு முன்னர்தான் வடக்கிலிருந்து பறவைகள் கூட்டம் கூட்டமாக மலைகளைக் கடந்து தெற்கே செல்லும் என பிரேமை சொன்னதை நினைவுகூர்ந்தான். பனித்துகள்கள் பறந்துசெல்வதுபோலத் தோன்றும். மலைகளுக்கு மேலிருந்து ஒளியும் அமைதியும் வழிந்து சரிவுகளில் பரவியிருந்தன. குளிரில் வெடித்த, வெளிறி பொருக்குபடிந்த மலைப்பாறைகள் துயிலில் எனப் பதிந்திருந்தன. அவற்றை நோக்க நோக்க உள்ளத்துள் சொற்கள் விசையழிந்து சிறகுதிர்ந்து விழுந்தமைந்தன.

வழியெல்லாம் ஜம்பா பேசிக்கொண்டே வந்தான். அவனால் பேச்சை நிறுத்த முடியாது என்று தோன்றியது. பேச்சினூடாக அவன் எதை அடைகிறான் என்று பூரிசிரவஸ் எண்ணிக்கொண்டிருந்தான். அவன் எதையும் புனைந்துருவாக்கவில்லை. கூரிய நிகழ்வுகள் எதுவும் அவன் மொழியிலெழவில்லை. விந்தையானதோ எண்ணத்தைத் தூண்டுவதோகூட அவனால் சொல்லப்படவில்லை. எளிய அன்றாட வாழ்க்கைத் தருணங்கள் மட்டுமே. பின்னர் அவனுக்குத் தோன்றியது, மொழியினூடாக வாழ்ந்ததை திரும்ப வாழ்கிறான் என்று. இவ்வாறு இவன் செல்லும் வழிகள் அனைத்திலும் உடன் செல்பவருடன் பேசினான் என்றால் ஒரு வாழ்க்கையை எத்தனை முறை வாழமுடியும்?

இந்த மலைப்பகுதிகளில் ஒன்றுமே நிகழ்வதில்லை. ஒருதுளி வாழ்க்கையை நிகழ்வுப்பெருக்கென ஆக்கிக்கொள்ளும் பொருட்டே இவன் பேசிக்கொண்டிருக்கிறான். அப்பேச்சை வழிநடத்த பூரிசிரவஸ் முற்படவில்லை. அவனுக்கு தன் மைந்தனைப்பற்றித் தெரிந்துகொள்வதற்கு ஆர்வமிருந்தது. ஆனால் அதைப்பற்றிக் கேட்கப்போனால் மிக ஆழமானதும் அவனுக்கே உரித்தானதுமான ஒன்றை எடுத்து வெளியே வைப்பதுபோலத் தோன்றி உளம்கூசினான். ஆனால் எங்கேனும் தன் மைந்தனைப் பற்றிய பேச்சு எழுமோ என்று அனைத்து சொற்களிலும் செவி நாட்டினான். சுழன்று வரும் பேச்சில் மீண்டும் மைந்தனைப் பற்றிய ஒரு குறிப்பு வரும்போது ஓசை கேட்டு சிலிர்க்கும் வேட்டைவிலங்கென அவன் அனைத்துப் புலன்களும் விழிப்பு கொண்டன. நெஞ்சு படபடத்தது.

முகம் கனிந்து விழிநீர்மை கொண்டது. அம்மெய்ப்பாடுகளை அவன் காணாமல் இருக்கும்பொருட்டு வேறு பக்கம் திரும்பி ஆர்வமற்றவன்போல் உம் ஒலியெழுப்பிக்கொண்டிருந்தான்.

ஜம்பா மீண்டும் மீண்டும் மைந்தனின் பெருந்தோள் வல்லமை பற்றியே சொன்னான். எங்கும் எதிலும் தயக்கமற்றவன். எண்ணி முடிவெடுப்பதில்லை. ஒருமுறை மதங்கொண்ட மலை எருது ஒன்று சரிவில் விரைந்து ஓடி சாலையில் சென்று கொண்டிருந்த வணிகக்குழுவை நோக்கி வந்தபோது அனைவரும் அலறிப் பின்னால் சென்றனர். அவன் ஒரு கணமும் எண்ணாமல் முன்னே சென்று கீழே கிடந்த கல்லை எடுத்து அதன் தலையில் ஓங்கி அறைந்தான். அது நிலைதடுமாறி விழுந்ததும் கால்களைப்பற்றி சரிவில் உருட்டிவிட்டான். ஆழத்தில் அது விழுந்து அதன் உடல் உடைந்ததும் மேலிருந்து சற்றும் தயங்காமல் குதித்து அதனருகே சென்றான். அதை இரு கால்களைப் பற்றி தோளிலேற்றிகொண்டு மேலே வந்தான். “ஒருவாரம் எங்கள் குடி உண்ணுவதற்குரிய உணவு” என்று பெரிய பழுப்பு நிறப் பற்களைக்காட்டி சிரித்தபடி சொன்னான்.

“தயங்காமையே அவன் ஆற்றல். ஏன் அவன் தயங்குவதில்லை என்றால் அவன் தோள்கள் வலிமை மிக்கவை” என்றான் ஜம்பா. ஆம் என்று பூரிசிரவஸ் தனக்குள் சொல்லிக்கொண்டான். என் உருவம், என் தோள்கள். இவையே என்னை எங்கும் தயங்க வைக்கின்றன. பெருந்தோள் கொண்டு தயங்காது முன்செல்லும் ஒரு களிற்றெருது என்னுள் இருந்துள்ளது. அவ்விதை முளைத்தவன் அவன். ஒவ்வொரு அடிக்குமென மைந்தன் அவனுள் உருத்தெளிந்துகொண்டிருந்தான். அவனை இளங்குழவியாகக் கையிலெடுத்து உடலோடணைத்து முத்தமிட்டதாக, கருவறைமணம் முகர்ந்ததாக அவன் உள்ளம் கனவுகொண்டது. அவன் தோள்கள் வளர்வதை ஒவ்வொருநாளுமென தொட்டறிந்ததாகவே அது நம்பலாயிற்று.

அவனால் பிரேமையின் ஊர் நெருங்குவதை உணரமுடியவில்லை. அச்சாலையின் இரு மருங்குகளும் முற்றாக மாறிவிட்டிருந்தன. முன்பு ஒரு பொதி சுமக்கும் அத்திரி வந்தால் பிறிதொரு அத்திரி மலைவிளிம்பில் ஒண்டி நின்று வழிவிடவேண்டுமளவுக்கு சிறிதாக இருந்தது அப்பாதை. இப்போது பொதிவண்டிகளே ஒதுங்காமல் வழிவிட்டுச் செல்லுமளவுக்குப் பெரிதாக வெட்டி அகலப்படுத்தப்பட்டிருந்தது. ஷீரவதிக்குப் பின் பிரேமையின் ஊர்வரைக்கும் முன்பு ஓரிரு சாவடிகளன்றி வீடே இல்லை. இப்போது மலைச்சரிவுகளில் பல இடங்களில் மலையூர்களின் வழக்கப்படி தாழ்வான மரக்கூரை கட்டி, மேலே மண்பெய்து உருவாக்கப்பட்ட

இல்லங்கள் கண்ணுக்குப்பட்டன. ஆடுகளையும் மலை மாடுகளையும் மேய்த்தபடி இடையர் குடிகள் நிற்பது தெரிந்தது.

ஜம்பா தலைவணங்கி “நாம் வந்துவிட்டோம்” என்று சொன்னபோது “எங்கு?” என்று அவன் கேட்டான். “தாங்கள் விரும்பிய இடத்திற்கு. இங்குதான் தங்கள் மூதாதை பால்ஹிகர் நான் கிளம்பும்போது தங்கியிருந்தார். தன் மைந்தரோடு அவ்வப்போது பூசலிட்டு மலையேறிச் சென்றுவிடுவது அவருடைய வழக்கம். மைந்தர்கள் எழுவரும் தங்கள் மனைவியருடன் இங்கு ஏழு இல்லங்களிலாக வசிக்கிறார்கள். அவருடைய துணைவி ஓர் இல்லத்தில் தனியாக வாழ்கிறார். அவர் ஏதேனும் ஓர் இல்லத்தில் இருப்பார். அவர்களுடன் அவர் இப்போது இருந்தாரென்றால் நீங்கள் சந்திக்கலாம்” என்றான் ஜம்பா. “நன்று” என்று தலைவணங்கி கைவிரித்து அவனை மும்முறை தழுவி விடையளித்தான் பூரிசிரவஸ்.

19

பூரிசிரவஸ் புரவியைத் திருப்பியபடி சிற்றூருக்குள் நுழைந்து சிறுமண் பாதையில் தளர்நடையில் புரவியை நடத்திச் சென்றான். காலையில் மேய்ச்சலுக்குச் சென்ற மாடுகளின் குளம்புகள் பட்டு உருண்ட கற்களும், இடம் பெயர்ந்ததன் வடுக்களும் பதிந்த செம்மண் பரப்பு இரவின் பனியீரம் உலராமல் நீர் வற்றிய ஓடை போலிருந்தது. இளவெயில் அது காலையென உளமயக்களித்தது. ஆனால் அப்போது உச்சிப்பொழுது கடந்திருந்தது. மலைகளில் எப்போதுமே இளவெயில்தான் என்பதை எண்ணத்தால் உருவாக்கி உள்ளத்திற்கு சொல்லவேண்டியிருந்தது.

அவன் தன் நீள்நிழலின்மேல் புரவியால் நடந்து தொலைவில் தெரிந்த ஊரை நோக்கி சென்றான். கல்லடுக்கிக் கட்டப்பட்ட உயரமான புகைக்குழாய்களில் இருந்து இளநீலச்சுருள்கள் எழுந்து வானில் கரையாமல் நின்றன. நாய் குரைப்பின் ஓசை தொலைவில் கேட்டுக்கொண்டிருந்தது. வெள்ளை பூசப்பட்ட சுவர்களின்மேல் விழுந்த சாய்வெயில் அவற்றை கண்கூசும் சுடர்கொள்ளச் செய்தது. மட்கும் வைக்கோல்களின் மணமும் சாணியின் மணமும் வெயிலில் ஆவியெழக் கலந்த காற்று சூழ்ந்திருந்தது. மிக அப்பால் ஓர் ஓடை ஆழத்தில் விழும் ஓசை.

இரண்டு முதிய பெண்டிர் மூங்கிலால் செய்யப்பட்ட தோல்கூடைகளில் மலைகளில் சேர்த்த காளான்களையும் கனிகளையும் ஏந்தியபடி சரிவிறங்கி வந்து பாதையில் இணைந்துகொண்டனர். அவர்களிலொருத்தி கொல்லப்பட்ட மலைக்கீரிகள் இரண்டை ஒரு கொடியில் கோத்து வலக்கையில் வைத்திருந்தாள். கண்மேல் கைவைத்து அவர்கள் பூரிசிரவஸைப் பார்த்தனர். அவன் அருகே வந்ததும் முகமனேதுமில்லாமல்

“எவர்?” என்றொருத்தி கேட்டாள். ஆனால் அவள் முகம் சிரிப்பில் மலர்ந்திருந்தது. பூரிசிரவஸ் “வணங்குகிறேன், அன்னையரே. நான் கீழே பால்ஹிக நாட்டிலிருந்து வருகிறேன். இவ்வூரில் என் மூதாதை ஒருவர் இருக்கிறார். மஹாபால்ஹிகரை நான் சந்திக்க விரும்புகிறேன்” என்றான்.

முதியவள் “முதியவரா?” என்றாள். “ஆம், முதியவர். ஒருவேளை இம்மலைப்பகுதியிலேயே அகவை முதிர்ந்தவராக அவர் இருக்கலாம்” என்றான். “அதோ தெரியும் ஏழு வீடுகளின் நிரைதான். உயரமான புகைக்குழாய். வாயிலில் அத்திரி நின்றுள்ளது” அவள் சொன்னாள். “அதன் அருகே தெரியும் சிறிய இல்லமும் அவருடையதுதான். அவருடைய மைந்தர்கள் அந்த ஏழு இல்லங்களிலாக வசிக்கிறார்கள். ஒற்றை புகைக்குழாய் இல்லத்தில் அவருடைய துணைவி நிதை இருக்கிறாள்” என்றாள். “அவருடைய முதல் மனைவி ஹஸ்திகை நான்காண்டுகளுக்கு முன்பு காட்டெருது முட்டியதனால் இறந்துவிட்டாள். ஆனால் இந்த எட்டு வீடுகளிலும் அவர் பெரும்பாலும் இருப்பதில்லை” என்றாள் அடுத்தவள்.

“ஏன்?” என்று பூரிசிரவஸ் கேட்டான். “அவருக்கு மலைகளிலிருந்து மலைகளுக்கு தனியாக அலைவதே பிடித்திருக்கிறது. மலைகளில் அலைவதனால்தான் அவருக்கு நோயே வருவதில்லை” என்றபின் “நீங்கள் அவருக்கு என்ன உறவு?” என்றாள். “எனது தொல்மூதாதை அவர்” என்றபோது ஒருத்தி புன்னகைத்தாள். பூரிசிரவஸ் சிரித்து “ஆம், அவரது கையளவுக்கே நான் இருப்பேன். ஆனால் கீழே நிகர்நிலத்திற்கு செல்லுந்தோறும் நாங்கள் உருச் சிறுக்கிறோம்” என்றான். அவள் “வணிகர்கள் சொல்வதுண்டு” என்றாள். “முன்னால் செல்க!” என்று முதியவள் கைகாட்டினாள். தலைவணங்கி பூரிசிரவஸ் அந்தப் பாதையில் சென்றான்.

அவனை நோக்கி நான்கு நாய்கள் குரைத்தபடி ஓடிவந்தன. உடல் கொழுத்து செம்மறியாடளவுக்கே முடி சுருண்டு செழித்த நாய்கள். முன்பு அங்கு நாய்கள் இருந்ததில்லையோ என்று அவன் ஐயுற்றான். நாய்களைப் பார்த்த நினைவு எழவில்லை. பின்னால் நின்றிருந்த முதுமகள் சீழ்க்கை அடித்ததும் நாய்கள் குரைப்பை நிறுத்தி அவனை நோக்கி வாலாட்டின. இரண்டு நாய்கள் அவனை நோக்கியபடி நிற்க பிற இரண்டு நாய்களும் கடந்து சென்று முதுமகள்களை அடைந்தன. அவன் புரவியில் கடந்து சென்றபோது இரு நாய்களும் மூக்கை நீட்டி குதிரையை மோப்பம் பிடித்தபடி பின்னால் வந்தன. அவன் மோப்ப எல்லையைக் கடந்ததும் திரும்பி அப்பெண்களை நோக்கி வால்சுழற்றி உடல்குழைத்து முனகியபடி சென்றன.

அவன் ஊரெல்லையாக வைக்கப்பட்டிருந்த உயர்ந்த தேவதாருத் தடியின் அருகே சென்று நின்றான். அதில் அக்குலக்குழுவின் மூதாதையர் முகங்களும் அவர்களின் குலமுத்திரையும் செதுக்கப்பட்டிருந்தன. அதற்குமேல் கட்டப்பட்டிருந்த மஞ்சள் நிறமான கொடிப்பட்டம் காற்றிலெழுந்து பறந்துகொண்டிருந்தது. அது காற்றின் திசையைக் கணிப்பதற்கான கொடியும் கூட. அதற்குக் கீழே மரக்குடைவாலான நாமணி ஒன்றிருந்தது. நிலைத்தூணின் கீழே சுருட்டி இழுத்துக் கட்டப்பட்டிருந்த அதன் சரட்டைப் பிடித்து இழுத்து அடித்தான். அதன் ஒலி கூரற்றதாக இருந்தாலும் அங்கிருந்த அமைதியில் தெளிவாகக் கேட்டது.

சற்று நேரத்தில் முதன்மை இல்லத்திலிருந்து முதுமகன் ஒருவர் கண்களின்மேல் கையை வைத்து அவனைப் பார்த்தார். எதிர்வெயிலில் அவருக்கு தன் செந்நிழலே தெரியும் என்று பூரிசிரவஸ் எண்ணினான். உரத்த குரலில் “நிகர்நிலத்தில் பால்ஹிக நாட்டிலிருந்து வருபவன். என் மூதாதை பால்ஹிகர் இங்குளார். அவரை சந்திக்க விரும்புகிறேன்” என்றான். அவர் அங்கிருந்து வரும்படி கைகாட்டினார். அவன் புரவியை அங்கேயே நிறுத்திவிட்டு இறங்கி நடந்து சென்று அவரை நோக்கித் தலைவணங்கி “நான் பூரிசிரவஸ். பால்ஹிக நாட்டின் இளவரசன்” என்றான். அவர் அதைப் பெரிதாக நினைக்கவில்லை. பொதுவாக புன்னகைத்து தலைவணங்கி “வருக!” என்று அழைத்துச் சென்றார்.

முதல் இல்லத்தில் பால்ஹிக மைந்தர்களில் மூத்தவனின் துணைவியும் அவர்களின் மைந்தரும் தங்கியிருந்தனர். “இங்கே அவருடைய முதல் மைந்தன் குடியிருக்கிறான்” என முதியவர் சொன்னார். உள்ளிருந்து தடித்த கம்பளி ஆடையும் தோல் தொப்பியும் அணிந்த சிறுவர்கள் வெளியே வந்து அவனைப் பார்த்தபடி நின்றனர். அனைவரும் அவன் தோள் அளவுக்கே உயரமானவர்கள். தோள்களும் கைகளும் விரியத்தொடங்கியிருந்தன. பின்பக்கம் அவர்களைப் பார்த்தால் வளர்ந்த இளைஞர்கள் என்றே தோன்றும். முகங்கள் அவர்களுக்கு பத்து வயதுக்குள்ளேதான் இருக்குமென்று காட்டின. சிறுவர்களுக்குரிய நிலையற்ற அசைவுகள். குளிரில் வெந்ததுபோல் செம்மை கொண்ட கன்னங்கள். சிறிய பதிந்த மூக்கு. அவன் அவர்களின் நீலக் கண்களை மாறி மாறிப் பார்த்தபின் “நான் முதுபால்ஹிகரை பார்க்க வந்தேன்” என்றான்.

ஒரு சிறுவன் “முதுதந்தை இங்கில்லை. அவர் பதினேழு நாட்களுக்கு முன் மலையேறிச் சென்றார். திரும்பி வரவில்லை” என்றான். “தனியாகவா?” என்று அவன் கேட்டான். இன்னொருவன் “அவர் எப்போதும் தனியாகத்தான் செல்கிறார்” என்றான். உள்ளிருந்து ஆடைகளைத்

திருத்தியபடி பெண்கள் வெளியே வந்தனர். அவர்களில் மூத்தவள் "வருக, பால்ஹிகரே! அவர் இங்கில்லை. எங்கள் கொழுநர்களும் வேட்டைக்குச் சென்றிருக்கிறார்கள். அமர்க!" என்றாள். பூரிசிரவஸ் தலைவணங்கிய பின் முதியவரிடம் "எனது புரவிக்கு நீர்காட்டி உணவு அளிக்கவேண்டும். அதன் பொதிகளை இங்கே கொண்டுவரவேண்டும்" என்றான். அவர் தலைவணங்கி திரும்பிச் சென்றார்.

பூரிசிரவஸ் தன் சேறு படிந்த காலணிகளை கழற்றிவிட்டு உள்ளே அணிந்திருந்த கம்பளிக் காலுறையுடன் அந்த தாழ்ந்த இல்லத்தின் சிறிய வாயிலுக்குள் குனிந்து உள்ளே சென்றான். அங்கு தரையில் விரிக்கப்பட்டிருந்த கம்பளி மெத்தைமேல் அமர்ந்தான். கால்களை நீட்டி கைகளை மடித்து வைத்துக்கொண்டு "உங்களை சந்திக்க நேர்ந்ததில் மகிழ்ச்சி. நான் இந்த மலைக்குமேல் வந்து இருபத்தைந்து ஆண்டுகளுக்கு மேலாகிறது" என்றான். "ஆம், உங்களைப்பற்றிக் கேள்விப்பட்டுள்ளோம்" என்றாள் அவள். பக்கத்து இல்லத்திலிருந்து மேலும் மூன்று பெண்கள் உள்ளே வந்தனர். "மூதாதையின் துணைவி எங்குள்ளார்?" என்றான். "அவர் கன்றோட்டி மலைக்குச் சென்றுவிட்டார். நாங்கள் கைக்குழந்தை வைத்திருப்பதால் இங்கிருக்கிறோம்" என்றாள் இன்னொருத்தி.

அப்போதுதான் அவ்வேழு பேரில் மூவர் கருவுற்றவர்கள், நால்வர் கைக்குழந்தை வைத்திருப்பவர்கள் என்பதை அவன் உணர்ந்தான். ஒவ்வொரு குழந்தையும் இருமடங்கு பெரிதாக இருந்தது. அவர்களின் பெரிய கைகளுக்கு அவை இயல்பாக தோற்றமளித்தன. தன்னால் அவற்றை இயல்பாக எடுத்துக் கொஞ்சமுடியாது என்று நினைத்துக்கொண்டான். சிறிய கண்களால் அவனை ஐயத்துடனும் குழப்பத்துடனும் அவை நோக்கிக்கொண்டிருந்தன. ஒரு குழந்தையைப் பார்த்து அவன் புன்னகைத்தபோது அது திடுக்கிட்டு திரும்பி அன்னையைக் கையால் அணைத்துக்கொண்டு அவள் தோளில் முகம் புதைத்தது.

"அவர்கள் அயலவர்களைப் பார்த்ததில்லை" என்று அந்தப் பெண் சொன்னாள். "நான் முறைப்படி அவர்களுக்கு தந்தை உறவு கொண்டவன். குழந்தைகளை இங்கு கொடுங்கள்" என்று பூரிசிரவஸ் கேட்டான். இளையவள் அவள் கையிலிருந்த குழந்தையை அவனிடம் நீட்ட அது திரும்பி அன்னையை பற்றிக்கொண்டு வீறிட்டது. "சரி, வேண்டியதில்லை" என்று பூரிசிரவஸ் சிரித்துக்கொண்டே சொன்னான். "அவர்கள் என்னைக் கூர்ந்து பார்த்துக்கொண்டிருப்பார்கள். நான் இடரற்றவன் என்று புரிந்துகொள்ள சற்று பொழுதாகும். அதன்பின் அவர்களே என்னிடம் வருவார்கள்."

"முதுபால்ஹிகருக்கு தாங்கள் என்ன உறவு?" என்று இளையவள் கேட்டாள். "அவருடைய கொடிவழியில் வந்தவன். எனக்கு அவர் முதுதந்தையின்

முதுதந்தை என முறை வரும்” என்று பூரிசிரவஸ் சொன்னான். மூத்தவள் “தந்தைக்கும் மைந்தர்களுக்கும் எப்போதுமே பூசல். சில நாட்களுக்கு முன் வாய்ச்சொல் மிகுந்து அவர் தன் இரு மைந்தர்களைத் தூக்கி நிலத்தில் அறைந்தார். அதன் பிறகு வளைதடியையும் குத்துக்கத்தியையும் எடுத்துக்கொண்டு மலையேறிச் சென்றார். அவர்கள் ஆறேழு நாட்கள் படுத்து நோய் தீர்க்கவேண்டியிருந்தது” என்றாள். “உங்கள் பெயரென்ன?” என்று அவன் கேட்டான். அவள் தன் பெயரை சற்று நாணத்துடன் சிரித்தபடி சொன்னாள். “ஆர்த்ரை.”

முதியவர் வாசலில் வந்து பொதியுடன் நின்று “பொதிகளை கொண்டுவந்துள்ளேன். புரவி நீர்காட்டப்பட்டுவிட்டது” என்றார். பூரிசிரவஸ் மைந்தர்களில் ஒருவனிடம் பொதியை வாங்கி வைக்கும்படி சொன்னான். அவர்கள் அதை வாங்கி வைத்ததும், அதன் முடிச்சுகளை அவனே அவிழ்த்து உள்ளிருந்து அவன் கொண்டுவந்த பரிசுப்பொருட்களை எடுத்து அவர்களுக்கு அளித்தான். கொம்புப்பிடியிட்ட கலிங்கநாட்டுக் கத்திகள், வெள்ளிப் பேழைகள், தங்கச் சிமிழ்கள், யவன மதுக்குடுவைகள். அவன் ஒவ்வொருவருக்கும் ஒவ்வொன்றைப் பரிசாகக் கொடுத்தான். யானைத்தந்தத்தில் கடையப்பட்ட சிறிய பாவைகள் இருந்தன. அவற்றை அவன் ஒவ்வொருவருக்காகக் கொடுக்க மைந்தர்கள் ஆர்வத்துடனும் உடற்தயக்கத்துடனும் வந்து பெற்றுக்கொண்டனர்.

அவற்றை பேருவகையுடன் திருப்பித் திருப்பி பார்த்த பின் ஓடிச்சென்று தங்கள் அன்னையரிடம் காட்டினர். அவர்கள் மைந்தர்களின் தலையைத் தட்டி சிரித்தபடி “விளையாடிக்கொள்” என்றனர். சிறு குழந்தை சிரித்தபடி எம்பிக் குதித்து கைநீட்டியது. பூரிசிரவஸ் ஒரு பாவையை எடுத்து “இந்தா” என்று நீட்டினான். அது திரும்பி அன்னையின் தோளில் முகம் புதைத்தது. அதன் உள்ளங்கால் நெளிந்தது. இன்னொரு குழந்தை “தா! தா!” என்று கைநீட்டியது. அவன் அதனிடம் அதை நீட்ட அதன் அன்னை குனிந்து அவனை நோக்கிக் குழந்தையை நீட்டினாள். அப்பாவையை அது பெற்றுக்கொண்டது. முதற்குழந்தை “எனக்கு!” என்றபடி தாவி இறங்க முயன்றது. பூரிசிரவஸ் எழுந்து சென்று அதற்கு ஒரு பாவையைக் கொடுத்தான். பிற குழந்தைகளும் பாவைக்காகக் கூச்சலிட்டன.

அவன் பாவைகளைக் கொடுத்து முடித்து பொதியை மூடினான். இன்னொரு பொதியைத் திறந்து உள்ளிருந்து வெல்லக்கட்டிகளையும் நறுமணப் பொருட்களையும் எடுத்து அப்பெண்டிருக்கு அளித்தான். பரிசுப்பொருட்களால் அவர்கள் உளம் மகிழ்ந்து வாய்விட்டு சிரித்துக்கொண்டனர். அம்மகிழ்வை சற்றே அடக்கிக் கொள்ளவேண்டும் என்ற முறைமை ஏதும் அவர்களுக்கு தெரிந்திருக்கவில்லை. பூரிசிரவஸ் “இங்கு பிரேமை என்னும் பெண் இருந்தாள். நான் முன்னர் வந்தபோது

அவளை மணந்துகொண்டேன். அவளில் எனக்கொரு மைந்தன் இருக்கிறான் என்று கேள்விப்பட்டேன். அவன் பெயர் யாமா" என்றான்.

பெண்டிர் முகங்கள் மாறுபட்டன. மூத்தவள் "ஆம், இங்கிருக்கிறான். அவ்வண்ணமென்றால் உங்கள் மைந்தன் என அவன் சொல்லிக்கொள்வது உண்மைதான் அல்லவா?" என்றாள். இளையவள் "எங்கள் கொழுநர்களுக்கு அவன்தான் முதல் எதிரி. இங்கு அவர்கள் வெல்லப்படமுடியாதவர்களாக இருந்தனர். அவர்கள் எழுவரையுமே மற்போரில் தூக்கி அறைந்துவிட்டான். முதுபால்ஹிகரை மட்டும்தான் அவன் இன்னும் தோற்கடிக்கவில்லை. அதுவரைக்கும்தான் எங்கள் குடிக்கு இவ்வூரில் முதன்மை இருக்கும்" என்றாள். இன்னொருத்தி "அவன் தந்தையா நீங்கள்? அவன் உடலில் ஒரு பகுதி போலிருக்கிறீர்கள்" என்றாள். பூரிசிரவஸ் புன்னகைத்து "அவன் தன் அன்னையைக் கொண்டிருக்கிறான்" என்றான். "அவளுடன் எங்களுக்கு பேச்சே கிடையாது" என்று ஒருத்தி சொன்னாள். "அவள் இல்லத்தை மட்டும் காட்டுக!" என்று பூரிசிரவஸ் சொன்னான்.

மூத்தவள் தன் மைந்தனிடம் "இவரை அங்கு அழைத்துச் செல்" என்றாள். அவன் முன்னால் வந்து தன் தோலுடையை சீரமைத்து "வருக! நான் அழைத்துச் செல்கிறேன். ஆனால் அவர்கள் இல்லத்துக்குள் நான் நுழையமாட்டேன். தந்தையின் ஆணை" என்றான். "நீ இல்லத்தை மட்டும் காட்டினால் போதும்" என்று பூரிசிரவஸ் எழுந்துகொண்டான். அவர்களை வணங்கி விடைபெற்றான். "அன்னை வந்தால் சொல்லுங்கள். வந்து வணங்கி சொல்பெறுகிறேன்" என்றான்.

சிறுவனுடன் நடக்கையில் பூரிசிரவஸ் "இங்கு வெளிநிலத்து வணிகர்கள் என்ன பொருட்களை கொண்டுவருகிறார்கள்?" என்று கேட்டான். அவன் ஊக்கமடைந்து கையை மேலே தூக்கி "அனைத்துப் பொருட்களும்! நாங்கள் இனிய உணவுகளை விரும்புகிறோம் என்பதனால் அவை நிறையவே கொண்டுவரப்படும். இங்கு வேல்முனைகளும் வில்முனைகளும் கத்திகளும் வாள்களும் முழுக்க அங்கிருந்துதான் வரவேண்டும். எங்களுடைய வில்கூட இப்போது கீழிருந்து வருபவைதான். அவை அம்புகளை வடக்குநிலத்து நாரைகளைப்போல பறக்கவிடுகின்றன" என்றான்.

"ஆடைகள்?" என்று பூரிசிரவஸ் கேட்டான். "அங்குள்ள ஆடைகளை நாங்கள் அணியமுடியாது. ஆனால் திருமணங்களுக்கும் விருந்துகளுக்கும் மட்டுமென்று சில ஆடைகளை நாங்கள் வைத்திருக்கிறோம். அவை முதற்பனிபோல அவ்வளவு மென்மையானவை. அவற்றை அவர்கள்

ஏதோ பூச்சியின் எச்சிலிலிருந்து எடுக்கிறார்கள்” என்றான். கையை ஆட்டி முகம் உளவிசையில் அதிர “அந்தப் பூச்சிக்கு அவர்கள் ஏதோ நுண்சொல் சொல்லி அவற்றின் சிறகுகளை ஆள்கிறார்கள். அப்பூச்சிகள் வந்து அவர்களின் இல்லங்களில் சிறிய இலைகளில் குடியேறுகின்றன. அங்கிருந்து அவை புல்லாங்குழல் போலவும் யாழ் போலவும் இசை மீட்டுகின்றன. அந்த இசையை இரவுகளில் நூலாக மாற்றிவிடுகின்றன. அந்த நூலைக்கொண்டு இந்த ஆடைகளை அவர்கள் செய்கிறார்கள்” என்றான்.

துள்ளித்துள்ளி நடந்தபடி திரும்பி அவனை நோக்கி “நான் ஒரு மெய்ப்பையும் தலைப்பாகையும் வைத்திருக்கிறேன். என் தந்தை நான் திருமணம் செய்துகொள்ளும்போது மட்டும்தான் இனி அடுத்த ஆடை வாங்கிக்கொடுப்பதாக சொல்லியிருக்கிறார்” என்றான். பின்பக்கமாக நடந்தபடி உரக்க நகைத்து “நான் விரைவிலேயே திருமணம் செய்துகொள்வேன். எனக்கு இரண்டு பெண்களைத் தெரியும்” என்றான். பூரிசிரவஸ் “நான் மலையிறங்கிச் சென்றபின் உங்கள் அனைவருக்கும் உயரிய பட்டு ஆடையை வாங்கி அளிக்கிறேன்” என்றான். அவன் சிரித்து “ஆம், அதை பட்டு என்றுதான் சொல்கிறார்கள்” என்றான். அதன் பின் “அதோ, அந்த இல்லம்தான்” என்று சுட்டிக்காட்டினான்.

பூரிசிரவஸ் அந்தச் சிறு உரையாடலை தன்னுள் எழுந்த பதற்றத்தை மறைக்கும்பொருட்டுதான் மேற்கொண்டிருக்கிறோம் என உணர்ந்தான். அந்த இல்லத்தைக் கண்டதுமே அவன் உள்ளத்தில் அனைத்து சொற்களும் அசையாது நின்றன. கால்கள் மட்டும் பிறிதொரு விசையால் நடந்துகொண்டிருந்தன. ஒருசில கணங்களுக்குள் அந்த வீட்டை அவன் அடையாளம் கண்டான். முன்பிருந்த அதே இல்லம். ஆனால் முகப்பு விரிவாக்கி கட்டப்பட்டிருந்தது. முற்றம் இன்னும் அகலமாக்கப்பட்டிருந்தது. முற்றத்தில் ஒரு அத்திரி நின்று தலையசைத்து எதையோ தின்றுகொண்டிருந்தது.

சிறுவன் நின்று “இதற்கு மேல் நான் வரக்கூடாது. நான் பெரியவனான பிறகு இங்கு வருவேன். அவரை போருக்கு அறைகூவுவேன். அவரைத் தூக்கி நிலத்தில் அறைந்தால் அதன் பிறகு நான் அந்த வீட்டிற்குச் சென்று அங்குள்ள பெண்களில் எனக்குப் பிடித்த பெண்ணை தெரிவு செய்வேன்” என்றான். “அங்கு பெண்கள் இருக்கிறார்களா?” என்று பூரிசிரவஸ் கேட்டான். “இல்லை. அவர்கள் இன்னும் பிறக்கவில்லை” என்றான் சிறுவன். அவன் தோளைத் தொட்டபின் பூரிசிரவஸ் சீரான காலடிகளுடன் நடந்து அவ்வீட்டின் முன் சென்று நின்றான்.

உள்ளே பேச்சுக்குரல் கேட்டுக்கொண்டிருந்தது. கலங்கள் மெல்ல மோதும் ஓசை எழுந்தது. யாரோ எவரையோ அழைத்தனர். முதல் முறையாக அவனுள் ஓர் ஐயம் எழுந்தது. பிரேமை மீண்டும் மணம் செய்துகொண்டிருக்கக்கூடும். பிறிதொரு மலைமகனில் அவளுக்கு மேலும் குழவிகள் இருக்கக்கூடும். அதை அவன் பால்ஹிகரின் மறுமகள்களிடம் கேட்கவில்லை. அவன் அவ்வெண்ணத்தின் எடையைத் தாளாதவன்போல் கால் தளர்ந்து தோள் தொய்ந்தான். உள்ளே இருக்கும் அக்குழவியரை அவன் எப்படி எதிர்கொள்வான்? அதைவிட முற்றிலும் பிறிதொருத்தியாகிப் போன பிரேமையை அவனால் அடையாளம் காணக்கூட முடியாது போகலாம்.

பெண்களின் விழிகள் பிறிதொரு ஆணை அடைந்ததும் மாறிவிடுகின்றன. ஆண்களைப்போல் பெண்கள் தங்களுக்குள் தங்களை வகுத்துக்கொண்டவர்கள் அல்ல. பெண்களால் ஆண்கள் மாறுவதில்லை. பெண்கள் ஆண்களை ஏற்று முழுமையாகவே உருவும் உளமும் மாறிவிடுகின்றனர். இப்போது வெளிவரப்போகும் அவளில் இன்று அவளுடன் இருக்கும் ஆண் திகழ்வான். புரவியென அவளில் ஏறிவருபவன். தான் எதிர்கொள்ளவிருப்பது அவ்வாண்மகனை. முற்றிலும் அயலவன். அரிதென தான் உளம்கொண்ட ஒன்றை வென்றவன்.

மறுகணம் பிறிதொரு குரல் நீ இழைத்த அறமின்மை ஒன்றை நிகர்செய்தவன் என்றது. ஆம், அதுவும்தான் என்று பூரிசிரவஸ் சொல்லிக்கொண்டான். அந்த அயலவன் தன் விழிகளை வேட்டை விலங்கு இரையையென நோக்கக்கூடும். தணிந்த குரலில் எவர் என கேட்கக்கூடும். ஏதோ ஓர் உள்ளுணர்வால் தான் யாரென்று அவனும் உணர்ந்திருப்பான். ஆகவே ஐயமும் விலக்கமும் அவ்விழிகளில் தெரியும். அவன் முன் விழிதூக்கி நின்று நான் யார் என்று சொல்ல என்னால் இயலாது. என் குரல் நடுங்கும். என் பெயரை அன்றிப் பிறிதெதையும் என்னால் கூறமுடியாது. ஒரு வேளை என் குலத்தையும் அரசையும் மேலும் சற்று உறுதிக்காக நான் சொல்லிக்கொள்ளக்கூடும். ஒருபோதும் அவளை மணந்தவன் என்றோ அவள் குழந்தைக்கு தந்தையென்றோ சொல்ல முடியாது.

பூரிசிரவஸ் திரும்பிச் சென்றுவிடவேண்டுமென்று எண்ணி திரும்பி வந்த பாதையைப் பார்த்தான். நெடுந்தொலைவில் அச்சிறுவன் இரு கைகளையும் சுழற்றியபடி சிறு துள்ளலுடன் நடந்துசெல்வது தெரிந்தது. மிக அப்பால் அவனுடைய புரவி தன் முன் போடப்பட்ட புற்சுருள்களை எடுத்து தலையாட்டி மென்றுகொண்டிருந்தது. அதன் வால் சுழற்றல் ஒரு சிறு பூச்சி அதனருகே பறப்பதுபோல் தெரிந்தது.

இல்லை, இது வீண் சொல்லோட்டல்தான். இத்தருணத்தை நீட்டி நீட்டி உணர்வுச்செறிவாக்கிக்கொள்ள நான் விழைகிறேன். இதை நான் கொண்டாடிக் கொண்டிருக்கிறேன். துயரும் கொண்டாட்டமே. இன்பத்தைவிடவும் பெரிய கொண்டாட்டம் பதற்றமே.

உள்ளே வளையலோசை கேட்க அவன் திரும்பிப்பார்த்தான். வாசலில் பிரேமை நின்றிருந்தாள். திடுக்கிட்டு நெஞ்சத் துடிப்பு உடலெல்லாம் பரவ கைகள் நடுங்க அவன் நின்றான். அவள் நெஞ்சில் கைவைத்தாள். கண்கள் சுருங்கிக் கூர்கொண்டன. பின்பு முகம்மலர, உரக்கச் சிரித்தபடி இரு கைகளையும் விரித்து படிகளிலிறங்கி ஓடிவந்து அவன் கைகளை பற்றிக்கொண்டாள். “வந்துவிட்டீர்களா? வருவீர்கள் என்று எதிர்பார்த்திருந்தேன். வருக... வருக...” என்றபின் உள்ளே திரும்பி உரத்த குரலில் “சைலஜை, இங்கு வந்திருப்பது யாரென்று பார்! நான் சொன்னேனல்லவா? நான் கனவு கண்டேன் என்று கூறினேனல்லவா?” என்றாள்.

“சைலஜை யார்?” என்று அவன் கேட்டான். “என் இளையவள்” என்று அவள் சொன்னாள். உள்ளிருந்து இன்னொரு பெண் எட்டிப்பார்த்து “இவரா? நான் எண்ணியபடியே இல்லையே” என்றாள். “நீ எண்ணியபடி ஏன் இருக்கவேண்டும்? போடி” என்றபின் பூரிசிரவஸிடம் “வருக!” என்று சொல்லி பிரேமை அவன் கைகளைப்பற்றி இழுத்துச் சென்றாள். சைலஜை “மாவீரர் என்று சொன்னாய்?” என்றாள். “போடி... நீ பொறாமைகொண்டவள்” என்றாள் பிரேமை. “இவள் என் சிற்றன்னைக்குப் பிறந்தவள். இவளுடைய கணவன் மலைகளுக்கு அப்பாலுள்ள குடியினன்” என்று பூரிசிரவஸிடம் சொல்லி அவனைக் கூட்டிச்சென்றாள்.

அவள் கைகள் மிகப் பெரியவையாக இருந்தன. அவள் பிடிக்குள் அவன் கை குழந்தையின் கைபோல் தோன்ற படிகளில் ஏறுகையில் அவன் காலிடறினான். அவள் அவனைத் தூக்கி உள்ளே கொண்டுசென்றுவிடுபவள்போல் தோன்றினாள். அப்போதுதான் ஒரு சிறு மின்னென அவன் உணர்ந்தான். அவளுக்கு முதுமையே அணைந்திருக்கவில்லை. அவன் இருபதாண்டுகளுக்கு முன் கண்ட அதே வடிவிலேயே அவளிருந்தாள். “நீ... நீ பிரேமைதானே?” என்றான். “என்ன ஐயம்? என் முகம் மறந்துவிட்டதா?” என்று அவள் கேட்டு அவன் கன்னத்தைப்பற்றி உலுக்கினாள்.

“இல்லை, நான்...” என்றபின் “உனக்கு அகவை முதிரவேயில்லையே?” என்றான். “ஆம், இங்கு எல்லாரும் அதைத்தான் சொல்லுகிறார்கள். இங்கு எவருக்குமே விரைவாக அகவை அணுகுவதில்லை. நீங்கள்கூட

முன்பு நான் பார்த்த அதே வடிவில்தான் இருக்கிறீர்கள்” என்றாள் பிரேமை. “இல்லையே, என் காதோர முடி நரைத்துவிட்டது. உடல் தொய்ந்துவிட்டது” என்றான். “ஆம், காதோரம் சற்று நரை உள்ளது. மற்றபடி நீங்கள் இங்கிருந்து சென்ற அதே வடிவில்தான் இருக்கிறீர்கள்” என்றாள் பிரேமை. “வருக!” என்று உள்ளே சென்று அவனை தோள்பற்றி உள்வலறைக்குள் கொண்டுசென்று அங்கிருந்த மெத்தைமேல் அமரவைத்தாள்.

அவன் முன் கால்மடித்து அமர்ந்து “நான் ஒவ்வொரு நாளும் எதிர்பார்த்துக்கொண்டிருந்தேன். பெரும்பாலான நாட்களில் காலையில் நீங்கள் வந்து கதவைத் தட்டுவதுபோல கனவு கண்டுதான் விழிப்பேன். ஒரு நாள் அவ்வாறு கனவு வந்துவிட்டால் பல நாட்களுக்கு எனக்கு உவகையே நிறைந்திருக்கும்” என்றாள். திரும்பி தன் இளையவளிடம் “அன்னையிடம் சொல் யார் வந்திருக்கிறார்கள் என்று. அருந்துவதற்கு இன்நீர் எடு” என ஆணையிட்டாள். பூரிசிரவஸிடம் “ஊனுணவு இருக்கிறது, உண்கிறீர்களா?” என்றாள். “ஆம், உணவுண்ணவேண்டும்” என்றபின் அவன் பெருமூச்சுவிட்டான்.

வெளியே ஒளிக்கு கண்பழகியிருந்தமையால் அந்த அறை இருட்டாகத் தெரிந்தது. கதவு வழியாகத் தெரிந்த ஒளியில் நிழலுருவாக அவள் தோன்றினாள். குழலிழைகள் முகத்தை ஒளிகொண்டு சூழ்ந்திருந்தன. அவள் கண்கள் ஈரமென மின்னின. அவன் எண்ணியிராதெழுந்த உள எழுச்சியால் கைநீட்டி அவள் கையைப்பற்றி “உன்னிடம் நான் என்ன சொல்வது? பெரும்பிழை இயற்றினேன் என்று எனக்குத் தெரியும். அது என் ஆணவத்தால் என்று எண்ணியிருந்தேன். இப்போது உன்னைப் பார்த்தபோது அது என் தாழ்வுணர்ச்சியால் என்று தெரிகிறது. உனக்கு நிகராக என்னால் நின்றிருக்க முடியாது என்பதனால். அதைவிட உன் மலைஉச்சியில் நான் ஒரு பொருட்டே அல்ல என்பதனால்” என்றான்.

“என்ன சொல்கிறீர்கள்?” என்றபின் அவள் சிரித்தபடி அவன் தொடையை அறைந்து “அன்றும் இவ்வாறுதான், எனக்கு எதுவுமே புரியாமல்தான் பேசிக்கொண்டிருந்தீர்கள்” என்றாள். “நான் இத்தனை ஆண்டுகளில் அன்று நீங்கள் பேசிய அனைத்தையுமே எண்ணிப்பார்த்ததுண்டு...” என்றபின் உரக்க நகைத்து “இப்போதும் ஒன்றுமே புரிந்ததில்லை” என்றாள். பூரிசிரவஸ் நகைத்து “அன்று பேசியவற்றை இன்று கேட்டால் எனக்கும் என்னவென்று புரியாது” என்றான். “ஆனால் அது நன்று. இத்தனை காலம் எண்ணிக்கோக்க எனக்கு எத்தனை சொற்கள்!” என்று பிரேமை சொன்னாள்.

உள்ளிருந்து அவள் அன்னை வெளியே வந்து கைதொழுது நின்றாள். பூரிசிரவஸ் எழுந்து அவளை கால்தொட்டு வணங்கினான். “நான் பால்ஹிகன். என் துணைவியைப் பார்த்துச்செல்ல வந்திருக்கிறேன்” என்றான். முதுமகள் சினத்துடனோ துயருடனோ ஏதோ சொல்வாளென்று அவன் எண்ணினான். அவள் முகம் சுருக்கங்கள் இழுபட காற்றிலாடும் சிலந்தி வலைபோல அசைந்தது. கண்கள் இடுங்க சிரித்தபடி “உங்களுக்கு நீங்கள் அஞ்சும் மைந்தன் பிறந்திருக்கிறான். மைந்தனைக் கண்டு அஞ்சும் பேறு என்பது அரிதாகவே அமைகிறது. காட்டிற்குச் சென்றிருக்கிறான். இப்போது வந்துவிடுவான்” என்றாள். பூரிசிரவஸ் நெஞ்சு பொங்க “ஆம், அவனைப்பற்றிக் கேள்விப்பட்டேன்” என்றான்.

20

பிரேமை "நம் மைந்தன் பெருவீரன். காட்டெருதுகளை தோளில் தூக்கி வருபவன். ஒருமுறை சேற்றில் சிக்கிய பொதிவண்டியையே தூக்கி அப்பாலிட்டான். எங்கள் குடியின் பேருடலன். உங்கள் பால்ஹிக மூதாதையை ஒருநாள் அவன் தூக்கி மண்ணில் அறைவான்" என்றாள். பூரிசிரவஸ் "நன்று, நான் விழைந்த வடிவம்" என்றான். கால்கள்மேல் தோல்போர்வையை இழுத்துப்போர்த்திக்கொண்டு அவன் அமர்ந்திருந்தான். பிரேமை சிறுமணையை அவன்முன் இட அதன்மேல் சைலஜை ஊன்துண்டு இட்டு கொதிக்கவைத்த சோளக்கஞ்சியை மரக்கோப்பையில் கொண்டு வந்து வைத்தாள். மரக்குடைவுக் கரண்டியால் அவன் அதை அள்ளி உறிஞ்சினான். இனிப்பாக இருந்தது. தலைதூக்கி "இது வெல்லமிட்ட ஊன் கஞ்சியா?" என்றான்.

முகம்மலர "ஆம், இந்த மலைப்பகுதியில் இப்போது இதுதான் விரும்பப்படும் உணவு" என்றாள் சைலஜை. "முன்பு இன்கஞ்சி இருந்ததில்லையா?" என்றான். "இங்கே இனிப்பே இருந்ததில்லை என இப்போது தேனும் வெல்லமும் வந்தபின்னரே தெரிகிறது. நாங்கள் சோளத்தின் மெல்லிய சுவையையே இனிப்பு என்று எண்ணிக்கொண்டிருந்தோம்" என்று பிரேமை சொன்னாள். பூரிசிரவஸ் அதன் வெம்மையை உடலெங்கும் உணர்ந்தான். "நன்று" என தலையசைத்தான். அவன் குடிப்பதை அவள் நோக்கி அமர்ந்திருந்தாள். சைலஜையும் அருகே நிற்க அவள் "போடி" என்றாள். அவள் சிரித்துக்கொண்டே உள்ளே சென்றாள்.

"ஊரில் உங்களுக்கு எத்தனை மனைவியர்? எவ்வளவு குழந்தைகள்?" என்று அவள் கேட்டாள். "நான்கு மனைவியர், ஏழு மைந்தர்கள். நான் என் குலத்தில் ஒவ்வொரு குடிக்கும் ஒரு பெண்ணென

கொள்ளவேண்டியிருந்தது” என்றான் பூரிசிரவஸ். “ஆம், அங்கு அதுதான் வழக்கமென்றார்கள். அந்த மைந்தர்கள் எப்படிப்பட்டவர்கள்? என் மைந்தனுடன் நிகர்நிற்க முடியுமா?” என்றாள். “ஏழு மைந்தரையும் உனது மைந்தன் ஒற்றைக்கையால் அள்ளித்தூக்கிவிட முடியும்” என்று பூரிசிரவஸ் சொன்னான். “என் கனவுகள் இங்கு ஒரு மைந்தனாயின. என் அச்சங்களும் தயக்கங்களும் விழைவுகளும் அங்கு ஏழு மைந்தராயின” என்றான்.

“இப்படித்தான் நூல்களில் உள்ள வரிகளை சொல்கிறீர்கள்” என்று சொன்ன பிரேமை “நான் சொன்ன எதுவும் என் அன்னைக்கோ தங்கைக்கோ இதுவரை புரிந்ததில்லை. இப்போது உங்கள் பேச்சைக் கேட்டால் திகைப்பார்கள்” என்றாள். “தங்கைக்கு குழந்தைகள் இல்லையா?” என்றான் பூரிசிரவஸ். “அவளுக்கு மூன்று மைந்தர்கள். அவர்கள் தந்தையின் ஊருக்கு வேட்டைபயிலும்பொருட்டு சென்றுள்ளனர்” என்றாள் பிரேமையின் அன்னை. பூரிசிரவஸ் அந்த உலகியல் உரையாடலினூடாக அக்குடிக்குள் தன்னை முற்றாகப் பொருத்திக்கொண்டான். அன்னை “பேசிக்கொண்டிருங்கள்” என்று சொல்லி அறைக்குள் சென்றாள்.

“நான் நீர் எடுத்து வைக்கிறேன். இவர் நீராடி ஆடை மாற்ற வேண்டுமல்லவா?” என்றாள் சைலஜை உள்ளிருந்து. “சொன்னால்தான் செய்வாயா?” என்றாள் பிரேமை. பூரிசிரவஸ் தனியாக அவளுடன் அமர்ந்தபோது நெஞ்சு மீண்டும் படபடக்கத் தொடங்கியதை உணர்ந்தான். அவள் தோள்களையும் கழுத்தையுமே அவன் விழிகள் பார்த்தன. எத்தனை அணுக்கமானது. ஒவ்வொரு மயிர்க்காலும் நினைவில் நிற்குமளவுக்கு அவன் அறிந்தது. அப்பொழுதும் அதே பெருங்காமம் அவள்மேல் எழுவதை உணர்ந்தான். ஆணென்று நின்று தான் விரும்பிய ஒரே பெண். அரசனென்றும் தொல்குடியினனென்றும் விழைந்ததும் அடைந்ததுமான பெண்டிர் பிறிதொருவருக்குரியவர்கள். எனக்குரியவள் இவள் மட்டுமே.

அவன் விழிகளைப் பார்த்து அவள் விழிகள் மாறுபட்டன. “இங்கு எவ்வளவு நாள் இருப்பீர்கள்?” என்றாள். “சிலநாட்கள்... நான் செல்லவேண்டும்” என்றான். அவள் மெல்ல கிளுகிளுத்துச் சிரித்தபடி “நான் நாம் தனித்திருந்ததை நினைத்துக்கொண்டே இருப்பேன். பிறகு எனக்கு ஐயம் வந்தது. அவ்வாறு தனித்திருந்ததை நினைத்தால் குழந்தை பிறந்துவிடுமா என்று. ஏனெனில் நிறைய முறை கனவுகளில் நாம் ஒன்றாக இருந்திருக்கிறோம். ஆகவே குலப்பூசகனிடம் சென்று கேட்டேன். கனவில் நிகழ்வதனால் எவரும் கருவுறுவதுமில்லை, குழந்தை பிறப்பதுமில்லை என்று அவர் சொன்னார். நினைப்பதனால் நினைப்பிலேயே குழந்தை

பிறக்குமல்லவா என்று நான் கேட்டேன். ஆமாம், அந்தக் குழந்தை பிறர் விழிக்குத் தெரியாமல் உன்னுடன் இருந்துகொண்டே இருக்கும் என்றார்."

ஒழுக்கென பெருகிய சொற்கள் அவளைக் கொண்டுசென்றன. அவன் தொடையைத் தட்டி அழைத்து அழைத்து சொல்லிக்கொண்டே சென்றாள். "கனவில் பிறந்த குழந்தை கனவில் வாழும் என்றார். எனக்கு கனவில் இன்னொரு மைந்தன் இருக்கிறான். அவன் மிகச் சிறியவன். பெரியவனை என்னால் இப்போதெல்லாம் அணுகவே முடியவில்லை. சிறியவன் மேலும் அன்பானவன். உங்களைப்போலவே மென்மையாகவும் ஏதும் புரியாமலும் பேசுபவன். எனக்கு அவனைத்தான் மேலும் பிடித்திருக்கிறது" என்றாள். "இன்னும் நிறைய குழந்தைகள் வேண்டும்... ஏராளமான குழந்தைகள்." பூரிசிரவஸ் "எவ்வளவு குழந்தைகள்?" என்று கேட்டான். "நூறு" என்று அவள் சொன்னாள். பத்து விரல்களைக் காட்டி "நூறு குழந்தைகள். நான் தனியாக படுத்திருக்கும்போது என்னைச் சுற்றி சிறுகுருவிகள்போல ஒலியெழுப்பி அவர்கள் விளையாடிக்கொண்டிருப்பார்கள். நூறு குழந்தைகள்" என்றபின் அவனை நோக்கிக் குனிந்து குரலைத் தாழ்த்தி "அவ்வளவு முறை நாம் ஒன்றாக இருந்திருக்கிறோம் தெரியுமா?" என்றாள்.

அவன் அவளிடம் தன் உணர்வுகளை சொல்ல விரும்பினான். நீயே என் ஒரே பெண் என்று. வெறும் ஆணாக இருப்பதை அஞ்சியே உன்னைத் தவிர்த்தேன் என்று. ஆனால் அவன் என்ன சொன்னாலும் அவள் புரிந்துகொள்ளப் போவதில்லை என்று தெரிந்தது. ஒன்றுமட்டும் சொல்லாமலிருக்க இயலாதென்று தெரிந்தமையால் அவன் அவள் கைகளை எடுத்து தன் கைகளுக்குள் வைத்துக்கொண்டு "நான் மெய்யாகவே ஒன்று சொன்னால் நீ அதை நம்பவேண்டும்" என்றான். "என்ன?" என்று அவள் கேட்டாள். ஆனால் அவள் தான் மேலும் சொல்லவிருக்கும் சொற்களால் கண்கள் மின்ன புன்னகை கொண்டிருந்தாள். "இப்புவியில் நான் அணுக்கமாக உணர்ந்த பிறிதொரு உயிர் நீ மட்டுமே. அன்பென்றும் காதலென்றும் நான் அறிந்தது உன்னிடம் மட்டுமே. பிறிதெவருக்கும் நான் கணவனோ காதலனோ அல்ல" என்றான். அவள் விழி கனிந்து "அது எனக்குத் தெரியும்" என்றாள். "எப்படி தெரியும்?" என்று அவன் கேட்டான். "எப்படியோ தெரியும்" என்று சொல்லி "நீங்கள் எவ்வளவு நாள் இங்கிருப்பீர்கள்?" என்று கேட்டாள். முன்னரே சொன்னது அவள் உள்ளத்தை சென்றடைந்திருக்கவில்லை. "சில நாட்கள். நான் உடனே திரும்பவேண்டும். அரசுப் பணிகள் உள்ளன" என்றான். அதுவும் அவள் உள்ளத்தை சென்றடையவில்லை.

வெளியே புரவிக்குளம்படி கேட்டது. "வந்துவிட்டான்!" என்றபடி அவள் எழுந்து வெளியே ஓடினாள். அவன் "யார்?" என்று கேட்டான். ஆனால் நெஞ்சு படபடக்கத் தொடங்கியது. "நம் மைந்தன்" என்றபடி அவள் வெளியே சென்றாள். பூரிசிரவஸ் மெத்தையில் அமர்ந்திருப்பதா எழுந்து நிற்பதா என்று தெரியாமல் தவித்தான். பின்னர் தன்னை அடக்கிக்கொண்டு அசையாது அமர்ந்திருந்தான். புரவியிலிருந்து மைந்தன் இறங்குவதும் அவள் மலைமொழியில் அவனுடன் உரக்கப் பேசுவதும் அவன் குறுமுழவின் கார்வைகொண்ட குரலில் அவளுக்கு மறுமொழி உரைப்பதும் கேட்டது. அவர்கள் என்ன பேசிக்கொள்கிறார்கள் என்று தெரியவில்லை. அவள் மேலும் மேலும் உரக்க நகைப்பதும் கொந்தளிப்பும் கொப்பளிப்புமாகப் பேசுவதும்தான் புரிந்தது. உள்ளே வந்து அவன் என்ன கேட்கப்போகிறான் என்று அவன் எண்ணினான். உடனே அதை எண்ணுவதில் பொருளே இல்லை, எதுவானாலும் அத்தருணத்திற்கு முற்றாக தன்னை அளித்துக்கொள்வதே செய்யக்கூடுவது என்று தோன்றியது.

மைந்தன் தன் நெடிய உடலைக் குனித்து இரண்டாக மடிந்தவன்போல சிறிய வாயிலினூடாக உள்ளே வந்தான். பூரிசிரவஸ் அவனுடைய கால்களைத்தான் பார்த்தான். ஃபூர்ஜ மரத்தின் அடிக்கட்டைபோல் உறுதியாக மண்ணில் பதிந்தவை. பெருநரம்புகள் புடைத்து ஆற்றலின் வடிவென்றானவை. விழிதூக்கி வான்தொடுவதுபோல் நின்றிருந்த மைந்தனைப் பார்த்தான். இரண்டு பெரிய கைகளும் சற்றே தூக்கியவைபோல் நின்றன. எவ்வளவு பெரிய விரல்கள் என்று சிறுவனைப்போல அவன் உள்ளம் வியந்தது. தோளில் கிடந்த கன்னங்கரிய நேர்குழல். சிறிய விழிகள். கீறப்பட்டவை போன்ற உதடுகள். விரிந்த தாடை. சுண்ணக்கல்லின் நிறம். முகத்தில் மீசை அரும்பியிருக்கவில்லை. புகைபோல மென்மயிர் படிந்திருந்தது. அவன் தன் உள்ளம் அச்சத்தில் துடித்துக்கொண்டிருப்பதை உணர்ந்தான். சினம்கொண்டு எழுந்து அவன் தன் நெஞ்சில் மிதித்தால் அக்கணமே குலைவெடித்து குருதிபீறிட அங்கே விழுந்து உயிர்துறக்கவேண்டியதுதான். எண்ணும் மறுசொல் எழவும் பொழுதிருக்காது.

அவன் முன்னால் வந்து குனிந்து பூரிசிரவஸின் கால்களைத்தொட்டு தலைமேல் சூடி "வணங்குகிறேன், தந்தையே" என்றான். பூரிசிரவஸ் தன் நடுங்கும் கைகளை அவன் தோளில் வைத்தான். மனித உடலை தொட்டதுபோல் தோன்றவில்லை. எருதின் புள்ளிருக்கையைத் தொட்டது போலிருந்தது. மானுடத் தசைகளுக்கு இத்தனை இறுக்கம் இருக்க இயலுமா என்ன? இளைய பாண்டவர் பீமனையோ அஸ்தினபுரியின் அரசர் துரியோதனனையோ அங்க நாட்டரசர் கர்ணனையோ ஒரே வீச்சில் அடித்து மண்ணில் வீழ்த்திவிட இவனால் முடியும். ஒருவேளை

இப்புவியில் இன்று வாழ்வதிலேயே மாபெரும் மல்லன். மலையிறங்கி வந்தால் அனைத்து அவைகளிலும் அரசர்கள் எழுந்து பணியும் பேருருவன். பூரிசிரவஸ் கண்கள் நிறைந்து கன்னத்தில் வழிந்த விழிநீருடன் நடுங்கும் உதடுகளைக் கடித்தபடி நோக்கிக்கொண்டிருந்தான்.

“வாழ்த்துங்கள், தந்தையே” என்று அவன் சொன்னான். பூரிசிரவஸ் அவன் தலையில் கைவைத்து “என் வாழ்த்துக்கள் எப்போதும் உனக்குண்டு, மைந்தா. நினைவிலேயே உன்னை ஒவ்வொரு நாளும் வாழ்த்தியிருக்கிறேன்” என்றான். “ஆம், நான் அதை அறிவேன். என் கனவுகளில் நீங்கள் வந்து விளையாடியதுண்டு. இதே வடிவையே நான் பார்த்திருக்கிறேன்” என்றான் யாமா. பூரிசிரவஸ் “எப்படி?” என்றான். “அன்னை கீழிருந்து வந்த சிலரை சுட்டிக்காட்டி இவர்போல் காது, இவர்போல் மூக்கு என்று சொல்வாள். இணைத்து நான் உருவாக்கிய அதே முகம் தாங்கள் கொண்டிருப்பது” என்றான். அவனிடம் நெகிழ்வோ துயரோ வெளிப்படவில்லை. நேரடியான உவகை மட்டுமே இருந்தது. அது அவன் முகத்தில், தோள்களில் எங்கும் வெளிப்பட்டது.

பூரிசிரவஸ் “அது நானேதான். நான் உன்னிடம் வந்துகொண்டே இருந்திருக்கிறேன்” என்றான். அவன் திரும்பி பிரேமையிடம் “தந்தை வந்திருக்கிறார் என்று இவ்வூருக்குத் தெரியுமா?” என்று கேட்டான். அப்பால் நின்றிருந்த பிரேமை “தெரியாது. முதுபால்ஹிகர் வீட்டுக்குச் சென்றுவிட்டு இங்கு வந்திருக்கிறார். அவர்கள் எவரிடமும் சொல்லமாட்டார்கள்” என்றாள். “நான் சொல்கிறேன். தந்தை வரப்போகிறார் என்று சொல்லும்போது இங்குள்ளவர்கள் சிரிப்பதுண்டு. இப்போது சிரிக்கட்டும்” என்றபின் எதிர்பாராத கணத்தில் அவன் பூரிசிரவஸை இரு கைகளாலும் தூக்கிக்கொண்டான். “என்ன செய்கிறாய்? என்ன செய்கிறாய்!” என்று கூவி பூரிசிரவஸ் அவன் தோளில் அறைந்தான். ஆனால் சிறு பாவையென அவனை வெளியே கொண்டுசென்று தலைக்குமேல் தூக்கிச் சுழற்றியபடி உரத்த குரலில் “எல்லோரும் கேளுங்கள்! தந்தை வந்திருக்கிறார்! என் தந்தை வந்திருக்கிறார்! கேளுங்கள் ஊராரே! நோக்குக குடிகளே!” என்று அவன் கூவினான். பூரிசிரவஸ் நகைத்தபடி “என்ன செய்கிறாய்? அறிவிலி... விடு. விடு என்னை” என்று அவன் கையிலிருந்து கைகால்களை உதைத்துக் கூச்சலிட்டான்.

மலையேறியதிலிருந்தே உடல் குளிருக்கு எதிராக இழுத்துக் கட்டப்பட்ட நாண்போல் நின்றிருந்ததை சிறிய குளியலறைக்குள் கொதிக்கும் வெந்நீரால் உடலை கழுவிக்கொள்ளத் தொடங்கியபோதுதான் உணர்ந்தான். முதலில் தசைகள் அதிர்ந்து உடல் மெய்ப்பு கொண்டது. பின்பு இறுகியிருந்த குருதி உருகியதுபோல் உடலெங்கும் வெம்மை பரவியது. சில கணங்களுக்குள் மென்மையான கள்மயக்குபோல் ஒரு உவகை நிலை அவன் உடலில் பரவியது. சிறிதாக நீரை அள்ளி உடலில்

விட்டுக்கொண்டே இருந்தான். குளியலறைக்கு வெளியே நின்று யாமா "மேலும் நீர் கொண்டுவந்திருக்கிறேன்" என்றான். "போதும்" என்று பூரிசிரவஸ் சொல்வதற்குள் அவனே கதவைத் திறந்து உள்ளே வந்து நீரை மரத்தொட்டியில் ஊற்றினான்.

பூரிசிரவஸ் ஆடையின்றி நீராடிக்கொண்டிருந்ததனால் திடுக்கிட்டு பின்னால் திரும்பிக்கொண்டான். ஆனால் யாமா எத்தயக்கமும் இல்லாமல் நின்று "மறுபடியும் நீரைக் கொதிக்கவைத்துக்கொண்டிருக்கிறேன். நீங்கள் உங்கள் கண்கள் எரியத் தொடங்கும்வரை குளிக்கலாம்" என்றான். பூரிசிரவஸ் "சரி" என்றான். அவன் இயல்பாக அவனுக்கு முன்னால் வந்து இன்னொரு கொப்பரையை எடுத்து "இதைக்கொண்டு நீரை அள்ளி ஊற்றுங்கள். ஒவ்வொரு குடுவை நீரும் உடல்முழுக்க படவேண்டும். உடலில் ஒரு பகுதி குளிர்ந்தும் இன்னொரு பகுதி வெம்மைகொண்டும் இருக்கக்கூடாது" என்றான். தன் ஆடையின்மையை அவன் பார்த்துவிட்டது அவனை விதிர்க்கச் செய்தது. ஆனால் யாமா அதை பொருட்டாக எண்ணவில்லை. "தசைகளை உருக்கி திரும்பவும் அமைப்பது மிக நன்று. நான் மாதமொருமுறை நீராடுவேன்" என்றான்.

பூரிசிரவஸ் சில கணங்களுக்குப்பின் அவனை நோக்கி நன்றாகவே திரும்பி "ஆம், இனிது" என்றான். யாமா "உங்களுக்கு உடல் தேய்த்துவிடவேண்டுமென்றால் நான் அதை திறம்பட செய்யமுடியும். இங்கு தேவதாரு மரப்பட்டையிலிருந்து எடுத்த நார்ச்சுருள்கள் உள்ளன. நானே என் கையால் உரித்து உலரவைத்தவை. குளித்துமுடித்தபின் உடல் நறுமணம் கொண்டிருக்கும்" என்றான். பூரிசிரவஸ் தலையசைத்தான். மைந்தன் வெளியே சென்று மரப்பட்டைச் சுருளைக் கொண்டுவந்து அவன் உடலை மென்மையாக உரசி தேய்த்துவிட்டான். அவன் கைகள் தன் உடலில் படும்போதெல்லாம் பூரிசிரவஸ் புரவி சிலிர்ப்பதுபோல் மெய்ப்பு கொண்டான். பின்னர் அவனே கொதிக்கும் நீரை அள்ளி பூரிசிரவஸின் உடலில்விட்டு நீராட்டினான்.

கண்கள் எரிந்து வாய்க்குள்ளும் மெல்லிய எரிச்சல் தொடங்கும் வரை பூரிசிரவஸ் நீராடிக்கொண்டிருந்தான். பின்னர் குளியலறையிலேயே தலையையும் உடலையும் நன்கு துவட்டி அங்கேயே ஆடை அணிந்து வெளியே வந்தான். கொல்லும் பசி எழுந்து அவன் உடலைப் பதற வைத்தது. "உணவு ஒருங்கிவிட்டது" என்று பிரேமை சொன்னாள். கம்பளி மெத்தைமேல் அவன் அமர சிறுமேடை ஒன்றை அவன் முன்னால் போட்டு அதில் மரக்கிண்ணத்தில் ஊன் சாறு கொண்டுவந்து வைத்தாள். கொதித்து குமிழியிட்டுக்கொண்டிருந்தது அது. மரக்கரண்டியால் அதை அள்ளி மெல்ல அவன் உண்டான். அன்றைய உணவு அது என்றுதான் அவன் எண்ணினான். உணவுக்கு முந்தைய தொடக்கம்

மட்டும்தான் என்பது அவன் பாதி அருந்திக்கொண்டிருக்கும்போதே பெரிய மரத்தாலங்களில் சுடப்பட்ட ஊனுடனும் கிழங்குகளுடனும் ஆவிபறக்க வேகவைக்கப்பட்ட அப்பங்களுடனும் பிரேமையும் மைந்தனும் வரும்போதுதான் தெரிந்தது. "எவருக்கு இத்தனை உணவு?" என்று அவன் திகைப்புடன் கேட்டான். "தங்களுக்குத்தான், தந்தையே" என்றான் யாமா. "நான் இந்த ஊன்சாறையே உணவென அருந்துபவன்" என்றான் பூரிசிரவஸ். "இவ்வளவா? இதை உண்டால் உங்களால் இங்கு ஒருபாறையைக்கூட ஏறிக்கடக்க முடியாது" என்றான் யாமா.

யாமாவும் பிரேமையும் அவனுக்கு இருபுறங்களிலுமாக அமர்ந்து அள்ளி அள்ளி உணவை வைத்தனர். அன்று உண்டதுபோல் வாழ்நாளில் அவன் எப்போதும் உண்டதில்லையென்றாலும் "இவ்வளவு குறைவாக உண்டால் நீங்கள் விரைவிலேயே இறந்துவிடுவீர்கள்" என்றான் மைந்தன். "குறைவாக உண்பதே உயிர்வாழ்வதற்குத் தேவை என்று எங்கள் ஊரில் சொல்கிறார்கள்" என்றான் பூரிசிரவஸ். "நாங்கள் மிகுதியாக உண்கிறோம். நாங்கள் நெடுங்காலம் உயிர் வாழவில்லையா?" என்று யாமா கேட்டான். "இது வேறு உலகம்" என்று பூரிசிரவஸ் புன்னகைத்தான்.

உண்டு முடித்து மைந்தனின் கைபற்றி எழுந்தபோது அவன் கையை விட்டால் எங்காவது விழுந்துவிடுவோம் என்று தோன்றியது. விழுந்த இடத்தில் மண் குழிந்து பள்ளம் உருவாகுமென்று எண்ணியபோது புன்னகை வந்தது. துயில் கொள்ளவேண்டும் என்று அவன் சொன்னான். "ஆம், உணவுக்குப்பின் துயில்வது நல்லது. உடலுக்குள் வாழும் மலைத்தெய்வங்கள் நம் கைகளிலிருந்தும் கால்களிலிருந்தும் கிளம்பிச்சென்று அவ்வுணவை தாங்கள் உண்கின்றன" என்று யாமா சொன்னான்.

வெளியே குளிர்காற்று வீசத்தொடங்கியிருந்தது. சாளரங்கள் அனைத்திலும் சீழ்க்கை ஒலி கேட்டது. பூரிசிரவஸ் தரையிலிட்ட கம்பளி மெத்தையில் படுத்தான். அவனுக்குமேல் கம்பளிப் போர்வையை போர்த்தி அதற்குமேல் மென்மயிர் படர்ந்த தோல் போர்வையை போர்த்தி "துயில்க, தந்தையே!" என்றான் யாமா. அவன் அப்போதுதான் புரவியிலிருந்து எடுத்த தனது பொதியைக் கொண்டுவரவில்லை என்று நினைவுகூர்ந்தான். "எனது பரிசுப்பொதி மூத்த பால்ஹிகர் இல்லத்தில் உள்ளது. அதை எடுத்துவரச் சொல்லவேண்டும். அதிலிருப்பவை உனக்கும் உன் அன்னையருக்கும் உரியவை" என்று அவன் சொன்னான். "நான் எடுத்துக்கொள்கிறேன்" என்றான் மைந்தன். மேலும் பேச முடியாத அளவுக்கு அவன் நா தளர்ந்தது. தாடை வலுவிழந்து கீழே விழுந்து தன் மூச்சொலியை தானே கேட்டு, மயங்கும் எண்ணங்களில் எங்கோ சென்றுகொண்டிருந்தான்.

அவன் மைந்தனையே நோக்கிக்கொண்டிருந்தான். யாமா அவனருகே அமர்ந்தான். அவன் கைநீட்டி மைந்தனின் கால்களைத் தொட்டான். “என்றாவது என்மேல் சினம் கொண்டிருக்கிறாயா?” என்றான். “சினமா? எதற்கு?” என்று யாமா கேட்டான். அவனுடைய தெளிந்த விழிகளை பூரிசிரவஸ் நோக்கிக்கொண்டிருந்தான். ஐந்து அகவை நிறைந்த சிறுவனுக்குரியவை அவை என்று எண்ணினான். அவன் கண்கள் மெல்ல சரிந்தன. அஸ்தினபுரியின் ஓசைகள் வழக்கம்போல அவனை சூழ்ந்துகொண்டன. அவையில் சகுனி பேசிக்கொண்டிருந்தார். அவன் ஒரு காவல்மாடத்தின் உச்சியில் நின்று படைகள் இடம்மாறுவதை நோக்கிக்கொண்டிருந்தான். முரசுகள் ஒலித்துக்கொண்டே இருந்தன. ஆற்றங்கரையில் ஒருவன் புரவியை நிறுத்திவிட்டு அவனை நோக்கி வந்தான். “இந்த ஆற்றை நாம் கடக்கமுடியுமா?” என்றான். “ஆம், நாமிருவரும் சேர்ந்து கடப்போம்” என்றான் பூரிசிரவஸ்.

திடுக்கிட்டு அவன் விழித்துக்கொண்டான். கைகால்கள் இழுத்துக்கொள்வது போல நடுங்கின. எழுந்து திரும்பிய யாமா திகைத்து “என்ன? ஏன் நடுங்குறீர்கள், தந்தையே?” என்றான். “ஒரு கனவு” என்றான் பூரிசிரவஸ். “என்ன கனவு?” என்று அவன் கேட்டான். “வழக்கமானதுதான்... இவ்வாறு பலமுறை நான் இரவுகளில் விழித்துக்கொள்வேன்” என்றான் பூரிசிரவஸ். “என்ன கனவு?” என்று அவன் மீண்டும் கேட்டான். “என் கைகள் வெட்டப்படுவதுபோல. நெடுநாட்களாகவே அக்கனவு என்னை துரத்துகிறது” என்றான் பூரிசிரவஸ். “நீ செல். நான் துயில்கொள்கிறேன்.” யாமா அமர்ந்து அவன் தலையை எடுத்து தன் தொடைமேல் வைத்துக்கொண்டான். “துயில்க, தந்தையே... இனி அக்கனவு வராது” என்றான். பெருமரம் ஒன்றின் வேர்ப்புடைப்பில் தலைவைத்தது போலிருந்தது.

மெய்யாகவே தன்னுள் எப்போதும் இருந்துகொண்டிருந்த பதைப்பு ஒன்று அகல்வதை பூரிசிரவஸ் உணர்ந்தான். அது வெறும் தோன்றலா? ஆனால் அத்தருணத்தில் மிகவும் எளிதாக மாறிவிட்டிருந்தது உள்ளம். பனியில் நடந்து இளஞ்சூடான இல்லத்திற்குள் நுழைந்துவிட்டதுபோல. எங்கோ பனிக்காற்றின் ஓசை கேட்டது. கூரை படபடத்து அமைந்தது. அவன் இமைகள் சரிந்தன. சிறுமைந்தனாக மாறிவிட்டிருந்தான். மிகப் பெரிய வெண்ணிறமான மரத்தின் அடியில் சோமதத்தரின் மடிமேல் அவன் படுத்திருந்தான். வாயில் பீதர்நாட்டு இனிப்பொன்றை மென்றுகொண்டிருந்தான். காட்டின் ஓசைகள் சூழ்ந்திருந்தன. அவன் துயில்கொண்டதும் கண்கள் மேலும் காட்சிகொண்டன. அந்த வெண்மரம் படமெடுத்து நின்ற மாபெரும் நாகம் எனத் தெரிந்தது. அசையாது குடைபிடித்து அது நின்றிருந்தது.

21

பூரிசிரவஸ் விழித்துக்கொண்டபோது குடிலுக்குள் ஊன்கொழுப்பு விளக்குகள் எரிந்துகொண்டிருந்தன. நிழல்கள் அசைய பிரேமை நடந்தாள். அவன் எங்கிருக்கிறோம் என்று உணராது மலைத்த உள்ளத்துடன் நோக்கியபடி கிடந்தான். பிரேமை வந்து அவனைக் கண்டு “விழித்துக்கொண்டீர்களா?” என்றாள். அவள் கையில் சிறிய ஊன்நெய் விளக்கு இருந்தது. “ஆம்” என்று பூரிசிரவஸ் சொன்னான். “எழுந்து முகம் கழுவுங்கள். உணவு சித்தமாக உள்ளது” என்றாள். “உணவா? இனி நாளை காலையில் மட்டுமே என்னால் உணவு உண்ண முடியும்” என்று அவன் சொன்னான். “முகம் கழுவி வாருங்கள். துயிலெழுந்ததும் இங்கே பசிக்காது. குளிருக்காக உடல் எரியத் தொடங்கும்போதே பசி எழும். முதலில் ஊன்சாறு சற்று அருந்துங்கள். குடல்களைத் துயிலெழுப்ப வேண்டாமா?” என்று அவள் சொன்னாள். “கொண்டு வா” என்று அவன் மெத்தையிலேயே எழுந்து அமர்ந்தான். “இங்கு அருந்தலாகாது. உங்களுக்கு இருப்பிடம் ஒருக்கியிருக்கிறேன்” என்றாள்.

அவன் சோம்பல்முறித்தான். நெடுநேரத் துயிலுக்குப் பிறகு உடல் முழு உயிரையும் திரும்பப் பெற்றுவிட்டிருந்ததனால் கண்கள் ஒளிகொண்டிருந்தன. அச்சிறு இல்லத்தின் ஒவ்வொரு பொருளையும் துலக்கமாகப் பார்க்க முடிந்தது. வெளியே சென்று முகம் கழுவும்போது கடுங்குளிர் நிறைந்த காற்று சுழன்றடிப்பதை உணர்ந்தான். தன் புரவி அக்குளிரை தாங்குமா என்ற எண்ணம் எழுந்தது. குடிலுக்குள் திரும்ப வந்து “குளிர்காற்று வீசுகிறது. எனது புரவி எங்கே?” என்றான். “அதை இங்கு கூட்டிவந்துவிட்டேன். நமது குடிலுக்குள்தான் இருக்கிறது. அங்கும் கணப்பிட்டிருக்கிறேன்” என்று அவள் சொன்னாள்.

பூரிசிரவஸ் தளர்ந்த காலடிகளுடன் சென்று இருக்கையில் அமர்ந்தான். ஊன்சாறின் மணம் எழுந்ததும் தனக்கு பசி எடுப்பதை உணர்ந்தான். புன்னகைத்து "நன்கு பசிக்கிறது. இங்குதான் இப்போதுதான் உடல் உடைந்து திறந்துவிடுமளவுக்கு உண்டேன். மீண்டும் பெரும்பசி. விந்தைதான்" என்றான். அவள் பெரிய பற்களைக் காட்டி சிரித்து "எப்போது உண்டீர்கள்?" என்றாள். "இன்று உச்சிப்பொழுதில்" என்றான். "இன்றல்ல, நேற்று" என்று அவள் சொன்னாள். "நேற்றா? நான் இன்றுதானே வந்தேன்?" என்று அவன் சொல்ல "நேற்று உச்சிப்பொழுது உணவுண்டபின் படுத்து இரவெல்லாம் துயின்று பகலிலும் துயின்று இப்போதுதான் விழித்தெழுகிறீர்கள்" என்று அவள் சொன்னாள்.

"ஒரு நாள் முழுக்க துயின்றிருக்கிறேனா?" என்று அவன் திகைத்தான். "ஒரு நாளுக்கும் நான்கு நாழிகை கூடுதலாக" என்று அவள் சொன்னாள். பூரிசிரவஸ் நம்பமுடியாமல் அவள் இளையவளைப் பார்த்தான். "ஆம், நீங்கள் துயில்வதை நான் நாழிகைக்கொருமுறை வந்து பார்த்துக்கொண்டிருந்தேன்" என்றாள். பூரிசிரவஸ் "இன்றுதான் எனக்கு இவ்வளவு நீண்ட துயில் தேவைப்பட்டிருக்கிறது. நான் சென்ற இருபதாண்டுகளில் ஒருமுறைகூட நான்கு நாழிகைக்குமேல் துயின்றதில்லை. ஒவ்வொரு சிறு ஒலிக்கும் எழுவேன். தொடர்ந்து துயில் அமைந்ததே இல்லை" என்றான். "ஏன்?" என்று அவள் கேட்டாள். "பணிகள். ஒவ்வொரு முறையும் ஒரு பணியை அறுத்து நிறுத்திவிட்டுத்தான் படுப்பேன். கனவுக்குள் அது உருமாறி என்னைத் தொடர்ந்து வரும். விழித்த முதல் கணமே பணிதான் வந்து நிற்கும். இருபதாண்டுகளுக்கும் மேலாக இடைவெளியே இல்லாமல் பணிபுரிந்துகொண்டிருந்தேன்."

புருவங்களில் மடிப்பு விழ "பணி எதன்பொருட்டு?" என்று அவள் கேட்டாள். பூரிசிரவஸ் ஒருகணம் திகைத்து பின்பு வெடித்து நகைத்து "பணிபுரிபவர்கள் அந்தக் கேள்வியைக் கேட்கலாகாது. அக்கேள்வியை எழுப்பிக்கொள்பவர்கள் எப்பணியும் செய்ய இயலாது" என்றான். அவள் புரியாமல் "எதன்பொருட்டுப் பணிபுரிந்தீர்கள்?" என்று மீண்டும் கேட்டாள். "என் நாடு வலுவுறும்பொருட்டு. என் குடி சிறப்புறும்பொருட்டு. அஸ்தினபுரியும் இந்திரப்பிரஸ்தமும் நடத்தும் அரசியலாடலில் எங்கள் பங்கைப்பெறும் பொருட்டு" என்றான். பின்னர் "அப்படி சொல்லிக்கொள்ளலாம். அதை நம்பி செயல்பட்டேன், அவ்வளவுதான்" என்று சேர்த்துக்கொண்டான்.

அவள் "உங்கள்மேல் எதிரிகள் படையெடுத்து வந்து உங்களைத் தோற்கடித்தால் என்ன செய்வது?" என்றாள். "எங்கள் எதிரிகளை நாங்கள் வெல்வோம்" என்றான். அதன் பிறகுதான் அவள் என்ன கேட்டாள் என்பதை உணர்ந்து நகைத்து "ஆம், ஒரு படையெடுப்பு நிகழ்ந்தால்

போதும். ஒரு நிலப்பெயர்வு உருவானால்கூட போதும். வாழ்நாள் முழுக்க நான் இயற்றிய உழைப்பனைத்தும் வீணாகிவிடும். ஆனால் முற்றிலும் பயனுறுதி கொண்ட ஒன்றை மட்டுமே இயற்றவேண்டுமென்று எண்ணி எவரும் எதையும் செய்ய இயலாது" என்றான். "பிறகெதற்குப் பணியாற்றவேண்டும்?" என்று அவள் கேட்டாள். "எனது நிறைவுக்காக. நான் வாழ்கிறேன் என்பதற்காக" என்றான் பூரிசிரவஸ்.

அவள் "அந்நிறைவு உங்களுக்கு வந்துவிட்டிருக்கிறதா?" என்று கேட்டாள். இவள் அறிந்துதான் கேட்கிறாளா என்ற துணுக்குறலை அவன் அடைந்தான். அவள் விழிகளை சில கணங்கள் பார்த்துக்கொண்டிருந்தான். அவள் மிக எளிமையாக சிறுமிபோல் அதை கேட்டாள் என்பதால் கண்கள் சிரிப்பைக் காட்டின. புன்னகைத்து "தெரியவில்லை" என்றான். பிறகு "உண்மையை சொல்லப்போனால் இல்லை. இது எனக்கு நிறைவு தரும் என்று எண்ணி இதில் இறங்கினேன். இது என் கடன் என்று நம்பினேன். நிறைவு தரவில்லை என்று உணர்ந்தேன். என் கடன் அல்ல என்று ஐயம் கொண்டேன். ஆயினும் தொடங்கியதை விடமுடியாமல் அதன் பின்னர் சென்றேன்" என்றான்.

அவன்மேல் மெல்ல கையை வைத்து "இங்கிருந்துவிடுங்கள்" என்று அவள் சொன்னாள். "இங்கிருக்கலாம். ஆனால் நான் விசையுடன் ஓடப் பழகிய புரவி. இங்குள்ள மலைப்பாறைகள் காலமின்றி, அசைவின்றி இருப்பவை. இப்போது ஒரு தருணம் முடிவடையப் போகிறது. போர் அணுகவிருக்கிறது. போரில் நான் கலந்துகொள்வேன். இப்போரில் நான் உயிருடன் மீண்டேன் என்றால் பிறிதொரு வாழ்க்கையைத் தொடங்கவேண்டும் என்று எண்ணுகிறேன். எதன்பொருட்டுமின்றி, எதற்குப் பின்னாலும் ஓடாமல் அமையும் ஒரு வாழ்க்கை. இந்த மலைப்பாறைகளைப்போல அல்ல. அது இப்பிறவியில் எனக்கில்லை. ஆனால் கீழிருந்து இந்த மலைப்பாறைகளை நோக்கி தவம்செய்யும் சிறிய பாறைகளுண்டு. அவற்றிலொன்றென ஆக விழைகிறேன்" என்றான்.

அவளுக்கு அவன் சொன்னது எதுவும் புரியவில்லை. "போரில் உங்களுக்கு எதிராக யார் வருவார்கள்?" என்றாள். "பலர்" என்றான். "அதெப்படி ஒருவருக்கெதிராகப் பலர் வரமுடியும்?" என்றாள். பூரிசிரவஸ் "போர் என்றால் என்ன என்று உனக்கு என்னால் விளக்க முடியாது" என்றான். ஊன்சாறைக் குடித்து எழுந்தபின் அவள் "சற்று நேரம் ஓய்வெடுங்கள். அதற்குள் ஊனுணவு ஒருங்கிவிடும். மைந்தன் வேட்டைக்கு சென்றிருக்கிறான்" என்றாள். பூரிசிரவஸ் "வேட்டைக்கா? எப்போது சென்றான்?" என்றான். "நீங்கள் துயின்றவுடனே சென்றான். உங்களுக்கு காட்டுமானின் கன்றுக்குட்டி ஒன்றைக் கொண்டுவரப்போவதாக சொன்னான். நேற்று உங்களுக்கு அளித்த ஊன் கடினமானதாக இருந்தது

என்று என்னிடம் சினந்தான். நீங்கள் அறிவிக்காமல் வந்தால் நான் என்ன செய்வது என்று கேட்டேன். அவனுக்கு நான் சொன்னது புரியவில்லை. உடனே ஈட்டியை எடுத்துக்கொண்டு கிளம்பிவிட்டான்" என்றாள்.

பூரிசிரவஸ் இல்லத்தின் சிறிய கூடத்தில் தரையிலிட்ட மெத்தையில் அமர்ந்து கால்மேல் தடித்த மென்மயிர்த்தோலாடையை எடுத்துப் போர்த்திக்கொண்டான். காற்று சீழ்க்கையொலியுடன் ஓடுவதை செவிகொண்டு அமர்ந்திருந்தான். அடுமனைக்குள் பிரேமையின் குரலும் அடுகலங்களின் ஓசையும் கேட்டுக்கொண்டிருந்தன. வெளியே புரவியொன்றின் கனைப்பொலி கேட்டது. எழுந்து எவரென்று பார்க்க அவன் விழைந்தான். ஆனால் அந்தப் போர்வைக்குள் அவன் கால்கள் உருவாக்கியிருந்த இளவெம்மையை இழக்க விரும்பவில்லை. பிறரறியா இனிய கனவு போலிருந்தது அந்த வெம்மை. அது தானே உருவாக்கும் வெம்மை என்பதனால் தனக்கு அத்தனை இனிது போலும் என்று எண்ணிக்கொண்டான்.

அவ்வில்லத்தின் கதவுகள் உள்ளிருந்தும் வெளியிலிருந்தும் இரண்டு வெவ்வேறு திசைகளில் திறக்கும்படி அமைக்கப்பட்டிருந்தன. முதல் கதவு திறந்தது. இரண்டாவது கதவு திறந்ததும் குளிர்காற்று வந்து அறைந்தது. அதற்குள் முதற்கதவு மூடிக்கொண்டது. உள்ளே வந்த மைந்தன் "விழித்துக்கொண்டுவிட்டீர்களா? நீங்கள் நெடுநேரம் துயில்வீர்கள் என்று எண்ணினேன்" என்றான். "இப்போதுதான் விழித்தேன்" என்றான் பூரிசிரவஸ். "உங்களுக்கு இளம் கன்றொன்றைக் கொண்டுவந்திருக்கிறேன்" என்று யாமா சொன்னான். அவன் ஆடை முழுக்க பனி சிறிய பளிங்கு மணிகளாகத் தொங்கிக்கொண்டிருந்தது.

பூரிசிரவஸ் "வெளியே கடுங்குளிரென்று எண்ணுகின்றேன்" என்றான். "இல்லை, கடுங்குளிரென்றால் இடுப்புவரை பொருக்குப்பனி நிறைந்திருக்கும். இது குளிர்க்காற்றுதான். மலைகளின் இடைவெளி வழியாக வழிந்திறங்குகிறது. அங்கே எழுந்துநிற்கும் வெண்மலைகளின் மூச்சு இது. நாளை காலைக்குள் திசைமாறிவிடும். பனிக்காலத்திற்கு இன்னும் பல மாதங்கள் உள்ளன" என்றான். தன் ஆடையை உருவி அருகிருந்த சிற்றறையில் கொண்டுசென்று உதறி அங்கேயே தொங்கவிட்டான். உள்ளே அணிந்திருந்த மென்மயிராடையுடன் திரும்பி வந்தான். அவன் கைகள் இரு பெரிய விலங்குகள் போலிருப்பதாகத் தோன்றியது. உரிக்கப்பட்ட இரு மான்குட்டிகள்.

பிரேமை அகன்ற மரப்பாத்திரத்தில் கொதிக்கும் நீர் கொண்டுவந்து வைத்தாள். அவன் அதற்குள் கைகளை வைத்து சூடுகொண்டான். பின் அதில் துணியை முக்கி தன் காதுகளிலும் முகத்திலும் ஒற்றி எடுத்து

வெப்பப்படுத்தினான். "மூத்த பால்ஹிகர் வந்திருக்கிறார், தந்தையே" என்று திரும்பி அவனிடம் சொன்னான். "எங்கு?" என்று பூரிசிரவஸ் கேட்டான். "அவருக்கும் மைந்தர்களுக்குமான பூசல் நிகழ்ந்துகொண்டிருக்கிறது. அவர் காட்டிலிருந்து பெருங்காளையொன்றை வேட்டையாடி கொண்டுவந்திருக்கிறார். அதை தன் மூன்றாவது மைந்தனுக்குப் பரிசளித்து அவன் இல்லத்தில் இப்போது தங்கியிருக்கிறார். பிற மைந்தர்கள் மனைவியரும் குழந்தைகளுமாகச் சென்று அந்த இல்லத்தைச் சூழ்ந்து கூச்சலிடுகிறார்கள். அவர் உள்ளிருந்து திருப்பி ஓசையிடுகிறார்" என்றான்.

"நான் வந்திருப்பதை சொன்னாயா?" என்றான் பூரிசிரவஸ். "அவரிடம் நான் பேசுவதில்லை. எப்போது அவரைத் தூக்கி நிலத்தில் அறைகிறேனோ அதற்குப் பின்னர்தான் அவரிடம் பேசமுடியும்" என்று யாமா சொன்னான். "எனக்கு இந்த ஊர் பழக்கங்கள் எதுவுமே புரிவதில்லை" என்று பூரிசிரவஸ் சொன்னான். தொட்டியை பிரேமை எடுத்துப்போக சைலஜை பெரிய குடுவை நிறைய ஊன்சாறு கொண்டு வந்து மைந்தனிடம் கொடுத்தாள். அவன் அதை வாங்கி தன் முன் வைத்து இரு கைகளிலும் பெரிய கரண்டியை ஏந்தி வேகமாக அருந்தத் தொடங்கினான். பூரிசிரவஸ் "நான் சென்று அவரைப் பார்க்கவேண்டும். அவரிடம் வாழ்த்து பெற்றுபோவதற்காகவே வந்தேன்" என்றான்.

யாமா முகத்தைத் தூக்கி "எதன் பொருட்டு வாழ்த்து?" என்றான். "நீ அறியமாட்டாய். அங்கு நிலத்தில் ஒரு பெரும்போர் நிகழவிருக்கிறது. நான் அதில் கலந்துகொள்ளவிருக்கிறேன்" என்று பூரிசிரவஸ் சொன்னான். "எக்குடிகள் நடுவே போர்?" என்று அவன் ஆர்வத்துடன் கேட்டான். போர் என அவன் எண்ணுவது அங்கு நிகழும் தோள்பொருதல்களின் கொண்டாட்டத்தை என பூரிசிரவஸ் உணர்ந்தான். "அனைத்துக் குடிகளும் ஒருவரோடொருவர் போர்புரிகிறார்கள். ஒருவரை ஒருவர் கொன்று குவிப்பார்கள்." அவன் "ஏன்?" என்றான். "ஏனென்றால் அதுதான் போர். பல லட்சம்பேர் செத்துவிழுவார்கள்." அவன் கரண்டிகள் காற்றில் அசைவிழந்தன. யாமா "லட்சம் என்றால்?" என்றான். அவன் "ஆயிரம் பேராக ஆயிரம் மடங்கு..." என்றான். கரண்டிகள் மரக்குடுவையை முட்டி ஒலித்து கீழே விழுந்தன. அவன் பெருமூச்செறிந்தபோது பெருந்தசைத்திரள்கள் கொப்பளித்து அமைந்தன.

பூரிசிரவஸ் "போர் என்பது அதுதான்" என்றான். திகைத்த விழிகளுடன் யாமா அவனை பார்த்தான். பின்னர் மெல்ல சிரித்து "அனைத்துக் குடிகளும் போரிடுவார்களா? யார் யாரை வெல்வார்கள்?" என்றான். "யாரும் யாரையும் வெல்ல முடியாது. எல்லோரும் தோற்றுப்போகும் ஒரு போராகக்கூட இருக்கலாம். உனக்கு அதற்குமேல் புரியாது" என்றபின்

“அருந்து” என்றான் பூரிசிரவஸ். “அப்போரில் உங்கள் குடியும் கலந்து கொள்ளப்போகிறதா?” என்றான். “ஆம்” என்றான் பூரிசிரவஸ். யாமா “நீங்கள் அதில் போரிடுவீர்களா?” என்றான். “ஆம்” என்று பூரிசிரவஸ் சொன்னான்.

யாமா வெடித்து நகைத்து “குழந்தையைப்போல் உடல் கொண்டிருக்கிறீர்கள். உங்களை அவர்கள் எளிதில் வென்றுவிடுவார்களே?” என்றான். பூரிசிரவஸ் “இது உடலால் ஆன போரல்ல, மைந்தா. படைக்கலங்களால் ஆன போர். ஆற்றல் என்பது உடலில் அல்ல, உள்ளத்தில் திகழ்கிறது. உள்ளத்தைப் பயிற்றுவித்து கண்களையும் கைகளையும் உடன்செல்ல வைத்தவனே வீரன்” என்றான். யாமா “நீங்கள் வீரரா?” என்றான். “என் கையில் வாளிருந்தால் பாரதவர்ஷத்தில் மிகச் சிலரே எனக்கு முன்னால் இமைக்கணத்திற்குமேல் எதிர்நிற்கமுடியும். அங்க நாட்டரசர் கர்ணன் மட்டுமே நான் அஞ்சுவதற்குரியவர்” என்றான்.

யாமா “வாள்?” என்றபின் “நீங்கள் வாளால் வெட்டினால் உங்களை உதைக்கவோ பிடித்துத் தள்ளவோ செய்யலாமே?” என்றான். பின்னர் “மிகப் பெரிய ஒரு வாளுடன் வந்தால்? உங்களால் எவ்வளவு பெரிய வாளை ஏந்தமுடியும்?” என்று கேட்டான். “நீ என் வாள் சுழற்சியை பார்த்ததில்லை” என்ற பூரிசிரவஸ் திரும்பிப்பார்த்து அறை மூலையில் இருந்த தன் பொதியைச் சுட்டி “அதற்குள் என் வாள் இருக்கிறது, எடு” என்றான். யாமா எழுந்து சென்று அவன் வாளை உருவி எடுத்தான். மிக மெல்லிய வாள் அவன் கையில் நீண்ட தாலப்பனையோலைச் சுவடிபோலிருந்தது. அவன் அதை பிடித்து வளைத்து “இது என்ன கொடி போலிருக்கிறது? காற்றில் வளையுமென்று தோன்றுகிறது” என்றான். “ஆம், இது வளையும் வாள். ஆகவே இதை நம்ரை என்று சொல்கிறார்கள். இது வாள்களில் பெண்” என்றான்.

“வளையும் வாளால் எப்படி வெட்டமுடியும்? இது உடைந்துவிடுமே?” என்றான். “பெண் எதையும் எதிர்கொள்வதில்லை. தவிர்ப்பதே அவள் வழி. நடனமே அவளுடைய போர்” என்றான் பூரிசிரவஸ். “இதை சர்ப்பினி என்றும் சொல்வதுண்டு. பாம்புகள் அனைத்துமே பெண்தான் என்று ஒரு சொல் உண்டு. நீ பாம்பைப் பார்த்திருக்கிறாயா?” என்று பூரிசிரவஸ் கேட்டான். “இங்கு அவை இல்லை. கதைகளில் வணிகர்கள் சொல்வார்கள் அதைப்பற்றி. தோல் சவுக்கு போலிருக்கும். நீரோடைபோல வளைந்து வளைந்து ஓடும். நாவு அனலால் ஆனது. அதன் வாயில் ஒரு முள் உண்டு. அது நச்சுமுள். அது நம்மீது பட்டால் நாம் இறந்துவிடுவோம். அதன் செவிகள் உள்ளே புதைந்திருக்கும். ஓசைகேட்டு எழுந்தால் இருபக்கமும் செவிமடல்கள் விரியும்” என்றான் யாமா.

“ஓர் எருதை மெல்லிய தொடுகையால் கொன்றுவிடும்” என்று பூரிசிரவஸ் சொன்னான். “அது வளையக்கூடியது தெரிந்துகொள்.” அவன் சொன்னது புரியாமல் யாமா வாளை அவனிடம் நீட்டினான். பூரிசிரவஸ் தன் காலிலிருந்த ஆடையை தள்ளிவிட்டு எழுந்தான். வாளை வாங்கி அதைப் பிடித்துக்கொண்டான். “என்னைப் பிடி பார்ப்போம்” என்றான். “உங்களையா?” என்று மைந்தன் கேட்டான். பூரிசிரவஸ் புன்னகையுடன் “ஆம்” என்றான். “நீ என்ன வேண்டுமென்றாலும் செய்யலாம். எந்தப் படைக்கலத்தையும் பயன்படுத்தலாம்.” யாமா இரு கைகளையும் நீட்டிக்கொண்டு முன்னால் வர பூரிசிரவஸின் வாள் மெல்லிய மூச்சொலியுடன் மும்முறை சுழன்றது. யாமாவின் உடலிலிருந்து அவன் அணிந்திருந்த மென்மயிர் ஆடை முடிச்சுகள் வெட்டுப்பட்டு கீழே சரிந்தன. அவன் திகைத்து நின்றான்.

“உன் உடலில் ஏழு நரம்புகளை நான் இதற்குள் வெட்டியிருக்கமுடியும். நீ இன்னொரு அடியெடுத்து வைக்கமுடியாமல் இங்கேயே விழுந்து இறந்திருப்பாய்” என்றான் பூரிசிரவஸ். “உண்மையில் வெட்டுப்பட்டதேகூட தெரியாது. அலறவும் ஓசையெழாது. உடல் துடிக்கும். அதன் நிகர்நிலை இழப்பதால் பக்கவாட்டில் விழுந்து உடல் இழுத்துக்கொள்ளும். உள்ளே ஓடும் எண்ணமே அறுந்து சொல்துடிக்க அக்கணமே உயிர்பிரியும்” என்றான். “இமைக்கணத்தில் ஏழு இலக்குகளை என்னால் வெட்டமுடியும். என் வாளை எவரும் வெறும்விழிகளால் பார்க்கமுடியாது.”

எண்ணியிராக் கணத்தில் மைந்தன் மீண்டும் பூரிசிரவஸை பிடிக்க வந்தான். சீறலொலியுடன் சுழன்ற வாள் அவன் இடையிலிருந்த பட்டையை வெட்ட இடையாடை கீழே சரிந்தது. சீற்றத்துடன் அவன் கீழே கிடந்த கலங்களை எடுத்து பூரிசிரவஸ்மேல் வீசினான். அவன் உடல் இயல்பாக வளைந்து அனைத்தையும் தவிர்த்தது. யாமா திகைத்து நின்றான். “இதை எப்படி செய்கிறீர்கள், தந்தையே? இது மாயமா?” என்றான். “இது பயிற்சிதான். எந்தப் படைக்கலமும் உடலுக்கும் உள்ளத்துக்கும் அதைப் பழக்குவதில்தான் ஆற்றல் கொள்கிறது. நான் எண்ணுவதை செய்யும்படி இவ்வாளைப் பழக்கியிருக்கிறேன். ஆனால் படைக்கலம் நம்மால் தேர்ந்தெடுக்கப்படுவது அல்ல. நாம் பிறக்கும்போதே எந்தப் படைக்கலத்திற்குரியவர் நாம் என்பது உடன் முடிவாகி வருகிறது. நாமே அதைக் கண்டுகொள்கிறோம். நாம் அப்படைக்கலத்தை நம் உடலாகவே உணர்வோம்.

“எந்தப் போர்க்களத்திலும் எவரையும் நான் வெட்டுவதில்லை. நான் கடந்து செல்லும்போது மெல்லிய வெள்ளி மின்னல்போல இந்த வாள் என்னைச் சுற்றிப் பறந்துகொண்டிருக்கும். தொலைவிலிருந்து பார்க்கையில் மின்னல் வளையங்களுக்குள் நான் செல்வது போலிருக்கும். என்னை

சூழ்ந்திருப்பவர்கள் கண்ணுக்குத் தெரியாத எவராலோ உதைத்து வீழ்த்தப்பட்டவர்போல் விழுந்துகொண்டிருப்பார்கள். எவருக்கும் ஒரு சிறு முள்குத்தும் காயத்திற்குமேல் நான் அளித்ததில்லை. பாம்பு கடிப்பது போலத்தான். இறந்தவனைப் புரட்டித் தேடினாலொழிய எங்கு வாள் வெட்டியிருக்கிறதென்று கண்டுபிடிக்க முடியாது. பெரும்பாலும் நெஞ்சுக்கும் தலைக்கும் குருதி செல்லும் முதன்மைக் குழாய்களிலொன்றைத் துண்டித்திருப்பேன்" என்றான்.

யாமா கைகளை விரித்தபின் குனிந்து தன் ஆடையை எடுத்து அதன் பட்டையைப் பார்த்தான். அது வெட்டுண்டிருக்கும் விதத்தைப் பார்த்து "அது மிகக் கூர்மையான வாள் அல்லவா?" என்றான். "ஆம், எடையைவிட கூர்மை மேல். கூர்மையைவிட விசை மேல். விசையைவிட கோணம் மேலானது. கோணத்தை விட தருணம் முதன்மையானது" என்று பூரிசிரவஸ் சொன்னான். "இதை எனக்குக் கற்றுத்தாருங்கள், தந்தையே" என்றான் யாமா. "இல்லை, நீ வைத்திருக்கும் அந்த முரட்டு கதையும் வேலுமே உனக்குப் போதுமானது" என்றான் பூரிசிரவஸ். "இந்த மலையில் இக்கலை உனக்கு தேவையில்லை."

யாமா "நான் ஊருக்குள் வந்தால் போரிடவேண்டாமா?" என்றான். "நீ என் ஊருக்குள் வரப்போவதில்லை" என்றான் பூரிசிரவஸ். யாமா சினத்துடன் "நமது குடியின் போரென்றால் நான் கலந்துகொள்ள வேண்டுமல்லவா?" என்றான். "நீ எனது குடியல்ல. நீ உனது அன்னையின் குடியை சார்ந்தவன். மைந்தா, அங்கு நிலத்தில் மனிதர்கள் தங்கள் கைகளாலும் படைக்கலங்களாலும் போரிடவில்லை. தங்கள் வஞ்சங்களாலும் நஞ்சுகளாலும் போரிடுகிறார்கள். அப்போருக்கு நீ ஒருபோதும் இறங்கி வரலாகாது. அவர்கள் எவரும் இங்கு வரமுடியாது. ஆகவே அவர்கள் உங்கள் பகைவர்களும் அல்ல. இங்கிரு, அங்குள்ள எதையும் விழையாதே, அங்குள்ள எதையும் எப்போதும் பெற்றுக்கொள்ளாதே. இது என் ஆணை." யாமா மேலும் ஏதோ சொல்ல வாயெடுக்க "என் ஆணை" என்றான் பூரிசிரவஸ். அவன் தலைவணங்கி "ஆம், தந்தையே " என்றான்.

உணவுக்குப்பின் பூரிசிரவஸ் தன் குளிராடைகளை அணிந்து அதற்குமேல் பிரேமை அளித்த பெருந்தோலாடையைப் போட்டு உடலை குறுக்கிக்கொண்டு வெளியே இறங்கி தன் புரவியைப் பார்க்கச் சென்றான். அத்தோலாடை ஒரு கூடாரம்போல் அவன்மேல் கவிந்திருந்தது. உயிருள்ள கரடி ஒன்றைத் தன் தோளிலிட்டு கைகளைப்பற்றித் தூக்கிக்கொண்டு செல்வதுபோல் அவனுக்குத் தோன்றியது. வீசிக்கொண்டிருந்த காற்றில் அத்தோலாடையின் மேலிருந்த மென்மயிர்ப்பரப்புகள் இளம் புல்வெளிபோல அலையடித்தன. காற்று அனைத்து மரங்களையும்

யாழின் தந்திகள்போல் அதிரவைத்து ஓலத்தை எழுப்பியது. மலைகளின் மீது வான்திரை இழுத்துவிடப்பட்டிருந்தது.

அவன் சிறிய கதவைத் திறந்து உள்ளே சென்றபோது அங்கு கணப்பின் வெப்பம் இருப்பதை உணர்ந்தான். மூன்று குதிரைகள் ஒன்றுடன் ஒன்று உடல் ஒட்டி அவ்வெப்பத்தில் திளைத்தபடி நின்றிருந்தன. அவனுடைய மணம் பெற்று புரவி அவனை நோக்கிக் கனைத்தது. அவனைக் காணாது அது உளம் தவித்துக்கொண்டிருந்தது என்று அவன் உணர்ந்தான். அருகே சென்று அதன் கழுத்தையும் தாடையையும் முதுகையும் தடவிக்கொடுத்தான். அது தலைதிருப்பி அவன் கைகளை நக்கியது. பெருமூச்சுவிட்டபடி உடல் சிலிர்த்தது. அதன் வயிற்றைத் தொட்டுப்பார்த்தான். நன்கு உணவுண்டு நிறைந்திருப்பது தெரிந்தது. வாயிலிருந்து வழிந்த கோழை அது உண்டதை அசைபோட்டுக் கொண்டிருப்பதைக் காட்டியது. அவன் அதன் நெற்றியையும் மூக்கையும் வருடிக்கொடுத்தான். அதன் விழிகள் உருண்டன. அதன் விலாவிலும் முதுகிலும் தசைகள் விதிர்த்தன. அதனை பற்றிக் கொண்டிருந்த பதற்றம் மெல்ல வடிவதை அவ்வசைவிலிருந்து உணர்ந்தான்.

மீண்டும் மீண்டும் அதை தட்டி ஆறுதலளித்த பின் கதவைத் திறந்து வெளியே சென்றான். அதற்குள் அவன் உடல் முழுக்க குளிர் பரவி நடுக்கு தோன்றிவிட்டது. விரைந்த காலடிகளுடன் இல்லத்தை அடைந்து கதவைத் திறந்து உள்ளே சென்றான். யாமா எழுந்து வந்து அவன் மேலாடையைக் கழற்றி எடுத்து உதறி கணப்புக்குச் சற்று அப்பால் மாட்டினான். கணப்பை அணுகி இரு கைகளையும் காட்டி வெம்மையூட்டியபடி பூரிசிரவஸ் அமர்ந்தான். வெளியே அந்திக்கு முந்தைய வெளிச்சமிருப்பதை உணர்ந்து திரும்பிப்பார்த்து “இப்போது பொழுதென்ன?” என்றான். “இரவு எழுந்துவிட்டது” என்றான் யாமா. “ஆனால் வெளியே வெளிச்சமிருக்கிறது” என்றான். “கோடையில் இங்கு இரவு முழுக்கவே வெளிச்சமிருக்கும். பனிப் புயலடிக்கையில் சற்றே இருண்டு மீண்டும் வெளுக்கும்” என்றான் யாமா.

பூரிசிரவஸ் கைகளை உரசியும் உடலை திருப்பியும் தன்னை வெப்பப்படுத்திக்கொண்டு எழுந்தான். “படுத்துக்கொள்ளுங்கள், தந்தையே” என்றான் மைந்தன். “இப்போதுதான் தூங்கி விழித்தேன். மறுபடியும் துயில முடியுமா என்று தெரியவில்லை” என்றான் பூரிசிரவஸ். “நீங்கள் துயில்வீர்கள். உங்கள் உள்ளத்திற்கு துயில் தேவைப்படுகிறது.” “ஆம், இங்கு என்னுள் எப்போதும் ஓடிக்கொண்டே இருக்கும் சொல்நிரைகள் நின்றுவிட்டிருக்கின்றன. துவண்டுகிடக்கிறது அகம்” என்று பூரிசிரவஸ் சொன்னான். “அங்கே நிகர்நிலத்தில் நாங்கள் காற்றை சொற்களால் நிரப்பி வைத்துக்கொண்டிருக்கிறோம். சொற்களையே

மூச்சாக விட்டு சிந்தையென ஆக்கி அதில் திளைக்கிறோம். உளச்செயல் மலையேறுவதற்கிணையாக களைப்பூட்டுவது.”

“துயிலவிடாதது அதுதான்” என்று யாமா சொன்னான். “இங்குளோர் பெரும்பாலான பொழுதுகளில் துயில்கொண்டுவிடுகிறார்கள். குளிர்காலத்தில் ஒருநாளில் நான்கு நாழிகைப்பொழுதுகூட நாங்கள் விழித்திருப்பதில்லை. மிகுதியாகத் துயில்வதனால் மிகுதியாக வாழ்கிறோம்” என்றான். “துயில்வது என்பது இங்கிலாதாவது மட்டும்தான், தந்தையே. துயிலில் நாம் சென்றடையக்கூடிய இன்னொரு உலகம் இருக்கிறது. அங்கு அனைத்தும் பிறிதொருவகையில் அமைந்துள்ளன. அது மாறா வசந்தகாலம் திகழும் நிலம். எங்கும் மலர்கள் முளைத்து நிறைந்திருக்கும். இனிய பறவைகள்!” கைதூக்கி கண்மூடி தனக்குள் மகிழ்ந்தவனாக புன்னகைத்து “அழகிய பெண்டிர்! அங்கு நாம் முடிவிலாது வாழமுடியும். மனிதர்களுக்கு தெய்வங்கள் இரு உலகங்களை இவ்வாறு படைத்தளித்திருக்கின்றன” என்றான்.

பூரிசிரவஸ் “ஆம்” என்று புன்னகைத்தான். பிரேமை உள்ளிருந்து வந்து அவனிடம் “உங்களுக்கு படுக்கை ஒருக்கியிருக்கிறேன்” என்றாள். அவன் “நன்று” என்று எழுந்துகொண்டான். அவள் முன்னால் செல்ல அவன் பக்கவாட்டில் அந்தச் சிற்றறைக்குள் சென்றான். மரத்தாலான பெட்டி போன்றிருந்தது அப்படுக்கையறை. முன்னர் அவன் படுத்திருந்தது மைந்தனின் படுக்கை என்று தோன்றியது. அது சிறிதாக இருந்தமையால் வெம்மை தங்கியிருந்தது. முகப்பறையிலிருந்த கணப்பிலிருந்து வெங்காற்று வருவதற்கான மண்குழாய் அங்கே வாய் திறந்திருந்தது. கம்பளி மெத்தைக்குமேல் தெய்வங்களின் காப்புக்கென இறகுகளால் ஆன கொத்து ஒன்று தொங்கியது.

அவன் மெத்தையில் படுத்து தன்மேல் மென்மயிர் போர்வையையும் அதற்குமேல் தோல் போர்வையும் எடுத்துப் போர்த்திக்கொண்டான். உள்ளே கைகளையும் கால்களையும் நடப்பதுபோல் அசைத்து வெம்மையை உருவாக்கினான். பெரிய குடுவையில் நீருடன் பிரேமை அறைக்குள் வந்தாள். அதன் கதவை மூடி தாழிட்டபின் குடுவையை அருகே வைத்துவிட்டு முழந்தாளிட்டு அவனருகே நெருங்கி போர்வையைத் தூக்கி உள்ளே நுழைந்து தன் கைகளாலும் கால்களாலும் அவனைப் பற்றிக்கொண்டாள். அவன் ஏதும் சொல்வதற்குள் இதழோடு இதழ் பொருத்தி முத்தமிடத் தொடங்கினாள்.

அவன் அவளை தன் உடலுடன் இறுகக் கட்டிக்கொண்டான். அவள் காதில் “உன்னைப் பார்த்த கணம் முதல் காமம் கொண்டேன்” என்றான். “ஆம், தெரிந்தது” என்று அவள் சொன்னாள். பின்னர் அவனை

வெறிகொண்டவள்போல் முத்தமிட்டாள். தன்மேல் பெரிய துளிகளாக மழை பொழிவதுபோல் அவன் உணர்ந்தான். மெய்ப்பு கொண்டு கைகால்கள் நடுங்க அவளைத் தழுவினான். அவளுடைய பெரிய உடலை அவனால் வளைத்து அணைக்க முடியவில்லை. அவள் அவன் தலையை எடுத்து தன் மார்புகளுக்கு நடுவே வைத்து புதைத்தபடி அவன் செவியில் "எனக்கு இன்னொரு மைந்தன் வேண்டும்" என்றாள்.

"ஆனால் நான் சற்று முதிர்ந்துவிட்டேன்" என்று அவன் சொன்னான். "அதனால் என்ன? நான் விழைகிறேன். என் விழைவு மிகப் பெரியது. அதை தெய்வங்கள் அறியும்" என்று அவள் சொன்னாள். "பிறிதொரு மைந்தன்..." என்று அவன் முகம் தூக்கி அவளைப் பார்த்து சொன்னான். "ஆம், எனக்கு வேண்டும். எனக்கு வேண்டும். எனக்கு வேண்டும்" என்று அவள் வெறிகொண்டவளாக முனகினாள். பெண்களின் கண்களில் எழும் அந்த வெறியும் மயக்கும் தோன்றின. அவள் வாயில் இனிய பச்சைக்குருதி மணம். தோள்களில் எழுந்த வெம்மைமிக்க தோல்மணம். அவள் மெல்ல மெல்ல இனிய, கட்டற்ற விலங்கென மாறிக்கொண்டிருந்தாள். மிக ஆழமான, மிகமிகத் தனிமையான குகை ஒன்றுக்கு அவனை கவ்விக்கொண்டு சென்றாள்.

22

புலரியில் பூரிசிரவஸ் விழித்துக்கொண்டபோது சாளரம் திறந்து உள்ளே ஒளி சரிந்து விழுந்திருந்தது. கண்கள் கூச மீண்டும் மூடிக்கொண்டு போர்வைக்குள்ளிருந்த வெப்பத்தை உடலால் அளைந்தபடி கவிழ்ந்து படுத்தான். போர்வைக்குள் இருந்த வெம்மை உணர உணர கூடி வருவதாகவும் புழுங்கத் தொடங்குவதாகவும்கூட தோன்றியது. துயின்றுகொண்டிருந்தபோது இமைகளுக்குமேல் விழுந்த ஒளி உள்ளே செந்நிறத்தை நிரப்பியிருந்தமையால்தான் விழிப்பதற்கு முன்பு புலரியிலும் அந்தியில் செவ்வொளி பரவிய கங்கையின் கரையில் நின்றிருப்பதாக கனவு கண்டோம் என்று எண்ணிக்கொண்டான். பின்னர் அது மலைமுகடுதானா என்ற ஐயம் எழுந்தது. திடுக்கிட்டவன்போல கையூன்றி புரண்டு அவ்வொளியைப் பார்த்தான்.

அறையைப் பார்த்த பின்தான் முந்தைய நாள் தான் துயின்ற அதே இடம் என்பதை உறுதி செய்துகொண்டான். போர்வையை காலால் விலக்கி எழுந்து நின்றான். கைகளை உதறி உடலை விரித்துக்கொண்டபோது புதிதாக பிறந்தெழுந்ததுபோல் தோன்றியது. கைகளை சிறுவன்போல் விரித்து அவ்வொளியில்காட்டி அளைந்தான். மெல்லிய தூசுத்துகள்கள் அதற்குள் பறந்துகொண்டிருந்தன. போர்வையை விலக்கியபோது அதிலிருந்து எழுந்த பொடி. பெரும்பாலும் மெல்லிய மயிர்த்துகள்கள் அவை. அவன் சாளரத்தினூடாக வெளியே பார்த்தான். வெளியே ஒளிரும் நீர்போல வெயில் நிரம்பி நிற்கக் கண்டான்.

அவன் எழுந்த ஓசை கேட்டு உள்ளே வந்த பிரேமை "நன்கு புலர்ந்துவிட்டது. மைந்தன் காட்டுக்குச் சென்றிருக்கிறான்" என்றாள். "இவ்வளவு வெயில் இங்கு வருமா?" என்றான். "காலையில் எப்போதும் நல்ல வெயில்

இருக்கும். உச்சிப்பொழுதுக்குப் பின்னர்தான் இருளத் தொடங்கும்" என்றபின் "முகம் கழுவி வந்தால் உங்களுக்கு இன்நீர் அளிக்கிறேன்" என்றாள். "ஆம்" என்றபடி அவன் தன்னுடைய மேலாடையையும் கழற்றிவிட்டு மெல்லிய உள்ளாடையுடன் இல்லத்தின் பின்பக்கம் சென்றான். மரக்குடைவுத் தொட்டியில் நிரம்பியிருந்த நீரில் கையால் அள்ளி முகத்தைக் கழுவினான். நீர் பனியென குளிர்கொண்டிருந்தது. தொட்டிக்குள் பனிக்கட்டி கரைந்து முனைகள் கல்லுடைசல்போல கூர்கொண்டிருந்தன.

தண்ணீர் பட்டதுமே உடல் குளிரத்தொடங்கியது. சற்று நேரத்திலேயே உடலில் நடுக்கம் வருவதை உணர்ந்தான். அவ்வளவு வெயிலிருந்தும்கூட காற்றிலிருந்த குளிரைக் குறைக்க இயலவில்லை. முகம் கழுவிவிட்டு வந்து பிரேமை அளித்த கொதிக்கும் இன்நீரைத் துளித்துளியாக அருந்தினான். அவள் "மேலாடையை அணிந்துகொள்ளுங்கள். இங்கு நெஞ்சு மறைக்காமல் இருக்கலாகாது. நெஞ்சுக்குள் இருக்கும் அனல் நம்மை நெடுநேரம் வெம்மையுடன் வைக்கும். ஆனால் எண்ணியிராது அணைந்துவிடும். அதன்பின் வாழ்நாளெல்லாம் மூச்சுத் திணறல் வரும்" என்றாள். "ஆம்" என்றான். அவன் மலைவணிகர்கள் மூச்சுத்திணறல் நோய் வந்து துன்புறுவதைக் கண்டிருக்கிறான். தரைக்கு வந்த மீன்போல வாய்திறந்து மூச்சுக்குத் தவிப்பார்கள். மூச்சுவிடும்போது குழலோசை கேட்கும். அவர்களின் விழிகளிலேயே மூச்சுக்கு தவிப்பதன் ஒளி இருக்கும்.

அவள் எடுத்துக்கொடுத்த தோலாடையை அணிந்து அதன் முன்புற கயிறுகளை முடிச்சிட்டுக் கொண்டிருந்தபோது வெளிமுற்றத்தில் உரத்த குரலில் "என்னைத் தேடி வந்தவன் யார்?" என்று குரல் ஒலித்தது. அவன் திடுக்கிட்டு பின் உவகைகொண்டு கதவைத் திறந்து வெளியே சென்றான். இரு பெரும்கைகளையும் விரித்து முற்றத்தில் நின்றிருந்தவர் பால்ஹிகர் என்று அவன் உள்ளம் உணர்ந்தது, விழிகள் திகைத்தன. அவர் தன் முதுமையை இழந்து அகவை மீண்டு சென்றிருந்தார். கழுத்தில் தொங்கிய தசைப் பை மறைந்திருந்தது. உடலெங்கும் தளர்ந்து சுருங்கியிருந்த தசைகள் பருத்து இறுகிச் செறிந்திருந்தன. இமைகளில் மயிர் தோன்றியிருந்தது. நரையிலாத கருமயிர். அவர் "நீயா என்னைத் தேடி வந்தாய்?" என்றபோது அவருடைய பற்கள் தெரிந்தன. மஞ்சள் நிறமான மாட்டுப்பற்கள். அவருக்கு பற்கள் இருக்கவில்லை என்பதை அவன் நினைவுகூர்ந்தான்.

"நான் பால்ஹிகன். நீ என் எதிரி என்றால் வெளியே வா" என்றார் பால்ஹிகர். அவருடைய இமைகள் மட்டும் சற்றே தளர்ந்து தொங்கியதுபோல் கண்ணுக்குமேல் கிடந்தன. பச்சை விழிகள் சிறுவர்களுக்குரிய ஒளியுடன்

புதியனவாக இருந்தன. பூரிசிரவஸ் முற்றத்தில் இறங்கி "நான்தான், பிதாமகரே. பால்ஹிக இளவரசனும் சோமதத்தியுமாகிய பூரிசிரவஸ். தங்களைக் காணும்பொருட்டு வந்தேன்" என்றான். "ஆம், நீ பால்ஹிகன். நீ சிபி நாட்டில் என்னைப் பார்க்க வந்தாய். என்னை ஒரு கல்லறைக்குள் போட்டுப் புதைத்திருந்தார்கள். நீ என் கனவின் வழியாக உள்ளே வந்தாய்..." என்றார் பால்ஹிகர். "ஆனால் நீ அன்று ஆணும்பெண்ணும் அற்றவனாக இருந்தாய்... உன் பெயர் சிகண்டி என்றாய்." பூரிசிரவஸ் அப்பேச்சை தெளிவுபடுத்த முனையாமல் அவரை அணுகி "பிதாமகரே, என்னை வாழ்த்துக!" என்று சென்று அவர் காலைதொட்டு வணங்கினான்.

அவர் தனது பெரிய கையால் அவன் தலையை மெல்ல அடித்து "உன்னை நான் மறந்துவிட்டேன். நேற்று யாரோ என்னைப் பார்க்க வந்திருக்கிறார்கள் என்று அவள் சொன்னபோது என்னால் உன்னை நினைவுகூர முடியவில்லை. எனக்காக நீ கொண்டு வந்த குத்துக்கத்தியை நான் இளைய மகனுக்குக் கொடுத்துவிட்டேன். இன்னொரு குத்துக்கத்தி எனக்கு இப்போது வேண்டும். நான் அதன்பொருட்டே வந்தேன்" என்றார். "இன்னொன்றும் இருக்கிறது. நான் அளிக்கிறேன், உள்ளே வருக!" என்றான். "இது அவன் வீடு, இதற்குள் நான் நுழையக்கூடாது. அவன் என்னை தூக்கி அறைவதாக வஞ்சினம் உரைத்திருக்கிறான். பார்த்துக்கொண்டே இரு, இன்னும் சில நாட்களில் நான் அவனை மும்முறை தூக்கி அறைகிறேன். இந்த ஊரில் எவரும் எனக்கு நிகர் அல்ல" என்றபின் "ஊரிலிருந்து யவன மது கொண்டு வந்தாயா?" என்றார்.

"ஆம் பிதாமகரே, ஆனால் இங்குள்ள எவரும் அதை அருந்துவதில்லை என்றார்கள்" என்றான் பூரிசிரவஸ். "இங்குள்ள மூடர்கள் அருந்துவதில்லை. நான் அருந்துவேன்" என்றபின் "எத்தனை நாள் இருப்பாய்?" என்றார் பால்ஹிகர். "நான் தங்களைப் பார்த்து வாழ்த்து பெற்று செல்வதற்காக வந்தேன், வாழ்த்து பெற்றதும் கிளம்பிவிடுவேன்" என்றான். "என்னிடம் எதற்கு வாழ்த்து பெறவேண்டும்? மறுபடியும் பெண்களை மணக்கப்போகிறாயா?" என்றார். "இல்லை பிதாமகரே, கீழே பெரும்போரொன்று வரவிருக்கிறது. அதில் நான் கலந்துகொள்கிறேன், உயிர்துறக்கவும் நேரலாம். அதற்கு முன் மூத்தவர்களிடம் வாழ்த்துபெற வேண்டும். எங்கள் குடியில் இப்போது இருப்பவர்களில் தாங்களே மூத்தவர். தங்கள் கால்தொட்டு வாழ்த்து பெற்று செல்லவேண்டும் என்று தோன்றியது. எச்சமின்றி போருக்கு செல்லவேண்டுமென்ற சொல்லைத் தாங்கள் அறிந்திருப்பீர்கள்."

"யாருக்கு நடுவே போர்?" என்று அவர் கேட்டார். "பாண்டவர் தரப்புக்கும் கௌரவர் தரப்புக்கும்" என்றான் பூரிசிரவஸ். "அவர்கள் யார்?" என்று அவர் கேட்டார். பூரிசிரவஸ் சில கணங்கள் தன்னைக்

கட்டுப்படுத்திக்கொண்டு "பிதாமகரே, தங்களுக்கு தேவாபி என்றொரு மூத்தவர் இருந்ததை நினைவுகூர்கிறீர்களா?" என்றான். அவர் தன் முடியற்ற தலையில் தட்டி "ஆம்... தேவாபி... தேவாபி... அப்பெயர் நினைவிருக்கிறது. யார் அவர்?" என்றார். "அவரை நீங்கள் தோளில் சுமந்தீர்கள். உங்கள் மூத்தவர்" என்றான் பூரிசிரவஸ். "ஆ! நினைவுகூர்கிறேன். அவர் என் கனவில் வருவதுண்டு. என் தோளில் ஒரு எடையற்ற விலங்கை சுமந்துகொண்டு மலையில் செல்வதுபோல் கனவு காண்பேன். அது என்னிடம் பேசுவது போலிருக்கும். விழித்துக்கொண்டால் அவரை நினைவுகூர்வேன். இப்போது அவர் எங்கே?"

பூரிசிரவஸ் "விண்ணுலகடைந்துவிட்டார். நெடுங்காலமாகிறது" என்றான். "பிதாமகரே, நீங்கள் யயாதியின் கொடிவழியில், குருவின் குலத்தில், பேருடலராகிய பீமனின் சிறுமைந்தனாக, பிரதீபருக்கு மைந்தனாகப் பிறந்தீர்கள். உங்கள் அன்னை சிபிநாட்டு அரசி சுனந்தை. உங்களுக்கு மூத்தவர் தேவாபி. இளையவர் சந்தனு" என்றான் பூரிசிரவஸ். "ஆம், சந்தனு. அவனும் விண் சென்றுவிட்டானா?" என்று அவர் ஆர்வமாகக் கேட்டார். பூரிசிரவஸ் "ஆம், நெடுங்காலமாகிறது" என்றான். "ஆம், சந்தனுவுக்கு இரு மைந்தர். அக்குழவிகளை நான் பார்த்ததில்லை" என்ற பால்ஹிகர் "ஆனால் ஒருமுறை பார்த்தேனா என்றும் ஐயமாக உள்ளது" என்றார். மயிரற்ற மண்டையை கையால் தட்டி "ஆனால் இவையெல்லாம் எங்கே நிகழ்கின்றன?" என்றார்.

"சந்துனுவின் முதல் மைந்தர் தேவவிரதராகிய பீஷ்மர். அவருடன் நீங்கள் மற்போரிட்டிருக்கிறீர்கள்" என்றான் பூரிசிரவஸ். பால்ஹிகர் முகம் மலர்ந்து இரு கைகளையும் ஓங்கி ஒன்றுடன் ஒன்று தட்டியபடி "ஆம், அவனை நினைவுகூர்கிறேன். என்னைவிட உடல் மெலிந்தவன், என்னளவுக்கே உயரமானவன். என்னுடன் நிகர்நின்று போரிட்டான்" என்றார். "அவனுடன் மீண்டும் போரிட விரும்புகிறேன். இப்போது நான் மேலும் பேருடல்கொண்டிருக்கிறேன். இன்று அவனை கால்நாழிகையில் தூக்கி நிலத்திலறைவேன்." பூரிசிரவஸ் "சந்தனுவின் மற்ற இரு மைந்தர்கள் சித்ராங்கதரும் விசித்திரவீரியரும்" என்றான். "ஆம், பல தலைமுறைகள்" என்றார். "அவர்கள் என்ன செய்கிறார்கள்? பீஷ்மன் உயிரோடு இருக்கிறானா?" என்றார். "ஆம், அவர் மட்டும் இருக்கிறார்" என்றான்.

அவர் கையைப் பின்னால் கட்டிக்கொண்டு "ஆம், அவன் என்னைப்போல, எளிதில் சாகமாட்டான். இம்முறை அவனுடன் நெறிகளற்ற வன்போர் செய்யவேண்டும் என்று விழைகிறேன். இங்கே மலைகளில் நான் விண்ணிலிருந்து உயிராற்றலைப் பெற்றுக்கொண்டிருக்கிறேன். அதோ அந்த வெண்ணிற மலை. அதன் மேல்தான் ஒவ்வொரு முழுநிலவு நாளிலும் அமுது இறங்குகிறது. வெண்ணிறப் பால் பொழிவு போலிருக்கும்.

அங்கு சென்று நின்றால் அதை அருந்தலாம். நான் ஏழுமுறை அங்கு சென்றிருக்கிறேன். ஒவ்வொரு முறை அங்கு செல்லும்போதும் எனது இறப்பைப் பல ஆண்டுகளுக்கு ஒத்திவைக்கிறேன்" என்றார். "கீழிருப்பவர்கள் உண்ணுவதும் உயிர்ப்பதும் நஞ்சு. ஆகவே நாள்தோறும் அவர்கள் நலிகிறார்கள்."

பேச்சு திசை மாறாமலிருக்க வெறுமனே தலையசைத்தபடி ஒருசொல்லும் பேசாமல் நின்ற பூரிசிரவஸ் மீண்டும் தொடங்கினான். "பிதாமகரே, விசித்திரவீரியருக்கு இரண்டு மைந்தர்கள். மூத்தவர் விழியற்றவரான திருதராஷ்டிரர். இரண்டாமவர் நோயுற்றவர், அவர் பெயர் பாண்டு. மூத்தவருக்கு நூறு மைந்தர்கள். அவரில் மூத்தவர் துரியோதனன். அவரே இப்போது அஸ்தினபுரியின் அரசர்." பால்ஹிகர் "அவன் மல்லனா?" என்றார். "ஆம்" என்று பூரிசிரவஸ் சொன்னான். "பாண்டுவுக்கு ஐந்து மைந்தர்கள்" என்று அவன் சொல்ல "ஆம்! ஆம்!" என்று அவர் தன் தொடையில் ஓங்கித் தட்டினார். "அதில் இரண்டாமவனை நினைவுகூர்கிறேன். அவன் பெயர் பீமசேனன். பிற நால்வரையும் அவன் தோளில் தூக்கிக்கொண்டு காட்டுக்குள் செல்வதைப்போன்று ஒரு கனவு எனக்கு வந்துள்ளது." பூரிசிரவஸ் "அவரேதான். அவர் பெருந்தோளர்" என்றான்.

பால்ஹிகர் எண்ணத்திலாழ்ந்தார். முதியவர் அனைத்தையும் நினைத்து எடுத்துவிட்டார் என்று உறுதி செய்தபின் "அஸ்தினபுரியை இப்போது ஆள்பவர் துரியோதனர். மூத்தவர் திருதராஷ்டிரர் என்ற வகையில் அவரே அந்நிலத்திற்கும் மணிமுடிக்கும் உரிமையானவர். ஆனால் ஓரிரு நாட்கள் முன்னதாகப் பிறந்துவிட்டார் என்பதனால் யுதிஷ்டிரரும் அவரது உடன்பிறந்தவர்களும் அந்நாட்டையும் மணிமுடியையும் கோருகிறார்கள். ஆகவேதான் அங்கு போர் நிகழ்கிறது" என்றான். விழிப்புகொண்டு "யுதிஷ்டிரர் யார்?" என்று பால்ஹிகர் கேட்டார். பூரிசிரவஸ் பொறுமையைத் தக்கவைத்து "அவர் விசித்திரவீரியரின் இரண்டாவது மைந்தர் பாண்டுவின் மைந்தர்" என்றான். "விசித்திரவீரியன் யார்?" என்றார் பால்ஹிகர். பூரிசிரவஸ் கையை வீசி அதைக் கலைத்து "பிதாமகரே, அஸ்தினபுரி உங்களுடைய நாடு. உங்கள் தந்தையர்நிலம் அது. அங்குள்ள இரு தரப்பினர் ஒருவருக்கொருவர் போரிடுகிறார்கள். துரியோதனர் நெறிகளின்படி நாடாள்கிறார். யுதிஷ்டிரர் நெறிமீறி அந்நிலத்தை கோருகிறார்" என்றான். "அவ்வாறு ஷத்ரியரிடையே போர் நிகழ்வது அரிதாயிற்றே? அரக்கர்கள்தானே போர் புரிவார்கள்?" என்றார் பால்ஹிகர். "ஷத்ரியர்களும் போர் புரிவார்கள்" என்று பூரிசிரவஸ் சொன்னான்.

பால்ஹிகர் இரு கைகளையும் விரித்தபடி உடல்தசைகள் ததும்ப முற்றத்தில் சிறுவளையங்களாக நடந்தார். பின்னர் “ஆகவே அங்கு போர் நிகழவிருக்கிறது, இல்லையா? மற்போர்தானா?” என்றார். “இல்லை, பிதாமகரே. இரு தரப்பிலும் பல லட்சம் படைவீரர்கள் திரண்டிருக்கிறார்கள். அங்கு நிகழவிருப்பது பலநாட்கள் நீடிக்கவிருக்கும் மாபெரும் போர். பல லட்சம் வீரர்கள் இறந்து விழக்கூடும்” என்றான் பூரிசிரவஸ். “லட்சம் என்றால்?” என கைகளை விரித்து “அந்த அளவுக்கா?” என்றார். “எண்ணமுடியாத அளவுக்கு” என்றான். அவர் முகம் மலர்ந்தது. “எண்ணமுடியாத அளவுக்கு! இந்த மலைகளைப்போல?” என்றார். “ஆம்” என்றான் பூரிசிரவஸ். “அப்போரில் நானும் கலந்துகொள்ளவிருக்கிறேன். நான் களம்படக்கூடும். அதற்கு முன் தங்களைப் பார்த்து வாழ்த்துபெறவே வந்தேன். நாளை நான் கிளம்பும்போது வந்து தங்களைப் பணிந்து வாளை தங்கள் காலடியில் வைத்து முறைப்படி விடைபெறுகிறேன். என்னை சொல்லளித்து அனுப்புங்கள்.”

அவர் “ஆனால் ஏன் அவ்வாறு இறக்கவேண்டும்? வென்றவர்கள் என்ன செய்யப்போகிறார்கள்? அவர்களுக்கு என்ன பரிசு அளிக்கப்படும்?” என்றார். “அவர்கள் நிலத்தை அடைவார்கள், பிதாமகரே” என்றான் பூரிசிரவஸ். அவர் அவனை ஐயமாகக் கூர்ந்து நோக்கினார். “நிலத்திற்காகவா?” என்று அவனுக்கு மட்டுமாகக் கேட்டார். “ஆம்.” அவர் “நிலத்தை என்ன செய்வார்கள்?” என்றார். “உரிமைகொள்வார்கள்” என்றான். “உரிமையா?” என அவர் சுற்றிலும் பார்த்தார். “இங்கே முடிவிலாமல் நிலம் இருக்கிறதே. இங்கிருந்து கிளம்பி இப்படியே சென்றால் ஆயிரம் ஆண்டுகாலம் எந்த மானுடரையும் சந்திக்காமல் சென்றுகொண்டே இருக்குமளவுக்கு நிலம் உள்ளது. ஆனால் இதை எப்படி மானுடன் உரிமைகொள்ளமுடியும்?”

பூரிசிரவஸ் ஒன்றும் சொல்லவில்லை. அவர் எண்ணங்கள் மலைத்து உறைய தலையை உலுக்கி விடுபட்டு “அந்தக் குத்துவாளை நீ எடுத்துக்கொடுத்தால் நான் இப்போதே கிளம்புகிறேன். மலைகளுக்குமேல் நான் ஒரு காட்டு ஆட்டை பார்த்திருக்கிறேன். என்னைப்போன்றே முதியது. அதை நான் உண்டால் இருவருக்குமே நன்று” என்றபின் கண்சுருக்கங்கள் இழுபட்டுக் குவிய சிரித்து “கனிந்த பழம்போல அது மலைகளில் காம்பு இற்று காத்திருக்கிறது” என்றார். “பொறுங்கள்! நான் வாள்களை எடுத்துவருகிறேன். தங்களுக்குரிய குத்துவாளைத் தாங்களே எடுத்துக்கொள்ளலாம்” என்று சொல்லி பூரிசிரவஸ் உள்ளே சென்று தனது பொதியைத் தூக்கி வந்தான். அதை முற்றத்தில் விரித்து அதிலிருந்த குத்துவாட்களைக் காட்டினான். பால்ஹிகர் முழந்தாளிட்டு அமர்ந்து அந்தக் குத்துவாட்களைக் கைகளால் புரட்டினார். முழந்தாளிட்டு

அமர்ந்தபோதே அவர் நின்றிருந்த பூரிசிரவஸின் நெஞ்சளவுக்கு இருந்தார். அவரது கைகளுக்கு குத்துவாள்கள் மிகச் சிறியவையாகத் தெரிந்தன.

மிகக் கூர்மையான நோக்குடன் முழுதாக ஈடுபட்டு அவர் வாள்களை எடுத்து நோக்கினார். வீசியும் குத்தியும் வீசியெறிந்து பிடித்தும் கூரை வருடியும் அவர் அவற்றை ஆராய்ந்தார். அவற்றின் நாவை மட்டுமே அவர் நோக்கினார். பிடி அவருக்குப் பொருட்டாகவே தோன்றவில்லை. ஊரில் குறுவாட்கள் அணிச்செதுக்குப் பிடிகளுக்காகவே மதிப்பு கொள்கின்றன. ஆனால் மலைகளில் அதற்குப் பொருளே இல்லை. அவர் முதலிலேயே எடுத்துக்கொண்ட, அவற்றில் பெரிய குத்துவாளை இறுதியாகவும் எடுத்துக்கொண்டு "இதை நான் வைத்துக்கொள்கிறேன்" என்றார். பிறகு மற்ற குத்துவாட்களைப் பார்த்து "இவற்றை எவருக்கு கொடுக்கப் போகிறாய்?" என்றார். "இங்குள்ளவர்களுக்குத்தான்" என்றான் பூரிசிரவஸ். அவருடைய விழிகள் மாறுபட்டன. இன்னொரு குத்து வாளை எடுத்துக்கொண்டு "இதையும் நான் வைத்துக்கொள்கிறேன். எனக்கு இரண்டு குத்துவாட்கள் வேண்டும்" என்றார்.

"தாங்கள் விழைந்ததை எடுத்துக்கொள்ளுங்கள், பிதாமகரே" என்றான் பூரிசிரவஸ். அவர் மீண்டும் ஒன்றை எடுத்துக்கொண்டு "மூன்று குத்துவாட்கள் வைத்துக்கொள்கிறேன். இனி இவ்வூரில் மூன்று குத்துவாட்கள் உள்ள ஒரே ஒருவன் நானே" என்றார். பின்னர் எழுந்துகொண்டு அவனைப் பார்த்து "ஆனால் மூன்று குத்துவாட்களை வைத்துக்கொண்டு நான் என்ன செய்யவிருக்கிறேன்? ஏற்கெனவே என்னிடம் இரண்டு உள்ளன. ஐந்து குத்துவாட்கள் எதற்கு?" என்றார். பூரிசிரவஸ் புன்னகைத்தான். அவர் "ஐந்து குத்துவாட்கள் பெரிய பொறுப்பு. அவற்றை நான் காவல் காக்கவேண்டும். ஒரு குத்துவாள் என்றால் என் இடையிலேயே வைத்துக்கொள்வேன்" என்றபின் பிற இரு குத்துவாட்களையும் வைத்துவிட்டு "நன்று, நீ செல்லும்போது என்னிடம் வா. உன்னிடம் என்ன சொல்லவேண்டுமென்பதை என்னிடம் முன்னரே சொல்லிவிடு. அச்சொற்களை நான் திருப்பி சொல்வேன்" என்றபின் தனது பெரிய கைகளால் அவனது தோளைத் தட்டினார்.

"ஆம், பிதாமகரே" என்றான் பூரிசிரவஸ். "நான் என்னிடமிருக்கும் குத்துவாட்களை மைந்தர்களுக்குக் கொடுக்கிறேன். அவர்கள் விரும்புவார்கள்" என்றபின் அவர் "நீ நல்லியல்பு கொண்டவன். நீ ஏன் திரும்பிச் செல்லவேண்டும்? இங்கேயே இரு. உன்னை நான் அமுதுபெய்யும் மலைக்கு கூட்டிச்செல்கிறேன்" என்றார். பூரிசிரவஸ் புன்னகைத்தான். அவர் "நாளை என்னை வந்துபார். உனக்கு நான் அரிய ஊன்கொழுப்பு தருகிறேன். சோள அப்பத்தில் உருகவிட்டு உண்டால் மணமாக இருக்கும். நானே காட்டுமாட்டின் நெஞ்சுக்குமிழியை வெட்டி

எடுத்தது. அது ஆண்மைமிக்க மாடு. அகவை முதிர்ந்தது. காட்டுமாடுகள் இரவில் மலையுச்சியின் அமுதத்தை உண்கின்றன. அந்த அமுது அவற்றின் முன்கால்களின் நடுவே அமுதகலமென தொங்கிக்கிடக்கும்…” என்றார். மீண்டும் அவன் முதுகை அறைந்தபின் கிளம்பிச் சென்றார்.

அவன் அவர் செல்வதை நோக்கிக்கொண்டு நின்றான். பிரேமை வந்து அவனருகே நின்றாள். “அவர் பற்கள் பதித்திருக்கிறாரா?” என்று அவன் கேட்டான். “இல்லை, பற்கள் அவருக்கு முளைத்தன. நூற்றைம்பது அகவை கடந்தால் மீண்டும் பற்கள் முளைக்கும்.” அவன் நம்பாமல் திரும்பி நோக்கினான். “ஆம், அவர்களை தெய்வங்கள் மீண்டும் குழவிகளாக எண்ணுகின்றன. அவர்களின் முகம் குழந்தைபோலவே தோன்றும். உள்ளமும் குழந்தைகளுக்குரியது” என்றாள். “அவர் எவர் எதைக் கேட்டாலும் கொடுத்துவிடுவார். எவர் அளித்தாலும் உண்பார். அவருக்கு அச்சமென்பதே இல்லை” என்று அவள் சொன்னாள். “மூத்தவள் ஹஸ்திகை இறந்தபோது ஒருநாள் முழுக்க மலைமடிப்பொன்றில் சென்று படுத்துக்கொண்டு அழுதார். திரும்பி வந்தபோது ஒரு காட்டு ஆடு அவர் தோளிலிருந்தது. முகம் மலர்ந்திருந்தது. அவர் அவளை நினைப்பதே இல்லை.”

“நான் இறந்தபின் நீ என்னை நினைப்பாயா?” என்றான். அவள் விழிதாழ்த்தி “இருப்பவர்களை மட்டுமே நினைக்கவேண்டும் என்பது மலைவழக்கம்” என்றாள். அவன் சீற்றம்கொண்டான். “மறந்துவிடுவாயா?” என்றான். “ஆம்” என்று அவள் சொன்னாள். “மறந்தால்தான் கனவில் நான் நீங்கள் இருக்கும் உலகுக்கு வரமுடியும்.” அவன் அவளையே நோக்கிக்கொண்டிருந்தான். “நீ மறுமணம் செய்துகொண்டிருப்பாய் என நினைத்தேன்” என்றான். “ஆம், அதுவே இங்குள்ள வழக்கம். மூன்று வசந்தகாலம் வரை கணவர் திரும்பவில்லை என்றால் மலையுச்சியில் நின்று தெற்குநோக்கி ஒரு கல்லை தலைசுற்றி வீசியெறிய வேண்டும். அதன்பின் உள்ளத்திற்கு உகந்தவரை மணக்கலாம்” என்றாள் பிரேமை. “நீ ஏன் மணக்கவில்லை?” என்றான். “என்னிடம் பலர் கோரினர். ஆனால் நீங்கள் கனவில் வந்துகொண்டே இருந்தீர்கள். ஆகவே நான் அவர்களை மணக்கவில்லை.”

அவன் அவளை நோக்கிக்கொண்டிருந்தான். “பெண்ணின் கருப்பை ஒழிந்துகிடக்கக் கூடாது என்று அன்னை சொன்னாள். ஆனால் நான் ஒவ்வொருநாளும் உங்களுடன் இருந்தேன். விழாக்காலங்களில் மதுவருந்தினால் மட்டும் நான் அழுவேன்” என்றாள். அவன் அவள் தோளை வளைத்து தன் உடலுடன் சேர்த்துக்கொண்டான். பெருமூச்சு எழுந்து நெஞ்சை அசையச் செய்தது. “நீங்கள் உண்ணவேண்டும் அல்லவா? நான் அடுமனைக்கு செல்கிறேன்” என அவள் திரும்பிச் சென்றாள்.

அவன் அப்பால் இளவெயிலில் தன் பெயர்மைந்தர்களுடன் குறுவாளை வீசி விளையாடும் பால்ஹிகரை நோக்கிக்கொண்டிருந்தான். அவர் ஓட அவர்கள் கூச்சலிட்டபடி துரத்திச் சென்றார்கள். அவரைப் பிடித்து வீழ்த்தி அவர்மேல் ஏறி உருட்டினார்கள். அவர்களை திசைக்கொருவராக உதறிவிட்டு அவர் எழுந்து ஓடினார். வால் சுழற்றியபடி நாய்கள் உடன் ஓடின. அவர்களின் நிழல்களும் உடன் ஆடின. கூச்சல்கள், சிரிப்புகள், நாய்க்குரைப்புகள்.

அவர்களுக்குமேல் மலைச்சரிவுகளில் முகில்நிழல்கள் விழுந்துகிடந்தன. பனிமலைமுகடுகள் வெண்குவைநிரைகள் என ஊழ்கத்திலமர்ந்திருந்தன. வானில் வெண்முகில்கள் மெல்ல சென்றுகொண்டிருந்தன. அவன் மலைப்பக்கங்கள் ஒளிகொண்டு மின்னுவதை நோக்கிக்கொண்டிருந்தான். உள்ளத்திலிருந்த அனைத்து எண்ணங்களும் அசைவிழந்து ஒன்றுடன் ஒன்று தொடர்பழிந்து உதிரிச்சொற்களாக ஆகி பின் கரைந்து மறைந்தன. அவன் உள்ளமும் அதே ஒளியையும் அமைதியையும் கொண்டிருந்தது. இல்லத்தின் முகப்பிலமர்ந்தபடி மலைகளை நோக்கிக்கொண்டிருந்தான். நெடுநேரம் கழித்து அவன் பிரேமையின் அழைப்பால் தன்னிலை உணர்ந்தான். பிதாமகரும் மைந்தரும் அப்போதும் விளையாடிக்கொண்டிருந்தனர். இளவெயிலையும் மலைகளையும் நோக்கியபடி அச்சிற்றூரின் அனைவருமே ஆங்காங்கே வெறுமனே அமர்ந்திருப்பதை அவன் கண்டான். மலைகளைப்போல அவர்களும் ஊழ்கத்திலிருந்தனர். அங்கே ஊழ்கமே அன்றாட வாழ்வென்று திகழ்கிறது என எண்ணிக்கொண்டான்.

23

பூரிசிரவஸ் தன்னுடைய பெருந்தோலாடையை அணிந்து அதன் கயிறுகளை முடிச்சிட்டு நிறுத்திக் கைகளைத் தூக்கி அதை சரியாக உடல் பொருந்த சுருக்கிக்கொண்டான். அருகில் நின்றிருந்த பிரேமையை நோக்கித் திரும்பி அவள் தோள்களில் தன் இரு கைகளையும் வைத்து "நான் மீண்டும் வருவேன். இங்குதான் நான் வந்தணைய வேண்டியிருக்கிறது" என்றான். அவள் சுண்ணக்கூழாங்கற்கள் போன்ற பற்களைக் காட்டிச் சிரித்து "ஆம், நீங்கள் மீண்டு வருவீர்கள். எனக்குத் தெரியும்" என்றாள். அவள் முகம் கண்களைச் சுற்றியும் வாயைச் சுற்றியும் சுருக்கங்கள் கொண்டிருப்பதை அவன் கண்டான். முதல் பார்வையில் தெரிந்த அவளுடைய இளமை ஒவ்வொரு நாளாக சிறிய முதுமைத் தடங்களைக் காட்டத் தொடங்கியிருந்தது. அவன் அவள் காதுகளைப் பற்றி மெல்ல கசக்கியபடி "நான் எப்போதும் உன்னுடன்தான் இருப்பேன்" என்றான்.

அச்சிலநாட்களில் அவன் அந்தக் கொஞ்சலைக் கற்றுக்கொண்டிருந்தான். கசக்கினால் அவளுடைய வெயில்படாத வெண்காது சிவந்து செம்பலாச் சுளைகளைப்போல ஆகும். குருதிவெம்மையுடன் கதுப்பாக அது மாறியபின் அதை மெல்ல வாயால் கவ்வுவான். அவள் உடல்கூச துள்ளிப்புரண்டு சிரிப்பாள். அவனை வெறிகொண்டு தழுவிக்கொள்வாள். "நீங்கள் திரும்பி வரும்போது இன்னொரு மைந்தன் இருப்பான்" என்று அவள் சொன்னாள். "அத்தனை உறுதியா உனக்கு?" என்று அவன் கேட்டான். "உறுதிதான், ஐயமே இல்லை" என்று அவள் சொன்னாள். "வருகிறேன்" என்றபின் அவன் அவள் மீதிருந்த கையை எடுத்தான்.

விலகிய அசைவு அவனிலிருந்து எழுந்ததுமே அவள் மெல்லிய முனகலோசையுடன் முன்னால் பாய்ந்து அவனை அள்ளித் தன் உடலோடு அணைத்துக்கொண்டு முகத்திலும் தோள்களிலும் முத்தமிடத் தொடங்கினாள். மெல்ல மூச்சுவாங்க ஓய்ந்த பின்னரே அதிலிருந்து விடுபடமுடியும் என்றுணர்ந்து அவன் அதற்குத் தன்னை முற்றாக ஒப்புக்கொடுத்தான். சிறிய இரையைக் கொத்தித் தின்றுவிட முயலும் பறவை போலிருந்தாள். பின்னர் மூச்சிரைக்க இயல்படைந்து அவனைப் பிடித்து சற்று முன்னால் தள்ளி "கிளம்புங்கள்" என்றாள். மீண்டும் "கிளம்புகிறேன்" என்று சொல்லி அவன் வெளியே வந்தான்.

அவனுடைய பொதிகளைக் கட்டிக்கொண்டிருந்த யாமா எழுந்து "தந்தையே, தாங்கள் கீழே செல்லும்வரை தேவையான அனைத்தும் இடப்பக்கத்திலுள்ளன. அங்கு சென்றபின் என் உடன்பிறந்தாருக்குக் கொடுக்கவேண்டிய பரிசுப்பொருட்களை வலப்பக்கப் பொதியில் வைத்திருக்கிறேன்" என்றான். "என்ன பரிசுப் பொருட்கள்?" என்று அவன் கேட்டான். "மலைப்பொருட்கள்தான். அவர்கள் விளையாடுவதற்கு" என்றான். "அவர்கள் விளையாட்டுமைந்தர்கள் அல்ல" என்று பூரிசிரவஸ் சொன்னான். "என்னைவிட இளையவர்கள்தானே? நான் விளையாடுகிறேனே?" என்றான். "நீ வாழ்நாள் முழுக்க இங்கிருந்து விளையாடுவாய். கீழ்நிலத்தில் மைந்தர்கள் நெடுநாள் விளையாட இயலாது" என்றான் பூரிசிரவஸ். "இவை இங்கு மலையில் நான் நெடுங்காலமாகக் கண்டடைந்து சேர்த்த விளையாட்டுப்பொருட்கள். அழகானவை. கூழாங்கற்கள், விந்தையான வண்ணமுடையவை. மலைகளின் இடுக்குகளிலிருந்து ஆற்றுநீரில் இவை வருகின்றன. அவர்களுக்கு அளியுங்கள். அவர்கள் அதை விரும்புவார்கள்" என்றான் யாமா. "வருகிறேன் மைந்தா, மீண்டும் இங்கு வருவேன்" என்றான் பூரிசிரவஸ்.

அவன் "தங்களுடன் போருக்கு வந்து என் வீரத்தைக் காட்டியிருந்தால் நிறைவுற்றிருப்பேன், தந்தையே" என்றான். "நீ இங்கு இவ்வாறு இருக்கிறாய் என்பதுபோல எனக்கு நிறைவளிப்பது பிறிதொன்றில்லை. எப்பொழுதெல்லாம் நான் உளம் சோர்வடைகிறேனோ, இவ்வாழ்வு பயனற்றது என்ற ஐயம் எழுகிறதோ, அப்பொழுதெல்லாம் திரும்பி இப்பனிமலைகளைப் பார்ப்பேன். இங்கு நீயிருக்கிறாய் என்று எண்ணிக்கொள்வேன்" என்றபின் கைவிரித்தான். மைந்தன் கைவிரித்து அவனை அள்ளி தன் நெஞ்சோடு சேர்த்துக்கொண்டு மும்முறை சுழற்றினான். பின்னர் குனிந்து அவன் கன்னங்களிலும் நெற்றியிலும் முத்தமிட்டான். அவன் வாயிலிருந்து மெல்லிய ஊன் மணமடித்தது. இனிய விலங்கு ஒன்றின் மயிர்நாற்றம் அவன் கழுத்திலும் தோள்களிலும் இருந்தது.

பூரிசிரவஸின் தோள்களைத் தட்டியபடி “ஊருக்குச் சென்றபின்னர் நன்கு உண்ணத் தொடங்குங்கள், தந்தையே. தாங்கள் மிக மெலிந்திருக்கிறீர்கள்” என்றான். “ஆம், உண்ணவேண்டியதுதான். உன்னை நினைத்தால் உண்ணாமலிருக்க இயலாது. இங்கிருந்த நாட்களில் மிகுதியாகவே உண்டுவிட்டேன். புரவி மூச்சுவாங்கப்போகிறது” என்றபின் அவன் கைகளைப் பற்றிக்கொண்டு “கிளம்புகிறேன்” என்றான் பூரிசிரவஸ். யாமா தன் பெரிய மேலாடையை எடுத்து அணிந்து கட்டுகளை இறுக்கிக்கொண்டான். பொதியை எடுத்துக்கொண்டு “நான் இவற்றை புரவியில் கட்டி அந்த குலத்தூண் அருகில் நிற்கிறேன். நீங்கள் உங்கள் மூதாதையிடம் வாழ்த்துபெற்று வருக!” என்றான். பூரிசிரவஸ் தலையசைத்துவிட்டு குடில்களினூடாக தன் நீண்ட நிழல் வெள்ளை பூசப்பட்ட சுவர்களில் மடிந்தும் தரையில் நெளிந்தும் தொடர மெல்ல நடந்தான்.

இல்லங்களின் முகப்பில் முதியவரும் பெண்டிரும் வந்து நின்று அவனைப் பார்த்து சுருக்கங்கள் விழுந்த முகங்களில் புன்னகை விரிய, கண்கள் இடுங்க சிரித்தனர். ஒவ்வொருவரிடமாக கைவீசி முகமனுரைத்து விடைபெற்றபடி அவன் நடந்து சென்றான். பால்ஹிகரின் சிறுமைந்தர்கள் குச்சிகளால் ஒருவரை ஒருவர் அடித்து விளையாடிக்கொண்டிருந்தனர். மூத்தவன் அவனை நோக்கி ஓடிவந்து “முதுதந்தை நேற்று எங்கள் இல்லத்திற்கு வந்துவிட்டார்” என்றான். அவனுக்கு ஐந்து அகவைதான் என்பதை இரு நாட்களுக்கு முன்னரே பூரிசிரவஸ் அறிந்திருந்தான். “ஏன்?” என்றான் பூரிசிரவஸ்.

அவன் உவகையுடன் குதித்தபடி கைகளை வீசி, மெல்ல திக்கியும் மூச்சுத்திணறியும் சொன்னான். “அவர் தங்கியிருந்த மைந்தரும் அவரும் கைகலப்பில் ஈடுபட்டனர். அவர் மைந்தரைத் தூக்கி இல்லத்திலிருந்து வெளியே எறிந்து கதவை மூடினார். அவர் இரவெல்லாம் குளிரில் நின்றுவிட்டு காலையில் காய்ச்சல் வந்து படுத்திருக்கிறார். அவர் மனைவி முதுதந்தைக்கு உணவு அளிக்கமாட்டேன் என்று சொல்லிவிட்டார். ஆகவே அவர் பொதியைத் தூக்கிக்கொண்டு எங்கள் இல்லத்திற்கு வந்தார். குத்துக்கத்தியைக் காட்டி என் தந்தையிடம் வீட்டில் இடமளிக்காவிட்டால் குத்திக் கொன்றுவிடுவேன் என்றார். என் தந்தை அஞ்சி பின்கதவைத் திறந்து வெளியே ஓடிவிட்டார். அவர் உள்ளே வந்து இருந்து என் அன்னையிடம் ஊனுணவு சமைக்கும்படி சொன்னார். அன்னை சமைத்துக்கொண்டிருக்கிறார். அவர் அனைவரையும் வசை பாடியபடி அமர்ந்திருக்கிறார்.”

பூரிசிரவஸ் புன்னகைத்தபடி “அவரது துணைவி என்ன செய்கிறார்?” என்றான். “அவர் அஞ்சுவது மூதன்னையை மட்டும்தான். இருவரும்

போர் புரிந்தால் முதுதந்தை திருப்பி அடிப்பதில்லை. மூதன்னை அடிக்கிற அடிகளை வாங்கிக்கொண்டு திரும்பிவிடுவார். ஆகவே அந்தக் குடிலுக்குள் அவர் செல்வதில்லை” என்றான். “வாருங்கள்! உங்களை முதுதந்தையிடம் நான் கூட்டிச் செல்கிறேன். நீங்கள் கொடுத்த குத்துக்கத்தியை வைத்து மெருகிட்டுக்கொண்டே இருக்கிறார். அதன் கொம்புப்பிடியில் எருமைகளும் மான்களும் இருக்கின்றன. என்னிடம் மானைக்காட்டி அது மான் என்று சொன்னார். நான் மான்களைப் பார்த்திருக்கிறேன் என்றேன். அல்ல, அவை வேறு வகையான மான்கள் என்றார்” என்றபடி சிறுவன் அவனுடன் நடந்தான்.

பூரிசிரவஸ் குடிலின் முன்னால் சென்று நின்றபடி உரத்த குரலில் “வணங்குகிறேன், பிதாமகரே” என்றான். உள்ளிருந்து “யார்?” என்று பால்ஹிகர் கேட்டார். “நான் பூரிசிரவஸ்” என்றான். “உள்ளே வா” என்றார் பால்ஹிகர். அவன் தலைகுனிந்து உள்ளே நுழைந்தான். அங்கே தரையில் அமர்ந்து குத்துக்கத்தியின் பிடியை ஒரு தோலால் தேய்த்து மெருகிட்டுக் கொண்டிருந்த பால்ஹிகர் தலைநிமிர்ந்து அவனைப் பார்த்தார். “கிளம்பிவிட்டாயா?” என்றார். “ஆம் மூதாதையே, தங்கள் வாழ்த்துபெற்று கிளம்புகிறேன்” என்றான் பூரிசிரவஸ். “எழுந்து நில்லுங்கள். நான் என் வாளை எடுத்து தங்கள் காலடியில் வைப்பேன். அதை எடுத்து என்னிடம் அளித்து ‘வெற்றி பெறுக புகழ் சேர்க’ என்று வாழ்த்துக!” என்றான்.

அவர் ஐயத்துடன் “நான் அவ்வாறு சொன்னால் அவை உனக்குக் கிடைக்குமென்று உறுதியா?” என்று கேட்டார். “ஆம், இப்புவியில் அல்லது வேறெங்காவது” என்றான் பூரிசிரவஸ். அவர் குழப்பத்துடன் தலையசைத்து, எண்ணி நோக்கித் தெளிவடையாமல் கைவீசி அவ்வெண்ணங்களை கலைத்து, கையை முழங்காலில் ஊன்றி எழுந்து நின்றார். பூரிசிரவஸ் தன்னுடைய உடைவாளை எடுத்து அவர் காலடியில் வைத்தான். அவர் குனிந்து அந்த உடைவாளை எடுத்து “என்ன இது, இவ்வளவு மெலிதாக இருக்கிறது? ஒடித்துவிடலாம் போல!” என்று வளைத்தார். “பாம்புபோல வளைகிறது” என்றார். “ஆம், இதற்கு நாகம் என்றுதான் பெயர். இது வெட்டுவதற்கல்ல, நுனியால் மெல்ல முத்தமிடுவதற்குரியது” என்றான் பூரிசிரவஸ். அவர் அதை அவனிடம் கொடுத்தார். பின்னர் “என்ன சொல்லச் சொன்னாய்?” என்றார். “வெற்றியும் புகழும் அணைக என்று வாழ்த்தச் சொன்னேன்.”

அவன் அவர் காலடியில் மீண்டும் பணிய அவர் “ஆம், அவையிரண்டும் உனக்கு அமையட்டும்” என்று அவன் தலையில் கைவைத்து வாழ்த்தினார். பூரிசிரவஸ் “வருகிறேன், பிதாமகரே” என்றபின் திரும்பினான். பால்ஹிகர் அவனை நோக்கி “நானும் உன்னுடன்

வருகிறேன்” என்றபடி தன் மேலாடையை எடுத்தார். “பிதாமகரே, நான் மலையிறங்கி பால்ஹிகபுரிக்கு செல்கிறேன்” என்றான் பூரிசிரவஸ். “ஆம், நானும் உன்னுடன் பால்ஹிகபுரிக்கு வருகிறேன். அங்கிருந்து நானும் உன்னுடன் போருக்கு வருகிறேன்” என்றார் பால்ஹிகர். “நான் பெரிய மற்போர்களைப் பார்த்ததே இல்லை. ஆயிரம்பேர் மற்போரிட்டால் ஆயிரம் மண்டைகள் உடையும் அல்லவா?”

பூரிசிரவஸ் தவிப்புடன் “அங்கு என்ன போர் நிகழ்கிறது என்றே உங்களுக்குத் தெரியவில்லை. தாங்கள் அங்கு வந்து ஆகவேண்டிய எதுவுமில்லை” என்றான். பால்ஹிகர் “தெரியும். சந்தனுவுக்கும் அவன் இளையோனுக்குமான போர்” என்றார். “இல்லை” என அவன் சொல்லப்போக “ஆ, இல்லை, போர் நிகழ்வது சந்தனுவின் மைந்தர்கள் நடுவே. நான் இருவரில் ஒருவரை ஆதரிக்கிறேன். அவனுக்காகப் போர்புரிகிறேன்” என்றார். “பிதாமகரே, இது தங்கள் போர் அல்ல. கீழிருக்கும் உலகு முற்றாக மாறிவிட்டது. அதற்கும் தங்களுக்கும் ஒரு தொடர்பும் இல்லை. தங்களால் அங்கு இருக்க முடியாது” என்றான் பூரிசிரவஸ். “இங்கும் மாறித்தான் விட்டது. மூத்தவர்களை இளையோர் மதிப்பதில்லை. நான் உன்னுடன் வருவேன்” என்றார் பால்ஹிகர்.

பூரிசிரவஸ் “அங்குள்ள வெப்பமே உங்களுக்குத் தாங்கவொண்ணாதது” என்றான். அவர் “நான் அங்கு இருப்பதற்காக வரவில்லை, போர்புரிவதற்காக வருகிறேன். போரில் நான் இறந்தால் அது நன்று” என்றார். “என்ன சொல்கிறீர்கள்?” என்று பூரிசிரவஸ் கேட்டான். “நேற்று இரவு பொருத்தமில்லாமல் பல எண்ணங்கள். பல ஆயிரம் பேர் இறப்பார்கள் என்று நீ சொன்னாய். ஒரு போரில் பல ஆயிரம் பேர் இறந்துவிழும் இந்த உலகில் ஒருவன் நெடுநாள் இருந்தென்ன இறந்தென்ன? வாழ்கிறோம் என்று நினைப்பதும் வாழ்வதும் பொருளற்றவையல்லவா? அதை எண்ணிய கணமே எனக்கு அனைத்துமே சலித்துவிட்டன. நான் மேலும் வாழ விரும்பவில்லை. பல்லாயிரம் பேர் இறக்கையில் நானும் இறந்துவிடுவேன். இங்கே மலைகளில் இறப்பதைவிட அங்கே இறப்பது பொருத்தமானது என்று தோன்றுகிறது.”

அவர் முற்றாக பிறிதொருவராகத் தோன்றினார். அவருடைய சொற்கள்தானா என பூரிசிரவஸ் ஐயுற்றான். “இங்கே நான் தனிமையில் இறக்கவேண்டும். தனிமையில் விலங்குகள்தான் இறக்கவேண்டும். ஏனென்றால் இறக்கும் விலங்குடன் அதன் தெய்வம் இருக்கும். மலைகளில் தனியாக இறப்பவன் அங்கேயே அமைதியிலாது அலைவான். அங்கென்றால் பெருங்கூட்டத்தில் ஒருவனாக இறந்து கிடக்கலாம். ஆகவே உன்னுடன் வருவதாக முடிவு செய்தேன்” என்றார். “எப்போது முடிவெடுத்தீர்கள்?” என்று அவன் கேட்டான்.

“சற்று முன்பு, நீ விடைபெற்றுத் திரும்பினாயே அப்போது” என்றபின் அவர் தன் மேலாடையின் முடிச்சுகளை இழுத்துக் கட்டி தலையில் பெரிய மென்மயிர் தொப்பியைச் சுற்றி கழுத்தருகே முடிச்சிட்டுக் கட்டிக்கொண்டார். சுறுசுறுப்புடன் “கிளம்புவோம்” என்றார்.

“தங்கள் மைந்தர்கள், மைந்தரின் துணைவியர் இங்கிருக்கிறார்கள். தங்கள் மனைவி இருக்கிறார்” என்றான் பூரிசிரவஸ். “ஆம், அவர்கள் இங்கே மகிழ்ச்சியாக இருப்பார்கள். எப்போதும் நான் உணரும் ஒன்றுண்டு, நான் முற்றிலும் இந்த மலைகளுக்குரியவன் அல்ல. கீழே பால்ஹிகபுரியின் ஒரு சிறுபகுதி என்னிடம் எஞ்சியுள்ளது. இந்த மைந்தர்கள், இவர்கள் வாழும் இந்த இல்லங்கள், இவர்கள் செல்லும் வழிகள் அடங்கிய இந்த மலை அனைத்தும் எனக்கு வேறுதான். இந்த மலைகளின் வட்டத்தைக் கடந்து அப்பால் என்ன இருக்கிறது என்று ஒருபோதும் இவர்கள் பார்த்ததில்லை. சென்ற இருபத்தைந்து ஆண்டுகளாக நான் மட்டும் ஒவ்வொரு நாளும் இங்கு இருக்கும் அனைத்து எல்லைகளையும் மீறவே முயன்றுகொண்டிருக்கிறேன். புதிய மலைகளுக்கு ஏறிச் செல்கிறேன், புதிய விலங்குகளைக் கொன்று உண்டு பார்க்கிறேன்.”

அவனை விழிசுருக்கி நோக்கியபடி “அவ்வாறெனில் இவர்களிடம் இல்லாத ஏதோ ஒன்று என்னிடம் இருக்கிறது. அது எப்போதும் எல்லையைக் கடக்க விழைவது. அது நன்றோ தீதோ அது என்னை இவர்களில் ஒருவராக அல்லாமல் ஆக்குகிறது. இவர்கள் என்னை வெறுக்கிறார்கள். இவர்கள் எவரேனும் என்னைக் கொல்லக்கூடும்” என்றார். “உங்களை எவராலும் கொல்ல இயலாது” என்று பூரிசிரவஸ் சொன்னான். “ஆம், இன்று கொல்ல இயலாது. ஆனால் மைந்தர் கொல்வார்கள். இன்னும் பல ஆண்டுகாலம் கழித்து அவர்கள் என்னைக் கொல்லக்கூடும். கொன்றால் அவர்கள் எனக்கு நடுகல் நாட்டி படையலிடுவார்கள். அதைவிட உன்னுடன் வந்தால் போரில் இறக்கலாம். போரில் இறந்தாலும் இவர்கள் இங்கே எனக்கு ஒரு சிறு ஆலயம் கட்டி படையலிடுவார்கள். இரண்டும் ஒன்றே. எவ்வேறுபாடும் இல்லை. ஆனால் எனக்கென்னவோ உன்னுடன் வருவதே உகந்ததென்று தோன்றுகிறது. தோன்றியபிறகு மறுபடியும் எண்ணும் வழக்கம் எனக்கில்லை. கிளம்புவோம்” என்றார்.

“நீங்கள் அவர்களிடம் விடைபெற வேண்டாமா?” என்றான் பூரிசிரவஸ். “வேண்டியதில்லை” என்றார் அவர். “நான் முன்னரே அறிவித்துவிட்டு இங்கு வரவில்லை அல்லவா?” பூரிசிரவஸ் “இங்கு உங்கள் பெயர்மைந்தர் நிரம்பியிருக்கிறார்கள். அவர்கள் எவரையும் நீங்கள் மறக்க இயலாது” என்றான். “இல்லை, உன்னுடன் வந்தால் புரவி ஏழடி எடுத்து வைப்பதற்குள் இந்த நகரை, இந்த ஊரை, இந்த மலைகளை முற்றாக மறந்துவிடுவேன். இவர்கள் என்னை மறக்கமாட்டார்கள், அது இவர்களுடைய இயல்பு.

ஆனால் நான் இறந்த செய்தி வந்தால் நடுகல் நாட்டி மதுவுடன் ஊன் அளித்து வணங்கி உண்டு அன்றே மறந்துவிடுவார்கள். பிறகெப்போதும் எண்ணமாட்டார்கள்” என்றபின் “ஏன் இத்தனை பேச்சு? வா” என்றபடி அவர் முற்றத்தில் இறங்கினார்.

அவருடைய மருமகள் உள்ளிருந்து வந்து வாயிலில் நின்றாள். பூரிசிரவஸ் திரும்பி “மூதாதை என்னுடன் வருவதாக சொல்கிறார்” என்றான். அவள் எந்த உணர்ச்சி மெய்ப்பாடும் இன்றி தலையசைத்தாள். “ஒருவேளை மீண்டு வரமாட்டார். போரில் பங்குகொள்ளவேண்டுமென்று விரும்புகிறார்” என்று பூரிசிரவஸ் சொன்னான். அதற்கும் அவள் ஒன்றும் சொல்லாமல் தலையசைத்தாள். பால்ஹிகர் முற்றத்தில் இறங்கி நின்று இரு கைகளையும் விரித்து “குழந்தைகள் எல்லாரும் கேளுங்கள்! நான் கிளம்பிச் செல்கிறேன். முன்பு நான் இங்கு வந்தது போலவே. என் குடிலுக்குச் சென்று முதியவளிடம் நான் கிளம்பிச் சென்றுவிட்டேன் என்று சொல்லுங்கள். உங்கள் தந்தையர் வந்தால் அவர்களிடம் சொல்லுங்கள்!” என்றபின் “வருக!” என்று பூரிசிரவஸிடம் சொன்னார்.

சிறுவர்கள் அவர்களைச் சூழ்ந்து நின்று வியந்து நோக்கினர். பின்னர் ஒரே குரலில் கைதூக்கிக் கூச்சலிட்டனர். ஒரு சிறுவன் ஓடிவந்து அவர் காலைப்பற்றி “நீங்கள் போருக்குச் சென்றபின் பெரிய எருதைக் கொண்டுவருவீர்களா?” என்றான். “நான் வரமாட்டேன். அங்கேயே அமர்ந்து அந்த எருதைத் தின்பேன்” என்றபின் பூரிசிரவஸிடம் “வழக்கமாக இவர்களுக்கு நான் எருதின் கொம்புகளை கொண்டுவந்து கொடுப்பேன். இவர்கள் எல்லாரிடமும் எருதின் கொம்பினால் நான் செய்த பாவைகள் உள்ளன” என்றார். இன்னொருவன் “முதுதந்தையே, நீங்கள் மலையிறங்கிச் செல்லும்போது அங்கே பறக்கும் புரவிகள் உண்டா?” என்றான். “ஆம், அங்கே பறக்கும் புரவிகள், மிதக்கும் மலைகள், அனல் வீசும் பறவைகள் எல்லாம் உண்டு. அங்கே நீரில் மிதக்கும் மிகப் பெரிய பல்லிகள் உண்டு, அவற்றின்மேல் ஏறி நாம் ஆற்றைக் கடக்க முடியும்” என்றார்.

இன்னொருவன் “நீங்கள் திரும்பி வந்து அந்தக் கதைகளை என்னிடம் சொல்லுங்கள்” என்றான். இன்னொரு சிறுவன் “நான் வளர்ந்தபின் கீழே சென்று பல்லிமேல் ஏறி நீந்துவேன்” என்று சொன்னான். “வருகிறேன், வந்து கதை சொல்கிறேன்” என்றபின் “இவர்களிடம் பேசிக்கொண்டிருந்தால் பொழுதாகிவிடும், வா” என்றபடி பால்ஹிகர் முன்னால் நடந்தார். பூரிசிரவஸ் திரும்பி அக்குழந்தைகளைப் பார்த்து கையசைத்து சிலர் கன்னங்களையும் சிலர் தலைகளையும் தொட்டு இன்சொல் உரைத்தபடி, அவருக்குப் பின்னால் நடந்தான். அவர்கள் தங்கள் எல்லைவரை வந்து அங்கே கூடி நின்று நோக்கினர்.

பால்ஹிகர் அங்கு கட்டப்பட்டிருந்த புரவிகளில் பெரிய புரவி ஒன்றை அவிழ்த்தார். அதன் முதுகில் சேணத்தை எடுத்து கட்டினார். உள்ளே அவருடைய வேட்டைப்பொதி இருந்தது. அதை அவிழ்த்து உலருணவும் நீரும் இருக்கிறதா என்று பார்த்துக்கொண்டார். அதை புரவியில் வைத்து கட்டி "நாம் சில நாட்களில் கீழிறங்கிவிடமுடியும் அல்லவா? என்னிடம் ஏழு நாட்களுக்கான உணவும் நீரும் இருக்கின்றன" என்றார். "முடியும், பிதாமகரே" என்றான் பூரிசிரவஸ். பால்ஹிகர் காலை சேணத்தில் ஊன்றி ஏறி அமர்ந்தபின் "உன் புரவி எங்கே?" என்றார். "அதோ அங்கு குலத்தூண் அருகே நின்றிருக்கிறது. மைந்தன் அருகே நின்றிருக்கிறான்" என்றான். "அவனைத் தூக்கி நிலத்தில் அடிக்காமல் செல்கிறேன். நான் சென்றபின் இப்பகுதிக்கு அவனே தலைவனாக இருப்பான்" என்றபடி பால்ஹிகர் புரவிமேல் அமர்ந்து வந்தார்.

பூரிசிரவஸ் இணையாக நடந்து "அவன் அதற்கு தகுதியானவன் அல்லவா?" என்றான். "ஆம், அவன் தூய பால்ஹிகன்" என்றார் பால்ஹிகர். குலத்தூண் அருகே அவர்கள் சென்றதும் யாமா அவன் புரவியுடன் அருகே வந்து "ஏறிக்கொள்ளுங்கள், தந்தையே" என்றான். "அனைத்தும் முறைப்படி கட்டப்பட்டுள்ளன." பூரிசிரவஸ் "என்னை வணங்கி வாழ்த்துபெறு, மைந்தா" என்றான். "ஆம்" என்று அவன் குனிந்து பூரிசிரவஸின் கால்களைத் தொட்டுத் தலையில் வைத்தான். அவன் தலைமேல் கைவைத்து "குன்றாத மகிழ்வுடன், இளமையுடன் என்றும் இங்கிரு, மைந்தா" என்று வாழ்த்தினான். பிறிதெப்போதும் எவரையும் அதுபோல நெஞ்சு நிறைந்து அவன் வாழ்த்தியதில்லை என்று உணர்ந்தான்.

பால்ஹிகர் புரவியிலிருந்து இறங்கி கீழே நின்று "மைந்தா, என் காலையும் தொட்டு வணங்கு. உன்னை நான் தூக்கி அறையாமல் செல்கிறேன். எனக்குப் பின் இந்த ஊர் உனக்குக் கட்டுப்படும்" என்றார். "ஆம், முதுதந்தையே" என்றபின் மைந்தன் குனிந்து அவர் கால்களைத் தொட்டு வணங்கினான். அவர் அவன் தலையில் கை வைத்து "அவன் சொன்னதையே நானும் சொல்கிறேன்" என்றார். பின்னர் "ஆனால் ஒரு ஆணை. நீ என் மைந்தர்களைக் கொல்லக்கூடாது" என்றார். "இல்லை, எந்நிலையிலும் கொல்லமாட்டேன்" என்று யாமா சொன்னான். பால்ஹிகரின் புரவி முன்னால் செல்ல அவன் புரவி தொடர்ந்தது. வளைவு திரும்பி ஆழத்தில் இறங்கிய பின் அவன் திரும்பிப் பார்த்தபோது மேலே மலைவிளிம்பில் சுண்ணப்பாறையாலான சிற்பமென தன் மைந்தன் நிற்பதைப் பார்த்தான்.

மலையிறங்கும்போது பால்ஹிகர் அமைதியாக இருந்தார். சுழன்று சுழன்று இறங்கிக்கொண்டிருக்கையில் பூரிசிரவஸ் மலைகள் தன்னை

சுற்றிச் சுற்றி வருவதாக உணர்ந்தான். உச்சிவெயில் வெக்கையை நிரப்ப வியர்வை வழிந்தது. அவன் தன் தோல்மேலாடையை அவிழ்த்து திறந்தான். சில கணங்களிலேயே வியர்வை குளிர்ந்து நெஞ்சு குளிரத் தொடங்கியது. மீண்டும் மூடி நாடாக்களைக் கட்டிக்கொண்டான். முதல் சுனை அருகே புரவிகளை நிறுத்தினர். பால்ஹிகர் இறங்கி புரவியை நீர் அருந்தவிட்டார். பூரிசிரவஸின் புரவி கனைத்தது. அவன் இறங்கியதும் சென்று குனிந்து நீர் குடிக்கத் தொடங்கியது. பால்ஹிகர் "ஆ!" என்றார். பூரிசிரவஸ் "என்ன?" என்றான். "உனக்கு மைந்தர்கள் உள்ளனர் அல்லவா?" பூரிசிரவஸ் "ஆம்" என்றான். "அவர்களுக்காக நான் சில கொம்புப்பாவைகளை எடுத்து வந்திருக்கலாம். நாம் திரும்பிச்சென்று மீண்டால் என்ன? அருகேதானே?"

பூரிசிரவஸ் "இல்லை பிதாமகரே, ஏற நெடுநேரமாகும். இன்றிரவுக்குள் நாம் முதற்சாவடிக்கு சென்றாகவேண்டும்" என்றான். "ஆனால் மைந்தருக்கு நான் பரிசுகளை அளிக்கவேண்டுமே?" என்றார். "மைந்தன் பரிசுகள் கொடுத்தனுப்பியிருக்கிறான். அவற்றையே கொடுப்போம்" என்றான் பூரிசிரவஸ். "அவனா? அவனுக்கென்ன தெரியும் அறிவிலி. நீ அந்த பரிசுகளைக் காட்டு" என்றார் பால்ஹிகர். "அவை உள்ளே பொதிக்குள் உள்ளன" என்றான். "எடுத்துக் காட்டு" என்றார். அவரே சென்று அவன் பொதியை அவிழ்த்து நீட்டலானார். "இருங்கள், அனைத்தையும் அவிழ்க்கவேண்டாம்... பொறுங்கள்" என அவன் பொதியை அவிழ்த்தான். அதன் உள்ளே ஒரு தோல்பொதி. அதை எடுத்து விரித்தான். இளவெயிலில் ஒரு கணம் அவன் கண்கள் கூசின. குனிந்து நோக்கிய பின் நடுங்கும் கைகளைக் கொண்டுசென்று அவற்றைத் தொடப்போனவன் தயங்கினான். அவை அருமணிக் கற்கள். செவ்வைரங்கள், நீலவைரங்கள். பச்சைநிறமான மரகதக்கற்கள் சில.

பால்ஹிகர் குனிந்து நோக்கி "கற்கள்... அந்த மூடன் இவற்றையே அளிப்பான் என எனக்கு தெரியும். என்னிடம் மிக அரிய கொம்புகள் இருந்தன" என்றார். பூரிசிரவஸ் புன்னகையுடன் "இவற்றில் சிலவற்றை நீங்கள் அளித்தவை என மைந்தருக்குக் கொடுக்கலாம்" என்றான். "இவற்றையா? கற்களையா?" என்றபின் பால்ஹிகர் புரவியில் ஏறிக்கொண்டார். "அவர்களுக்கு நான் மலையின் கதைகளை சொல்கிறேன்... அவர்கள் விரும்புவார்கள்." பூரிசிரவஸ் அந்த மணிகளை மீண்டும் நோக்கினான். நெல்லிக்காய் அளவுள்ள வைடூரியங்கள். சற்று அசைத்தாலே உருண்ட நிறமற்ற அரிய வைரங்கள். பேரரசுகளின் கருவூலங்களிலேயே அவற்றுக்கு நிகரான செல்வம் இருக்கக்கூடும் என எண்ணிக்கொண்டான்.

24

பால்ஹிகருடன் ஷீரவதியைக் கடந்தபோதுதான் முதன்முறையாக அவரை அரசரும் குடிகளும் எவ்வாறு எதிர்கொள்ளப் போகிறார்கள் என்ற வியப்பை பூரிசிரவஸ் அடைந்தான். அதுவரை அவர் தன்னுடன் வருவதிலிருந்த விந்தையிலேயே அவன் உளம் திளைத்துக்கொண்டிருந்தது. முதல்நாள் பகல் முழுக்க அவர் மெய்யாகவே மலையிறங்கி பால்ஹிகபுரிக்கு வருவார் என்ற நம்பிக்கையை அவன் அடையவில்லை. எக்கணமும் உளம் மாறி எதிர்ப்படும் காட்டெருதின் பின்னாலோ ஓநாய்க் கூட்டத்தைத் தொடர்ந்தோ அவர் சென்றுவிடக்கூடும் என்று அவன் எண்ணினான். அவர் அதற்கேற்ப புரவியில் வரும்போது மலையூரில் அவர் அடைந்த வெற்றிகள், தீர்க்கவேண்டிய கணக்குகள் ஆகியவற்றைப் பற்றியே பேசிக்கொண்டிருந்தார்.

அவருக்கு பால்ஹிகபுரியைக் குறித்தோ சிபிநாட்டைக் குறித்தோ எந்த நினைவும் இருப்பதாகத் தெரியவில்லை. பேசியபோது அறியும் ஆர்வமும் வெளிப்படவில்லை. பாண்டவ கௌரவ போரைப்பற்றிகூட அவருக்கு அறிந்துகொள்ள ஆர்வமில்லையென்பதை உணர்ந்த பின் அவர் நினைவைத் தூண்டும்பொருட்டு பூரிசிரவஸ் சில வினாக்களைக் கேட்டான். எதையுமே அவர் எதிர்கொள்ளவில்லை. “ஆம், கீழே மிக வெப்பமாக இருக்கும்” என்று மட்டும் திரும்பத் திரும்ப சொன்னார். அங்கிருக்கும் வெப்பம் தவிர பிற அனைத்துமே அவர் உள்ளத்தில் எங்கோ மூழ்கி மறைந்துவிட்டன என்பதை அவன் உணர்ந்தான். எந்த முகத்தையாவது அவரால் நினைவுகூர முடியுமா என்று எண்ணினான். நெடுநேரம் பேசிய பின் அவர் கைகளைத் தூக்கி கண்கள் இடுங்க சிரித்து “பார்த்திபன்!” என்றார். அவர் யார் என அவனுக்குத் தெரியவில்லை.

அவர் நினைவுகூரும் தகைமை கொண்ட முகங்கள் அங்கு எத்தனை உள்ளன என்று மீண்டும் ஒரு எண்ணம் எழுந்தது. எவருடனும் அவருக்கு அணுக்கமோ தொடர்ந்த உறவோ இருக்கவில்லை. அவரை சிபி நாட்டிலிருந்து கூட்டிவந்து பால்ஹிகபுரியில் குடியமர்த்தியவன் அவன் என்பதனால் அவன் முகத்திற்கு சற்றே அழுத்தமிருக்கலாம். ஆனால் அவன் முகத்தைக்கூட அவர் முழுமையாக நினைவுகூர்வதாகத் தெரியவில்லை. இரண்டு முறை "நீ என்னை எங்கு பார்த்தாய்?" என்று கேட்டார். ஒருமுறை "பார்த்திபனிடம் புரவிகளை வாங்கிவரச் சொன்னவன் நீதானே?" என்றார். அவர் அவன் தந்தையின் தந்தை பிறந்தபோது பால்ஹிகபுரியில் வாழ்ந்திருக்கிறார். அவர் தன் பிதாமகர். ஆனால் மெய்யாகவே அவர்தானா அந்த பால்ஹிகர்? ஏழன்னையரை மணந்து பால்ஹிகக் குடியை உருவாக்கிய பிரஜாபதி?

பால்ஹிகர் களைப்பை அறியாதவராக இருந்தார். பகல் முழுக்க புரவியில் அமர்ந்திருந்தபோதும்கூட சற்றும் மூச்சு வாங்கவில்லை. உடல் சலித்து சோம்பல்முறிக்கவோ புரவியிலிருந்து இறங்குகையிலும் ஏறுகையிலும் அலுப்பொலி எழுப்பவோ இல்லை. பூரிசிரவஸ் வழியில் மூன்று இடங்களில் இறங்கி உடல் ஓய்வுகொண்டு மீண்டெழுந்தான். அப்பொழுதெல்லாம் புரவியை இளைப்பாறவிட்டுவிட்டு அவர் பக்கவாட்டில் மலைச்சரிவில் தொற்றி ஏறி அங்கு பதிந்திருந்த கால்தடங்கள் வழியாக அங்கு உலாவும் விலங்குகளை மதிப்பிட்டார். உரத்த குரலில் அங்கிருந்து "இன்றிரவு இவ்வழியாக பெரிய காட்டுமாட்டு மந்தை ஒன்று சென்றிருக்கிறது. அதன் பிறகு நான்கு நாழிகை கடந்து ஓநாய்க் கூட்டமொன்று அதைத் தொடர்ந்திருக்கிறது" என்றார்.

அரைத்துயிலில் விழிகள் சரிய படுத்திருந்த பூரிசிரவஸ் அவரை பொருளின்றி வெறித்து நோக்கிக்கொண்டிருந்தான். "நெடுந்தொலைவு போயிருக்க வாய்ப்பில்லை. இங்கிருந்து விரைந்து சென்றோமென்றால் வரும் இரவுக்குள் அதைப் பிடித்துவிடமுடியும். உப்பிட்டு உலரச்செய்து வைத்துக்கொண்டால் குளிர்காலத்திற்குத் தேவையான உலர்ஊன் எஞ்சும்" என்றார். அதன் பின்னர்தான் அவர் முந்தைய நாளிரவை இன்றிரவு என்கிறார் என்று அவன் புரிந்துகொண்டான். மலைப்பகுதிகளில் இரவு முதல் பகல் வரைதான் ஒரு நாள் என்பதை நினைவுகூர்ந்து புன்னகைத்தான்.

அவர் நடந்து வந்து சாலையின் உயரமான விளிம்பிலிருந்து செம்மண் பரப்பை நோக்கிக் குதித்து அவனை அணுகி "இந்தக் காட்டு மாடுகள் சுவையானவை அல்ல. ஆனால் இவற்றின் ஊன் எளிதில் கெடுவதில்லை. ஆண்டுமுழுக்ககூட இருக்கும். குளிர்காலத்தில் கொதிக்கும் ஊன் குழம்பில் அவற்றை உண்கையில் நாம் காட்டு மாடுகளை மிக

இனிமையானவையாக எண்ணுவோம்” என்றார். பூரிசிரவஸ் “பிதாமகரே, தாங்கள் எதன்பொருட்டு நிலத்திற்கு வரவேண்டும் என விழைகிறீர்கள்?” என்றான். அவர் “எதன்பொருட்டும் அல்ல. வரவேண்டுமென்று தோன்றியது” என்றார். பிறகு “அப்படியும் சொல்ல முடியாது. அந்த இடம் முடிந்துவிட்டது என்று தெரிந்தது, அவ்வளவுதான். அது ஒரு மரக்கிளை. நான் அதிலிருந்து உதிர்ந்தாக வேண்டுமென்று நினைத்தேன்” என்றார்.

அவர் அப்போது உண்மையாகவே அகவை முதிர்ந்தவரைப்போல் இருந்தார். “ஏன்?” என்று அவன் கேட்டான். “ஏன் என்று என்னால் சொல்லமுடியவில்லை, அவ்வாறு தோன்றியது” என்றார். “செல்லுமிடத்தில்கூட பிறிதொரு வாழ்க்கையை நீங்கள் தொடங்கமுடியும், பிதாமகரே. நான் அறிந்த எந்த இளைஞரைவிடவும் உடலாற்றல் மிக்கவராக இருக்கிறீர்கள்” என்றான் பூரிசிரவஸ். புன்னகையுடன் “பிறிதொரு மங்கையைக்கூட நீங்கள் மணம்புரிந்துகொள்ள முடியும்” என்றான். அவர் புன்னகைத்து “ஆம், மெய்யாகவே என்னால் முடியும். ஆனால் சலித்துவிட்டது. அனைத்துமே சலித்துவிட்டது” என்றார்.

“தங்களுக்கு நாம் செல்லுமிடம் ஏதேனும் நினைவுக்கு வருகிறதா?” என்றான் பூரிசிரவஸ். “இல்லை, நான் நினைவுகூர முயல்வதே இல்லை. என் கனவுகளிலும் கடந்த காலம் வருவதில்லை. மிகத் தொலைவிலிருந்து சில பெயர்களை எவரேனும் சொன்னால் பெயர்த்தெடுக்க முடியும். நான் அதற்கு முயல்வதே இல்லை” என்றார். “ஒருவேளை உங்கள் நீண்ட வாழ்நாள் அதன்பொருட்டு அமைந்ததாகக்கூட இருக்கலாம்” என்றான் பூரிசிரவஸ். பால்ஹிகர் மறுமொழி சொல்லாமல் “நாம் கிளம்புவோமா?” என்றார்.

அவன் புரவியில் அவருடன் நீள்நடையில் செல்லும்போது அவரது உடலைப் பல கோணங்களில் தொடர்ந்து பார்த்துக்கொண்டே இருந்தான். தலையிலிருந்து கால்வரை மனித உடலடையும் பழுதற்ற முழுமை அவரில் குடியிருந்தது. இழுத்துக் கட்டப்பட்டவை போன்ற தசைகள். இரும்பில் வார்த்து தோல்போர்த்தவை போன்ற எலும்புச்சட்டகம். அசைவுகளில் முற்றிலும் நிகர்நிலை. அவர் பெரும்கலத்தின் அமரமுனையிலிருக்கும் சிற்பம்போல அசைவற்று புரவியில் ஒழுகிச் சென்றார். அவனைவிட இருமடங்கு எடைகொண்டவர் எனினும் முற்றிலும் நிகர்நிலையுடன் அவர் அதன்மேல் அமர்ந்திருந்ததனால் அவனுடைய புரவியைவிட எளிதாக அப்புரவி நடந்து சென்றது.

பூரிசிரவஸ் பெருமூச்சுவிட்டான். பின்னர் “பிதாமகரே, தாங்கள் இறப்பதன் பொருட்டு அங்கு வருவதாக சொன்னீர்கள்” என்றான்.

“ஆம், நான் அங்கு இறந்துவிடுவேன்” என்றார். “ஆனால் அங்கு நீங்கள் ஏன் இறக்கவேண்டும்? அது குருக்ஷேத்திரம். அங்கு இதற்கு முன்னரும் பல பெரும்போர்கள் நிகழ்ந்துள்ளன. தொல்பழங்காலத்தில் இந்திரனும் விருத்திரனும் அங்கு போர் புரிந்ததாக சொன்னார்கள். பரசுராமர் அங்கு ஷத்ரியர்களை வென்று ஐந்து பெருங்குளங்களைக் குருதியால் நிரப்பினார். ஒரு நினைவின் சுவடுகூட அங்கில்லை. அங்கு இறப்பதைப்போல் பொருளற்றது ஏதுமில்லை. அது ஆழி. அனைத்தையும் உள்ளிழுத்த பின்னர் அமைதியை போர்த்தி விரிந்திருக்கும். இங்கென்றால் உங்கள் இறப்புக்கு ஒரு முழுமையும் பொருளும் அமைகிறது” என்றான்.

“என்ன பொருள்?” என்று அவர் கேட்டார். “என்ன பொருள் என்றால்...” என்றபின் பூரிசிரவஸ் சொன்னான் “எதுவும் ஏதேனும் ஒரு பொருளுடையதாக அமைவது நன்றல்லவா?” அவர் சிரித்து “எவருக்கு அப்பொருள்?” என்றார். “வரும் தலைமுறைகளுக்கு” என்று அவன் சொன்னான். “வரும் தலைமுறைகளுக்காக நான் ஒரு கணமும் வாழ்ந்ததில்லை” என்றார் பால்ஹிகர். அக்கூற்றிலிருந்த கூர்மை அவனை உலுக்கியது. வரும் தலைமுறையை எண்ணாமல் ஒருகணமும் அவன் வாழ்ந்ததில்லை என்று நினைவுகூர்ந்தான். மேலும் பேச அவனுக்கு நாவெழவில்லை.

மீண்டும் அவர் உடலை நோக்கினான். அவன் அறிந்த பால்ஹிகரின் உடல் அல்ல. மண்ணில் விழுந்த மரத்திலிருந்து புது மரம் என அப்பழைய உடலில் இருந்து அவர் மீண்டும் முளைத்தெழுந்திருந்தார். அவர் குருக்ஷேத்திரத்தில் களம்படுவதைப்போல் மாபெரும் வீணடிப்பு பிறிதில்லையென்று தோன்றியது. புரவியைக் குதிகாலால் உந்தி மீண்டும் அவரருகே சென்று “பிதாமகரே, உங்கள் உடலைப் பார்த்துவருகிறேன். பிரம்மன் பல தலைமுறைகளுக்கு ஒருமுறை வடிக்கும் பழுதற்ற சிற்பம் போலிருக்கிறீர்கள். மனித உடல் வாழும் மீயெல்லை வரை வாழ்ந்துவிட்டீர்கள். இதன்பின் வெறும் உடற்குவியலாக அங்கே சரியப்போகும் பல லட்சம் வீரர்களில் ஒருவராக நீங்கள் மடிவது பிழையென்று உங்களுக்குத் தோன்றவில்லையா?” என்றான்.

பால்ஹிகர் அவனை நோக்கித் திரும்பி மலையை சுட்டிக்காட்டி “இது ஒரு மாபெரும் இறப்புவெளி. ஒருநாள் குடிலிலிருந்து கிளம்பினால் பத்து பதினைந்து இறப்புகளைக் காணாது நான் திரும்பி வருவதில்லை. எங்கு மண்ணைக் கிளறினாலும் எலும்பு சிக்காமலிருப்பதில்லை. அதில் என்ன பொருளிருக்கிறது? எங்காயினும் இறப்பு அவ்வாறே. வீண் இறப்பென்று மண்ணில் எதுவுமில்லை, ஏனென்றால் வீண் பிறப்பும் இல்லை” என்றார். பூரிசிரவஸ் “தாங்கள் ஒரு மாபெரும் பனிப்பிளவில் விழுந்து இறக்கவேண்டும். உங்கள் உடல் அதில் பேணப்படவேண்டும்.

பல்லாயிரம் ஆண்டுகளுக்குப்பின் வரும் தலைமுறையினர் தங்களை அகழ்ந்தெடுத்து இவ்வண்ணம் ஒருடல் இங்கு வாழ்ந்ததென்பதை அறியவேண்டும்" என்றான்.

பால்ஹிகர் உரக்க நகைத்தபடி புரவியில் முன்னால் சென்றார். புரவியில் அவன் அவருடன் சென்றபடி "ஏன் நகைக்கிறீர்கள்?" என்றான். "ஒன்றுமில்லை" என்றபடி அவர் நகைத்துக்கொண்டே இருந்தார். அவன் மீண்டும் தொடர்ந்து சென்று "சொல்லுங்கள், ஏன் நகைக்கிறீர்கள்?" என்றான். "தெரியவில்லை, ஆனால் சிரிப்புக்குரியதாகத் தோன்றியது" என்றார். அவன் "தாங்கள் கூறியாகவேண்டும், எதன் பொருட்டு நகைத்தீர்கள்?" என்றான். "நான் அவ்வாறு எண்ணி முடிவெடுத்து நகைப்பதில்லை. நகைத்து முடித்த பின் ஏன் நகைத்தோம் என்று எண்ணுவதுமில்லை" என்றார் அவர்.

சற்றுநேரம் அவரைப் பார்த்த பின் பூரிசிரவஸ் தலையசைத்து அமைதியடைந்தான். தொலைவில் ஷீரவதி தெரிந்தது. பூரிசிரவஸ் "நாம் இந்த ஆற்றைக் கடந்து செல்ல வேண்டும்" என்றான். அவர் தலையசைத்தார். "இதன் பெயர் ஷீரவதி" என்றான். "ஆம், பால் வெண்மை. இவ்வாற்றுக்கு அப்பால்தான் ஷீரபதம் எனும் மலைச்சரிவு தொடங்குகிறது" என்று சொல்லி "இதைக் கடந்து ஒரு மலை உச்சியில் நின்றால் நெடுந்தொலைவில் ஆழத்தில் உனது நகர் தெரியுமல்லவா?" என்றார். "ஆம், தாங்கள் நினைவுகூர்கிறீர்களா?" என்று அவன் கேட்டான். "மெல்ல நினைவுகள் எழுகின்றன" என்றார் பால்ஹிகர்.

அவர்கள் ஷீரவதியைக் கடந்து மறுபுறம் இறங்கிச் சென்று கொண்டிருந்த போது "நான் ஒருவனை நினைவுகூர்கிறேன்" என்று பால்ஹிகர் சொன்னார். "யார்?" என்று பூரிசிரவஸ் கேட்டான். "அவன் பெண்ணுடல் கொண்டவன். என்னை பார்க்க வந்தான். நெடுங்காலத்துக்கு முன் நான் இறப்பும் காலமும் அணுகாத கல்லறைக்குள் நுழைந்து வேறொரு உலகில் வாழ்ந்தேன். அவன் படிகளினூடாக இறங்கி என்னை அணுகினான். ஓர் யானையின் உடலுக்குள் நான் குடியிருந்தேன் என்று அப்போது தோன்றிக்கொண்டிருந்தது. யானையின் வயிற்றில் கத்தியொன்றை இறக்கியதுபோல அவன் உள்ளே புகுந்தான்."

"சிகண்டியா? அவர் பெயர் சிகண்டியா?" என்று பூரிசிரவஸ் உளக்கிளர்ச்சியுடன் கேட்டான். "ஆம் ஆம், நினைவுறுகிறேன். அவன் பெயர் சிகண்டி. அவன் பீஷ்மனைக் கொல்லும்பொருட்டு வஞ்சினம் உரைத்திருந்தான்" என்றார். "ஆம், அவர் மீண்டு வந்திருக்கிறார். உங்களைப்போலவே நூறாண்டு எங்கோ வாழ்ந்து வஞ்சம் பெருக்கி மீண்டிருக்கிறார். பாண்டவர் தரப்பில் வந்து போர்முகம்

கொண்டிருக்கிறார்” என்றான். பால்ஹிகர் பெருமூச்சுவிட்டு “ஒற்றை இலக்குடன் தன் வாழ்க்கையை அமைத்துக்கொண்டவன்” என்றபின் மீண்டும் நகைத்தார்.

“இப்போது எதன்பொருட்டு நகைத்தீர்கள், பிதாமகரே?” என்றான் பூரிசிரவஸ். “இப்போது என்னால் அதை சொல்ல முடியவில்லை. அவனை முதலில் பார்த்தபோதும் நான் நகைத்தேன்” என்றார். பூரிசிரவஸ் மெல்ல ஓர் ஐயத்தை அடைந்தான். அவர் நிகர்நிலத்தில் இருக்கையில் உளம் கலங்கியவராக இருந்தார். மலையேறிய பின்னரே உளம் தெளிந்து இயல்பு நிலையடைந்தார். மீண்டும் அவர் உளம் கலங்கிக்கொண்டிருக்கிறதா? கீழே பால்ஹிகபுரியை அடையும்போது முற்றிலும் தன்னில் தொலைந்து போனவராகிவிடுவாரா? அவன் ஐயத்துடன் ஓரவிழியால் அவரை பார்த்தபடி சென்றான்.

சாலையில் ஒவ்வொரு பொருளையும் கூர்ந்து நோக்கியபடி பால்ஹிகர் வந்தார். “நீங்கள் என்ன எண்ணுகிறீர்கள், பிதாமகரே?” என்று அவன் கேட்டான். “எதை?” என்று அவர் திருப்பிக் கேட்டார். “சிகண்டியால் பீஷ்மரைக் கொல்ல முடியுமா?” என்றான். “முடியும்” என்று அவர் சொன்னார். “எவ்வாறு?” என்று பூரிசிரவஸ் உரக்க கேட்டான். “அத்தனை பெருமை கொண்டவர்! தங்களாலேயே வெல்லமுடியாதவர்! பரசுராமரை எதிர்த்து நின்றவர்! அவரை எப்படி அந்த ஆணிலி கொல்லமுடியும்?” பால்ஹிகர் “அவ்வாறெனில் கொல்லமுடியாது. அதிலென்ன?” என்றபின் மீண்டும் நகைக்கத் தொடங்கினார்.

நெடுநேரம் இடைவெளியில்லாமல் நகைத்துக்கொண்டிருந்தார். சிரிப்பு ஓய்ந்து மூச்சுகளாகி அமைதியடைந்து மீண்டும் ஏதோ புள்ளியில் வெடித்துக் கிளம்பியது. பூரிசிரவஸ் உறுதி அடைந்தான். அவரது உள்ளம் மீண்டும் முழுமையாகவே சிதைந்துவிட்டிருந்தது. அவன் அவரிடம் ஓரிரு சொற்கள் பேச முயன்றான். அவரை அவை சென்றடையவில்லை. அவனை நோக்கி வெடித்து நகைத்தபடி “பனி! பனியுருகும்...” என்றார். “என்ன சொல்கிறீர்கள், பிதாமகரே?” என்றான். “அங்கே பனி உருகுகிறது. நாளும் பனிமலைகள் உருகிக்கொண்டே இருக்கின்றன.”

பால்ஹிகபுரியை சென்றடைந்தபோது பால்ஹிகர் முற்றிலும் புதியவராக ஆகிவிட்டிருந்தார். சொற்கள் முழுமையாக நின்றுவிட்டன. எந்த வினாவுக்கும் வெடித்த நகைப்பையே அளித்தார். பூரிசிரவஸுடன் வந்த வணிகர்கள் பாதுகாப்பான தொலைவு அகன்று அவருடன் வந்தனர். முதுவணிகன் சாகதன் அவனிடம் “அவர் உளங்கலங்கியிருக்கிறார். உளம் கலங்கியவர்களைக் கையாள்வது மிக கடினம். இவரோ நாம் அனைவரும் சேர்ந்து பற்றினாலும் அடக்கிவிடமுடியாத அளவுக்கு

உடலாற்றல் மிக்கவர். அவருடன் எந்தச் சிறு முரண்பாடும் நிகழவேண்டியதில்லை” என்றார். “நன்று என்னவென்றால் இப்பாதை நேராக பால்ஹிகபுரிக்கு மட்டுமே செல்லும். ஆகவே அவரை நாம் வழிநடத்தவோ திசைதிருப்பவோ வேண்டியதில்லை. அவருடன் எந்த சொல்லாடலையும் வைத்துக்கொள்ளவேண்டியதில்லை.”

பூரிசிரவஸ் ஏற்கெனவே அம்முடிவை அடைந்திருந்தான். ஒவ்வொரு கணமும் அஞ்சியபடி அடாதது ஒன்றை எதிர்பார்த்தபடி அவர்கள் மலையிறங்கினர். பால்ஹிகபுரி அணுக்கத்தில் தெரியத்தொடங்கியதும் பூரிசிரவஸ் நீள்மூச்செறிந்தான். படைவீரர்கள் தென்படத் தொடங்கியதும் துணிவு கொண்டான். முதல் காவலரண் செய்தி எட்டும் தொலைவுக்கு வந்ததும் அவன் வணிகரிடம் வானில் எரியம்பு எய்யச் சொன்னான். அதிலிருந்த மந்தணச் செய்தியை கேட்டு இருபது புரவி வீரர்கள் மேலேறி வந்தனர். அவர்களைப் பார்த்ததும் பால்ஹிகர் கைசுட்டி உரக்க நகைத்தார்.

அவர்கள் அவரை உடனே புரிந்துகொண்டு விலகி அவனை அணுகினர். காவலர்தலைவன் “இளவரசே, இந்த மலைமுதியவரின் உளம் கலங்கியிருக்கிறது” என்றான். “ஆம், அதன் பொருட்டே உங்களை வரச்சொன்னேன். படைக்கலங்களை எவரும் எந்நிலையிலும் எடுக்கலாகாது. அனைவரும் இறந்தாலும் அவர்மேல் கீறல்கூட விழக்கூடாது. ஆனால் அவர் நம் நடுவிலிருந்து தப்பிச் சென்றுவிடவும் கூடாது. அவருக்கு முன்னும் பின்னும் இரு பக்கங்களிலும் முழுமையாகவே நம் வீரர்கள் சூழ்ந்துகொள்ளட்டும்” என்று அவன் ஆணையிட்டான். “ஆனால் அதை அவர் அறியக்கூடாது.”

அவர்கள் மிக இயல்பாக பரவி வலைபோலாகி பால்ஹிகரை சூழ்ந்துகொண்டனர். அவர் அதை எவ்வகையிலும் உணரவில்லை என்பது இருபுறமும் நோக்கியபடி அவ்வப்போது நகைத்து எதையாவது சுட்டிக்காட்டியபடியும் அவ்வப்போது வெடித்துச் சிரித்தபடியும் சென்றதிலிருந்து தெரிந்தது. நிகர்நிலத்தை அடைந்து பால்ஹிகபுரிக்கான சாலையில் செல்லத்தொடங்கியபோது பூரிசிரவஸ் ஒன்றை உணர்ந்தான். அவர் அவனையும் முழுமையாக மறந்துவிட்டிருந்தார்.

நகரின் வெளி எல்லையில் குடிகள் கூடிநின்றிருக்க ஆலயப் பூசனை நிகழ்ந்துகொண்டிருந்ததை அவன் தொலைவிலேயே கண்டான். ஒருகணம் கழித்தே அவன் உள்ளத்தில் உறைத்தது, அது வடக்கெல்லையில் அமைந்த பால்ஹிக மூதாதையின் ஆலயம். அங்கு மாதம் இருமுறை உயிர்ப்பலியளித்து படையலிட்டு வேண்டுதல் செய்வது பால்ஹிகக் குடிகளின் வழக்கம். ஒருகணம் அவன் அந்தப்

பொருளற்ற விந்தையில் அகம் திளைக்க ஒருவகை மெய்யிறந்த நிலையில் புரவியில் அமர்ந்திருந்தான். தெய்வம் உயிருடன் குருதியும் தசையுமாக அவர்கள் முன் எழுந்தருள்கிறது. ஆனால் அவர்கள் அவரிடமிருந்து அத்தெய்வத்தன்மையை தனித்தெடுத்து கற்சிலையாக்கி அங்கே நிறுவியிருக்கிறார்கள். அவர்களுக்கு அத்தெய்வத்தன்மையை மீண்டும் ஒரு மானுடனில் காண்பது இயல்வதல்ல.

அணுகியதும் அவன் ஆலய முகப்பில் தன் தந்தையையும் சலனையும் பூரியையும் பார்த்தான். அரசகுடிகள் அனைவருமே அங்கு கூடியிருந்தனர். அங்கிருந்து ஐந்து புரவி வீரர்கள் அவர்களை நோக்கி வந்தனர். பால்ஹிகர் வெடித்து நகைத்து இரு கைகளையும் விரித்து அவர்களை நோக்கி பொருளற்ற மலைமொழியில் ஏதோ சொன்னார். காவலர் தலைவன் அவரை அணுகி, தயங்கி வளைந்து கடந்து, பூரிசிரவஸை நெருங்கி வணங்கி வியப்புடனும் குழப்பத்துடனும் பால்ஹிகரைப் பார்த்தபின் “இளவரசே, அரசர் அங்கு பால்ஹிக மூதாதையருக்கு பூசனை செய்து கொண்டிருக்கிறார். அஸ்தினபுரியிலிருந்து முறையான படைஅழைப்பு வந்துவிட்டது. இன்னும் ஓரிரு நாட்களில் நமது படைகள் கிளம்புகின்றன. அனைத்து மூதாதையருக்கும் பலிபூசனை செய்து வழிபட்டுக்கொண்டிருக்கிறோம். இன்று மூன்றாவது நாள்” என்றான்.

ஒருகணத்தில் பூரிசிரவஸ் முடிவெடுத்தான். அவனிடம் “இவர் நமது விருந்தினர். சற்று உளம் மயங்கிய நிலையில் உள்ளார். எங்கும் செல்லாது நகரினூடாகவே இவரை அழைத்து செல்க! எவரும் இவர் வருகையை அறியலாகாது. முடிந்தால் கோட்டைமுகப்பிலேயே ஒரு கூண்டுவண்டியில் இவரை ஏற்றிக்கொள்க! அரண்மனைக்குள் தனியறையில் இவர் இருக்கட்டும். அங்கு அரசருக்கு நிகரான அனைத்தும் இவருக்கு ஒருக்கப்படவேண்டும். ஆனால் வீரர்களின் பிடியிலிருந்து வெளியேறவோ பிறர் அவரைப் பார்க்கும் வாய்ப்பு அளித்தலோ கூடாது” என்றான். காவலர் தலைவன் “ஆணை” என தலைவணங்கி திரும்பி அவரை பார்த்து “முன்பு எப்போதோ பார்த்த முகம் போலுள்ளது” என்றான். பூரிசிரவஸ் மறுமொழி சொல்லாமல் “அழைத்துச் செல்க!” என்றான்.

தன் புரவியை கடிவாளத்தை இழுத்து விரைவழிந்து பின்னால் நகர்ந்தான் பூரிசிரவஸ். பால்ஹிகர் படைகள் சூழ முன்னால் சென்றுகொண்டே இருந்தார். பூரிசிரவஸ் நின்றுவிட்டதையோ தான் முற்றிலும் படைகள் சூழ அழைத்துச் செல்லப்படுவதையோ அவர் உணர்ந்ததாகத் தெரியவில்லை. அந்தத் திரள் முன்னால் சென்று தொலைவில் மறைந்தபின் புரவியைத் திருப்பிக்கொண்டு அரசகுடியினர் பூசனை செய்துகொண்டிருந்த ஆலய முகப்பு நோக்கி சென்றான். தந்தையிடம் என்ன சொல்வதென்று சொற்களை ஒவ்வொன்றாகக் கோத்துக்கொண்டான்.

தொலைவிலேயே அவனைப் பார்த்துவிட்ட சலன் கையசைத்து அருகே வரும்படி சொன்னான். புரவியை சாலமரத்தடியில் நிறுத்தி இறங்கி தலைப்பாகையையும் ஆடையையும் சீரமைத்துக்கொண்டு அரசரையும் சுற்றத்தையும் நோக்கி சென்றான். சோமதத்தர் அவனை நோக்கித் திரும்பி "நேராக வருகிறாயா? எங்கே பிதாமகர்? உன்னுடன் வருவதாகப் பறவையோலை வந்ததே?" என்றார். பூரிசிரவஸ் தலைவணங்கி தாழ்ந்த குரலில் "வந்துவிட்டார், அவரை அரண்மனைக்கு அனுப்பிவிட்டேன்" என்றான். சலன் "உன்னுடன் அவர் இருந்தாரா?" என்றான். "ஆம், எல்லையிலேயே நம் படைகளை வரச்சொல்லி அவரை சூழ அழைத்துச்செல்லும்படி சொல்லிவிட்டேன்" என்றான். "ஏன்?" என்று சலன் கேட்டான். "மண்ணில் இறங்க இறங்க அவர் உள்ளம் திரிபடைந்து முன்போலவே ஆகிவிட்டது" என்றான் பூரிசிரவஸ். "முன்பு போலவே என்றால்?" என்றான் சலன். "உளம் உடைந்துவிட்டது. அவரால் நம் எவரையும் அடையாளம் காண முடியாது" என்றான் பூரிசிரவஸ்.

"அவர் ஏன் உன்னுடன் வந்தார்?" என்று சலன் கேட்டான். "மூத்தவரே, அவர் நம்முடன் குருக்ஷேத்திரப் போர்முனைக்கு வரவிழைகிறார்" என்றான் பூரிசிரவஸ். "போர்முனைக்கா? அவரா? முதியவராக இருப்பாரே? நடக்கும் நிலையிலிருக்கிறாரா?" என்று சோமதத்தர் கேட்டார். "அவரைச் சுற்றி முப்பதுபேர் கொண்ட படை ஒன்றை அனுப்பியிருக்கிறேன். அவர் மெய்யாகவே பூசலிட்டால் அந்த முப்பது பேரையும் கழுத்தை ஒடித்து கொல்வதற்கு இருபது நொடி நேரமே ஆகும்" என்றான். சோமதத்தர் நம்பாமல் அவனை விழித்துப் பார்த்தார்.

"நீ அவரை அழைத்தாயா?" என்று சலன் கேட்டான். "இல்லை மூத்தவரே, நான் வணங்கி வாழ்த்துபெற்று திரும்பினேன். தானும் வருவதாக சொன்னார்" என்றான் பூரிசிரவஸ். சலன் "அங்கும் உளம் கலங்கியவராக இருந்தாரா?" என்றான். "இல்லை, அங்கு அவர் பேராற்றல் கொண்ட மலைமகனாக இருந்தார். ஏழு மைந்தர்கள். அவர்களுக்கும் மனைவியரும் குழந்தைகளும் இருக்கின்றனர்" என்றான். சோமதத்தர் "இப்புவியில் இத்தனை நாள் வாழ்ந்தும் வாழ்க்கையின் எந்நெறியையும் புரிந்துகொள்ள என்னால் இயன்றதில்லை. ஆகவே நான் வியப்புறவில்லை" என்றார்.

சலன் "என்னால் இதை வகுத்துக்கொள்ள முடியவில்லை, இளையவனே. எதன் பொருட்டு அவர் மலையிறங்கி வந்தார்? கௌரவர்களும் பாண்டவர்களும் இடும் இந்தப் போரில் அவருடைய இடமென்ன? எவருக்காக அவர் களம் நிற்கப் போகிறார்?" என்றான். "ஏன்?" என்று பூரிசிரவஸ் கேட்டான். "ஏனென்று நீ உணரவில்லையா? இன்று வாழும் குருகுலத்து வழித்தோன்றல்களில் இவரே அகவை மூத்தவர். இதுவரை அகவை மூத்தவராக இருந்தவர் பீஷ்மர். அவர் கௌரவர் தரப்பில்

இருப்பதனாலேயே கௌரவர்களுக்கு ஷத்ரிய ஆதரவும் குடிகளின் ஆதரவும் இருந்துகொண்டிருக்கிறது. பால்ஹிக மூதாதை பாண்டவர் தரப்புக்கு சென்றாரென்றால் அனைத்து அரசியல் நிகர்நிலைகளும் குலையும்."

பூரிசிரவஸ் அதை உணர்ந்துகொண்டு "ஆனால் அஞ்ச வேண்டியதில்லை, மூத்தவரே. அவர் அங்கு செல்ல வாய்ப்பில்லை" என்றான். "அவருக்கு போருக்குச் செல்வது மட்டுமே உள்ளத்தில் அமைந்துள்ளது. குருக்ஷேத்திரத்தில் இறப்பேன் என்றே வந்தார்" என்றான். "இறப்பதற்காகவா?" என்று சோமதத்தர் சிரித்தார். சலன் "அதில் நகைப்பதற்கு ஒன்றுமில்லை. அங்கு செல்லும் பெரும்பாலானவர்கள் அங்கு தங்கள் இறப்பு நிகழுமென்று எண்ணியே செல்கிறார்கள்" என்றான்.

பூரிசிரவஸ் "அவரை நாம் நமது கட்டுப்பாட்டுக்குள் வைத்து குருக்ஷேத்திரத்திற்குக் கொண்டு செல்வோம். அங்கு அவர் களப்பலி ஆவார் என்றால் அதுவே நமக்கு மேலும் ஆற்றல் அளிக்கும். நாம் வெல்வோம். அவர்கள் வென்றால்கூட தங்கள் குலத்தின் முதுமூதாதையைக் கொன்று பாண்டவர்கள் அடையும் வெற்றியை எந்நிலையிலும் பெரும்பழி தொடரும்" என்றான். "ஆம், அவ்வாறு நிகழ்ந்தால் அவரது வருகை நன்றே" என்று சலன் சொன்னான்.

ஆலயத்தில் பூசனை நிகழ்ந்துகொண்டிருந்தது. கருவறைக்குள் பெரிய ஆடொன்றைத் தோளில் தூக்கியபடி நின்றிருந்த பால்ஹிகரின் வெண்கற்சிலையை பூரிசிரவஸ் பார்த்தான். அவருக்கு சற்று முன்பு பலி கொடுக்கப்பட்ட முட்டாடு ஓரமாக இழுத்துப் போடப்பட்டிருந்தது. பலிபீடத்திலிருந்து கொழுவிய அக்குருதி நாற்புறமும் வழிந்து அதன் சிறுபச் செதுக்குளினூடாக சொட்டியது. அக்குருதியில் சிறிது எடுத்து படையல் அன்னத்தில் தெளித்து அதை உருட்டி ஏழு உருண்டைகளாக்கி ஏழு தனி இலைகளில் படைத்தார் பூசகர். பூரிசிரவஸ் "இந்தப் படையலுணவு எங்கு சென்று சேர்கிறது என்ற எண்ணம் எழுகிறது, மூத்தவரே" என்றான். "ஏன்?" என்று சலன் கேட்டான். "இது விண்வாழும் பால்ஹிகருக்கு அளிக்கப்படுகிறது" என்றான் பூரிசிரவஸ். சலன் நகைத்து "மீண்டும் மண்ணுக்கே மழையாகப் பெய்து அவரை அடையும், அஞ்சாதே'" என்றான். பூரிசிரவஸ் "இருபத்தைந்தாண்டுகள் பலியன்னம் பெற்று மலைமேல் இருந்திருக்கிறார்" என்றான். "அவரவர் அன்னம் அவரவரைத் தேடி அணையும் என்றல்லவா தொல்நூல்கள் சொல்கின்றன?" என்றான் சலன்.

மணியோசையுடன் பூசகர் வெளியே வந்தார். சோமதத்தர் கை நீட்ட அவருக்கு மலரும் நீரும் அளித்தார். அரசகுடியினர் ஒவ்வொருவராக

சென்று பணிந்து வணங்கினர். புரவியோசை கேட்டு பூரிசிரவஸ் திரும்பிப் பார்த்தான். தொலைவில் உச்ச விரைவில் வரும் புரவியில் அமர்ந்திருப்பது பால்ஹிகர்தான் என்று அவனுக்குத் தெரிந்தது. "அவர்தான்!" என்றான். சலன் "என்ன ஆயிற்று?" என்றான். "நம் வீரர்களால் அவரைக் கட்டுப்படுத்த முடியவில்லை" என்று சொன்ன பூரிசிரவஸ் "சினந்து வருகிறார். எனக்கு என்ன சொல்வதென்றே தெரியவில்லை. ஒருவேளை அவரை என் சொற்கள் கட்டுப்படுத்தலாம்" என்றபடி கைவிரித்து நின்றான்.

தொலைவிலிருந்தே உரக்கக் கூச்சலிட்டபடி வந்த பால்ஹிகர் புரவி நிற்கும் முன்னரே குதித்திறங்கி கடிவாளத்தை வீசிவிட்டு அவனை நோக்கி வந்தார். "உன்னை அவர்கள் கொன்று தூக்கி வீசிவிட்டார்கள் என்று எண்ணினேன். ஆகவேதான் என்னை பிடிக்க வந்த இருவரை கழுத்தை முறித்து தூக்கி அப்பால் வீசினேன். பிறர் அஞ்சி ஓடிவிட்டார்கள். இங்கு நின்றிருக்கிறாய்" என்ற பால்ஹிகர் அருகே நெருங்கினார். சலனை நோக்கி "உன்னைப் பிடித்தது யார்? இந்தச் சிறுவனா?" என்றார். சோமதத்தரை நோக்கி "இந்தக் கிழவன் எவன்?" என்றார்.

"பிதாமகரே, இவர் என் தந்தை. இவர் என் தமையன். அது என் இன்னொரு உடன்பிறந்தான்" என்றான் பூரிசிரவஸ். அவர் ஆலயத்தை நோக்கி "இது என்ன ஆலயம்?" என்றார். பின்னர் திரும்பி ஆலயத்திற்குள்ளே பார்த்தபின் "அன்னம் படைக்கப்பட்டிருக்கிறது. மைந்தா, நெடுநாட்களாயிற்று நான் நிலத்தின் அன்னத்தை உண்டு. இது வேறு சுவையுடையது" என்றபடி முன்னகர்ந்து படைக்கப்பட்டிருந்த அன்னத்தில் ஒரு கவளத்தை எடுத்தார். பூசகர் உரத்த குரலில் "அது படையலன்னம். மானுடர் உண்ணலாகாது" என்றார். பூரிசிரவஸ் "அவர் மானுடரல்ல, பூசகரே" என்றான். அவர் பால்ஹிகரின் பேருடலை நோக்கியபடி பின்னடைந்தார்.

25

அஸ்தினபுரியை அணுகுவதற்குள்ளாகவே பால்ஹிகபுரியின் படைப்பிரிவுகள் சலன் தலைமையில் அஸ்தினபுரியை சென்றடைந்துவிட்டிருந்தன. சோமதத்தரும் உடன்சென்றார். பால்ஹிகபுரியின் பொறுப்பை பூரியிடம் அளித்துவிட்டு பூரிசிரவஸும் கிளம்பினான். அஸ்தினபுரியிலிருந்து தனக்கு வந்த ஆணையின்படி அவன் வாரணவதத்திற்குச் சென்று மேற்பார்வையிட்டு ஆணைகளைப் பிறப்பித்துவிட்டு அங்கிருந்து அஸ்தினபுரியின் எல்லைக்காவல் நிலைகள் ஒவ்வொன்றையும் சீரமைத்தபடி தலைநகர் நோக்கி சென்றான். அவனுடன் தனித்தேரில் பால்ஹிகரும் வந்தார்.

பால்ஹிகரை சலனுடன் அனுப்புவதாகத்தான் அவன் முதலில் திட்டமிட்டிருந்தான். ஆனால் அவர் சலனை அடையாளம் காணவே இல்லை. பால்ஹிகபுரியில் பூரிசிரவஸைத் தவிர பிற மனிதர்கள் எவருமே அவர் விழிகளுக்குப் படவில்லை. அரண்மனைக்குச் சென்ற மறுநாளே கிளம்பி அவர் முன்பு வந்தபோது தங்கிய சிபிரரின் பழைய இல்லத்தின் முகப்பில் சென்று நின்றிருந்தார். அரண்மனையில் அவரைக் காணவில்லையென்ற செய்தி வந்ததும் பூரிசிரவஸ் திகைத்தான். ஒற்றர்களை தூமவதி முதல் க்ஷீரவதி வரை செல்ல அனுப்பிவிட்டு நகரை சுற்றிவந்தபோதுதான் அவர் அங்கிருக்கக்கூடும் என்ற எண்ணம் வந்தது.

புரவியைத் தட்டி விரைந்து சென்றபோது அவ்வில்லத்தின் முன் இரு கைகளையும் கன்னத்தில் ஊன்றி திகைத்து நோக்கி நின்றிருந்த பால்ஹிகரைப் பார்த்தான். அங்கிருந்த சிறுவர்களும் முதுபெண்டிரும் முற்றத்தில் இறங்கி நின்று அவரை வேடிக்கை பார்த்துக்கொண்டிருந்தனர்.

அவர் அவர்களை விந்தையான விலங்குகளைப் பார்ப்பதுபோல் பார்த்துக்கொண்டிருந்தார். அவருக்கு இருபுறமும் பால்ஹிகபுரியின் வீரர்கள் படைக்கலங்களுடன் நின்றனர். பூரிசிரவஸ் புரவியை விரைவழித்து நிறுத்தி விரைந்து அவரை அணுகி "பிதாமகரே, இங்கிருக்கிறீர்களா?" என்றான். அவர் திரும்பி அவனைப் பார்த்து "இது எந்த ஊர்?" என்றார்.

"இது பால்ஹிகபுரி, பிதாமகரே. நான் உங்கள் சிறுமைந்தன் பூரிசிரவஸ்" என்று அவன் சொன்னான். அவருடைய கண்கள் கலங்கியிருந்தன. "நான் கங்கைக்கு செல்ல வேண்டும். நீராட வந்தேன்" என்றார். "பிதாமகரே, இங்கு கங்கை இல்லை" என்றான். "இது அஸ்தினபுரி அல்லவா?" என்று அவர் கேட்டார். "அஸ்தினபுரியின் அருகிலும் கங்கையில்லை" என்று அவன் சொன்னான். அவர் தலையை அசைத்துக்கொண்டே இருந்தார். "பார்த்திபன்... பார்த்திபனின் இல்லம்... ஆனால்..." பின்னர் அங்கே நின்றிருந்த முதியவரை கைசுட்டி "இவன் பார்த்திபன்" என்றார். அவர் "இளவரசே, என் பெயர் சிபிரன்..." என்றார். தலையைத் தட்டியபடி "என் சித்தம் குழம்புகிறது. பார்த்திபர் என் முதுதாதையின் பெயர். அவர் இங்கிருந்து மறைந்து நூறாண்டுகளுக்கும் மேலாகின்றன" என்றார். அவருக்குப் பின்னால் வந்து நின்ற அவருடைய துணைவி "இருபத்தைந்தாண்டுகளுக்கு முன் இன்னொரு பால்ஹிக மூதாதை இதேபோல வந்து எங்கள் வீட்டுக்கு முன் நின்றார்" என்றார்.

பால்ஹிகர் "கல்லாலான அறை... அறைகளுக்குள்..." என்று ஏதோ சொல்லி கையை மேலே தூக்கினார். பின்னர் "எனது புரவி எங்கே?" என்று அவனிடம் கேட்டார். "இங்கிருக்கிறது, வருக!" என்று அவன் அவர் கைபற்றி அழைத்துச் சென்றான். அவர்களுக்குப் பின்னால் "அவர் மானுடர்தானா?" என்று எவரோ கேட்டனர். "அரக்கர் குலத்தவரா?" என ஒரு குரல். "வாயை மூடு! தொல்பால்ஹிகர்கள் பேருருவர்கள்" என்றது பிறிதொரு குரல்.

புரவியில் ஏறிக்கொண்டு அரண்மனைக்குத் திரும்புகையில் "பிதாமகரே, நீங்கள் என் மூத்தவருடன் அஸ்தினபுரிக்கு செல்லலாம்" என்றான். "அவருடன் படைகள் செல்கின்றன. நீங்கள் பாதுகாப்பாக செல்லமுடியும்." அவர் "எவருடன்?" என்று கேட்டார். "சலன், எனது மூத்தவர். அவர்தான் பால்ஹிகபுரியின் பட்டத்து இளவரசர்" என்றான். "சலன் யார்?" என்று அவர் மீண்டும் கேட்டார். பூரிசிரவஸ் தலையை அசைத்துப் பெருமூச்சுவிட்டான்.

சலன் திட்டவட்டமாகவே சொன்னான். "இவருக்கு நமது படைவீரர்கள் தளபதிகள் எவரையுமே அடையாளம் தெரியவில்லை. இவர்

சொல்லும் அத்தனை பெயர்களும் இங்கே நூறாண்டுகளுக்கு முன் வாழ்ந்தவர்களுடையது. எங்கள் எவருக்கும் இவரிடம் பேசுவதற்கு சொற்களில்லை. இவரை அழைத்துச் செல்வது எளிதல்ல. அனைத்துக்கும் மேலாக, வழியில் காணாமல் போய்விட்டாரென்றால் திரும்ப கண்டுபிடிப்பதும் இயல்வதல்ல. உன்னுடன் வரட்டும். உன்னுடன் பேசிக்கொண்டிருப்பதுவரை உன்னைவிட்டு செல்லமாட்டார். பித்தின் போக்கில் வழி தவறினாலும்கூட உன் பெயரை சொல்ல அவருக்குத் தெரிந்திருக்கிறது."

சலன் படைகளுடன் கிளம்பிய மறுநாளே பூரிசிரவஸ் பால்ஹிகருடன் சிறிய படையொன்றை அழைத்துக்கொண்டு கிளம்பினான். அவர் சிந்தாவதியின் கரை வழியாக சுற்றிலும் நோக்கியபடி வந்தார். பின்னர் முகம் மலர "அஸ்வயோனி! அஸ்வபக்ஷம் வழியாக செல்லும்போது…" என்றார். அஸ்வயோனி என்றழைக்கப்பட்ட சிறிய பாறையிடுக்கு பெரிய சாலைமுகமாக ஆகியிருந்தது. அஸ்வபக்ஷம் என்று சொல்லப்பட்ட பாறையடுக்குகளை தீயிட்டு வெடிக்கச்செய்து நெம்புகோல்களால் உடைத்துத் தள்ளி பாதையை அமைத்திருந்தனர். அச்சொற்களையே அனைவரும் மறந்துவிட்டிருந்தனர்.

"ஆம் பிதாமகரே, நாம் அங்குதான் செல்கிறோம்" என்றான் பூரிசிரவஸ். "அங்கிருந்து அப்பால் மலைச்சரிவு. வாரணவதம். அங்கு ஒருபெண். அவள் பெயர்…" என்றபின் "அவள் பெயர் என்ன?" என்றார். பூரிசிரவஸ் "நினைவில்லை" என்றான். "அவள் பெயர்…" என பால்ஹிகர் தன் உள்ளத்துக்குள் தேடினார். நூற்றியிருபதாண்டுகளுக்கு முன்பு வாழ்ந்த ஒரு பெண். அவளும் உயிர்வாழ்கிறாள் என்றால் எப்படி இருக்கும்? காலம் என்ற ஒன்று பொருளிழந்து ஈசலிறகுபோல் உதிர்ந்துகிடப்பதாக அவன் எண்ணிக்கொண்டான்.

பால்ஹிகர் தன் இரும்புக்கவசத்தின் தலையணியை மட்டும் அணிந்திருந்தார். அவர் பால்ஹிகபுரிக்கு வந்ததுமே அவன் இரும்புக்கொல்லர்களை வரவழைத்து அவருக்கென தனியான கவசங்களை வார்த்தெடுக்கச் செய்தான். கால்குறடுகளும் முழங்கால்காப்புகளும் தோளிலைகளும் மணிக்கட்டு வளைகளும் மானுடருக்குரியவையா என்ற வியப்பை எழுப்பும் அளவுக்குப் பெரிதாக இருந்தன. அவற்றை கொல்லன் தன் வண்டியில் கொண்டுவந்து முற்றத்தில் இறக்கினான். பெரிய தோல் பையிலிருந்து அவற்றை அவன் எடுத்து வைத்தபோது பூரிசிரவஸே "நீர் சரியாக அளவுகள் எடுத்துக் கொண்டீரல்லவா?" என்றான்.

கொல்லன் புன்னகைத்து "அஞ்ச வேண்டியதில்லை, இளவரசே. அவருக்குப் பொருந்துவதாகவே அமைத்தேன்" என்றான். "ஆனால் என்

உதவியாளர்கள் நான் பிழையாக அளவெடுத்துவிட்டேன் என்றும் இவை எந்த மானுடருக்கும் உரிய அளவுகள் அல்ல என்றும் சொன்னார்கள். இவர் எளிய மானுடரல்ல என்று சொன்னேன்” என்றான். இரும்புச் சங்கிலிகளால் ஆன மார்புக்கவசத்தை கொல்லனால் இரு கைகளாலும் தூக்க முடியவில்லை. பூரிசிரவஸ் ஒருபக்கம் தூக்க இருவரும் தூக்கி எடுத்தபோது யானை மத்தகத்திற்குப் போடவேண்டிய கவசம்போல தோன்ற பூரிசிரவஸ் புன்னகைத்தான்.

அவன் எண்ணத்தை உய்த்துணர்ந்த கொல்லன் “ஆம், யானைகளுக்குரிய கவசங்கள் போலத்தான். ஒன்று கருதுக, இளவரசே! இவ்வீரர் களத்தில் மானுடரால் கொல்லப்பட மாட்டார். இவரைக் கொல்பவன் உண்டென்றால் இவருடைய குருதியில் இவருக்கு நிகரான உடல்கொண்டவனாகவே இருப்பான்” என்றான். “இறப்பார் என்று எவர் சொன்னது?” என்று பூரிசிரவஸ் மெல்லிய புன்னகையுடன் கேட்டான். “இப்போரிலும் இறக்கவில்லையென்றால் பிரம்மனுக்கு பித்து எழுந்துவிட்டது என்றுதான் பொருள். அவருக்கு என்ன அகவை? நூற்றி இருபது கடந்துவிட்டதா?”

“நூற்று எழுபது அகவை” என்று பூரிசிரவஸ் சொன்னான். “நூற்றெழுபது அகவை வரை மானுடர் உயிர்வாழ்வதா? நல்லவேளை பிரம்மன் பல்லாயிரத்தில், லட்சத்தில் ஒருவருக்கு மட்டுமே இந்த நீள்வாழ்வை அளித்திருக்கிறான். அனைவருக்கும் அளித்திருந்தால் இப்புவியே முதியவர்களால் நிறைந்திருக்கும்” என்றார் அருகே நின்றிருந்த அமைச்சரான சுதாமர். “பிதாமகரை அழைத்து வருக!” என்று பூரிசிரவஸ் ஏவலனிடம் சொன்னான். கொல்லன் “மெய்யுரைப்பதென்றால் கவசங்களை வடிக்கையில் உருவாகும் நிமித்தங்களை கணிக்கும் ஒரு முறைமை உண்டு, இளவரசே. இக்கவசங்கள் வடிக்கப்படும்போது எழுந்த எதிர்நிமித்தங்கள் இவர் களம்படுவார் என்பதையே காட்டுகின்றன” என்றான்.

பால்ஹிகர் ஏவலருடன் வந்தார். “பிதாமகரே, உங்கள் கவசங்கள்” என்று பூரிசிரவஸ் காட்டினான். பால்ஹிகரால் அவை என்ன என்று புரிந்துகொள்ள முடியவில்லை. “என்ன அது?” என்றபடி அருகே வந்தார். மணிக்கட்டு வளையை எடுத்து “இது எதற்காக?” என்றார். பூரிசிரவஸ் அதை வாங்கி அவர் கைகளில் பொருத்தினான். “தங்களுடன் போர் புரிபவர்களின் தாக்குதலிலிருந்து தப்புவதற்காக, மூத்தவரே” என்றான். “அவர்களும் இதேபோல் அணிந்திருப்பார்களா?” என்றார். “ஆம்” என்றான். “அவ்வாறெனில் நாமும் எவரையும் கொல்ல முடியாதே?” என்று அவர் கவலையுடன் கேட்டார்.

“கொல்லமுடியும், கவசங்களை உடைக்க முடியும்” என்றான். “உடைக்க முடியும் என்றால் நாம் ஏன் இதை அணியவேண்டும்?” என்றார். பூரிசிரவஸ் நகைத்து “பிதாமகரே, தங்கள் கையின் வாளும் கதையும் நூறுமடங்கு விசைகொண்டவை. அவை பிறர் கவசங்களை உடைக்கும். தங்கள் கவசங்களை உடைக்கும் அளவுக்கு பெரிய வாளையோ வேலையோ ஏந்தும் வீரர்கள் எவருமில்லை” என்றான். “இருக்கிறான். அவன் பெயர் பீமன்” என்றார் பால்ஹிகர். பூரிசிரவஸ் திகைத்தான். “எவர் சொன்னது?” என்றான். “உன் மைந்தன் காகளன். அவனிடம் நான் இன்று விளையாடும்போது அவன் பந்தை எடுத்து வீசினேன். என்னை பீமன் கொல்வான் என்று அவன் சொன்னான்” என்றார் பால்ஹிகர்.

பூரிசிரவஸ் பேச்சை விலக்கி கொண்டுசெல்லும் பொருட்டு “இவற்றைப் பாருங்கள்... உங்கள் உடலுக்குரியவை” என்றான். பால்ஹிகர் குழந்தைகளுக்குரிய ஆர்வத்துடன் கவசங்கள் ஒவ்வொன்றையாக எடுத்துப் பார்த்தார். அவற்றை தன் உடலில் வெவ்வேறு இடங்களில் பொருத்தி மெல்ல அவற்றின் உருவங்களைத் தன் உடலில் கண்டுகொண்டார். “என் உடல்போலவே இருக்கின்றன. நான் இரும்பாக மாறியதுபோல” என்றார். நகைத்தபடி எழுந்து “இது என் தோள்களுக்குரியது. என் தோள்களில் இது பொருந்துகிறது. ஆம், என் தோள்களுக்குரியது!” என்று கூவினார். “ஆம், பிதாமகரே. உங்கள் தோள்களுக்குரியவை அவை. தோள் அளவுக்கே வடிக்கப்பட்டவை” என்றான். “இதில் நான் கால் நுழைத்துக்கொள்ள முடியும்” என்று அவர் கால்கவசங்களைக் காட்டி சொன்னார். “ஆம், தங்கள் கால்களுக்குரியவை” என்று பூரிசிரவஸ் சொன்னான்.

அவர் அவற்றை எடுத்து தன் கால்களில் அணிந்துகொண்டு மரத்தரையில் ஓசையுடன் நடந்தார். அந்த ஓசை உவகையளிக்க காலை ஓங்கி ஓங்கி தட்டினார். “இவற்றால் நான் பாம்புகளைக்கூட மிதித்துக் கொல்லமுடியும்” என்றார். “ஆம், பிதாமகரே. தாங்கள் முள்ளிலும் அனலிலும்கூட இவ்விரும்புக் குறடுகளுடன் நடக்க முடியும்” என்று அவன் சொன்னான். அவர் அவற்றை குனிந்து நோக்கி “ஆனால் நான் இவற்றுக்குள் இல்லாதபோது இவை தாங்களே நடந்துசென்றுவிடுமோ?” என்றார். பூரிசிரவஸ் புன்னகைத்தான்.

அவர் நெஞ்சுக்கவசத்தை எடுத்து குலுக்கிப் பார்த்தார். சிறிய குழந்தை கிலுகிலுப்பையை ஆட்டுவதுபோல் இருந்தது. பெருமையும் மகிழ்ச்சியுமாக பூரிசிரவஸைப் பார்த்தார். “இதை சலங்கையாக யானைக்குக் கட்டலாம்” என்றார். பூரிசிரவஸ் “ஆம்” என்றான். “ஆனால் இங்கே யானை இல்லையே?” என்றார் பால்ஹிகர். “அஸ்தினபுரியில் ஏராளமான யானைகள் உள்ளன” என்றான் பூரிசிரவஸ். “ஆம், அங்கே யானைகள் உள்ளன” என அவர் தலையசைத்தார். “தாங்கள் இதை தங்கள் மார்பில்

அணிந்துகொள்ளலாம். வேல்கள் மார்பில் பதியாமல் இது காக்கும்” என்றான்.

பால்ஹிகர் ஒவ்வொரு சங்கிலியாக எடுத்து சற்று முறுக்கி மறுபடியும் கீழே விட்டார். “மார்பில் பொருத்திக்கொள்ளுங்கள், பிதாமகரே” என்றான். அவர் அதை தன் மார்பில் வைத்து “இதை வைத்தால் நான் யானை போலிருப்பேன். என் நெஞ்சு யானையின் முகபடாம் அணிந்ததுபோல் தென்படும்” என்றார். “ஆம், பிதாமகரே” என்றான். “ஆனால் நான் அம்பால் சாகமாட்டேன். கதையால்தான் சாவேன்” என்றார். “இளையவன் சொன்னான். நான் பீமனின் கதையால் சாவேன் என்று” என்றபின் இன்னொரு கவசத்தை எடுத்தார்.

திடீரென்று ஐயம்கொண்டு “இவை எனக்குத்தான் அல்லவா? பிற எவரும் இதை பகிர்ந்துகொள்ள மாட்டார்களல்லவா?” என்றார். பூரிசிரவஸ் “உங்களுக்கேதான். நீங்களே வைத்துக்கொள்ளலாம். நீங்கள் இவற்றை அணிந்துதான் போருக்கு செல்லவிருக்கிறீர்கள்” என்றான். “ஆம், நான் இவற்றை அணிந்துகொண்டு போரில் இறந்து விழுவேன்” என்று அவர் சொன்னார். பூரிசிரவஸ் வாய்விட்டு நகைத்துவிட்டான்.

அவர் அக்கவசங்களை வைத்து விளையாடிக்கொண்டிருந்தார். பின்னர் அவற்றை முறையாக அணிந்துகொண்டு அவன் அறைக்கு வந்து கதவைத் தட்டினார். சுவடிகளைப் பார்த்துக்கொண்டிருந்த அவன் எழுந்து கதவைத் திறந்தபோது முற்றிலும் கவச உடையணிந்து பளபளக்கும் இரும்புப் பாவையென பேருருக்கொண்டு நின்றிருந்த அவரைக் கண்டு திடுக்கிட்டான். அவர் “நாம் எப்போது போருக்குக் கிளம்புகிறோம்?” என்றார். “பிதாமகரே, இவற்றை நாம் போர்க்களத்தில்தான் அணிந்துகொள்ள வேண்டும்” என்றான். “ஏன்? இப்போது அணிந்தால் என்ன?” என்று அவர் கேட்டார்.

“இப்போது அணிந்தால் இவற்றின் எடை நம்மை வருத்தும். நம்மால் அமரவோ படுக்கவோ இயலாது” என்றான். “அத்தனை பெரிய எடையெல்லாம் ஏதுமில்லை” என்று அவர் சொன்னார். “நான் இவற்றை நேற்றுமுதல் அணிந்திருக்கிறேன். இரவில் இவற்றை அணிந்தபடியேதான் துயின்றேன். நான் இவற்றை அணியாமல் இருந்தால் வேறு எவரேனும் எடுத்து அணிந்துவிடுவார்கள்” என்றார். “இல்லை பிதாமகரே, வேறு எவரும் இவற்றை அணியப்போவதில்லை. இவை தங்களுக்குரியவை” என்று அவன் சொன்னான்.

பால்ஹிகர் அவனை ஐயத்துடன் பார்த்து “உனக்கு வேறு கவசங்கள் உள்ளனவா?” என்றார். “ஆம், இருக்கிறது பிதாமகரே. மேலும் தங்கள் கவசங்களை வேறு எவருமே அணிய முடியாது” என்றான். அவர் அவனை

சில கணங்கள் கூர்ந்து நோக்கியபின் "நான் கழற்றப்போவதில்லை. துயிலும்போதும் கழற்றப்போவதில்லை" என்றபின் திரும்பிச் சென்றார். அவன் அவருக்குப் பின்னால் ஓரடி எடுத்து வைத்துவிட்டு புன்னகையுடன் நின்றுவிட்டான்.

ஒருவகையில் அது நன்றுதான் என்று பின்னர் தோன்றியது. அவரால் அக்கவச உடையுடன் நெடுந்தொலைவு செல்ல இயலாது. எங்கும் விழிகள் திடுக்கிட்டு திரும்பி நோக்கும். மேலும் இரண்டு நாட்கள் ஆயிற்று அவர்கள் கிளம்புவதற்கு. அதுவரை அவர் அந்தக் கவச உடைக்குள்ளாகவே இருந்தார். சலனுடன் படைகள் கிளம்பிச் சென்ற பின்னர் பூரிசிரவஸ் தானும் கிளம்ப முடிவெடுத்தான். ச்அவனுடைய சிறிய படை வாள்களும் வேல்களுமாக ஒருங்கி அரண்மனை முற்றத்தில் நின்றிருந்தது.

அவன் அவர் அறைக்குச் சென்று "பிதாமகரே, நாம் கிளம்புவோம்" என்றான். அவர் தன் அறைக்குள் ஈட்டி முனையொன்றை தனியாக கழற்றி எடுத்து அதைக் கொண்டு தனது கால் குறடை சுரண்டிக்கொண்டிருந்தார். அவனை நிமிர்ந்து பார்த்து "எங்கே?" என்றார். "நாம் போருக்கு கிளம்புகிறோம்" என்றான். உடனே அவனுக்கு அச்சம் எழுந்தது. முதியவர் முற்றத்தில் இறங்கியதுமே அங்கு நின்றிருக்கும் காவல் வீரர்களை தாக்கத் தொடங்கிவிடக்கூடும் என்று அவன் எண்ணினான். "போர் இங்கல்ல பிதாமகரே, போர் நிகழ்வது நெடுந்தொலைவில். அஸ்தினபுரியில்" என்றான். "ஆம், அஸ்தினபுரியில்" என்றார் பால்ஹிகர். அஸ்தினபுரி என மெல்ல நாவுக்குள் சொல்லிக்கொண்டார்.

"போர் அறைகூவல் எழுவதுவரை தாங்கள் போர் செய்ய வேண்டியதில்லை" என்றான் பூரிசிரவஸ். "ஆம், போர் அறைகூவல் கேட்க வேண்டும். நான் அதன்பிறகு போர் செய்வேன். ஆனால் நான் யாரைக் கொல்லவேண்டும்?" என்று அவர் கேட்டார். "அங்கு சென்ற பின்னர் தாங்கள் கொல்லவேண்டியவர்களை சுட்டிக்காட்டுவோம். அவர்களை மட்டும் தாங்கள் கொன்றால் போதும்" என்று பூரிசிரவஸ் சொன்னான். "ஆம்" என்றபின் அவர் கண்களை மூடி புன்னகைத்து "போர்க்களத்தில் என்னை ஒரு யானை கொல்லும்" என்றார். "யார் சொன்னது?" என்று பூரிசிரவஸ் கேட்டான். "நான் கனவுகண்டேன்" என்றார். "நான் நிமித்திகனிடம் அது உண்மையா என்று கேட்டேன். அவன் தெரியாது என்றான். ஆகவே நான் அவனைத் தூக்கி உப்பரிகையிலிருந்து கீழே போட்டேன்."

பூரிசிரவஸ் பால்ஹிகருடன் முற்றத்திற்கு வந்தபோது அங்கு கூடி நின்றிருந்த வீரர்கள் அனைவரும் அவருடைய பெருந்தோற்றத்தைக் கண்டு திகைத்து

மறுகணம் அவர்களை அறியாமலேயே “வெற்றிவேல்! வீரவேல்!” என்று கூவினார்கள். பால்ஹிகர் படைக்கலங்களை எடுத்துவிடக்கூடும் என்று எண்ணி அவன் திரும்பிப் பார்த்தான். அவர் இரு கைகளையும் விரித்து “வெற்றிவேல்! வீரவேல்!” என்று சொன்னபின் பூரிசிரவஸை நோக்கிப் பெருமையுடன் புன்னகைத்தார். அவர் நிமிர்ந்த தலையுடன் நடந்தபோது பூரிசிரவஸும் மெய்ப்பு கொண்டான்.

பால்ஹிகபுரியிலிருந்து கிளம்பும்போது பூரிசிரவஸ் பெரும் அச்சமும் தயக்கமும் கொண்டிருந்தான். செல்லும் வழியெங்கும் முதியவர் செய்யக்கூடிய பிழைகள் என்னென்ன என்று எண்ணி அவன் கணக்கிட்டுக்கொண்டே வந்தான். காணாமலாகிவிடக்கூடும், பிழையாக எவரையேனும் கொன்றுவிடக்கூடும், வழியில் விலங்குகளைக் கண்டு வேட்டையாடும் பொருட்டு பின்னால் சென்றுவிடக்கூடும். எப்பொழுதும் அவர் அருகே ஐந்து வீரர்கள் இருக்கவேண்டுமென்று அவன் ஆணையிட்டிருந்தான். அவர்கள் அச்சமும் ஆர்வமுமாக எப்போதும் அவருடன் இருந்தனர். அவர் அவர்கள் தன்னைச் சூழ்ந்து தொடர்வதை உணரவேயில்லை.

அவர் அவனுடன் மலையிறங்கி பால்ஹிகபுரிக்கு வந்தபின் அறிந்த ஒன்று, அவர் முற்றிலும் துயில்வதே இல்லை என்பது. பகலில் அவர் நிலைகொள்ளாமல் அரண்மனையிலும் சுற்றியிருந்த சிறு காட்டிலும் அலைந்துகொண்டிருந்தார். இரவில் அவரை பேச்சுக்கொடுத்து அழைத்துச் சென்று அறைக்குள் படுக்க வைத்தார்கள். சற்று நேரம் மஞ்சத்தில் படுத்து தலையை அசைத்தபடி தனக்குத்தானே பேசிக்கொண்டிருந்தார். பின்னர் திடுக்கிட்டவர்போல் எழுந்து அமர்ந்தார். தன் அறையையும் அறைக்குள் இருக்கும் அனைத்துப் பொருட்களையும் கூர்ந்து ஆராய்ந்தார். எழுந்து எச்சரிக்கையுடன் வெளியே வந்து இடைநாழியைப் பார்த்தார். மிக மெல்ல இடைநாழியை அடையாளம் கண்டுகொண்டதும் அதனூடாக நடந்து மீண்டும் காட்டுக்குள் சென்றார். அவரை கண்காணிக்கும் வீரர்கள் ஓசையில்லாமல் அவரைத் தொடர்ந்து சென்றனர்.

இரவுகளில் காடுகளில் என்ன செய்கிறார் என்று உடன் சென்ற வீரர்களிடம் அவன் கேட்டான். “வேட்டையாடுகிறார். உயிர்களைக் கிழித்து அனல் மூட்டி சுட்டு முழுமையாகவே உண்கிறார். ஒரு முழு மானை எச்சமின்றி உண்டு திரும்பி வருகிறார்” என்று வீரன் சொன்னான். இன்னொருவன் “இளவரசே, அவர் மானுடர் அல்ல. மலையிலிருந்து தாங்கள் விண்வாழ் கந்தர்வர் எவரையோ அழைத்து வந்திருக்கிறீர்கள் என்று இங்கே குடியினர் பேசிக்கொண்டிருக்கிறார்கள்” என்றான். “அவரால் அத்திமரத்தை வெறும் கைகளால் உலுக்கி காய்களை உதிர்க்கமுடிகிறது” என்றான் இன்னொருவன்.

ஆனால் பால்ஹிகர் பால்ஹிகபுரியின் எல்லையைக் கடந்ததுமே ஆழ்ந்த அமைதி கொண்டார். பால்ஹிகபுரியின் எல்லையில் அமைந்த சிற்றாலயத்தில் அவருக்கே கட்டப்பட்ட ஆலயத்தின் கருவறைக்குள் அமர்ந்திருந்த சிலையைப் பார்த்து கைசுட்டி "இதுதான் அந்தச் சிலை" என்றார். அங்கிருந்த பூசகர் உள்ளிருந்து அனலும் புனலும் காட்டி பூசை முடித்து சுடர் கொண்டு அவருக்குக் காட்டினார். அவர் அதைத் தொட்டு வணங்கவில்லை. "எவர்?" என்று பூரிசிரவஸ் குழப்பத்துடன் கேட்டான். "பால்ஹிகன்!" என்று அவர் சொன்னார். பூரிசிரவஸ் "தங்களிடம் எவர் சொன்னது?" என்றான். "நான் சிறுவர்களுடன் சேர்ந்து இங்கு வந்தேன். உள்ளே இருப்பது யார் என்று கேட்டேன். பால்ஹிகர் என்றார்கள்" என்று பால்ஹிகர் சொன்னார்.

பால்ஹிகபுரியின் குடிகள் இறுதி வரை அவர்களின் தெய்வம் நேரில் எழுந்ததை உணர்ந்துகொள்ளவே இல்லை. அவர்கள் பால்ஹிகர் எனும் மூதாதை தெய்வத்தின்மேல் ஏற்றிவைத்த கதைகள் எதுவும் அவர்மேல் படியவில்லை. அத்தெய்வம் ஆழ்ந்த அமைதியும் அருள்புரியும் விழிகளும் கொண்டிருந்தது. அவர்களின் அனைத்துச் சொற்களையும் செவிகொடுத்து கேட்டது. அவர்களின் கோரிக்கைகளுக்கு கனிந்தது. எப்போதும் அவர்களுடன் இருப்புணர்த்தி துணையென அமைந்தது. அவர் அவர்களின் அனைத்துச் சொற்களுக்கும் அப்பாற்பட்டவராக அவர்கள் எவரையும் அறியாதவராக இருந்தார். அவர்களுடன் கொடூரமாக விளையாடினார். அவர்களின் குழந்தைகளைத் தூக்கி வானில் எறிந்து வெறும் கைகளால் பிடித்தார். அவர்களின் பசுக்களைத் தூக்கிச் சுழற்றி அப்பால் வீசினார். அவருடன் சிறு பூசல் எவருக்கேனும் எழுமென்றாலும் சினந்து அறைந்தார். அவரிடம் அறைபட்டவர்கள் பலநாட்கள் கழித்தே நினைவு மீண்டனர். புரவிகளும் யானைகளும்கூட அவரை அஞ்சி பின் காலெடுத்து வைத்தன.

பால்ஹிகர் எல்லையை அடைந்ததுமே அவனிடம் "நாம் அஸ்தினபுரிக்கு செல்கிறோம்" என்று அறிவித்தார். "ஆம் பிதாமகரே, அஸ்தினபுரிக்கு செல்கிறோம்" என்றான் பூரிசிரவஸ். "அங்கு நாம் போரிடுகிறோம். ஏராளமான அரக்கர்களைக் கொல்கிறோம்!" என்றார். "அரக்கர்களையா?" என்று அவன் கேட்டான். "ஆம், சிறகுகள் உள்ளவர்கள். அவர்கள் வாயில் நாக்கு அனலென்றிருக்கும். சிறிய செவிகள்" என்று அவர் விரலைக் காட்டினார். "அஸ்தினபுரியில் நான் ஆயிரம் அரக்கர்களைக் கொல்வேன். அதன்பிறகு பீமன் என்பவன் யானையாக வந்து என்னைக் கொல்வான். மிகப் பெரிய யானை. அது எட்டு பெருங்கொம்புகள் கொண்டிருக்கும்" என்றார்.

“இவற்றை யார் சொன்னது?” என்று பூரிசிரவஸ் கேட்டான். “அங்கே வடக்குத் தெருவில் பீலன் என்றொரு சிறுவன் இருக்கிறான், அவன் சொன்னான்” என்றார் பால்ஹிகர். பகலில் பெரும்பாலான பொழுதுகளில் நகரின் சிறுவர்களுடன்தான் செலவிடுகிறார் என்பதை பூரிசிரவஸ் அறிந்திருந்தான். உள்ளத்தின் ஒழுங்கு சிதறியமையால் அவரால் பெரியவர்களின் சொற்களை உள்வாங்க இயலவில்லை. ஆனால் குழந்தைகள் பேசும் ஒவ்வொன்றும் அவருக்கு பொருள்பட்டன. மகிழ்ந்து சிரித்தபடி அவர்கள் பேசுவதை அவர் கேட்டுக்கொண்டிருப்பதை பலமுறை அவன் பார்த்திருந்தான்.

செல்லும் வழியெங்கும் பால்ஹிகர் சிறுவர்களைப்போல ஒவ்வொன்றையும் சுட்டிக்காட்டி “அது என்ன?” என்று வினவினார். அவன் மறுமொழி சொல்வதற்குள்ளாகவே அவை என்ன என்று அவரே சொன்னார். ஒவ்வொன்றும் முற்றிலும் வேறாக, திகைப்பும் நகைப்பும் ஊட்டுவதாக அவருக்குள் உருமாறி பதிந்திருந்தன. கோட்டைகள் மிதக்கும் கலங்களாகத் தெரிந்தன. காவலர்கள் ஏந்திய ஈட்டிகள் அவர்களின் தலையில் எழுந்த கூரிய கொம்புகளாகத் தோன்றின. தேர்கள் விந்தையான விலங்குகள். காவல்மாடங்களை அவர் பூதங்கள் என்றார்.

அவன் மலைச்சாலையின் உச்சியில் நின்று திரும்பி பால்ஹிகபுரியை நோக்கினான். கோட்டைசூழ்ந்த நகரம் ஓர் இல்லம்போல் தோன்றியது. மலைகளின் மகவு. தூமவதி, ஷீரவதி, பிரக்யாவதி, பாஷ்பபிந்து, சக்ராவதி, சீலாவதி, உக்ரபிந்து, ஸ்தம்பபாலிகை, சிரவணிகை, சூக்ஷ்மபிந்து, திசாசக்ரம் என்னும் அன்னையரின் ஒரே பேறு. அது மழலை மாறி வளர்ந்துவிட்டிருந்தது. ஆயினும் அன்னையருக்கு அது குழவியே. அவன் பனிமலையடுக்குகளை நோக்கிக்கொண்டு நின்றான். படைத்தலைவன் “இளவரசே” என்றதும் நிலைமீண்டு பெருமூச்சுடன் புரவியை செலுத்தினான்.

26

பால்ஹிகபுரியைவிட்டு பயணம் தொடங்கி பதினாறு நாட்களுக்குப் பிறகு பால்ஹிகருடன் பூரிசிரவஸ் அஸ்தினபுரியை சென்றடைந்தான். இரண்டு மாதங்களுக்கு முன்பு அவன் விட்டுச்சென்ற நகரமாக அது இருக்கவில்லை. எறும்புப்புற்றுபோல இடைவெளியில்லாமல் மனிதத் தலைகளால் நிறைந்திருந்தது. தெருவெங்கும் புரவிகளும் தேர்களும் செறிந்து நெறித்தன. எவரும் எவரையும் விழிநோக்காமல், அறியாமல் ஆகிவிட்டிருந்தனர். ஒவ்வொருவரும் பிறரை நோக்கிக் கூச்சலிட்டனர். அக்கூச்சல் இணைந்து பெருமுழக்கமாக எழுந்தமையால் மேலும் கூச்சலிட்டே அவர்களால் பேச முடிந்தது. ஒவ்வொருவரும் பிறரிடமிருந்து நெடுந்தொலைவு விலகிச் சென்றுவிட்டவர்கள்போல் தோன்றியது. வெறித்த முகங்களும் திறந்த வாய்களும் புடைத்த தொண்டைகளுமாக அத்தனை முகங்களும் அவனைச் சூழ்ந்து திரை கொண்டன. கால்கள் கலங்கிக் குழம்பின. கைகள் அலையடித்தன. தேர்முகடுகளும் தலைக்கவசங்களும் மிதந்து சுழித்தன.

அஸ்தினபுரியின் தரப்பைச் சேர்ந்த அனைத்துப் படையினருக்கும் பொதுவான படைக்கூறை வகுத்து அளிக்கப்பட்டிருந்தது. அவன் கிளம்பிச்சென்றபோது ஷத்ரியப்படைகள் ஒவ்வொன்றும் ஒவ்வொரு வண்ணப் படைக்கூறையுடன் வந்தன. அனைத்து வண்ணங்களிலும் படைகள் பெருகி நகரைச் சூழ்ந்திருந்த குறுங்காட்டை நிரப்பி கங்கையின் எல்லைவரை விரிந்தன. காவல்மேடைமேல் நின்று நோக்கியபோது பச்சையும் சிவப்பும் நீலமும் மஞ்சளும் என நூறுநூறு வண்ணங்கள் ஒன்றுடன் ஒன்று ஊடுருவி கண்களைப் பித்தாக்கின. செந்நிறப் படை நகர்ந்து வந்தபோது எரி பற்றிப்பரவுவதுபோல தோன்றியது.

நீலம் பெருவெள்ளமென விழி திகைக்கச் செய்தது. பச்சை காடு தளிர்த்ததுபோல.

படைக்கூறையை முடிவெடுக்க அமர்ந்த அவையில் பிறவிநாள் கணித்து கோள் ஆய்ந்து துரியோதனனுக்கு உகந்த நிறம் நீலம் என்று நிமித்திகர் கூறினர். “கருநீலம் நன்றல்ல, அதை அணிபவர்கள் உள்ளம் குன்றுவர். படைக்கூறை ஒளிவிடும் வண்ணத்தில் இருக்கவேண்டும். ஒருவர் தன் படைத்தோழரை நோக்கும்போது அவர் ஒளிர்ந்துகொண்டிருந்தால் உளம் மலர்ந்து நம்பிக்கை கொள்கிறார்” என்றான் ஜயத்ரதன். “ஒளிவிடும் வண்ணங்களில் ஆடையமைக்கலாகாது. அதில் குருதிபட்டால் மேலெழுந்து தெரியும். போர்நிகழ்கையில் அறியாது விழிதிருப்பும் படைவீரன் தன்னைச் சூழ்ந்துள்ள படையே குருதி பெருக்கிக்கொண்டிருப்பதைக் கண்டால் அஞ்சி செயலற்றுவிடுவான். குருதி தெரியாத ஆழ்செம்மையோ மண்செம்மையோ போருடையாக தெரிவுசெய்யப்படும் மரபு அதனால் உருவானதுதான்” என்றார் சகுனி. “ஆனால் அரசருக்குரிய வண்ணம் நீலம். அரசருக்கு நலம்செய்யும் தெய்வம் எழுந்து களம்நின்று துணையளிக்கவேண்டும்…” என்றார் முதுநிமித்திகர்.

துரியோதனன் மீசையை நீவியபடி கணிகரை நோக்க அவர் விழிதூக்காமல் தாழ்ந்த குரலில் “செந்நீலம்” என்று சொன்னார். நிமித்திகர் “ஆம், அதுவும் உகந்ததே” என்றார். “செந்நீலத்தில் குருதி தெரியாது” என்று கணிகர் தனக்குத்தானேபோல் முனகிக்கொண்டார். “ஆம், செந்நீலம் நன்று. எருக்கமலரின் நிறம் அது. முப்புரம் எரிக்கையில் மூவிழியன் சூடியிருந்தது. பெரும்பித்தின் வண்ணம்” என்றார் சல்யர். கணிகர் “அதர்வத்தின் ஆணைப்படி எருக்கணிந்து செருக்களம் செல்வோன் அழிவின் தெய்வங்களால் துணைக்கப்படுவான்” என்றார். அவையில் அமைதி நிலவியது.

துரியோதனன் “நன்று, செந்நீலம். முடிவு செய்வோம். பாண்டவர் தரப்புக்கு செய்தி சொல்க!” என்றான். “அவர்கள் எந்த வண்ணத்தை முடிவு செய்துள்ளனர்?” என்று சல்யர் கேட்டார். “அவர்கள் எவ்வண்ணத்தையும் இன்னும் முடிவெடுக்கவில்லை. அது அவர்களுக்கு எளிதும் அல்ல. தொல்குடிகள் தங்கள் படைக்கூறைகளை குடிமரபின்படி அணிந்திருப்பார்கள். அவற்றை தெய்வங்கள் முன் வைத்து எடுத்திருப்பார்கள். பெரும்பாலான நிஷாதர்கள் கரியநிறப் படைக்கூறை அணிபவர்கள். பொதுவான படைக்கூறைக்கும் பொதுவான கொடிமொழிக்கும் அவர்கள் ஒப்புக்கொண்டார்கள் என்றால்தான் அவர்கள் படை என்றாவார்கள். அதுவரை வெறும் மக்கட்திரள்தான்” என்றான் ஜயத்ரதன். “என் படைகளில் இருந்த

பாலைநிலத்துக் கிராதரை பொதுவான படைக்கூறையை அணியச்செய்ய ஓராண்டுகாலம் சொல்லாடி அவர்களின் குடித்தெய்வங்களை நிறைவுசெய்ய வேண்டியிருந்தது."

சர்மாவதிக்கு அப்பால் பாறையிலிருந்து கூறைக்குரிய வண்ணங்களை வாற்றி எடுக்கும் நிஷாதர்குடிகள் அஸ்தினபுரிக்கு வந்தனர். அவர்களுடன் வந்த வண்டிகளில் பெரிய மரப்பீப்பாய்களில் வண்ணப்பொடி நிறைந்திருந்தது. அவ்வண்டிகள் சென்ற இடங்களிலெல்லாம் மூக்குமடல் எரியும் அனல்மணம் எழுந்தது. அக்குடிகள் அதற்குப் பழகியிருந்தன. கங்கைக்கரையில் அவர்களுக்கான குடியிருப்புகள் அமைக்கப்பட்டன. அங்கே பெரிய சூளையடுப்புகளை நிறுவி அவற்றின்மேல் தாழிகளை வைத்து நீரில் அப்பொடியை இட்டு கொதிக்கச் செய்தனர். குமட்டவைக்கும் கந்தகவாடையுடன் இளநீலப்புகை எழுந்து காற்றை நிறைத்தது. அந்தக் குழம்புடன் வனநீலி மலர்களைப் போட்டு கொதிக்கச்செய்தனர். நாவல் மரப்பட்டை, வெட்டுபலாப் பட்டை ஆகியவற்றை இட்டு அதை சுண்டக் காய்ச்சி குழம்பாக்கினர். சாயம் முக்குவதற்கென்றே குயவர்கள் செய்தளித்த படகுபோன்ற பெரிய மண்கலங்களை அடுப்பிலேற்றி அதில் அக்குழம்பை ஊற்றி நீருடன் கலந்து கொதிக்கவைத்து மரவுரிகளையும் பருத்தியாடைகளையும் அதிலிட்டு ஒருநாழிகைப்பொழுது வேகவைத்து எடுத்து நிழலில் காயவைத்து எருக்குமலரிதழ்போல ஆக்கினர்.

அஸ்தினபுரியை நெருங்க நெருங்க மரங்களின் பசுமையைவிட எருக்கமலர் வண்ணமே மிகுந்திருப்பதாகத் தோன்றியது. முதலில் கண்களுக்குள் அவ்வண்ணம் கொப்பளித்து நுழைந்து எண்ணங்களையும் மாற்றியது. பின்னர் விழித்தாலும் மூடினாலும் அவ்வண்ணமே தெரிந்தது. மெல்ல அது பழகி அது பின்புலமாக விரிய பிற வண்ணங்கள் தென்படலாயின. அவ்வண்ணத்தைப் பார்ப்பதையே தவிர்த்துவிட்டது உள்ளம் என எண்ணியபோது வெயிலில் எதிரே வரும் ஒற்றைவீரன் செந்நீலமாக எரிந்தபடி நெருங்கிக் கடந்து மறைவான். "உறைந்த குருதியின் மணம்." அவன் அச்சொற்களைக் கேட்டுத் திடுக்கிட்டான். திரும்பி உடன்வந்த படைவீரர்களைப் பார்த்தான். எவரேனும் சொன்னார்களா, அன்றி செவிமயக்கா எனத் திகைத்தான்.

அஸ்தினபுரியின் எல்லையிலமைந்த முதற்காவல்மாடத்திலிருந்து கோட்டை முகப்பு வரை செல்வதற்குள்ளாகவே ஒரு முழுப் பகலும் ஆயிற்று. ஒவ்வொரு ஆள்கூட்டமுடிச்சிலும் தயங்கி, முட்டி மோதி கூட்டத்தைப் பிளந்து வழி ஏற்படுத்தி, மேலே செல்லவேண்டியிருந்தது. எவருமே அவனை அறிந்தவர்கள்போல தென்படவில்லை. விழிகள் அனைத்துமே மானுடரை அறியாத தெய்வநோக்கு கொண்டிருந்தன. வெறியாட்டெழுந்தவர்கள் போல். அவை ஒழுங்கற்ற திரள்கள்

அல்ல. முற்றிலும் சீரான அசைவுகள் ஒன்றுடன் ஒன்று பிழையின்றி ஒத்திசைவுகொண்ட படைப்பிரிவுகள். ஆனால் அச்சிறு நகரத்தின் அளவைவிட பெரிதாக அவை மாறியிருந்தமையால் அவ்வொழுங்கே தடையென்று ஆயிற்று. ஒரு படைப்பிரிவு பலநூறு கால்களும் கைகளும் கொண்ட ஒற்றை விலங்கு. அது ஒரு வழித்தடையில் தனிமனிதர்களாகப் பிரிந்து சிறு இடைவெளிகளினூடாக வழிகண்டு செல்ல இயலவில்லை. தன் அளவுக்கேற்ற இடைவெளி அமையும் வரை நின்ற இடத்திலேயே பெருவிலங்கு என அது தயங்கி நின்றது. மனிதர்கள் மட்டுமன்றி யானைகளும் புரவிகளும்கூட அந்த ஒழுங்கமைவுக்குள் முழுமையாக தங்களைப் பொருத்திக்கொண்டுவிட்டிருந்தன.

கோட்டை முகப்பிலிருந்த காவலனிடம் அவன் தன் கணையாழியை அளித்து நகர்நுழைவை அரண்மனைக்கு அறிவிக்கும்படி கோரினான். அவன் “இங்கிருந்து இப்போது முரசொலியினூடாக எச்செய்தியையும் அனுப்ப இயலாது, பால்ஹிகரே” என்றான். “ஏன்?” என்று பூரிசிரவஸ் கேட்டான். “கேட்டீர்களல்லவா? இடைவெளி இல்லாமல் இந்நகரம் முழுவதும் முரசுகள் முழங்கிக்கொண்டிருக்கின்றன. ஆகவே முரசொலி என்பதே எவருக்கும் செவியில் விழுவதில்லை” என்றான். பூரிசிரவஸ் விந்தையுடன் தலையசைத்தான். “இங்கே பிறர் பேசும் எச்சொல்லும் எவர் செவியையும் அடைவதில்லை. நாவென்று இங்கு திகழ்பவை கொடிகள் மட்டுமே. கொடியசைவுகள் அவற்றுக்குரிய படைப்பிரிவுகளை சென்றடைகின்றன. திரளாகவே மனிதர்கள் செவியும் விழியும் கொண்டிருக்கிறார்கள். தனி விழி, தனிச் செவி என்று எதுவும் இல்லை” என்று காவலர்தலைவன் சொன்னான். “பறவைத்தூது அமைச்சருக்கு செல்லும். ஆனால் நீங்கள் அது செல்லவேண்டிய சிற்றமைச்சரைக் குறிப்பாக சொல்லவேண்டும். அவரிடம் செல்லும் பறவை இங்கு எஞ்சியிருக்கவும் வேண்டும்.” பூரிசிரவஸ் “வேண்டியதில்லை, நானே செல்கிறேன்” என்று முன்னால் சென்றான்.

அஸ்தினபுரியின் தெருக்களினூடாக அடிமேல் அடியென புரவியை நடக்கவிட்டு சென்றான். அவன் அறிந்த நகரடையாளங்கள் எவையும் அங்கில்லையென்று தோன்றியது. காவல்மாடங்களிலும் மாளிகைமுகப்புகளிலும் கொடிகள் அசைந்தன. கொடிகளைக் கண்டு கொடிகள் அசைய அதன்வழியாக நகரம் தன்னுள் தான் உரையாடிக்கொண்டிருந்தது. நூற்றுவர் தலைவர்கள் மஞ்சள் நிறத்திலும் ஆயிரத்தவர் நீல நிறத்திலும் அக்ஷௌகிணித்தலைவர்கள் கருஞ் செம்மை நிறத்திலும் கொடிகள் கொள்வதாக அறிவிக்கப்பட்டிருந்தது. கருஞ்செம்மைக் கொடி ஒருமுறை அசைந்ததும் நீலநிறக் கொடிகளில் அவ்வசைவு பற்றிக்கொண்டு பரவியது. சற்றுநேரத்திலேயே மஞ்சள்நிறக்

கொடிகளின் கொந்தளிப்பாக மாறியது. பெருகிச்செல்லும் புழுதிக்காற்று என அச்செய்தியைக் கண்ணால் பார்க்க முடிந்தது. மாளிகைகள் அனைத்திலும் வெவ்வேறு அரசர்களின் குலக்குறிகள் பொறிக்கப்பட்ட கொடிகள் பறந்துகொண்டிருந்தன. இருமருங்கும் எப்போதும் திரண்டு ததும்பும் அஸ்தினபுரியின் குடிகள் ஒருவர்கூட தெருக்களிலில்லை. உப்பரிகைகளிலோ இல்லமுகப்புகளிலோ அங்காடிகளிலோகூட எவருமில்லை. விழிசூழற்றித்தொடும் தொலைவனைத்திலுமே படைவீரர்கள்தான் தெரிந்தனர். பல்லாயிரம் படைக்கலங்களுடன் அஸ்தினபுரி ஒரு மாபெரும் முட்காடென மாறிவிட்டிருந்தது.

அரண்மனையை அவன் அடைந்ததும் அவனை வரவேற்ற துணை அமைச்சர் மனோதரர் ஒருகணம் அவனை அடையாளம் கண்டுகொள்ளவில்லை. அவன் தன் கணையாழியை நீட்டியதும் அதை வாங்கி நோக்காமல், விழிசந்திக்காமல் "தாங்கள் தங்கள் படைப்பிரிவுகளுக்கு செல்ல வேண்டுமென்று எண்ணுகின்றேன், வீரரே" என்றார். "மனோதரரே, நான் பூரிசிரவஸ், படைநகர்வின் முதன்மைக் குழுவில் பங்குபெறுபவன். அரசரைப் பார்க்கும்பொருட்டு வந்திருக்கிறேன்" என்றான். அதன்பின்னரே அவர் அவனை அடையாளம் கண்டுகொண்டு "ஆம், மறந்துவிட்டேன். மெய்யாகவே தங்கள் முகம் நினைவிலில்லை. பால்ஹிகரே, இச்சில நாட்கள் ஒவ்வொரு நாழிகையும் ஒரு நாளென நீண்டுவிட்டன. பல ஆண்டுகாலம் வாழ்ந்துவிட்டேன் என உணர்கிறேன்" என்றார்.

தலையை தட்டியபடி "ஒரு நாளைக்கு இரு நாழிகைகூட துயிலில்லை. மெய்யாக இங்கு எவருக்கும் என்ன நிகழ்கிறதென்றே தெரியவில்லை. அனைவருமே தங்களுக்குரிய பித்தில் திளைத்துக்கொண்டிருக்கிறார்கள். ஒவ்வொரு உள்ளத்தையும் பித்தெடுக்க வைத்த பின்னும் இங்கொரு நகரம் திகழ்கிறதென்றால் அது எங்கள் அனைவருக்குள்ளும் குடியிருக்கும் தெய்வங்களால்தான். சூதர்கள் சொல்வது மெய்யாக இருக்கலாம். விண்ணிலிருந்து போர்வெறி கொண்ட கந்தர்வர்களும் யட்சர்களும் கின்னரர்களும் நகரில் இறங்கி தங்களுக்குரியவர்களை தேர்ந்தெடுத்துக்கொண்டிருக்கிறார்கள்" என்றபின் "வருக!" என்று உள்ளே அழைத்துச் சென்றார் மனோதரர்.

செல்லும் வழியிலேயே மனோதரர் என்ன நிகழ்கிறதென்று சொன்னார். "பேரரசர் திருதராஷ்டிரரின் தலைமையில் இன்று மாலை அரசப்பேரவை கூடவிருக்கிறது. படைப்பிரிவுகளுக்கான தலைமைப் பொறுப்புகள் அளிக்கப்படவுள்ளன. அங்கே உபப்பிலாவ்யத்தில் நாளை மாலை அரசப்பேரவை கூடுமென்றும் படைப்பிரிவுகளுக்கான பொறுப்பாளர்கள் அறிவிக்கப்படுவார்கள் என்றும் செய்தி வந்துள்ளது. மேலும் சில

நாட்கள் கழித்து கொற்றவை பூசனைக்குப் பின்னரே அவர்களின் படை குருக்ஷேத்திரத்திற்குள் செல்லும். நாம் இங்கு நம்மை இன்னும் ஓரிரு நாட்கள்கூட தக்கவைக்க முடியாது. ஒவ்வொரு நாளுமென நமது படைகள் வந்து சூழ்ந்துகொண்டிருக்கின்றன. தாங்கள் வரும்போது பார்த்திருப்பீர்கள் அஸ்தினபுரியின் படை கங்கையின் எல்லையில் இருந்தே தொடங்கிவிட்டது."

"ஆம், இங்கிருந்து எத்திசைக்குச் சென்றாலும் இரண்டு பகல்பொழுதுகள் பயணம் செய்தாலொழிய நமது படையின் மறு எல்லையை காண முடியாது" என்றான் பூரிசிரவஸ். "ஆம், அனைவருக்கும் உணவும் தங்குமிடமும் இங்கு ஒழுங்கு செய்வதற்கு முடியாமலாகிவிட்டது. ஆகவே பல படைப்பிரிவுகளை செல்லும் வழியிலேயே ஆங்காங்கு நிற்கச் சொல்லிவிட்டோம். முடிந்த விரைவில் படைகளை குருக்ஷேத்திரத்திற்குக் கொண்டு செல்வதே ஒரே வழி என்று அரசரிடம் சொன்னேன். இங்கு கொற்றவை பூசனை நாளை முதற்பொழுதிலேயே முடிந்துவிடுகிறது. நாளையே இங்கிருந்து நமது படைகள் கிளம்பப்போகின்றன" என்றார். "அதன்பின்னரே நகர்மக்கள் வெளியே வரமுடியும்... அவர்கள் காணும் நகரில் வெறுமைதான் நிறைந்திருக்கும்" என்றார் மனோதரர்.

பூரிசிரவஸ் "முதன்மைப் படைத்தலைவராக யார் பெயர் சுட்டப்பட்டுள்ளது?" என்றான். "அங்கநாட்டரசர் பெயர் தவிர அனைத்துப் பெயர்களும் சுட்டப்பட்டுவிட்டன. அவர் பெயர் சுட்டப்பட்டால்தான் அது சரியான தேர்வாக இருக்கும்" என்று மனோதரர் சொன்னார். "அவர் இப்போது காட்டுக்குள் இருக்கிறார். எந்தத் தொடர்பும் இல்லை. இங்குள்ளோர் அவரைத்தான் எண்ணிக்கொண்டிருக்கிறார்கள். அவர் இருந்தால் வெற்றி உறுதி. அவர் வென்றால் புகழ் அவருக்கே. அவ்விரு நிலையில் உழல்கிறார்கள் ஷத்ரியர்." பூரிசிரவஸ் இயல்பாகத் திரும்பிப்பார்த்து அதன் பின்னர்தான் பால்ஹிகரை நினைவுகூர்ந்தான். அவன் நகருக்குள் நுழைந்தபின் அவரை இயல்பாக திரும்பிப்பார்த்தன்றி நினைவுக்குள் கொள்ளவேயில்லை.

பதற்றத்துடன் "என்னுடன் பிதாமகர் வந்திருக்கிறார். பிதாமகர் பால்ஹிகர்!" என்று சொன்னான். "உங்கள் குடி மூதாதையா? இப்போர்க்காலத்தில் அவரை எதற்கு அழைத்து வந்தீர்கள்?" என்று மனோதரர் கேட்டார். "எனது குலமூதாதை மட்டும் அல்ல, அஸ்தினபுரியின் உயிர்வாழும் மூதாதை. தேவாபியின் இளையவராகிய பால்ஹிகர்" என்றான். "எவரை சொல்கிறீர்கள்?" என்று மனோதரர் திகைப்புடன் கேட்டார். "நமது அரசர் துரியோதனரின் தந்தையாகிய திருதராஷ்டிரரின் தந்தை விசித்திரவீரியரின் தந்தை சந்தனுவின் மூத்தவராகிய பால்ஹிகர்" என்று

அவன் சொன்னான். மனோதரரின் இரு கைகளும் தளர்ந்தவைபோல் விழுந்தன. பின்னர் "தாங்கள் நகையாடவில்லையே?" என்றார்.

திரும்பி வாயிலுக்கு விரைந்தபடி "இல்லை, இது அதற்கான பொழுதா என்ன? மெய்யாகவே அவர் உயிருடன் இருக்கிறார். இன்று குருகுலத்தில் உயிருடன் இருப்பவர்களில் அவரே மூத்தவர். ஒருவேளை பாரதவர்ஷத்தில் உயிருடன் இருப்பவர்களிலும் அவரே மூத்தவராக இருக்கக்கூடும்" என்று பூரிசிரவஸ் சொன்னான். "எங்கே அவர்?" என்றார் மனோதரர் அவனுடன் மூச்சுவாங்க வந்தபடி. "என்னுடன் வந்தார். தங்களைப் பார்த்ததும் எழுந்த குழப்பத்தில் அவரை மறந்துவிட்டேன். இருங்கள்" என்று சொல்லி பூரிசிரவஸ் வெளியே சென்றான்.

பதற்றமாக மனோதரர் உடன் வந்தபடி "அங்கே பெருங்கூட்டம் நெரிபடுகிறதே. எங்கென்று தேடுவது? மிக முதியவர் என்றால் நடமாட வாய்ப்பில்லை. பல்லக்கில்தானே வந்தார்? அதற்குள்தான் இருப்பார்" என்றார். அரண்மனை முற்றத்தில் நின்றிருந்த இரு போர்யானைகளின் நடுவே கவச உடையணிந்து இரு கைகளாலும் அவற்றின் தந்தங்களைப் பிடித்தபடி பால்ஹிகர் நின்றுகொண்டிருந்தார். "அவரா?" என்று மனோதரர் கூவினார். பின்னர் "மானுட உடலா அது?" என்று மூச்சொலியுடன் சொன்னார். பால்ஹிகரைச் சூழ்ந்து நின்றிருந்த அஸ்தினபுரியின் வீரர்களும் திகைப்புடன் இருந்தனர்.

"அவரைப்பற்றி கேள்விப்பட்டிருக்கிறேன். பேருடலர் என்று தொல்கதைகள் உரைக்கின்றன. மெய்யாகவே உயிருடன் இருக்கிறாரா?" என்று மனோதரர் கேட்டார். "உயிருடன் என்றாலும் எழுந்து நிற்க இயலுமா?" என்று அவர் சொன்னபோது பால்ஹிகர் இரு தந்தங்களையும் பற்றி உடலை உந்தி மேலெழுப்பி தந்தங்களில் மிதித்து மத்தகத்தின்மேல் ஏறினார். மனோதரர் "தெய்வங்களே!" என்றார். பால்ஹிகர் அங்கிருந்து அவனை நோக்கிக் கூவி நகைத்தபடி "மைந்தா, இவ்விரு யானைகளில் என்னைக் கொல்லப்போவது எது என்று அவற்றிடம் கேட்டேன். ஒன்று தலையாட்டுகிறது" என்றார்.

மனோதரர் பூரிசிரவஸைப் பார்க்க "அவரது உள்ளம் சற்று நிலைகுலைந்துள்ளது, முதுமையினால்" என்று பூரிசிரவஸ் சொன்னான். "ஆம், வேறு வழியில்லை. இத்தனை நீண்ட காலத்தை ஒருவர் தன்னை சிதைத்துக் கொள்வதினூடாகவே எதிர்கொள்ள முடியும்" என்றார் மனோதரர். பால்ஹிகர் யானையிலிருந்து சரிந்திறங்கி அருகே வந்து "எனக்குப் பசிக்கிறது. இங்கு அடுமனை எங்குள்ளது?" என்றார். மனோதரர் "இங்கே அருகில்தான். நான் உங்களை அழைத்துச்செல்ல ஆணையிடுகிறேன்" என்றபின் பூரிசிரவஸிடம் "ஐயமே இல்லை,

இவர் குருகுலத்தவர், ஹஸ்தியின் குருதிதான்” என்றார். பூரிசிரவஸ் புன்னகைத்தான்.

காவலர் வழிகாட்ட செல்கையில் பால்ஹிகர் “நான் சென்று உண்டுவருகிறேன், மைந்தா. இந்த யானைகள் எனக்குப் பிடித்திருக்கின்றன. போதுமான அளவு பெரியவை” என்றார். “அவர் கவசங்களைக் கழற்ற ஏற்பாடு செய்க!” என்றார் மனோதரர். “அவர் கழற்றுவதில்லை, அமைச்சரே” என்றான் பூரிசிரவஸ். “உணவுண்ணும்போது...” என்று அவர் சொல்ல “துயில்கையிலும்” என்றான் பூரிசிரவஸ். மனோதரர் “தெய்வங்கள் நகையுணர்வு மிக்கவை. இத்தகைய ஒரு போரின் தருணத்தை கேலிசெய்ய வேண்டுமென்றே முதுமூதாதை ஒருவரை எஞ்சவைத்து அனுப்பியிருக்கின்றன” என்றார்.

பூரிசிரவஸ் அஸ்தினபுரியின் அரசப்பேரவைக்கூடத்தை நோக்கி செல்கையில் இடைநாழியின் இருபுறமும் திறந்திருந்த அமைச்சர்களின் அலுவல் அறைகளை மாறி மாறி பார்த்துக்கொண்டே நடந்தான். அவன் எண்ணியது போலவே துணையமைச்சர் ஒருவரின் சிற்றறைக்குள் கனகர் மடியில் எழுத்துப்பலகையை வைத்து சுவடிகளைப் பரப்பிக்கொண்டு பதற்றமாக அமர்ந்திருந்தார். சற்றே திறந்திருந்த கதவினூடாக அவன் அவருடைய முகத்தோற்றத்தின் ஒரு கீற்றைத்தான் பார்த்தான். மெல்ல கதவைத் தட்டிய பின் “அமைச்சரே” என்றான். “உள்ளே வருக!” என்று அவர் சொன்னார். அவன் உள்ளே சென்றதும் “கதவை மூடுங்கள்” என்று கனகர் பதறினார். அவன் கதவை மூடிவிட்டு அவர் முன் சென்று அமர்ந்தான்.

“இங்கு அமர்ந்திருக்கிறீர்கள்!” என்றான். “நான் இங்கிருப்பேன் என்று உங்களுக்குத் தோன்றியிருக்கிறதே” என்று அவர் சொன்னார். “இந்த உச்சகட்டத்தில் தலைமைப் பொறுப்பிலிருக்கும் அனைவருமே செயலற்றுவிடுகிறார்கள். அரசரும் பிதாமகர் பீஷ்மரும் காந்தாரர் சகுனியும்கூட அப்படித்தான் இருப்பார்கள் என்று எண்ணுகிறேன்” என்று பூரிசிரவஸ் சொன்னான். “ஆகவே உங்களை எண்ணமுடியாத இடமொன்றில் எதிர்பார்த்தேன்.” கனகர் “மெய்தான். பேரமைச்சர் விதுரர் அனைத்திலிருந்தும் முற்றாக ஒதுங்கிவிட்டார். பெரும்பாலான பொழுதுகளில் தன்னுடைய அறைக்குள்ளேயே அமர்ந்திருக்கிறார். ஒவ்வொரு நாளும் நான் காலையில் சென்று முறையாகப் பணிந்து நிகழ்வன உரைத்து ஆணை பெற்று வருவதுண்டு. ஆனால் ஒரு சொல்லும் அவர் உள்ளத்தில் ஏறவில்லையென்று தெரிகிறது. ஆகவே என்னையறியாமலேயே அவருடைய இடத்திற்கு நான் தள்ளப்பட்டுவிட்டேன்” என்றார்.

பெருமூச்சுடன் “நெடுங்காலமாக அவருடன் இருந்துகொண்டிருக்கிறேன். ஆனால் அவர் நிறைத்திருந்த இடமென்ன என்பது இப்போதுதான் தெரிகிறது. என் உடல் உடைந்து தெறித்து நூறு ஆயிரமாக பரவினாலொழிய அவ்விடத்தை நிரப்ப முடியாது” என்றபின் கையிலிருந்த எழுத்தாணியை சிறு பேழையில் போட்டு அதை மூடிவிட்டு சலிப்புடன் “மெய்யாகவே கடந்த பதினைந்து நாட்களாக இங்கு என்ன நிகழ்கிறது என்றே எனக்கு தெரியவில்லை. நாம் கடிவாளத்தை தெய்வங்களுக்குக் கொடுத்துவிட்டோம். இனி அவர்கள் முடிவு செய்யட்டும்” என்றார். பூரிசிரவஸ் “ஆம், நானும் அதைத்தான் எண்ணிக்கொண்டுவந்தேன்” என்றான்.

கனகர் திடீரென்று விழித்துக்கொண்டு “தாங்கள் மட்டும் தனியாக வந்திருக்கிறீர்கள். பிதாமகர் எங்கே?” என்றார். “அவர் நேற்று நள்ளிரவில் படுக்கையிலிருந்து எழுந்து சென்றிருக்கிறார். அவருடன் இருந்த காவலன் அவர் யானைக்கொட்டிலில் இருப்பதாக எனக்கு செய்தி அனுப்பியிருந்தான். அவர் யானைகளை மட்டுமே பொருட்டென கருதுகிறார். அதுவும் நன்றே” என்றான் பூரிசிரவஸ். “அவரை அழைத்து வரவேண்டுமல்லவா? இன்று நம் அரசப்பேரவை முன்வைக்கப்போகும் முதன்மை உருவே அவருடையதுதான்” என்று சொன்ன கனகர் புன்னகைத்து “நன்று, இங்கிருக்கும் சூழலுக்கு முற்றிலும் சித்தம் கலங்கிய ஒருவரே சிறந்த முதல் அடையாளமாக இருக்கமுடியும்” என்றார். பூரிசிரவஸ் புன்னகைத்து “சித்தம் கலங்கினாலும் இங்கிருக்கும் பிற எவரையும்விட அவரால் சிறப்பாகப் போரிட முடியும், அமைச்சரே” என்றான். “நானும் அதைத்தான் சொன்னேன். சித்தம் கலங்கியவர்கள்தான் இப்போரில் சிறப்பாக செயல்பட முடியும். எப்போரிலும் சற்று சித்தம் கலங்காமல் ஈடுபடமுடியாதென்றே எனக்கு இப்போது தோன்றுகிறது” என்றார்.

பூரிசிரவஸ் சிரித்து “அவர் அவைக்கு வருவார். நான் ஏற்பாடு செய்துள்ளேன். இப்போதே அவரை அங்கு அழைத்துச் சென்றால் எதுவுமே அவருக்கு ஒவ்வாது. அவ்வளவு நேரம் அவர் அவையில் அமரமாட்டார்” என்றான். “அவரை அரசரோ, பேரரசரோ சந்திக்கவில்லை என்பது விந்தைதான்!” என்று கனகர் குரல் மாற, விழிகள் கூர்கொள்ள சொன்னார். “அவர்களுக்கு அவரை சந்திக்கையில் என்ன செய்வதென்று தெரியவில்லை என எண்ணுகிறேன். தொல்நூல்களில் கதையெனப் படித்தறிந்த மூதாதை உடலுடன் உயிருடன் எழுந்தருள்வதற்கு முன்நிகழ்வு இல்லை அல்லவா?” பூரிசிரவஸ் “அவை என்றால் எளிது, அங்கே எல்லாமே வெறும் முறைமைகள். அதை நடிக்க அவர்களுக்குத் தெரியும். தனியாக சந்திப்பது இயல்வதல்ல” என்றான். கனகர் “நான் சொன்னேனே,

அத்தனைபேரும் வெறியாட்டெழுந்த தெய்வங்கள் போலவோ கனவில் விழித்தெழுந்த மைந்தர்போலவோதான் இருக்கிறார்கள்” என்றார்.

“இது அவருடைய அரண்மனைதானே? அவர் இங்கே இருந்த காலம் முதல் இப்படித்தான் இருக்கிறது. இங்கே ஏன் அவர் தங்கமுடியவில்லை?” என்றார் கனகர். பூரிசிரவஸ் “அதுதான் எனக்கும் விந்தையாக இருந்தது. இந்த அரண்மனையின் ஒரு அறையைக்கூட அவர் நினைவுகூரவில்லை. அரண்மனை முகப்பில் வந்தபோது மேலே உப்பரிகைகளையும் சாளரங்களையும் நோக்கி திகைத்தவர் போலிருந்தார். அவருள் நினைவெழுகிறது என்று எண்ணினேன். ஆனால் சில கணங்களுக்குப் பின் இது எந்த இடம் என்று அவர் கேட்டபோது மெய்யாகவே அதிர்ச்சிதான் ஏற்பட்டது. நடிக்கிறாரா என்று அவர் முகத்தை நோக்கிக்கொண்டிருந்தேன். உண்மையிலேயே அவருக்கு இந்த இடம் தெரியவில்லை. இங்குள்ள எதுவுமே அவருக்கு அணுக்கமானதாக இல்லை” என்றான்.

கனகர் “ஒருவகையில் அதுவும் இயல்புதான். இத்தனை பெரிய நினைவுச் சுமையை அவர் ஏற்றிக்கொண்டிருந்தாரென்றால் முதுகெலும்பு இத்தனை நிமிர்ந்து இருந்திருக்காது” என்றபின் “அவரை எப்போது அவைக்குக் கொண்டுவரலாம்?” என்றார். “தெளிவாக ஆணைகளைப் பிறப்பித்துவிட்டுத்தான் வந்திருக்கிறேன். அவை கூடட்டும். அரசர் வந்து அவையமரட்டும். தாங்கள் மேடையேறி பிதாமகரைப் பற்றி சொல்லி இப்போரை வழிநடத்திக் கொடுக்கும்பொருட்டு மலைத்தெய்வங்களின் அருளுடன் அவர் இறங்கி வந்திருப்பதாகக் கூறும்பொழுது எனது அணுக்கர்கள் அவரை அவைக்குக் கொண்டுவருவார்கள். ஆனால் ஒன்று நினைவுகூருங்கள். அவையில் அவர் நெடுநேரம் இருக்க முடியாது. இருப்பது நன்றும் அல்ல. பீடத்தில் அமர்ந்து அனைவருக்கும் வாழ்த்துரைத்த உடனேயே அவரை மீண்டும் கொண்டு சென்றுவிடவேண்டும். யானைக்கொட்டிலில் அவர் இருப்பது நன்று. அவருடைய உள்ளத்தை அது முழுமையாக கவர்ந்து கட்டிப்போட்டிருக்கிறது. வேறெங்குமிருந்தால் அரைநாழிகைக்குமேல் அவரால் உளம் நிலைக்க இயலவில்லை. ஆகவே எப்படியாவது வழி நடத்தி அவரை யானைக்கொட்டிலில் கொண்டுவிடும்படி எனது அணுக்கர்களுக்கு நான்தான் ஆணையிட்டிருந்தேன்” என்று பூரிசிரவஸ் சொன்னான்.

கனகர் பெருமூச்சுவிட்டு “தாங்கள் அவைக்கு செல்லுங்கள். நான் இந்த ஆணைகளைப் பிறப்பித்துவிட்டு வர இன்னும் பொழுதாகும்” என்றார். “என்ன ஆணைகள்?” என்றான். “படைப்பிரிவுகளை எவர் தலைமை கொள்வது என்ற ஆணைகள்தான். ஒரு மொத்த ஆணையிலிருந்து

தனித்தனி ஆணைகளாகப் பிரித்து எழுதிக்கொண்டிருக்கிறேன்” என்றார். “நாளை படைநகர்வு என்றார்கள். இன்றுதான் படைபிரிவுகளுக்குத் தலைவர்கள் அமைக்கப்படுகிறார்களா?” என்றான் பூரிசிரவஸ். “பால்ஹிகரே, ஒவ்வொரு படைப்பிரிவுக்கும் முன்னரே தலைவர்கள் இருக்கிறார்கள். சொல்லப்போனால் அப்படைப்பிரிவுகளே அத்தலைவர்களின் பொறுப்பில்தான் உருவாகி வந்திருக்கின்றன. பிறிதொருவரை எப்படைப்பிரிவுக்கும் அமைக்க முடியாது. ஆனால் இது ஓர் ஆவணம். இதைக் கையில் வைத்திருக்கையில் அப்படைத்தலைவன் தான் அரசஆணை பெற்றுவிட்டதாக எண்ணுகிறான். பிறருக்கும் அவன் புதிதாக மீண்டும் பொறுப்பேற்றுவிட்டது போன்ற மாயத் தோற்றம் உருவாகிறது. இவ்வாறு பலநூறு பாவனைகளினூடாகத்தான் மேலிருந்து கீழ் வரைக்கும் ஆட்சிமை சென்று சேர்கிறது” என்றார்.

பூரிசிரவஸ் தன் தொடைகளைத் தட்டியபடி சிரித்துக்கொண்டு எழுந்து “நான் அவைக்கு செல்கிறேன். உண்மையில் அஸ்தினபுரிக்கு வருவதுவரை பதற்றமும் நிலைகொள்ளாமையும் இருந்தது. இங்கிருக்கும் முழுமையான பித்தைப் பார்த்தபின் சிரிக்கத் தொடங்கிவிட்டேன். நேற்றிரவு துயில்கையில் என் முகத்தில் சிரிப்பிருப்பதை நானே உணர்ந்து அது ஏன் என்று எண்ணிப்பார்த்தேன். பித்தர் நடுவே பித்தில்லாதிருப்பது ஒரு பெரும்பேறு. முடிவில்லாது சிரிப்பதற்கு ஏதோ கிடைக்கிறது” என்றான். “முடிவில்லாது அழுவதற்கும் கிடைத்துக்கொண்டிருக்கும், ஒருநாள் இங்கு என் பீடத்தில் அமர்ந்துபாருங்கள்” என்றார் கனகர். பூரிசிரவஸ் புன்னகைத்து கதவைத் திறந்து வெளியே சென்றான்.

27

அரசப்பேரவை முன்னரே நிரம்பத் தொடங்கியிருந்தது. ஷத்ரிய அரசர்கள் இளைய கௌரவர்களாலும் சிற்றரசர்கள் உபகௌரவர்களாலும், சிற்றமைச்சர்களாலும் அவைமுகப்பில் தேரிறங்கும்போதே எதிர்கொண்டு வரவேற்கப்பட்டு அவைக்குக் கொண்டுசென்று அமர்த்தப்பட்டனர். பூரிசிரவஸ் அவைமுகப்பில் நின்றுகொண்டு அங்கே அமர்ந்திருக்கும் அரசர்களை விழிதொட்டு நோக்கி சென்றான். வெளியிலிருந்து அவந்தியின் அரசர்கள் விந்தரும் அனுவிந்தரும் துர்மதனாலும் துச்சகனாலும் வரவேற்று கொண்டுசென்று அவையமர்த்தப்பட்டனர். பிறிதொரு வாயிலினூடாக கோசலமன்னன் பிருஹத்பலனை சுபாகு உள்ளே அழைத்துச் சென்றான்.

பூரிசிரவஸை அணுகிய சிற்றமைச்சர் மனோதரர் "பால்ஹிகரே, ஓர் உதவி. கலிங்கமன்னர் ஸ்ருதாயுஷ் வந்துகொண்டிருக்கிறார். அவருக்கு முதன்மை ஷத்ரிய அரசர்களுக்குரிய அவைமதிப்பை அளிக்கவியலாது. ஆனால் பெரும்படையுடன் வந்தவர். நீங்கள் அரசரின் தனிநண்பராக அறிமுகம் செய்துகொண்டு அவரை வரவேற்றால் நன்று. பிறர் அதை மறுத்துக் கேட்டால் நீங்கள் முதன்மை ஷத்ரியக்குடி அல்ல என்று சொல்லமுடியும்" என்றார். பூரிசிரவஸ் சிரித்தபடி "நன்று" என்று சொல்லி வெளியே சென்றான். அங்கே லக்ஷ்மணன் தம்பியர் தீர்க்கபாகுவும் தீர்க்கஸ்தம்பனும் துணைக்க நின்றிருந்தான். பூரிசிரவஸ் அருகே சென்று "கலிங்கரை நானும் சேர்ந்து வரவேற்கவேண்டும் என்பது ஆணை" என்றான்.

"நன்று, நான் பதற்றம் கொண்டிருந்தேன். கலிங்கரின் அமைச்சர்கள் வந்து எவர் வரவேற்பது என்று கேட்டுச்சென்றனர். மனோதரரிடம்

சொன்னேன்” என்றான் லக்ஷ்மணன். சிறுகுடி மன்னர்களுக்கான மறுபக்க வாயிலின் வழியாக தட்சிண மாகிஷ்மதியின் நீலன் படைத்தலைவர் வக்ரதந்தரால் அழைத்துசெல்லப்பட்டதைக் கண்டான். மாளவ மன்னர் இந்திரசேனர் முந்தைய வாயிலில் இறங்க அவரை துச்சலனும் துர்முகனும் அழைத்துக்கொண்டு சென்றார்கள். பிரக்ஜ்யோதிஷத்தின் மறைந்த பேரரசர் பகதத்தரின் மைந்தர் பகதத்தன் அமைச்சர் குந்தரால் அழைத்துச்செல்லப்பட்டார்.

ஜராசந்தனின் மைந்தனும் மகதமன்னனுமான ஜயசேனன் பெருமுற்றத்தில் தேரிலிருந்து இறங்கியதும் சித்ரனும் உபசித்ரனும் அவனை வரவேற்று எதிர்கொண்டு முகமனுரைத்து இருபக்கமும் நின்று புன்னகையுடன் பேசி அவைக்கு கொண்டுசென்றனர். அந்தத் தேர் முற்றத்திலிருந்து அப்பால் செல்வதற்காக வெளியே சாலையில் கலிங்கனின் தேர் காத்து நின்றது. முகப்பில் மிகப் பெரிய கதிரவனின் சிற்பம் வெள்ளியில் பொறிக்கப்பட்டிருந்த தேர் உள்ளே நுழைந்ததும் ஏவலர்கள் அதை நோக்கி ஓடினர். கால் தொட்டிறங்க மரப்படிகள் அமைக்கப்பட்டன. அரச உடையில் சூரியபட மணிமுடி அணிந்த கலிங்க அரசர் ஸ்ருதாயுஷ் மைந்தர் ருதாயுவுடன் கைகூப்பியபடி இறங்கி நின்று இருபுறமும் பார்த்தார். லக்ஷ்மணனும் தம்பியரும் தன்னை நோக்கி வருவதைக் கண்டதும் அவர் முகம் சிறுப்பதை பூரிசிரவஸ் கண்டான். அவர்களின் முகம் பார்த்து பேசாமல் முன்னால் விரிந்திருந்த கூடத்தை நோக்குபவர்போல விழிதூக்கி உதடுகளால் மட்டும் முகமனுரைத்து நீரில் நடப்பவர்போல கால் நீட்டி வைத்து மெதுவாக ஸ்ருதாயுஷ் நடந்து வந்தார்.

பூரிசிரவஸ் ஸ்ருதாயுஷை அணுகிப் பணிந்து “நான் பால்ஹிகனாகிய பூரிசிரவஸ். அஸ்தினபுரியின் அரசரின் போர் அணுக்கன்” என்றான். ஸ்ருதாயுஷ் முகம் மலர்ந்து “ஆம், நாம் முறைமையுடன் சந்தித்திருக்கிறோம்” என்றார். “அரசர் அவைக்குப் பின் தனியாக தங்களை சந்திக்க விழைகிறார். அவைநிகழ்வுகளைப் பற்றி மட்டுமல்ல, பிறர் அறியத்தேவையில்லாத சில செய்திகளையும் சொல்லவேண்டுமென எண்ணுகிறார். ஆகவே அவைக்குப் பின் தாங்கள் நேரம் ஒதுக்கவேண்டும்” என்றான். ஸ்ருதாயுஷ் முகம் மலர, ஆனால் செயற்கையான கடுமையுடன் “என்ன செய்தி தொடர்பாக?” என்றார். “அரசே, தீர்க்கதமஸின் கொடிவழியில் சிலர் எதிர்ப்பக்கம் சென்றுள்ளனர். அதோடு...” என குரல் தாழ்த்தி “அங்கரும் படையில் இல்லை” என்றான் பூரிசிரவஸ். “ஆம், அதை அறிந்தேன். அவன் படையில் இல்லாமலிருப்பதே நமக்கு ஆற்றலளிக்கும். நான் பேசிக்கொள்கிறேன்” என்று முன்னால் சென்றார்.

லக்ஷ்மணன் அவனை விழிகளால் நோக்கிப் புன்னகைக்க பூரிசிரவஸ் பிறர் அறியாமல் புன்னகைத்தபடி விலகினான். விவித்சு,

விகடானனன் இருவரும் ஆனர்த்த நாட்டு கிருதவர்மனை வரவேற்று அழைத்துச்செல்வதைக் கண்டான். யாதவர்களுக்கு அரசவரவேற்பே ஊதியம், அதை அளிக்காமலிருக்க முடியாது. ஆனால் நூற்றுவரில் அறியப்படாத இருவரே முன்னிற்க முடியும். அவன் மனோதரரின் திட்டங்களை எண்ணி வியந்துகொண்டான். ஆடையை சீரமைத்தபடி துணைவாயிலினூடாக அவைக்குள் நுழைந்தான். விழிகளால் துழாவியபோது அரசர்கள் பெரும்பாலும் அவையமர்ந்திருப்பது தெரிந்தது. குலக்குழு அரசர்களின் நீண்ட நிரையின் இடப்பக்க ஓரமாக சலன் அருகே சோமதத்தருடன் அமர்ந்திருந்தான்.

பூரிசிரவஸ் செல்லும் வழியிலிருந்த அரசர்களை வணங்கி ஓரிரு சொற்களில் முகமனுரைத்தபடி சலனின் அருகே சென்றான். சலனின் அருகே அவனுக்கான பீடம் ஒழிந்திருந்தது. அதில் அமர்ந்து "சற்று பிந்திவிட்டேன், மூத்தவரே" என்றான். "நெடுநேரமாக இந்த அவையமர்தல் நடந்துகொண்டிருக்கிறது. இறுதியாக வரும் உரிமை பெருநில அரசர்களுக்குரியது போலும். நான் வந்து இரு நாழிகையாகிறது" என்று சலன் சொன்னான். பூரிசிரவஸ் "ஆயினும் இப்பெரிய அவையில் நாம் அமர்ந்திருக்கிறோம். நமக்கு அவ்வாய்ப்பு இந்தத் தலைமுறையில்தான் அமைந்தது" என்றான். "நாமும் குருகுலத்துக் குருதிதான்" என்றான் சலன். "அதை நாமே சொல்லிக்கொண்டால்தான்" என்றான் பூரிசிரவஸ்.

சலன் கைகளைக் கட்டியபடி சாய்ந்து "உண்மையில் இத்தகைய பெரிய அவைகள்தான் பாரதவர்ஷத்தில் ஒருபோதும் போர் முடிவடையாமல் செய்கின்றன. இங்கிருக்கும் மேல்கீழ் அடுக்கில் ஒருமுறை வந்தமர்ந்தவர் பின் ஒவ்வொரு கணமும் அடுத்த அடுக்குக்கு நகர்வதைப்பற்றியே எண்ணிக்கொண்டிருப்பார். அதன்பொருட்டு சூழ்ச்சி செய்வார், போர்புரிவார், மணக்கூட்டுகள் அமைப்பார். ஒருபோதும் தான் இருந்த இடத்தில் அமையமுடியாது அவரால்" என்றான். பின்னர் பூரிசிரவஸிடம் "இளையவனே, தெரிந்தோ தெரியாமலோ இப்பெருஞ் சுழற்சியில் எங்களை மாட்டிவிட்டிருக்கிறாய். இனி பால்ஹிகர்களால் தங்கள் மலைநகருக்குள் வாழ்வில் நிறைந்து இருக்க இயலாது. இனி வென்றாக வேண்டும், அடைந்தாக வேண்டும், முன்சென்றாக வேண்டும்" என்றான். பூரிசிரவஸ் "அவ்வாறுதான் இங்குள்ள அனைத்துப் பேரரசுகளும் உருவாகின்றன, மூத்தவரே" என்றான். "ஆம், ஐம்பத்தாறு அரசுகள் உருவாயின. அவற்றில் எட்டு அரசுகள் பேரரசுகளாயின. அதற்காக எஞ்சியவை அழிந்து மண்ணோடு ஒட்டிக்கிடக்கின்றன. ஐம்பத்தாறாயிரம் சிற்றரசுகள் முற்றாக அழிந்திருக்கும்" என்று சலன் சொன்னான். பூரிசிரவஸ் மறுமொழி எதுவும் சொல்லாமல் தலையை மட்டும் அசைத்தான்.

சற்றுநேரம் கழித்து “பிதாமகர் எங்கிருக்கிறார்?” என்று சலன் கேட்டான். “யானைக்கொட்டடியில். அவர் வருகை இங்கு அறிவிக்கப்படும்போது அவையில் தோன்றுவார். அதற்கு சற்று முன்னர் அவரை அழைத்து வந்து அருகிருக்கும் அணியறையில் அமர்த்தி அரச ஆடைகள் புனைய ஆணையிட்டிருக்கிறேன். தன் மேல் அணிவிக்கப்படும் எதையும் அவர் அக்கணமே கழற்றிவிடுகிறார். அந்த இரும்புக்கவசமன்றி வேறெதுவும் அவருக்கு உவப்பதில்லை. கவச உடையில் அவையில் அவரைக் கொண்டுவருவது கேலிக்குரியது. அரச உடை அணிவித்த சில கணங்களிலேயே அவரை அவைக்குள் கொண்டுவருவது உகந்ததென்று தோன்றியது” என்றான். சலன் சிரித்து “பெரும் கேலிக்கூத்து. சூதர்கள்கூட இதற்கிணையான கேலிக்கூத்தை நிகழ்த்திவிட முடியாது” என்றான். பூரிசிரவஸ் நகைத்து “இதை அவைசூழ்தல் என்றும் போர் என்றும் சொல்கிறார்கள்” என்றான்.

பேரவை பெரும்பாலும் நிறைந்துவிட்டதென்பதை சற்றே உடல் தூக்கி தலை சுழற்றி நோக்கி பூரிசிரவஸ் புரிந்துகொண்டான். அவையின் முகப்பிலிருந்த சிறுவாயிலினூடாக கனகர் எட்டிப்பார்த்தார். பின்னர் அவரும் விதுரரும் கைகளை கூப்பியபடி அவைக்குள் நுழைந்தனர். விதுரர் நோயுற்று, மெலிந்து, அகவை மிக முதிர்ந்த தவமுனிவர் போலிருந்தார். கண்கள் குழிவிழுந்து உள்ளே செல்ல, வாய் வற்றியிருந்தமையால் பற்கள் உந்தி வெளிவந்திருக்க, கரிய சிற்றுடலுடன் அனைத்துப் பொலிவையும் இழந்து, அணிந்திருந்த அப்பட்டாடையும் அருங்கல் மணிமாலையும் இல்லையென்றால் எவரும் பட்டினியில் தவித்து அன்ன விடுதி நோக்கிவரும் எளிய சூதன் என்று எண்ணும்படி இருந்தார். நடக்கையில் சருகு காற்றிலென தத்தித் தத்தி எடையிலாது வந்தார். அவருக்கான பீடத்தில் அதன் கைப்பிடியைப் பற்றி மெல்ல நடுங்கியபடி குனிந்து அமர்ந்தார். இரு கைகளையும் நெஞ்சில் கூப்பி தலையைக் குனித்து தோள் தொய்ய அமர்ந்திருந்தார்.

கனகர் திரும்பிச் சென்று இணையமைச்சர்களிடமும் துணையமைச்சர் களிடமும் கைகளை வீசி ஆணைகளை விடுத்துக்கொண்டிருந்தார். தொலைவிலேயே தன் ஆணைகள் எதையுமே அவர் பின்தொடராததனால் அவையெதுவும் பொருட்படுத்தப்படவில்லையென்றும், அவர் பிற அமைச்சர்களால் ஒரு பெரிய தொல்லையென்றே பார்க்கப்படுகிறார் என்றும் தெரிந்தது. அவன் எண்ணத்தை உணர்ந்ததுபோல் சலன் “நன்று, பாரதவர்ஷம் கண்ட பெரும்போருக்கு முதன்மை அமைச்சர் இப்படித்தான் இருக்க வேண்டும்” என்றான். சோமதத்தர் திரும்பி நோக்க சலன் “நான் நகையாடவில்லை. உச்சியிலிருப்பவன் எதையும் அறியாதவனாகவும் புரிந்துகொள்ள முடியாதவனாகவும் இருக்கையில்

அவன் உள்ளம் நிலைபேறு கொண்டிருக்கிறது. புரிந்துகொள்ளத் தொடங்கினால் பேதலித்து அவனும் பித்தனாகிவிடுவான்” என்றான்.

கௌரவ நூற்றுவர்களும் அவர்களின் ஆயிரம் மைந்தர்களும் வணங்கியபடி வந்து தங்கள் பீடங்களில் அமர்ந்தனர். அவையின் ஒருபகுதி முழுக்க அவர்களே இருப்பதை எண்ணி பூரிசிரவஸ் மீண்டும் புன்னகைத்துக்கொண்டான். சலன் அவன் உள்ளத்தை அணுக்கமாகத் தொடர்ந்து வந்து “அவர்களே ஒரு சிறு படை போலிருக்கிறார்கள். இருள் உருகி வழிவதுபோல் அவர்கள் அவை நுழைவதாக முன்பு ஒரு பாடலில் சூதனொருவன் பாடியிருந்தான். எத்தனை பொருத்தம் என்று தோன்றுகிறது” என்றான். பூரிசிரவஸ் அவையை மீண்டும் விழியோட்டிப் பார்த்தான். காம்போஜத்தின் அரசன் சுதக்ஷிணன் சால்வருடன் குனிந்து ஏதோ பேசிக்கொண்டிருந்தான். “வத்ஸம் நமது பக்கம் சேரவில்லையா?” என்றான் சலன். “வத்ஸர்களும் மத்ஸ்யர்களும் பாண்டவர்களுடன் சென்றுவிட்டனர். இறுதிக்கணம் வரை முயன்றோம்” என்றான் பூரிசிரவஸ். “தராதர்களும் சகர்களும் யவனர்களும் பாண்டவர்களையே ஆதரிக்கிறார்கள்.” சோமதத்தர் “ஆம், அவர்கள் நிஷாதர்கள்” என்றார். பூரிசிரவஸ் “காம்போஜர்கள் அவர்களின் குலம் அல்லவா? சுதக்ஷிணர் பெரும்படையுடன் இங்கு வந்துள்ளாரே?” என்றான். சலன் நகைத்து “இளையோனே, ஷத்ரியநிலை என்பது பிற ஷத்ரியர்களால் வழங்கப்படுவது” என்றான்.

வெளியே பெருஞ்சங்கங்கள் முழங்கின. மங்கல இசை எழுந்து அலைகொண்டது. வாழ்த்தொலிகள் சூழ துரோணரும் கிருபரும் கைகளைக் கூப்பியபடி வந்து தங்கள் பீடத்தில் அமர்ந்தனர். சலன் அவனிடம் திரும்பி “இம்முறை குழப்பம் ஏதுமின்றி பிதாமகர் பீஷ்மரையே முதன்மை படைத்தலைவராக அமைத்துவிடப்போகிறார்கள் என்று கேள்விப்பட்டேன். ஆனால் அஸ்தினபுரியின் அவையில் சொற்பூசலின்றி எதுவும் நிறைவுறாதென்பது வரலாறு” என்றான். பூரிசிரவஸ் “ஆம், அவ்வாறு நிறைவேற வேண்டுமென்றால் பெரும்பூசலொன்று அதற்கு முன்னரே முடிந்திருக்கவேண்டும்” என்றான். “என்ன பூசல்?” என்று சலன் கேட்டான்.

பூரிசிரவஸ் ஒருகணம் தயங்கியபின் “மூத்தவரே, முதன்மை படைத்தலைவராக இருப்பதற்கு முதற்தகுதி கொண்டவர் அங்க நாட்டரசர் கர்ணன். அவர் கீழ் தாங்கள் படைகொள்ள மாட்டோம் என்று ஷத்ரியர்கள் அறிவித்துவிட்டமையால்தான் அவருக்கு நிகராக பீஷ்மரை நிறுத்துகிறார்கள். பிறிதெவரை நிறுத்தினாலும் அவர் கர்ணனுக்கு நிகரல்ல என்ற பேச்சு எழுந்துவிடும். பிதாமகரைக் குறித்துகூட அவ்வாறு ஒரு எண்ணம் பலருக்கு இருந்தாலும் முதியவர் என்பதனாலும் பிதாமகர்

என்பதனாலும் அவையில் எவரும் அதை சொல்லப்போவதில்லை” என்றான். சலன் வெறுமனே பேசவிரும்புகிறான் என்று அவனுக்குத் தோன்றியது.

“அதைவிடப் பெரியது அவர்களின் திட்டம், இளையோனே” என்றான் சலன். “அர்ஜுனன் தன் எதிரே பீஷ்மரைக் கண்டால் கைதளர்ந்து காண்டீபத்தை நழுவ விடுவார்.” பூரிசிரவஸும் பேச விரும்பினான். “அவர் இன்றிருக்கும் நிலை வேறு என்றனர். இளைய யாதவரின் கொள்கைக்கு முழுதளித்து உள்ளம் உறுதிகொண்டிருக்கிறார்” என்றான் பூரிசிரவஸ். “அவ்வண்ணமென்றால் அவர் பிதாமகரைக் கொல்லவேண்டும். அது அஸ்தினபுரியின் குடிகள் அனைவரையுமே அவர்கள்மேல் சினம்கொள்ளச் செய்யும். இந்நிலத்தை அவர்கள் ஒருபோதும் முழுதாளமுடியாது” என்றான் சலன். “களத்தில் எதிரே பிதாமகரைப் பார்ப்பதே பாண்டவப்படைகளை தளரச் செய்யும்” என்று அவன் தொடர பூரிசிரவஸ் “களத்தில் அவர்கள் பாஞ்சாலர்களையோ விராடர்களையோதான் முதனிலையில் அமைப்பார்கள்” என்றான்.

முரசொலிகளும் கொம்பொலிகளும் எழ விஸ்வசேனர் தொடர பீஷ்மர் கைகூப்பியபடி அவைக்குள் வந்து தன்னுடைய பீடத்தில் அமர்ந்தார். வழக்கம்போல மரவுரி ஆடையும் கழுத்தில் ஒற்றைச் சங்குமணியும் அணிந்திருந்தார். நீண்ட நரைத்த கூந்தலை தோல்பட்டையால் கட்டி முதுகில் தொங்கவிட்டிருந்தார். பெரும்பாலும் மயிர் உதிர்ந்து முதிய கொக்கின் சிறகு போலாகியிருந்த தாடி மார்பில் திரிகளாக விழுந்துகிடந்தது. நீண்ட மெலிந்த உடலை பீடத்தில் சரித்து மடித்தமர்ந்து இடக்காலைத் தூக்கி பீடத்தின்மேல் வைத்து தன் கால் விரல்களை கையால் நீவிவிடத் தொடங்கினார். சலன் “இந்த அவைக்கு அங்கர் வர வாய்ப்புண்டா?” என்றான். “இல்லை” என்றான் பூரிசிரவஸ். “வேள்வி முடிந்த சில நாட்களிலேயே கிளம்பி அங்க நாட்டுக்கு சென்றார். நேற்று தன் வேட்டைக்குழுவுடன் காட்டுக்குள் சென்றுவிட்டதாகவும் மறுமுறை அவரிடமிருந்து செய்தி வரும்வரை எங்கிருக்கிறார் என்பதையே கூறமுடியதென்றும் ஓலை வந்துள்ளது.” சலன் வெறுமனே தலையசைத்தான்.

மீண்டும் மங்கல இசை முழங்கியது. கொம்புகளும் முரசுகளும் பிளிறி ஆர்த்தன. வெள்ளிக்கோல் ஏந்திய நிமித்திகன் அவைக்குள் நுழைந்து அதை மும்முறை சுழற்றி தலைமேல் அசைத்தான். வாழ்த்தொலிகள் வெளியே முழங்கின. “அஸ்தினபுரியை ஆளும் அரசர், தார்த்தராஷ்டிரர், யயாதியின் கொடிவழி வந்தவர், பாரதவர்ஷத்தின் பேரரசர் துரியோதனர் அவை நுழைவு!” என்று நிமித்திகன் அறிவித்தான். அவையிலிருந்த மன்னர்களும் சிற்றரசர்களும் தங்கள் கைக்கோல்களைத் தூக்கி “அவை

முதல்வர் வெல்க! அஸ்தினபுரியின் அரசர் வெல்க! வெற்றி சூழ்க!" என்று வாழ்த்தினர்.

மங்கலத் தாலங்களுடன் அணிச்சேடியரும் அவர்களுக்குப் பின்னால் ஐந்திசைக் கலங்களை முழக்கியபடி அவைச்சூதரும் இரண்டு நிரைகளாக உள்ளே நுழைந்து பிரிந்து அவையில் பரவினர். அஸ்தினபுரியின் அமுதகலக்கொடியுடன் முழுக்கவச உடையணிந்த படைவீரன் ஒருவன் உள்ளே நுழைந்து அதை அவை முன் பொருத்தியபின் தலைவணங்கி பின்நகர்ந்தான். துரியோதனன் அரச தோற்றத்தில் கைகளைக் கூப்பியபடி நடந்து வர அவனுக்கு வலப்பக்கம் துச்சாதனன் உடைவாள் ஏந்தி நடந்து வந்தான். பின்னால் இருந்து வெண்கொற்றக்குடை எழுந்து அவன் மேல் கவிழ்ந்து உலைய, அதன் முத்துச்சரங்கள் குலுங்கின. தொடர்ந்து வந்த படைத்தலைவர்களும் வாளேந்தியிருந்தனர்.

அவைக்குள் நுழைந்து பிதாமகரையும் ஆசிரியரையும் அவையையும் வணங்கி துரியோதனன் அரியணையில் சென்று அமர்ந்தான். அது அரசுசூழ் மேடையென்பதனால் இணையாக அரசிக்கு அரியணை போடப்பட்டிருக்கவில்லை. அவையின் வலப்பக்கம் பட்டுத்திரைக்கு அப்பால் அரசி பானுமதியும் துணையரசியர்களும் வந்தமர்வதை நிழலசைவென காணமுடிந்தது. பாற்கடலில் தெரியும் பாவைகள்போல என்று அத்தருணத்திற்கு முற்றிலும் பொருத்தமில்லாத ஓர் ஒப்புமை பூரிசிரவஸின் உள்ளத்தில் எழுந்தது. தன் உள்ளம் ஏன் அத்தனை எளிதாக அனைத்தையும் புன்னகை மட்டுமே கொண்டு பார்ப்பதாக மாறிவிட்டிருக்கிறதென்று அவனே வியந்துகொண்டான்.

மீண்டும் மங்கல இசையெழ துரியோதனன் அரியணையிலிருந்து எழுந்து கைகூப்பியபடி நின்றான். அஸ்தினபுரியின் அமுதகலக்கொடியுடன் ஒரு வீரன் முன்னால் வர சஞ்சயனும் யுயுத்ஸுவும் இருபுறத்திலும் தொடர திருதராஷ்டிரர் கைகூப்பியபடி அவைக்குள் நுழைந்தார். அவருக்குப் பின்னால் அவர் அணுக்கச்சேவகன் சங்குலன் தன் பேருடலுடன் நடந்து வந்தான். சலன் "இவன்தான் அந்த மாமல்லன் அல்லவா? பேருடலன், இவனைவிடப் பெரியவர் பால்ஹிகப் பிதாமகர் மட்டுமே" என்றான். யுயுத்ஸுவின் தோளைப் பற்றியபடி திருதராஷ்டிரர் தன் பீடத்தில் அமர்ந்தார். முனகலுடன் உடலை விரித்து கைகளை மார்மேல் கட்டிக்கொண்டு தலைகவிழ்ந்தார். அவருடைய தாடை இறுகி அசைவதையும் தோள்தசைகள் இழுபட்டு இழுபட்டு நெகிழ்வதையும் தொலைவிலேயே காண முடிந்தது, அவருடைய கரிய தோலுடல் ஒரு கூடாரமென, அதற்குள் ஒரு மல்லர் கூட்டம் போரிடுவதுபோல. இன்றென்ன ஒவ்வொரு எண்ணமும் விந்தையாக இருக்கிறதே என்று அதை புன்னகையுடன் தானே திரும்பிப் பார்த்துக்கொண்டான்.

அதன்பின்னர்தான் மறுபக்க வாயிலினூடாக சகுனியும் கணிகரும் வந்து அவையமர்ந்துவிட்டிருப்பதை பூரிசிரவஸ் கண்டான். சலனிடம் “அவர்கள் முன்னரே வந்துவிட்டார்களா?” என்றான். “ஆம், அரசர் அவையமர்ந்தபோதே அவர்கள் உள்ளே நுழைந்தனர்” என்று சலன் சொன்னான். பின்னர் “ஓசையின்றி, நரிகளைப்போல” என்று தனக்குத்தானே சொல்லிக்கொண்டான். பூரிசிரவஸ் சினத்துடன் “சூதர்களின் பாடல்களை அரசர்கள் உளம் தொடரலாகாது, மூத்தவரே. இப்போரின் முதன்மை களஞ்சூழ்வோர் அவர்களே. மெய்யில், இப்போரென்பது அவர்கள் தங்கள் நாற்களத்தில் நிகழ்த்தும் காய் நகர்வன்றி பிறிதல்ல” என்றான். “அதைத்தான் நானும் சொன்னேன்” என்று சலன் திரும்பிப்பார்க்காமலேயே சொன்னான்.

பூரிசிரவஸ் சகுனியைப் பார்த்தான். அவர் உடலில் மெல்லிய நடுக்கு ஒன்றிருப்பதுபோல் தொலைவிலிருந்து பார்த்தபோது தோன்றியது. வாயில் எதையோ போட்டு மென்று கொண்டிருப்பதுபோல இருபுரியாகப் பிரிந்த மென்தாடி அசைந்தது. ஆனால் உதடுகளை பார்த்தபோது அவர் எதையும் மெல்வது போலவும் தெரியவில்லை. அவன் அங்கிருந்து கணிகரைப் பார்க்க முயன்றான். நிலத்தில் இடப்பட்ட மெத்தையில் ஒசிந்து படுத்திருந்த அவருடைய குடுமியின் ஒரு பகுதி மட்டுமே தெரிந்தது. பூரிசிரவஸ் சலனிடம் “இப்போரில் ஒவ்வொருவருக்கும் ஒரு கொள்பொருள் உள்ளது. சென்றடைய ஓர் இலக்கு, வென்று கொள்ள சில. எதன்பொருட்டுமன்றி போரின் பொருட்டே இப்போரில் இருப்பவர் கணிகர் ஒருவரே. தன் இயல்பாலேயே அவர் இப்போரை வழிநடத்துகிறார்” என்றான்.

வியப்புடன் மூச்செறிந்தபடி நிமிர்ந்து அமர்ந்து “இதுவரை எனக்கு இது தோன்றவில்லை. இந்த அவையில் அமர்ந்து அவரை நோக்கிக்கொண்டிருக்கையில் நெடுங்காலமாக ஒவ்வொரு சொல்லாக அவர் இப்போரை நோக்கி அனைவரையும் கொண்டு வந்து சேர்த்திருக்கிறார் என்று தோன்றுகிறது” என்றான். “அவரை முதலில் கண்டு, அவர் சொன்ன முதற்சொல்லை செவிகொண்டபோதே நான் அதை உணர்ந்தேன்” என்று சலன் சொன்னான். பூரிசிரவஸ் திரும்பி அவனைப் பார்த்துவிட்டு அது மெய்யென்று உணர்ந்தான். தன்னையும் ஓர் அரசுசூழ்கையாளனாக எண்ணிக்கொண்டிருப்பதனால் தன்னால் பலவற்றை உணரமுடியாமல் போயிருக்கிறது. இவை அனைத்தையும் தன்னால் மாற்றி அமைத்துவிட முடியும் என்ற எண்ணத்தால் கணிகரைக் குறைத்து மதிப்பிட்டிருக்கலாம். ஒருகணம் அங்கிருப்பவர்களில் முற்றிலும் அறிவற்றவன் தான்தானோ என்ற எண்ணம் அவனுக்கு ஏற்பட்டது. ஆனால் அது மீண்டும் மெல்லிய புன்னகையைத்தான் உருவாக்கியது.

அரசமுறைச் சடங்குகள் நிகழ்ந்துகொண்டிருந்தன. வைதிகர் மேடையேறி கங்கை நீர் தெளித்து அரிமலர் தூவி வேதமோதி துரியோதனனை வாழ்த்தினர். தொடர்ந்து அஸ்தினபுரியின் மூத்த குடிகள் மேடையிலேறி யயாதியின் மணிமுடியை அவனுக்கு சூட்டினர். உடைவாளையும் செங்கோலையும் அளித்தனர். அரச அணிக்கோலத்தில் அவன் வீற்றிருந்தபோது மங்கல இசையும் முழவுகளும் முரசுகளும் முழங்கின. அவை அவனை வாழ்த்தி குரலெழுப்பியது. அவையிலிருந்து அரிமலர் எழுந்து அவன் மேல் பொழிந்தது. கைகூப்பி அவ்வாழ்த்துக்களை ஏற்றுக்கொண்ட பின் அவன் செங்கோலையும் மணிமுடியையும் உடைவாளையும் மறுபக்கம் நின்றிருந்த அணிச்சேவகனிடம் அளித்தான். இயல்பாக கால்களை நீட்டி கைகளை கைப்பிடியில் வைத்து அரியணையில் நிமிர்ந்தமர்ந்தான்.

கனகர் முரசுத்தாளத்தை வழிநடத்துபவர்போல கைகளை வீசி வீசி ஆணையிட்டுக் கொண்டிருக்க நிமித்திகன் விழிகளால் அவரை சந்தித்து ஆணை பெற்று தன் வெள்ளிக்கோலுடன் அறிவிப்பு மேடைமேல் ஏறினான். கொம்பு மும்முறை பிளிறி அமைந்ததும் அவை அமைதியடைந்தது. நிமித்திகன் தன் கோலை இருமுறை வீசி தலைக்கு மேல் தூக்கி “வெற்றி நிகழ்க! வளம் நிறைக! அறம் வெல்க! மூதாதையர் அருள்க! தெய்வங்கள் கனிக! ஆம், அவ்வாறே ஆகுக!” என்று உரத்த குரலில் கூவினான். பின்னர் அவையைச் சூழ்ந்த மணிக்குரலில் அஸ்தினபுரியின் குடிவரிசையை சொன்னான்.

“விஷ்ணுவிலிருந்து பிறந்த குலத்தை வாழ்த்துக! பிரம்மன் அத்ரியில் பெற்ற சந்திர குலத்தை வாழ்த்துக! புதன், புரூரவஸ், ஆயுஸ், நகுஷன், யயாதி, புரு, ஜனமேஜயன், பிராசீனவான், பிரவீரன், நமஸ்யூ, வீதபயன், சுண்டு, பஹுவிதன், ஸம்யாதி, ரஹோவாதி, ரௌத்ராஸ்வன், மதிநாரன், சந்துரோதன், துஷ்யந்தன், பரதன், சுஹோத்ரன், சுஹோதா, கலன், கர்த்தன், சுகேது, பிருஹத்க்ஷத்ரன், ஹஸ்தி, அஜமீடன், ருக்ஷன், சம்வரணன், குரு என நீளும் பெருமைமிக்க கொடிவழியை வாழ்த்துக! குருகுலத்தோன் துரியோதனன் புகழ் வெல்க! குலமூதாதை குருவின் குருதியில் எழுந்த ஜஹ்னு, சுரதன், விடூரதன், சார்வபௌமன், ஜயத்சேனன், ரவ்யயன், பாவுகன், சக்ரோத்ததன், தேவாதிதி, ருக்ஷன், பீமன், பிரதீபன், சந்தனு என தொடரும் குருதிவழியில் வந்த விசித்திரவீரியனை, அவர் பெற்ற திருதராஷ்டிரரை வணங்குவோம்.” பூரிசிரவஸ் திருதராஷ்டிரர் தலையை அசைத்தபடி எழப்போவதுபோல ஓர் அசைவைக் கொண்டதைக் கண்டான். பின்னர் அவர் கண்களைத் தன் கைகளால் பொத்தி விழிநீரை ஒற்றலானார்.

“அவையோரே, இங்கு அவையமர்ந்திருக்கும் அஸ்தினபுரியின் அரசர் தார்த்தராஷ்டிரரான துரியோதனர். குருவின் முடிசூடி ஹஸ்தியின் தோள்கொண்டு அரியணை கொண்டவர். பாரதவர்ஷத்தை மும்முடி சூடி முழுதாளவிருக்கும் பேரரசர் துரியோதனரின் ஆணையின்படி அவரை வாழ்த்தி இங்கமர்ந்திருக்கும் பிதாமகர் பீஷ்மருக்கும், அவருக்கு அருளுரை கூறி ஆற்றுப்படுத்தும் ஆசிரியர்களுக்கும், அவருக்கு படைத்துணையென திரண்டிருக்கும் அரசர்களுக்கும், அவருடைய பெருகிய நூறு தோள்களென செறிந்திருக்கும் உடன்பிறந்தோர்க்கும் இந்த அவையின் வணக்கம் தெரிவிக்கப்படுகிறது” என்று நிமித்திகன் சொன்னான்.

“இந்த அவை அஸ்தினபுரியின்மீது நம் அரசருக்கு இருக்கும் குலமுறை உரிமையும் கோலுரிமையும் கொடிக்கோள் உரிமையும் வாளுரிமையும் வழுவாது நிலைகொள்ளவேண்டும் என்று வலியுறுத்தும்பொருட்டு அமைந்தது. அவ்வுரிமையை மறுத்து குலநெறி மீறியும் அறநெறி மீறியும் ஷத்ரிய குடிக்குரிய வாள்நெறி மீறியும் உரிமை கொண்டாடும் பாண்டுவின் மைந்தர்களுக்கெதிராக இங்கே போர் அறிவிப்பு நிகழவிருக்கிறது. முதன்மை படைத்தலைவர்களும் பிற படைகளின் தலைவர்களும் முறையாக அறிவிக்கப்படுவார்கள். அறிவிக்கப்பட்ட அக்கணத்திலிருந்து இறுதி வெற்றி வரைக்கும் ஒருகணமும் ஓயாத போர் தொடங்குகிறது. நம்முள் வாழ சொல்மகளும் நம்மை காக்க கொற்றவையும் நமக்கு அருள திருமகளும் காத்திருக்கின்றனர்.”

அவை வாள்களையும் கைக்கோல்களையும் தூக்கி “வெற்றிவேல்! வீரவேல்! வெல்க குருகுலம்! வெல்க ஷத்ரியப் பெருங்குலம்! போர்! எழுக போர்!” என்று முழங்கியது. மீண்டும் கொம்பொலி எழுந்து அவை அடங்கியதும் நிமித்திகன் “இந்த அவை குலநெறி சார்ந்ததென்பதற்கு சான்று இங்கே குருகுலத்துக் குருதியின் மூத்தவரான பீஷ்ம பிதாமகர் அமர்ந்திருப்பதே. அவரே தன் கைகளால் அஸ்தினபுரியின் அரசருக்கு மணிமுடி சூட்டியவருமாவார். ஆனால் பெரும்பாலானோர் அறிந்திருக்காத ஒன்றுண்டு. அஸ்தினபுரியின் அரசக் குருதியில் இன்றிருப்பவர்களில் மூத்தவர் பிறிதொருவர்” என்றான்.

அவையில் வியப்பொலி எழுந்தது. அது அடங்க காத்திருந்த நிமித்திகன் சொன்னான். “பிரதீபருக்கு சிபிநாட்டரசி சுனந்தையில் பிறந்த மைந்தரும், தேவாபிக்கும் சந்தனுவுக்கும் இளையவருமான பால்ஹிகர் இன்றும் உயிருடன் இருக்கிறார். அவருடைய மூத்தவர் தேவாபி துறவு பூண்டு விண்புகுந்தார். சந்தனு நாடாண்டு நிறைவடைந்தார். சந்தனுவின் கொடிவழியில் விசித்திரவீரியரும் திருதராஷ்டிரரும் தோன்றினர். நமது அரசர் அலைகடலில் கதிரவனென எழுந்து இங்கு அரியணை

அமர்ந்திருக்கிறார். அரசகுடியினரே, அன்று தன் தமையன் காடேகிய பின்னர் தான் பிறந்த சிபிநாட்டுக்குச் சென்ற பால்ஹிகர் அங்கிருந்து பால்ஹிகபுரிக்கும் பிறகு அங்கிருந்து கந்தர்வர்களும் கின்னரரும் வாழும் வெண்மலைமுடிகளுக்கும் சென்றார். அங்கு காலமிலாவெளியில் நூறாண்டு வாழ்ந்தார். இப்போது அவருக்கு நூற்றெழுபத்திரண்டு அகவை ஆகிறது. தன் கொடிவழிவந்த மைந்தனின் முடியுரிமையை வலியுறுத்தும்பொருட்டு மீண்டும் நிலமிறங்கி வந்திருக்கிறார். அவர் இந்த அவை புகுந்து அரசரை வாழ்த்துவார். இங்கிருக்கும் அனைவருக்கும் தந்தையென அமர்ந்து அருள்புரிவார்.

“அவையோர் அறிக, அஸ்தினபுரியின் அரியணை எவருக்குரியதென்பதற்கு இனி மறுசொல்லொன்று தேவையில்லை. குலநெறிப்படியும்கூட வாழ்பவரில் மூத்தவர் எவரோ அவருக்கே மணிமுடி உரிமைப்பட்டது. தேவாபியும் பின்னர் சந்துனுவும் மறைந்த பின்னர் உயிருடன் வாழும் பால்ஹிகரே அந்த மணிமுடிக்குரியவர். சந்தனுவின் இறப்புக்குப் பின் இயல்பாகவே அது பால்ஹிகருக்கே சென்றடையவேண்டும். அவர் இங்கில்லாததனால் அவர் அதை விட்டுக்கொடுத்தார் என்றுதான் குலநெறி பொருள்கொள்ளும். அவரிடமிருந்து விசித்திரவீரியருக்கும் திருதராஷ்டிரருக்கும் பின்னர் பாண்டுவுக்கும் கையளிக்கப்பட்டு இன்று நம் அரசரால் சூடப்பட்டுள்ள அம்மணிமுடிக்கு மெய்யான உரிமையாளர் பால்ஹிகரே. அவரே இன்று இந்த அவைக்கு வந்து தன் சிறுமைந்தர் சூடியிருக்கும் மணிமுடியை குருகுலத்தின் குலநெறிப்படியும் ஷத்ரிய மரபின்படியும் வேதம் வகுத்த முறைமையின்படியும் உறுதி செய்வார். அரசரின் பொருட்டு தான் வாளேந்தி துணை நிற்பதாக சொல்லளிப்பார். தெய்வம் விண்ணிறங்கி வந்து தன் சொல்லை நேரடியாக அளிப்பதற்கு நிகர் அது. அருள்க தெய்வங்கள்!”

அவை தங்கள் கைக்கோல்களையும் படைக்கலங்களையும் தூக்கி வாழ்த்து கூவியது. அலையலையென எழுந்து எழுந்து அடங்கிக்கொண்டிருந்த அந்த வாழ்த்தொலியை தலைதிருப்பி நோக்கிக்கொண்டு திகைத்து அமர்ந்திருந்தான் பூரிசிரவஸ். சலன் அவனைத் தொட்டு “பிதாமகரை அவை புகச்சொல்” என்றான். “ஆம், ஆம்” என்று அவன் எழுந்து பீடங்களின் நிரையில் குனிந்து விரைந்து அவையின் விளிம்பை அடைந்து சிறுவாயிலினூடாக வெளியே சென்றான்.

28

பூரிசிரவஸ் அஸ்தினபுரியின் அரசவையிலிருந்து வெளியே வந்து இடைநாழியினூடாக விரைந்தபடி தன்னை நோக்கி ஓடிவந்த பால்ஹிகபுரியின் காவலர்தலைவன் நிகும்பனிடம் "என்ன செய்கிறார்?" என்றான். அவன் மூச்சிரைக்க அணுகிவந்து "அணி செய்துகொண்டிருக்கிறார்" என்றான். சென்றபடியே "ஒத்துழைத்தாரா?" என்றான் பூரிசிரவஸ். அவனுக்குப் பின்னால் குறடுகள் ஒலிக்க வந்த நிகும்பன் "இல்லை. அவருக்கு என்ன நிகழ்கிறது என்று புரியவில்லை. யானை மேல் ஏற்றி நகருலா கொண்டுசெல்லப் போகிறோம் என்று சொன்னதனால்தான் வந்தார். யானை மேல் அமரவேண்டுமென்றால் இவற்றை அணிக என்று சொன்னதனால் ஆடையணிகளை சூடியிருக்கிறார். அவருக்கு முன் ஆடி எதையும் காட்ட வேண்டாம் என்று சொல்லியிருக்கிறேன்" என்றான்.

"நன்று" என்று சொன்னபடி பூரிசிரவஸ் அணிச்சிற்றறைக்குள் நுழைந்தான். அங்கே ஏழு சமையர்கள் அவர்களின் தோள்களுக்குமேல் தலையெழ அமர்ந்திருந்த பால்ஹிகருக்கு ஒப்பனை செய்துகொண்டிருந்தார்கள். பூரிசிரவஸை கண்டதும் அவர்கள் திரும்பி வணங்கினார்கள். பால்ஹிகர் பூரிசிரவஸை திரும்பிப்பார்த்து "யானை ஒருங்கிவிட்டதா?" என்றார். "வெளியே நின்றிருக்கிறது. தங்களுக்காக காத்திருக்கிறது. இன்னமும் இவையெல்லாம் முடியவில்லையா?" என்று பூரிசிரவஸ் கேட்டான். "ஆம், முடிந்துவிட்டது" என்று அவர் எழுந்தார். "இல்லை, இல்லை. இன்னும் சற்று எஞ்சியிருக்கிறது. அமருங்கள், பிதாமகரே" என்றான் மூத்த சமையன்.

“இவன் என்னை ஏதோ செய்கிறான். என்மேல் சேற்றை பூசுகிறான்” என்றார் பால்ஹிகர். “இவன் தலையை அறைந்து உடைத்து மூளைக்குழம்பு வழிவதைப் பார்க்கவேண்டும் என்று சற்றுமுன் நினைத்தேன்.” சமையர் திகைத்து பின்னகர்ந்து மூச்சை இழுத்துப்பிடித்தனர். அவர்களை நோக்கி ஆறுதலாகப் புன்னகைத்தபின் “அது சேறல்ல பிதாமகரே, செங்குழம்பு” என்றான் பூரிசிரவஸ். “அது எதற்காக? ஏன் அதற்கு அவ்வளவு கெடுமணம்?” என்றார் பால்ஹிகர். பூரிசிரவஸ் “அது கெடுமணமல்ல, நறுமணம் பிதாமகரே” என்றான். “இல்லையே, இது குட்டிபோட்ட ஓநாயின் அடிவயிறுபோல மணம் கொண்டிருக்கிறது” என்று அவர் சொன்னார். பூரிசிரவஸ் அதில் சற்று புனுகு உள்ளது என்பதை உணர்ந்து “அந்த மணம் ஏதென்று நீங்கள் இன்னுமா உணரவில்லை? யானைத்துதிக்கையின் குழாய்க்குள் உள்ள மணம் இது. யானைக்கு இது பிடிக்கும்” என்றான். பால்ஹிகர் முகம் மலர்ந்து “ஆம், நான் எண்ணினேன். நறுமணம்” என்று தன் கையைத் தூக்கி முகர்ந்தார். “சற்று பொறுங்கள்! இதோ முடிந்துவிடும்” என்று அவன் சமையர்களுக்குக் கண் காட்டினான்.

பூரிசிரவஸிடம் அவர் பேசிக்கொண்டிருக்கையிலேயே சமையர்கள் அவரை அணிந்தொருக்கினர். அவர் இடையில் வெண்ணிறப் பட்டாடை அணிந்து பொற்பட்டுக் கச்சை கட்டியிருந்தார். மேலாடையாக பொன்னூல் பின்னல்கள் செய்த சீனப்பட்டுச் சால்வையை அவருக்கு போர்த்தினார்கள். அவர் அதை எடுத்து பிரித்துப் பார்த்து “இது எதற்காக?” என்றார். “பிதாமகரே, தாங்கள் இதை அணிந்துகொள்ள வேண்டும். மேலாடையின்றி நாம் யானைமேல் அமரக்கூடாது” என்றான். “யானைக்கு அது எப்படி தெரியும்? அதன் கண்கள் கீழே அல்லவா உள்ளன?” என்று அவர் கேட்டார். பூரிசிரவஸ் “அதன் கண்கள் மேலேயும் பார்க்கமுடியும்” என்றவுடன் அவர் எழுந்து “நான் உடனே அந்த யானையைப் பார்க்க வேண்டும்” என்றார். “சற்று பொறுங்கள், ஒருசில கணங்கள்” என்று அவன் மீண்டும் அவரை அமரவைத்தான்.

அவர் எழுவதையும் அமர்வதையும் பொருட்படுத்தாமலேயே சமையர்கள் அவருக்கு கைவளையையும் கச்சைமுறியையும் அணிவித்தனர். கழுத்தில் மணியாரமும் சரப்பொளி ஆரமும் அணிவிக்கப்பட்டபோது அவர் குனிந்து பார்த்து புன்னகைத்து பூரிசிரவஸிடம் “இவை நன்று. இவற்றை எனக்கே கொடுத்துவிடச் சொல்” என்றார். “தங்களுக்குத்தான்” என்றான். “எனக்கு இவற்றை ஒரு பொதியில் கட்டி கொடுக்கச் சொல். நான் மலைக்குக் கொண்டுசெல்கிறேன்” என்றார். “உங்கள் இல்லத்து மறுமகள்களுக்கு இதை அளிக்கவிருக்கிறீர்களா?” என்றான். “எந்த மறுமகள்கள்?” என்று அவர் ஆர்வமாகக் கேட்டார். “பனிமலைமேல்

இருப்பவர்கள். ஏழு மைந்தரின் மனைவியர்" என்றான். "எந்தப் பனிமலை? ஏழு மைந்தர் எவருக்கு?"

பூரிசிரவஸ் புன்னகைத்து "நீங்கள் செல்லவிருக்கும் மலை எது?" என்றான். அவர் குழம்பி சுட்டுவிரல் அசைவிலாது நிற்க புன்னகையுடன் சிலகணங்கள் எண்ணி நோக்கி "தெற்கே... பெரிய மலை ஒன்று... யானைதான் அதன்மேல் ஏறும்" என்றார். பின்னர் தன் மணியாரத்தை அசைத்து "யானை இதைப்போலத்தான் ஆரம் அணிந்துள்ளது. ஆனால் அதில் நல்ல ஓசை எழுகிறது" என்றார். "இதிலும் ஓசை எழும்" என்றான் பூரிசிரவஸ். "அது இன்னும் பெரியது" என்றார் பால்ஹிகர். "இது எனக்குரியதுதானே?" என்று சமையர்களை ஐயமாக நோக்கியபடி கேட்டார். "தாங்கள் யானையிலிருந்து இறங்கியதுமே கழற்றிக் கொடுத்துவிடச் சொல்கிறேன்" என்றான் பூரிசிரவஸ்.

அவர் இரு கால்களையும் விரித்து கைகளை நீட்டியபடி "யானைமேல் படுக்கமுடியுமா?" என்றார். "தாங்கள் யானைமேல் நின்றிருக்கக்கூட முடியும்" என்றான் பூரிசிரவஸ். பால்ஹிகர் "நிற்க முடியுமா?" என்று ஆவலுடன் திருப்பி கேட்டார். பூரிசிரவஸ் "முடியும். நான் நிற்கச் செய்கிறேன்" என்றான். மென்மையாக "அந்தப் பொன்முடியை மட்டும் வைத்துக்கொள்ளுங்கள்" என்றான். "இது எதற்காக?" என்று அதை கையிலே வாங்கிப் பார்த்தார். அதை தலைகீழாகத் திருப்பி "உணவுண்ணும் கலம் போலிருக்கிறது" என்றார்.

"நீங்கள் இதை தலையில் வைத்துக்கொள்ள வேண்டும். இல்லையேல் யானை ஒப்புக்கொள்வதில்லை" என்றான் பூரிசிரவஸ். "யானைக்கு இதெல்லாம் எப்படி தெரியும்?" என்று அவர் கேட்டார். "யானை பழக்கப்படுத்தப்பட்டிருக்கிறது, பிதாமகரே. அது அரசர்களை மட்டுமே தன் மேலேற்றும். தாங்கள் அரசர்போல் தோற்றமளிக்க வேண்டுமல்லவா?" என்றான் பூரிசிரவஸ். பால்ஹிகர் அதைப் புரிந்துகொண்டு "ஆம்" என்றபின் கண்சிமிட்டி "நாம் யானையை ஏமாற்றிவிடலாம் இல்லையா?" என்றார். பின்னர் கண்களை மூடிக்கொண்டு "நான் யானைமேல் ஏறி மலையுச்சிக்கு செல்லமுடியுமா?" என்றார்.

அவர் தலையில் சமையர் பொன்முடியை பொருத்தினார். காதுகளில் குண்டலங்களை இருவர் சீரமைத்தனர். தோள்வளைகளை இருவர் கட்டினர். "ஆம் பிதாமகரே, யானை மலைமேல் ஏறும்" என்றான் பூரிசிரவஸ். "அது முகில்மேல் நடக்குமா?" என்று அவர் கேட்டார். "ஆம், அதன் கால்கள் பெரியவைதானே?" என்று அவன் சொன்னான். "ஆம், எனக்கும் தெரியும்" என்ற பின் அவர் கண் திறந்து அவனை நோக்கிப் புன்னகைத்தார். "ஆம், மிகப் பெரிய கால்கள்" என்றார்.

கண்களைத் திறந்து அவனை நோக்கி “நான் அதில் ஏறி முகில்கள்மேல் சென்று...” என்றபின் கையை தூக்கி “பார்த்திபன் எங்கே?” என்றார். பின்னர் தலையை அசைத்தபடி “நான் என் நான்கு உடன்பிறந்தாரையும் அன்னையையும் சுமந்துகொண்டு மலைமேல் ஏறினேன். ஆனால்...” என்றபின் அவனிடம் “யானை இருந்தால் தேவைப்படாது” என்றார்.

பூரிசிரவஸ் விந்தையானதோர் உளஎழுச்சியை அடைந்தான். அவர் மூன்று வயது சிறுவனுக்குரிய புன்னகையையும் கண்களையும் கொண்டிருந்தார். அகவை என்பது ஒரு வட்டச்சுழற்சி போலும். கைக்குழந்தை ஆகிவிடுவாரா என்ற எண்ணம் எழுந்ததும் அவனுக்குப் புன்னகை எழுந்தது. ஆனால் ஒருகணம் கழித்து அந்த உள எழுச்சி ஏன் என்று புரிந்தது. “பிதாமகரே, என்ன சொன்னீர்கள்? நான்கு உடன்பிறந்தாரும் அன்னையுமா? நீங்கள் சுமந்தீர்களா?” பால்ஹிகர் அதை செவிகொள்ளாமல் “யானையின் பெயரென்ன?” என்று கேட்டார். பூரிசிரவஸ் பெருமூச்சுடன் இயல்பாகி “அங்காரகன்” என்று சொன்னான். “அங்காரகனா? அது திசையானை அல்லவா?” என்றார். “ஆம், செவ்வாயும்கூட. முப்புரமெரித்தவனின் மூன்றாம் விழியான வீரபத்ரரே செந்தழலாக எரிந்து அங்காரகன் ஆனார். செவ்வாய் என்று அவரை வழிபடுகின்றனர்” என்றான் பூரிசிரவஸ். ஆர்வத்துடன் எழுந்து “இந்த யானை என்ன வண்ணம்?” என்று பால்ஹிகர் கேட்டார். பூரிசிரவஸ் புன்னகையுடன் “கருமைதான்” என்றான்.

“அதைப்பற்றி சொல்” என்றார் பால்ஹிகர். “அங்காரகன் பாரத்வாஜ கோத்திரத்திற்குரியவர். அவந்திநாட்டுக்கு முழுமுதல் தெய்வம். கதை, முப்புரிவேல், வாள், வேல் கொண்ட நான்கு கையர். அனலாடை தழல்ஆடை எரிமணிமாலை சூடியவர். செங்கொன்றை மலர் அவருக்குரியது. எட்டு செவ்வாடுகள் பூட்டிய தேரில் மேருமலையை வலம் வருகிறார். கதிர்மண்டலத்திற்கு தெற்கே இவருடைய இடம்” என்றான் பூரிசிரவஸ். “அந்தப் பெயரை ஏன் யானைக்கு இட்டார்கள்?” என்றார் பால்ஹிகர். “பிதாமகரே, முப்பதாண்டுகளுக்கு முன் அரசருக்கு பிறவிநூல்கணித்த நிமித்திகர் ராசிமண்டலத்தில் செவ்வாய்க்குறை உள்ளது என்றனர். அதன்பொருட்டு அஸ்தினபுரிக்குத் தெற்கே அங்காரகன் ஆலயம் அமைக்கப்பட்டு அழல்வேள்வியும் பலிகொடையும் நிகழ்ந்தது. அரசர் அந்நோன்பிலிருக்கையில் அங்காரகனை சிறுமகவாக இங்கே கொண்டுவந்தனர். நிமித்திகர் அந்த நற்பொழுதை கணித்து அதற்கு அங்காரகன் என்று பெயரிட்டனர்.” பால்ஹிகர் கண்களை மூடிக்கொண்டு “ஆம்” என்றார். மெல்லிய குறட்டை ஒலி அவரிடமிருந்து எழ தலை சற்றே அசைந்தது.

சமையர் “முடிந்தது” என்றார்கள். பூரிசிரவஸ் அவர் தோளைத் தொட்டான். பால்ஹிகர் எழுந்து நிற்க பொன்பூச்சுள்ள குறடுகளை சமையர் எடுத்து முன்னால் இட்டார்கள். “இதை அணிந்து கொள்ளுங்கள்” என்றான் பூரிசிரவஸ். “இது எதற்காக?” என்றபின் பூரிசிரவஸைப் பார்த்து “யானை இதை விரும்பும் அல்லவா?” என்றார். “ஆம், யானை குறடுகளை விரும்புகிறது. வருக!” என்று அவர் கைகளைப் பற்றிக்கொண்டான். அவர் காலெடுத்துவைத்து நடந்தபடி “நல்ல ஓசை. ஆனால் இரும்புக் குறடுகள் இன்னும் ஓசையெழுப்புபவை” என்றார்.

இடைநாழியில் அவர் அவனுடன் நடக்கையில் எதிர்நின்ற வீரர்கள் அனைவரும் திகைத்து வாய்திறந்து விழிமலைக்க அசைவிழப்பதை அவன் பார்த்தான். பதற்றத்தில் தான் அவரை சரியாக பார்க்கவில்லையோ என்ற எண்ணம் வந்து திரும்பி நோக்கியபோது அவனுக்கும் உளநடுக்கு ஏற்பட்டது. பால்ஹிகர் மானுடர் எவருக்கும் இயலாத பேருரு கொண்டிருந்தார். அவரது தலை அவனுடைய நோக்குக்கு மிக அப்பால் எங்கோ இருந்தது. மெல்லிய பனித்துகள்தொகை போன்ற வெண்தாடியின் கீழ்ப்பகுதியைத்தான் அவனால் அண்ணாந்து பார்க்கமுடிந்தது. மூக்குத்துளைகள் கீழிருந்து நோக்க அகன்று தெரிந்தன. வெண்ணிறத் தோள்கள், நீலநரம்போடிய புயங்கள், தசையிறுகி தோல்வார்களென இழுத்துக்கட்டப்பட்ட முழங்கைகள். ஒவ்வொரு கையும் ஒரு தனி விலங்குபோல் பெரிதாக இருந்தது. அவர் மலைமேல் சென்றபின்னர் மேலும் உயரமும் பருமனும் ஆற்றலும் கொண்டுவிட்டிருந்தார் என்று அப்போதுதான் புரிந்தது.

அவரை கண்ணெதிரில் நோக்கி, கையால் தொட்டு அழைத்துச் சென்ற போதுகூட உள்ளம் மானுடன் என்று நம்ப மறுத்தது. விண்ணிறங்கி வந்த கந்தர்வன். இறப்பே அற்றவன். அவன் நோக்கின் முன் பெருநகரங்கள் உருவாகி வந்திருக்கும். பேரரசுகள் அழிந்து மறைந்திருக்கும். தலைமுறைகள் அலையடித்துக் கொண்டிருக்க அனைத்துக்கும் அப்பால் இளமைந்தனுக்குரிய தாவிச்செல்லும் விழிகளும் கள்ளமற்ற புன்னகையுமாக அவர் நின்றிருந்தார். அனைவரும் சொல்லிழந்து நிற்க அவருடைய குறடோசை சுவர்கள் எதிர்கூற ஒலித்தது.

எதிரே வந்த கனகர் பால்ஹிகரைப் பார்த்ததும் திகைத்து ஓரடி பின்னால் எடுத்து வைத்து நின்றார். பூரிசிரவஸ் “பிதாமகரை அவைக்குக் கொண்டுசெல்வோம்” என்றான். “யானை எங்கே?” என்று கனகரிடம் பால்ஹிகர் கேட்டார். கனகரின் வாய்மட்டும் திறந்தமைந்தது. பூரிசிரவஸ் “நாம் யானையை நோக்கித்தான் செல்கிறோம், பிதாமகரே. அதற்கு முன் இங்கொரு சிறு பணி உள்ளது. இங்கு ஓர் அவையில் அரசர்கள் அனைவரும் கூடியிருக்கிறார்கள். அவர்கள் நடுவே நீங்கள் சென்று ஒரு

பீடத்தில் அமரவேண்டும்” என்றான். “எதற்காக?” என்றார் பால்ஹிகர். “அது நல்ல பீடம். இந்த ஆடையுடன் தாங்கள் அந்த பீடத்தில் அமர்வது மிக அழகாக இருக்கும்” என்றான்.

பால்ஹிகர் குனிந்து தன் கச்சையையும் இடையாடையையும் பார்த்து “ஆம், இவை நல்ல ஆடைகள்” என்றபின் மேலாடையை கையால் தூக்கி “ஆனால் இது எனக்குப் பிடிக்கவில்லை” என்றார். “என் மேல் எதுவோ விழுந்துகிடப்பதுபோல் இருக்கிறது.” பூரிசிரவஸ் “அது அவ்வாறே இருக்கட்டும். சற்று நேரம்தானே?” என்றான். “யானைக்கும் இது பிடிக்காது” என்று அவர் சொன்னார். “யானை பெயர் செவ்வாய்தானே?” பூரிசிரவஸ் “இல்லை, அங்காரகன்” என்றான். “ஆம், அங்காரகன். செந்நிறமான யானை.” அவர் திரும்பி கனகரிடம் “செந்நிறமான யானை. காந்தள் மலர்போல!” என்றார்.

அவை வாயிலில் நின்றதும் “பிதாமகரே, இந்த அவையில் தங்களை அனைவரும் வணங்குவார்கள்” என்றான் பூரிசிரவஸ். “ஏன்?” என்று அவர் நின்றார். “தாங்கள் மூத்தவர் என்பதனால்” என்றான். பால்ஹிகர் “யார்?” என்று கேட்டார். “மூத்தவரே, தாங்கள் யானைமேல் ஏறப்போகிறீர்கள் அல்லவா?” பால்ஹிகர் “ஆம், ஏறுவேன்” என்றார். “அந்த யானைமேல் வேறு எவரும் ஏறமுடியாது. பேருருவர் என்பதனாலும், அச்சமற்றவர் என்பதனாலும்தான் அந்த யானைமேல் தாங்கள் மட்டும் ஏறமுடிகிறது.” பால்ஹிகர் தலையாட்டி புன்னகைத்து “ஆம், எனக்கு அச்சமில்லை” என்றார். தலையை ஆட்டி “நான் யானையை அஞ்சுவதே இல்லை” என்றார். “ஆகவே தங்களை அனைவரும் வணங்குவார்கள். அவர்களிடம் நீங்கள் தலைதொட்டு நீடுழி வாழ்க வெற்றி கொள்க என்று வாழ்த்த வேண்டும். அதன் பின்னர்தான் நாம் யானைமேல் ஏறப்போகிறோம்” என்றான் பூரிசிரவஸ்.

பால்ஹிகர் “நன்று” என்றபின் “இவன் யார்?” என்று கனகரைச் சுட்டி கேட்டார். “இவர் அமைச்சர்” என்றான் பூரிசிரவஸ். “இவன் உடம்பு ஏன் இவ்வாறு வெளிறியிருக்கிறது? உடும்பின் அடிப்பகுதியை போலிருக்கிறான்” என்றார். பூரிசிரவஸ் “அதனால்தான் அவரை யானை ஒத்துக்கொள்வதில்லை” என்றான். “ஆம்” என்றபின் பால்ஹிகர் தன் பெரிய கைகளை நீட்டி கனகரின் தோளைப் பிடித்தார். “அழுத்தி கசக்கினால் இவன் எலும்புகள் முறிந்துவிடும். யானை துதிக்கையால் மெல்ல தட்டினாலே போதும், இவன் விழுந்துவிடுவான்” என்றார். கனகர் குளிர் கொண்டவரைப்போல் நின்று நடுங்கினார். பூரிசிரவஸ் அவரைக் கண்களால் பார்த்து ஒன்றுமில்லை என்றபின் “வருக, பிதாமகரே!” என்று அவையை ஒட்டிய நுழைவறைக்குள் அழைத்துச்சென்றான்.

அவனைத் தொடர்ந்து வந்த கனகர் தாழ்ந்த குரலில் "இவர் மானுடரா என மெய்யாகவே ஐயம்கொள்கிறேன், பால்ஹிகரே" என்றார். "மானுடரேதான்" என்றான் பூரிசிரவஸ். "நாம்தான் முழுமானுடரல்ல." கனகர் "சற்று முன்னர் பார்த்தபோதுகூட திகைப்பெழவில்லை. இப்போது இவர் மானுடரல்ல என்றே தோன்றுகிறது. இவர் பிறிதொருவர்" என்றார் கனகர். "அஞ்சவேண்டியதில்லை, அமைச்சரே. சென்று அலுவல்களைப் பாருங்கள். அவையில் அழைப்பு வரும்போது சொல்லுங்கள்" என்றான். "அழைப்பு பலமுறை வந்துவிட்டது" என்று கனகர் சொன்னார்.

பூரிசிரவஸ் "பிதாமகரே வருக, நாம் அவை நுழைவோம்" என்றான். பால்ஹிகர் அங்கிருந்த பெரும்பீடத்தை தன் இடக்கையால் தூக்கிக்கொண்டு வந்தார். "இதை அங்கு வையுங்கள், இது எதற்கு?" என்றான். "நமக்கு அங்கு அமர பீடம் வேண்டுமல்லவா?" என்றார் பால்ஹிகர். "நான் எங்கு சென்றாலும் எனக்கான பீடத்தை எடுத்துச் செல்வேன். நானே மரத்தால் பீடம் செய்து வைத்திருந்தேன். பாறையில் அமர்ந்தால் குளிருமல்லவா?" பூரிசிரவஸ் "அங்கு வேறு பீடம் இருக்கிறது" என்று அதை வைக்கும்படி கையால் அழுத்தினான். அதை வைத்துவிட்டு "இது நல்ல பீடம். இதை நான் மலைக்குக் கொண்டு செல்கிறேன்" என்றார்.

"கொண்டு செல்வோம். தாங்கள் யானைமேல் ஏறிய பிறகு இந்த பீடத்தைத் தங்களுக்கு அளிக்கச் சொல்கிறேன். வருக!" என்று கைபற்றி வாயிலின் அருகே சென்று நின்றான். கனகர் வெளியே சென்று எதையோ பார்த்தபின் விரைந்து அவைக்குள் ஓடினார். அவருடைய உடல்தசைகள் குலுங்கின. மேலாடையை சீர்செய்து அரசவைக்குள் நுழைந்து நிமித்திகனிடம் ஓரிரு சொற்கள் பேசியபின் திரும்பி பூரிசிரவஸைப் பார்த்துக் கைகாட்டினார். "வருக, பிதாமகரே! கைகூப்பியபடி நுழைக!" என்றான். பூரிசிரவஸின் தோள்களில் கையை வைத்து "எனக்கு உண்மையில் இந்த அவை பிடிக்கவில்லை. அங்கே ஏராளமான ஓநாய்கள் கூடியிருப்பதுபோல் ஓசை எழுகிறது" என்றார். "அது அரசர்களின் ஓசை. அந்த ஓசையை நீங்கள் பொருட்படுத்த வேண்டியதில்லை" என்றான் பூரிசிரவஸ்.

பால்ஹிகர் இரு கைகளையும் கூப்பியபடி சீர்நடையிட்டு முகப்பு வாயிலினூடாக அவைக்குள் நுழைந்தார். அவரைத் தொடர்ந்து சென்ற பூரிசிரவஸ் அவருடைய உடலால் அவை முற்றிலும் மறைக்கப்பட்டிருந்த போதிலும்கூட ஆயிரம் பெருமுரசுகள்மீது ஒன்றாக கோல் விழுந்ததுபோல் எழுந்த பெரும் கார்வையோசையை கேட்டான். கூடியிருந்த அவையினர் அனைவரும் தங்களை அறியாமலேயே கைகூப்பியபடி எழுந்து நின்றனர். திருதராஷ்டிரரும், பீஷ்மரும், துரோணரும், கிருபரும், சல்யரும் எழுந்து

கைகூப்பினர். அவர்களின் விழிகளில் தெரிந்த மலைப்பை பூரிசிரவஸ் கண்டான்.

முன்னரே எழுந்து நின்றிருந்த துரியோதனனும் துச்சாதனனும் கைகளைக் கூப்பியபடி பால்ஹிகரை நோக்கி வந்து அவர்முன் குனிந்து கால்தொட்டு வணங்கி சென்னி சூடினர். அவர் அவர்கள் தலைமேல் கைவைத்து “வெற்றி சூழ்க! புகழ் நிறைக!” என்று வாழ்த்தினார். பின்னர் துச்சாதனனைப் பார்த்து “இவன் தோள்கள் பெரியவை. இவனிடம் நான் மற்போரிட விரும்புகிறேன்” என்றபின் பூரிசிரவஸ் எங்கே என்று திரும்பிப் பார்த்தார். பூரிசிரவஸ் “இவர்கள் தங்கள் பெயர் மைந்தர்கள். இவர்கள் அனைவரிடமும் தாங்கள் போர்புரிய முடியும். வருக!” என்று அவரை பீடம் நோக்கி அழைத்துச் சென்றான்.

பால்ஹிகருக்கான அரியணை அரசஅரியணைக்கு நிகராகப் போடப் பட்டிருந்தது. மாமன்னர் ஹஸ்தியின் அரியணை அது. கைப்பிடியில் சிம்மங்கள் வாய்திறந்து செவ்வைர விழிகள் சுடர நின்றிருந்தாலும் தலைக்குமேல் மத்தகம் தூக்கிய இரு யானைகள் துதிக்கை பின்னி உருவாக்கிய மலர் மேல் தாமரைக்குடை கொண்டிருந்தது. துரியோதனனின் அரியணையைவிட இருமடங்கு பெரியதாக இருந்த அதில் ஹஸ்திக்குப் பின் எவரும் அமர்ந்ததில்லை. ஆண்டுக்கொருமுறை மூதாதை ஹஸ்திக்குரிய மீன்நாளில் பலிகொடையும் பூசனையும் அளிக்கப்படும்போது மட்டும் கருவூலத்தில் இருந்து அதைக் கொண்டுவந்து அரசவையில் அமைப்பார்கள். ஹஸ்தியின் மாபெரும் வாளையும் பேருருக்கொண்ட கவசங்களையும் அதில் வைத்து அரசரும் குடிகளும் வணங்கினர். அந்த அரியணையும் கவசமுமே ஹஸ்தியின் பேருருவை அவர்களின் கனவில் வளர்ந்தெழச் செய்தது.

அஸ்தினபுரியின் துணையரசர்கள் அதை முன்னர் பார்த்திருக்கவில்லை. அதன் அளவைப் பார்த்து அவர்கள் குழம்பியிருந்தனர். அஸ்தினபுரியின் வெற்றிச்சிறப்பை காட்டும்பொருட்டு உருவாக்கிக் கொண்டுவந்து போடப்பட்ட ஒரு சிறப்பு அடையாளம் அது என சிலர் உய்த்துக்கொண்டனர். “ஹஸ்தியின் பீடம் அது என்கின்றனர்” என்றார் கலிங்கர். “குலப்பெருமையை அவைக்குக் காட்டும்பொருட்டு கொண்டுவந்து போட்டிருக்கின்றனர்.” அவர் அருகே அமர்ந்திருந்த மாளவர் “ஹஸ்தி மானுடன் அல்லவா? இது மானுடர்க்குரியதல்ல” என்றார். ஆனால் பால்ஹிகர் அதில் அமர்ந்ததும் அவருடைய உடலுக்கு அது பொருந்துவதைக் கண்டு அனைவரும் சொல்லவிந்தனர். அவையினரின் விழிகள் சூழ அவர் அதில் அமர்ந்து கைகளைக் கைப்பிடியில் வைத்து அவையைக் கூர்ந்து நோக்கியபின் பூரிசிரவஸைப் பார்த்தார்.

வாழ்த்தொலிகள் எழாமல் அவை பெருமுரசின் உட்பக்கம் போன்ற அழுத்தமான முழக்கத்தையே எழுப்பிக்கொண்டிருந்தது. கனகர் அவை மேடையிலேறி கைகளை விரித்து “குருகுல பிதாமகர் வாழ்க! ஹஸ்தியின் பெயர்மைந்தர் வாழ்க! மண்ணிறங்கி வந்த விண்ணுருவர் வாழ்க!” என்று கூவியதும் அவையினர் அனைவரும் வெறிகொண்டவர்போல் கைகளை வீசி வாழ்த்தொலி எழுப்பினர். பலர் வெறியாட்டெழுந்திருப்பதைப்போல் தன்னிலை மறந்திருப்பதை பூரிசிரவஸ் கண்டான். சிலர் அழுதுகொண்டிருப்பதுபோல் தோன்றியது. “பிதாமகரே! பிதாமகரே!” என்று பலர் பொருளற்றுக் கூவினர். தெய்வக்கருவறை முன் நின்றிருக்கும் நிலைமறந்த அடியார் போலிருந்தனர்.

முன் நிரையிலிருந்து பல அரசர்கள் உணர்வெழுச்சியுடன் கைகளை விரித்தபடி அவை மேடை நோக்கி வர பிதாமகர் பீஷ்மர் எழுந்து கைகளை விரித்து அவர்களை அவையமரச் சொன்னார். “பிதாமகரை வணங்கியாக வேண்டும்! பிதாமகர் அருகே சென்றாக வேண்டும்!” என்று கூவினர். பீஷ்மர் “இங்கிருக்கும் அனைவருக்கும் அவர் பிதாமகரே. இவ்வவையினர் அனைவரும் அவரை சந்தித்து வாழ்த்து பெறுவோம். ஒருவர்பின் ஒருவராக அவை மேடைக்கு செல்வோம். அமைக! அமைக!” என்று கூவினார். துரோணர் “அவை அடங்குக! அனைவரும் அவரை அடிபணிய வாய்ப்பமையும்” என்றார்.

பால்ஹிகர் பூரிசிரவஸைத் தன் சுட்டுவிரலை நீட்டி அழைத்து “நான் யானைமேல் ஏறவேண்டுமே?” என்றார். “பொறுங்கள் பிதாமகரே, இந்த அவையினர் தங்களிடம் வாழ்த்து பெற்ற பின்னர் யானைமேல் ஏறலாம். யானை இப்போது உணவுண்டு கொண்டிருக்கிறது” என்றான். “உணவா?” என்று அவர் கேட்டார். “ஆம், நாம் நெடுந்தொலைவு செல்லவேண்டியிருக்கிறது. மலைமேல் ஏறவேண்டுமென்றால் அதற்கு உணவு தேவையல்லவா?” என்றான் பூரிசிரவஸ். பால்ஹிகர் “ஆம், உணவு கொடுக்கச் சொல்” என்றபின் அவையை நோக்கித் திரும்பி “பெருங்கூச்சலிடுகிறார்கள். யானையைக் கண்டு அஞ்சியிருப்பார்கள் என்று எண்ணுகிறேன்” என்றார்.

நிமித்திகன் அறிவிப்புமேடையேறி “பிதாமகர் பீஷ்மர் பேசுவார். அவையோர் அமைக! பீஷ்மர் பேசவிருக்கிறார்” என்று கூவ பீஷ்மர் படியேறி மேலே வந்தார். பூரிசிரவஸ் அவரை வணங்க அவர் தாழ்ந்த குரலில் “அவ்வாறே இருக்கிறாரா?” என்றார். “ஆம், பிதாமகரே” என்றான் பூரிசிரவஸ். “உளம் அழிந்துவிட்டிருக்கிறது. அவையில் அமர்வாரா?” என்றார். “ஆம்” என்ற பூரிசிரவஸ் மேலும் தாழ்ந்த குரலில் “ஆனால் எவரையும் தெரியவில்லை அவருக்கு” என்றான். “எண்ணினேன்” என்றார் பீஷ்மர். பின்னர் கைகளைக் கூப்பியபடி முன்னால் சென்று

பால்ஹிகரின் கால்களைத் தொட்டு சென்னி சூடி வணங்கினார். பால்ஹிகர் அவர் தலைமேல் கைவைத்து "புகழ் சேர்க!" என்றார்.

பீஷ்மர் எழுந்து பூரிசிரவஸிடம் "தன்னை அறியாமல் சொல்கிறார். எனினும் சரியாகவே அவர் நாவில் வருகிறது. மூதாதையரும் அன்னையரும் நாமறந்தும்கூட நாம் வெற்றி பெறுவோம் என்று வாழ்த்துவதில்லை" என்றார். எவ்வாறு எதிர்வினையாற்றுவது என்று பூரிசிரவஸுக்குத் தெரியவில்லை. அவன் புன்னகைப்பதுபோல் உதடுகளை நீட்டினான். "இங்கு வந்திருக்கிறார் என்று கேள்விப்பட்டேன். படை ஒருக்குவதற்காக எல்லையிலிருந்ததனால் உடனே இங்கு வரமுடியவில்லை. முன்னரே வந்து பிதாமகரை சந்தித்திருக்கலாம் என்று இப்போது தோன்றுகிறது" என்றார் பீஷ்மர்.

"அவர் தங்களை அடையாளம் காணவில்லை" என்றான் பூரிசிரவஸ். "நான் அவரை அடையாளம் காண்கிறேன். உண்மையில் என் தோள்களிலிருந்து பெருஞ்சுமையொன்று எழுந்தகன்றது போலிருக்கிறது. இக்குடியின் மூத்தவரென்ற நிலையில் இருந்தேன். இன்று அதை இவருக்கு அளித்துவிட்டேன்" என்றார். பீஷ்மரைத் தொடர்ந்து வந்த கிருபரும் துரோணரும் பிதாமகரை வணங்கி வாழ்த்துகொண்டு பீஷ்மர் அருகே வந்து நின்றனர். துரோணர் "என்னை வாழ்த்தினார், அழியா புகழ் கொள்க என்றார்" என்று சொல்ல கிருபர் "அவர் அனைவரிடமும் அச்சொல்லையே உரைக்கிறார்" என்றார்.

திருதராஷ்டிரர் சங்குலன் தாங்க, சஞ்சயன் தொடர, மேடையேறி வந்து பால்ஹிகரை வணங்கினார். பீடத்திலிருந்து எழும்போதே அவர் விழிநீர் வழிய நடுங்கிக்கொண்டிருந்தார். பலமுறை தள்ளாடியபடி நிற்க சங்குலன் அவரை நிலைப்படுத்தினான். பால்ஹிகரை வணங்கும்போது திருதராஷ்டிரர் மெல்ல விசும்பினார். பால்ஹிகர் அவர் தலையைத் தொட்டதும் கேவியபடி தரையில் அவர் காலடியில் அமர்ந்துவிட்டார். சங்குலன் அவரை தூக்க சஞ்சயன் "அரசே, எழுக... மேலும் அரசர் வணங்க வருகிறார்கள்" என்றான்.

அவர் தன் கைகளால் துழாவி பால்ஹிகரின் கால்களைத் தொட்டார். பெரிய பாதங்களை அவர் விரல்கள் வருடி வருடி பதைத்து அலைந்தன. சஞ்சயன் "அரசே, எழுக!" என்றான். சங்குலன் அவரை தூக்க அவர் அவனுடைய கைகளில் தொய்ந்து கிடந்தவராக மேடையிலிருந்து கீழிறங்கினார். பீடத்தை அடைந்தபோது தோள்கள் குலுங்க அழுதுகொண்டிருந்தார். பீடத்திலமர்ந்து இரு கைகளாலும் தலையைத் தாங்கி விம்மி விம்மி அழுதார். சல்யரும் சகுனியும் ஜயத்ரதனும் மேடையேறி பால்ஹிகரை வணங்கினர்.

கனகர் “அஸ்தினபுரியின் துணை அரசர்கள் அனைவரும் பிதாமகரை வணங்கலாம்” என்று அறிவித்தார். ஒவ்வொருவராக மேடையேறி வந்து அவர் காலடி தொட்டு சென்னிசூடி வணங்கினர். பல மன்னர்கள் கைகூப்பி உடல் நடுங்க விழிநீர் வழிந்து மார்பிலும் ஆடைகளிலும் சொட்ட நடந்து வந்தனர். சிலர் அவர் கால்களைத் தொட குனிந்தபோது நிலைதடுமாறி முன்னால் விழப்பார்த்தனர். உடன் வந்த இளவரசர்கள் அவர்களைப் பற்றிக்கொண்டனர். சிலர் அவர் கைகளைத் தொட்டு தங்கள் தலைமேல் வைத்து கண்களில் ஒற்றினர். சிலர் முழந்தாளிட்டு அவர் முன் அமர்ந்து அவர் தொடைமேல் தலைவைத்துக்கொண்டனர்.

மெல்ல மெல்ல அவ்வுணர்ச்சிகள் எழுந்து பெருகி அவையை ஆட்கொண்டன. அங்கிருந்த அனைவருமே அழுதுகொண்டிருப்பதை பூரிசிரவஸ் பார்த்தான். மெல்லிய விசும்பலோசையுடன் அவன் திரும்பிப் பார்த்தபோது மேடையில் அவனருகே நின்றிருந்த பீஷ்மரின் கண்களிலிருந்தும் கண்ணீர் வழிந்துகொண்டிருந்தது. அவன் பார்ப்பதைப் பார்த்ததும் புன்னகைத்து “பொருளற்ற உணர்ச்சிதான், ஆனால் இப்புவியில் இதைவிடப் பொருளுள்ளது எதுவுமில்லை என்றும் படுகிறது” என்றார். பூரிசிரவஸ் புன்னகைத்தான்.

பீஷ்மர் “அகவை மூத்தவர் மட்டுமல்ல, அனைவருக்கும் மூதாதையாக இருக்கும் தகுதியும் கொண்டவர்” என்றார். பூரிசிரவஸ் “ஆம் பிதாமகரே, இப்போதுகூட இங்கிருக்கும் எவரும் அவருடன் நிகர்நின்று தோள்பொருத முடியாது” என்றான். பீஷ்மர் நெடுமூச்சுவிட்டு “மனிதர்கள் இறப்பதில்லை. இப்புவியெங்கும் பரவியுள்ள உலகியலெனும் கரையானால் அரிக்கப்படுகிறார்கள். அவை சென்று எட்டாத உயரத்தில் அவர் வாழ்ந்திருக்கிறார். இங்கு உயிர்துறப்பதற்காக வந்திருக்கிறார்” என்றார். பூரிசிரவஸ் “ஆம்” என்றான்.

பீஷ்மர் தனக்குத்தானே என “அதுவும் ஒருவகையில் சரிதான். ஷத்ரிய மரபின்படி நோயுற்றிறப்பது ஓர் இழிவு. படைக்களத்தில் இறப்பவரே விண்ணுக்குரியவர்” என்றார். பின்னர் இடறிய தாழ்ந்த குரலில் “தன் குருதியினன் ஒருவன் கையால் இறப்பதென்பது மேலும் சிறப்பு. அது தன்னால் தான் தோற்கடிக்கப்படுதல். மண்ணில் பிற குருதியர் எவர் முன்னாலும் தோற்றதில்லை என்ற புகழுடன் விண்ணேக இயலும்” என்றார்.

29

அவையில் அரசகுடிகள் அனைவரும் பால்ஹிகரை வணங்கி வாழ்த்து பெற்று முடிந்ததும் நிமித்திகன் மேடையேறி சிற்றுணவுக்கான பொழுதை அறிவித்தான். பால்ஹிகர் எழுந்து நின்று தன் மேலாடையை இழுத்து கழுத்தில் சுற்றிக்கொண்டு பூரிசிரவஸை விழிகளால் தேடினார். அவன் ஓடி அருகே சென்று வணங்கிநிற்க "யானை உணவுண்டுவிட்டதா?" என்றார். முதலில் அவனுக்குப் புரியவில்லை. பின்னர் தன்னை மீட்டுக்கொண்டு "வருக, பிதாமகரே!" என்று அவரை அழைத்துச்சென்றான். வெளியே சென்றதும் அவருக்குப் பின்னால் வந்த கனகர் "நல்லவேளை! இவை இப்படி சிறப்பாக முடியுமென்று சற்றும் எண்ணியிருக்கவில்லை" என்றார்.

பூரிசிரவஸ் "அவர் எப்போதும் ஏமாற்றியதே இல்லை, அமைச்சரே. அத்தனை பித்துக்கும் பேதைமைக்கும் அடியில் அவர் இவ்வரசகுடியின் மூதாதை" என்றான். கனகர் "நம் யானைகளிலேயே முதன்மையான யானையை ஒருக்கி நிறுத்த ஆணையிட்டேன். செய்திருப்பார்கள்" என்றார். பூரிசிரவஸ் "ஆம், நானும் அவரிடம் அதைத்தான் சொன்னேன்" என்று பால்ஹிகரை கையைப் பிடித்து முன்னால் கொண்டுசென்றான். "நீங்கள் களிற்று முற்றத்திற்கு செல்லுங்கள். நான் பிறவற்றை ஒருக்குகிறேன்" என்றபின் கனகர் திரும்பிச்சென்றார்.

களிற்று முற்றத்தில் படைத்தலைவரான சிம்மவக்த்ரர் காத்து நின்றிருந்தார். அவர்களை நோக்கி அவர் ஓடிவர பால்ஹிகர் சிரித்து அவரை சுட்டிக்காட்டி "மூடன், யானையைக் கண்டு அஞ்சி ஓடிவருகிறான்" என்று சொன்னார். பூரிசிரவஸ் "ஆம், அது மிகப் பெரிய யானை. தங்களை மட்டுமே அது அஞ்சும்" என்றான். "நான் அந்தக் கவச

உடைகளை அணிந்துவிட்டு மேலே ஏறியிருக்கலாம். அவை வெயிலில் பளபளவென்று மின்னும். என்னை நான் பெரிய உடைவாள் என்று நினைத்துக்கொள்வேன்” என்றார். “இப்போது தாங்கள் மேலும் அழகாக இருக்கிறீர்கள். இதுதான் யானைக்கு பிடித்த கோலம்” என்று பூரிசிரவஸ் சொன்னான். “ஆம், நாம் அதை ஏமாற்றுகிறோம்” என்று சொல்லி பால்ஹிகர் கண்களைச் சிமிட்டி சிரித்தார்.

சிம்மவக்த்ரர் அருகே வந்து “பட்டத்து யானை ஒருங்கியிருக்கிறது, பால்ஹிகரே” என்றார். குரலைத் தாழ்த்தி “மெய்யாகவே பட்டத்து யானையா?” என்று பூரிசிரவஸ் கேட்டான். “பீஷ்ம பிதாமகரின் ஆணை, பட்டத்து யானை மேல் பிதாமகரை அமரவைத்து நகரத்தின் அனைத்து தெருக்களையும் சுற்றிவரச் சொல்லியிருக்கிறார்” என்றார். களிற்று முற்றத்தில் அங்காரகன் முழுதணிக்கோலத்தில் மெல்ல ஆடியபடி செவிவீசி நின்றிருந்தது. அதன் பொன்னிற முகபடாம் அலைநுரையென ஒளிகொண்டிருந்தது. முதுகிலிடப்பட்டிருந்த பெரிய அணிபடாமின் நுனியிலிருந்த பொற்குமிழ் மணிகள் அசைவின் தாளத்திற்கு ஏற்ப குலுங்கின.

பால்ஹிகர் திகைப்புடன் கைசுட்டி “இது என்ன?” என்றார். “பிதாமகரே, இதுதான் அங்காரகன், பட்டத்து யானை” என்றான் பூரிசிரவஸ். “இது ஏன் இத்தனை துணிகளை அணிந்திருக்கிறது? அனைத்தையும் கழற்றச் சொல்” என்றார். “பட்டத்து யானை அவ்வாறு அணிகளை அணியவேண்டும், பிதாமகரே” என்றான் பூரிசிரவஸ். “ஆனால் அது யானை போலவே இல்லையே? திரையணிந்த சாளரம் போலல்லவா தோன்றுகிறது?” என்றார். “இல்லை. தாங்கள் அதன்மேல் ஏறியதும் அது யானைபோல் ஆகிவிடும்” என்றான் பூரிசிரவஸ். “யானையை துணிகளை கழற்றச் சொல்” என்று அவர் மீண்டும் சொன்னார். “பிதாமகரே, ஆடைகளை கழற்றினால் யானை நாணம் கொள்ளும். சினம்கொண்டு தங்களை மேலேற்றாமலாகும்” என்றான் பூரிசிரவஸ். பால்ஹிகர் சில கணங்கள் யானையையும் அவனையும் மாறி மாறி பார்த்தபின் “அப்படியானால் நன்று” என்று சொன்னார்.

“பிதாமகரே, தாங்கள் யானையைவிட்டு எதன்பொருட்டும் கீழிறங்கக்கூடாது. யானை கால்களை மடித்ததும் தரையிலிறங்கினால் போதும்” என்றான் பூரிசிரவஸ். “நான் இறங்கமாட்டேன். யானை கால்களை மடித்தாலும் நான் இறங்கப்போவதில்லை” என்று பால்ஹிகர் சொன்னார். “தாங்கள் அதன் மேலேயே அமர்ந்திருக்கலாம். தங்களை இந்நகர் முழுக்க கொண்டு செல்லப் போகிறார்கள். தங்கள் மேல் மலர்களும் மஞ்சள்அரிசியும் தூவி குடிகள் வாழ்த்துவார்கள்” என்றான் பூரிசிரவஸ். “எதன் பொருட்டு?” என்று அவர் கேட்டார். பூரிசிரவஸ்

“தாங்கள் யானைமேல் அமர்ந்திருப்பதால். இங்கு வேறு யாரும் அந்த யானைமேல் அமரமுடியாதல்லவா?” என்றான். “ஆம், மெய்தான்” என்றார். “ஆகவே அவர்கள் ஊக்கமிகுதியால் கூச்சலிடுவார்கள். மகிழ்ச்சியால் கைவீசுவார்கள். தாங்கள் அவர்களை நோக்கியபடி கைவீசி இந்நகரை சுற்றிவருக! படைப்பிரிவுகள் அனைத்தையும் பார்த்து அந்தியில் நகர் நுழைக!” என்றான்.

பால்ஹிகர் “இதை நான் எப்போது மலைமேல் கொண்டு செல்வது?” என்றார். “நீங்கள் இந்நகரத்தை சுற்றிவருக! வந்து ஓய்வெடுத்து நாளை காலை தென்மலைக்கு செல்லலாம்” என்றான். பால்ஹிகர் சில கணங்கள் எண்ணிவிட்டு “ஆனால் நான் குருக்ஷேத்திரப் போருக்குத்தானே வந்தேன்?” என்றார். “ஆம், போர் முடிந்து நீங்கள் செல்லலாம்” என்றான். “போரில்தான் நான் இறந்துவிடுவேனே?” என்றார் பால்ஹிகர். பூரிசிரவஸ் அக்கணம் ஒரு சலிப்பை உணர்ந்தான். பால்ஹிகர் புன்னகைத்து “நாளை நான் தென்மலைக்கு சென்றுவிட்டு உடனே திரும்பிவந்து போரில் கலந்துகொண்டு உயிர்துறக்கிறேன்” என்றார். “நன்று, பிதாமகரே! தாங்கள் யானைமேல் ஏறிக்கொள்ளுங்கள்” என்று பூரிசிரவஸ் சொன்னான்.

சிம்மவக்த்ரர் “பிதாமகரே, வருக” என்றார். “யாரிவன்?” என்று பால்ஹிகர் கேட்டார். “இவர்தான் யானைக்கு பொறுப்பானவர். யானைக்குக் கீழே இவர் புரவியில் அமர்ந்திருப்பார்” என்று பூரிசிரவஸ் சொன்னான். “தங்களுக்கு என்ன தேவையென்றாலும் இவரிடம் சொல்லலாம்.” பால்ஹிகர் “நான் யானையிடம் சொல்ல முடியாதா?” என்று கேட்டார். “யானையிடமும் சொல்லலாம். ஆனால் யானையின் காது கீழே இருக்கிறது. தாங்கள் சொல்வது யானைக்கு கேட்காது. நீங்கள் இவரிடம் சொன்னால் யானையிடம் இவர் சொல்வார்” என்றான். “மெய்தான்” என்றபின் படிகளில் இறங்கி களிற்று முற்றத்தினூடாக பால்ஹிகர் நடந்தார். பூரிசிரவஸ் படிகளிலேயே நின்றான். சிம்மவக்த்ரர் அவனை நோக்கித் திரும்பி தலைவணங்கிவிட்டு பால்ஹிகருடன் சென்றார்.

யானையின் அருகே பால்ஹிகர் நின்றபோதுகூட அவர் உருவம் சிறிதெனத் தெரியவில்லை என்பதை பூரிசிரவஸ் வியப்புடன் உணர்ந்தான். அவருடன் நின்ற பாகர்களும் படைத்தலைவர்களும் எல்லாம் அவர் நெஞ்சுக்குக் கீழே இருந்தனர். அவர் தலை யானையின் காதளவு உயரமிருந்தது. அதன் காதைப்பற்றி அசைத்தபின் அவர் சிம்மவக்த்ரரை பார்த்துப் புன்னகைத்தார். பாகன் ஆணையிட யானை முன்காலை தூக்கியது. அவர் அதில் மிதித்து ஏறி மேலே சென்று அங்கிருந்த அம்பாரிமேல் அமர்ந்தார். அவருக்கு மேல் அஸ்தினபுரியின் வெண்கொற்றகுடையைப் பற்றியபடி வீரனொருவன் அமர்ந்தான். முகப்பில் வெண்ணிறத் தலைப்பாகை அணிந்த யானைப்பாகன் அமர்ந்தான்.

இரு யானைப்பாகர்கள் இருபுறமும் யானையின் காதுகளைப் பற்றிக்கொண்டனர். தலைமைப்பாகன் ஆணையிட அது மெல்ல வலக்காலை எடுத்து வைத்து முற்றத்திலிருந்து சாலை நோக்கி சென்றது. அங்கே முன்னரே அணிகொண்டிருந்த மங்கல இசைச்சூதர்கள் தங்கள் தேரில் ஏறிக்கொண்டனர். இசைத்தேர் முன்னால் செல்ல அதைத் தொடர்ந்து பட்டத்து யானைமேல் அமர்ந்து பால்ஹிகர் சென்றார். அவர் நகைத்துக்கொண்டே இருப்பதை பூரிசிரவஸ் பார்த்தான். திரும்பி பூரிசிரவஸை நோக்கிக் கைவீசி சிரித்தார். அவருக்குப் பின்னால் ஒளிரும் படைக்கலங்களுடன் வீரர்கள் தொடர்ந்து சென்றனர். அந்த ஊர்வலம் களிற்று முற்றத்திலிருந்து பெருவீதியை அடைந்து மறைந்தது.

பூரிசிரவஸ் நீள்மூச்சுடன் திரும்பி இடைநாழியினூடாக நடந்து சற்று நேரம் சென்ற பின்னரே அது உணவுப்பொழுதென்று உணர்ந்தான். உணவுக்கூடம் நோக்கி சென்றான். அங்கு ஏற்கெனவே அரசர்கள் உணவுண்ணத் தொடங்கிவிட்டிருந்தனர். சிற்றுணவு என்று சொல்லப்பட்டாலும் அனைவருக்கும் ஊனுணவும் அன்னங்களும் பரிமாறப்பட்டன. அரசர்கள் அவையிலிருந்த உளநெகிழ்வு உவகையாக மாற நிலைமறந்து கை வீசி உரக்க கூவிப் பேசிக்கொண்டிருந்தனர். அவர்கள் நடுவே சென்றபோது ஒவ்வொருவரும் பால்ஹிகருக்கும் தங்கள் குடிக்குமான குருதியுறவைப் பற்றியே பேசிக்கொண்டிருப்பதை அவன் அறிந்தான். உதிரிச் சொற்களினூடாகவே அவர்கள் சொல்ல விழைவது தெளிந்தெழுவதை எண்ணிப் புன்னகைத்துக்கொண்டான்.

கூடத்தின் வலது ஓரத்தில் சலன் அமர்ந்து உண்டுகொண்டிருப்பதைப் பார்த்தான். அருகே சென்று தனக்குரிய பீடத்தில் அமர்ந்தான். சலன் அவனிடம் "பிதாமகர் யானைக் கொட்டிலுக்கு திரும்பிவிட்டாரா?" என்றான். "இல்லை, பட்டத்து யானைமேல் ஏறி நகர்வலம் வருகிறார்" என்றான் பூரிசிரவஸ். சலன் புருவம் சுளித்து "யார் ஆணை?" என்றான். "பிதாமகர் பீஷ்மரின் ஆணை. இக்குடியின் மூதாதை நேரில் எழுந்தருள்வது போன்றது அது. அதைப்போல எழுச்சியூட்டுவது வேறில்லை" என்றான் பூரிசிரவஸ். "சில நாட்களாகவே அவர் இங்குதான் இருக்கிறார். நகர்மக்கள் பாதிபேர் அவரை பார்த்திருப்பார்கள்" என்றான் சலன். "ஆம், முன்னரே அவருடைய பேருடலைப் பற்றி மட்டுமே எண்ணியிருப்பார்கள். இன்று இவ்வரச கோலத்தில் அவரை பார்த்தால் கைகூப்பி கண்ணீர்மல்க விழுந்து வணங்குவார்கள்" என்றான் பூரிசிரவஸ்.

சலன் திரும்பி "மெய்தான். முதற்கணம் அவர் அரச மேடையில் வந்து நின்றபோது மானுட உடல் கொண்டெழுந்த தெய்வம் ஒன்றைத்தான் பார்த்தேன். என் மெய்ப்பு அடங்க வெகுநேரமாயிற்று. கண்களிலிருந்து கண்ணீர் வழிந்துகொண்டிருந்தது. இளையோனே, நானும் கைகூப்பி

அழுதுகொண்டிருந்தேன்” என்றான். “பார்த்தேன்” என்று பூரிசிரவஸ் புன்னகையுடன் சொன்னான். “மெய்யாகவே இவர் மானுடரல்ல என்றிருக்குமோ? நீ மலைக்குச் சென்று நம் மூதாதையர் வடிவை எடுத்து விளையாடிக் கொண்டிருக்கும் மலைத்தெய்வம் ஒன்றைத்தான் அழைத்து வந்தாயா?” என்றான். பூரிசிரவஸ் அவ்வெண்ணத்தால் மெய்ப்பு கொண்டான். பின்னர் சிரித்து “எதிர்காலத்தில் சூதர்கள் எழுதப்போகும் கதையை இப்பொழுதே உருவாக்குகிறீர்கள், மூத்தவரே” என்றான். சலன் தானும் நகைத்து “ஆம், இது ஒரு பெருங்காவியத்திற்கான தொடக்கம்தான்” என்றான்.

உணவுண்டு முடித்து ஒட்டியிருந்த கொட்டகையில் அமர்ந்து அரசர்கள் வாய்மணமும் இன்நீரும் கொண்டனர். ஒருவருக்கொருவர் உரத்த குரலில் பேசிக்கொண்டிருந்தனர். நல்லுணவே கள்மயக்கை அளிப்பது என பூரிசிரவஸ் எண்ணிக்கொண்டான். சிலர் இனிய களைப்பில் இருந்தனர். சிலர் துயிலில் விழிசரித்தனர். சிலர் வியர்வை வழிய கூச்சலிட்டு சிரித்துப்பேச சிலர் பூசலிடும் உளநிலை கொண்டனர். மொத்த ஓசையும் எழுந்து அலையலையென கூரையை அறைந்தது. சலன் “நகர் முழுமைக்கும் பெருங்கொட்டகையாகப் போட்டிருப்பார்கள் போலுள்ளது” என்றான். “இந்நகருக்குள் இன்றிருக்கும் மானுட எண்ணிக்கைக்கு சாலைகளைக்கூட இணைத்து ஒற்றைபெரும் மாளிகையாக மாற்றிவிடவேண்டியதுதான்” என்று பூரிசிரவஸ் சொன்னான்.

கூட்டத்தினூடாக கடந்து வந்த கனகர் பூரிசிரவஸிடம் “அவை கூடவிருக்கிறது. இன்னும் சற்று நேரத்தில் கொம்புகள் ஒலிக்கும்” என்றபின் குரல் தாழ்த்தி “பேரரசர் திருதராஷ்டிரர் தங்களை சந்திக்க விரும்புகிறார்” என்றார். “என்னையா?” என்ற பூரிசிரவஸ் எழுந்தான். “ஆம், வருக!” என்று கனகர் சொன்னார். சலனிடம் விடைபெற்றுக்கொண்டு அக்கொட்டகையில் நிறைந்திருந்த அரசர்கள் நடுவே எதிர்ப்பட்டவர்கள் அனைவரையும் தலைவணங்கி ஓரிரு சொல் முகமனுரைத்தபடி கனகரைத் தொடர்ந்து அவன் சென்றான். இடைநாழியில் செல்கையில் கனகர் “பேரரசர் சற்றே உளம் திரிபு கொண்டிருக்கிறார்” என்றார். “ஏன்?” என்று அவன் கேட்டான். “அதை நீங்களே பேசிக்கொள்ளுங்கள்” என்று கனகர் சொன்னார்.

அரசவையை ஒட்டிய சிற்றறைக்குள் திருதராஷ்டிரர் ஓய்வெடுத்துக் கொண்டிருந்ததை வெளியே இருந்த கொடி காட்டியது. அவர்கள் சென்றதும் வாயில்காத்த சங்குலன் அவர்களை நோக்கி விழிதூக்காமலேயே உள்ளே செல்லும்படி பணித்தான். பூரிசிரவஸ் கைகூப்பியபடி உள்ளே சென்று அங்கே பெரும்பீடத்தில் கால் நீட்டி உடல் தளர்த்தி அமர்ந்திருந்த திருதராஷ்டிரரை அணுகி தாள்பணிந்து “அரசே, நான் பால்ஹிகன்,

பூரிசிரவஸ்" என்றான். "தெரிகிறது. உன் மணத்தை நான் மறக்கவில்லை" என்று சொன்ன திருதராஷ்டிரர் கைவீசி "அமர்க!" என்றார். அவர் உடலில் தசைகள் நெகிழ்ந்து இறுகி சிற்றலை கொண்டிருந்தன. பற்களைக் கடித்திருந்தமையால் தாடை இறுகியசைந்தது.

பூரிசிரவஸ் அமர்ந்தான். அவர் "பிதாமகர் எங்கிருக்கிறார்?" என்றார். பூரிசிரவஸ் "அவர் யானைமேல் ஏறி நகர்வலம் சென்றிருக்கிறார். பீஷ்ம பிதாமகரின் ஆணை அது" என்றான். "நன்று" என்று திருதராஷ்டிரர் முனகிக்கொண்டார். கைகளை ஒன்றுடன் ஒன்று சேர்த்து இறுக்கிக்கொண்டு "அது நன்றே. அவரை மக்கள் காணட்டும். அவரே இக்குடியின் முதன்மையர் என அவர்கள் அறியட்டும்" என்றார். பின்னர் "பால்ஹிகனே, இப்போது குருகுலத்தின் முடிக்கு முழுதுரிமை கொண்டவர் யார்?" என்றார். அவர் எண்ணுவதை உணர்ந்துகொண்ட பூரிசிரவஸ் "பால்ஹிக மூதாதைதான்" என்றான். "ஆம், அவர் துறந்தமையால்தான் மணிமுடி பிறருக்கு வந்தது. அவர் இல்லை என்பதனால்தான் அரசர் சூடமுடிகிறது" என்றான்.

"பால்ஹிகனே, இப்போர் ஒழிவதற்கு வழி ஒன்றே. அதை நான் இன்று அவையில் கண்டுகொண்டேன். மணிமுடி பால்ஹிகப் பிதாமகருக்குரியது என நான் அவையில் இன்று அறிவிக்கிறேன். அவர் அதை சூடட்டும். அவர் இந்நிலத்திற்கும் குடிக்கும் தலைமைகொள்ளட்டும். அதன்பின் போர் நிகழ வாய்ப்பில்லை" என்றார் திருதராஷ்டிரர். "இல்லை, பேரரசே. அது தவறான கணிப்பு. அங்ஙனம் போர் நின்றுவிடாது. பாரதவர்ஷத்தின் அரசர்கள் போருக்கென திரண்டெழுந்துவிட்டனர். படைகள் கூடிவிட்டன. போர் ஒருக்கங்கள் முடிந்துவிட்டன. போர்வஞ்சினம் இன்று உரைக்கப்படவுள்ளது. ஓரிருநாட்களில் படைகள் குருக்ஷேத்திரம் நோக்கி செல்லப்போகின்றன."

"எவருக்கு எதிராக?" என்றார் திருதராஷ்டிரர். "பால்ஹிகப் பிதாமகர் முடிசூடினால் அதை யுதிஷ்டிரன் மறுக்கப்போவதில்லை. அவன் மறுத்து படைகொண்டுவராவிட்டால் எவருக்கு எதிராக இவர்கள் போரிடுவார்கள்?" அவர் முகம் கோணலாகி இழுபட தலை ஆடியது. இடக்கை அடிபட்ட நாகம்போல் துவண்டு அசைந்தது. "அல்லது நான் மணிமுடியை என் மூதாதைக்கே திருப்பியளிப்பதை துரியோதனன்தான் மறுக்கப்போகிறானா? மறுத்தால் அஸ்தினபுரியின் படைகளும் குடிகளும் அதை ஏற்பார்களா? பால்ஹிகனே, இங்குள்ள ஷத்ரியர் படைகொண்டு எழுந்திருப்பதே ஷத்ரிய குடிமுறைமைகளைக் காக்கவும் அக்குடிமுறைகளுக்கு அடிப்படையாக உள்ள வேதத்தை நிலைநிறுத்தவும்தானே? மூதாதைக்கு முடி மறுப்பவனை அவர்கள் ஆதரிப்பார்களா?"

பூரிசிரவஸ் மறுமொழி சொல்லவில்லை. அதெப்படி என்று உள்ளம் வியந்தாலும்கூட அது நிகழக்கூடியதே என்று தோன்றிக்கொண்டிருந்தது. "என் கண்முன் என் மைந்தர் அழிவதை தடுக்க எனக்கு மூதாதையர் அளித்த வாய்ப்பு இது. அரச உடையணிந்து பேருருக்கொண்டு என் மூதாதை இன்று அவைக்கு வந்த கணமே அதை உணர்ந்தேன். ஹஸ்தி இன்று அவையிலெழுந்தருளினார். ஹஸ்தியின் முன் நான் அடிபணிந்தேன். என் மூதாதையரின் ஆணை இது. அவர்கள் முன் எச்சமின்றி பணிந்து அமைவது மட்டுமே என் கடன்" என்றார் திருதராஷ்டிரர். "ஆம், போர் முடிந்துவிட்டது. அதை அருகெனக் காண்கிறேன். இனி என் மைந்தர் போரிட்டு அழியமாட்டார்கள்."

பூரிசிரவஸ் பெருமூச்சுவிட்டான். "மூதாதை அரசமைக்கிறார் என்று யுதிஷ்டிரனிடம் சென்று சொல்லச் சொல். விதுரனிடம் சொல். அவனை என்னை வந்து பார்க்கச்சொன்னேன், அவன் வரவில்லை. அவன் வரட்டும். அவனே சென்று பாண்டவர்களிடம் சொல்லட்டும். அவர்கள் இங்கே வருவார்கள். என் மைந்தருடன் கைகோப்பார்கள். என் மைந்தர்..." உதடுகள் விம்மலில் வெடிக்க உடல் மெல்ல அதிர திருதராஷ்டிரர் விம்மி அழுதார். "என் மைந்தர் மீண்டும் ஒன்றாவார்கள். இந்த அஸ்தினபுரியின் தொன்மையான முற்றத்தில் மீண்டும் இளையோர் என அவர்கள் தோள்தழுவி விளையாடுவார்கள். மீண்டும் இந்நகரை நோக்கி விண்ணமர்ந்த சந்தனுவும் விசித்திரவீரியரும் புன்னகைப்பார்கள்.

"தெய்வங்களே, மூதாதையரே, எனக்கு மீண்டும் ஒரு நல்வாய்ப்பை அளித்தீர்கள்... என்னை மீண்டும் நம்பிக்கையுடன் வாழச் செய்திருக்கிறீர்கள்... இனி நான் இறக்கவியலும். இந்த அஸ்தினபுரியின் அரண்மனை முற்றத்திலிருந்து நான் சிதைநோக்கி செல்கையில் ஒருமுனையில் பாண்டவரும் மறுமுனையில் கௌரவரும் என் படுசேக்கையை ஏந்தியிருப்பார்கள். நான் எரிகையில் இருசாராரும் விழிநீர் சிந்துவார்கள்..." அவர் கையைத் தூக்கி விழிகளென்றான தசைக்கோளங்கள் உருள திணறினார். புன்னகையில் கரிய முகத்தில் பெரிய பற்கள் ஒளியுடன் எழுந்தன.

"ஆம்! நான் விண்ணேகி அன்னை சத்யவதியிடம் சொல்வேன். ஒரு வெறும் ஊடல். குருதியிலெழுந்த சிறு குமிழி. அனைத்தும் சீராகிவிட்டது. அன்னையே, கீழே நோக்குங்கள். அங்கே நம்குடியின் சிறுமைந்தர் கைகோத்து ஆடிக்களிப்பதை. நம் நிலம் வெல்லமுடியாததாக ஆகியிருப்பதை. கருவூலங்களில் பொன்நிறைய களஞ்சியங்களில் நெல்நிறைய ஆபெருக்க நீர்செழிக்க காடு தழைக்க நம் நாட்டின்மேல் தேவர்கள் நிறைந்திருப்பதை... அங்கே எங்கள் அன்னையர் அம்பிகையும் அம்பாலிகையும் இருப்பார்கள். என் இளையோன் பாண்டு..."

அவர் மீண்டும் விம்மியழுதார். தொண்டை அடைக்க செருமி முனகி "என் இளையோன் பாண்டு... அவன் அங்கிருப்பான். அவனை என்னால் அணைத்து நெஞ்சோடு சேர்க்க முடியும். நம் மைந்தர் நலம்கொண்டனர் இளையோனே என்று சொல்லமுடியும்..." என்றார். அவர் முகம் உறுதிகொண்டது. ஆம் என தலையை அசைத்தபடி "மாற்று எண்ணத்துக்கே இடமில்லை. நான் முடிவுசெய்துவிட்டேன். குருகுலத்தின் மணிமுடி பால்ஹிகப் பிதாமகருக்குரியது. நீ இதை எவரிடமும் சொல்லவேண்டியதில்லை. மீண்டும் அவைகூடும்போது பிதாமகர் அவையில் இருக்கவேண்டும்" என்றார்.

"ஆணை" என்றான் பூரிசிரவஸ். "அவரை அழைத்து வந்து அவ்வரியணையில் மீண்டும் அமர்த்துக! ஹஸ்தியின் மணிமுடி கருவூலத்திலுள்ளது. அதை எடுத்துவரும்படி ஆணையிட்டிருக்கிறேன். பால்ஹிகப் பிதாமகர் அதைச் சூடி அமரட்டும். இன்று அவையில் எழுந்த உளக்கொந்தளிப்பை பார்த்தாயல்லவா? எண்ணிக்கொள், வாழ்த்தொலி அன்றி பிறிதொரு சொல்லும் எழாது. அஸ்தினபுரியின்கீழ் அனைத்து ஷத்ரியக்குடிகளும் ஒன்றென நின்றிருக்கும். கிராதரும் நிஷாதரும் அசுரரும் அரக்கரும் அஞ்சி பின்னடைவர். பாரதவர்ஷம் வேதச்சொல் திகழ வாழும்... ஆம், அதுவே நிகழவிருக்கிறது."

மீண்டும் பூரிசிரவஸ் "ஆணை" என்றான். "செல்க!" என்றார் திருதராஷ்டிரர். தலைவணங்கி பூரிசிரவஸ் வெளியே நடந்தான். வெளியே நின்றிருந்த கனகர் "என்ன சொல்கிறார்?" என்றார். "பெருங்கனவு... இனி கனவுகளில்தான் அவர் தன்னை நிறைவடையச் செய்யவேண்டும்..." என்றான் பூரிசிரவஸ். "என்ன சொன்னார்?" என்று கனகர் கேட்டார். "ஹஸ்தியின் மணிமுடியை அவைக்குக் கொண்டுவரச்சொல்லி ஆணையிட்டிருக்கிறார்" என்றபடி முன்னால் நடந்த பூரிசிரவஸின் பின்னால் வந்தார். "பால்ஹிக மூதாதையை முடிசூட்டிவிட்டால் போர் ஒழிந்துவிடும் என எண்ணுகிறார்" என்றான் பூரிசிரவஸ். கனகர் நின்றுவிட்டார். பின்னர் மீண்டும் ஓடிவந்து "அது நிகழக்கூடும்!" என்றார். "நிகழாது" என்றான் பூரிசிரவஸ். "அனைத்தும் அவ்வாறு நிகழ்வதற்கு உகந்தவையாகவே தெரிகின்றன. ஆனால் தெய்வங்கள் அதை விழையவில்லை என்பதும் கண்கூடாகத் தெரிகிறது."

இடைநாழியினூடாக பூரிசிரவஸ் நடந்தான். அப்பால் கொம்போசை எழுந்தது. ஏவலர்களும் காவலர்களும் ஊட்டறைக்கும் அரசர்கள் அமர்ந்த கொட்டகைக்கும் சென்றனர். அங்கிருந்து அரசர்கள் எழுந்து ஆடை திருத்தி தங்கள் அணுக்கர்களுடன் உரையாடியபடியே அவை நோக்கி செல்லத்தொடங்கினர். அவன் எங்கு செல்வதென்று அறியாமல் தயங்கி நின்றான். முதலில் தோன்றியது விதுரரிடம் சென்று என்ன

நிகழவிருக்கிறது என்று சொல்ல வேண்டுமென்றுதான். ஆனால் அவர் விழிகள் இறந்துவிட்டிருந்தன. சொல்கேட்க அவ்வுடலுக்குள் எவருமில்லை. அல்லது துரியோதனனிடம் சொல்லவேண்டும். அதற்கு முன் அரசரின் ஆணையை நிறைவேற்றியாக வேண்டும்.

ஆனால் மேலும் சில எட்டுகள் வைத்தபோது அரசரின் ஆணைக்கு முன்னரே தான் செய்யவேண்டியது துரியோதனனை சந்தித்து அரசரின் எண்ணப்போக்கை அறிவிப்பதுதான் என்று அவன் எண்ணினான். மேலுமிரு எட்டு வைக்க அவன் உள்ளம் சொல்கோத்து அமைத்ததும் எண்ணம் உறுதியாயிற்று. இப்போது மணிமுடிசூடி அரியணையில் அமர்ந்திருப்பவர் துரியோதனர். எனது கடப்பாடு இக்குடிக்கோ கொடிவழிக்கோ அல்ல. இதன் மணிமுடிக்கு மட்டுமே. அச்சொற்றொடரை சொல்லச் சொல்ல அவன் மேலும் தெளிவடைந்தான். திரும்பி இரு சிற்றறைகளினூடாக துரியோதனன் அமர்ந்திருந்த அரசஅறை நோக்கி சென்றான். செல்லும் வழியிலேயே சுபாகு அவனைக் கண்டு அருகே வந்து “என்ன?” என்றான். தன் முகக்குறி கவலையைக் காட்டுவதை உணர்ந்து அவன் புன்னகையைக் காட்டி “ஒன்றுமில்லை. அரசரிடம் தனியாக சில சொற்கள் பேசவேண்டும்” என்றான். “தனியாகத்தான் இருக்கிறார். உடன் மூத்தவர் துச்சாதனர் மட்டுமே” என்றான் சுபாகு.

“நன்று” என்றபின் அவன் சென்று சிற்றறை வாயிலில் காவலுக்கு நின்றிருந்த துர்மதனிடம் “அரசரைப் பார்க்க வேண்டும்” என்றான். அவனுடைய முகக்குறியால் துர்மதனும் விழிமாறினான். துர்மதன் உள்ளே சென்று ஒப்புதல் பெற்று வெளியே வந்து கைகாட்டினான். சிற்றறைக்குள் தன் கால்களை சிறுபீடத்தின்மேல் தூக்கி வைத்து சாய்ந்த பீடத்தில் படுத்ததுபோல் துரியோதனன் அமர்ந்திருந்தான். கைகளை தன் வயிற்றின்மேல் கட்டியிருந்தான். அப்பால் சாளரத்தருகே துச்சாதனன் கைகட்டி நின்றிருந்தான். உள்ளே வந்த பூரிசிரவஸ் தனக்குப் பின்னால் கதவு மூடப்பட்டதைத் திரும்பிப் பார்த்தபின் “வணங்குகிறேன், அரசே. சற்று முன் நான் பேரரசரை சந்திக்க வேண்டியிருந்தது. என்னை சந்திக்குமாறு அழைப்பு அனுப்பியிருந்தார்” என்றான்.

“ஆம், கனகர் தங்களை அழைத்ததை அறிந்தேன்” என்றான் துரியோதனன். தான் அவனிடம் சொல்லவந்தது எத்தனை நன்று என பூரிசிரவஸ் எண்ணிக்கொண்டான். “பேரரசர் என்னிடம் உடனடியாக மூதாதை பால்ஹிகரை அவைக்கு அழைத்துவரும்படி ஆணையிட்டிருக்கிறார்.” துரியோதனன் புருவங்கள் சுருங்கின. “அவர் அவைக்கு வரவேண்டுமென்று ஆணை” என்று மீண்டும் பூரிசிரவஸ் சொன்னான். “சொல்க!” என்று துரியோதனன் கைகாட்டினான். “அவ்வாணையை நிறைவேற்றுவதற்கு முன்னர் தங்களை சந்தித்து அவரது எண்ணத்தை சொல்லிவிட்டுப்

போகவேண்டுமென்று தோன்றியது. அரசே, பால்ஹிகரின் வருகை விண்வாழும் மூதாதை ஒருவர் மண் இறங்குதல் என்று அரசர் எண்ணுகிறார். முன்னரே போரை எண்ணி அவர் உள்ளம் கலங்கிக்கொண்டிருக்கிறது. இப்போரில் தன் மைந்தர் முற்றழிவார்கள் என்று அவர் அஞ்சுகிறார்."

துரியோதனன் "ஒவ்வொரு நாளும் நிமித்திகர்கள் அவரிடம் அதை சொல்லிக் கொண்டிருக்கிறார்கள்" என்றான். "ஆம், அதை தவிர்க்கும் பொருட்டுதான் மண்மறைந்த மூதாதையர் பால்ஹிகரை அனுப்பியிருக்கிறார்கள் என்று எண்ணுகிறார். குலமுறைப்படி ஹஸ்தியின் கொடிவழியில் இன்றிருக்கும் மூத்தவர் பால்ஹிக பிதாமகரே. எனவே அவருக்குத்தான் மணிமுடி உரியது. தான் தந்தையிடமிருந்து பெற்ற மணிமுடியை திரும்ப அவருக்கே அளித்துவிடப்போவதாக பேரரசர் கூறுகிறார்" என்றான்.

துரியோதனன் முகத்தில் எந்த மாறுதலும் தெரியவில்லை ஆனால் விழிகள் பூரிசிரவஸின் மேல் அசைவின்றிப் பதிந்திருந்தன. "அவர் கூறுவது குலமுறைப்படி சரியானதே. முன்னர் பிதாமகர் பீஷ்மர் அளித்ததன் பொருட்டே மணிமுடி பேரரசருக்கு வந்தது. இன்று அவையில் நீங்கள் பார்த்திருப்பீர்கள். அரசர்களின் உணர்ச்சிக் கொந்தளிப்பு மேலும் மேலுமெனக் கிளர்ந்துகொண்டிருக்கின்றது. பேரரசர் அவையெழுந்து தன் மணிமுடியைத் திரும்பவும் பால்ஹிகருக்கே அளிப்பதாக சொன்னாரென்றால் அவையில் எழுவது வாழ்த்தொலிகளும் விழிநீர் கொந்தளிப்புமாகவே இருக்கும். அதனால் போர் நின்றுவிடுமென்று அவர் எண்ணுகிறார். பால்ஹிகரை மீறி எண்ண அஸ்தினபுரியின் குடிகளாலோ படைவீரர்களாலோ இயலாது. பாண்டவர்களாலும் அதை எண்ணிப் பார்க்க இயலாது" என்றபின் பூரிசிரவஸ் "மெய்யாகவே போரை நிறுத்துவதற்கான மிகச் சரியான வழி இதுதான். போர் எதன்பொருட்டேனும் நிற்குமென்றால் இதன்பொருட்டே" என்றான்.

துச்சாதனன் "மூத்தவரே, நான் மாதுலரையும் கணிகரையும் இங்கு வரவழைக்கிறேன்" என்றான். "வேண்டாம்" என்று துரியோதனன் கையசைத்து அவனைத் தடுத்தான். பூரிசிரவஸ் "அரசே, முடியைத் திருப்பி அளிக்க முடியாதென்று தாங்கள் நிலைகொள்ளலாம். ஆனால் எந்த அரசனும் தன் குடிகளையும் படைகளையும் பகைத்துக்கொண்டு மணிமுடி சூடி அமர இயலாது. அரசரின் மணிமுடி என்பது குடிகளால் சூட்டப்படுவதும் படைகளால் நிலைநிறுத்தப்படுவதுமாகும். குடிகளும் படைகளும் குலநெறிப்படியும் தொல்லறங்களின்படியுமே அரசர்களை ஏற்றுக்கொள்கிறார்கள்" என்றான். பின்னர் "அனைத்தையும்விட போர்வீரர்களின் நம்பிக்கை முதன்மையானது. உயிர்துறக்கச் செல்வோர் உறுதிகொண்டிருக்கவேண்டும். அது கலைந்தால் ஒரு சொல், ஒரு

கணநேரத் தயக்கம் போதும், அணிகுலைந்து அவர்கள் பின்வாங்கத் தொடங்குவர்” என்றான்.

துரியோதனன் சில கணங்கள் அசைவின்றி அமர்ந்திருந்தபின் சற்றே கலைந்து பூரிசிரவஸிடம் “எதுவாயினும் பேரரசரின் ஆணை, அதை நீர் இயற்றியாகவேண்டும். சென்று பிதாமகரை அவை திரும்பும்படி செய்க!” என்றபின் திரும்பி துச்சாதனனிடம் “நாம் அவை புகுவோம், இளையோனே” என்றான். துச்சாதனன் தலைவணங்கினான்.

30

பூரிசிரவஸ் இடைநாழியினூடாக செல்கையில் சிற்றமைச்சர் மனோதரர் எதிர்பட்டார். “கனகர் எங்கே?” என்று பூரிசிரவஸ் கேட்டான். “பெருவைதிகர்களை அழைப்பதற்காக சென்றிருக்கிறார். பேரவையில் தென்னெரி எழுப்பப்படவேண்டும் என்றும், சிறு வேள்வி ஒன்று நடத்தப்பட வேண்டுமென்றும் சொல்லியிருக்கிறார்” என்றார் மனோதரர். அது எதற்கு என பூரிசிரவஸ் சொல்வதிலிருந்து உய்த்தறிய அவர் விழைவது தெரிந்தது. பூரிசிரவஸ் ஒன்றும் சொல்லாமல் நின்றிருக்க “இங்கிருப்பவர்கள் அவைமுறைமைப்படி வாழ்த்துரைக்கும் எளிய வைதிகர்கள். வேள்விக்குரிய வைதிகர்கள் அல்ல. அவர்களை முறைப்படி அரிசியும் மலரும் பொன்னுடன் அளித்து அரசகுடியினர் ஒருவர் அழைக்கவேண்டும். அமைச்சர் கனகர் இளவரசர் துச்சகருடன் சென்றிருக்கிறார்” என்றார்.

பூரிசிரவஸ் அதற்குள் முடிவெடுத்தான், அத்தருணத்தில் நகருக்குள் சென்று பால்ஹிகரைத் திரும்ப அழைத்து வருவது வீண். அதற்குப் படைத்தலைவரிடமே ஆணை அனுப்பிவிட்டு மீண்டும் அவைக்குச் செல்வதே நன்று. இது வரலாற்றுத் தருணம். அதில் தான் உடன் இருக்க வேண்டுமென்ற விழைவே தன்னுள் முதன்மையாக இருக்கிறது என்பதை உணர்ந்தபோது அவன் உள்ளத்தில் அதுவரை இருந்த இறுக்கம் தளர்ந்தது. இயல்பாக நடந்து களிற்று முற்றத்தை அடைந்தான். அங்கிருந்த துணைப்படைத்தலைவன் சக்ரநாபன் விரைந்து அருகே வந்து பணிந்தான். “பேரரசரின் ஆணை இது. எவ்வளவு முடியுமோ அவ்வளவு விரைவாக பால்ஹிக மூதாதை அரண்மனைக்குத் திரும்ப வேண்டும். அவர் அவைக்கு முன் தோன்றவேண்டும் என்பது பேரரசரின் விழைவு.

செல்க!" என்றான். அவன் தலைவணங்கினான். "அவர் களிற்று முற்றத்திற்கு வந்ததும் என்னிடம் வந்து கூறுக! நான் வந்து அழைத்துச் செல்கிறேன். அவரிடம் இங்கு வருவதாக சொல்லவேண்டாம், மறுக்கக்கூடும். மேலும் எங்கோ செல்வதாகச் சொல்லி சுழன்று அவைமுகப்புக்கே வந்தால் போதும்" என்றபின் மீண்டும் இடைநாழியினூடாக நடந்தான்.

அனைத்துச் சிற்றமைச்சர்களும் பரபரப்புடனும் பதற்றத்துடனும் அங்குமிங்கும் ஓடிக்கொண்டிருப்பது தெரிந்தது. சிறுவாயிலினூடாக அவைக்குள் நுழைந்தான். எதிரே வந்த அவையமைச்சர் சுநீதரிடம் "பால்ஹிக மூதாதையிடம் அவைக்குத் திரும்பும்படி தகவல் தெரிவிக்கப்பட்டுவிட்டது என்று மட்டும் பேரரசரிடம் சொல்க!" என்றபின் அரசர்கள் நடுவே குனிந்து சென்று சலனின் அருகே அமர்ந்தான். சலன் திரும்பிப்பார்த்து "எங்கிருந்தாய்?" என்றான். "பேரரசர் சிறிய பணியொன்றை அளித்தார்" என்றான். "இப்போது அவையின் உளநிலையே மாறிவிட்டது" என்று சலன் சொன்னான். "இங்கு போர் அறைகூவல் விடுக்கப்படும்போது பெரும்பாலானவர்களின் உள்ளம் ஆழத்தில் எங்கோ சற்று நிலையின்மை கொண்டிருக்கும் என்று எனக்கு தோன்றுகிறது. ஏனெனில் அந்த நிறைவின்மை எனக்கும் இருந்தது. இது எப்படி நோக்கினாலும் ஒரு எளிய குடிப்போர். உளந்திறந்து பேசி முடித்திருக்கப்படவேண்டிய முடிப்பூசல். இருபுறமும் பாரதவர்ஷத்தின் அனைத்து அரசகுடிகளும் தொல்குடிகளும் திரண்டு நின்று போரிட்டு முற்றழிவை நிகழ்த்தி எய்தவேண்டியது ஏதுமில்லை.

"போருக்குப் பின் எவர் வென்றாலும் தோற்றாலும் இங்குள்ள அரசுச் சூழல் எப்படியிருக்குமென்று எவராலும் இன்று சொல்ல முடியாது. மெய்யாக சொல்லப்போனால் இப்போரில் ஈடுபடும் அனைவருமே ஆற்றல் குன்றி அழிய, இப்போருக்கு அப்பாலிருக்கும் அறியாத் தொல்குடியினர் படைகொண்டுவந்து பாரதவர்ஷம் முழுமையும் கைபற்றி ஆளக்கூடுமென்று நான் அஞ்சுகிறேன். நேற்று மாலை ஊட்டறையில் ஷத்ரியர்களிடமும் சிற்றரசர்களிடமும் பேசியபோது அனைவருமே அந்த அச்சத்தை விரைந்து பகிர்ந்துகொண்டனர். ஏனெனில் ஏதோ ஒருவகையில் அனைவருமே அதை எண்ணிக்கொண்டிருந்தனர். போருக்குப் பின் எவருமே முந்தைய ஆற்றலுடன் எழப்போவதில்லை. ஆகவே இன்று போருக்கான அரச வஞ்சினம் உரைக்கப்படுகையில் செயற்கையாக உந்தி ஊதி எழுப்பி நிறுத்தப்படும் உளவிசையே இங்கு வெளிப்படும் என்று எண்ணியிருந்தேன். ஆனால் பிதாமகர் தோன்றியதுமே அனைத்தும் மாறிவிட்டது. அவர் பொருட்டு உயிர்துறப்பதும் பெருமை என்று அனைவருமே எண்ணத் தலைப்பட்டுள்ளனர்" என்றான் சலன்.

பூரிசிரவஸ் பெருமூச்சுவிட்டான். "என்ன?" என்று சலன் கேட்டான். "ஒன்றுமில்லை" என்று பூரிசிரவஸ் சொன்னான். "நீ பெருமூச்சுவிட்டதைப் பார்த்தால் அரசரின் மணிமுடியுரிமை மேல் ஏதோ இடர் எழுகிறது என்று தோன்றுகிறது" என்றான் சலன். பூரிசிரவஸ் திரும்பிப் பார்த்தான். சலன் எத்தனை கூர்மையாகத் தன் உள்ளத்தைத் தொடர்கிறான் என்று எண்ணியதும் பிறிதெங்கிருந்தோ ஓர் குரலென தனியொரு எண்ணம் தோன்றியது. குருக்ஷேத்திரப் போரில் தான் இறந்தால்கூட பால்ஹிக நகரிக்குப் பேரரசனாக சலன் திகழமுடியும். போருக்குப் பிந்தைய சூழல் எதுவாக இருந்தாலும் அதில் பால்ஹிகபுரியை அவன் நடத்திக்கொண்டு செல்ல முடியும். அது நிறைவையும் ஏக்கத்தையும் அளித்தது.

"மூத்தவரே, பேரரசர் திருதராஷ்டிரர் இம்மணிமுடிக்குரியவர் பால்ஹிகரே என்று எண்ணுகிறார். முடியை அவருக்கே திருப்பி அளித்தால் பாரதவர்ஷத்தில் போர் நின்றுவிடுமென்று திட்டமிடுகிறார்" என்றான். சலன் புன்னகைத்து "ஆம், சிறந்த எண்ணம். எனக்குக்கூட அவ்வாறு தோன்றவில்லை. குலமுறைப்படி மணிமுடிக்குரியவர் பால்ஹிகரே. அவர் மணிமுடிசூடுவதை எவர் எதிர்க்கப்போகிறார்கள்?" என்றான். பூரிசிரவஸ் "ஒருபோதும் முடிதுறப்பதை துரியோதனர் ஏற்கமாட்டார்" என்றான்.

"ஏற்காமலிருக்க அவரால் இயலாது. முரண்பட்டால் தனது அணுக்கச் சிறுபடையினருடன் பிரிந்து சென்று ஒரு சிறு பூசலை மட்டும் இவரால் நிகழ்த்த முடியும். பார்த்தாயல்லவா இங்கிருக்கும் அரசர்கள் அனைவரும் பால்ஹிகர் காலடியில் தங்கள் தலைகளை வைத்துவிட்டார்கள்?" என்றான் சலன். "நன்று நிகழ்ந்தது. நீ அவரை மலைமீதிருந்து அழைத்து வந்தபோது ஏன் இந்த வீண் வேலை என்று எண்ணினேன். இங்கு இவ்வாறு ஒரு நன்று நிகழ்வதன் பொருட்டுதான் அது நிகழ்ந்திருக்கிறது என்று தோன்றுகிறது. விண்ணில் நிலைகொண்டிருந்த மூதாதையர்கள்தான் மலையுச்சியிலிருந்த அவரைக் கீழிறக்கியிருக்கிறார்கள்."

"அதையேதான் திருதராஷ்டிரப் பேரரசரும் சொன்னார்" என்றான் பூரிசிரவஸ். "என் உள்ளத்திலிருந்து எடையொன்று அகன்றது, இளையோனே. வெறும் அரசியல் நலனுக்காக பொருந்தாப் போர் ஒன்றில் படையுடன் வந்து சேர்ந்துகொண்டிருக்கிறோம் என்ற உறுத்தல் இருந்துகொண்டே இருந்தது. இப்போர் தவிர்க்கப்படுமெனில் அதில் பேருவகை கொள்பவர்களில் ஒருவனாக நானும் இருப்பேன்" என்றான் சலன். பூரிசிரவஸ் "தவிர்க்கப்படுமெனில் நன்று" என்றான். "ஏன்?" என்று சலன் கேட்டான். "தெரியவில்லை. தவிர்க்கப்படுவதற்கான அனைத்து வாய்ப்புகளுமே எண்ணி நோக்குகையில் கண்ணில் படுகின்றன. ஆனால் பிறிதொரு நோக்கில் சென்ற பல ஆண்டுகளாக நிகழ்வன ஒவ்வொன்றும்

ஒவ்வொருவரையும் அப்போரை நோக்கியே செலுத்திக்கொண்டிருந்தது. அது முன்னரே தெய்வங்களால் முடிவெடுக்கப்பட்டுவிட்டது. அதுவன்றி பிறிதேதும் நிகழ வாய்ப்பே இல்லை. தீட்டப்பட்ட வாள் குருதியை அடையும் என்பார்கள்” என்றான்.

சலன் சோர்வுடன் “ஆம், நீ சொல்லும்போது அதுவும் சரிதான் என்றே எனக்குத் தோன்றுகிறது” என்றான். பூரிசிரவஸ் “மூத்தவரே, பெருநிகழ்வுகள் மலையுச்சிப் பெரும்பாறை உருண்டு கீழிறங்குவதுபோல. தொடங்கிய பின் அனைத்துத் தடைகளையும் நொறுக்கியபடி சென்று கொண்டேதான் இருக்கும்” என்றான். சலன் மறுமொழி சொல்லாமல் தலையசைத்த பின் கைகளை மார்பில் கோட்டியபடி அவையை நோக்கிக்கொண்டிருந்தான். பூரிசிரவஸும் பெருமூச்சுடன் உடலை எளிதாக்கி அவையில் விழிசெலுத்தினான்.

அவையில் அரசர்களும் குடித்தலைவர்களும் நிரந்து அமர்ந்துவிட்டிருந்தனர். பீஷ்மரும் கிருபரும் துரோணரும் ஒன்றாக அவைக்குள் நுழைந்தனர். ஒவ்வொரு முகமும் மலர்ந்திருப்பதை பூரிசிரவஸ் பார்த்தான். துரோணர் ஏதோ சொன்னதற்கு பீஷ்மர் புன்னகைத்து தலையசைக்க கிருபர் வெடித்து நகைத்தார். ஜலகந்தன் அவர்களை அழைத்துச் சென்று பீடத்தில் அமரவைத்தான். சகுனி வந்து தன் இடத்தில் அமர இரண்டு ஏவலர்கள் மூங்கில் தூளியில் கணிகரை தூக்கிவந்து அவருடைய மெத்தைமேல் இறக்கி படுக்க வைத்தனர். கௌரவர்கள் வெளியே அரசர்கள் எவரும் எஞ்சவில்லை என்பதை உறுதி செய்த பின் தாங்களும் வந்து அவைக்குள் அமர்ந்தனர்.

மேடையில் துரியோதனன் வந்து அமர்ந்த பின் சிற்றமைச்சர் வெளியே சென்று சொல்ல திருதராஷ்டிரர் அவைபுகுந்து தன் பீடத்தில் அமர்ந்தார். பூரிசிரவஸ் திருதராஷ்டிரரின் முகத்தையே நோக்கிக்கொண்டிருந்தான். அப்போதுதான் ஒன்றை அவன் உணர்ந்தான். அவரருகே இருக்கும்போது உடலசைவுகளினூடாகவே அவரது எண்ணத்தைப் புரிந்துகொண்டிருந்தான். தொலைவிலிருந்து நோக்குகையில் முகம் எவ்வுணர்வையும் வெளிக்காட்டாததாக இருந்தது. விழியின்மையே அம்முகத்தில் உணர்வுகளை அறியமுடியாததாக ஆக்கியது. சற்றே தலை திருப்பி, விழி என அமைந்த தசைக்குமிழிகள் உருள, வாயை இறுக்கி தாடையை முன் நீட்டியிருந்தார். எதையோ கவ்விப் பற்றியிருப்பதுபோல் இருந்தது.

சிம்மவக்த்ரரால் அழைத்துவரப்பட்டவராக பால்ஹிகர் உள்ளே நுழைந்தபோது பூரிசிரவஸ் திகைப்புடன் சலனிடம் “நான் அவரை அழைத்துவரும்படி சொல்லவில்லை” என்றான். “அது கனகரின் செயல்

என நினைக்கிறேன். அவர் பதற்றத்தில் அனைத்தையும் முந்தியே செய்கிறார்" என்றான் சலன். பால்ஹிகர் அவருக்கென இடப்பட்டிருந்த ஹஸ்தியின் அரியணையில் அமர்ந்து தன் இடையிலிருந்து குத்துவாள் ஒன்றை எடுத்து அதன் செதுக்கு வேலைகளைக் கூர்ந்து நோக்கினார். துரியோதனனிடம் கனகர் ஏதோ சொன்னபோது ஏறிட்டு கூர்ந்து நோக்கிவிட்டு மீண்டும் குறுவாளை வெவ்வேறு கோணத்தில் திருப்பி நோக்கலானார்.

நிமித்திகன் மேடையேறி அவை மீண்டும் தொடங்கவிருப்பதை அறிவித்தான். அவை முழுமையான உளக்கிளர்ச்சியுடன் இருந்ததை உணரமுடிந்தது. அரசரின் வெறிகொப்பளிக்கும் போர்வஞ்சினத்தை, அதைத் தொடர்ந்து படைத்தலைமை அறிவிப்பை மட்டுமே அது எதிர்பார்த்திருந்தது. அக்கணமே அனைத்துத் திசைகளிலும் கரையுடைக்கும் ஏரியெனக் கிளம்ப சித்தமாக இருந்தது. அதன் உள்ளத்தை செவிகளாலேயே உணரமுடிந்தது. பலமுறை நிமித்திகன் கைவீசி அமைதி கோரினாலும்கூட அவை அடங்கவில்லை. அலைகளென வந்து தன்னைச் சூழ்ந்துகொண்டிருந்த ஓசையில் மீண்டும் மீண்டும் பிதாமகரென்ற சொல்லே ஒலிப்பதை பூரிசிரவஸ் கேட்டான். அல்லது அது உளமயக்கா என வியந்தான்.

நிமித்திகன் உரத்த குரலில் "அவையீரே, இன்று இந்த அவையில் அஸ்தினபுரியின் தொல்குடி மரபின் அடையாளமாக விண்வாழும் மூதாதைநிரைகளில் ஒருவராக விளங்கும் பால்ஹிக பிதாமகர் மலையிறங்கி வந்து அரியணை அமர்ந்து நம்மை வாழ்த்தினார். இந்த மண்ணும் முடியும் கொடியும் கோலும் நம் அரசருக்குரியதென ஐயம் திரிபற அறிவித்தார். இதற்கு எதிராக எழும் ஒவ்வொரு சொல்லும் மூதாதை மீதான வசை, தெய்வப்பிழை. அதற்கெதிராக வாள் கொண்டெழுவது நம் கடமை. மீறுபவர்களின் குருதிமேல் நின்றாடுவது நம் உரிமை. வெல்க அஸ்தினபுரி! வெல்க குருகுலம்! வெல்க குடியறம் பேண எழுந்த படைப்பிரிவுகள்! வெல்க அவற்றை ஆளும் அரசர்கள்! வெல்க அறத்தின் கொடி!" என்று சொல்லி தலைவணங்கி விலகினான்.

துரியோதனன் தான் சொன்னதை சகுனியிடம் கூறியிருப்பானா என்று பூரிசிரவஸ் ஐயம் கொண்டான். சகுனியின் முகத்தைப் பார்த்தபோது எந்த மாற்றமும் தெரியவில்லை. எத்தனை திறமையுடன் முகத்தை வைத்துக்கொண்டிருந்தாலும்கூட அதை மறைக்க முடியாது என்று அவனுக்குத் தோன்றியது. அத்துடன் சகுனி முன்பிருந்த உளமசையா நிலையில் இப்போதில்லை என்றும் அவன் அறிந்திருந்தான். போர் அணுகுந்தோறும் அவர் பதற்றமும் நடுக்கமும் கொண்டவராக மாறிவிட்டிருந்தார். ஒவ்வொரு நாளுமென முதுமை அணுகி அவரை

சூழ்ந்துகொண்டிருந்தது. துரியோதனன் நிகர் நிலையும் அழகும் கொண்டு தெய்வ உருவென மாறுந்தோறும் சகுனி வெளிறி தேய்ந்து மறைந்துகொண்டிருந்தார்.

துரியோதனன் எழுந்து வஞ்சினம் உரைக்கும் பொருட்டு அவை காத்து நின்றது. கைகூப்பியபடி அவன் எழுந்ததுமே அவனையும் குருகுலத்தையும் வாழ்த்தி அவை பேரோசையிட்டுக் கொந்தளித்தது. "குருகுலத்தோன் வெல்க! மண்வந்த ஹஸ்தி வாழ்க! அஸ்தினபுரி வெல்க! அமுதகலம் வெல்க! ஷத்ரியப்பெருங்கூட்டு வெல்க!" தலைக்குமேல் கைகூப்பி அவன் வணங்கியதும் கொம்புகள் முழங்க அவை அமைதியடைந்தது. அவன் வஞ்சினம் உரைப்பதற்குள் திருதராஷ்டிரர் எழுந்து மாற்றுச் சொல் உரைப்பார் என்று பூரிசிரவஸ் எதிர்பார்த்தான். ஆனால் திருதராஷ்டிரர் தலையை உருட்டியபடி தன் இருக்கையில் நிலையற்றவர்போல் அமர்ந்திருந்தார்.

துரியோதனன் "அவையீரே, ஷத்ரியகுடியின் பெருமைமிக்க அரசர்களே, தொல்நிலம் ஆளும் குடித்தலைவர்களே, படைக்கலம் ஏந்தி இங்கமர்ந்திருக்கும் என் போர்த்துணைவர்களே, என் குருதி பெருகி விரிந்த உடன்பிறந்தவர்களே, இது தெய்வங்களும் மூதாதையரும் அருளிய பொற்தருணம். புகழும் பெருமையும் நமக்கென கனிந்து விண்ணில் திரண்டு நின்றிருக்கும் பொழுது. இத்தருணத்தில் நான் உரைப்பது ஒன்றே. நான் இங்கு போர்க்கோலம் பூண்டு நின்றிருப்பது நிலத்தின் பொருட்டோ முடியின் பொருட்டோ என் கொடிவழியினரின் பொருட்டோ அல்ல என்று பசப்புரைக்கப்போவதில்லை. ஆம், அவற்றின் பொருட்டே! நாம் அனைவரும் போர்கொண்டெழுவது அவற்றின் பொருட்டே! ஏனெனில் நான் அரசன், ஷத்ரிய குலத்தவன்" என்றான். அவையினர் "ஆம்! ஆம்!" என்று கூவினர்.

"மண்ணும் முடியும் கொடிவழியுமே மெய்யான ஷத்ரியர்களின் இலக்கென்று அமையவேண்டும். அரசர்களே, சிறந்த ஷத்ரியன் என்பவன் யார்? தன் ஆற்றலால் நிலம் வெல்பவன். தன் திறமையால் அந்நிலத்தைக் காப்பவன். தந்தையென்றமைந்து ஐவகைக்குடியினரையும் பேணி வளம்பெறச் செய்பவன். ஆபுரப்பவன், அந்தணர் பணிபவன். முனிவர் சொல் கொள்பவன். மூதாதையர் வாழ்த்தும் தெய்வங்களின் அருளும் பெற்று கோலேந்தி நின்றிருப்பவன். இங்கிருக்கும் அவையினரில் எவரேனும் ஒருவர் எழுந்து இந்த ஷத்ரிய அறங்களில் ஒன்றிலேனும் ஓர் அணுவேனும் நான் பிழை செய்துள்ளேன் என்று உரைப்பீரெனில் எந்தைமேல், தாய்மேல், என் குடிவழியினரின்மேல் ஆணையிட்டுரைக்கிறேன்; இக்கணமே இச்செங்கோலை இங்கு வைத்துவிட்டு அவை நீங்குகிறேன்."

அவை அமைதியாக விழிகள் விரிந்திருக்க சூழ்ந்து அமர்ந்திருந்தது. துரியோதனன் தொடர்ந்தான். "பிறகு எதன் பொருட்டு என்னை இவ்வரியணையிலிருந்து நீங்கச் சொல்கிறார்கள்? பாரதவர்ஷத்தில் எந்த ஷத்ரியக் குடியிலும் இல்லாத ஒரு நெறியின் பொருட்டு. என்னைவிட ஓரிரு மாதங்கள் முன்னரே பாண்டுவின் மைந்தன் பிறந்திருக்கிறான் என்பதனால் எந்தை பதினெட்டாண்டுகளுக்கு மட்டுமென கடன் கொடுத்த நாட்டை தங்களுக்கும் தங்கள் கொடிவழியினருக்கும் என வைத்துக்கொள்ள வேண்டுமென்று அவர்கள் விரும்புகிறார்கள்." அவை வெறுப்பும் ஏளனமுமாகக் கூச்சலிட ஒப்பி காத்திருந்து அதன் அலை அடங்கியதும் துரியோதனன் தொடர்ந்தான்.

"பாதி மண் கேட்டனர். ஐந்து ஊர் கேட்டனர். ஐந்து இல்லம் கேட்டனர். ஷத்ரியனாகிய நான் எனது நாட்டின் ஒருதுளி மண்ணைக்கூட அளிக்கமுடியாது என்றேன். ஏனென்றால் ஒரு பிடி மண்ணை அளிப்பதுகூட அவர்களுக்குரிய மண்ணுரிமையை ஏற்பதுதான். அந்த மண்ணில் அவர்கள் வேள்விக்காவலர் என்றமர்ந்து எரி எழுப்பி அவியிட்டு தேவர்களை வரவழைத்தால் அவர்களை அரசரென்றே விண்ணகம் கருதும். அவர்களின் கொடிவழியினருக்கு மண்ணும் முடியும் கொடியும் அமையவேண்டுமென்று அவர்கள் வேள்வி இயற்றினால் அதற்கு தேவர்கள் அருளியாகவேண்டும். அரசர்களே, நீங்கள் அறியாதது அல்ல. அரசன் தன் நிலத்தில் பிறர் அரியணையிட்டு முடிசூடுவதையோ வேள்விக்காவலனாக கோல்கொண்டமர்வதையோ அனுமதிக்கலாகாதென்றே வேதநெறி ஆணையிடுகிறது. தன் நிலத்தில் ஒரு சிறு பகுதியை அளிப்பவன் அந்நிலத்தின் மீதுள்ள முழுதுரிமையை விட்டுக்கொடுப்பவன். உங்கள் அன்னையின் கையை வெட்டி வளர்ப்பு விலங்கிற்கு உணவூட்ட ஒப்புவீர்களா? நிலத்தை அன்னையென்கின்றன நூல்கள். தன் துணைவியில் பிறன் காமம் கொண்டாட ஒப்புவோன் எவன்? அரசுரிமையைத் துணைவி என்கின்றனர் கவிஞர்."

அவையின் கொந்தளிப்பையும் அமைவையும் மீளெழுகையையும் பூரிசிரவஸ் நோக்கிக்கொண்டிருந்தான். ஒற்றைப்பேருரு என எழுந்து கூச்சலிட்ட அவையுடன் தனிப்பட்ட உரையாடலில் நின்றிருப்பவன் போலிருந்தான் துரியோதனன். அதன் முழக்கத்தின் எழுச்சியமைவுகளில் அவன் எழுந்தமைந்து சென்றான். "அஸ்தினபுரியை நான் என் மண்ணெனக் கருதுவது உடைமையாக அல்ல, உறவாக அல்ல, என் மூதாதைத் தெய்வமாக. இது எனக்கு முற்றுரிமைகொண்ட நிலம். அதில் ஒருபிடி மண்ணைக்கூட எவரிடமும் என்னால் பகிர்ந்துகொள்ள முடியாது. அவ்வாறு பிறருக்களிப்பேனெனில் ஒவ்வொரு நாளும் இவ்வரியணையில் அமர்ந்து வருந்தி உயிர் துறப்பேன். என் உணர்வுகளைப்

பகிர்ந்துகொள்ளாத அரசர்கள் எவரேனும் இங்குள்ளனரா? சொல்க, இவ்வாறு எண்ணாத ஷத்ரியர் எவரேனும் உள்ளனரா இங்கு?"

அரசர்கள் அனைவரும் தங்கள் கைக்கோல்களையும் படைக்கலங்களையும் தூக்கி "இல்லை! இல்லை!" என்று முழக்கமிட்டனர். "மண்ணுக்குப் பொருதுவோம்! மண்ணுக்கென வீழ்வோம்!" என்று திரிகர்த்த நாட்டரசர் சுசர்மர் கூவினார். "ஆம்! ஆம்!" என்று அவை கொந்தளித்தது. துரியோதனன் மேலும் உரத்த குரலில் "நான் சிறந்த ஆட்சியாளன் என்பது என் செங்கோலால் புரக்கப்படும் ஒவ்வொரு குடிக்கும் ஒவ்வொரு உயிருக்கும் தெரியும். என் பலியேற்கும் ஒவ்வொரு தெய்வமும் அதை ஏற்கும். இதிலொரு பகுதியை பகுத்து பிறிதொருவருக்கு அளிப்பேனெனில் அவர்களுக்கு நான் அறப்பிழை செய்தவனாவேன். கோழையும் அறக்குழப்பம் மிகுந்தவனுமாகிய யுதிஷ்டிரனால் நாளை இந்நிலம் துயர்படுமெனில் என் குடிகளின் பொருட்டு நான் துயர் கொள்வேன். தன் மைந்தரில் ஒருவரைப் பிறருக்களிக்கும் எவரேனும் இங்குள்ளனரா என்று கேட்க விழைகிறேன்" என்றான்.

"இல்லை! இல்லை!" என்று அவை கூச்சலிட்டது. உசிநார மன்னர் சிபி எழுந்து தன் கோலைத் தூக்கி வீசிப்பிடித்து "ஒரு பரு மண் அளிப்பவன் அரசன் அல்ல, பாங்கன்! அவன் மூச்சுக்காற்றும் ஷத்ரியருக்கு இழிந்தது" என்று கூச்சலிட்டார். "ஆம், அஸ்தினபுரி எனக்குரியது. உயிர் வாழும் காலம் வரைக்கும் அது எனக்குரியதே. அதைத் தனக்குரியதென எண்ணுவோன் என் எதிரி. அவன் குருதிகாண்பதே என் கடமை!" அவையினர் வெறிகொண்டு கூச்சலிட்டனர். கைகளை விரித்து நடமிட்டனர். உச்சகட்ட உணர்ச்சிகளை நிலைகொண்ட உடலால் வெளிப்படுத்த முடிவதில்லை. பேச்செனக் கூறமுடிவதில்லை. துரியோதனன் பேச்சு வெறியாட்டெழும் பூசகனின் பாடல்போல இசைமை கொண்டிருந்தது. தசைத்திரள் அலைபுரள கைகளை வீசி அவன் அவைமேடையில் முன்னும்பின்னும் ஆடியும் திரும்பியும் சொன்னது நடனமெனத் தோன்றியது.

பூரிசிரவஸ் பால்ஹிகரை நோக்கிக்கொண்டிருந்தான். அவர் தனது பெரிய கைகளை மொத்த மடிமேலும் வைத்து அவையிலிருந்தவர்களை மாறி மாறி சிறுவனுக்குரிய விந்தை நிறைந்த விழிகளுடன் நோக்கிக்கொண்டிருந்தார். எவராவது எழுந்து உரக்க பேசினால் ஆர்வத்துடன் உடலை முன்னகர்த்தி அவனைப் பார்த்தார். அவர்கள் விந்தையான தலையணியோ மாறுபட்ட உடைகளோ கொண்டிருந்தால் அவரை அறியாமலேயே வலக்கை சுட்டுவிரலால் அவர்களை சுட்டிக்காட்டி புன்னகைத்தார்.

"எழுக போர்! ஆம், இது மண்ணுக்கான போர். ஏனென்றால் மண்ணாள்வதே அரசர்களின் முதலறம். பிற சொற்களனைத்தும்

பசப்பே. ஷத்ரியர்களே, இப்பாரதவர்ஷம் நமக்குரியது. ஏனென்றால் இதை உழுதுபண்படுத்தி விதைத்துப் புரந்தவர் நாம். அறுவடை செய்யவேண்டியதும் நாமே. கதிர்க்களத்தில் வந்துகுவியும் பறவைகளை நம் கவண்கல்லால் ஓட்டுவோம். நம் முரசொலி கேட்டு அவை சிதறிப்பறக்கட்டும். நாம் எந்தக் கொள்கையும் பேசவேண்டியதில்லை. இந்த மண்ணை வென்று முழுதாளவும் நம் கொடிவழிகளுக்கு அளித்துச்செல்லவும்தான் நாம் படைக்கலம் கொள்கிறோம். நம் உரிமையைப் பழிக்கும் பொய்வேதங்களை சொல்லொடு சொல் நில்லாது அழிப்போம். அதை ஏந்திவருவோர் புரங்களைக் கல்லொடு கல் நில்லாது சிதைப்போம். அதைச் சொல்லி எழுவோர் தலைகொய்து குருதியாடுவோம்! வெற்றிவேல்! வீரவேல்!"

அவை "வெற்றிவேல்! வீரவேல்!" என்று வெறிக்கூத்தாடியது. பூரிசிரவஸ் திகைத்தவனைப்போல தன்னைச் சூழ்ந்து அலையடித்த உடல்களைக் கண்டான். அரசர்களும் குடித்தலைவர்களும் வெறும் துள்ளும் உடல்களாக, வெறித்த விழிகளாக, புடைத்த தொண்டைகளாக, பற்களாக மாறிவிட்டிருந்தனர். கைகளை விரித்து வீசி மூன்று புறமும் திரும்பி துரியோதனன் அந்த வெறியை மீட்டினான். "எழுக அனல்! அனலென எழுக நம் குருதி! எழுக நம் படைக்கலங்கள்! நாகநாக்கென, சிம்மவாயென, பருந்துகிர் என எழுக நம் கொலைக்கலங்கள்! குருதியாடுவோம். இனி நம் நீராட்டு கொழுங்குருதியில். குருதி! குருதியன்றி பிறிதெதிலும் அமையமாட்டோம்! வெற்றிவேல்! வீரவேல்!"

துரியோதனன் படைவஞ்சினம் உரைத்து அமர்ந்ததும்தான் பூரிசிரவஸ் திருதராஷ்டிரரை நினைவுகூர்ந்தான். திகைப்புடன் திரும்பி அவரை நோக்கினான். சூழ்ந்தொலிக்கும் போர்க்கூச்சலுக்கேற்ப அவரும் கைகளை வீசியபடி தெய்வமெழுந்தவர்போல ஆடிக்கொண்டிருந்தார். பீஷ்மரும் துரோணரும் கிருபரும்கூட விழிகள் ஒளிர முகம் உணர்வெழுச்சியால் அலைவுகொள்ள கைகளை வீசி ஆடிக்கொண்டிருந்தனர். அந்த அவையில் கணிகர் மட்டுமே முற்றாக பிறன் என எங்கோ விழிநட்டு அமர்ந்திருந்தார். அந்த அசைவுகளினூடாகச் சென்று அவருடைய அசைவின்மையைத் தொட்ட விழிகள் திடுக்கிட்டன. பூரிசிரவஸ் நோக்கை விலக்கிக்கொண்டான்.

நிமித்திகன் அறிவிப்பு மேடையில் எழுந்து "அவையோரே, படைகொண்டெழுந்த அரசர்களே, பெருங்குடியினரே" என்று கூவினான். பலமுறை கூவி கொம்புகளும் மீள மீள முழங்கிய பின்னரே அவை அமைதியாயிற்று. "அவையோரே, இனி நம் படைநகர்வுகளையும் படைத்தலைமையையும் குறித்து எண்ணுவோம். போர்விரும்பும் விண்ணகத் தெய்வங்களும் குருதிவிடாய்கொண்ட ஆழுலகத்

தெய்வங்களும் இங்கு சூழ்க!” என்றான். பூரிசிரவஸ் பெருமூச்சுடன் மெல்ல கைகளை நீட்டினான். சலன் “ஒரு பெரும்பித்துக்குள் சென்று மீண்டது போலுள்ளது, இளையோனே” என்றான். பூரிசிரவஸ் விழிகளை மூடிக்கொண்டான். குருதி நுரைத்தடங்க, உடல் வியர்வை கொண்டு குளிர, மெல்ல நனைந்த நிலத்தில் விழும் துணி எனப் படிந்துகொண்டிருந்தான்.

அவையில் ஒவ்வொருவராக எழுந்து படைநகர்வு குறித்த தங்கள் கருத்துக்களைக் கூறிக்கொண்டிருந்தனர். பெரும்பாலான எண்ணங்கள் முன்னரே விரிவாகப் பேசப்பட்டுவிட்டிருந்தன. முற்றுமுடிவு எடுக்கப்பட்டு ஓலை வழியாக அறிவிக்கவும் பட்டுவிட்டிருந்தன. ஆயினும் ஒரு போர் புறப்பாட்டுக்கான அவையில் தாங்களும் எழுந்து ஏதேனும் சொல்ல வேண்டுமென அவர்கள் விழைந்தனர். அனைத்து கருத்துக்களும் ஒரே உணர்வு கொண்டிருந்தன. “எழுந்து சென்று முழுவிசையுடன் தாக்குவோம், முதல் அடியிலேயே வெல்வோம். தயங்குவதில் பொருளில்லை” என்றே அவை முடிந்தன. முன்னரே பலமுறை கேட்டிருந்தும்கூட ஒவ்வொருவரும் அதைக் கேட்டு கொந்தளித்தனர். கைகளையும் படைக்கலங்களையும் குடிக்கோல்களையும் தூக்கி ஆரவாரம் செய்தனர்.

அவர்களுக்கு அச்சொற்கள் மேலும் மேலும் இனிதாக இருந்தன. அவர்கள் தங்களுக்குள் சொல்லிச் சொல்லி பெருக்கிக்கொண்டவை அவை. மாளவ அரசர் இந்திரசேனர் எழுந்து வலக்கை சுட்டுவிரலை தலைக்குமேல் தூக்கி “நான் சொல்வது ஒன்றே. நாம் முதல் நாள், முதல் தாக்குதலிலேயே வெல்லவிருப்பது நாமே என நிறுவியாகவேண்டும். சற்றே தாக்கி விளைவு நோக்கி சூழ்கை வகுத்து மிகுந்து தாக்கும் முறையொன்றுண்டு. அதுவே போருக்குரியதென்று நூலோர் வகுத்துள்ளனர். இப்போரில் அவ்வழி நமக்குரியதல்ல. ஏனெனில் நாம் மும்மடங்கு படைகொண்டு, நூறுமடங்கு உளவிசை கொண்டு ஆயிரம் மடங்கு நம்பிக்கை கொண்டு களத்தில் இறங்குகிறோம். நமது படைவீரர்கள் வெற்றியன்றி பிறிதெதையும் எவ்வகையிலும் எண்ணாதவர்களாக இருக்கிறார்கள். முதல் அடியிலேயே பாண்டவர்களின் நம்பிக்கையை உடைத்துவிட்டோம் என்றால் அது மாளிகையின் அடித்தளத்தை விரிசலிட்டுவிடும். மாளிகை ஓர் உந்துதலுக்கே சரிந்து விழும்” என்றார்.

ஒவ்வொருவரும் அதை ஒவ்வொரு கோணத்தில் புரிந்துகொண்டனர். அவந்தியின் விந்தர் எழுந்து “நாம் மிகுந்து தாக்குவது நன்று. ஆனால் ஒருவேளை அதற்கடுத்த தாக்குதல் செய்வோமெனில் அது முந்தையதைவிட விசைமிகுந்ததாக இருக்கவேண்டும். இரண்டாவது தாக்குதல் விசை குறைந்ததாக அமையுமெனில் நாம் தணிகிறோம் எனும் எண்ணம் எதிரிகளிடையே உருவாகிவிடக்கூடும். அது அவர்களுக்கு ஊக்கத்தை

அளிக்கும். ஏனென்றால் வெல்கிறோம் என்ற எண்ணத்தைப்போல களத்தில் கைநீட்டி உதவ வரும் தெய்வம் வேறில்லை என்பார்கள். அதைவிட தோற்கிறோம் என்ற எண்ணம்போல கணம் ஆயிரமெனப் பெருகும் நஞ்சும் பிறிதில்லை" என்றார்.

அவந்தி நாட்டுக்கும் மாளவத்துக்குமான தொன்மையான பூசல்களை உணர்ந்த சகுனி எழுந்து கையமர்த்தி அவர்களை சொல் தடுத்து "ஆம், முதல் விசையிலேயே அவர்களின் அடித்தளத்தை நொறுக்குவோம். மேலும் மேலும் எழுந்து தாக்குவோம். நமது விசை ஒவ்வொரு தாக்குதலுக்கும் மிகுந்தே வரும். ஐயம் தேவையில்லை" என்றார். அவர்கள் மேலும் பேசவிழைய சகுனி அவர்களின் சொற்களை வாழ்த்துவது போன்ற முகத்துடன் அவர்களை அமரவைக்கும் கையசைவைக் காட்டினார். அவர்கள் வெவ்வேறு குரல்களில் பேசிக்கொண்டே செல்ல அவர் அந்தக் கையசைவை விடாமல் தொடர்ந்து அவர்கள் அமர்ந்ததும் "இந்தப் போரில் படைசூழ்கைகள் முன்னரே வகுக்கப்பட்டிருக்கின்றன. படைசூழ்கை வகுக்கப்படாமல் போருக்கு செல்லமுடியாது. ஆனால் வகுத்த படைசூழ்கையை அவ்வாறே நிறைவேற்றி எப்போரும் நிகழ்த்தப்படுவதும் இல்லை. போர் அங்கு சென்ற பின்னர் ஒவ்வொரு தருணத்தையும் எதிர்கொண்டு தானாகவே உருமாறும் படைசூழ்கைகளால்தான் வெற்றி நோக்கி செல்கிறது. வில் உருகி வாளென்றும் வாள் பெருகி கதையென்றாகும் ஓர் ஆடலே போர் என்று நூல்கள் சொல்கின்றன. நாம் வகுத்த இப்படைசூழ்கை அங்கு சென்று எதிரே நிற்கும் பாண்டவர்களின் படைசூழ்கையை கண்ட பின்னரே இறுதி வடிவத்தை அடையமுடியும். எனவே இங்கு மிகையாக சொல்லெடுப்பதில் பொருளில்லை" என்றார்.

"ஆம், அதைத்தான் நான் கூறவருகிறேன்" என்று கூறியபடி கலிங்க மன்னர் ஸ்ருதாயுஷ் எழுந்தார். "நான் கூறுவது பிறிதில்லை. நாம் பெருகிச் செல்கையில் எண்ணுவதும் இயல்வதும் நாம் நமது மூதாதையர் சொல்லுக்கென்று படைகொண்டு செல்கிறோமென்றே ஆகும். எவருடைய முடியுரிமைக்காகவும் அல்ல. எவரும் நிலம் வென்றமைய வேண்டும், புகழ் ஓங்க வேண்டும் என்பதற்காகவும் அல்ல. நம் ஒவ்வொருவருடைய மூதாதையரும் நம்மை மண்ணில் அமர்த்தியது தங்கள் சொல்லின் ஆற்றலாலேயே" என்றார். அச்சொல் செல்லும் திசை உணர்ந்த சகுனி "ஆம், அச்சொல்லுக்காகவே நாம் படைகொண்டு செல்கிறோம். ஐயம் தேவையில்லை" என்று கைகூப்பி அடுத்த சொல்லை எடுக்க முயன்றார்.

கலிங்கர் "ஆகவே எது குலமென்றும் எது நெறியென்றும் முடிவு செய்யப்படும் போர் இது. அதை நாம் ஒவ்வொருவரிடமும்

சொல்லியாகவேண்டும். வென்றபின் கொள்வதற்கு ஏதேனும் உண்டு என்றெண்ணி போர் செய்பவர்கள் வெற்றியின் விலையை ஒவ்வொரு கணமும் கணக்கிட்டபடி இருப்பார்கள். இது மிகுவிலை என்று தோன்றிய அக்கணமே களத்திலிருந்து பின்வாங்குவார்கள். அவ்வாறு நிகழலாகாது. பல்வேறு நாட்டங்களுடன் போருக்கு வந்திருக்கும் சிறு நாடுகளின் படைகளைப் படைப்பெருக்குக்கு நடுவே அமைப்போம். ஆற்றல் மிக்க பெரும் படை கொண்ட நாடுகள் சில பின்னாலும் இருக்கவேண்டும். எவரேனும் பின்னடி எடுத்து வைப்பார்கள் என்றால் அவர்களே நமது எதிரிகள். முன்னாலிருப்பதைவிட பெரிய கொலைக்களத்தை அவர்கள் பின்னால் சந்திக்கவேண்டும்” என்றார்.

சீற்றத்துடன் எழுந்த மல்ல நாட்டு அரசர் ஆகுகர் “இது வீண்பேச்சு! கலிங்கம் இதுவரை சந்தித்த அனைத்துப் போர்களிலும் ஒன்று பின்னடைந்துள்ளது அல்லது போர்முறி செய்துள்ளது. ஆகவே அது சிறுநாடென்று பொருளல்ல. சிறிய நாடாகிய நாங்கள் இன்றுவரை எப்போரிலும் பின்னடி எடுத்துவைத்ததில்லை” என்றார். அவையிலிருந்த சிறுநாட்டரசர்கள் அனைவரும் தங்கள் கோல்களை எழுப்பி நகைத்து ஏளனக் கூச்சலிட்டனர். துஷார நாட்டு அரசர் வீரசேனர் “கலிங்கத்துக்குப் பின்னால் என் நாட்டுப் படைவீரர்கள் நிலைகொள்ளவேண்டும்” என்றார்.

சொல்லாடல்கள் எல்லை மீறிப்போவதை கண்ட சகுனி கனகரை நோக்கி மெல்ல தலையசைத்தார். கனகர் கைவீசி ஓசையமையச் செய்து “அவையோரே, எப்படைகளுக்கு எவர் தலைமை தாங்குவதென்று முன்னரே முடிவெடுத்திருக்கிறோம். அவை ஓலை வழியாக அனைவருக்கும் தெரிவிக்கப்பட்டுள்ளன. அவற்றை இங்கே அரசர் முறையாக அறிவிப்பார்” என்றார். அத்தருணத்தில் சஞ்சயன் திருதராஷ்டிரரின் அருகிலிருந்து எழுந்து கைகளைத் தூக்கி “அவையீரே, பேரரசர் திருதராஷ்டிரர் இந்த அவையிடம் சில சொற்களை உரைக்க விழைகிறார்” என்றான்.

31

அரசப்பேரவை போரின்பொருட்டு கூடத்தொடங்கிய பின்னர் ஒருபோதும் திருதராஷ்டிரர் ஒரு சொல்லேனும் அவையில் சொன்னதில்லை என்பதை அவையினர் உணர்ந்திருந்தனர். அவர் அங்கிருப்பதையே பல தருணங்களில் மறந்தும்விட்டிருந்தனர். சஞ் சயனின் அறிவிப்பு அவை முழுக்க திகைப்பையும் பின் முழக்கத்தையும் உருவாக்கியது. கனகர் கைகாட்ட கொம்பின் பிளிறலோசை எழுந்து அடங்க அவை அமைதிகொண்டது. திருதராஷ்டிரர் பீடத்தின் இரு பிடிகளிலும் கைகளை ஊன்றி உடலை உந்தி எழுந்து நின்றார். இரு கைகளையும் தலைக்குமேல் தூக்கி அவர் வணங்கியபோது அவருடைய பேருடலின் தசைகள் அசைந்தன.

அப்போதும் கற்பாறையில் செதுக்கப்பட்ட கந்தர்வனின் சிலைபோல் அவர் உடல் இருந்தபோதிலும்கூட கழுத்திலும் தோள்களிலும் தசைகள் தொய்ந்திருப்பதை பூரிசிரவஸ் கண்டான். தலையை சற்றே திருப்பி அந்த அவைக்கு வேறெங்கிருந்தோ வந்த குரலொன்றை செவிமடுப்பவர்போல நின்றிருந்தார். மெய்யாகவே வேறெங்கிருந்தோ ஒன்று அவருடன் பேசிக்கொண்டிருப்பதாக அடுத்த கணம் தோன்ற அவன் மெய்ப்புகொண்டான். அவையை அவரது வலச்செவி நோக்கிக்கொண்டிருந்தது, அது பேசவிழைவதுபோல. சொல் திரளாமையால் வாய்க்குள்ளிட்டு எதையோ மெல்பவர்போல தாடையை அசைத்தார். கழுத்தில் தளர்ந்த தசைகள் இழுபட்டு அதிர்ந்தன.

அவை அவர் குரலுக்காக காத்திருந்தது. கணங்கள் நெடுநேரமென்று தோன்றின. அவர் வாயசைக்கும் ஒலியே நன்றாகக் கேட்டது. அவர் சற்றே உடைந்த குரலில் உரக்க "அவையீரே! இந்த அவையில் நான் அறிவிக்க

ஒன்றுள்ளது” என்றார். “சில நாட்களுக்கு முன்புவரை குருகுலத்தின் மூத்தவர் என்று இருந்தவர் பிதாமகர் பீஷ்மர். அவர் காமஒறுப்பு நோன்பும் முடிதுறப்பு நெறியும் கொண்டிருந்தமையால் அவருக்கு இளைய மூத்தோன் எனும் வகையில் அஸ்தினபுரியின் முடிக்கு நான் உரிமையாளன் ஆனேன். அந்த முடி குடிவழக்கப்படி என் மைந்தனுக்கு சென்றது. இளையோனிடமிருந்து அம்முடியை திரும்பப்பெற்று என் மைந்தனுக்கு அளித்தது முறையல்ல என்றும் பிறப்பால் மூத்தவன் இளையோனின் மைந்தனே என்றும்தான் பாண்டவர்கள் முடியுரிமை கோருகிறார்கள்.”

“அதில் இருபுறமும் பிழையும் சரியும் உள்ளது. முடியுரிமையைத் திரும்பப் பெற்றுக்கொண்டதை நான் என் இளையோனுக்கு முறைப்படி அறிவிக்கவில்லை என்பதனால் யுதிஷ்டிரன் தன் முடியுரிமையை கோருவது சரியே என்று வைதிகர்களில் சிலர் எண்ணுகிறார்கள் என்று நான் அறிவேன். என் மணிமுடி என் மைந்தனுக்கு இயல்பாகவே சென்று சேர்வது என்பதனால் அதில் என்னுடைய விழைவோ நான் கடைப்பிடிக்கும் முறைமைகளோ ஒருபொருட்டே அல்ல என்று பெரும்பாலான வைதிகர்கள் எண்ணுகிறார்கள். ஆனால் இந்தச் சொல்லாடல்கள் அனைத்துமே பொருளற்றவை என ஆகும் தருணமொன்று இப்போது அமைந்துள்ளது.”

பால்ஹிகரை சுட்டிக்காட்டி “குருவின் குருதிவழியில் எங்கள் அனைவருக்கும் மூத்தவராகிய பிதாமகர் பால்ஹிகர் இந்நகருக்கு வந்துள்ளார். பிரதீபரின் மைந்தர், சந்தனுவுக்கு இளையவர், பீஷ்ம பிதாமகருக்கு சிறிய தந்தை. இக்குடியின் அனைத்து உரிமைகளுக்கும் முழுமுற்றான உரிமை அவருக்குரியது. ஆகவே அவர் இந்நகருக்குள் உயிருடன் மீண்ட அக்கணமே நான் கொண்ட முடியுரிமை இல்லாமல் ஆகிவிடுகிறது. பாண்டவர்கள் கோரும் முடியுரிமையும் மறைந்துவிடுகிறது. முறையாக அஸ்தினபுரியின் மணிமுடியை பால்ஹிகருக்கு அளிப்பதே நான் செய்யக்கூடுவது. அவர் வந்தபின் கூடும் முதல் பேரவை இதுவென்பதனால் அதற்குரிய தருணம் இது என்று முடிவெடுத்தேன். ஆகவே என்னுடைய முடியுரிமையை மூத்தோர் அறிய, மூதாதையர் சான்றாக, குலதெய்வங்கள் அருள, இந்த அவையை முன்னிறுத்தி இதோ துறக்கிறேன்” என்றார்.

அவையெங்கும் எழுந்த வியப்பொலியை பூரிசிரவஸ் கேட்டான். எவரோ பின்னணியில் உரத்த குரலில் “இது சூழ்ச்சி!” என்றனர். “அமைதி!” என்றது இன்னொரு குரல். “இனி அஸ்தினபுரியின் அரசர் பால்ஹிகரே என்பதை பாண்டவர்களுக்கு தெரியப்படுத்துகிறேன். அவர்கள் தங்கள் பிதாமகரிடம் போர்தொடுக்க விழைகிறார்கள் என்றால் அவ்வாறே

ஆகுக! அதற்கு யுதிஷ்டிரன் துணியமாட்டான் என்பதே என்னுடைய எண்ணம். மணிமுடியை நாம் வைத்திருப்பதுதான் இப்போருக்குத் தொடக்கம் என்பதனால் பால்ஹிகப் பிதாமகர் மணிமுடியை சூடியதுமே இப்போர் நின்றுவிட்டது. இனி எஞ்சும் உரிமைகள் அனைத்தையும் ஏதேனும் அவையில் அமர்ந்து பேசி முடிவு செய்யலாம்" என்றார் திருதராஷ்டிரர்.

அவையின் கலைவோசை பெருகிக்கொண்டிருந்தது. "ஆம், போர் நின்றுவிட்டது. குருக்ஷேத்திரத்தில் உடன்பிறந்தார் மோதும் களம் இனி அமையாது. மூதாதையர் வருந்தும் எதுவும் அஸ்தினபுரியில் இனி நிகழப்போவதில்லை" என்று திருதராஷ்டிரர் கூறி மீண்டும் கைகூப்பி அமர்ந்தார். அவர் மேலும் பேசவிருக்கிறார் என்ற எதிர்பார்ப்புடன் இருந்த அவை திகைத்து ஒருகணம் அமைதியாகி பெருமுழக்கமாக வெடித்தெழுந்தது. அனைவரும் பீஷ்மரை நோக்கினர். அவர் அங்கு நிகழ்வன எதையும் அறியாதவர்போல உடலைச் சரித்து விழிகளை நிலம் நோக்கி நிறுத்தி அமர்ந்திருந்தார். கிருபரிடம் துரோணர் ஏதோ சொன்னார்.

துரியோதனன் அரசமேடையில் எழுந்து அவையை நோக்கிக் கைகூப்பி "அரசர்களே, அவையோரே, என்றும் முறைமையின்பால் நின்று அரசாளவேண்டும் என்பதே எனது கொள்நெறி. இன்று இந்தப் போரவையைக் கூட்டியதும் அஸ்தினபுரியின் துணைநாடுகள் அனைத்தும் படைகொண்டு சேர்ந்திருப்பதும் இங்கு தொல்முறைமை வாழவேண்டுமென்பதற்காகவே. குலநெறிகள் பேணப்படாவிடில் மேல்கீழ் அடுக்குகள் குலைகின்றன. அரசன் என்றொருவன் அமர, பிறர் குடிகள் என அமைந்து அவனை ஏற்கும் நிலை ஒன்று உருவாவதற்கு நம் முன்னோர் பல்லாயிரம் ஆண்டு தவம் புரிந்திருக்கிறார்கள். பல்லாயிரம்பேர் குருதி சிந்தியிருக்கிறார்கள். அத்தவம் நமக்கு அவர்களிட்ட ஆணையும்கூட. அதைக் கடந்துசெல்ல நமக்கு உரிமையில்லை" என்றான்.

"குலநெறிப்படி யயாதியின் குருதிவழியில் குருவின் மணிமுடியை சூட உரிமைப்பட்டவர் பிதாமகர் பால்ஹிகர் மட்டுமே. அவர் உயிருடன் இருக்கிறார் என்ற செய்தி இல்லாததனாலும், அவர் எவ்வகையிலும் முடிகோரும் செய்தி நமக்கு வந்தமையாததனாலும் இக்குடியின் மூத்தவராகிய பீஷ்மர் துறந்ததும் அவருக்கு அடுத்தவராகிய எந்தை சூடியதுமான இந்த மணிமுடி எனக்கு அமைந்தது. தந்தை அதைத் துறந்து குடிமூத்தவருக்கே அளித்த நிலையில் எவ்வகையிலும் அதற்கு நான் உரியவனல்ல. எனவே இந்த மணிமுடியையும் செங்கோலையும் இப்போதே துறக்கிறேன். இது மூதாதைக்கே உரித்தாகுக!" என்றான்.

அவையில் எழுந்த ஒலிகளை பூரிசிரவஸால் மதிப்பிட முடியவில்லை. வசைகளும் ஏளனச் சொற்களும் கலந்து உருவான ஓசை விந்தையான கலவைத்தன்மை கொண்டிருந்தது. ஐயமில்லாத ஒலிகள் ஒன்றென்று ஒலிக்கின்றன. கசப்பும் தயக்கமும் கொண்ட சொற்கள் ஒவ்வொரு நாவுக்கும் ஒன்றென எழுந்து கலந்தபோது அவை மானுடக்குரல்தொகை என்றே தோன்றவில்லை. துரியோதனன் "எந்தை உரைத்ததுபோல் இப்போது அஸ்தினபுரியின் படைப்புறப்பாடு பொருளற்றதாகிறது. போர் தொடரவேண்டுமா என்பதை இந்திரப்பிரஸ்தத்தின் முந்தைய அரசரும் உபப்பிலாவ்யத்தை ஆள்பவருமான யுதிஷ்டிரர் முடிவெடுக்கட்டும். முடிசூடியே ஆகவேண்டுமென்று அவர் எண்ணினால் பால்ஹிகப் பிதாமகருக்கு எதிராகப் படைகொண்டு வரலாம். அப்பொழுது பிதாமகரின் முடியைக் காத்து நிற்பதும், அவர் பொருட்டு படைபொருதி எழுவதும் நமது கடமையாகின்றன" என்று சொல்லி மீண்டும் தலைவணங்கி தன் மணிமுடியைக் கழற்றி அருகிருந்த தாலத்தில் வைத்தான்.

அவையில் ஓசை முழுமையாக அடங்கிவிட்டிருந்தது. மூச்சொலிகளும், மெல்லிய செருமல்களும், ஆடைச் சரசரப்புகளும், அணிகுலுங்கும் ஓசைகளும் எழுந்தன. மிகப் பின்னால் எவரோ மெல்லிய குரலில் முனகினர். அது என்னவென்று பூரிசிரவஸ் செவிகூர்ந்தான். மூச்சுக்குள் எழுந்தடங்கிய அக்குரலில் சலிப்பு இருப்பதை மட்டுமே புரிந்துகொள்ள முடிந்தது. கனகரும் முதிய அந்தணராகிய கர்க்கரும் அரசமேடையில் ஏறினர். "அரசரின் முடிதுறப்பை அந்தணர்கள் வேதமுறைப்படி நிகழ்த்துவர்" என்றார் கனகர்.

கர்க்கர் தன் நடுங்கும் கைகளை கூப்பி "முடிதுறப்பது சில சடங்குகளுக்கு உட்பட்டது, அரசே. எவர் அதை அளித்தார்களோ அவர்களே அதை திரும்பப் பெற்று பிறிதொருவருக்கு அளிக்கமுடியும். பாரதவர்ஷத்தின் அரசர்களின் மணிமுடிகள் அவர்களுக்கு வைதிகர்களாலும் தொல்குடியின் தலைவர்களாலும் அளிக்கப்படுகின்றன. அஸ்தினபுரியின் வைதிகர்குழு இம்மணிமுடித் துறப்பை ஏற்கவேண்டும். முடி துறப்பதும் தூய கடனே என்பதனால் கங்கை நீர் தெளித்து வேதம் உரைத்து முறைப்படி அதை செய்தாகவேண்டும். மணிமுடியை குலமூத்தோர் பெற்றுக்கொள்ளவேண்டும். பின்னர் அதை பால்ஹிகருக்கு அளிப்பதை தாங்கள் ஏற்றுக்கொண்டதாக அவர்கள் இம்மேடையில் அறிவிக்கவேண்டும். அரங்கின் ஏற்புக்குப் பின் மணிமுடியை அவர்கள் பால்ஹிகருக்கு அளிக்கவேண்டும். பால்ஹிகப் பிதாமகர் அதை பெற்றுக்கொண்டு முடியேற்க ஒப்பியபின் அந்தணர் மீண்டும் வேதமோதி கங்கை நீர்தெளித்து அரிமலரிட்டு வாழ்த்தி அவரை

அரியணையில் அமர்த்தவேண்டும். அதன் பின்னரே முடிமாற்றம் நிகழ்ந்தது தெய்வங்களுக்குத் தெரியவரும்” என்றார்.

கர்க்கர் தொடர்ந்தார். “முடிமாற்றம் நிகழ்ந்த செய்தியை பன்னிருமுறை முரசு ஒலிக்க குடிகளுக்குத் தெரிவிக்கவேண்டும். குலதெய்வங்கள் அனைத்திற்கும் முறைப்படி பூசனைகள் நிகழ்த்தப்படவேண்டும். ஏழு வேள்விகளினூடாக விண்ணளக்கும் தெய்வங்கள் நிறைவுறச் செய்யவேண்டும். பதினெட்டு நாட்கள் பெருங்கொடையும் உண்டாட்டும் நிகழவேண்டும். பதினெட்டாவது நாள் மீண்டும் ஒரு குடிப்பேரவை கூடி குடிகள் அனைவரும் வந்தமர புதிய அரசர் முடிசூடி கோலேந்தி அரியணை அமர்ந்து அவர்கள் முன் எழுந்தருள வேண்டும். அவர்கள் வாழ்த்துகளைப் பெற்று தன் முதல் அரசாணையைப் பிறப்பிக்கவேண்டும். அதன் பின்னரே அஸ்தினபுரி புதிய அரசரை ஏற்றுக்கொண்டதாக ஆகும். அரசு என்பது ஒரு பட்டத்து யானை. தன் பாகனை அது எளிதில் மாற்றிக்கொள்வதில்லை. அதை ஏற்க வைத்த பின்னரே பாகன் உண்மையில் மாறிவிட்டான் என்று பொருள்.”

துரியோதனன் “எது முறைமையோ அதன்படி செய்வோம். நெறிகளும் சடங்குகளுமே நாடும் அரசுமாகின்றன. முதலில் இந்த அவையிலேயே இங்குளோர் உணரவும் நம் எதிரிகள் அறியவும் குறிப்புணர்த்தல் சடங்கென்று ஒன்று நிகழட்டும்” என்றான். சகுனி “ஆம், அரசர் தன் மணிமுடியை பிதாமகருக்கு அளித்துவிட்டதைக் காட்டும் சிறுசடங்கொன்று இங்கு நிகழ்ந்தால் நன்று” என்றார். கர்க்கர் “அது எளிது. ஏனென்றால் பொருள் புரியக்கூடும் என்றால் எதுவும் சடங்கே. அரசே, தங்கள் மணிமுடியை பிதாமகரும் தாங்களுமாக எடுத்து பால்ஹிகர் தலையில் சூட்டலாம். அவர் அதை ஏற்று இவ்வரியணையில் வந்தமர்ந்து செங்கோலும் மணிமுடியுமாக அவைத்தலைமை தாங்கினால் போதும். இங்கு எழும் வாழ்த்தொலிகளே முடிமாற்றத்தை இந்த அவை ஏற்றுக்கொண்டதற்கு சான்றாகும்” என்றார்.

துரியோதனன் “ஆம், அச்சடங்கு இங்கு நிகழட்டும். முதலில் கருவடிவில் முடிமாற்றம் நடக்கட்டும், பருவடிவில் சடங்குகள் பின்னால் தொடரலாம். எந்தையின் ஆணையை அவையில் நான் மேற்கொண்டேன் என்று அனைவரும் உணர்ந்தால் போதும்” என்றான். அவையிலிருந்து எந்த எதிர்வினையும் எழவில்லை. திருதராஷ்டிரர் தலையை உருட்டியபடி, உடல் தசைகள் கொப்பளித்து இறுகி நெகிழ்ந்து மீள அங்கிருந்தார். பீஷ்மர் பழுத்த விழிகள் சுருங்கி அவையை நோக்கிக்கொண்டிருக்க, தாடை விழுந்து சற்றே வாய் திறந்திருக்க அமர்ந்திருந்தார்.

துரோணரின் முகத்தையும் கிருபரின் முகத்தையும் பார்த்ததுமே அவையின் எதிர்பார்ப்பென்ன என்று பூரிசிரவஸ் புரிந்துகொண்டான்.

அனைவரும் சகுனியை நோக்கிக்கொண்டிருந்தனர். அவன் திரும்பி தன்னைச் சூழ்ந்திருந்த அவையைப் பார்த்தான். எவரும் அங்கு நிகழ்ந்ததை நம்பவில்லையென்று தெரிந்தது. பிறிதொன்று அங்கு நிகழுமென்றும் அது ஏன் பிந்துகிறது என்றும் அவர்கள் எண்ணிக்கொண்டிருப்பது தெரிந்தது. உண்மையில் தன் அகமும் அதை நம்பவில்லை என்றும் தானும் பிறிதொன்று நிகழவேண்டுமென்று எதிர்பார்ப்பதையும் அவன் உணர்ந்துகொண்டான்.

குலமூத்தார் எழுவர் கனகரால் வழிகாட்டப்பட்டு அவை மேடைக்கு சென்றனர். அவர்களும் என்ன செய்வதென்றறியாத உளக்குழப்பத்துடன் இருந்தனர். சடங்குகள் இயற்றுவதே அவர்கள் வாழ்நாள் பணி என்பதால், மெய்யாகவே அச்சடங்குகளை அவர்கள் உளமார நம்புவதால் எப்போதும் அவர்களின் அசைவுகளில் வகுக்கப்பட்ட பிசிறின்மையும் மாறா இயல்புத்தன்மையும் இருக்கும். அன்று அவர்கள் ஒருவர் தோளுடன் ஒருவர் முட்டி தடுமாறினர். ஒவ்வொருவரும் ஒவ்வொன்றை கையசைவுகளாலும் தாழ்ந்த குரலாலும் பேச, எவரும் எதுவும் செவிகொள்ளாமலிருக்க, விழியற்றவர்கள்போல ததும்பினர்.

கனகர் அவர்களுக்குப் பின்னால் நின்று தாழ்ந்த குரலில் சொல்ல அவர்களிலொருவர் கனகரின் சொல்லைப் புரிந்துகொண்டு பிறரைத் தொட்டு அமைதியடையச் செய்தார். அவர்களில் மூத்தவராகிய சுதீபர் மணிமுடி வைக்கப்பட்ட தாலத்தை கையில் எடுத்துக்கொண்டார். அவருக்குப் பின்னால் பிற குடித்தலைவர்கள் நின்றனர். கர்க்கரும் அவருடைய ஏழு மாணவர்களும் அவர்களுக்குப் பின்னால் கைகளில் கங்கை நீர் ஏந்திய கலங்களுடன் நின்றனர். துரியோதனன் அவையை நோக்கித் தலைவணங்கிய பின்னர் ஏழு அடி எடுத்துவைத்து பால்ஹிகரை அணுகி "பிதாமகரே, முடிகொள்க! அஸ்தினபுரியின் மைந்தர் நலம் பெறவும், குடிகள் செழிக்கவும், மூதாதையரும் தெய்வங்களும் மகிழவும் இங்கு அரசு வீற்றிருந்து அருள்க!" என்றான்.

பூரிசிரவஸ் அப்போதுதான் சற்றே திடுக்கிடலுடன் பால்ஹிகரைப் பார்த்தான். அவர் அங்கு நிகழ்வது எதையும் புரிந்துகொள்ளவில்லை என்பது தெளிவாகத் தெரிந்தது. ஆனால் மணிமுடி கழற்றப்பட்டதும் பிறிதொருவர் அதை எடுத்துக்கொண்டதும் அதன் நடுவே நடந்த பேச்சுகளும் அவருக்கு ஆர்வத்தை உருவாக்கின. சுருங்கிய முகத்தில் சிறிய விழிகள் சிறுவருக்குரிய குறும்புடன் மாறி மாறி அலைந்தன. அங்கு அனைவரும் வெவ்வேறு உணர்வுநிலைகளில் மிகுந்த உளவிசையுடன் இருப்பது மட்டும் அவருக்குப் புரிந்தது.

மணிமுடியை அவரிடம் கொண்டு வந்து நீட்டிய குலமூதாதையரைப் பார்த்து "இது என்ன?" என்று கேட்டார். அவர்கள் தலைதாழ்த்தி

“இது அஸ்தினபுரியின் மணிமுடி, தங்களுக்குரியது” என்று சொல்வதை பூரிசிரவஸ் உதடு அசைவாலேயே உணர்ந்தான். பிதாமகர் இருக்கும் உளநிலை அவர்களுக்குப் புரியாததால் பின்னால் நின்ற குடித்தலைவர்கள் குழப்பமடைந்தனர். “இது யாருக்கு?” என்று அவர் மீண்டும் கேட்டார். “தங்களுக்குத்தான், பிதாமகரே. தாங்கள் இதை சூடிக்கொள்ளவேண்டும்” என்றார் குடித்தலைவர். தடுமாறியபடி அவர் திரும்பி பிறரைப் பார்க்க ஒருவரையொருவர் நோக்கிய பின் வெவ்வேறு குரல்களில் அதை எடுத்துக்கொள்ளும்படி அவரிடம் சொன்னார்கள்.

முகம் சுருக்கங்கள் செறிந்து இழுபட, வாய்விட்டு நகைத்து அவர் மணிமுடியின் மேலிருந்த குமிழை வலக்கையால் பற்றி கலத்தின் மூடியைத் தூக்கி திறப்பதுபோல் அதை கையில் எடுத்தார். பதறிய குடித்தலைவர் “அவ்வாறல்ல, அவ்வாறல்ல” என்று சொல்லி அதை மீண்டும் திரும்ப வைக்கச் சொன்னார். ஆனால் பால்ஹிகர் அதிலிருந்த செம்பருந்தின் இறகைப் பிடுங்கி வீசிவிட்டு அதை கோப்பையை நோக்குவதுபோல கவிழ்த்து உள்ளே பார்த்தார். மகிழ்ச்சியுடன் கண்கள் சுருங்க சிரித்து நாமணியை ஆட்டிப்பார்ப்பதுபோல அதை ஆட்டியபின் அது தனக்குத்தானா என்று மீண்டும் கேட்டார். கனகர் அவர் அருகே சென்று குனிந்து ஏதோ சொல்ல மகிழ்ந்து நகைத்தபடி எழுந்து அதை தன் தலையில் வலக்கையால் அழுத்தி வைத்தார்.

கனகர் “அவ்வாறல்ல, பிதாமகரே. அதை தாங்கள் வெறுமனே தொட்டு ஏற்றுக்கொள்ளவேண்டும். அதை அந்தணரும் குடித்தலைவரும் உங்களுக்கு சூட்டுவர். அதன்பின் முறையாக அரியணையில் அமர்ந்து செங்கோல் ஏந்தி அதை சூடிக்கொள்ளவேண்டும்” என்றார். உதடுகளின் அசைவிலிருந்து ஒவ்வொரு சொல்லும் அதனுடன் இணைந்த மூச்சொலியுடன் தன்னை வந்தடைவதை பூரிசிரவஸ் வியப்புடன் உணர்ந்தான். அங்கு என்ன நிகழுமென்று அவனால் அப்போது உய்த்துணர முடியவில்லை. ஆனால் எந்நிலையிலும் துரியோதனனிடமிருந்து மணிமுடி அகலாதென்று மட்டும் அவன் அறிந்திருந்தான். எந்த வகையான பதற்றமும் அவனுக்கு ஏற்படவில்லை. மாறாக உள்ளூர மெல்ல புன்னகை மட்டுமே இருந்தது.

பால்ஹிகர் மணிமுடியை மீண்டும் தாலத்தில் வைக்கப்போன பின் மாட்டேன் என்பதுபோல திருப்பி எடுத்துக்கொண்டார். இரு கைகளாலும் அதைப்பற்றி தன் மடியில் வைத்தபின் கைசுட்டி துரியோதனனைக் காட்டி ஏதோ சொன்னார். பின்னர் தன் மேலாடையை எடுத்து கழுத்தில் சுற்றிக்கொண்டு மணிமுடியை எடுத்தபடி எழப்போனார். சகுனி ஏவலனால் தாங்கப்பட்டு புண்பட்ட காலை இழுத்து நடந்து படிகளினூடாக அவை மேடையேறி பால்ஹிகர் அருகே சென்றார்.

பால்ஹிகர் அவருடைய காலைச் சுட்டி கனகரிடம் ஏதோ கேட்டார், கனகர் மெல்லிய குரலில் சொன்ன மறுமொழி பூரிசிரவஸுக்கு விளங்கவில்லை பால்ஹிகர் ஆர்வத்துடன் சகுனியின் புண்பட்ட காலையே பார்த்தார்.

சகுனி அருகணைந்து குனிந்து பால்ஹிகரின் செவிகளில் ஏதோ சொல்ல அவர் தன் முழுச் சித்தத்தாலும் அதை கேட்டார். உடலிலிலும் முகத்திலும் அனைத்து அசைவுகளும் உறைந்தன. விழிகள் மட்டும் அலைபாய்ந்தன. பின்னர் தன் பெரிய கையை சகுனியின் தோளில் வைத்து தன்னுடன் அருகே இழுத்து அணைத்துக்கொண்டார். சகுனியின் காதில் மீண்டும் எதையோ கேட்டார். இருவரும் செவிக்கு வாயென உரையாடிக்கொள்வதை பூரிசிரவஸ் கண்டான். அச்செவியையும் வாய்களையுமே மொத்த அவையும் நோக்கிக்கொண்டிருக்கிறதென்று உணர்ந்தான்.

“நன்று” என்றபடி தலையை அசைத்த பால்ஹிகர் எழுந்து மணிமுடியை கையில் வைத்தபடி அவையை இருமுறை வணங்கினார். பின்னர் அதை கொண்டுசென்று துரியோதனனின் தலையில் சூட்டினார். பீடத்திலிருந்த செங்கோலை எடுத்து அவனிடம் அளித்தார். வெடித்தெழுந்ததுபோல அவை வாழ்த்தொலி முழக்கத் தொடங்கியது. “பிதாமகர் வாழ்க! குருகுலம் வெல்க! மணிமுடிசூடி அமர்ந்த தார்த்தராஷ்டிரர் வாழ்க! வெல்க அஸ்தினபுரி! வெல்க தொல்நெறிகள்! வெல்க குலதெய்வங்கள்! வெல்க மூதாதையர் நிரை! குருகுலம் வெல்க! யயாதியின் குருதி வெல்க!” என்று வாழ்த்தொலிகள் மேலும் மேலும் என எழுந்துகொண்டே இருந்தன. களிவெறியும் சிரிப்புமாக அவையினர் எழுந்து கூச்சலிட்டனர்.

சுற்றிலும் சிரிப்பில் எழுந்த வெண்பற்களை, இழுபட்டு நெளித்த வாய்களை, இடுங்கிய கண்களை பூரிசிரவஸ் கண்டான். அங்கு நிகழ்வதென்ன என்று உணராதபடி அவன் உளம் திகைத்திருந்தான். பின்னர் அனைத்தையும் புரிந்துகொண்டு வாய்விட்டு நகைத்தபடி தன் பீடத்தில் சாய்ந்து அமர்ந்தான். அவையில் எழுந்துகொண்டிருந்த சொற்களில் இருந்து அங்கு நிகழ்ந்ததென்ன என்பதைப் பெரும்பாலும் அனைவருமே புரிந்துகொண்டது பூரிசிரவஸுக்குத் தெரிந்தது. அவனுக்குப் பின்னால் அமர்ந்திருந்த சிறுகுடி அரசன் ஒருவன் “ஒரு மொந்தைக் கள்ளுக்கு மணிமுடியை அளித்துவிட்டார்!” என்றான். இன்னொருவன் “ஒரு பெருங்கலத்துக் கள்... யானை அருந்தும் கலம்!” என்றான்.

துரியோதனன் மணிமுடியும் செங்கோலுமாக எழுந்து நின்று தலைவணங்கினான். கைவீசி அவையை அமைதிப்படுத்தி “அவையோரே, விண்ணிறங்கி வந்த மூதாதையரின் கொடையென்றே இதைக்

கொள்கிறேன். அஸ்தினபுரியின் மணிமுடியை எவர் அளிக்கவேண்டுமோ அவர் எனக்கு அளித்துள்ளார். இனி இதன்மேல் மறுசொல்லென எதுவும் எழவியலாதென்று குலநெறி உணர்ந்த மூத்தோரும் அரசர்களும் அவையீரும் அறிவீர்கள். அவ்வாறே ஆகுக!" என்றான். அவை பெருமுழக்கமாக எழுப்பிய வாழ்த்தொலிகள் நடுவே சென்று அரியணையில் அமர்ந்தான்.

பால்ஹிகர் மேடையில் நின்றிருந்த சகுனியின் அருகில் சென்று அவர் தோளைப்பற்றி மீண்டும் எதையோ கேட்டார். சகுனி அவர் கையைப்பற்றி அவை மேடையிலிருந்து இறக்கிக் கொண்டுவந்தார். பூரிசிரவஸ் எழுந்து பீடங்கள் நடுவே நடந்து அவையின் விளிம்பை அடைந்து வெளியே சென்றான். சகுனியின் ஏவலனால் அழைத்துச் செல்லப்பட்ட பால்ஹிகர் வெளியே கூடத்தில் நின்றிருந்தார். பூரிசிரவஸ் அவரை நோக்கி விரைந்து சென்று "பிதாமகரே, தாங்கள் ஓய்வெடுக்கலாம், வருக!" என்றான். "நான் ஓய்வெடுக்க வரவில்லை. அந்தக் கிண்ணத் தலைப்பாகையை அவன் தலையில் வைத்தால் பட்டத்து யானையை எனக்கே தந்துவிடுவதாகக் காலுடைந்தவன் சொன்னான். பட்டத்துயானை எனக்கு இப்போதே வேண்டும். நான் அதில் ஏறி இந்நகரத்தை சுற்றிவருவேன். அதன்பிறகு இங்கிருந்து மலையேறிச் செல்வேன். அனைவருக்கும் அதைக் காட்டுவேன். அந்த அறிவிலி பார்த்திபன், அவன் என்னிடம் மலையில் அவனுக்கு நிகராக நான் ஏறிச்செல்ல முடியாது என்றான். என் யானையுடன் அவனால் வரமுடியுமா?"

"ஆம்" என்றான் பூரிசிரவஸ். அவனுள்ளத்தில் சொல்லற்ற திகைப்பு ஒன்று நிறைந்திருந்தது. "ஆனால் அவர்கள் எனது யானையைத் தொட்டால் அங்கேயே தலைகளை அறைந்து உடைப்பேன். அது என்னுடைய யானை. எவர் அதைத் தொட்டாலும் தலையை உடைப்பேன்" என்றார் பால்ஹிகர். "ஆம், தங்களுக்குரிய யானைதான் அது. தங்களுக்கே அது அளிக்கப்படும். ஆணை பிறப்பித்தாகிவிட்டது. தாங்கள் ஓய்வெடுத்துவிட்டு யானையின் அருகே செல்லலாம்" என்றான். "இல்லை, நான் என் கவசங்களை அணிந்துகொண்டு யானைமேல் செல்வேன்" என்ற பால்ஹிகர் தன் மேலாடையை எடுத்துக் கீழே போட்டார். கழுத்திலும் இடையிலும் இருந்த நகைகளைப் பிடுங்கி நிலத்தில் வீசிவிட்டு "எங்கே என் யானை?" என்று உரத்த குரலில் கேட்டார். "சிவப்பு யானை! அங்காரகன்!" என்று கைகளை தூக்கினார்.

அவைக்குள்ளிருந்து சிற்றமைச்சர் மனோதரர் விரைந்து அணுகி "பிதாமகரே, தங்களை பட்டத்துயானையிடம் அழைத்துச் செல்லும்படி ஆணை" என்றார். "நான் அந்த யானையில்தான் போருக்குச் செல்வேன்" என்று பால்ஹிகர் சொன்னார். "அது சிவந்த யானை. காலபைரவ

யானை!” மனோதரர் “ஆம், தங்களுக்கு அதன்பொருட்டே அந்த யானை அளிக்கப்பட்டுள்ளது. வருக!” என்று அவரை அழைத்துச்சென்றார். பூரிசிரவஸ் “மெய்யாகவே அரசாணையா?” என்று கேட்டான். “ஆம், பால்ஹிகரே. பட்டத்துயானை அங்காரகன் மெய்யாகவே பிதாமகருக்கு அளிக்கப்பட்டுள்ளது. இணையானையாகிய சத்ராபதம் இனிமேல் பட்டத்து யானையாக அமையட்டும் என்று அரசர் கூறினார்” என்றார். “நன்று! அழைத்துச் செல்க!” என்றான் பூரிசிரவஸ். பால்ஹிகர் திரும்பி உரத்த குரலில் பூரிசிரவஸை நோக்கி “நீ எனக்கு அணுக்கமானவன். நீ மட்டும் விழைந்தால் எனது யானைமேல் ஏறிக்கொள்ளலாம்” என்றார். “நான் நாளை வருகிறேன்” என்றான் பூரிசிரவஸ். “யானை மேலேறி நகரத்தில் சுற்றிவரும்போது அனைவரும் என்னைப் பார்த்து மகிழ்ச்சிக் கூச்சலிடுகிறார்கள் தெரியுமா?” என்றார். “ஆம் பிதாமகரே, நான் வருகிறேன். அவை முடியட்டும்” என்று பூரிசிரவஸ் சொன்னான்.

மனோதரர் “வருக, பிதாமகரே!” என்று சொல்லி பால்ஹிகரை அழைத்துச் சென்றார். பால்ஹிகர் கால்களைத் தூக்கி வைத்து உடலை அசைத்து அவருடன் சென்றார். தன் குறடுகளின் ஓசையை செவிகொண்டு மேலும் விசையுடன் கால்களை எடுத்து வைத்தார். பூரிசிரவஸ் ஒருகணத்திற்குப் பின் வாய்விட்டு நகைத்தான்.

32

அவையில் மீண்டும் ஓசை அடங்கத் தொடங்கியிருந்தது. கதவைத் திறப்பதற்கு முன் உள்ளே ஓசைகொந்தளிக்கும் அவை இருப்பதாக எண்ணியிருந்தமையால் திறந்ததும் வந்தறைந்த ஓசையின்மை திகைப்பூட்டியது. சூழ நோக்கியபடி பூரிசிரவஸ் தன் இருக்கையில் வந்து அமர்ந்தான். அவன் விழிகள் திருதராஷ்டிரரைத் தேடின. திருதராஷ்டிரரும் சஞ்சயனும் யுயுத்ஸுவும் அங்கு இல்லை என்பதைக் கண்டதும் சற்று சலிப்பும் விந்தையானதோர் துயரும் அவனுக்கு ஏற்பட்டது. பீடத்தில் அமர்ந்து கைகளைக் கட்டிக்கொண்டு அவை மேடையை நோக்கத் தொடங்கினான்.

துரியோதனன் மணிமுடியையும் செங்கோலையும் தாலங்களில் வைத்துவிட்டு இயல்பாக அரியணையில் அமர நிமித்திகன் வெள்ளிக்கோலுடன் அறிவிப்பு மேடையில் ஏறினான். கொம்பொலி எழுந்தடங்கியது. வெள்ளிக்கோலை மும்முறை சுழற்றி உரத்த குரலில் “வெற்றி எழுக! புகழ் திகழ்க! மூதாதையர் அருள்க! குலதெய்வங்கள் கனிக! இத்தருணம் செல்வத்துக்கும் வெற்றிக்கும் உரிய அனைத்து தெய்வங்களாலும் ஆதரிக்கப்படுக! ஆம், அவ்வாறே ஆகுக!” என்றான். அனைவரும் அவன் சொற்களை விழிகளால் நோக்கிக் கொண்டிருந்தனர். அங்கு நிகழ்ந்த அந்த அங்கத நாடகம் அவர்கள் அனைவரையும் மகிழ்வூட்டியிருந்தது. அதிலிருந்த வேடிக்கையை உள்ளிருந்து எண்ணி எண்ணி எடுத்து தங்களுக்குள் உவகை கொண்டிருந்தனர். எவரும் ஓசையிட்டு நகைக்கவில்லை எனினும் மெல்லிய ரீங்காரமாகவே சிரிப்பு கேட்டுக்கொண்டிருந்தது.

நிமித்திகன் “அவையோரே, இப்போது பால்ஹிக மூதாதையால் முறையாக அளிக்கப்பட்ட அஸ்தினபுரியின் மணிமுடியை சூடியிருக்கும் தார்த்தராஷ்டிரராகிய துரியோதனர் அஸ்தினபுரியின் மீதும், இம்மணிமுடி மரபாக ஆண்டுவந்த அனைத்து நிலங்கள் மீதும், அதன் குடிகள் மீதும் முற்றுரிமை கொண்டிருக்கிறார். இதை மறுப்பதும் மாறாக விழைவதும் அரச வஞ்சமென்று கொள்ளப்படும். அவர்கள் எதிரிகளாக வகுக்கப்பட்டு படைகொண்டு வென்று முற்றழிக்கப்படுவர். அவ்வாறு இவ்வரசுக்கும் குடிக்கும் முடிக்கும் எதிராகப் படைகொண்டு உபப்பிலாவ்யத்தில் நின்றிருக்கும் அரசரின் உடன்குருதியினரும் பாண்டுவின் மைந்தருமான யுதிஷ்டிரரையும், அவருடைய தம்பியரையும், உடன் இணைந்துள்ள அரசர்களையும், குடித்தலைவர்களையும் உடனடியாக படைக்கலங்களைக் கைவிட்டு அணி குலைத்து ஆங்காங்குள்ள அரசப் பொறுப்பினரை அணுகி அடிபணியுமாறு அரசரின் பொருட்டு இந்த அவை ஆணையிடுகிறது. அது மீறப்படுமெனில் அவர்கள் கொல்லப்படுவார்கள் என்றும், அவர்களின் குடிகள் வாழும் உரிமையை இழக்கின்றன என்றும், கொடிவழிகள் வரை அரசப்பழி நீளுமென்றும் அறுதி உரைக்கப்படுகிறது” என்று சொல்லி மீண்டும் கோல் சுழற்றி தலைவணங்கி விலகினான்.

துரியோதனன் எழுந்து “அவையீரே, பெருநெறிகள் புலரவேண்டுமென்பதற்காக இப்போர் இங்கு தொடரவிருக்கிறது. இதில் நாம் பெறும் முழுவெற்றி பாரதவர்ஷத்தின் மீது தளர்ந்து வரும் ஷத்ரியர்களின் ஆட்சியை நிலைநிறுத்தும். எவர் இந்த நாட்டை வகுத்து அமைத்தார்களோ, இதுகாறும் இதன் தலைமை கொண்டு ஆண்டார்களோ, வேள்வியும் தவமும் வேளாண்மையும் ஆசெழித்தலும் எவர் பொருட்டு இங்கு நிகழ்ந்தனவோ அவர்கள் தங்கள் நிலத்தின் மீது வேதங்களால் அளிக்கப்பட்ட முற்றுரிமையை மீண்டும் ஒருமுறை உறுதி செய்வார்கள். அருள்க தெய்வங்கள்! துணையமைக மூதாதையர்!” என்றான்.

அவையினர் கைகளையும் படைக்கலங்களையும் தூக்கி வாழ்த்துரைத்தனர். “வெற்றி வேல்! வீரவேல்! வெல்க படை! வெல்க ஷத்ரியக் குருதி! வெல்க தொல்லறம்! வெல்க தெய்வங்கள்!” என்று எழுந்த முழக்கங்களில் உவகையும் களியாட்டுமே இருந்தது. போர்வெற்றிக்குப் பின் எழும் உண்டாட்டின் ஓசைகள்போல. மீண்டும் கொம்போசை எழுந்தடங்க துரியோதனன் “இதுவே இறுதிப்போர். இப்போர் என்னில் தொடங்கவில்லை. அஸ்தினபுரியிலும் வேர்கொள்ளவில்லை. நெடுங்காலமாகவே இந்நிலத்தில் புகைந்துகொண்டிருந்தது. ஒவ்வொரு நாளுமென ஷத்ரியர் வீரம் இழிவுபட்டது. அவர்களின் நிலம் சுருங்கி வந்தது. அவர்களை ஆண்ட தொல்லறம் மறுக்கப்பட்டது. இனி ஓர்

அடி பின்வைக்க இயலாதென்ற நிலை வந்துவிட்டது. யானைத்திரளை தவிர்க்க விழைந்த சிம்மம் சினம்கொண்டு நிலமறைந்து முழக்கமிடுகிறது. இனி ஒரே அறை. குருதிசிதற மத்தகங்கள் உடையும். காட்டின் அரசன் எவனென்று தெய்வங்கள் வகுத்ததோ அதுவே நிறுவப்படும். ஆம், இதுவே போர். போர்களுக்கெல்லாம் அன்னை!" என்றான்.

முதலில் உரைத்த போர்வஞ்சினத்தின் உணர்வுக்கொந்தளிப்பும் சொல்வீச்சும் அவ்வுரையில் இருக்கவில்லை. மாறாக ஒளிரும் சிறுகண்கள் அவையை சுழன்று வர, ஆணையிடும் குரலில், துரியோதனன் சொன்னான். "இங்கிருக்கும் அரசர்கள் அனைவரும் அறிந்த ஒன்று. பாரதவர்ஷத்தின் ஷத்ரிய ஆற்றலை முதன்மையாக அழித்தது எது? அயற்பகையா? தெய்வங்களின் வஞ்சமா? அல்ல, குடிப்பகை. மீளமீள ஷத்ரியர்களால் ஷத்ரியர்கள் தோற்கடிக்கப்பட்டிருக்கிறோம். தொல்மூதாதையர் அமைத்த பதினாறு ஜனபதங்களின் அரசர்களும் ஒருவரோடொருவர் போரிட்டு குருதி சிந்தாத ஆண்டு ஒன்று இந்நிலத்தில் கடந்து சென்றதில்லை. எரிபரந்தெடுத்தும் குடியழித்தும் அரண்மனைகளைப் புழுதிக்குவையாக்கியும் நம்மை நாம் அழிப்பதையே பெருமிதமென எண்ணித் தருக்கினோம். நம் கொலைவெறிகளை பரணி பாடி மொழியில் நிறுத்தினோம், சூதர் நாவில் அவற்றை மீளமீளக் கேட்டு மகிழ்ந்தோம். நம் குழவியருக்குச் சொல்லி வளர்த்தோம். அதன் விளைவுகளை இன்று அறிகிறோம்.

"நம்மை நாமே வெட்டி அழித்துக்கொண்டிருக்க நம்மைச் சுற்றி பெற்றுப் பெருகி, கடலோடி ஈட்டி, நகர் பெருக்கி, படை திரட்டி நின்றிருக்கின்றனர் அயலார். நிஷாதரும் அசுரரும் கிராதரும் அரக்கரும் வென்று செல்கின்றனர் நம்மை. ஷத்ரியர்களே, இது இறுதிக்கணம். இன்று நாம் முழுவிசையுடன் போர்புரிவோமென்றால் மட்டுமே வெல்ல முடியும். பிறிதொருமுறை அவர்கள் தலையெடுக்காது அழிக்க முடியும். இன்று தயங்கினோமெனில் இனி ஒருபோதும் நம்மால் வெல்ல முடியாது. நமது படைகள் ஒவ்வொரு நாளுமென ஆற்றல் குறைந்துவருகின்றன. நம் தந்தையருக்கிருந்த உளவிசை நமக்கில்லை. நமது மூதாதையருக்கிருந்த தயங்காமை இன்று எவருக்குமில்லை. நமக்கிருக்கும் நம்பிக்கை கூட நம் மைந்தரிடம் இல்லை. இன்று நாம் நம்மை நிறுத்தியாக வேண்டும். பாரதவர்ஷம் வாழ, வேதநெறி தழைக்க, தொல்லறம் நிலைகொள்ள ஷத்ரியர்களாகிய நாம் இங்கு நின்றாகவேண்டும்.

"வேலி உடைந்து கிடக்கிறது, வீரர்களே! காட்டுவிலங்குகள் பசி கொண்டு சூழ்ந்துள்ளன. நம்மை எதிர்நோக்கிக் காத்திருக்கிறது வேதப்பயிர். நாம் வாளெடுத்திருப்பது இறுதிப்போர் ஒன்றுக்காக. இங்கு நீங்கள் கேட்கலாம் இப்போரும் உடன்குருதியினரின் பூசல் அல்லவா

என்று. மெய், ஆனால் அங்கிருப்பவர்கள் என் உடன்குருதியினர் மட்டுமல்ல. திரண்டிருப்பவர்களில் பெரும்பகுதியினர் பாரதவர்ஷத்தை தங்களுடையதென்று எண்ணும் இழிகுலத்தோர். இங்கு முளைத்தெழுந்து பெருகிக்கொண்டிருக்கும் களைச்செடிகள். அவர்களுக்கு தலைமை தாங்கி நின்றிருப்பதனால்தான் என் உடன்குருதியினர் எனக்கு எதிரிகளாகிறார்கள். அவர்களுக்கு ஊக்கம் கொடுத்து, இந்நிலத்தை அவர்களுக்கு ஆளும் உரிமை உண்டு என்னும் கொள்கையை அளிப்பதனால்தான் இளைய யாதவர் என் முதன்மை எதிரியாகிறார்.

“இப்போருடன் பாரதவர்ஷத்தில் குருதிப்பூசல் முற்றழியவேண்டும். குலநெறிக்கு எதிராக வாள்கொண்டு எழுவது பேரழிவை நோக்கி அடியெடுத்து வைப்பதென்பது நம் ஒவ்வொருவருக்கும் நாமே சொல்லிக்கொள்வதாக வேண்டும். ஓர் உயிரும் எஞ்சலாகாது அங்கு. எதிர்நின்று படைக்கலம் எடுத்த எவரும் இல்லம் திரும்பலாகாது. இன்னும் ஆயிரம் ஈராயிரம் ஆண்டுகள் பல்லாயிரம் ஆண்டுகள் இங்கு நிலவ வேண்டும் ஒரு சொல். அறிக அச்சொல்லை! அரசனென்பவன் வீரத்தால் நிலைநிறுத்தப்படுபவன், குலநெறிகளால் தேர்ந்தெடுக்கப்படுபவன், அறத்தால் நிலைகொள்பவன். அம்மூன்று முறைமைகளுக்கும் அப்பால் எழும் ஆற்றலென்று ஒன்று இருக்கலாகாது. அவற்றுக்கு எதிராக ஓர் எண்ணமும் எவ்வுள்ளத்திலும் எழலாகாது. அது நம் மைந்தராகுக, உடன்பிறந்தாராகுக, எவராயினும் நம் எதிரிகளே.”

வெறிகொண்ட வஞ்சினத்தைவிட அந்த ஆழ்ந்து உள்ளூடுருவும் பேச்சு அவர்களைக் கிளரச் செய்தது. பூரிசிரவஸ் தன் கைகளே நடுங்கிக்கொண்டிருப்பதை உணர்ந்தான். அருகிருந்த வேசரநாட்டரசன் கைகளைக் கூப்பி முகத்தில் அழுத்தி கழுத்துத் தசைகள் அதிர நடுங்கிக்கொண்டிருந்தான். அவையெங்கும் விம்மல்கள் என மூச்சொலிகள் எழுந்தன. அக்கணம் மிகச் சரியாக துரியோதனனின் குரல் பற்றிக்கொண்டு பரந்தெழுந்தது. உரக்க வெறிகொண்டவனாக அவன் கூவினான். “எழுக, அரசர்களே! நம்மை அரசர்களென்றாக்கிய நெறிகளின் பொருட்டு! நம் மூதாதையர் காத்து வளர்த்த அறத்தின் பொருட்டு! நம்மை அரசரென்று அரியணையிட்டு அமர்த்திய அந்தணரின் பொருட்டு! குலமூதாதையரின் பொருட்டு! நமக்கென வாள்கொண்டெழும் நம் இளையோரின் பொருட்டு! நம் குருதியில் விதையெனக் கலந்திருக்கும் கொடிவழியினரின் பொருட்டு! நாம் வென்றேயாகவேண்டும். மறு எண்ணமே இல்லை. முற்றழிவதற்கு மாற்றாக ஒன்றே உள்ளது, முழுவெற்றி! நாம் வெல்வோம், நாம் வென்றாக வேண்டுமென்பது தெய்வங்களின் ஆணை என்பதனால்! நாம் வெல்வோம், அறம் வென்றேயாக வேண்டுமென்பது மனுக்குலத்தை

படைத்த விசைகளின் நெறியென்பதனால்! நாம் வெல்வோம், எதனால் இங்கு ஷத்ரியக்குடி உருவானதோ அந்த ஆணை இன்னும் எஞ்சியிருப்பதனால்! வெல்க நமது கூட்டு! வெல்க குலநெறிகள்! வெல்க நம் போர்த்தெய்வங்கள்! வெற்றிவேல்! வீரவேல்!”

அவை எழுந்து ஒற்றைப் பெருங்குரலில் “வெற்றிவேல்! வீரவேல்!” என்று முழக்கமிட்டது. அலையலையென பெருகிப் பெருகி, மீண்டும் மீண்டுமென வெறி மூண்டு எழுந்துகொண்டிருந்தது போர்க்குரல். “வெல்க துரியோதனர்! வெல்க அஸ்தினபுரி! வெற்றிவேல்! வீரவேல்! எழுக குருதி! எழுக பேரனல்! எழுக அலைப்பெருவெள்ளம்! எழுக படைக்கலப்பெருக்கு! வெல்வோம்! வென்று நிற்போம்! எரிசாம்பல் மீது நின்றாடுவோம்! குருதிகொண்டு கூத்தாடுவோம்! எஞ்சாது அழிக எம் பகைவர்!” என்ற முழக்கம் தன் உடலை நிறைத்து தன்னிலிருந்து எழுந்து பெருகுவதாக பூரிசிரவஸ் உணர்ந்தான். “மாமன்னர் துரியோதனர் வெல்க! குருகுலத்தோன் வெல்க! யயாதியின் குடிவந்தோர் வெல்க! ஷத்ரியப் பெருங்குலம் வெல்க!”

பூரிசிரவஸ் நெடுநேரம் கழித்தே தானும் வெறிகொண்டு கைவீசி கூச்சலிட்டு ஆர்த்து துள்ளிக்கொண்டிருப்பதை அறிந்தான். கனகர் கைகாட்ட கொம்புகள் மும்முறை ஒலித்தடங்கியதும் மெல்ல சூழ்ந்திருந்த போர் வெறிக்கூச்சல் அலைசுருண்டு அமைந்தது. மீண்டும் எஞ்சிய விசை திரட்டி திரைகொண்டு பெருகி எழுந்தது. “கொன்று குவிப்போம்! தலைவெட்டி சிதறடிப்போம்! நெஞ்சு பிளந்து குருதியிலாடுவோம்! வெற்றிவேல்! வீரவேல்!” என்று எவரோ எழுந்து கூவி துள்ளினர். அவை மீண்டும் ஆர்ப்பரித்தெழுந்தது. போர்க்கூச்சல்களுடன் படைக்கலங்கள் காற்றிலெழுந்து சுழன்று சுழன்றமைந்தன. அக்கூச்சலை அவை நாவுகளென எழுப்புவதுபோல தோன்றியது. மீண்டும் கொம்புகள் மும்முறை முழங்க அவை மெல்ல அடங்கியது. மறுகணமே மீண்டும் “குருதி! கொழுங்குருதி! குருதியிலாடுவோம்! குருதியருந்துவோம்! எழுக கொற்றவை! எழுக பதினாறு உருத்திரர்கள்! எழுக காலபைரவர்! எழுக வீரபத்ரர்! எழுக காளி! எழுக நீலி!” என அவை ஆர்ப்பரித்தெழுந்தது.

மீண்டும் மீண்டும் முரசுகளும் கொம்புகளும் முழங்கி அவையை அடங்கச்செய்தன. பூரிசிரவஸ் பீடத்தில் அமர்ந்தபோது தன் கண்களிலிருந்து கண்ணீர் வழிந்துகொண்டிருப்பதை உணர்ந்தான். இரு கால்களும் நடுங்கிக்கொண்டிருந்தன. பீடத்தில் அவனால் அமர இயலவில்லை. அமர்ந்து கைகளால் இரு கைப்பிடிகளையும் பற்றிக்கொண்டான். அக்கணம் மீண்டும் எங்கோ “வெல்க மூதாதையர்! வெல்க போர்த்தெய்வங்கள்! அருள்க தெய்வங்களே!” என்றொரு முதிய வெறிக்குரல் வெடித்தெழ அவை பொங்கி எழுந்து மீண்டும் குரலெழுப்பத்

தொடங்கியது. மீண்டுமொருமுறை கொம்புகள் ஒலித்து அவையை அடங்கச்செய்தபோது ஒவ்வொருவரும் உடல் தளர்ந்திருந்தனர்.

பூரிசிரவஸ் திரும்பி நோக்கியபோது அத்தனை அரசர்களும் விழிநீர் வார்த்துக்கொண்டிருந்தனர். அனைவருமே நடுங்கியமையால் அந்த அவைக்குள் குளிர்காற்று சுழன்றடிப்பதுபோல் தோன்றியது. விசும்பல்கள், விம்மல்கள், சினமோ பெருவலியோ கொண்டவை போன்ற உறுமல்கள். அறியாத் தெய்வங்கள் விண்ணிலிருந்து இறங்கி ஒவ்வொரு உடலிலும் கூடியவைபோல் அத்தனை பேரும் வெறியாட்டு கொண்டெழுவதை பூரிசிரவஸ் அதற்கு முன் பார்த்திருக்கவில்லை. போரென்பது ஒற்றைப்பெருந்திரளென மானுடப்பெருக்கே கொள்ளும் வெறியாட்டு. விடாய்கொண்ட தெய்வமொன்று பல்லாயிரம் பலலட்சம் தலையும் கையும் வாயும் கொண்டு தன்னைத்தான் கொன்று தின்று களித்தாடும் குருதிக்கூத்து.

பூரிசிரவஸ் கண்களை மூடி குருதிக்குமிழிகள் பறப்பதைக் கண்டான். மதங்கொண்டு எழுந்த யானையிடம் ஆணையிடும் பாகனின் விழிகளுடன் துரியோதனன் உரைத்த வஞ்சினம் மீண்டும் தன்னுள் ஓடக் கேட்டான். ஒவ்வொரு வரிக்கும் அவன் உடல் மெய்ப்பு கொண்டது. துரியோதனன் புதிதாக எதையும் கூறவில்லை. ஆனால் அங்கிருந்தோர் எண்ணி எண்ணி சொல்லி பெருக்கிக்கொண்ட அனைத்தும் அச்சொற்களில் கூர்மை கொண்டிருந்தன.

நிமித்திகன் அறிவிப்பு மேடைமேல் ஏறிவந்து “அவையோரே, வென்று அன்றி அமையாத பெருந்திறலோரின் போர் வஞ்சினம் இங்கிருந்து நம் எதிரிகளை சென்றடைந்திருக்கும் இப்போது. அவர்களின் கனவுகளில் அது பாதாள தெய்வங்களின் வஞ்சக்குரலென ஒலிக்கட்டும். அவர்களின் போர் முரசுகள்மேல் பெருமழையென பெய்து ஓசையவியச் செய்யட்டும். அவர்களின் படைக்கலங்களின் மீது உப்பெனப் படிந்து துருப்பிடிக்க வைக்கட்டும். சிம்மம் தன் குரலாலேயே காட்டை ஆள்கிறது. இவ்வஞ் சினத்தால் ஆயிரமாண்டு பாரதவர்ஷம் நம்மால் ஆளப்படும். ஆம், அவ்வாறே ஆகுக!” என்றான். “ஆம்! ஆம்!” என்று அவையினர் கோல்களையும் வாள்களையும் தூக்கி பேரொலி எழுப்பினர்.

நிமித்திகன் தலைவணங்கி பின்னகர கனகர் அவை மேடைமேல் ஏறி “அரசர்கள் அனைவருக்கும் வாழ்த்துக்கள்! இங்கு நம் முதன்மைப் படைத்தலைவரையும் பிற படைத்தலைவர்களையும் தெரிவுசெய்யும் நிலையில் இருக்கிறோம். அனைவரும் அறிந்திருப்பீர்கள், முன்னரே அரசரும் முதன்மை அமைச்சர்களும் கூடியமர்ந்து படைத்தலைமைக்கான திறலோரைத் தெரிவுசெய்துவிட்டிருக்கிறோம். அவர்களின் பெயர்களை

இந்த அவையில் முறையாக அறிவிப்பதொன்றே எஞ்சியுள்ளது. அவ்வறிவிப்பை அஸ்தினபுரியின் அரசர், இப்பெரும்படைகளின் தலைவர், தார்த்தராஷ்டிரராகிய துரியோதனர் அறிவிப்பார்" என்று சொல்லித் தலைவணங்கினார்.

துரியோதனன் எழுந்தபோது அவை அமைதிகொண்டிருந்தது. பூரிசிரவஸ் பீஷ்மரைப் பார்த்தான். அவர் முற்றிலும் அங்கில்லை என்பது தெரிந்தது. துயில்கொண்டிருக்கிறாரா என்ற எண்ணம் அவனுக்கு ஏற்பட்டது. இப்பேரவையில் ஒருவர் துயில முடியுமா? ஆனால் விழிகள் மூடியிருக்க வாய் சற்று திறந்திருக்க மடியில் கோத்த மெலிந்து நீண்ட விரல்களுடன் மரவுரியிட்ட பீடத்தில் சற்றே கோணலாக அமர்ந்த முதியவர் துயில்பவர் போலத்தான் தோன்றினார். அவன் எண்ணத்தை உணர்ந்தவனாக சலன் "மெய்யாகவே துயில்கிறார். நான் நெடுநேரமாக அவரைப் பார்த்துக்கொண்டிருக்கிறேன்" என்றான். பூரிசிரவஸ் வியப்புடன் நோக்க "முதியவர்களின் இயல்பு அது. எங்கும் அவர்களை மீறி சித்தத்தின்மீது கவியும் மென்துயிலே அவர்களை மீண்டும் புத்துயிர்கொண்டு எழச் செய்கிறது" என்றான். "இங்கு நிகழ்ந்ததை அவர் அறிவாரா?" என்றான் பூரிசிரவஸ். சலன் சிரித்து "விழித்திருக்கையிலேயே முழுதறிகிறாரா என்பது ஐயத்திற்குரியது. துயிலில் அவருக்குள் ஒலிகள் நுழையும். அவற்றை ஆழத்தில் விழித்திருப்பது வாங்கி அடுக்கி பிறிதொரு உலகைப் படைத்தளிக்கும். அது இந்த அவையின் இவ்வடிவாக இருக்க வாய்ப்பில்லை" என்றான். பின்னர் புன்னகையுடன் "ஒருவேளை இந்த அவையின் மெய்மையை அந்த ஆழுளான் அங்கிருந்து உணர்ந்துகொண்டும் இருக்கலாம்" என்றான்.

துரியோதனன் "அவையீரே, இந்தப் போர்சூழ்கையை வகுக்கையில் நமது முன் இருந்த வினா ஒன்றுண்டு. முதல்நாள் இப்பெரும்படையை தலைமை தாங்கி நடத்தப்போவது யார்? அங்க நாட்டரசர் கர்ணன் நடத்த வேண்டுமென்பது என் எண்ணம். ஆனால் பிதாமகர் பீஷ்மரும் துரோணரும் சல்யரும் அவ்வெண்ணத்திற்கெதிர் நின்றனர். இங்குள்ள அரசர்களும் அது நன்றல்ல என்றனர். ஏனெனில் நாம் ஷத்ரியக் குடியுரிமைக்காகவும் தொல்நெறிகளுக்காகவும் போரிடுகிறோம். நாம் போரிடுவது எதற்காக என்பது நம் படைவகுப்பிலேயே தெரிந்தாகவேண்டும். நமக்கும் நம் எதிரிகளுக்கும் படைத்தலைமையினூடாகவே வேறுபாடு துலங்கவேண்டும். படைத்தலைவர் என்பவர் ஒரு கொடி, ஓர் அடையாளம். நாம் குலநெறியின் பொருட்டே போரிடுகிறோம் என்பதை குலத்தலைவர் ஒருவர் படைநடத்தி வருகையிலேயே நிறுவுகிறோம்" என்றான்.

துரோணர் பீஷ்மரை மெல்ல தொட்டு உசுப்ப அவர் விழித்துக்கொண்டு உடலை அசைத்து அமர்ந்து வாயைத் துடைத்த பின் ஆடையை

சீரமைத்துக்கொள்வதை பூரிசிரவஸ் கண்டான். துரியோதனன் "நம் படைக்கு முதல்படைத்தலைவராக பிதாமகர் பீஷ்மர் எழுகையில் பாரதவர்ஷத்தில் உள்ள அனைத்து வீரர்களுக்கும் ஐயம் திரிபற நாம் உரைப்பதொன்று துலங்கும். இப்போர் குருகுலத்து மூதாதைக்கும் அவருடைய ஆணையை மீறியெழும் அவருடைய பெயர்மைந்தருக்குமான போர். நாம் பீஷ்மரின் தரப்பினர். பிதாமகர் முடிதுறந்திருக்கலாம். ஆனால் குலநெறியைத் துறக்கவில்லை. அந்நெறியின் பொருட்டு அவர் போர்முனைக்கு வந்து நிற்கையில் அந்நெறியை ஏற்காது யாதவன் சொல்கொண்டு நிற்பவர்கள்தான் பாண்டவர்கள்" என்றான்.

"அரசர்களே, பாண்டவப் படையிலிருப்பவர்களும் குருகுலத்து அரசர்களால் ஆளப்பட்டவர்களே. இங்கிருந்த பெருங்குடி ஷத்ரியர்களிலும் ஒரு சாரார் அங்கிருக்கிறார்கள். பிதாமகர் படைக்கலம் ஏந்தி களம் வந்து நிற்கையில் அவர்கள் காணட்டும், ஆயிரமாண்டு முடிசூடி அவர்களை ஆண்ட குருதியின் மூத்தோருக்கு எதிராக நின்றிருக்கிறார்கள் என்று. அவர்களின் குடிமூதாதையரும் குலதெய்வங்களும் அதை ஏற்பார்களா என்று. அதன் பொருட்டு அவர்கள் தங்களின் கொடிவழியினருக்கு மறுமொழி சொல்லவேண்டும் என்று. அங்கேயே நாம் முதல்வெற்றி அடைந்துவிடுகிறோம்" என்றான் துரியோதனன்.

அவை ரீங்கரித்துக்கொண்டிருந்தது. துரியோதனன் திரும்பி பீஷ்மரை நோக்கிக் கைகுவித்துத் தலைவணங்கி "ஆகவே இப்படையை முதல்நாள் பிதாமகர் பீஷ்மரே வழிநடத்தித் தரவேண்டுமென்று முடிவெடுத்தோம். இவ்வவையின் சார்பில் அதை அவரிடம் கோருகிறோம்" என்றான். பேரவையிலிருந்து "ஆம்! ஆம்!" என்ற முழக்கம் எழுந்தது. ஜராசந்தனின் மைந்தனும் மகதமன்னனுமான ஜயசேனன் "ஆம், அவையின் கோரிக்கை அதுவே" என்றான். "ஆம்! ஆம்!" என அவையினர் கோல்களைத் தூக்கி அதை வழிமொழிந்தனர்.

முன்நிரையில் அமர்ந்திருந்த சல்யர் எழுந்து "பிறிதொரு எண்ணமே எழவேண்டியதில்லை. பிறிதெவருக்கும் அத்தகுதியும் இல்லை. தன் குலத்தின் நெறிக்கும் தன் குடியின் முடிக்குமாக பிதாமகர் எழட்டும் போருக்கு. பிதாமகரை வெல்லும் பெருவீரர் எவரும் இந்நிலத்தில் இன்றில்லை. அவரை முன்வைப்பதன் வழியாகவே வெல்லப்பட முடியாதவர்கள் நாம் என்பதை அவர்களுக்கு அறிவிப்போம். உண்மையில் வில்லேந்தி படைமுகம் கொண்டு பிதாமகர் நிற்கையிலேயே போர் முடிந்துவிடுகிறது. பிதாமகர் பீஷ்மர் இப்பொறுப்பை ஏற்றருளவேண்டும்" என்றார்.

ஜயத்ரதன் எழுந்து "ஆம், இங்கு கூடியிருக்கும் அனைத்து அரசர்களின் சார்பிலும் மைந்தனாக அடிபணிந்து பிதாமகரிடம் இதைக் கோருகிறேன்"

என்றான். கலிங்க அரசர் ஸ்ருதாயுஷ் எழுந்து “இங்கிருக்கும் அனைவரின் குரலும் அதுவே. பிதாமகரின் கீழ் படைக்கலம் கொண்டு செல்வது இந்திரனை தேவர்கள் தொடர்வதுபோல” என்றார். அவையிலிருக்கும் அரசர்கள் அனைவருமே வெவ்வேறு ஒலிகளில் அதை ஆதரித்து குரலெழுப்ப மாளவ மன்னர் இந்திரசேனர் “ஆம், எங்கள் கோரிக்கை அது! எங்களுக்கு அருள்க என்று பிதாமகரை வேண்டுகிறோம்!” என்றார்.

“பிதாமகர் பீஷ்மர் இப்போரில் வென்று தன் தொல்நெறியை நிலைநாட்டும் பொறுப்பு கொண்டவர், அதை அவர் தவிர்க்கமாட்டார்” என்று தமகோஷர் சொன்னார். “ஆம், அப்பொறுப்பை அவர் ஒருபோதும் துறக்க மாட்டார்” என்று தட்சிணமாகிஷ்மதியின் நீலன் சொன்னார். அனைத்து விழிகளும் பீஷ்மரை நோக்கியிருந்தன. அரசமேடையில் துரியோதனன் இரு கைகளும் செயலற்றவைபோல் கிடக்க கூர்விழிகளால் பீஷ்மரை நோக்கிக்கொண்டு நின்றான். பீஷ்மர் அச்சொற்களை உள்வாங்கியவர்போல தோன்றவில்லை. அவருடைய கண்கள் அவைமேல் அலைபாய்ந்தன. உதடுகளை நடுங்கும் விரல்களால் வருடியபடி வெறுமனே அமர்ந்திருந்தார். ஒருகணம் அவரும் பால்ஹிகர்போல் உளமழிந்துவிட்டார் என்ற எண்ணத்தை பூரிசிரவஸ் அடைந்தான். அங்கு நிகழ்ந்தன எதுவும் பொருள்கொள்ளா உயரத்திலிருந்து அவர் அனைத்தையும் நோக்கிக்கொண்டிருப்பதுபோல தோன்றியது.

33

துரோணர் பீஷ்மர் கைமேல் தன் கையை வைத்து மெல்ல உலுக்கினார். திடுக்கிட்டவர்போல் அவர் திரும்பிப்பார்க்க தாழ்ந்த குரலில் அவர் ஏதோ சொன்னார். முற்றிலும் புதியவர்களைப் பார்ப்பதுபோல் பீஷ்மர் தன்னைச் சூழ்ந்து எழுந்து நின்றிருந்த அரசர்களைப் பார்த்தார். "என்ன? என்ன?" என்று கேட்டார். அவருடைய தலை மெல்ல நடுங்கிக்கொண்டிருந்தது. தாடை இறங்கி வாய் நீள்வட்டமாகத் திறந்திருந்தது. பீஷ்மர் எதையும் உணரவில்லை என்ற எண்ணம் ஏற்பட்டபோது ஒருகணம் அவர் மறுத்துவிடக்கூடும் என்ற ஐயத்தை பூரிசிரவஸ் அடைந்தான். அவர் மறுத்துவிட்டால் ஒவ்வொன்றும் அடுத்த சிக்கலை நோக்கி செல்லும்.

துரோணர் தலையை நன்றாகச் சரித்து அங்கு நிகழ்ந்ததை அவருக்கு சொன்னார். அவர் உதடுகள் அசைந்த விசையிலிருந்து விரைந்த சொற்களில் அவர் பேசுவதை பூரிசிரவஸ் உணரமுடிந்தது. அது அவருக்குப் புரிகிறதா என்ற ஐயம் அவனுக்கு ஏற்பட்டது. போதுமென்று துரோணரை கைகாட்டி நிறுத்திவிட்டு பீஷ்மர் எழுந்து நின்றார். அவருடைய உயரம் அப்போதுதான் புதிதாகப் பார்ப்பதுபோல் அவனை திகைப்புறச் செய்தது. நின்றவர்கள் அனைவரின் தலைக்கும்மேல் இருந்தது அவருடைய தலை. இரு கைகளையும் அவர் விரித்தபோது இறகுதிர்ந்த முதுகழுகு சிறகு விரிப்பதுபோல் தோன்றியது. "அமர்க! அமர்க!" என்று அவர் சொன்னார். அரசர்கள் அனைவரும் அமர்ந்தனர். வாய்க்குள் எதையோ மெல்வதுபோல் தாடையை அசைத்தபடி அவர் துரியோதனனையும் பின்னர் சகுனியையும் பார்த்தார். அறியாது மேலெழுந்த இடக்கை தாடியைப்பற்றி கசக்கி சுருட்டியது.

அவ்வசைவுகளை பூரிசிரவஸ் மிக அணுக்கத்திலென நோக்கினான். அக்கையில் சிறு நடுக்கமிருப்பதை, உதடுகள் பலமுறை சொல் கூட்டி தயங்குவதைக் கண்டான். மறுத்துவிடக்கூடுமோ என்ற ஐயம் மீண்டுமெழ பதற்றத்தால் அவன் கால்கள் தரையை நெருடத்தொடங்கின. பதற்றத்துடன் அமர்ந்திருப்பதுதான் கடினமென்றுணர்ந்தான். எழுந்து நிற்கவேண்டுமென தோன்றியது. ஆங்காங்கே அரசர்கள் எழுந்து நோக்க கனகர் கைவிரித்து அமரும்படி கோரினார். அவர்கள் அமர மேலும் சிலர் எழுந்தனர். சல்யர் எழுந்து அமரும்படி கைகாட்ட அனைவரும் அமர்ந்தார்கள்.

பிதாமகர் “ஆம்” என்றார். தன்னுள் எழுந்த ஏதோ எண்ணத்தை ஒப்புவது அது என தோன்றியது. பிறகு தனக்கேயென “இந்த அவையில்” என்றார். குரலைத் தீட்டி கைதூக்கி “அவையோரே, இங்கு சொல்லப்பட்டதைக் கேட்டேன். தொல்நெறிகள்...” என்று திணறி கையை மேலும் அசைத்து “ஆம், தொல்நெறிகள் முதன்மையானவை. ஆனால்...” என்றார். பின்னர் கைதூக்கி “எனக்குத் தெரியவில்லை. இந்த நீண்ட வாழ்க்கையில் நானறிந்ததெல்லாம் எது மெய், எது மாறாநெறி என்பதை உலகியலுக்குள் வாழ்பவன் ஒருபோதும் சொல்லிவிடமுடியாதென்பதுதான். அலைகளில் ஆடுபவன் அலைகளின் அமைப்பை ஒருபோதும் பார்க்கமுடியாது என்பதுபோல்” என்றார்.

அவருக்குள் எண்ணம் திரளத் தொடங்கியது. மெல்வதுபோல வாய் அசைய தாடி ஆடியது. “ஒவ்வொரு கணமும் நன்று தீதுகளை நாடுகிறோம். விழைந்ததை, உரியதை, அமைவதை தெரிவுசெய்து முன்செல்கிறோம். தெரிவுசெய்தவற்றை பேசிப் பேசி சரியென்றாக்கிக் கொள்கிறோம். கையகன்றவற்றை இழிந்ததென்றும், எதிர்ப்பவற்றைத் தீதென்றும் விலக்கிக்கொள்கிறோம். ஆம், இங்கிருக்கும் எவராலும் நன்று தீதை சொல்லிவிடமுடியாது. ஆகவே...” என்றபின் மீண்டும் கையை மேலே தூக்கினார். அவருடைய சுட்டுவிரல் காற்றில் அசையாது நின்றது. மீண்டும் சொல்லெடுக்கப் பலமுறை முயன்றார். அந்தக் கை தாழ்ந்து உடலை ஒட்டி விழுந்தது. இல்லையென்பதுபோல் தலையை அசைத்து “ஆகவே எந்தப் போரும் அறத்திற்கும் அறமின்மைக்குமான போரல்ல” என்றார்.

அவர் என்ன சொல்லப்போகிறார் என அவை குழம்பி அமைய “எந்தப் போரும் நன்று தீதுக்குமான போருமல்ல” என்று அவர் தொடர்ந்தார். “போர் என்பது போர் மட்டுமே. ஆற்றல்களுக்கு நடுவேயான சமர். அன்றி வேறெதுவும் இல்லை. ஆம்! அல்லது...” சொற்களினூடாக அவர் வேறெங்கோ சென்றுவிட்டதை உணர்ந்து நின்று திரும்பி தன்னைச் சூழ்ந்து நின்ற அனைவரையும் பார்த்தபின் “நான் என்ன

சொல்லிக்கொண்டிருந்தேன்?” என்றார். துரோணர் “எந்தப் போரும் அறத்திற்கானதல்ல என்று” என்றார். “ஆம், ஆகவே எந்த அறத்தின்படியும் நான் இந்தப் போருக்கு வரவில்லை. இங்கு என்ன நிகழ்ந்தாலும் தோற்றவன் நானே. ஏனெனில்...” பெருமூச்சுவிட்டு மூச்சுவாங்கி நின்று மீண்டும் குரலெழ “ஏனெனில் களம்படுபவர் என் மைந்தர். எவர் இறந்தாலும் இழப்பு முதன்மையாக எனக்கே” என்றார்.

“மெய்யாகவே இத்தருணத்தில் துறவு பூண்டு கானேகவேண்டுமென்பதே என் எண்ணமாக உள்ளது. பலமுறை அதை எண்ணினேன். ஆனால் என்னால் துறவு பூண முடியாது என்று தெளிந்தேன். பலநூறு முறை மீள்வதில்லை என்று முடிவுகொண்டு இங்கிருந்து கிளம்பிச் சென்றவன் நான். ஒவ்வொருமுறையும் உரிய பணியும் அழைப்பும் கிடைத்து திரும்பி வந்திருக்கிறேன். ஏனென்றால் உலகியலான் இல்லம்விட்டுச் செல்லும் ஒவ்வொரு அடிக்கும் துறந்தவை பெருகும். என் மைந்தர், என் குடி, என் நாடு என்றே உள்ளம் இயங்கும். இப்பிறவியில் பெயர்த்தெடுக்க முடியாத நங்கூரத்தால் இங்கு கட்டப்பட்டிருக்கிறேன். அஸ்தினபுரியிலிருந்து எனக்கு விடுதலை இல்லை.”

“ஆம்!” என்று அவர் சொன்னார். பெருமூச்சுடன் தலைகுனிந்து அங்கே பேசிக்கொண்டிருப்பதையே மறந்து நின்றார். அவை காத்திருந்தது. அவர் வாய் மெல்வதுபோல அசைய விரல்கள் காற்றில் சுழித்தன. “ஆம்!” என நிமிர்ந்து அவையை நோக்கி “இத்தருணத்தில் துறவு பூணாது இங்கிருக்கையில் போர்வலனாகிய நான் அரண்மனையில் அமைய இயலாது. ஆனால் படைக்கலம் கொண்டு எழுந்தால் என் குடிகளை, என் மைந்தரையேகூட என் கைகளால் கொல்ல வேண்டியிருக்கும். ஆகவே நான் என்ன செய்வது? நீங்களெல்லாம் இளையோர். குருதியில் வெம்மை நிறைந்திருப்பவர்கள். கனவுகளில் எதிர்காலம் இன்னமும் வந்துகொண்டிருப்பவர்கள். நான் அவ்வாறல்ல. எனது காலங்கள் எங்கோ இருக்கின்றன. நேற்று அந்திவரை இப்போரில் நான் கலந்துகொள்ள வேண்டுமா வேண்டாமா என்று என்னால் முடிவு செய்ய இயலவில்லை. என்னால் கலந்து கொள்ள இயலாதென்ற எண்ணமே எனக்கிருந்தது” என்றார்.

“இந்நாட்களில் பலமுறை என் கனவில் அன்னை சத்தியவதி வந்தார். இக்குடிக்குக் காவலென இறுதிவரை நின்றிருப்பேன் என்ற சொல்லை இளமையில் அவருக்கு அளித்தேன். சொல்லளித்தவர்கள் மறந்தாலும் அதை பெற்றவர்கள் மறப்பதில்லை. வாழ்பவர்கள் மறந்தாலும் இறப்பவர்கள் விடுவதில்லை. ஆம், நான் வாளேந்தியாகவேண்டும். ஆனால் யாருக்காக? இந்த அவையில் என் மைந்தன் யுதிஷ்டிரனை மறுத்து ஒரு சொல்கூட நான் சொல்லப்போவதில்லை. பேரறத்தான்

அவன். அவன் தம்பியரோ வெல்ல முடியாப் பெருவீரர். அவர்களுடன் இருப்பவனோ இந்த யுகத்தைக் கடந்தவன்."

அவர் நடுங்கியபடி நெஞ்சோடு கைசேர்த்து நின்றார். அவை அவரைப் புரிந்துகொள்வதை முற்றாகவே தவிர்த்து வெறுமனே நோக்கி அமர்ந்திருந்தது. "அவையோரே, மைந்தர்களே, தான் வாழும் காலத்தைக் கடப்பவர் பல்லாயிரவரில் ஒருவர். தான் வாழும் யுகத்தைக் கடப்பவர் கோடியில் ஒருவர். அவர்கள் காண்பதை நாம் காண்பதில்லை. அவர்கள் சென்ற தொலைவு நம்மால் எட்டக்கூடியதல்ல. அவர்களின் சொற்களிலிருந்து நாம் பெறுவது இந்தக் காலகட்டத்துக்குரிய பொருளை மட்டுமே. அவர்கள் நம்மை எறும்பென, அணுவென சிறுக்கவைக்கும் பேருடலர்கள். மலைமலையென அறைந்து இடிமுழக்கமென ஒலிக்கும் பெருங்குரல் கொண்டவர்கள்" என்றார். "அவன் அத்தகையவன். அவனை நான் எதிர்த்து நிற்கவேண்டுமா? நின்று என்ன பயன் கொள்ளவிருக்கிறேன்? நான் கண்டதை எவரிடம் எச்சொல்லில் விளக்கவியலும் என்னால்?"

தளர்ந்த குரலில் தனக்குத்தானே எனக் கையசைத்து தலையை ஆட்டியபடி சொன்னார். "எந்த முடிவை எடுப்பதென்று எனக்குத் தெரியவில்லை. அசையா உறுதி கொண்டவன் என்று என்னை சொல்கிறார்கள். அது மெய். நான் துறவியல்ல, எனினும் கொண்ட நோன்புகள் எதையும் ஒருகணமும் விட்டுவிட்டவனல்ல. வாழ்வையே ஒரு பெருநோன்பெனக் கொண்டவன். ஆதலால் என்னை தேவவிரதன் என்கிறார்கள். ஆனால் அம்முடிவுகள் எதையும் நானே எடுத்ததில்லை. பிறர் எடுத்த முடிவுகளுக்காக நோன்பு கொண்டவன் நான். ஆகவேதான் என் புறமும் அகமும் நோன்பில் நிலைகொண்டிருக்கையில் ஒருபோதும் என் ஆழம் நோன்பில் அமைந்திருந்ததில்லை." கையை சற்றே தூக்கி ஏதோ சொல்லவந்தவர் அசைவிலாது அப்படியே நின்றார். அவர் உள்ளில் இருந்து சொல்லனைத்தும் ஒழுகி அகல அவர்மேல் அமைதி படிந்தது.

பூரிசிரவஸ் அவர் என்ன எண்ணுகிறார் என எண்ணி எதையும் சென்று தொடாமல் திரும்பினான். அங்கிருந்த அவர் உரு கலைந்து மறைந்துவிட்டவர்போல் தோன்றினார். வேறெங்கோ அப்போது இருந்துகொண்டிருக்கிறார். அல்லது இன்மையென்றே ஆகிவிட்டார். மீண்டும் அவர் அசைந்தபோது பாறையில் உயிரசைவு தோன்றியதுபோல் இருந்தது. "நான் எம்முடிவையும் எடுக்கவில்லை. நேற்றுவரை ஒவ்வொரு கணமும் நிலைகொள்ளாது அலைந்தேன். பொழுதை அளைந்துகொண்டிருந்தேன். இன்று காலையே அம்முடிவை எடுத்தேன். இன்றல்ல, சற்றுமுன் இங்கு வந்து கொண்டிருந்தபோது" என்றார்.

“தேரில் ஏறி அமர்ந்தால் சற்றுநேரம் நான் துயில்கொள்வதுண்டு. அது துயிலல்ல. உள்ளம் அழிவது மட்டுமே. கனவா நினைவிலிருந்து எழுந்த தோற்றமா என்று அறியாது சில அப்போது நிகழும். இன்றென் அருகே இளையோன் விசித்திரவீரியன் அமர்ந்திருந்தான். இயல்பாக எப்போதும் அவன் என்னுடன் இருப்பதுபோல் உணர்ந்து சாலையை நோக்கிக்கொண்டு வந்தேன். அவனிடமிருந்து மெல்லிய விசும்பலோசை கேட்டபோது திரும்பிப்பார்த்து என்ன என்றேன். அவன் கண்களில் நீரைப் பார்த்தேன். ஏனோ எனக்கு எரிச்சலும் ஒவ்வாமையும்தான் எழுந்தன. எப்போதும் அவன் நோயை நான் வெறுத்துவந்தேன். மெலிந்த தோள்களை, பசலை படிந்த தோலை, உயிரற்றவை என வெளிறிய உதடுகளை, உந்திய பற்களை. ஆனால் அவன் விழிகள் என்னை நிலையழியச் செய்தன. அவை நோயாளிகளுக்குரிய கூரிய ஒளிகொண்டவை. உரத்த குரலில் என்ன என்றேன். ஒன்றுமில்லை என்று அவன் சொன்னான். என்ன என்று மீண்டும் கேட்டேன். அச்சொல்லை நான் உரைத்தமையால் நான் விழித்துக்கொண்டேன். தேர் அணுகிக்கொண்டிருந்தது. அக்கனவுக்கு என்ன பொருள் என்று மீண்டும் மீண்டும் எனக்குள் துழாவிக்கொண்டிருந்தேன்.

“இங்கு இந்த அவையில் வந்தமர்ந்து உங்கள் சொல்லாடல்களை செவிமடுத்தேன். அவையில் வந்தமர்வதுவரை இங்கு பிதாமகர் வந்தமரப்போகிறார் என்று எனக்குத் தெரியாது. சிறிய தந்தை பால்ஹிகர் அன்று கண்ட அதே தோற்றத்தில் என் முன் வந்து நின்றபோது மீண்டும் என் உள்ளம் ஆழ்ந்த அசைவொன்றை அடைந்தது. நானும் இம்முதிய உடலை உதிர்த்து நெடுங்காலத்துக்கு முன்பே விண்சென்றுவிட்டவன் என்று உணர்ந்தேன். நிலைகொள்ளாமல் இங்கு அமர்ந்திருந்தேன். மெய்யாகவே அனைத்தும் விலகி புதிய ஒரு ஒளி தோன்றிவிட்டது என்று தோன்றியது. ஆம், சிறிய தந்தை முடிசூடி அமர்வார் என்றும் அவருக்குக் கீழே நானும் என் பெயர் மைந்தரும் வாளேந்தி நின்று பாரதவர்ஷத்தை ஆள்வோம் என்றும் சற்று நேரம் நானும் கனவு கண்டேன்.”

கசப்புடன் சிரித்து தாடியை மேலும் கசக்கி நீவிவிட்டு பீஷ்மர் தொடர்ந்தார். “அரசுசூழ்தல் அவைகளில் மூன்று தலைமுறைக்காலம் அமர்ந்த நான் காணத்தகுந்ததல்ல கனவு. இப்போது நினைக்கையில் அதன் சிறுமையும் இளிவரலும் எனக்கே கசப்பூட்டுகின்றன. ஆனால் நோயில் இறப்பவன் இறுதியாக சஞ்சீவி மருந்துடன் வரும் மருத்துவன் ஒருவனை கனவு காணாது இருக்க இயலாது. ஒன்று நிகழுமென்று என் ஆழத்தில் ஒரு தவிப்பிருந்தது போலும். நான் எத்தனை எளியவன், எத்தனை சிறியவன் என்று அதன்பின் என்னை உணர்ந்தேன். என் ஆற்றல், என் அறிவு அனைத்திற்கும் அப்பால் அறிய முடியாப் பெருவெளியை நோக்கி

ஒரு சிறு நல்லூழின் துளி விழலாகாதா என்று ஏங்கி இரவலனாகவே இருந்திருக்கிறேன். பின்னர் அனைத்து நம்பிக்கைகளையும் இழந்தபோது ஏமாற்றம் எழவில்லை. ஆம், எளியவன் சிறியவன் என்று எனக்கு நானே சொல்லிக்கொண்டபோது ஆறுதலும் விடுதலையும் மட்டுமே உருவாகியது. மீண்டும் கண்மூடி அமர்ந்தபோது மிக அருகிலென என் இளையவனைப் பார்த்தேன். இம்முறை அவன் கண்மூடி உடல் குறுக்கி அமர்ந்திருந்தான். என் அருகில் அல்ல நேர் முன்னால் என் மைந்தன் திருதராஷ்டிரனின் அருகே.

"அவையோரே, இப்போது எனக்கு எந்த ஐயமும் இல்லை. அறமோ குலநெறியோ கொள்கைகளோ எதுவாயினும் ஆகுக! எவர் நிலம்கொண்டாலும் எவர் களம்பட்டாலும் நான் இயற்றுவதற்கு ஒன்றுமில்லை. என் கடன் நெடுங்காலத்துக்கு முன் என் குடில் வாயிலில் வந்து நின்று உரத்த குரலில் 'நான் விழியிழந்தோன் தந்தையே, என்னை ஏற்றருள்க' என்று கைநீட்டி இரந்த அச்சிறுமைந்தனிடம்தான். திருதராஷ்டிரனின் குருதிக்கும் குடிக்கும் மட்டுமே நான் கடன்பட்டவன். அவனுடன் நின்று பொருதி தேவையென்றால் மடிந்து என் சொல்காக்க உறுதி கொண்டுள்ளேன். இது நான் கொண்ட பிற நோன்புகளைப்போல் அல்ல, நானே எனக்கென கொண்டது. என் சொல் இது."

சகுனி எழுந்து கைகூப்பி "இடைமறித்தலுக்கு பொறுத்தருள்க, பிதாமகரே! தாங்கள் இப்போரில் முன்னின்று பொருதியாகவேண்டும். தங்களுக்கு நான் உரைப்பதல்ல இது. எது மூத்தோர் வகுத்த குலநெறியோ அதுவே பாரதவர்ஷமெங்கும் நிலைகொள்ள வேண்டுமென்பது நீங்களே பலமுறை அவையில் முன்வைத்ததுதான். குலநெறி பிறழுமென்றால் குடிகள் ஒவ்வொன்றும் மணிமுடியை கனவு காணமுடியும். அதன்பின் அரசென்று ஒன்றில்லை என்று நீங்கள் சொன்ன சொற்களையே இங்கு மீண்டும் சொல்லத் தலைப்படுகிறேன்" என்றார்.

பீஷ்மர் சினமோ கசப்போ கொண்டவர்போல முகம் சுளித்துக் கைவீசினார். "அச்சொற்கள் எதையும் நான் நினைவுகூர விரும்பவில்லை. என் மைந்தன் பொருட்டு வில்லெடுக்கிறேன், படை நடத்துகிறேன், அவனை எதிர்த்து வரும் எவராயினும் எதிர்த்து வெல்கிறேன். இதற்குமேல் நான் சொல்வதற்கொன்றுமில்லை" என்றபின் கைகூப்பி அமர்ந்தார். அவர் அவ்வாறு முடித்துக்கொள்வார் என எவரும் எதிர்பார்க்கவில்லை என்பதனால் அவை சொல்லின்றி அமைந்திருந்தது. சகுனி இடைமறிக்காவிட்டால் அவர் முடிவிலாது சொல்லிக்கொண்டு சென்றிருப்பார் என்று பூரிசிரவஸ் எண்ணினான். முதியவர்களின் உள்ளம் நேரடியாக நாவிலெழுவதை அவன் நிறையவே கண்டிருந்தான்.

துரியோதனன் “பிதாமகர் படைநடத்த ஒப்புக்கொண்ட பின்னர் நாம் பேசுவதற்கு ஏதுமில்லை. அவருடைய வில் எனக்கென எழுந்தது முக்கண் முதல்வன் தன் முப்புரி வேலுடன் எழுந்ததற்கு நிகர். பாரதவர்ஷத்தில் அவரை வெல்ல எவருமில்லை என்பதை அறியாதவர் எவருமில்லை. இது போதும் எனக்கு. நான் போர் வென்றுவிட்டேன்” என்றான். இரு கைகளையும் விரித்து “பிதாமகர் தலைமையில் நாம் படைகொள்வோம், வெல்வோம்!” என்றான். அவையினர் “வெற்றிவேல்! வீரவேல்! படைத்தலைவர் பீஷ்ம பிதாமகர் வெல்க! காங்கேயர் வெல்க! மாவிரதர் வெல்க! வெல்க குருகுலம்! வெல்க அஸ்தினபுரி!” என்று வாழ்த்தொலி எழுப்பினர்.

அதற்குத் தொடர்பே அற்றவர்போல் உதடுகளை உள்மடித்து முகம் சற்று வளைய பீஷ்மர் அமர்ந்திருந்தார். துரோணர் பீஷ்மரிடம் குனிந்து ஏதோ சொல்ல அதை வலக்கை வீசி அப்பால் என காட்டினார். துரியோதனன் “அவையீரே, நமது படைகளுக்கு அடுத்த கட்டத் தலைவர்களாக பெருவில்லவரை இப்போதே வகுத்தமைக்க வேண்டியுள்ளது. சிற்றவை கூடி எடுத்த முடிவின்படி பீஷ்மருக்குப் பின் குருகுலத்து வில்லவர் அனைவருக்கும் ஆசிரியரும் பாரதவர்ஷத்தின் தனுர்வேத ஞானியுமாகிய துரோணர் படைத்தலைமை கொள்ளட்டும். அவருடன் ஆசிரியராகிய கிருபர் இணை நிற்கட்டும். எங்கள் படைத்தலைமை கொண்டு போர் வெற்றியை ஈட்டி அளிக்கும்படி ஆசிரியர் துரோணரை அடிபணிந்து கோருகிறேன்” என்று சொன்னான்.

துரோணர் எழுந்து இரு கைகளையும் தலைக்குமேல் கூப்பி அவையை வணங்கினார். “ஆசிரியர் துரோணர் வெல்க! பரத்வாஜரின் மாணவர் வெல்க! வெல்க வில்ஞானி! வெல்க வெற்றி மறம் கொண்ட அந்தணர்!” என்று வாழ்த்தொலிகள் சூழ்ந்தன. துரோணர் மீண்டும் அவையை வணங்கி அமர்ந்தார். “மூன்றாம் நிலை படைத்தலைவராக மத்ர நாட்டரசரும் எங்கள் குடிக்காவலருமாகிய சல்யரை அழைக்கிறேன்” என்றான் துரியோதனன். சல்யர் எழுந்து அவையை வணங்க அரசர்களும் குடித்தலைவர்களும் அவரை வாழ்த்தி குரலெழுப்பினர். “மலைக்குடித் தலைவர் வாழ்க! மத்ர நாட்டரசர் வெல்க! சல்யர் வெல்க!”

தொடர்ந்து துரியோதனன் அஸ்வத்தாமனையும் ஜயத்ரதனையும் கிருதவர்மனையும் அடுத்த நிலை படைத்தலைவர்களாக அறிவித்தான். அவர்களுக்கு அவை வாழ்த்து கூவியது. கனகர் மேடையேறி “அவையோரே, நம்முடைய படைவல்லமையை தொகுத்து இவ்வாறு அறிவிக்கிறோம். காந்தாரத்தின் சுபலரின் தலைமையில் ஓர் அக்ஷௌகிணி படைகள் வந்துள்ளன. சைந்தவராகிய ஜயத்ரதரும் கூர்ஜரரும் சாரஸ்வதரான உலூகருடன் இணைந்து ஓர் அக்ஷௌகிணி படைகொண்டு

வந்துள்ளனர். காம்போஜத்தின் சுதக்ஷிணரின் தலைமையில் சால்வநாட்டு த்யுமந்தசேனரும் ஆஃபிரநாட்டின் உக்ரதர்சனரும் இணைந்த வடமேற்கு அரசகுடியினர் அரை அக்ஷௌகிணியும், மகதத்தின் ஜயசேனரும் கோசலத்தின் பிருஹத்பலரும் இணைந்து அரை அக்ஷௌகிணியும் வந்துள்ளன. பிரக்ஜ்யோதிஷத்தின் பகதத்தரின் தலைமையில் வங்கத்தின் சமுத்ரசேனரும் சந்திரசேனரும் இணைந்து அரை அக்ஷௌகிணியும் கிழக்கு நிலத்து உத்கலமும், ஒட்டரமும் காமரூபமும் பிற கிழக்குநாடுகளும் இணைந்து அரை அக்ஷௌகிணிப் படையுடன் வந்துள்ளனர். மத்ரநாட்டு சல்யரால் நடத்தப்படும் படையில் சௌவீரர்களும் பால்ஹிகர்களும் பிற இமையமலைக் குடியினரும் இணைந்த ஓர் அக்ஷௌகிணி வந்தணைந்துள்ளது" என்றார்.

ஒவ்வொரு படைப்பிரிவு குறிப்பிடப்படுகையிலும் அந்த அரசர்கள் எழுந்து "வெற்றிவேல்! வீரவேல்!" என குரலெழுப்பினர். "அவையோரே, மாகிஷ்மதியின் நீலரின் தலைமையில் விந்தியனுக்குத் தெற்கிலுள்ள அரசர்களால் ஆன அரை அக்ஷௌகிணி படையும், கிருதவர்மரின் தலைமையில் பன்னிருகுடி யாதவர்களின் அரை அக்ஷௌகிணியும் வந்து சேர்ந்துள்ளன. உத்தர, தட்சிண, மத்ய கலிங்கநாடுகள் இணைந்து வேசர நாடுகளின் படைகளை சேர்த்துக்கொண்டு ஓர் அக்ஷௌகிணியாகத் திரண்டு நிரைகொண்டுள்ளன. அவந்தியும் மாளவமும் இணைந்து அரை அக்ஷௌகிணியும், திரிகர்த்தமும் உசிநாரமும் இணைந்து அரை அக்ஷௌகிணியும், அஸ்வத்தாமரின் உத்தரபாஞ்சாலமும் குருநாடும் இணைந்து அரை அக்ஷௌகிணியும் சகர்களும் யவனர்களும் இணைந்து அரை அக்ஷௌகிணியும் வந்துள்ளன. சௌராஷ்டிர நாட்டின் ருஷார்திகரும் திருவிடத்தின் படைகளும் தென்னிலப்படைகளும் இணைந்து ஓர் அக்ஷௌகிணி வந்துள்ளது. அஸ்தினபுரியின் படைகள் ஒரு அக்ஷௌகிணி அளவிற்குப் பெருகியுள்ளன. நம்மிடம் உள்ளது பதினொரு அக்ஷௌகிணி படைப்பெருக்கு."

அவை மேலும் மேலும் எனக் கிளர்ந்தெழுந்து போர்க்குரல் எழுப்பிக்கொண்டிருந்தது. ஒவ்வொரு அரசராக எழுந்து வாள் தூக்கி துரியோதனனுக்கும் அஸ்தினபுரியின் கொடிக்கும் ஷத்ரிய கூட்டமைப்புக்கும் தங்கள் சொல்லுறுதியை உரைத்து வஞ்சினம் கூவினர். ஒன்றே மீண்டும் மீண்டும் நிகழ்வதாயினும் ஒவ்வொரு முறையும் மேலும் மேலுமென வெறி எழுந்துகொண்டிருந்தது. முதலில் அது சினமும் வெறியும் கொண்டதாக இருந்தது. பின்னர் அது களியாட்டும் கள்மயக்கும் நிறைந்ததாக மாறியது. பித்தெடுத்த முகங்கள் தன்னைச் சுற்றிக் கொந்தளிப்பதை பூரிசிரவஸ் பார்த்தான். நெஞ்சில் கைகளைக் கட்டியபடி வெறித்து நோக்கிக்கொண்டு அமர்ந்திருந்தான்.

வஞ்சின உரைகள் முடிந்ததும் துரியோதனன் எழுந்து "அவையோரே, நாளை கொற்றவை அன்னைக்கு பூசனை முடித்து மறுநாள் புலரியில் நாம் கிளம்புகிறோம். அஸ்தினபுரிக்குச் சுற்றும் அறுபத்திஏழு இடங்களிலாக நிலைகொண்டுள்ள ஷத்ரியப் படைகள் அனைத்தும் திரண்டு குருக்ஷேத்திரத்திற்கு செல்லட்டும். அது நம் அறப்பெருங்களம். அங்கு நம் உயிரை வைத்தாடுவோம். நம் உடனாடுக குலதெய்வங்கள்! அங்கிருந்தெழுக என்றும் இந்நிலத்தில் திகழவிருக்கும் பெருநெறிகள்! அருள்க தெய்வங்கள்!" என்றான்.

"ஆம்! ஆம்!" என்று கூடியிருந்த அனைவரும் தங்கள் படைக்கலங்களைத் தூக்கி வாழ்த்துரைத்தனர். கொம்பொலி எழ அவைக்கு வெளியே இடைநாழியில் நிறைந்திருந்த இசைச்சூதர்கள் தங்கள் கலங்களை முழக்கத் தொடங்கினர். பாய்ந்தோடும் புரவியின் குளம்புகளின் விசையுடன் எழுந்த தாளம் அனைவரின் நரம்புகளையும் புடைக்க வைத்தது. மலைச்சரிவொன்றில் வாளை வீசியபடி வெற்றிவேல் வீரவேல் என்று பாய்ந்து எதிரியை நோக்கிச் செல்லும் உணர்வை பூரிசிரவஸ் அடைந்தான்.

அவைமுற்றத்தில் மாடத்தில் அமர்ந்திருந்த பெருமுரசு முழங்கியது. அதைக் கேட்டு அஸ்தினபுரியெங்கும் முரசுகள் முழங்கலாயின. முரசொலிகள் ஒன்றிலொன்று தொடுத்துக்கொண்டு நெடுந்தொலைவுக்கு அகன்று செல்வதை அவன் செவிகளால் கேட்டான். பின் கற்பனையில் அறுபத்திஏழு படைநிலைகளிலும் போர் முரசு ஒலிப்பதை அறிந்தான். அலையிலிருந்து அலையென கொந்தளிப்பு படைப்பிரிவுகள் வழியாக கடந்து சென்றது. முரசொலியினூடாக அப்படைப்பிரிவுகள் அனைத்தும் ஒரு சரடில் மணிகளென கோக்கப்பட்டன. பதினொரு அக்ஷௌகிணி படைகள்! பாரதவர்ஷத்தில் அதற்கிணையான பெரும்படை எழுந்ததில்லை. பல லட்சம் தொண்டைகளிலிருந்து "வெற்றிவேல்! வீரவேல்!" என்ற போர்க்குரல் எழுந்தது. வாள்களையும் கேடயங்களையும் தூக்கி வீசி போர்க்குரல் எழுப்பினர் வீரர். விண்ணில் எழுந்து நிறைந்திருந்தது குருதியாலன்றி பிறிதொன்றாலும் அடங்காத வெறி.

34

குண்டாசி வழுக்கும் பாறைகளினூடாக கால்வைத்து கைகளை ஊன்றி சிலமுறை சறுக்கியும் பாறைகளில் பற்றி நிலைகொண்டும் மெல்ல எழுந்து நடுவே ஓடிய நீரோடைகளை மிதித்து மறுபக்கம் கடந்தும் சென்றுகொண்டிருந்தான். அப்பால் ஒரு மலைப்பாறையில் பெரிய கால்களை அவன் பார்த்தான். அருகே சென்று எழுந்து சற்று மேலே தொங்கிய மேலாடையைப்பற்றி இழுத்து "மூத்தவரே, என்னைத் தூக்குங்கள்! என்னைத் தூக்குங்கள்!" என்றான். கால்களை உதைத்து சிணுங்கலாக "என்னைத் தூக்குங்கள்! என்னைத் தூக்குங்கள்!" என்று கூறித் திமிறினான். இடையாடையைப்பற்றி இழுத்தான்.

மேலிருந்து பீமனின் முகம் குனிந்து அவனைப் பார்த்தது. அவன் அண்ணாந்து பார்த்தபோது வானிலிருந்தன என சிரிக்கும் வாயும் கனிந்த விழிகளும் தெரிந்தன. "என்னைத் தூக்குங்கள், மூத்தவரே! என்னைத் தூக்குங்கள்!" என்றான். பீமன் குனிந்து தன் பெரிய கைகளை அவன் இரு தோளுக்குக்கீழும் கொடுத்து விரைவாக மேலே தூக்கினான். தரையிலிருந்து பறவைபோல் வானிலெழுவதாகத் தோன்ற கைகளை விரித்து கால்களை ஆட்டி குண்டாசி சிரித்தான். கால்களை முன்னால் நீட்டி பீமனின் நெஞ்சில் உதைத்துக்கொண்டு கைகளால் அவன் முடியை பற்றிக்கொண்டு "இன்னும் மேலே! இன்னும் மேலே!" என்று கூவினான்.

பீமன் அவனை மேலே தூக்கி வீச காற்றிலெழுந்து மேலே சென்றான். மிக அருகிலென வானம் கீழிறங்கிவர அஞ்சி வயிறு அடைத்துக்கொள்ள மூச்சு நின்றுவிட மிக மெல்ல கீழிறங்கி வந்தான். பீமனின் கைகள் வெம்மையான மண்பரப்புபோல அவனை வாங்கிக்கொண்டன. கீழே

சற்றிறக்கி மேலும் விசையுடன் மேலே எறிந்தான் பீமன். இம்முறை அவன் கைவிரித்து வானைத் தொட முயன்றான். மீண்டும் உயரத்தில் எழுந்தபோது கைகளைச் சுட்டிக்காட்டி முகிலொன்றைத் தொட்டான். மேலும் கீழிறங்கியபோது அங்கு கைகள் இருக்கவில்லை. “மூத்தவரே!” என்று அலறியபடி அவன் கீழே வந்துகொண்டிருந்தான். பீமன் அங்கில்லையென்று தோன்றியது. மிக ஆழத்தில் பீமனின் நகைப்பு எங்கோ கேட்டது.

“மூத்தவரே! மூத்தவரே!” என்று அலறிக்கொண்டு அவன் விழுந்து கொண்டிருந்தான். தன் கால்களை மேலிருந்து ஒரு கை வந்து பிடிப்பதை உணர்ந்தான். அந்தப் பிடியில் தொங்கியவனாக தலைகீழாக மிக ஆழத்தில் தெரிந்த இருண்ட வெளியை பார்த்தபடி அவன் கிடந்தான். பல்லாயிரம் விழிகளின் மினுக்கம் அங்கு விண்மீன்களென நிறைந்திருந்தது. அவன் அந்தப் பிடியை உதறி அந்த இருள்வெளி நோக்கி விழ விரும்பினான். கால்களை உதறியபடி “விடு... என்னை விடு!” என்று கூவினான். “இளவரசே! இளவரசே!” என்ற குரல் கேட்டு விழித்துக்கொண்டபோது தன் கால்களைப்பற்றி உலுக்கிய முதிய ஏவலனாகிய தீர்க்கனைக் கண்டான்.

தீர்க்கன் தலைவணங்கி “புலரி அணுகுகிறது, இளவரசே” என்றான். குண்டாசி “யார்? யார் நீ?” என்றான். அவன் முதிய குரலில் பொறுமையாக “நான் தங்கள் அணுக்கன் தீர்க்கன். தங்களை எழுப்பும்பொருட்டு வந்தவன். புலரி அணுகிவிட்டது” என்றான். குண்டாசி கையை ஊன்றி எழுந்து மெத்தைமேல் அமர்ந்தான். அவன் இரு கைகளும் நடுங்கின. வயிற்றுக்குள் குளிர்ந்த காற்று நிறைந்து நெஞ்சை அடைத்தது. மூச்சு பதைக்க நா வறண்டு தவிக்க அவன் கண்களை மூடி தலையைக் குனிந்தான். உடல் எடையற்று தக்கை போலிருக்க தலை இரும்பால் செய்யப்பட்டதுபோல் தரை நோக்கித் தாழ்ந்தது. உடலிலிருந்து தலை பிரிந்து தரையில் உதிர்ந்துவிடும்போல் தோன்றியது. கைகளை ஊன்றி மீண்டும் ஒருக்களித்து மெத்தையில் படுத்தான். கண்களை மூடியபோது சிவந்த ஒளிக்குமிழ்களும் விந்தையான மின்னல்களும் உள்ளே சுழன்றடித்தன. சேக்கையுடன், அது பதிந்திருந்த மஞ்சத்துடன், அவ்வறையுடன் அடியிலி நோக்கி விசையுடன் விழுந்துகொண்டே இருந்தான்.

“இளவரசே, இன்று கொற்றவை அன்னைக்கு குருதிபலி அளிக்கும் விழா. தாங்கள் சென்றாகவேண்டுமென்பது அரசரின் ஆணை” என்று தீர்க்கன் சொன்னான். மிக அப்பால் என்று எங்கோ இருந்தென அக்குரலைக் கேட்டு செயலற்றுப் படுத்திருந்தான் குண்டாசி. அத்தகைய பொழுதுகளில் தான் முன்னரே இறந்துவிட்டதாகவும் உயிருள்ளவர்களின் உலகிலிருந்து

குரல்களும் மணங்களும் மட்டுமே தன்னை வந்தடைவதாகவும் அவனுக்கு தோன்றுவதுண்டு. அந்த மெலிந்து நைந்த உடலிலிருந்து அவன் உயிர் மிக அப்பால் எங்கோ தனித்து திகழ்ந்தது. மிக மெல்லிய சரடொன்றால் அது அவ்வுடலுடன் இணைக்கப்பட்டிருந்தது.

தீர்க்கன் அருகிலிருந்த மதுப்புட்டியிலிருந்து அனலென எரியும் பீதர் நாட்டு மதுவை ஊற்றி அவனருகே கொண்டு வந்தான். பளிங்குக்கோப்பையில் அது ஊற்றப்பட்டதுமே அறையெங்கும் அதன் எரிமணம் நிறைந்தது. அவன் வயிற்றிலிருந்து ஓர் அலையென விருப்பு எழுந்து நெஞ்சை அறைய வாய்க்குள் வழுவழுப்பான நீர் நிறைந்தது. இரு கைகளையும் மெத்தையில் ஊன்றி எடை மிக்க தலையை உந்தி மேலெழுப்பி அமர்ந்து கைகளை நீட்டினான். அவன் கைகள் காற்றிலாடும் கிளைபோல அசைந்தன. கோப்பையை வாங்கினால் மதுவை கீழே கொட்டிவிடுவோம் என்று அஞ்சி மீண்டும் கைகளை ஊன்றிக்கொண்டான். தீர்க்கனே கோப்பையை அவன் இதழருகே கொண்டுவர சிறுகுழந்தைபோல தலையை முன் நீட்டி கோப்பையிலிருந்து மதுவை ஒரே மூச்சில் உறிஞ்சி குடித்தான். அதன் ஆவியெழும் கடுங்கசப்பு அவன் வாயை நிறைத்து தொண்டையில் எரிந்த விடாய் அனலை அணைத்து நெஞ்சில் இறங்கியது.

சிலகணங்களுக்குப் பின் “இன்னும்” என்றான். “போதும்! தங்களால் நடக்கமுடியாமல் ஆகக்கூடும். இன்று பூசனை நெடுநேரம் நிகழுமென்றார்கள்” என்று தீர்க்கன் சொன்னான். “இன்னும்” என்று குண்டாசி சொன்னான். “போதும், இளவரசே!” என்று தீர்க்கன் சொன்னான். கைகளால் மெத்தையை அறைந்து “இன்னும் இன்னும்” என்று குண்டாசி கூவினான். மூச்சிரைக்க “இன்னும் இன்னும்” என்று கூவியபோது அவன் குரல் மேலெழுந்தது. பற்களற்ற வாயை இறுகக் கடித்து மெல்லிய கழுத்தில் நரம்புகள் துவள “இன்னும் கொண்டுவா... இப்போதே. இன்னும்...” என்றான். தீர்க்கன் குவளையில் மீண்டும் மதுவூற்றி அவன் வாயருகே கொண்டு வந்தான். கண்களை திறக்காமலேயே முகத்தை நீட்டி அன்று பிறந்த நாய்க்குட்டி பாலருந்துவதுபோல் அவன் மதுவை அருந்தினான்.

பின்னர் இரு கைகளையும் பின்னாலூன்றி தலையை அண்ணாந்து கண்களை மூடி மூச்சிரைத்தபடி மஞ்சத்தில் அமர்ந்திருந்தான். மெதுவாக அவன் உடலெங்கும் குருதியில் வெம்மையுடன் மது ஓடுவதை உணரமுடிந்தது. இறுகி நீட்டப்பட்டிருந்த உள்ளங்கால் மெல்ல இளகி பக்கவாட்டில் சரிந்தது. கைவிரல்களின் மூட்டுகள் இறுக்கமிழக்க விரல்கள் உயிர்கொண்டன. உடல் முழுக்க தசைகள் நெகிழ்ந்து உயிர்கொள்வதை அவனால் உணர முடிந்தது. கண்களுக்குள் செங்குமிழிகள் விசை குறைந்து ஒவ்வொன்றாக அமிழலாயின. நெற்றியிலும் கழுத்திலும் வியர்வை பூத்து

சாளரத்தினூடாக வந்த காற்றில் உடல் குளிரத்தொடங்கியது. காதில் கேட்டுக்கொண்டிருந்த தேனீயின் ரீங்காரம் அணைந்தது. ஒன்றுடன் ஒன்று தொடர்பற்ற சொற்றொடர்களாக ஓடிக்கொண்டிருந்த உள்ளம் ஓய்ந்து எங்கிருக்கிறோம் என்றும் எந்தப் பொழுதென்றும் உணர்வு கூர்கொண்டது.

கண்களைத் திறந்தபோது அனலருகே நிற்பதுபோல் வெண்விழி எரிந்தது. அவன் தலையும் இடக்காலும் நடுங்கிக்கொண்டிருந்தன. தீர்க்கனை நோக்கி "இது எந்தப் பொழுது?" என்றான். தீர்க்கன் "புலரி முதற்பொழுது. தாங்கள் இன்னும் சற்று நேரத்தில் நீராடி அணிகொண்டு அரண்மனை முகப்புக்கு செல்லவேண்டும். உடன்பிறந்தார் நூற்றுவரும் அங்கிருக்கவேண்டுமென்பது அரசரின் ஆணை" என்றான். அனைத்தையும் நினைவுகொண்டு "ஆம்! ஆம்!" என்று அவன் சொன்னான். "இப்போது எழுந்து நீராடத்தொடங்கினால்தான் தாங்கள் சென்று சேரமுடியும்" என்றான் தீர்க்கன். "ஆம், கிளம்ப வேண்டியதுதான்" என்று அவன் தனக்குத் தானே சொல்லிக்கொண்டான்.

கையூன்றி எழுந்தபோது உடற்தசைகள் ஒன்றுடனொன்று இயைபு கொள்ளத் தொடங்கியிருப்பதை அவனால் உணரமுடிந்தது. எழுந்து நின்று மஞ்சத்தின் கைப்பிடியைப் பற்றிக்கொண்டு தன்னை நிலைப்படுத்திக்கொண்டான். "இன்னும் சற்று ஊற்று" என்று அவன் சொன்னான். "போதும் இளவரசே, இதற்கப்பால்..." என்று அவன் சொல்ல கையமர்த்தி "சற்று" என்றான். தீர்க்கன் மேலும் சற்று மதுவூற்றி அவனுக்கு அளிக்க அதை வாங்கி தன் கண் முன் நிறுத்தி பார்த்தான். சற்று நடுங்கியபோதிலும்கூட அவனால் அதை தன் வாய் வரைக்கும் கொண்டு செல்ல முடிந்தது. வாய்க்குள் ஊற்றி விழுங்காமல் நாவிலேயே வைத்துக்கொண்டு சற்று நேரம் கண்மூடி நின்றான். துளித்துளியாக அதை உள்ளிறக்கிய பின் கண்விழித்து "இன்னும் நெடுநேரமிருக்கிறது" என்றான். "இல்லை இளவரசே, தாங்கள் அணிகொள்வதற்குப் பொழுதாகும். உங்கள் உடன்பிறந்தார் அனைவரும் அங்கு வந்திருப்பார்கள். அனைவரும் அங்கு வந்து நின்றபின் தாங்கள் செல்வதென்பது அனைவரும் தங்களைப் பார்ப்பதற்கு வழியமைக்கும். அந்நோக்குகள் தங்களுக்கு உகந்தவையல்ல என்று எண்ணுகிறேன்" என்றான் தீர்க்கன்.

"ஆம், அங்கு எவருமில்லாதபோதும் நான் செல்ல விரும்பவில்லை. அனைவரும் வந்தபின்னும் செல்ல விரும்பவில்லை. கூட்டம் கூட்டமாக அவர்கள் சென்று முற்றத்தில் அணிநிரக்கையில் அவர்களில் ஒருவராக தலைமறைந்து செல்ல விரும்புகிறேன்" என்றபின் "இப்போதெல்லாம் எனது உடல் மெய்யாகவே இங்கு பருவடிவில் இருக்கிறதா என்ற ஐயம் எனக்கு ஏற்படுகிறது. பெரும்பாலானவர்கள் இப்போது

என்னைப் பார்ப்பதே இல்லை. வெட்டவெளியிலேயே என்னால் முற்றும் மறைந்துகொள்ள முடிகிறது" என்று சிரித்து "அது எனக்கு உகந்ததாகவும் உள்ளது" என்றான். தீர்க்கன் "வருக, இளவரசே! நீராடி கிளம்பவேண்டியதுதான்" என்றான்.

"ஆம்" என்றபின் அவன் திரும்பி தன் சேக்கையைப் பார்த்தான். அதில் அவன் இரவில் சிறுநீர் கழித்திருந்த ஈரம் பரவியிருந்தது. அவனது ஆடையிலும் மேலாடையிலும் சிறுநீரும் இரவெல்லாம் இருமித் துப்பிய கோழையும் படிந்து உலர்ந்திருந்தன. அவன் பார்ப்பதை தீர்க்கனும் பார்த்து அவன் திரும்பியதும் நோக்கை விலக்கிக்கொண்டான். "பன்றி ஒடுங்கும் பொந்துபோல் இவ்வறை உள்ளதல்லவா?" என்றான். தீர்க்கன் "பொழுதாகிறது, இளவரசே" என்றான். குண்டாசி தன் மேலாடையை எடுத்து அப்பாலிட்டுவிட்டு "பிறிதொரு மேலாடை எனக்கு வேண்டும்" என்றான். "தாங்கள் நீராடத்தானே போகிறீர்கள்? அங்கே ஆடைகளை எடுத்து வைத்திருக்கிறேன்" என்று தீர்க்கன் சொன்னான்.

தீர்க்கனுடன் குண்டாசி அறையிலிருந்து வெளியே வந்து இடைநாழியினூடாக நடந்தான். அவனை எவ்வாறு அழைத்துச் செல்லவேண்டுமென்பது தீர்க்கனுக்குத் தெரிந்திருந்தது. அவன் நடக்கையில் அவனிடமிருந்து அகன்று அவன் செல்வதில்லை. அணுக்கமாக வந்து அவன் தள்ளாடும்போது கைநீட்டுவதில்லை. மெய்யாகவே அவன் விழுந்துவிடக்கூடும் என்று தோன்றும் தருணத்தில் மட்டும் ஓரிரு எட்டு எடுத்துவைத்து அவன் தோளையோ கையையோ இயல்பாகப் பற்றிக்கொண்டு அவன் நிலைமீண்டதும் பிடியை விட்டுவிடுவான்.

குண்டாசி நடக்கையிலேயே இருமத் தொடங்கினான். முதலில் மெல்லிய இருமலாக தொடங்கியது. நெஞ்சிலிருந்து கோழையை இருமி வெளியே எடுக்க அவனால் இயலவில்லை. ஆகவே மேலும் மேலும் இருமல் மிகுந்துவந்தது. இரு இடங்களில் தூண்களைப் பற்றிக்கொண்டு குனிந்து நின்று அவன் இருமினான். சற்று அப்பால் நின்றிருந்த இரு காவலர்கள் அவன் துப்புவதற்காக கோளாம்பியை கொண்டுவந்து வைத்தனர். நெடுநேரம் இருமிய பின்னரும்கூட அவனால் கோழையை இருமி அதில் துப்பமுடியவில்லை. இருமலின் விசையில் அவன் குனிந்து தலையைப் பற்றிக்கொண்டு கண்களை மூடி மூச்சுவாங்கினான். பின்னர் கையசைத்து அவர்களை போகச் சொல்லிவிட்டு மேலும் நடந்தான்.

மீண்டும் அவன் உடலை அதிரச் செய்தபடி இருமல் இருந்தது. இம்முறை சற்றே கோழையைத் துப்பினான். உள்ளிருந்து பெயர்ந்த கோழை வெளியே வராமல் நெஞ்சில் நின்று அவனை நிலையழியச் செய்தது. நீராட்டறை

அங்கிருந்து நெடுந்தொலைவென்று தோன்றியது. தீர்க்கன் "தாங்கள் விரும்பினால்..." என்று ஏதோ சொல்லத் தொடங்க கைவீசி அவனை தடுத்த பின் முழுவிசையும் உடலில் கூட்டி ஒவ்வொரு அடியையும் முன்னோக்கி விழுவதுபோல் எடுத்து வைத்து எட்டு தூண்கள் நின்றிருந்த இடைவெளியை ஒரே விசையில் தாண்டி அங்கிருந்த சிறுவாயிலின் நிலைப்படியை பற்றிக்கொண்டு நின்றான். அம்முறை இருமல் மிக உச்சத்திலும் கால் கட்டைவிரலை துடிக்கவைக்கும் அளவுக்கு விசையுடனும் எழுந்தது. ஏவலன் கொண்டு நீட்டிய கோளாம்பியில் துப்பியபோது நெஞ்சை அடைத்திருந்த கோழையில் பெரும்பகுதி வெளியே சென்றது. மூச்சுவிட்டு நிமிர்ந்து நின்றான். நெஞ்சின் எடை குறைந்து உடல் சற்று எளிதானதுபோல் தோன்றியது.

மேலும் எத்தனை தொலைவிருக்கிறதென்று பார்த்தான். இருமுறை உடலை உந்தினால் நீராட்டறைவரை சென்றுவிட முடியும். நீராட்டறை வாசலில் சென்றபோது அவன் கண்களுக்குள் இருட்டு நிறைந்திருந்தது. விழுந்துவிடுபவன்போல பக்கவாட்டில் சாய தீர்க்கன் அவன் தோளைப் பற்றிக்கொண்டான். சிலகணங்களுக்குப் பின் தீர்க்கனின் கையைத் தட்டி அதை எடுக்கச் சொன்னபிறகு அவன் கண்களைத் திறந்து நீராட்டறையைப் பார்த்தான். நீராட்டு ஏவலன் முன்வந்து வணங்கி "வருக, இளவரசே! அனைத்தும் சித்தமாக உள்ளன" என்றான். அவன் தன் பதறும் கால்களை எடுத்துவைத்து நீராட்டறைக்குள் நுழைந்தான். அங்கிருந்த நீராவி அவன் மூச்சை நிறைத்து நெஞ்சில் இறுகிய சளியை இளகவைத்தபோது அதுவரை தன்னை அழுத்திய எடை சற்று குறைவது போலுணர்ந்தான்.

சமையர் அவன் இரு கைகளையும் பற்றி இடையாடையை களைந்து வெந்நீர் தொட்டிக்குள் அமிழச் செய்தார்கள். உள்ளே உடலை நீட்டிக்கொண்டபோது அனைத்து தசைகளும் உருகி அரக்கென நீண்டு வழிந்து உடல் நீரில் கரையத் தொடங்குவதுபோல் உணர்ந்தான். முருக்குத் தடியாலான தலைமணையில் சாய்ந்து கண்களை மூடிக்கொண்டபோது சமையரின் கைகளை உடலெங்கும் உணர்ந்தான். மிக மெல்ல எங்கோ அழுந்திக்கொண்டிருந்தான். மென்மையாக மீண்டும் மீண்டும் அவனுள் எழும் கனவில் சிறு குழந்தையாக "மூத்தவரே மூத்தவரே" என்று அழைத்தபடி அங்குமிங்கும் ஓடிக்கொண்டிருந்தான். ஒவ்வொன்றும் அவனைச் சுற்றி பேருருக்கொண்டிருந்தன. தூண்கள், கதவுகள், மூத்தவர்களின் கால்கள். தலைக்குமேல் வேறொரு உலகம் மொழியாக ஓசையாக நிறைந்திருந்தது. கீழிருந்து அண்ணாந்து நோக்கி "மூத்தவரே, என்னைத் தூக்குங்கள். மூத்தவரே, என்னைத் தூக்குங்கள்" என்று தன்னை அவ்வுலகு நோக்கிக் கொண்டுசெல்லும்படி மன்றாடிக்கொண்டிருந்தான்.

தன் குறட்டையொலியை தானே கேட்டு விழித்துக்கொண்டான். நீராட்டறையை உணர்ந்து "முடிந்ததா?" என்றான். "ஆம், இளவரசே" என்று சொல்லி இரு சமையர் அவனை தோள்பற்றி தூக்கினர். அவன் உடலை மரவுரியால் துடைத்து நறுஞ்சுண்ணமிட்டனர். ஆடியில் தெரிந்த தன் உடலை அவன் பார்த்துக்கொண்டிருந்தான். எலும்புச் சட்டகத்தின் மேல் சுருங்கிய கரிய தோல் சிறு புண்களுடனும் நூற்றுக்கணக்கான தழும்புகளுடனும் தடிப்புகளுடனும் காய்ப்புகளுடனும் படர்ந்திருந்தது. சில இடங்களில் சாம்பல் பூத்து, சில இடங்களில் பூசணத்தேமல் படர்ந்து, மட்கத் தொடங்கிய சடலம் ஒன்றைப் பார்ப்பதுபோல் இருந்தது.

அவ்வெண்ணம் எழுந்ததுமே அவன் நோக்கை விலக்கிக்கொண்டான். பின்னர் உளத்தை உந்தி நோக்கை திருப்பி ஆடியைப் பார்த்தான். தன் உடலை காலிலிருந்து தலைவரைக்கும் ஒவ்வொரு உறுப்பென்று நோக்கினான். மட்கும் சடலம்தான். நெடுங்காலமாக மெல்ல மட்கிக்கொண்டிருக்கிறது. முற்றாக உயிர் அகலவுமில்லை. அவன் தன் விழிகளைப் பார்த்தான். உயிர் எஞ்சியிருப்பது அங்கு மட்டும்தான். கண்களை மட்டும் அகற்றிவிட்டால் இவ்வுடலை சிதையேற்றிவிடலாம். முதல் நெருப்பிலேயே பொசுங்கி எரிந்துவிடக்கூடும். இதில் ஓடிக்கொண்டிருக்கும் குருதி என்பது பீதர்நாட்டு மதுவாலானது. யவன மது பழச்சாறு நொதித்தூற்றியது. அரிசியில் வாற்றி எடுக்கப்படும் பீதர் நாட்டு மது எக்கணமும் அனலென்று மாற ததும்பி நிற்பது. வெயில் வெம்மை மிகுந்தாலே பளிங்குப்புட்டிக்குள் அது எரிந்து பற்றிக்கொள்ளும்.

சூதன் ஒருவன் முன்பு "இளவரசே, தாங்கள் சுடர்களுக்கும் பந்தங்களுக்கும் அருகே செல்லவேண்டாம், பற்றிக்கொள்வீர்கள்" என்று நகையாடியதை அவன் நினைவுகூர்ந்தான். நிமித்திகனிடம் அன்று அவன் கேட்டான். "இதுநாள்வரை நான் உயிர் வாழ்வதற்கு உங்கள் நிமித்திக நூல் என்ன விளக்கம் சொல்கிறது?" நிமித்திகன் மும்முறை சோழிகளை இடம்மாற்றி இட்டபின் "தாங்கள் களம்படும் நல்லூழ் கொண்டவர். நோயில் இறப்பதோ வேட்டையிலோ கெடுநிகழ்வுகளிலோ உயிர் துறப்பதோ உங்கள் ஊழல்ல" என்றான்.

"அதை நானும் உணர்கிறேன்" என்றபின் அவன் அருகே நின்றிருந்த பாணனிடம் "இளஅகவையிலே எனக்கெழுந்த உள்ளுணர்வொன்று உண்டு. நான் செருகளமொன்றில் மூத்தவர் பீமனால் தலையுடைத்து கொல்லப்படுவேன். அதன் பொருட்டே இத்தலையை பாதுகாத்து வைத்திருக்கிறேன். இது உடைந்து வெளியே தெறிக்கும் அக்கணம் நான் அடையும் ஆறுதல் என்னவென்று அவ்வப்போது கனவுகளில் அறிவேன். சீழ்கட்டியென கொதித்து நெறிகொண்டு அதிர்ந்து கொண்டிருக்கிறது

இது நெடுநாளாய்" என்றபின் தன் தலையை கைகளால் தட்டி "புன்தலை... இள அகவையில் பிற மைந்தரைவிட என் தலை மிகப் பெரிது என்று என் அன்னை சொன்னாள். என் தலையை தன் கைகளால் வருடி பெருங்கலம் போலிருக்கிறது என்றபின் இதற்கு குண்டான் என்று பெயரிட்டாள். அதிலிருந்துதான் இப்பெயரை நான் அடைந்தேன்" என்றான்.

அவன் நோக்கி நின்றிருக்கவே சமையர் நீலப்பட்டாடையை உடுத்தி இடையில் சிவப்புக் கச்சை கட்டி மானுட உடலென்றாக்கினர். தீர்க்கன் அறைவாயிலில் நின்று "செல்வோம், இளவரசே. ஏற்கெனவே அங்கு தங்கள் உடன்பிறந்தார் இருபது பேர் வந்துவிட்டார்கள். ஒவ்வொருவராக வந்துகொண்டிருக்கிறார்கள்" என்றான். மீண்டும் ஒருமுறை தன்னை ஆடியில் பார்த்த பின் குண்டாசி தீர்க்கனுடன் நடந்தான். தீர்க்கன் "தாங்கள் உணவேதும் அருந்தாமல் செல்லவேண்டுமென்பது நெறி. தங்கள் மூத்தவர்கள் மூன்று நாட்களாக உண்ணாநோன்பு கொண்டு அன்னையை வழிபட சென்றுகொண்டிருக்கிறார்கள்" என்றான்.

"நான் உண்ணாநோன்பு கொள்ள இயலாது. அதை அவர்கள் அறிவார்கள்" என்றான். "ஆம், அதை எவரும் தங்களிடம் கேட்கப்போவதில்லை. ஆனால் தாங்கள் இதற்கு மேல் மதுவருந்தலாகாது. அருந்தினால் தாங்கள் சென்று நிற்கையிலேயே அக்கெடுமணத்தை அவர்கள் அறிவார்கள்" என்றான் தீர்க்கன். குண்டாசி "என் வியர்வையில் பீதர்நாட்டு மதுவின் மணமுள்ளது. குருதியில் பாதி அந்த மதுதான். ஆகவே எந்நிலையிலும் அந்த மணத்தை என்னிடமிருந்து விலக்க இயலாது" என்றான்.

இடைநாழியில் அவனுக்காகக் காத்திருந்த சுஜாதன் மேலேறி வந்து "வருக, அனைவரும் தங்களைக் கேட்டனர்" என்றான். "என்னையா ?" என்றான் குண்டாசி. "தாங்கள் நோன்பு கொண்டிருக்கிறீர்களா என்று துர்மதர் கேட்டார். ஆமென்று உரைத்தேன்" என்றான். குண்டாசி இதழ் வளைய புன்னகைத்து "என் வாழ்வே ஒரு பெருநோன்புதான் என்று அவரிடம் சொல்லவேண்டியதுதானே ?" என்றான். சுஜாதன் அதிலிருந்த இடக்கை புரிந்துகொள்ளாமல் "மூன்று நாட்களாக உண்ணா நோன்பிருந்து இன்று கொற்றவை அன்னையின் பூசனைக்கு சென்றுகொண்டிருக்கிறோம். நூற்றுவரும் அந்நோன்பை கொண்டிருக்கிறார்கள்" என்றான். குண்டாசி "நான் சென்ற நாற்பதாண்டுகளுக்கும் மேலாகவே உண்ணா நோன்பைத்தான் கொண்டிருக்கிறேன், இளையோனே" என்றான்.

படிகளில் இறங்கி முற்றத்தை அடைந்தான். அங்கு கௌரவர்கள் சிறுகுழுக்களாக கூடிநின்று தாழ்ந்த குரலில் பேசிக்கொண்டிருந்தனர். சூழ்ந்திருந்த பந்தங்களின் ஒளியில் அவர்களின் ஆடைகள் செந்தழல்போல சுடர்கொண்டிருந்தன. சுஜாதன் "தாங்கள் எனக்கு

சற்று பின்னாலேயே வருக! தங்களை மூத்தவர் பார்த்தால் ஏதேனும் கேட்கக்கூடும்” என்றான். சுஜாதனைப் பார்த்து சிரித்த குண்டாசி “என்னை நோக்கிக் கேட்கப்படவேண்டிய அனைத்தும் முன்னரே பலமுறை கேட்கப்பட்டுவிட்டன. பலமுறை மறுமொழிகளும் சொல்லப்பட்டுவிட்டன. நீ அஞ்சவேண்டாம். மூத்தவர் எவரும் என்னைப் பார்ப்பதில்லை. ஏனெனில் என் உடல் முன்னரே கண்களுக்குத் தெரியாமல் ஆகிவிட்டது” என்றான்.

அவன் என்ன சொல்கிறான் என்று இருமுறை திரும்பிப்பார்த்து புரியாமல் சுஜாதன் “விரைந்து வருக!” என்று சொல்லி முற்றத்தில் இறங்கி அங்கு நின்றிருந்தவர்கள் நடுவே நின்றான். குண்டாசி இரு பெரிய உடல்கள் நடுவே தன்னை நிழலென நிறுத்திக்கொண்டான். கௌரவர்கள் ஒருவரோடொருவர் பேசாமல் நிழல்பெருகுவதுபோல வந்து முற்றத்தை நிறைக்கத் தொடங்கினர். அனைவரும் நீலநிற இடையாடையும் செந்நிறக் கச்சையும் அணிந்து அணிகளோ தலைப்பாகையோ இல்லாமலிருந்தார்கள். அருந்திய மது முழுக்க வியர்வையாக வெளியே வந்தது. தொண்டை மதுவிற்கான விடாய்கொள்ளத் தொடங்கியது. கைவிரல்கள் குளிர்ந்து நடுங்கின. கால்விரல்கள் மண்பற்றாமல் நெகிழ அகலத் தொடங்கின. திரும்பி சுஜாதனிடம் “இளையோனே, நான் சற்று மது அருந்தாமல் வரமுடியாது. விழுந்துவிடுவேன்” என்றான். “விழுந்தால் நன்று. மது அருந்தி தாங்கள் வரப்போவதில்லை” என்று பற்களைக் கடித்தபடி சொன்னான் சுஜாதன். “விடாய் தாங்க முடியவில்லை. என் தலை உடைந்துவிடும் போலிருக்கிறது” என்றான். “உடையட்டும்” என்று அவன் சொன்னான். “புரிந்துகொள்க! ஆலயம் வரை என்னால் நடக்க இயலாது” என்று குண்டாசி சொன்னான். “நடந்துபாருங்கள். விழுந்தால் நான் தூக்கிக்கொண்டு செல்வேன்” என்றான் சுஜாதன்.

ஒற்றைக்கொம்பின் ஒலி எழுந்தது. கனகர் முன்னால் ஓடிவந்து அங்கே நின்றிருந்த கௌரவர்களை நோக்கினார். எண்ணிநோக்குகிறார் என்று தோன்றியது. ஆனால் நெடுங்காலப் பழக்கத்தால் எண்ணாமலேயே அவர்கள் அனைவரும் வந்துவிட்டார்களா என்பதை அவரால் கணிக்கமுடிந்தது. அவர் திரும்பிச்சென்ற சற்றுநேரத்திலேயே கொம்பூதி முன்னால் வர அஸ்தினபுரியின் கொடியுடன் கொடிக்காவலன் வந்தான். தொடர்ந்து துச்சாதனன் உடன்வர துரியோதனன் நடந்து வந்தான். முற்றத்தை நிறைத்திருந்த தம்பியரை ஒருமுறை நோக்கிவிட்டு அவன் அவர்களின் நிரைமுகப்பில் வந்து நின்றான்.

நிமித்திகர்களும் கணிகர்களும் சிற்றமைச்சர்களும் அடங்கிய சிறுகுழு அப்பால் நின்றது. மங்கல இசையோ வாழ்த்தோ எழவில்லை. நிமித்திகன் வான்மீன் நோக்கி பொழுது கணித்ததும் கனகர் வந்து துரியோதனனைப்

பணிந்து முணுமுணுக்க அவன் திரும்பி அரண்மனையை நோக்கி வணங்கிவிட்டு முன்னால் நடந்தான். கௌரவர்கள் சீராக தொடர்ந்து சென்றனர். குண்டாசி அவர்களுடன் நடந்தான். நடப்பதற்காக கால்களை எடுத்துவைத்தபோதுதான் உடலுக்குள் ஆற்றல் என ஏதுமில்லை என்று தெரிந்தது. ஒவ்வொரு காலடியையும் எண்ணத்தால் உந்தி எடுத்து வைக்கவேண்டியிருந்தது. தொடர்ந்து சென்றுகொண்டிருந்த பிறர் உடல்களுடன் அவன் முட்டிமோதினான். சினத்துடன் அவனை உந்தி "செல்க!" என்றான் சுவர்மன். குண்டாசி அக்கணம் ஒரு கை தன்னைப் பிடித்து மண்ணை நோக்கி இழுப்பதாக உணர்ந்தான். முகம் தரையை அறைந்தபோது வலியை உணர்ந்தான். கையூன்றி எழமுயன்று மீண்டும் மண்ணில் விழுந்தான்.

கௌரவர்களின் நிரை கலைந்தது. "என்ன? என்ன?" என்றான் துர்மதன். "இளையவன்" என்று ஜலகந்தன் சொன்னான். துர்விகாகனும் சுலோசனனும் அவனை அணுகி குனிந்து நோக்கினர். "என்ன?" என்று துரியோதனன் கேட்டான். பின்னர் "யாரவன்?" என்று உறுமியபடி குண்டாசியை அணுகினான். குண்டாசி தலைதூக்கி தன்னருகே நின்றிருந்த மிகப் பெரிய கால்களை கண்டான். கைநீட்டி "மூத்தவரே! மூத்தவரே" என்றான். "அறிவிலி! வீணன்!" என்று கூவியபடி துரியோதனன் அவனைத் தூக்கி மேலே வீசினான். அவன் காற்றிலெழுந்து இருண்ட வானில் மிதந்து கீழிறங்க இரு வலிய கைகள் அவனைப் பற்றின. அவன் கழுத்தில் துரியோதனனின் கைகள் அழுந்த உடல் அவன் பிடியில் நெரிந்து உறைந்தது.

சுபாகு "மூத்தவரே, வேண்டாம். இது நற்பொழுது" என்று கூவியபடி அருகே ஓடிவந்தான். துச்சாதனன் "தீநிமித்தம் ஆகிவிடும், மூத்தவரே" என்று துரியோதனனின் தோளைப் பற்றினான். குண்டாசியைத் தூக்கி அப்பால் வீசினான் துரியோதனன். காற்றில் பறந்து எலும்புகள் மண்ணில் அறைபட அவன் நிலத்தில் விழுந்தான். வலியே தெரியவில்லை. ஆனால் தன் உடல் பல துண்டுகளாக சிதறிக்கிடப்பது போலிருந்தது. துரியோதனன் மூச்சிரைத்தபடி திரும்பிச் சென்றான். கௌரவர்கள் அவனைத் தொடர்ந்தனர். எவரோ "தீநிமித்தம் வேறென்ன தேவை?" என்று முணுமுணுத்தனர். இறுதியாக தயங்கிநின்ற பின் சுஜாதனும் அவர்களுடன் சென்றான்.

35

தீர்க்கன் அரண்மனையின் உள்ளிருந்து மெல்ல வெளிவந்து அனைவரும் சென்றுவிட்டதை உறுதிசெய்த பின் குண்டாசியை நோக்கி ஓடிவந்தான். அவன் தரையோடு தரையாகக் கிடந்தான். தீர்க்கன் அவனைத் தூக்கி அமரச்செய்தபோது வாயிலிருந்தும் மூக்கிலிருந்தும் கோழையாக எச்சிலும் குருதியும் கலந்து வழிந்தன. கருகிய உதடுகள் அசைந்து எதையோ சொல்லிக்கொண்டிருந்தன. தீர்க்கன் "என்ன? என்ன, இளவரசே?" என்றான். "என் தலை... என் தலைக்குள்" என்றான் குண்டாசி.

ஏவலர் உதவியுடன் தீர்க்கன் அவனைத் தூக்கி அரண்மனையருகே இடைநாழியில் அமரச்செய்தான். குண்டாசியின் கைகள் இறந்தவைபோல அருகே விழுந்துகிடந்தன. கட்டைவிரல்கள் மட்டும் இழுத்து இழுத்து அதிர்ந்தன. கனகர் உள்ளிருந்து விரைந்து ஓடிவந்து மூச்சிரைக்க நின்று "அவரை இங்கிருந்து கொண்டுசெல்ல இயலுமா? எலும்புகள் ஒடியவில்லை அல்லவா?" என்றார். தீர்க்கன் "இல்லை, சிராய்ப்புகளும் தசைச்சிதைவுகளும் உள்ளன" என்றான். "பேரரசி காந்தாரி காந்தாரர்களின் லாஷ்கர அன்னையருக்கு பூசெய்கைக்காக செல்கிறார். அவர் இந்த வாயிலினூடாக வரக்கூடும்" என்றார் கனகர்.

சினத்துடன் தீர்க்கன் ஏதோ சொல்வதற்குள் "மறுவாயிலில் அரசி எட்டுத்திருமகள்களின் ஆலயப்பூசனைக்கு செல்கிறார். உடன் இளைய அரசியரும் செல்கிறார்கள். அனைத்துப் பூசனைகளும் முதற்புலரியில் ஒரே நற்பொழுதில்... நான் என்ன செய்வது?" என்றார். "நான் தூக்கிக்கொண்டு சென்றுவிடுகிறேன்" என்றான் தீர்க்கன். கனகர் மீண்டும் உள்ளே ஓடினார். தீர்க்கன் குண்டாசியை தூக்க முயல அவன் முனகினான். மருத்துவர்களை அழைக்கச்சென்ற ஏவலர்கள் எவரேனும்

வருகிறார்களா என்று பார்த்தான் தீர்க்கன். கனகர் உள்ளிருந்து ஓடிவந்து "ஒருவேளை பேரரசரும் இவ்வழி வரக்கூடும்" என்றார். "நான் இவரைத் தூக்கமுடியாது, அமைச்சரே. மருத்துவர்கள் வரட்டும்" என்றான் தீர்க்கன். "நான் என்ன செய்வேன்! நான் என்ன செய்வேன்!" என்று பதைத்தபடி கனகர் உள்ளே ஓடினார்.

ஏவலனுடன் வந்த மருத்துவர் குண்டாசியை அணுகி அவன் கைகளைத் தன் கைகளுக்குள் எடுத்துக்கொண்டு "நாடியில் நஞ்சுமட்டுமே தெரிகிறது... வேறேதும் உணரக்கூடவில்லை" என்றார். தீர்க்கன் எரிச்சலுடன் "அவர் உடலில் நஞ்சு ஓடுவது தெற்கே குமரிமுனைவரை அனைவருக்கும் தெரியும்" என்றான். மருத்துவர் குண்டாசியின் கைகளையும் கால்களையும் தூக்கி விட்டார். அவை இறந்தவைபோல் விழுந்தன. அவர் தீர்க்கனை நோக்கி "உயிரே இல்லையே..." என்றார். "உட்புண் உள்ளதா என்று மட்டும் சொல்லும்" என்று தீர்க்கன் சினந்தான். அவர் வயிற்றை அழுத்தியபோது குண்டாசி முனகினான். நெஞ்சை அழுத்தியபோது உடல் துடித்தது. "உட்புண் உள்ளது. நெஞ்சிலும் வயிற்றிலும் தசைகள் உடைந்துள்ளன. படுக்கையில் இருக்கவேண்டும்" என்றார்.

கனகர் வெளியே ஓடிவந்து "என்ன செய்கிறீர்கள்? என்னென்ன நடக்கப்போகிறதென்று தெரியவில்லையே!" என்றார். "நான் என்ன செய்வது?" என்றான் தீர்க்கன். "முதியவரே, பேரரசர் வெறுக்கும் மைந்தர் இவர். பேராற்றல்கொண்டவரின் மைந்தர் என இவரைக் கண்டால் வெறுப்பெழாது என்ன செய்யும்? இவரை வேழம் ஒரே மிதியால் கொன்றால் பழி எனக்கல்ல" என்றார் கனகர். உள்ளே கொம்போசை எழுந்தது. கனகர் செயலற்றவர்போல நின்றார். பந்தங்களின் ஒளியில் அவருடைய கொழுத்த உடலில் வியர்வை வழிந்து பளபளத்தது. "எங்காவது ஓடிப்போகவேண்டும் போலிருக்கிறது எனக்கு. இங்கே என்ன நிகழ்கிறதென்றே தெரியவில்லை" என்றார்.

கொம்பூதியுடன் திருதராஷ்டிரரின் கொடிப்பட்டம் ஏந்திய வீரன் வெளியே வந்து படிகளில் இறங்கினான். கனகர் சென்று வணங்கி நின்றார். சங்குலன் தோளைப் பற்றியபடி திருதராஷ்டிரர் மெல்ல நடந்துவந்தார். அவருக்குப் பின்னால் யுயுத்ஸு நடந்துவந்தான். கனகர் அருகே சென்று வணங்க திருதராஷ்டிரர் "எல்லோரும் சென்றுவிட்டார்களா?" என்றார். "ஆம் பேரரசே, அங்கே முரசொலி கேட்கிறது. பூசனை தொடங்கவிருக்கிறது" என்றார் கனகர்.

திருதராஷ்டிரர் திரும்பி நோக்கி "குருதிமணம்... எவருடையது?" என்றார். "இளையவர் குண்டாசி..." என்றார் கனகர். "சிறிய புண்தான்." திருதராஷ்டிரர் "ம்?" என்றார். "விழுந்துவிட்டார். ஆகவே அரசர்..." என

கனகர் தயங்க திருதராஷ்டிரர் "ம்" என யானைபோல உறுமினார். "நாம் கிளம்புவோம்" என அவர் படிகளில் இறங்க கொம்போசை உள்ளே எழுந்தது. "காந்தாரியா? பெண்கள் கொற்றவைபூசனைக்கு செல்வதுண்டா?" என்றார். கனகர் "இல்லை, பேரரசே. அவர்கள் லாஷ்கரர்களின் ஆறன்னை ஆலயத்திற்கு செல்கிறார்கள்" என்றார்.

கொம்பொலியுடன் முதன்மைச்சேடி வெளியே வந்தாள். காந்தாரத்தின் ஈச்ச இலைக்கொடியுடன் சேடி தொடர்ந்து வந்தாள். சத்யசேனையும் சத்யவிரதையும் காந்தாரியின் இரு பக்கங்களிலாக வந்தனர். சுதேஷ்ணை, சம்ஹிதை, தேஸ்ரவை, சுஸ்ரவை, நிகுதி, சுபை, தசார்ணை ஆகியோர் தொடர்ந்து வந்தனர். அனைவருமே நோயுற்றவர்கள்போல முகம் வெளிறி தளர்ந்திருந்தார்கள். காந்தாரி திருதராஷ்டிரர் நிற்பதை உணர்ந்த பின்னரே அவள் தங்கையர் அவரைப் பார்த்தனர். அவர்கள் ஓசையின்றி அணுகிவர காந்தாரி திருதராஷ்டிரர் முன் நின்று "நான் அன்னையரை வழிபட்டு வரலாமென்று எண்ணினேன்..." என்றாள். "மைந்தருக்காக, அல்லவா?" என்று அவர் கேட்டார். "ஆம், அவர்கள் காந்தாரர்கள். அவர்களுக்கு அன்னையரே காப்பு" என்றாள் காந்தாரி.

உடனே மணம்பெற்று முகம்சுளித்து திரும்பி "யார், குண்டாசியா? அவன் செல்லவில்லையா?" என்றாள். "அவரை மூத்தவர் சற்றே தாக்கியமையால்..." என சொல்லவந்ததுமே காந்தாரி புரிந்துகொண்டு "எப்படி இருக்கிறான்?" என்று கேட்டபடி அவனை நோக்கி சென்றாள். சத்யசேனை "நாம் செல்லவேண்டியுள்ளது" என்று மெல்லிய குரலில் சொன்னதை அவள் கேட்கவில்லை. பருத்த உடலுக்கு அவள் பாதங்கள் மிகச் சிறியவையாதலால் அவளால் அசைந்து அசைந்தே நடக்க முடிந்தது. மூச்சிரைக்க குண்டாசியின் அருகே அமர்ந்தாள். "எப்படி இருக்கிறான்?" என்றாள். அவன் தலையை எடுத்து தன் மடியில் வைத்துக்கொண்டு மேலாடையால் அவன் முகத்தைத் துடைத்தாள்.

"உள்ளே சற்று புண் இருக்கலாம். ஓய்வெடுத்தால் போதும்" என்றார் மருத்துவர். "மது கொடுத்தீர்களா? பீதர் மது வேண்டாம்... யவன மது கொடுங்கள்" என்றாள் காந்தாரி. ஏவலன் ஓடிச்சென்று கொண்டுவந்த யவன மதுவை அவள் கையில் வாங்குவதற்கு முன்னரே அதன் மணம் குண்டாசியை எழுப்பிவிட்டது. அவன் ஆவலுடன் கைநீட்டி அதை பிடித்து முழு வாயால் விழுங்கி தலையை உதறினான். இரண்டு கோப்பை மது அருந்தி கண்களை மூடிக்கொண்டு சற்றுநேரம் அமர்ந்திருந்த பின் விழித்துக்கொண்டான். அவன் தலைமயிரை வருடிக்கொண்டிருந்த காந்தாரியின் கையை உணர்ந்து "அன்னையே..." என்றான். "ஒன்றுமில்லை, மைந்தா..." என்று அவள் சொன்னாள். "ஒன்றுமில்லை, நீ ஓய்வெடு."

குண்டாசி “நான் விழுந்துவிட்டேன், அன்னையே...” என்றான். “ஆனால் அதுவும் நன்றே... இல்லையேல் நான் பாண்டவர்களைக் கொல்வேன் என வஞ்சினம் உரைக்கவேண்டியிருக்கும்.” காந்தாரி “நீ ஓய்வெடுத்துக்கொள்... நான் ஆலயத்திற்கு சென்று வருகிறேன்” என எழுந்தாள். குண்டாசி அவள் கையைப் பற்றி “நான் உங்களுடன் வருகிறேன்... நான் உங்களுடன் வருகிறேன், அன்னையே” என்றான். காந்தாரி “நீ உடல்நலமின்றி இருக்கிறாய்” என்றாள். “இல்லை... தேரில் என்னால் அமரமுடியும். உங்களுடன் இருக்கிறேன்” என்றான். திருதராஷ்டிரர் “நீ வஞ்சினம் உரைக்கச் செல்லவில்லையா?” என்றார். “இல்லை, நான் பாண்டவர்களை கொல்வதாக வஞ்சினம் உரைக்கமாட்டேன்” என்று குண்டாசி உரக்க சொன்னான்.

திருதராஷ்டிரர் சிலகணங்கள் அசையாமல் நின்றுவிட்டு “ஆம், ஒருவனாவது அவ்வாறு எஞ்சட்டும்” என்றார். பின்னர் யுயுத்ஸுவிடம் “நானும் காந்தார அன்னையர் ஆலயத்திற்கே செல்கிறேன். நீ சென்று நான் கொற்றவை ஆலயத்திற்கு வரப்போவதில்லை என்று சொல்” என்றார். யுயுத்ஸு “ஆனால் முறைமைகளின்படி...” என்று சொல்லத் தொடங்க “என் இளையோன் மைந்தருக்கு எதிரான எந்த வஞ் சினத்தையும் நான் எடுக்கமுடியாது... இக்கணம் வரை என் உள்ளம் அலைபாய்ந்துகொண்டிருந்தது. இவன் எனக்கு தெளிவை அளித்தான். சென்று சொல், நான் வரப்போவதில்லை என” என்றார்.

குண்டாசியை சத்யசேனை பற்றித் தூக்கினாள். அவன் எழுந்து நின்று தன்னை நிலைப்படுத்திக்கொண்டு “மூச்சுவிடுவது கடினமாக உள்ளது, ஆனால் எப்போதுமே அது எளிதாக இருந்ததில்லை” என்றான். “நீ ஓய்வெடு, மைந்தா” என்றாள் சத்யவிரதை. “இல்லை, நான் அன்னையுடன் இருப்பேன்... அன்னையுடன் இருப்பதே என் மருந்து” என்றான் குண்டாசி. “உன்னை அன்னையர் அழைத்தால் நீ வருவதில்லை” என்றாள் சத்யவிரதை. குண்டாசி “ஆம், வரவேண்டும் என்று நினைப்பேன். வருவதைப்பற்றியே எண்ணிக்கொண்டிருப்பேன். அன்னையே, நான் வாழ்வது இச்சிறு உடலுக்குள் தேங்கிய ஒரு துளி உலகில்” என்றான். சத்யசேனை “நீ பேசுவது எனக்குப் புரிவதில்லை... வா... ஏறிக்கொள்” என்றாள்.

காந்தாரியும் சத்யசேனையும் ஏறிக்கொண்ட தேரில் குண்டாசி ஏறி காந்தாரியின் அருகே அமர்ந்தான். அந்த அசைவுகளால் அவன் மூச்சு தடைப்பட இருமி அதிர்ந்தான். “படுத்துக்கொள்” என காந்தாரி அவன் தலையை மெல்ல பற்றி தன் மடியில் வைத்துக்கொண்டாள். அவன் படுத்து கால்களை நீட்டியபடி “நான் இத்தனை முந்தி விழிப்பதில்லை, அதனால்தான்” என்றான். அவள் அவன் தலையைக்

கோதிக்கொண்டிருந்தாள். ஒன்பது அன்னையரில் அவனைக் கண்டதுமே கண்ணீர்விட்டபடி ஏன் இப்படி இருக்கிறாய், உனக்கு என்ன வேண்டும் என்று கேட்காதவள் அவள் மட்டுமே என அவன் எண்ணிக்கொண்டான். "நீ ஏன் என்னைப் பார்க்க வருவதில்லை?" என்று அவள் கேட்டாள். அவன் உள்ளத்தில் 'அங்கே அச்சாளரம் உள்ளது' என்ற மறுமொழி எழுந்தது. ஆனால் அதைக் கடந்து சென்று "அன்னையே, இந்த ஆலயம் எங்குள்ளது?" என்றான்.

காந்தாரி "புராணகங்கைக்குள். காந்தாரர்களின் தெருக்களுக்கு அப்பால், காட்டில்" என்று முகம் மலர்ந்து சொன்னாள். "அங்கே காந்தாரநாட்டில் ஆரியகௌசிகை ஆற்றங்கரையில் உள்ளது அன்னையரின் முதல் ஆலயம். தொன்மையான வேங்கை மரத்தின் அடியில் ஆறன்னையரும் அமர்ந்திருக்கிறார்கள். மரு, இருணை, ஃபூர்ணி, காமலை, கிலை, ஆரண்யை என்ற ஆறன்னையரும் லாஷ்கரர்களின் தொன்மையான தெய்வங்கள். சாம்பல், செங்காவி, மஞ்சள், தவிட்டு நிறம், வெண்மை, கருமை நிறம் கொண்டவர்கள். யயாதியின் மைந்தர் துர்வசு அங்கே வருவதற்கு முன்னர் அவர்களே அந்நிலத்தை ஆண்டனர். இன்றும் அவர்கள்தான் காந்தாரப் பாலைநிலத்தின் உரிமையாளர்கள். காற்றுகளாக அந்நிலம் மீது பரவியிருப்பவர்கள். அங்குள்ள அனைவரும் அக்காற்றின் மைந்தர்களே."

"நான் அங்கு சென்றுவிட விழைகிறேன்" என்றான் குண்டாசி. காந்தாரி புன்னகைத்து "ஆம், இந்த நிலத்துக்கான பூசல்களை எல்லாம் விட்டுவிட்டு என் மைந்தர் அங்கே சென்று அன்னையின் மைந்தர்களாக செம்புழுதியாடி வாழ்ந்தால் அதைவிட நான் விழைவதொன்றும் இருக்கப்போவதில்லை" என்றாள். அவள் விட்ட நீள்மூச்சை அவன் தன் கன்னத்தில் உணர்ந்தான். எழுந்து அவள் முகத்தை தொடவேண்டும் போலிருந்தது. அவள் வெளியே நோக்குபவள்போல முகத்தை திருப்பிக்கொண்டு வந்தாள். அவளிடம் விழியிழந்தோருக்கான தலைக்கோணலோ அசைவுகளோ இல்லை என்பதை குண்டாசி நோக்கினான். அவள் தன் உடலில் இருந்து முற்றாக எங்கோ சென்றுவிட்டிருந்தாள்.

"அன்னையே..." என்று குண்டாசி அழைத்தான். அவள் அதைக் கேட்கவில்லை. "அன்னையே!" என அவன் மீண்டும் அழைத்தபோது அவள் மீண்டு வந்தாள். "அன்னையே, நீங்கள் அந்நிலத்தை மீண்டும் காண விழையவில்லையா?" என்று அவன் கேட்டான். அவள் ஒன்றும் சொல்லவில்லை. "சொல்லுங்கள்" என்றான். "நான் கண்டுகொண்டேதான் இருக்கிறேன்" என்றாள். அவன் அவள் முகத்தை நோக்கிக்கொண்டிருந்தான். புன்னகைபோல சிறிய சிவந்த உதடுகள் அசைந்தன. "என்ன எண்ணிக்கொண்டிருந்தீர்கள்?" என்றான்.

“உன் அன்னையைப் பற்றி…” என்று காந்தாரி சொன்னாள். அவன் உள்ளம் அதிர்ந்தது. உடலால் அணுகியிருப்பது உள்ளத்தையும் கடத்திவிடுகிறதா?

“இங்கே வருவதற்கு முன்புவரை அவளை இடையில் தூக்கிக்கொண்டு நடப்பேன்.” குண்டாசி புன்னகையுடன் “அன்னையை இளமகளாக என்னால் எண்ணவே முடியவில்லை. அவரைப் பற்றி சொல்லுங்கள்…” என்றான். காந்தாரி “குழந்தை… இறுதிவரை குழந்தையாகவே இருந்தாள்” என்றாள். மேலும் அவள் பேசுவாள் என அவன் எண்ணினான். அவள் ஒன்றும் சொல்லவில்லை. அவன் அச்சாளரம் குறித்து கேட்க விரும்பினான். பின்னர் நெடுமூச்செறிந்தான். காந்தாரியின் விரல்கள் அவன் தலையை அளைந்துகொண்டே இருந்தன.

தேர் வடக்கு வாயிலைக் கடந்து புராணகங்கையின் காந்தாரக்குடியிருப்புகள் வழியாக சென்றுகொண்டிருந்தது. குண்டாசி சற்று துயின்றுவிட்டான். விழித்துக்கொண்டபோது அவன் உள்ளம் முற்றிலும் தூய்மையாக, முற்றிலும் இனிமையாக இருந்தது. என்னவென்றும் ஏனென்றும் அறியாத இனிமை. இனித்து இனித்து அவன் உடல் தவித்தது. பெருமூச்சுகள் எழ அவன் விம்மினான். காந்தாரி அவன் தலையை வருடி “என்ன மைந்தா?” என்றாள். அவன் கண்களிலிருந்து கண்ணீர் வழிந்துகொண்டிருந்தது. அவள் அவனிடம் எதுவும் கேட்கவில்லை. அவன் மெல்லிய விசும்பல்களுடன் விழிநீர் விட்டுக்கொண்டு உடல்குறுக்கி அவள் மடியில் கிடந்தான்.

தேர் நின்றதும் குண்டாசி நிலைமீண்டு எழுந்தான். அவன் இமைகளில் உலர்ந்த கண்ணீர் முடிகளை ஒட்டியிருந்தது. காந்தாரி “ஆடையை சீரமைத்துக்கொள்” என்றாள். குண்டாசி மெல்ல தேரின் கம்பங்களை பற்றியபடி இறங்கினான். அவனால் நிற்கமுடியவில்லை. உடலுக்குள் பல இடங்களில் தசைகள் உடைந்துவிடுவனபோல் இழுபட்டு வலித்தன. அவனை கீழே நின்றிருந்த முதிய ஏவலன் பற்றி மெல்ல இறக்கி கீழே விட்டான். நரைத்த மீசையும் நரைத்த புருவமும் கொண்டிருந்தான். “தங்கள் குறடுகளை இங்கே விட்டுவிட்டுச் செல்க, இளவரசே” என்று அவன் சொன்னான்.

குண்டாசி தன் குறடுகளைக் கழற்றியபோது அவன் தோளில் கையை வைத்து நிலைப்படுத்திக்கொண்டான். அவன் அத்தொடுகையால் மகிழ்ந்து குண்டாசியை பற்றிக்கொண்டான். குறடுகளை களைந்துவிட்டு குண்டாசி தன் மேலாடையை இழுத்துச் சுற்றிக்கொண்டு நின்றான். ஏவலன் “என் பெயர் ஊர்ணன். இச்சிற்றாலயத்தின் காவலன். காந்தாரத்திலிருந்து இளவரசர் சகுனியுடன் வந்த சிலரே இப்போது படைப்பணியில் இருக்கிறோம். நான் அவர்களில் ஒருவன்” என்றான்.

“நீர் திரும்பச் சென்றதில்லையா?” என்றான். “செல்வேன், இந்தப் போர் முடிந்த பின்னர்” என்றான் ஊர்ணன்.

காந்தாரி இறங்கி நின்றதும் தொடர்ந்து வந்த தேர்களிலிருந்து பிற காந்தார அரசியர் இறங்கினர். முன்னால் சென்று நின்றிருந்த தேரிலிருந்து திருதராஷ்டிரர் இறங்கி நின்றிருந்தார். அரசியர் ஒன்றாகச் சேர்ந்ததும் திருதராஷ்டிரர் முன்னால் செல்ல அவர்கள் தொடர்ந்து சென்றனர். குண்டாசி ஊர்ணனிடம் “அரசர் உள்ளே நுழைய ஒப்புதலுண்டா?” என்றான். “ஆம் இளவரசே, காந்தாரர்கள் அல்லாதவர்கள் இந்த ஆலயத்திற்குள் செல்லவியலாது. ஆனால் அரசர் ஆறன்னையர் முன் அரசியின் கைகளைப் பற்றியவர்” என்றான். “இங்குள்ள பூசகர்களும் ஏவலர்களும் அனைவரும் லாஷ்கர குலத்தவர். காந்தாரர் அல்லாதவர்கள் வழிபடுவதில்லை.” குண்டாசி “ஆம், நானே இங்கு இப்போதுதான் வருகிறேன்” என்றான்.

ஊர்ணன் குண்டாசியின் தொடுகையால் நெகிழ்ந்து முறைமைகளைக் கடந்து அணுக்கம் கொண்டிருந்தான். “இங்கு நாள்பூசனை இல்லை. முழுநிலவிலும் கருநிலவிலும் மட்டுமே பலிகொடையும் பூசெய்கையும் நிகழும். காந்தாரர் சகுனி மாதம்தோறும் இங்கே வருவதுண்டு. அரிதாக அரசரும் வருவார். மூதரசியர் ஆண்டுக்கொருமுறை நிகழும் முதுவேனில் நிலவுநாளின் பலிகொடைக்கு மட்டுமே வருகிறார்கள்” என்றான். “அங்கே லாஷ்கர நிலத்திலும்கூட ஆறன்னையருக்கு நாள்பூசனை இல்லை. நான் அங்கு சென்றிருக்கிறேன். பேரரசர் பேரரசியைக் கைப்பிடித்த அன்று. அப்போது நான் மிக இளையவன். எந்தை காவல்பணியில் இருந்தமையால் நானும் அப்போதே காவலனாகிவிட்டிருந்தேன்.”

குண்டாசி நின்று அந்த ஆலயத்தைப் பார்த்தான். முதுமையால் கிளைகுறுகி நின்றிருந்த கரிய மரத்தின் அடியில் கல்பீடத்தில் ஆறு உருளைக்கற்களாக அன்னையர் அமர்ந்திருந்தனர். இருபுறமும் பந்தங்களின் தழல்கள் ஆடின. ஆலய முகப்பில் செம்பட்டு அணிந்து நீள்சடை தொங்க பூசகர்கள் வணங்கி நின்றனர். ஏவலன் “இது கருவேங்கை மரம். பெரும்பாலைகளில் வளர்வது. கழுகின் உகிர்போல நிலத்தைக் கவ்வி நின்றிருப்பதனால் இதை இங்கே வஜ்ரதுண்டி என்றும் சொல்வார்கள். பட்டையில் நீரே இருக்காது. செதுக்கி எடுத்து நேரடியாகப் பற்றவைக்க முடியும். நீர்செறிந்த புராணகங்கைக்குள் இது எப்படி வளர்ந்தது என்பது விந்தைதான். இந்த மரம் இங்கே நிற்பதை அறுபதாண்டுகளுக்கு முன்பு இங்கு வந்த லாஷ்கரப் பூசகர் ஒருவர் வெறியாட்டு எழுந்து குறியுரைத்தார். சகுனிதேவரின் ஆணைப்படி காந்தார நாட்டிலிருந்து ஆறன்னையரைக் கொண்டுவந்து இங்கே நிறுவினர். ஆறு வண்ணங்கள் கொண்ட ஆறு

உருளைக்கற்கள் அவை. ஆறு பலிகொடுத்து குருதியாட்டி அன்னை இங்கு நிறுவப்பட்டாள்" என்றான்.

குண்டாசி "நான் எங்காவது அமர விரும்புகிறேன்" என்றான். "அரசருடன் தாங்களும் உள்ளே செல்லவேண்டும் என்று சொன்னார்கள்" என்று ஏவலன் சொன்னான். "இன்று சிறப்பு பலிகொடையும் பூசனையும் ஒருங்குசெய்யும்படி பேரரசியின் ஆணை வந்தது. மைந்தர்களுக்காக பேரன்னை அதை செய்கிறார். ஆறு பாலைநிலத்து ஆடுகள் பலிவிலங்குகளாக வந்துள்ளன. முறைப்படி பலியளித்து பூசெய்கை நிகழ்ந்தால் சுழல்காற்றுவடிவில் அன்னையர் எழுந்தருள்வார்கள். பூசகரில் தோன்றி அருளுரைப்பார்கள்."

திருதராஷ்டிரர் ஆலயவளைப்புக்குள் நுழைந்ததும் பூசகர்கள் அவரை வரவேற்று உள்ளே கொண்டு சென்றனர். சங்குலன் வெளியே நின்றுவிட்டமையால் பெருந்தோள்கொண்ட காந்தார மல்லன் ஒருவன் திருதராஷ்டிரரைப் பிடிக்க அருகே சென்றான். அவர் அவன் தோளைத் தொட்டதுமே கையை எடுத்து "நீ விலகிச்செல்" என்றபின் "குண்டாசி எங்கே?" என்றார். குண்டாசி அவருக்கு அருகே சென்று நின்றான். அவர் அவன் தோளைப் பற்றிக்கொண்டார். திருதராஷ்டிரர் அருகே வந்த காந்தாரியிடம் "மைந்தர்களுக்கான பலி அல்லவா?" என்றார். "ஆம்" என்று அவள் சொன்னாள். "என் மைந்தர்கள் அங்கே உபப்பிலாவ்யத்திலும் உள்ளனர்" என்று திருதராஷ்டிரர் சொன்னார். குண்டாசி தன் முதுகெலும்பு குளிர்வதைப்போல் உணர்ந்தான். கணம்கணமென அவன் காத்திருந்தான். காந்தாரி "ஆம், அவர்களுக்காகவும் பூசனை நிகழட்டும்" என்றாள்.

குறுமுழவு முழங்கத் தொடங்கியது. குண்டாசி நிலையழிந்தவனாக தன் நகங்களைக் கடித்துத் துப்பியபடி நின்றான். பெருமூச்சுவிட்டு சுற்றும் பார்த்தான். குறுமுழவில் ஓர் இடைவெளி விழுந்த கணம் அவனுள் எண்ணம் தோன்றியது. காந்தாரியிடம் "அன்னையே, நான் கிளம்புகிறேன்" என்றான். "பூசனை தொடங்கவிருக்கிறது" என்று அவள் சொன்னாள். "நான் கொற்றவை பூசனைக்கு செல்ல விழைகிறேன்" என்று அவன் சொன்னான். "என்ன சொல்கிறாய்?" என்றார் திருதராஷ்டிரர். குண்டாசி ஒன்றும் சொல்லாமல் நிற்க காந்தாரி "செல்க... பூசனை முடிந்து என் அறைக்கு வா" என்றாள். "ஆம், அன்னையே" என வணங்கி குண்டாசி திரும்பி நடந்தான். ஆலய வளைப்பிலிருந்து வெளியே சென்று தேரை அடைந்து அங்கே நின்றிருந்த காவலனிடம் "விரைவுச் சிறுதேர் வேண்டும்... நான் கொற்றவை ஆலயத்திற்கு செல்ல விழைகிறேன்" என்றான். அவன் தலைவணங்கி இரட்டைப்புரவி பூட்டப்பட்ட சிறுதேர் நோக்கி அழைத்துச்சென்றான்.

குண்டாசி தேரிலேறிக்கொண்டு "தென்மேற்கு கொற்றவை ஆலயத்தை நோக்கி" என்றான். பாகன் மறுமொழி சொல்லாமல் புரவிகளை செலுத்த அவை விரைந்த காலடிகளுடன் சென்றன. அவன் ஒரு மிடறு மதுவுக்காக ஏங்கினான். செல்லும் வழியில் எங்காவது அருந்த வாய்ப்புள்ளதா என்று உள்ளம் கணக்கிட்டுக்கொண்டே இருந்தது. காந்தாரத்தவர் தெருக்கள் பெரும்பாலும் ஒழிந்து கிடந்தன. அவர்களனைவருமே படைவீரர்கள். முந்தைய நாளே படைகள் நகரைவிட்டு நீங்கி கங்கைகரை நோக்கி செல்லத்தொடங்கியிருந்தன. பெண்களும் குழந்தைகளும் முதியவர்களும் மட்டுமே அங்கிருந்தனர். அவர்களும் உளச்சோர்வுகொண்டு இல்லங்களுக்குள்ளேயே அடைந்து கிடந்தனர்.

வடக்குவாயிலைக் கடந்து உள்ளே சென்றபோது யானைக்கொட்டில்களும் ஒழிந்துகிடப்பதை அவன் கண்டான். கந்துகள் மட்டும் ஆங்காங்கே தூக்கிவீசப்பட்ட பாறைகள் என கிடந்தன. எதையோ நோக்கி உளம் அதிர்ந்த பின்னரே என்னவென்று சித்தம் தவித்து பற்றிக்கொண்டது. அஞ்சனைமைந்தனின் ஆலயத்தின் அருகே அந்த மாபெரும் கதை பீடத்திலிருந்து பெயர்க்கப்பட்டு கீழே கிடந்தது. அவன் பாகனிடம் "நிறுத்து" என்றான். தேர் விரைவழிந்து நின்றது. தேர்த்தட்டில் அமர்ந்தபடியே அவன் அந்த கதையைப் பார்த்தான். அது இருந்த இடத்தில் அதன் வளைவு பதியும்பொருட்டு கல் சற்று குழிவாக செதுக்கப்பட்டிருந்தது. கீழே விழுந்து மண்ணில் குழிவிழ உருண்டிருந்தது. அதன் கிடப்பிலேயே அதன் பேரெடை தெரிந்தது.

அப்பால் நின்றிருந்த காவலனை அவன் கைசுட்டி அழைத்தான். அருகே அவன் வந்ததும் கைசுட்டலாலேயே "இது என்ன?" என்றான். "பால்ஹிக மூதாதை, இளவரசே" என்று அவன் சொன்னான். "நேற்றுமாலை இங்கே யானைக்கொட்டிலுக்கு வந்தபோது இதை தூக்க முயன்றார். ஒருவாறாக இடம்பெயர்த்துவிட்டார். அவர் கையிலிருந்து நழுவி அப்பால் விழுந்தது." அவன் அதை நோக்கிக்கொண்டு நின்றான். "வந்த முதல்நாள் முதல் இதை அவர் எடுக்க முயன்றார். இதன் பேரெடையால் எவரும் இதை அசைக்கமுடியாதென்பதை அறிவீர்கள். பலமுறை அவர் முழுவிசையுடன் முயன்றார். நேற்று ஏதோ ஒரு கோணத்தில் தூக்கி பெயர்த்துவிட்டார்." அவன் சிலகணங்கள் அதை நோக்கிக்கொண்டிருந்தான். பின்னர் "செல்க!" என்றான். பாகன் "அரசர் பிறந்த அன்று அதுவும் கண்டெடுக்கப்பட்டது என்பார்கள்" என்றான். "ம்" என்று அவன் உறுமினான். அதிலிருந்த ஆணையை உணர்ந்து பாகன் பின்னர் பேசவில்லை.

36

அஸ்தினபுரியின் தென்மேற்கு எல்லையில் குருதிகொள் கொற்றவையின் சிற்றாலயம் அமைந்திருந்தது. படைப்புறப்பாட்டிற்கு பலிபூசனை செய்வதற்கு மட்டுமே உரிய அவ்வாலயம் மாமன்னர் ஹஸ்தியினால் அந்நகரம் உருவாக்கப்படுவதற்கு முன்னரே அங்கிருந்தது. புராணகங்கையின் சிற்றோடைகள் பரந்தோடியமையால் பசுமை கொழித்த அந்த அரைச்சதுப்பில் அந்த இடம் மட்டும் வட்டமான வெற்றிடமாகக் கிடந்தது. அங்கே கன்றோட்ட வந்தவர்கள் அவ்வெற்றிடத்தை விந்தையாகக் கண்டனர். எங்கும் ஈரம் பரவியிருந்த அப்பகுதியில் உலர்ந்திருந்த அந்நிலம் அமர்வதற்குரியதென்றாலும் அதன் விந்தைத்தன்மையாலேயே அவர்கள் அங்கே அமரவில்லை. அமர முற்பட்ட இளையோரை முதியோர் தடுத்து “அறியப்படாத அனைத்தும் தெய்வங்களுக்குரியவை. அறியும் கணத்தை அத்தெய்வங்கள் உருவாக்காத வரை அவற்றின் எல்லை கடக்காதிருப்பதே நன்று” என்று அறிவுரைத்தனர்.

அதை மீறி ஒருநாள் உச்சிப்பொழுதில் அங்கே படுத்திருந்த இளையவன் ஒருவனின் குருதி அங்கே சிந்திக்கிடந்தது. அப்பால் காட்டுக்குள் புலியால் உண்ணப்பட்ட அவனுடைய உடலின் எச்சங்கள் கிடைத்தன. அதன்பின் அங்கே செல்வதையே ஆயர்கள் தவிர்த்தனர். மீண்டுமொருநாள் அங்கே சென்றமர்ந்த ஒருவன் நாகத்தால் கொல்லப்பட்டான். பிறிதொருவன் நோயுற்று இறக்கவே ஆயர் மூத்தார் அங்கே அமைந்திருக்கும் தெய்வம் எது என்று தங்கள் குடிப்பூசகரிடம் உசாவினர். கருநிலவுநாள் முதல் கருக்கலில் பூசகரில் வெறியாட்டெழுந்த அன்னை தன்னை மறைந்திருப்பவள் என்று சொன்னாள். “பலிகொண்டு நிறையும் கணம்

மட்டுமே வெளிப்படும் முகம் நான். காணமுடியாதவள் என்பதனால் காணுமனைத்திலும் காணும் வாய்ப்பென உறைபவள்" என்றாள்.

அங்கே ஆயர்குடிப் பூசகர் எழுவர் இணைந்து கருங்கல்லில் பரோக்ஷை அன்னையை பதிட்டை செய்தனர். அன்னையின்மேல் எப்போதும் கரிய துணி போர்த்தப்பட்டிருந்தது. அன்னையின் நீள்நிழல் கிழக்கிலும் மேற்கிலும் நீளும்போது அந்நிழலுக்கு மட்டுமே மலரும் நீரும் காட்டி பூசனை செய்யப்பட்டது. ஆண்டுக்கு ஒருமுறை ஆடிமாதம் கருநிலவு நாளில் மட்டும் பலி அளிக்கப்பட்ட பின் அந்தத் திரை விலக்கப்பட்டு அன்னையை வெளியே எடுத்தனர். அவள் முகத்தில் விழி வரைந்து அவள் தலைமேல் கொழுங்குருதி ஊற்றி வணங்கினர். பலிபெருகி ஆடி பலி நாளில் ஆயிரத்தெட்டு ஆடுகளை வெட்டி அன்னையை குருதியாட்டும் வழக்கம் உருவாகியது.

அங்கே அஸ்தினபுரியை அமைக்க வாஸ்துபுனிதமண்டலம் அமைத்த கலிங்கச் சிற்பி அப்பகுதியில் எங்கோ அறியப்படாத தெய்வமொன்று உறைவதை தன் பன்னிருகளப் பலகையில் சோழிநீக்கி கண்டறிந்து சொன்னார். ஆயர்களிடம் கேட்டபோது பரோக்ஷை அன்னையைப்பற்றிச் சொன்னார்கள். கலிங்கத்திலிருந்து வந்திருந்த அன்னைநெறிப் பூசகர் காளிகர் அங்கு பதினெட்டு நாள் உண்ணாமல் நோற்று ஊழ்கத்தில் அமர்ந்து அன்னையின் வடிவைக் கண்டடைந்தார். பின்னர் அதை ஆட்டுத்தோல் சுவடியில் கருநீல வண்ணத்தில் வரைந்து ஹஸ்திக்கு அளித்தார்.

தென்னகத்திலிருந்து வரவழைக்கப்பட்ட சிற்பி முதுசாத்தன் அதற்குரிய கல் எங்கிருக்கிறது என்று தன் நிமித்திக்களத்தில் சோழிகளைப் பரப்பி விரித்தும் சுருக்கியும் குறிகள் தேர்ந்து கண்டடைந்து சொன்னார். ஆயிரம் படைவீரர்கள் அவர் சுட்டிய வழியே சென்றனர். வட எல்லையைக் கடந்து திரிகர்த்தத்திற்குள் நுழைந்து இமையமலை அடிவாரத்தை அடைந்து அங்கு மலைச்சரிவொன்றில் பல்லாயிரமாண்டுப் பெருந்தவத்தில் ஆழ்ந்திருந்த கல்லைக் கண்டடைந்தனர். அது கரும்பச்சை வண்ணம் கொண்டிருந்தது. அதனருகே அதன் துண்டுகள் உதிர்ந்து கிடந்தன. அவை ஒவ்வொன்றும் உச்சிவெயிலில் முற்றிய இலைகளைப்போல் தோன்றின.

தொலைவிலிருந்து நோக்கிய படைத்தலைவன் "மழைக்காலக் கடலலையின் நிறம் கொண்ட கல் அது என்றார் சிற்பி. அதுவேதான்" என்றான். "அதனருகே கிடக்கும் உடைவுகள் அனைத்தையும் எடுத்து சேருங்கள். அவை அன்னைக்கு ஏவல்காக்கும் பூதர்கள்." மலை உச்சியிலிருந்து நெடுங்காலத்திற்கு முன்பு வெடித்துப் பிரிந்து தன்

பாதையை வகுத்து அங்கு வந்தமைந்த அந்தக் கல் தன் தவத்தால் அன்னையைக் கருவுற்றிருந்தது. அதனுள் எழுந்த அன்னை கல்திறந்து வெளிப்படும் விழைவை அடைந்ததும்தான் காளிகரின் கனவில் தோன்றினாள். சாத்தரின் களத்தில் எழுந்து குறிகாட்டினாள். அவர்கள் அக்கல்லை அடையாளம் கண்டதும் செய்தி அனுப்ப கல்பெயர்க்கும் சிற்பிகளும் வண்டிகள் அமைக்கும் சிற்பிகளும் புரவிச்சூதர்களும் அங்கே வந்துசேர்ந்தனர்.

ஹரிதசிலையை அங்கிருந்து பெயர்த்தெடுத்து இருபது குதிரைகள் இழுத்த பெருந்தேரிலேற்றி எட்டு மாதங்கள் பயணம் செய்து அஸ்தினபுரியை வந்தடைந்தது ஹஸ்தியின் படை. அக்கல்லை நிலத்து எல்லையிலேயே எதிர்கொண்டு, பன்னிரு தலை உருட்டி குருதி பலிகொடுத்து கொண்டுவந்து முன்னரே வகுக்கப்பட்டிருந்த இடத்தில் அமைத்தனர். சிற்பிகள் எட்டு மாத காலத்தில் அப்பசுங்கல் சிலையிலிருந்து திரைவிலக்கி அன்னையைத் தோன்றச்செய்தனர். எட்டு பெருங்கைகளிலும் மழுவும் பாசமும் அங்குசமும் வாளும் வில்லும் அம்பும் கதையும் மின்படையும் ஏந்தி நின்றிருந்த அன்னை வெறித்த விழிகளும் கொலைநகையில் விரிந்த இதழ்களும் கொண்டிருந்தாள்.

தொல்நெறிப்படி பரோக்ஷை அன்னை எப்போதும் மறைந்தே இருந்தாள். கருவறைக்கு முன் எப்போதும் இளநீல பட்டுத்திரைச்சீலை ஒன்று அன்னையை மறைத்திருந்தது. அன்னைக்குப் பின்பக்கம் எரியும் விளக்கின் ஒளியால் அன்னையின் நிழலுரு மட்டும் திரையில் தெரியும். வழிபடுவோர் காணும் அன்னையின் உரு அதுவே. அந்நிழலன்னை ப்ரீதிதி என்று அழைக்கப்பட்டாள். பூசனையும் வழிபாடும் ப்ரீதிதி அன்னைக்கே அளிக்கப்பட்டன. வழிவழியாக பூசனை செய்யும் ஆயர்குலப் பூசகரும் அவருடைய கொடிவழியினரும் அங்கே அருகிலேயே இல்லங்கள் அமைத்து தங்கினர். தொல்காளிகர் வகுத்த இடவழி நெறிகளின்படி தலைமைப் பூசகர் மட்டுமே நீலத்திரை விலக்கி உள்ளே சென்று அன்னைக்கு தனிமையில் பூசனை செய்தார். ஆடை அணிகளற்ற வெற்றுடல் தோற்றத்தில் நின்றிருந்த அன்னை அவருக்கு மகளென்று நின்றாள். ஆகவே ஏழாண்டு அகவையில் அப்பூசனைக்குரிய உறுதி பூண்டு கூந்தல் வளர்த்து நோன்பு கொண்ட பின்னர் முற்றிலும் காமம் ஒறுப்பதும் குடிவிலக்கி தனிக் குடிலில் அமர்வதும் அவருக்கு நெறியென வகுக்கப்பட்டிருந்தது.

ஒவ்வொரு நாளும் புலரியில் அன்னைக்கு மலரணிகளை முற்றிலும் விலக்கி, நீராட்டி, நறுமஞ்சனம் மேவி, மலராடை அணிவித்து, மலராட்டும் சுடராட்டும் முடித்து, பசுங்குருதியில் உருட்டிய ஏழு கவளம் அன்னம் படைத்து வணங்கி மீள்வர் பூசகர். அந்தியில்

பன்னிரு கவளம் குருதியன்னம் படைத்து மலராட்டும் சுடராட்டும் நிகழ்த்துவார்கள். ஆலயவளைப்புக்குள் வணங்குவதற்கோ பிற பணிகளுக்கோ ஊழியர்களெனஎவரும் நுழைவது வழக்கமில்லை. இடைவரை உயரமான சிறிய கற்சுவருக்கு வெளியிலேயே காவலர்களும் ஏவலர்களும் நிற்க முடியும். போர்வஞ்சினத்தின் பொருட்டு அரசர்கள் வருகையில் மட்டுமே உள்ளே வணங்குவதற்கு செல்ல ஒப்புதல்.

அன்று பெரும்பலியும் குருதியாட்டும் நிகழும். கொடைபெற்று குளிர்ந்த அன்னை அத்திரை விலக்கிக் காட்சியளிப்பாள். போர்வஞ்சினம் உரைக்கும் அரசரும் அவருடைய முதன்மைப் படைத்தலைவரும் மட்டுமே அவள் விழிமுன் நிற்கவேண்டும். அன்னை முன் வஞ்சினம் உரைத்தவர் செல்கையில் “அன்னையே எழுக” என்று சொல்லிச் செல்லவேண்டும். அன்னை அவர்களுடன் செல்வாள். படைக்கலத்தின் ஒளி மண்ணில் விழுமிடத்தில் அவள் விழி தெளியும். அவர்கள் கொல்லாமல் கொல்லப்படாமல் களம்விட்டு நீங்கக்கூடாது என நெறியிருந்தது. மூன்று நாட்கள் உணவொழித்து பதினெட்டு நாட்கள் காமம் துறந்து நோன்புகொண்டு அன்னைமுன் வரவேண்டும். குருதிகொள் கொற்றவை அன்னையின் ஆணையின்றி குருகுலத்தோர் போருக்குச் சென்றதில்லை. அவர்கள் வென்ற களங்களிலெல்லாம் அன்னை உடன்நின்றாடினாள் என்றனர் சூதர். அவர்கள் வீழ்த்திய குருதியனைத்தும் அவளுக்குரிய பலிக்கொடைகள் என்றனர்.

குண்டாசி தொலைவிலேயே கொம்புகளும் முழவுகளும் கடுந்துடியும் இணைந்து எழுப்பிய ஓசையைக் கேட்டான். அடர்காட்டிற்குள் முதிய யானையொன்று கால்தளர்ந்து விழ சிறுத்தைகளும் செந்நாய்களும் கழுதைப்புலிகளும் கழுகுகளும் சேர்ந்து அதைக் கொத்திக் கிழித்து உண்டு குருதிவெறிகொண்டு தங்களுக்குள் பூசலிடுவதாக அவனுக்கு ஒரு உளக்காட்சி எழுந்தது. அக்காட்சியின் விந்தையை எண்ணி அது ஏன் தன்னுள் எழுந்தது என்று சொல்கோத்துக்கொண்டிருக்கையிலேயே அக்காட்சி மேலும் வலுப்பெற்று மெய்யென்றே அவனுள் நிலைகொண்டது. மையப்பாதையிலிருந்து செம்மண் கிளறிப் போடப்பட்டிருந்த சிறு தேர்த்தடத்திற்குள் திரும்பி சகடங்கள் புதைந்தொலிக்க புரவிக்குளம்புகள் தாளம் மாற சென்றுகொண்டிருந்தபோது காற்றுக்குள் கிழிந்து சிதறிய உடலுடன் பெருந்தந்தங்கள் மண்ணில் புதைய மத்தகம் குருதி மூடக் கிடக்கும் களிறொன்றைப் பார்க்கப் போவதாகவே அவன் அகம் நம்பியது. முதல் காவல்நிலையை அடைந்தபோதுதான் தான் செல்லவிருப்பது குருதிகொள் கொற்றவையின் ஆலயத்திற்கென்ற எண்ணம் எவரோ அவனிடம் சொன்னதுபோல் சித்தத்தில் புகுந்தது.

“குருதிக் கொற்றவை, போர்வஞ்சினக் கொற்றவை” என அவன் பிற எவருக்கோ எனத் தனக்குள் சொல்லிக்கொண்டான். தேரிலிருந்தவாறே தன் முகத்தை அவன் காட்டியபோது காவலர் தலைவன் தலைவணங்கி “பூசனை தொடங்கிவிட்டது, இளவரசே” என்றான். “ஆம், நான் சற்று பிந்திவிட்டேன்” என்றபின் தேரை செலுத்தும்படி அவன் பாகனிடம் சொன்னான். விரைவழிந்து தேர் செம்மண்ணும் உருளைக்கற்களும் நிறைந்த பாதையினூடாக சற்றே இறங்கிச்சென்று புறக்கோட்டையின் விளிம்பை ஒட்டி அமைந்திருந்த சோலைக்கு முன்னால் நின்றது. தேரிலிருந்து இறங்கியபோது மீண்டும் அங்கு ஓர் இறந்த யானையைப் பார்க்கப் போவதுபோல தோன்றி தலையை அசைத்து அதை விலக்கினான். பாகனிடம் அங்கு நிற்கும்படி கைகாட்டிவிட்டு மேலாடையை உடல்மேல் சுருட்டிக்கொண்டு இறங்கி நடந்து ஆலயத்தை நோக்கிச் சென்றான்.

அவ்வாலயத்திற்கு அவன் அதற்கு முன் வந்ததில்லை. பாண்டவர்களும் கௌரவர்களும் வெவ்வேறு போர்களுக்குச் செல்வதற்கு முன்பு அங்கு வந்து குருதிவஞ்சினம் உரைத்துச் சென்றதை அவன் அறிந்திருந்தான். விராடபுரியுடன் போருக்கெழுகையில் துச்சாதனன் அவனிடம் குருதிகொள் கொற்றவையின் ஆலயத்திற்கு மறுநாள் புலரியில் அவன் வந்தாகவேண்டும் என்று ஆணையிட்டபோது “நான் வரப்போவதில்லை” என்று அவன் உரத்த குரலில் சொன்னான். “ஏன்?” என்று துச்சாதனன் கேட்டு பற்களைக் கடித்து “அஞ்சுகிறாயா? ஆண்மையற்றவனா நீ?” என்றான். “நான் எதையும் அஞ்சுபவனல்ல என்று தங்களுக்கே தெரியும், மூத்தவரே. பிறர் அனைவரும் கொள்ளும் அச்சங்களையும் நான் அறிவேன்” என்றான் குண்டாசி. “குருதிகொள் கொற்றவையின் ஆலயத்தின் முன் வந்து நின்று அன்னை விழியை நோக்கினால் எதிரியின் குருதி காணாது இல்லம் திரும்பலாகாது. அல்லது களத்தில் மடியவேண்டும். நான் இரண்டுக்கும் சித்தமாக இல்லை” என்றான். “நீ வந்தாகவேண்டும், இது என் ஆணை” என்று துச்சாதனன் சொன்னபோது “வருகிறேன். மூன்றாவது வழி ஒன்றுள்ளது, உடைவாளெடுத்து கழுத்தில் வைத்து அன்னை முன் தலைகொடுப்பது. எனக்கு இறப்பில் அச்சமில்லையென்றும் ஆண்மைகொண்டவனே என்றும் உங்கள் முன் நிறுவுவதற்கு அது ஒரு வாய்ப்பு” என்றான். துச்சாதனன் பற்களைக் கடித்து கைகளை முறுக்கி ஒருகணம் அவனை பார்த்தபின் “மூடன்! முழு மூடன்!” என்றபடி திரும்பிச் சென்றான்.

குண்டாசி சோலைக்குள் சென்ற படிகளில் இறங்கி மெல்ல நடந்தான். மிகத் தொன்மையான கற்படிகள் மழையில் அரித்து காட்டுப்பாறைபோல் மாறிவிட்டிருந்தன. சோலைக்குள் இருந்த ஆலயத்தை நோக்கிச் செல்வதற்காக கற்களை அடுக்கி போடப்பட்டிருந்த நடைபாதையும்

காலத்தால் கருகிவிட்டிருந்தது. அவற்றை செதுக்கி வடிவமளித்த உளித்தடங்கள் என்ன ஆயின என்று அவன் எண்ணினான். மழையும் வெயிலும் என அலையடித்த நாட்களின் பரப்பு அவற்றைக் கரைத்து மீண்டும் பாறையென்றாக்கிவிட்டிருந்தது. வருடி வருடி மீண்டும் அதை அதன் இயல்பான காலமின்மைக்கு கொண்டுசென்றுவிட்டிருந்தது. அவ்வெண்ணத்தின் விந்தையை அவன் உணர்ந்து புன்னகை செய்துகொண்டான். அணுகுந்தோறும் கொம்புகளும் முழவுகளும் மணியும் சங்கோசையும் இணைந்த முழக்கம் பெருகி செவிகளை நிறைத்து, எண்ணங்களை மூடி, விழிநோக்கையே சற்று அதிரவைத்தது. அதிலிருந்த தாளம் அவன் உள்ளே ஓடிய எண்ணங்களை அடுக்கியது. பின் அதன் விரைவுக்கேற்ப எண்ணங்களையும் மாற்றியது. பின்னர் பொருளற்ற அவ்விசை மட்டும் உள்ளமென எஞ்சியிருந்தது.

இடையளவு உயரம் கொண்ட கல்லாலான சுவரால் வளைக்கப்பட்ட அப்பரப்புக்குள் மரங்களோ செடிகளோ முளைப்பதில்லை என்று அவன் அறிந்திருந்தான். அந்நிலத்தில் நடுவே ஒரு யானை அளவுள்ள கருங்கல் ஆலயம் நின்றிருந்தது. மூன்றடுக்கு மகுடம்போல் சிறுகோபுரமும் அதன்மேல் கவிழ்த்த குடம்போல் உச்சியும் கொண்டது. இருபுறமும் பதினெட்டு பூதகணங்களின் சிற்றாலயங்கள் நிரையாக அமைந்திருந்தன. முன்பு இமையமலைச் சரிவிலிருந்து ஹரிதசிலையைக் கொண்டு வரும்போது சிற்பியின் ஆணைப்படி அதைச் சுற்றி சிதறிக்கிடந்த பதினெட்டு பசுங்கல் துண்டுகளையும் எடுத்து வந்தனர். அவற்றை செதுக்கி உருவாக்கப்பட்ட பூதநிரைகள் அவை. சண்டிகை, பிரசண்டிகை, முண்டிகை, முகுளை, அஜமுகி, கஜமுகி, வக்ரதுண்டி, ஏகதந்தை, பரிக்கிரகை, பரியாயை, பாலிகை, சௌம்யை, காளிகை, காபாலிகை, ரக்தை, கபிலை, ஷிப்ரை, விப்ரை ஆகிய பூதன்னையர் அமர்ந்த ஆலயங்கள் கரும்பாறையென்றாகிவிட்ட கற்பரப்புகளுடன் பிடியன்னையைச் சூழ்ந்த குழவித்திரள்போல் தோன்றின.

மூன்று சிறு படிகளில் ஏறி அவன் ஆலய வளைப்பிற்குள் நுழைந்தான். முதற்காலெடுத்து உள்ளே வைக்கும்போது விந்தையானதோர் கூச்சத்தை உணர்ந்தான். கதைகளின்படி அந்த வெறுநிலத்தில் எந்த உயிரும் எழுவதில்லை. விதைகள் முளைப்பதில்லை. எறும்புகளும் புழுக்களும் வண்டுகளும்கூட அங்கு வாழ்வதில்லை. ஈக்களும் கொசுக்களும் அவ்வெளியில் பறப்பதில்லை. புராணகங்கை உயிர்செழிக்கும் ஒரு பசும்பரப்பு. உள்ளங்கை அகல மண்ணில் மூன்றுவகை செடிகள் நிற்கும் என்று அவன் கேட்டிருந்தான். அதன் ஒரு செடியிலேயே நூறுக்கும் மேற்பட்ட சிற்றுயிர்களைப் பார்க்க முடியும். அந்தத் தழைப்பிற்கு நடுவே உயிரின்மையின் வெறுமை பரவிய ஒரு பரப்பு. அங்கு உயிரென்று பெருகி

ஐம்புலங்களையும் நிரப்பி நின்றிருக்கும் அதே வல்லமையின் பிறிதொரு தோற்றம்.

முதல்முறையாக அவன் விந்தையான எண்ணம் ஒன்றை அடைந்தான். அவ்வுயிரின்மையில் ஏன் பச்சைக்கல் சிலையென அன்னை எழுந்தாள்? சூழ்ந்திருக்கும் பசுமையின் கல் வடிவமா அவள்? அப்பசுமை ஒவ்வொரு கணமும் முளைத்துப் பெருகுவது. நெகிழ்ந்து அலையடித்து குழைந்து தளிர்த்து பூத்து வாடி உதிர்ந்து மீண்டும் முளைப்பது. அப்பசுமை இறுகி கருமைக்கு அருகே சென்ற உறுதியே அன்னையா? அச்சிலை செதுக்கப்பட்டதை 'பரோக்ஷோத்பவம்' என்னும் நூல் விரித்துரைக்கிறது. அதை சூதர்கள் அவைகளில் பாடுவதுண்டு. கற்களில் பசுங்கல்லே மிகக் கடினமானது. பசுங்கல்லை வெட்டிச் செதுக்கும் உளி ஏதுமில்லை. திருவிடத்திற்கும் தெற்கே தமிழ்நிலத்திலிருந்து வரும் சிற்பிகள் தங்கள் உளிகளை அங்கேயே செய்து கொண்டுவருவார்கள். இரும்புடன் கரி சேர்த்து உருக்கி வார்த்து எடுத்த உளிகள் செவ்வெம்மையிலிருந்து கைதொடும் தண்மைக்கு மூன்று மாதங்களாக கணம் கணமெனக் குளிரவைத்து உறுதியாக்கப்படும். அதன் பின் வெவ்வேறு பச்சிலைச் சாறுகளிலும் கற்சாறுகளிலும் இட்டு ஊறச்செய்து பதப்பட்டது அவ்வுலோகம். வெட்டிரும்பு என்று அவர்கள் சொல்லும் அந்த அரிய உளியால் மட்டுமே பசுங்கல்லை செதுக்க முடியும்.

பசுங்கல்லில் அந்த உளிபடும் இடம் பொளிந்து உதிர்வதில்லை. வெண்ணிறப் புழுதியாகவே பொழிந்துகொண்டிருக்கும். ஊசிமுனைபோல் கூர்கொண்ட உளியால் பசுங்கல்லை அறைவதில்லை. மெல்ல தொட்டுத் தொட்டு அதைக் கரைத்து வெண்புழுதியை விலக்கி அன்னையின் உருவை எழுப்பினார்கள் தென்னகத்துச் சிற்பிகள். அவ்வுளியின் ஒவ்வொரு தொடுகையொலியும் ஓர் ஊழ்கநுண்சொல். தவம்நிறைந்து சிலை விழிதிறந்த அன்று அதை வடித்த சிற்பி தன் கையை உளியால் கிழித்து அக்குருதியை அன்னையின் தலையில் விட்டு அவளுக்கு முழுக்காட்டு செய்து வணங்கி இடம் திரும்பி ஒருமுறைகூட பின்நோக்காமல் கால்வைத்து அகன்று அஸ்தினபுரியிலிருந்து சென்றுவிட்டார். அக்கலைப் பணிக்கு அவர் ஊதியமோ பரிசோ பெற்றுக்கொள்ளவில்லை. அக்குருதி உலர்வதற்கு முன்னரே ஆயிரத்தெட்டு குறும்பாடுகளை வெட்டி குருதியாட்டு நடத்தி அன்னையை அவ்வாலயத்தில் பதிட்டை செய்தனர் கலிங்கப் பூசகர்.

குண்டாசி உள்ளே சென்று தொலைவில் ஆலய முகப்பில் தெரிந்த நீலத் திரைச்சீலையைப் பார்த்தபடி கைகளைக் கட்டியபடி நின்றான். ஆலய வளைப்பிற்குள் கௌரவ நூற்றுவரும், உபகௌரவர்களில் மூத்தவர் பதினெண்மரும் நின்றிருந்தனர். கரிய உடல்களும் தலைகளும் நிறைந்து

ஆலயமுற்றம் முழுமையாக இருள் நிறைந்திருந்தது. அங்கு பலிகொடை நிகழ்ந்துகொண்டிருந்ததால் எவரும் குண்டாசி வந்து பின்னால் நிற்பதை அறியவில்லை. சுஜாதன் மட்டும் திரும்பிப்பார்த்து ஏதோ சொல்ல உதடசைத்தபடி திரும்பிக்கொண்டான். கரிய தோள்களின் இடைவெளியினூடாக ஆலயமுகப்பின் ஆளுயர கல்விளக்கின் சுடர்களை அவன் பார்த்தான். ஆயிரத்தெட்டு ஊன்நெய்ச் சுடர்களின் ஒளி அங்கு நிகழ்ந்த பலிச்சடங்கைக் கனவென ஆக்கியிருந்தது.

மூங்கிலால் கட்டப்பட்ட பாதையொன்று ஆலயத்தின் வலப்பக்கத்திலிருந்து வந்து பலிபீடம் அமைந்திருந்த சிறுமுற்றத்தை அடைந்தது. அப்பால் காட்டுக்குள் உருவாக்கப்பட்டிருந்த மூங்கில்பட்டியிலிருந்து கரிய சுருளடர்முடி கொண்ட குறும்பாடுகள் மலையிறங்கிவரும் ஓடை நீரென அந்த மூங்கில் பாதையினூடாக முண்டியடித்து முதுகுகள் சிற்றலைகளாக அசைய பலிமுற்றத்திற்கு வந்தன. மூங்கில் வாயிலினூடாக வெளிச்சம்கண்டு அஞ்சித்தயங்கும் ஆடு பின்னிருக்கும் ஆடுகளால் முட்டித்தள்ளப்பட்டு வெளியே வருவது கருத்துளை வழியாக பிறப்பதுபோல தோன்றியது. பிறந்த குழவியை வயற்றாட்டி என அதைக் கழுத்திலும் புட்டத்திலும் பற்றித் தூக்கி சுழற்றிச் சரித்து பலிபீடத்தின் மேல் வைத்தார் பூசகர். இடையளவு உயரமான கரிய பலிபீடத்தின் இருபுறமும் நின்றிருந்த பெருந்தோள்கொண்ட பூசகர்களில் ஒருவர் பள்ளிவாளைத் தூக்கி ஓங்கி இறக்கி அதன் கழுத்தைத் துண்டித்தார். வாள்மின்னலும் ஓசையும் எழுந்தது சித்தத்தை அடைந்து சற்றுநேரம் கழித்தே ஆட்டின் தலை வெட்டுண்டிருப்பது தெரிந்தது. கையில் இருந்து கீழிறங்க முரண்டுபிடிக்கும் குழந்தைபோல் துடித்த குறும்பாட்டின் உடலை அப்பால் இட்டார்.

தலைவெட்டுண்ட ஆட்டை ஒரு மேடையில் வைத்து வெட்டுவாயில் பெருகிய குருதியை மண்கலங்களில் பிடித்தனர். பெருக்கு நின்று குமிழி வெடிக்கத் தொடங்கியதும் அதை தூக்கி அப்பாலிருந்த ஆடுகளின் உடற்குவியல்மேல் போட்டனர். ஒன்றன்மேல் ஒன்றென குவிக்கப்பட்டிருந்த குறும்பாடுகளின் குவியல் ஒட்டுமொத்தமாக விதிர்த்துக்கொண்டிருந்தது. பேருருக்கொண்ட பூதம் ஒன்றின் உடலில் இருந்து வெட்டி எடுத்து போடப்பட்ட கரிய நெஞ்சுக்குமிழ்போல. அடுத்த ஆட்டை இன்னொருவர் வெட்டினார். இரு வாள்களும் மாறி மாறி வெட்டிக் குவிக்க பலிபீடத்தை சுற்றி குறும்பாடுகளின் தலைகள் விழுந்து ஒன்றன்மேல் ஒன்று முட்ட அவற்றை ஒருவர் அள்ளி அப்பால் விலக்கினார். அங்கு நின்ற பூசகர்கள் அவற்றை மூங்கில் கூடைகளில் அள்ளி கொற்றவை அன்னைக்கு முன்னால் வைக்கப்பட்ட மரத்தாலத்தில் பரப்பினர். தொலைவிலிருந்து பார்க்கையில் கரிய தேங்காய்கள்போல

அவை தெரிந்தன. அவற்றிலிருந்து வழிந்த குருதி ஆலயப்படிகளில் பரவி இறங்க படிகள் செந்தசையால் ஆனவைபோல் தெரிந்தன.

குண்டாசி அவனை அறியாமலேயே ஒவ்வொருவரையாக முந்தி பலிபீடத்தருகே வந்து நின்றான். குருதிக்கலங்கள் அன்னைமுன் கொண்டு வைக்கப்பட்டன. அனைத்து குறும்பாடுகளும் வெட்டி முடிக்கப்பட்டதும் தலைமைப்பூசகர் எழுந்து கைகாட்ட உறுமல்களும் விம்மல்களும் கேவல்களும் மென் துடிப்புகளுமாக அனைத்து இசைக்கலங்களும் ஓய்ந்தன. ஆடுகளின் குருதிக் குமிழிகள் வெடிக்கும் ஒலி கேட்கும் அளவுக்கு அமைதி நிலவியது. துணைப்பூசகர் நூற்றெட்டு குருதிக்கலங்களை ஒவ்வொன்றாக எடுத்து அளிக்க தலைமைப்பூசகர் அவற்றை கொண்டுசென்று நீலத்திரைக்கு அப்பால் அமர்ந்திருந்த பரோக்ஷை அன்னையை தலையில் ஊற்றி செம்முழுக்காட்டினார். குருதி வெளிவருவதற்காக கல்லாலான மடை அமைக்கப்பட்டிருந்தது. அங்கே மூன்று பூசகர்கள் பதினெட்டு பெருங்கலங்களில் அந்தக் குருதியைப் பற்றி நிரையாக்கி வைத்தனர்.

நூற்றெட்டு ஏத்துமொழிகளுடன் குருதிக்குடங்கள் ஒழிய அன்னைக்கு முழுக்காட்டப்பட்டது. தொன்மையான ஆயர்குடியின் மொழியிலமைந்த அப்பாடல்கள் செவிகூராதபோது அறிந்த மொழியாகவும் பொருள்தேடியபோது அறியா மொழியாகவும் தோன்றின. செங்காந்தள் மலர்களாலான பதினெட்டு மலர்மாலைகளை துணைப்பூசகர் எடுத்து அளிக்க காளிகர் அன்னைக்கு அவற்றை அணிவித்தார். கருவறைக்குள் பதினெட்டு நெய்ப்பந்தங்கள் ஏற்றப்பட்டன. நீலத்திரைக்கு அப்பால் எரிந்த தழல்கள் புரவிநாவின் நிறம்கொண்டன. காளிகர் கையசைக்க வெளியே நின்றிருந்த பூசகர் ஒற்றைச்சங்கை முழக்கினார். அவ்வோசை எழுந்து அடங்கிய அதே கணம் காளிகர் நீலத்திரைச்சீலையை இழுத்து இடப்பக்கமாக விலக்க, செந்தழல்போல் பரோக்ஷை அன்னை தெரிந்தாள்.

பசுங்கல்லால் ஆன சிலை பந்தங்களின் ஒளியில் செம்மை கலந்து மின்னிக்கொண்டிருந்தது. பந்தத்தழல்கள் பட்டுத்துணியை உதறுவதுபோல ஓசையிட்டுக்கொண்டிருந்தன. பசுங்கற்சிலை மேல் ஊற்றப்பட்ட குருதியின் இறுதித் துளியும் ஊற்றி நிறுத்திய அக்கணமே வழிந்தோட மழைஓய்ந்தபின் வானொளிகொண்ட கரும்பச்சை இலையின் மெருகுடன் தேவியின் முகம் தெரிந்தது. பந்தங்களின் ஒளி கண்குமிழிகளில் மின்னி அசைந்தது. குண்டாசி அந்த விழிகளை சற்றுநேரம்தான் நோக்கினான். அது ஆணையிட்டது. அவன் விழிவிலக்கியபோதும் அவ்வாணை ஓங்கி குறிபார்த்து நின்றிருக்கும் வேல்முனைபோல அப்படியே நின்றது. அவன் உடல் மெய்ப்புகொண்டபடியே இருந்தது. தொன்மையான ஆணை.

மண்ணில் மானுடர் உருவாவதற்கு முன்னரே இங்கே மொழியிலாது கருத்தென்றும் திரளாது நின்றிருந்த ஆணை.

தொன்மையானவை எத்தனை ஆற்றல்கொண்டுவிடுகின்றன! நீ என்பது நானே என்கின்றன. நீ துளி, அணு, இன்மை என்கின்றன. தனியுணர்வுகளும் புதுமைகளும் மீறல்களுமெல்லாம் அத்தொன்மையைக் கண்டு அஞ்சுபவர்களின் நடிப்புகள். எழுபவை அனைத்தும் தன்னில் வீழ்ந்தாகவேண்டும் என்று அறிந்தது மண். ஆகவே ஐம்பெரும்பருக்களில் அது மட்டும் ஓசையின்மை கொண்டிருக்கிறது. அன்னை தெய்வங்கள் அனைத்தும் மண்வடிவானவை. முப்பெருந்தெய்வங்களும் இந்திரனும் தேவர்களும் துணைத்தேவர்களும் செறிந்தது விண். இடியென, மின்னல் என அது கொந்தளிக்கிறது. புயலெனச் சுழல்கிறது. அனலென இறங்கி எரிந்து பரவுகிறது. பெருமழையென சரிந்து ஆறுகளெனப் பெருகி கடலென அலைகொள்கிறது. நிலம் கரிய அமைதி. அறியாத ஆழம்.

அவன் அங்கிருந்து திரும்பி ஓடிவிடவேண்டும் என்று விரும்பினான். தன் நிலைகொள்ளாமையை மூச்சென இழுத்து இழுத்து விட்டுக்கொண்டிருந்தான். கொம்புகளும் முழவுகளும் சங்குகளும் மணியும் பெருமுரசும் என ஐங்கலப்பேரிசை எழ அன்னைக்கு மலராட்டு தொடங்கியது. காந்தள், தெச்சி, செவ்வரளி மலர்களை நூற்றெட்டு முறை அள்ளி அன்னைமேல் சொரிந்தார். பின்னர் நூற்றெட்டு திரிகள் கொளுத்தப்பட்ட கொத்தகலைச் சுழற்றி சுடராட்டு காட்டினார். பின்னர் எழுபத்திரண்டு சுடரிட்ட செண்டு விளக்கைச் சுழற்றி ஒளியாட்டினார். பின்னர் நாற்பத்தொன்று சுடரிட்ட மலர்விளக்கையும் பதினெட்டு சுடரிட்ட முகைவிளக்கையும் ஏழு சுடரிட்ட கதிர்விளக்கையும் ஐந்து சுடர்கொண்ட சிம்மக்கை விளக்கையும் மூன்று சுடரிட்ட மூவகலையும் அன்னைக்கு முன் சுழற்றி மேலும்கீழும் ஏழுமுறை அசைத்து அமைத்தார். மின்னலில் எரிந்து எரிந்து அணையும் மலைமுகடு போலிருந்தது தேவியின் முகம். இறுதியாக ஒற்றைத் திரியிட்ட சிற்றகலால் ஏழுமுறை சுடராட்டு காட்டி அச்சுடரை வெளியே கொண்டு வந்து குருதி நனைந்த பலிபீடத்தின் மீது வைத்தார்.

துரியோதனன் முன்னால் சென்று அன்னைக்குமுன் தன் உடைவாளை உருவி நிலம்தொட தழைத்து, வலதுகால் மடித்து முழங்காலிட்டு வணங்கினான். தரையிலிருந்து குருதிச் சேற்றின் ஒருதுளியை சுட்டுவிரலால் தொட்டு தன் நெற்றியிலணிந்துகொண்டான். உடைவாளைத் தூக்கி தன் இடதுகையின் கட்டைவிரலில் வைத்து ஒருதுளிக் குருதி எடுத்து பலிபீடத்தின் மேல் சொட்டி மும்முறை தலை தாழ்த்தி சொல்லெழாது வஞ்சம் உரைத்தான். எழுந்து மீண்டும் தலைவணங்கி வலப்பக்கமாக சென்று நின்றான். தொடர்ந்து துச்சாதனன் அவ்வண்ணமே வஞ்சம்

உரைத்தான். கௌரவர்கள் தங்கள் மூப்பு வரிசையின்படி ஒவ்வொருவராக சென்று வஞ்சினம் உரைத்தனர்.

ஓசையில்லாமல் எழுந்தமையாலேயே அந்த வஞ்சினம் மேலும் ஆற்றல்கொண்டிருந்தது. உடல்நடுக்குறச் செய்யும் கடுங்குளிர்போல் அது காற்றில் நிறைந்திருந்தது. குருதிவிடாய் கொண்ட ஒளிரும் நாக்குடன் அறியா விலங்குகள் வந்து அன்னையின் காலடியை நக்கி நாசுழற்றி அப்பால் செல்வதுபோலிருந்தது. ஒவ்வொருவரும் பிறர் உதடுகளையே நோக்கிக்கொண்டிருந்தனர். அவற்றின் அசைவுக்கேற்ப தங்கள் வஞ்சினங்களை மீண்டும் உரைத்தனர். ஒலியுடன் எழுந்திருந்தால் மீளமீளக் கேட்டு அவை சடங்கென்று ஆகி பொருளிலிருந்து பிரிந்து வெற்றொலியின் தாளமென்று மாறிவிட்டிருக்கக்கூடும். உபகௌரவர்கள் நடுங்கிக்கொண்டிருப்பதை, இளையோர் விழிநீர் வார்ப்பதை குண்டாசி கண்டான். கன்மதனும் துர்தசனும் ஒருவர் கையை ஒருவர் பற்றியிருந்தனர். லட்சுமணன் திரும்பி மெல்ல "உம்" என்றதும் தளர்ந்த காலடிகளுடன் சென்று வஞ்சினம் உரைத்தனர். அவர்களின் தொண்டைமுழை ஏறியிறங்கியது. இளந்தோள்கள் மெய்ப்புகொண்டு மயிர்ப்புள்ளிகள் தெரிந்தன.

குண்டாசி மீண்டும் மீண்டும் நீள்மூச்செறிந்தான். இது மட்டுமே மெய், இதுவரை பேசப்பட்டவை அனைத்தும் பொய். எத்தனை சொற்கள், எத்தனை உளநடிப்புகள், என்னென்ன நூல்கள், எவ்வளவு அவையாடல்கள். ஆழத்தில் இதுவே என அறியாதவர் இல்லை. இதை அஞ்சி அனைத்தையும் சூடிக்கொள்கிறார்கள். இதுவல்ல என்று நிறுவிக்கொள்ள முயல்கிறார்கள். அல்லது இதையே நூறு ஆயிரமென உடைத்து துளித்துளியாக மாந்திக் களிக்கிறார்களா? அவன் மீண்டும் அன்னையின் விழிகளை நோக்கினான். இம்முறை விழிவிலக்கத் தோன்றவில்லை. அத்தனை அணுக்கமாக, அத்தனை பொருள்கூர்வனவாக அவன் அதுவரை எவ்விழிகளையும் நோக்கியறிந்ததில்லை என்று உணர்ந்தான்.

37

லட்சுமணனும் உபகௌரவர்களும் சென்று வஞ்சினம் உரைத்து மறுபக்கம் செல்லும்போதுதான் குண்டாசி விகர்ணனைப் பார்த்தான். அவன் இறுகிய முகத்துடன் அசையாமல் நின்றிருந்தான். துரியோதனன் விகர்ணனைப் பார்த்தான். அவன் விழிகள் ஒருகணம் சுருங்கி பின் மீண்டன. துச்சாதனன் ஏதோ சொல்ல உடலெழப்போனபோது மெல்லிய உறுமலால் அதை துரியோதனன் நிறுத்தினான். அனைத்து விழிகளும் விகர்ணனில் பதிந்திருந்தன. விகர்ணன் திரும்பிவிடுவான் என்று குண்டாசி ஒருகணம் எண்ணினான். ஆனால் அவன் ஏன் வந்தான் என்ற எண்ணம் மீண்டும் எழுந்தது. அரண்மனை முற்றத்திலிருந்து கிளம்பும்போது விகர்ணனைப் பார்த்தோமா? அரையிருளில் முகங்கள் உருத் தெரியவில்லை. ஆனால் நூற்றுவரும் வராமல் துரியோதனன் கிளம்பியிருக்க வாய்ப்பில்லை.

பூசகர் விகர்ணனிடம் "இளவரசே" என்றார். அவன் திடுக்கிட்டு விழித்துக்கொண்டு வாளை எடுத்து முன்னால் சென்று பலிபீடத்தருகே கால்மடித்து அமர்ந்து வஞ்சினம் உரைத்தான். பின்னர் தளர்ந்த காலடிகளுடன் சென்று கௌரவர்களின் அருகே நின்றான். குண்டாசி தன்னைச் சூழ்ந்து எவருமில்லை என்பதை உணர்ந்து திடுக்கிட்டு நோக்கினான். துரியோதனனின் நோக்கு குண்டாசியிலேயே பதிந்திருந்தது. அவன் நோக்கை உணர்ந்த துச்சாதனன் திரும்பி குண்டாசியைப் பார்த்து புருவங்களை தூக்கியபின் அரைக்கண்ணால் விகர்ணனைப் பார்த்தான். விகர்ணன் அவன் அருகே சென்று செவி கொடுக்க துச்சாதனன் ஓரிரு சொற்கள் பேசி விழிகளால் ஆணையிட்டான். விகர்ணன் குருதிக்களத்தை கடக்காமல் ஆலயத்தை பின்பக்கம் வழியாக சுற்றி குண்டாசியை

அணுகி தாழ்ந்த குரலில் "இளையோனே, மூத்தவர் நீ வஞ்சினம் உரைக்க வேண்டுமென்று விரும்புகிறார்" என்றான்.

"ஆம், வஞ்சினம் உரைக்கவே வந்துள்ளேன்" என்று அவன் சொன்னான். "உன்னிடம் வாளில்லை" என்று விகர்ணன் சொன்னான். "நீ விரும்பினால் மூத்தவர்களின் வாளொன்றை அளிக்கச் சொல்கிறேன்." குண்டாசி "நான் உடைவாளால் வஞ்சினம் உரைக்கப்போவதில்லை" என்றான். விகர்ணன் "நீ சொல்வது விளங்கவில்லை" என்றான். "நான் வாளேந்தி எவருக்கும் எதிராக போர்புரியப் போவதில்லை. ஆகவே வாளேந்தி வஞ்சினம் உரைக்கவேண்டியதில்லை. ஆனால் அன்னைமுன் ஒரு சொட்டு குருதி அளித்தாகவேண்டிய நிலையிலிருக்கிறேன். அதன் பொருட்டே வந்தேன்" என்றான். "உன் நிலை புரிகிறது. அதை உணர்ந்தே என்னை அனுப்பியிருக்கிறார்கள்" என்று விகர்ணன் சொன்னான். "நாம் இங்கே வஞ்சினம் உரைக்கத் தயங்கினால் அது இரண்டுவகையில் மட்டுமே பொருள்படும். போருக்கு அஞ்சுகிறோம். அல்லது உடன்குருதியினரை கைவிடுகிறோம். இரண்டுமே பழி நிறைப்பவை. இளையோனே, நாம் ஆற்றவேண்டிய கடமையை ஆற்றிவிட்டோம். இனி இக்களத்தில் உயிர்துறப்பதொன்றே நம்முன் உள்ள வழி."

அவன் விழிகளை நேர்நோக்கி "மூத்தவரே, நீங்கள் பாண்டவர்களுடன் போரிடுவதாகவே முடிவுசெய்துவிட்டீர்களா?" என்றான் குண்டாசி. "ஆம், அதன்பொருட்டே வஞ்சினம் உரைத்தேன், என் முழு வல்லமையாலும் களம்நின்று பொருதுவேன் என்று." குண்டாசி "பன்னிருகளத்தை மறந்துவிட்டீர்களா?" என்றான். "இல்லை, அங்கு உரைத்தது அவைக்குரிய அறம். இங்கு கொண்டது களத்திற்குரிய அறம்... எனக்கு எந்தக் குழப்பமும் இல்லை. நான் இந்நாள்வரை தந்தைக்கு நிகரென்று அறிந்தது என் மூத்தவரை. ஒவ்வொரு கணமும் இத்திரளில் ஒருவனென்றே உணர்ந்திருக்கிறேன். இளையோனே, களம் என்பது குருதியால் மட்டுமே முடிவுசெய்யப்படுவது."

குண்டாசி "இல்லை, நீங்கள் தன்னலத்தால் இம்முடிவை எடுக்கிறீர்கள். பன்னிருகளத்தில் அறத்தின்பொருட்டு நின்றீர்கள் என்று புகழ்கொண்டீர்கள். இருந்தும் மூத்தோனுக்காக களம்புகுந்தால் உங்களை எவரும் அறமிலி என பழிக்கப்போவதில்லை. களமொழிந்து நின்றால் வரும் இழிசொல்லுக்காகவே இம்முடிவை எடுக்கிறீர்கள். உங்கள் செயல்களனைத்தும் புகழுக்காகவே" என்றான். விகர்ணன் புன்னகையுடன் "என்னை புண்படுத்த எண்ணினாய் என்றால் அவ்வாறே ஆகுக! இந்நாட்களில் எனக்கு நானே இதைவிட ஆயிரம் மடங்கு நஞ்சுள்ள அம்புகளை ஏவிக்கொண்டிருக்கிறேன்" என்றான். "அத்துடன் என் அகச்சான்றின் குரலென என் துணைவி இருக்கிறாள். இம்முடிவு

அவள் கேட்ட அத்தனை சொற்களையும் கடந்து நான் எடுத்தது. எனக்கு இதில் மாற்று என ஏதுமில்லை. அறமென நான் அறிந்தவற்றில் பெரியது செஞ்சோற்றுக் கடனும் குருதிக் கடனும்" என்றான்.

சொல்லில்லாமல் குண்டாசி தலையை மட்டும் ஆட்டினான். விகர்ணன் "நீ என்ன செய்யப்போகிறாய் என்று சொல். நான் மூத்தவரிடம் சொல்லவேண்டும்" என்றான். குண்டாசி "தெரியவில்லை, மூத்தவரே. என் உள்ளம் இக்கணம் வரை ததும்பிக்கொண்டேதான் இருக்கிறது. அன்னைமுன் சென்று நின்றால் என் நாவிலெழுவதே என் தரப்பு" என்றபின் முன்னால் சென்று பலிபீடத்தருகே நின்றான். கருவறைக்குள் அமர்ந்திருந்த குருதிகொள் கொற்றவையின் சுடர்குடியிருந்த விழிகளை சில கணங்கள் நோக்கினான். "தங்கள் வாள்..." என்றார் பூசகர். "வாள் தேவையில்லை" என்றபின் தன் இடக்கையை நீட்டினான். "இதிலிருந்து குருதி எழுப்புக!" என்றான். பூசகர் "அவ்வழக்கமில்லை, இளவரசே" என்றார். "வஞ்சினம்தான் உடைவாளால் உரைக்கவேண்டும். நான் உரைக்கும் சொல்லுறுதிக்கு உடைவாள் தேவையில்லை" என்றான் குண்டாசி. இன்னொரு பூசகன் "இளவரசே, தற்பலி கொடுப்பதற்கு மட்டுமே பள்ளிவாள் எழவேண்டும்" என்றான். "நான் தற்பலி கொடுக்கவே போகிறேன், அன்னைக்கு. ஆனால் இங்கல்ல, அங்கு குருக்ஷேத்திரக் களத்தில். தற்பலிக்கான சொல்லுறுதியை இங்கு உரைக்கப்போகிறேன்" என்று குண்டாசி சொன்னான்.

உள்ளிருந்து தலைமைப் பூசகர் காளிகர் அவன் சொல்வதை உதடசைவாலேயே புரிந்துகொண்டு வாளை அளிக்கும்படி கையசைத்தார். துணைப்பூசகன் பள்ளிவாளை நீட்ட அதில் தன் இடக்கையை வைத்து அழுத்தி சற்றே இழுத்து எடுத்தான் குண்டாசி. கையிலிருந்து ஊறி சொட்டத்தொடங்கிய வெம்மையான குருதியை பலிபீடத்தின் மீது சற்று நேரம் தூக்கிப்பிடித்தான். உதடு அசையாமல் சொல்லுறுதியை உரைத்து கால் மடித்து நிலத்தில் விழுந்து மும்முறை தலைவணங்கினான். பலிக்குருதியின் ஒரு சொட்டெடுத்து நெற்றியிலணிந்தான். பின்னர் தன் மேலாடையால் கையை சுற்றிக்கட்டியபடி துரியோதனன் முன் சென்று நின்றான்.

துச்சாதனன் துரியோதனனை ஒருகணம் பார்த்துவிட்டு "நீ போருக்கு வரப்போவதில்லையா?" என்றான். "வரப்போகிறேன், அதன்பொருட்டே வஞ்சினம் உரைத்தேன்" என்றான் குண்டாசி. "போருக்கு வருபவர்கள் வாளேந்தி வஞ்சினம் உரைக்கவேண்டும் என்பது நெறி" என்றான் துச்சாதனன். "மூத்தவரே, நான் பாண்டவர்களோ உபபாண்டவர்களோ எவரையும் கொல்லப்போவதில்லை" என்றான் குண்டாசி. "பின் என்ன, சாகப்போகிறாயா?" என்றான் துச்சாதனன். "ஆம், நம்

அனைவரையும்போல. ஆனால் எனது சாவு களம்படுதல் அல்ல, பலியளித்தல். குருதிகொள் கொற்றவை குருக்ஷேத்திரத்திற்கு வருவாள். அன்னையிடம் சொன்னேன், அன்னையே அங்கு அளிக்கிறேன் என் நெஞ்சக்குருதியை, பெற்றுக்கொள் என்று.”

“என்ன உளறுகிறாய்?” என்று துச்சாதனன் கேட்க சுபாகு இடைபுகுந்து “நன்று, இளையோனே. உன் சொல் சிறக்கட்டும். செல்க!” என்று தோளில் கைவைத்தான். துச்சாதனன் “அவன் என்ன சொல் உரைத்தான் என்று தெரிந்தாகவேண்டும்” என்றான். சுபாகு “சொல்லுறுதிகளை செவியறியலாகாது என்பார்கள், மூத்தவரே” என்றான். “அவன் சொன்னது என்ன என்று நான் அறிந்தாகவேண்டும். இந்த இழிமகன் அவர்களுக்காக வஞ்சினம் உரைத்து வந்திருப்பான்... இவன் சித்தம் கலங்கி நெடுநாட்களாகின்றன” என்றான் துச்சாதனன். “ஆம், எனது சித்தம் கலங்கியுள்ளது” என்று குண்டாசி சொன்னான். “உண்மையில் நான் பாண்டவர் தரப்புக்குச் சென்று அங்கு வாளேந்தி உங்கள் முன் வந்து நின்று குருதி சிந்தி மடிந்திருந்தால்தான் அது எனக்கு நிறைவு. விண்சென்று என் மூதாதையரிடம் நிறைந்து வந்துள்ளேன் தந்தையரே, இனி சிறந்து பிறப்பேன் என்று என்னால் சொல்ல முடியும்.

“ஆனால் அது என்னால் இயலாது. ஏனெனில் நான் உங்களில் ஒருவன். இந்த நூற்றுவர் திரளிலிருந்து எனக்கு விடுதலையில்லை. உடலிலிருந்து உறுப்புக்கு விடுதலையில்லை என்பதுபோல. அதை மூத்தவர் வந்து என்னிடம் சொன்னதும் தெளிவாக உணர்ந்தேன்” என்றான். “என்னாயிற்று உனக்கு? உன் உடன்பிறந்தாருக்கு எதிரான வஞ்சத்தை எங்கிருந்து திரட்டிக்கொண்டாய்?” என்றான் துச்சாதனன். குண்டாசி தன் இடக்கையில் ஓர் இழுப்பை உணர்ந்தான். கழுத்துத் தசை சொடுக்கியது. “எங்கிருந்து என்றா? ஹஸ்தியின் குருதியில் பிறந்தவன் அனைத்து அறங்களையும் மீறி உடன்பிறந்தாரை உறங்கும் மாளிகையில் அனலிட்டு எரிக்க முயன்றதை அறிந்த அன்று” என்று குண்டாசி சொன்னான். அவன் உடல் நடுங்கிக்கொண்டிருந்தது.

ஒருகணம் கழித்தே அவன் சொல்வதை உணர்ந்த துச்சாதனன் “அறிவிலி! என்ன சொல்கிறாய்?” என்று கூவி தன் பெரிய கரங்களை ஓங்கியபடி முன்னால் எழ சுபாகு அந்தக் கையைப் பற்றிக்கொண்டான். துர்மதன் துச்சாதனனின் இடைபற்றிப் பின்னால் இழுத்தான். “நிலைகொள்க, மூத்தவரே! இது ஆலயம்” என்றான் துச்சகன். “விடு... விடு என்னை. இவனை இங்கு அறைந்து அன்னைக்கு பலிகொடுக்கிறேன்” என்று சீறியபின் துரியோதனன் அருகிருப்பதை உணர்ந்து பதைப்புடன் திரும்பிப் பார்த்தான். “மூத்தவரே... இவ்வறிவிலி... இவன் சொற்கள்...” என்றான்.

இடக்கையால் தன் மீசையை மெல்ல நீவியபடி துரியோதனன் "அவன் கூறுவது சரிதான்" என்றான். "அவன் சொற்கள் மெய்யாகவே எனக்கு ஒருவகை நிறைவையே அளிக்கின்றன. நாம் நூற்றுவர் ஓர் உளம் கொண்டவர். எனவே நூற்றிலொன்றெனஎழும் இவன் குரலும் இவனுக்கு முன் எழுந்த விகர்ணனின் குரலும் என் குரலும் கூடத்தான். என்னுள் இவ்வண்ணமொரு அறத்தான் வாழ்வதை எண்ணி நிறைவு கொள்கிறேன்" என்றான். "இவனோ விகர்ணனோ எனக்கெதிராக வாள்கொண்டு எழுந்திருந்தால்கூட அவ்வண்ணமே சொல்வேன்." விகர்ணன் உடைந்த குரலில் "நான் ஒருகணமும் உங்கள் இளையோனாக அன்றி என்னை உணர்ந்ததில்லை, மூத்தவரே" என்றான். "ஆம், அவ்வண்ணமே இவனும் உணர்கிறான் என நான் அறிவேன்" என்றான் துரியோதனன்.

குண்டாசியின் தோளில் கைவைத்து மெல்லிய புன்னகையுடன் அவன் சொன்னான். "இளையோனே, இவையனைத்தையும் ஏன் இயற்றுகிறேன், இறுதியில் என்ன எய்துவேன் என்று எனக்கு இன்றும் தெரியவில்லை. பிறிதொன்றின் மேலேறி சென்றுகொண்டிருப்பவன் நான். பெரும்புயலுக்குத் தன்னை கொடுக்கையில் சருகு ஆற்றல் கொண்டதாகிறது. பிறிதொரு நிலையிலும் தான் கொள்ளமுடியாத விசையை எய்துகிறது. அழிவாக இருக்கலாம், ஆயினும் அது ஓர் உச்சநிலை. இப்புவியில் பிறந்த ஒவ்வொருவரும் தன்னுள் ஆற்றலை உணருகையில் அந்த உச்சத்தையே கனவு காண்கிறார்கள். அஞ்சித் தயங்குபவர் உண்டு. தங்கள் சுற்றத்தையும் உறவையும் எண்ணி நின்றுவிடுபவர் உண்டு. அவையிரண்டையும் கடப்பவர்கள்கூட அறத்தை எண்ணி அதற்கப்பால் செல்வதில்லை. நான் என் உச்சம் நோக்கி செல்லவேண்டுமென்ற எண்ணம் மட்டும் கொண்டவன். அதன்பொருட்டு நான் கடந்த அனைத்து அறங்களையும் நான் நன்கு அறிவேன். அறத்தை மீறாதவனுக்கு முழு விசை இல்லை என்பதொன்றே நான் சொல்ல எஞ்சுவது.

"ஆனால் நான் கடந்த அறங்களின் அனைத்து எல்லைகளிலும் எனது துளி ஒன்று நின்று ஏங்குகிறது. உனது சீற்றத்திலும் விகர்ணனின் துயரத்திலும் மட்டுமல்ல, சுபாகுவின் நிகர்நிலையிலும் என் மைந்தனின் விலக்கத்திலும் வெளிப்படுவதும் நானே" என்றான் துரியோதனன். "மூத்தவரே, இவை என்ன சொற்கள்? தாங்கள் உரைப்பவைதானா?" என்றான் துச்சாதனன். வீம்புடன் தலை தூக்கி குண்டாசி சொன்னான். "அன்னை முன் நான் உரைத்த வஞ்சினம் ஒன்றுதான். இப்போருடன் என் குடி முற்றழியுமென்றால் என் குருதிமேல் தெய்வங்கள் வீழ்த்திய பழி அனைத்தும் அழிந்து போகட்டும். நம் கொடிவழியில் எவரேனும் ஒருவர் எஞ்சுவாரென்றால்கூட அவர் தூயராக, நிறைவுற்றவராக புவி

வாழ்த்துபவராக விண்ணேகவேண்டும். அதன் பொருட்டு களத்தில் என் தலைகொடுக்கிறேன் தேவி என்று சொன்னேன்.”

புன்னகையுடன் அவன் தோளை அழுத்தி துரியோதனன் சொன்னான். “அதை நானும் வேண்டினேன் என்று கொள்க!” திரும்பி தம்பியரை நோக்கி “செல்வோம்” என்று கையசைத்தான். தலைமைப்பூசகர் வந்து அவனுக்கு அன்னையின் அருளன்னம் கொண்ட தாலத்தை அளிக்க அதை வாங்கி தலைசூடி வணங்கிவிட்டு லட்சுமணனிடம் அளித்தான். அவன் நடக்க உடன் தம்பியர் தொடர்ந்தனர். அவர்கள் ஆலயவளைப்புக்கு வெளியே செல்கையில் துரியோதனன் “யுயுத்ஸு எங்கே?” என்றான். ஆலயநுழைவுக்கு ஒப்புதல் இல்லாமையால் தேர்களின் அருகே நின்றிருந்த யுயுத்ஸு அருகே வந்தான். துரியோதனன் யுயுத்ஸுவை காட்டி லட்சுமணனிடம் “அந்தத் தாலத்தை உன் சிறிய தந்தையிடம் கொடு” என்றான். துச்சாதனன் “அது...” என தயங்க “ம்” என்றான் துரியோதனன். லட்சுமணன் நீட்டிய தாலத்தை யுயுத்ஸு வாங்கிக்கொண்டான். துரியோதனன் அதிலிருந்த குருதிக்குழம்பில் ஒரு துளி எடுத்து யுயுத்ஸுவின் நெற்றியிலிட்டு “நீயே தந்தையிடம் சென்று கொடு, இளையோனே” என்றான்.

தேர்கள் ஒவ்வொன்றாக சென்று மறைந்த பின்னரே குண்டாசி தன் தேரிலேறினான். யுயுத்ஸு “நானும் உங்களுடன் வருகிறேன், மூத்தவரே” என்றான். குண்டாசி “ம்” என்றான். அவர்கள் தேர்த்தட்டில் அமர்ந்ததும் யுயுத்ஸு “நீங்கள் சென்றதுமே மருத்துவரைக் காணவேண்டும். உடல் நலிந்துள்ளது. நடக்கும் ஒவ்வொரு அடிக்கும் முகத்தில் வலிச்சுளிப்பு தெரிகிறது” என்றான். குண்டாசி அதற்கு மறுமொழி சொல்லவில்லை. யுயுத்ஸு மேலும் பேசவிரும்பினான். “இந்தத் தாலத்தை ஏன் என்னிடம் அளித்தார் அரசர் என்று விளங்கவில்லை. இது அரசரால் கொண்டுசெல்லப்படவேண்டியது, அன்னையின் அருளன்னம் கொண்ட தாலம். அரசர் இதை கொண்டுசென்று தன் தந்தைக்கும் அன்னைக்கும் அரசியருக்கும் பகிர்ந்தளிக்கவேண்டும் என்பது நெறி.” குண்டாசி “நீ அரசனாகுக என அவர் சொல்கிறார் என்று கொள்” என்றான். “என்ன சொல்கிறீர்கள்?” என்று யுயுத்ஸு பதறினான். “ஆலயமுகப்பில் சொல்லவேண்டியதா இது?”

குண்டாசி இகழ்ச்சியுடன் புன்னகைத்து “யார் கண்டார்? நீ சூதனென்பதனால் களம்புகப்போவதில்லை” என்றான். முகம் இறுக “இல்லை, நான் களம்புகக்கூடும்” என்றான் யுயுத்ஸு. “கௌரவர் தரப்பில் ஷத்ரியரல்லாதோர் களம்புகப்போவதில்லை. ஷத்ரியர்கள் முழு வெற்றியும் தங்களுக்குரியதாக வேண்டும் என்று எண்ணுகிறார்கள்...” என்றான் குண்டாசி. யுயுத்ஸு மறுமொழி சொல்லவில்லை. “பிறகென்ன,

பாண்டவர்களின் தரப்பிற்கு சென்றுவிட எண்ணுகிறாயா?" என்றான் குண்டாசி. யுயுத்ஸு ஒன்றும் சொல்லவில்லை. அந்த அமைதியின் அழுத்தத்தை உணர்ந்து குண்டாசி திரும்பிப் பார்த்தான். யுயுத்ஸுவின் முகம் அழுகையில் ததும்புவது போலிருந்தது. "நீ என்ன எண்ணுகிறாய்?" என்றான் குண்டாசி. "நான் சென்றுவிடலாமா என எண்ணுகிறேன்" என்றான் யுயுத்ஸு. தேரின் அதிர்வில் நெஞ்சுக்குள் எழுந்த வலியால் முகம்சுளித்து முனகிய பின் "எங்கே?" என்றான் குண்டாசி. "அங்குதான்... என் இடம் அதுவே."

சற்றுநேரம் குண்டாசியின் எண்ணங்கள் ஓடவில்லை. பின்னர் அதிர்ச்சியுடன் திரும்பி யுயுத்ஸுவின் கையைப் பற்றிக்கொண்டான். "என்ன சொல்கிறாய்? நீ சொல்வதென்ன என்று அறிவாயா?" யுயுத்ஸு "மூத்தவரே, சில மாதங்களாகவே இதைத்தான் நான் எண்ணிக்கொண்டிருக்கிறேன். என்னால் எம்முடிவுக்கும் வரமுடியவில்லை. சென்ற வாரம் அமைச்சர் விதுரரை அவருடைய இல்லத்தில் சென்று கண்டேன். அவரிடம் என் உளக்கொந்தளிப்பை சொன்னேன். அவர் தெய்வச்சிலைபோல என் சொற்களுக்கு அப்பால் எங்கோ இருந்தார். மூத்தவரே, அவர் முன்னரே இறந்துவிட்டிருந்தார் என்றுகூட தோன்றியது. நான் திரும்பிவந்தேன். என்னால் ஒருகணம்கூட நிலைகொண்டு அமரமுடியவில்லை. நேற்று அவையில் பீஷ்ம பிதாமகர் பேசியபோதுதான் தெளிவடைந்தேன்" என்றான்.

குண்டாசி வெறுமனே நோக்கிக்கொண்டிருந்தான். தேரின் ஒவ்வொரு அசைவும் அவன்மேல் சாட்டையடிபோல விழுந்தது. "நான் ஐயமற அறிவேன், நம் காலகட்டம் அவருக்குரியது. விண்ணில் சுழலும் செம்பருந்துபோல அவர் எட்டா உயரத்திலிருந்து நம்மை நோக்கிக்கொண்டிருக்கிறார். எது நெறி என்றும், எது அறம் என்றும் நம்மால் சொல்லிவிடமுடியாது. நாமனைவரும் இங்கே நம் உறவுகளால், கடமைகளால், விழைவுகளால், அச்சங்களால் கட்டுண்டவர்கள். அவற்றுக்கு ஏற்ப நெறிகளையும் அறங்களையும் வளைப்பதைத்தான் நாம் எண்ணுதல் என்று கருதிக்கொண்டிருக்கிறோம். நாம் ஆற்றுவதற்கொன்றே உள்ளது. நம் ஆழம் உணரும் மெய்மைக்கு நம்மை முற்றாக ஒப்புக்கொடுத்தல். நான் அவர் கால்களில் என் தலையைக் கொண்டுசென்று வைக்கப்போகிறேன். என்னை ஆளுங்கள் இறைவடிவே என்று சொல்லப்போகிறேன். அவர் ஆணையிட்டால் அவர்பொருட்டு வாளெடுத்து களம் காண்பேன்...

"கல்வியால் பயனேதுமில்லை. அரசுநெறி சூழ்வதோ அதைவிட பயனற்றது. வாழ்ந்தறிவது என ஏதுமில்லை. இம்மூன்றிலும் பீஷ்ம பிதாமகரைவிட மேலானவர் எவர்? அவர் அறிந்த ஒன்றிலிருந்து அவரை விலக்குவதென்ன?

அவர் அளித்த சொல். எத்தனை வீண் எண்ணம்! பிற அனைத்தையும் விட தான் அளித்த சொல்லே பெரிதென்று எண்ணவேண்டுமென்றால் ஆணவம் எத்தனை கெட்டிப்பட்டிருக்கவேண்டும்? தன்னைவிடப் பெரியவற்றின் முன் சென்று தலைகொடுக்க முடியவில்லை என்றால் இத்தனை வாழ்ந்து இவ்வளவு கற்று என்ன பயன்? பீஷ்ம பிதாமகர் பேசியதைக் கேட்டு அமர்ந்திருக்கையில் அத்தனை கூசினேன். அத்தனை வெறுத்தேன். நான் நான் என்றல்லவா அவர் சொல்லிக்கொண்டிருந்தார். அறத்தோன் என்பவர்கள் ஒருபோதும் அறத்தை சென்றடையமாட்டார். அறத்தோன் எனும் தன்னிலையே அவர்களின் சுமை. நோன்புகொண்டோர் எதையும் துறக்கமாட்டார். நெறியோர் என்று தருக்குவதையே இறுதியில் ஈட்டிக்கொள்வார். எளியோர் தன்னை எளிதில் துறக்கவியலும். பெருங்காற்றிலெழுந்து பறக்கவியலும். இப்பாறைகள் இங்குதான் என்றுமென அமர்ந்திருக்கும். அவையிலமர்ந்து பற்களைக் கடித்துக்கொண்டு எண்ணினேன். நான் எளியோன், சிறியோன். என் உளம்காட்டும் பெரியவற்றின் முன் என்னை முற்றளிப்பதன்றி நான் செய்வதற்கேதுமில்லை. நான் துணிவையோ அறிவையோ திரட்டிக்கொள்ள வேண்டியதில்லை. எளிமையை என்னிடம் நிலைநிறுத்திக்கொண்டால் மட்டும் போதும்."

யுயுத்ஸு பெருமூச்சுடன் அமைதியானான். குண்டாசி சற்றுநேரம் கழித்து "இப்போரில் அவர்கள் வென்றால் பாரதவர்ஷம் நலம்பெறுமென எண்ணுகிறாயா?" என்றான். "அறியேன், பாரதவர்ஷமென்பது நான் எண்ணவும்முடியாத பெருவிரிவு. மூத்தவரே, நான் அஸ்தினபுரியின் எல்லையை இதுவரை கடந்ததில்லை. இங்கு எத்தனை நாடுகள் உள்ளன என்னென்ன ஜனபதங்கள் அமைந்துள்ளன ஏதுமறியேன்" என்றான் யுயுத்ஸு. குண்டாசி உதடுவளைய புன்னகைத்து "பாண்டவர்களிடமே அறமுள்ளது என்று எண்ணுகிறாயா?" என்றான். யுயுத்ஸு "வாரணவதத்தில் எரிமாளிகை அமைத்ததும் அவையில் அரசியைச் சிறுமைசெய்ததும் பிழை என்றே எண்ணுகிறேன். அரசு மறுத்ததும் ஒவ்வாததே. ஆயினும் அவைகுறித்து இறுதியில் ஏதேனும் சொல்ல நான் வல்லவன் அல்ல. குடிநெறிகளும் அரசமுறைமைகளும் நானறியாதவை" என்றான்.

"அப்படியென்றால் நீ அவர்கள் பக்கம் செல்வது ஏன்?" என்றான் குண்டாசி. "நான் சொல்லிவிட்டேன் மூத்தவரே, அவர் ஒருவருக்காக. அவர் காலங்களைக் கடந்தவர். அவர் அறிவன எதையும் இங்கு எவரும் அறிவதில்லை. பிறிதொன்றும் எனக்கு சொல்வதற்கில்லை." குண்டாசி யுயுத்ஸுவை சில கணங்கள் நோக்கிவிட்டு "அந்நம்பிக்கை குலையாதென்பதற்கு நீ இப்போது உறுதி சொல்லலாகுமா?"

என்றான். "நீ துறந்து செல்வது மிகப் பெரியவற்றை. தந்தையை, தமையர்களை, அரசை. அழியாப் பழியையும் நீ சூடக்கூடும். பின்னர் நீ இன்றுகொண்ட நம்பிக்கையை இழப்பாயென்றால் உன் வாழ்வு மீளா இருள்கொண்டதாகும்." யுயுத்ஸு "ஒருகணம்கூட நான் இவ்வாறு எண்ணியதில்லை" என்றான். "எண்ணுக!" என்றான் குண்டாசி. "இக்கணம் வரை எண்ணவில்லை என்பதே இவ்வெண்ணம் என்னில் இல்லை என்பதைக் காட்டுகிறது. இனியும் இது எழாது."

"நான் அதையும் எண்ணுவேன்" என்றான் குண்டாசி. "ஆம், ஆகவேதான் இங்கு இவ்வாறு இருக்கிறீர்கள்" என்றான் யுயுத்ஸு. சீற்றத்துடன் திரும்பிய குண்டாசி "எவ்வாறு? என்ன சொல்கிறாய் நீ?" என்றான். "இதோ இவ்வாறு. உங்களை நீங்களே அழித்துக்கொள்வது ஏன்? உங்களுடையது அகம் நிலைகொள்ளாமையின் துயர். அறத்திலோ மறத்திலோ அமைந்தவர்கள் இவ்வண்ணம் தன் நஞ்சை தன்னை நோக்கித் திருப்பிக்கொள்வதில்லை." குண்டாசி பற்களைக் கடித்தபடி "என்னை கோழை என்கிறாயா?" என்றான். "ஆம்" என்றான் யுயுத்ஸு. குண்டாசி இகழ்ச்சியுடன் "நீ என்றால் என்ன செய்வாய்?" என்றான். "நானும் கோழையே" என்றான் யுயுத்ஸு. "மூத்தவரே, திருதராஷ்டிரரின் மைந்தர்களில் நாமிருவர் மட்டுமே கோழைகள்." குண்டாசி சிலகணங்களுக்குப் பின் "ஆம்" என்றான். நீள்மூச்செறிந்து தனக்குத்தானே தலையசைத்துக்கொண்டான்.

தேர் அரண்மனை முற்றத்தை அடைந்து நின்றது. யுயுத்ஸு இறங்கிக்கொண்டான். "இளையோனே" என்று குண்டாசி அழைத்தான். "நீ செல்வதாக இருந்தால் தந்தையிடம் விடைபெற்றுத்தானே செல்வாய்?" யுயுத்ஸு அவனை நோக்கி "ஆம், தமையனிடமும் சொல்லி அவர் தாள்வணங்கிவிட்டே செல்வேன்" என்றான். அவன் விழிகளை நோக்கி "நீங்கள் அனைவரும் கொண்ட கடனைவிட மூத்தவரிடம் நான் கொண்ட கடன் பெரிது. தந்தைக்கு விதுரர் எவ்வண்ணமோ அவ்வாறு நான் அவருக்கு" என்றான். அவன் விழிகள் ஈரம் கொண்டன. தொண்டை ஏறியிறங்கியது. "நிறையுள்ளம் கொண்டவர்கள் அவர்கள். வேழத்தின் அன்பைப் பெற்ற மானுடன் பிற எந்த அன்பையும் பொருட்டெனக் கருதமாட்டான் என்பார்கள்..." மேலும் ஏதோ சொல்ல வாயெடுத்த பின் அவன் உள்ளே செல்ல திரும்பினான்.

குண்டாசி கீழே இறங்கியபோது அவன் படிகளில் நிற்பதைக் கண்டான். "மூத்தவரே, இந்தத் தாலத்தை மூத்தவர் என்னிடம் அளித்தது ஒரு நன்னிமித்தம் என எண்ணுகிறேன். நான் தந்தையிடம் இதை அளித்து விடைகொள்ளவிருக்கிறேன்" என்றான். "தந்தையிடம் நேரில் சென்று உரையாடும் வழக்கத்தை அரசர் தவிர்த்து நெடுங்காலம் ஆகிறது. ஆகவேதான் இதை உன்னிடம் அளித்தார்" என்றான் குண்டாசி.

“இருக்கலாம். இது என்ன பொருள்படுகிறது என்று தெரியவில்லை... இதுவே தருணம் என்று எனக்குப் படுகிறது” என்றான் யுயுத்ஸு. “இனிமேல் நான் இங்கிருப்பது சரியல்ல. படைகள் குருக்ஷேத்திரத்தை அடைந்த பின் அங்கே செல்வேன் என்றால் அது நெறிப்பிழையும்கூட.”

“சரி, செல்க! உன் தந்தை உனக்கு விடைகொடுக்கட்டும்” என்றான் குண்டாசி. யுயுத்ஸு “நீங்களும் உடன்வரவேண்டும், மூத்தவரே” என்றான். “நானா? நான் தந்தைமுன் செல்வதே அரிது” என்றான் குண்டாசி. “ஆம்” என்றபின் யுயுத்ஸு தயங்கினான். “சொல்” என்றான் குண்டாசி. “நீங்கள் இருப்பது நன்று என எண்ணுகிறேன்.” குண்டாசி அவனை கூர்ந்து நோக்கினான். பின்னர் “ஏன்?” என்றான். “அவரை எதிர்கொள்வதை நீங்கள் தவிர்ப்பதைவிட உங்களை எதிர்கொள்வதை அவர் தவிர்க்கிறார். உங்களை அவர் அஞ்சுகிறார்.” குண்டாசி வெற்றுநோக்குடன் சிலகணங்கள் நின்றான். பின்னர் “வருகிறேன்” என்றான்.

38

யுயுத்ஸுவுடன் இடைநாழியில் நடந்தபோது குண்டாசி ஒவ்வொரு கணமும் இறுகியபடியே சென்றான். தன் தசைகள் அனைத்தும் இழுபட்டு விரல்கள் இறுக மடிந்திருப்பதை சற்று நேரம் கழித்து உணர்ந்து நின்று ஒவ்வொரு விரலாகத் தளர்த்தி உடலை எளிதாக்கிக்கொண்டான். இரண்டடி முன்னால் சென்று நின்று திரும்பி நோக்கிய யுயுத்ஸு "தங்கள் உடலில் வலி தெரிகிறது, மூத்தவரே" என்றான். அப்பேச்சை தவிர்க்கும்படி கைவீசி காட்டிய பின் ஆழ்ந்த இருமலொன்றுள் சிக்கி உடலதிர்ந்து இரு கைகளையும் தொடையிலூன்றி குனிந்து நின்று மூச்சிளைத்தான் குண்டாசி. அவனுக்கு சற்று பின்னால் நின்றிருந்த காவலன் அவனை நோக்கிவர விழிகளால் வேண்டாமென்று தடுத்தான். பின்னர் நிமிர்ந்து "செல்வோம்" என்று சொன்னதுமே மீண்டும் இருமல் எழ குண்டாசி நிலையுலைந்து அருகிருந்த தூணைப் பற்றிக்கொண்டு மெல்ல நிலத்தில் அமர்ந்தான்.

கண்களில் நீர்வழிய அவன் இருமி முடித்ததும் ஏவலன் அப்பாலிருந்து கோளாம்பியைக் கொண்டு வந்து அருகே வைத்தான். அதில் சில முறை துப்பியபின் தலையை இரு கைகளாலும் பற்றியபடி முழங்காலில் மூட்டமர்த்தி கண்மூடி அவன் அமர்ந்திருந்தான். யுயுத்ஸு "தாங்கள் வேண்டுமென்றால் சற்று ஓய்வெடுக்கலாம், மூத்தவரே" என்றான். "இல்லை" என்றபின் தன்னைத் தூக்கிவிடும்படி ஏவலனை நோக்கி அவன் கையை நீட்டினான். ஏவலனின் கையைப்பற்றி எழுந்து நின்று அவன் தோளைத் தொட்டபடி நிலையமைந்தான். "செல்வோம்" என்றபடி மீண்டும் தன் மெலிந்த கால்களை எடுத்துவைத்து முன்நோக்கி விழுபவன்போல நடக்கத்தொடங்கினான்.

யுயுத்ஸு "தந்தையிடம் என்ன சொல்வதென்று நான் இன்னும் முடிவெடுக்கவில்லை. சொல்சூழ்ந்து அவ்வாறு பேசுவது என் வழக்கமும் அல்ல. நான் அங்கு சென்ற பின்னர் என் நாவிலெழுவது எதுவாயினும் நன்று என்று எண்ணுகிறேன்" என்றான். "தாங்கள் எனக்கென எதுவும் உரைக்கவேண்டியதில்லை, மூத்தவரே. வெறுமனே உடன் வந்து நின்றிருந்தால் போதும்." குண்டாசி மூச்சிளைத்தபடி சற்று நேரம் நடந்தபின் இடையில் கைவைத்து வளைந்த முதுகை நிமிர்த்தி நின்று மூச்சை மும்முறை ஆழ இழுத்துவிட்டான். "நான் வருவதனால் என்ன பயன் என்கிறாய்?" என்றான். யுயுத்ஸு "தாங்கள் அறியாததல்ல, மூத்தவரே. தந்தை இரு முனைகளிலாக ஓய்விலாது ஆடிக்கொண்டிருப்பவர். அறத்தில் அமைந்தது அவர் உள்ளம். மைந்தர்மேல் கொண்ட பற்றில் அமைந்தது அவரது ஆழம். நான் இத்தாலத்துடன் சென்று அவரை பார்க்கையில் எந்த முனையில் அவர் இருப்பார் என்று என்னால் சொல்லவியலாது. தாங்கள் என்னுடன் வந்தால் அறத்தின் முனையில் அவர் வந்து நின்றிருப்பார் என்று எண்ணினேன்" என்றான்.

யுயுத்ஸுவின் விழிகளை நோக்கி "அறம் அவருடைய நடிப்புதான். விழியிழந்தோருக்கு ஒளியுலகின் மேலுள்ள அணையாத வஞ்சத்தால் ஆனவர் அவர்" என்றான் குண்டாசி. "அவ்வஞ்சத்தைக் கண்டு அவரே அஞ்சுகிறார். ஆகவே பேரறத்தான் என தனக்கோர் ஆளுமையைச் சமைத்து அதை சூடிக்கொண்டிருக்கிறார். நெடுங்காலமாக அதை நடிப்பதனால் ஒவ்வொரு கணமுமென அதை அவர் நிகழ்த்தமுடியும்" என்றான். யுயுத்ஸு வலி தெரியும் முகத்துடன் "இச்சொற்களை நீங்கள் அவரை நோக்கி சொல்லவில்லை, மூத்தவரே. இதை உங்களை வருத்தும்பொருட்டே சொல்கிறீர்கள். நீங்கள் அறிவீர்கள், அது உண்மையல்ல என்று" என்றான்.

குண்டாசி இதழ்கோண புன்னகைத்து "உண்மையா அல்லவா என்று இனி எவருக்குத் தெரியும்? இன்னும் பல்லாயிரம் ஆண்டுகள் குருகுலத்தின் கதை இங்கு பேசப்படும். அனைத்திலும் விழியிருண்டு உள்ளமும் உடனிருண்ட மனிதர் என்றே அவர் குறிப்பிடப்படுவார். அவர் கொண்ட சிறப்புகள் எவையும் இங்கு நிலைகொளாது" என்றான். யுயுத்ஸு "நான் அவ்வாறு எண்ணவில்லை" என்றான். "தாங்கள் சொல்வதை மீண்டும் மீண்டும் எவரேனும் என்னிடம் சொல்லிக்கொண்டிருக்கிறார்கள், மெய்மை என்பது புலவரும் சூதரும் சமைத்து நமக்களிப்பது மட்டுமே என. மானுடர் மறைந்த பின் அவர்கள் மொழியில் எஞ்சுவது வாழ்பவர்களின் விருப்பின் பொருட்டே என்று. அல்ல, அவ்வாறெனில் மண்மறைந்த அசுரர்களின் பெருமைகள் இன்றளவும் நின்றிருக்காது. இங்கு நிகழ்ந்த தெய்வங்களின் தீமைகள் அழியாது நிலைகொள்வதும் அதனாலேயே."

யுயுத்ஸு அதைப்பற்றி முன்னரே நிறைய எண்ணம் சூழ்ந்திருக்கவேண்டும். அவன் குரலில் விசை ஏறியது. “நான் மொழியென்று நம்மை சூழ்ந்திருக்கும் இந்த விராடவடிவத்தை நம்புகிறேன். அதற்கு மானுடர் ஒரு பொருட்டல்ல. அவர்களின் அறங்களும் பொருட்டல்ல. அது நாமறியாத திசையொன்றை நோக்கி சென்றுகொண்டிருக்கும் பெருநதி. யுகங்கள் அதன் சிறுகுமிழிகள். மூத்தவரே, அது எந்த மானுடர் மேலும் பக்கநோக்கு கொள்வதில்லை. ஏனெனில் அது பொருட்படுத்தும் அளவுக்கு பெரியவர் என இப்புவியில் எவருமில்லை. விண்கதிர்களைத் தொட தலையெழுந்து கோடி கைகள் விரித்து பேருருக்கொண்டு நின்றிருக்கும் இளைய யாதவர்கூட” என்றான்.

குண்டாசி சிரித்து “நன்கு சொல்லாடக் கற்றிருக்கிறாய். அவைகளில் செவியொன்றே என நீ நின்றிருப்பதைக் கண்டபோதெல்லாம் நான் எண்ணியதுதான் இது. சொல்மகள் உனக்கு தந்தையின் முன்னும் வந்தருளட்டும்” என்றான். புஷ்பகோஷ்டத்தின் வாயிலை அவர்கள் அடைந்தபோது குண்டாசி நன்கு களைத்திருந்தான். தூணைப்பற்றியபடி நின்று “தந்தையின் அறைக்குள் நுழைவதற்கு முன் எனக்கு மூன்று கோப்பை பீதர்நாட்டு மது கொண்டு வரச்சொல்” என்றான். யுயுத்ஸு “மது அருந்திய பின் தந்தையின் முன் போவது...” என சொல்ல அதை கைகாட்டி தடுத்து “என் குருதி மதுவாலானது என்பதை அறியாத எவருமில்லை. ஷத்ரியருக்கு மது விலக்கும் அல்ல” என்றபின் அப்பால் நின்ற ஏவலனை கைகாட்டி அழைத்து “பீதர் நாட்டு மது... உடனே வந்தாகவேண்டும்” என்றான் குண்டாசி. அவன் தலைவணங்கி விலகிச் செல்ல “மது என்னுள் குருதியை எரியவைக்கிறது. என் சொற்களுக்கு அதுதான் நெய்” என்றான்.

குரல் தாழ “பேரரசரிடம் தாங்கள் எதுவும் பேசவேண்டியதில்லை, மூத்தவரே” என்றான் யுயுத்ஸு. அவன் சற்று உளம்கலைந்திருப்பது தெரிந்தது. “என்னை அழைத்திருக்கவேண்டியதில்லை என்று இப்போது எண்ணுகிறாயா?” என்று குண்டாசி கேட்டான். யுயுத்ஸு “ஆம்” என்றான். குண்டாசி உரக்க நகைத்து “உன்னிடம் நான் விரும்புவதே இதுதான். எப்போதும் எண்ணுவதை விளைவு நோக்காது அவ்வண்ணமே சொல்கிறாய். சூதர்கள் அவ்வாறு சொல்வதில்லை” என்றான். யுயுத்ஸு “ஆம், ஏனெனில் நான் எப்போதும் எந்தைக்கு முன் நின்றிருக்கிறேன். எதன்பொருட்டும் அவர் என் மேல் சினம் கொள்வதில்லை என்று அறிந்திருக்கிறேன். தந்தைக்கு இனியவன் என்பதனால் மூத்தோர் ஒரு நோக்கிலும் என்னிடம் கடுமை காட்டியதில்லை” என்றான்.

குண்டாசி “குருதிகொள் கொற்றவையின் ஆலயத்தில் விகர்ணர் என்னிடம் பேசினார். அறத்தைவிட செஞ்சோற்றுக்கடனே

பெரிதென்றார். ஆகவே வஞ்சினம் உரைத்து கௌரவர் படையுடன் நின்று களம்பொருதப்போவதாக சொன்னார்” என்றான். யுயுத்ஸு “ஆம், என்னிடம் அவர் அதை பலமுறை சொல்லியிருக்கிறார். உண்மையில் என்னிடம் சொல்லிச்சொல்லித்தான் அந்நிலைபாட்டை அவர் முழுமை செய்துகொண்டார்” என்றான். குண்டாசி “நானும் எண்ணினேன். அத்தனை தெளிவாகப் பேசவேண்டும் என்றால் எவரிடமேனும் மீளமீள சொல்லிக்கொண்டிருக்கவேண்டும் என்று. அவர் தன் துணைவி தாரையிடம் சொல்லியிருக்கலாம் என்று கருதினேன். அவரிலெழுவது அவர் அரசியின் சொல்லே என்பார்கள்” என்றான். “இது தாரையின் நிலைபாடல்ல. தன் நிலைபாடென்ன என்பதை அவர் நேற்றுதான் மச்சநாட்டரசியிடம் சொன்னார்” என்றான் யுயுத்ஸு. “ஓ” என்று குண்டாசி பொருளில்லாமல் சொன்னான். ஏவலன் சென்ற திசைநோக்கி “எங்கு சென்றான் மூடன்!” என்றான். யுயுத்ஸு “நீங்கள் வேண்டுமென்றால் சென்று சற்று ஓய்வெடுக்கலாம், நானே தந்தையைப் பார்க்கிறேன்” என்றான். குண்டாசி ஏவலன் வரும் வழியை நோக்கியபடி அப்பேச்சை கைவீசி கலைத்தான்.

ஏவலன் மதுவுடன் வருவதைக் கண்டபின் திரும்பி “நீ என்ன எண்ணுகிறாய்? செஞ்சோற்றுக்கடன் உனக்கில்லையா?” என்று குண்டாசி கேட்டான். “நான் முன்பு சொன்னதே மீண்டும். என் சொல், என் கடன் என்பதெல்லாம் நானென்னும் எண்ணத்தின் விரிவுகளே. நான், எனது எனும் சொற்களைச் சுமக்கும் அளவுக்கு வலுவில்லாதவன் நான்” என்றான் யுயுத்ஸு. குண்டாசி “இதை நீ எவ்வாறு சொன்னாலும் இந்நிலைபாடு சொல்லாடலுக்குப் பொருத்தமாக இருக்கிறதென்பதை மறுக்கமாட்டேன்” என்றான்.

ஏவலன் கொண்டுவந்த பீதர் நாட்டு மதுவை வெள்ளிக்குவளையிலூற்றி அளிக்க அதை ஆவலுடன் வாங்கி மும்முறை விழுங்கினான். யுயுத்ஸு “பீதர் நாட்டு மதுவை இத்தனை விரைவாக எவரும் அருந்துவதில்லை. அது தசைகளை எரிக்கும் என்பார்கள்” என்றான். குவளையில் எஞ்சியிருந்த மதுவை வாயில் விட்டு மதுக்குடுவையை நன்றாகக் கவிழ்த்து நோக்கிய பின் திரும்ப அளித்து குண்டாசி “காட்டெரியில் எஞ்சிய கழியையே சிதையெரிக்க எடுத்துக்கொள்வார்கள்” என்றபின் “வருக!” என்று யுயுத்ஸுவின் தோளைத்தட்டி முன்னால் நடந்தான்.

திருதராஷ்டிரரின் அறைவாயிலில் நின்றிருந்த சங்குலன் யுயுத்ஸுவைப் பார்த்ததும் தலைவணங்கி உள்ளே செல்லும்படி கைகாட்டினான். குண்டாசி அவனைப் பார்த்து புன்னகைத்து “எப்படியிருக்கிறார் முதியவர்?” என்றான். சங்குலன் புன்னகை புரிந்தான். அவன் தோளில் கைவைத்து அழுத்தி “இறுதியாக எப்போது அவருடன் மற்போர்

புரிந்தாய்?” என்றான். சங்குலன் அதற்கும் மறுமொழி கூறாமல் புன்னகைத்தான். குண்டாசி யுயுத்ஸுவுடன் சென்றபடி “இப்பேருடலனை அவ்வப்போது பார்ப்பதுண்டு. இவன் ஆலயவாயிலில் நின்றிருக்கும் காவல்பூதம். உள்ளிருக்கும் தெய்வமே பிறிதொரு வடிவில் வாயிலில் நின்றிருக்கும் என்பார்கள். இவன் வெள்விழிகளில் நோக்கிருக்கிறதா என்றே எனக்கு ஐயம்தான்” என்றான். நின்று திரும்பி மீண்டும் அவனை நோக்கி “விப்ரருடைய விழைவே இப்பேருடலனாகியது. எனில் நான் யார்? திருதராஷ்டிரரின் எது நானாகியது?” என்றான்.

அச்சத்துடன் குண்டாசியின் தோளைத் தொட்டு “மெல்ல. நாம் பேசுவது உள்ளே அரசருக்கு கேட்கும்” என்றான் யுயுத்ஸு. “பேசத்தானே போகிறோம்?” என்று சொல்லி ஏப்பம் விட்டான் குண்டாசி. “நன்று! உயர்தர பீதர் மது... என் தசைகள் உயிர்கொள்கின்றன. சொற்கள் எழுகின்றன” என்றபின் “வழக்கமாக அவன் உள்ளே சென்று ஒப்புதல் பெற்றுத்தானே எவரையும் விடுவான்?” என்றான். “நான் எப்போது வேண்டுமானாலும் இங்கு வர ஆணையுள்ளது” என்றான் யுயுத்ஸு. “அவருடைய இசை ஏன் நூற்றொரு மைந்தரிலும் எழவில்லை? அது எழவேண்டுமென அவர் விழையவில்லையா? அல்லது அது அவருடைய மேலோட்டமான நடிப்பா?” என்றான் குண்டாசி. யுயுத்ஸு “அல்ல, அது அவர் எவரிடமும் பகிராத ஆழம். விழியிழந்தோர் எவரும் அவர் மைந்தரில் இல்லை அல்லவா?” என்றான். “ஆம், அது மெய். விழியிழந்த ஒருவன் பிறந்திருக்கலாம். விழியின்மையால் அவர் அடைந்த அனைத்தும் அவருடன் மண்மறையாமல் இருந்திருக்கும்” என்றான் குண்டாசி.

அவர்கள் மெத்தை இடப்பட்ட தரையில் கால் புதைய நடந்தனர். தள்ளாடி யுயுத்ஸுவின் தோள்களைப் பற்றிக்கொண்ட குண்டாசி “இங்கே இசைமட்டும் ஒலிக்க வேண்டுமென்று விரும்பி பிற ஓசைகளைத் தடுத்திருக்கிறார் முதியவர். அதுவும் நன்றே. வெளியே ஒலிக்கும் போர்க்கூச்சல்கள் எவையும் இங்கு வந்து சேர்வதில்லை. அலைகளின் ஆழத்தில் மூழ்கிக்கிடக்கும் கற்சிலைபோல் இவ்வறைக்குள் இருக்கிறார்” என்றான். எதிர்பாராத வகையில் அவன் யுயுத்ஸுவின் தோளை அறைந்து உரக்க நகைத்து “நல்ல ஒப்புமை. இந்த அறையுடன் அப்படியே மண்ணில் புதைந்து போய்விட்டிருக்கிறார். மூதாதை உலகு இப்படித்தான் இருக்கும். ஓசையே இன்றி. நன்று” என்றான். யுயுத்ஸு தவிப்புடன் “தாங்கள் ஒன்றும் பேசப்போவதில்லை என்று சொன்னீர்கள், மூத்தவரே” என்றான். “ஆம், பேசுவதாக இல்லை. நீ பேசு” என்றான் குண்டாசி.

அவர்களுக்கெதிரே வந்த சஞ்சயன் தாழ்ந்த குரலில் “விதுரருடன் பேசிக்கொண்டிருக்கிறார்” என்றான். “அமைச்சர் எப்போது வந்தார்?” என்று யுயுத்ஸு திகைப்புடன் கேட்டான். “சற்று முன்னர்தான்,

கிளம்பவிருக்கிறார்” என்றான் சஞ்சயன். “அவர் இங்கு வந்து நெடுநாளாயிற்று” என்று யுயுத்ஸு திரும்பி குண்டாசியிடம் சொன்னான். “ஆம், அவர் தன் மாளிகையைவிட்டு வெளியே வருவதில்லை என்று சொன்னார்கள். தன் அன்னை அமர்ந்த அச்சாளரத்திலேயே இரவும் பகலும் அமர்ந்திருப்பதாக ஏவலன் ஒருவன் சொன்னபோது நானும் என் அன்னை அமர்ந்த சாளரத்தில் சென்று அமரவேண்டுமென்கிறாயா என்று அவனிடம் கேட்டேன்” என்றபின் “என்ன பேசிக்கொள்கிறார்கள்?” என்று குண்டாசி சஞ்சயனிடம் கேட்டான். சஞ்சயன் ஒன்றும் சொல்லாமல் “வருக!” என்று கைகாட்டினான். “அரசியல் பேச வாய்ப்பில்லை. அது முடிந்து சாம்பல் அல்லவா எஞ்சுகிறது?” என்றபின் முனகலாக “சொல்லமுடியாது. சாம்பலில் சிற்பம் செய்ய முயல்வார்கள் முதியோர்” என்றான் குண்டாசி.

யுயுத்ஸுவின் தோளைப் பற்றியபடி அசைந்து நடந்து இசைக்கூடத்தைக் கடந்து திருதராஷ்டிரரின் முன் சென்று நின்றான். பெரிய பீடத்தின் கைப்பிடிகளின்மேல் இரு கைகளும் தொய்ந்திருக்க, தலை கவிழ்ந்து தாடை மார்பில் படிய அமர்ந்திருந்த திருதராஷ்டிரருக்கு முன்னால் சிறிய பீடத்தில் மெலிந்த உடலில் கைகளை மார்போடு கட்டி வேறெங்கோ நோக்கியபடி விதுரர் அமர்ந்திருந்தார். யுயுத்ஸு அருகே சென்று குனிந்து திருதராஷ்டிரரின் கால்களைத்தொட்டு சென்னி சூடி “வணங்குகிறேன், தந்தையே” என்றான். அவர் மூக்கைச் சுளித்து “குருதிமணம்... என்ன அது?” என்றார். விதுரர் திரும்பிப் பார்த்தார். யுயுத்ஸுவின் கையிலிருந்த தாலத்தை நோக்கியபின் திரும்பிக்கொண்டார்.

“அந்த இழிமகன் ஏன் உன்னுடன் வந்தான்?” என்று திருதராஷ்டிரர் குண்டாசியை நோக்கி மூக்கை சுளித்தார். குண்டாசி “நான் குருக்ஷேத்திரத்திற்கு செல்கிறேன், தந்தையே. எனது தலையை இளைய பாண்டவர் பீமன் தன் கதையால் அடித்து உடைக்கவிருக்கிறார். அதற்கு முன் அந்தத் தலையை தங்கள் பாதத்தில் வைத்து எடுக்கவேண்டுமென்று தோன்றியது. அதற்காகவே வந்தேன்” என்றான். “எதுவும் முறைமைப்படி நிகழவேண்டும் அல்லவா? அதைத்தானே சிறிய தந்தை விதுரரும் இளமையிலேயே கற்பித்தார்?” திருதராஷ்டிரர் “நாளை புலரியில் அவர்கள் கிளம்புகையில் முறைப்படி அனைவருக்கும் நான் வாழ்த்து சொல்வேன், அப்போது நீயும் வா” என்றார். “ஆம், நாளை பெறும் வாழ்த்து வேறு. இன்று தனிப்பட்ட முறையில் ஒரு வாழ்த்து பெற்றாகவேண்டும். அதற்காகவே வந்தேன்” என்றான்.

யுயுத்ஸு பேச்சை மாற்றும்பொருட்டு “இது குருதிகொள் கொற்றவை அன்னையின் படையல்சோறு, தந்தையே. தங்களுக்கென அரசரால் அளிக்கப்பட்டது” என்றான். விதுரர் திரும்பி யுயுத்ஸுவை

பார்த்தார். திருதராஷ்டிரர் தலையை உருட்டியபடி "உன்னிடம் அதை தந்தனுப்பினானா?" என்றார். "ஆம், இதை தங்களிடம் வந்து அளிக்கவேண்டும் என்றார்" என்றான் யுயுத்ஸு. திருதராஷ்டிரர் விதுரரைப் பார்த்து "நீ என்ன எண்ணுகிறாய், விதுரா?" என்றார். விதுரர் ஒன்றும் சொல்லாமல் மீண்டும் நோக்கை விலக்கிக்கொண்டார். இரு கைகளாலும் பீடத்தின் கைப்பிடியை அழுத்தியபின் கைநீட்டி "கொடு. அவ்வண்ணமெனில் அதுவே நிகழ்க!" என்றார். யுயுத்ஸு அன்னத்தை திருதராஷ்டிரருக்கு அளித்தபின் வணங்கி அவரது வலதுபக்கம் நின்றான். அவர் அதில் ஒரு துளி எடுத்து நாவில் வைத்துவிட்டு அப்பால் வைத்தார்.

குண்டாசி நடுங்கும் கால்களுடன் முன்னால் வந்து முழந்தாளிட்டு தன் தலையை திருதராஷ்டிரரின் கால்களில் வைத்து "வாழ்த்துக, தந்தையே!" என்றான். "நீ விழைவதே நிகழ்க! ஆம், அவ்வண்ணமே ஆகுக!" என்று திருதராஷ்டிரர் வாழ்த்தினார். குண்டாசி எழுந்து ஆடையை நீவி நிலைகொண்டு பல் தெரிய புன்னகைத்து "நீங்கள் இவ்வாறு வாழ்த்துவீர்கள் என்று எனக்குத் தெரியும். ஏனெனில் நெடுங்காலமாக நீங்கள் என் இறப்பை எதிர்நோக்கியிருக்கிறீர்கள்" என்றான். பற்களைக் கடித்தபடி திருதராஷ்டிரர் "ஆம், அதை நான் மறுக்கவில்லை. நீ உயிருடனிருப்பது என் உடலில் ஒரு சிறுவிரல் புண்வந்து அழுகிக்கொண்டிருப்பதுபோல. அதை வெட்டி எறிந்தாகவேண்டும் என்றே விழைகிறேன்" என்றார்.

குண்டாசியும் பற்களைக் கடித்தான். அவன் விழிகள் இடுங்கின. "ஆனால் எப்போதும் உங்கள் ஓர் உறுப்பு நோயுற்றிருக்கிறது அல்லவா? என் அன்னை அங்கு சாளரத்தில் அமர்ந்திருந்தாள். நான் களம்பட்டாலும் அச்சாளரம் அங்குதான் இருக்கும். அதில் வேறு பெண்டிர் அமர்ந்திருப்பர். உங்கள் அரண்மனையில் அந்தியிருண்ட பின் அழுத விழிநீரே எஞ்சும். அணங்குகள் இருளில் நின்றிருக்கும்" என்றான். திருதராஷ்டிரர் இரு கைகளையும் இறுகப்பற்றி பெருமூச்சுவிட்டு மெல்ல அசைந்தமர்ந்து இயல்பாகி "என்னை சினம்கொள்ள வைக்க விரும்புகிறாயா?" என்றார். "ஆம், இன்று காலை மூத்தவர் என்னைக் கொல்ல முயன்றார். என் உடலுக்குள் எத்தனை தசைகள் சிதைந்திருக்கின்றன என்பது நாளை என்னால் எழுந்து நிற்க முடியுமா இல்லையா என்பதைப் பொறுத்தே தெரியும். அவரைவிட இருமடங்கு ஆற்றல் கொண்டவர் நீங்கள். உங்கள் கையால் ஓங்கி ஓர் அறை விட்டால் போதும். எனது குருக்ஷேத்திரம் இங்கு நிகழும்" என்றான் குண்டாசி.

திருதராஷ்டிரர் "அதை நான் விரும்பவில்லை. உன் இலக்கு போர்க்களம்தானே? அங்கு அது நிகழ்க!" என்றார். விதுரர் சஞ் சயனிடம் "இளவரசரை அழைத்துச் செல்க!" என்றார். குண்டாசி சஞ்

சயனை விலகி நிற்கும்படி கைகாட்டி "நான் பிறிதொருமுறை இவரிடம் பேச வாய்க்குமென்று தோன்றவில்லை. விண்ணில் பேச நேரும்போது இப்போது என்னிலெழும் சொற்கள் இருக்குமா என்று சொல்ல இயலாது" என்றான். "சொல்" என்றார் திருதராஷ்டிரர். "வேண்டாம்" என்று விதுரர் சொன்னார். "அவன் சொல்லட்டும். அவன் இச்சொற்களுடன் வரும் நாளை நான் எதிர்பார்த்துக்கொண்டிருந்தேன்... சொல்!" என்றார் திருதராஷ்டிரர்.

குண்டாசியால் சொற்களை எடுக்க முடியவில்லை. அவன் உடல் சற்று அலைபாய்ந்தது. அந்தக் குருதிச்சோறைப் பார்த்தான். "இன்று மூத்தவர் குருதிகொள் கொற்றவையின் ஆலயத்தில் நின்று சொன்னார், கௌரவ நூற்றுவரும் அவரே என்று. நானும் விகர்ணரும் இவனும்கூட அவர் குரல்களே என்றார். இப்போது தோன்றுகிறது, நாங்கள் நூற்றொருவரும் நீங்களே என்று. தந்தையே, உங்கள் நூற்றொன்று முகங்களில் மூன்றில் மட்டுமே சிறு திரிபுள்ளது. விகர்ணர் முரண்கொள்கிறார். இவன் மாறுபடுகிறான். நான் சிதைந்தழிகிறேன்" என்றான்.

திருதராஷ்டிரர் எரிச்சலுடன் முகம்சுளித்தபோது பெரிய பற்கள் வெளியே தெரிந்தன. "நீ படைவஞ்சினம் கொண்டாயா?" என்றார். "ஆம்" என்றான் குண்டாசி. சிலகணங்களுக்குப் பின் திருதராஷ்டிரர் "விகர்ணன்?" என்றார். "அவரும்தான்" என்றான் குண்டாசி. "ம்ம்" என அவர் முனகிக்கொண்டார். "தந்தையே, நான் உங்களிடம் பேசவேண்டியது ஒன்றே. நான் உங்கள்மேல் இளமையிலேயே வெறுப்பு கொண்டிருந்தேன். ஏனென்றறியாமலேயே எழுந்த வெறுப்பு அது. பின்னர் உணர்ந்தேன், நான் தங்கள் மைந்தரில் தங்களுக்கு அணுக்கமானவன். நோயுற்ற ஆழமொன்று உங்களில் உள்ளதல்லவா, அவ்வாழத்தால் கருபுகுந்தவன் நான்" என்றான்.

திருதராஷ்டிரர் "ஆம், உன் அன்னை என்னை ஏற்றுக்கொண்டதில்லை. அவள் என் விழியின்மையை அஞ்சினாள். அவ்வச்சத்தை நான் சிறுமையென எடுத்துக்கொண்டேன். அதை என் ஆற்றலால் நிரப்ப எண்ணினேன். என்றும் நான் அவ்வாறுதான் சிறுமைகளை ஆற்றலால் ஈடு செய்ய முனைபவன். அவளை நான் மேலும் அச்சுறுத்தினேன். அச்சத்தினூடாக அவளை வென்றேன். அச்சம்கொள்பவர்கள் அதை மெல்ல வெறுப்பாக ஆக்கிக்கொள்கிறார்கள். பெண்டிர் ஆண்கள் தங்களுக்கு அளிப்பதையே மைந்தராக திருப்பி அவர்களுக்கு அளிக்கிறார்கள். கருவறை என்பது புடம்போடும் எரிகலம் என்பார்கள்" என்றார்.

பற்கள் தெரிய இளித்தபடி "ஆகவேதான் அச்சத்தின் கூறே இல்லாமல் பிறந்தேன்" என்று குண்டாசி சொன்னான். "இதோ உங்கள் கையெட்டும்

தொலைவில் வந்து நின்று இதை சொல்கிறேன், தந்தையே. நீங்கள் உங்கள் வாழ்நாள் முழுக்க கடைப்பிடித்த அறமனைத்தும் அச்சிறு பெண்ணுக்கு செய்த தீங்கினால் நிகர் செய்யப்பட்டது. அதன்பொருட்டு உங்கள் நூறு மைந்தரின் குருதியை நீங்கள் காண்பீர்கள். உங்கள் கைகளால் உங்கள் நூறு மைந்தருக்கு அன்னமும் எள்ளும் அளிப்பீர்கள்."

"அறிவிலியே! கீழ்மகனே!" என்று கூவியபடி திருதராஷ்டிரர் பாய்ந்தெழுந்தார். அவ்விசையில் எடைமிக்க பீடம் சரிந்து பின்னால் விழுந்தது. விதுரர் எழுந்து தன் மெலிந்த சிறுகைகளால் அவர் தோளைப்பற்றி "மூத்தவரே" என்றார். மிகத் தாழ்ந்தொலித்த குரல் திருதராஷ்டிரரைக் குளிர்ந்து அமைய வைத்தது. "வேண்டாம், மூத்தவரே" என்று மேலும் தளர்ந்த குரலில் விதுரர் சொன்னார். "இவ்வறிவிலி... கீழ்மகன்... இவன் எனக்கு தீச்சொல்லிடுகிறான்! இவன்..." என்று திருதராஷ்டிரர் நடுங்கினார். அவருடைய பெரிய சுட்டுவிரல் குண்டாசியை நோக்கி நீண்டிருந்தது. "இந்த இழிமகன்... இக்கீழ்மகன்... இவன் சொல் எனக்கு முன் எழுகிறது!" என்று குரல் இடறினார். "அது ஒரு வேளை ஊழின் சொல்லாக இருக்கலாம்" என்றார் விதுரர். "என்ன சொல்கிறாய்?" என்று அவரை நோக்கித் திரும்பினார் திருதராஷ்டிரர். "ஆம், அமர்க! அமர்க, மூத்தவரே!" என்றார் விதுரர்.

சஞ்சயன் ஓசையின்றி பீடத்தை தூக்கி நிறுத்தியிருந்தான். திருதராஷ்டிரர் குனிந்து கைகளால் துழாவி தன் பீடத்தைத் தொட்டுத் தடவிய பின் நடுங்கும் கால்களுடன் அமர்ந்தார். அவர் உடல் முழுக்க தசைகள் இறுகி நெளிந்தன. இரு கைகளையும் ஒன்றுடனொன்று கோத்து அழுத்தியபடி உரத்த முனகல் ஒன்றை எழுப்பினார். மீண்டும் முனகியபோது அது உறுமல் என்று ஆயிற்று. "அவனிடம் இங்கிருந்து செல்லும்படி ஆணையிடுகிறேன். இக்கணமே இங்கிருந்து அவன் செல்ல வேண்டுமென்று ஆணையிடுகிறேன்" என்றார். குண்டாசி திரும்பி யுயுத்ஸுவை நோக்கிய பின் "நான் இவற்றை சொல்லவேண்டும் என்று வரவில்லை. பிறிதொன்றுக்காகவே வந்தேன்" என்றான்.

"இவன் உங்கள் அறமைந்தன். எனக்கு நேர் எதிரானவன். உங்கள்மேல் இவன் அன்னைகொண்ட பெருங்காதலின் வடிவம் இவன். உங்கள் விருப்பத்திற்குரிய இம்மைந்தன் பிறிதொன்றை உங்களிடம் சொல்ல வந்திருக்கிறான்" என்றபின் திரும்பி யுயுத்ஸுவிடம் "சொல்!" என்றான். விதுரர் எழுந்து "அதை பிறிதொரு முறை சொல்லலாம், இது பொழுதல்ல" என்றார். குண்டாசி "இவன் இங்கு என்ன சொல்லப்போகிறான் என்பதைக் கேட்ட பின்னரே நான் இங்கிருந்து செல்வேன். அச்சொற்களும் உங்கள்மேல் இதைவிட விசையுடன் பொழியும். அதை நான் பார்க்கவேண்டும்" என்றான்.

திருதராஷ்டிரர் உடைந்த குரலில் "செல்... அளிகூர்ந்து செல். சென்றுவிடு!" என்றார். குண்டாசி "இவன்தான் என்னை அழைத்து வந்தான். நீங்கள் கொண்டிருக்கும் நடிப்புகளில் ஒன்றை என் பொருட்டு சூடுவீர்கள் என்று எண்ணினான்" என்றான். ஓசையெழ நகைத்து "அவன் பேரறத்தானாகிய திருதராஷ்டிரரிடம் பேச வந்திருக்கிறான்" என்றபின் யுயுத்ஸுவிடம் "சொல்!" என்றான். யுயுத்ஸு பேசாமல் நிற்க விதுரர் யுயுத்ஸுவிடம் கைகாட்டி "செல்க!" என்றார். யுயுத்ஸு சற்றே பின்னகர்ந்தான். குண்டாசி அவனைக் கைகாட்டி நிறுத்தி "மூடா, நீ சொல்ல வந்ததை சொல்லிவிட்டுத்தான் இப்போது செல்லவேண்டும். இல்லாவிட்டால் அதை நான் சொல்வேன்" என்றான். பதறி கைநீட்டி "வேண்டாம்" என்று யுயுத்ஸு சொன்னான்.

திருதராஷ்டிரர் திரும்பி யுயுத்ஸுவிடம் "நீ சொல்வதற்குரியது என்ன?" என்றபின் கைவீசி "நீ விரும்பிய வண்ணம் செய்யலாம். எனது வாழ்த்துக்கள் உன்னுடன் அமையும்" என்றார். யுயுத்ஸு "தந்தையே..." என்று குழைந்த குரலில் சொல்ல "நீ எண்ணுவதென்ன என்று நெடுநாட்களுக்கு முன்னரே எனக்குத் தெரியும். மானுடரை வெறும் புழுதித் துளிகளென்றாக்கும் பெரும்புயல் அவன். அவனுக்கு முழுதளிப்பதே உன் வழி. அங்கு செல்க, சிறப்புறுக! எந்நிலையிலும் உன் தந்தையின் வாழ்த்து உன்னுடன் இருக்குமென்று உறுதி கொள்க!" என்றார். யுயுத்ஸு குனிந்து அவர் கால்களைத் தொட்டு சென்னி சூடி "நன்று, தந்தையே. இச்சொற்களே தங்களிடமிருந்து எழும் என்று எனக்குத் தெரியும்" என்றான்.

"யுதிஷ்டிரனிடம் சொல், தந்தையென்றன்றி வேறெவ்வகையிலும் அவனை நான் எண்ணியதில்லை என்று. மைந்தர்மேல் கொண்ட பற்றினால் பித்தனும் கடையனும் கீழோனுமாக நின்றிருக்கும் ஒருவன் நான். எனது தெய்வங்களிடம் ஆம் நான் அவ்வாறுதான் என்றே என்னால் சொல்ல இயலும். அதையே நான் அவனிடம் சொல்கிறேன். அவனிடம் சொல், நான் வெறும் தந்தை மட்டுமே என்று. ஆனால் அவனும் நானே என உணர்ந்துள்ளேன்..." பின்னர் கையை அசைத்து "ஆனால் இளைய யாதவனிடம் நீ எதையும் சொல்ல வேண்டியதில்லை. அவனறியாத ஒன்றுமில்லை. நன்று!" என்றபின் திரும்பி விதுரரிடம் "மூடா, என்ன செய்கிறாய்? என்னைக் கைபிடி. நான் அறைக்கு செல்லவேண்டும்" என்றார்.

அவர் பீடத்தைவிட்டு எழுந்ததும் சங்குலன் விரைந்த காலடிகளுடன் வந்து அவர் கைகளை பற்றிக்கொண்டான். அங்கு நிகழ்ந்தன எதையும் அறியாத தொலைவிலிருந்தாலும் அவர் கிளம்பும்பொருட்டு எழும் ஓசையை மட்டும் அவன் அறிந்திருந்தான் என்று குண்டாசி எண்ணினான். சங்குலன் அவர் தோளைப் பற்ற தளர்ந்த கால்களுடன் திருதராஷ்டிரர் இசைக்கூடத்திலிருந்து நடந்தகன்றார்.

39

விதுரர் எழுந்து சஞ்சயனிடம் “நான் கிளம்புகிறேன். அரசரிடம் விடைபெற்றுவிட்டேன்” என்றபின் யுயுத்ஸுவையும் குண்டாசியையும் பார்த்து தலையசைத்துவிட்டுக் கிளம்பினார். குண்டாசி “அரசருக்கான அறவுரைகளை முடித்துவிட்டிருப்பீர்கள். தந்தையைப் பழித்த மைந்தனுக்கான அறவுரைகள் கூறலாமே?” என்றான். விதுரர் களைத்த புன்னகையுடன் “அறவுரைகள் சொல்வதில்லை என்ற முடிவை எடுத்திருக்கிறேன். ஆகவே அஞ்சவேண்டியதில்லை” என்றார். சால்வையை எடுத்து தோளில் சுழற்றி அணிந்தபடி “தந்தையிடம் சொன்ன அச்சொற்களால் நீ நிறைவுறுவாய் என எண்ணுகிறாய், மைந்தா. ஆனால் அது வீண் என இங்கிருந்து குருக்ஷேத்திரத்திற்கு கிளம்பும்போதே உணர்வாய்” என்றார். “வீணாக இருக்கலாம். ஆனால் நான் அவருக்கு அளிக்கவேண்டியதை அளித்துவிட்டேன்” என்றான் குண்டாசி.

விதுரரின் குரல் நோயுற்றுத் தழைந்திருந்தது. “மைந்தா, நீ செய்வதென்ன என்று அறிவாயா?” என்றார். குண்டாசி “நன்கு தெரிந்தே வந்தேன். மதவேழம் சேற்றில் இடைவரை புதைவது வரை அதன் மத்தகத்திலேறி கடிக்க செந்நாயால் இயலாது என்று ஒரு சொல் உண்டு. இவர் இன்றிருக்கும் நிலையை பிற எவரை விடவும் நான் அறிவேன். இத்தனை நாள் ஏன் உயிர்வாழ்ந்தேன் என்பது இவ்வறைக்குள் நுழையும்போதுதான் எனக்குப் புரிந்தது. இவரை இப்படி சந்திக்கும்பொருட்டு. இச்சொற்களை சில நாட்களுக்கு முன்னால் சொல்லியிருந்தால் ஒன்றிலும் இத்தனை தீயும் நஞ்சும் குடியேறியிருக்காது. இதோ இவர் இன்று இருந்து துடிக்கும் இக்காட்சியை கண்டபின் என் அறைக்குத் திரும்பி சொல்லிக்கொள்வேன்,

அன்னையே உன் கடன் இன்று அழிந்தது, நீ வாழும் மூதன்னையர் உலகில் இன்று நீ நிறைவுகொள்ளலாம் என்று. அவர் அங்குதான் இருக்கிறார். ஐயமிருப்பின் வந்து பாருங்கள்...” என்றான்.

விதுரர் “மைந்தா, உன் முன் செவிதழைத்து அமர்ந்து நீ கக்கிய நஞ்சனைத்தையும் மூத்தவர் கேட்டார் என்பது அவர் உனக்கு அளித்த கொடை. உங்கள் இருவருக்கும் நீங்கள் விரும்பும் விடுதலையை அளிக்க அவர் எண்ணினார். நலம் திகழ்க!” என்றபின் மெல்ல சிற்றடி வைத்து நடந்தார். குண்டாசி கையை வீசி “அவருக்கு சொல்வதற்கேதுமில்லை... அதை நான் அறிவேன்” என்று பின்னால் நின்று உரக்க சொன்னான். விதுரர் திரும்பி நோக்கி “மூத்தவர் இனி அடைவதற்குரிய துயர் ஏதுமில்லை. உன் சொற்கள் அவருக்கு ஒரு பொருட்டே அல்ல” என்றார். நிலைகொள்ளா கைகளுடன் சால்வையை சிலமுறை சீரமைத்தார். “ஆனால் ஒன்றுணர்க! மானுடரை மதிப்பிட்டு தீர்ப்பு கூற எந்த மானுடருக்கும் உரிமையில்லை. மனிதர்கள் தங்களுள் குடிகொள்ளும் தாங்கள் அறியா விசைகளால் இயக்கப்படுபவர்கள். பேராற்றல் கொண்டவர்களோ மேலும் பெரிய விசைகளுக்கு தங்களை அளித்தவர்கள்.

“தந்தையை மைந்தன் வெறுக்காமல் இருக்க இயலாது, மைந்தனை தந்தையும் வெறுக்காமலிருப்பதில்லை. ஒருகணமேனும் அவ்வெறுப்பு திகழ்ந்திருக்கும்” என்று விதுரர் தொடர்ந்தார். “ஏனெனில் இப்புவியில் இரு மானுட உள்ளங்கள் மிக அருகே வரும் உறவென்பது அன்னையும் குழவியும் அல்ல. கணவனும் மனைவியும் அல்ல. அவை உடலிணைவுகள். தந்தையும் மகனும் மட்டுமே அத்தனை அருகருகே இருக்கிறார்கள். தானே மற்றவர் என்று உணர்கிறார்கள். ஒவ்வொரு கணமும் ஒருவரை ஒருவர் நோக்கிக்கொண்டிருக்கிறார்கள். எனவே தந்தையிடம் மகனுக்கும் மகனிடம் தந்தைக்கும் அறியமுடியாத எதுவுமில்லை. அறிய விரும்பாதவை ஏராளம் உண்டு. அறியக்கூடாதவை அதனினும் உண்டு. அறிய முடியாதன என்று ஏதுமில்லை.”

விதுரர் கைகள் நடுங்க கண்களின் ஈரம் தெரிய சொன்னார். “தந்தையை முழுக்க வெறுத்தவன் தன்னைத்தானே முற்றிலும் அகற்றியவன். அனைத்து அன்புகளையும் அவன் ஐயப்படுவான். ஒவ்வொருவரிடமும் ஏமாற்றம் கொள்வான். மேலும் பெரிதென்று ஒன்றில்லை என்று உணர்வதற்குள் அத்தனை உறவுகளையும் கசந்து வீணடித்திருப்பான். இறுதியில் அவனுக்கு முற்றிருளன்றி பிறிதேதுமில்லை. ஒருதுளி அன்பேனும் உன் தந்தைக்கென உன்னில் எஞ்சட்டும். அத்துளி அமுதைப் பெருக்கி நீ உன் விண்ணுலகை அடைவாய்.”

பெருமூச்சுகளினூடாக அவர் மீண்டார். மெலிந்த நெஞ்சு ஏறியிறங்கியது. “உன் தலை குருக்ஷேத்திரத்தில் உடைந்துவிழும் என்று சொன்னாய்.

இறுதிச் சித்தம் எஞ்சுகையில் இங்கிருக்கும் உன் தந்தையை எண்ணுக! நூற்றொரு மைந்தரில் அவர் முதன்மையாக விரும்பியது உன்னையே என்று அப்போது நீ உணர்வாய். நோயுற்ற மைந்தனை எண்ணி விழிநீர் சிந்தாத தந்தையில்லை. எஞ்சுவதனைத்தையும் அவனுக்கே தந்தை அளிக்கிறார். அவன்கொண்ட நோயை நூறு மடங்கென தந்தை கொள்கிறார். அன்னையில் அல்ல, தந்தையிலேயே பேரன்பு திகழ்கிறது. அதற்குமேல்...” என நிறுத்தி கையசைத்து மெல்ல தளர்ந்து “இவை இப்போது வெறும் சொற்கள்... நீ செல்லலாம்” என்றார்.

குண்டாசி முன்னால் இருந்து வீசும் காற்றுக்கு நெஞ்சு கொடுத்து நிற்பவன்போல் நெளிந்து உடல் விடைத்து நடுங்கியபடி நின்றான். “நீ கொண்ட அவ்வஞ்சம் அவர்மீது அவர் கொண்டது. நீ கொண்ட அதே நாளில், அதன் பொருட்டு. அதற்கு மேல் நான் ஒன்றும் சொல்வதற்கில்லை” என்றார் விதுரர். “இல்லை, அவ்வாறு அனைத்தையும் இழந்து இங்கிருந்து மீள எனக்கு விருப்பமில்லை” என்று குண்டாசி கூவினான். “இதுநாள்வரை இப்பெருவஞ்சமே என்னை வாழவைத்தது. அதை அவ்வாறு இங்கு முற்றிலும் கைவிட்டு வெறும்கூடென திரும்பிச் செல்ல எனக்கு உளமில்லை.” விதுரர் புன்னகைத்து “இந்த ஒருநாள் இவ்வரண்மனையின் வரலாற்றில் மிக அரியது. இங்குளோரை ஆளும் அனைத்துத் தெய்வங்களும் மண்ணிறங்கிவிட்டன. அத்தனை மூதாதையரும் இங்குள்ளனர்” என்றபின் வெளியே சென்றார்.

“செல்வோம்” என யுயுத்ஸு வாயசைத்தான். அவனுடன் வெளியே நடந்தபோது குண்டாசி தன் உடலிலிருந்து அனைத்து ஆற்றலும் வழிந்துவிலக நிலம்பதிந்து அங்கேயே விழுந்துவிடுபவன்போல உணர்ந்தான். நிலையழிந்து ஆடி கையை நீட்டி யுயுத்ஸுவை நோக்கி “என்னைப் பற்றிக்கொள்” என்றான். யுயுத்ஸு மயக்கிலிருப்பதுபோல் நோக்கா விழியுடன் அருகணைந்தான். அவன் தோளைப் பற்றியபோது அவன் நடுங்கிக்கொண்டிருப்பதை உணர்ந்து “என்ன ஆயிற்று உனக்கு?” என்று கேட்டான். யுயுத்ஸு இல்லை என்பதுபோல் தலையசைத்தான். “நெடுந்தொலைவு என்னால் நடக்க இயலாது” என்று குண்டாசி சொன்னான். “வெளியே சென்றதும் ஏவலன் ஒருவனை அனுப்பி மது கொண்டுவரச்சொல்!” யுயுத்ஸு மறுமொழி ஏதும் சொல்லவில்லை.

அவர்கள் வெளியே வந்ததும் அங்கு நின்றிருந்த சஞ்சயன் தலைவணங்கி “நான் விடைகொள்கிறேன், இளவரசே” என்றான். குண்டாசி “நீ பேரரசருடன் தங்குவதில்லையா?” என்றான். “இல்லை. அவர் தன் மஞ்சத்தறைக்கு சென்றதுமே மதுவருந்தத் தொடங்கிவிடுகிறார். அகிபீனாவும் சேர்த்து இழுக்கிறார். பெரும்பாலான பொழுதுகள் மயக்கிலேயே இருக்கிறார்.” புருவம் சுருங்க “பகலிலேயா?” என்று குண்டாசி கேட்டான்.

“ஆம், இன்று காலை ஆலயச் சடங்குகள் இருந்தமையால் இதுவரை பொறுத்திருந்தார். பெரும்பாலும் விடிந்து எழுந்து காலை உணவுக்கு முன்னரே பெருமளவு மதுவருந்திவிடுகிறார். உணவுண்டபின் அகிபீனா. முன்பெல்லாம் நான் பகல் முழுக்க உடன் இருப்பது வழக்கம். இப்போது என் பணி தேவையில்லை என்று சங்குலன் சொன்னான்” என்றான் சஞ்சயன்.

குண்டாசி “அவரைப் பார்த்தபோதே தோன்றியது, மிதமிஞ்சிய மயக்கு அளிக்கும் நடுக்கம் அவர் கைகளிலும் உதடுகளிலும் இருந்தது. தோள்களும் முகமும் வெளிறியிருந்தன” என்றான். சஞ்சயன் “மயக்கிலிருப்பதனால்தான் அவரால் சற்றேனும் நிலைகொள்ள இயல்கிறது. மயக்கு விலகுகையில் உளம் உடைந்து அழுகிறார். அருகிலிருக்கும் பொருட்களை எடுத்து வீசுகிறார். சில தருணங்களில் அவர் துயர் காணப் பொறுக்காமல் நானே சங்குலனிடம் மது எடுத்துவரச் சொன்னதுண்டு. இரவில் மூன்று மருத்துவர்கள் வந்து அவருக்கு அகிபீனா புகையூட்டுகிறார்கள். அதன்பின்னரே துயில்கொள்ள முடிகிறது. அப்படியும் பின்னிரவில் விழித்துக்கொள்கிறார். கைகளை மஞ்சத்தில் ஓங்கி அறைந்தபடி கூச்சலிட்டு அழுகிறார்” என்றான். “இரவில் எழுந்து கதவைத் திறந்து எங்காவது சென்றுவிடுகிறார். இரவெல்லாம் அவர் மஞ்சத்தருகே சங்குலன் துயிலாமல் அமரவேண்டியிருக்கிறது.”

குண்டாசி “ஆம், அவர் என்னை அறிந்துகொண்டிருக்கிறார். மேலும் அறிவார்” என்றான். “அமைச்சர் விதுரர் இங்கு வருவதே இல்லை. தன் அறைக்குள்ளேயே அவர் அடைந்துகிடக்கிறார் என்றார்கள். ஆயினும் அவர் இங்கு இருக்கிறார் என்ற எண்ணம் பேரரசருக்கு ஓர் உறுதியை அளித்திருந்தது. அவ்வப்போது விதுரரிடம் சென்று சொல் என்று ஏதேனும் சொல்வார். அவர் இளையவரிடம் உள்ளத்தால் உரையாடிக்கொண்டிருந்தார். இப்போது அமைச்சரும் கிளம்பிச் செல்லவிருக்கிறார்” என்றான் சஞ்சயன். யுயுத்ஸு “அமைச்சரா? எங்கு செல்கிறார்?” என்றான். “அமைச்சர் விதுரர் இன்று இரவே அஸ்தினபுரியிலிருந்து கிளம்பி நம் எல்லைக்கு வெளியே இமையச்சாரலில் மிகிரநாட்டில் கங்கையின் காட்டுக்கு செல்லவிருக்கிறார். அதை சொல்லத்தான் வந்திருந்தார்” என்று சஞ்சயன் சொன்னான்.

யுயுத்ஸு “அவரிடம் அவ்வெண்ணமிருப்பதை சொல்லவேயில்லை” என்றான். “நீ உடனிருந்தாயா? அவர் என்ன சொன்னார்? அங்கு தங்கவிருக்கிறாரா?” என்று குண்டாசி கேட்டான். “தாங்கள் கூறுவது புரிகிறது இளவரசே, அங்கு தங்குவதாகவே செல்கிறார். வடக்கிருந்து உயிர் துறப்பதாக இல்லை” என்று சஞ்சயன் சொன்னான். “அதை பேரரசரே அவரிடம் கேட்டார். இல்லை மூத்தவரே தாங்கள் இருக்கும் வரை நான்

இருந்தாக வேண்டும். அதையே அன்னை சத்யவதி விரும்பியிருப்பார் என்று அமைச்சர் சொன்னார். அவருடைய கைகளை தன் கைகளுக்குள் எடுத்துக்கொண்டு பேரரசர் விம்மியழுதார்."

குண்டாசி "எதனால் விலகிச்செல்கிறார் அமைச்சர்?" என்றான். "இப்போரில் இரு தரப்பிலும் அவர் சேர்ந்துகொள்ள இயலாது. ஆகவே போரில் கலந்துகொள்ளும் எந்த நாட்டிலும் அவர் வாழ விரும்பவில்லை. கங்கைக்கரைக் காட்டின் மிகிரர்கள் போரில் நடுநிலை கொள்ளவிருப்பதாக அறிவித்திருக்கிறார்கள்" என்றான் சஞ்சயன். "தானும் வருவதாக பேரரசர் சொன்னார். இல்லை தாங்கள் இங்குதான் இருக்கவேண்டும். தங்கள் மைந்தருக்குத் தாங்கள் செய்யும் கடன் அது என்று அமைச்சர் சொன்னார். இல்லை, நான் இருக்க விரும்பவில்லை, இங்கிருந்தால் நான் இறந்துவிடுவேன், நானும் கிளம்பி வருகிறேன் என்றார் பேரரசர். தாங்கள் இங்கிருந்து கிளம்ப இயலாது மூத்தவரே, கிளம்பியதுமே மைந்தரைப்பற்றிய எண்ணங்களும் இந்நகரைப்பற்றிய நினைவுகளும் தங்களுள் பெருகத் தொடங்கும். இந்நகர் விட்டு எங்கும் தாங்கள் சென்றதில்லை. இதற்கு வெளியே எங்கும் தங்களால் தங்க இயலாது. இது எனக்குப் பறவைக்குக் கூடுபோல, தங்களுக்கு இது ஆமையின் ஓடு என்று அமைச்சர் சொன்னார்."

குண்டாசி "நான் விதுரரை சந்திக்கவேண்டும்" என்றான். யுயுத்ஸு "இந்நிலையில் நீங்கள் அவரை சந்திக்கவேண்டியதில்லை" என்றான். "அவர் என்னிடம் பேசியதை வைத்து சொல்கிறாயா? நான் அவரிடம் எதுவும் பேச வேண்டியதில்லை. அவர் செல்வதற்குள் அவரை நான் பார்க்க வேண்டும். அவரை சென்று பார்க்கும் ஒரே கௌரவனாக நான் இருக்கலாம். எங்களில் ஒருவரேனும் விடைகொடுக்காமல் அவர் செல்லலாகாது" என்றான். சஞ்சயன் "அதுவும் நன்றே. ஒருவரேனும் விடைகொடுக்கலாம். அதை அவர் விரும்புவார்" என்றான். "அதற்கு முன் நான் என் அறைக்குச் சென்று சற்று மதுவருந்திவிட்டு வருகிறேன்" என்றான் குண்டாசி.

சஞ்சயன் தலைவணங்கி விலகிச் செல்ல குண்டாசி மூச்சிரைக்க நடந்தபடி "அவரது உள்ளம் அங்கிருக்கிறது. அவர் பாண்டவர்களின் தந்தையின் இடத்தில் இருப்பவர். இங்கு தன் தமையனுக்கு இளையோனாக இருக்கிறார். இரு நிலைகளிலும் ஆடுபவர் நடுநிலை கொள்ள இயலாது. நடுநிலையென்பது இரு பக்கமும் பற்றற்றிருப்பது. எங்கிருந்தாலும் அவர் துயர்கொண்டுதான் இருப்பார்" என்றான். "அவர் இயற்றவேண்டியதென்ன என்று எண்ணுகிறீர்கள்?" என்றான் யுயுத்ஸு. "அவர் உன்னுடன் கிளம்பி வரவேண்டும். உன்னைப்போல் தந்தையிடம் விடைபெற்று இங்கிருந்து பாண்டவர்களிடம் செல்ல வேண்டும். அது

ஒன்றே அவருக்கு நிறைவும் மகிழ்ச்சியும் அளிப்பது. பிறிதெல்லாம் வெறும் தன் நடிப்புகள் மட்டுமே" என்றான் குண்டாசி.

யுயுத்ஸு "இல்லை மூத்தவரே, அவரால் அங்கு சென்றும் அமைய இயலாது" என்றான். குண்டாசி திரும்பி நோக்கி புருவம் சுளித்தான். "நான் அங்கு செல்வது என்னை துளியென, அணுவென, இன்மையென ஆக்கும் பேருரு ஒன்றைக் கண்டு பணிந்து என்னை அளிக்க. அவர் அவர்களிடம் கொண்டுள்ள பற்றென்பது உலகியல் சார்ந்தது. அது ஒருபோதும் முழுதளிக்க இடம் கொடாது. ஏனெனில் உலகியல் சார்ந்த எதற்குமே எவரும் தன்னை முழுதளிக்க இயலாது" என்றான் யுயுத்ஸு. குண்டாசி சில கணங்கள் நோக்கி நின்றபின் "உலகியல் சார்ந்தது என்றால்...?" என்றான். யுயுத்ஸு "பற்றுகள், ஆழுள்ளத்து விருப்புகள், தானே உணராத இன்னும் என்னென்னவோ" என்றான்.

"அவர்கள் மேல் அவர் கொண்ட பற்று ஆழமற்றது என்கிறாயா?" என்றான் குண்டாசி. "இல்லை, யுதிஷ்டிரர் அமைச்சருக்கு மைந்தருக்கு நிகரானவர். ஆனால் மைந்தருடனே ஆன பற்றும்கூட எல்லை கொண்டதே. ஒன்றின் பொருட்டு பிறிதொன்றை நாம் விடுவோம் என்றால் விட்டவற்றை அளவாகக்கொண்டு பெறுவனவற்றை மதிப்பிட்டுக்கொண்டே இருப்போம். எதன் பொருட்டேனும் அமைச்சர் தன் தமையனை விட்டு நீங்குவார் என்றால் மிகச் சில நாட்களிலேயே இப்புவியில் எதுவும் தன் தமையனுக்கு நிகரானது அல்ல என்று கண்டுகொள்வார். அது கசப்பையும் விலக்கத்தையுமே அவரிடம் உருவாக்கும்." குண்டாசி பெருமூச்சுவிட்டு "மெய்" என்றான். பின்னர் "ஆனால் இளைய யாதவர் மேல் அவர் கொண்டுள்ள பணிவு மெய்யானதென்று தோன்றியது" என்றான்.

"அவர் இளைய யாதவரை மெய்யறிந்த ஞானியென்றும் அரசியலின் மறுமுனை கண்ட அறிவர் என்றும் எண்ணுகிறார். இளைய யாதவர் சொல்லும் ஒவ்வொன்றையும் அனைத்துக் கோணங்களிலும் எண்ணி தெளிந்து முழுதேற்றுக்கொண்டிருக்கிறார். ஆனால் எவராயினும் எண்ணி ஏற்றுக்கொண்ட எதையும் என்றேனும் ஐயப்படுவார்கள். முழு வாழ்க்கையையும் அளிப்பதற்கு எண்ணாது ஏற்றுக்கொண்ட ஒன்றே உகந்தது" என்றான் யுயுத்ஸு. "நாட்டுக்கும் குலத்துக்கும் குடிக்கும் தெய்வங்களுக்கும் மட்டுமே மானுடர் உயிரைக் கொடுக்கிறார்கள். அவை பிறவியிலேயே வருபவை, உடன் வளர்பவை, எண்ணாது இயல்பென்றாகி உள்ளூறைபவை."

குண்டாசி தலை குனிந்து சிற்றடிகள் வைத்து நடந்து பின்பு நின்று "சில தருணங்களிலேனும் நீ உன் தமையன் யுதிஷ்டிரரைப்போல் இருக்கிறாய்.

இச்சொற்களை அவரும் சொல்லக்கூடும்" என்றான். யுயுத்ஸு புன்னகை புரிந்தான். "அவர் உன்னை விரும்பக்கூடும். உன்னை தன் தம்பியருள் ஒருவராக அருகமர்த்தவும்கூடும்" என்றான் குண்டாசி. "ஆம், அதை நான் அறிவேன். ஆனால் மூத்தோன் என்று நான் முதலில் எண்ணுவது துரியோதனரைத்தான் என்றும் அவர் அறிந்திருப்பார்" என்றான். "இந்தச் சிடுக்குகளே எனக்குப் புரியவில்லை. உடன்பிறந்தார் வஞ்சம்கொண்டு பூசலிடுகையில் மட்டும்தான் இப்படி பற்றுகளும் அன்புகளும் நஞ்சில் திளைக்கின்றன. பிற போர்களில் எதிரி என்றால் எதிரிதான். தழுவி கண்ணீர் உகுத்த பின் வாளேந்துவதில்லை" என்றான். "மூத்தவரே, இங்கு நிகழ்ந்த கொடிய போர்களெல்லாம் குருதியினருக்குள்தான்" என்றான் யுயுத்ஸு.

பின்னர் "இத்தருணத்தில் நாம் விதுரரை சென்று பார்க்க வேண்டியதில்லை என்றே எனக்குத் தோன்றுகிறது" என்றான். "ஏன்?" என்று குண்டாசி கேட்டான். "அவர் இப்போது எவரையும் பார்ப்பதை விரும்பமாட்டார் என்று எண்ணுகின்றேன். தனக்கென்று மட்டும் இந்தப் பொழுதை வைத்துக்கொள்ளவே எண்ணுவார். மிக அரிதென்று தான் எண்ணும் எதையேனும் இங்கிருந்து எடுத்துச் செல்வார்." குண்டாசி "இங்கிருந்தா? எதை?" என்றான். "திரும்பி வருவதற்காக செல்பவர்கள் கையில் எதையேனும் எடுத்துக்கொள்ளாமல் கிளம்புவதில்லை. மிக அரியன சில அவரிடமிருக்கும். அவை ஏன் அரியவை என்று அவர் மட்டுமே அறிந்திருப்பார். இத்தருணத்தில் தனிமையில் அதை நெஞ்சோடணைத்து அமர்ந்திருப்பார்" என்றான் யுயுத்ஸு. "நாம் அவரை இரவில் அவர் கிளம்புவதற்கு முன் சென்று பார்போம்."

"அவர் மைந்தர் எங்குள்ளனர்?" என்று குண்டாசி கேட்டான். "அவர் மைந்தர்களில் சுசரிதன் முன்னரே யாதவ நாட்டுக்கு சென்றுவிட்டிருந்தான். இளையவன் சுபோத்யனை பின்னர் அவன் உடனழைத்துச் சென்றான். சுசரிதன் இப்போது துவாரகையில் சாம்பனுக்கு அமைச்சராக இருக்கிறான். சுபோத்யன் மதுராவில் வசுதேவரின் அமைச்சன்" என்றான் யுயுத்ஸு. "இருவருக்குமே தந்தைமேல் பற்றோ மதிப்போ இல்லை. தங்கள் அன்னையின் குருதியே தங்களுடையது என எண்ணுகிறார்கள். யாதவர் என்றே சொல்லிக்கொள்கிறார்கள். அரசருடன் கொண்ட தொடர்பால் யாதவ அரசகுலத்தில் பெண்கொண்டு தங்கள் அன்னையை விதுரர் இழிவுசெய்துவிட்டார் என்று சுசரிதன் ஒருமுறை சொன்னான். யாதவராகப் பிறந்த தங்களை அவர் சூதர்களாக அடிமைப்பணி செய்யவைக்க எண்ணுகிறார் என்றான்.

"ஆனால் அதுவும் மெய்யே. யாதவர்கள் அன்னைவழியால்தான் குலம் கொள்கிறார்கள். அவர்களுக்கு துவாரகையிலும் மதுராவிலும்

எந்த விலக்குமில்லை. அவர்கள் மணம்கொண்டதும் யாதவகுலத்துப் பெண்களையே. அவர்களின் துணைவியருடன் இங்கிருந்து சென்றுவிட்டனர்" என்று யுயுத்ஸு சொன்னான். "விதுரர் சின்னாட்களாகவே தனிமையில்தான் இருக்கிறார். பழைய சேடியர்தான் அவரைப் பேணுகின்றனர்." குண்டாசி "தங்களைவிட வேறொன்றின்மேல் தந்தை பற்றுகொண்டிருந்தால் அது மைந்தருக்கு தெரிந்துவிடுகிறது, அவர்கள் அதிலிருந்து மீள்வதேயில்லை" என்றான். யுயுத்ஸு அவன் சொல்வதென்ன என்று புரியாமல் வெறுமனே நோக்கிவிட்டுத் திரும்பிக்கொண்டான்.

குண்டாசி தன் அறைக்கு செல்வதற்கான திருப்பத்தில் நின்றான். அங்கு நின்றிருந்த தீர்க்கன் அவனைக் கண்டு அருகில் வந்தான். குண்டாசி "ஆம், இத்தருணத்தில் நாம் அவரை விட்டுவிடுவதே உகந்தது. அவர் தன் கசப்பின் இறுதித்துளியையும் சுவைத்து உண்டு நிறைந்து கிளம்புகையில் செல்வோம்" என்றபின் "நன்று இளையோனே, நீ எப்போது கிளம்புகிறாய்?" என்றான். "நான் அரசரிடம் விடைகொள்ள வேண்டியிருக்கிறது. இப்பொழுது அவர் அவையிலிருப்பார். அவை முடிந்ததும் தனியறையில் தம்பியருடன் மட்டும் இருக்கையில் சென்று பணிந்து என் எண்ணத்தை சொல்லலாம் என்று எண்ணுகிறேன்" என்றான் யுயுத்ஸு. "நன்று, அவரும் திருதராஷ்டிரர்தான்" என்றான். யுயுத்ஸு "எவ்வகையில் அவர் எதிர்வினையாற்றினாலும் எனக்கு ஒன்றே. நான் எண்ணுவதை நோக்கி செல்வதே என் கடன். அவ்வழியில் மூத்தவரின் அறைபட்டு தலையுடைந்து இறப்பேன் என்றாலும் குருக்ஷேத்திரத்தில் களம்படுவேன் என்றாலும் என்ன வேறுபாடு?" என்றான்.

குண்டாசி "இன்று பகலும் இரவும் இவ்வரண்மனை முழுக்க விடைபெறல்களும் விழிநீர் உதிர்த்தல்களுமே நிகழுமென்று எண்ணுகின்றேன். நான் எவரிடமும் விடைகொள்ளப் போவதில்லை. பேரரசியிடம் கூட" என்றான். "பேரரசி தங்களை வந்து சந்திக்கும்படி சொன்னார்கள்" என்றான் யுயுத்ஸு. "ஆம், செல்வதாகவே எண்ணியிருந்தேன். இன்று என் நெஞ்சு கலைந்துவிட்டது. தந்தையிடம் சொன்ன அச்சொற்களுக்குப் பின் நான் சென்று அன்னையை சந்திக்கவியலாது" என்றான். யுயுத்ஸு "நான் அன்னையை சென்று சந்திக்கவிருக்கிறேன். நான் கிளம்புவதை அவரிடம் முதலில் சொல்ல வேண்டும். அதன் பின்னரே எனது அன்னையிடம் கூறவேண்டும்" என்றான். குண்டாசி "உனது அன்னை ஒப்புதல் அளிப்பாரென்று எண்ணுகிறாயா?" என்றான். "இல்லை, அவரால் ஒருபோதும் நான் தந்தையைப் பிரிந்து செல்வதை ஏற்க இயலாது. அன்னையிடமிருந்து ஒப்புதல் பெற்று அஸ்தினபுரியிலிருந்து நான் கிளம்புவதை

எண்ணவுமில்லை. விடைகொள்வதற்கல்ல, செலவுரைக்கவே அவரை அணுகுவேன்” என்றான்.

குண்டாசி “நன்று! பார்ப்போம்” என்றபின் குரல் தாழ்த்தி “இளையோனே, நான் தந்தையிடம் பேசியவை மிகை என்று எண்ணுகிறாயா?” என்றான். “ஆம்” என்றான் யுயுத்ஸு. “துயருறுவாரா?” என்றான் குண்டாசி. “ஆம்” என்றான் யுயுத்ஸு. “அதைவிட நீங்கள் துயர் கொள்வீர்கள். அத்துயரை உங்கள்மேல் ஏவிக்கொள்ளவேண்டும் என்றே அவற்றை சொன்னீர்கள்.” குண்டாசி ஒன்றும் சொல்லாமல் தீர்க்கனை நோக்கி சென்றான். தீர்க்கன் அவன் கைகளைப்பற்றி “மருத்துவர் வந்திருக்கிறார். தாங்கள் சற்று ஓய்வெடுக்க வேண்டும்” என்றான். “ஆம், ஓய்வு. ஆனால் அதற்குமுன் எனக்கு மது வேண்டும். என் உடல் நிறையும்படி, மஞ்சத்திலிருந்து இன்று முழுக்க நான் எழமுடியாதபடி” என்றான் குண்டாசி.

தீர்க்கன் அவனைத் தாங்கி அழைத்துச்சென்றான். “தீர்க்கரே, நான் என் தந்தையிடம் இன்று கடுஞ்சொல் உரைத்தேன். இத்தனை ஆண்டுகளாக என்னுள் புளித்து நுரைத்திருந்த நஞ்சு அனைத்தையும் கொட்டினேன்” என்றான் குண்டாசி. “நான் அவரிடம் சொன்னேன், என் அன்னையின்பொருட்டு அவர் தன் மைந்தருக்கு நீர்க்கடன் செய்வார் என்று.” தீர்க்கன் ஒன்றும் சொல்லவில்லை. “அவர் நடுங்கினார். என்னை செல்லும்படி கோரி மன்றாடினார். கொத்திக்குதறத் தொடங்கும்போது நம்முள் எழுவது பிறிதொரு தெய்வம். கழுகும் நாகமும் கழுதைப்புலியும் ஒன்றே என்றான ஒன்று.” தீர்க்கன் “நீங்கள் ஓய்வெடுக்கலாம். அதன்பின் இதை நாம் பேசலாம்” என்றான்.

“ஆம், ஓய்வெடுக்கவேண்டும். இன்றுபோல் என்றும் நான் என் உடலில் வலியையும் களைப்பையும் உணர்ந்ததில்லை. ஆனால் இன்றுதான் என் உள்ளத்தில் இத்தனை விசையையும் அறிகிறேன்” என்றான் குண்டாசி. “தீர்க்கரே சொல்லும், நான் பிழை செய்துவிட்டேனா? நான் தந்தையிடம் அவ்வாறு சொல்லியிருக்கக் கூடாதா?” தீர்க்கன் “ஆம்” என்றான். “ஆம், நீர் அப்படித்தான் சொல்வீர். ஏனென்றால் எப்போதும் நான் விரும்பும் மறுமொழியை சொல்லும்படி உள்ளத்தைப் பழக்கியிருக்கிறீர்” என்று சொல்லி குண்டாசி சிரித்தான்.

40

குடிக்கக் குடிக்க பெருகும் விடாய் கொண்டிருந்தான் குண்டாசி. இரு கைகளாலும் கோப்பையைப்பற்றி உடலை கவிழ்த்து ஒரே மூச்சில் உள்ளிழுத்து விழுங்கினான். "மேலும்! மேலும்!" என்று கூவியபடி அமர்ந்திருந்த பீடத்தை ஓங்கித் தட்டினான். தீர்க்கன் "போதும், இளவரசே. தங்கள் அளவுக்குக்கூட இதுவரை அருந்தியது மிகுதி. இதற்குமேல் தாளமாட்டீர்கள். ஏற்கெனவே இருமுறை தங்களுக்கு வலிப்பு வந்துள்ளது. மூன்று கோப்பைக்கு மேல் அருந்துவது தங்கள் உயிருக்கே இடர் என்று மருத்துவர்கள் சொல்லியிருக்கிறார்கள்" என்றான். "உயிர் இன்னும் நெடுநாட்கள் தங்க வேண்டியதில்லை. கொண்டுவரச் சொல்" என்று குண்டாசி சொன்னான்.

"படுகளத்தில் பிரிய வேண்டிய உயிர் மது அருந்திப் பிரிவது எவ்வகையிலும் மாண்பல்ல" என்றான் தீர்க்கன். "மூடா, மது அருந்திப் பிரிவதென்றால் இது எப்போதோ அகன்றிருக்கும். இந்த அம்பு செல்வது அக்களத்திற்குத்தான்" என்றபின் உரக்க நகைத்த குண்டாசி "மீண்டும்! மீண்டும் ஒரு கோப்பை!" என்றான். தீர்க்கன் அசையாமல் நிற்க "அறிவிலி, நீ என் பணியாள். இது உன் தலைவனின் ஆணை! இப்போதே இங்கு பீதர் மது வந்தாகவேண்டும்" என்றான். தீர்க்கன் பெருமூச்சுடன் திரும்பிச் சென்று மது கொண்டுவந்தான். அதை வாங்கி அருந்தியபோது அவன் நெஞ்சுக்குழி அடைத்துக்கொண்டது. உள்ளிருந்து எதுவோ துடிதுடித்து வெளியேறத் தவிப்பது போலிருந்தது. உயிர் பிரியும் கணமா? மெய்யாகவே இந்தக் கெடுமணம் கொண்ட இழிந்த பொருள்தான் என்னை இங்கிருந்து அகற்றப்போகிறதா? குண்டாசி கையூன்றி எழமுயன்றான். தரையை ஒரு விரிப்புபோல மறுபக்கம் எவரோ இழுப்பதாக உணர சுவர்கள்

சுழன்று திரும்ப எலும்புகள் அறைபட தரையில் விழுந்தான். கையூன்றி எழுவதற்குள் வயிற்றிலிருந்து மது பீறிட்டு வெளியே கொட்டியது. இருமுறை ஓங்கரித்து துப்பியதும் நெஞ்சிலிருந்த அடைப்பு விலகியது.

கையால் வாயை துடைத்தபடி மஞ்சத்தின் விளிம்பில் தலைசாய்த்து கால் நீட்டி அமர்ந்தான். அருகே முழந்தாளிட்டு அமர்ந்த தீர்க்கன் அவனை மெல்ல தூக்கி மஞ்சத்தில் அமரவைத்தான். மேலாடையால் அவன் வாயைத் துடைத்து "படுத்துக்கொள்ளுங்கள், இளவரசே" என்றான். அவன் கால்களைத் தூக்கி மஞ்சத்தில் வைத்துக்கொண்டான். மஞ்சம் அடியிலி நோக்கி விழத்தொடங்கியது. மேலும் மேலும் என இருளுக்குள் அமிழ்ந்து சென்றுகொண்டே இருந்தான். பின்னர் உலுக்கப்பட்டவன்போல் கையூன்றி ஒருக்களித்து தீர்க்கனைப் பார்த்து "நான் இன்று மிகையாக நடந்து கொண்டேனா?" என்றான். "இல்லை" என்றான் தீர்க்கன்.

உரத்த குரலில் குண்டாசி "உனக்கு எப்படி தெரியும்? நான் உன்னிடம் சொன்னது வேறு. நான் நடந்துகொண்டது பிறிதொரு முறையில்" என்றான். "நீங்கள் கேட்பதிலிருந்தே தெரிகிறது" என்று தீர்க்கன் சொன்னான். "ஆம், நான் மிகையாக நடந்துகொண்டேன். ஏனெனில் இனி ஒரு சொல்லும் எஞ்சலாகாதென்று எண்ணினேன். இத்தருணத்துடன் அனைத்தும் முடிவுக்கு வந்துவிடவேண்டும். இது ஓர் இறப்பு. நெடுநாட்களாக சொல்லப்படாத சொற்கள் எத்தனை நஞ்சு கொள்கின்றன என்று இன்று அறிந்தேன்" என்றான். "ஆனால் அதை சொல்லாமல் இருந்திருக்கக் கூடாது. எஞ்சும் விழைவுடன், எழாச் சொல்லுடன் எவரும் உயிர்துறக்கலாகாது." தீர்க்கன் "ஆம், எவ்வாறாயினும் அது நன்று. அது முடிந்துவிட்டதல்லவா?" என்றான்.

"அவன்!" என்று குண்டாசி குழறினான். "அவன் முட்களின் நடுவே சிறு ஈ பறந்துசெல்வதுபோல் இவையனைத்திற்கும் நடுவே கடந்து செல்கிறான்." கண்களை மூடியபடி "சூதர்களுக்கு வளைவதெப்படி என்று தெரிந்திருக்கிறது... இழிமகன்!" என்றான். தலையை அசைத்து "தந்தையுடன் இருந்திருக்கிறான். அதைவிட மூத்தவரிடம் இருந்திருக்கிறான். நூற்றுவர் தம்பியரைவிட ஒருபடி மேலாகவே அவனை நடத்தினார். இளமையில் அவர் நெஞ்சிலும் தோளிலும் பெரும்பாலும் அவன்தான் இருந்தான். இன்று ஒரு துளித் துயர்கூட இல்லாமல் இங்கிருந்து கிளம்புகிறான். அவன் அவ்வாறு செல்வதில் ஒரு அறமின்மை உள்ளது, தீர்க்கரே. அது ஓர் சிறுமை. பேரன்புகளைப் புறக்கணிக்கும் தகுதி மானுடனுக்கு உண்டா? அன்பைக் கடந்துசென்றவன் அதைவிட மேலான எதை அடைவான்?

“அவன் பற்றறுத்துச் செல்கிறேன் என்றான். பற்று இருப்பவர்களால் அதை அறுக்க இயலாது. பற்று அறுப்பவர்கள் முன்னரே பற்றில்லாதவர்கள்.” தனக்குத்தானே எனத் தலையசைத்து பற்களைக் கடித்து கைகளை இறுக்கி குண்டாசி சொன்னான். “அவனை வெறுக்கிறேன். அவனுடைய அந்த நிலைகுலையாமையை வெறுக்கிறேன். அது என்ன? நிலைகுலையாத ஒருவர் இப்புவியிடம் என்ன சொல்கிறார்? இங்குள்ள எதுவும் என்னைத் தொடாது என்றா? இல்லை, இங்குள்ள எதனுடனும் எனக்குக் கடப்பாடில்லை என்று. இங்குள்ள எதையும் நான் விரும்பவில்லை என்று. இங்கிருந்து பெற்றுக்கொண்ட எதையும் திருப்பி அளிக்க விரும்பவில்லை என்கிறான் அவன்.”

குண்டாசி கையூன்றி ஒருக்களித்து ஓங்கி துப்பினான். சிவந்த விழிகளால் தீர்க்கனை நோக்கி “தன்னை தன்முனைப்பு அற்றவன் என்கிறான் அந்த மூடன். அங்கு சென்று தன்னை முழுமைப்படுத்திக்கொள்ள விழைகிறானே, அதுவே தன்முனைப்பு. பெரிதினும் பெரிதென்று ஒன்றை நாடிச் செல்வது எது? தன்னுள் இருக்கும் பெரிதொன்றை அறிந்துகொள்வதல்லவா? அது தன்முனைப்பு அல்லவா? மூடன்!” என்றான். கண்களை மூடி சற்று நேரம் அவன் தலையை அசைத்துக்கொண்டிருந்தான். விழிநீர் சுரந்து இரு கன்னங்களிலும் வழிந்தது. மெல்ல தன் குறட்டையொலியை தானே கேட்டான். தாடை தொய்ந்து வாய் திறந்து மூச்சு வெளியேறியது.

மீண்டும் விழித்துக்கொண்டு “எங்கிருக்கிறேன் நான்?” என்றான். “உங்கள் அறையில்” என்று தீர்க்கன் சொன்னான். அவன் ஆடையை சீரமைத்து “ஓய்வெடுங்கள், இளவரசே” என்றான். “இல்லை, நான் அரசரின் அவைக்கு செல்லவேண்டும். அந்த மூடன் அங்கு சென்று அவரிடம் விடைபெறப் போகிறான். அப்போது நான் அங்கு இருக்கவேண்டும். அவனிடம் சொல்வதற்கு சில சொற்கள் எனக்குள்ளன” என்றான் குண்டாசி. தீர்க்கன் “இளவரசே, இங்குள்ள அனைவரிடமும் சொல்வதற்கு சில சொற்கள் தங்களிடம் உள்ளன. அவற்றை பலமுறை தாங்கள் சொல்லியும்விட்டீர்கள். இன்றிரவு வரை நீங்கள் துயிலலாம். நாளை இங்கிருந்து கிளம்பவிருக்கிறீர்கள்” என்றான்.

குண்டாசி “ஆம், நாளை கிளம்பவிருக்கிறேன். இதுவே இறுதித் தருணம். அவன் சென்று பேசுவதற்கு முன் நான் அவனை சந்திக்கவேண்டும். அவனிடம் ஒரு வினாவை மட்டுமே கேட்க விரும்புகிறேன்” என்றான். “வேண்டியதில்லை, தாங்கள் ஓய்வெடுக்கலாம். தாங்கள் கேட்கவிருப்பதென்ன என்று அவர்கள் அனைவரும் முன்னரே அறிந்திருப்பார்கள்” என்று தீர்க்கன் சொன்னான். “விலகு, மூடா! உனக்கெப்படி தெரியும்? நான்...” என்று குண்டாசி தன் நெஞ்சில் கைவைத்தான். பின்னர் “இவை நான் கேட்பவையல்ல. எனக்குள்

அனல் ஓடிக்கொண்டிருக்கிறது. என் தலைக்குள் கனல் துண்டுகள் நிறைந்திருக்கின்றன. இது அனலின் கேள்வி. நான் சென்று அவனிடம் கேட்கவிருக்கிறேன்” என்றான்.

“நான் கேட்கவிருப்பது ஒன்றே. அவன் தன்னை மேலும் மேலும் சிறிதாக்கிக்கொள்வது எதனால்? ஈயென்றும் எறும்பென்றும் உருமாறினால் மதவேழங்களின் காலில் மிதிபடாமல் தப்பிச் செல்லலாம் என்பதுதானே அவன் எண்ணம்? நேரடியாகவே அவனிடம் கேட்கிறேன். எந்தையின் பெருந்தன்மையையும் என் மூத்தவர்களின் அளவிட முடியாத அன்பையும் அல்லவா அவன் இப்போது பயன்படுத்திக்கொள்கிறான்? அவர்கள் அவனிடம் தன்னலத்தையும் சிறுமையையும் வஞ்சத்தையும் காட்டினார்கள் என்றால் அதை எதிர்கொள்ளும் திறன் அவனிடம் இருக்கிறதா? ஒரு சிறுமையை எதிர்கொள்ள முடியாது என்றால் அவன் கொண்டுள்ள பெரியவற்றுக்கு என்ன பொருள்?

“இங்கிருந்து அவன் கிளம்புவது அவனுடைய மெய்நாட்டத்தாலோ தன் விலக்காலோ பணிவினாலோ அல்ல. இங்குள்ள தந்தையும் தமையன்களும் அவன் மீது கொள்ளும் கனிவால் மட்டுமே. அதை அவன் முகம் நோக்கி சொல்லவில்லையென்றால் அச்சொல் என்னுள்ளிருந்து அழுகும்” என்று சொன்ன குண்டாசி கையூன்றி எழமுயன்றான். “என் மேலாடையை மாற்றுக! நான் கிளம்பவேண்டும்.” இருமுறை கை மடங்க மஞ்சத்தில் விழுந்த பின் எழுந்து மஞ்சத்தின் மரச்சட்டத்தைப் பற்றியபடி நின்றான். மெல்ல ஆடியபடி “நான் அவனை சந்தித்தாக வேண்டும். அவன் அதை சொல்லும்போது உடனிருந்தாகவேண்டும்” என்றான்.

தீர்க்கன் “இளவரசே, உங்கள் உடலில் பீதர் மது வீச்சமடிக்கிறது. இத்தோற்றத்துடன் நீங்கள் அரசவைக்குச் செல்வது உகந்ததல்ல” என்றான். “என் உடலில் பீதர் மது வீச்சமடிக்காத பொழுதே இருந்ததில்லை” என்று இதழ்வளையச் சிரித்த குண்டாசி “அதோடு நான் இப்போது அரசவைக்கு செல்லவில்லை. அவை முடிந்து தனியறைக்குள் அரசர் இருக்கையிலேயே அந்த மூடன் அவரை சந்திக்கச் செல்கிறான். அதற்குள் நான் அங்கு சென்றாகவேண்டும். தாலத்தில் நீர் எடும்! முகத்தை அலம்புகிறேன்” என்றான்.

தீர்க்கன் “இறுதியாக இதையே சொல்வேன். இதை நீங்கள் தவிர்க்கலாம்” என்றான். “தீர்க்கரே, நீர் சொன்ன எதையும் நான் ஏற்றுக்கொண்டதில்லை. எடும் நீரை” என்று உரத்த குரலில் குண்டாசி ஆணையிட்டான். தீர்க்கன் தலைவணங்கி திரும்பிச்சென்று கொண்டுவந்த மரத்தாலத்தில் இருந்த நீரை அள்ளி முகத்தைக் கழுவிக்கொண்டான். பிறிதொரு சால்வையை தோளில் அணிந்து தீர்க்கனின் தோளைப்பற்றி “என்னை அரசரின் தனியறைக்கு அழைத்துச் செல்க! விரைவாக” என்றான்.

குண்டாசி இடைநாழியினூடாக நடக்கையில் அரசவை முடிந்த கொம்போசையை கேட்டான். “அவை முடிந்துவிட்டது. அரசர் தன் தனியறைக்கு திரும்பும் பொழுது. விரைந்து செல்க!” என்றான். தீர்க்கன் “அவர் சற்று ஓய்வெடுப்பார் என்று எண்ணுகின்றேன்” என்றான். “இல்லை, இன்று அவர் ஓய்வெடுக்க வாய்ப்பே இல்லை. இன்று மாலையும் இரவணைந்து பொழுதுஎழும் வரையிலும் இடைவிடாத பணிகளே இருக்கும். இப்போது தன் தனியறையில் அவர் அமர்ந்திருக்கும் சிறு பொழுது மட்டுமே அவரை சந்தித்து உரையாட முடியும். யுயுத்ஸு அதை கணித்துத்தான் சென்றிருக்கிறான். இப்போது அவ்வறை வாயிலில் அவன் நின்றிருப்பான்” என்றான்.

தீர்க்கன் “இறுதியாக ஒருமுறை சொல்கிறேன் இளவரசே, இத்தருணத்தில் தாங்கள் சென்று அந்த விடைபெறலைக் கசப்புமிக்கதாக ஆக்கவேண்டியதில்லை. அது ஒரு நாடகமென்றே கொள்வோம். சொல்பெறுபவரும் அளிப்பவரும் அறிந்தே அதை நடிக்கிறார்கள். அத்தகைய இனிய நாடகங்களினூடாகவே இங்கு மானுட வாழ்க்கை நடந்து முடிகிறது. உள்ளிருப்பவை அனைத்தையும் கிழித்து வெளியே போட்டு என்ன பயன்? உடலைப் படைத்த இறைவனேகூட அனைத்தையும் தோல்போர்த்தித்தான் பிறருக்குக் காட்டும்படி அமைத்திருக்கிறான்” என்றான்.

“ஆம், இங்கு வரும் வழி முழுக்க அதைத்தான் எண்ணிக்கொண்டிருக்கிறேன். அங்கு சென்று எதை சொல்லவிருக்கிறேன்? அத்தருணத்தை குலைப்பதனூடாக எதை அடைவேன்? ஆனால் அத்தருணத்தில் நான் இருக்கவேண்டும் என்று தோன்றுகிறது. அங்கு நான் ஒன்றும் சொல்லாமல்கூட இருக்கலாம்” என்றான் குண்டாசி. “தாங்கள் ஒன்றும் சொல்லாமல் இருக்கப்போவதில்லை. தங்கள் இயல்பல்ல அது” என்றான் தீர்க்கன். குண்டாசி நகைத்து “மெய்தான். என் நாவுதான் என்னை உயிரசைவு கொண்டவனாக்குகிறது, தலைப்பிரட்டைக்கு வால்போல” என்றான்.

தீர்க்கன் அறைவாயிலில் நின்றிருந்த காவலனைக் கண்டதும் “அரசர் சிற்றவை புகுந்துவிட்டார்” என்றான். “அவருடன் துச்சாதனரும் துர்மதரும் சுபாகுவும் இருப்பார்கள். பிறர் இருக்க வாய்ப்பில்லை. பிறர் ஒவ்வொருவருக்கும் இன்று தனித்தனியாக பணிகள் அளிக்கப்பட்டிருக்கும்” என்று குண்டாசி சொன்னான். பின்னர் நகைத்து “கௌரவப் படைகளிலேயே எந்தப் பணியும் அளிக்கப்படாதவன் நானாகவே இருப்பேன். இறுதியாக நிகழ்ந்த அரசப்பேரவையில் அமராதவனும் நான் மட்டுமே என்று தோன்றுகிறது” என்றான். “தாங்கள் எப்போதும் தனியர்” என்று தீர்க்கன் சொன்னான்.

அவை வாயிலை அணுகி காவலனிடம் தன்னை அறிவிக்கும்படி குண்டாசி கைகை காட்டினான். அவன் தலைவணங்கி உள்ளே சென்றதும் “யுயுத்ஸு உள்ளே இருக்கிறார்” என்று தீர்க்கன் சொன்னான். “எப்படி தெரியும்? அவன் இன்னும் இங்கு வந்து சேரவில்லை என்று எண்ணுகிறேன்” என்றான் குண்டாசி. “அல்ல, அவர் உள்ளே இருக்கிறார் என்று என் உள்ளுணர்வு சொல்கிறது” என்று தீர்க்கன் சொன்னான். காவலன் வெளியே வந்து உள்ளே செல்லும்படி பணிவுக்குறி காட்டினான். தீர்க்கனின் தோளிலிருந்து தன் கையை விலக்கி நிலைப்படியை பற்றி ஒருகணம் உடலை நிறுத்தி மூச்சை இழுத்துவிட்ட பின் சால்வையை சீரமைத்தபடி குண்டாசி உள்ளே நுழைந்தான்.

சிற்றவையில் துரியோதனன் பெரும்பீடத்தில் அமர்ந்திருக்க துர்மதனும் சுபாகுவும் அவனுக்கெதிரே நின்று பேசிக்கொண்டிருந்தனர். பின்னால் சாளரத்தருகே கைகளைக் கட்டியபடி துச்சாதனன் நின்றிருந்தான். அறை நுழைவுக்கு அருகே சுவர் ஓரமாக யுயுத்ஸு நின்றிருந்தான். குண்டாசி உள்ளே நுழைந்ததும் யுயுத்ஸுவின் விழிகளை சந்தித்தான். அதில் அதிர்ச்சியோ வியப்போ தெரியாதது கண்டு சற்று குழப்பத்துடன் துரியோதனனைப் பார்த்தான். யுயுத்ஸு இன்னும் தன் எண்ணத்தை முன்வைக்கவில்லை என்று உணர்ந்துகொண்டான். “வணங்குகிறேன், மூத்தவரே” என்றான்.

துரியோதனன் விழிகள் சுருங்க “என்ன செய்கிறாய் இங்கே? மது உன்னுடலை முழுக்க நனைத்திருக்கிறது. சென்று படு!” என்றான். “இல்லை, என்னால் படுக்க முடியாது. ஆனால் உங்கள் அரசப்பேரவையில் வந்திருந்து அங்கு நிகழும் நாடகங்களைப் பார்க்கவும் உளம் ஒப்பவில்லை” என்றபின் சிரித்து “ஆகவே இங்கு நிகழும் சிறிய நாடகத்தைப் பார்க்கலாம் என்று வந்தேன். நான் எங்காவது அமரலாமல்லவா?” என்று சுற்றிலும் பார்த்தான் குண்டாசி. துர்மதன் “நாங்கள் படைபுறப்பாடு குறித்த முடிவை எடுக்கவிருக்கிறோம். இங்கு நீ இருக்கவேண்டியதில்லை. கிளம்பு!” என்று சொல்லி குண்டாசியின் தோளைப் பற்றினான். துரியோதனன் “அவன் வீணாக வந்திருக்கமாட்டான். அச்சிறு பீடத்தில் அவனை அமர்த்துக!” என்றான். “மூத்தவரே, இவன்...” என்றபின் துர்மதன் தன்னைக் கட்டுப்படுத்திக்கொண்டு “வா!” என்று பெரிய கைகளால் குண்டாசியின் மெலிந்த தோள்களைப்பற்றி சுள்ளியை மடித்து வைப்பதுபோல் பீடத்தில் அமர்த்தினான்.

மெலிந்து சிறுபுண்களுடன் இருந்த கால்களைத் தூக்கி பீடத்தின்மேல் மடித்து வைத்துக்கொண்ட குண்டாசி ஈறிலிருந்து உந்தி நின்ற பற்களைக் காட்டி உரக்க நகைத்து “நான் தந்தையிடம் பேசியதை மூத்தவர்கள் அறிந்திருக்கிறீர்கள். முகங்கள் காட்டுகின்றன” என்றான்.

"ஆம், உன் சொற்கள் தாளாமல் தந்தை அகிபீனா உண்டு துயிலில் அழுதுகொண்டிருக்கிறார்" என்றான் துர்மதன். "மூத்தவரே, முன்னரே அவரிடம் அதை பலமுறை உள்ளத்தால் சொல்லிவிட்டேன், அவரும் கேட்டுவிட்டார் என்பதை மெய்யாகவே வாயால் சொன்னபோதுதான் உணர்ந்தேன். இன்னும் அழகாக உரிய சொற்களுடன் சொல்லியிருக்கலாம். நாளை இத்தருணத்தை சூதர்கள் பாடும்போது அவர்களுக்கு உரிய முறையில் அமைக்கப்பட்ட சொற்கள் என்று எதுவும் கிடைக்காது" என்றபின் கைவீசி "நன்று, தருணத்தை மட்டுமே நாம் அமைக்க முடியும். அவற்றின் உட்பொருட்களை சூதர்களும் புலவர்களும் அமைத்துக்கொள்வார்கள். என்ன எண்ணுகிறீர்கள்?" என்றான்.

அவனை ஒருகணம் பார்த்த பின் முற்றிலும் புறக்கணித்து துரியோதனன் சுபாகுவிடம் "படைபுறப்பாட்டு ஆணைகள் நள்ளிரவுக்குள் அனைத்துப் படைப்பிரிவுகளுக்கும் சென்று சேர்ந்துவிட்டதா என்று மறுமொழிகளினூடாக உறுதி செய்துகொள்ளவேண்டும். உணவும் பிற பொருட்களும் கங்கை வழியாகவே செல்லட்டும். கரைவழியாக வரும் பொருட்கள் இறுதியாக வந்து சேர்ந்தால் போதும்" என்றான். குண்டாசி உரக்க நகைத்து "இந்த எளிய முடிவையா இங்கு அமர்ந்து எடுக்கிறீர்கள்? ஏற்கெனவே பலமுறை இந்த ஆணையைப் பிறப்பித்திருப்பீர்கள். மீண்டும் இதை இங்கே சொல்கிறீர்கள் என்றால் இத்தருணத்தை இவ்வாறு நடிக்க விரும்புகிறீர்கள் என்றுதான் பொருள்" என்றான்.

துர்மதன் சினத்துடன் குண்டாசியை நோக்கித் திரும்ப துரியோதனன் சிறுகையசைவால் அவனைத் தடுத்தான். பின்னர் சுபாகுவிடம் "அவர்களின் படைநகர்வு குறித்த செய்திகள் மூன்று நாழிகைக்கொருமுறை எனக்கு வந்துகொண்டே இருக்கவேண்டும். நான் எங்கு எந்த உரையாடலில் இருந்தாலும்" என்றான். குண்டாசி "அவர்கள் செல்வது குருக்ஷேத்திரத்திற்கு. நாம் செல்வதும் அங்குதான். அங்கு படையெதிர் நிற்கப்போகிறோம். ஒருவரையொருவர் நேர்விழிகொண்டு அங்கு நோக்கவும் போகிறோம். செல்லும் வழி மூன்று நாழிகைக்கொருமுறை தெரிந்தென்ன பயன்? நமது படைகள் அப்போது பயணத்தில் இருக்கும். படைசூழ்கையை மாற்றவும் இயலாது" என்றபின் குரலைத் தாழ்த்தி "இது ஓர் அரிய பகடையாட்டம் அல்லவா? இதன் ஒவ்வொரு நகர்வையும் நீங்கள் இழக்க விரும்பவில்லை. என் கணிப்பு மெய்தானே?" என்றான்.

எரிச்சலுடன் பற்களைக் கடித்து "நீ இங்கு எதற்கு வந்தாய்?" என்று சுபாகு கேட்டான். "இதோ இவன் உங்களிடம் எதையோ சொல்லவிருக்கிறான். இவன் முன்னரே அதை தந்தையிடம் சொல்லி ஒப்புதல் பெற்றுவிட்டான். உங்களிடம் ஒப்புதல் பெறவிருக்கிறான்.

நீங்கள் ஒப்புதல் அளிப்பீர்கள். ஏனெனில் தந்தையும் நீங்களும் வேழங்கள். வேழங்கள் இரக்கத்திற்குரியவை, அவை வேழங்களாகவே நடந்துகொள்ளவேண்டிய கட்டாயத்திலிருப்பவை. நான் இங்கு வந்தது அவன் அந்தக் கோரிக்கையை முன் வைத்து நீங்கள் பெருந்தன்மையுடன் அதை ஏற்றுக்கொள்வதற்கு முந்தைய ஒருகணத்தில் உங்கள் கண்ணில் என்ன நிகழ்கிறது என்று பார்ப்பதற்காகவே. இந்தப் பீடம் நன்று. உங்கள் கண்களை என்னால் நன்கு நோக்க முடிகிறது” என்றான் குண்டாசி.

துரியோதனன் “சரி, நோக்கு” என்றபின் திரும்பி யுயுத்ஸுவிடம் “சொல்க இளையோனே, நீ கேட்க விரும்புவதென்ன?” என்றான். “சற்றுமுன் பேரரசரிடம் நான் கேட்டதை இதற்குள்ளாகவே அறிந்திருப்பீர்கள். அதைத்தான்” என்று யுயுத்ஸு சொன்னான். “ஆம், நான் அறிவேன். ஆனால் இவன் சொன்னதுபோல இது ஒரு நாடகத்தருணம். முறையான சொற்களில் நீ அதை கேட்கலாம்” என்றான் துரியோதனன். “மூத்தவரே, என் வாழ்வும் எனது விண்ணேற்றமும் தந்தைக்கும் உங்களுக்கும் கடன்பட்டவை. நீங்கள் அளித்தவற்றுக்கு நிகராக ஒரு துளியேனும் திருப்பி அளித்தவனும் அல்ல. ஆயினும் இந்தப் போரில் நான் இளைய யாதவரின் தரப்பில் அவருடைய எளிய படைக்கலமாக நிற்கவேண்டுமென்று முடிவு செய்திருக்கிறேன். எனக்கு வாழ்த்துரைத்து அனுப்புக!” என்றான் யுயுத்ஸு.

துச்சாதனன் அதிர்ச்சியுடன் “என்ன சொல்கிறாய்? அறிவிலி!” என்று கூவியபடி முன்னால் வர சுபாகு “பொறுங்கள் மூத்தவரே, அரசர் இங்கிருக்கிறார்” என்றான். “இவன் என்ன சொல்கிறான் கேட்டீர்களா? இவன் என்ன சொல்கிறான் என்றால்...” என்று துச்சாதனன் கூவ “அதை தான் முன்னரே அறிந்திருப்பதாக அரசர் கூறிவிட்டார். பொறுங்கள்” என்றான் சுபாகு. “இவர்கள் நம் பெருந்தன்மையுடன் விளையாடுகிறார்கள். நமது அன்பை ஆற்றலின்மையென்று எடுத்துக்கொள்கிறார்கள்” என்று துச்சாதனன் கூவினான். துச்சாதனனை நோக்கி “இளையோனே” என்றான் துரியோதனன். “மூத்தவரே” என்று உடைந்த குரலில் சொன்ன துச்சாதனன் “இவனை மண்ணில் கால்படாமல் சுமந்தலைந்தவன் நான், மூத்தவரே” என்றான்.

“ஆம், ஆகவே அவனுடைய நலனை மட்டுமே நாம் நாடவேண்டும்” என்றபின் யுயுத்ஸுவிடம் “நீ அங்கு செல்வதற்கு நான் எந்தத் தடையும் சொல்லப்போவதில்லை, இளையோனே. நீ நலம்பெறுக! என் நற்சொற்கள் என்றும் உன்னுடன் வரும்” என்றான் துரியோதனன். “ஆம், தாங்கள் தடையேதும் சொல்லமாட்டீர்கள் என்று நான் அறிவேன். நான் வந்தது தங்கள் வாழ்த்து பெறுவதற்காகத்தான். பாண்டவர் தரப்பிலிருந்து படைக்கலமேந்தி தங்கள் தரப்புடன் போராடுவேன்.

அஸ்தினபுரியின் படைவீரர்களைக் கொல்வேன். தேவையென்றால் தங்கள் உடன்பிறந்தாரையும் கௌரவ மைந்தரையும்கூட நான் கொல்ல நேரலாம். எத்தயக்கமும் இன்றி அதை செய்வேன். ஏனெனில் நான் அவருக்கு என்னை முழுதளிக்கப் போகிறேன். அதற்குத்தான் தங்கள் வாழ்த்து எனக்குத் தேவை" என்றான் யுயுத்ஸு.

"நீ அவர்மீதான இப்பெரும்பற்றை எங்கிருந்து பெற்றாய்?" என்றான் துரியோதனன். "நான் இறுதி மைந்தன். ஆகையால் அன்னையர் நடுவே வளர்ந்தவன். பேரரசியும் அரசியும் என் அன்னையும் பிற அரசியர் அனைவரும் தங்கள் உள்ளாழத்தால் அறிந்த ஒன்றை எனக்களித்தனர். அது இப்புவியில் இன்று வாழ்பவர்களில் அவர் ஒருவரே முழு மானுடர், அவருக்குத் தலைகொடுப்பதினூடாகவே இக்காலகட்டம் எனக்களிக்கும் அனைத்துக் குறைவுகளையும் சிறுமைகளையும் கடந்து நான் முழுமையடைய முடியும் என்னும் மெய்யறிதல்" என்றான். துரியோதனன் "நன்று! ஒவ்வொருவருக்கும் அவர்களுக்கு உகந்த வழியைத் தெரிவுசெய்துகொள்ளும் உரிமை இருக்கிறது. தன் வழியைத் தெரிவுசெய்பவன் உறவுகளில் ஒரு பகுதியைத் துறக்காமல் முதலடியை எடுத்துவைக்க இயலாது. நீ முழு உறவையும் துறந்து இப்பாதையில் செல்கிறாய். இது உனக்கு நிறைவையும் முழுமையையும் அளிக்கட்டும்" என்றான்.

யுயுத்ஸு குனிந்து துரியோதனனின் கால்களைத் தொட்டு சென்னி சூடி "தங்கள் அருளால் நிறைவுற்றேன், மூத்தவரே" என்றான். துரியோதனன் அவன் தலையில் கைவைத்து "வெல்க! நீடுழி வாழ்க! சிறப்புறுக!" என்றான். யுயுத்ஸு எழுந்து துச்சாதனனை நோக்கிக் கைகூப்பியபடி செல்ல அவன் கைநீட்டித் தடுத்து "உம்" என்றான். திரும்பி நோக்காமலேயே "இளையோனே, அவனை வாழ்த்துக!" என்றான் துரியோதனன். "மூத்தவரே..." என்று முழு உடலும் தவிக்க துச்சாதனன் முனகினான். "இது என் ஆணை!" என்றான் துரியோதனன். யுயுத்ஸு துச்சாதனனை அணுகி அவன் கால்களைத் தொட்டு வணங்கினான். அவன் தலைமேல் கைவைத்து "நீள்வாழ்வு கொள்க!" என்று துச்சாதனன் வாழ்த்தினான். துர்மதனையும் சுபாகுவையும் வணங்கிவிட்டு "நான் இப்போதே கிளம்புகிறேன், மூத்தவரே" என்றான் யுயுத்ஸு.

"அன்னையரிடம் விடைபெற்றுவிட்டாயா?" என்று துரியோதனன் கேட்டான். "ஆம், இங்கு வருவதற்கு முன் அகத்தளத்திற்கு சென்றேன். பேரரசியைக் கண்டு நான் கிளம்புவதை சொன்னேன். மறுசொல்லின்றி நலம் சூழ்க என்று என்னை வாழ்த்தினார். அரசியிடமும் சொல் பெற்றேன். என் அன்னை வாழ்த்துரைக்கவில்லை. தலைகுனிந்து விழிநீர் உகுத்துக்கொண்டிருந்தார். அவரிடம் நான் செல்வதை அறிவித்தேன்.

என் துணைவியிடமும் மைந்தரிடமும் விடைபெற்றுவிட்டேன்” என்றான் யுயுத்ஸு.

“இளைய யாதவரிடம் என் வணக்கத்தை தெரிவி. எதிர்நிலையில் நிற்பவனைப்போல் அவரை அறிந்தவர் எவரும் என்றுமிருந்ததில்லை என்று சொல்” என்றான் துரியோதனன். “யுதிஷ்டிரனிடமும் தம்பியரிடமும் நானும் என் தம்பியரும் கொண்டிருக்கும் அன்பை சொல். பிறிதொரு பிறவியில் ஷத்ரியர்கள் அல்லாமல் பிறந்து எளிய உள்ளத்துடன் இணைந்து வாழ்வோம் என்று கூறு.” யுயுத்ஸு தலைவணங்கினான்.

41

துரியோதனன் "அஸ்தினபுரியிலிருந்து நீ விரும்பியதைக் கொண்டு செல்லலாம், இளையோனே" என்றான். "இங்கு நீ கௌரவரில் ஒருவன். கருவூலத்தில் நூற்றொன்றில் ஒன்று உன்னுடையது. அஸ்தினபுரியின் படைகளிலும் நூற்றொன்றில் ஒன்று உனக்குரியது." யுயுத்ஸு "இங்கிருந்து நான் எதையும் எடுத்துச் செல்லலாகாதென்று உறுதிகொண்டிருக்கிறேன். ஆகவே இந்நகரின் எல்லையில் இவ்வாடைகளையும் களைந்து மரவுரி அணிந்தபடி இளைய யாதவரை நோக்கி செல்லவிருக்கிறேன்" என்றான்.

"நன்று! அது உன் விருப்பம். இங்கிருந்து நினைவுகளையும் உணர்வுகளையும் கூட எடுத்துச் செல்லவேண்டியதில்லை, இளையோனே" என்றான் துரியோதனன். குண்டாசி "அதாவது அஸ்தினபுரியின் படைசூழ்கைகளை அவையில் அமர்ந்து அறிந்திருக்கிறாய். அத்தகவல்களை நீ பாண்டவர்களுக்கு சொல்லக்கூடாது என்று பொருள்" என்றான். சினத்துடன் திரும்பி நோக்கிய துரியோதனன் பின்னர் தன்னை வென்று மெல்ல சிரித்து "இங்கு உன் சிறுமையினூடாக இருப்பு அறிவிக்க வேண்டுமென்று எண்ணுகிறாய் அல்லவா?" என்றான்.

"அல்ல, இங்கு வருகையில் இத்தருணத்தின் மங்கலத்தைக் கெடுக்க எதையும் செய்யக்கூடாது என்று எண்ணிதான் வந்தேன். ஆனால் அமர்ந்த பின் தோன்றியது நான் எதையும் குலைக்கவில்லை என்று. ஏனெனில் மிகச் சிறியவன். களிமகனாகவும் வீணனாகவும் என்னை ஆக்கிக்கொண்டதனூடாக என் சொற்களுக்கு எந்த மதிப்பும் இல்லாமல் செய்து கொண்டவன். ஆகவே எந்த அவையில் எதை சொன்னாலும் எதுவும் நிகழ்வதில்லை. சொல்வதன் பயன் எனக்கு மட்டுமே. அந்தப்

பயன் ஒவ்வொரு தருணத்திலும் எது உண்மை என்று மழுப்பாமல் தொட்டெடுப்பது" என்றான் குண்டாசி. "எனக்கு பலிகொள்ளும் பள்ளிவாள் போன்ற இரக்கமில்லாத கூர்மைகொண்ட உண்மை தேவை, மூத்தவரே. நான் பேசுவது அதன்பொருட்டே."

"இவன் நம் தந்தையிடம் சொல்பெறும் தருணத்தில் அங்கிருந்தேன். தந்தை எந்தத் தயக்கமுமின்றி இவனுக்கு சொல்லளிப்பார் என்று அறிந்திருந்தான். வெளிவரும்போது என்னிடம் சொன்னான், அன்னையரும் மறு எண்ணமின்றி வழியனுப்புவார்கள் என்று. நீங்களும் அவ்வாறே என்று நான் அறிந்திருந்தேன். நம் அனைவருடைய பெருந்தன்மையைப் பயனென ஈட்டி இவன் இங்கிருந்து கிளம்புகிறான். அப்பெருந்தன்மையை நாம் எதற்காக நடிக்கிறோம்? மெய்யாகவே அப்பெருந்தன்மை நமக்கிருக்குமென்றால் ஏன் நாம் அவர்களைக் காட்டுக்கு துரத்தினோம்? ஏன் நிலம் மறுத்தோம்? அவர்களின் அரசியை அவைச் சிறுமை செய்தபோது எங்கு சென்றது இப்பெருந்தன்மை?" என்று குண்டாசி கேட்டான். ஏதோ சொல்ல வாயெடுத்த சுபாகு துரியோதனனின் முகத்தைப் பார்த்த பின் அடக்கிக்கொண்டான்.

"நாம் ஒவ்வொரு தருணத்திலும் ஒவ்வொன்றாக நம்மை வெளிப்படுத்திக் கொள்கிறோம். அத்தருணங்களுக்கிடையே இணைப்பென்றிருப்பது நாம் பின்னர் எண்ணி உருவாக்கிக்கொள்ளும் எண்ணங்கள் மட்டும்தானா?" குண்டாசி யுயுத்ஸுவைப் பார்த்தான். "ஆகவே கௌரவ நூற்றுவரில் எஞ்சியிருக்கும் சிறுமையின் முகமாக நின்று இவனிடம் பேசலாமென்று தோன்றியது. உன்னை நாங்கள் வாழ்த்தி அங்கு அனுப்புவது அது எங்கள் அச்சமின்மையின் அடையாளமாக அவர்களுக்குத் தெரியட்டும் என்பதற்காகத்தான். மண் மறுத்ததனால் நாங்கள் சிறுமை கொண்டவர்களல்ல என்றும் அரசியை அவையிழிவு செய்ததனால் சிறியோரும் அல்ல என்றும் இது காட்டக்கூடும். ஆம், அதன்பொருட்டே."

"வாயை மூடு!" என்று துச்சாதனன் கூவினான். "ம்" என்று அவனை துரியோதனன் அடக்கினான். குண்டாசி அந்த எதிர்ப்பாலேயே ஊக்கம் பெற்றுத் தொடர்ந்தான். "அதைவிட ஒன்றுண்டு. நாளை நாங்கள் நூற்றுவரும் களத்தில் மடிவோம் எனில் தார்த்தராஷ்டிரக் குருதியின் ஒரு துளியென நீ அங்கு எஞ்சியிருப்பாய். இப்புவியில் ஒரு துளியேனும் நம் குருதி எஞ்சவேண்டும். குருகுலத்தின் அறத்தின் வடிவென நீ இன்று அங்கு செல்கிறாய். நாளை உன்னை அவர்களும் அவர்களின் சூதர்களும் அவ்வாறு சொல்லவும் கூடும். ஆனால் நீ தார்த்தராஷ்டிரன். எங்கள் அனைவரிலும் இருக்கும் அத்தனை இழிவும் சிறுமையும் உன்னிலும் இருக்கும்."

குண்டாசி கூவினான். "எத்தனை மதிக்கூர்மை! எவ்வளவு முன்திட்டம்! பேருருக்கொண்டு பல்லாயிரம் கைகளால் யாதவர் கௌரவர்களை முற்றழிக்கலாம். அவரது காலடியிலேயே நாங்கள் ஒரு துளியென எஞ்சியிருப்போம். எங்களை அழிக்கையிலேயே எங்களில் ஒரு பகுதியை அவர் பேணுவார். நன்றல்லவா? பெரும் காவியஆசிரியன் ஒருவன் எழுதிய நாடகத்தருணமல்லவா? இதற்கிணையான சூழ்ச்சியை இந்திரனும் செய்ததில்லை. ஆம், அதன் பொருட்டே உன்னை அங்கு அனுப்புகிறோம்."

யுயுத்ஸு "எத்தருணத்தையும் இவ்வாறு எல்லாத் திசைக்கும் இழுக்கமுடியும், மூத்தவரே" என்று அமைதி மாறாத குரலில் சொன்னான். "எத்திசைக்கு இழுத்தாலும் அங்கு ஓர் உண்மையும் நின்றிருக்கும். நான் அவ்வாறு எண்ணம் சூழ்வதில் நம்பிக்கை கொண்டவனல்ல. ஒருபோதும் அதை இயற்றியவனுமல்ல." குண்டாசி நகைத்து "நன்று! பெருந்தன்மையை எதிர்கொண்ட நீ சிறுமையை எப்படி எதிர்கொள்வாய் என்று பார்க்கிறேன்" என்றான். பற்களைக் கடித்து சிரிப்பதுபோல் முகம் இளிக்க "இங்கிருந்து கிளம்புகையில் உன் அன்னையின் சொல்லை நீ பெற முடியாது என்று என்னிடம் சொன்னாய். ஆனால் மெய்யாகவே உனக்குக் கிடைத்தது உன் அன்னையின் சொல் மட்டுமே. பிறர் தங்கள் பெருந்தன்மையால் அதை அளித்தார்கள். உன் அன்னை தன் சிறுமையால் அதை அளிக்கிறாள். அது மேலும் மெய்.

"ஆம், அவள் தன் சிறுமையால் உன்னை உள்ளூர வாழ்த்துகிறாள். ஆகவே அதைத் தன்னிடமிருந்தும் மறைத்துக்கொள்கிறாள். நீ இன்று திருதராஷ்டிரரை விட்டுக் கிளம்புவது எந்த அறத்தினாலும் அல்ல. காந்தாரத்திலிருந்து இங்கு வந்து வைசியர் மகளாக இருப்பினும் சூதர்குலத்தவளாக ஐம்பதாண்டுகள் அரண்மனையில் சிறுமை பெற்று அமர்ந்திருந்த உன் அன்னையின் உளஆழத்து வஞ்சமல்லவா அது? அவள் அளித்த நஞ்சை நீ உன் தந்தைக்கு ஊட்டி கிளம்பிச் செல்கிறாய்" என்றான் குண்டாசி.

யுயுத்ஸு எந்த முகமாற்றமும் இல்லாமல் "அவ்வாறும் இருக்கலாம். ஒவ்வொரு தருணத்திலும் ஓராயிரம் தெய்வங்கள் நிற்கின்றன. ஊசிமுனைமேல் ஓராயிரம் வேழங்கள் என்பார்கள். சொல் பிரித்தாடுவதில் எனக்குத் தேர்ச்சியில்லை. தங்கள் சொற்களையும் அவ்வாறே எடுத்துக்கொள்கிறேன்" என்றான். அவன் கண்களையே குண்டாசி கூர்ந்து நோக்கிக்கொண்டிருந்தான். "நீ இங்கு நடிக்கிறாய். இத்தருணத்தை அந்நடிப்பினூடாகக் கடந்து செல்கிறாய். ஆனால் இந்நகரைவிட்டு நீங்குகையில் உன் உள்ளத்திலிருந்து கொந்தளித்துக்கொண்டிருப்பது நான் இப்போது சொன்ன இதுவாகவே இருக்கும்" என்றான்.

“இல்லை மூத்தவரே, இங்கிருந்து கிளம்புகையில் நன்றோ தீதோ என்னிடம் ஒரு சொல்லும் எஞ்சாது” என்று யுயுத்ஸு சொன்னான். “நீ காந்தாரப் பேரரசியிடம் என்ன சொன்னாய்? அதை மட்டும் சொல். நான் அறியவிரும்புவது அதை மட்டும்தான்” என்றான் குண்டாசி. “நான் அவர்களிடம் சென்று பணிந்து இளைய யாதவருக்கு என்னை ஒப்புக்கொடுக்கவிருக்கிறேன். இத்தருணம் அவருடன் நிற்பவர்கள் யார் என்று துலங்கும்பொருட்டே இங்கு நிகழ்கிறது. ஆகவே இதை நான் தவறவிடவில்லை. என்னை வாழ்த்துக அன்னையே என்றேன். அன்னை தன் இரு கைகளையும் என்னை நோக்கி நீட்டினார். நான் அருகே சென்று குனிந்ததும் என் தலைமேல் கைகளை வைத்து நன்று சூழ்ந்தாய், உன்னிலிருந்து வழிகாட்டும் உன் தெய்வம் உனக்கு அருளட்டும், நலம் சூழ்க என்றார்” என்றான் யுயுத்ஸு.

குண்டாசி “உன் அன்னையைப்பற்றிய ஒரு சொல்லும் அங்கு பேசப்படவில்லையா?” என்றான். “இல்லை” என்று யுயுத்ஸு சொன்னான். “நீ அன்னையை எண்ணினாயா?” என்றான் குண்டாசி. “ஆம்” என்று யுயுத்ஸு சொன்னான். “நீ எண்ணியதென்ன?” என்றான் குண்டாசி. “பேரரசியிடம் விடைபெற்றுவிட்டேன் என்று அன்னையிடம் சொல்லவேண்டுமென்று” என்று யுயுத்ஸு சொன்னான். “அல்ல, அதற்கப்பால் நீ ஒன்று எண்ணியிருப்பாய். அது என்ன?” என்றான் குண்டாசி. யுயுத்ஸு “அன்னை என்னை வாழ்த்தி அனுப்பமாட்டார். ஒருகணமும் திருதராஷ்டிரரிடமிருந்து தன்னை அவர் பிரித்துக்கொள்ள மாட்டார் என்று எண்ணினேன்” என்றான்.

“இல்லை! இல்லை! அதற்குமேல் நீ ஒன்று எண்ணினாய். அதை நான் இப்போது சொல்கிறேன்” என்றபடி குண்டாசி பீடத்திலிருந்து எழுந்தான். “திருதராஷ்டிரரை பேரரசி கைவிட்டார், வைசிய அரசி கைவிடவில்லை என்று உன் அன்னை ஓர் உளநிறைவை அடைவாள். ஆகவே அவள் வாழ்த்தாவிட்டாலும் நன்று என்று நீ எண்ணினாய்” என்றான். “ஆம், அதை எண்ணினேன்” என்றான் யுயுத்ஸு. “சிறுமை! இந்த ஒரு துளிச் சிறுமை போதும், நீ இன்றுவரை நடித்த நன்மை அனைத்தையும் அது நஞ்சென்று ஆக்கிவிடும்” என்றான் குண்டாசி.

“அது சிறுமையென்று நான் எண்ணவில்லை. சிறுமையென்றாலும்கூட என் அனைத்துச் சிறுமைகளுடன் என்னைக் கடந்து செல்லும் பேருருவனுடன் செல்லவே விரும்புகிறேன்” என்றான் யுயுத்ஸு. குண்டாசி பற்களைக் காட்டி நகைத்தபோது பசியுடன் சீறும் ஓநாய் போலிருந்தான் “நீ உன் அன்னையைப்பற்றி எண்ணியபோது பேரரசியும் அவளைப்பற்றி எண்ணினார். உன் அன்னையிடம் வாழ்த்துபெற்ற பின்னர்தான் தன்னை சந்திக்க வந்தாயா என்று உன்னிடம் கேட்க

பேரரசி எண்ணினார். ஆனால் அதைக் கேட்காமல் தவிர்த்தார்” என்றான். “எண்ணியிருக்கலாம்” என்று யுயுத்ஸு சொன்னான். “அது அவர் கொண்ட சிறுமை” என்றான் குண்டாசி.

நகைத்தபடி திரும்பி துரியோதனனிடம் “மூத்தவரே, ஒரு மாறுதலுக்காக நாம் அனைவரும் ஏன் அவரவர் சிறுமைகளை படைக்கலங்களாக வெளியே எடுத்து அவற்றை வைத்துப் போராடக்கூடாது? பெருந்தன்மையைக் கவசங்களாக வேண்டுமானால் அணிந்துகொள்ளலாம்” என்றான். துரியோதனன் “உன்னில் இருந்து மகிழும் அந்த இருண்ட தெய்வத்தை நான் நன்கு அறிவேன். இத்தருணத்தை இரக்கமின்றி எதிர்கொள்கிறாய் என்று நீ சொல்லிக்கொள்கிறாய். அதே இரக்கமின்மையுடன் நீ இந்த ஆடலை இங்கு ஏன் நிகழ்த்துகிறாய் என்று எண்ணிப்பார்” என்றான்.

“எதன் பொருட்டும் அல்ல. உண்மையின் பொருட்டு, உண்மையின் பொருட்டு மட்டுமே” என்று உரத்த குரலில் குண்டாசி சொன்னான். “சற்று ஒதுங்கியிருந்து அவ்வுண்மையை ஆராய்ந்து பார்” என்றபின் துரியோதனன் யுயுத்ஸுவிடம் “நன்று இளையோனே, இப்போது கௌரவர்களின் அறியாத பக்கங்களையும் பார்த்துவிட்டாய். சென்று உன் தலைவனிடம் சொல், இந்தப் போர் வென்றாலும் தோற்றாலும் நான் நிறைவு கொள்வேன் என்று. எது எனக்கு அளிக்கப்பட்டதோ அதை முழுமையாக நிறைவேற்றுகிறேன் என்று” என்றான்.

யுயுத்ஸு தலைவணங்கினான். துரியோதனன் “என் தம்பியரில் உள்ளத்திற்கு மிக அணுக்கமானவனை யுதிஷ்டிரனிடம் அனுப்புகிறேன். இனி அவன் ஐவருக்கு மூத்தவன்” என்றான். யுயுத்ஸு மீண்டும் தலைவணங்கி திரும்பிச் சென்றான். அவன் செல்வதை நோக்கி நின்றிருந்த துச்சாதனன் நீள்மூச்செறிந்தான். துர்மதனும் சுபாகுவும் உடல்தளர்ந்தனர். துரியோதனன் பீடத்தில் சாய்ந்து கால்நீட்டினான்.

குண்டாசி “அவன் ஏன் செல்கிறான் என்று நான் சொல்கிறேன். ஒருவேளை இங்கு போரில் நாம் அனைவரும் இறந்தால் நம் நிலத்துக்கு அவனை துணையரசனாக ஆக்கி அவர்கள் ஆள்வார்கள். ஒருவேளை அவர்களும் இறந்தால் முழுநாட்டுக்கும் அவனே முடிசூடக்கூடும். ஏனெனில் ஒருநாள் அஸ்தினபுரியின் முடியை அவன் சூடுவான் என்று நிமித்திகர்கள் சொல்லியிருக்கிறார்கள்” என்றான். பீடத்திலிருந்து எழுந்து நின்று “அவனை அழையுங்கள்! இதை அவனிடம் நான் சொல்ல வேண்டும். அவனிடம் நான் காட்டவேண்டிய இறுதிச் சிறுமை” என்றான்.

துரியோதனன் “ஆம், என்னிடமும் அதை நிமித்திகர்கள் சொன்னதுண்டு. அவன் ஒருவேளை முடிசூடக்கூடும்” என்றான். குண்டாசி துரியோதனனை

சில கணங்கள் பார்த்துவிட்டு மீண்டும் பீடத்தில் அமர்ந்தான். அவனை இயக்கிய விசை தளர்ந்து இருமல் ஆட்கொண்டது. இருமி இருமி அவன் உடல் துவண்டது. கால்கள் வலிப்புகொண்டவைபோல இழுபட்டன. கண்களில் நீர் வழிய மெல்ல மீண்டு அவன் திரும்ப துர்மதன் கோளாம்பியை எடுத்து நீட்டினான். அதில் துப்பி ஓய்ந்து தளர்ந்து அவன் பீடத்தில் சாய்ந்தான். அதுவரை உருவிலாது அங்கிருந்த ஒரு தேவன் வெளிப்பட்டதுபோல அங்கிருந்த அனைத்து இறுக்கங்களும் உணர்வுகளும் மறைந்து தாளமுடியாத வெறுமை உருவாகியது. கணம் கணமென அது பெருகியது. துரியோதனன் மட்டும் அதே நிமிர்வுடன், அசைவின்மையுடன் அமர்ந்திருந்தான்.

பெருமூச்சுடன் மீண்டு வந்த குண்டாசி அரைத்துயிலில் தழைந்த தன் இமைகளை மேலே தூக்கி இருமுறை தொண்டையைச் செருமி "சொல்க, மூத்தவரே! சொல்வதாகச் சொன்னீர்களே! நான் இந்த நாடகத்தை ஏன் இங்கு நடத்துகிறேன்? என்னை அறிஞனென்றும் இரக்கமில்லாமல் உண்மையை நாடிச் செல்பவன் என்றும் எனக்கு நானே காட்டிக்கொள்ளவா?" என்று கேட்டான். "அல்ல" என்று துரியோதனன் சொன்னான். "நீயும் தார்த்தராஷ்டிரனே. எங்கள் அனைவருக்குள்ளும் நீ கொண்ட அறம் சற்று குடியிருக்கிறது. ஆகவே நாங்கள் அனைவரும் கொண்ட தீமையும் உன்னிலிருக்கிறது. அதை வெல்லத்தான் இத்தனை நஞ்சை நீ அருந்திக்கொண்டிருக்கிறாய்."

குண்டாசி அவனை சிலகணங்கள் கூர்ந்து பார்த்தபின் உதடுகள் வளைய நகைத்து "என்னை புண்படுத்தி துரத்த எண்ணுகிறீர்கள். அம்புபட்ட நாய்போல் நான் அலறியபடி இங்கிருந்து வெளியே சென்றால் நிறைவடைவீர்கள்" என்றான். "அல்ல, இரக்கமின்றி கிழித்துப் பார்ப்பதாக நீ சொன்னாய். இரக்கமின்றி தன்னைக் கிழித்துப்பார்த்த எவரும் இப்படி அலைமோதுவதில்லை. கள்மயக்காலும் சொற்பெருக்காலும் உணர்வலைகளாலும் தன்னை தன்னிடமிருந்து மறைத்துக்கொள்வதுமில்லை. நீ இரக்கமின்றி ஒருபோதும் உன்னைக் கிழித்துக்கொண்டதில்லை" என்றான் துரியோதனன்.

"நான் கிழித்துக்கொண்டுவிட்டேன். அதனால் நோயுற்றேன். மறு எல்லைக்குச் சென்று வாழ்ந்தேன். மீண்டும் இருண்டேன். அதன் பின்னரே இந்த நிலைகுலையாமையை அடைந்தேன்" என்று துரியோதனன் சொன்னான். குண்டாசி சிரித்து "அந்த நிலைகுலையாமையை எனக்கும் அருள்க, மூத்தவரே!" என்று ஏளனமாக சொன்னான். "வாரணவதத்தில் அவர்களை எரித்த செய்தி உனக்கு அளித்ததுதான் இந்த அனல் அல்லவா?" என்றான் துரியோதனன். "ஆம்" என்றான் குண்டாசி. "வாரணவதத்தில் அரக்குமாளிகையை எரித்தவர்களின் குருதியே

நீயும் என்பதனாலா?" என்று துரியோதனன் கேட்டான். "ஆம்" என்று குண்டாசி சொன்னான். அவன் நடுங்கிக்கொண்டிருந்தான்.

துரியோதனன் கண்கள் இடுங்க அவனைக் கூர்ந்து நோக்கினான். "அல்லது நீயும் உன் உள்ளத்தால் அவ்வெரித்தலை நிகழ்த்தினாய் என்பதனாலா?" குண்டாசி "இதைக் கேட்டு நான் புண்படுவேன் என்று எண்ணுகிறீர்களா? எண்ணிக் கடந்து நீங்கள் வந்து சேரும் அந்த நச்சுமுனை இவ்வளவுதானா?" என்றான். "அல்ல" என்றான் துரியோதனன். "வாரணவதம் தொடக்கமல்ல. அதற்கு முன்பும் ஒன்று நிகழ்ந்தது. அன்று பீமனை நஞ்சூட்டி கைகால் கட்டி கங்கையிலிட்டதை நீ அறிவாய்." குண்டாசி திடுக்கிட்டு எழுந்து விட்டான். "இல்லை, அன்று நான் மிக இளையவன். நான் ஏதும் அறியவில்லை" என்றான்.

"நீ அறிவாய். நீ அறிவாய் என்று அன்றே எனக்குத் தெரியும். அதை நீ எவரிடமும் பகிர்ந்ததில்லை. நீ சொல்லமாட்டாய் என்றும் நான் அறிந்திருந்தேன். பதினெட்டாண்டுகாலம் அதை உன்னுள் கரக்க உன்னால் முடிந்திருக்கிறது. ஆகவேதான் வாரணவதம் உன்னைப் பற்றி எரியச்செய்தது." குண்டாசி கால்கள் நடுங்க பின்னால் நகர்ந்து பீடத்தில் உடல்முட்டி விழுந்து அமர்ந்தான். இரு கைகளையும் தலைமேல் வைத்து உடலை வளைத்து அமர்ந்து உடல் விதிர்த்தான். "அன்று நஞ்சுண்டவன் அவன் மட்டுமல்ல, நீயும்தான். உன் தலையை அவன் கதைக்கு பலி கொடுக்கவேண்டுமென்று நீ சொல்வது வாரணவதத்தின் பொருட்டல்ல, அந்த கங்கை நிகழ்வின் பொருட்டுதான். அது நிகழ்க!" என்று துரியோதனன் சொன்னான்.

குண்டாசி மெல்ல முனகினான். மீண்டும் எழுந்தபோது வலியின் கேவல்போல் அது ஒலித்தது. கையூன்றி எழமுயன்றான். அவன் வலது காலும் கையும் இழுத்துக்கொண்டன. இடக்கையை விசையுடன் ஊன்றி எழுந்து நின்று காலை இழுத்தபடி வாயில் நோக்கி சென்றான். செல்லும் வழியிலேயே வலப்பக்கமாக ஓர் உதை விழுந்ததுபோல் உணர்ந்து சரிந்து கீழே விழுந்து வலிப்பெழுந்து வாயிலிருந்து நுரை வழிய துடிக்கத் தொடங்கினான்.

42

குண்டாசி முகவாய் மார்பில் படிந்திருக்க தாழ்வான பீடத்தில் அமர்ந்து கால்களை நீட்டி மஞ்சத்தின் சேக்கைமேல் வைத்திருந்தான். இரு கைகளும் தொங்கி நிலத்தை உரசியபடி கிடந்தன. மெல்லிய காலடிகளுடன் அறைக்குள் வந்த தீர்க்கன் “இளவரசே...” என்றான். இருமுறை அவன் அழைத்த பின்னரே குண்டாசி விழிப்புகொண்டு தலைதூக்கி வெற்று நோக்குடன் அவனைப் பார்த்தான். “தாங்கள் உணவருந்தவில்லை” என்று அவன் சொன்னான். “ஆம்” என்று குண்டாசி முனகல்போல சொன்னான். “தாங்கள் விரும்பினால் இங்கே உணவை கொண்டுவரச் சொல்வேன்” என்றான் தீர்க்கன். குண்டாசி வேண்டாமென்று கையசைத்தான். தீர்க்கன் சிலகணங்கள் தயங்கி நின்றபின் “தாங்கள் மது அருந்தும் விடாய் கொண்டிருப்பின்...” என்று தொடங்க “வேண்டாம்” என்று குண்டாசி சொன்னான்.

ஆழ்ந்த அமைதியுடன் ஒருவரை ஒருவர் உணர்ந்தபடி அந்த அறையில் இருவரும் காலத்தைக் கடந்தனர். பின்னர் குண்டாசி தலைதூக்கி புன்னகைத்து “முதன்முறையாக மது வேண்டாம் என்று சொல்கிறேன் அல்லவா?” என்றான். ஆம் என்று தீர்க்கன் தலையசைத்தான். “நன்று! ஒருநாள் அவ்வாறு சொன்னேன் என்பது உமது நினைவில் இருக்கட்டும். நாளை காலைப்பொழுதுக்குப் பிறகு நாம் பார்க்கப்போவதில்லை” என்றான் குண்டாசி. தீர்க்கன் “சூதர்கள் ஏவலர்களாக களத்திற்கு வருவதற்கு நூல் ஒப்புதல் உள்ளது” என்றான். குண்டாசி “ஆனால் அரசர்கள் மட்டுமே ஏவலரை அழைத்துச்செல்லவேண்டும் என்பது வழக்கம்” என்றவன் புன்னகைத்து “நான் அரசரின் உடலில் ஒரு சிறு பகுதியாக செல்கிறேன்... சுண்டுவிரலாக, காலின் சுண்டுவிரலாக, அதன் நகமாக” என்றபின் “நோயுற்று உடைந்த நகம்” என்றான்.

பின்னர் முகம் மாறி “எனது போர்க்கச்சையும் படைக்கலங்களும் ஒருங்கியிருக்கட்டும். நாளை காலை விடிவதற்குள் நான் படைப்பிரிவுகளை சென்றடையவேண்டும்” என்றான். தீர்க்கன் “நாளை முதற்காலையில் இங்கு விடைகொளல் சடங்கு நிகழ்கிறது. கௌரவர்களும் உபகௌரவர்களும் சென்றாகவேண்டும்” என்றான். “நான் அவர்களில் ஒருவனல்ல” என்றான் குண்டாசி. “இன்றிரவு மது அருந்தாமல் துயில முடியுமா என்று பார்க்கிறேன். ஒவ்வொரு நாளும் நான் சென்று அணையும் அந்த இருண்ட ஆழம் இன்று எனக்குத் தேவையில்லை என்று தோன்றுகிறது.” ஆனால் தீர்க்கனின் முகத்தில் கவலை நீடித்தது. சொல்லின்றி தலைவணங்கி வெளியே சென்றான்.

குண்டாசி மார்பில் கைகளைக் கட்டிக்கொண்டு இலைகள் அசைந்த சாளரத்தை நோக்கிக்கொண்டிருந்தான். பின்னுச்சிப்பொழுது வெயில் உருகியதுபோல் வெளியே தேங்கி நின்றது. இலைகளில் அசைவே இல்லை. பறவைக்குரல் ஏதும் எழவில்லை. மிக அரிதாக அவன் உச்சிப்பொழுதுக்குப்பின் விழித்தெழுவதுண்டு. மது அளவோடு அருந்தி துயின்றிருந்தால் அவ்விழிப்பு மிக இனிய பிறிதொரு காலத்தில் சென்று கண் விழித்தது போலிருக்கும். உயிருடனிருப்பதே தித்திப்பானதென்றும், சூழ்ந்திருக்கும் ஒவ்வொரு பொருளும் இனிதென்றும் தோன்றும். சற்றே அசைந்தால்கூட அவ்வினிமை கலைந்துவிடும் என்று அஞ்சியவன்போல அவன் படுத்திருப்பான். அதே இனிமை அப்போது ஒரு பழைய நினைவுபோல தோன்றியது. மறுகணமே வந்து சூழ்ந்துகொண்டது. ஆனால் இருத்தலின் தித்திப்பாக அது இல்லை. இழந்த ஒன்றை நினைவுகூர்வதன் துயர் கலந்த இனிமை. அது உவகைதானா? கொப்பளித்து எழாது அசையாக் குமிழியென்று நிற்கும் உவகை ஒன்று உண்டா என்ன? அவன் உளம் கரைந்து விழிநீர் வடிக்கத் தொடங்கினான். ஏன் அழுகிறோம் என்று உள்ளூர ஒரு தன்னிலை வியந்தது. அவ்வாறு அழுவதே இனிதாக இருந்தது.

தீர்க்கனின் காலடிகளைக் கேட்டு அவன் திரும்பிப்பார்த்தான். தலைவணங்கி “இளவரசர் விகர்ணன்” என்றான் தீர்க்கன். “என்னைப் பார்க்கவா?” என்றபடி எழுந்துகொண்ட குண்டாசி மேலாடையை எடுத்து அணிந்துகொண்டு “வரச்சொல்க!” என்றான். தீர்க்கன் சென்று சில கணங்களிலேயே விகர்ணன் உள்ளே வந்தான். குண்டாசி கைகூப்பி “வருக, மூத்தவரே! என் அறைக்குத் தாங்கள் வருவது ஒரு வாழ்த்து” என்றான். “இங்கு வர எண்ணியதுண்டு” என்று விகர்ணன் சொன்னான். “நெடுநாள் வரை நீ ஒருவன் இருப்பதையே என் உள்ளம் உணராதிருந்ததுண்டு. உன் அணுக்கத்தை உணர்ந்த பின்னர் உன்னை எனக்குரிய வடிவில் மாற்றிப் புனைந்துகொண்டேன். உன்னை உன்

இயல்பில் அறிந்துகொள்வதை முற்றிலும் தவிர்த்தேன்” என்றபின் “இன்று இங்கு வரத் தோன்றியது. இத்தருணத்தில் இங்கு எவரும் என்னுடன் இருக்க இயலாதென்று எண்ணினேன்” என்றான்.

அமரும்படி குண்டாசி கைகாட்டினான். பீடத்தில் அமர்ந்த பின் விகர்ணன் “அஸ்தினபுரியெங்கும் இப்போது பல்லாயிரக்கணக்கில் விடைகொளல்கள் நடந்துகொண்டிருக்கின்றன. இவ்வரண்மனையில் ஒவ்வொருவரும் பிறரை சந்தித்து விடைபெற்றுக்கொண்டிருக்கிறார்கள். நான் யாரையும் சந்திக்க விரும்பவில்லை” என்றான். குண்டாசி “அல்லது நீங்கள் என்னிடம் கொற்றவையின் ஆலயத்தில் பேசியவற்றில் ஏதேனும் எஞ்சியுள்ளது என்று எண்ணுகிறீர்களா?” என்றான். விகர்ணன் அந்த நேரடி வினாவால் ஒரு கணம் திகைத்து பின் கசப்புடன் நகைத்து “இதனால்தான் கௌரவர் உன்னை அஞ்சுகிறார்கள். உன் நாவில் நஞ்சிருக்கிறது. காமரூபத்தில் மண்புழுவைப்போன்ற பாம்பொன்று உண்டு என்கிறார்கள். மிகச் சிறிது, மண்ணோடு மண்ணாக நெளிவது. பாம்பிற்குரிய விரைவோ அழகோ இல்லாதது. துயிலும் விலங்குகளை அணுகி அவற்றின் செவிக்குள் அவையறியாமல் மெல்ல நெளிந்து நுழைந்துகொள்ளும். அங்கு நச்சு கக்கி அவற்றை பித்தெழச் செய்து கொல்லும். அவை மட்கி மறைவதுவரை உள்ளேயே வாழும். நஞ்சினால் அது நாகம், மெய்யில் ஒரு புழு” என்றான். “பாம்பே ஒருவகை புழுதான், தன்னை புழுவென்று உணர்ந்ததனால்தான் அது நச்சை ஈட்டிக்கொண்டது” என்று குண்டாசி சொன்னான்.

“இங்கு வருவதற்கு முன் உன்னிடம் சொல்வதற்கென சில சொற்கள் சேர்த்துவைத்திருந்தேன். இப்போது அவற்றை நீ எப்படி எதிர்கொள்வாய் என்று எண்ணி தயங்கத் தொடங்கிவிட்டேன்” என்றான் விகர்ணன். பின்னர் “சொற்களை விடு. நான் சொல்லாட வரவில்லை. உன்னுடன் அமர்ந்து மதுவருந்தலாம் என்று வந்தேன்” என்றான். குண்டாசி சிரித்து “மதுவா? தாங்கள் அருந்துவதில்லையே?” என்றான். விகர்ணன் “எப்போதாவது தமையன் அளிக்கும் உண்டாட்டில் மூத்தவருடன் அமர்ந்து மட்டுமே அருந்துவேன். அதில் எனக்கு எந்த ஆர்வமும் இருந்ததில்லை. ஏனெனில் என்னை அழுத்தி மண்ணோடு நிறுத்தும் தன்னுணர்வால் ஆனது என் உள்ளம். மது அருந்தினால் அது நனைந்து மேலும் எடைகொண்டதாகிறது. பிறர் மது அருந்தி தங்களை மறந்து தாங்கள் எதையெல்லாம் ஒளித்தும் திரித்தும் அகற்றியும் வைத்திருந்தார்களோ அவையனைத்துமாகி நின்றிருப்பதைப் பார்க்கையில் பொறாமை கொள்வேன்” என்றான்.

குண்டாசி “அவ்வாறு எவரும் தன்னிலை அழிவதில்லை. தன்னிலை ஒரு நடிப்பு, தன்னிலை மறப்பது பிறிதொரு நடிப்பு” என்றான். விகர்ணன்

“தனிமையில் நான் ஒருபோதும் மது அருந்தியதில்லை. இன்று என் அறையில் அமர்ந்து மதுவருந்தலாம் என்று தோன்றியது. ஆனால் மது வந்தபோது அதை திரும்பக்கொண்டுபோகச் சொல்லிவிட்டு எழுந்து இங்கு வந்தேன்” என்றான். சிரித்தபடி “விந்தை என்னவென்றால் நான் மதுவருந்தாமல் அமர்ந்திருக்கிறேன்” என்று குண்டாசி சொன்னான். “நீயா?” என்று விகர்ணன் வியந்து பார்த்தான். “மது அருந்துபவர்கள் அருந்தாதபோதும் அதே கள்மயக்கு கொண்டவர்கள்போல் இருப்பார்கள். நீங்கள் மது அருந்திய பின்னும் தன்னிலை கொண்டிருப்பதுபோல” என்று சொன்ன குண்டாசி “எதன் பொருட்டாயினும் நீங்கள் என்னைத் தேடி வந்தது நன்று” என்றபின் “தீர்க்கரே” என்றான்.

வாயிலருகே தீர்க்கன் தோன்றினான். “எனக்கு பீதர்நாட்டு மது. மூத்தவருக்கு யவனமது” என்றான் குண்டாசி. “இல்லை, எனக்கும் பீதர்நாட்டு மது” என்றான் விகர்ணன். “அது அனல், உள் எரிப்பது” என்றான் குண்டாசி. “எனக்கு அதுதான் வேண்டும். யவன மது என்னை மயக்குற வைப்பதில்லை” என்றான் விகர்ணன். குண்டாசி “அனல் அனலால் அணையும் என்பதுபோல உள்ளே அனலிருந்தால் மட்டுமே பீதர்நாட்டு மது அருந்தவேண்டும், மூத்தவரே” என்றான். “ஆம். அதுவே கொணர்க!” என்றான் விகர்ணன்.

தீர்க்கன் சென்ற பின்னர் மது குறித்த எண்ணம் இருவரையும் எளிதாக்க கைகால்களை நீட்டிக்கொண்டு அமர்ந்தனர். விகர்ணன் ஏதோ முனகிக்கொண்டான். “தாங்கள் சற்று நிலையழிந்திருக்கிறீர்கள்” என்றான் குண்டாசி. “ஆம்” என்றான் விகர்ணன். “ஏனென்று உன்னால் சொல்ல முடிகிறதா? நீதான் அறியாது அகம்நுழையும் மண்ணுளியாயிற்றே?” குண்டாசி கோணலாக நகைத்து “மிக எளிதாக சொல்ல முடியும். தாங்கள் யுயுத்ஸுவை பார்த்துவிட்டு வருகிறீர்கள்” என்றான். விகர்ணன் “விந்தைதான்! உண்மை அது” என்றபடி சற்றே முன்னால் நகர்ந்தான். “எப்படி இதை நீ சொல்கிறாய்?” குண்டாசி “எளிது” என்று மேலும் நகைத்தான். “கௌரவ நூற்றுவர்களிலேயே உளக்கூர்மை மிக்கவன் நீதான் என்று சொல்வார்கள். அனைவரையும் கசந்து நகையாடுவதனூடாக அப்பெயரை நீ ஈட்டியிருக்கிறாய் என்றுதான் எண்ணியிருந்தேன். மெய்யாகவே உளம் புகுந்து எண்ண உன்னால் இயல்கிறது” என்றான் விகர்ணன்.

“இதில் உளம் புக என்ன உள்ளது? இன்று இவ்வரண்மனையில் அனைவருமே அவனைப்பற்றித்தான் எண்ணிக்கொண்டிருப்பார்கள். அவனை சந்திக்காமல் தவிர்க்க எண்ணுவார்கள். சந்தித்தே ஆகவேண்டும் என்ற அழுத்தம் இருப்பது உங்களுக்குத்தான்” என்றான் குண்டாசி. “ஏன்?” என்று விகர்ணன் புருவம் சுளித்து கேட்டான். “அவன் உங்கள்

இன்னொரு நிகழ்வாய்ப்பு அல்லவா?" என்றான் குண்டாசி. "அவனா?" என்று விகர்ணன் கேட்டான். "ஆம், அவனாகி நீங்கள் நடித்துச் சலிக்கிறீர்கள்" என்று குண்டாசி சொன்னான். "அல்ல!" என்று விகர்ணன் எதிர்பாராமல் கூச்சலிட்டான். "பிறகு ஏன் அவனை சந்தித்தீர்கள்?" என்றான் குண்டாசி. "அவன் கிளம்புகிறான் என்று அறிந்தேன். மூத்தவரிடம் ஒப்பும் வாழ்த்தும் பெற்றான் என்று அறிந்தபோது முதலில் நம்ப இயலவில்லை. பின்னர் அதுவன்றி பிறிதெதையும் ஆற்ற மூத்தவரால் இயலாதென்று தெளிந்தேன். ஏனோ அது என்னை எரிச்சலடையச் செய்தது. எண்ண எண்ண உளம் கொதித்தது. அவனிடம் சென்று சில வினாக்கள் கேட்க வேண்டுமென்று தோன்றியது" என்றான்.

குண்டாசி புன்னகைத்து "செஞ்சோற்றுக்கடன் குறித்து அல்லவா?" என்றான். "சொல், உன் நஞ்சு எவ்வளவு தொலைவு செல்கிறதென்று பார்க்கிறேன்" என்றான் விகர்ணன். குண்டாசி "நஞ்சென ஏதுமில்லை, மூத்தவரே. இதுவரை பிறர் உள்ளங்களின் கரவுகளுக்குள் எவ்வாறு கடந்துசென்று தொட்டறிந்தேன் என்று சற்று முன்னர் மூத்தவர் எனக்கு சொன்னார். என் உள்ளத்துக் கரவால்" என்றான். பற்களைக் கடித்தபோது அவன் வஞ்சத்துடன் சிரிப்பதுபோலிருந்தது. அவன் தாடை அசைந்தது. "அதன் பின் என்னில் எழும் ஒவ்வொரு எண்ணத்தையும் நான் ஐயுறுகிறேன். தன் வாயிலூறும் எச்சிலை ஒருவன் மலமென எண்ணத்தொடங்கினால் என்ன ஆவான்? அதுதான் என் நிலை" என்றான். "என்ன சொன்னார்?" என்று விகர்ணன் கேட்டான். அவன் முகம் கொண்ட மாறுதல் குண்டாசியை சினம்கொள்ளச் செய்தது. "அதை விடுங்கள். நீங்கள் யுயுத்ஸுவிடம் என்ன சொன்னீர்கள்?" என்றான்.

"நான் அவன் அறைக்குச் சென்றபோது அவன் கிளம்பும் பணியிலிருந்தான். கனகரை வரவழைத்து அவனுக்களிக்கப்பட்ட இறுதிப் பொறுப்புகளின் செய்திகளை அளித்துக்கொண்டிருந்தான். அனைத்தையும் முன்னரே ஓலைகளில் எழுதியிருந்தான். அவற்றை கனகருக்கு அளித்து முறைமைச் சொல் உரைத்து விடைகொண்டான்" என்று விகர்ணன் சொன்னான். "நான் உள்ளே நுழைந்தபோது அவர்களின் இறுதிச் சொல்லளிக்கை நிகழ்ந்துகொண்டிருந்தது. என்னைக் கண்டதும், சற்றுபொறுங்கள் மூத்தவரே இப்பணியை முடித்துவிடுகிறேன் என்று அவன் இயல்பாக சொன்னான். அன்றாட அரசியல் பணி ஒன்றை செய்வதுபோலிருந்தான்." குண்டாசி "ஆம், அது அவன் இயல்பு. அவன் யுதிஷ்டிரரின் பிறிதுவடிவம்" என்றான். "மெய், அதை அங்கே கண்டேன்" என்று விகர்ணன் சொன்னான்.

நான் அவன் சொல்வதைக் கேட்டு நின்றிருந்தேன். அவன் தொன்மையான சடங்குக்குரிய நுண்சொல் என சீராக சொல்லடுக்கினான். "இந்தக் கணம்

நிறைவுறுக, இதற்குப் பின் நான் இந்நகருக்கும் குடிக்கும் எந்தத் தொடர்பும் அற்றவன் ஆகுக! இதன் தெய்வங்கள் என்னை விட்டு ஒழிக! மூதாதையர் என்னைக் கைவிடுக! அஸ்தினபுரியின் அரசப்பணிகள், படைசூழ்கை, குடிமுறைமைகள் குறித்த ஒரு சொல்லும் நினைவென என்னில் எஞ்சாது ஒழிக! என் நினைவு அஸ்தினபுரியின் குடிகளிலும் அரசிலும் ஒரு துளியும் மிஞ்சாமல் அழிக! நான் இங்கு பிறந்ததற்கு முந்தைய கணம் இனி அமைக! ஆம், அவ்வாறே ஆகுக!" என்றான். கனகர் ஓலைகளை வாங்கிக்கொண்டு தடுமாறிய குரலில் "ஆம், அதுவே ஆகுக!" என்றார். அவன் என்னை நோக்கித் தலைவணங்கி "இதோ வருகிறேன், மூத்தவரே" என்று சொல்லி அருகிலிருந்த அறைக்குள் சென்றான்.

நான் கனகரிடம் "இத்தனை பொறுப்புகளையா இவன் நடத்தி வந்தான்?" என்று கேட்டேன். அவர் கையில் நூற்றுக்கு மேல் ஓலைகள் அடங்கிய கட்டு இருந்தது. அவர் புன்னகைத்து "இங்குள்ள ஒவ்வொருவரும் தாங்கள் ஆற்றும் பணியை இதேபோல நூறுநூறு ஓலைகளாக எழுதலாம். ஒற்றைச் சொற்றொடரில் உரைக்கவும் ஆகும்" என்றபின் "இதனால் எப்பொருளுமில்லை. தான் ஆற்றிவந்த அனைத்தையும் இவ்வாறு எழுத்தில் பதிவு செய்வதென்பது அவற்றைத் தொகுத்துக்கொள்ள அவருக்கு உதவுகிறது. துறப்பதற்கு துறப்பது எது என்று தெரிந்திருக்கவேண்டும் அல்லவா? ஆற்றிலும் அளந்தே வீசவேண்டும் என்பர் வணிகர்" என்றார். "இவற்றை இன்னொருவர் படித்தறியவே நீணாளாகுமே?" என்றேன். "இளவரசே, இங்கு எவரும் எந்த ஓலையையும் படித்து உள்வாங்கும் நிலையை இழந்து சில நாட்களாகின்றன. பிறர் சொல்லும் சொற்களையே எவரும் உளம் வாங்குவதில்லை. ஒவ்வொரு அகமும் அதன் உச்சத்தில் தன்னுள் இருப்பவற்றைச் சுழற்றி விசை கொண்டிருக்கிறது" என்றபின் "வருகிறேன்" என்று தலைவணங்கி வெளியே சென்றார்.

அவன் என்னிடம் எதையோ அளிக்கவிருக்கிறான் என்று எண்ணி நான் காத்திருந்தேன். ஆனால் மரவுரி அணிந்து, அணிகளேதும் இன்றி வெறும் கைகளுடன் அவன் என் முன் வந்தான். "இந்த ஆடை முன்னரே இங்கிருந்ததா?" என்றேன். அந்தக் கோலம் என்னை எரிச்சலடையச் செய்தது. "ஆம் மூத்தவரே, இந்த ஓலைகளை எழுதத் தொடங்கியபோதே மரவுரியையும் வாங்கி வைத்துவிட்டேன்" என்றான். "எப்போதிருந்து?" என்று நான் கேட்டேன். "மூன்றாவது தூது முடிந்து தன் கால்பொடியைத் தட்டி இங்கிருந்து இளைய யாதவர் கிளம்பிச் சென்ற அன்று முதல்" என்று அவன் சொன்னான். அறத்தான் என தன்னை நம்புபவனின் நடத்தையில் ஏன் அத்தனை பொய்மை குடியேறுகிறது என்று எண்ணிக்கொண்டேன். அவனை ஓங்கி அறையவேண்டும் என்று என் உள்ளம் எழுந்தது. அவன் உள்ளம் சிதறும்படி எதையேனும் சொல்லவேண்டும். ஆனால் அவன்

அனைத்தையும் கடந்தவன் என்னும் தோற்றத்தினூடாக அனைத்தையும் கடந்துசெல்வான் என்றும் அறிந்திருந்தேன்.

“நீ மூத்தவருக்கோ தந்தைக்கோ எந்த எடுத்துரைப்பும் அளித்ததில்லையே? இவையனைத்தும் உன்னுள் நிகழ்ந்திருந்தன என்பதற்கான சான்றே இல்லையே?” என்றேன். ஆனால் அது நான் எண்ணியதுபோல் குற்றச்சாட்டாக அன்றி மன்றாட்டாக ஒலித்தது. “ஆம், இவை என்னுள் நிகழ்ந்துகொண்டிருந்தன. ஆனால் பிறருக்கு உரைக்கும் அளவுக்குத் தெளிவில்லை. நான் உரைத்துக் கேட்கும் அளவுக்கு எனக்கு செவிகொடுப்பார் எவரும் இங்கு இல்லை” என்று அவன் சொன்னான். அது உண்மை என நானும் உணர்ந்தேன். அவனை சொல்திருந்தா இளையோன் என்றே தந்தையும் மூத்தவரும் நடத்தினார்கள். “அனைத்தையும் இளைய யாதவர் பொருட்டு துறக்கிறாய். அப்படி ஒரு முற்றளிக்கையை எவ்வண்ணம் அடைந்தாய்?” என்றேன். பேசப்பேச என் சினம் தணிவதையும் உணர்ந்தேன்.

“மூத்தவரே, பிறந்த நாள் முதலே நான் இளைய யாதவரின் பெருமைகளையே கேட்டு வளர்ந்திருக்கிறேன். வழிபடு தெய்வத்திற்கு நிகரென என்னுள்ளத்தில் அவர் அமர்ந்திருந்தார். ஆயினும் அவரை நான் அணுகினேன் என்று உரைக்க இயலாது. முதன்முறை அரச அவையில் அவர் வந்து தூதுரைத்தபோது பக்தி நிறைந்த நெஞ்சுடன் கைகளைக் கூப்பியபடி அவர் முகத்தை நோக்கி அமர்ந்திருந்தேன். விண்ணில் தோன்றும் பொன்னிற முகில்போல நாமறியா நம் சிற்றுள்ளத்தை பித்துற வைக்கும் கனவு அவர் முகம். நெடுநாள் அவர் சொன்ன ஒவ்வொரு சொல்லையும் என்னுள் மீளமீள நிகழ்த்தியபடி இருந்தேன். என்னுள் அழியாது நிலைகொண்டன அவர் விழிகள்” என்று அவன் சொன்னான், கள்மயக்கு கொண்டவன்போல் இமைகள் சரிய, முகம் உவகையில் விரிய. அவனை வியப்புடன் நோக்கி அமர்ந்திருந்தேன்.

“மீண்டும் ஷத்ரியர்களின் பேரவைக்கு வந்து தூதுரைத்தபோது அவருடைய நெஞ்சைப் பார்த்தேன். பிறிதொன்றையும் அன்று பார்க்கவில்லை. மணியொளி கொண்டது. அதன் நடுவே பெருஞ்சுழி ஒன்றின் கருமை. உலகளந்த பெருமானின் கௌஸ்துப மயிர்ச்சுழியை தானும் கொண்டவர் அவர் என்று சூதர்கள் சொல்லி கேட்டிருந்தேன். அது மெய் என்று கண்டேன். மூத்தவரே, அன்று அவை முடிந்து வெளியே வந்தபோது நான் அழுதுகொண்டிருந்தேன்” என்று அவன் சொன்னான். அப்போதும் அவன் அழுபவன்போல் குரல் தழைந்து உதடுகள் விதும்ப தெரிந்தான்.

“அஸ்தினபுரியில் என் உள்ளத்தைப் பகிர எவருமில்லை. நானறிவேன், இங்குள அத்தனை பெண்டிரும் கோபிகைகள் என. அவருக்காக என்று

உளம் கனிந்தவர்கள். நானோ ஆண், அடியான் என்று உணர்பவன். அவர்களிடமும் என்னால் அணுக இயலாது. அஸ்தினபுரி போர்வெறி கொண்டு கொப்பளித்துக்கொண்டிருந்தது. படைவீரர்களின் கண்களில் பித்தின் களிப்பு. குடிகள் தங்கள் தலைமுறைகள் திளைத்த பெருஞ் சலிப்பிலிருந்து எழுந்து பறந்து சுழன்றுகொண்டிருந்தார்கள். குருதி குருதி என்று ஒவ்வொரு சொல்லும் பொருள்கொண்டிருந்தது. அவர்கள் நடுவே முற்றிலும் அயலவனாக, ஒருவராலும் நோக்கப்படாதவனாக நெஞ்சோடு கைசேர்த்து விழிநீர் உதிர்த்தபடி நான் சுற்றிவந்தேன்."

"மூத்தவரே, மூன்றாம் முறை அவர் வேள்வி நிலையில் தூதுவந்தபோது நான் அவர் கால்களை மட்டுமே பார்த்தேன். அதற்கு மேல் விழிதூக்க என் உள்ளம் துணியவில்லை. அவர் சொற்கள்தவிர வேறொன்றும் என் செவியில் விழவுமில்லை. கைகூப்பியபடி நோக்கியிருந்தபோது நானே அனைத்தும் என்று ஒரு மொழி விண்ணை நிரப்பும் இடியோசைபோல் எனக்குக் கேட்டது. திடுக்கிட்டவனாக ஒருகணம் விழிதூக்கியபோது அவர் பேருருவைப் பார்த்தேன். ஆம், விண்பேருருவை. கோள்களையும் விண்மீன் பெருக்கையும் கடுவெளியையும் அலகிலியையும் அணையா வெறுமையையும்கூட தானெனக் கொண்டு நின்றிருந்த பரம்பொருளை நான் பார்த்தேன். அவர் அதை எனக்கு அங்கு காட்டினார். ஆம், நான் பார்த்தேன், ஐயமே இல்லை. நான் பார்த்தேன்" என்று அவன் கூவினான்.

அவன் விழிகளை என்னால் நேருக்குநேர் நோக்கமுடியவில்லை. அவற்றிலிருந்த பித்து என்னை அச்சுறுத்தியது. அவன் "இக்கணம் வரை இதை நான் எவருக்கும் சொன்னதில்லை. ஆனால் அவர் விண்ணளந்தோன் கொண்ட மண்வடிவம். ஐயமே இல்லை. என்னை ஆட்கொள்ளவே அன்று இங்கு எழுந்தருளினார். வேதம் ஓதித் தெளிந்த அந்தணரும், வேதமுடிபு கற்ற அறிவரும், ஊழ்கத்திலமர்ந்து உயர்ந்த படிவரும் நிறைந்திருந்த அவ்வவையில் வேறெவரும் அவ்விண் பேருருவைக் காணவில்லை. நான் மட்டுமே கண்டேன். அதன் பின் எனக்கு மாற்றெண்ணம் என ஒன்றில்லை" என்றான்.

பித்தர்கள் நம்மை ஏன் அச்சுறுத்துகிறார்கள்? கூடவே நம்மை ஒருகணமும் உளவிலக்கம் கொள்ள இயலாதபடி கவரவும் செய்கிறார்கள். பித்து என்பது ஒரு திறந்த பெருவாயில். அப்பாலிருப்பது வெளி. பித்தன் தரையில் கால்படியாது காற்றில் எழுந்துநிற்பவன்போல் நமக்குத் திகைப்பூட்டுகிறான். பித்தை விரும்பாத எவர் இருக்கிறார்கள்? நீ கள்ளிலும் சிலர் கவியிலும் ஞானியர் மெய்மையிலும் எளியோர் உறவுகளிலும் தேடித் தேடி சிறு துளியென அடைந்து களிப்பது பித்தை அல்லவா? பெரும்பித்து சிலருக்கு அருளப்படுகிறது. அதன்பிறகு அவர்களுக்கு இங்குள்ள எதுவும் ஒரு பொருட்டல்லாமலாகிறது.

பித்திலாது புழங்குவதற்குரியது இவ்வுலகு. இல்லங்களுக்குள் வந்துவிட்டால் பறவைகள் எப்படி நிலைகுலைகின்றன என்று பார்த்திருக்கிறேன். ஏனென்றால் மனிதர்களும் விலங்குகளும் புழங்கும் எல்லையுள்ள வெளியில் பறவைகள் வாழ முடியாது. விண்ணிலேயே அவை நிறைவுற்றிருக்கின்றன. பித்தர்கள் இங்குள்ள அனைத்தையும் உதறிவிடுகிறார்கள். என் உளஎழுச்சியை வன்மையான வினா ஒன்றினூடாகக் கடந்தேன். “நீ எந்தைக்கும் என் தமையனுக்கும் செஞ்சோற்றுக்கடன் பட்டவனல்லவா?” என்று கேட்டேன். கேட்டதுமே அவ்வினா எத்தனை சிறியதென்றும் உணர்ந்தேன். அவன் “இப்புவியிலுள்ள அனைவருமே என் தலைவனுக்கு செஞ்சோற்றுக்கடன் பட்டவர்கள்தான். நான் உண்டது அவர் உணவு, வாழ்ந்தது அவர் நிழலில், உறவென்றும் காவலென்றும் எனக்குப் பிறிதெவரும் இல்லை” என்றான்.

அதன் பின்னர் என்னால் ஒன்றும் சொல்ல இயலவில்லை. “நன்று! நலம் சூழ்க!” என்று எழுந்துகொண்டேன். “நான் அனைவரிடமும் விடைபெற்றுக்கொண்டேன், மூத்தவரே. செல்லும்போது எவரிடமும் சொல்லக்கூடாதென்று எண்ணினேன். தங்களிடம் சொல்லிவிட்டுச் செல்லவேண்டுமென்பது என் தலைவரின் ஆணை போலும். அவர்தான் தங்களை இங்கு வரவைத்திருக்கிறார். எனக்கு விடைகொடுங்கள்” என்றான். “சென்று வருக!” என்று நான் சொன்னேன். அவன் வெறுங்கைகளுடன் வெளியே இறங்கி இடைநாழியில் நடந்து படிகளில் இறங்கி முற்றத்தின் வெயிலில் ஒளிகொண்டு அப்பால் சென்று அகன்றான்.

“அங்கு நின்றிருக்கையில் அறியா உளநடுக்கொன்று எனக்கு ஏற்பட்டது. அங்கிருந்து உடனடியாக இங்கு வரவேண்டுமென்று தோன்றியது. அதைக் கடந்தே என் அறைக்குச் சென்றேன். அங்கு அமரவியலாது இங்கு வந்தேன். வழியிலேயே ஓர் எண்ணம் வந்தது. ஒருவேளை நீயும் கிளம்பியிருப்பாய் என்று” என்றான் விகர்ணன். “நானா? நான் எங்கு கிளம்புவது?” என்றான் குண்டாசி. “தார்த்தராஷ்டிரர்களில் நாம் மூவரும் ஒன்றின் மூன்று முனைகளல்லவா?” என்று விகர்ணன் சொன்னான். “சற்றுமுன் யுயுத்ஸுவை நான் சென்று கண்டது அதனால்தான் என்றுதான் நீயும் சொன்னாய்.” குண்டாசி “அப்படியென்றால் தாங்களும் கிளம்பியிருக்கக்கூடுமோ?” என்றான். நெடுநேரம் ஒன்றும் சொல்லாமல் விகர்ணன் அமர்ந்திருந்தான். பின்னர் “இளையோனே, அவன் கிளம்பிச் சென்றபோது அவனுடன் எனது ஒரு பகுதியும் செல்வதை உணர்ந்தேன். நான் கொண்ட உள நடுக்கு அதனால்தான்” என்றான்.

43

தீர்க்கனைத் தொடர்ந்து வந்த இரண்டு ஏவலர்கள் மதுக்குடுவைகளையும் வெள்ளிக்கோப்பைகளையும் கொண்டுவந்தனர். அவற்றை தாழ்வான பீடத்தில் வைத்து மதுவை ஊற்றி இருவருக்கும் அளித்தனர். விகர்ணன் பீதர் மதுவை கையிலெடுத்தபோதே குமட்டி உலுக்கிக்கொண்டான். குண்டாசி "தங்களுக்குப் பழக்கமில்லை, மூத்தவரே. தாங்கள் யவன மதுவையே அருந்தலாம்" என்றதும் "இல்லை" என்றபின் வாயில் வைத்து ஒரே மூச்சாக உறிஞ்சி விழுங்கி குமட்டி வாயைக் கையால் பொத்திக்கொண்டு குனிந்தமர்ந்து உடல் உலுக்கிக்கொண்டான். இருமுறை எதிர்க்கெடுத்துவிட்டு சிறிய ஏப்பத்துடன் "நீ சொன்னது சரிதான். இது வெறும் அனல். நேரடியாகவே அனலை விழுங்குவதுதான் இது" என்றான்.

"தாங்கள் சற்று நீர் அருந்தலாம்" என்றான் குண்டாசி. "நான் அனலை அணைக்க விரும்பவில்லை" என்று விகர்ணன் சொன்னான். அவன் வாய் திறந்தபோதெல்லாம் வயிற்றின் ஆவி வெளிவந்தது. "அனற்புகை" என்றான். குண்டாசி மதுக்கோப்பையை கையில் எடுத்தான். அந்த இளமஞ்சள் நிறமான திரவத்தை வெறுமனே பார்த்துக்கொண்டிருந்தான். மீண்டும் ஒருமுறை நீண்ட ஏப்பம் விட்ட விகர்ணன் கோப்பையை நீட்டி "இன்னும் சற்று..." என்றான். தீர்க்கன் "முதன்முறை என்றால் இதுவே மிகுதி. போதும், இளவரசே" என்றான். "ஊற்றுக!" என்று விகர்ணன் சொன்னான். ஏவலன் ஊற்றியவுடன் ஒருகணமும் தயங்காமல் அதை அப்படியே விழுங்கி கோப்பையை கீழே போட்டுவிட்டு மேலாடையால் வாயை பொத்திக்கொண்டு உடலை இறுக்கி அமர்ந்தான். பின்னர் வாயுமிழும் ஓசையெழுப்பி குனிந்தான்.

“தங்களுக்கு இது பழக்கமில்லை” என்று சொன்னான் குண்டாசி. விகர்ணன் தலையை அசைத்தபடி உடல் வியர்வைகொள்ள மல்லாந்து மூச்சை இழுத்துவிட்டான். அவன் தொண்டைமுழை ஏறியிறங்கியது. குண்டாசி ஏவலனை நோக்கி “நீங்கள் செல்லலாம்” என்று சொன்னான். தீர்க்கன் “நான் மதுகோப்பைகளை எடுத்துப்போகச் சொல்கிறேன், இளவரசே” என்றான். விகர்ணன் புரண்டு தலைதூக்காமலேயே கைவீசி “இல்லை, எனக்கு இன்னும் தேவையாகும்” என்றான். “எடுத்துச் செல்லுங்கள்” என்று தீர்க்கன் உறுதியான குரலில் சொன்னான். ஏவலர் மதுக்கோப்பைகளை எடுத்துக்கொண்டு வெளியே சென்றனர். விகர்ணன் “இன்னும் சற்று தேவையாகும்… என் உடல் இன்னமும் தளரவில்லை” என்றான்.

தன் கையில் பீதர் மதுக்கோப்பை வாய்தொடாமல் இருப்பதை குண்டாசி உணர்ந்தான். மீண்டும் அந்த திரவத்தைப் பார்த்தான். அது சீழ் என்ற எண்ணம் எழுந்தது. உடல் உதறிக்கொள்ள குமட்டி வந்தது. அதை பீடத்தில் திரும்ப வைத்தான். “ஏன், நீ அருந்தவில்லையா?” என்றான் விகர்ணன். “நோயுற்றிருக்கிறேன், மூத்தவரே. இன்று காலை மூத்தவர் என்னைத் தாக்கியதனால்” என்றான். “ஆம், மூத்தவர் உன்னைத் தாக்கியது எனக்கும் விந்தையாகவே இருந்தது. அது ஏன் என்று எனக்குத் தெரியவில்லை” என்றான் விகர்ணன். குண்டாசி “எனக்குத் தெரியும், நான் அவரை சீண்டினேன்” என்றான். “ஆனால் கடந்த சில மாதங்களாகவே அவர் தெய்வச் சிலைகளுக்குரிய உறுதியும் நிகர்நிலையும் கொண்டவராக இருக்கிறார். ஒவ்வொரு சொல்லும் எண்ணி எடுக்கிறார். எதனாலும் உளநகர்வற்றிருந்தார். இன்று காலை உன்னைக் கண்டதும் ஏன் கொதித்தெழுந்தார்?” என்றான்.

“அதற்கான விடை சற்றுமுன் கிடைத்தது” என்று குண்டாசி சொன்னான். மீண்டுமொருமுறை குமட்டி வாயுமிழ்வதுபோல் கேவலோசை எழுப்பியபடி முன்னால் குனிந்து வாயை பலமுறை திறந்து மூடிய விகர்ணன் நீண்ட இருமல் தொடரொன்றில் சிக்கி நெடுந்தொலைவு சென்று தலையை அசைத்தபடி பீடத்தில் மல்லாந்தான். “என் தசைகள் அனைத்தையும் எரிக்கிறது இது. என் தலைக்குள் தீக்கங்குகள் நிறைந்துள்ளன” என்றான். “ஆனால் முன்னர் இருந்த தீ அணைந்திருக்கும்” என்றான் குண்டாசி. “இல்லை அனைத்துத் தீயும் இணைந்து பெருகியிருக்கின்றன” என்று விகர்ணன் சொன்னான். மீண்டும் மீண்டும் இருமியும் குமட்டியும் உடல் உலுக்க தவித்தான். மெல்ல அடங்கி தலை சரிந்தான். இருமுறை மூச்சில் குறட்டை கலந்தொலித்தது.

பின்னர் விழித்துக்கொண்டு “நீ என்ன சொன்னாய்? இருமுறை குறிப்பு கொடுத்தாய், மூத்தவர் உன்னிடம் ஏதோ சொன்னதாக” என்றான்.

“ஒன்றுமில்லை” என்று குண்டாசி சொன்னான். விகர்ணன் தலையை அசைத்து “என்ன நிகழ்கிறது என்று எனக்குத் தெரியவில்லை. என் கைகளும் கால்களும் உடலில் இருந்து கழன்றுவிட்டதுபோல் தோன்றுகின்றன” என்றான். அவன் நாக்கு தடிக்கத் தொடங்கியிருந்தது. கழுத்துத் தசைகள் இழுபட்டு அதிர்ந்தபடி இருந்தன. குழறலாக “உருகிக்கொண்டிருக்கிறேன்” என்றான். குண்டாசி “நீங்கள் ஓய்வெடுக்கலாம்” என்றான். “ஓய்வு... ஆம், அது தேவை. ஆனால் என்னால் என் அறை வரைக்கும் செல்ல இயலாது. நான் இங்கேயே படுத்துக்கொள்கிறேன்” என்றான் விகர்ணன்.

ஆவி கொப்பளிக்கும் அடுகலத்தின் அருகே நிற்பவன்போல் விகர்ணன் வியர்த்திருந்தான். அவன் நெற்றியில் பரவிய வியர்வைத்துளிகள் ஒன்றுடன் ஒன்று இணைந்து வழிந்து கன்னத்தில் இறங்கின. புருவத்தில் துளிகளாகத் தங்கி நின்றன. மூக்கு நுனியிலிருந்து அவன் மடியில் ஒரு வியர்வைத்துளி சொட்டியது. கழுத்தும் தோள்களும் மெல்ல அதிர்ந்து இழுத்துக்கொண்டிருந்தன. தொய்ந்துகிடந்த வலதுகையின் சுட்டுவிரல் சுழன்று காற்றில் ஏதோ எழுதுவதுபோன்ற அசைவைக் காட்டிக்கொண்டிருந்தது. “மூத்தவரே, நீங்கள் இம்மஞ்சத்திலேயே படுத்துக்கொள்ளலாம்” என்று குண்டாசி சொன்னான்.

விகர்ணன் தலையைத் தூக்கியபோது இரு இமைகளும் தடித்துச் சிவந்து எடை தாங்காது தழைந்தன. வாயில் ஊறிய கோழையை அருகிலேயே துப்பிவிட்டு “என் தலை இரும்பாலானதுபோல் இருக்கிறது. எங்கோ எவரோ அறையும் ஓசை கேட்கிறது. அடுகலனில் சட்டுவத்தால் அடிப்பது போல... யார் அது?” என்றபின் இரு கைகளையும் ஊன்றி பீடத்திலிருந்து எழமுயன்று முடியாமல் மீண்டும் பீடத்திலேயே அமர்ந்தான். “அறைந்துகொண்டே இருக்கிறார்கள்... அவர்களிடம் அதை நிறுத்தும்படி சொல்” என்றான். மீண்டும் ஒருமுறை எதிர்க்கெடுத்து ஓங்கரிப்பு ஓசையை எழுப்பினான். “என்ன ஆகிறது எனக்கு? மிதமிஞ்சி அருந்திவிட்டேனா? ஒருவேளை நெஞ்சுடைந்து இறந்துவிடுவேனா?” என்றான்.

“இல்லை, நீங்கள் களத்தில்தான் இறப்பீர்கள்” என்றான் குண்டாசி. விகர்ணன் அவனை விழிதூக்கி நோக்கி “ஆம், களத்தில்தான். களத்தில்தான் இறப்பேன், ஐயமில்லை” என்றான். கண்களை மூடி தலையை அசைத்துக்கொண்டே இருந்தான். அவன் வாய் தாடையுடன் ஒருபக்கமாக கோணி இழுபட அதற்கேற்ப இடப்பக்கக் காலும் இழுபட்டு அசைந்தது. “தண்ணீர்! தண்ணீர்!” என்றான். குண்டாசி அருகிலிருந்த கலத்திலிருந்து நீரை ஊற்றி அவனுக்கு அளித்தான். அதை வாங்கிப் பார்த்தபின் பற்கள் கிட்டித்துக்கொள்ள கை நடுங்கி மீண்டும் பீடத்திலேயே வைத்தான். “இல்லை, நீரைப் பார்த்தாலே குமட்டுகிறது”

என்றபின் பீடத்தில் இருந்த குண்டாசியின் மதுக்கோப்பையைப் பார்த்து "அதை நீ அருந்தப்போவதில்லையா?" என்றான்.

குண்டாசி அந்த மதுக்கோப்பையைத் தூக்கி மறுபக்கமாக வைத்து "வேண்டாம், மூத்தவரே" என்றான். "கொடு அதை! இன்னும் சற்று மது. இன்னும் சற்று இடம் ஒழிந்திருக்கிறது. அதை நிரப்பினால் இந்தக் கொப்பளிப்பு இருக்காது" என்றான் விகர்ணன். குண்டாசி "இது சற்று நேரம்தான். தலை மதுவால் முழுக்க நனைந்தபின் துயின்றுவிடுவீர்கள். காலையில் நல்ல தலைவலி இருக்கும்" என்றான். "காலையில்... ஆம் காலையில் விடியுமுன்னரே நாம் எழுந்திருக்க வேண்டும். அங்கே அரண்மனை முற்றத்தில் அணிவகுக்கவேண்டும், மூத்தவரின் ஆணை" என்றான். "இப்போது தாங்கள் படுத்தால் காலையில் எழுந்துவிடலாம்" என்றான் குண்டாசி.

விகர்ணன் "நீ என்னைப்பற்றி என்ன நினைக்கிறாய்?" என்றான். சிரித்தபடி "இந்த வினாவைக் கேட்க இவ்வளவு பீதர்நாட்டு மது உங்களுக்கு தேவைப்பட்டிருக்கிறது" என்றான் குண்டாசி. விகர்ணன் "ஆம், அவ்வாறே கொள். நீ என்னைப்பற்றி என்ன நினைக்கிறாய்?" என்றான். குண்டாசி "எதைச் சார்ந்து?" என்றான். "நான் எதன்பொருட்டு என் மூத்தவருடன் நின்றிருக்கிறேன்?" என்றான் விகர்ணன். "அதை சொல்லிவிட்டீர்கள், செஞ்சோற்றுக்கடன்" என்றான் குண்டாசி. "ஆனால் ஒருவனுக்கு அறத்தின்மேல் இருக்கும் பற்று அதைவிட ஒருபடி மேலானதல்லவா? இந்த செஞ்சோற்றுக்கடன் அன்று அவையில் எழுந்து என் மூத்தவரைப் பழித்துரைக்கும்போது எனக்கு ஏன் எழவில்லை?" என்றான் விகர்ணன். "அதையும் விளக்கிவிட்டீர்கள். அது அவையறம், இது குலஅறம்" என்றான் குண்டாசி.

"அச்சொற்கள் அனைத்தும் வீண். அறம் அவ்வாறெல்லாம் பிளவுபடாது. அறம் என்று ஒன்று இருக்குமென்றால் அது எங்கும் அறம்தான். ஒருவனால் இடத்திற்கேற்ப அறத்தை மாற்றிக்கொள்ள முடியுமென்றால் அக்கோழை அறம் என்ற சொல்லையே சொல்லக்கூடாது" என்றான் விகர்ணன். "ஆம், சொல்லக்கூடாது" என்று குண்டாசி சொன்னான். "நானும் கிளம்பிச் சென்றிருக்கவேண்டும். வாளெடுத்து பெண்பழி தீர்க்கும்பொருட்டுப் போரிட்டிருக்கவேண்டும். ஆண்மையுள்ளவனின் வழி அது. காலத்தைக் கடந்து கொடிவழியினரால் போற்றப்படும் செயல் அது" என்றான் விகர்ணன். புன்னகையுடன் "ஆம், அதை செய்திருக்கலாம்" என்று குண்டாசி சொன்னான். விகர்ணன் நெஞ்சில் கைவைத்து விசும்பினான். "ஆனால் அதைச் செய்ய என்னால் இயலவில்லை. ஏனெனில் நான் என் மூத்தவரிடம் இருந்து உளம் விலக்க இயலாது."

குண்டாசி சலிப்புற்றான். "ஆம், அது உண்மை" என்றான். "அப்படியென்றால் நான் யார்? இதுவரைக்கும் நான் பேசிய அனைத்துமே வெறும் பசப்புகள்தானா?" என்றான் விகர்ணன். குண்டாசி எரிச்சலுடன் "மூத்தவரே, இப்புவியில் நெறியில் மாறாமல் நின்றிருப்பவரென எவருமில்லை. தலைமுறைகளுக்கு ஒருவர், ஆயிரத்தில் லட்சத்தில் ஒருவர், அவ்வாறு வருவார். அவர்களும் ஆழத்தில் பிறரறியாத் தனிமையில் அறம் பிழைத்தவராகவே இருப்பார்கள். இல்லாத ஒன்றை எண்ணி நம்மை நாம் சிறுமைப்படுத்திக்கொள்ள வேண்டியதில்லை" என்றான். விகர்ணன் தன் நெஞ்சில் ஓங்கியறைந்தான். குழறிய குரலில் "இல்லை, நான் என்னை வெறுக்கிறேன். மெய்யாகவே வெறுக்கிறேன். நான் செய்திருக்கவேண்டியது ஒன்றே. அவைச்சிறுமை செய்யப்பட்ட அரசியின் பொருட்டு வாளெடுத்திருக்கவேண்டும். செய்யவேண்டியதை செய்ய இயலாதவனே மிகுதியாக எண்ணம் ஓட்டுகிறான். நூறு ஆயிரம் செவிகளுக்குமுன் தன்னை மீளமீள முறையிடுகிறான். நூறு கோணங்களில் தன் தரப்பை முன்வைக்கிறான். அவ்வாறாக அவன் மெதுவாக தன்னை நிறுவிக்கொள்கிறான். வீணர்களின் வழி. கோழைகளின், சிறுமதியர்களின் வழி" என்றான்.

"நீங்கள் எதை சொன்னாலும் அதை ஆமென்று சொல்லுமிடத்திலிருக்கிறேன்" என்றான் குண்டாசி. "நான் செய்வதற்கொன்றே உள்ளது. அதை மட்டுமே செய்திருக்க வேண்டும். ஆனால் அதை இன்று செய்யக் கூடாது, அன்று அவைக்களத்தில் நம் குலத்துக்கு வந்த அரசி சிறுமை செய்யப்பட்ட அந்த அவையில் வாளெடுத்து என் சங்கில் குத்தியிறக்கியிருக்க வேண்டும். அவர்கள் இங்கிருந்து துரத்தப்பட்டபோது அது அறமின்மை என்று ஓங்கி உரைத்து அவர்களுடன் நானும் கிளம்பிச்சென்றிருக்க வேண்டும். அல்லது இங்குள்ள அனைத்தையும் துறந்து வெறும் மனிதனாக காடேகியிருக்க வேண்டும். எதையும் நான் செய்யவில்லை. இங்கிருந்து அரசருக்கும் மூத்தவர்களுக்கும் அறமுரைக்கிறேன் என்று என்னை ஏமாற்றிக்கொண்டேன். பூசல்களைப் பேசி சீரமைக்க முயல்கிறேன் என்று நடித்தேன்."

அவன் குரல் உடைந்தது. விம்மல்களும் விசும்பல்களுமாக அழுதான். இடதுவிழியிலிருந்து மட்டும் நீர் வழிந்தது. "அனைத்தும் ஒன்றுக்காகவே. செய்யவேண்டிய ஒன்றை செய்யவில்லை. செய்யும் துணிவும் திறனும் இல்லை. ஆம், நான் கோழை." அவன் பற்கள் தெரிய இளித்தான். தன் ஒழிந்த கோப்பையை சுட்டிக்காட்டி "நன்று! கோழைகள் அனைவரும் தவறாது வந்து சேருமிடத்திற்கு நானும் வந்து சேர்ந்துவிட்டேன். நீ அந்தக் கோப்பையை இங்கு கொடு. அதையும் அருந்தினால் நான் நிறைவுறக்கூடும்" என்றான். குண்டாசி அக்கோப்பையை நீட்டி "ஆம்,

இச்சொற்களை நிறுத்திக்கொண்டால்தான் நீங்கள் துயில்வீர்கள். அருந்துக!” என்றான். அதை வாங்கி இரண்டு மிடறுகளாக அருந்தி கோப்பையை கீழே நழுவவிட்டு “இம்முறை இது அத்தனை அனலெனத் தோன்றவில்லை” என்றான் விகர்ணன்.

“தாங்கள் படுத்துக்கொள்ளலாம்” என்று குண்டாசி சொன்னான். “நான் அறிவேன் அவர் ஏன் அதை செய்தார் என்று. கௌரவ நூற்றுவர்களும் அதை அறிவார்கள். நாங்கள் நூற்றுவரும் ஒருடல், ஒருளம். அவர் ஏன் அதை செய்தாரென்று நான் அறிவேன். அதை அறிந்தமையால் அன்று சினங்கொண்டேன். அதை அறிந்திருந்தமையால்தான் அறம் அறிந்தும் அதை ஆயிரம் நடிப்புகளால் கடந்துவந்தேன்” என்றான் விகர்ணன். அவன் குரல் தழைந்து வந்தது. கையைத் தூக்கி அசைத்து “ஆனால் சிறுமை என்பது…” என்றான். இருமுறை குமட்டி உமிழ்ந்தபின் “சிறுமை என்பது… ஆனால்” என்றான். “பீஷ்மர் அறிவார். ஏனெனில் தன் குருதியை அறியாதவர் எவரும் இல்லை. பீஷ்மருக்குத் தெரியும். தந்தைக்கும் தெரியும். அனைவருக்கும் தெரியும். நான் சொல்கிறேன், ஆயிரம் உபகௌரவர்களுக்கும் தெரியும். ஆண் எனப் பிறந்த அனைவருக்கும் சற்றேனும் தெரியும்…

“இன்றுவரை இந்நிலத்தில் அப்படி எத்தனை அவைகள்! எத்தனை அன்னையர்! அதை செய்தவர் கோடி. ஆனால் அதை செய்து…” அவன் விக்கல் கொண்டு அது இருமலாக உடல் எழுந்து எழுந்து அசைய தவித்தான். பின்னர் மூக்கிலும் வாயோரமும் வழிந்த கோழையுடன் “நான் அவரே. ஆனால்…” என்றான். சுட்டுவிரலைத் தூக்கி “அதை எவர் செய்தாலும்… நான் பார்த்தேன். நானே பார்த்தேன். ஆனால் அது வேறு. நான் பார்த்தேன் என்று சொன்னேன் அல்லவா? அப்போது அங்கிருந்த ஆண்களின் கண்கள்… ஆம், அங்கிருந்த அத்தனை கண்களும்…” என்றான். “எனக்கு இன்னும் சற்று மது வேண்டும்” என்றான்.

குண்டாசி மறுமொழி ஏதும் சொல்லாமல் விகர்ணனை வெறுமனே நோக்கிக்கொண்டிருந்தான். அவன் கட்டைவிரல் இழுத்து இழுத்து துடித்தது. பீடத்தில் ஒருபக்கமாக சரிந்து கைப்பிடியில் முழு உடலை அழுத்தி தொய்ந்தான். அவன் வலது கை விழுந்து தரையைத் தொட்டது. தலை எடைகொண்டு மேலும் சரிய வாயிலிருந்து எச்சில் கோழை தோளில் வழிந்தது. குண்டாசி “தீர்க்கரே…” என்று அழைத்தான். வெளியிலிருந்து தீர்க்கன் வந்தான். “மூத்தவரைத் தூக்கிப் படுக்கவையுங்கள்” என்றான் குண்டாசி. தீர்க்கன் ஒன்றும் சொல்லாமல் வந்து விகர்ணனைத் தூக்கினான். “என்னைத் தூக்க வேண்டியதில்லை. நான் இந்த ஆற்றில் நீராடும்போது…” என்றான் விகர்ணன். “ஆனால் இது இத்தனை வெம்மையாக இருக்கிறது. இந்த ஆறு… இந்த ஆறு செல்லுமிடம்… தொலைதூரத்தில் இந்த ஆறு” என்று குழறினான்.

அவனைத் தூக்கி மஞ்சத்தில் படுக்க வைத்து ஆடைகளையும் கச்சையையும் தளர்த்தி கைகால்களை விரித்து தலையணை கொடுத்து தலையை சற்றே தூக்கி வைத்தான் தீர்க்கன். குண்டாசி “கள்மயக்கில் விழுந்தவனை எப்படி படுக்கவைப்பதென்பதில் நெடுங்கால கைப்பழக்கம் கொண்டிருக்கிறீர், தீர்க்கரே” என்றான். தீர்க்கன் அவனை திரும்பிப்பார்க்க “இன்று எனக்கு உமது உதவி தேவைப்படாது” என்றான். தீர்க்கன் ஒன்றும் சொல்லவில்லை. விகர்ணன் “நான் அவளைப் பார்க்க வேண்டும். அவள் என்னிடம் சொன்னாள், அவள் என்னிடம் சொன்னதுதான் உண்மை, அவளை நான் பார்க்கவேண்டும். அவளைப் பார்த்து…” என்று குழறியபடி படுக்கையில் நீந்துவதுபோல் கைகால்களை அசைத்தான்.

“அவள் என்னிடம் சொல்லி… அவள் என்னிடம் சொன்னது…” என்றான். அவன் உதடுகள் ஓசையற்ற சொற்களையும் கொண்டு அசைந்தன. “அவள் சொன்னாள்… அவள் சொன்னாள்… அவள்…” என சொற்கள் ஓய்ந்தன. உதடு வெடித்த ஒலியுடன் மூச்சு வெளிவந்தது. ஆழ்தொண்டையிலிருந்து குறட்டை வந்தது. அதன் அடைப்பால் உடல் அதிர்ந்து விழித்துக்கொண்டு “அவள் சொன்னது…” என்றான். மீண்டும் “அவள்…” என்றான். அவள் என்ற ஒலியில் ஒன்றி துயிலில் வீழ்ந்தான். குண்டாசி “இறுதியாக அவர் சொன்னதுதான் அனைத்துக்கும் அடியில் உள்ளது. தன் துணைவியைக் காணச் செல்வதை தவிர்க்கும் பொருட்டு இங்கு வந்திருக்கிறார்” என்றான்.

தீர்க்கன் அதற்கு மறுமொழி சொல்லாமல் “தாங்களும் சற்று துயிலலாம், இளவரசே” என்றான். “இல்லை, நான் உடனே கிளம்புகிறேன்” என்றான் குண்டாசி. “இப்போதேவா?” என்று தீர்க்கன் கேட்டான். “ஆம், இவர் இங்கிருக்கட்டும். விழித்தெழுந்தால் அழைத்துச்செல்ல ஏவலரிடம் சொல்லுங்கள். என் கச்சையும் வாளும் ஒருங்கட்டும்.” தீர்க்கன் “நீங்கள் விடைகொள்ளவில்லை” என்றான். “வேண்டியதில்லை” என்று குண்டாசி சொன்னான். “பேரரசியிடமாவது ஒரு சொல் உரைப்பது நன்று.” குண்டாசியின் உதடுகள் ஒரு சொல்லுக்கென அசைந்தன. தனக்குத்தானே எனத் தலையசைத்து “வேண்டாம்” என்றான். “நீராட்டறை ஒருங்கட்டும்” என்று அவன் சொன்னான். தீர்க்கன் தலைவணங்கி வெளியே சென்றான்.

குண்டாசி நீராட்டறையில் அரைத்துயிலில் என அமைதியுடன் இருந்தான். அவன் கள்மயக்கில் இருப்பதாக எண்ணிய சமையர் அவ்வாறல்ல என்று உணர்ந்ததும் விந்தையுடன் ஒருவரை ஒருவர் விழிமுட்டிக்கொண்டனர். ஆடியில் தன் உடலை நெடுநேரம் பார்ப்பது அவன் வழக்கம் என்பதை அறிந்திருந்தவர்கள் அவன் ஒருகணம்கூட பாவையை நோக்காமல் கிளம்பியது கண்டு திகைப்படைந்தனர். அவன்

அணியறைக்கு வந்தபோது தீர்க்கன் இரு படைவீரர்களுடன் அங்கே காத்திருந்தான். அவன் சென்று பீடத்தில் அமர்ந்தபோது அவர்கள் அவனுக்கு தாளாடையை முழங்கால்முதல் இடைவரை சுற்றிச்சுற்றிக் கட்டினர். கச்சைமுறியை இறுக்கி முடிச்சிட்டனர். எருமைத்தோலால் ஆன மணிக்கட்டுக் காப்பையும் முழங்கால் காப்பையும் பொருத்தியமைத்தனர். அவன் குழல்கற்றைகளை அள்ளிச்சுருட்டிக் கட்டி தோல்வாரிட்டு முடிந்து கொண்டையாக்கினர்.

இடைக்கச்சையில் அஸ்தினபுரியின் அமுதகல முத்திரை கொண்ட குறுவாளை செருகியபடி குண்டாசி எழுந்து நின்றான். ஆடியில் தெரிந்த தன் உருவத்தை நோக்கிக்கொண்டிருந்தான். அவர்கள் அவன் நெற்றியில் கொற்றவை அன்னையின் செங்குருதிச் சாந்தால் நீள்குறியிட்டதும் பின்நகர்ந்து தலைவணங்கி அணி முடிந்துவிட்டது என்று காட்டினர். குண்டாசி தீர்க்கரிடம் "சென்று வருகிறேன், தீர்க்கரே. இப்பிறப்பில் கடன் என எஞ்சுவது உமக்கே. மறுமையில் அதை ஈடு செய்கிறேன்" என்றான். தீர்க்கன் விழிகளில் மெல்லிய ஈரத்துடன் உணர்வற்ற முகத்துடன் கைகூப்பி நின்றான். குண்டாசி அவன் கைகளைத் தொட்டபின் வெளியே சென்றான்.

இடைநாழியில் நடந்து படிகளில் இறங்கி கூடத்தை அடைந்தான். அவனுக்கான தேர் முற்றத்தில் நின்றிருப்பதைக் கண்டான். முற்றத்தின் சாயும்வெயில் கண்கூசச் செய்தது. தலைகுனிந்தபடி சென்று தேரிலேறிக்கொண்டான். தேர்ப்பாகன் மெல்லிய குரலால் ஆணையிட்டதுமே புரவிகள் விரைந்த காலடிகளுடன் செல்லத் தொடங்கின. காவல்மாடத்தைக் கடந்து பெருஞ்சாலையில் ஏறியபோது குண்டாசி மீண்டும் அந்த விளக்கவியலாத இனிமையுணர்வை அடைந்தான்.

44

பானுமதி தாழ்வான சாய்ந்த பீடத்தில் தலைசரித்து கால்நீட்டி அமர்ந்து மார்பில் கைகளைக் கட்டியபடி விழிமூடி கேட்டுக்கொண்டிருக்க அவளுக்கு இருபுறமும் அமர்ந்த கற்றுச்சொல்லிப் பெண்டிர் ஓலைகளைப் படித்துக்காட்டிக்கொண்டிருந்தார்கள். ஒவ்வொரு கற்றுச்சொல்லிக்கும் இரு எடுத்தளிப்புச் சேடியர் வலமும் இடமுமென அமர்ந்து ஒருத்தி சுவடியைக் கொடுக்க பிறிதொரு சேடி வாங்கி மீண்டும் பேழையில் அடுக்கிக்கொண்டிருந்தாள். ஒரு கற்றுச்சொல்லி ஓர் ஓலையைப் படித்து முடித்ததுமே பானுமதி ஒற்றைச் சொல்லால் ஆமென்றோ அல்லவென்றோ ஆணையிட்டாள். அரிதாக தன் எண்ணத்தை உரைத்து ஆவன செய்யவேண்டியவற்றைக் கூறியதுமே அவற்றை ஆணை என அவர்கள் எழுதிக்கொண்டனர். ஒரு கற்றுச்சொல்லி ஒரு ஓலையைப் படித்து முடித்ததுமே அடுத்தவள் தன் கையில் எடுத்து வைத்திருந்த ஓலையைப் படிக்கத்தொடங்கினாள். ஆகவே இடைமுறியாத ஒற்றை ஒழுக்கென அவ்வோலைத்திரள் ஒலித்துக்கொண்டிருந்தது.

பெரும்பாலானவை அஸ்தினபுரியின் தொல்குடி மறவர்களின் இல்லங்களுக்கு அரண்மனைக் கருவூலத்திலிருந்து அளிக்கவேண்டிய பொருட்கொடைகளைப் பற்றியவை. ஓர் இல்லத்தில் மூவருக்கு மேல் போருக்குச் சென்றிருந்தால் மூன்றுகழஞ்சும், ஒருவர் மட்டும் போருக்குச் சென்றிருந்தால் அரைக்கழஞ்சுமென பொன் அளிக்கப்பட்டது. அஸ்தினபுரியை சுற்றியிருந்த அனைத்துச் சிற்றூர்களிலிருந்தும் போருக்கென அளிக்கப்பட்ட உலர் உணவு, நெய், மரவுரி போன்ற பொருட்களுக்கு அவர்களுக்கு வகுக்கப்பட்டிருந்த அளவுக்குமேல் மட்டும் பொன்னில் விலை மதிப்பிடப்பட்டது. ஆனால் அந்தப் பொன்னை போர்

முடிந்தபின்னர் கருவூலத்திலிருந்து பெற்றுக்கொள்ளும்படி அரசியின் முத்திரை பொறிக்கப்பட்ட ஓலையே அளிக்கப்பட்டது. எத்தனை பெற்றாலும் போதாதபடி படைப்பிரிவின் களஞ்சியக் காப்பாளர்கள் மேலும் மேலும் கேட்டுக்கொண்டிருந்தார்கள். "படை என்பது காட்டெரி. உண்ணும்தோறும் பசிபெருகுவது. உண்பதை சாம்பலாக்கி சென்ற இடம் கருக்கி முன் செல்வது" என்றார் அமைச்சர் மனோதரர்.

அஸ்தினபுரியின் காவல்படைகள் அனைத்து நிலைகளிலிருந்தும் திரும்பப் பெறப்பட்டு போர்ப்படைகளின் நிரைகளுடன் சேர்க்கப்பட்டன. சாலைமுனைகள், சாவடிகள், காவல்நிலைகள், சிற்றூர்முகப்புகள் அனைத்திலும் ஆங்காங்குள்ள போர்ப்பயிற்சிகொண்ட இளம்பெண்களை இணைத்து காவல்நிலைகள் உருவாக்கப்பட்டிருந்தன. அவர்களுக்கான செயல்முறைமைகளும் தலைமைப்பொறுப்புகளும் வகுத்து அளிக்கப்பட்டிருந்தன. அவையனைத்தும் அரண்மனையிலிருந்து அரசியின் முத்திரைகொண்ட ஓலைகளாக வழங்கப்பட்டன. பெண்டிரில் வில்பயின்றவர்களும், வாள்தேர்ந்தவர்களும், புரவி ஊர்பவர்களும் அடங்கிய ஒரு குழுவிற்கு தொல்மறவர் குடியிலிருந்து முதிய போர்வீரர் ஒருவர் தலைமை தாங்கினார்.

முதுவீரர் இல்லாத இடங்களில் மூதன்னையர் அங்கே அமைக்கப் பட்டார்கள். தலைமை தாங்கும் முதுமகள் வளர்ந்த மைந்தரை களத்திற்கு அனுப்பிய அன்னையாகவும், ஓரிருமுறையாவது காவல் பணிபுரிந்த முன்பழக்கம் கொண்டவளாகவும் இருக்கவேண்டுமென்று பானுமதி ஆணையிட்டாள். ஆனால் பல சிற்றூர்களில் படைக்கலப் பயிற்சிகொண்ட பெண்டிர் எவரும் இருக்கவில்லை. அஸ்தினபுரியின் எல்லைக்குள் போரென்றும் பூசலென்றும் ஏதேனும் நிகழ்ந்து பல தலைமுறைகள் ஆகிவிட்டிருந்தன. பல சிற்றூர்களில் பெண்களுக்கான களரிகளே நெடுங்காலத்துக்கு முன் முற்றாக நின்றுவிட்டிருந்தன. தங்கள் குலதெய்வங்களின் வழிபாட்டிற்கு என வாள் எடுத்து ஏழுமுறை நடைவரிசை செய்யும் அளவுக்கு பயின்ற பெண்டிரே அஸ்தினபுரியின் பல குடிகளில் இருந்தனர். முறையாக வாள்தேர்ந்தவர்கள் நகரிலிருந்து தொலைவில் காடுகளின் எல்லையில் அமைந்த சிற்றூர்களை சார்ந்தவர்கள்.

படைக்கலம் பயின்ற பெண்டிரை சிறு குழுக்களாக்கி நாடெங்கும் சென்று பொறுப்பேற்கும்படி அரண்மனையிலிருந்து ஆணை பிறப்பிக்கப்பட்டது. தங்கள் மகளிரை வெளியே அனுப்ப அக்குடிகள் மறுத்தன. புது ஊர்களில் அப்பெண்டிர் படைக்கலத்துடன் சென்று பொறுப்பேற்றுக்கொண்டபோது அங்கிருந்த பெண்டிர் அவர்களை ஏற்றுக்கொள்வதில் பூசல்களும் முரண்பாடுகளும் எழுந்துகொண்டே

இருந்தன. அப்பூசல்களை பேசித் தீர்ப்பளிக்கும் உரிமை மறக்குடி மூதன்னையருக்கு அளிக்கப்பட்டது. அவர்களுக்கு அந்த உரிமையை அளிக்கும்பொருட்டு அரண்மனையிலிருந்து அரசியின் முத்திரைச் சாத்து வழங்கப்பட்டது. ஒவ்வொரு தருணத்திலும் உருவான எதிர்ப்புகளையும் முரண்பாடுகளையும் மறுக்கமுடியாதபடி அரசமுத்திரையுடன் வந்த அரசியின் ஆணையே தீர்த்துவைத்தது.

ஓர் இடத்து நெருப்பு அணைக்கப்படுகையில் பிறிதோரிடம் பற்றிக்கொண்டது. ஒவ்வொன்றையும் முன்னரே எதிர்பார்த்து அங்கே அரசியின் ஆணை சென்று நின்றது. மெல்ல மெல்ல அரசியின் ஆட்சி என்பது அனைத்து இடங்களையும் தொட்டுப்பின்னி விரிந்த பெருவலை என்பதை அனைவரும் புரிந்துகொண்டார்கள். அவளுடைய பேருரு தெரியுந்தோறும் அவர்கள் அவளை அஞ்சவும் பணியவும் தொடங்கினர். அவள் ஆணையுடன் வருபவர்களின் கண்களிலும் நாவிலும் அவள் திகழ்ந்தாள். ஆனால் அவள் எவரையும் தண்டிக்கவில்லை, எங்கும் குருதிவீழ்த்தவில்லை. அவள் அனைத்தும் அறிந்திருக்கிறாள் என்ற எண்ணமே அவளை ஆற்றல்கொண்டவளாக்கியது. “நேற்றுவரை உறைக்குள் இருந்தது இக்கூர்வாள்” என்றனர் மூத்தோர். “எட்டாம் நிலவு வரை கொற்றவையின் படைக்கணங்கள் ஆளும், எட்டாம் நாள் அன்னையின் விழிகளால் புவி புரக்கப்படும்” என்றனர் சூதர்.

போர்முன்பொழுதுக்கு உரிய ஒவ்வொரு செயலும் முற்சுட்டு ஏதுமில்லாத புதியது. ஆகையால் அமைச்சர்கள் ஒவ்வொரு தருணத்திலும் குழம்பினர். அரசமுத்திரையின் சொல்லுறுதி அனைத்து இடங்களிலும் தேவைப்பட்டது. சிற்றமைச்சர்கள் நாட்டை நூற்றெட்டு சிறுபிரிவுகளாகப் பிரித்து ஒவ்வொருவரும் தனித்தனியாகப் பொறுப்பேற்றுக்கொண்டு ஆண்டனர். அனைத்துச் செய்திகளையும் சுவடிகளிலாக்கி பானுமதியிடம் சாத்து பெற்று அரசாணைகளாக்கிக் கொண்டார்கள். ஆகவே ஒவ்வொரு நாளும் ஆயிரத்துக்கும் மேற்பட்ட அரசாணைகளை பானுமதி அளித்துக்கொண்டிருந்தாள். ஒவ்வொரு ஓலையையும் தான் செவிகொள்ளாமல் முத்திரை அளிக்கலாகாதென்றும் அவளுக்கு உறுதியிருந்தது. பொழுதிடைவெளிகளில் எல்லாம் அவள் அமர கற்றுச்சொல்லிகள் ஓலைகளுடன் அருகமைந்தனர். அவர்கள் அவள் அமரும் தருணம் நோக்கி எப்போதும் உடனிருந்தனர்.

சென்ற சில மாதங்களாகவே அஸ்தினபுரியிலும் சூழ்ந்திருந்த காடுகளில் அமைந்த படைநிலைகளிலும் புலரி முதல் பின்னிரவு வரை ஓயாது சந்திப்புகளும் அவைநிகழ்வுகளும் விருந்துகளும் நிகழ்ந்துகொண்டிருந்தன. அஸ்தினபுரிக்கு வரும் ஷத்ரிய அரசர்களுடன் அரசியர் இருந்தார்களென்றால் அவர்களின் குலநிலையின்படி பட்டத்தரசியோ,

அரசியரில் ஒருவரோ நேரில் சென்று வரவேற்கவேண்டியிருந்தது. அவர்களுக்கான விருந்துகள் அரண்மனையில் தொடர்ந்து நிகழ்ந்தன. அரசர் கூட்டிய அவைகளில் அவள் ஆணைபிறப்பிக்கப்படும் பொழுதுகளில் மட்டுமேனும் அமரவேண்டியிருந்தது. ஏதேனும் ஓர் அவையில் அமராமலாகி ஓரிரு சொல்லாடல்களை விட்டுவிட்டால்கூட அந்தக் குறை அனைத்து ஆட்சிச்செயல்களிலும் பரவி விரிந்து இடர்களை உருவாக்கியது. ஒரு சிறு விடுபடல் செயல்மிகுந்தோறும் வளர்ந்து வெல்லமுடியாத பூதமென முன்னால் நின்றது. எங்கோ எதுவோ தன் அறிதலுக்கு அப்பால் நிகழ்ந்துகொண்டிருக்கிறது என்ற பதற்றத்தால் அவள் அனைத்து அவைகளிலும் அமர்ந்திருந்தாள். அவற்றில் பெரும்பாலான அவைகள் வீண் முறைமைகளும் வெற்று ஆணவப் பரிமாற்றங்களுமாக பொழுதை வீணடித்தன.

ஒவ்வொருநாளும் ஆணைகொள்ள அவைக்கு வரும் ஆட்சியிடர்கள் பெருகின. ஒரு கோபுரத்தின் உச்சியிலிருந்து கீழிறங்குவதுபோல என்று அவளுக்குத் தோன்றியது. முதலில் மேல்நிலையின் பெரிய இடர்கள் எழுந்து வந்தன. அவற்றைத் தீர்க்கும்தோறும் கீழிருந்து இடர்கள் மேலே வந்தன. முதலில் வந்தவை எண்ணிக்கையில் குறைவாகவும் பொதுத்தன்மை மிக்கவையாகவும் இருந்தன. பின்னர் வரத்தொடங்கியவை ஒவ்வொன்றும் ஒவ்வொரு வகையானவையாகவும், இடத்துக்கும் குலத்துக்கும் மானுடருக்கும் ஏற்ப மாறுவனவாகவும் இருந்தன. ஒவ்வொரு நாளும் என அவை பெருகிப்பெருகி வந்தன. ஓர் இடரை அரசவை தீர்த்துவைத்தது என்றால் அதுவே அத்தகைய நூறு இடர்களில் சிக்கியவர்களுக்கு நம்பிக்கை அளித்து அவை நோக்கிக் கொண்டு வரச்செய்தது.

ஒரு கட்டத்தில் அவள் திகைத்து செயலிழந்தாள். அத்தனை சிற்றூர்களின் அத்தனை ஆட்சிச்சிக்கல்களையும் தானே கையாளவேண்டுமோ என்று எண்ணி மலைத்தாள். ஆனால் அறியாத ஏதோ புள்ளியிலிருந்து அவை முன் எழும் இடர்களின் எண்ணிக்கை குறையத் தொடங்கியது. அவள் விடுத்த ஆணைகளிலிருந்தே முறைமைகளும் நெறிகளும் உருவாகி வந்தன. அவை கண்ணுக்குத்தெரியாத ஆட்சியாளராக, கைவிடுபடைப்பொறியாக மாறி பல்லாயிரம் கண்களும் செவிகளும் கைகளுமாக பெருகி நாட்டை வளைத்துக்கொண்டன. அந்த அருவமான ஆட்சியாளரின் மேல் அவள் அமர்ந்திருந்தாள். அது தன்னைக் கடந்து எதையும் மேலே அனுப்பத் தயங்கியது. தன்னைக் கடந்து ஒன்று மேலே செல்வதே தன் ஆளுகைக்கு ஊறு என எண்ணியது. தனக்குரிய ஆணைகளை மட்டுமே அது அவளிடமிருந்து பெற்றுக்கொண்டது. அதன்பின் அரியவையும் முதன்மையானவையுமான நிலைகளுக்கு மட்டுமே அவளிடமிருந்து ஆணை கோரப்பட்டது.

படைகள் திரளத் தொடங்கியதும் புதிய இடர்கள் எழுந்தன. அஸ்தினபுரியின் படைகள் பிற அரசப்படைகளுடன் இணைந்தபோது எழுந்த நூற்றுக்கணக்கான ஆட்சியிடர்களும் ஆணவப்பூசல்களும் அந்தந்த படைத்தலைவர்களாலேயே தீர்க்கப்பட்டன. படைத்தலைவர்களுக்கு அதற்கென முன்னரே உறுதிசெய்யப்பட்ட முறைமைகள் இருந்தன. படைகளிடையே பொது இயல்பு இருந்தது. கடுந்தண்டனைகளை படைவீரர்களுக்கு அளிக்கவும் இயன்றது. முறைமையற்ற பொதுத்தன்மையே இல்லாத குடிப்பெருக்கை கடுந்தண்டனைகள் இல்லாமல் அச்சத்தாலும் குடிமுறைமைகளாலும் ஆள்வதென்பது பன்மடங்கு சுமை என அவள் உணர்ந்தாள்.

அனைத்துப் படைப்பிரிவுகளும் ஒன்றென்றாகி கௌரவப் படை என்று பொதுமுகமும் உள்ளமும் கொண்டபோது அவை ஆங்காங்குள்ள ஊர்களுடன் ஓழியாது பூசலிட்டன. பொருள் பிடுங்கின, பெண் கவர்ந்தன, முதியோரையும் தெய்வங்களையும் சிறுமை செய்தன. குடிகளின் அனைத்து முறையீடுகளும் அவளிடமே வந்தன. முதலில் அவள் அச்செய்திகளால் சீற்றம் கொண்டாள். அவற்றைப் படைத்தலைவர்களிடமும் இறுதியாக துரியோதனனிடமும் கூறினாள். அவர்கள் அதை பொருட்டெனக் கருதாது சிரித்து கடந்தனர். “போருக்கெழும் படைகளின் இயல்பு அது. அவை கொதித்தபடியேதான் இருக்கும். வஞ்சமும் சினமும் மறுபக்கம் காமத்தாலும் ஆணவத்தாலும் நிகர்செய்யப்பட்டவை. அகிபீனா அளித்து வெறியேற்றப்பட்ட களிறு போன்றது போர்முகம் கொள்ளும் படை. அணுகுவோர்தான் எச்சரிக்கையுடன் இருக்கவேண்டும்” என்றான் துரியோதனன்.

இறுதியாக அவள் சென்று பீஷ்மரிடம் சொன்னாள். “அது அவ்வாறுதான், அரசி. ஆண் எனும் தருக்கின் பெருந்தொகையையே படை என்கிறோம். அது பல்லாயிரம் கால்களும் கைகளும் ஒற்றைவிழைவும் கொண்ட விலங்கு” என்று அவர் சொன்னார். “அவர்கள் நம் குடிகளைக் காக்கும்படை... நம் குடிகளை அவர்கள் சூறையாட நாம் ஒப்பலாகுமா?” என்றாள். பீஷ்மர் “அது அமைதிக்காலத்துப் படை. அங்கே ஒவ்வொருவரும் தனியர். ஆகவே குலமும் குடியும் முறையும் முகமும் கொண்டவர். போர்ப்படை ஒற்றைப்பெருந்திரள் மட்டுமே. அது போர் செய்ய மட்டுமே பயன்படும். குருதியை மட்டுமே விரும்பும். அதற்கு நம்மவர் பிறன் என்று வேறுபாடு இல்லை” என்றார் பீஷ்மர். “இறக்கப்போகிறோம் என்னும் உணர்வு பெரும் விடுதலை ஒன்றை அளிக்கிறது, அரசி. அது அளிக்கும் முதன்மை விடுதலை அறவுணர்விலிருந்துதான்.”

போர் நெருங்குந்தோறும் குலதெய்வங்களுக்கும் நீத்தாருக்கும் போர்த்தெய்வங்களுக்கும் உரிய பூசனைகள் பெருகி வந்தன. ஒவ்வொரு

நாளும் வழிபடவேண்டிய தெய்வங்கள் பெருகிவந்ததைக்கண்டு ஒருமுறை அவள் மெல்லிய புன்னகையுடன் காந்தாரியிடம் "ஒரு தருணத்தில் அஸ்தினபுரியில் போரில் மடிந்த அனைவருமே தெய்வங்களாகி இங்கு மீள்வார்கள் போலும். கணந்தோறும் குருதி கொள்பவர்கள் பெருகிவருகிறார்கள்" என்றாள். காந்தாரி அப்புன்னகையை உணராமல் "ஆம், எந்தப் போரையும் முன்னரே நிகழ்ந்த போர்களின் தொடர்ச்சியென்று எண்ணிக்கொள்ளாமல் மானுடரால் வாளேந்த இயலாது. வழிவழியாக வந்த ஒன்றின் பொருட்டே மானுடர் தலைகொடுக்க ஒருங்குகிறார்கள்" என்றாள்.

அஸ்தினபுரியின் அத்தனை மறக்குடியினரும் தங்களுக்கென அறுகொலைத் தெய்வங்களையும் களப்பலித் தெய்வங்களையும் நீத்தார் தெய்வங்களையும் கொண்டிருந்தனர். தெற்குக் காடெங்கும் பல்லாயிரக்கணக்கான நடுகற்கள் இருந்தன. அவை புதர்களுக்குள் சருகு மூடி மறைந்து பல தலைமுறைகளாக எவராலும் நினைவுகூரப்படாமல் காத்திருந்தன. குடிமூத்தாரின் உள்ளத்து ஆழத்தில் அவை எஞ்சின. போர் அணுகிவருந்தோறும் ஒவ்வொரு நாளும் என அவர்கள் அம்மூத்தவர்களின் கனவுகளில் தோன்றி குருதி கோரினர். துயரும் தனிமையும் வெறுமையுமாக வந்து "விடாய்கொண்டிருக்கிறோம் மைந்தர்களே, எங்களை நினைவுகூர்க!" என்றனர்.

கருக்கிருட்டு வெளிறத்தொடங்குவதற்குள்ளாகவே ஒவ்வொரு நாளிலும் அஸ்தினபுரியின் குடிகள் பெருநிரையாக அஸ்தினபுரியின் தெற்கு வாயிலினூடாக அப்பால் விரிந்திருந்த காடுகளுக்குள் நுழைந்து பரவினர். அவர்கள் செல்வதற்காக தெற்கு இடுகாடுகள் முழுக்க மூங்கில்கள் நடப்பட்டு இரவெல்லாம் பந்தங்கள் எரியவிடப்பட்டன. புதர்கள் நீக்கப்பட்டு வெளிப்போந்த நடுகற்கள் செவ்வொளியில் குருதியூறிய தசைத்துண்டுகள் என நின்றன. நிழல் பெருகிய மக்கள்திரள் பேருருக்கொண்ட மூதாதையரால் கொண்டு செல்லப்படுவதுபோல் தோற்றமளித்தது. நடுகற்களுக்கு செங்காந்தள், செவ்வரளி, தெச்சி மாலைகள் சூட்டி கள்ளும் ஊன்சோறும் படைத்து வழிபட்டனர். அறுகொலைத் தெய்வங்களுக்கு மட்டும் சிற்றுயிர்களை குருதி கொடுத்து அப்பசுங்குருதியில் அன்னம் உருட்டி படைத்து வணங்கினர்.

சென்றவர்கள் தெற்குக்காட்டினூடாகவே அப்பால் சென்று சுழன்று மேற்கு வாயிலினூடாக நகருக்குள் நுழைவதற்கு ஒருங்கு செய்யப்பட்டிருந்தது. காவல் மாடத்தில் நின்றிருந்தவர்கள் தெற்கு வாயிலின் வழியாகச் சென்று மேற்கு வாயில் வழியாக வந்த மக்கள்திரளின் சுழிப்பைக் கண்டனர். பெரும் சகடமொன்று மெல்ல சுழல அஸ்தினபுரி தேரென்றாகி எங்கோ சென்றுகொண்டிருப்பதுபோல் விழிமயக்கு கூட்டியது அது.

பலிகோரும் நீத்தோர் எண்ணிக்கை பெருக குடியினர் ஒவ்வொருவரும் தனித்தனியாக அப்பொறுப்பை ஏற்றனர். இறுதியில் அகவைமுதிராத சிறுமியர்கூட தனியாக சென்று குருதி அளித்து நீத்தோருக்கு பலிகொடுத்து மீண்டனர்.

பானுமதியும் அரசியரும் ஒவ்வொருநாளும் அஸ்தினபுரியின் மூத்தோருக்குக் குருதி பலியளித்தார்கள். குலதெய்வங்களுக்கு வழிபாடு நடந்தபடியே இருந்தது. அவைநிகழ்வும் ஒற்றர்கூடலும் விருந்துகளும் ஒழிய எஞ்சும் சிறுபொழுதுகளில் ஓய்வெடுக்கையில் கற்றுச்சொல்லிகள் படித்துக்காட்டிய ஓலைகளைக்கேட்டு ஆணைகளைப் பிறப்பித்தாள். மீண்டும் மீண்டும் ஒரே சொற்றொடர்களில் அமைந்த ஒரே ஆணைகளே அவ்வோலைகளில் இருந்தன. அரசாணைகளின் சொற்றொடர்களை மாற்றலாகாதென்பது தொல்நெறி. சொல்லிச் சொல்லி ஐயமோ குழப்பமோ அற்றவையாக மாறிவிட்டிருந்தன அச்சொற்றொடர்கள். அச்சொற்றொடர்களின் தொன்மையே அவற்றின் மறுக்க முடியாமையை உருவாக்கியது. எனவே பழைய ஓலைகளைப் பார்த்து புதிய ஓலைகள் எழுதப்பட்டன. பெயர்களும் இடங்களும் எண்களும் மட்டுமே மாறிக்கொண்டிருந்தன.

ஏழு சிறகுள்ள காற்றாடி ஒன்று முடிவிலாது சுழன்றுகொண்டிருப்பதுபோல அந்த ஓலைகள் என்று அவளுக்கு தோன்றியது. பொதுவாக ஏழு வகையான ஆணைகளே அவ்வோலைகளில் பெரும்பகுதி. ஆனால் மீளமீள ஒன்றே நிகழ்வதுபோல ஒருகணமும் ஒவ்வொரு ஓலையிலும் ஒருதுளி தனிவாழ்க்கை இருப்பதாக மறுகணமும் தோன்றிக்கொண்டிருந்தது. மீண்டும் வழக்கமான ஒரு ஓலை என்று தோன்றியது. கேட்ட மறுகணமே அவ்வாணையிலிருந்து ஒரு முகம் தெளிந்தெழுந்தது. ஒரு துயர் தனித்து தோன்றியது. எங்கோ அதற்காகக் காத்திருக்கும் இரு விழிகள் கண்முன் என தெரிந்தன. எனவே கொடைகள் எதையும் அவள் விலக்கவில்லை.

பன்னிரண்டு நாள் அவள் தொடர்ந்து ஆணைகளைப் பிறப்பித்த பின் கனகர் அவளை அணுகி பலமுறை தயங்கி “இது என் சொல் அல்ல, அரசி. கருவூலக் காப்பாளர்கள் என்னிடம் சொன்னதைத் தங்களுக்கு உரைக்கிறேன். தாங்கள் அனைத்து பொருட்கோரிக்கைகளுக்கும் ஒப்புதல் வழங்க வேண்டுமென்பதில்லை. ஒரு படைபெயர்வென்பது கருவூலம் எட்டு திசைகளில் உடைத்துக்கொண்டு வெளியே ஒழுகுவதற்கு நிகரானது. அஸ்தினபுரியின் கருவூலம் அடியிலி வரை நிறைந்தது என்பது தொல்கூற்று. அது ஓரளவுக்கு உண்மை. ஆயினும் இப்பெரும்படையெழுச்சி என்பது நமக்கே தாங்கக்கூடியதாக இல்லை. உண்மையில் படையெழுச்சியை எண்ணியபோது பொருளைப்பற்றி ஒருகணம்கூட நான் கவலைகொள்ளவில்லை. பாரதவர்ஷத்தையே

படைகொண்டு வெல்லும் அளவுக்கு செல்வம் இங்குள்ளது என்று எண்ணினேன். ஆனால் ஒவ்வொரு கணமுமென பொன்னும் மணியும் அகன்று கருவூல அறைகள் வெறுமையாவதைக் கண்டேன். அரசி, நமது கருவூலத்தில் பத்திலொன்றுகூட இப்போது எஞ்சவில்லை" என்றார்.

பானுமதி "ஆனால் படைக்குச் செல்பவர்கள் இங்கு தங்கள் மைந்தர்கள் நம்மை நம்பி வாழ்வார்கள் என்று எண்ணி செல்கிறார்கள். குடிகளில் தந்தை இல்லாதபோது அரசனின் கோலே தந்தை. அஸ்தினபுரியின் எல்லைக்குள் எந்தக் குழந்தையும் உணவின்றி இருக்க நான் ஒப்பமாட்டேன்" என்றாள். "அது தேவைதான், அரசி. ஆனால் நாம் எண்ணியதைவிட மேலும் சில நாட்கள் போர் நீளுமென்றால் நம் கருவூலம் அதைத் தாளாமல் ஆகும். பொருளில்லாமல் போர் பின்னடையுமென்றால்..." என்று அவர் தயங்க "பொருளால் எப்போதும் வெல்வதில்லை. அள்ளக்குறையாத கருவூலம் நமக்கு இருக்கிறது. அவர்களிடம் என்ன இருக்கிறது? பாஞ் சாலமும் விராடமும் அளிக்கும் செல்வம் அளவுக்குட்பட்டது. எப்படி படைக்கான பொருட்களை அவர்கள் திரட்டினார்கள்?" என்றாள் பானுமதி.

"அரசி, அங்கிருப்பவர்கள் பெரும்பாலும் நிஷாதர்களும் கிராதர்களும். அவர்களுக்குப் பொருளென்று பெரிதாக ஏதும் தேவையில்லை. அங்கு களஞ்சியத்திலிருந்து படைகளுக்கு உணவே அளிக்கப்படுவதில்லை என்று ஒற்றர்கள் சொன்னார்கள். பெரும்பாலானவர்கள் செல்லும் வழியிலேயே எலிகளையும் பாம்புகளையும் பிற சிற்றுயிர்களையும் வேட்டையாடி உணவு கொள்கிறார்கள். படைவீரர்களே காடுகளில் புல்லரிந்தும் கிளைவெட்டியும் விலங்குகளுக்குத் தீனி சேர்க்கிறார்கள். மரவுரி அணிந்து வெறுந்தரையில் துயில்கிறார்கள். இங்கு நமது படைகளில் பெரும்பாலானவர்கள் ஷத்ரியர்கள். உண்பதிலும் குடிப்பதிலும் எக்குறையையும் அவர்கள் தாங்குவதில்லை" என்றார் கனகர். "நமது படைச்செலவுகளில் பெரும்பகுதி அரசர்களுக்கு நாம் அளித்த விருந்தும் அவர்களின் அகம்படியினருக்கான செலவுகளும்தான். இங்கு தொடர்ந்து நிகழ்ந்த அவையமர்வுகள் எத்தனை செலவுமிக்கவை எனத் தாங்கள் அறிவீர்கள்."

பானுமதி எரிச்சலுடன் "பல தருணங்களில் இங்கு நிகழ்வது படையெழுச்சியா பெருவிழவா என்றே எனக்கு ஐயம் வருகிறது. ஒரு படையெழுச்சிக்கு ஏன் இத்தனை கூத்தும் நாடகமும்? ஏன் இத்தனை சூதர்கள் உடன்வரவேண்டும்? செல்வத்தில் ஒரு பகுதி சூதர்களுக்கும் பரணி பாடும் புலவர்களுக்கும் அளிக்கப்படுகிறது" என்றாள். "இவற்றில் சற்றும் குறைவைக்க முடியாது, அரசி. அவர்களின் சொற்களால்தான் நம் படைகள் ஊக்கம் பெற வேண்டும்" என்றபின் கனகர் "ஆனால்

மறுபக்கம் அப்படி அல்ல. நிஷாதர்களும் கிராதர்களும் அசுரர்களும் தாங்களே பாடிக்கொள்வார்கள். தாங்களே நடனமிடுவார்கள். தாங்களே மகிழ்வு கொண்டாடுவார்கள்” என்றார். பானுமதி “இயல்பாகச் செய்யும் ஒவ்வொன்றுக்கும் இங்கு நாம் பொருள் அளிக்கிறோம். பெண்டிரும் குழந்தைகளும் உண்பதற்கு கணக்கு பார்க்கிறோம் அல்லவா?” என்றாள். கனகர் மறுமொழி சொல்லாமல் தலைவணங்கினார். “செல்க!” என்று பானுமதி கைகாட்டினாள்.

ஏவல் பெண்டு வந்து அப்பால் நின்று தலைவணங்க சுவடியைப் படித்துக்கொண்டிருந்த கற்றுச்சொல்லி ஒருகணம் நிறுத்தினாள். விழி திறந்த பானுமதி “என்ன?” என்றாள். “அரசியர் தாரையும் அசலையும் வந்துள்ளனர்” என்றாள். “வரச்சொல்” என்று கைகாட்டியபின் அவள் மீண்டும் விழிகளை மூடிக்கொண்டாள். கற்றுச்சொல்லி ஓலையை மீண்டும் படிக்கத்தொடங்கினாள். எல்லைப்புறத்து மறக்குடியான மிருகர்களில் ஆண்கள் அனைவருமே போருக்கு சென்றுவிட்டிருந்தனர். உடற்குறை கொண்ட மூவர் மட்டுமே ஊரில் எஞ்சியிருந்தனர். அம்மூவரும் அங்குள பெண்டிரை மணப்பார்கள் என்றால் வரும் தலைமுறையில் குடியின் ஆண்மை குறையக்கூடும் என்றும், தகுதியான படைவீரன் ஒருவன் அக்குடியில் போருக்குச் செல்லாது எஞ்சவேண்டும் என்று மூதன்னை ஒருத்தி கோரியிருந்தாள். அதற்கு அக்குடியில் பதினெட்டு அகவை நிறைந்த ஓர் இளைஞன் போருக்குச் செல்லாது குடியில் தங்க வேண்டுமென்று அரசாணை கோரப்பட்டிருந்தது.

அவ்விளைஞனின் பெயர் பானுமதியை புன்னகைக்க வைத்தது. மகாவஜ்ரன். அவன் முகத்தை அவள் அருகெனக் கண்டாள். ஒருவேளை தன் குடியின் ஆண்கள் அனைவருக்காகவும் காமம் பயிலப்போகிறவன். பெருவெள்ளத்தில், காட்டெரியில் அழியாது எஞ்சும் பொருட்டு கலத்தில் வைத்து உருக்கி ஒட்டப்பட்டு நூறு அடி ஆழத்தில் புதைக்கப்பட்ட விதைநெல். அவள் ஆணையைப் பிறப்பித்துவிட்டு போதுமென்பதுபோல் கைகாட்டினாள். அசலையும் தாரையும் உள்ளே வந்து வணங்கினர். கற்றுச்சொல்லிகள் தங்கள் சுவடிகளுடன் எழுந்து செல்ல, தாரை அவளருகே வந்து அமர்ந்து “இரு விருந்துகள் முடிந்தன. இனி இன்று விருந்துகள் ஏதும் இருக்காதென்று எண்ணுகிறேன்” என்றாள். “ஆம், இனி விடைபெறல்கள் மட்டுமே” என்று பானுமதி சொன்னாள்.

“நாளை காலையில் அஸ்தினபுரியிலிருந்து அனைத்துப் படைப்பிரிவுகளும் விலகிச்செல்லும். ஒரு நாளில் அனைத்தும் பிறிதொன்றென மாறும். சென்ற சில மாதங்களாக ஒவ்வொரு நாளும் ஒவ்வொரு நொடியும் ஓயாது பணியாற்றிக்கொண்டிருக்கிறோம். நாளை பொழுதுக்குப்பின் வெறுமனே இங்கு அமர்ந்திருக்கப்போகிறோம்” என்று அசலை

சொன்னாள். தாரை “வெறுமனே அமர்ந்திருக்கப்போவதில்லை, காத்திருக்கப்போகிறோம்” என்றாள். “செயலாற்றுகையில் ஒருநாள் ஒருகணமென்றாகும். காத்திருக்கையிலோ ஒருகணம் ஒரு ஆண்டுக்குமேல் நீளம் கொண்டது.”

அசலை “இப்போர் எத்தனை நாட்கள் நீடிக்குமென்று எண்ணுகின்றீர்கள், அரசி?” என்றாள். பானுமதி “இப்போது அதை எவராலும் கூறிவிட இயலாது. நேற்று அரசவையில் அரசரும் பிறரும் பேசுவதை வைத்துப் பார்த்தால் மூன்று நாட்களில் போர் முடிந்துவிடும். பீஷ்மப் பிதாமகருக்கு நிகர்நிற்க அங்கு எவருமில்லை. அவருக்கெதிராக அர்ஜுனனின் வில் உறுதிகொள்ளவும் வாய்ப்பில்லை. மூன்று பொழுதணைவுக்குள் போர் முடித்து வில்லை திரும்ப வைத்து முடியை அரசருக்கு உறுதி செய்வதாக பீஷ்மர் வஞ்சினம் உரைத்திருக்கிறார்” என்றாள். தாரை “அதை எவரேனும் உள்ளூர நம்பினரா?” என்றாள். “ஏன்?” என்று பானுமதி கேட்டாள். தாரை “மூன்று நாட்களுக்கு மட்டுமேயான உணவுடன் இங்கிருந்து எவரேனும் கிளம்பிச் செல்வார்களா?” என்றாள்.

பானுமதி “அதெப்படி? எந்தப் போருக்கும் அவ்வாறு செல்ல இயலாது. ஒரு நாழிகைப்பொழுதுக்கு மட்டுமே போர் நீடிக்கும் என்று எண்ணினாலும்கூட பலநாட்களுக்குரிய உணவும் வைக்கோலும் கொண்டு செல்ல வேண்டும்” என்றாள். தாரை “பலநாட்களுக்குரிய உணவு கையிலுள்ளது என்பதே போர் நீடிக்கும் என்ற எண்ணத்தை உருவாக்கும்” என்றாள். அசலை சலிப்புடன் “நாம் அதைப்பற்றி ஏன் பேசவேண்டும்?” என்றாள். “நாம் வேறெதைப்பற்றியாவது பேசியிருக்கிறோமா?” என்று தாரை கேட்டாள். பானுமதி “மெய்தான். இங்கு எவரும் வேறெதைப்பற்றியும் எண்ணுவதில்லை” என்றபின் “மானுடர் எப்போதாவது தனித்தனியாக எதையேனும் எண்ணுகிறார்களா என்றே ஐயம் வருகிறது. தாங்கள் தனியான எண்ணம் கொண்டிருப்பதாக அவர்கள் கருதலாம். ஆனால் எப்போதும் மானுடம் ஒன்றாகவே எண்ணம் சூழ்கிறது. ஒரு நகரம், ஒரு குடி, ஒற்றை எண்ணத்தையே அது கொண்டுள்ளது. ஒவ்வொருவரும் அதில் ஒரு துளி என்றே உளம் கொண்டிருக்கிறார்கள்” என்றாள்.

அவர்கள் சற்றுநேரம் சொல்லவிந்தனர். பானுமதி எழுந்து “நான் ஆடைமாற்றிக்கொள்ளவேண்டும். வந்த அவ்வண்ணமே ஓய்வெடுக்க அமைந்தேன்” என்றாள். தாரை “விதுரர் இன்று அந்தியில் கிளம்பவிருக்கிறார் என்றார்கள். தாங்கள் அறிவீர்களல்லவா?” என்றாள். “ஆம்” என்று பானுமதி சொன்னாள். தாரை “அவர் தன் மூத்தவரிடமும் ஒப்புதல் பெற்றுவிட்டார். அரசரிடமோ இளையோரிடமோ கூறாமல் கிளம்புகிறார். அவ்வாறு அவர் கிளம்புவது எவ்வகையிலும் நமக்கு மாண்பல்ல” என்றாள்.

பானுமதி “அதைத்தான் நானும் எண்ணினேன். ஆனால் இத்தருணத்தில் அரசரோ அவர் தம்பியரோ அவரை ஒருபொருட்டென எண்ணுவார்கள் என்று எனக்குத் தோன்றவில்லை. அவர்களுக்கு அவர் ஒரு சீண்டலாகவும் இடையூறாகவும் தோன்றத் தொடங்கி நெடுநாட்களாகிறது. அவரைப் பார்க்கையிலேயே அரசரின் முகம் சுளிக்கிறது. அரசவைகளுக்கு அவர் வருவதைத் தவிர்க்கும்படி கனகரிடம் சொல்லி அனுப்பியிருந்தார். பேரரசர் வரும் அவைகளுக்கு மட்டுமே அவர் வருவது வழக்கம். உண்மையில் போருக்குக் கிளம்புவதற்கு முந்தைய நாளே விதுரர் அவ்வாறு கிளம்பிச் செல்வதை அரசர் பெரிதும் விரும்புவார். நாளை காலை அவர் இங்கிருந்தார் என்றால் அவரிடம் விடைபெற்றுச் சென்றாகவேண்டிய கட்டாயம் ஏற்படும். ஏனெனில் குருதிவழியில் அவர் அவர்களுக்கு தந்தை. ஆம், அதை தவிர்க்கத்தான் விதுரர் கிளம்புகிறார்” என்றாள்.

“அரசி, அரசரின் பொருட்டு தாங்கள் சென்று அவருக்கு நல்விடை அளிக்கவேண்டும்” என்றாள் அசலை. பானுமதி “நான் என்ன சொல்வது?” என்றாள். “வெறும் முறைமைச் சொற்களே போதும். உண்மையில் தாங்கள் சொல்வதற்கொன்றே உள்ளது. அவர் மீண்டு வரும்போது அவர் இருக்கை அவ்வண்ணமே அவருக்காகக் காத்திருக்கும். அதை முடிகொண்ட அரசிதான் சொல்லவேண்டும்” என்றாள் அசலை. பானுமதி “ஆம், அதை நானே சென்று சொல்லலாம் என்று எண்ணுகிறேன். நீங்களும் உடன் வருக!” என்றாள்.

45

பானுமதி ஆடிமுன் அமர்ந்திருக்க சேடியர் அவள் ஆடைகளையும் குழலையும் சீர்படுத்தினர். கைகளைக் கட்டியபடி அவளுக்கு முன்னால் நின்று நோக்கிக்கொண்டிருந்தாள் தாரை. பின்னால் சுவர்சாய்ந்து அசலை நின்றிருந்தாள். பழக்கமற்ற இளம்சேடி சிறு பொற்பேழையிலிருந்து ஒரு கணையாழியை எடுக்க அசலை அதைப் பார்த்து "அது பாஞ்சாலத்து அரசி அளித்தது அல்லவா?" என்றாள். "எது?" என்றாள் தாரை ஆவலுடன் குனிந்து நோக்கி. "இந்தக் கணையாழியை பாஞ்சாலத்து அரசி எனக்காக சாத்யகியிடம் கொடுத்தனுப்பினாள். நான் அதை எப்போதும் அணிந்திருந்தேன். பின்னர் அகற்றிவிட்டேன்" என்றாள் பானுமதி.

தாரை அதை எடுத்து நோக்கி "இதுதானா?" என்றாள். "கள்ளிச்செடியின் தண்டில் துளிக்கும் பால்துளி போலிருக்கிறது" என்றபடி அதன் அருமணியைச் சுழற்றி அதிலிருந்து வந்த ஒளித்துளியை தன் இடது உள்ளங்கையில் வீழ்த்தி "பழுதற்றது. ஒளி கூர்மைகொண்டுள்ளது" என்றாள். அசலை "எப்போது கழற்றினீர்கள்? நான் அதை நோக்கவேயில்லை" என்றாள். பானுமதி விழிகாட்ட சேடியர் பணிந்து அறையிலிருந்து விலகினர். பானுமதி நீள்மூச்சுடன் உடலை எளிதாக்கி நீட்டி "இளைய யாதவர் இறுதிச் சொல்லுரைத்து இங்கிருந்து சென்ற அன்று" என்றாள். "அன்றுதான் அனைத்தையும் இறுதியாக முடிவெடுத்தேன்."

அசலை அதைப் புரிந்துகொண்டு அமைதியானாள். அத்தருணம் இருவருக்குமே மழைக்கு முந்தைய வெம்மைபோல் மூச்சுத்திணறச் செய்வதாக இருந்தது. அதை எப்படிக் கடப்பதென்று அறியாதவர்கள்போல் அமர்ந்திருந்தார்கள். தாரை அந்த ஒளிப்புள்ளியையே

நோக்கிக்கொண்டிருந்தாள். பின்னர் “முன்பு கலிங்கத்தில் ஓர் அரசனின் மாளிகையையே வைரம் ஒன்று எரித்தழித்தது என்று ஒரு கதை உண்டு” என்றாள். பானுமதி அதை செவிகொண்டதாகத் தெரியவில்லை. ஆனால் தாரை அதை சொல்ல விரும்பினாள். எனவே எழுந்து நின்று அந்த அருமணியை சாளர வெளிச்சத்தில் காட்டி அதன் குவியொளிப் புள்ளியை அங்கிருந்த திரைச்சீலை ஒன்றில் வீழ்த்தி “இவ்வாறுதான் அது நிகழ்ந்தது” என்றாள்.

“அவள் பெயர் சித்ரிகை. மச்சர்குலத்தில் பிறந்தவள். அவள் குடி முன்பு அரசர்களாக கங்கைவெளியை ஆண்டது. ஷத்ரியர்களால் அவர்கள் வெல்லப்பட்டனர். கங்கைநீரை இழந்து உள்காடுகளின் சுனைகளை நம்பி வாழலாயினர். சித்ரிகை தன் தந்தையுடன் மீன்பிடித்து வாழ்ந்தாள். அவள் விரலில் ஒரு கணையாழி இருந்தது. அதில் இருந்த மீன்கண் வைரம் கூரிய ஒளிகொண்டது. மச்சர்குலத்தின் பேரரசியரான மூதன்னையர் அணிந்திருந்தது. வழிவழியாக அன்னையரினூடாக அவளை வந்தடைந்தது.” கதை சொல்லத் தொடங்கியதுமே அக்கதையை அவள் அன்னையரிடமிருந்து கேட்ட நினைவை நோக்கி சென்றாள். ஆகவே சிறுமிக்குரிய குரலும் சொற்களும் அவளிடம் எழுந்தன. விழிகளை உருட்டி கைகளை அசைத்து அவள் பேசினாள். அவ்வாறு இளமைக்கு மீண்டமை அவளை அனைத்திலிருந்தும் விடுவிக்கவே முகமும் மலர்ந்தது.

“சித்ரிகை ஒருநாள் தன் படகுடன் எல்லை கடந்து கங்கைநீர்வெளிக்கு சென்றாள். அவள் அங்கே மீன் வேட்டையாடிக்கொண்டிருந்தபோது அவ்வழியாக அரசப்பெரும்படகில் சென்ற கலிங்க மன்னன் அவளைக் கண்டான். காலை இளவெயிலில் அவள் அழகைக் கண்டு பித்து எழுந்த அவன் தன் வீரரை அனுப்பி அவளை சிறைப்பிடித்துவரச் செய்தான். படகிலேற்றி தன் தலைநகருக்குக் கொண்டுசென்றான். தன்னை அவன் தொடலாகாது என அவள் விலக்கினாள். என்னுடன் அனல் உள்ளது, உன் அரண்மனையுடன் உன்னை எரித்தழிப்பேன் என்றாள். அவன் அவளை எள்ளி நகையாடி தன் அரண்மனையின் எட்டாவது மாடத்தில் சிறைவைத்தான். அவளுக்கு அன்னமும் நீரும் ஆடையும் மட்டும் அளிக்கப்பட்டன. அவ்வறைக்குள் அகல்சுடர்கூட ஏற்றப்படவில்லை. சொல்லால் அனல் ஏற்ற முடியுமா, அன்றி உன் விழிதான் எரிக்குமா? காட்டுக என்று அரசன் அவளை எள்ளிநகைத்தான்.

“அவன் அவளை வன்மையால் அடைந்தபின் மஞ்சத்தில் துயில்கையில் அவள் எழுந்து சென்று சாளரத்தினூடாக வந்த காலைக்கதிரில் தன் மீன்விழி கணையாழியைக் காட்டினாள். அவ்வொளிப்புள்ளி திரைச்சீலையைப் பற்றி எரியச் செய்தது. அரக்குபூசி கட்டப்பட்ட

அவ்வரண்மனை முற்றாக எரிந்தழிந்தது. சாம்பல்மேடு என்றான அரண்மனையில் அரசனும் அவன் ஏவலரும் வெள்ளெலும்புகளாகக் கிடந்தனர். சித்ரிகையின் வெள்ளெலும்பின்மேல் அவள் கணையாழியின் அருமணியிலிருந்து வந்த ஒளி வந்து தொட்டதும் அவள் ஓர் அழகிய வெண்கொக்கென்றானாள். சிறகு விரித்து எழுந்து பறந்தாள். அருகிருந்த பெருநதியின் கரையில் சென்றமர்ந்த கொக்கு தன் நிழலை கரையில் விட்டுவிட்டு நீருக்குள் வெள்ளிநிறமான மீனாக மாறி பாய்ந்து மூழ்கி திளைத்து ஆழத்தை சென்றடைந்தது.

"அதன்பின் கலிங்கத்தில் ஓழிந்த நதிக்கரைகளில் கொக்குநிழலை மக்கள் கண்டனர். தொலைவில் கொக்கென்று தோன்றி அருகணைகையில் நிழலென்று கரைவது. நீராழத்தில் கொக்கென வெள்ளை சிறகசையப் பறக்கும் வெள்ளிமீன் ஒன்று வாழ்வதையும் அவர்கள் கண்டனர்" என்று தாரை சொன்னாள். "அந்த அருமணி ஒரு மரமாக அங்கே முளைத்தது. அதன் சின்னஞ்சிறு கனிகள் கண்ணீர்முத்துக்கள் போலிருந்தன. அந்த மரம் பாஷ்பபிந்து என்று அழைக்கப்பட்டது. அவ்வரண்மனைக்குமேல் அது விழிநீர் உகுத்தபடியே நின்றது. கலிங்க அரசியர் அந்த மரத்தின் மணிகளாலான மாலை அணிந்தபடி அங்கே பூசனை செய்வதுண்டு."

அவள் சொன்ன அக்கதையை உளம்வாங்காமல் அவர்கள் இருவரும் வெறுமனே நோக்கினர். அவள் அக்கதையால் வேறெங்கோ கொண்டுசெல்லப்பட்டு அமைதியடைந்தாள். காற்றில் சாளரத்திரை படபடக்கும் ஓசை மட்டும் கேட்டுக்கொண்டிருந்தது. சற்றுநேரம் கழித்து மீண்டு வந்த பானுமதி "நாம் கிளம்பவேண்டும்" என்றாள். தாரை "ஆம்" என்றாள். பானுமதி நிலம் நோக்கிக் குனிந்து அமர்ந்திருந்த அசலையை சற்றுநேரம் நோக்கிக்கொண்டிருந்தாள். அசலை அந்தக் கணையாழியை வெறுமனே நோக்கி அமர்ந்திருந்த பின் திரும்பி பானுமதியிடம் "மாயை உபப்பிலாவ்யம் சென்று எரிபுகுந்தாளென்ற செய்தியை நேற்றுதான் முழுமையாகக் கேட்டறிந்தேன்" என்றாள்.

பானுமதி ஒன்றும் சொல்லவில்லை. அவள் முகத்தைக் கூர்ந்து பார்த்தபடி அசலை "அத்தனை படை அடுக்குகளையும் கடந்து அவள் சென்றது விந்தையானது என்று சூதர் சொன்னார்கள். நுண்ணுருக்கொண்டு குளிர்ந்த காற்றாக அவள் படைகளைக்கடந்து சென்றாளென்று கதை மாறிவிட்டிருக்கிறது" என்றாள். தாரை "இளைய யாதவர் எண்ணினால் அதை எளிதில் இயற்றியிருக்க முடியும்" என்றாள். "ஆம், அது அவருடைய திட்டம்தான். ஆனால் இங்கிருந்து எவரோ உதவாமல் அது நிகழாதென்றே நான் உய்த்துணர்ந்தேன்" என்றாள் அசலை. தாரை அதை உளம்கொள்ளாமல் எழுந்துசென்று சாளரத்தினூடாக அந்த அருமணியை நீட்டினாள். திரும்பி நோக்கி "எந்தப் பறவையாவது இதை

தானியமணி என எண்ணி கொத்திச்செல்லுமா?" என்றாள். அசலை புன்னகைத்து "பறவைக்குத் தெரியாதா?" என்றாள். தாரை வெளியே நோக்கி "ஆம், அவை அறிந்திருக்கின்றன" என்றாள்.

பானுமதி அசலையை நோக்காமல் "என் கணையாழியைக் கொடுத்தனுப்பியிருந்தேன்" என்றாள். அசலை அதை முன்னரே உய்த்திருந்தாள். உணர்வில்லாமல் "ஏன்?" என்று கேட்டாள். "அவள் அங்கு செல்லவேண்டியவள். உரு அங்கிருக்க நிழல் இங்கிருக்க இயலாது" என்று பானுமதி சொன்னாள். அசலை "அவள் அங்கு சென்றதனால்தான் பாஞ்சாலத்து அரசி மீண்டும் கொற்றவை வடிவு கொண்டாள். அவளுடைய அறைகூவல்தான் இன்று அப்படைகளை தெய்வஆணைபோல் ஒருங்கிணைத்து ஆற்றல் கொள்ளச் செய்கிறது" என்றாள். பானுமதி "ஆம், அது அவ்வாறே நிகழவேண்டும்" என்றாள். "அதுவே ஊழெனில் நாம் அதை மறுக்க இயலாது."

சென்ற பல மாதங்களாகவே தங்களுக்குள் சொற்கள் மிகவும் குறைந்துவிட்டன என்று பானுமதி எண்ணினாள். நாளெல்லாம் முறைமைச்சொற்களும் அணிச்சொற்களும் உரைத்தபின் நாதளர்ந்து உள்ளம் ஓழிந்துதான் அவர்கள் தனியறைக்கு மீண்டனர். சொல்லின்மையை உணர்ந்தபடி அருகருகே ஒருவரை ஒருவர் நோக்காமல் அமர்ந்திருந்தனர். பேச்சு நின்றுவிட்டால் அதை முயன்று முன்னெடுக்கவேண்டியிருந்தது. இல்லையேல் எவரேனும் அங்கு வந்து அழைப்பது வரை அமைதி நீடித்தது. பானுமதி அசலையை நோக்காமல் "மாயை அங்கு சென்று பாஞ்சாலத்தரசியை உயிர்கொண்டு எழுப்பவேண்டுமென்று எண்ணியே நான் அனுப்பினேன்" என்றாள். அசலை "அது உங்கள் கொழுநருக்கு எதிரான செயலல்லவா?" என்றாள். "இல்லை. அதற்கு முன் அவரிடம் அதை செய்யப்போவதாக சொன்னேன். அவர் அறியாத எதையும் இயற்றுபவளல்ல நான்" என்றாள் பானுமதி.

அசலை எழுந்து அருகே வந்து "அவர் என்ன சொன்னார்?" என்றாள். பானுமதி "அவர் விழிகளில் எந்த மாற்றமும் தென்படவில்லை. உன் விழைவுப்படி நிகழ்க என்றார். நான் மீண்டும் ஏதோ சொல்லத் தொடங்குகையில், அரசி இந்நகர் உனது ஆட்சியில் உள்ளது என்றார்" என்றாள். அசலை "விந்தைதான். போரில் அதன் விளைவுகளை அறியாதவரா என்ன?" என்றாள். பானுமதி "நன்கு அறிவார். இந்தப் போரை எந்த ஊடுவழியினூடாகவும் வென்றெடுக்க இன்று அவர் விரும்பவில்லை. பாண்டவர்கள் தங்கள் முழுவிசையுடன் எழுந்து வரவேண்டுமென்றே அவர் எண்ணுகிறார். பாண்டவர் படைகளுக்குள் எண்ணத்திரிபுகளையும் நம்பிக்கை மாறுபாடுகளையும் உருவாக்கலாம் என்று ஒருமுறை அவையில் சகுனிதேவர் உரைத்தபோது முதற்சொற்றொடரிலேயே

கைநீட்டி அதைத் தடுத்தார். சூழ்ச்சிகள் இன்று எனக்கு உகந்தவையல்ல. நான் தேவன். என் எதிரிகளும் தேவர்களாகவே எழவேண்டும் என்றார். மேலும் ஏதோ பேச சகுனிதேவர் நாவெடுத்தபோது கணிகர் கைநீட்டி அவர் காலைத்தொட்டு நிறுத்துவதை கண்டேன்" என்றாள்.

அசலை "ஆம், அரசர் முற்றாகப் பிறிதொருவராக ஆகிவிட்டிருக்கிறார்" என்றாள். பானுமதி "இன்று நம் முன் நின்றிருக்கும் அரசர் விண்வல்லமைகளில் ஒன்றான கலியின் வடிவம். களிறுகள் அரசப்பெரும்பாதையில் மட்டுமே செல்ல முடியும்" என்றாள். அசலை "நீங்கள் அத்தெய்வத்தால்தான் கவரப்படுகிறீர்களா, அரசி?" என்றாள். "ஆம் என்று இப்போது உணர்கிறேன். எப்போதுமே கருவடிவில் அத்தெய்வம் அவருடன்தான் இருந்துகொண்டிருந்தது. அவரில் என்னைக் கவர்ந்தது அதுவே" என்றாள் பானுமதி. "முற்றிலும் பொலிந்து அது எழுந்தபோது ஐயமறக் கண்டேன். தெய்வமெதுவானாலும் அதற்கு நம்மை முற்றளிப்பதில் பெருநிறைவு உள்ளது."

அசலை மேலும் பேச விழையாமல் சொல்மாற்றும்பொருட்டு "நமது இளையோன் இங்கு படைப்பிரிவுடன் வந்து சேர்ந்துள்ளான், அக்கையே" என்றாள். "ஆம், என்னை வந்து கண்டு வாழ்த்து பெற விரும்பினான். அஸ்தினபுரியின் அரசி எந்தத் தனியரசனிடமும் அணுக்கம் கொண்டவளல்ல, அவைக்கு வந்து வாழ்த்து பெற்றுச்செல்க என்று சொல்லி அனுப்பினேன். நேற்று முன்னாள் என் அவைக்கு முன் வந்து வாள் தாழ்த்தி வணங்கி நற்சொல் பெற்று சென்றான்" என்றாள். அசலை மீண்டும் சொல்லணைந்து விழிகளைத் தாழ்த்தி அமர்ந்திருந்தாள்.

முற்றளித்தல் என்ற சொல் மட்டும் பானுமதியின் உள்ளத்தில் இருந்தது. வேறு எவரோ சொல்லி அங்கே எஞ்சவிட்டுச் சென்றதுபோல, எங்கிருந்தோ தொடர்பிலாது நினைவில் நீடிப்பதுபோல. அவள் "இளையவர் விடைகொள்ள வந்தாரா?" என்றாள். அசலை திடுக்கிட்டு விழித்து அவ்வினாவை உணர்ந்து "ஆம்" என்றாள். "நேற்று இரவே வந்து விடைபெற்றுவிட்டார்" என்றாள். "நேற்றே வந்தாரா?" என்றாள் பானுமதி. "இன்று அவர் அரசரைவிட்டு எங்கும் செல்லவியலாது என்றார்."

அவள் பேசுவதற்காக பானுமதி நோக்கி அமர்ந்திருந்தாள். "குடித்தெய்வங்களுக்கு பூசனை செய்து கொண்டுவந்த செஞ்சாந்துடன் என் மஞ்சத்தறையில் காத்திருந்தேன். நெடுநேரம் ஆன பின்னர் சலித்து சற்றே துயின்றுவிட்டேன். பின்னிரவில் அவர் வந்தார். அவரது எடைமிக்க காலடி ஓசையை தொலைவிலேயே கேட்டேன். எத்தனை ஓசையிலும் அதை மட்டும் நான் தவறவிடுவதில்லை. ஆனால் என்னால் எழ முடியவில்லை. அத்தனை களைப்பு. கலைமகளுக்குரிய

பொழுதில் காலையில் எழுந்தது. ஒருகணமும் அமராமல் பகல் முழுக்க அலைந்துகொண்டிருந்தேன். எழவேண்டும் எழவேண்டும் என்று எண்ணிக்கொண்டிருந்தேன். உண்மையில் எழுந்து அமர்ந்து அவரை வரவேற்றுவிட்டேன் என்றுகூட கனவுக்குள் நடித்தேன். ஆனால் படுத்துக்கொண்டிருக்கிறேன் என்பதும் தெரிந்தது" என்று அசலை சொன்னாள்.

அவர் உள்ளே வந்து என் அருகே மஞ்சத்தில் அமர்ந்தார். கைகளைக் கட்டியபடி என்னைப் பார்த்துக்கொண்டிருப்பதாக நான் விழிமூடியே உணர்ந்தேன். எழவேண்டும் என்று எண்ணிக்கொண்டே துயின்றுகொண்டிருந்தேன். அல்லது விழிப்பில் துயிலையும் கலந்துகொண்டிருந்தேன். அவர் நெடுநேரம் அப்படி என் அருகே அமர்ந்திருக்கவேண்டும். வேறு எவரோ வெளியே வந்து அவரை அழைத்தார்கள். "ஆம்" என்றபடி அவர் எழுந்தபோது பீடம் எழுப்பிய ஒலியைக் கேட்டு நான் விழித்துக்கொண்டேன். அப்போது அவர் வாயிலைச் சென்றடைந்து அங்கு நின்றிருந்த சேடியிடம் பேசிக்கொண்டிருந்தார். நான் எழுந்தமர்ந்த ஓசையைக் கேட்டு திரும்பி என்னைப் பார்த்தார். நான் எழுந்து "துயின்றுவிட்டேன்" என்றேன். அவரிடம் விழிநோக்கி நான் பேசி பதினைந்தாண்டுகளுக்கும் மேலாகிறது. அச்சொல்லையே என்னுள் இருந்து வேறெவரோ முனகினார்கள்.

அவரும் என்னை நேர்நோக்கவில்லை. அந்த அவைநிகழ்வுக்குப் பின் அவர் எந்தப் பெண்ணையுமே நேர்நோக்குவதில்லை என்றார்கள். "உன் துயிலிலேயே பெரும் களைப்பு தெரிந்தது. எழுப்ப வேண்டாமென்று எண்ணினேன்" என்றார். "நான் உங்களுக்காக பூசனை செய்திருந்தேன்... செஞ்சாந்தும் குருதியும் இருக்கிறது" என்றேன். "அதைப் பெற்றுக்கொள்ளத்தான் வந்தேன். நான் உடனே கிளம்பிச் செல்ல வேண்டும். மூத்தவர் எனக்காகக் காத்திருக்கிறார்" என்றார். அந்த உரையாடல் முற்றிலும் அயலவர் இருவர் நடுவே நிகழ்ந்தது. ஆனால் மிக அணுக்கமான இருவர் ஒருவரை ஒருவர் கண்டுகொண்டனர். என் நெஞ்சு படபடத்தது. புதுமணப்பெண் என வியர்த்து உடல்மெய்ப்பு கொண்டு கால்தளர்ந்து நின்றேன். அவர் குரலும் உடைந்து தழுதழுத்தது. "நான் செல்லவேண்டும்..." என்றார்.

"அவரை சற்றுநேரம் அங்கே தங்கவைக்க விரும்பினேன். ஆனால் அத்தருணத்திற்குரிய சொல்லொன்றை எடுக்க என்னால் இயலவில்லை. இயல்பாக என் உள்ளம் கண்டுகொண்டது அப்போது பேசவேண்டியது மைந்தனைப் பற்றி என்று. "மைந்தனும் உங்களுடன்தானே வருகிறான்?" என்றேன். "ஆம், மைந்தர்கள் அனைவரும் உடன் வருகிறார்கள்" என்று அவர் தடுமாறினார். "நான் கேட்டது நம் மைந்தனைப் பற்றி..." என்று

எரிச்சலுடன் சொன்னேன். அந்த எதிருணர்வு அத்தருணத்தின் சங்கடத்தைக் குறைத்தது. நான் அவர் விழிகளை நோக்கிப் பேசமுடிந்தது. "அவன் பெயர் துருமசேனன்... அதுவாவது நினைவிலுள்ளதா?" என்றேன். "ஆம், ஆம், துருமசேனன். நம் மைந்தன் அல்லவா?" என்றார்.

என் உள்ளம் மலர்ந்துவிட்டது, அக்கையே. அறிவின்மைக்கு ஓர் அழகு உண்டு. ஆண்களிடம் பெண்டிர் அதையும் விரும்பக்கூடும். அவரை அப்பேருடலுடன் சிறுவனென்றாக்குவது அது. மைந்தரிடையே அவருக்கு எவ்வேறுபாடும் இல்லை என்று அறிந்திருந்தேன். மலர்வை முகத்தில் காட்டாமல் "அவனை நான் உங்களை நம்பியே களத்திற்கு அனுப்புகிறேன். அவன் முகத்தையாவது நினைவில் இருத்துங்கள்" என்றேன். "ஆம், அவர்களை தனியாகவே பேணவேண்டும் என்றார் மூத்தவர்" என்றார். அவர் உள்ளத்தில் அந்த வேறுபாட்டைப் புகுத்தவே முடியாதென்று உணர்ந்ததும் என் உள்ளத்தில் புன்னகை பெரிதாகியது. "நான் செல்லவேண்டும்" என்றார். "அவ்வளவுதானே? செல்க!" என்றபடி எழுந்து தாலத்தை எடுத்து நீட்டினேன். குருதியைத் தொட்டு அவர் நெற்றியில் இட விரலெடுத்ததும் "வேண்டாம்" என்றார். அவரே குருதிக்குழம்பை தொட்டு நெற்றியில் அணிந்து "இதுவே போதும், விடைகொள்கிறேன்" என்றார்.

என் மலர்ச்சி முழுமையாக வடிய, வெறுமனே நோக்கி நின்றேன். என் விழிகளில் துயர் தெரிந்திருக்கலாம். "நீ கொண்ட தொடாநோன்பை இத்தருணத்திற்கென முறிக்கவேண்டியதில்லை" என்று என் விழிகளை நோக்காமல் அவர் சொன்னார். தடுமாறிய குரலில் "இங்கு பிறிதெவர் அதைப் பிழையெனக் கண்டாலும் நான் அவ்வாறு எண்ணவில்லை. மாண்புள்ள அரசமகளிர் செய்யக்கூடுவது அதையே" என்றார். அவர் முகத்தில் எல்லா உணர்வுகளும் மிகையாகவே வெளிப்படும். அன்று அவர் பெருவலி கொண்டவர்போல தோன்றினார். "அன்னை வயிற்றில் பிறந்த மைந்தர் எவரும் செய்யக்கூடாததை நான் செய்தேன். அதில் எனக்கு இப்போதும் வருத்தமில்லை. என் தமையனின் பொருட்டு அதனினும் இழிந்ததையும் செய்வேன். ஆயிரமாண்டு காலம் கெடுநரகில் உழலவும் செய்வேன்" என்றபின் சொல்லுக்காக திணறி பின் வெறுமனே கையசைத்து "நன்று, என் இல்லத்தில் அறமகள் நிலைகொள்கிறாள் என்பதே எனக்கு நிறைவளிப்பது" என்றார்.

"என்னால் விழிநீரை அடக்க இயலவில்லை. மஞ்சத்தில் அமர்ந்துகொண்டு இரு கைகளிலும் முகம் புதைத்துக்கொண்டு அழுதேன். அவர் என்னை சிலகணங்கள் நோக்கிவிட்டு திரும்பிச் சென்றார். எடைமிக்க காலடிகளில் இருந்த தளர்வை நெடுநேரம் நான் கேட்டேன்" என்றாள் அசலை. பானுமதி திரும்பி தாரையை நோக்கினாள். அவள் அந்த அருமணியை

கையில் வைத்துச் சுழற்றி அதன் ஒளியை வெவ்வேறு இடங்களில் வீழ்த்தி விளையாடிக்கொண்டிருந்தாள். "நான் அதன்பின் அவரிடம் நெடுநேரம் பேசியதில்லை, அக்கையே. அன்று பேசவேண்டும் என எண்ணினேன். ஆனால் சொல்லவேண்டியவற்றை நேர்நோக்கியபோது என் அகம் கூசியது. அந்த எதிர்நாடகத்தினூடாகவே என்னால் அவ்வாறாயினும் பேசமுடிந்தது" என்றாள் அசலை.

"பின்னர் எண்ணிக்கொண்டேன், நான் நெறியில் உறுதிகொண்டவள் அல்லவா என்று. நான் நம்புவனவற்றில் நிலைகொள்ள என்னால் ஏன் இயலவில்லை? என் உள்ளம் அவரை நூறுமுறை ஆரத்தழுவிக்கொண்டது. பதினைந்தாண்டுகள் நான் கொண்ட நோன்புகள் அனைத்தும் அத்தருணத்திலேயே பொருளற்றவை ஆயின" என்று அசலை சொன்னாள். பானுமதி "அதன்பொருட்டு வருந்தவேண்டியதில்லை. அத்தனை கௌரவ அரசியரும் நேற்றும் இன்றும் நோன்பு முறித்துக்கொண்டனர் என அறிந்தேன்" என்றாள். அசலை "அவருக்காக நான் வேண்டிக்கொள்கிறேன். உளமுருக, முற்றளித்து தெய்வங்களைத் தொழுகிறேன். அவர் வென்று மீண்டு வரவேண்டும். அவர் தோள்தழுவி என்னை பொறுத்தருள்க என்று கேட்கவேண்டும். அனைத்தும் முன்பெனத் துலங்கவேண்டும்" என்றாள்.

"அவைநின்று பெரும்பத்தினி உரைத்த சொல்லை ஒருபோதும் தெய்வங்கள் கையொழிவதில்லை என்று அறிவேன். ஆனால்…" என்றபின் அசலை பெருமூச்செறிந்தாள். பானுமதி "இளையோளே, இவர்கள் கொண்ட அன்னைப்பழி கணம் நூறெனப் பெருகுவது. இவர்களில் எழும் நம்பிக்கையும் ஆணவமும் பெருவிழைவும் அப்பழியால் உருவாக்கப்படுவதே. பலிபீடத்திற்குக் கனவுநடையில் செல்லும் விலங்குகள்" என்றாள். "செருகளத்தில் இவர்கள் வீழ்கையில் குடிகளோ வீரரோ கண்ணீர்சிந்தப் போவதில்லை. அணி களைகையில் நாம் மட்டுமே கலுழ்வோம். நம் நோன்பினூடாக அவர்களை நாம் விண்ணேற்றுவோம்" என்றாள். "நாம் அவர்கள் எஞ்சவிட்டுச் செல்லும் பெரும்பழியை எஞ்சிய நாளெல்லாம் சுமக்கவிருப்பவர்கள். கைம்பெண்ணென இங்கு வாழ்ந்தாலும் பெரும்பத்தினியின் பழிச்சொல் நம்மை சூழ்ந்திருக்கும். இப்பிறவி முழுக்க அதன் இழிவை சூடுவோம்."

அசலை "நான் அவர் மனைவி என்றே இன்று உணர்கிறேன். அதன்பொருட்டு எந்த கெடுநரகிலும் உழல சித்தமாக உள்ளேன்" என்றாள். பின்னர் உளம் விம்மி எழுந்ததை அடக்கி "அதை அவரிடம் சொல்லியிருக்கலாம். என்னால் இயலவில்லை" என்றாள். "அவ்விழிநீர்

போதும், அவர் உணர்ந்திருப்பார்” என்றாள் பானுமதி. “அவர் களம்பட்ட பின் உன்னிலெழுந்த சீற்றம்கொண்ட அந்தப் பெண்ணும் மறைவாள். அன்புகொண்ட துணைவி மட்டுமே எஞ்சுவாள். அதன் பின் உனக்கு இத்துயரிருக்காது. இருநிலையே அழல். எஞ்சும் வாழ்நாள் சிறிதே. அதை எண்ணி எண்ணி கடந்துவிடலாம்” என்றாள்.

தாரை அவர்கள் அருகே வந்து இடையில் கைவைத்து நின்று “அரசி, தங்கள் கொழுநர் திரும்பமாட்டாரென்று உறுதியாகவே எண்ணுகிறீர்களா?” என்றாள். பானுமதி திடுக்கிட்டு அவளை நோக்கி சில கணங்களுக்குப் பின் ஒன்றும் சொல்லாது திரும்பிக்கொண்டாள். “நான் நம்புகிறேன்” என்றாள் தாரை. “அவைநின்று பழிகொண்ட பெண் சொன்ன சொல் அவ்வண்ணமே நிகழ்ந்தாக வேண்டும். அதுவே இங்கு பெண்ணுக்குக் காவலென தெய்வங்கள் உண்டென்பதற்கான சான்று. தலைமுறை தலைமுறையென பிறந்தெழுந்து வரும் பெண்கள் அனைவருக்கும் நம் மூதாதையர் உரைக்கும் சொல்லுறுதி அது. பிறிதொன்று நிகழாது.” பானுமதி அவள் விழிகளை நோக்கினாள். வஞ்சமோ சினமோ இல்லாமல் தெளிந்திருந்தன அவை.

“விகர்ணன் உன்னிடம் விடைபெற்றாரா?” என்றாள். “ஆம், இன்று காலை” என்று அவள் சொன்னாள். “ம்” என்றாள் பானுமதி. “என் அறை வாயிலில் வந்து நின்று கதவைத் தட்டினார். நான் உள்ளே தாழிட்டிருந்தேன். பலமுறை கதவு தட்டப்படுவதைக் கேட்டபின்னர் எழுந்து இப்பால் நின்று பெண்சிறுமை செய்தவரின்பொருட்டு வாளெடுத்துப் போரிடுவதாக வஞ்சினம் உரைக்கப் போகிறீர்கள் என்றால் என்னை நீங்கள் பார்க்கவேண்டியதில்லை என்றேன். ஆம், நான் என் மூத்தவரின் குருதியின் ஒரு துளி என்றார். அதுவே உங்கள் வழி என்றாகுக, எனக்கு உங்களிடம் உறவேதுமில்லை என்றேன்.”

அவர் திகைத்தவராக நின்றார். பின்னர் “என்னிடமிருந்து முற்றறுத்துக் கொள்கிறாயா?” என்றார். “ஆம், நீங்கள் களம்பட்ட செய்தி வருகையில் மரவுரி அணிந்து நோன்பு கொள்வேன். இங்கிருந்து கிளம்பி என் நாட்டுக்கு செல்வேன். அதன் பின் ஒருகணமும் உங்களை எண்ணமாட்டேன்” என்றேன். மறுபக்கம் ஓசையெழவில்லை. ஆனால் அவர் இருப்பை உணரமுடிந்தது. நெடுநேரத்திற்குப் பின் “இத்தகைய நெறிகளுக்கு அப்பாற்பட்டு நீ என்மேல் கொள்ளும் அன்பென்று ஏதுமில்லையா?” என்றார். “இல்லை, நெறிகளின்பொருட்டு நான் வாழ்கிறேன். பெண்ணென்றால் நெறியே என்பது எங்கள் குலத்தியல்பு. நெறிமீறுவதென்பது எங்களுக்கு இறப்பே” என்றேன். சிலகணங்களுக்குப் பின் அவர் திரும்பிச் செல்லும் காலடி ஓசை கேட்டது.”

பானுமதி “விகர்ணன் இப்போது குண்டாசியின் அறையிலிருக்கிறார். உடல் உருகுமளவுக்கு மது அருந்தியிருக்கிறார்” என்றாள். தாரையின் முகத்தில் எந்த மாறுபாடும் தெரியவில்லை. அசலை “அன்று அவையில் கௌரவரின் அறக்குரலாக எழுந்து ஒலிக்க அவரால் மட்டுமே இயன்றது. அதன் பொருட்டேனும் நீ அவரிடம் சற்று அளி கொள்ளலாம்” என்றாள். “ஒருவன் நாவில் ஒரு சொல் எழுவதென்பது அதற்குரிய தெய்வத்தின் ஆணை. தன்னிலெழுந்த சொல்லுக்கு தன்னை ஒப்புக்கொடுப்பவனே அத்தெய்வத்தை நிறைவுசெய்கிறான். அழியாச் சொற்களால் ஆனது இப்புடவி” என்றாள் தாரை.

பானுமதி “உன் உறுதி எனக்குப் புரிகிறது. ஆனால் என் உள்ளம் அதை ஏற்கவில்லை. நீ அவரை துறந்ததனூடாக இப்புவியில் எவருமற்ற தனியராக அவர் ஆகிவிட்டார். அவர் நாளை களம்படலாம். தன்னந்தனிமையில் ஒருவர் மடிவதென்பது தெய்வங்களும் மூதாதையரும் ஏற்காத துயரம். அப்பழி அவர் மனைவியையே சேரும்” என்றாள். தாரை எந்த உணர்வுமாற்றமும் இல்லா முகத்துடன் நேர்நோக்கி “எங்கள் குடியில் ஒரு சொல் உண்டு. பிறப்பதும் மடிவதும் தன்னந்தனியாகவே. பிறக்கையில் ஊழும் மடிகையில் அறமும் துணை நிற்கின்றன. அவருக்கு தனிமை எஞ்சுவது ஒழியாத் தெய்வம் என உடனிருந்த அறத்தை அவர் துறந்ததனால்தான்” என்றாள்.

மூவரும் தங்கள் உளச்சொற்களில் அழுத்தப்பட்டவர்களாக நெடுநேரம் அமைதியாக இருந்தனர். பெருமூச்சுடன் எண்ணம் கலைந்த அசலை “ஒவ்வொரு விடைகொள்ளலும் ஒவ்வொரு வகையில் நிகழ்கின்றது” என்றாள். பானுமதி “நான் இன்னமும் அரசரை சந்திக்கவில்லை. இன்றிரவு வருவாரென்று எண்ணுகின்றேன்” என்றாள். “அவர்கள் இன்னும் அன்னையிடமும் விடைபெறவில்லை” என்று அசலை சொன்னாள். பானுமதி “ஆம், அவர் இன்று இவ்வரண்மனையில் எதிர்பார்ப்பது அன்னையின் வாழ்த்தை மட்டும்தான்” என்றாள்.

“அன்னையின் வாழ்த்து எழவேண்டும்” என்று அசலை சொன்னாள். “ஏனெனில் இவையனைத்தும் நெடுங்காலத்திற்கு முன் காந்தாரப் பெரும்பாலையில் நின்றபடி கீழ்த்திசையை நோக்கி அன்னை சொன்ன ஓர் விழைவிலிருந்து தொடங்குகிறது.” தாரை “அதை அன்னை உணராதிருப்பாரா?” என்று கேட்டாள். “இவ்வளவு குருதிப்பெருக்கும் தன் பொருட்டே என்று எண்ணியிருந்தால் அவரால் எப்படி அத்தனை இயல்பாக இருக்க இயல்கிறது? நான்கு நாட்களுக்கு முன்னர்கூட அவரை சென்று பார்த்தேன். ஆலய பூசனை முடித்து செஞ்சாந்தும் ஊனுணவும் கொண்டு வந்து கொடுத்தபோது தொட்டு வணங்கி

நெற்றியிலணிந்தார். என்றுமிருப்பதுபோல் அதே முகமும் அதே சொற்களுமாகவே தெரிந்தார்."

பானுமதி "அவர் கண்ணைக் கட்டிக்கொண்டிருக்கிறார்" என்றாள். "ஊன்விழியை" என்றாள் அசலை. "ஆம். ஆனால் வெளிவிழியைக் கட்டிக்கொண்டால் காலப்போக்கில் உள்விழிகளும் மூடத்தொடங்குகின்றன" என்றாள் பானுமதி. வாயிலில் ஏவற்பெண்டு வந்து நின்றாள். பானுமதி நோக்க "தேர்கள் ஒருங்கிவிட்டன" என்றாள். "கிளம்புவோம்" என்று எழுந்துகொண்ட பானுமதி "அந்தக் கணையாழியை நீயே வைத்துக்கொள்ளடி" என்று தாரையிடம் சொன்னாள்.

46

விதுரரின் மாளிகை முற்றத்தில் அரசியர் மூவரும் அமர்ந்த அணித்தேர் சென்று நின்றது. முன்னரே அங்கு அணிவகுத்திருந்த காவலர்கள் வாள் தாழ்த்தி வாழ்த்துரை முழக்கினர். மாளிகையின் உள்ளிருந்து மூன்று சேடியர் கையில் மலர்த்தாலமும் சிற்றகல்சுடரும் மஞ்சள்நீருமாக வெளியே வந்து அரசியரை வரவேற்றனர். தாரையும் அசலையும் இறங்கி நின்றபின் பானுமதி கைகூப்பியபடி இறங்கினாள். தாலத்தில் இருந்த நீரை சேடி அவள் காலில் விட்டு கழுவ மலர் எடுத்து குழலில் சூடி, சுடர் தொட்டுக் கண்ணில் ஒற்றி அவள் மாளிகைக்குள் நுழைந்தாள்.

அவளை எதிர்கொண்ட முதிய சேடி தயக்கத்துடன் “பொறுத்தருள்க, அரசி! அமைச்சர் தன் அறையில் இருக்கிறார். தாங்கள் வருவதை மூன்று முறை சென்று உரைத்தேன். நீ செல்க, நான் வருகிறேன் என்றார். முறைப்படி அவர் வந்து தங்களை வரவேற்க வேண்டும் என்று நான் மூன்றாம் முறையும் சொன்னபோது...” என்று சொல்லிச்செல்ல பானுமதி கையமர்த்தி தடுத்தாள். “எங்கிருக்கிறார் என்று மட்டும் காட்டுக!” என்றாள். முதுசேடி “அவர்...” என மேலும் தயங்கி “அவர் வழக்கமில்லாமல் இன்று...” என்றாள். “சொல்க!” என்றாள் பானுமதி. “அறியேன். ஆனால் அகிபீனா கொண்டிருப்பாரோ என ஐயமாக உள்ளது” என்றாள். பானுமதி தலையசைத்தாள். “வருக, அரசி!” என்று முதுமகள் மரப்படிகளினூடாக பானுமதியை மேலே அழைத்துச் சென்றாள்.

பானுமதி இடைநாழியில் நின்று அங்கு திறந்துகிடந்த சாளரத்தைப் பார்த்து ஒருகணம் தயங்கி பின் முதுசேடியிடம் “அந்தச் சாளரமா?” என்றாள். “ஆம், இரவும் பகலும் அங்குதான் அமர்ந்திருக்கிறார். துயில்வதேயில்லை, சற்றே அயர்ந்து விழிப்புகொள்வதுடன் சரி” என்றாள் முதுமகள். “சற்று

முன் சிறுமருத்துவர் ஒருவர் வந்தார். துயிலுக்கு மருந்து கோரியிருக்கிறார் என்று எண்ணினேன்... ஆனால் அவர் துயிலவில்லை.” பானுமதி தலையசைத்து “துயில் எளிதல்ல” என்றாள். “இப்போது எங்கிருக்கிறார்?” என்று தாரை கேட்டாள். “தன் தனியறைக்குள். அவ்வறையை ஒட்டி மிகச் சிறிய வைப்பறை ஒன்றும் உள்ளது. அதற்குள் உள்ள பேழைகளில் என்ன இருக்கிறதென்று அறியேன். பெரும்பாலான பொழுதுகளில் அங்குதான் இருக்கிறார். பொருட்களை ஒன்றிலிருந்து ஒன்று எடுத்து இடம் மாற்றுகிறார் என்று தோன்றுகிறது” என்றாள் சேடி.

பானுமதி “அவரை அழை” என்றாள். முதுசேடி அறைக்கதவருகே சென்றாள். பெரிய ஒற்றைக்கதவு மூடப்பட்டிருக்கவில்லை. சேடி அதை மெல்ல தட்டி “அமைச்சரே! அமைச்சரே!” என்று அழைத்தபோது உள்ளிருந்து “யார்?” என்றொரு குரல் கேட்டது. “நான் சூக்தை, கதவை திறவுங்கள்” என்றாள் சேடி. “யார்?” என்றார் விதுரர். அவர் குரல் குழறியது. “அமைச்சரே, அரசியர் வந்துள்ளார்கள். பட்டத்தரசி வந்துள்ளார்” என்று அவள் சொல்ல “நான் இங்கு அலுவலில் உள்ளேன்” என்றார் விதுரர். “என் மருகியர் கீழே இருப்பார்கள். அல்லது சுருதையிடம் சொல். அவர்களுக்குத்தான் அதெல்லாம் தெரியும்.” பானுமதி “நன்றாகத் தட்டு” என சொல்ல சேடி வலுவாகத் தட்டி “அமைச்சரே...” என்றாள். விதுரர் எரிச்சலுடன் “உள்ளே வா” என்றார்.

சேடி உள்ளே செல்ல முயல மெல்ல அவள் தோளைத் தொட்டபின் கதவைத் திறந்து பானுமதி உள்ளே நுழைந்தாள். கைகூப்பியபடி “வணங்குகிறேன், அமைச்சரே” என்றாள். சிறிய அறைக்குள் விதுரர் மஞ் சத்தில் அமர்ந்து தன்னைச் சூழ்ந்து வெவ்வேறு பொருட்களைப் பரப்பி வைத்து நோக்கிக்கொண்டிருந்தார். திரும்பி நோக்கி திகைத்து எழுந்து நின்று “அரசி, தாங்களா? தாங்கள் வருவதை எவரும் சொல்லவில்லை” என்றார். “மறந்துவிட்டிருப்பார்கள்” என்றபடி நான் “அமரலாமல்லவா?” என்றாள் பானுமதி. “அமர்க! அமர்க!” என்றபின் தாரையையும் அசலையையும் பார்த்து “வருக! அரசியர் என் இல்லத்திற்கு வந்தது பெரும்பேறு. பொறுத்தருள்க! இங்கு தங்களை வரவேற்க பெண்டிர் எவரும் இல்லை. என் இரு மகன்களும் மருகியரும் யாதவ நிலத்திலிருக்கிறார்கள். நான் வேண்டுமென்றால் கீழே சென்று...” என்று உடலில் கிளம்பும் அசைவைக் கொண்டார்.

“அமருங்கள், அமைச்சரே. தங்களை சந்தித்து சொல்லுரைத்துச் செல்லலாம் என்றுதான் வந்தேன்” என்றாள் பானுமதி. “ஆம், நான் கிளம்பிக்கொண்டிருக்கிறேன். இன்று இரவுக்குள் நான் கிளம்பிச் செல்லவேண்டும். நெடுந்தொலைவு செல்ல வேண்டியிருக்கிறது. கங்கையில் படகுக்கு சொல்லிவிட்டேன். மூத்தவரிடம் விடை பெற்றுவிட்டேன்.

பிறிதொன்றும் இங்கு செய்வதற்கில்லை” என்று விதுரர் சொன்னார். விந்தையானதோர் விசையும் உரத்த ஒலியும் அவர் குரலில் இருந்தது. அது அவரைப் பிறிதொருவர் எனக் காட்டியது. அவர் உடலில் மெல்லிய நடுக்கு இருந்துகொண்டிருப்பதை பானுமதி பார்த்தாள். வெவ்வேறு அளவிலான பேழைகளும் சிமிழ்களும் மஞ்சத்தில் பரவிக்கிடந்தன.

அவள் விழிபோன திசையில் அவரும் நோக்கினார். “இவை என் மறைந்த துணைவி சுருதையின் நகைகள். நான் அனைத்தையும் மருகியருக்கு அளிக்கவில்லை. சிலவற்றை நானே வைத்துக்கொண்டேன். இந்த நகைகளில் அவள் வாழ்கிறாள். இதோ இப்படி இந்த மஞ்சத்தில் இந்த ஆரத்தை பரப்பி வைத்தால் சற்று நேரத்தில் அவளைப் பார்த்துவிட முடியும். இளமையாக இருப்பாள்.” முகம் மலர “அவளை முதுமையில்தான் நான் கூடுதலாகப் பார்த்தேன். இளமையில் அவளைவிட அலுவல்களே பெரிதென்று எனக்குத் தோன்றின. ஆனால் இன்று அவளுடைய முதுமைத்தோற்றம் முற்றாகவே என் நினைவிலிருந்து அகன்றுவிட்டிருக்கிறது. ஏனென்றால் அவள் இன்றிருக்கும் விண்ணுலகில் முதுமை இல்லை. அழியா இளமை வாழும் இடம் அது” என்றார்.

பேச்சை மாற்றும்பொருட்டு பானுமதி “நீங்கள் அமைச்சர்களிடம் சொல்லிவிட்டீர்கள் அல்லவா?” என்றாள். விதுரர் “இங்கே எனக்கு இப்போது அமைச்சுப்பொறுப்பு என ஏதுமில்லை... உண்மையில் எனக்கு இன்று எவரிடமும் எப்பொறுப்பும் இல்லை” என்றபின் உரக்க நகைத்தார். “நான் இப்போது விரும்பினால் இந்த உடைவாளை எடுத்து என் கழுத்தை அறுத்துக்கொள்ளலாம். நான் சற்று முன் எண்ணினேன், அந்த ஆரத்தின் பதக்கம் வேல்முனை போலிருப்பதாக. அது சுருதை அணிந்த ஆரம். அவள் நெஞ்சில் எப்போதுமிருந்த வேல்முனை அது. அதை எடுத்து என் நெஞ்சில் பாய்ச்சினாலென்ன என்று எண்ணினேன். முன்பு செவ்வேள் முருகனுக்கு பலிகொடுக்கும் விலங்குகளை பொன்வேலால் குத்திக் கொல்வார்கள். நான் பலிவிலங்குபோல் தூயவன் அல்ல.” அவர் மீண்டும் நகைத்து “ஆனால் பலியாகப் போவதனாலேயே எவ்விலங்கும் தூயதாகிவிடுகிறது” என்றார்.

பானுமதி மீண்டும் பேச்சை மாற்றினாள். “எப்போது செல்ல விருக்கிறீர்கள்?” என்றாள். “இன்றே. சொல்லப்போனால் இப்போதே. நான் சில பொருட்களை எடுத்துச்செல்லவேண்டும். அவற்றை தேடிக்கொண்டிருந்தேன். நீங்கள் வருவீர்கள் என எண்ணவில்லை. ஆகவே உங்களிடம் என்ன பேசுவதென்று எனக்கு தெரியவில்லை” என்றார் விதுரர். “ஆனால் நான் சென்றாகவேண்டும். இங்கிருந்து படைகள் கிளம்புவதற்கு முன்னரே நான் கிளம்பியாகவேண்டும். படைகள் கிளம்பிய பின் இந்நகர் எப்படி இருக்கும்? அம்பு அகன்ற

வில் என நாண் தளரும். இல்லை கொலைவாளின் குருதிபூசிய அமைதி கொண்டிருக்குமா? அதை பார்க்க நான் விரும்பவில்லை. உண்மையில் அதைப் பார்த்தால் என் பெருந்தவிப்பு ஒன்றுக்கு விடை கிடைக்கும். ஆனால் நான் இங்கிருக்க முடியாது. நான் இன்றே செல்லவேண்டும். எவர் சொல்லையும் நான் கேட்கப்போவதில்லை."

பானுமதி "தாங்கள் ஏன் செல்கிறீர்கள் என்று நான் கேட்கப்போவதில்லை, அமைச்சரே. அது தங்கள் உரிமை. இப்போரில் நீங்கள் நடுநிலை வகிப்பதே அனைத்து வகையிலும் உகந்தது என்றும் தோன்றுகிறது" என்றாள். விதுரர் சீற்றம்கொண்டு எழுந்து உரத்த குரலில் "நடுநிலை வகிக்கப்போவதில்லை, வேண்டிக்கொள்ளப்போகிறேன். பாண்டவர்கள்தான் என் மைந்தர். அவர்கள் வெல்ல வேண்டுமென்று வேண்டுவேன். அறச்செல்வனாகிய யுதிஷ்டிரன் அஸ்தினபுரியையும் இந்திரப்பிரஸ்தத்தையும் கைப்பற்றி முடிசூடவேண்டுமென்று வேண்டுவேன். என் மைந்தனென்றால் அவன் யுதிஷ்டிரனே. சுசரிதனோ சுபோத்யனோ அல்ல. உடலில் எழுந்தவரா மைந்தர்கள்? உள்ளம் கொண்டவற்றுக்கு உரிமை உள்ளவர்களே மைந்தர்கள். ஆம், என் மைந்தன் அவனே" என்றார்.

"யுயுத்ஸுவும் என் மைந்தன்தான். அவன் இங்கு இருந்ததனால்தான் நான் இங்கு இருந்தேன். அவனிடம் நான் சொல்லிக்கொண்டிருந்தேன், அறத்தின்பொருட்டு உயிர்துறப்பவனுக்குரியதே வீடுபேறு என்று. என் சொற்கள் அவனில் முளைத்தெழுந்தன. அவன் என்னிடம் வந்து அங்கு செல்லப்போவதாக சொன்ன அன்றே முடிவு செய்துவிட்டேன். நானும் அங்கு செல்லவேண்டுமென்று." அவருடைய சொற்கள் ஒன்றுடன் ஒன்று முட்டி மோதுவனபோல் வெளிவந்தன. "ஆனால் அங்கு நான் சென்றால் அது அவர்களுக்குப் பெருஞ்சுமை. களம் நின்று பொருதும் உடல் எனக்கு இல்லை. வெறுமனே அங்கு அரண்மனையில் அமர்ந்திருக்கவும் என்னால் இயலாது. படைசூழ்கைகளைப்பற்றி எதுவும் சொல்லும் நிலையிலும் நானில்லை. ஆனால் நான் அஸ்தினபுரியின் அனைத்துப் படைசூழ்கைகளையும் முன்னுரைத்துவிட்டேன் என்னும் பழியும் பாண்டவர்களுக்கு வரும். ஆகவேதான் அஸ்தினபுரியிலிருந்து கிளம்பி மிகிர நாட்டுக்கு செல்கிறேன்.

"மிகிரநாட்டில் எனக்கான குடில் ஒருங்கியுள்ளது. ஆனால் அது தவக்குடில் அல்ல. அங்கு என் உள்ளம் போரில்தான் ஈடுபட்டிருக்கும். இப்பிறப்பில் தவமும் தனிமையும் எனக்கு அமையப்போவதில்லை. நான் வாளேந்தாத படைவீரன்... களம்நில்லாமல் கொல்பவன், குருதிசிந்துபவன்" என்றார் விதுரர். தொடர்ந்து பேசியதன் இளைப்பில் இடையில் கையூன்றி நின்றார். மூச்சுக்களாலேயே பேசிவந்ததன் தொடர்ச்சியை இழந்து தலையை அசைத்தார். கசப்புடன் சிரித்தபடி மீண்டும் மஞ்சத்தில் அமர்ந்தார்.

“இந்த நகரின் முகப்பில் தலைமுறை தலைமுறையாக அம்புகள் இறுகிக் காத்திருக்கும் கைவிடுபடைகளைப் போன்றவன் நான். அவை தங்கள் விசையால் தங்களையே கட்டி வைத்திருப்பவை.” நீள்மூச்சுடன் மஞ்சத்தில் கிடந்த ஒரு சிமிழை எடுத்து நோக்கியபடி விழிதாழ தலைதாழ்த்தி தன்னுள் ஆழ்ந்து அமைதியானார். நுரைக்குமிழிகள் உடைந்தழிவதுபோல கண்முன் அவர் சுருங்கி இல்லாமலாவதைப் பார்ப்பதுபோல் பானுமதி உணர்ந்தாள். தாரையின் வளையல்கள் ஒலித்த ஓசையில் அவர் நிமிர்ந்து அவர்கள் எவர் என வியப்பதுபோல அவளைப் பார்த்தார்.

பானுமதி “தங்கள் விழைவு எதுவாயினும் அது நிகழட்டும். அஸ்தினபுரியின் மணிமுடியின் சார்பாக நான் வந்து தங்களுக்கு முறைப்படி விடையளிக்கவேண்டும். ஆகவேதான் இளையோருடன் வந்தேன்” என்றாள். விதுரர் மிகையான பணிவுடன் உடல்வளைத்து வணங்கி “அஸ்தினபுரியின் அரசி இங்கு வந்தது என்னை மகிழ்விக்கிறது. ஆனால் அஸ்தினபுரியின் அவையிலிருந்து நான் தலைப்பாகை நீங்கி நெடுநேரமாகிறது. அறுபதாண்டுகள் இந்நகரின் அமைச்சனாக இருந்தேன். இந்நகரை நான் ஆள்கிறேன் என்று எண்ணிக்கொண்டிருந்தேன். சிலந்திபோல வலை பின்னி இந்த நாட்டின் அனைத்துச் சிற்றூர்களையும் ஒருங்கிணைத்து மையத்தில் நச்சுக்கொடுக்குடன் அமர்ந்திருக்கிறேன் என்று நான் சொன்னதுண்டு. எல்லாம் வெறும் உளமயக்குகள். யானையை தான் செலுத்துவதாக பாகன் எண்ணிக்கொள்வதைப்போல...” என்றார்.

“நான் அங்கே சாளரத்தில் இரவுகளில் அமர்ந்திருக்கையில் சில தருணங்களில் மிக அருகிலென அன்னை சத்யவதியைக் காண்கிறேன். அவர் விழிகளில் சிறிய நகைப்பு இருக்கிறது. இளமையில் நான் போர் குறித்துப் பேசும்போதெல்லாம் அவர் அந்நகைப்பையே காட்டினார். அன்று நான்...” என தொடங்கி நிறுத்திக்கொண்டு உளச்சோர்வுகொண்டவராக தலையை அசைத்து “நாம் ஏன் இதைப் பேச வேண்டும்? எல்லாம் வீண்மயக்குகள். நன்று, இத்தருணம் தெய்வங்களுக்குரியது. நானும் துரோணரும் பீஷ்மரும் சல்யரும் ஒவ்வொருவரும் ஒவ்வொரு வகையில் தெளிவுகொண்டு துலங்கியிருக்கிறோம். நாங்கள் சூடிய அனைத்தையும் களைந்து வெறும் மண்ணில் நின்றிருக்கிறோம்” என்றார்.

விதுரர் முன்பின் தொடர்பற்ற சொற்களால் பேசுவதை அதற்கு முன் பானுமதி கேட்டிருக்கவில்லை. விதுரரின் வடிவில் பிறிதொருவர் அங்கிருப்பதாக அவள் உள்ளம் எண்ணியது. அத்தருணத்தை முடித்து எழுந்துசெல்ல அவள் விழைந்தாள். “தாங்கள் எங்களை வாழ்த்தி விடைகொள்ள வேண்டும் என்று விரும்புகிறோம், அமைச்சரே” என்றாள். “நலம் சூழ்க! அதுவன்றி வேறெதை சொல்வேன்! நீங்கள்

அறியாததா என்ன? விண்பேருருவன் இந்நகரைவிட்டு செல்லும்போது உரைத்ததென்ன? இந்நகரில், இவ்வரசில், இங்குள்ள குடிகள் மேல், இனி அவருக்குப் பொறுப்பேதுமில்லை. தெய்வம் கைவிட்ட பின் எச்சிறப்பு கூடும்? எவர் தங்கி வாழமுடியும்? கெட்டது குடி, பட்டது கொடிநகர், பரவி நிறைகிறது இருள் எங்கும்!"

விதுரரின் விழிகள் வெறிப்புகொண்டிருந்தன. "நான் இருளை மட்டுமே பார்க்கிறேன். ஒருதுளி ஒளிக்காக இரவும் பகலும் விழி துழாவியதுண்டு. ஆனால் இருளை மட்டுமே பார்க்கிறேன்" என்றார். விரைந்த உடலசைவுகளுடன் எழுந்து கதவைத் திறந்து வெளியே சென்று சாளரத்தைச் சுட்டி அங்கு நின்றபடியே பதறும் குரலில் சொன்னார். "முன்பு இந்தச் சாளரத்தில் நின்று என் அன்னை பார்த்ததென்ன என்று நான் வியந்ததுண்டு. அங்கே உங்கள் மாளிகையில் சம்படை தேவி அமர்ந்து பார்த்ததென்ன? இன்று அமர்ந்திருக்கும் இளவரசியர் பார்ப்பது என்ன? நான் சொல்கிறேன் எதைப் பார்க்கிறார்கள் என்று. இருளை!"

அவருடைய விழிகள் பித்தனின் விழிகள்போல் நிலையற்று அலைந்தன. "இருளை! முற்றிருளை! குருதியால், கண்ணீரால், தனிமையால், வெறுமையால் நிறைக்கப்பட்ட இருளை! அதைத்தான் அவர்கள் பார்த்துக்கொண்டிருந்தார்கள். நாமெல்லாம் வேறெதையோ நோக்கி உழன்றுகொண்டிருக்கையில் அவர்கள் மெய்யுருவான அதைப் பார்த்தார்கள். செல்வழியில் ஒரு திருப்பத்தில் நாம் பேய்த்தெய்வம் ஒன்றைப் பார்த்துவிடுவதைப்போல." கைகளைத் தூக்கி விரித்து "இருள், வேறொன்றுமில்லை... வேறொன்றுமில்லை!" என்றார். "அவர்கள் எண்ணியிருக்கவில்லை. ஆனால் பார்த்துவிட்டார்கள். இப்போது நானும் அதைப் பார்த்தேன்."

தன்னிலை உணர்ந்து பெருமூச்சுவிட்டு தோள் தளர்ந்து அவர் மீண்டும் வந்து தன் மஞ்சத்தில் அமர்ந்தார். "என்ன பேசிக்கொண்டிருக்கிறேன் என்று தெரியவில்லை. எனக்கு பித்தெழுந்துவிட்டதா என்றே ஐயுறுகிறேன். நான் சற்று அகிபீனா புகை கொண்டேன். இந்த அலைக்கழிப்பில் இருந்து விடுதலைபெற எண்ணினேன். தமையனிடம் விடைபெற்று வரும்போது என் உள்ளம் சிதறிவிடும் என்று தோன்றியது. சற்றேனும் துயின்றாலொழிய நிலையுள்ளத்துடன் நகர்நீங்க இயலாது என்று கருதினேன். ஆனால்..." அவர் கைகூப்பி "நன்று! தாங்கள் வந்தது எனக்கு பெரும்பேறு. என் துணைவி இருந்திருந்தால் மகிழ்ந்திருப்பாள். தெரிந்திருக்கும், அவள் பெயர் சுருதை. உத்தர மதுராபுரியின் தேவகரின் மகள். அவள் தமக்கைதான் தேவகி. அவ்வகையில் இளைய யாதவன் எனக்கு மகன்" என்றார்.

அவர் உதடுகள் கடுங்குளிரில் என நடுங்கின. “அவள் இன்று இருந்திருக்கலாம். இப்புவியில் ஏதேனும் ஒன்று எஞ்சியிருக்கும் எனக்கு. நான் பற்றிக்கொள்ள ஒரு கோல்.” அக்கணமே உள்ளம் பற்றிக்கொள்ள கைவீசியபடி கொந்தளிப்புடன் அவர் எழுந்தார். “கணவனை விட்டு முன்னரே மறையும் மனைவியரைப்போல் கொடியவர் எவருமில்லை. அவனைத் தூக்கி முடிவிலாத் தனிமையில் வீசிவிட்டுச் செல்கிறார்கள். இரக்கமே இல்லாமல் அவனுக்கு அவர்கள் அளித்த அனைத்தையும் திரும்ப எடுத்துச்செல்கிறார்கள். அவள் மேலே எங்கிருந்தோ நோக்கி நகைக்கிறாள் என்று நினைக்கிறேன். வாழ்நாளெல்லாம் அவளுக்கு நான் ஒரு வஞ்சம் இழைத்தேன். உள்ளத்தின் ஆழத்தில் அவள் அதை அறிந்திருப்பாள். அதன் பொருட்டே இந்தப் பெருவஞ்சத்தை எனக்கிழைத்துச் சென்றிருக்கிறாள்.”

விதுரர் நகைத்து “என்ன வஞ்சம் என்கிறீர்களா? என் ஆணவத்தால் நான் உருவாக்கிக்கொண்ட வஞ்சம். என் தகுதிக்கு ஒரு பேரரசி எனக்கு துணைவியாக வேண்டாமா? பட்டத்து யானைக்கு சற்றும் குறைவான எதில் நான் ஊரமுடியும்? ஆம், அதுதான். ஆனால் அதை நான் கூறப்போவதில்லை” என்றார். அவர் ஒரு பேழையை சுட்டிக்காட்டி “இங்கிருந்து கிளம்புகையில் நான் அதை எடுத்துச்செல்லக்கூடாதென்று எண்ணினேன். என் தமையன் எனக்கு அளித்த அஸ்வதந்தம் எனும் வைரம் அது. இத்தனை நாள் என்னை ஆணவத்தில் ஆழ்த்தியது அது. இந்நகரை நான் ஆள்கிறேன் என்ற உளமயக்கை எனக்கு அளித்தது. நானில்லையேல் இந்நகரில்லை என்று எண்ணிக்கொள்ள வைத்தது. அதைச் சுழற்றி அப்பால் வீசியிருந்தால் என்றோ விடுபட்டிருப்பேன். எத்தனை ஆயிரம் முறை அதை வீசியிருப்பேன்! எத்தனை முறை அதை வெறுத்து கடுஞ்சொல் உரைத்திருப்பேன்! ஆனால் என்னால் இயலாதென்று சற்று முன்னர்தான் உணர்ந்தேன்” என்றார்.

“ஏனென்றால் அது இல்லையேல் நான் வெறும் சூதன். கொடுநரகில் உழல்வதைவிட நான் அஞ்சுவது வெறும் சூதன் என்னும் நிலையை. அவ்வாறாகாமல் இருக்கும்பொருட்டு நான் எவ்வஞ்சத்தையும் இயற்றுவேன். பெற்ற தாயைக் கொல்வேன்...” என்றார் விதுரர். “நீங்கள் வருவதற்கு முன் அதை எடுத்து வீசினேன். கிளம்பிச் செல்வதற்குரிய மரவுரி ஆடைகளைக் கட்டி அதோ அங்கே வைத்தேன். ஆனால் மீண்டும் அதை எடுத்தே ஆகவேண்டுமென்று தோன்றியது. வேண்டாம் கிளம்புக கிளம்புக என்று எனக்கு நானே ஆணையிட்டேன். சவுக்கடிபோல அந்த வலியை வாங்கிக்கொண்டு என் உள்ளம் பின்னால்தான் சென்றது. அப்போதுதான் சேடி வந்து சொன்னாள் நீங்கள் வந்திருப்பதாக. ஆம், அவள் சொன்னாள். நினைவிருக்கிறது. ஆனால் நான் திரும்பிச் சென்று

அதைத் தேடத் தொடங்கினேன். மீண்டும் மீண்டும் அவள் வந்து ஏதோ சொல்லிக்கொண்டிருந்தாள். சினந்து செல்க, நான் வருகிறேன் என்றபின் மீண்டும் தேடினேன்."

அவர் அப்பேழையை திறந்தார். உள்ளே ஏதுமில்லை "ஆ!" என்று பதறியபின் திரும்பி அறைக்குள் அலைமோதினார். "இங்குதான் இருந்தது. நான் தேடி எடுத்தேன். அதை எவரோ கவர்ந்துவிட்டனர்... இல்லை, இங்கே எங்கோ உள்ளது அது." ஒவ்வொரு பொருளாக எடுத்து நோக்கி வீசியெறிந்தார். பின் நினைவுகூர்ந்து எழுந்து துணியை பற்றமுடியாதபடி பதறி நடுங்கிய கைகளால் தன் கச்சையை அவிழ்த்து அதிலிருந்து அஸ்வதந்தத்தை எடுத்துக்காட்டினார். வெண்ணிறமான சிறு கூழாங்கல்போல் அது ஒளியற்றிருந்தது. பற்கள் தெரிய பித்துச்சிரிப்புடன் "இதுதான் அஸ்வதந்தம்! மொத்த அஸ்தினபுரிக்கும் இது நிகரானது. என் உடன்பிறந்தார் பாண்டு எனக்கு இதை அளித்தார். நீங்கள் அறிந்திருக்கமாட்டீர்கள். அஸ்தினபுரிக்கு நிகராக அளிக்கப்பட்டது இது. அதைவிட பெரிய பலவற்றுக்கும் நிகரானது" என்றார். அவர் அந்த வைரத்தை நீட்டிக்காட்டினார். அது மிக மெல்ல ஒளிகொள்ளத் தொடங்கியது. பறவைவிழி இமை தாழ்ந்து ஒளிகொள்வதுபோல. பின்னர் உப்புக்கல் என மின்னியது.

அவர் அதை தன் இரு விரல்களில் வைத்து ஓட்டிக்கொண்டிருந்தார். "புரவியின் பல்! ஊழிப்புரவி! வடவைப் பேரெரி!" அவர் அதை மீண்டும் தன் மடியில் வைத்தார். உடனே மீண்டும் அதை எடுத்து நோக்கினார். "தென்னெரி இல்லங்களில் எரிவது. வடஎரி வானில் திகழ்வது. இரண்டு எரிகள். இரண்டுக்கும் நடுவே அலைக்கழிபவன் நான்." பானுமதியை நோக்கி நீர்ப்படல விழிகளுடன் "அறிக, தென்னெரிகள் அனைத்திற்கும் அனல் அளிப்பது வடக்கே எரியும் ஊழிக்கனல்தான். பெருவெள்ளம் எழுந்து ஊற்றுகளையும் கிணறுகளையும் நிறைப்பதுபோல் வடஎரி எழுகையில் தென்னெரி மறைந்துவிடும்" என்றார். அந்த வைரம் அவர் கையில் அனல் என ஒளிவிடத் தொடங்கியது. சிறிய அகல்போல அவர் கை தோன்ற அதில் ஏற்றப்பட்ட சுடராக அது தோன்றியது. "அரசி, இதை நான் எடுத்துச் செல்கிறேன். இது இல்லாமல் சென்றால் நான் விடுபடுவேன். ஆனால் என் உள்ளம் விடுபடுதலை விரும்பவில்லை. திரும்ப வரவேண்டுமென்று அது ஆணையிடுகிறது. இப்புரவியின் வாலைப் பற்றிக்கொண்டு ஒருகணமும் நில்லாமல் ஓடுவதே என் ஊழ்."

"நான் எளியவன், சிறியவன். அதை இப்போது உணர்கிறேன். இதை எனக்கு அளிக்கையில் என் தமையன் என்ன எண்ணியிருப்பார்? உனக்கு வேண்டியது இதுதானே என்றா? எஞ்சிய வாழ்நாளெல்லாம்

இதை வைத்து என்னைக் கட்டிப்போட முடியுமென்றா? எத்தனை சரியாக என்னைப் புரிந்துகொண்டிருக்கிறார்!" பெருமூச்சுடன் அவர் மீண்டும் அமைதியடைந்தார். "பேசலாகாதென்று என் ஆவியைக் கட்டுப்படுத்தினேன். சென்ற பல மாதங்களாக அவைகளில் நான் சொல்லுரைத்ததில்லை. இப்போது ஏன் இத்தனை பேசுகிறேன் என்று தெரியவில்லை. ஆம், நான் அகிபீனா இழுத்தேன். முன்பும் சிலமுறை இழுத்துள்ளேன். துயில்வதற்காக. ஆனால் துயில் என்னைவிட்டு முழுதாக நீங்கிவிட்டது. நான் துயின்றால் அந்தப் பொழுதில் போர்மூண்டு இந்நகரும் என் குடியும் முற்றழிந்துவிடும் என அஞ்சுகிறேன். சற்று கண்ணயர்ந்தாலும்கூட போர்முரசுகளும் படையோசைகளும் சாவோலங்களும் கேட்டு விழித்துக்கொள்கிறேன்."

அவர் முற்றாக அணைந்து நனைந்த துணியென உடல் துவண்டார். நெஞ்சில் கைவைத்து தலைவணங்கி "நீங்கள் என்னை வழியனுப்ப வந்திருக்கிறீர்கள். உங்களிடம் நற்சொல் உரைத்து முறைமை செய்யும் பொறுப்புள்ளவன் நான். அதைத்தான் நான் செய்யவேண்டும்" என்றார். எழுந்து தன் மேலாடையை சரிசெய்து கைகூப்பி வணங்கி "நீங்கள் வந்தமைக்கு நன்றியுடையவனாக இருப்பேன். உள்ளம் நிறைவுற்றது" என்றார். பானுமதி எழுந்து "நன்று அமைச்சரே, சென்று வருக! அஸ்தினபுரி உங்கள் முன் பணிந்து வழியனுப்புகிறது. தாங்கள் திரும்பி வரும்போது இதே பணிவுடன் இந்நகர் தங்களை வரவேற்கும். அமைச்சரென்றும் சென்ற மூதரசரின் மைந்தரென்றும் இன்றுள பேரரசரின் இளையோர் என்றும் தங்களுக்கு இருக்கும் இடம் ஒருபோதும் இல்லாமல் ஆவதில்லை" என்றாள்.

"ஆம், அதை நான் அறிவேன்" என்று சோர்ந்து தழைந்த குரலில் அவர் சொன்னார். பானுமதி "பாண்டவர்களின் வெற்றிக்காக நீங்கள் வேண்டிக்கொள்வது எவ்வகையிலும் தவறல்ல, அமைச்சரே. ஆனால் எளிய பற்றுகளின் பொருட்டு சார்புநிலை எடுப்பவர்கள் துயரத்தை மட்டுமே ஈட்டுகிறார்கள்" என்றாள். அவர் முள்ளால் குத்தப்பட்டதுபோல் உடலில் மெல்லிய துடிப்பெழ "எவர் மேல் பற்று?" என்று கேட்டார். "எவர்மேல் எனக்கு பற்று? சொல்க!" பானுமதி "அறத்தின்மேல் பற்றுகொள்க! பேரறத்தானாக நின்றிருக்கும் இளைய யாதவர்மேல் பற்று கொள்க! நீங்கள் கொண்ட பற்று அதுவல்ல. அது நீங்கள் கைக்கொள்ள முனைந்து ஊழால் தவிர்க்கப்பட்ட ஒன்று. அது நீங்களே சற்று முன் சொன்னதுபோல் வெற்றாணவம் மட்டுமே" என்றாள்.

விதுரர் "ம்" என முனகியபடி மஞ்சத்தில் அமர்ந்தார். "எப்பெருந்தவமும் ஒருநாள் நிறைவேறும் என்று சொல்லுள்ளது, அமைச்சரே. ஆனால் உலகியலில் எதையேனும் தவம் செய்து அடைந்தவர்கள் அத்தவத்திற்கு

முன் தாங்கள் வென்றடைந்தது மிக மிகச் சிறிதென்று உணர்வார்கள். அதுவே தங்களுக்கும் நிகழும்" என்றாள். விதுரர் மெல்லிய விம்மலோசை ஒன்றை எழுப்பினார். "தங்களை துன்புறுத்தும் பொருட்டு சொல்லவில்லை, அமைச்சரே" என்றாள் பானுமதி. "இல்லை, நான் அறிவேன். நீங்கள் பிறவியிலேயே பேரரசி. மும்முடி சூடி புவியாள பெற்றி கொண்டவர். அன்னை பெருந்தெய்வங்களின் சொல் உங்கள் நாவில் எழுகிறது. அது நிகழ்க! அவ்வாறு நிகழ்ந்து அதிலிருந்து நான் விடுபட்டேனெனில் அதுவே எனக்கு வீடுபேறு. அவ்வாறே ஆகுக!" என்றார் விதுரர்.

"நான் கிளம்புகிறேன், அமைச்சரே" என்று சொல்லி மீண்டும் பானுமதி கைகூப்பினாள். திரும்பி தன் இளையோரை நோக்கியபின் மேலாடையை இழுத்து அணிந்துகொண்டு திரும்பி நடந்தாள். விதுரர் மெல்ல நடுங்கியபடி கைகூப்பி நின்றார்.

47

விதுரரின் மாளிகையிலிருந்து அரண்மனை திரும்பும் வரை அரசியர் மூவரும் ஒரு சொல்லும் பேசிக்கொள்ளவில்லை. தங்கள் எண்ணங்களில் மூழ்கி தேரின் ஒற்றைப் பீடத்தில் மூன்று வெவ்வேறு உலகங்களிலென அமர்ந்திருந்தனர். விதுரரின் நிலைகுலைவு அவர்களை வெவ்வேறு வகையில் உலுக்கிவிட்டிருந்தது. அவ்வரண்மனையில் ஒவ்வொன்றும் காற்றுகளால் அலையடிக்கும் ஆடைகள்போல கொந்தளித்துக்கொண்டிருக்கையில் விதுரர் அசையாத் தூண் என நின்றிருந்தார் என்னும் உளப்பதிவு பானுமதிக்கு இருந்தது. எப்போதோ ஒருமுறை "மைந்தரிடையே போர் என்பது முற்றழிவு என்று தெரியாதவரா அமைச்சர்? எவருக்கோ என விலக்கம் கொண்டிருக்க எப்படி இயல்கிறது அவரால்?" என்று அவள் அசலையிடம் சினந்து கேட்டதும் உண்டு. ஆனால் திருதராஷ்டிரரைவிடவும் அவர் உள்ளுலைந்துவிட்டிருக்கிறார் என்று தெரியவந்தமை அச்சத்தையே அளித்தது. சொல்லளிக்க நிலையுள்ளம் கொண்ட எவரும் இனி இந்நகரில் இல்லை என அவள் எண்ணிக்கொண்டாள். தாரை பெருமூச்சுடன் அசைந்தமர்வது கண்டு திரும்பி நோக்கினாள். அசலை தன் ஆடைநுனியை கசக்கி முறுக்கிக்கொண்டு உதடுகளை இறுக்கியபடி தேரின் சாளரத்தினூடாக ஒளிப்பரப்புகளாக அணுகி அகன்ற மாளிகைச்சுவர்களை நோக்கிக்கொண்டிருந்தாள்.

அரண்மனை முகப்பிலேயே பானுமதிக்காக அரசுச்சேடியர் காத்து நின்றிருந்தனர். அவள் உள்ளே நுழைய அவர்கள் இருபுறமும் என உடன் நடந்தபடி செய்திகளை சொன்னார்கள். முதுசேடியும் அமைச்சியுமான சுதாமை வணங்கி "ஒற்றர்கள் தங்களுக்காக காத்து நின்றிருக்கிறார்கள்,

அரசி” என்றாள். “அவர்களை சிற்றவைக்குள் அமரச்செய்க!” என்றபின் அவள் இரண்டாவது சேடியைப் பார்த்தாள். அவள் வந்து வணங்கி “அரசரின் அவைச் செய்தி தங்களுக்குத் தனியோலையாக அனுப்பப்பட்டுள்ளது, அரசி” என்றாள். பானுமதி தலையசைத்தாள். “நாளை முதல்நாழிகையில் அரசர் தம் தம்பியர் ஐவருடன் வந்து பேரரசியின் வாழ்த்துகளைப் பெற்று கிளம்பவிருக்கிறார். தாங்கள் அங்கு உடனிருக்க வேண்டுமென்று அரசர் விரும்புகிறார்” என்றாள்.

பானுமதி மூன்றாவது சேடியைப் பார்த்தாள். துரியோதனனின் தனிச்சேடியான அவள் “அரசர் அன்னையிடம் செல்வதற்குமுன் தங்களைத் தேடி வருவார், அரசி” என்றாள். பானுமதி விழிகளைத் திருப்பிக்கொண்டாள். அவள் நெஞ்சு படபடத்தது. துரியோதனன் அவள் மஞ்சத்தறைக்கு வருவதில்லை என்பதை அரண்மனையில் அனைவருமே அறிந்திருந்தார்கள். அவள் அசலையிடம் திரும்பி “பேரரசியிடம் சென்று சொல்! நாளை பிரம்மப் பொழுதில் அரசர் அங்கு வருவார். அதற்கு முன்னரே நான் அங்கு வருவேன். அங்கு மூத்த அரசியர் ஒன்பதின்மரும் இருக்கவேண்டும். முறைப்படி வாழ்த்து அளித்து செஞ்சாந்திட்டு அனுப்புவதற்கான அனைத்தும் சித்தமாக இருக்கவேண்டும்” என்றாள்.

தாரை முணுமுணுப்பாக “அதை அங்கே சேடியர்களே செய்து கொள்வார்களே...” என்றாள். பானுமதி “பேரரசியின் உளநிலை எவ்வாறு இருக்குமென்று இப்போது சொல்ல இயலாது. முன்னரே சென்று அதை கணித்து அரசர் வருவதற்குள் எனக்கு செய்தி அனுப்பவேண்டும்” என்றாள். அசலை “ஆம்” என்று தலை வணங்கினாள். பானுமதி நான்காவது சேடியைப் பார்த்து “கற்றுச்சொல்லிகள் ஓலையுடன் சித்தமாக இருக்கும்படி சொல்க! எஞ்சிய ஆணைகளை நான் பிறப்பிக்க வேண்டியுள்ளது” என்றாள். தாரையும் அசலையும் வணங்கி விடைபெற்றனர். அவள் இடைநாழியில் நடக்க மேலும் நான்கு சேடியர் அவளைத் தொடர்ந்து நடந்தபடி செய்திகளை சொன்னார்கள். அனைத்து கௌரவர்களும் தங்கள் துணைவியரிடம் விடைபெற்று படைப்பிரிவுகளுக்குக் கிளம்பிவிட்டனர். உபகௌரவர்கள் ஒவ்வொருவராக தங்கள் துணைவியரிடம் விடைபெற்று கிளம்பிக்கொண்டிருக்கிறார்கள்.

“இளந்துணைவியர் துயருற்றிருக்கிறார்களா?” என்று பானுமதி கேட்டாள். “ஆம் அரசி, பலர் உளம் மயங்கி விழுந்துவிட்டார்கள். நூற்றுக்கு மேற்பட்டவர்களை மருந்துநிலைகளுக்கு கொண்டு சென்று விட்டார்கள். கௌரவ இளவரசர்களின் அரசியரிலேயே பலருக்குத் தன்னினைவு இல்லை. அகிபீனா உண்டு துயில்வதனால் அவர்கள் பித்துக்கு அண்மையில் என உளம்சிதைந்துள்ளனர்.” பானுமதி

வெறுமனே தலையசைத்தாள். "விடைபெறும் சடங்குகள் அனைத்தும் முடிந்துவிட்டன. அமைச்சர்களில் எழுவர் மட்டுமே இங்கு எஞ்சப்போகிறார்கள். அனைத்துப் பொறுப்புகளும் இன்று நள்ளிரவில் முறைமாற்ற மணி ஓசையிடும்போது அவர்களுக்கு சென்றுசேரும்" என்றாள் இன்னொரு சேடி.

"அனைத்து ஆணையோலைகளும் தங்கள் அறையில் காத்திருக்கின்றன. தாங்கள் ஒப்புதலை அளித்தால் அவற்றை அனுப்பிவைப்போம்" என்று ஒரு சேடி சொன்னாள். "நான் அரைநாழிகைப்பொழுதில் அங்கு வருகிறேன், செல்க!" என்று அவளிடம் சொல்லிவிட்டு சிற்றவைக்குள் நுழைந்தாள். அங்கு அமர்ந்திருந்த ஒற்றர்கள் எழுந்து வணங்கினார்கள். அவள் அவ்வணக்கங்களை ஏற்று பீடத்தில் சென்று அமர்ந்து கால்களை நீட்டிக்கொண்டாள். சேடி கதவை வெளியிலிருந்து மூடினாள். ஒற்றர்கள் அவளைச் சூழ்ந்து தாழ்வான பீடங்களில் அமர்ந்தனர். நடுவே அரசிக்குரிய பீடத்தில் கைகளை மார்பில் கட்டியபடி விழிமூடி அவள் அமர்ந்திருந்தாள். ஒவ்வொரு ஒற்றராக எழுந்து வந்து அவள் அருகே இருந்த பீடத்தில் அமர்ந்து தணிந்த குரலில் உணர்ச்சிகள் ஏதும் கலக்காமல் அணிச்சொற்களோ முறைமைக்கூற்றுகளோ இன்றி தங்கள் செய்தியை உரைத்தனர். நுண் விவரிப்புகள் செறிந்ததும் தன் கருத்துகளோ உணர்ச்சிக் கூற்றுகளோ இல்லாததுமான அவ்வுரைகள் அனைத்தும் ஒன்றேபோல ஒலித்தன. ஆனால் ஒவ்வொன்றிலும் அவ்வொற்றரின் பார்வையும் அவருடைய கள வாழ்வின் கால அளவும் தெரிந்தது.

வடபுலத்து ஒற்றர் சுக்ரர் "அஸ்தினபுரியின் படைகளில் பெரும்பகுதி கங்கையைக் கடந்துவிட்டது, அரசி. கோட்டையைச் சூழ்ந்திருக்கும் படைகளும் அகன்றுகொண்டிருக்கின்றன. நாளை உச்சிப்பொழுதுக்குள் படைகள் முழுமையாகவே இங்கிருந்து கிளம்பிச் சென்றுவிடும்" என்றார். "பதினெட்டு பிரிவுகளாகப் படைகள் நின்றுள்ளன. எவை எப்போது கிளம்பவேண்டும் என்று முன்னரே வகுக்கப்பட்டு ஆணைகள் அளிக்கப்பட்டுவிட்டன. ஜயத்ரதரும் அஸ்வத்தாமரும் அவற்றை வகுத்துள்ளமையால் பிழைகளின்றி நிகழ்கின்றன அனைத்தும். ஊற்றிலிருந்து ஆறு கிளம்பி துணையாறுகளை இணைத்துக்கொண்டு பெருகிச்செல்வதுபோல படைகள் செல்லும். குருக்ஷேத்திரத்தை அணுகியதும் மீண்டும் பதினெட்டு கிளையாறுகளாகப் பிரிந்து முதல்கிளை முகப்பாகவும் பதினெட்டாம்கிளை இறுதியாகவும் அமையும்."

அதை அஸ்வத்தாமன் ஜலபத வியூகம் என்று அழைத்தான். அவள் அதை அவையில் கேட்டிருந்தாள். ஓலையில் பார்த்துமிருந்தாள். ஆனால் அவள் முகத்தில் ஏதும் வெளிப்படவில்லை. அரைக்கண் மூடி வெறுமனே கேட்டுக்கொண்டிருந்தாள். ஊர்ப்புலத்து ஒற்றரான சிபிரர் "போர்

அறிவிக்கப்பட்ட பின் ஒவ்வொரு நாளுமென பெருகி வந்த உளஎழுச்சி இன்று காலை முதல் அடங்கத் தொடங்கியிருக்கிறது, அரசி" என்றார். "பெரும்பாலான ஊர்களில் துயரம் மிகுந்த அமைதியே நிலவுகிறது. அது இயல்புதான் என்று தோன்றினாலும் இயல்பல்ல என்ற உள்ளுணர்வை நான் அடைந்தேன். பெரும்பாலான நகர்களில் நிமித்திகர்கள் தீய விளைவுகளையே குறி நோக்கி சொல்லியிருக்கிறார்கள். மலைக்குடிகளின் பூசகர்களில் தெய்வங்கள் வெறியாட்டெழுந்து பேரழிவை முன்னுரைத்திருக்கின்றன. மூதன்னையர் கனவுகளில் மண் மறைந்த அன்னைத்தெய்வங்கள் எழுந்து துயர் வருவதைக் கூறியிருக்கின்றன. பெண்கள் பலர் தீய கனவுகளைக் கண்டிருக்கிறார்கள். மூத்தோரும் நீத்தோரும் ஒரு சொல்லும் உரைக்காமல் அழுத கண்ணீருடன் வந்து அவர்கள் கனவுகளில் நின்றிருக்கிறார்கள்.

"தீய நிமித்தங்கள் பலவற்றைப் பார்த்தோம் என்ற பேச்சு எங்கும் உலவிக்கொண்டிருக்கிறது" என்று அவர் தொடர்ந்தார். "இன்று புலரியில் பெண்கோழி கூவியதைப் பார்த்ததாகப் பல சிற்றூர்களில் பேச்சு எழுந்தது. வெண்காகம் ஒன்று இல்லமுற்றத்தில் வந்து அமர்ந்தது என்று தென்புலத்து ஊர்கள் தோறும் பெண்கள் சொல்லக் கேட்டேன். எறும்புகள் நிரைகுலைந்து செல்வதையும் பசுக்கள் விடாமல் அழுதுகொண்டிருப்பதையும் மீன்கள் ஒழுக்குக்கு எதிராக நீந்தி எங்கோ செல்வதையும் கண்டோம் என்கிறார்கள். அச்சம் மேலும் அச்சத்தை உருவாக்குகிறது. ஒரு தீய நிமித்தம் நூறு தீய நிமித்தங்களை விழியில் கொண்டுவந்து வீழ்த்துகிறது. நம் குடிகள் இப்போதே போரில் முற்றாக தோற்றுவிட்டவர்களாக உணர்கிறார்கள்."

பானுமதி மெல்ல கலைந்து "அது அவர்களின் உளவிழைவாகவும் இருக்கலாம்" என்றாள். அம்மறுமொழியை எதிர்பாராத சிபிரர் தடுமாறி "அறியேன். இருக்கலாம்" என்றார். படைப்பிரிவுகளின் ஒற்றரான சந்திரர் "ஆனால் நமது படைகள் வெறிகொண்டுதான் செல்கின்றன. போருக்குச் செல்கிறோம் என்பதே அவர்களை பித்துகொள்ள வைக்கிறது. அதற்கு மேல் ஒவ்வொருவருக்கும் உடல் நிறைந்து மூக்கினூடாக சொட்டுமளவுக்கு மது அளிக்கப்பட்டுள்ளது" என்றார். படைப்பிரிவுகளிலிருந்து வந்த மற்றொரு ஒற்றரான மூர்த்தர் "நம் படைவல்லமை பெரிது என்பது அனைவரையும் எழுச்சிகொள்ளச் செய்துள்ளது. பீஷ்ம பிதாமகருக்கு எதிராக அர்ஜுனர் வில்லெடுக்க மாட்டார் என்ற நம்பிக்கை நிலவுகிறது. ஆகவே போர் முதல்நாளிலேயே முடிந்துவிடும் என எண்ணுகிறார்கள்" என்றார்.

சாலைகளின் ஒற்றரான குமுதர் "வணிகர்கள் பெரும்பாலானவர்கள் பாரதவர்ஷத்தின் தென்பகுதியை நோக்கி நகரத்தொடங்கிவிட்டார்கள்"

என்றார். “எனது துணை ஒற்றர்களின் அனைத்துச் செய்திகளையும் தொகுத்துப் பார்க்கையில் பெரும்பாலான வணிகக்குழுக்கள் ஏற்கெனவே விந்திய மலையைக் கடந்துவிட்டன என்று தெரிகிறது. இன்னும் ஓரிரு நாட்களில் இங்கு காங்கேயத்திலும் சைந்தவத்திலும் பெருவணிகர் குழுக்களே இல்லாமல் ஆகக்கூடும்” என்றார். பானுமதி முகமாறுதல் இல்லாமல் கண்மூடி அதைக் கேட்டிருந்தாள். “அவர்கள் சென்ற இடங்களை உள்ளூர் சிறுவணிகர் நிரப்புவதனால் இப்போது பெரிய இழப்பு தெரியவில்லை. ஆனால் இன்னும் சிலநாட்களில் வருபொருள் இன்மையால் வணிகம் தேங்கும். பொருட்சுழற்சி நிலைக்கும். அதை நம்பி வாழ்வோரின் வாழ்க்கை இடருக்குள்ளாகும்.

“போருக்குப் பின் இங்கு பெரும்பாலான படைவீரர்கள் இறந்துவிடுவார்கள் என்று அவர்கள் கணிக்கிறார்கள். ஆகவே இந்நாடுகள் அனைத்திலுமே மிகுதியும் கைம்பெண்களே எஞ்சுவார்கள். அவர்கள் பொருள் வாங்கி நுகர்வது குறையும். துயர்காக்கும் குழந்தைகளுக்கும் அரிய பொருட்கள் வாங்கப்படமாட்டாது” என்று அவர் தொடர்ந்தார். “போருக்குப் பின் இங்குள்ள அரசர்களின் கருவூலங்கள் முற்றொழிவதனால் மிதமிஞ்சி வரி கொள்வார்கள். அவற்றை அளித்த பின் வாங்குவதற்கு எவரிடமும் பணம் இருக்கப்போவதில்லை. ஆகவே இங்கு இனி பெருவணிகத்திற்கு வாய்ப்பில்லை. அன்றாட உணவுப்பொருட்களும் ஆடைகளுமன்றி எதுவும் வாங்கப்படாது. வணிகத்தில் பெரும்பகுதி அழகுக்கும் பெருமைக்கும் வாங்கப்படும் பொருட்களே என்பதனால் வணிகர்களுக்கு முதற்பொருள் பெருக வாய்ப்பில்லை என்று எண்ணுகிறார்கள்.”

பானுமதி விழிகளைத் திறக்காமலேயே தலையசைத்து “அத்துடன் அனைத்து நாடுகளும் வணிகர்களுக்கு மேலும் வரி சுமத்தக்கூடும். சுங்க நிலைகளில் கொள்ளையே நிகழ வாய்ப்புள்ளது” என்றாள். “ஆம் அரசி, அவ்வாறு அவர்கள் அஞ்சுகிறார்கள். இங்கு அனைத்தும் கலங்கி தெளிந்த பின்னரே தென்னகத்திலிருந்து வணிகக் குழுக்கள் இங்கு மீண்டும் வரும்” என்றார் குமுதர். பானுமதி “இதுநாள்வரை இந்நாடுகள் அனைத்தையும் ஒன்றுடன் ஒன்று இணைத்தவை வணிகநிரைகளே. அவர்கள் அகல்வார்கள் என்றால் இந்நிலவிரிவு ஆயிரம் துண்டுகளாக சிதறும். அசைவழிந்து, எடைமிகுந்து படிந்து நிலைகொள்ளும். மீண்டு எழுவதற்கு நெடுங்காலமாகலாம்” என்றாள். அரசியல் ஒற்றரான பிரகம்பர் “அவ்வாறல்ல அரசி, வென்றவர்களில் ஒருவர் முதன்மை ஆற்றல் கொண்டவர் ஆகி பூசல்கள் அனைத்தையும் முடிவுக்குக் கொண்டுவந்து ஒற்றைப்பேரரசை உருவாக்கி ஆண்டார் என்றால் எல்லை கடந்து சென்று அயலாரை வென்று கப்பம் கொண்டு வந்து கருவூலத்தை நிறைக்க முடியும். சில ஆண்டுகளிலேயே இங்கு மீண்டும் வணிகம்

தழைக்கக்கூடும். முதிய வணிகர் ஒருவர் அதை சொல்லக் கேட்டேன். போரென்பது காட்டெரி. அதற்குப் பின் புதிய மரங்கள் துளிர்த்து காடு மேலும் தழைக்கும் என்று அவர் சொன்னார்" என்றார்.

அந்தண ஒற்றரான சௌம்யர் "அமைச்சராகவும் பூசகராகவும் வேதியராகவும் போருக்குச் செல்லும் அந்தணர்களை அந்தணர்குழுக்கள் குலநீக்கம் செய்யும் அதர்வவேதச் சடங்குகள் நிகழ்ந்து வருகின்றன, அரசி. குருதிக்களத்திற்குச் செல்பவர்கள் மூன்று வேதங்களையும் துறக்கவேண்டும் என்பது தொல்நெறி. எரிவளர்த்து அனலோனை வரவழைத்து அவியூட்டி அதில் தங்கள் முப்புரி நூலை களைந்திட்டுக் குலமொழிகிறார்கள். குழல் களைந்து நதியில் மூழ்கி எழுந்து திரும்பி நோக்காமல் அகல்கிறார்கள். சென்றவர்களின் பெற்றோரும் மைந்தரும் அவர் இறந்தவர் என்று கருதி நீத்தார்களுக்குரிய நீர்ச்சடங்குகள் இயற்றுகிறார்கள். மனைவியர் கைம்பெண்நோன்பு கொள்கிறார்கள்" என்றார்.

"போர்முடிந்து மீள்பவர்களுக்கு மறுபிறப்புக்குரிய சடங்குகள் இயற்றி, நுண்சொல் செவியுரைத்து, முப்புரிநூல் அணிவித்து குலத்திற்கு மீண்டும் எடுத்துக்கொள்வார்கள். மனைவியையே மீண்டும் மணந்துகொள்வார்கள்" என்றார் சௌம்யர். "எளிய சடங்குதான். ஆனால் நெடுங்காலமாக இங்கே அவ்வகைச் சடங்குகள் நிகழ்ந்ததில்லை. நூல்களை நோக்கி அதை செய்கிறார்கள். சடங்குதான் என்று உணர்ந்தாலும் செல்பவர்களின் மைந்தரும் மகளிரும் கதறியழுகிறார்கள். பெற்றோர் துயர்தாளாமல் விழுந்துவிடுகிறார்கள். அவர்களில் சிலர் அரசர் மேல் பழிகூவினர். அங்கே கூடி நின்றிருந்த எவரும் மறுப்புரை எழுப்பவில்லை. அவர்கள் அச்சொற்களுடன் உளமொப்புகிறார்கள் என்றே தோன்றியது."

அவர்கள் ஒவ்வொருவருடனும் அவர்கள் முன்பு சொன்ன செய்திகள் இணைந்துகொண்டன. ஓரிரு சொற்களுக்குப் பின் அவள் அந்த நிலத்தில் விழிவிரிய செவிகூர்ந்து சென்றுகொண்டிருந்தாள். அவர்கள் சொன்னவற்றை அவள் அங்கு நிகழ்வனவாகக் கண்டாள். சொற்களை அவ்வாறு ஓவியங்களாக விரித்துக்கொள்வது அவற்றின் அனைத்து கூர் செய்திகளையும் சொல்லப்படாத மடிப்பாழங்களையும் விரித்துக்கொள்வது என அவள் உணர்ந்திருந்தாள். செய்திகள் வந்தணைவதில் உள்ள ஒரு ஒழுங்கை அவள் முன்பே அறிந்திருந்தாள். அஸ்தினபுரியிலிருந்து அகன்று அகன்று செல்லும் வரிசையில் செய்திகள் அவளிடம் வந்தணைந்தன. தொலைதூர எல்லைப்புறச் செய்தி இறுதியாக வந்தணைந்தது. அலையொன்று விரிந்து பெருகி விசை தளர்ந்து செல்வதன் ஓவியம் அவளுள் எழுந்தது. ஒவ்வொரு நிகழ்வும் மையத்தில் ஒன்றெனவும் எல்லைகளில் பிறிதொன்றெனவும்

மாறிவிட்டிருந்தது. மையத்தில் நிகழ்ந்த ஒன்று எல்லையை அடைந்து பிறிதொன்றாகி அவளை வந்தடையும்.

“எல்லைப்புறச் சிற்றூர்களில் உணவுப்பொருட்களை கரந்துவைக்கத் தொடங்கிவிட்டனர், அரசி” என்றார் காவல் ஒற்றராகிய பத்ரர். “முதலில் பேரூக்கத்துடன் அவர்களே உணவும் நெய்யும் படைகளுக்கு அளித்தனர். தங்களுக்கான வரைவெல்லை கடந்ததும் அவற்றை சேர்த்து நமக்கு விற்கத்தொடங்கினர். ஆனால் நாமளிக்கும் செல்வம் ஓலைக்குறிப்பென்றே வந்தணைகிறது என்று உணர்ந்ததும் அவர்களின் உளம் மாறத்தொடங்கிவிட்டது. அரசக்குறிப்பு பொருளென்று ஆகவேண்டுமெனில் அங்கு அரசென்று ஒன்று இருக்கவேண்டும். போருக்குப் பின் எவ்வரசு எவ்வண்ணம் இருக்குமென்று இப்போது எவரால் உரைக்க முடியுமென்று ஒரு முதியவர் சொல்வதைக் கேட்டேன். அவர்கள் நெல்லையும் கோதுமையையும் கலங்களில் போட்டு விளிம்புகளை மெழுகும் களிமண்ணும் கலந்த பிசினால் ஒட்டி உருக்கிச் சுட்டு மண்ணில் ஆழப்புதைத்து வைக்கிறார்கள். உலர்ந்த கிழங்குகளை பெரிய தோலுறைகளுக்குள் பொதிந்து புதைக்கிறார்கள். நெய்க்கலங்களை சுனைகளின் ஆழங்களுக்குள் வேர்களில் கட்டி வைத்திருக்கிறார்கள். நாம் எண்ணுவதைவிட மிகுதியான உணவு அங்கே உள்ளது. போர் முடிந்து ஆறுமாதம் உண்பதற்குரிய உணவு பெரும்பாலான மலைச்சிற்றூர்களில் எஞ்சியுள்ளது.”

பானுமதி எரிச்சலடைந்தாள். களைப்பு அவ்வெரிச்சலைப் பெருக்கி உடலெங்கும் பரப்புவது. அதை உணர்ந்து அவள் தன் கைவிரல்களை ஒவ்வொன்றாக தளர்த்தி நீட்டி மெல்ல தன்னை எளிதாக்கிக்கொண்டாள். “அவர்களுக்கு போர் குறித்த செய்திகளை எவர் சொல்கிறார்கள்?” என்றாள். “அரசி, அவர்கள் போரைப் பார்த்து இரண்டு தலைமுறைகாலமாகிறது. ஆனால் நாம் படைகொண்டு சென்ற எல்லைப்புறங்களுக்குச் சென்றவர்கள் ஒவ்வொரு சிற்றூரிலும் ஒருவரேனும் உள்ளனர். போரென்பது களத்தில் நடக்கும் படை நடத்தும் களமோதல் மட்டுமல்ல. போர் என்பது களம் முடிந்த பின் வரும் எரிபரந்தெடுத்தல், கொள்ளை, சூறையாடல், படைக்கட்டின்மை, அரசின்மை அனைத்தும் கலந்ததே என்று அவர்கள் அறிந்திருக்கிறார்கள். எந்தப் போர் முடிந்த பின்னரும் ஏழு நாட்கள் படைவீரர்களை அவர்களின் தலைவர்கள் கட்டுப்படுத்த இயலாதென்றும், அந்தக் கட்டுப்பாடு உருவாகி வருவதற்குள் குடியினர் பெருமளவில் இழந்துவிட்டிருப்பார்கள் என்றும் அனைவருக்குமே தெரிந்துள்ளது.”

“அவ்வாறு ஒவ்வொரு முறையும் நிகழவேண்டியதில்லை” என்று பானுமதி முனகிக்கொண்டாள். “ஆம், ஆனால் அவ்வாறன்றி முறைப்படி நிகழ்ந்த

போரெதுவும் எந்த வீரரின் நினைவிலும் இல்லை. எந்த நூலும் இதுவரை அப்படி ஒரு போரை சொன்னதில்லை. ராகவராமன் படைகொண்டு சென்று இலங்கையை வென்றபோதுகூட ஏழு நாட்கள் அந்நகர் சூறையாடப்பட்டது என்றே தொல்கதைகள் சொல்கின்றன” என்றார் பத்ரர். பானுமதி தலையசைத்தாள். “விளைவயல்களை எரிப்பதும் குடிநீர் நிலைகளில் களிறுகளை இறக்கி அழிப்பதும்கூட போர்களுக்குப் பின் வழக்கமாக உள்ளது. போர் முடிந்து பின்னர் குருதி உலர்ந்து அனைத்தும் சொற்களென்றாகி நினைவுகளுக்குச் சென்று சுருங்கிய பின்னரே மேழி எடுத்து வயலில் வைக்க முடியும். அதன் பின் பயிர் வளர்ந்து விளை பெருகி பெறுவதே உணவு. அதுவரைக்குமான உணவு ஒவ்வொருவர் கையிலும் இருக்க வேண்டும். போருக்குப் பிந்தைய அரசர்கள் வென்றவராயினும் தோற்றவராயினும் வெறிகொண்ட திருடர்களே. அவர்கள் கவர்ந்து சென்றது போகவே நம் மைந்தருக்கு உணவென்றாகும் என்று மூத்தவர்கள் சொல்கிறார்கள்” என்றார் பத்ரர்.

பானுமதி சில கணங்களுக்குப் பின் சூதர்குலத்து ஒற்றரான ஊர்த்துவரிடம் “நீர் என்ன எண்ணுகிறீர், ஊர்த்துவரே?” என்றாள். அவர் சற்று தயங்கிய பின் “நாம் அனைத்தையும் பேசித்தான் ஆகவேண்டும். அரசுகாலத்தை அறப்பொழுதென்றும் மறப்பொழுதென்றும் தொல்மரபு பிரித்துக்கொள்கிறது. முடிமன்னரின் கோல் தொல்நெறிகளும், முனிவரும், அந்தணரும் வகுக்கும் முறையில் நின்றிருக்கும் அமைதிக்காலமே அறப்பொழுது. எதன்பொருட்டு எழுந்தது என்றாலும் போருக்கு முன்பும் போருக்குப் பின்பும் உருவாவது மறப்பொழுது. அங்கு அறங்களென எதுவும் திகழ்வதில்லை” என்றார். பானுமதி “அது படைகளைப்பற்றிய குடிகளின் அச்சமும் ஐயமும் மட்டுமே” என்றாள். “ஆம், ஆனால் அவை எப்போதும் உள்ளன. அவற்றை எவ்வரசரும் நோக்காதொழிய இயலாது” என்று ஊர்த்துவர் தொடர்ந்தார்.

“எங்கும் படைகளின் உளநிலை ஒன்றே. உயிர் கொடுக்கப்போகிறோம் என்னும் உணர்வால் தாங்கள் செய்வதனைத்தும் ஏற்றுக்கொள்ளப் படுமென்று படைவீரர்கள் எண்ணுகிறார்கள். போருக்குப் பின் உயிர் கொடுத்தோம் என்னும் உணர்வால் எதையும் செய்யலாம் என்று துணிகிறார்கள். செருகளத்தில் பல்லாயிரக்கணக்கில் தன்னவர் இறந்துகிடப்பதைக் கண்டு குருதியிலாடி மீண்டபின் ஒவ்வொரு படைவீரனும் வெறிகொண்டிருக்கிறான். போருக்கெழாது ஊரில் குடியிருக்கும் அனைத்துக் குடிகள் மேலும் அவன் தீரா பெருவஞ்சம் கொண்டிருக்கிறான். அவர்களின் பொருட்டே தானும் தன்னவரும் குருதி சிந்தியதாக எண்ணிக்கொள்கிறான். அவர்கள் எவ்வகையிலோ தங்களை இறப்பு நோக்கி செலுத்தியதாகவும் அதற்கான பொறுப்பை அவர்கள்

ஏற்கவேண்டுமென்றும் அதன் பொருட்டு அவர்கள் பொருட்கொடையும் தேவையெனில் உயிர்க்கொடையும் அளிக்கவேண்டுமென்றும் அவன் கருதுகிறான். போருக்குப் பின் நிகழும் கொள்ளை எந்த வீரருக்கும் குற்றஉணர்வை அளிப்பதில்லை.”

பானுமதி அந்த நேரடியான கூற்றை எதிர்பார்க்கவில்லை. எண்ணங்கள் ஓய்ந்து அவள் மறுசொல்லின்றி அமர்ந்திருந்தாள். “போருக்குப் பின் வீரர்கள் பெண்கவர்தலும் வல்லுறவு கொள்ளுதலும்கூட தொல்முறைகளால் மறைமுகமாக ஏற்றுக்கொள்ளப்பட்டுள்ளன. உயிர் மீண்டதுமே படைவீரன் கொள்ளும் முதல் எண்ணம் காமமாகவே இருக்கிறது. வாழ்கிறேன் என்று தனக்கும் தன் தெய்வங்களுக்கும் அவன் அறிவித்துக்கொள்வது அது. வாழ்ந்திருக்கும் கணங்களைக் கொண்டாடுவது. திரும்பும் படைகள் தங்கள் நாட்டு ஊர்களின் மீதே மலையிறங்கும் பெருமழையெனப் பரவுகின்றன. பெண்டிர் அனைவரும் அவர்களின் களியாட்டிற்கு உரியவர்களாகிறார்கள்” என்றார் ஊர்த்துவர். “தொன்றுதொட்டு இவ்வழக்கம் பழங்குடிகளிடமும் முறைமையென ஒப்புக்கொள்ளப்பட்டது. வென்று வருபவன் வீரன் என்றும் பெண்கள் அவனுடன் உறவுகொண்டு பிறக்கும் குழந்தைகள் வெற்றி வீரர்களாக இருப்பார்களென்றும் குலம் பெருக்கும் களிறுகளென எழுவார்கள் என்றும் அவர்கள் நம்புகிறார்கள். சிறுகுடிகளில் படைவென்று வரும் வீரர்களுக்கு மகளிரைத் திரட்டி அளிக்கும் வழக்கமே உள்ளது. விலங்குகளில் வென்று வரும் கடுவன் பேடைகள் அனைத்தையுமே தனக்கென கொள்ளும் வழக்கமுள்ளதுபோல.

“உண்மையில் அதை பெண்டிர் அஞ்சுகிறார்களா விரும்புகிறார்களா என்று கண்டறிய இயல்வதில்லை. எப்போதும் அனைத்துப் பெண்டிரும் அதை அஞ்சுகிறார்கள். தங்கள் கணவர்களுக்கும் தந்தையருக்கும் பிழை செய்வதாகவே அதை கருதுகிறார்கள். மாற்றான் தொடுவதற்கு முன் உயிர் மாய்த்துக்கொள்ளவேண்டும் என்ற பேச்சு சிற்றூர்கள் அனைத்திலுமே திகழ்வது. ஆனால் போர் வெற்றிகொண்ட வெறிக்களிப்புடன் திரும்பிவரும் வீரர்களை காண்கையில் அவர்களின் கருப்பைகளில் குடிகொள்ளும் தெய்வங்கள் எழுமென்றும் அவர்களை அவையே தங்கள் கருவிகளாகக் கொள்ளும் என்றும் பெண்டிர் காமவிடாயும் களிப்பும் கொண்டு அவர்களை நோக்கி சென்று காமம் கொண்டாடுவார்கள் என்றும் தொல்கதைகள் கூறுகின்றன” என்று ஊர்த்துவர் சொன்னார்.

“இது சூதர்மொழி... அவர்கள் என்றும் அறம், ஒழுக்கம், மரபு அனைத்துக்கும் எதிர்நிலைகொள்பவர்கள்” என்றார் முதிய ஒற்றரான சுக்ரர். “என் சொல் விரும்பப்படவில்லை எனில் நிறுத்திக்கொள்கிறேன்” என்றார் ஊர்த்துவர். “சொல்க, இதுவும் ஒரு நோக்குதான்” என்றாள் பானுமதி. “ஒரு

போருக்குப் பின் போர்வென்றவர்களின் மைந்தர்களால் அந்நிலம் புதுத் தளிர் கொண்டெழவேண்டும். அதுவே உயிரின் இயல்பு. ஆகவே மகளிர் போர்வென்று வரும் வீரர்களை அஞ்சி வெறுக்கிறார்கள், அவர்களின் உயிர்த்துளியை எண்ணி அவர்களின் உடல்கள் காத்திருக்கின்றன" என்றார் ஊர்த்துவர். "இழிசொல்... இது மகளிரைப்பற்றிய இழிசொல் அன்றி வேறல்ல" என்றார் சுக்ரர். பிறர் சினத்துடன் மெல்ல முனக பானுமதி "ம்" என்றாள். அவ்வோசை அவிந்தது.

பானுமதி "என்ன நிகழுமென்று இப்போது நம்மால் சொல்லக்கூடுவதில்லை. ஆனால் எவர் வென்றாலும் அவர்கள் அஸ்தினபுரிக்கு அயலவர்கள் அல்ல. அஸ்தினபுரியைப் பேணும் உரிமையின் பொருட்டே இருசாராரும் போருக்கெழுந்திருக்கிறார்கள். அதை நம்புவதன்றி இப்போது வேறு வழி இல்லை" என்றாள். ஒற்றர்கள் எழுந்து வணங்கி வெளியேறினர்.

பானுமதி எழுந்தமர்ந்தபோது சுதாமை உள்ளே வந்து "ஒற்றர்பெண்டுகள் வந்துள்ளனர், அரசி" என்றாள். மீண்டும் சாய்ந்துகொண்டு "வரச்சொல்க!" என்றாள். ஓசையில்லாமல் ஒற்றர்பெண்டிர் வந்து அவளைச் சூழ்ந்து அமர்ந்தனர். சூதமகளிராகவும் வேட்டுவ வணிகர்களாகவும் ஊர்கள்தோறும் செல்பவர்கள். அவள் அவர்களிடம் பேசும்படி கைகாட்டினாள்.

சிற்றூர் ஒற்றர்பெண்டான அமிதை முதலில் சொல்லத் தொடங்கினாள். "பெரும்பாலான சிற்றூர்கள் தங்கள் ஊருக்கு வரும் பாதைகளில் காவல்நிலைகளை அமைத்திருக்கின்றன. முதுபெண்டிரில் ஒருவரும் முதுவீரர் ஒருவரும் வில்திறனும் வாள்திறனும் கொண்ட படைப்பெண்டிரின் சிறு குழுவும் அடங்கியது ஓர் வழிக்காவல் அலகு. அவர்கள் சின்னாட்களிலேயே தங்கள் வழிகள் அனைத்தையும் காத்துக்கொள்ளத் தொடங்கினர். ஓரிரு நாட்களுக்குள்ளேயே அவ்வழி செல்பவரிடம் அக்காவலுக்குரிய சிறு பணத்தைக் கேட்டு பெறத்தொடங்கினர். இன்று எல்லைப்புறங்கள் முழுக்க அவை சுங்கநிலைகளாக மாறிவிட்டன."

பானுமதி அதை அறிந்திருந்தாள். "வணிகர்கள் நம் எல்லையிலிருந்து கடந்து செல்கிறார்கள். ஆகவே இறுதியாகக் கொடுப்பதுதானே என்ற எண்ணத்தில் கேட்ட சுங்கத்தை அவர்கள் அளிக்கிறார்கள். சுங்கம் மிகுதியாக கிடைக்குந்தோறும் விழைவு பெருகுகிறது. வழிகளைத் தவிர்த்து காட்டுப்பாதைகளினூடாக வணிகர்கள் செல்லத்தொடங்கும்போது காவல்குழுக்கள் சுங்கச்சாவடிகளைவிட்டு நீங்கி வேட்டைக் குழுக்களைப்போல வணிகர்களைத் தேடிச்சென்று

பொருள் கொள்கிறார்கள். மிக அரிதாகவே இது நிகழ்கிறது. ஆனால் இது ஒரு தொடக்கமென்றாகலாம்.”

வழிநிலைகளின் ஒற்றர்பெண்டான சக்ரை “பிற நாடுகளிலும் இது நிகழ்கிறதென்கிறார்கள் வணிகர்கள். ஏனென்றால் ஆண்களைவிட பெண்கள் பொருள்விழைவு மிக்கவர்கள் என்கிறார்கள். மிக விரைவில் பெண்கள் விழுமியங்களை கைவிட்டுவிடுவார்கள். ஏனெனில் ஆண்களைப்போல் ஊர்முறைமையும் குலமுறைமையும் தெய்வமுறைமையும் அவர்களைக் கட்டுப்படுத்துவதில்லை. அவர்கள் அறிந்த முறைமை குடிமுறைமை மட்டுமே. தங்கள் குடிக்கு வெளியே தயக்கமின்றி எதையும் செய்ய அவர்களால் இயலும்” என்றாள். பானுமதி “அனைத்தையும்விட அவர்கள் தங்கள் குழந்தைகளுக்காகக் கவலை கொள்கிறார்கள். போருக்குப் பின் பஞ்சம் வருமென்று அவர்கள் செவிச்செய்தியாக அறிந்திருப்பார்கள். ஒவ்வொருவரும் தங்கள் களஞ் சியங்களை நிறைத்துவைக்க முயல்வார்கள்” என்றாள்.

ஊர்க்குழுக்களின் ஒற்றர்பெண்டான சுதீரை “சில இடங்களில் ஊர்க்காவல் குழுக்களிடையே சிறுபூசல்கள் தோன்றியிருக்கின்றன. சாலைகளில் சுங்கம்கொள்வதில் எல்லைகள் சரியாக வகுக்கப்படவில்லை. நாடெங்கும் அவ்வாறு வகுப்பது இப்போது எளிதுமல்ல. பூசல்கள் பெரிதாகக்கூடும். அவர்களை இப்போதே கட்டுப்படுத்தவேண்டும்” என்றாள். எல்லையூர்களின் ஒற்றர்பெண்டான சத்ரை “எல்லைகளில் ஊர்க்குழுக்களிடையே குல மேன்மை குறித்த பூசலும் தொடங்கியுள்ளது, அரசி. இப்போது அவை சொல்லாடலாகவே உள்ளன” என்றாள். பானுமதி “அவர்களை இப்போது நாம் எவ்வகையிலும் தடுக்க இயலாது. நம்மிடம் இப்போது படைகள் இல்லை. நம்மிடம் இருக்கும் படைகள் இந்நகரைக் காக்கவே போதுமானவை” என்றாள்.

“பொதுவாக படைகளால் தனிக்குழுக்களை வெல்ல இயலாது. எல்லைப்புறக் குலக்குழுக்கள் எப்போதுமே படைகளுக்குப் பெருந்தொல்லைதான். படைகள் தங்கள் பெரிய எண்ணிக்கையால், தங்களுக்குப் பின்னிருக்கும் பேரரசு எனும் அச்சுறுத்தலால் மட்டுமே எல்லைப்புறச் சிற்றூர்களை வென்றுள்ளன. எதிர்த்தவர்களை முற்றழித்து எஞ்சாமல் ஆக்குவதே அரசநிலைகளின் வழக்கம். அச்செய்தி உருவாக்கும் அச்சம் நிலைத்திருப்பதனால்தான் எல்லைகள் ஆளப்படுகின்றன. இப்போது நாம் படைகொண்டு சென்று அவற்றில் ஒரு படையை அவர்கள் வென்றார்கள் என்றால் எஞ்சியிருக்கும் அச்சம் முற்றாக விலகும். தேனீக்கூடு அப்பால் நின்று பார்க்கையில் ஒரு பொதியெனத் தோன்றும். ஒரு சிறு அசைவில் தனித்தேனீக்களாக சிதறி இன்மையென்றாகக்கூடும்.

நாடுகளும் அவ்வாறுதான். இதை ஒன்றென நிறுத்தும் விசை என்பது அச்சமும் தன்னலமும் தொல்குடிகளின் நம்பிக்கையும்தான்."

"பூசல் பெருகினால் நம்மால் கட்டுப்படுத்த இயலாது" என்றாள் அந்தணர்குலத்து ஒற்றர்பெண்டான ஹம்ஸை. பானுமதி "சில நாட்களுக்குள்ளேயே எல்லைப்புறமெங்கும் ஓரிரு பெரிய குழுக்கள் உருவாகிவிடும். அக்குழுக்களுக்கே அப்பகுதியை ஆளும் பொறுப்பு அளித்து அவற்றை நம் கைகளாக மாற்றிக்கொள்வோம். எப்போதும் அரசுகள் அவ்வாறுதான் அமைக்கப்பட்டுள்ளன. திருடன் கொழுத்தால் அரசன், அரசன் மெலிந்தால் திருடன் என்று முதுசொல் ஒன்று உண்டு" என்றாள். ஒற்றர்பெண்டுகள் புன்னகைத்தனர். பானுமதி எழுந்து தலையசைக்க ஒற்றர்பெண்டுகள் தலைவணங்கி ஒவ்வொருவராக ஓசையின்றி வெளியே சென்றனர். அவள் பெருமூச்சுடன் எழுந்தாள். களைப்பால் தலைசுழன்றது. ஆனால் படுத்துக்கொண்டே செய்திகளை கேட்டமையால் உடல்கொண்ட ஓய்வு சற்று உயிரை மீட்டளித்தது. கதவைத் திறந்து வந்து பணிந்த சுதாமையிடம் "கற்றுச்சொல்லிகளை அழை. ஆணையோலைகள் அனைத்தும் இன்றே சென்றுவிடவேண்டும்" என்றாள்.

48

பானுமதியின் மஞ்சத்தறையில் முன்னரே துரியோதனன் வந்து காத்திருந்தான். அவள் வாயிலை அடைந்தபோது அங்கு நின்றிருந்த ஆணிலி தலைவணங்கி அரசர் உள்ளிருப்பதை ஓசையின்றிக் குறிப்பிட்டாள். அவளிடம் செல்லும்படி கைகாட்டிவிட்டு ஒருகணம் நின்றாள். தன் ஆடையையும் குழலையும் சீரமைக்க விழைந்தாள். அங்கு ஓர் ஆடி இருந்தால் நன்று என்று தோன்றியது. கதவை மெல்ல தொட்டு மீண்டும் ஒருகணம் தயங்கி திறந்து உள்ளே சென்றாள். துரியோதனன் மஞ்சத்தில் கைகளை மார்பில் கட்டியபடி நிகர்கொண்ட தோள்களுடன் விழிதாழ்த்தி அசைவிழந்து அமர்ந்திருந்தான். அவள் கதவில் சாய்ந்து நின்றாள். அவள் வந்த ஓசையை அவன் கேட்கவில்லை. முற்றிலும் தன்னுள் ஆழ்ந்துவிட்டிருந்தான். உடலில் மூச்சு ஓடுகிறதா என்றே ஐயம் எழுந்தது.

அவள் கதவில் தோள்சாய்ந்து நின்று அவன் உடலை காலிலிருந்து தலைவரைக்கும் பார்த்தாள். ஒவ்வொன்றும் சிற்பிகளால் நோக்கி செதுக்கியதுபோன்ற முழுமை. நெடுநாட்களுக்கு முன்னர் அவள் உதறிவிட்டு வந்த காமத்தை சென்றுதொட்டது உள்ளம். ஆனால் அது உடலறியாத ஒன்றாக எங்கோ இருந்தது. அவனைத் தொட்டு பதினாறாண்டுகளுக்கு மேலாகிறதென எண்ணிக்கொண்டாள். அவள் நிழல் அப்பால் நீண்டு அவனிடமிருந்து விலகிக் கிடந்தது. அவள் மெல்ல நடந்து சாளர ஒளிக்குக் குறுக்காக சென்றாள். அவள் நிழல் அவன்மேல் விழுந்தபோது உள்ளம் கிளர்ந்தெழுந்தது. அவன் தன்மேல் கடந்த நிழலசைவைக்கண்டு திரும்பிப்பார்த்தான். புன்னகைத்தபடி எழுந்து "அரசி, உன்னிடம் போர்விடைபெற்றுச் செல்ல வந்தேன்" என்றான்.

அவள் ஏதோ சொல்ல எண்ணினாலும் அதை மூச்செனத் திரட்ட இயலவில்லை. சிலமுறை நீள்மூச்சுவிட்டு "ஆம்" என காற்றாக ஒலித்தாள். "நிமித்திகர் கூற்று நான் மீளமாட்டேன் என்கிறது" என்று அவன் சொன்னான். அவனிடம் என்றும் தோன்றாத ஓர் உணர்வுநிலை முகத்தில் பரவியது. உடனே அதை சிரிப்பென ஆக்கிக்கொண்டு "ஆனால் என் உள்ளம் நான் வென்று மீள்வேன் என்கிறது. ஆம், நான் மீள்வேன். இந்நகரை மும்முடி சூடி ஆள்வேன். அதுவே என் பிறவிநோக்கம்" என்றான். அவள் சொல்கொண்டு "போருக்கு எழுகையில் வெற்றியை அன்றிப் பிறிதெதையும் பேசவேண்டியதில்லை" என்றாள். "நான் நிமித்திகர் சொல் கேட்பதில்லை. ஆனால் என்னைச் சூழ்ந்திருக்கும் அனைவருமே நிமித்திகர் சொல்லை நம்பி வாழ்கிறார்கள். அவர்கள் அனைவரின் விழிகளிலிருந்தும் அச்சொற்கள் என்னை வந்தடைந்துகொண்டே இருக்கின்றன" என்று சொன்ன அவன் மீண்டும் புன்னகைத்து "நா தவறிவிட்டேன். ஆனால் இங்கேனும் அது நிகழ்ந்தது நன்று" என்றான்.

அவன் அந்தத் தருணத்தை எளிதாக்கிக் கடக்கும்பொருட்டு "இன்று முழுக்க அரசுப்பணியிலிருந்தாய் என்று கேட்டேன். களைத்து துயில்கொண்டிருப்பாயோ என்று எண்ணினேன். சற்று முன் துயில் கலைந்து வந்தவள் போலிருக்கிறாய்" என்றான். பானுமதி "ஆம்" என்றாள். "ஒற்றர் செய்திகளில் நன்றென மிகக் குறைவே." அவன் புன்னகைத்து "நற்செய்திகளைச் சொல்ல ஒற்றர் தேவையில்லை. அவர்கள் குருதிதேடும் மூக்கு கொண்டவர்கள்" என்றான். "பெண்டிர் பொறுப்பேற்றுக்கொண்டிருக்கிறார்கள்" என்றாள். "ஆம், அறிந்தேன். பெண்கள் சிலநாட்களிலேயே இந்நாட்டை நுட்பமாக மாற்றிவிடுவார்கள். மீண்டு வரும் ஆண்கள் அவர்கள் அறியாத புதிய நிலம் ஒன்றில் காலடி வைப்பார்கள்." பானுமதி புன்னகைத்து "அது அவர்கள் இளமையில் அறிந்ததாகவே இருக்கும். அடுமனையிலும் புறக்கடையிலும் நுண்வடிவில் இருந்துகொண்டிருப்பது" என்றாள்.

அந்தத் தருணத்தின் மையத்தைத் தொடாமல் அவர்கள் சொல்கொண்டு அகற்றினர். அது அவர்கள் நடுவே ஊசலாடியது. "நகர்முழுக்க பலியும் படையலும் வழிபாடும் பெறாத தெய்வங்கள் என ஏதுமில்லை. மண்ணில் புதைந்த அத்தனை தெய்வங்களும் விழிதிறந்து எழுந்துவிட்டன" என்று அவன் சொன்னான். "ஆம்" என்று அவள் சொன்னாள். "விந்தை என்னவென்றால் பெரும்பாலான போர்த்தெய்வங்கள் பெண்ணுருக் கொண்டு எழுந்தவை" என்றான் துரியோதனன். "வெற்றியையும் சாவையும்கூட பெண்ணுருவாகவே அறிந்திருக்கிறார்கள்." அவள் "ஏனென்றால் நிலம் பெண்" என்றாள். "ஆம், அதை நான்

எண்ணவேயில்லை” என்றான். ஒருகணத்தில் அவள் அனைத்துச் சொற்களிலும் சலிப்பு கொண்டாள்.

அதை அவன் பிறிதொருவகையில் புரிந்துகொண்டு எழுந்தான். “நன்று, பொழுதாகிறது. உனக்கு பணிகளிருக்கும். முறைப்படி நீ செஞ்சாந்து அணிவித்தால் விடைபெற்றுச் செல்கிறேன்” என்றான். அவள் முகம் மாறுவதை உணர்ந்து மீண்டும் புன்னகைத்து “இத்தருணத்தில் வஞ்சினச் சொற்களை உரைக்கலாகாதென்று அறிவேன். பிறிது சொற்களை உரைப்பதை நெடுநாட்களாக மறந்துவிட்டிருக்கிறேன்” என்றான். பானுமதி நிமிர்ந்து அவன் விழிகளைப் பார்த்தாள். தெளிந்த விழிகள், அழகிய புன்னகை. பெருந்தோள்களின் திண்மை. நிகர்கொண்ட இத்தோள்கள் ஏன் அதுவரை உள்ளத்தில் அச்சத்தை உருவாக்கின? ஆணிடம் சற்று பிழையிருப்பதை பெண் விரும்புவது எதனால்? அப்பிழையை நிறைத்துக்கொள்ளும் இடமே தனக்குரியது என எண்ணுவதனாலா? இவருக்கு பிறிதெவரும் தேவையில்லை. பெண் மட்டுமல்ல, ஆசிரியர்களோ தெய்வங்களோகூட. இந்த முழுதுடலில் நான் சென்றடைய பழுதேதுமில்லை.

“என்ன எண்ணிக்கொண்டிருக்கிறாய்?” என்று அவன் கேட்டான். ஒன்றுமில்லை என்று அவள் தலையசைத்தாள். “அரசுப் பொறுப்பு குறித்து நான் உன்னிடம் சொல்வதற்கு ஏதுமில்லை. நீ செய்திருப்பவை என்னென்ன என்று கனகர் என்னிடம் சொன்னார். என்னைவிட மும்மடங்கு தெளிவுடனும் கூர்மையுடனும் இந்நிலத்தை ஆள்கிறாய் என்று தோன்றுகிறது” என்றான். “அரசரும் அமைச்சருமாக ஆண்களைவிட பெண்களே சிறப்புற திகழ முடியுமென்று சில நாட்களாக எண்ணிக்கொண்டிருக்கிறேன். இந்நாடு ஒருபோதும் முழுமையாக எனது விழியிலும் செவியிலும் இருந்ததில்லை. இந்நாட்டு மக்கள் ஒவ்வொருவரின் எண்ணங்களையும் அறிந்தவனாக நான் அரியணையில் அமர்ந்ததும் இல்லை. நிகழ்ந்தவற்றுக்கு தீர்வு சொல்லக்கூடியவனாக இருந்திருக்கிறேனே ஒழிய நிகழும் முன்னர் உய்த்துணர்ந்து என் கைகள் அங்கு சென்றதில்லை. நீ அன்னைத்தெய்வம்போல் இந்நிலத்தை முற்றிலும் நிறைத்திருக்கிறாய்.”

அவள் அச்சொற்களைத்தான் அவனிடம் எதிர்பார்த்துக்கொண்டிருந்தாள் என அப்போது உணர்ந்தாள். நூறு கைகளும் ஆயிரம் விழிகளும் பல்லாயிரம் செவிகளுமாக அவள் பேருருக்கொண்டது அவன் சொல்பெறும்பொருட்டே. அவள் முகம் மலர்வதைக் கண்டு அவனும் புன்னகைத்தான். “ஏன் ஆண்கள் அரசாளும் முறைமையை உருவாக்கினர் மூதாதையர் என்று தெரியவில்லை. தொல்லரசுகள் அரசியரால்தான் ஆளப்பட்டன என்கிறார்கள்” என்றான். “அரசியர்

போர்த்தலைவர்களல்ல" என்று அவள் சொன்னாள். "பெருந்தோள் கொண்டு அரியணையில் அமர்ந்திருக்கும் காவலன் என்னும் உளவடிவம் உருவான பின்னர் பெண்கள் சிறந்து ஆளமுடியவில்லை." அவன் முகம் மாறி "ஆம், அரசனென்பவன் அரியணையில் வைக்கப்பட்ட ஒரு வாள்தான் என்று நூல்கள் சொல்கின்றன" என்றான்.

அந்தப் பேச்சினூடாக அவள் தான் கொண்ட விலக்கத்தைக் கடந்து அவனருகே உளம் சென்றாள். துரியோதனன் மீண்டும் மஞ்சத்தில் அமர்ந்தான். எதிரில் இட்டிருந்த சிறுபீடத்தில் அவள் அமர்வாள் என்று அவன் நோக்கினான். அவ்விழி அசைவை நோக்கியதும் அவள் உள்ளம் தெளிந்தது. ஏன் மஞ்சத்தில் அமர்ந்தாலென்ன என்ற எண்ணம் எழுந்ததுமே குருதியெழ உடல் வெம்மை கொண்டது. தோள்களும் கைகளும் வியர்த்துக் குழைந்தன. நான்கடி வைத்து மஞ்சத்தில் அவனருகே அமரமுடியும், ஆனால் அத்தொலைவைக் கடப்பது எளிதல்ல என்று தோன்றியது. தென்குமரிமுனை வரை நடந்தே செல்வதற்கு நிகர் அது. ஆனால் முதல் அடி எடுத்துவைத்தால் போதும், மலையுச்சியிலிருந்து விழுவதைப்போல அங்கு சென்றுவிடலாம். அதற்கு பதினாறு ஆண்டுகளைக் கடந்து, ஒவ்வொரு கணமும் நெஞ்சுள் உரைத்த சொற்களனைத்தையும் கரைத்தழித்து அங்கு செல்ல வேண்டும்.

"இந்தப் போர் இன்று நம் பக்கமே துலாத்தட்டு தாழும் நிலையில் உள்ளது" என்று துரியோதனன் சொன்னான். "பதினொரு அக்ஷௌகிணி, பதினெட்டு பெருவீரர்கள். அனைத்தையும்விட குருக்ஷேத்திரத்தின் மேடான பகுதியில் நமது படைகள் நிற்கின்றன. கீழிறங்கிச் செல்லும் நமக்கு விசை மிகுதி. பிதாமகர் பீஷ்மர் நம்முடைய முதன்மைப் படைக்கலம். அவர் வில்லேந்தி தேர்த்தட்டில் நின்று படைமுகப்பில் தோன்றும்பொழுதே பாண்டவப்படைகளில் பெரும்பாலானவர்கள் கைதளர்ந்து வில் தாழ்த்திவிடுவார்கள். தந்தைக்கு எதிர் நிற்பதென்பது அத்தனை எளிதல்ல. முதல் நாளிலேயே இப்போர் முடிந்துவிடவும் கூடுமென்று இன்று பேசிக்கொண்டோம். அதில் சிறு ஐயமென எஞ்சியிருப்பது இளைய யாதவரின் சூழ்ச்சித்திறன்தான்." அவளுக்குத் தெரிந்தவைதான் அவை என்று அறிந்திருந்தாலும் எண்ணாமல் பேச அவனிடமிருந்தது போரே என்பதனால் அதையே மேலும் பேசினான்.

"அவருக்கு நிகராக இங்கு நம்மிடம் கணிகர் இருக்கிறாரே?" என்று பானுமதி சொன்னாள். அவள் அக்கேள்வியை எண்ணிக் கேட்கவில்லை. அதைப்போன்ற பேதைமை கொண்ட கேள்வி அவள் நாவில் எழுவதில்லை என்பதை அவனும் அறிந்திருந்தான். பெண்கள் தங்களை ஆண்களுக்கு ஒப்புக்கொடுக்கும் வழிகளில் அதுவும் ஒன்று.

குரல்திரட்டி தன்னம்பிக்கையுடன் பேசும் நிலையை அவனுக்கு அது அளித்தது. "கணிகரும் மாதுலரும் அவைக்களத்திலும் தனியறையிலும் அரசுசூழ்வதில் நிகரற்றவர்கள். கணிகர் இங்குள்ள எவரும் சென்றடையாத தொலைவிற்கு உளம் செலுத்த வல்லவர். ஆனால் படைநகர்வுகளையும் களச்சூழ்கைகளையும் அவரால் வகுக்க முடிவதில்லை. உண்மையில் கணிகருக்கு எவ்வகையிலும் படைத்தொழில் தெரிந்திருக்கவில்லை. போர் உறுதியாகி அறிவிப்பு எழுந்ததுமே அவர் சொல்லற்றவராகிவிட்டார். ஒவ்வொரு நாளுமென மாதுலர் சகுனியின் குரல் தழைந்து வருகிறது. நெடுநாட்களுக்குப் பின் அவர் இயற்றிய அவைச்சூதென்பது பால்ஹிக மூதாதையின் முடியைக் கவர்ந்தது மட்டும்தான்" என்றான்.

"சில நாட்களுக்கு முன்பு நாங்களிருவரும் கோட்டைமுகப்பில் சென்றுநின்று பெருகிச் சுழித்து சென்றுகொண்டிருக்கும் படைத்திரளைப் பார்த்துக்கொண்டிருக்கையில் தன் கைகால்கள் பதறுவதாக மாதுலர் சொன்னார். எளிய எண்ணமென என்னுள் இருந்தது பெருகி பேருருக்கொண்டு இத்தனை பெரிதாக திசைமறைக்க சூழ்ந்திருப்பதைக் காண்கையில் என்னுள் இருப்பவை அனைத்தையும் நான் அஞ்சுகிறேன் மருகனே என்றார். அவர் நடுங்கிக்கொண்டிருப்பதைக் கண்டேன். ஓர் உள்ளத்திற்குள் எவருமறியாதிருக்கையில் எண்ணம் எத்தனை சிறிதாக இருக்கிறது! சின்னஞ்சிறு புழுபோல. அது புவி தாங்கும் ஆயிரம்தலை சேடனென்று மாறும் வாய்ப்பு கொண்டது. எண்ணங்களை தாங்களே வளரும்படி ஒருபோதும் விடக்கூடாதென்ற எண்ணத்தை அடைந்தேன் என்றார் மாதுலர். இங்குள்ள ஒவ்வொரு உள்ளத்திற்குள்ளும் வாழும் எண்ணங்கள் ஒவ்வொன்றும் அவ்வாறு பேருருக்கொள்ளும் வாய்ப்புள்ளவை. கோடானுகோடி சேடர்கள் எழுந்தால் புவி தாங்கும் சேடன் தலைதாழ்த்திவிடக்கூடும் என்றார்" என்றான் துரியோதனன். "இப்போதெல்லாம் அவர் பேசுவதென்ன என்பது எனக்குத் தெளிவுற புரியாமலே இருக்கிறது."

பானுமதி புன்னகைத்து "ஆனால் அவையில் இப்போது அவர்கள் இருவரும் எண்ணமுடியாத அளவுக்கு கூர்கொண்ட சொற்களை நீங்கள் எடுக்கிறீர்கள். உங்கள் தோற்றம் ஊழ் நடத்தும் தெய்வங்களுக்குரியது" என்றாள். துரியோதனன் முகம் மலர்ந்து "ஆம், என் இளையோர்களும் அதைக் கூறினார்கள்" என்றான். "நான் எதையும் கணித்துரைப்பதில்லை. என் உணர்வுகளை வகுப்பதுமில்லை. என்னிலிருந்து எழும் சொற்களின் ஒழுங்கு என் அகத்தை எனக்குக் காட்டுகிறது." அவன் மீசையை நீவி "நான் இன்று கலிவடிவன். என்னிலெழுந்த தெய்வத்தின் சொற்கள் அவை. மெய்யாக இருக்கலாம்" என்றான். "முன்பு ஒவ்வொரு நாளும் என்னைக் கனவுகள் அலைக்கழித்தன. இன்று அவை முற்றாக

மறைந்துவிட்டிருக்கின்றன. என் அகம் கல்லெனச் சமைந்துள்ளது. அதன் நிறைவை எங்கும் உணர்கிறேன்.”

அச்சொற்கள் மீண்டும் ஆழத்தில் எதையோ சென்றுதொட இருவரும் நோக்கை விலக்கிக்கொண்டார்கள். ஒருவரை ஒருவர் உணர்ந்தபடி அமர்ந்திருந்தனர். பின்னர் துரியோதனன் “உன் நோன்பு அவ்வாறே இருக்கட்டும். அது நான் இயற்றிய எதையோ ஈடு செய்வதாகத் தோன்றுகிறது” என்றான். அவள் தன் உணர்வுகள் அலைசுருண்டு பின்னடைவதை உணர்ந்தாள். “அன்று அவையில் என் மகளும் நீயும் அரசமகளிரும் வந்து பாஞ்சாலத்து அரசிக்கு ஆடையளித்தது இத்தனை நாட்களில் எவ்வகையிலோ எனக்கு உகந்ததாக உள்ளது. ஏனென்றால் எந்த வீணனும் தன் அன்னையும் துணைவியும் மகளும் கற்பரசியராக இருக்கவேண்டுமென்றே எண்ணுவான். தன் இல்லத்தில் அன்னை தெய்வங்களின் அருள் நிறைந்திருக்கவேண்டுமென்று எண்ணுவான். எழுந்தெழுந்து விலகும் ஆண்களின் உள்ளம் அவ்வப்போது பின்திரும்பி இல்லத்தை அடைகிறது. அது நிலைக்கோளாக உறுதியுடன் இருக்கவேண்டுமென அவர்கள் விழைகிறார்கள்” என்றான் துரியோதனன்.

அவள் அவனை ஓரவிழியால் நோக்கிக்கொண்டிருந்தாள். துரியோதனன் அவளை நோக்கி விழியெடுக்காமல் “ஒருமுறை நான் தம்பியருடன் சொல்லாடிக்கொண்டிருக்கையில் இதைப்பற்றி பேச்செழுந்தது. அன்று அவையில் நீங்கள் எழுந்து வந்து அச்செயலை செய்யாதிருந்தால் என்ன ஆகியிருக்குமென்று சுபாகு கேட்டான். பெண்சிறுமை செய்யும் வீணன் தன் அன்னையும் துணைவியரும் கொண்ட நிறைபிறழ்தலிலிருந்து பிறப்பவன் என்ற நம்பிக்கை பாரதம் முழுக்க உண்டு. பிறழ்ந்தவனின் பிறப்பே எப்போதும் இழித்துரைக்கப்படும். என் குடிப்பெண்டிர் அனைவருக்கும் இழிவு சேர்ந்திருக்கும். என் கொடிவழியில் பிறக்கவிருக்கும் அனைத்துப் பெண்டிரும் சிறுமை கொண்டிருப்பார்கள். இன்று அன்னையர் குலத்தால் முற்றிலும் நான் துறக்கப்பட்டிருக்கிறேன். அச்சிறுமை என்னிலேயே தங்கிவிடுகிறது. என் குடி வேள்வியனல்போல் தூய்மையுடன் நிற்கிறது. அது அவ்வாறே இருக்கட்டும்” என்றான்.

பானுமதி “நான் அன்று அசலையிடம் சொன்னேன்” என்றாள். உணர்வுமிக்க சொற்களை அவ்வண்ணம் நடுவிலிருந்தே எடுக்கமுடியும் என்பதை அப்போது உணர்ந்தாள். “அன்று இளைய யாதவர் இறுதிச்சொல் உரைத்து கிளம்பியபோது. இளைய யாதவரின் ஆணைப்படி புடவிக்கிறைவனின் ஆலயத்தின் படிகளில் கங்கையில் மலரிதழ் இட்டு உங்களை வந்தடைந்தேன். ஏழாவது பிறவியில் களிற்றை அடைவேன் என நிமித்தச் சொல் எனக்கிருந்தது. உங்களை அவர்

அளித்த கொடையென்றே கொண்டிருந்தேன். ஆகவே உங்களைத் துறக்க எனக்கு உரிமையில்லை என்று தோன்றியது. எதன்பொருட்டும் உங்களை அகலாமலிருப்பதே என் கடன்.” துரியோதனன் நிமிர்ந்து நோக்கினான். “கற்பின்பொருட்டு உங்களை விலக்கினேன். அதுவே உங்களை ஏற்க ஆணையிடுகிறது. உங்கள் பிழைகளோ பிறழ்வுகளோ எனக்கு ஒரு பொருட்டே அல்ல. நான் உங்கள் துணைவி. அதற்கப்பால் வேறெந்த நிலையும் எனக்கில்லை.”

அவன் நீள்மூச்சுடன் “அது உனது பேரியல்பு. அதை நான் ஏற்றுக்கொள்கையில் மேலும் சிறியவனாவேன்” என்றான். அவள் அவனை நேர்கொண்டு நோக்கி “களம் செல்கையில் எதுவும் எஞ்சவிட்டு எழலாகாதென்பார்கள். உங்களில் எஞ்சுவதென்ன என்று நானறிவேன்” என்றாள். அப்பேச்சு ஏன் அப்படி தொட்டுத் தொட்டு நீள்கிறது என்று அவள் அறிந்திருந்தாள். அத்தருணத்தில் திரண்டு மறுக்க முடியாததாக வந்து நின்ற ஒன்றை நேர் நோக்குவதை தவிர்க்கும்பொருட்டே அச்சொல்லாடல்கள். திருமண விளையாட்டுகளில் மலர்ப்பந்தை இருபக்கமிருந்தும் மாறி மாறி உருட்டுவதுபோல். அவன் என்ன மறுமொழி சொல்வான் என்பதை சொல்லும் முன்னரே அவள் அறிந்திருந்தாள். அவன் அதை சொன்னதும் நிறைவடைந்து பிறிதொன்றை சொன்னாள். “நீ எனக்கென எதையும் அளிக்கவேண்டாம்” என்று அவன் சொன்னான். இச்சொற்களைச் சொல்லாத ஆண்களுண்டா என்று எண்ணிக்கொண்டாள். “இது எனக்காகவே” என்றாள்.

துரியோதனன் “கலிங்க அரசியை அவள் மாளிகையில் சென்று பார்த்தேன். அவள் என்னை அறியும் நிலையில் இல்லை” என்றான். அக்கூற்றினூடாக மீண்டும் அவர்கள் மிக அகன்றனர். “ஆம், அவள் நிலையை அறிந்தேன்” என்று அவள் சொன்னாள். “அவள் அந்தச் சிற்றரண்மனையில் இருந்து வெளிவந்தே பல்லாண்டுகள் ஆகின்றன. கலிங்கத்திலிருந்து இங்கு வந்துசேரவேயில்லை. நோயுற்ற உடலும் பித்தெழுந்த விழிகளும் கொண்டிருக்கிறாள். அவளுடைய செவிலி அவளிடம் என் வருகையை திரும்பத் திரும்ப சொன்னாள். அவள் என்னை நோக்கினாலும் அடையாளம் கொள்ளவில்லை.” பானுமதி ஒன்றும் சொல்லவில்லை. “கொய்யப்பட்டதுமே அழுகிவிடும் கனிகள் சில காமரூபத்தில் உண்டு என்று கேட்டுள்ளேன்” என்றான் துரியோதனன். அதை மேலும் சொல்ல விரும்பினான். ஆனால் அதற்கப்பால் சொல்ல ஏதுமில்லை என்றும் தெரிந்தது. “பிழைகள் மீறல்கள் என ஒவ்வொருவருக்கும் சித்திரபுத்திரர் கணக்கு வைத்திருப்பார். இத்தருணத்தில் அதைத்தான் எண்ணிக்கொள்கிறேன்” என்றான்.

“குடிகளுக்கென களம்நின்று குருதி சிந்துகையில் அரசன் தான் இழைத்த அனைத்து தீமைகளுக்கும் நிகர் செய்துவிடுகிறான் என்று நூல்கள் சொல்கின்றன” என்று அவள் சொன்னாள். அவன் அதைத்தான் எதிர்பார்த்திருந்தான் என்பது முகத்தில் தெரிந்தது. “ஆம், அரசன் ஒரு வாள் மட்டுமே. அறப்பொழுதுகளில் அதன் பிடியின் நுண்செதுக்கும் பதித்த அருமணிகளும் மட்டுமே தெரிகின்றன. அதன் ஒளிரும் நாக்கு அணியற்றது. கூர் அன்றிப் பிறிதொன்றும் அல்லாதது” என்றான். “அணிச்சொற்கள். முன்பு நீங்கள் இப்படிப் பேசியதில்லை” என்று அவள் புன்னகைத்தாள். “முன்பு நான் பேசியதே இல்லை என்று இப்போது தோன்றுகிறது” என்றான். பின்னர் எழுந்துகொண்டு “முன்பின் தொடர்பிலாது பேசிக்கொண்டிருந்ததாகத் தோன்றுகிறது. ஏன் இத்தனை பேசினேன் என நானே வியந்துகொள்கிறேன். நான் பேச விழைந்தவை இவை அல்ல. ஆனால் பேசிவிட்ட நிறைவையும் அடைகிறேன்” என்றான்.

அவன் கிளம்புகிறான் என்னும் எண்ணம் எழுந்ததுமே அவள் பதற்றமடைந்தாள். சொற்களென ஏதும் நெஞ்சிலும் எழவில்லை. கைகளால் ஆடைநுனியைப் பற்றி சுழற்றிக்கொண்டிருந்தாள். அவன் தன் மேலாடையை மஞ்சத்தில் இருந்து எடுத்து அணிந்துகொண்டு “நான் விடைகொள்கிறேன், அரசி” என்றான். அவள் தன்னையறியாமல் தன் உடலில் ஓர் அசைவென அந்த அடிவைத்தல் நிகழ்ந்ததை உணர்ந்தாள். அதை அவன் உணர்ந்துகொண்டு அவள் விழிகளை நோக்கினான்.

49

பானுமதி முதற்காலையில் காந்தார அரசியரை சந்திக்கும்பொருட்டு அணியாடை புனைந்துகொண்டிருக்கையில் அமைச்சர் வந்திருப்பதாக சேடி வந்து சொன்னாள். அப்போதுதான் அவள் அனுப்பியாகவேண்டிய ஓலைகளின் நினைவை அவள் அடைந்தாள். அமைச்சரை சிறுகூடத்தில் காத்திருக்கும்படி பணித்துவிட்டுச் சென்று சிறுபீடத்தில் கால் நீட்டி அமர்ந்தாள். அங்கு காத்திருந்த கற்றுச்சொல்லிகள் அவளைச் சூழ்ந்து அமர்ந்தனர். விழிமூடி விரைந்த சொற்களால் அவள் செய்தியை சொல்ல அவர்கள் ஓலையில் எழுதிக்கொண்டனர். அவளுடைய தாழ்ந்த குரலும் அதனுடன் இணைந்துகொண்ட எழுத்தாணியின் ஓசையும் மட்டுமே அறையில் ஒலித்துக்கொண்டிருந்தது. நகரெங்கும் அனுப்பி வைக்கப்படவேண்டிய அரசாணைகளை அவள் பிறப்பித்தாள்.

எந்நிலையிலும் எங்கும் இறப்புத் தண்டனை அளிக்கப்படலாகாது என்றும், இறப்புக்குரிய குற்றங்கள் செய்தவர்கள் அஸ்தினபுரிக்குக் கொண்டுவரப்படவேண்டுமென்றும், சிறு குற்றங்களுக்கு மட்டுமே ஆங்காங்குள்ள மூதன்னையர் குழுக்கள் தண்டனைகள் வழங்க ஒப்புதல் உண்டு என்றும் முதலாணை. பிறிதொரு ஆணை நிலம், நீர், பாதைகள் ஆகியவற்றைப் பற்றிய பூசல்கள் எவையும் போர் முடிந்து அரசர் திரும்பிவரும் வரையில் விசாரிக்கப்படமாட்டா என்றும் அவை அனைத்தும் அரசர் அவைநீங்கும் அந்நாளில் எந்நிலையில் இருந்ததோ அவ்வண்ணமே மாற்றமின்றி நீடிக்கவேண்டும் என்றும் கூறியது. வணிகர்கள் அரசுக்குக் கட்டவேண்டிய நிகுதிகள் முழுமையாகவே நிறுத்தம் செய்யப்பட்டுவிட்டன என்றும் நகருக்குள் வரும் வணிகர்களுக்கு தங்குமிடமும் விலங்குகளுக்கான கொட்டில்களும்

அவர்கள் சிறுவணிகம் செய்வதாக இருந்தால் அவற்றுக்குரிய கடைகளும் அரசால் வழங்கப்படுமென்றும் மூன்றாவது ஆணை.

ஏழு ஆணைகள் அஸ்தினபுரியுடன் முரண்பட்டு ஆங்காங்கே தனியரசுகளை அமைப்பதாக அறிவித்துக்கொண்ட சிறுகுடித்தலைவர்களுக்கு விடுக்கப்பட்டன. உடனடியாக அவர்கள் கோல்கொண்டு அரியணை அமர்வதைத் தவிர்த்து, அஸ்தினபுரியின் கொடி அடையாளத்தையே தாங்களும் கொண்டு, ஒவ்வொரு நாளும் அஸ்தினபுரிக்கு உறுதிமொழிகொண்டு அவைக் கடன்களை நிறைவேற்றவேண்டும் என்றும் அவ்வாறு தாங்கள் செய்வதை முறைப்படி ஓலைகளில் பொறித்து அஸ்தினபுரிக்கு அனுப்பவேண்டும் என்றும், அவ்வோலையின் பிறிது வடிவங்கள் சூழ்ந்திருக்கும் அனைத்துக் குலத்தலைவர்களுக்கும் அனுப்பப்படவேண்டுமென்றும் எழுதப்பட்டன.

அஸ்தினபுரியின் படகுகளைத் தாக்கும் கள்வரோ பிறரோ துரத்திச் செல்லப்படவேண்டாம் என்றும், ஆனால் அவர்களின் குலஅடையாளங்கள் கணக்கில் கொள்ளப்படவேண்டும் என்றும், போர் முடிந்து படைகள் திரும்பிவரும்போது அக்குற்றங்களில் ஈடுபட்டவர்களின் குலத்தின் இறுதிக்குழவி வரை வேட்டையாடி கொன்று அழிக்கப்படும் என்றும், எந்நிலையிலும் எதன்பொருட்டும் இச்சூழலில் அவர்கள் செய்யும் சிறுகுற்றங்கள்கூட பொறுத்துக்கொள்ளப்படமாட்டா என்றும் நான்கு எல்லைகளுக்கும் ஆணை வரையப்பட்டது. தெய்வங்களுக்கான பலிகொடைகளும் மூதாதையருக்கான படையல்களும் மறு அரசாணை வரும்வரை நிறுத்தப்படுவதாகப் பிறிதொரு ஆணை.

இறுதி ஓலையை அவள் உரைத்துக்கொண்டிருக்கும்போது சேடி வந்து அசலை வந்திருப்பதை சொன்னாள். பொன்னணிகளுக்கும் பட்டாடைகளுக்கும் பீதர்நாட்டு அணிப்பொருட்கள் அனைத்திற்கும் இருமடங்கு நிகுதி வகுக்கும் ஆணையை இறுதியாகக் கூறிமுடித்து அவள் எழுந்தபோது அசலை வந்து அறை மூலையிலிருந்த பீடத்தில் அமர்ந்திருந்தாள். பானுமதி எழுந்து கைகளை நீட்டி சோம்பல் முறித்தாள். உடலை உணர்ந்ததுமே சிறு திடுக்கிடலுடன் அசலையின் விழிகளை சந்தித்தாள். இளமகள்போல் அவள் உள்ளம் சிறுநாணம் கொண்டது. கற்றுச்சொல்லிகள் ஓலைகளை அடுக்கியபடி அகன்றனர். அணிச்சேடியர் வந்து அவள் ஆடைகளையும் குழலையும் சீர்படுத்தினர். அசலையை நோக்காமல் குரலை இயல்பாக்கி "இளையவள் எங்கே?" என்று அவள் கேட்டாள்.

"இன்று அவள் துயின்று எழ மிகவும் பிந்தியது என்று சேடி சொன்னாள். ஆகவே அவள் வர இயலவில்லை" என்று அசலை சொன்னாள்.

அவள் குரல் இயல்பாக இருந்தமையால் பானுமதி திரும்பினாள். அவள் விழிகளில் அவள் நாணிய அக்கூர்மையைக் கண்டு திரும்பிக்கொண்டு "நோயுற்றிருக்கிறாளா?" என்றாள். "இல்லை, ஆனால் கடுந்துயருற்றிருக்கிறாள்" என்றாள் அசலை. பானுமதி "ஆம், விகர்ணனிடம் அவள் பேசிய சொற்கள் எஞ்சிய வாழ்நாளெல்லாம் அவளைத் துன்புறுத்தும்" என்றாள். அசலை "அவ்வாறு நான் எண்ணவில்லை. இந்நகர்விட்டு அவள் சென்றாளென்றால் ஓரிரு நாட்களிலேயே இங்குள்ள அனைத்தையும் மறந்துவிடுவாள். எங்கிருக்கிறாளோ அங்கு முழுமையாக ஒன்றுவது அவள் இயல்பு. இங்கிருக்கையில் அவள் மச்ச நாட்டுப் பெண்ணல்ல. எனவே அங்கு சென்றபின் அவள் அஸ்தினபுரியின் அரசியாக இருக்கவும் வாய்ப்பில்லை" என்றாள்.

பானுமதி "நாம் கிளம்புவோம்" என்று சொல்லி திரும்பி சேடியை நோக்கிக் கையசைத்தாள். அரசி எழுந்தருள்வதை அறிவிக்கும் கொம்போசை வெளியே ஒலித்தது. அவள் வெளியே சென்றபோது வந்து வணங்கிய அமைச்சர் மனோதரரிடம் "ஓலைகளை எழுதிவிட்டேன், அமைச்சரே. அவை இன்றே அனைத்துப் பகுதிகளுக்கும் சென்று சேரட்டும். அவை முறைப்படி சொல்கொள்ளப்பட்டனவா என்ற செய்தியை நாளை மாலைக்குள் எனக்குத் தெரிவியுங்கள். சொல்மாறு உரைத்த குலக்குழுக்களின் செய்திகள் அனைத்தும் தனியாக ஓலையில் எழுதி என் முன் வைக்கப்பட வேண்டும்" என்றாள். ஓசையின்றி மனோதரர் தலைவணங்கி திரும்பிச்சென்றார். அசலை "இது ஒருபோதும் தீராது என எண்ணுகிறேன். இந்த அரண்மனை வளாகத்தின் அன்றாட ஆட்சிக்கே என் முழுப் பொழுதும் செலவழிகிறது" என்றாள். பானுமதி "இரண்டும் ஒன்றே" என்றாள். "ஆண்கள் தங்கள் பொறுப்புகளைப் பகிர்ந்துகொள்கிறார்கள். நாம் அனைத்தையும் நாமே செய்யவேண்டுமென விரும்புகிறோமோ?" என்றாள் அசலை. பானுமதி வெறுமனே திரும்பி நோக்கிவிட்டு நடந்தாள்.

கொம்பும் முழவும் சங்கும் என மங்கலமூவொலி எழுப்பி இசைச்சூதர் முன்னால் செல்ல அணிச்சேடியர் மூவர் மங்கலத்தாலங்களுடன் தொடர அசலையும் பானுமதியும் இருபுறமும் சேடியர் வர நடந்தனர். பானுமதி மிகவும் களைத்திருந்தாள். அவ்வப்போது நின்று சற்றே இளைப்பாறிய பின் நடந்தாள். அசலை "மிகவும் களைப்புற்றிருக்கிறீர்கள், அரசி. அத்துடன் இந்நாட்களில் தாங்கள் நன்கு எடை மிகுந்தும் உள்ளீர்கள்" என்றாள். "ஆம், அதுதான் எனக்கு விந்தையாக இருக்கிறது. விழித்திருக்கும் நேரமெல்லாம் பணியிலிருக்கிறேன். ஒவ்வொரு நாளுமென எடை கூடிவருகிறது" என்றாள். "பணியாற்றும் சலிப்பினூடாக நாம் உணவருந்திக்கொண்டிருக்கிறோம். உள்ளம் மகிழ்ந்திருக்கையில்

இத்தனை எடை கூடுவதில்லை" என்று அசலை சொன்னாள். "சென்ற ஆண்டு கானாடலுக்குச் சென்றோம். திரும்பி வருகையில் என் உடல் காற்றில் மிதப்பதாக உணர்ந்தேன்."

பானுமதி "அஸ்தினபுரியின் குடிகள் அரசி பேருருவத்துடன் இருப்பதையே விரும்புகிறார்கள். இங்கிருந்த மூதன்னையர் அனைவருமே பருத்த உடல் கொண்டவர்கள்" என்றாள். "ஆம், சிலைகளை பார்த்துளேன்" என்று அசலை சொன்னாள். பானுமதி "மெய்யாகவே அவர்கள் பருத்த உடல் கொண்டவர்களா, அன்றி காடுகளில் தொல்குடிகள் வழிபடும் மூதன்னையர் சிலைகளைப் பார்த்து இவர்களை வடித்தார்களா என்று தெரியவில்லை" என்றாள். அசலை "சிலைகளை பேருடலுடன் வடித்திருப்பார்கள். பின்னர் மூதன்னையர் அவர்களை தங்கள் உடலில் கொணர்ந்திருப்பார்கள்" என்றாள். பானுமதி புன்னகைத்தாள். அப்பேச்சினூடாக மெல்ல மெல்ல எளிதாகி முகத் தசைகள் முறுக்கவிழ்ந்து மெல்லிய புன்னகையுடன் அவர்கள் நடந்தனர். அசலை "ஆனால் போர்த்தெய்வங்களான அன்னையர் எவரும் பருத்தவர்கள் அல்ல" என்றாள்.

காந்தாரியின் அவைவாயிலில் நின்றிருந்த முதுசேடி தொலைவிலேயே கொம்போசையைக் கேட்டு உள்ளே சென்று ஆணையிட மூன்று சேடியர் மங்கலத் தாலங்களுடன் வந்து பானுமதியை எதிர்கொண்டு தலைவணங்கி முகமனுரைத்தனர். முதுசேடியிடம் "பேரரசி ஒருங்கியுள்ளார்களா?" என்று பானுமதி கேட்டாள். "ஆம், சிறுகூடத்தில் அமர்ந்திருக்கிறார்கள். உடன் பிற அரசியரும் அமர்ந்திருக்கிறார்கள்" என்றாள். அவள் திரும்பிப்பார்க்க சற்று அப்பால் நின்றிருந்த சிற்றமைச்சர் உத்பவர் அருகணைந்து தலைவணங்கி "இன்னும் அரைநாழிகைப்பொழுதில் அரசரும் தம்பியர் மூவரும் மாதுலர் காந்தாரருடன் இங்கு வந்து பேரரசியிடம் போர்விடைகொள்ளப்போகிறார்கள், அரசி" என்றார். "மூவர் மட்டிலுமா?" என்று அவள் கேட்டாள். "முதலில் மூவர் வருகிறார்கள். அவர்களைத் தொடர்ந்து பதின்மர் குழுக்களாக இளையோர் வருவார்கள். அன்னையர் அனைவரிடமும் ஒரே இடத்தில் வைத்து விடைகொள்வது எளிது என்று கனகர் வகுத்துள்ளார்" என்றார் உத்பவர். "ஆயிரத்தவர் அனைவரும் நேற்றே பேரரசியிடம் விடைபெற்றுவிட்டனர்."

மெல்லிய உளநடுக்கு ஒன்று நிகழ முகத்தில் அதை மறைத்தபடி "பேரரசி எவ்வாறு இருந்தார்கள்?" என்றாள். "வழக்கம்போலத்தான்... அனைவரையும் உச்சிமுகர்ந்து தழுவி விடையளித்தார்கள்." பானுமதி தலையசைத்துவிட்டு முன்னால் நடந்தாள். உடன் வந்த முதுசேடியிடம் "பேரரசி இரவில் துயின்றார்களா?" என்றாள். "இல்லை, அரசி" என்றபின்

அவள் குரல் தாழ்த்தி "மூத்த அரசியர் பதின்மரும் பொதுவாகத் துயில்வதேயில்லை" என்றாள். பானுமதி ஒன்றும் சொல்லாமல் நடக்க அவள் மேலும் குரல் தாழ்த்தி "சிற்றரசியரிலும் எவரும் துயில்வதில்லை. பலர் பித்துகொண்டிருக்கிறார்கள். நேற்று ஓர் அரசி தலையைத் தூண் ஒன்றில் மோதிக்கொண்டார்கள்" என்றாள். பானுமதி அவளிடம் அகலும்படி கைகாட்டினாள்.

பானுமதி கைகூப்பியபடி உள்ளே நுழைந்தாள். தொன்மையான அவைக்கூடத்தில் கௌரவர்களின் துணைவியர் அனைவரும் அணியாடை புனைந்து நிரைவகுத்துக் காத்து நின்றிருந்தனர். பானுமதி அந்த அறை அதைப்போல மகளிரால் நிறைந்து அணியோசையும் ஆடையோசையும் மென்சிரிப்புகளும் குறும்பேச்சுமாக முழங்கிக்கொண்டிருந்த நாட்களை நினைவுகூர்ந்தாள். அத்தனை அரசியரும் தங்களுக்குரிய முறைமைத் தோற்றத்தில் இருந்தாலும் எவர் முகமும் அருள் கொண்டிருக்கவில்லை. பலர் தலையாடையை இழுத்து முகத்தின் மேலிட்டு மூடிக்கொண்டிருந்தனர். உவகையில் ஒருவரோடொருவர் ஒட்டிக்கொண்டு சிறுகுரலில் பேசிக்கொண்டிருக்கும் அவர்கள் துயரில் ஒவ்வொருவரும் முற்றிலும் தனித்தவராக மாறிவிட்டிருந்தனர். உடல்கள் ஒன்றையொன்று ஒட்டி நின்றிருந்தபோதும்கூட ஒருவரையொருவர் நோக்கிக்கொள்ளவில்லை. ஒவ்வொருவரைச் சுற்றியும் ஒலியின்மையாலான குளிர்ந்த பளிங்கு அறை ஒன்று அமைந்திருந்ததுபோல.

அவைக்கூடத்தின் நடுவே அமைந்த பெரும்பீடத்தில் காந்தாரி அமர்ந்திருந்தாள். அவளுக்கு இருபுறமும் சத்யசேனையும் சத்யவிரதையும் நின்றிருந்தனர. சுதேஷ்ணையும் சம்ஹிதையும், தேஸ்ரவையும், சுஸ்ரவையும், நிகுதியும், சுபையும், தசார்ணையும் பீடத்திற்குப் பின்னால் நிரைவகுத்து நின்றிருந்தனர். நூற்றுவர் மருகியர் அறையின் இருபுறங்களிலும் சுவரை ஒட்டி நான்கு நிரைகளாக நின்றிருந்தனர். மகாநிஷாதகுலத்து இளவரசியரான சந்திரிகையும் சந்திரகலையும் அவர்களில் இருக்கிறார்களா என அவள் ஒரு விழியோட்டலில் நோக்கி இல்லை எனத் தெளிந்தாள். அவர்களுக்கும் அணியாடை அணிவித்து அந்த நிரையில் கொண்டுவந்து நிறுத்த துணியாமைக்காக அவள் காந்தார அரசியரை நினைத்துக்கொண்டாள்.

நிமித்திகை பானுமதியின் வரவை முறைச்சொற்களில் அறிவித்தாள். பானுமதி காந்தாரியை அணுகி கால்தொட்டு சென்னிசூடி "வணங்குகிறேன், பேரரசி" என்றாள். காந்தாரி தன் வலக்கையால் அவள் தலைதொட்டு சொல்லின்றி வாழ்த்தினாள். அசலையும் அவ்வாறே வணங்கி பானுமதியின் அருகே நின்றுகொண்டாள். பானுமதி விழிகளால் சத்யசேனையிடம் அனைத்தும் முறைப்படி நிகழ்கிறதல்லவா என்றாள்.

சத்யசேனை மெல்ல தலையசைத்தாள். பானுமதி தன் நெஞ்சிலிருந்து எழுந்த நீள்மூச்சை மெல்ல அடக்கி வாயால் ஊதி வெளிவிட்டாள். அங்கு குளிர்வதுபோலவும் வியர்வை எழுவதுபோலவும் ஒரே தருணத்தில் தோன்றியது. காற்று பேரெடை கொண்டு உடலை அழுத்தியது. அங்கிருந்த அனைவரும் முள்ளில் நீர்த்துளிகள் எனத் ததும்பி நின்றிருந்தனர். சற்று அசைவெழுந்தால்கூட விழுந்துவிடுவார்கள். அவள் அவர்கள் ஒவ்வொருவரின் முகத்தையும் நோக்க விரும்பினாள். ஒவ்வொருவரிடமும் ஓரிரு சொற்களாவது பேசவேண்டுமென்று தோன்றியது. எக்கணமும் அவர்களில் ஒருத்தி விம்மலென வெடித்துவிடக்கூடும். பித்தெழுந்து கூச்சலிட்டபடி வெறியாட்டு கொள்ளக்கூடும்.

மாளிகையின் தரை தேன்மெழுகால் மெருகூட்டப்பட்டிருந்தது. கௌரவ அரசியரின் அணியாடைகளின் வண்ணங்கள் ஈரம்போல் மின்னிய அத்தரையில் தெரிந்தன. ஒருத்தியின் தலையில் இருந்த மணிகள் பதிக்கப்பட்ட பொன்மீன் நீருக்குள் நீந்துவதுபோலத் தெரிய பானுமதி விழிதூக்கி ஒரு நோக்கில் அனைவரையும் பார்த்தாள். ஒரு பெருவிழவுக்குரிய அணித்திரள். ஒருகணத்தில் அதிலிருந்த பொருளின்மை அவளைத் துணுக்குறச் செய்தது. அவ்வாடைகள், அணிகள், முறைமைத் தோற்றம் அனைத்தும் ஓர் அவல நாடகத்தின் இளிவரல் ஓங்கிய பகுதிகள். அவள் சம்படையை நினைவுகூர்ந்தாள். குண்டாசியின் முகம் எண்ணத்திலெழுந்தது. மீண்டும் அரசியரைப் பார்த்தாள். முகங்கள் மரப்பாவைகள்போல் உயிரற்றிருந்தன. தோல் விரிசல்களுடன் உலர்ந்திருக்க கண்களுக்குக் கீழே ஆழ்ந்த கருவளையங்கள். வாயைச் சுற்றி அழுத்தமான கோடுகள். துயரம், வஞ்சம், தனிமை, கசப்பு, பித்து என ஒவ்வொரு முகமும் ஒவ்வொரு வகையில் முறுக்கிக்கொண்டிருந்தது. அனைவரிலும் சம்படை எழுந்திருந்தாள்.

கௌரவர்கள் அனைவரும் மணம்புரிந்து அரசியரைக் கொண்டுவந்த அந்நாளில் அங்க நாட்டரசன் உள்ளே நுழைய பெண்டிர் அவனைக் களியாடியதை அவள் எண்ணினாள். ஓங்கிய உடலை நாணத்தால் குறுக்கி எவர் விழிகளையும் பார்க்காமல், எச்சொற்களையும் கேட்காமல் ஊடே அவன் கடந்து சென்ற அதே பெண்டிர்தான். அவர்களுக்குள்ளிருந்து அன்றிருந்த ஒன்று அகன்றுவிட்டிருக்கிறது. இன்று அந்த நாட்களை அவ்வகையில் நினைவுகூரக்கூட அவர்களால் இயலாதிருக்கலாம். கனவுகளில் அங்கெங்கோதான் அவர்கள் வாழ்ந்துகொண்டிருப்பார்கள். அவர்கள் வாழ்ந்தது அரசியர் என மணம்கொள்ளும் வரை மட்டுமே. காட்டில் பூத்துநின்றிருக்கும் மரத்தை வெட்டிச் செதுக்கி இழைத்து அணிக்கோல் என்றாக்குவதே அதன்பின் நிகழ்வது என்று காசிநாட்டில் அவளுடைய செவிலியன்னை ஒருமுறை சொன்னாள்.

ஆயிரம் முறைமைகளால் கட்டுண்டவர்கள் அரசர்கள், பல்லாயிரம் எச்சரிக்கைகளால் ஆனவர்கள் அரசியர் என்றாள்.

காந்தாரி மெல்ல அசைந்து அமர்ந்தபோது சத்யவிரதை குனிந்து “என்ன, அக்கையே?” என்றாள். “ஒன்றுமில்லை” என்று காந்தாரி கைவீசி சொன்னாள். அவள் முகத்தையே பானுமதி நோக்கிக்கொண்டிருந்தாள். வெண்கல்லில் செதுக்கிய சிற்பம் போன்ற முகம். சிறிய உதடுகள், சிறிய செவிகள். அவள் கைகளும் விரல்களும் சிறியவை. சிட்டுக்குருவியின் மூக்கு போன்ற சிவந்த மெல்லிய நகங்கள் கொண்ட விரல்கள். அவ்வுடலுக்குள்ளிருந்து துரியோதனன் எழுந்திருக்கிறான். அவள் முதலைகள் முட்டையிலிருந்து விரிவதை ஒருமுறை பார்த்ததை நினைவுகூர்ந்தாள். முட்டை எனும்போது உள்ளிருந்து பறவை ஒன்றை ஈரமான மென்சிறகுடன் எதிர்பார்க்கும் வழக்கம் நெஞ்சுக்கும் விழிக்கும் இருந்தது. முட்டை உடைந்து செதில்கள் கொண்ட உடலும் நீண்ட வாலும் திறந்த வாய்க்குள் கூரிய பற்களுமாக முதலைக்குழவி வெளிப்படும்போது ஏற்படும் திடுக்கிடல்.

அவ்வெண்ணத்தை விலக்கும்பொருட்டு அவள் தன் ஆடையை சீரமைத்தாள். அவ்வசைவை அங்கிருந்த அனைத்துப் பெண்டிரும் உணர்ந்தனர். அத்தனை அசைவின்றியா இந்த நூற்றுவரும் நின்றிருக்கிறார்கள்? உடலில் அவ்வளவு அசைவின்மை கூட வேண்டுமென்றால் உள்ளத்தில் அதைவிட பலமடங்கு அசைவின்மை நிறைந்திருக்க வேண்டும். அசைவின்மை என்பது உள்ளத்தின் இயல்பே அல்ல. அது தன்னை மறக்கையில் அசைவின்மை கொள்கிறது. நோயுற்று அழிகையில் அசைவின்மை கொள்ளக்கூடும். இது பிறிதொன்று. மதங்கொண்ட யானையை எட்டுத் திசைகளிலும் இழுத்துக்கட்டிய சங்கிலிகளால் அசைவற்று நிறுத்துவதுபோல. அதன் உடலில் சங்கிலிகள் இறுக்கிய புண்களில் குருதி வழியும். ஒருகணமும் நில்லாது அது ததும்பிக்கொண்டிருக்கும். ஒருமுறை காவல் கோட்டத்தின் மேலிருந்து அவள் போர்க்களிறான நிக்ரஹன் பன்னிரண்டு சங்கிலிகளால் கட்டப்பட்டிருப்பதை பார்த்தாள். அது நிலைகுத்தி நின்று மெல்ல அசையும் கருவிழிபோல் என்று தோன்றியது அன்று.

அவள் தன் உள்ளத்தை அஞ்சினாள். ஒன்றுடன் ஒன்று தொடர்பற்றவை என சென்றுகொண்டிருக்கும் இவ்வெண்ணங்களை எங்கு நிறுத்துவது? இந்த அறைக்குள் நூற்றிப்பத்து உள்ளங்கள் நிகழ்ந்துகொண்டிருக்கின்றன. ஓசையின்றி அசைவின்றி. ஒவ்வொன்றும் ஒவ்வொரு திசை கொண்டிருக்கலாம். ஆனால் அனைத்தும் ஒன்றையே அளைந்துகொண்டிருக்கின்றன. எத்தனை சொல் பெருக்கினாலும் எவ்வளவு எண்ணி எண்ணி அடுக்கினாலும் எஞ்சிவிடும் பொருளின்மை.

வெளியே கொம்பொலி கேட்டது. சிற்றவைக்குள் பெருமூச்சொலிகள் எழுந்தன. பெண்கள் அறியாக் கைகளால் தங்கள் ஆடைகளையும் அணிகளையும் சீர்படுத்தத் தொடங்கினர். உலோக ஓசையும் ஆடைகளின் உரசலோசையும் மெல்லிய குரலில் உரையாடல்களும் சேர்ந்த முழக்கம். காந்தாரி மெல்ல உடல் நிமிர்த்தி அமர ஒரு சேடி வந்து அவள் அணிந்திருந்த பட்டாடையின் மடிப்புகளை சீர்படுத்தினாள். வாழ்த்தொலிகளும் மங்கல இசையும் கேட்கத் தொடங்கின. அமைச்சர் உத்பவர் உள்ளே வந்து தலைவணங்கி முறைமை முன்சொல்லாக "அரசர் தம்பியருடன் எழுந்தருள்கிறார், பேரரசி" என்றார். காந்தாரி வெறுமனே கையை மட்டும் அசைத்தாள்.

மங்கலத் தாலங்களேந்திய ஏழு சேடியர் சிற்றவைக்குள் நுழைந்தனர். அவர்களைத் தொடர்ந்து சங்கும் மணியும் கொம்பும் முழவும் இலைத்தாளமும் முழக்கிய ஐந்து இசைச்சூதர்கள் வந்தனர். இசை முழங்க அவர்கள் அத்தாலங்களை காந்தாரி முன் காட்டினர். அவள் அவற்றிலொன்றைக் கையால் தொட்டு ஏற்றுக்கொண்டாள். கனிகளும் மலர்களும் பொன்னும் மணியும் நீரும் அடங்கிய தாலங்களை அவளுக்கு முன் தரையில் விரித்தனர். அஸ்தினபுரியின் அமுதகலம் பொறிக்கப்பட்ட சிறு கொடியுடன் ஒரு வீரன் முன்னால் வந்து அறைக்குள் நுழைந்ததும் அவனுடன் வந்த கொம்பூதி சிறுகொம்பை முழக்கி "யயாதியின் கொடிவழி வந்தவர்! குருகுலத் தலைவர்! அஸ்தினபுரியின் அரசர்! தார்த்தராஷ்டிரராகிய துரியோதனர் எழுந்தருள்கை!" என்று அறிவித்தான்.

கொம்பூதி வலப்பக்கமாக விலக கொடியேந்தியவன் இடப்பக்கமாக விலகினான். துர்மதனும் துச்சகனும் தொடர வலப்பக்கம் துச்சாதனன் நடந்துவர துரியோதனன் அவைக்குள் நுழைந்தான். அவனுக்குப் பின்னால் சகுனி புண்பட்ட காலை இழுத்துவைத்து வலியால் வாயைக் கடித்திருந்தமையால் தாடியுடன் தாடை முன் நீண்டிருக்க மெல்ல நடந்துவந்தார். அவர்கள் உள்ளே வந்ததும் இசைச்சூதரும் சேடியரும் கொடிவீரனும் பிறரும் இரு வாயில்களூடாக வெளியே சென்றனர். சகுனி நின்று இளைப்பாறிக்கொள்ள அவர் உடல் மிகவும் வெளுத்து உயிரற்றதுபோல் தெரிவதை பானுமதி நோக்கினாள். துரியோதனன் சகுனியை நோக்க அவர் "முன்செல்க!" என உதடசைவால் சொல்லி கைகாட்டினார்.

துரியோதனன் முறைமைக்குரிய நீண்ட சீரடி வைத்து நடந்து காந்தாரியை அணுகினான். "அன்னையே, உங்கள் மைந்தன் வணங்குகிறேன். அஸ்தினபுரியின் கொடி காக்கவும் நம் குருதிவழியின் உரிமை பேணவும் ஷத்ரிய அறத்தை நிலைநாட்டவும் நான் இன்று போருக்குக்

கிளம்புகிறேன். தங்கள் மைந்தர் நூற்றுவரும் என்னுடன் வருகிறார்கள். எங்கள் மைந்தர் ஆயிரத்தவரும் உடனெழுகிறார்கள். அஸ்தினபுரியின் படைகளும் துணைக்கு எழுந்த பத்து அக்ஷௌகிணி படைப்பெருக்கும் களம்நின்று போராடவிருக்கின்றன. பிதாமகர் பீஷ்மர் தலைமை கொள்கிறார். நல்லாசிரியர் கிருபரும் துரோணரும் உடனிருக்கிறார்கள். ஜயத்ரதனும் அஸ்வத்தாமனும் சல்யரும் கிருதவர்மனும் பூரிசிரவஸும் என் தோள்களென நிற்கவிருக்கிறார்கள். இப்போரில் நான் வென்று மீளும் பொருட்டு தங்கள் சொல்கோர வந்திருக்கிறேன்” என்றான்.

பின்னர் முறைப்படி மூன்றடி எடுத்து வைத்து முழங்கால் மடித்து நிலத்தமர்ந்து காந்தாரியின் கால்களைத் தொட்டு சென்னி சூடினான். காந்தாரி தன் வலக்கையை அவன் தலைக்குமேல் நீட்டி “அறம் வெல்க!” என்றாள். பானுமதி திகைப்புடன் காந்தாரியின் முகத்தைப் பார்த்தாள். விழியின்மையென்பது எத்தனை பெரிய திரையென்று அப்போது தெரிந்தது. சென்று தொடமுடியாத பிறிதெங்கோ வெற்றுச் சிலையென காந்தாரியின் முகம் தெரிந்தது. துச்சாதனன் திரும்பி நோக்க சகுனி “அக்கையே, தங்கள் மைந்தன் தன் முழு வெற்றியின்பொருட்டு களம்புகவிருக்கிறான். காந்தார நிலத்தின் வடிவென நீங்கள் கொண்ட அத்தொல்கனவு நிறைவுகொள்ளப்போகிறது. வெற்றிக்கென உங்களது அருள் வேண்டுகிறான்” என்றார்.

“வென்று வருக என்றுரைப்பதுதான் மரபு, பேரரசி” என்றார் அமைச்சர். காந்தாரி மீண்டும் “அறம் வெல்க!” என்றாள். சகுனி சத்யவிரதையைப் பார்த்து உதடுகளை அசைக்க அவள் குனிந்து காந்தாரியின் தோளைத்தொட்டு “அக்கையே, இத்தருணத்தில் தங்கள் மைந்தர் வென்று மீளவேண்டும் என்று கூறுவதே முறை” என்றாள். காந்தாரி மீண்டும் “அறம் வெல்க!” என்றாள். சத்யசேனை ஏதோ சொல்வதற்குள் சகுனி “அக்கையே, தங்கள் மைந்தர் நீளாயுளுடன் நிறைவாழ்வு பெறவேண்டும், அவர்களின் கொடி சிறக்க வேண்டுமென்று தாங்கள் வாழ்த்தலாம். மூதன்னையாக அச்சொல்லை அளிக்கும் கடமையும் தங்களுக்குண்டு” என்றார்.

காந்தாரி இரு கைகளையும் கூப்பி “அறம் வெல்க! அறம் வெல்க! அறமே வெல்க!” என்றாள். சினத்துடன் துர்மதன் ஏதோ சொல்ல கைதூக்கி முன்னகர விழிதிருப்பி வெறும் நோக்கால் அவனை துரியோதனன் அடக்கினான். பின்னர் “அன்னையே, உங்கள் சொல் திகழ்க!” என்றபின் மீண்டுமொருமுறை கால்தொட்டு சென்னிசூடி எழுந்தான். துச்சாதனன் கொந்தளிக்கும் முகத்துடன் உடலெங்கும் தசைகள் இழுபட்டு அசைய பற்களைக் கடித்தபடி நின்றான். விழிகளால் அன்னையை வணங்கும்படி துரியோதனன் ஆணையிட்டான். மேலும்

சில கணங்கள் தயங்கிவிட்டு துச்சாதனன் முழங்கால் மடித்தமர்ந்து "வணங்குகிறேன், அன்னையே" என்றான். அவள் கைநீட்டி அவன் தலையை தொடாமல் வாழ்த்துரைத்தாள். துர்மதனும் துச்சகனும் வணங்கி வாழ்த்து கொண்டனர்.

சகுனியின் முகத்தையே பானுமதி நோக்கிக்கொண்டிருந்தாள். அங்கு எந்த உணர்வுமாறுபாடும் எழவில்லை. "என்னை வாழ்த்துக, அக்கையே" என்று அவள் காலடியில் குனிந்தார். காந்தாரி அசைவிலாதிருந்தாள். சத்யசேனை "அக்கையே..." என்றாள். காந்தாரியில் எந்த அசைவும் எழவில்லை. அவள் எடைமிகுந்து குளிர்ந்துகொண்டே செல்வதுபோலிருந்தது. அந்தத் தண்மையில் அக்கூடம் விறைத்துக்கொண்டதுபோல. சத்யசேனை மீண்டும் காந்தாரியைத் தொட தலையசைத்து அதைத் தடுத்தபின் காந்தாரியின் தாள்தொட்டு சென்னி சூடினார். கையை நிலத்தில் ஊன்றி வலிமுனகலுடன் எழுந்தார். அவர் சற்று நிலைதடுமாற அவரைப் பிடிக்கும்பொருட்டு கைநீட்டிய துர்மதன் அவர் எழுந்துவிட்டதைக் கண்டு பின்னிழுத்துக்கொண்டான்.

காந்தாரியின் முகம் சுண்ணக்கல் பாவை எனத் தெரிந்தது. சகுனியின் முகத்தில் தெரிவது உணர்வின்மை அல்ல என பானுமதி எண்ணினாள். அவர் முகத்தின் அத்தனை தசைகளும் தொய்ந்து சரிந்திருந்தன. சலிப்பும் வலியும் அவற்றில் தசையமைப்பாகவே நிலைகொண்டிருந்தன. அமைச்சரிடம் ஒரு சொல்லில் ஏதோ ஆணையிட்டுவிட்டு துரியோதனன் சீர்நடையிட்டு வாயிலை நோக்கி சென்றான். துச்சாதனன் உடன் செல்ல துர்மதனும் தொடர்ந்தான். துச்சகன் சகுனிக்காகக் காத்து நின்றான். அவன் தோளைப் பற்றியபடி வலியுடன் மெல்ல நடந்து சகுனியும் வெளியேறினார்.

துரியோதனன் தன்னை ஒருகணமேனும் பார்ப்பான் என்று பானுமதி எண்ணினாள். ஆனால் அவள் நிற்பதையே அறியாதவனாக அவன் அறையைவிட்டு நீங்கினான். அனைவரும் வெளியே சென்றதும் அங்கு நின்றிருந்த அரசியர் அனைவருமே நீள்மூச்சுகளும் உடல் எளிதாகும் ஓசைகளுமாக நிலைமீண்டனர். அம்புகளை ஏவி தளரும் விற்களைப்போல. மீண்டும் வெளியே கொம்போசை எழுந்தது. பானுமதி நீள் கால் வைத்து அரச நடையில் செல்லும் துரியோதனனை உளவிழியால் நோக்கிக்கொண்டிருந்தாள். அவள் முந்தைய இரவில் கண்ட துரியோதனனை அவன் அவளிடமே விட்டுச்சென்றிருந்தான் என்று எண்ணிக்கொண்டாள்.

நிமித்திகை வந்து அறிவிப்பு அளிக்க கௌரவர்கள் இரண்டு நிரைகளாக அறைக்குள் வந்து காந்தாரியிடமும் ஒன்பது அன்னையரிடமும்

வாழ்த்துகள் பெறத்தொடங்கினர். ஒருவர் பின் ஒருவராக கரிய பேருடலுடன் அவர்கள் தோன்றிக்கொண்டே இருந்தனர். காந்தாரி வெண்ணிற முகம் உறைந்திருக்க ஒவ்வொருவர் தலையாகத் தொட்டு வாழ்த்தளித்தாள். அவள் விழிகளை மூடியிருந்த நீலப்பட்டையே பானுமதி நோக்கிக்கொண்டிருந்தாள், அது சற்றேனும் நனைந்து நிறம் மாறுகிறதா என்று. அனைவரும் வந்து சொல்கொண்டு சென்றபின் மெல்ல முனகியபடி காந்தாரி கையை நீட்டினாள். சத்யசேனையும் சத்யவிரதையும் அவளைப் பற்றி மெல்ல தூக்க சிற்றடிமேல் நிற்க அவள் உடல் தடுமாறியது. பின்னர் உடன்பிறந்தார் தோள்களைப் பற்றியபடி அவள் உள்ளே சென்றாள்.

50

புஷ்பகோஷ்டத்தின் மூன்றாவது மாடத்தில் சற்று வெளியே நீட்டியிருந்த சிறிய மரஉப்பரிகையில் பானுமதி அசலையுடன் அமர்ந்திருந்தாள். வெளியே இருந்து நோக்குபவர்களுக்கு உள்ளிருப்பவர்கள் தெரியாதபடி மென்மரத்தாலான மான்கண் சாளரம் அமைக்கப்பட்டிருந்தது. அங்கு நெடுநேரம் அமர்ந்திருப்பது கடினம். பீடங்கள் குறுகலானவை. மூன்று பேர் இயல்பாக அமர்ந்திருக்கும் அளவுக்கே அதன் அமைப்பிருந்தது. ஆனால் அங்கிருந்து கீழிருக்கும் முற்றத்தையும் அப்பால் இருக்கும் கோட்டைச்சுவர் வரை விரிந்த காவலர்வெளிகளையும் அரண்மனையின் இடைநாழியையும் தெளிவாகப் பார்க்க முடிந்தது. முன்பு அரசியர் வந்தமர்ந்து கீழே நிகழும் காவலர்படைகளின் அணிவகுப்புகளைப் பார்க்கும் பொருட்டு அது அமைக்கப்பட்டது. பின்னர் அஸ்தினபுரியின் படைகளின் எண்ணிக்கை பெருகுந்தோறும் அணிவகுப்பு நிகழுமிடம் அரண்மனையிலிருந்து அகன்று சென்று கோட்டையின் கிழக்குப் பெருமுற்றத்தில் நிகழ்வதாக மாறியது. போர்க்களியாட்டுகளும்கூட செண்டுவெளிக்கு சென்றுவிட்ட பின்னர் அந்த உப்பரிகை பெரும்பாலும் எவராலும் பயன்படுத்தப்படாததாக இருந்தது.

போர் அணுகும்தோறும் ஒவ்வொருநாளும் ஏதேனும் சிறு நிகழ்ச்சிகள் அரண்மனையில் நிகழத்தொடங்கிய பின்னர் பானுமதி அந்த உப்பரிகையைத் தூய்மை செய்து செப்பனிடும்படி ஆணையிட்டிருந்தாள். அங்கிருந்த பீடத்தின் பலகைகள் சற்றே விரிசலிட்டு பழையதாகிவிட்டிருந்தன. மான்கண் சாளரங்களில் தூசியும் ஒட்டடையும் படிந்திருந்தன. ஒரு மாதம் முன்பு அவள் அவ்வழியே பழைய ஏடுகள் இருந்த மாடத்து அறை ஒன்றிற்குச் செல்லும்போது கீழே மங்கல இசை கேட்க அங்கு சென்று கீழே

நோக்கினாள். மாளவஅரசர் இந்திரசேனரை துச்சாதனனும் கௌரவ இளையோர் பன்னிருவரும் எதிர்கொண்டு முறைமைகள் முடித்து திருதராஷ்டிரரைப் பார்க்கும்பொருட்டு அரண்மனைக்குள் அழைத்துச் சென்றுகொண்டிருந்தனர். முதல் முறையாக அனைத்திலிருந்தும் விலகி நோக்கிக்கொண்டிருப்பதான உணர்வை அவள் அடைந்தாள்.

மாளவர் தனது பதினெட்டு அமைச்சர்களுடனும் இரண்டு மைந்தர் களுடனும் படைத்தலைவர்கள் பதினெண்மருடனும் வந்திருந்தார். மூன்று நிரைகளாக மங்கலச் சேடியரும் இசைச்சூதரும் வர அவர்களுக்கு முன்னால் மாளவத்தின் கொடியேந்தி படைவீரன் வந்தான். அவர்களை வரவேற்கும் பொருட்டு புஷ்பகோஷ்டத்தின் இருபுறமும் அஸ்தினபுரியின் படைத்தலைவர்களும் காவலர்தலைவர்களும் முழுக் கவச உடையுடன் அணிவகுத்திருந்தனர். அஸ்தினபுரியின் கொடியேந்திய வீரன் சென்று அதை மும்முறை சுழற்றி வணங்கினான். அவனைத் தொடர்ந்து சென்ற மங்கல இசைச்சூதரும் அணிச்சேடியரும் இருபக்கங்களிலாக விலக துச்சாதனன் கைகூப்பியபடி முன்னால் சென்று மாளவ அரசரின் கைகளைப்பற்றி வணங்கி முகமனுரைத்தான். துர்மதனும் துச்சலனும் துச்சகனும் சுபாகுவும் அவர் அருகே சென்று முகமனுரைத்தனர். அந்நிகழ்வின் பயிற்றுவிக்கப்பட்ட அசைவுகளும் தேர்ந்த முக நடிப்புகளும் படைவீரர்களின் ஒத்திசைவுகொண்ட நடையும் ஒரு பொருத்தமற்ற கூத்தென அங்கிருந்தபோது தோன்றியது. அந்த உணர்வை அவள் விரும்பினாள். அவள் சென்று பங்கெடுக்கத் தேவையற்ற நிகழ்வுகளை அங்கு சென்று அமர்ந்திருந்து பார்ப்பது அவள் வழக்கமாயிற்று.

அசலை ஓரிருமுறை அவளுடன் வந்து அமர்ந்திருந்தாள். அவளுக்கு நெடுநேரம் மான்கண் சாளரத்திலிருந்து கீழே பார்க்க இயலவில்லை. "ஒரு கண்ணினூடாக நோக்குகையில் தெரிவது ஒரு பகுதி. பிறிதொரு கண்ணில் பிறிதொரு பகுதி. ஒவ்வொன்றும் தனித்தனியாக எனக்கு தெரிகிறது. என்னால் ஒன்றென தொகுத்துக்கொள்ள முடியவில்லை, அக்கையே" என்று அவள் சொன்னாள். தாரை ஒருமுறைதான் அங்கு வந்தாள். மான்கண் சாளரத்தினூடாக நோக்கியபின் "என்ன இது? வௌவால்களைப்போல அனைவரும் தலைகீழாக தொங்கிக்கிடக்கிறார்கள். என்னால் இதைப் பார்த்து அமர்ந்திருக்க இயலவில்லை. சலிப்பாக இருக்கிறது" என்றாள். "சலிப்பா பொறுமையின்மையா?" என்று அவள் கேட்க "இரண்டும்தான். மானுடர் இவ்வாறு தலைகீழாக தொங்கிக்கிடப்பதை பார்க்கையில் அதில் என்ன மகிழும்படி இருக்கிறது?" என்றாள். பானுமதி வேண்டுமென்றே "ஏன் வௌவால்களை பார்க்கும்போது மகிழ்ச்சி வரவில்லையா?" என்று கேட்டாள். "வௌவால்களையா? அவற்றின் முகத்தை அருகிலிருந்து பார்க்கையில் ஒரு திடுக்கிடல் ஏற்படுகிறது.

சிறிய நாய்க்குட்டிகள்போல தோன்றுகிறது” என்று அவள் சொன்னாள். “அவற்றுக்கு கீழே புவியில் நடப்பது தெரியாது என்று தோன்றவில்லையா? அவற்றின் சிறு மணிக்கண்களில் ஒரு திகைப்பு எப்போதும் உள்ளதே?” என்று பானுமதி கேட்டாள். “எனக்கு தோன்றவில்லை. நீங்கள் பேசும் இத்தகைய அணிச்சொற்கள் எனக்குப் புரிவதுமில்லை” என்று தாரை சொன்னாள்.

கீழே கொம்பொலி எழுந்தது. அஸ்தினபுரியின் இரண்டு வேலேந்திய படைப்பிரிவுகள் முற்றத்தின் இரு எல்லைகளிலிருந்து சீரான ஒத்திசைவுகொண்ட நடையுடன் நீண்டு வந்து அம்முற்றத்தை வளைத்து வேலி போலாயின. அவர்கள் அனைவரும் இரும்புக்கவச உடையணிந்து புலரியின் பந்த ஒளியில் செவ்வலைகளாக நெளிந்துகொண்டிருந்தனர். கையில் சிறுகொம்பு ஏந்திய படைநடத்துனர்கள் அதை முழக்கி ஆணைகளை உரக்க கூவினர். அதற்கேற்ப படைவீரர்கள் ஒருவரிடமிருந்து ஒருவர் விலகி நான்கு அணிகளாகப் பிரிந்து நான்கடுக்குச் சூழ்கையாக மாறினர். முற்றத்தின் நடுவே பெரிய மூங்கில் கம்பத்தில் அஸ்தினபுரியின் அமுதகலக் கொடி பறந்தது. அதன் படபடப்பின் ஓசை கேட்கும் அளவுக்கு சாளரத்திற்கு இணையான உயரத்தில் இருந்தது. அக்கொடிக்குக் கீழே அவர்கள் அனைவரும் செய்து கொண்டிருந்த அனைத்தும் அந்தக் கொடியை மேலே பறக்கவிடுவதற்காகவே என்று அவள் எண்ணிக்கொண்டாள். அல்லது ஒற்றைச் சிறகுள்ள அறியாத பறவை ஒன்றுபோல அது அவர்களை அந்த முற்றத்துடன் பெயர்த்தெடுத்துக்கொள்ள முயல்கிறது.

கீழே முழவுகள் ஒலிக்க அணிஏவலர் வண்ணத் தலைப்பாகைகளும் கச்சைகளும் அணிந்து அரண்மனைக்குள் இருந்து மூன்று நிரைகளாக வந்து முற்றத்தை நிரப்பினர். தொடர்ந்து மங்கல இசைச்சூதர்கள் வந்து முற்றத்தின் மேற்குப் பகுதியில் அரைவட்ட வடிவமாக அணி கொண்டனர். முழுதணிக்கோலத்தில் சேடியர் தாலங்களுடன் வந்து கிழக்குத் திசையில் அரைவட்டமாக நிரைவகுத்தனர். மீண்டுமொரு முறை முரசு ஒலித்து அமைந்தது. கனகர் படிகளில் இறங்கி பதறும் உடலோடு முற்றத்தை அடைந்து அங்கு நின்ற அனைவரிடமும் ஆளுக்கொரு ஆணையைப் பிறப்பித்தார். மீண்டும் பதறியபடி அரண்மனைக்குள் ஓடினார். அரண்மனைக்குள்ளிருந்து மனோதரர் விரைந்து வெளியே வந்து மேலும் ஆணைகளைப் பிறப்பித்தார். அவர் மீண்டும் அரண்மனைக்குள் செல்லும்போது வெளியே வந்த கனகர் மனோதரரிடம் கைகளை அசைத்து சினமோ பதற்றமோ கொண்டவர்போல ஏதோ சொன்னார். மனோதரர் இறங்கி வெளியே ஓடி முற்றத்தைக் கடந்து கோட்டைமுகப்பிலிருந்த காவல்மாடத்தை

நோக்கி சென்றார். கனகர் மீண்டும் அரண்மனைக்குள் செல்ல அங்கு நின்றிருந்த படைவீரர்கள் அவர்களின் அசைவுகளை தலையசைக்காமல் பார்த்துக்கொண்டிருந்தனர்.

உள்ளிருந்து நிமித்திகன் ஒருவன் வெளியே வந்து மங்கல இசைச்சூதரையும் அணிச்சேடியரையும் பார்த்தான். அவனும் கனகரும் படிக்கட்டில் நின்றே பேசிக்கொண்டிருந்தனர். அசலை அப்பால் முதுசேடி வருவதைக்கண்டு “அவள் வரவில்லை” என்று பானுமதியிடம் சொன்னாள். பானுமதி திரும்பிப்பார்த்தாள். சேடி பானுமதியின் அருகே வந்து “மச்ச நாட்டரசி நோயுற்றிருக்கிறார், எழ முடியவில்லை என்று சொன்னார்” என்றாள். பானுமதி ஒன்றும் சொல்லாமல் தலையசைத்தாள். அசலை “நீ பார்த்தாயா?” என்றாள். சேடியின் விழிகள் சற்றே மாறுபட “இல்லை. அவர்களின் அணுக்கச் சேடி வந்து என்னிடம் சொன்னாள். அதற்கு அப்பால் நான் எதுவும் கேட்கும் வழக்கமில்லை” என்றாள். அசலை அவள் செல்லலாம் என்று கையசைத்தாள்.

கீழே கொம்போசை கேட்டது. நிமித்திகர் குழுவொன்று வெளியே வந்தது. தலைமை நிமித்திகன் கையில் திருமுகச் சுருளுடன் முன்னால் செல்ல அவனைத் தொடர்ந்து பிறர் நடந்து முற்றத்தில் சென்று நின்றனர். தலைமை நிமித்திகன் வானை நோக்கி விண்மீன்களை கணிக்கத் தொடங்கினான். சூழ்ந்திருந்த நூற்றுக்கணக்கான பந்தங்கள் காற்றே அற்ற முதற்புலரி இருளுக்குள் மெல்லிய அசைவுகளுடன் நின்றிருந்தன. முதற்பறவை எங்கோ குரலெழுப்பியது. கரிச்சானின் குரல் செவியை கீறுவது. அந்தப் பறவை முழவில் கைஓட்டியதுபோல கார்வையுடன் கூவியது. அரண்மனையின் கூரைவிளிம்புகளில் அமர்ந்திருந்த புறாக்களின் குறுகலோசை கேட்டுக்கொண்டிருந்தது. உப்பரிகையின் அடிப்பகுதியிலேயே மரக்கூரை விளிம்பு முழுக்க சங்குகளை அடுக்கி வைத்ததுபோல் அவை உடல் குறுகி அமர்ந்திருந்தன.

முதல்நாள் அங்கு வந்திருந்தபோது அவை எழுப்பிய ஒலியை அவளால் அடையாளம் காணமுடியவில்லை. நூற்றுக்கணக்கான புறாக்களின் குறுகலோசைகள் இணைந்து சிம்மக்குரல் போலவே மாறிவிட்டிருந்தது. அவள் கையிலிருந்த சிறுகலமொன்று மரத்தரையில் விழுந்தபோது எழுந்த ஓசையில் அவையனைத்தும் ஒரே கணத்தில் சிறகடித்து காற்றில் எழுந்தபோதுதான் அது புறாக்களின் ஒலி என்று அவளுக்குத் தெரிந்தது. சருகுப்புயலென புறாக்கள் காற்றில் கலைந்து சுழன்று நீரில் இழுபடும் மெல்லிய ஆடைபோல வளைந்து மீண்டும் வந்து கூரை விளிம்புகளில் அமைந்தன. புறாக்களின் ஒலி முன்பு அவளுக்கு அங்கிருந்த அமைதியைக் குலைப்பதாகத் தோன்றியது. ஆனால் அவற்றை அங்கிருந்து பெயர்க்க முடியாதென்று அவள் அறிந்திருந்தாள்.

ஹஸ்தியால் அவ்வரண்மனை கட்டப்பட்டபோது அங்கு குடியேறிய புறாக்களின் வழித்தோன்றல்கள். ஒருவகையில் அங்கு குடியிருக்கும் எந்த அரசரைவிடவும் அவ்வரண்மனைமேல் உரிமை கொண்டவை. பின்னர் அவள் அப்புறாக்களின் ஓசையை அங்கிருந்த அமைதியின் பிரதியாக மாற்ற உளம்பயின்றாள். கீழே தெரியும் சிறு சாளரத் துளையினூடாக அரிதாக புறாக்களின் உருவங்கள் தெரியும். சிறிய சிவந்த மணிகளைப் போன்ற விழிகள். அவை நோக்கு கொண்டனவா என்றே ஐயம் எழும். கீழிருக்கும் எதையும் அவை அறியவில்லை என்பதுபோல் தோன்றும். அங்கு தங்களுக்கான உணவுக்காக மட்டுமே சென்று மீள்கின்றன. அந்த மாடத்தில் அமர்ந்திருக்கையில் தன்னையும் அப்புறாக்களில் ஒன்றாக அவள் உணரத்தொடங்கினாள்.

பானுமதி ஓய்வாக உணர்ந்தாள். அன்று காலையுடன் அனைத்துப் பணிகளும் முடிவடைந்தன என்றும் வெறுமனே ஒரு மரப்பீடம்போல அரண்மனையில் இருப்பதைத்தான் இனி செய்துகொண்டிருக்கப் போகிறோம் என்றும் தோன்றியது. உடல் பீடத்துடன் படிந்து தசைகள் தொய்ந்து மூச்சு துயிலுக்கிணையாக சீரடைந்திருந்தது. உடல் ஓய்வுகொண்டதனால் உள்ளமும் விசையை இழந்து மெல்ல ஓடிக்கொண்டிருந்தது. உள்ளமும் ஆறுகளைப் போலத்தான். விசை குறைந்ததுமே பக்கவாட்டில் கிளைவிட்டுப் பிரிந்து அகலத் தொடங்கிவிடுகிறது. அசலையின் கண்களுக்குக் கீழே கருவளையங்கள் விழுந்திருந்தன. கீழிமைகள் மடிப்புகளாகத் தெரிந்தன. சிலநாட்களிலேயே அவள் பல்லாண்டுகளின் முதுமை கொண்டிருந்தாள். தன் முகமும் அவ்வண்ணம்தான் இருக்கும் போலும்.

கீழே மீண்டும் கொம்போசை எழுந்தது. அசலை மான்கண் துளையினூடாக பார்த்து “இளவரசர்கள்!” என்றாள். பானுமதி கீழே நோக்கி “ஆம்” என்றாள். லட்சுமணனின் தலைமையில் அரண்மனைக்குள்ளிருந்து உபகௌரவர்கள் வெளிவரத் தொடங்கினர். நான்கு இணைநிரைகளாக அவர்கள் சீர்நடையிட்டு வந்து முற்றத்தில் இறங்கி பதினெட்டு அடுக்குகளாக மாறி வெளிநிறைந்து நின்றனர். அசலை தன் மைந்தனை அடையாளம் கண்டாள். “துருமசேனன்” என்றாள். பானுமதியிடம் “அவர்கள் இதை எப்படி கற்றுக்கொள்கிறார்கள் என்று தெரியவில்லை. தந்தையின் அதே அசைவுகளைக் கொண்டிருக்கிறான்” என்றாள். பானுமதி “நன்று! தந்தையைப்போலன்றி தன் வாழ்க்கையை தனியாக அமைத்துக்கொண்டிருக்கிறான்” என்றாள். அசலை புன்னகைத்தாள்.

உபகௌரவர்கள் உள்ளிருந்து உடல்பெருக்காக ஒழுகி படிகளில் இறங்கி வந்து அம்முற்றத்தை நிரப்பிக்கொண்டே இருந்தனர். அனைவரும் இரும்புக்குறடுகளும் கைகளிலும் தொடைகளிலும் குழல்கவசங்களும்

முதுகிலும் நெஞ்சிலும் இரும்பாலான வலைக்கவசங்களும், வெள்ளித்தகடிட்ட இரும்புத் தோளிலைகளும் அணிந்திருந்தனர். தலைக்கவசங்கள் அவர்களின் முதுகுக்குப் பின்னால் தொங்கியவைபோல கிடக்க தோல்வாரால் இழுத்துச் சுருட்டி கொண்டையென கட்டப்பட்ட தலைமயிர் உச்சந்தலையில் குவையாக அமைந்திருந்தது. அவற்றில் கொற்றவை ஆலயத்து செம்மலர்களை சூடியிருந்தனர். நெற்றிகளில் செங்குழம்புத் தீற்றல். அனைத்து முகங்களும் ஒன்றென்று தோன்றின. ஒரே உணர்வுகள், ஒரே விழியசைவுகள்தான் அவற்றில் இருக்குமென்று அவள் எண்ணினாள். அவர்கள் பெருந்திரளென ஆனதனாலேயே ஒருவரோடொருவர் மாறுபாடின்றி ஆகிவிட்டிருந்தனர். நூற்றுவர் என்பதனாலேயே கௌரவர்கள் ஒற்றைத்திரளென ஆனதுபோல. பாண்டவர்போல் ஐவரென்று இருந்தால் ஐந்து தனிஇயல்புகள் கொண்டவர்களாக இருந்திருக்கக் கூடும்.

அரண்மனைக்குள் கொம்போசையும் வாழ்த்துக்களும் எழுந்தன. அவ்வோசை அரண்மனையின் வாயில்கள் மற்றும் சாளரங்கள் வழியாக முற்றத்தில் பெருகி அங்கு சுழன்று மேலெழுந்தமையால் உப்பரிகையில் அமர்ந்து கேட்டபோது நேர் எதிர்த்திசையில் சாலையிலிருந்து பெருமுற்றம் நோக்கித் திறக்கும் கோட்டை வாயிலின் வழியாக எழுவதாகத் தோன்றியது. அசலை “அங்கிருந்தா?” என்று இயல்பாக கேட்டபடி மான்கண் சாளரத்தினூடாக கீழே பார்த்தாள். அரண்மனைக்குள்ளிருந்து அஸ்தினபுரியின் அமுதகலக் கொடியுடன் முழுக்கவச உடையணிந்த வீரன் சீர்நடையிட்டு வெளியே இறங்கி முற்றத்தில் நடந்து கொடியைத் தரையில் ஊன்றி முழந்தாளிட்டுப் பிடித்துக்கொண்டான். தொடர்ந்து துரியோதனனின் அரவு பொறித்த போர்க்கொடியுடன் இன்னொரு வீரன் வந்தான். மங்கலத் தாலங்கள் ஏந்திய சேடியர் இரண்டு நிரைகளாக முன்னால் வந்தனர். தொடர்ந்து துச்சாதனனும் துர்மதனும் இருபுறமும் தொடர துரியோதனன் கைகூப்பியபடி வந்து படிகளிலிறங்கி முற்றத்தின் மையத்தை நோக்கி சென்றான்.

துரியோதனன் பொற்தகடு வேயப்பட்ட இரும்பு மார்புக்கவசமும் தொடைக்காப்பும் தோளிலைகளும் அணிந்திருந்தான். அவனுடைய தலைக்கவசத்துடன் ஒரு வீரன் அணுக்கமாக நடந்து வந்தான். துச்சாதனனும் துர்மதனும் இரும்புக்கவசங்கள் அணிந்திருந்தாலும் அவர்களின் தலைக்கவசங்கள் மட்டும் பொன்தகடு வேயப்பட்டவையாக இருந்தன. தொடர்ந்து வந்த துச்சகனும் துச்சலனும் பீமவேகனும் சுபாகுவும் பந்த ஒளியில் சுடர்கொண்ட இரும்புக்கவசங்கள் அணிந்திருந்தனர். செந்நிற ஒளியில் இரும்புக்கவசங்களுக்கும் பொன்னுக்கும் வேறுபாடு தெரியவில்லை. துரியோதனன் கைகூப்பி

நிகர்நிலையில் நின்றான். அவர்கள் உடல்களில் கவசங்களின் தழல்கள் மாற்றொளி கொண்டு அப்பகுதியெங்கும் காட்டெரி பெருகியதுபோல தெரிந்தது. மேலிருந்து பார்க்கையில் ஒரு கனலடுப்பை குனிந்து பார்க்கும் உணர்வேற்பட்டது.

படைத்தலைவர்களும் அமைச்சர்களும் முறையாக இருபுறமும் நிரைகொண்டனர். தொலைவானில் மெல்லிய ஒளி தெரிவதுபோல் ஒரு விழிமயக்கு ஏற்பட்டது. மிக ஆழத்திலெங்கோ கதிரவன் தன்னை உணரும் தருணம் அது என்பார்கள். வானில் ஒளி நனைந்து ஊறிப் பரவி முகில்களைத் துலங்கச்செய்யும். முதல்பறவை விழிகளில் அந்த ஒளி பட்டதும் அது எழுந்து சிறகடித்து செங்குத்தாக மேலே எழுந்து "எங்கோ வாழ்!" என்று வாழ்த்துக் குரல் எழுப்பும். ஒருநாள் ஒருகாட்டில் ஒருபறவை அதற்கென தேர்வு செய்யப்படுகிறது என்றன காவியங்கள். அப்பறவை அந்நாளில் முழுமை அடைகிறது. பின்பு அத்தருணம் அதற்கு அளிக்கப்படுவதில்லை.

பானுமதி கிழக்கு வான்விளிம்பையே நோக்கிக்கொண்டிருந்தாள். புலர்வதற்கு இன்னும் நெடுநேரம் இருக்கிறது, முதற்பறவைக் குரலையே சற்று முன்னர்தான் கேட்டோம் என்று அறிந்திருந்தாள். ஆயினும் அப்போது கதிர் எழ வேண்டுமென்று விரும்பினாள். சிறு குழவிபோல் விடாப்பிடியாக அவள் உள்ளம் அந்த விழைவை ஏந்தி விண்ணுடன் மன்றாடியது. ஒரு சிறு கதிர் எழுந்து ஒரு முகில்துளி ஒளிகொண்டால் போதும். கீழ்வானின் கோடி சற்று மின்னத்தொடங்கினாலே போதும். கீழே இருளில் அமைந்திருக்கும் மாளிகைச் சுவர்கள் மிளிர்ந்து தெளிந்தெழுந்தாலே போதும். அனைத்தும் சீராகிவிடுமென்ற ஓர் உறுதிப்பாட்டை அதிலிருந்து உருவாக்கிக்கொள்ள முடியும். ஒரு சிறு நம்பிக்கையைப் பற்றிக்கொள்ள முடியும்.

அவள் தன் வலக்கையை நெஞ்சோடு சேர்த்து விழிமூடி தெய்வங்களை வேண்டிக்கொண்டாள். "கதிரவனே! புவி முழுதாள்பவனே! ஒளிர்பவனே! அனைத்தையும் ஒளிரச் செய்பவனே! இத்தருணத்தில் உன் அருளில் ஒரு சிறுதிவலை என் மீது தெறிக்கட்டும். உன் நோக்கின் ஒருகணம் எனக்கு அருளப்படட்டும். இத்தருணம் எழில் கொள்ளட்டும். இதிலிருந்து நான் மீண்டெழுந்து இனியொரு வாழ்வைக் கடக்க வேண்டும். நான் செல்லும் பாதைகள் அனைத்திலும் ஒரு கூழாங்கல்லேனும் விழியொளி கொண்டிருக்க வேண்டும். இறையுருவே, அலகிலா வெளியின் அழகிய மைந்தனே, எனக்கருள்க! இத்தருணத்தில் இங்கெழுந்தருள்க!"

அவள் விழி திறந்தபோது அவ்வேண்டுதலின் விசையாலேயே உள்ளம் அதுவரை கொண்டிருந்த பதற்றங்களனைத்தையும் இழந்து அமைதி

பெற்றிருந்தது. அது அவள் முகத்தில் தெரிந்தது. பெருமூச்சுடன் கீழே நோக்கிக்கொண்டிருந்தாள். அவள் விழிமூடி வேண்டியதையும் முகம் அமைதி கொள்ள இயல்படைந்து அமைந்ததையும் அசலை நோக்கினாள். ஆனால் எதுவும் கேட்கக்கூடாதென்று அவள் அறிந்திருந்தாள். கீழே மீண்டும் மங்கல ஓசையும் வாழ்த்தொலிகளும் எழுந்தன. அசலை "பேரரசர் எழுந்தருள்கிறார்" என்றாள். அரண்மனைக்குள்ளிருந்து அமுதகலக்கொடியுடன் முதல்வீரன் வெளிப்பட்டான். திருதராஷ்டிரரின் சர்ப்பக்கொடியுடன் பிறிதொருவன் வெளியே வந்து அமுதகலக்கொடிக்கு அருகே அதை ஊன்றி முழந்தாளிட்டான். மங்கலச்சேடியர் மூன்று நிரைகளாக வெளியே வந்து தாலம் உழிந்து விலகினர். இசைச்சூதர் ஐம்மங்கலக் கலங்களை முழக்கியபடி மறுபக்கமாக வளைந்தகன்றனர்.

சஞ்சயன் தோளில் கைவைத்தபடி திருதராஷ்டிரர் சிற்றடி எடுத்துவைத்து வெளியே வந்தார். நிமித்திகன் கைகளை ஓங்கி தாழ்த்த முற்றத்தில் நின்றிருந்த அனைத்து வீரர்களும் பெருங்குரலில் வாழ்த்தொலி எழுப்பினர். "யயாதியின் கொடிவழிவந்தவர் வாழ்க! குருகுலத்து மூத்தோர் வாழ்க! விசித்திரவீரியரின் மைந்தர் வாழ்க! புவியாளும் பேரரசர் திருதராஷ்டிரர் வாழ்க! அஸ்தினபுரியாளும் அமுதகலக்கொடி வெல்க! வெல்க அறம்! வெல்க குலம்! வெல்க குடி! வெற்றிவேல்! வீரவேல்!" அலையலையாக எழுந்தெழுந்து அடங்கிக்கொண்டிருந்தது வாழ்த்தொலிப்பெருக்கு. அதனுடன் இணைந்து முழங்கியது மங்கல இசை. அவ்வாழ்த்தொலிகளுடன் இணைந்தபோது அச்சொற்களையே அதுவும் சொல்வதாகத் தோன்றியது.

திருதராஷ்டிரருக்குப் பின்னால் நடந்து வந்த சங்குலன் அவர் அமரவிருக்கும் பீடத்தை ஒரு கையால் தொட்டு சற்றே அசைத்தான். அவன் உறுதி செய்துகொண்ட பின்னர் திருதராஷ்டிரர் கைகூப்பியபடி அப்பீடத்தில் அமர்ந்தார். அவருக்கு வலப்பக்கம் சஞ்சயன் நின்றான். இடப்பக்கம் சங்குலன் சற்று பின்னால் தள்ளி நின்றான். காவலர்கள் இருபக்கமும் அணிவகுத்தனர். இசையும் வாழ்த்தொலிகளும் உச்சம்கொண்டு பின்னர் நிமித்திகர்களின் கையசைவுக்கு ஏற்ப மெல்ல அடங்கி அமைதிகொண்டன. மரத்தாலான சிறிய அறிவிப்பு மேடையில் ஏறி தன் வெள்ளிக்கோலை இருபுறமும் மும்முறை சுழற்றித் தாழ்த்திய நிமித்திகன் ஓங்கிய குரலில் "வெற்றி நிறைக! குருகுலம் வெல்க! அமுதகலக்கொடி எழுக! ஆம், அவ்வாறே ஆகுக!" என்றான். "வெல்லும் பொருட்டு எழுந்தவர்களுக்கு தெய்வங்கள் அருள்க! அஸ்தினபுரியின் அரசர், குருகுலத் தலைவர், ஹஸ்தியின் கொடிவழி வந்தவர் தார்த்தராஷ்டிரராகிய துரியோதனரின் கையில் விளங்கும் செங்கோல் வெல்க!" என்றான். அனைவரும் "ஆம், வெல்க! வாழ்க!" என்றனர்.

“தெய்வங்களால் அளிக்கப்பட்டதும் குலமுறைகளால் உறுதி செய்யப்பட்டதும் குடியறத்தால் நிறுத்தப்பட்டதுமாகிய அச்செங்கோலுக்கு எதிராக படைகொண்டு எழுந்திருக்கும் அரச வஞ்சகர்களாகிய பாண்டவர்களையும், அவர்களை துணைக்கொண்டுள்ள அரசர்களையும் போரில் களம்கண்டு முற்றழித்து மீளும் பொருட்டு இங்கிருந்து கிளம்பவிருக்கிறார் அரசர். தன் தந்தையும் அஸ்தினபுரியின் பேரரசரும் குடிமூத்தாருமாகிய திருதராஷ்டிரரின் வாழ்த்துக்களைப் பெற்று முதல் வெற்றிக்காலடியை வைக்கப்போகிறார். இத்தருணத்தை நிறைக்கட்டும் குலதெய்வங்கள்! இங்கு மூச்செனெ வந்தமையட்டும் மூதாதையர்! இத்தருணத்தில் மங்கலத்தைப் பெருக்கும் தேவர்களும் கந்தர்வர்களும் கின்னரர்களும் கிம்புருடர்களும் இங்கு சூழ்க! இது சூதர் சொல்லில் எக்காலமும் வாழும் தருணமென்றாகுக! கொடிவழிகள் இதை உளக்கிளர்ச்சியுடன் நினைவுகூர்க! என்றும் இவ்வரலாறு அழியா மலைகள் என நிலைகொள்க! ஆம், அவ்வாறே ஆகுக!” என்றான் நிமித்திகன்.

பின்னர் கனகர் அறிவிப்பு மேடையிலேறி “தொல்முறைப்படி இங்கு வாழ்த்தும் வணக்கமும் நிகழவிருக்கிறது. மூப்புமுறைப்படி அரசரும் இளவரசர்களும் உபகௌரவர்களும் வந்து தந்தையின் வாழ்த்து பெற்றுச் செல்வார்கள்” என்றார். அமைச்சர்கள் திருதராஷ்டிரரின் முன் வணங்கி அவர் ஆற்றவேண்டியவற்றை மெல்லிய குரலில் உரைத்தனர். வைதிகர் நூற்றுவர் கங்கை நீர்க்குடங்களுடன் அணிநிரந்தனர். குடிமூத்தார் பதினெண்மர் மறுபக்கம் நின்றனர். பெருந்தாலத்தில் கொற்றவை அன்னையின் குருதிச்சாந்து கொண்டு வைக்கப்பட்டது. திருதராஷ்டிரர் தன் பெரிய தலையைப் பக்கவாட்டில் திருப்பி வேறெங்கோ இருந்து ஆணையிடும் எதையோ நோக்குவதுபோல் அமர்ந்திருந்தார். அவரது இரு கைகளும் பீடத்தின் பிடியில் நிலையழிந்து நெருடிக்கொண்டிருந்தன. தன்னிலும் பெரிதான ஒன்றை விழுங்க முற்படும் இரு கரிய நாகங்கள்போல.

கனகர் சென்று துரியோதனனிடம் பணிந்துரைக்க அவன் தலையசைத்த பின் கைகளைக் கூப்பியபடி சீர்நடையிட்டு வந்து திருதராஷ்டிரரின் முன் கால்களை மடித்து அமர்ந்து தன் தலையை அவர் கால்களில் படுமாறு வைத்து வணங்கினான். அவர் அவனை “வெற்றியும் சிறப்பும் கொள்க!” என்று வாழ்த்தி அருகிலிருந்த தாலத்திலிருந்து செஞ்சாந்தெடுத்துத் தீற்றி அருள் அளித்தார். மீண்டுமொருமுறை தந்தையை வணங்கியபின் வேதியர் முன் நின்றான். அவர்கள் கங்கைநீர் தெளித்து வாழ்த்தினர். குடிமூத்தார் கோல்களால் அவன் தலையைத் தொட்டு தொல்காடுகளில் இருந்து அவர்களிடம் வந்த அறியா நுண்சொற்களை

உரைத்து வாழ்த்தினர். மறுபக்கம் வழியாக மீண்டும் தன் இடத்திற்குச் சென்று அவன் நின்றான். தொடர்ந்து துச்சாதனனும் துர்மதனும் துச்சகனும் மூப்பு நிலைப்படி திருதராஷ்டிரரிடம் வந்து வணங்கி செஞ் சாந்துக்குறி பெற்று திரும்பிச்சென்றனர்.

நூற்றுவர் கௌரவரும் அங்கில்லையென்பதை பானுமதி எண்ணிக்கொண்டாள். “ஆம், குண்டாசி அங்கில்லை” என்று அவள் எண்ணத்தை அறிந்ததுபோல அசலை சொன்னாள். “அவர் நேற்று மாலையே தன் படைப்பிரிவுக்கு சென்றுவிட்டார். இங்கிருந்து எவரிடமும் விடைகொள்ளவில்லை.” பானுமதி அதை அறிந்திருந்தாள். விகர்ணன் திருதராஷ்டிரரை வணங்கி செஞ்சாந்து பெற்றுக்கொள்வதை பானுமதி பார்த்தாள். அசலை “நடுங்கிக்கொண்டிருக்கிறார். நேற்று முழுவதும் கள் மயக்கில் குண்டாசியின் அறையிலிருந்தார். அங்கிருந்து எழுப்பி நீராட்டி கொண்டுவந்திருக்கிறார்கள். நோயுற்றவர் போலிருக்கிறார்” என்றாள். பானுமதி தாரையைப் பற்றி வெறுமனே எண்ணினாள். அசலை “அவள் அவரை சந்திக்க மறுத்துவிட்டாள். நான்குமுறை சேடியர் சென்று அழைத்தார்கள்” என்றாள்.

கௌரவர்கள் வாழ்த்துகொண்டு முடிந்ததும் உபகௌரவர்கள் லட்சுமணன் தலைமையில் வந்து திருதராஷ்டிரரை வணங்கினர். பின்னர் தங்கள் தந்தையர் காலடிகளை வணங்கி வாழ்த்து பெற்றனர். அசலை அத்திரளில் தன் மைந்தனையே பார்த்துக்கொண்டிருந்தாள். துருமசேனன் துச்சாதனனை வணங்கி வாழ்த்துகொண்டு தன் இடத்தில் சென்று நின்றபோது இரு கைகளாலும் மான்கண் சாளரத்தைப் பற்றி தலையை அதன்மேல் சாய்த்து உடல் தளர்ந்ததுபோல் அமர்ந்திருந்தாள். அவன் வாழ்த்து பெற்று முடித்ததும் மெல்லிய தேம்புதல் போல “தெய்வங்களே...” என்றாள். பானுமதி திருதராஷ்டிரரின் வாய் அசைந்துகொண்டே இருப்பதை கண்டாள். அவர் எதையோ பேசுவது போலிருந்தது. ஆனால் பற்களைக் கடித்து அரைப்பதுதான் அது எனக் கூர்ந்தபோது தெரிந்தது. அவரை அவள் தலையிலிருந்து கால்வரை உற்று நோக்கினாள். அவர் கால்கள் தரையை அரைத்துக்கொண்டிருந்தன. அவர் காலடியில் ஒரு பன்றிக்குழவி தன் அமையா உடலுடன் திமிறிக்கொண்டிருப்பதுபோல.

உபகௌரவர்களும் வாழ்த்து பெற்று முடிக்கையில் வானம் நன்கு ஒளிகொண்டு சாம்பல் நிறமாக மாறிவிட்டிருந்தது. கீழ்த்திசையில் பறவைகள் தோன்றி நீரில் என வானில் நீந்தின. மேலும் சில கணங்களில் மெல்லிய செவ்வொளித் தீற்று தெரிந்தது. துரியோதனன் தம்பியர் துணையுடன் மிதப்பதுபோல் நடந்தகல வைதிகர்கள் வேதமோதி கங்கை நீர் தெளித்து அரிமலரிட்டு அவனை வாழ்த்தினர். அதர்வ

வேதத்தின் ஒலி குறுமுழவை நீட்டி இழுத்து ஒலிப்பதுபோல் கேட்டது. போருக்கு உரிய பாடல் அது என்று அவள் எண்ணினாள். இருபுறமும் ஒன்றை ஒன்று நோக்கி செவி முன் கோட்டி மூக்கு நீட்டி தலைதாழ்த்தி விழிகோத்து நின்று உறுமும் செந்நாய்க்கூட்டங்களின் ஓசை. துரியோதனன் கோட்டைவாயிலை நடந்து கடந்ததும் நிமித்திகர்கள் கைகாட்ட மங்கல இசைக்கலங்கள் இணைந்தொலித்தன. வாழ்த்தொலிகள் எழுந்து கலந்தன.

அரண்மனை முற்றத்திற்கு அப்பால் பெருஞ்சாலையில் படைத்தேர்கள் ஒருங்கி நின்றிருந்தன. துரியோதனனும் துச்சாதனனும் முதல் தேரிலேறிக்கொண்டதும் பொன் தகடு பூசப்பட்ட மகுடமுகடுடன் அத்தேர் குலுங்கியபடி உயிர்கொண்டு சாலையில் ஒழுகி அகன்றது. சிறு காதுக்குழையொன்று சுண்டி வீசப்பட்டதுபோல் அது செல்வதாக அவளுக்குத் தோன்றியது. விழியிலிருந்து அது மறைந்ததும் அதைத் தொடர்ந்து ஒவ்வொன்றாக செல்லும் தேர்களை அவள் பார்த்துக்கொண்டிருந்தாள். இறுதி உபகௌரவரும் வெளியே சென்று மறைந்ததும் திருதராஷ்டிரர் ஒழிந்த பெருமுற்றத்தை பார்த்தபடி இரு கைகளையும் கூப்பி தலை நடுங்கி அசைய நின்றிருந்தார். பின்னர் கைகளைத் தன் தலைக்குமேல் தூக்கி வணங்கி அண்ணாந்து எதையோ கோரினார். அவர் சற்று தள்ளாடுவது போலிருந்தது. சங்குலன் ஓர் அடி முன்னால் வந்து அவருடைய இடத்தோளைப் பற்றிக்கொள்வதை பானுமதி பார்த்தாள். வலக்கையை சஞ்சயனின் தோளில் வைத்தபடி சிற்றடிகளுடன் மெல்ல நடந்து அவர் திரும்பி மாளிகைப்படிகளை நோக்கி சென்றார்.

அப்பால் அஸ்தினபுரியின் குடிகள் எழுப்பிய வாழ்த்தொலி பெருகி எழுந்தது. அனைத்துத் திசைகளிலிருந்தும் அலையலையாக அது வந்து செவிகளை நிறைத்தது. மிகமிகத் தொலைவில்கூட படைகளும் குடிகளும் வாழ்த்து முழக்கிக்கொண்டிருந்தனர். அங்கிருந்து கேட்டபோது ஒளிகொண்டிருந்த தொலைவான்கோடு அவ்வோசையில் அதிர்ந்து நெளிவதாகத் தோன்றியது.

51

தக்ஷிண விராடபுரி என்று அயலவரால் அழைக்கப்பட்ட குலாடபுரியில் இருந்து அதன் இளவரசனாகிய ஸ்வேதனும் அவன் இளையோனாகிய சங்கனும் ஆயிரம் புரவிவீரர்களும் ஈராயிரம் வில்லவர்களும் அவர்களுக்குரிய பொருட்களை சுமந்து வந்த ஆயிரத்து இருநூறு அத்திரிகளுமாக மலைப்பாதையினூடாக சதுப்புகளையும் ஆற்றுப்பெருக்குகளையும் கடந்து பாண்டவப் படையை சென்றடைந்தனர். குலாடநகரி அவர்களின் அன்னையான பிரதீதையால் முடிகொள்ளப்பட்டது. அவர்களின் வழக்கப்படி அன்னைசொல் கேட்டு மைந்தர் ஆட்சி செய்தனர்.

குலாடநகரி நெடுங்காலமாக பதினெட்டு குலாடர் குலங்களின் குலத்தலைவர்கள் மூன்றாண்டுகளுக்கு ஒருமுறை கூடி குலஅமைப்பின் மாற்றங்களையும் ஆட்சி நெறிகளையும் வகுப்பதற்குரிய இடமாக இருந்தது. குலாடகுலங்களைச் சார்ந்த குடித்தலைவர்கள் இறந்தால் அவர்களின் உடல்கள் அங்கு கொண்டுவரப்பட்டு குலாடம் என்று அழைக்கப்பட்ட பசும்புல் செறிந்த பெரிய மண்மேட்டில் புதைக்கப்பட்டன. அவர்களின் உடல்களுக்கு மேல் நிறுத்தப்பட்ட குத்துக்கற்கள் கல்லாலான காடு என அக்குன்றை முழுமையாக மூடியிருந்தன. அக்குன்று அவர்களின் மையம் என்று கருதப்பட்டது.

நெடுங்காலம் குலாடர் தங்கள் அன்னையர் குழுவால் ஆளப்பட்டனர். பின்னர் அவர்கள் அன்னையர் சொல்லுக்கிணங்க குடித்தலைவர்கள் கோல்கொண்டனர். கலிங்க மன்னன் சூரியதேவன் படைகொண்டு வந்து குலாடர்களின் அனைத்து ஊர்களையும் கைப்பற்றி அவர்களை தன் ஆட்சிக்குக்கீழ் கொண்டுவந்தபோது அந்நிலத்திற்கு ஓர் அரசனைத்

தேர்ந்தெடுக்கும்படி ஆணையிட்டார். அதன்படி குலாடர்களின் குலத்தலைவர்கள் அக்குன்றில் கூடி அவர்களில் அகவை முதிர்ந்தவராகிய பத்ர குலாடரை தங்கள் தலைவராகத் தேர்ந்தெடுத்தனர். அவரை அரசராக கலிங்கம் ஏற்றுக்கொண்டது. பின்னர் பதினெட்டு தலைமுறைக்காலம் குலாட குடிகள் கலிங்கத்திற்குக் கப்பம் கட்டின.

கலிங்கத்திற்கு அளிக்கவேண்டிய கப்பத்தை தங்கள் ஊர்கள் அனைத்திலிருந்தும் பெற்று தொகுத்துக்கொள்ளும் பொருட்டு ஓர் ஆட்சி முறைமையையும் அவற்றை இயற்றும் அமைச்சர்களையும் நிகுதி கொள்ளும் தண்டலர்களையும் குலாட அரசர் உருவாக்கிக்கொள்ள வேண்டியிருந்தது. அவர்களுக்கு காப்பென்று சிறுபடை உருவாகியது. பின்னர் குலாடம் எல்லைகள் வகுத்துக்கொண்டு காவலரண்களை உருவாக்கியது. அக்காவலரண்கள் குதிரைப்பாதைகளால் இணைக்கப் பட்டன. அவற்றினூடாகச் சென்று அக்குடிகள் அனைத்தையும் ஒன்றென இணைத்து ஆளும் படைவல்லமையை அது உருவாக்கிக்கொண்டது. குலாடக் குன்றைச் சுற்றி குலாடபுரி என்னும் ஊர் எழுந்து வந்தது.

அந்நகரைச் சூழ்ந்து மூங்கிலாலும் முள் மரங்களாலுமான கோட்டை கட்டப்பட்டது. அதன் நடுவே அரச மாளிகையும் படைத்தலைவர்களுக்கான இல்லங்களும் அமைந்தன. மெல்ல குலாடபுரி வணிக மையமாகியது. கலிங்கத்திலிருந்து வந்த வணிகர்கள் அங்கு பொருட்களைக் கொண்டுவந்து கடைபரப்பி மலைப்பொருட்களுக்குக் கைமாறு கொடுத்து திரட்டி திரும்பிச் சென்றனர். வணிகம் செழித்தபோது குலாடபுரியின் அரசகுலம் மேலும் ஆற்றல் கொண்டது. கலிங்கம் மூன்று நாடுகளாக உடைந்து பிரக்ஜ்யோதிஷத்துக்கும் வங்கத்திற்கும் வேசரத்துக்கும் கப்பம் கட்டும் நாடுகளாக மாறியபோது குலாடபுரி தன் விடுதலையை அறிவித்தது.

பின்னர் ஏழு தலைமுறைக்காலம் குலாடபுரி தனி நாடென்றே இலங்கியது. விராடபுரி எழுந்து ஆற்றல் கொண்ட நாடென்று மாறியபோது அதன் படைகளுக்கும் குலாடபுரியின் படைகளுக்கும் பூசல்கள் தொடங்கின. கலிங்கத்திலிருந்து விராடபுரிக்குச் செல்லும் பாதையை குலாடபுரி தன் ஆளுகைக்குள் வைத்திருந்தது. குலாடபுரி தன்னிடம் வரும் வணிகர்களுக்கு சுங்கம் திரட்டுவதை விராடர் விரும்பவில்லை. ஏழுமுறை நடந்த போர்களுக்குப் பின் இரு தரப்பும் ஒரு உடன்படிக்கையை சென்றடைந்தன. குலாடபுரியில் நிகழ்ந்த பெருவிருந்துக்குப் பிறகு குலாடபுரியின் அரசர் உக்ரதமஸின் மகளாகிய பிரதீதையை விராடர் மணம்கொண்டார்.

ஆனால் குலாடர்கள் தங்கள் நாட்டு எல்லையைவிட்டு செல்லலாகாது என்று குடிமுறைமை இருந்ததனால் குலாடபுரியின் அரசி தன் நகரிலேயே

வாழ்ந்தாள். அவர்கள் பெண்வழி முடியுரிமை கொண்டவர்கள் என்பதனால் அவள் வயிற்றில் பிறந்த ஸ்வேதனும் சங்கனுமே குலாடபுரியின் முடியுரிமைக்கு உரியவர்களாக இருந்தனர். விராடபுரியும் குலாடபுரியும் இரு தனிநாடுகள் என்று இலங்கின. ஆண்டுக்கு ஒருமுறை விராடர் தன் படைகளுடனும் அணித்துணைவர்களுடனும் அமைச்சர்களுடனும் குலாடபுரிக்கு வந்து தங்கி அங்குள்ள பெருங்களியாட்டென்னும் திருவிழாவில் பங்கெடுத்து அரசியுடன் மகிழ்ந்திருந்து திரும்பிச் சென்றார்.

விராடபுரியின் படைப்பொறுப்புக்கு கீசகன் வந்தபோது விராடர் குலாடபுரிக்குச் செல்வது குறைந்தது. கீசகன் அவரை தன் ஆட்சிக்குக் கீழ் முழுமையாக வைத்திருந்தான். மதுவில் மூழ்கி உடல் தளர்ந்த பின்னர் மலைப்பாதையில் நெடுந்தொலைவு புரவியில் அமர்ந்து செல்வதை அவர் விரும்பவில்லை. அரசர் பொருட்டு உத்தரனே ஆண்டுக்கொருமுறை குலாடபுரிக்கு வந்து பெருங்களியாட்டு நிகழ்ச்சியில் கலந்துகொண்டான். தன் இளையோர் மீது பற்றற்றவனாகவே உத்தரன் இருந்தான். அவர்களிருவருக்கும் உத்தரன் மீது ஏளனம் இருந்தது. அவனை தங்களுக்குள் பிரத்யுத்தரன் என்று அவர்கள் இளிவரலுடன் குறிப்பிட்டனர்.

உத்தரன் கொள்ளும் மிகைநடிப்புகளும் ஒவ்வொருமுறையும் தன்னை இளிவரலுக்குரியவனாக மாற்றிக்கொண்டு அவை நீங்குவதும் குலாடபுரியில் மிகப் பெரிய வேடிக்கையாக பேசப்பட்டது. அச்செய்திகள் ஒவ்வொன்றாக செவியில் விழத்தொடங்கிய பின்னர் உத்தரன் குலாடபுரிக்குச் செல்வதைத் தவிர்த்தான். குலாடபுரியும் விராடபுரியும் முற்றிலுமாக விலகிச் சென்றன. கீசகன் விராடபுரியில் முழுப் பொறுப்பையும் ஏற்ற பிறகு குலாடபுரி முற்றாகவே ஒதுக்கப்பட்டது. ஏழுமுறை கீசகனின் படைகள் பெருகி வந்து குலாடபுரியை தாக்கி கப்பம் கொண்டு சென்றன. குலாடபுரியைச் சூழ்ந்திருந்த அடர்காடுகளும் இரு நாடுகளுக்கும் நடுவே ஓடிக்கொண்டிருந்த நீர்மிகுந்த காட்டாறுகளும் கீசகனின் படைகள் நிலையாக குலாடபுரியை கைப்பற்றி விராடபுரியுடன் சேர்த்துக்கொள்ள தடையாக இருந்தன.

குலாடபுரி சுங்கம் கொண்டு வந்த அனைத்துப் பாதைகளிலும் கீசகன் தன் படையினரை நிறுத்தி முழுமையாக ஆட்கொண்டான். விராடபுரியின் மூன்றடுக்குச் சுங்கங்களையும் கட்டிய பிறகு வணிகர்கள் பொருட்களைக் கொண்டுவந்தமையால் ஒவ்வொரு பொருளும் ஏழுமடங்கு விலையேறியது. குலாடபுரியின் மலைப்பொருட்கள் அனைத்தும் ஒப்புநோக்க விலைகுறைந்தபடியே சென்றன. குலாடபுரியில் பெற்றுக்கொண்டு கலிங்கத்திற்குக் கொண்டு செல்லும் பொருட்கள்

மேலும் விராடபுரி சுங்கம் விடுக்கத் தொடங்கியதும் குலாடபுரி மேலும் மேலும் வறுமை கொண்டது. அதன் தொல்காலத்து வெற்றியும் புகழும் குறைந்து தொல்குடி வாழ்க்கைக்கு மீண்டது. காடுகளில் மலைப்பொருள் கொணர்ந்தும் ஆபுரந்தும் மலையோர நிலங்களில் கிழங்குகளும் நெல்லும் பயிரிட்டும் அவர்கள் புற உலகத் தொடர்பின்றி வாழத் தொடங்கினர். அச்சிறு நாட்டை விராடரும் கலிங்கரும் மறந்தனர். வணிகரன்றி பிற எவர் பேச்சிலும் அவ்வூர் இடம்பெறவில்லை.

குலாடபுரியின் இரு இளவரசர்களும் விராடநாட்டிலும் பாரதவர்ஷத்திலும் என்ன நிகழ்கிறதென்பதை ஒற்றர்கள் வழியாகவும் சூதர்கள் வழியாகவும் ஒவ்வொரு நாளுமென அறிந்துகொண்டிருந்தனர். ஸ்வேதன் இளமையிலேயே அர்ஜுனனின் வெற்றிக்கதைகளைக் கேட்டு வளர்ந்திருந்தான். சங்கன் பீமனைத் தன் உளத் தலைவனாக வழிபட்டான். விராடபுரியில் கீசகன் கொல்லப்பட்டது குலாடபுரியை மகிழ்வித்த பெருஞ்செய்தியாக இருந்தது. முதல்முறையாக அச்செய்தியை செவிகொண்டதுமே சங்கன் ஒருவேளை விராடபுரிக்கு பீமசேனர் வந்திருக்கக்கூடுமோ என்று ஐயுற்றான். அவர்கள் அரசவை முடிந்து இடைநாழியினூடாக தனியறைக்குத் திரும்புகையில் தன் மூத்தவனிடம் அதை சொன்னான்.

ஸ்வேதன் நின்று "என்ன உளறுகிறாய்? அவர்கள் காட்டில் இறந்து மறைந்துவிட்டதாகவே சொல்லப்படுகிறது" என்றான். சங்கன் "அருமணிகள் ஒருபோதும் தொலைந்துபோவதில்லை என்று கேட்டிருப்பீர், மூத்தவரே. பெருவீரர்களுக்குப் பிறவிநோக்கம் ஒன்றுள்ளது. அந்நோக்கத்தை அடையாது அவர்கள் இறப்பதில்லை. காட்டில் அவர்கள் அவ்வண்ணம் எவருமறியாமல் மறைந்தார்கள் என்றால் அதில் பெரும் காவியப்பிழை ஒன்றுள்ளது. தெய்வங்கள் அவ்வாறு ஒத்திசைவற்று செயல்படுவதில்லை" என்றான்.

"மூடன்போல் உளறுகிறாய். கதைகளைக் கேட்டு அதில் உளம் திளைத்து வாழப் பழகிவிட்டாய்" என்று ஸ்வேதன் சொன்னான். "காட்டில் எதிர்கொள்ளும் சிம்மமும் காலடியில் மிதிபடும் நாகமும் தங்கள் எல்லைக்குள் மானுடரைக் கண்ட கந்தர்வர்களும் அப்பிறவிநோக்கத்தை எல்லாம் அறிந்து செயல்படுவதில்லை" என்றான். "ஆம், அவர்களுக்குத் தெரியாது. ஆனால் ஒவ்வொன்றையும் ஒன்றுடன் ஒன்று பிணைத்து இப்புவிநாடகத்தை இயற்றும் தெய்வங்களுக்கு தெரியும்" என்றான் சங்கன். சில கணங்கள் அவனை உற்றுப்பார்த்த பின் ஸ்வேதனும் ஐயுற்றான். "ஆம், பீமசேனரன்றி பிறரால் கீசகன் கொல்லப்பட இயலாதென்றே சொல்கிறார்கள். ஆனால் கந்தர்வர் ஒருவரால் கீசகர் கொல்லப்பட்டார் என்கிறார்கள். கந்தர்வர்கள் பெருவீரர்களை கொல்வது அரிய நிகழ்ச்சியுமல்ல" என்றான்.

“அக்கந்தர்வர் பீமசேனரா என்பதை உற்று நோக்குவோம். நமது ஒற்றர்களை விராடபுரிக்கு அனுப்புவோம்” என்றான் சங்கன். பன்னிரு நாட்களில் அங்கிருந்து ஒற்றன் செய்தி அனுப்பினான். அடுமனையாளன் ஒருவன் அனைவராலும் அஞ்சப்படுபவனாக இருக்கிறான் என. கீசகனைவிட பெருந்தோளன். இருமுறை களத்தில் அவன் பெருமல்லர்களை வென்றிருக்கிறான். கீசகனே அவனை அஞ்சிக்கொண்டிருந்திருக்கிறான். அடுமனையாளனால்தான் கீசகன் கொல்லப்பட்டிருக்கலாம் என்று விராடபுரியில் பேசிக்கொள்கிறார்கள் என்றது செய்தி.

சங்கன் அச்செய்தியை கேட்டதும் பீடத்திலிருந்து எழுந்து உரத்த குரலில் “ஐயமே இல்லை! அது அவர்தான்! பீமசேனரேதான்! அடுமனை அவருக்குரிய இடம்! எங்கேனும் ஒளிந்து தங்குவதாக இருந்தால் அடுமனையாளன் வடிவையே அவர் எடுப்பார். முன்பு கானேகியபோதும் மூன்று இடங்களில் அவர் அடுமனையாளனாக பணியாற்றியிருக்கிறார்!” என்றான். ஸ்வேதன் “அவர் மட்டும் தனியாக அங்கு வந்து தங்கியிருக்க வாய்ப்பில்லை. சென்ற ஓராண்டுக்குள் அங்கு வந்து எவ்வகையிலேனும் பிறர் நோக்கை இழுப்பவர்கள் எவரெவர் என்று கேட்டு ஒற்றர்களிடம் செய்தி அனுப்புகிறேன்” என்றான்.

மேலும் ஆறு நாட்களுக்குப் பின் அங்கிருக்கும் ஐவரையும் அரண்மனையிலிருக்கும் சைரந்திரி என்னும் சேடியையும் பற்றிய செய்திகள் அங்கு வந்தன. “அவர்களேதான்! ஐயமில்லை!” என்று ஸ்வேதன் சொன்னான். “மூத்தவரே, நான் இக்கணமே விராடபுரிக்கு செல்ல விரும்புகிறேன். அவரை நான் பார்த்தாகவேண்டும். அவர் கால்களைத் தொட்டு சென்னிசூடி என்னை வாழ்த்துங்கள் அரசே என்று சொல்லவேண்டும். இங்கு அவர் என ஓர் இரும்புக் கதாயுதத்தை வைத்து ஆசிரியர் என்று கொண்டு ஒவ்வொரு நாளும் கதை பயில்பவன் நான். அவரை ஒருமுறைகூட பார்த்திராத மாணவன். பிறிதொரு வாய்ப்பு எனக்கு அமையப்போவதில்லை” என்றான்.

ஆனால் ஸ்வேதன் தயங்கினான். கீசகனின் இறப்பு குலாடபுரியில் பெரும்களியாட்டென்று மாறியது. முதலில் அதை நகர்மக்கள் எவரும் நம்பவில்லை. முன்பும் பலமுறை அவ்வாறு கீசகன் கொல்லப்பட்ட செய்தி அவர்களுக்கு வந்திருந்தது. மீண்டும் மீண்டும் அச்செய்தி உறுதிப்படுத்தப்பட்ட பின்னரே குலாடபுரியில் களியாட்டங்கள் தொடங்கின. தேனும் தினையும் கலந்த இனிப்புகளை ஒருவரோடொருவர் பரிமாறிக்கொண்டனர். மலர்களாலும் தளிரிலைச்செண்டுகளாலும் மாறி மாறி அறைந்து கூவி நகைத்தனர். குலாடபுரியின் மூத்தோர் குன்றின்மீதேறி நடுகற்களுக்கு மாலையிட்டு ஊனும் கள்ளும் படைத்து வணங்கி நன்றியுரைத்தனர்.

பூசகர்களில் வெறியாட்டெழுந்த மூதாதையர் குலாடபுரியின் இருண்ட காலம் முடிவுற்றுவிட்டது, ஒளியெழவிருக்கிறது என்று அறிவித்தார்கள். ஆனால் ஸ்வேதன் மட்டும் ஐயம் கொண்டிருந்தான். “ஆணிலி என்று அங்கிருப்பவர் அர்ஜுனராக இருக்க வாய்ப்பில்லை. பெருவீரர் ஆணிலியாக எப்படி இருக்க முடியும்?” என்றான். “அவரே என்பதில் எனக்கு ஐயமில்லை. விற்கலையும் நடனமும் ஒன்றே. அவர் பெருநடிகர்” என்றான் சங்கன். அதை ஸ்வேதன் அறிந்திருந்தான் எனினும் அர்ஜுனனை பெண்ணுருவில் உளத்தால் காண அவன் தயங்கினான்.

மேலும் சிலநாட்களுக்குப் பின் அஸ்தினபுரியிலிருந்து அங்க நாட்டரசர் கர்ணன் தலைமையில் துரியோதனனும் அஸ்வத்தாமனும் படைகொண்டு விராடபுரி நோக்கி வருவதை ஒற்றர்கள் வந்து உரைத்தனர். “இதுவே தருணம். தந்தையின் உதவிக்காக நாம் படைகொண்டு செல்வோம்” என்று சங்கன் சொன்னான். ஸ்வேதன் “நாம் இன்று பிறிதொரு நாடு. அவர்கள் நம்மை அழைக்காமல் இப்போருக்குச் செல்வது உகந்ததல்ல. இன்றும் நமது குலத்தலைவர்களின் அவை அறுதி முடிவை எடுக்கும் ஆற்றலுடன் உள்ளது. அவர்களிடம் கோருவோம்” என்றான்.

குலாடக் குன்றில் கூடிய குலாடர்களின் குடிப்பேரவை விராடபுரியின் அரசர் தன் முத்திரை பொறிக்கப்பட்ட ஓலையாலோ அரசத்தூதென்று வரும் அந்தணர் ஒருவராலோ முறைப்படி குலாடபுரியை போருக்கு உடன்வருமாறு அழைத்தாலன்றி அவர்கள் செல்ல வேண்டியதில்லை என்று முடிவெடுத்தது. விராடர் தன் அரசியையும் மைந்தர்களையும் பதினாறு ஆண்டுகளுக்கு முன்னரே முற்றாக மறந்துவிட்டிருந்தார். கீசகனின் படைகள் குலாடபுரியை சூறையாடியபோதும் விராடரின் துணைவியாகிய அரசி பிரதீதை கீசகனின் முன்னால் சென்று முடியும் அரசணியுமின்றி நின்று கைகூப்பி அடியறைவு சொல்லி கப்பம் அளித்தபோதும் விராடர் மறுவினையாற்றவில்லை. அவ்வஞ்சம் குலாடர்களிடம் நஞ்சென தேங்கியிருந்தது.

குலாடபுரியின் அரசி தனிமணிமுடி சூடலாகாதென்றும் அரியணையில் அமர்ந்து அவை நிகழ்த்தலாகாதென்றும் கீசகன் ஆணை பிறப்பித்தபோதும் விராடபுரியின் அரசரிடமிருந்து ஆதரவென்று எதுவும் எழவில்லை. “குலாடபுரியை விராடபுரியின் இணை நாடாகவும், நம் அரசியை விராடரின் அரசியாகவும் அவர்கள் ஏற்றுக்கொண்ட பின்னரே நாம் படைகொண்டு செல்லவேண்டும்” என்றனர் குலத்தலைவர்கள். “இப்போரில் விராடபுரி தோற்கும். அது நமக்கு நன்று. கலிங்கமும் விராடமும் ஆற்றல் குன்றுகையிலேயே நாம் வளர்கிறோம்” என்றார் பிறிதொருவர்.

சங்கன் "ஐயமே தேவையில்லை, விராடபுரியை இந்நிலையில் எவரும் வெல்ல இயலாது" என்றான். "ஏன்? வருபவர்கள் எவர் என்று தெரியுமா?" என்று ஒரு குடித்தலைவர் கேட்டார். "அங்கு பெருவீரன் உத்தரன் இருப்பதனாலா?" என்று அவர் சொன்னபோது அவையமர்ந்த குடித்தலைவர் அனைவரும் வெடித்து நகைத்தனர். சங்கனை விழிநோக்கிய ஸ்வேதன் பேசாதே என்று தடுத்தான். "அவர்களுக்கு கந்தர்வர்களின் அருளிருக்கிறது. கீசகனைக் கொன்ற கந்தர்வன் இப்போதும் அவர்களின் பணிக்கென அங்கிருக்கிறான்" என்றான் சங்கன்.

குடிமூத்தவர் "நீ கதைகளிலேயே உழலுகிறாய், இளையோனே. கந்தர்வர்கள் நள்ளிரவில் உலவும் மானுடரை அச்சுறுத்தி வெல்வதுண்டு. இன்று வரை எவரும் தேவர் உதவியாலோ கந்தர்வர்களின் பின்துணையாலோ போர்களை வென்றதில்லை. மானுடப் போர்களில் தெய்வங்கள் ஊடாடுவதில்லை. படைக்கலங்களில் வந்தமைந்து குருதி உண்ணும் பாதாள தெய்வங்கள்கூட போர் வெற்றிகளை முடிவு செய்வதில்லை. ஆற்றலும் உறுதியுமே போர்களை முடிவு செய்கின்றன" என்றார். சங்கன் மேலும் ஏதோ சொல்ல முனைய ஸ்வேதன் அவனை விழியால் தடுத்தான்.

அவர்கள் அஸ்தினபுரியின் படைகள் விராடபுரியை நோக்கி வரும் செய்தியை ஒவ்வொரு நாழிகையும் என ஓலைகளால் அறிந்துகொண்டிருந்தனர். விராடரின் மைந்தன் உத்தரனின் தலைமையில் படையொன்று அவர்களை எதிர்கொள்ளச் செல்கிறது என்ற செய்தி வந்தபோது "நன்று! இப்போருக்குப் பின் ஒருவேளை உத்தரபுரியையும் நமது இளவரசர்களே ஆளக்கூடும். அரசருக்கு வேறு மைந்தர்கள் அங்கில்லை" என்று குடிமூத்தார் ஒருவர் சொன்னார். "உத்தரனை தேர்த்தூணில் கைகால் பிணைத்து கட்டிவைத்து போருக்கு கொண்டு செல்லவேண்டும். கட்டு சிறிது நெகிழ்ந்தால்கூட அவர் பாய்ந்து திரும்பி ஓடிவிடக்கூடும்" என்றார் ஒருவர். அவை அதை எண்ணி எண்ணி நகைத்துக்கொண்டிருந்தது.

ஸ்வேதன் "அவருக்கு தேரோட்டிச்செல்பவர் ஆற்றல் கொண்டவர் என்கிறார்கள்" என்றான். "யாரவர்? விராடரே தேரோட்டுகிறாரா?" என்றார் குடித்தலைவர். "அல்ல. அங்கு பிருகந்நளை என்னும் ஆணிலி இளவரசிக்கு நடனம் கற்றுக்கொடுப்பதற்காக வந்திருக்கிறாள்." அவை ஒருகணம் அச்சொற்களைக்கேட்டு அதன் பின்னர் புரிந்துகொண்டு தொடைகளிலும் பிறர் தோள்களிலும் அறைந்தபடி உரக்க நகைத்தது. மீண்டும் மீண்டுமென நகைப்பு வெடித்தெழுந்தது. முதியவர் கண்களில் நீர்வார சிரித்து "உத்தரனுக்கு பேடி தேரோட்டுகிறாள். மிகப் பொருத்தம். ஆனால் பேடிக்கு எதிர்நிற்க அங்கர் மறுத்துவிடக்கூடும். பேடிகளை

எதிர்கொள்ள அவர்களிடமும் பேடிகள் இருந்தாகவேண்டும்” என்றார்.

அதற்கு மறுநாள் அஸ்தினபுரியின் படை விராடநாட்டுப் படையினரால் தோற்கடிக்கப்பட்டு எல்லைவரை துரத்தியடிக்கப்பட்டதென்றும் உத்தரர் விழுப்புண் பெற்று போர்வீரராக நகர்நுழைந்தாரென்றும் ஒற்றர் செய்தி வந்தது. என்ன நிகழ்கிறது என்று அறியாமல் குடித்தலைவர்கள் சொல்லிழந்து அமர்ந்திருந்தனர். உத்தரர் நகர்நுழைந்த வீறையும் விராடபுரியின் மக்கள் மலரள்ளி வீழ்த்தி வெறிகொண்டு கூத்தாடியதையும் ஒற்றர்கள் சொல்லச் சொல்ல அவர்களிலொருவர் “இது மெய்யென்றால் நாமறியாத ஏதோ தெய்வங்கள் இதில் ஊடாடியுள்ளன. இது மானுட நிகழ்வே அல்ல” என்றார்.

சங்கன் “அதைத்தான் நானும் கூறினேன், அங்கு ஐந்து தெய்வங்கள் ஊடாடியுள்ளன” என்றான். ஐந்து என்ற எண்ணிக்கை அவர்களனைவரையும் உலுக்க அனைவரும் அவனை நோக்கினர். ஸ்வேதன் “தேரோட்டிச் சென்றவர் பாண்டவராகிய அர்ஜுனர். போருக்கு பீமனும் சென்றுள்ளார்” என்றான். “ஆம்! ஆம்! அதுவே மெய்யென்றிருக்கவேண்டும்!” என்று குரல்கள் ஒலித்தன. “வேறெவர்? வேறெவரால் இது இயலும்!” என்றார் ஒரு குடிமூத்தார். “அவர்கள் இங்கிருப்பதை அறிந்துதான் அஸ்தினபுரியின் படைகள் வந்திருக்கக்கூடும்.”

மேலும் ஒரு நாள் கழித்து அனைத்தும் தெளிவடைந்தன. விராடபுரியின் இளவரசியை அவள் தன்னேற்புக் களத்திலிருந்து அர்ஜுனன் கொண்டுசென்று தன் மைந்தனுக்கு துணைவியாக்கினார் என்று தெரியவந்தது. விராடபுரியில் அவ்வாண்டு நிகழ்ந்த உண்டாட்டுக்கும் செண்டு விளையாட்டுக்கும் குலாடபுரிக்கு முறையான அழைப்பு வந்தது. ஆனால் குடித்தலைவர்கள் அவர்கள் செல்வதை ஒப்பவில்லை. “இவ்வழைப்பை விடுக்கவேண்டியவர் உத்தரர் அல்ல. நம் அரசியை பதினாறாண்டுகாலம் துறந்த விராடரே. உங்களிருவரையும் மைந்தர்களாக அவர் ஏற்று அங்கே உத்தரருக்கு நிகரான அரியணையில் அமர்த்துவாரென்றால் செல்லலாம். அச்சொல் பெறாமல் நாம் அங்கு செல்லக்கூடாது” என்றனர்.

அவ்விழவு முடிந்ததுமே அஸ்தினபுரியின் முடிப்பூசல் செய்திகள் வரத்தொடங்கின. பெரும்போரொன்று எழவிருக்கிறது என்று ஒவ்வொரு நாளும் ஒற்றர்கள் செய்தி கொணர்ந்தனர். மெல்ல மெல்ல குடிமூத்தவர்களும் புறவுலகை அறியலாயினர். இளைய யாதவரின் முதற்தூது முறிந்து அவர் அஸ்தினபுரியிலிருந்து கிளம்பிய அன்று வந்த

ஒற்றன் அவைநின்று நிகழ்வதை விளக்கினான். அவன் குலாடனல்ல, நூல்நவின்ற சூதன். ஆகவே அவன் குரல் வேறெங்கிருந்தோ தெய்வமொன்றின் அறைகூவலென ஒலித்தது. அதை அவையில் கேட்டபோது மூத்தவர்கள் திகைத்து செயலிழந்து அமைந்திருந்தனர்.

“பாரதவர்ஷத்தின் வரலாற்றிலேயே மாபெரும் போர் நிகழவிருக்கிறது. ஒரு தரப்பில் தொல்குடி ஷத்ரியர்கள் அணிநிரக்கிறார்கள். மறுதரப்பில் இளைய யாதவருடன் பாண்டவர்களும் பாஞ்சாலர்களும் வளர்ந்தெழும் புதிய அரசுகள் அனைத்தும் நிரைகொள்கின்றன. பாரதவர்ஷமே இரண்டெனப் பிரிந்து களம் நிற்கிறது. எவர் வெல்வார் என்பதை ஒட்டியே எத்திசையில் இப்பெருநிலம் வளருமென்று கூற இயலும். கௌரவர் வென்றால் மீண்டும் இங்கு தொல்வேதமே திகழும். பாண்டவர்கள் வென்றால் வேத முடிபு ஓங்கும். இங்குள்ள அனைத்துப் புறவேதங்களையும் தன்னுள் ஏற்று பெருநெறியொன்று எழுந்து வரும். தெய்வங்கள் விண்ணிலிருந்து ஆர்வத்துடன் குனிந்து நோக்கும் தருணம் இது என்கின்றனர் புலவர்.

“பாரதவர்ஷத்தின் அனைத்து அவைகளிலும் முனிவரும் அந்தணரும் புலவரும் அவைசூழ்வோரும் சான்றோரும் இதைப்பற்றி அன்றி பிறிதெதையும் பேசவில்லை. இன்று ஒவ்வொருவர் முன்பிலும் இருக்கும் வினா நீங்கள் எத்தரப்பு என்பதே” என்றான் ஒற்றுச்சூதன். ஸ்வேதன் “இப்போரில் நாம் கலந்து கொள்ளவேண்டும்” என்றான். குடிமூத்தார் “எவர் பொருட்டு?” என்றார். “பிறிதொரு எண்ணமே இல்லை, பாண்டவர் பொருட்டு. அவர்களே எங்கள் உள்ளத்தின் ஆசிரியர்கள். அவர்கள் பொருட்டுக் களம் நிற்பதில் நாங்கள் பிறவியின் நிறைவை காண்கிறோம்” என்றான் சங்கன்.

“ஆனால் நாம் இன்னும் அழைக்கப்படவே இல்லை. இருசாராரின் ஓலைகளும் இங்குள்ள அனைத்து அரசுகளுக்கும் முன்னரே அனுப்பப்பட்டுள்ளன. பாண்டவர்கள் நிஷாதர்களையும் கிராதர்களையும் அசுரர்களையும் அரக்கர்களையும்கூட தூதனுப்பி தங்களுடன் சேர்த்துக்கொண்டிருக்கிறார்கள். நமக்கு இன்னும் எச்செய்தியும் வரவில்லை. அழைக்காமல் போருக்குச் சென்று சேர்வதென்பது இழிவு மட்டுமல்ல, அரசுசூழ்தலில் பெரும்பிழையும் கூட. போருக்குப் பின் என்ன நிகழுமென்பதற்கு ஒரு சொல்லேனும் உறுதி நமக்களிக்கப்படவேண்டும். நம் வீரர்கள் அங்கு சென்று மறைவதற்கும் குருதி சிந்துவதற்கும் ஈடென நாம் பெறுவதென்ன என்பது இங்கிருந்து கிளம்புவதற்கு முன்னரே தெளிவுபடுத்தப்படவேண்டும்” என்றனர் குடித்தலைவர்கள்.

ஸ்வேதன் “இப்போரில் நாம் கலந்துகொள்ளாவிட்டால் தனிமைப்படு வோம். போரில் கலந்து கொண்டு வென்றவர்கள் தரப்பில்

நிற்போமெனில் மேலும் வெற்றியும் புகழும் செல்வமும் நம்மை சேரும். தனித்து நிற்போமெனில் எவர் வென்றாலும் அவர்களின் எதிரியாகவே நாம் கருதப்படுவோம். நம்மை முற்றழிப்பார்கள். போரில் கலந்து கொள்ளுகையில் நாம் வெல்வதற்கான வாய்ப்புகள் பாதியாவது உள்ளன" என்றான். சங்கன் உரத்த குரலில் "எங்கு பெருங்காற்றுகளின் மைந்தன் படைக்கலமேந்தி நின்றிருக்கிறானோ அத்தரப்பே வெல்லும். ஐயமேயில்லை. இப்புவியை மாருதியின் மைந்தர் வெல்வார். களத்தில் அவரை எதிர்கொண்டு ஒருநாழிகைப்பொழுது எதிர்நிற்பதற்கு தகுதி கொண்ட எவருமில்லை. நாம் அவருடன் நிற்போம். நம் குடிகள் வாழ்வார்கள்" என்றான்.

ஆனால் குடிப்பேரவை அதற்கு ஒப்புதல் அளிக்கவில்லை. "நம் அரசியை மீண்டும் மணிமுடி சூடி அவையமரும்படி ஒப்புதல் அளித்து விராடர் ஒரு ஓலையாயினும் அனுப்பும் வரைக்கும் அவர் தரப்பில் நாம் நிற்பது எவ்வகையிலும் உகந்ததல்ல" என்று குடித்தலைவர் இறுதியாக சொன்னார். அவைநீங்கும்போது சங்கன் "ஒவ்வொரு முறையும் தவறிப்போகிறது, மூத்தவரே. இனியொரு தருணம் இல்லை. நான் அவருடன் சென்றாகவேண்டும். அவருக்கென படைக்கலம் ஏந்தியாகவேண்டும்" என்றான். ஸ்வேதன் "நாம் செல்வோம். ஆனால் அது முறைப்படியே ஆகட்டும். காத்திருப்போம்" என்றான்.

52

சங்கன் போருக்கெனப் படைக்கலங்களை ஒருக்கினான். குலாடத்தின் குன்றுக்குக் கீழே பலநூறு இடங்களில் இரவும்பகலும் அம்புகள் கூர்தீட்டப்பட்டன. வேல்கள் முனையொளி கொண்டன. விந்தையான பறவையொலி என அவ்வோசை கேட்டுக்கொண்டிருந்தது. அம்மக்களை அது கனவுகளுக்குள் வந்து எழுப்பியது. குருதி ஒளிகொண்ட பறக்கும் நாகங்கள் அவர்களை நோக்கி சீறின. குருதி குருதி என அவை சொல்லிக்கொண்டிருந்தன. “தீட்டப்படும் கூர் ஒருநாள் குருதியை அறியும் என்பார்கள், மூத்தவரே. அதன்பொருட்டே தீட்டுகிறேன். இவற்றில் குருதிநாடும் தெய்வங்கள் வந்தமைக! அவை நம்மை நடத்துக!” என்றான் சங்கன்.

ஒவ்வொரு நாளுமென சங்கன் பொறுமையிழந்துகொண்டிருந்தான். கருக்கிருட்டிலேயே தொலைதூரத்திலிருந்து வரும் புறாக்கள் அரண்மனையில் ஸ்வேதனின் அறைமுகப்பில் வந்து சேரும்படி பழக்கப்படுத்தப்பட்டிருந்தன. அவை வந்து சேர்வதற்கு முன்னரே அவன் பின்னிரவில் கிளம்பி வந்து அங்கு அவற்றுக்காகக் காத்திருந்தான். பொழுது துளித்துளியாக நகர்ந்ததால் சினம்கொண்டு எழுந்து மரத்தரைப் பரப்பில் குறடுகள் உரசி ஒலிக்க நடைபயின்றான். அவன் காலடி ஓசையைக் கேட்டு புறாக்கள் சாளரத்தில் இறங்காமல் விண்ணிலேயே சுழன்று பொழுது கடத்தின.

அதை ஒற்றுப்புறாப் பயிற்றுனன் கூறியபோது ஸ்வேதன் “நீ இங்கு வரவேண்டியதில்லை, இளையோனே. ஓலை வந்த அரைநாழிகைக்குள் அதன் செய்தி உனக்கு அனுப்பப்பட்டுவிடும்” என்றான். “இல்லை மூத்தவரே, அந்த ஓலையைப் பார்ப்பதே நான் வேண்டுவது” என்றான்.

“அப்படியென்றால் அசைவற்றிரு” என்று ஸ்வேதன் எரிச்சலுடன் சொன்னான். சங்கன் தலையசைத்தான். “மூடன்” என்றபடி அவன் மீண்டும் படுக்கைக்கு சென்றான். அங்கிருந்து இருளில் பீடத்தில் கைகளைக் கட்டியபடி விழிகள் மின்ன அமர்ந்திருக்கும் சங்கனின் ஓங்கிய உடலை அப்பால் நின்று பார்க்கையில் ஸ்வேதன் வியப்பும் விந்தையானதோர் தவிப்பும் கொண்டான். அவர்கள் இருவருமே செருகளத்தில் மாளக்கூடும் என்று நிமித்திகர்கள் கூறியிருந்தனர். நீர்வீழ்ச்சிகள் அணுகுகையில் மேலும் விசைகொண்டு பாறைகளில் முட்டி நுரைத்து பெருகிச்செல்லும் ஆற்றின் விழைவுதானோ அது என்று அவன் எண்ணிக்கொண்டான்.

செய்திகள் வந்ததும் சங்கன் அவற்றை எடுத்து நடுங்கும் கைகளால் பிரித்து ஒரே விழியோட்டலில் படித்து முடித்தான். பின்னர் ஒவ்வொரு எழுத்தாக மீண்டும் படித்தான். “மூத்தவரே, மீண்டும் ஒரு தூது செல்வதற்கு இளைய யாதவர் ஒருங்கியிருக்கிறார்!” என்று கூவினான். ஸ்வேதன் “ஆம், இம்முறையும் அவர் வெல்லப்போவதில்லை. மண்ணை விட்டுக்கொடுப்பதுதான் துரியோதனரின் நோக்கம் என்றால் அது எப்போதோ நடந்திருக்கும். ஒரு துளி மண்கூட அவர் அளிக்கமாட்டார். ஏனெனில் மண்ணை அளிப்பதற்கு ஒரு முறைமை உள்ளது என்றே அது குடிநினைவுகளில் பதிவாகும். ஒருபிடி மண்ணளித்தவன் பாதி நாட்டையும் அளித்திருக்கலாம் என்று பின்னர் பேச்செழக்கூடும். மண்ணில் உரிமையே இல்லை என்ற தன் சொல் நிலைநிறுத்தப்படவேண்டும் என்றே அவர் விரும்புவார்” என்றான்.

“அவ்வாறென்றால் ஏன் மீண்டும் மீண்டும் இளைய யாதவர் தூது செல்கிறார்?” என்று சங்கன் கேட்டான். ஸ்வேதன் “கைப்பிடி நிலம்கூட கேட்டுப் பார்த்தார்கள், அதுவும் துரியோதனரால் மறுக்கப்பட்டது என்று சொல்வதுதானே பாண்டவர் தரப்பை வலுப்பெறச் செய்வது? சொல்லிச் சொல்லி அதை பெருக்கி அந்த வஞ்சத்தைக் கொண்டே போர்முனைவரை படைப்பெருக்கைக் கொண்டுசென்று நிறுத்தமுடியுமே?” என்றான். “இப்போரின் அடிப்படைகள் எவையாயினும் ஆகுக! எளிய மக்கள் புரிந்துகொள்வது உடன்பிறந்தாரின் உரிமைப்போர் என்றுதான். எல்லைப்போரும் உடைமைப்போரும்போல மக்கள் புரிந்துகொள்வது பிறிதொன்றில்லை. ஏனெனில் ஒவ்வொரு குடியிலும் அத்தகைய பூசல்கள் எப்போதும் இருந்துகொண்டிருக்கும்.” சங்கன் “ஆம்” என்றான்.

படையெழுச்சிக்கான செய்தி வந்த அன்று அவன் பித்தன்போல கூச்சலிட்டான். “விராடபுரியிலிருந்து படைகள் கிளம்பவிருக்கின்றன. எட்டு குதிரைப்படைப் பிரிவுகள் ஒருங்கி நின்றிருக்கின்றன. நாளை அல்லது மறுநாள் அவை கிளம்பிச்செல்லக்கூடும்.” ஸ்வேதன் “எங்கு?”

என்று கேட்டான். “குருக்ஷேத்ரத்திற்கு. அங்குதான் போர் நிகழும். ஏனெனில் அதுதான் குருதிநிலம். இந்திரன் விருத்திரனை வென்ற இடம். பரசுராமர் ஷத்ரியர்களின் குருதியை ஐந்து குளங்களாக தேக்கிய மண். அங்கு நிகழ்ந்தால் போர் அறத்திலேயே இறுதியில் சென்று நிலைக்குமென்று நம்புகிறார்கள். அதற்கு தொல்நூல்களில் அறநிலை என்றே பெயர் உள்ளது” என்றான்.

“விராடர் முந்திக்கொள்கிறார். தன் படைகளில் ஒன்றை அங்கு கொண்டு நிறுத்துவார். அங்கிருந்து அஸ்தினபுரிக்கு பாண்டவர்களின் அறைகூவல் சென்று சேரும். அறப்போரில் அறைகூவல் விடுப்பவரே போர் நிகழுமிடத்தை தெரிவு செய்யும் உரிமைகொண்டவர்” என்றான் ஸ்வேதன். “அஸ்தினபுரியின் படைகள் குருக்ஷேத்ரத்தில் நிலைகொண்டால் போரை அங்கு நிகழ்த்தியாகவேண்டிய இடத்திற்கு துரியோதனர் தள்ளப்படுவார்.” சங்கன் பெருமூச்சுவிட்டான். “விராடபுரியின் படைகள் பாண்டவர்களை ஆதரிக்குமா என்ற ஐயம் நேற்றுவரைக்கும் இருந்தது. அதை நீக்கவிழைகிறார்கள்” என்றான் ஸ்வேதன். சங்கன் “அவர்கள் பாண்டவர்களுக்குப் பெண் கொடுத்தவர்கள். போரில் உடன் நின்றாகவேண்டிய கடன்கொண்டவர்கள்” என்றான்.

“ஆம், ஆனால் பாண்டவர்களுக்குப் பெண்கொடுத்தவர்களில் முதன்மை பாஞ்சாலர்களுக்கே. அவர்கள் ஷத்ரியத் தொல்குடியினர். இப்போர் வென்றால் முதன்மைப் பயன்களை அடையப்போகிறவர்களும் அவர்களே. பாஞ்சாலர்களுக்கும் விராடர்களுக்கும் ஒருபோதும் அவையொருமையும் உளச்சேர்ப்பும் நிகழாது என்பதே கௌரவர்களின் எதிர்பார்ப்பாக இருந்தது. அப்பூசல் நிகழவில்லை என்றும் தாங்கள் ஒருங்கிணைந்து படைகொண்டு சென்றிருக்கிறோம் என்றும் கௌரவர்களுக்கும் பிறருக்கும் அறிவிப்பது இத்தகைய படைநகர்வினூடாகவே இயல்வது. அத்துடன் முதலில் சென்று குருக்ஷேத்ரத்தில் நிலைகொள்ளும் படை விராடருடையதாக இருப்பதென்பது பாண்டவப் படைக்கூட்டில் விராடருடைய இடத்தை மேலும் முதன்மைப்படுத்துவது” என்றான் ஸ்வேதன்.

“முழுப் போரையும் நீங்களே நிகழ்த்திவிடுவீர்கள் போலுள்ளது” என்று சங்கன் சொன்னான். ஸ்வேதன் புன்னகைத்து “இந்தச் சிற்றூரின் எல்லைக்குள் அமர்ந்து பேரரசு ஒன்றைக் கனவுகாண்பவன் நான், இளையோனே” என்றான். சங்கன் உளஎழுச்சி தாளாமல் அறைக்குள் சுழன்று நடந்தபடி “போர் நிகழத்தொடங்கிவிட்டது. படைக்கலங்கள் மோதும் கணம் வரை அது நுண்வடிவில் நிகழ்ந்துகொண்டிருக்கிறது” என்றான். இடையில் கைவைத்து நின்று பெருந்தோள்களும் விரிந்த நெஞ்சும் உலைந்தசைய “இப்போது போர் நிகழ்ந்துகொண்டிருக்கிறது. விண்ணில்

நிகழும் தேவர்களின் போரை மண்ணிலிருந்து நோக்குவதுபோல நாம் எங்கோ இருந்துகொண்டிருக்கிறோம்" என்றான்.

ஸ்வேதன் "நாம் மீண்டும் குல அவையைக் கூட்டுவோம். போர் நிகழட்டும். அதில் நமது பங்கும் இருக்கும்" என்றான். "நம் குலமூத்தோர் அஞ்சுகிறார்கள். இவர்கள் தொன்மையான மலைப்பாறைகளைப்போல இருந்த இடத்தில் எதுவும் மாறாமல் யுகங்கள் கடந்து செல்ல விரும்புபவர்கள். ஒருபோதும் இவர்களின் ஒப்புதல் பெற்று நாம் படைக்கு செல்லப்போவதில்லை. இவர்களைக் கடந்தே நாம் படைகொண்டெழவேண்டும்" என்று சங்கன் சொன்னான். ஸ்வேதன் "நாம் இங்கு மன்னர்கள். ஆனால் படைநகர்வுக்கு ஆணையிடும் உரிமை நமக்கில்லை. குலக்குழுவின் முத்திரையிட்ட ஓலையை அவைத்தலைவர் கோல்தூக்கிப் படித்துக்காட்டினால் ஒழிய எவரும் படைக்கென எழுவதில்லை" என்றான்.

"அது முதியவர்களின் உளநிலை. என்னுடன் இளையவர்கள் இருக்கிறார்கள். ஆயிரம்பேரை இங்குள்ள இளையவர்களில் எளிதாகத் திரட்டிவிட முடியும் என்னால். மூத்தவரே, எனக்கு ஒப்புதல் கொடுங்கள். நாம் கொண்டு செல்லும் படைகள் அவர்களுக்குப் பொருட்டல்ல. நாம் சென்றோம் என்பதே முதன்மையானது. நான் கிளம்பிச்செல்கிறேன்" என்றான் சங்கன். ஸ்வேதன் "இங்குள்ள குலமூத்தாரைக் கடந்து நான் எதையும் செய்யமுடியாது. முறைமைகளை மீறுவது குறித்து இளமையில் நாம் எண்ணுவோம். முறைமைகளாலேயே நிலம் நாடாகிறது. நம் குரல் ஆணையாகிறது" என்றான். "நம் இளையோர் இன்னமும் தொல்குடி உளநிலை நீங்காதவர்கள். இறுதியில் அவர்கள் குடிமுறைமையை அஞ்சிப் பணிவார்கள்."

ஸ்வேதன் திரும்பிச் செல்ல அவனுக்குப் பின்னால் உளக்கொதிப்புடன் சங்கன் சென்றான். "அங்கே விராடரின் படைகள் ஏன் முன்னரே சென்று நின்றிருக்கின்றன என்று புரியவில்லையா தங்களுக்கு? அவர்கள் கிழக்கு நோக்கி நிலைகொள்ள விரும்புகிறார்கள். மங்கலத்திசை அது. கிழக்கு நோக்கி நிற்பவர்கள் மேலும் ஒளிகொண்டு தெய்வங்களின் அருள் கொண்டவர்கள் எனத் தோன்றுவர்" என்றான். "எனக்கு அமைச்சுப் பணிகள் உள்ளன. போர்சூழ்ந்ததுமே வணிகர்கள் ஒழிந்துவிட்டனர். ஒவ்வொன்றும் ஏழுமுறை விலையேறியிருக்கிறது. அரண்மனையின் பொருள்கோடலை கட்டுப்படுத்தாவிடில் கருவூலம் வற்றிவிடும். நீ சென்று பொற்கனவில் திளைத்துக்கொண்டிரு" என்று ஸ்வேதன் சொன்னான்.

மேலும் சில நாட்களுக்குள் மூன்றாவது தூது முடிந்த செய்தி அணைந்தது. விராடபுரியின் படைகள் குருக்ஷேத்ரத்தில் சென்று நிலைகொண்டன. இருபக்கமும் போருக்கான துணைதேடல்கள் தொடங்கின.

ஒவ்வொருநாளும் இருபக்கமும் சென்றுசேர்பவர்களின் செய்திகள் வந்துகொண்டிருந்தன. சங்கன் பொறுமையிழந்து “இப்போதேனும் நாம் முடிவு செய்வோமா நாம் செல்கிறோமா இல்லையா என்று? நாம் செல்வதில்லை என்றால் அதை நமது குலஅவை முறைப்படி அறிவிக்கட்டும். நான் மட்டும் கிளம்பிச் செல்கிறேன். என் தலைவனின் பொருட்டு உடன் நின்று போரிட்டு உயிர் துறக்கிறேன்” என்றான்.

சீற்றத்துடன் தன் கையைச் சுருட்டி ஆட்டி “ஒன்று மட்டும் உறுதி கொள்ளுங்கள், எதன்பொருட்டும் நான் இங்கு தங்கமாட்டேன். கோழையென்று ஒடுங்கியிருந்தேன் என்று என் கொடிவழிகள் என்னைக் கருத இடமளிக்க மாட்டேன். நான் சென்ற பின் உளம் மாறி குலாடபுரி துரியோதனரின் பக்கம் சேரும் என்றால் குலாடர்களின் தலைகளைக் கதையால் உடைத்துச் சிதறடிக்கவும் தயங்கமாட்டேன்” என்றான். “என்ன பேசுகிறாய் என்று புரிந்துதான் இருக்கிறாயா? நீ ஊரும் குடியுமில்லாத படைவீரனல்ல, இளவரசன்” என்றான் ஸ்வேதன். “இல்லை. படைகொண்டு செல்லும் உரிமை எனக்கில்லை என்றால் நான் வெறும் படைவீரனே” என்று சங்கன் கூவினான். “படைவீரனுமல்ல இளவரசனுமல்ல என்ற இழிநிலை பேடிக்கு நிகரானது. அதற்கு ஒருபோதும் ஒப்பேன்.”

கண்ணீருடன் பெருந்தோள்களை விரித்து “உயிர் துறப்பதற்குரிய பேரரங்கு குருக்ஷேத்ரம். பாரதவர்ஷத்தில் இதுவரை உருவானவற்றிலேயே பெரும்போர்க்களம். எவ்வகையிலேனும் படைக்கலமேந்தி போர்புரிந்து பழகிய எவரும் இல்லத்தில் இருக்க இயலாது. இல்லத்திலிருப்பவர்கள் பெண்கள், முதியவர், குழவிகள். நான் என்னை ஆணென்று உணர்கிறேன்” என்றான். ஸ்வேதன் சற்றே சினத்துடன் “பிறருக்கு தன்மதிப்பும் ஆணவமும் இல்லையென்று நீ எண்ணக்கூடாது” என்று சொன்னான். “இருந்தால் அதைக் காட்டுங்கள். காட்டாதவரை அது இல்லையென்றே பொருள்” என்றபின் சங்கன் திரும்பிச் சென்றான்.

அம்முறை குலமூத்தோரின் அவையில் ஸ்வேதன் பாண்டவர்களுக்கு ஆதரவாக படைகொண்டு செல்லவேண்டும் என்ற தன் கோரிக்கையை முன்வைத்து முடித்ததும் மூத்தார் பேசுவதற்குள்ளாகவே சங்கன் எழுந்து உரத்த குரலில் கூவத்தொடங்கினான். “குலத்தலைவர்களே, உங்களுக்கும் எனக்கும் பெருத்த வேறுபாடுள்ளது. நீங்கள் காட்டில் வேட்டையாடி உண்டு மறுநாளை எண்ணாமல் முந்தைய நாளை மறந்து வாழ்ந்த தொல்குடிகளின் குருதி கொண்டவர்கள். நான் விராடரின் மைந்தன். அரசாளும் குலத்தை சார்ந்தவன். ஆம், நான் ஷத்ரியன். தொல்குடியினரின் சொல் கேட்டு அமர்ந்திருக்கும் ஷத்ரியன் கோழையோ வீணனோ அன்றி பிறனல்ல. நீங்கள் எந்த முடிவை எடுத்தாலும் இங்கு நான் ஒடுங்கி

அமர்ந்திருக்கப் போவதில்லை. நீங்கள் ஒப்புதலளித்தால் படையுடன் எழுவேன். இல்லையெனில் என் கதையுடன் கிளம்பி குருக்ஷேத்ரத்திற்கு செல்வேன். இன்றே இங்கிருக்கும் இறுதிநாள் எனக்கு" என்றான்.

மூத்த குடித்தலைவர் பொறுமையிழக்காமல் "மைந்தா, போருக்குச் செல்வதற்குமுன் அதனால் நமக்கு என்ன பயன் என்று தெரிந்துகொள்ளவேண்டுமென்று மட்டுமே விழைகிறேன். போர் என்றால் என்ன? இறப்பு, இழப்பு, துயர். இக்குடியின் ஆண்கள் அனைவரும் சென்று போரில் இறந்தால் அதன்பின் இங்குள்ள பெண்டிருக்கும் குழவிகளுக்கும் எவர் காப்பு? பிற குடிகள் வேட்டைவிலங்கென வந்து இக்குடியை சூறையாடி நம் பெண்டிரையும் ஆநிரைகளையும் கவர்ந்து சென்றால் எவர் பொறுப்பு? நம் குழந்தைகளை வணிகர் அடிமைப்படுத்தினால் எவர் நமக்கு துணைநிற்பார்கள்?" என்றார். "நான் சொல்வது ஒன்றே. ஒரு சொல் விராடரிடம் வாங்கி வாருங்கள். நாமும் அவர் குடிதான் என்று. அல்லது, பாண்டவரிடமிருந்து முறையான அழைப்பைப் பெற்றுக்கொடுங்கள். நூறாண்டுகாலம் அப்படைக்கூட்டு நீடிக்கும் என்று ஒரு சொல் அவர்களிடமிருந்து எழுந்தால் தலைமுறைகளென நாம் தழைத்தெழுவோம். அவ்வாறன்றி வெறும் இளமைத்துடிப்பால் படைகொண்டு செல்வது நம்மை நாமே அழிப்பதற்கு நிகர். அதை ஒருபோதும் மூத்தோரும் அறிந்தோருமாகிய குலக்குழு ஒப்புக்கொள்ளாது."

"ஆனால் இது வெறும் போரல்ல" என்று ஸ்வேதன் சொன்னான். "மூத்தவரே, பாண்டவர்களுடன் சிற்றரசர்களும் நிஷாதர்களும் கிராதர்களும் அசுரரும் அரக்கரும் படைகொண்டு செல்கிறார்கள். அவர்கள் அனைவரும் ஓரிடத்தில் தங்குகிறார்கள். ஒவ்வொரு நாளும் உரையாடுகிறார்கள். அங்கு உருவாக்கிக்கொள்ளும் நட்புக்கூட்டுகளும் படைபுரிதல்களும் பாரதவர்ஷத்தின் அரசியலை முற்றாகவே மாற்றப்போகின்றன. போரில் வெற்றியும் தோல்வியும் எவ்வண்ணம் என்றாலும் ஒவ்வொருவருக்கும் நண்பர்கள் கிடைப்பார்கள். தலைமுறைகளென நீளும் உறவுகள் அமையும். குருதியுறவுகள், மணப்புரிதல்கள். இனி அவற்றிலிருந்து அகன்று எவரும் தனித்த அரசியல் செய்ய இயலாது. நாம் தனித்து நிற்க வேண்டுமென்ற எண்ணத்தையே கைவிடுங்கள். எந்நிலையிலும் அதற்கு இனி வாய்ப்பே இல்லை."

அங்கு அமர்ந்திருந்த குல மூத்தவர்கள் முகம் மாறவில்லை. "இது புதிய ஓர் அறத்திற்கான போர்" என்று ஸ்வேதன் சொன்னான். "தொல்வேதங்கள் ஷத்ரியர்களுக்களித்த மாறா மண்ணுரிமையை ஒழித்து குடியறம் பேணுபவர்கள் அனைவருக்கும் முடிகொள்ளும் உரிமையை அளிக்கும் புது வேதத்துக்கான போர். ஆகவே இது நமக்கான போரும்கூட."

குடிமூத்தார் ஒருவர் "எந்தப் போரும் ஏதேனும் ஓர் அறத்துக்கானதே. எந்தப் போரும் குருதிப்பெருக்கு மட்டுமே" என்றார். குடித்தலைவர் "நாங்கள் மூதன்னையருடனும் பேசிவிட்டு சொல்கிறோம்" என்று சொல்ல இளையோர் எழுந்து வெளியே சென்றனர்.

உள்ளே அவர்கள் ஐயத்துடனும் தயக்கத்துடனும் ஒருவருக்கொருவர் தாழ்ந்த குரலில் பேசிக்கொண்டனர். இழுத்துக் கட்டப்பட்ட தோல்வார்களை வருடியதுபோன்ற அவர்களின் தணிந்த குரல்கள் இணைந்த கார்வை அவைநிகழ்ந்த பெருங்குடிலுக்குள் ஒலித்துக்கொண்டிருந்தது. பின்னர் சொல்சூழ்ந்து முடித்து அவர்கள் வெளிவந்தனர். குடிமூத்தார் ஒருவர் "எங்கள் முடிவை தலைவர் அறிவிப்பார்" என்றார். குடித்தலைவர் "இக்குழு எடுத்த முடிவு இதுவே. விராடரிடமிருந்து நமது அரசியை மீண்டும் ஏற்றுக்கொள்வதாகவும் நம் குடியை தன் குருதியென ஏற்பதாகவும் ஒற்றைச் சொல் பெற்றுக்கொள்ள வேண்டும். அல்லது பாண்டவர் தரப்பிலிருந்து நம்மைப் போருக்கு அழைப்பதாக ஒரு முத்திரைஓலை பெறப்படவேண்டும். அவ்விரண்டுமின்றி இங்கிருந்து படை கிளம்புவதற்கு நாங்கள் ஒப்பவில்லை" என்றார்.

சங்கன் "நன்று! இங்கே வந்து சேர்வீர்கள் என்று நான் அறிந்திருக்கிறேன். நான் கிளம்புகிறேன். எவ்வகையிலும் இனி நான் உங்களுக்குக் கட்டுப் பட்டவனல்ல" என்று சொல்லி தன் இடக்கையால் கழுத்திலணிந்திருந்த கல்மாலையை அறுத்து குழூத்தலைவரின் முன் தரையில் வீசினான். குடிமூத்தார் அனைவரும் திகைத்து வியப்பொலி எழுப்பினர். குழூத்தலைவர் சினத்துடன் கோலைத் தூக்கி முன்னால் வந்து "என்ன செய்கிறாய்? அறிவிலி! என்ன செய்கிறாய் என்று எண்ணிச் செய்கிறாயா?" என்று கூவினார். "எண்ணி நூறுமுறை துணிந்த பின்னரே இதை செய்கிறேன். இனி நான் உங்கள் குலத்தோன் அல்ல. எக்குலத்தோனுமல்ல. நான் தனியன். விரும்பினால் நீங்கள் படைசூழ்ந்து என்னைக் கொல்லலாம்" என்றான் சங்கன்.

"அனைவரும் அறிக! இங்கிருந்து கிளம்பி பாண்டவர் படை நோக்கி செல்லவிருக்கிறேன். ஆற்றலுள்ளோர் என்னைத் தடுக்கலாம், அவர்களின் தலைகளை உடைத்த பின் கடந்துசெல்வேன்" என்றவன் திரும்பி அப்பால் கூடிநின்றிருந்த தன் குலத்து இளைஞர்களை நோக்கி "ஆண்மை கொண்டோர் என்னுடன் வருக! போரென்பது ஆண்களுக்குரியதென்று எண்ணுவோர் எழுக! அஞ்சி குறுகி இங்கு வேட்டைச்சிறுகுடி என வாழ விழைபவர்கள் விலகுக!" என்றபின் தன் கதாயுதத்தைத் தலைக்குமேல் மும்முறை சுழற்றி "வெற்றிவேல்! வீரவேல்!" என்று குரலெழுப்பி முன்னால் நடந்தான். அவனை நோக்கி நின்றிருந்த திரளிலிருந்து "வெற்றிவேல்!

வீரவேல்!” என்ற குரல்கள் ஆங்காங்கே எழுந்தன. கதைகளும் வில்களுமாக இளைஞர்கள் அவனுடன் செல்லத்தொடங்கினர்.

ஸ்வேதன் திகைப்புடன் அதைப் பார்த்து நின்றான். அத்தகையதோர் எதிர்ப்புணர்ச்சி தன் குடிகளில் இருக்கக்கூடுமென்று அவன் எண்ணியதே இல்லை. மூத்தார் சொல்லை மீறி அவர்கள் எழுவதென்பது கதைகளிலும் நிகழ்ந்ததில்லை. குடிமூத்தார் கைகள் தளர வாய் திறந்திருக்க விழித்து நோக்கி நின்றிருந்தனர். மணற்கரை இடிந்து சரிவதுபோல மேலும் மேலுமென இளைஞர்கள் சங்கனைத் தொடர்ந்து சென்றுகொண்டிருந்தனர். ஸ்வேதன் திரும்பி “தாங்கள் ஆணைகளை மாற்றிக்கொண்டே ஆகவேண்டும், குடித்தலைவரே. இல்லையேல் நாம் நம் படைகளாலேயே கைவிடப்பட்டவர்களாவோம். ஒப்புதலளித்து நீங்கள் அவர்களை அனுப்பினால் பாண்டவர்களின் துணை நமக்கிருக்கும் என்ற அச்சமாவது நம் எதிரிகளுக்கு இருக்கும். அவர்கள் நம்மை கைவிட்டுச் சென்றால் அது நம்மைச் சூழ்ந்திருக்கும் எதிரிகளின் முன் துணையின்றி விட்டுச் செல்வதே” என்றான்.

மேலும் மேலுமென போர்க்குரல்களுடன் இளைஞர்கள் சென்றுகொண்டே இருப்பதை, அவர்களின் தந்தையரும் துணைவியரும்கூட அவர்களுக்கு ஆதரவு தெரிவித்து வாழ்த்தொலி எழுப்புவதை குடித்தலைவர் கண்டார். பின்னர் “ஆம், நாங்கள் ஒப்புதல் அளிக்கிறோம். அதுவே ஊழென்றால் இனி அவ்வாறே ஆகுக!” என்று மறுமொழி சொன்னார்.

குலாடகுடியின் மிகச் சிறந்த படையை சங்கன் திரட்டினான். “நாம் பெரும்படை ஒன்றில் சென்று சேரவிருக்கிறோம். பண்டு இலங்கைகடந்த அண்ணலுக்கு வால்மானுடர் செய்த உதவிக்கு நிகர் இது. இது நாம் நம் ஆசிரியர்களுக்கு அளிக்கும் காணிக்கை மட்டுமே” என்று அவன் தன் வீரர்களுக்கு சொன்னான். விடைகொள்ளும்பொருட்டு அவர்கள் பிரதீதையை அணுகி வணங்கியபோது அவள் முகம் இறுகி குளிர்ந்தவள்போல் இருப்பதைக் கண்டனர். நோயுற்ற புரவி என அவள் உடல் மெய்ப்புகொண்டு நின்றது. “சென்றுவருகிறோம், அன்னையே. எங்களை வாழ்த்துக!” என்று ஸ்வேதன் சொன்னான். அவளால் ஒரு சொல்லும் கூறமுடியவில்லை. உலர்ந்த உதடுகள் ஒட்டியிருந்தன. சங்கன் வணங்கியபோது மெல்லிய முனகலோசை மட்டுமே அவளிடமிருந்து எழுந்தது.

53

ஸ்வேதனும் சங்கனும் தலைமைகொண்டு நடத்திய குலாடகுடிப் படை பதின்மூன்று நாட்கள் பயணம் செய்து பீதசிலை என்னும் சிற்றூரில் பாண்டவப் படைப்பெருக்குடன் இணைந்துகொண்டது. நெடுந்தொலைவிலேயே பாண்டவப் படை அங்கு சென்றுகொண்டிருப்பதை ஒற்றர்கள் வந்து சொன்னார்கள். "இப்பகுதியினூடாக பாண்டவர்கள் படை நிரந்து சென்ற செய்தியைத்தான் ஒவ்வொருவரும் சொல்லிக்கொள்கிறார்கள். இளைய யாதவரையும் அர்ஜுனனையும் பீமனையும் தங்கள் விழிகளால் பார்த்ததாக ஒவ்வொருவரும் சொல்கிறார்கள்" என்றான் ஒற்றன். உதடுகளில் புன்னகையைக் காட்டாமல் "அத்தனை பேரும் பார்த்திருக்க வேண்டுமென்றால் அவர்கள் பலநாட்கள் இங்கே தங்கிச் சென்றிருக்க வேண்டும்" என்றான்.

ஸ்வேதன் "ஒரு படை சென்றபின் மக்கள் மகிழ்வுரை சொல்வது மிக அரிது" என்றான். ஒற்றன் "முன்னோடிப் படையினர் சிற்பிகளுடனும் ஏவலருடனும் பன்னிரு நாட்களுக்கு முன்னரே வந்து புதர்களை அகற்றியும், மரங்களை முறித்தும், ஓடைகளையும் குழிகளையும் நிரப்பியும், சிற்றாறுகளுக்குமேல் பாலம் அமைத்தும் படைகள் செல்வதற்கான பாதையை அமைத்துள்ளனர். சில இடங்களில் சிற்றில்லங்களும் குடில்களும் அகற்றப்பட்டுள்ளன. நான்கு தேர்கள் இணைந்து செல்லும் அகலம் கொண்ட எட்டு சாலைகள் அவர்களால் உருவாக்கப்பட்டன. அவற்றின்மேல் பலகைகள் பரப்பி வலுவாக்கினர். அதன்பின்னர் படையின் முதற்குரலோர் யானைகளில் வந்து பாண்டவப்படை வருவதாகவும் செல்லும் வழியிலுள்ளோருக்கு எந்தத் தீங்கும் வாரா

என்றும் அறிவித்து குடிகள் நடந்துகொள்ளவேண்டிய முறைமைகளை அறிவித்தனர்” என்றான்.

“பாண்டவப் படையின் முகப்பு தோன்றி அதன் முடிவு தெரிவதற்கு நான்கு நாட்கள் ஆகியிருக்கின்றன. இங்குள உணவுப்பொருட்கள் அனைத்தையும் பொன்கொடுத்து வாங்கியிருக்கிறார்கள். கால்நடைகளையும் ஆடுகளையும் விலைகொண்டிருக்கிறார்கள். படைகள் சென்று மறைந்தபின் சிற்பியரும் பிறருமாக சாலைப்பலகைகளை விலக்கி, பாலங்களைக் கழற்றிக் கொண்டுசென்றனர். இவர்கள் அதற்கிணையான பெரும்படை எதையும் பார்த்ததில்லை என்பதனால் அதை விவரிக்கும் சொற்களின்றி தவிக்கிறார்கள். அனைவருமே கங்கையில் பெருவெள்ளம் எழுந்ததுபோல என்று திரும்பத் திரும்ப சொல்கிறார்கள். ஒரு பூசகன் மட்டும் முன்பு விண்ணளந்த பெருமான் பாதாளத்திலிருந்து வாசுகியை எடுத்தபோது வாலும் தலையும் முடிவிலியில் இருக்க முடிவிலாத மடிப்புகளாக அவன் உடல் எழுந்துகொண்டிருந்ததுபோல என்று சொன்னான்” என்று ஒற்றன் சொன்னான்.

ஸ்வேதன் புன்னகைத்தான். “இளவரசே, பாண்டவப் படை நாம் எண்ணுவதைவிட பலமடங்கு பெரிது. நூறு இணைநிரைகளாக அணிவகுத்து சென்றுகொண்டிருக்கிறது அது. ஒன்றன்பின் ஒன்றென நூறு நகர்களை அடுக்கியதுபோல பாடி அமைகிறது” என்று இன்னொரு ஒற்றன் சொன்னான். “படையைவிட மும்மடங்கு நீளம்கொண்டது அதன் வால். ஏவலரும் பணியாளரும் தொடர்கிறார்கள். களஞ்சியங்கள் வண்டிகளில் செல்கின்றன.” ஸ்வேதன் “நாம் முடிந்தவரை விரைந்து சென்று சேர்வோம். இங்கிருந்து எத்தனை தொலைவில் அவர்கள் படை உள்ளது?” என்றான். “நாற்பது கல் தொலைவில் இன்று தங்கியிருக்கிறார்கள். நாம் விரைந்தால் நாளையே சென்றடைய முடியும். பெரும்படையாதலால் ஒவ்வொரு நாளும் கிளம்புவதும் தங்குவதும் நெடும்பொழுது எடுத்துக்கொண்டே நிகழ்கிறது. விலங்குகளுக்கு நீர்காட்டி புரவிகளை உடல் உருவிவிட்டு கூடாரங்களைக் கட்டி அந்தியை அமைப்பதற்குள் இரவு எழுந்துவிடுகிறது” என்றான் ஒற்றன்.

ஸ்வேதன் தன் படைவீரர்களை நோக்கி “வீரர்களே, மலையாறு கங்கையை அடைவதைப்போல நாம் இலக்கை அணுகிவிட்டிருக்கிறோம். அணுகுந்தோறும் விரைவெழ வேண்டுமென்பது நீரின் நெறி. நமக்கும் அவ்வாறே. கிளம்புக!” என்று அறைகூவினான். அவர்கள் குறுங்காடுகளை வகுந்தபடி விரைந்தனர். நடுவே சேற்றுப் பரப்புகளிலும் சிற்றோடைகளிலும் பலகைகளை நீட்டி அவற்றின்மேல் புரவிகளையும் வண்டிகளையும் கொண்டு சென்று விரைவைக் கூட்டினர். பெருவெள்ளத் தடம்போல படை சென்ற பாதையை விழிகளாலே பார்க்க முடிந்தது.

யானைகளும் வண்டிகளும் போன சுவடுகள் நெடுங்காலமாக அங்கிருக்கும் சாலைகள்போல் தெரிந்தன. அடுக்கடுக்காக பலநூறு சாலைகள் என்ற விழிமயக்கேற்பட்டது.

ஒற்றன் "வண்டிகள் எட்டு இணைநிரைகளாக சென்றன. வண்டித்தடத்திலேயே யானைகளையும் கொண்டு சென்றனர். காலாட்படைகள் எட்டுபேர் கொண்ட சிறு குழுக்கள் நூறு நிரைகளாக சென்றன. படைகளின் அகலம் மட்டும் ஒரு நாழிகைப் பொழுதிருந்தது" என்றான். சங்கன் ஒவ்வொரு சொல்லாலும் உணர்வெழுச்சி கொண்டான். "எண்ணி நோக்கவே இயலவில்லை, மூத்தவரே. எண்ணுந்தோறும் உளவிழி மலைப்பு கொள்கிறது. பாரதவர்ஷத்தின் வரலாற்றில் எப்போதேனும் இத்தனை பெருந்திரள் படையென எழுந்ததுண்டா?" என்றான். ஸ்வேதன் "பண்டு விருத்திரனை வெல்ல தேவர்படை இவ்வாறு எழுந்ததென்று நூல்கள் சொல்கின்றன. தென்னிலங்கை வேந்தனை வெல்ல ராமன் கொண்டு சென்ற படையை தொல்காவியம் இவ்வாறு விரிக்கிறது. அவையனைத்தும் அணியுரைகளாகவே எஞ்சுகின்றன. மெய்யாகவே அப்படியொரு பெரும்படையை பார்க்க முடியுமென்று எண்ணியதே இல்லை" என்றான்.

சங்கன் ஒவ்வொரு அடிக்கும் பொறுமையிழந்து பின்னால் திரும்பிப்பார்த்து "விரைந்து வாருங்கள்! விரைக! விரைக!" என்று கூவினான். "படைகள் விரைவதற்கு ஓர் எல்லையுள்ளது, இளையோனே. சீரான விரைவில் செல்லும்போதே நெடுந்தொலைவை அடைய முடியும். நிலம் கருதாது விரைவு கொண்டு புரவிகளோ வண்டிகளோ சேற்றில் சிக்குவார்களென்றால் பொழுது வீணாகும்" என்று ஸ்வேதன் சொன்னான். "ஆனால் இவர்கள் வேண்டுமென்றே பிந்துகிறார்கள். குறுங்காடுகளைக் கண்டால் பக்கவாட்டில் பரவி கனிகளையும் சிற்றுயிர்களையும் கொண்டுவருகிறார்கள். தங்களுக்கு உணவில்லாமல் ஆகிவிடுமென்ற அச்சம் இவர்களை வாட்டுகிறது. எளிய மலைவேடர்கள்!" என்று சங்கன் சொன்னான். "படைகளுக்கு ஓர் கட்டுப்பாடு உண்டு. அக்கட்டுப்பாடு நிலைநிற்கவேண்டுமெனில் மிகச் சிறிய கட்டுப்பாடின்மையை நாம் ஒப்பியாகவேண்டும்" என்றான் ஸ்வேதன்.

பீதசிலையை அடையுந்தோறும் படைமுழக்கம் பேரொலியாகக் கேட்கத் தொடங்கியது. முதலில் அங்கு காற்று மரங்களை சுழற்றிச் செல்லும் ஓசை என்று தோன்றியது. சங்கன் திரும்பி ஸ்வேதனிடம் "அது என்ன ஓசை? அங்கு ஒரு பெருநகரம் இருப்பதுபோல" என்ற கணமே புரிந்துகொண்டு "அதுதான் படைகளின் ஓசை! ஆம், படைகளின் ஓசையேதான்!" என்றான். "இத்தனை தொலைவில் இவ்வளவு ஓசை கேட்கிறதென்றால் அங்கு எத்தனை பேர் இருக்கிறார்கள்! மூத்தவரே, அங்கு என்ன

நிகழ்கிறது?" என்றான். "நாம் இன்னும் சில நாழிகைகளில் அதை சென்று அடைவோம். அதுவரை சொற்களைத் தேக்கிவைத்துக்கொள்" என்றான் ஸ்வேதன் புன்னகையுடன். "நாம் அந்திக்குள் சென்றுவிடவேண்டும், மூத்தவரே. இப்போதே வெயில் தாழத்தொடங்கிவிட்டது" என்றான் சங்கன்.

சங்கன் தன் புரவியைக் குதிமுள்ளால் குத்த அது கனைத்தபடி பாய்ந்தோடியது. சிறுகற்கள் பறக்க மரக்கிளைகள் அறைபட்டு வளைந்துவீச முன்னால் நெடுந்தொலைவு சென்று நின்று திரும்பி "விரைக! விரைக!" என்று கைவீசி கூச்சலிட்டான். ஸ்வேதன் புன்னகையுடன் புரவியை பெருநடையில் நடக்கவிட்டான். படை ஒழுகி வந்துகொண்டிருப்பதை அங்கிருந்து பார்த்தபின் பொறுமையிழந்து புரவியைத் திருப்பி மீண்டும் வந்தடைந்து "நாம் ஊர்ந்து சென்றுகொண்டிருக்கிறோம். அங்கிருந்து பார்க்கையில் தெரிகிறது, மிக மெதுவாக ஊர்ந்து செல்கிறோம். மழைநீர் வயலை நனைத்து ஊறிப்பரவுவதுபோல் வருகின்றன நம் படைகள்" என்றான்.

"நாம் கிளம்பி பதினாறு நாட்கள் ஆகின்றன, இளையோனே. இத்தனை நாட்களில் எப்படி முன்னால் செல்வதென்று நமது படைகள் கற்றுக்கொண்டிருக்கும். புரவிக்கால்களும் பழகியிருக்கும். இதுவே அவற்றிற்கு உகந்த சிறந்த விரைவு. இதற்குமேல் விரைவை உருவாக்க வேண்டியதில்லை" என்றான் ஸ்வேதன். "நான் மட்டும் முன்னால் செல்கிறேன். நமது படைகள் வந்துகொண்டிருக்கின்றன என்று இளைய பாண்டவரிடம் சொல்கிறேன்" என்றான் சங்கன். ஸ்வேதன் "படையுடன் செல்லும்போது மட்டுமே உனக்கு இளவரசனுக்குரிய இடம் கிடைக்கும்" என்றான். "எந்த இடத்திற்காகவும் நான் இப்போருக்கு வரவில்லை. என் தலைவரின் அருகிருக்க வேண்டும், அவருடன் இணைந்து போரிட்டேன் என்னும் பெருமை எனக்கு வேண்டும். அதற்காக மட்டுமே" என்றான் சங்கன்.

அணுகுந்தோறும் ஓசை பெருகி வந்தது. படைவீரர்கள் அனைவரும் உளக்கிளர்ச்சி கொண்டனர். மொத்தப் படையும் பேச்சொலிகளால் முழக்கமிட்டுக் கொண்டிருந்தது. பின்னர் நெடுந்தொலைவில் காவல்மாடத்தின் உச்சியில் கொடியொன்று தெரிந்தது. "அது காவல்மாடம்! அங்கு படைகள் நிலைகொண்டிருக்கின்றன!" என்றான் சங்கன். "இல்லை, அது நகரும் காவல்மாடம். வண்டிகளில் வைத்து யானைகளால் இழுத்துக்கொண்டு போகிறார்கள் என்று எண்ணுகின்றேன். நோக்குக, அது மெல்ல நகர்கிறது" என்றான் ஸ்வேதன். காவல்மாடத்தின் உச்சியில் நின்று நோக்கிய முதல் வீரன் கொம்பொலி எழுப்ப மேலும் மேலுமென கொம்போசைகள் எழுந்தன. அங்கிருந்து பதினெட்டு புரவி

வீரர்கள், முகப்பில் ஒருவன் இந்திரப்பிரஸ்தத்தின் மின்படைக்கொடி ஏந்திவர, அவர்களை நோக்கி வந்தனர்.

சங்கன் “வருகிறார்கள்! நம்மை நோக்கி வருகிறார்கள்! நான் செல்கிறேன்” என்று புரவியை முடுக்கினான். “நில்! நாம் இங்கு காத்து நிற்போம். அவர்களுக்கு நாம் யாரென்று இப்போது சொல்ல வேண்டியுள்ளது” என்று ஸ்வேதன் சொன்னான். புரவியில் முன்னால் சென்ற சங்கன் வளைந்து திரும்பி வந்தான். அவன் புரவி பொறுமையிழந்து கால்வைத்து துள்ளி தன்னைத்தானே சுற்றிக்கொண்டது. அணுகிவந்த புரவி வீரர்கள் விரைவழிந்தனர். முதலில் வந்த கொடிவீரன் தன் கொடியை அங்கு நாட்டி அசைவற்று நின்றான். அவனுக்குப் பின்னால் வந்த படைத்தலைவன் அவனுக்கிணையாக நிற்க அவனுடன் வந்த இரு புரவி வீரர்கள் மேலும் முன்னால் வந்தனர்.

முதலில் வந்த தூதன் தலைவணங்கி “நாங்கள் இந்திரப்பிரஸ்தத்தின் அரசர் யுதிஷ்டிரரின் படையின் பின்னணிப் பிரிவை சேர்ந்தவர்கள். உங்கள் வருகையை அங்கிருந்து பார்த்தோம். யார் நீங்கள் என்று அறிய படைத்தலைவர் விரும்புகிறார்” என்றான். ஸ்வேதன் “நாங்கள் குலாடபுரியின் படையினர். குலாடகுலத்தைச் சேர்ந்த ஸ்வேதனும் சங்கனுமாகிய நாங்கள் விராட அரசரின் மைந்தர்கள். எங்களுக்கு முறைப்படி அழைப்பில்லையெனினும் மாமன்னர் யுதிஷ்டிரர் மீதும் அவர் இளையவர்கள் மீதும் ஆசிரியர்களிடம் மாணவர்களெனப் பெரும்பற்று கொண்டுள்ளோம். அவர்களின் படைப்பிரிவில் இணைந்து போரிட விரும்பி வந்துள்ளோம்” என்றான்.

சங்கன் நடுவே புகுந்து எழுச்சியால் உடைந்த குரலில் “நான் பீமசேனரைப் பார்க்கவேண்டும்! அடிபணிந்து அவருடன் நின்று போரிட விழைகிறேன்” என்றான். “தங்கள் குடியின் ஓலையையும் முத்திரைக் கணையாழியையும் அளிக்கும்படி கோருகிறேன். பின்னணிப் படையை நடத்திச் செல்பவர் பாஞ்சாலராகிய திருஷ்டத்யும்னர். அவரிடம் செய்தி அறிவித்து ஒப்புதல் பெற்று நாங்கள் மீண்டு வருகிறோம். அது வரை உங்கள் படைப்பிரிவு இங்கு நிலைகொள்க! இங்கிருந்து முன்னால் வருவீர்கள் என்றால் எங்கள் தொலைவில்லவர்களின் அம்புகளுக்குக் கீழே வருகிறீர்கள்” என்று படைத்தலைவன் சொன்னான்.

ஸ்வேதன் தன் ஓலையையும் கணையாழியையும் அளித்தான். அவர்கள் அதைப் பெற்றுக்கொண்டு திரும்பிச் சென்றனர். குலாடபுரியின் படை முன்னால் வந்து விரிந்து அரைவட்டமாக நிலைகொள்ள பின்னிருந்து மேலும் மேலும் வந்து செறிந்தது. சங்கன் பொறுமையிழந்து “எதற்கு இத்தனை பொழுது? என்ன பணி செய்கிறார்கள்?” என்றான்.

“இளையோனே, அவர்கள் சென்று தங்கள் படைத்தலைவரைப் பார்க்கவேண்டும்” என்றான் ஸ்வேதன். “ஒருவேளை திருஷ்டத்யும்னர் நம்மை ஏற்காமலிருக்கக்கூடும். இந்திரப்பிரஸ்தத்தின் பெண்கொடை அரசுகளில் அவர்களே முதன்மையானவர்கள். நமது படைகளும் வந்தால் விராடரின் இடம் ஓங்கிவிடுமென்று எண்ணக்கூடும். நம்மைத் திரும்பிச் செல்ல ஆணையிடவும் கூடும்” என்றான் சங்கன். “அவ்வாறு உரைத்தால் நான் இங்கேயே சங்கறுத்து விழுவேன்.” ஸ்வேதன் “காத்திருக்கையில் இவ்வாறு எண்ணங்களை வளர்த்துக்கொள்வது எவ்வகையிலும் பொருளற்றது” என்று பற்களைக் கடித்தபடி சொன்னான். “முதலில் அங்கு என்ன நிகழ்கிறது என்று நமக்குத் தெரியட்டும். அதற்கு முன் நாம் சொல்வளர்ப்பது உணர்வுகளை வீணடிப்பதென்றே பொருள்.”

சற்று நேரத்தில் அவனும் பொறுமையிழந்தான். நெடுநேரமாகக் காத்திருப்பதுபோல் தோன்றியது. அவ்வாறு காத்திருப்பதில் ஓர் இழிவுள்ளதோ என்று ஐயம் கொள்ளத்தொடங்கினான். “இளையோனே, நாம் கொள்ள வரவில்லை, அளிக்க வந்திருக்கிறோம். பெற்றுக்கொள்வதற்கு இத்தனை பிந்துபவர்கள் நம்மை அங்கு எவ்வண்ணம் நடத்துவார்கள்?” என்றான். “அதைப்பற்றி நாம் ஏன் எண்ண வேண்டும்? நாம் அளிக்க வந்தது தலையை” என்று சங்கன் சொன்னான். “ஆம், ஆனால் நம் குடியின் மாண்பையும் நம் மூத்தோரின் பெருமையையும் நாம் விட்டளிக்கலாகாது. எங்கேனும் ஓர் இடத்தில் குடிமாண்பைக் குறைத்து ஒப்புக்கொண்டோமெனில் அது மேலும் மேலும் குறைவதற்கு ஒப்புகிறோம் என்றே பொருள். ஒரு கட்டத்தில் அனைத்தையும் இழந்தவர்களாவோம். அறிக, பாரதவர்ஷத்தில் ஒவ்வொரு நாளும் குடிகள் பெருமை கொண்டு எழுந்து ஷத்ரியர்களாகிக் கொண்டிருக்கின்றன! எங்கோ ஷத்ரிய குடிகள் நிலமிழந்து செல்வமும் பெருமையும் அகல தொல்குடிகளாக மாறி மறைந்துகொண்டுமிருக்கிறார்கள்” என்றான்.

சங்கன் “அவர்கள் என்ன செய்யவேண்டுமென்று எதிர்பார்க்கிறீர்கள்?” என்றான். “அவர்களின் துணைப்படைத்தலைவர் அளவுக்காவது ஒருவர் வந்து நம்மை நேரில் எதிர்கொள்ளவேண்டும். படைப்பிரிவை நோக்கி நாம் செல்கையில் அங்கு முரசொலி எழுந்து நம்மை வரவேற்க வேண்டும். இந்திரப்பிரஸ்தத்தின் கொடி தாழ்த்தி நாம் படைப்பிரிவுக்குள் அழைத்துச் செல்லப்பட வேண்டும். நம்மை சந்திக்கும் பொருட்டு திருஷ்டத்யும்னர் தன் கூடாரத்திற்குள்ளிருந்து வெளிவந்து முகமனுரைத்து வணங்க வேண்டும்” என்றான். சங்கன் “இம்முறைமைகள் அனைத்தும் நூல்களில் உள்ளவை. அஸ்தினபுரியும் இந்திரப்பிரஸ்தமும் அவற்றைக் கடைப்பிடிக்கின்றனவா என்று நமக்கெப்படி தெரியும்? மூத்தவரே, நாம் அங்கிருந்து கிளம்பும்போது இந்த எதிர்பார்ப்புகளின்

அடிப்படையில் இவர்களுடன் சேர்ந்துகொள்வதென்றா எண்ணினோம்? சேர்ந்துகொள்வதென்ற முடிவை எடுத்தோம், அதற்காகவே வந்திருக்கிறோம். மறுஎண்ணங்கள் பொருளற்றவை" என்றான். "ஆம், ஆனால் இப்போது நம் குடிமூத்தார் நீண்ட வாழ்வறிதலின் அடிப்படையில் சொன்னவற்றை செவிகொண்டிருக்க வேண்டுமோ என்று ஐயுறுகிறேன்" என்றான் ஸ்வேதன்.

சங்கன் "வருகிறார்கள்" என்றான். படையில் கொம்புகளும் முழவுகளும் முரசுகளும் எழுவதை அவர்கள் கேட்டனர். இந்திரப்பிரஸ்தத்தின் மின்கொடி பறக்க ஒரு படைவீரன் முன்னால் வர அவனுக்குப் பின்னால் சிறிய குதிரைப்படை ஒன்று வந்தது. அனைவரும் ஒளிரும் இரும்புக் கவசங்கள் அணிந்திருந்தனர். முதலில் வந்த படைத்தலைவன் பொன்பூசப்பட்ட தலையணி அணிந்திருந்தான். நெருங்குந்தோறும் ஸ்வேதன் உள்ளம் படபடக்க நிலையழிந்தான். "முகப்பில் வருவது யார் திருஷ்டத்யும்னரேதானா?" என்றான். "என்ன சொல்கிறீர்கள்?" என்று சங்கன் கேட்டான். "அரசகுடிப் பிறந்தவர்களுக்கு மட்டுமே பொன்பூச்சுள்ள தலைக்கவசம் அணியும் உரிமை உள்ளது" என்றான் ஸ்வேதன். "ஆம், அவரேதான். முன்பொரு முறை அவரை எங்கோ பார்த்திருக்கிறேன்... அந்த மூக்கை" என்று சங்கன் சொன்னான். "மூடா, நீ எங்கும் பார்த்ததில்லை. கதைகளைக் கேட்டுப் பார்த்தாய் என்று சொல்லிக்கொண்டிருக்கிறாய்" என்றான் ஸ்வேதன். அணுகி வருந்தோறும் மேலும் தெளிவுகொண்டு உருவம் துலங்கினான் பொற்கவசம் அணிந்தவன். "அவர் திருஷ்டத்யும்னர்தான்" என்று ஸ்வேதன் சொன்னான். "பாஞ்சாலத்தின் முத்திரை தலைக்கவசத்தில் தெரிகிறது." சங்கன் "மூத்தவரே, அவருடையது நாம் ஓவியத்தில் பார்த்த அரசி திரௌபதியின் மூக்கு" என்றான்.

கொடிவீரன் நின்று அதை மண்ணில் நாட்டினான். அதைத் தொடர்ந்து வந்த இரு வீரர்கள் கொம்பும் சங்கும் முழங்கினர். அவர்களுக்குப் பின்னால் வந்த பொன்தலைக்கவச வீரர் புரவியை நிறுத்தி அவர்களைப் பார்த்தார். ஸ்வேதன் தன் புரவியை முன்னால் செலுத்த சங்கன் தொடர்ந்தான். அவர் தன் இரு அணுக்கர்களுடன் புரவியில் முன்னால் வந்தார். தலைக்கவசத்தை சற்றே மேலே தூக்கியபோது திருஷ்டத்யும்னனின் முகத்தை ஸ்வேதன் தெளிவாகக் கண்டான். திருஷ்டத்யும்னன் இரு கைகளையும் விரித்து அணுகி "விராடரின் மைந்தர்களும் குலாட குலத்து இளவரசர்களுமான ஸ்வேதரையும் சங்கரையும் தலைவணங்கி பாண்டவர்களின் படைப்பிரிவுக்கு வரவேற்கிறேன்" என்றான்.

ஸ்வேதன் பேசுவதற்குள் சங்கன் உரக்க நகைத்து "வரவேற்பின்றியும் நாங்கள் வருவோம். என் தலைவருக்கு வலத்தே நின்று போர்புரியும்

பொருட்டே நான் வந்துள்ளேன்” என்றான். திருஷ்டத்யும்னன் நகைத்து “உங்கள் இருவரையும் பற்றி நான் இதுவரை எதுவும் கேள்விப்பட்டதில்லை. விராடர் உங்களைப்பற்றி சொல்லத் தயங்குகிறார் என்று எண்ணுகிறேன். ஆனால் இத்தருணம் என் வாழ்வில் மிக இனிது. கொடிவழியினர் நினைவில் என்றுமிருக்கப்போகும் இருவரை சந்திக்கிறேன் என்று என் உள்ளம் சொல்கிறது” என்றான். ஸ்வேதன் “தந்தை எங்களிடமிருந்து உளவிலக்கம் கொண்டிருக்கிறார். ஆனால் எங்களைப் பார்த்தால் அவர் உள்ளம் மாறுமென்று எண்ணுகின்றேன்” என்றான்.

“வருக! நம் குலதெய்வங்கள் இவ்வரவால் மகிழ்வு கொள்க! இனி இந்திரப்பிரஸ்தத்தின் படை உங்களுடையது. படை நிற்பதற்கல்ல, படைத்தலைமை கொள்வதற்கு உங்களை அழைக்கிறேன்” என்றான். ஸ்வேதன் “அது எங்கள் நல்லூழ். எங்கள் மூத்தோர் மகிழ்க!” என்றான். சங்கன் “பாஞ்சாலரே, பீமசேனர் எங்குள்ளார்?” என்றான். “அவர் எங்கிருப்பார் என்று எண்ணுகின்றாய்?” என்று திருஷ்டத்யும்னன் கேட்டான். “ஆம், அடுமனையில்! அடுமனையிலெங்கோ இருக்கிறார்!” என்றான் சங்கன். “உண்மையில் நானும் பெரும்பொழுதை அடுமனையில்தான் கழிக்கிறேன். மெய்யாகவே நான் நல்ல அடுமனையாளன். ஒருமுறையேனும் இளைய பாண்டவருக்கு அன்னம் சமைத்து அளிக்க இயலுமென்று எண்ணுகின்றேன்” என்றான்.

“நீ அடுமனையாளன், பெருமல்லன், கதைப்பயிற்சி கொண்டவன், பீமனை எண்ணி கதை பயின்றவன். இவையனைத்தையும் நீ நூறு வாரை அப்பால் நிற்கையிலேயே எவரும் சொல்லிவிடமுடியும்” என்று திருஷ்டத்யும்னன் சிரித்தபடி சொன்னான். திருஷ்டத்யும்னனுடன் பேசிக்கொண்டு அவன் புரவிக்கு இருபுறமும் அவர்கள் சென்றனர். சங்கன் “நமது படைகள் எப்போது குருக்ஷேத்ரத்திற்கு சென்று சேரும்? அங்கு ஏற்கெனவே நமது படைப்பிரிவுகள் சென்று நின்றுவிட்டன என்று சொன்னார்கள். நமது படைப்பிரிவுகளை ஏற்கெனவே நின்றிருக்கும் படைகளுடன் சேர்ப்போமா? இதுவே படையணிவகுப்பா? அன்றி சென்ற பின்னர் மீண்டுமொரு அணிவகுப்பு நிகழுமா?” என்று உளக்கிளர்ச்சியுடன் கேட்டான்.

“முதற்படைத்தலைவராகத் தங்களை தேர்ந்தெடுத்ததை அறிந்தேன். ஆனால் தாங்கள் இறுதியாகச் செல்கிறீர்கள். முதல் படைப்பிரிவிலேயே இளைய பாண்டவர்கள் அர்ஜுனரும் பீமசேனரும் இருப்பார்கள் என்று தெரிந்துகொண்டேன். நான் முதல் படைப்பிரிவில் நிற்க வேண்டுமென்றால் என்ன செய்யவேண்டும்? எங்கள் வில்லவர்கள் மிக விரைவு கொண்டவர்கள். நாங்கள் காடுகளில் விரைந்தபடியே அம்புவிடும் பயிற்சிபெற்றவர்கள். எங்கள் புரவிகளும் விரைந்து விசைகொள்பவை.

தாங்களே வேண்டுமானாலும் பார்க்கலாம். எவ்வண்ணமேனும் முதல் படைப்பிரிவிலேயே எங்களை சேர்க்கும்படி சொன்னீர்களென்றால் எங்கள் வீரம் படைப்பிரிவினர் அனைவருக்கும் தெரியும்."

அவன் மூச்சுவிடாமல் பேசிக்கொண்டே சென்றான். "நான் எப்போது பீமசேனரைப் பார்க்கமுடியும்? என்னை அவருக்குத் தெரிந்திருக்காது. நான் விராடரின் மைந்தன் என்று நீங்கள் சொல்லலாம். ஆனால் நீங்கள் வந்து என்னை அறிமுகம் செய்தீர்கள் என்றால் நன்று. இல்லை நீங்கள் அறிமுகம் செய்யவேண்டியதில்லை. நீங்களே என்னைப் பார்த்தவுடன் சொன்னீர்கள், நெடுந்தொலைவிலேயே நான் அவருடைய மாணவன் என்பதைக் கண்டுகொள்ளமுடியுமென்று. என்னிடம் பலர் நான் பீமசேனரின் மாணவனா என்று கேட்டிருக்கிறார்கள். உண்மையில் பலர் நான் பீமசேனரா என்றே கேட்டிருக்கிறார்கள். எனது தோள்கள் அவர் அளவுக்கு பெரியவை அல்ல. ஆனால் நான் அவரென்று நினைத்துக்கொள்வேன். அதனால் என் உடல் அவரைப்போல் அசைவு காட்டத்தொடங்கிவிடும்."

திருஷ்டத்யும்னன் வாய்விட்டு சிரித்து "இளையோரே, உங்கள் வினாக்களை ஒவ்வொன்றாக நினைவுகூர்ந்து மறுமொழி சொல்வதற்கு எனக்கு இந்த முழுநாளும் தேவைப்படும்" என்றான். ஸ்வேதன் சிரித்தபடி "இவன் பீமசேனரின் அருகே நின்றிருக்கவேண்டும் என்ற நோக்கத்துக்காக மட்டுமே இப்போருக்கு வந்துள்ளான்" என்றான். "அது நன்று. உங்களை நான் அவரிடம் அழைத்துச் செல்கிறேன்" என்றான் திருஷ்டத்யும்னன். "எப்போது? நாம் இப்போதே கிளம்புகிறோமா?" என்றான் சங்கன்.

"இப்படைப்பிரிவின் முதல்நிரை இங்கிருந்து நான்கு நாட்கள் பயணத்திலிலுள்ளது" என்று திருஷ்டத்யும்னன் சொன்னான். "அடுமனைக் களஞ்சியம் இருபுறமும் சீராக உணவு செல்லும் பொருட்டு படையின் நடுவில் இருக்கிறது. அங்குதான் இளைய பாண்டவர் பீமசேனர் இருப்பார். ஒவ்வொரு அக்ஷௌகிணிக்கும் ஓர் அடுமனைப் பிரிவு உண்டு. எங்கள் அடுமனைப் பிரிவு அப்பால் உள்ளது. இப்போது நீங்கள் கிளம்பினால் சென்று சேர்வதற்கு இரவாகிவிடும். இன்றிரவு என்னுடன் தங்குங்கள். நாளை நானே உரிய தூதனுடன் உங்களை அனுப்பி வைக்கிறேன்" என்றான். "என்னால் புரவியில் அமர்ந்திருக்க முடியவில்லை. இன்றிரவு துயில்கொள்வேன் என்றே எனக்குத் தோன்றவில்லை" என்றான் சங்கன்.

ஸ்வேதன் அப்படைகளை நோக்கியபடி புரவியில் தன்னை மறந்து அமர்ந்திருந்தான். படைவீரர்கள் அனைவரும் செம்மஞ்சள் வண்ணத்திலான ஆடைகள் அணிந்திருந்தனர். அவை புழுதிபடிந்து

நிறம் மங்கியிருந்தன. புரவிகளும் அத்திரிகளும்கூட புழுதியில் மூழ்கியவையாக தெரிந்தன. மிக அப்பால் எங்கோ முரசொலி எழுந்தது. அது பலநூறு முரசுகளினூடாகப் பெருகி வந்து அவர்களைச் சூழ்ந்து கடந்துசென்றது. “நிலைக்கோள் ஆணை” என்று சங்கன் சொன்னான். “அந்தி அணைய இன்னும் பொழுதிருக்கிறது.” திருஷ்டத்யும்னன் “வெளிச்சமிருக்கையிலேயே படை அமையத் தொடங்குவது நன்று. கூடாரங்கள் அமைப்பதும் பிறவும் இருள்வதற்குள் நிகழ்ந்துமுடிந்தால் குறைவான பந்தங்கள் போதும். கொழுப்பும் நெய்யும் மிஞ்சும்” என்றான்.

படைப்பிரிவு நிலைகொள்ளத் தொடங்கியிருந்தது. முதலில் பின்னால் வந்தவர்கள் அசைவைக் குறைத்து நிலைகொண்டனர். அதன் பின்னர் அவ்வசைவின்மை பரவி முன்னால் சென்று முன்னணிப் படையினரை நிலைகொள்ள வைத்தது. நிலைகொண்டதுமே கொம்போசைகள் அவர்களை சிறிய பிரிவுகளாக்கின. அவர்கள் ஒருவருடன் ஒருவர் மெல்லிய குரலில் உரையாடியபடி கொம்போசைகளையும் கொடியசைவுகளையும் கொண்டு ஆணைகளைப்பெற்று தங்களை வடிவம் மாற்றிக்கொண்டனர். நோக்கி நின்றிருக்கையிலேயே நீள்சரடுகளாக இருந்த அப்படைப்பரப்பு சிறு வட்டங்களின் தொகுதியாக மாறியது. அவ்வட்டங்கள் ஒன்றுடன் ஒன்று நுரையின் குமிழிகள்போல இணைந்தும் பிரிந்தும் இயங்கத்தொடங்கின.

படைப்பிரிவிற்குப் பின்னாலிருந்து கூடாரத்துணிகளையும் தோல்பட்டைகளையும் பாடிவீடமைப்பதற்குரிய மென்மரப்பலகைகளையும் யானைத்தோல்களையும் ஈச்சைப்பாய்களையும் மூங்கில்தட்டிகளையும் நாணல்பாய்களையும் மூங்கில்கழைகளையும் கயிற்றுச்சுருள்களையும் ஏற்றிய வண்டிகள் படைகளின் மையம் நோக்கி சென்றன. ஆங்காங்கே பிரிந்து விலகி அவை நிலைகொள்ள அவற்றிலிருந்த தச்சர்களும் வீரர்களும் இறங்கி விரைந்த கைப்பழக்கத்துடன் அவற்றை இறக்கி பிரித்து சிறு சிறு குவியல்களாகப் பரப்பினர். ஒவ்வொருவரும் பிறிதொருவரின் ஆணையின்றியே செயலாற்றினர். இடம் தெரிவானதும் சிலர் தறிகளை அறைந்தனர். மூங்கில்கள் ஆழ ஊன்றப்பட்டன. கயிறுகளை வண்டிகளில் இருந்து அவிழ்க்கப்பட்ட எருதுகள் இழுத்து இறுக்கின.

அவர்களின் கண்ணெதிரே நூற்றுக்கணக்கான கூடாரங்களும் பாடிவீடுகளும் எழத்தொடங்கிவிட்டிருந்தன. பாஞ்சாலப் படைப்பிரிவுகள் பிரிந்து ஆங்காங்கே அமைந்தன. ஸ்வேதன் புன்னகையுடன் “ஆறு ஏரியாவதுபோல” என்று சொன்னான். திருஷ்டத்யும்னன் “நீங்கள் சூதர் கதைகளில் ஈடுபாடுள்ளவர் என்று எண்ணுகின்றேன்” என்றான். சங்கன் “ஆம், நடனமும் ஆடுவார். கூத்தராக

மாறுதோற்றம் கொண்டு நடிப்பதுமுண்டு” என்றான். “மெய்யாகவா?” என்று திருஷ்டத்யும்னன் நகைத்தான். “அதனால் அவருக்கு இளைய பாண்டவர் அர்ஜுனரை மிகவும் பிடித்திருக்கிறது. வில்லவரும் கூட” என்று சங்கன் சொன்னான். “எண்ணினேன்” என்று திருஷ்டத்யும்னன் சொன்னான். “ஆனால் அவருக்கு இளைய பாண்டவர் பிருகந்நளையாக மாற்றுருக்கொண்டது சற்றும் உகக்கவில்லை. மீளமீள அதை எண்ணி வருந்திக்கொண்டிருந்தார்” என்றான் சங்கன். “ஏன்?” என்றான் திருஷ்டத்யும்னன். ஸ்வேதன் புன்னகைத்தான். படைகளினூடாக அவர்கள் சென்று திருஷ்டத்யும்னனின் பாடிவீட்டை அடைந்தனர்.

54

திருஷ்டத்யும்னனின் பாடிவீடு மென்மரப்பட்டைகளாலும் தேன்மெழுகும் அரக்கும் பூசப்பட்ட தட்டிகளாலும் ஆன சிறு மாளிகை. அதன் முகப்பில் பாஞ்சாலத்தின் விற்கொடி மையத்தில் பறந்தது. பாஞ்சாலத்தின் ஐந்து தொல்குடிகளான கேசினிகள், துர்வாசர்கள், கிருவிகள், சிருஞ்சயர்கள், சோமகர்கள் ஆகியோரின் கொடிகள் தாழ்வாகப் பறந்தன. கேசினிகள் மருதமரத்தின் இலையையும் கிருவிகள் எட்டிமரத்தின் இலையையும் சோமகர்கள் ஆலிலையையும் துர்வாசர்கள் வேம்பிலையையும் சிருஞ்சயர்கள் மந்தார மரத்தின் இலையையும் அடையாளமாகக் கொண்டிருந்தனர். அந்த அடையாளங்கள் அனைத்தையும் ஸ்வேதன் பயின்றிருந்தான். விற்கொடிக்கு நிகராக எழுந்த வெண்ணிறக் கொடியில் மந்தார இலைக்கு அடியில் அனல்குழியில் எரி எழும் அடையாளம் இருந்தது. சிருஞ்சய குடியினனாகிய திருஷ்டத்யும்னனின் போர்க்கொடி அது எனத் தெரிந்தது.

பாடிவீட்டுக்குள் அவர்களை திருஷ்டத்யும்னன் அழைத்துச் சென்றான். “இளவரசர்களுக்கு பாஞ்சாலத்தின் குடிக்கு நல்வரவு” என முறைமைச்சொல் உரைத்து அமரச்செய்தான். “உங்கள் படைகளை இப்போது என் படைகளுடன் இணைத்துக்கொள்ள ஆணையுரைக்கிறேன், இளவரசே. இப்படையில் உங்கள் பங்களிப்பென்ன என்பதைப் பின்னர் முடிவெடுப்போம்” என்றான். சங்கன் “நாம் ஏன் இங்கு இருக்கிறோம்? நாம் உடனே கிளம்பி இளைய பாண்டவரை சந்திக்கப்போகிறோம் என்று எண்ணினேன்” என்றான். திருஷ்டத்யும்னன் “சில முறைமைகள் உள்ளன. நீங்கள் இங்கு வந்ததை நான் ஓலைகளினூடாக அரசருக்கும் இளைய யாதவருக்கும் அறிவிக்கவேண்டும். அவர்களிடமிருந்து ஒப்புதல் ஆணையும் வரவேண்டும்” என்றான்.

“நாங்கள் சென்றுகொண்டே இருக்கிறோம். அதற்குள் ஆணை வரட்டும்” என்றான் சங்கன். ஸ்வேதன் பொறுமையிழந்து பல்லைக் கடித்து அவனிடம் “பேசாதே” என்றான். திருஷ்டத்யும்னன் “அந்திக்குப் பின் காவலரும், தூதரும் படைத்தலைவர்களும் அன்றி எவரும் படைப்பிரிவுக்குள் பயணம்செய்வதை நெறிகள் ஒப்புவதில்லை. அது காவலுக்கு உகந்தது அல்ல” என்றான். “இன்று ஓய்வெடுங்கள். நாளை புலரியில் கிளம்பலாம். புரவிகளும் புத்தாற்றலுடன் இருக்கும். அந்திக்குள் மையத்திலுள்ள அடுமனைக் களஞ்சியங்களை அடையமுடியும். இளைய பாண்டவர் அங்கிருப்பார்” என்றான். “ஆம், அதுவே வழி” என்றான் ஸ்வேதன். “அப்படியென்றால் நாங்கள் படைகளைப் பார்க்கிறோம். நான் பார்க்க விரும்பும் பேருருவத் தெய்வம் இப்படையேதான்...” என்றான் சங்கன். “நன்று, நானே காட்டுகிறேன்” என திருஷ்டத்யும்னன் எழுந்தான்.

பாண்டவப் படைகளின் நடுவே அவர்கள் புரவிகளில் சென்றார்கள். பாண்டவப் படைகளின் பெருந்தோற்றம் சங்கனைக் கிளர்ந்தெழச் செய்தது. புரவி மேலமர்ந்து துள்ளியும் திரும்பியும் கைநீட்டிக் கூச்சலிட்டும் உரக்க நகைத்தும் வியப்பொலி எழுப்பியும் அவன் கொந்தளித்துக்கொண்டிருந்தான். “இவற்றைப் பார்த்து முடிப்பதற்குள் வாழ்நாள் முடிந்துவிடும் போலிருக்கிறது, மூத்தவரே. படையென்றால் இதுதான். நான் இவ்வாறு எண்ணவேயில்லை. படையென்பது நம் விழவுகளில் மக்கள் பெருக்கெடுத்துச் செல்வது போலிருக்கும் என்று எண்ணினேன். இதுவரை இப்படை சென்றதைப்பற்றி நம்மிடம் சொன்ன அத்தனை குடிகளும் பெருவெள்ளம் எழுவது போலென்றும், காட்டெரி படர்ந்து செல்வது போலென்றும்தான் சொன்னார்கள். இது மிக நுட்பமாக வகுத்து ஒன்றுடன் ஒன்று பொருத்தப்பட்ட மாபெரும் கைவிடுபடை போலிருக்கிறது” என்றான்.

அவனால் சொல்லெடுக்க இயலவில்லை. பலமுறை கைகளை விரித்து வியப்பைக் காட்டி பின்னர் சொல்கொண்டு “ஒன்றின் அசைவைப் பிறிதொன்று ஆள்கிறது. அனைத்து அசைவுகளும் சேர்ந்து ஒற்றை அசைவென்றாகின்றன. தனி ஓர் அலகைப் பார்த்தால் அது தன் விழைவுப்படி முழுமையாக செயல்படுவதாக தோன்றுகிறது. ஒன்றெனப் பார்த்தால் தனிஅலகுகள் அனைத்தும் இணைந்து ஓருடலாகி இயல்வது தெரிகிறது. இப்படி ஒரு படைவிரிவை துளித் துளியாக ஒருங்கு சேர்ப்பதற்கு நம்மால் இயலாது. நாம் இதுவரை படை என எதையும் அமைக்கவே இல்லை. நம்மிடம் இருப்பது வெறும் திரள்” என்றான்.

திருஷ்டத்யும்னன் “அவ்வாறல்ல, இளையோனே. உங்கள் படைப்பிரிவுகளுக்கு மட்டும் சில தனித்திறன்கள் இருக்கும். அவை உங்கள் நிலத்திலிருந்தும் வாழ்க்கை முறையிலிருந்தும் நீங்கள் கற்றுக்கொண்டவை.

அத்தகைய தனித்திறன்களே ஒரு படையின் சிறப்பு. கட்டைவிரல் செய்யும் பணியை சுட்டுவிரல் செய்வதில்லை. சுட்டுவிரல் செய்யும் பணியை கட்டைவிரலும் ஆற்றுவதில்லை. பத்து விரல்களால் ஆனதே கை. ஒவ்வொரு படையும் அவ்வாறு தனியென்று இருக்கையிலேயே களவெற்றி அடையமுடியும்” என்றான்.

“இதோ இந்தப் படைப்பிரிவு பாஞ்சாலத்தின் துர்வாச குலத்தை சார்ந்தது. இவர்கள் மலைக்குடியினர். கங்கைக்கரையில் அடர்காடுகளில் மரங்களுக்குள் மறைந்திருந்து போர்செய்யும் பயிற்சி பெற்றவர்கள். இவர்களை தேர்ப்படைக்கும் யானைப்படைக்கும் ஊடாக அனுப்பலாம். ஒளியும் கலையறிந்தவர்கள் என்பதனால் எதிரி இவர்களைப் பார்ப்பது மிக அரிது. ஒவ்வொரு அம்புக்கும் வெளிப்பட்டும் மறைந்தும் குரங்குகளைப்போல் இவர்கள் போரிடுவதனால் மாருதர் என்று அழைக்கப்படுகிறார்கள்” என்று திருஷ்டத்யும்னன் தொடர்ந்தான்.

“ஆனால் இவர்களை தனித்து நாம் எதிரிமுன் விட்டால் அவர்கள் தங்கள் எண்ணிக்கையால் இவர்களை அழிப்பார்கள். இவர்களுக்குப் பின்னால் பாண்டவர் படையின் ஒட்டுமொத்தமும் ஏதோ ஒருவகையில் நின்றிருக்க வேண்டும். அவ்வாறு இங்குள்ள ஒவ்வொரு படைப்பிரிவுக்கும் பின்துணையாக ஒட்டுமொத்த படைப்பிரிவும் இருக்கவேண்டும். அந்நோக்குடன்தான் இப்படைப்பிரிவுகள் ஒன்றுடன் ஒன்று கோக்கப்பட்டுள்ளன. இவ்வாறு வேறுபட்ட படைப்பிரிவுகளை ஒருடலென கோப்பதெப்படி என்று ஆயிரமாண்டுகளாக தொல்நூல்களில் எழுதி கற்று மீண்டும் எழுதி பல்லாயிரம் கொள்கைகளை உருவாக்கியுள்ளனர்.

“பெரும்போர் மிக அரிதாகவே நிகழ்கிறது. ஆயினும் ஒவ்வொரு நாளுமென இப்படைசூழ்கைகள் அறிஞர்களாலும் ஷத்ரியர்களாலும் பயிலப்படுகின்றன. போர் ஏடுகளிலேயே நிகழ்ந்து நிகழ்ந்து தன்னை மேலும் மேலும் மேம்படுத்திக்கொள்கிறது. இதற்கு முன் நிகழ்ந்த பெரும்போர் என்பது மகதத்திற்கும் பிற நாடுகளுக்கும் பிருஹத்க்ஷத்ரரின் காலத்தில் நடந்தது. அதன்பின் சென்ற நூற்றியிருபது ஆண்டுகள் பாரதவர்ஷத்தில் இத்தகைய பெரும்போர் நிகழ்ந்ததில்லை. ஆனால் உள்ளத்தால் பெரும்போர் நிகழாத ஒரு நாளும் பாரதவர்ஷத்தில் இல்லை என்று என் தந்தை சொல்வதுண்டு.

“ஏனென்றால் போரினூடாகவே ஒவ்வொரு உறுப்பும் வளர்கின்றது. காடு என்பது ஒவ்வொரு கணமும் நிகழும் பெரும்போரின் கண்நோக்கு வடிவு. மானுடகுலமும் அவ்வாறுதான். குருதிப்போர்களை கொள்கைப்போர்களாக ஆக்கிக்கொள்வதற்கே சான்றோர் முயல்கின்றனர்.

எளிதில் போர்நிகழாதிருப்பதே அமைதி. அதற்குரிய வழி பெரும்போர் நிகழும்படி சூழலை அமைப்பதுதான்” என்றான் திருஷ்டத்யும்னன். “படைகள் ஏதேனும் ஒருவகையில் தங்களை கட்டமைத்துக்கொண்டவை. அதையே படைசூழ்கை என்கிறோம்.”

“அனைத்துப் படைசூழ்கைகளும் இயற்கையிலிருந்து எடுத்த பல்வேறு வடிவங்களைக்கொண்டு உருவமைக்கப்பட்டவை. இப்போது நீங்கள் பார்ப்பது கொக்குகளின் கூட்டம். அவை எப்போதும் பிறை வடிவிலேயே முன்னகர்கின்றன. ஏனெனில் தலைமைகொண்டு செல்லும் முதற்கொக்கை அனைத்துக் கொக்குகளும் பார்ப்பதற்குத் தகுந்த வடிவம் அது. அத்துடன் செல்லும் வழி இடுங்கலாகுமெனில் அப்படியே நீள்பட்டு ஒடுங்கி அப்பால் கடப்பதற்கும் அது உகந்தது” என்ற திருஷ்டத்யும்னன் “கொக்குகளின் கூட்டத்தை வானில் எப்போதேனும் கூர்ந்து நோக்கியிருக்கிறீர்களா ?” என்றான்.

“ஆம், சில தருணங்களில் அவை ஒன்று சேர்ந்து ஒற்றைப்பறவையின் உடலையே அமைப்பதாகத் தோன்றும்” என்றான் சங்கன். அவன் தோளில் கைவைத்து சிரித்தபடி “அதைத்தான் சொல்ல வந்தேன். அனைத்துப் பறவைகளும் இணைந்து உருவாகும் ஒற்றைப்பறவை. அந்தப் பெரும்பறவையின் ஆற்றலை ஒவ்வொரு பறவையும் பெற்றுக்கொள்கிறது, அதற்குப் பெயர்தான் படைசூழ்கை” என்று திருஷ்டத்யும்னன் சொன்னான். “வருக, இப்படைசூழ்கையை நீங்கள் பார்க்கலாம்!” என்று அங்கிருந்த காவல்மாடமொன்றை நோக்கி சென்றான்.

அறுபத்துநான்கு சகடங்களுக்குமேல் பெரிய பீடம் என அமைந்திருந்த பெரிய மரவண்டியில் பன்னிரு எருதுகள் இழுக்கும்படி நுகங்கள் இருந்தன. அதன்மேல் மூங்கிலால் அந்த காவல்மாடம் அமைக்கப்பட்டிருந்தது. சங்கன் அதைப் பார்த்து “எட்டு எட்டாக எட்டு சகடங்கள்” என்றான். “ஆம், சகடங்களின் எண்ணிக்கை பெருகுகையில் குழிகளிலும் பள்ளங்களிலும் விழாமல் இந்த வண்டியின் பெரும்பரப்பு செல்லமுடியும்” என்றான் திருஷ்டத்யும்னன். அவர்கள் அந்த வண்டியின் மீதேறி அதன்மீது அமைக்கப்பட்டிருந்த காவல்மாடத்தில் தொங்கிய நூலேணியில் தொற்றி மேலேறிச் சென்றனர். அங்கிருந்த படைவீரர்களில் மூவர் மறுபக்கம் வழியாக இறங்கிச் சென்று அவர்களுக்குரிய இடத்தை உருவாக்கினர்.

“ஆணைகளை அளிப்பதற்கும் முழுப் படையையும் விழிநோக்கில் வைத்திருப்பதற்கும் இத்தகைய காவல்மாடங்களின் பணி மிகப் பெரிது. நாம் நமது பாசறைகளில் அமர்ந்து ஏடுகளில் படைநிலைகளை உருவாக்குகிறோம். படைசூழ்கைகள் அனைத்தும் அங்கேயே முழுமை செய்யப்பட்டுவிடும். ஆயினும் படைத்தலைவன் என்பவன் ஒவ்வொரு

நாளும் காவல்மாடத்தின் மீதேறி ஊன்விழிகளால் தன் படையைப் பார்க்கவேண்டும் என்பார்கள். ஒவ்வொரு முறையும் தோற்பரப்பில் படைநிலைகளை எழுதும்போது அவன் விழிகளால் பார்த்தது உளத்தில் விரிய வேண்டும். விழிகளால் பார்ப்பதற்கு நிகர் பிறிதொன்றில்லை. ஒவ்வொரு முறையும் விழிகளால் பார்க்கையில் நான் மேலும் மேலும் புதிய எண்ணங்களை அடைகிறேன். ஆகவே ஒவ்வொரு நாளும் ஐந்து முறைக்குமேல் ஏறி படைகளை நான் பார்ப்பதுண்டு" என்றான் திருஷ்டத்யும்னன்.

அவர்கள் காவல்மாடத்தின்மேலேறி அந்த பலகைப்பரப்பில் நின்றனர். சுற்றிலும் பெருகியிருந்த படையை அதுவரை உடற்பெருக்கு எனப் பார்த்துக்கொண்டிருந்த ஸ்வேதன் அவை தலைப்பரப்பென மாறி கீழிறங்குவதை உணர்ந்தான். பின்னர் அவை உடல்களை துளிகளாகக் கொண்ட நீர்வெளி என மாறின. சுழன்று சுழன்று அவன் அவற்றைப் பார்த்துக்கொண்டிருந்தான். தெற்கே நான்கு திசைகளிலும் விழியெட்டும் தொலைவு வரை இந்திரப்பிரஸ்தத்தின் படைகள் தங்கியிருந்தன. மிக நெருக்கமாக ஒன்றுடனொன்று ஒட்டி அமைக்கப்பட்ட தோல்கூடாரங்களிலும் பாடி வீடுகளிலும் படைத்தலைவர் தங்கியிருந்தனர். வீரர்கள் வெறும்நிலத்தில் பாய்களிட்டு ஓய்வுகொண்டனர்.

அருகிருந்த சிறு ஆற்றிலிருந்து யானைகள் இழுத்துச் சுழற்றிய சகடங்களால் தோற்பைகளில் அள்ளப்பட்ட நீர் மூங்கில்வழியாக மேலெழுந்து சென்று அங்கிருந்த மரத்தாலான பெருங்கலத்தில் நிறைந்தது. அதிலிருந்து மூங்கில் குழாய்களினூடாக, மரத்தாலான சிற்றோடைகளினூடாக படைநிலைகள் அனைத்திற்கும் ஒழுகிச் சென்றது. மரத்தொட்டிகளில் விழுந்து நிறைந்த நீரை வீரர்கள் அள்ளி குடிப்பதற்காக எடுத்துச் சென்றனர். விலங்குகளுக்குப் படகுபோன்ற மரத்தொட்டிகளில் நீர் வைத்தனர். அடுமனைகளிலிருந்து புகை எழத்தொடங்கியது. படைநிலைகளில் இருந்து ஊக்கமும் உவகையும் கொண்ட குரல்களும் முழக்கமும் எழுந்து மேலே வந்தன.

திருஷ்டத்யும்னன் "படைகளில் வீரர்கள் எப்போதும் உவகையுடன் இருக்கிறார்கள். அவர்கள் நினைவறிந்த நாள் முதலே இத்தகைய வாழ்க்கைகாகப் பயிற்றுவிக்கப்பட்டவர்கள். பலநூறு முறை அதை உள்ளத்தில் எண்ணி நிகழ்த்திக்கொண்டவர்கள். அது மெய்யென நிகழ்கையில் பெரும் கிளர்ச்சி அடைகிறார்கள்" என்றபின் புன்னகைத்து "ஒவ்வொருவரும் உள்ளூர அறிந்தது இறப்பு அணுகிக்கொண்டிருக்கிறது என்பது. இறப்பு எங்கோ இருக்கிறதென்னும் எண்ணமே நாட்களை வெறுமையாக்குகிறது. எண்ணி அளிக்கப்பட்ட காலம் என்பது ஒவ்வொரு துளியும் அமுது" என்றான்.

சங்கனும் ஸ்வேதனும் மெல்ல பரபரப்பு அழிந்து ஆழ்ந்த அமைதியை அடைந்தனர். ஸ்வேதன் பொருளெனத் திரளாத உள்ளத்துடன் காட்சிகளில் தன்னை அழித்துக்கொண்ட விழிகளுடன் அங்கு நின்றான். ஒரு படையென்பது பெருங்காடென்று முன்பு அவன் எண்ணியிருந்தான். ஏடுகளில் கற்று அறிந்த படைசூழ்கைகள் அனைத்துமே அவ்வெண்ணத்தையே உருவாக்கின. குலாடர்கள் பெரும்படைகள் எதிலும் பங்குபெற்றதில்லை. ஆனால் அவன் அங்கு பார்த்த பாண்டவப் படை நன்கு திட்டமிட்ட பெருநகர் போலிருந்தது. பலகையிட்டு உருவாக்கப்பட்டிருந்த எட்டு பெருஞ்சாலைகளையும் அவற்றிலிருந்து கிளைபிரியும் துணைச்சாலைகளையும் படைநடுவே தெருக்கள்போல நிலைநிறுத்தியிருந்தனர். ஒவ்வொரு தெருவிலிருந்தும் ஒவ்வொரு படைக்குழுவிற்கும் செல்வதற்கான பாதை இருந்தது. அவ்வாறு படைப்பிரிவுக்குள் சீரான பாதை அமைக்கவில்லையென்றால் ஒருமுனையிலிருந்து மறுமுனைக்கு எவரும் விரைந்து சென்றுவிட முடியாதென்பதை அவன் அப்போதுதான் உணர்ந்தான். அவன் எண்ணத்தை உணர்ந்ததுபோல சங்கன் “இப்படைப்பிரிவுக்குள் எந்த முனையிலிருந்தும் எங்கும் புரவியில் ஒருகணம்கூட தயங்காமல் பாய்ந்து ஓடிச்செல்லமுடியும், மூத்தவரே” என்றான்.

காவல்மாடங்கள் அனைத்திலும் முரசுகளும் கொடிகளும் இருந்தன. முரசு ஒலி ஒன்றுடன் ஒன்று தொடுத்துக்கொள்ளும் தொலைவில் காவல்மாடங்கள் அமைக்கப்பட்டிருந்தன. முரசொலியைக் கேட்டு அவ்வாணையைக் கொடியசைவுகளாக மாற்றும்பொருட்டு படைவெளி முழுக்க புரவிகளால் இழுக்கப்பட்ட சிறிய ஆணைமேடைகள் இருந்தன. அங்கு வெவ்வேறு வண்ணங்களிலான கொடிகள் தெரிந்தன. தன்னருகே நின்றிருக்கும் திருஷ்டத்யும்னனின் ஒரு சொல் மறுகணமே முரசோசையாகவும் கொடியசைவுகளாகவும் மாறி அப்படை முழுக்க பரந்து அதை எண்ணிய வண்ணம் இயக்க முடியும் என்று ஸ்வேதன் எண்ணினான். மீண்டும் எதையோ எண்ண உளம் எழுந்தபோதுதான் அந்த எண்ணத்தின் உட்பொருளை உணர்ந்து அவன் மெய்ப்பு கொண்டான்.

பல்லாயிரம் பேரை தன் நாவின் சிற்றசைவின் மூலம் ஆட்டி வைக்கமுடியும்! நாவசைவுகூட வேண்டியதில்லை, விழியசைவே போதும். திருஷ்டத்யும்னனின் பேருருக்கொண்ட உடல் அப்படை. அவன் கால்கள், அவன் கைகள், அவன் விழிகள், அவனுடைய நாக்கு. அப்பெரும்படையின் ஆத்மா அவனில் புகுந்து அவ்வுடலை ஆள்கிறது. அப்படை தன் ஆழத்தில் விழைவதை மட்டுமே அவன் அங்கிருந்து தன் எண்ணமென அடைகிறான், சொல்லென வெளிப்படுத்துகிறான்.

அவன் பெருமூச்சுவிட்டான். படை என்பது மானுடர் ஓருடலாதல் மட்டுமல்ல, ஒருவன் பேருடல் ஆதலும்கூட. படையே மாமன்னர்களை உருவாக்குகிறது. படையென்றான பின்னரே மானுடன் தன் பேராற்றலைக் கண்டுகொண்டிருக்க முடியும். தெய்வங்களை நோக்கி விழிதூக்கியிருக்க முடியும். விருத்திரன், ஹிரண்யன், நரகன் என தொடரும் அனைத்து அசுரர்களும் படை என பேருடல்கொண்டமையால் தெய்வங்களை அறைகூவிய மண்வாழ் மானுடரே.

திருஷ்டத்யும்னனும் அப்படையின் காட்சியால் உளம் நெகிழ்ந்திருந்தான். அதைத் தழுவுவதுபோல கைகளை விரித்து மெல்ல சுழன்றபடி நோக்கினான். "படைசூழ்கை ஒரு பெருங்கலை. நெடுங்காலமாக மானுடர் அதை ஊழ்கத்திற்கெனக் கொண்டிருக்கிறார்கள். ஒவ்வொருவரும் ஒவ்வொரு எண்ணத்துடன் தனித்திருப்பதையே வகுத்துள்ளன தெய்வங்கள். ஒவ்வொருவரும் பிறிதொருவருடன் ஒன்றென இணைந்து ஓருடலாகுகையில் மானுடரின் அவ்வெற்றி கண்டு தெய்வங்கள் மகிழ்கின்றன. இறங்கி வந்து அவனுடன் இணைந்துகொள்கின்றன. ஆணைகளினூடாகவும் பயிற்சியினூடாகவும் மட்டுமல்ல, கனவுகளூடாகவும் நம்பிக்கைகளூடாகவும்தான் பெரும்படைகள் ஒருங்கிணைகின்றன" என்றான்.

"குலதெய்வங்கள், மூதாதையர், நீத்தார், அறுகொலைகள் என ஒவ்வொரு நாளும் பாடிப் பாடி நம் அகத்தில் செலுத்திக்கொண்ட ஒன்றுதான் நம் அனைவரையும் ஒன்றெனத் திரட்டி இங்கு நிறுத்தியிருக்கிறது. தனியே மனிதர்களுக்கு அச்சமுண்டு. வஞ்சங்கள் உண்டு. படை என்பது அச்சமோ வஞ்சமோ அறியாதது. அது விழைவுகூட இல்லாதது. அதை கிளப்புவதற்கே வஞ்சங்களும் வஞ்சினங்களும் தேவையாகின்றன. கிளம்பியபின் முற்றிலும் பிறிதொன்றாக அது திரள்கிறது. அது ஒற்றைத் திரளென இவ்வுடல்கள் அனைத்தையும் இணைத்தெழும் ஒரு பெருவிசை மட்டுமே. அதன் விழைவு எந்த மானுடருக்கும் உரியதல்ல. அதற்கு இப்புவியுடன் தொடர்பே இல்லை" என்றான் திருஷ்டத்யும்னன்.

மெய்ப்பு கொண்ட உடலுடன் ஸ்வேதன் நோக்கி நின்றான். அந்தி சிவந்துகொண்டிருந்தது. முகில்கள் செம்மையிலிருந்து கருமைக்கு சென்றன. விழிதொடும் எல்லையில் எல்லாம் அடுமனைகளின் புகைத்தூண்கள் எழுந்து வானைத் தொட்டன. படைகளின் ஓசை மழுங்கலான முழக்கமாக மாறிவிட்டிருந்தது. "கிளம்புவோம்" என்று திருஷ்டத்யும்னன் அவன் தோளைத் தொட்டதும் அவன் பெருமூச்சுடன் "ஆம்" என்றான். மெல்லிய மூக்குறிஞ்சல் ஓசை கேட்டு திரும்பி நோக்கினான். சங்கன் விழிநீர் வடிய அழுதுகொண்டிருந்தான். ஸ்வேதன் சங்கனைத் தொட்டபோது அவன் உடல் நடுங்கி விதிர்த்தது. "செல்வோம்" என்றான் ஸ்வேதன்.

அன்றிரவு திருஷ்டத்யும்னன் அவர்களுக்காக ஒருக்கிய விருந்தில் பாஞ்சால இளவரசர்களான சித்ரகேதுவும் உத்தமௌஜனும் விரிகனும் பிரியதர்சனும் துவஜசேனனும் மைந்தர்களான திருஷ்டகேதுவும் க்ஷத்ரதர்மனும் க்ஷத்ரஞ்சயனும் கலந்துகொண்டனர். யவனமதுவும் நெய்யில் வறுத்த வெள்ளாட்டு ஊனும் இனிய கிழங்குகளும் அப்பங்களும் பரிமாறப்பட்டன. இரவு கனிந்து வியாழன் நிலைமாறுவதுவரை அவர்கள் பேசிக்கொண்டிருந்தார்கள்.

அவர்கள் பங்கெடுக்கும் முதல் அரசவிருந்து அது. தங்களுக்கு அளிக்கப்பட்டிருந்த குடிலில் உடைகளை மாற்றி முகம் கழுவிக்கொண்டிருந்தபோது ஸ்வேதன் "படைநகர்வு தொடங்கிய பின்னர் போர் முடிவதுவரை வீரர்களுக்கு நீராட உரிமையில்லை. அரசகுடியினர் மட்டும் முகங்களையும் கைகால்களையும் கழுவிக்கொள்ளலாம். போரில் மிக அரிதான பொருள் நீர்" என்றான். சங்கனின் உள்ளத்து உணர்வை புரிந்துகொண்டு "இதேபோல் ஆற்றங்கரையில் தங்கும்போதுகூட படைகள் நீரிலிறங்கி குளிப்பது ஏற்கப்படுவதில்லை. நீரிலிறங்கும் படை முற்றிலும் செயலற்றதாக இருக்கும். அத்தருணத்தில் ஒரு எதிர்தாக்குதல் வந்தால் அதனால் எதிர்கொள்ள முடியாது. நீராடும் பொருட்டு படைகளை சிறு பிரிவுகளாகப் பிரித்து அனுப்புவதென்பதும் மொத்தப் படையையும் கலைத்து திரும்ப அடுக்குவது போன்றது" என்றான். "நீராடாமல் இருப்பது நன்று. அனைவரும் ஒரே மணம் கொண்டவர்களாகிறார்கள். நம் தரப்பு வீரனை நாம் முகர்ந்தே கண்டுபிடித்துவிடலாம்" என்று சங்கன் சிரித்தபடி சொன்னான்.

ஸ்வேதன் உளம் கிளர்ந்திருந்தான். மாற்றாடை அணிந்துகொண்டிருக்கையில் "நம்மை பாஞ்சால அரசரே நேரில் வந்து வரவேற்பாரென்றும் நமக்கென தனி விருந்தொன்றை ஒருக்குவாரென்றும் நான் எண்ணவே இல்லை, இளையோனே" என்றான். "ஏன்? நாம் இளவரசர்களல்லவா?" என்றான் சங்கன் அவ்வுணர்வைப் புரிந்துகொள்ளாமல். "விராடரையே அவர்கள் இன்னும் ஷத்ரியர்களாக முழுதேற்கவில்லை. நாமோ விராடராலேயே ஏற்கப்படாத குடியினர்" என்றான் ஸ்வேதன்.

சங்கன் "நிலம்வென்று நெறிநின்று ஆளும் அனைவரும் ஷத்ரியர்களாகும் பொருட்டு இளைய யாதவரின் சொல் எழுந்திருக்கிறதென்றும் அதை ஏற்றுத் திரண்டதே இப்பெரும் படை என்றும் நாம் அறிந்திருக்கிறோம்" என்றான். "அது கூறப்படுவது. எப்போதும் போருக்கென கூறப்படும் கொள்கைகள் பிறருக்கானவை. போரில் இறங்குபவர் அனைவருக்கும் வேறு நோக்கங்கள் இருக்கும். எளிய வீரர்களுக்குக்கூட. ஆனால் அந்நோக்கத்தின் பொருட்டு உயிர்துறப்பது பொருளற்றது என அவர்களின்

ஆழம் கூறும். ஆகவே பெரிய ஒரு கொள்கையும் கனவும் அவர்களை நோக்கி சொல்லப்படும். அது பொய்யென்றறிந்தாலும் அவர்கள் அதை நம்பி உணர்வெழுச்சியுடன் ஏற்றுக்கொள்வார்கள்" என்று ஸ்வேதன் சொன்னான்.

திருஷ்டத்யும்னனே பாடிவீட்டிலிருந்து வெளியே வந்து இருவரையும் தழுவி அழைத்து உள்ளே சென்று அமரச்செய்தான். திருஷ்டத்யும்னனின் இருபுறமும் அமர்ந்து அவர்கள் உணவுண்டார்கள். சங்கன் "நாம் இன்றிரவே கிளம்பி படைமுகப்பிற்கு செல்லக்கூடாதா?" என்றான். "எத்தனைமுறை கேட்பாய், அறிவிலி?" என்றான் ஸ்வேதன் எரிச்சலுடன். திருஷ்டத்யும்னன் பொறுமையாக "செல்லலாம். ஆனால் அதில் பொருளில்லை. எப்படியாயினும் ஒருநாள் முழுக்க பயணம் செய்து நாளை மறுநாள் பொழுது புலர்ந்த பிறகே நீங்கள் பாண்டவ இளவரசர்களை சந்திக்கமுடியும். காலையில் படைக்கணக்கு நோக்குதலையும் அணிவகுப்பை பார்வையிடுதலையும் அவர்கள் தவறவிடுவதில்லை. அவை முடிந்தபிறகு உச்சிவெயில் ஒளிகொள்ளும்போதுதான் பிறரை சந்திப்பார்கள். இப்பொழுதே சென்று அங்கு காத்திருப்பதற்கு மாறாக இங்கு நன்று துயின்று முதற்புலரியில் கிளம்பலாம்" என்றான்.

சங்கன் பெருமூச்சுடன் "ஆம், இன்னும் இரண்டு இரவுகள்!" என்றான். திருஷ்டத்யும்னன் நகைத்தபடி "பாரதவர்ஷமெங்கும் இளைய பாண்டவர் பீமனைத் தங்கள் உள்ளத்து ஆசிரியராக ஏற்றுக்கொண்ட பல்லாயிரம் பேர் இருக்கிறார்கள். அனைவருமே பெருமல்லர்கள், கதை வீரர்கள்" என்றான். ஸ்வேதன் "அனைவருமே அஞ்சனை மைந்தனின் அடிபணிபவர்களும்கூட" என்றான். திருஷ்டத்யும்னன் திரும்பி சங்கனிடம் "மெய்யாகவா?" என்றான். "ஆம், நான் மாருதனை தலைமேற்கொண்டவன். ஒவ்வொரு நாளும் அவரை வழிபடுபவன்" என்றான்.

ஸ்வேதன் திருஷ்டத்யும்னனிடம் "இப்போரில் எங்களுக்கான இடம் என்ன என்று மட்டுமே அறியவிரும்புகிறோம். எங்களுக்கு எது கிடைக்கும் என்ற கணிப்பை முன்வைக்க விரும்பவில்லை. ஏனெனில் எங்கள் தலைவர்களுக்காகப் போரிடவேண்டும் என்ற ஒரே நோக்கில் கிளம்பி வந்தோம்" என்றான். திருஷ்டத்யும்னன் "தாங்கள் அறிந்திருப்பீர்கள் குலாடரே, இங்கு படைகொண்டு வந்திருக்கும் அரசர்களில் எவரும் மெய்யாகவே இன்றுவரை போருக்குப் பின் தங்களுக்குக் கிடைப்பதென்ன என்று கேட்டதில்லை. அவர்கள் கேட்கத் தயங்கியிருக்கக்கூடுமோ என்று ஐயுற்று ஒவ்வொருவரிடமும் தனித்தனியாக நான் உசாவியிருக்கிறேன். அதன் பொருட்டு விருந்துகளை

ஒருக்கியிருக்கிறேன். நிஷாதர்களும் கிராதர்களும் அசுரர்களும் கோரிப்பெறுவதற்கென எதுவுமே அற்றவர்களாக இருக்கிறார்கள். அவர்கள் அளிக்க மட்டுமே வந்திருக்கிறார்கள். பாரதவர்ஷத்தில் இதுபோல வென்ற பின் கொள்வதற்கில்லாத ஒரு படை இதற்கு முன் திரண்டிருக்காது" என்றான்.

"பின்னர் எதன் பொருட்டு அவர்கள் படைகொண்டு வந்திருக்கிறார்கள்?" என்று ஸ்வேதன் கேட்டான். "பெரும்பாலானவர்கள் பெண்பழி தீர்க்கும் கடமை தங்களுக்குண்டு என்று வந்திருக்கிறார்கள். அன்னையர் அவர்களுக்கு அளித்த ஆணையைத் தலைமேற்கொண்டிருக்கிறார்கள். எஞ்சியோர் இளைய யாதவரின் கொள்கைமேல் பற்று கொண்டு அதற்கென நிலைகொள்ள விழைந்து வந்தவர்கள். நானும் விராடரும் மட்டுமே யுதிஷ்டிரரின் முடி நிலைக்கவேண்டுமென்றும் அவர்கள் கொடிவழி அஸ்தினபுரியை ஆளவேண்டுமென்றும் விரும்பி வந்திருக்கிறோம். ஏனெனில் எங்கள் குருதியின் வெற்றி அது" என்றான்.

சங்கன் உணவுண்பதை இயல்பாக திரும்பிப்பார்த்த திருஷ்டத்யும்னன் புன்னகைத்து "இவன் இளைய பாண்டவரின் மாணவனாக இருக்கத்தக்கவனே" என்றான். "ஒருவேளை உணவுண்பதில் இவன் அவர்களைக் கடந்துசெல்லவும்கூடும்" என்றான் ஸ்வேதன். "இவனுடன் போட்டியாக அமரத்தக்க இரு மைந்தர் அவருக்குள்ளனர். இருவருமே பேருடலர். உண்மையில் இவர்கள் தோள்தழுவிக்கொள்ளும் காட்சியைக் காணப் பெரிதும் விழைகிறேன்" என்று திருஷ்டத்யும்னன் சொன்னான். "ஆம், சுதசோமனும் சர்வதனும்... கேள்விப்பட்டுள்ளேன்" என்றான் சங்கன். "ஒருமுறை அவர்களுடன் நான் தோள்கோக்கவேண்டும்."

அன்றிரவு குடிலில் ஈச்சம்பாயில் சங்கன் புரண்டு படுத்துக்கொண்டே இருந்தான். அவன் அசைவினால் துயில்கலைந்த ஸ்வேதன் எரிச்சலுடன் "என்ன செய்கிறாய், அறிவிலி?" என்று கேட்டான். "என்னால் துயில இயலவில்லை, மூத்தவரே" என்றான் சங்கன். "எனில் வெளியே சென்று நின்றுகொள். இதற்குள் ஓசையெழுப்பிக்கொண்டிருக்காதே" என்று ஸ்வேதன் சொன்னான். "ஆம்" என்று சொல்லி சங்கன் எழுந்து வெளியே சென்றான். சிறுவாயிலினூடாக அவன் கைகளைக் கட்டியபடி வானை நோக்கி நிற்பதை ஸ்வேதன் கண்டான். சற்று நேரத்தில் துயிலில் ஆழ்ந்து நெடும்பொழுதுக்குப் பின் விழித்துக்கொண்டபோது அருகே அவன் இல்லை என்பதை உணர்ந்தான். அதன் பின்னரே அவன் வெளியே சென்றதை நினைவுகூர்ந்து எழுந்து வெளியே வந்தான். பாண்டவர்களின் படைகள் பல்லாயிரக்கணக்கான பந்த ஒளிப்புள்ளிகளாக பரவிக்கிடந்தன. பந்தங்கள் நேர்கோடுகளாக ஒன்றையொன்று வெட்டி பின்னியிருந்தன.

கைகளைக் கட்டியபடி அங்கிருந்த மரத்தின் அருகே அந்தப் பரப்பைப் பார்த்துக்கொண்டு நின்றிருந்தான் சங்கன்.

ஸ்வேதன் அருகே சென்று நின்ற பிறகே அவனை உணர்ந்து திரும்பிப் பார்த்தான். “துயிலவில்லையா?” என்று அவன் கேட்டான். “இல்லை, நான் அவரை மீளமீள உள்ளத்தால் சந்தித்துக்கொண்டிருக்கிறேன். அப்போது நான் என்ன சொல்ல வேண்டும்? எப்படி நடந்துகொள்ள வேண்டும்? எத்தனை எண்ணியும் என் உள்ளம் கலைந்துகொண்டே இருக்கிறது. நாம் மலைமக்கள். நமது முறைமைகள் முற்றிலும் வேறு. இன்றுவரை பேரவை எதற்கும் நான் சென்றதில்லை. நான் நேரில் கண்ட முதல் அரசகுடியினர் திருஷ்டத்யும்னரே. முதற்கணத்திலேயே அவர் நம்மை அணைத்து தோள்தழுவி அனைத்து முறைமைகளையும் கைவிட்டுவிட்டார். ஆகவே என் இயல்புப்படி நான் இருந்தேன்” என்றான் சங்கன்.

“மூத்தவரே, இப்போது எண்ணுகையில் நாணுகிறேன். அவர் முன் அரக்கனைப்போல இரண்டு கைகளாலும் உணவை அள்ளியெடுத்து ஓசையெழ மென்று உண்டேன். ஏப்பங்கள் விட்டேன். மேலும் மேலும் என தொடையில் அறைந்து உணவை கோரினேன். ஓர் இளவரசன் நடந்துகொள்ளவேண்டிய முறைகளல்ல அவை” என்றான் சங்கன். “இவ்வண்ணம் நான் இளைய பாண்டவர் முன் இருந்தால் என்ன நிகழும்? நான் வேறொரு வண்ணம் நடக்கவும் அறியேன்.” ஸ்வேதன் புன்னகைத்து “நீ காட்டு மானுடனாக இருப்பதையே உன் தலைவர் விரும்புவார். நீ அறிந்திருப்பாய், அனைத்துச் சூதர் பாடல்களிலும் எந்த அவையிலும் தலைக்குமேல் கூரையிருப்பதை ஒப்பாத களிறு என அவர் தனித்து அமர்ந்திருந்தார் என்றே சொல்லப்பட்டுள்ளது” என்றான். “ஆம், இங்கிருக்கும் அனைத்தையும் மீறி எவ்வகையிலோ என்னால் அவரை அணுக முடியுமென்று தோன்றுகிறது. மூத்தவரே, இப்போது நான் எண்ணுவதைப்போலவே எண்ணியபடி எங்கோ அவரும் இதேபோல கைகளை மார்பில் கட்டியபடி இப்படைப்பிரிவுகளை பார்த்து நின்றிருக்கிறார் என்று எண்ணுகிறேன்” என்றான் சங்கன்.

“நீ என்ன எண்ணிக்கொண்டிருந்தாய்?” என்று ஸ்வேதன் கேட்டான். “இன்று திருஷ்டத்யும்னர் சொன்னாரல்லவா, அனைத்து மானுடரும் இணைந்து உருவாகும் ஒற்றைப்பெருமானுடனே படை என்று. ஒவ்வொருவரும் தங்களை அதற்கு முழுமையாக ஒப்புக்கொடுத்து இதை உருவாக்கியிருக்கிறார்கள். மாளிகைகளில் செங்கல் அமைவதுபோல ஒவ்வொருவரும் பதிந்துள்ளார்கள். எந்த மாளிகையிலும் முழுதுமிணையாத உருளைக்கல் அவர். அறியா மலையுச்சியிலிருந்து பெருநதியொன்றால்

உருட்டிக் கொண்டுவரப்பட்டவர். என்னாலும் இந்தப் படையில் முற்றாக இணைய முடியாது. முதல் வியப்புக்குப் பின் இது என்ன என்ற துணுக்குறலே எனக்கு ஏற்பட்டது. இப்படைக்குள் நுழைகையில் இது என்னைக் கிளரச் செய்தது. அந்தி இருளத்தொடங்கி என்னைச் சூழ்ந்து இது ஒளியும் ஒலியுமாக மாறியபோது முற்றிலும் தனித்தவனானேன். இதன் வெற்றி தோல்விகளுக்கும் எனக்கும் தொடர்பில்லை" என்று சங்கன் சொன்னான். ஸ்வேதன் புன்னகைத்து அவன் தோளை மெல்ல தொட்டு மீண்டும் தன் மஞ்சத்திற்கே திரும்பினான்.

55

ஸ்வேதனும் சங்கனும் புரவியிலமர்ந்து இருபுறமும் சென்றுகொண்டிருந்த பாண்டவர்களின் படை அணிகளை நோக்கியபடி நடுவே ஓடிய பாதையினூடாக முன்னால் சென்றனர். அவர்களுடன் திருஷ்டத்யும்னன் அனுப்பிய துணைப்படைத்தலைவன் வஜ்ரகுண்டலன் வந்தான். குலாடப் படைகள் திருஷ்டத்யும்னனின் படைகளுடன் நான்கு பிரிவுகளாகப் பிரிக்கப்பட்டு இணைந்துகொண்டன. படை கிளம்பிய பின்னரே அவர்களுக்கு வழிச்செல்லும் ஒப்புதல் கிடைத்தது. படை மிக மெல்லத்தான் கிளம்பியது. “படுத்த யானை எழுவதைப்போல” என்றான் சங்கன்.

அவர்கள் கிளம்பியபோது இளவெயில் சரிந்திருந்தது. படைக்கலன்களும் இரும்புக் கவசங்களும் மின்னிக்கொண்டிருந்தன. அனைவரும் இரும்பு அடிகொண்ட தோல்காலணிகள் அணிந்திருந்தனர். அவை சீரான ஓசையுடன் நிலத்தை அறைந்து சென்ற ஒலியை விழிமூடிக் கேட்டபோது அலையலையெனத் தோன்றியது. புரவியில் அமர்ந்து தலைக்கவசங்களின் பரப்பைப் பார்த்தபோதும் அதே அலையைக் காண முடிந்தது. அது எதன் அலை? நிலப்பரப்பின் அலைகள் பேரலைகளாக படையில் எழுந்தமைகின்றன. அவற்றினுள் ஒவ்வொரு தலையும் கொள்ளும் சிற்றலைகள் செறிந்திருந்தன. மனிதர்கள் தங்கள் உடலுக்குள்ளேயே எழுந்தமைந்துகொண்டிருக்கிறார்கள். அலையென்பது அவர்களின் உள்ளத்திலும் நிகழ்வதுபோலும். நிலைகொண்ட உள்ளம் அமைந்த ஒரு வீரனாவது இப்பெருந்திரளில் இருக்கக்கூடுமா? முன்னும் பின்னுமென அலையாத உள்ளம் கொண்ட மானுடர் எவரேனும் உண்டா?

யானை நிரைகள் கோட்டைச்சுவரென பக்கவாட்டில் வந்து கொண்டிருந்தன. கரிய அலைகளாலான கோட்டை. புரவிகள் நுரைகொண்ட அலைகள். ஒரு சிறு குன்றின் மேலேறி திரும்பிப் பார்த்தபோது கரிய மணிமாலைகள்போல் வளைந்தெழுந்து சென்றன யானைநிரைகள். பிறிதொரு குன்றின்மேல் சென்று திரும்பிப் பார்த்தபோது நீண்ட கரிய தோல்பட்டையென நெளிந்தன. ஒரு கணத்தில் அவன் யானைகளாலான பெருநாகம் ஒன்றைக் கண்டான். ஸ்வேதன் திரும்பி சங்கனின் தோளைத்தொட்டு "நோக்குக, நாகம்!" என்றான். சங்கன் திரும்பிப் பார்த்த பின் புன்னகைத்தான்.

தேர்நிரைகளின் முகட்டுக் குமிழிகள் செறிந்து நுரையென மாறிவிட்டிருந்தன. செம்மஞ்சள்நிற ஆடைகளாலான ஒழுக்கு செந்நிறத்தில் மழைக்கலங்கல் பெருகிவரும் நதியென தோன்றியது. அவர்கள் படையின் நடுப்பகுதியை சென்றடைந்தபோது அங்கு அடுமனைப் பணியாளர்களும் உணவுப்பொருட்களும் ஏந்திய வண்டிகள் சென்றுகொண்டிருந்தன. பல்லாயிரம் வண்டிகளில் ஏற்றப்பட்ட உணவுத்தானியங்களும் உலர்கிழங்குகளும் வற்றல்காய்கறிகளும் உலர்ஊனும் வறட்டிப்பொடித்த மீனும் பெரிய மரப்பீப்பாய்களில் அடைக்கப்பட்டும் தேன்மெழுகுபூசப்பட்ட பாய்களில் சுருட்டிக் கட்டப்பட்டும் மேல்மேலென்று அடுக்கப்பட்டு எடைமிக்க சகட ஒலியுடன் குளம்புகள் மிதிபட இழுத்த மாடுகளால் கொண்டு செல்லப்பட்டன.

அடுமனைக்கலங்கள் ஏந்திய வண்டிகள் நூற்றுக்கணக்கில் செல்ல அவற்றைக் கடந்து சென்றபோது பல்லாயிரம் கூடங்களால் இரும்பு அடிபடும் கொல்லன் உலைக்களத்தில் நுழைந்து அப்பால் சென்றது போல் தோன்றியது. சங்கன் "உணவுவண்டிகள் ஏன் படைநடுவில் இருக்கவேண்டும்? அவை படைக்குப் பின் வரும் என்றல்லவா எண்ணினேன்" என்று கேட்டான். "எவரேனும் படைகொண்டு அவற்றை மையப்படையிலிருந்து வெட்டிவிடக்கூடும் என்றுகூட எண்ணமாட்டாயா?" என்றான் ஸ்வேதன். சங்கன் "எத்தனை கணக்குகள்!" என வியந்தான்.

பகல் முழுக்க அவர்கள் சென்றுகொண்டே இருந்தனர். படையைவிட இருமடங்கு விரைவில் சென்றாலும் படைகள் உடன் வந்துகொண்டே இருந்தமையால் விரைவு போதவில்லை என்ற எண்ணம் ஏற்பட்டது. "எத்தனை பொழுது... மூத்தவரே, இத்தனை நீளம் இப்படை என நான் என் கற்பனையை ஓட்டியும்கூட எண்ணவில்லை" என்றான் சங்கன். அக்ஷௌகிணிகளின் எல்லைகளைக் கடப்பது மட்டுமே அவர்கள் முன்னால் செல்வதை அவர்களுக்குக் காட்டியது. இருபுறமும்

சென்றுகொண்டிருந்த படைகள் ஒற்றை அசைவில் அத்தனை மனிதர்களையும் கோத்துக்கொண்டு இயங்கின. ஒரு மாபெரும் தறி என அம்மானுடரை அவை நெய்துகொண்டிருந்தன. நான்கு திசைகளிலும் பிரிந்து வளர்ந்து செல்லும் ஒரு ஆடை, ஒவ்வொரு மானுடனும் அதிலொரு கண்ணி.

உச்சிவெயில் எரிந்தெழுந்து சிவந்து மங்கலடைந்தது. உச்சியின் வெம்மையில் படைவீரர்களின் வியர்வையும் புரவிகளின் வியர்வையும் விலங்குகளின் சிறுநீரும் வண்டிப்பாய்களின் தேன்மெழுகும் அரக்கும் கலந்து உருகும் வாடையும் சூழ்ந்திருந்தன. உச்சி கடந்தபோது வியர்வையாலேயே மழைமுன்பொழுதுபோல் மெல்லிய நீராவியை உணரமுடிந்தது. அந்தியணையத் தொடங்கியபோதுதான் படைமீது மென்பட்டுப் போர்வை என மூடியிருந்த புழுதிப்படலத்தைக் காணமுடிந்தது. அதுவரை நோக்குமங்கலென இருந்தது அதுவே என செம்மை கொண்டபோதே புலப்பட்டது. வான்சரிவில் கதிரவனை மேலும் சிவக்கச் செய்தது அது.

பகலெல்லாம் நடந்த படைகள் உச்சியில் தளர்ந்து பின்னுச்சியில் மேலும் நடைதொய்ந்து வெயிலணைந்ததும் மீண்டும் விரைவுகொண்டன. முரசுகள் ஒலிக்கவிருப்பதை ஒவ்வொருவரும் உணர்ந்திருப்பதாகத் தெரிந்தது. முரசொலி எழுந்ததும் இழுபட்ட தோல்பட்டை தளர்வதுபோல படைகளில் தழைவு உருவாகியது. விழிகளுக்கே அந்தத் தொய்வு தெரிந்தது. முரசுகள் முழங்கி அமைய படைகள் விசையழிந்து மெல்ல நின்று அவ்விடத்திலேயே கால்வைத்து அடிபயின்றன. மீண்டும் கொம்புகள் ஒலித்தபோது சிறுகுழுக்களாகப் பிரிந்தன. “பால் திரிவதுபோல” என்றான் சங்கன். “அனைத்துக்கும் அடுமனை ஒப்புமை” என்று சிரித்தபடி ஸ்வேதன் சொன்னான்.

நிலைகொண்ட படைப்பிரிவின் நடுவில் அவர்கள் சென்றனர். படையோசை மாறிக்கொண்டே இருந்தது. படைகள் நிலைகொள்வதை உணர்ந்தவைபோல சூழ்ந்திருந்த காடுகளிலிருந்து காகங்கள் பறந்துவந்து வானில் சுழன்றன. நான்கு காளைகள் பூட்டப்பட்ட அகன்ற நுகமும் எட்டு சகடங்களும் கொண்ட பெரிய வண்டிகளில் இருந்து எடைமிக்க அடுகலங்களை மடைப் பணியாளர்கள் இறக்குவதைக்கண்டு வியந்து புரவியின் கடிவாளத்தை பற்றித் திருப்பி சங்கன் நின்றுவிட்டான். மேலும் சற்று தொலைவு சென்ற ஸ்வேதன் திரும்பிப்பார்த்து சிற்றடிகளில் அணுகினான். “நான் யானைகளைக் கொண்டு இவற்றை இறக்குவார்கள் என்று எண்ணினேன்” என்று சங்கன் திரும்பிப்பார்த்து சொன்னான். “நெடுங்காலமாக இப்பணிகள் செய்யப்பட்டுவருவதால் எளிய வழிகள் கண்டுபிடிக்கப்பட்டிருக்கும்” என்றான் ஸ்வேதன்.

வண்டிகளுக்குப் பின்புறம் தடித்த பலகைகளை சரிவாக அமைத்து கயிறுகளால் கட்டி இழுத்தும் உந்தியும் கலங்களை அவற்றின் மேல் ஏற்றினர். மெல்ல சரித்து சறுக்கி கீழே வரச்செய்து அங்கே வைக்கப்பட்டிருந்த சகடங்கள் கொண்ட சிறிய பீடங்களின்மேல் அமரச்செய்து அங்கிருந்து தள்ளியும் இழுத்தும் அடுப்புகளை நோக்கிக் கொண்டுசென்றனர். அடுப்புகளின் மீது அவற்றை இழுத்துத் தூக்கி அமரவைத்தனர். நிரைநிரையாக வந்த மடைத்துணைவர் மரக்குடுவைகளில் காவடியாகக் கட்டி கொண்டுவந்த நீரை அவற்றில் ஊற்றி நிறைத்தனர். ஒருவர் இறங்கி நீச்சலிடும் அளவுக்கு பெரிய அடுகலங்கள் நீர் நிறைந்தபோது சிறிய குளங்கள்போல் அலைகொண்டன. அவற்றுக்குக் கீழே இடப்பட்ட அரக்குகளில் அனல் பற்றிக்கொண்டு நாகொண்டது.

எரிமணம் உணவை நினைவூட்டியமையால் இனிதாக இருந்தது. மகிழ்வுடன் முகம் திருப்பிய சங்கன் “சமைத்து குவிக்கப்படும் உணவு மலைபோன்றிருக்கும்” என்றான். “இங்கு தங்கிவிடுகிறாயா?” என்று ஸ்வேதன் கேட்டான். “இங்கு எங்கோதான் அவர் இருப்பாரென்று தோன்றுகிறது, மூத்தவரே” என்று சங்கன் சிரித்தான். “இருட்டுகிறது. நாம் தங்கவேண்டிய குடில் இன்னும் சற்று அப்பால் உள்ளது என்று வரைவு காட்டுகிறது” என்றான் ஸ்வேதன். புரவியைத் திருப்பியபடி இருவரும் சென்றனர்.

அடுகலங்களை மடை உதவியாளர் தூக்கிச் சென்றபோது யானைக்கன்றுகளும் எருமைகளும் செல்வதுபோல் தோன்றியது. மரத்தாலான குடைவுக்கலங்கள், மரச்சிம்புகளை இறுக்கி இரும்புப் பட்டையிட்ட நீள்கலங்கள், பெருங்கொப்பரைகள், நீண்ட மரப்பிடியில் பொருத்தப்பட்ட சட்டுவங்கள், கிளறிகள், சல்லரிகள். “மண்கலங்களே இல்லை” என்றான் சங்கன். அகப்பைக்கட்டுகள், நீள்பிடிகொண்ட கோருவைகள், செம்புச்சருவங்கள், நிலவாய்கள், உருளிகள், குட்டகங்கள், அடுக்குக் கலங்கள். அடுமடையர்கள் அவற்றை எடுத்து பிரித்து ஆங்காங்கே வைத்துக்கொண்டிருந்தனர். அவற்றை ஒருவன் குறித்துக்கொண்டிருந்தான். சங்கன் “மூத்தவரே, அவன் எங்கு எக்கலங்கள் உள்ளன என்பதை வரைந்து குறிக்கிறான். மிகச் சிறந்த வழி. கலங்கள் தொலைவதும் தேடுவதும்தான் அடுதொழிலில் பெரும் இடர்” என்றான்.

அடுப்புகளில் எரியெழ அனலால் ஆன நீண்ட கோடு அரையிருளில் தெரியலாயிற்று. சங்கன் “மூத்தவரே, படைகளில் எப்போதுமே புதிதாக சமைத்த உணவுதான் அளிக்கப்படுமா?” என்றான். “உணவைப்பற்றி நன்கு தெரிந்துகொண்ட பின் படைக்கு வந்திருக்கலாம் என்று எண்ணுகிறாயா?” என்றான் ஸ்வேதன். “இல்லை, தெரிந்துகொள்ளும்பொருட்டு கேட்டேன்”

என்றபடி அவன் தொடர்ந்து வந்தான். "அந்தியில் புத்துணவு காலையில் உலர்சிற்றுணவு உச்சிப்பொழுதுக்கு அதிலெஞ்சியது கையுணவாக என்பது படைநெறி. படைகள் காலையில் கிளம்பிய பின்னர் அந்திவரை எதன் பொருட்டும் நிறுத்தப்படுவதில்லை" என்றான் ஸ்வேதன்.

சங்கனின் உள்ளத்தை உணர்ந்தவனாக "புரவிகளும் யானைகளும்கூட மெல்ல நடந்தபடியேதான் நீர் அருந்தும். அவற்றுக்கு நீர் கொடுப்பதற்கென்று சகடங்கள் அமைத்த தொட்டிகள் உண்டு. இப்படைப்பிரிவுகளுக்குள் அவற்றை நீ பார்த்திருக்கலாம்" என்றான். "ஆம், நான் அவை நீர் மொண்டு வருவதற்கானவை என்று எண்ணினேன்" என்று சங்கன் சொன்னான். "ஒருமுறை நின்ற படை மீண்டும் கிளம்புவதற்கு அரைநாழிகைப் பொழுதுக்கு மேலாகும். ஓர் அக்ஷௌகிணியைக் கலைத்துவிட்டால் மீண்டும் ஒருங்கமைவதற்கு இரண்டு நாழிகை பொழுதாகும். இவையனைத்தும் நூல்களில் கணக்கிடப்பட்டுள்ளன" என்று ஸ்வேதன் சொன்னான்.

"உணவுக்களஞ்சியம்" என்றான் சங்கன் முகம் மலர்ந்து. "அது நிறைந்திருப்பது எப்போதும் ஒரு மங்கலக்காட்சி." அடுமனையர் உணவுப்பொருட்களை வண்டிகளிலிருந்து இறக்கிக்கொண்டிருந்தனர். வெட்டி உலர்த்தப்பட்ட மாட்டுத் தொடைகள் கருமை கொண்டு இறுகி மரக்கட்டை போலாகியிருந்தன. அவற்றில் படிந்திருந்த உப்பும் அவற்றின் இனிய கெடுமணமுமே அவை ஊனென்று காட்டின. அவற்றை எடுத்து தோளிலேற்றி கொண்டுசென்று அங்கு விரிக்கப்பட்டிருந்த பாயில் அடுக்கினர். ஆளுயர விறகுக்குவியல் போலிருந்தது அது.

சங்கன் "எவர் பாடுவது?" என்று கேட்டான். "அடுமனையர்கள் பலர் நல்ல பாடகர்கள்" என்றான் ஸ்வேதன். "அவர்கள் தனிக் குலம்போல. அவர்களின் வாழ்வும் மொழியுமே வேறு. இரவெல்லாம் சமைப்பவர்களுக்கு தங்களுக்குரிய பாடல்களும் கதைகளும் இருந்தாகவேண்டும்." சங்கன் "ஆம், நாங்கள் சமைக்கையில் பாடும் பாடல்களை புலரி வெளிச்சம் எழுந்தபின் பாடமுடியாது. அக்கணமே நெறியும் ஒழுக்கமும் நோக்கும் மூத்தவரால் கழுவிலேற்றப்படுவோம்" என்று சிரித்தான்.

தொலைவிலெங்கோ அந்தப் பாடல் கேட்டுக்கொண்டிருந்தது. "நாளை படைநகர்வு இல்லையா என்ன? அடுமனையை முற்றாகப் பிரித்து அடுக்குகிறார்கள்?" என்று சங்கன் கேட்டான். "ஏழு நாட்களுக்கு ஒருமுறை முற்றோய்வென்பது ஓர் அக்ஷௌகிணிக்குமேல் எண்ணிக்கையுள்ள படைகளுக்கான நெறி. அன்று புரவிகளின் கால்கள் உருவிவிடப்படவேண்டும். விலங்குகளின் உடலில் எங்கேனும் நெறிகட்டியுள்ளதா என்று பார்க்கவேண்டும். சிறிய நோய்களுக்கு

மருந்திடுவார்கள். படைவீரர்கள் தங்கள் பொருட்களையும் படைக்கலங்களையும் பழுதுநோக்குவார்கள். சகடங்களின் பிழைகள் களையப்படும். ஒருநாள் ஓய்வுக்குப் பின் முற்றிலும் புதிய விசையுடன் படைகள் கிளம்பும் என்கிறார்கள்" என்றான் ஸ்வேதன்.

பாடல் அணுகி வந்தது. "பெண்! ஒரு பெண் அங்கிருந்து பாடுகிறாள்" என்று சங்கன் சொன்னான். "படைகளில் பெண்கள் ஏற்கப்படுவதில்லை" என்று ஸ்வேதன் சொன்னான். "அது பெண்குரல்! ஐயமேயில்லை" என்றான் சங்கன். ஸ்வேதன் "பெண்டிருக்குள்ள பணிகளை செய்வதற்கு ஆணிலிகள் கொண்டுவரப்படுவதுண்டு" என்றான். சங்கன் அதற்குள் பாடுபவனைப் பார்த்துவிட்டான். "அவன் தோள்கள் காட்டுகின்றன, அவன் ஆணிலி" என்றான். "ஓர் ஆணிலியை அவள் என்று சொல்வதைப்போல் அவளை மகிழ்விக்கக்கூடும் பிறிதொன்றில்லை" என்று ஸ்வேதன் சொன்னான்.

அவர்கள் அணுகிச் சென்றபோது அங்கு அந்தக் குரலின் இனிமையால் கவரப்பட்டு பேச்சை நிறுத்தினர். அவர்களை உணர்ந்த புரவி மென்னடையில் சென்றது. அடுமனையாளர்கள் பெருவளையமாக கூடி நின்றிருக்க கவிழ்க்கப்பட்ட தொட்டியொன்றின்மேல் நின்று நடனம்போல் கைகளை அலையென வீசியும் விரல் குவித்தும் பலவகையான முத்திரைகளைக் காட்டி அந்த ஆணிலி பாடிக்கொண்டிருந்தாள். வயல்களில் முதல் பயிர் பசுமைபெற்றெழுவதை. அப்போது பிறந்த குழந்தையின் மென்மயிர்போல் அது தொடுவதற்கு இனிதாய் இருப்பதை. இளங்காலை ஒளியில் அது சுனைநீரின் நீலப்பசுமை கொள்வதை. சேற்றின் மணத்தை. கதுப்பில் விழுந்திருக்கும் சிறு குமிழிகளால் ஆன துளைகளை. அவற்றினுடாக வெளிவந்து மெல்ல குமிழியை உடைத்து எழும் அடிச்சேற்றின் புளிப்பு மணத்தை. நண்டுகளின் நான்கு கால் தடத்தை. குழிகளுக்குள்ளிருந்து மெல்ல எழும் நண்டுகளின் முன்கால் கொடுக்குகளை. வரப்பில் அமர்ந்திருக்கும் வெண்கொக்கு நிரையை. காலடியோசை கேட்டு அவை சிறகடித்தெழுவதன் படபடப்பை. இளங்காற்று வீசுகையில் வயல்மேல் பசுமை அலையென்றாவதை. வெயில் தொட்டு நீர்ப்பரப்புகள் ஆடியென்று ஒளிகொள்வதை...

அவள் பாடலைக் கேட்டு அங்கிருந்தோர் முகம் துயரிலா உவகையிலா என்றறியாத ஓருணர்வு கூட, விழிகளில் மெல்லிய நீரொளி பரவியிருக்க நின்றனர். சிலர் கைகளை நெஞ்சோடு சேர்த்திருந்தனர். சிலர் முகத்தை கைகளில் தாங்கி விழிமூடியிருந்தனர். ஸ்வேதனும் சங்கனும் குளம்படி இன்றி அருகே சென்று புரவியில் அமர்ந்தபடி அப்பாடலைக் கேட்டுக்கொண்டிருந்தனர். கண்ணி வடிவிலான அப்பாடல் ஒன்றிலிருந்து ஒன்றென்று ஒப்புமைகளுக்கும் நுண்ணிய விவரிப்புகளுக்கும் சென்றுகொண்டிருந்தது.

வேர் கொண்டு அள்ளுக இம்மண்ணின் உப்பை இளநாற்றே — உன்
இலைகளால் அள்ளுக இம்மண்ணின் காற்றை!
அடித்தூரால் அறிக என் மண்ணின் வெம்மையை இளநாற்றே — உன்
மென் தளிரால் அறிக என் மண் மேல் விழும் ஒளியை!

அந்த ஆணிலி அழகிய பெண் போலவே தோன்றினாள். அவள் கழுத்து முழையும் தோளெலும்புகளின் அமைப்பும் அவளை ஆணெனக் காட்டியது. முகத்தில் அரும்பிய மயிரை நன்கு மழித்து செம்மஞ்சள் பூசி பெண்மை கொள்ளச் செய்திருந்தாள். கண்களுக்கு மையிட்டு நீட்டியிருந்தாள். கழுத்தில் கல்மணி மாலை. கைகளில் சந்தனக்குடைவு வளையல்கள். பெண்களுக்குரிய மேலாடை அணிந்திருந்தாலும் இடையாடை படைவீரர்களுக்குரியதாக இருந்தது. நெற்றியில் பெரிய குங்குமப் பொட்டு. காதுகளில் வெள்ளியாலான மலர்த்தோடுகள். கையில் வைத்திருந்த மரக்கொப்பரைமேல் விரல்கள் தாளமிட கண்கள் தொடுவான் நோக்கிக் கனவிலென நிலைத்திருக்க அவள் பாடினாள்.

அங்கிருக்கிறது என் மண். நெஞ்சே, எங்கு சென்றாலும் நான் மீளவேண்டிய மண். என் மூதாதையர் உறங்கும் மண். நான் எங்கு விழுவேன் எவ்வகையில் மட்குவேன் என்று அறியேன். என் மண்ணுக்கு மீளும் என் உப்பு. என் மூதாதையர் உப்புகள் கலந்த மண்ணில் அதுவும் இருக்கும். என் மூதாதையரும் எங்கெங்கோ விழுந்தனர். உப்பென்று என் மண்ணை வந்தடைந்தனர். மானுடர் எழுவார்கள், பூத்து கனிந்து உதிர்ந்து மீண்டும் முளைப்பார்கள். என் நெஞ்சே, அறிக! என் கனவே, அறிக! உப்பு என்றுமிருக்கும்! உப்பு ஒருபோதும் அழிவதில்லை! உப்பு மண்ணின் பொருள்! அறியா நுண்சொல் இந்த மண். நா, அதில் அறியும் பொருள் இந்த உப்பு!

பாடி முடித்ததும் அவள் தன் கைகளைத் தூக்கி தலைக்குமேல் வணங்கினாள். அதன்பின் தலைகுனிந்து அசையாமல் நின்றாள். கூடிநின்று கேட்டவர்கள் அனைவரும் அக்கனவிலேயே நெடுந்தொலைவு சென்றுவிட்டவர்கள்போல் அசைவற்றிருந்தனர். சங்கனின் புரவி அந்த அமைதியை உணர்ந்ததும் தலையை சிலுப்பி கழுத்து மணியை ஒலிக்கச் செய்தது. ஆணிலி திரும்பி அவர்களை பார்த்தாள். பீடத்திலிருந்து கீழே குதித்து தலைவணங்கினாள். சங்கன் "அரிய பாடல்! படைப்பிரிவுகளிலிருந்து இத்தனை அழகிய பாடல் ஒன்று எழுமென்று நான் எண்ணவே இல்லை. நீ இசைச்சூதர் குலத்தவளா?" என்றான்.

ஆணிலி முகம் மலர்ந்து "அல்ல இளவரசே, நான் தெற்கே திருவிடத்திற்கும் அப்பால் தமிழ்நிலத்தை சார்ந்தவள். என் பெற்றோர் சிற்பிகள்.

இளமையிலேயே என்னை ஆணிலி என்று கண்டனர். உத்கலத்திலிருந்து வந்த ஆணிலிகளின் குழுவிற்கு என்னை அளித்துவிட்டுச் சென்றனர். அவர்கள் ஊர்தோறும் சென்று பாடி வாழ்பவர்கள். என் பெயர் ரோகிணி" என்று சொன்னாள். "மெய்ப்பெயர் பிறிதொன்று. நான் என்னை உடல்மாற்றிக்கொண்டபோது என் பிறவிமீனையே பெயராகக் கொண்டேன்."

கூடி நின்றிருந்த மடைப்பணியாளர்கள் அவர்கள் அரசகுடியினர் என்று கண்டு அகன்று நோக்கிக்கொண்டிருந்தனர். ஸ்வேதன் தன் கையிலிருந்த கணையாழி ஒன்றைக் கழற்றி "சிறந்த பாடல்களைப் பலமுறை கேட்டிருக்கிறேன். தருணமுணர்ந்து பாடுகையில் பாடல் மேலும் அழகுகொள்கிறது. தருணம் பொருந்த கேட்கையில் மேலும் பலமடங்கு அழகு கொள்கிறது. இன்று கேட்ட இப்பாடல் என் வாழ்நாள் முழுக்க நினைவிருக்கும் என்று தோன்றுகிறது. இத்தருணம் அழகுறுக!" என்று சொல்லி அதை அவளிடம் நீட்டினான்.

இரு கைகள் நீட்டி அதைப் பெற்று விழிகளில் ஒற்றி நெஞ்சோடு சேர்த்துக்கொண்ட ரோகிணி "இளவரசே, என் சிறுவாழ்க்கையில் பொன்னணிகளுக்கோ அருமணிகளுக்கோ பயனென ஏதுமில்லை. உண்மையில் இதை நான் பேணிக்கொள்வதே அரிது. உளமுவந்து பிறிதொருவருக்கு இதை அளிப்பதே நான் செய்யக்கூடுவது. தங்கள் அன்பு இக்கொடையிலிருப்பதனால் இதைப் பெரும்பேறென்று பெற்றுக்கொண்டேன்" என்றாள். அவள் உள்ளத்தை உணர்ந்த ஸ்வேதன் "உன் விழைவென்ன?" என்றான். "என்னை இளைய பாண்டவர் அர்ஜுனரிடம் அழைத்துச் செல்லுங்கள். நான் அவரை ஒருகணமேனும் நேரில் பார்க்கும்பொருட்டே இப்படையில் வந்து இணைந்துகொண்டேன். என் அடுமனைத்திறனால் இவர்களுடன் இருக்கிறேன். எங்களைப் போன்றவர்கள் போர்முனைக்குச் செல்ல ஒப்புதல் இல்லை. அணிஏவலர்களாகவும் அடுமனையாளர்களாகவும் மட்டுமே படையில் இடம்பெற இயலும். நான் அணிப்பணி தெரிந்தவள். அரசகுடியினர் தங்களுக்கென தனிப்பட்ட ஏவலரையும் அணி செய்கையாளர்களையும் உடனழைத்துக்கொள்ளலாம் என்று நெறியிருக்கிறது."

ஸ்வேதன் புன்னகைத்து "உன் உணர்வுகளைப் புரிந்துகொள்கிறேன். ஏனெனில் நீ விழைவதையே இத்தருணத்தில் நானும் விழைகிறேன். அவரை சந்திக்கத்தான் நானும் சென்றுகொண்டிருக்கிறேன்" என்றான். அவள் முகம் மலர்ந்து "தங்களுடன் என்னை அழைத்துச் சென்றீர்கள் என்றால் அதை என் நல்லூழ் என கொள்வேன். அவர் முன் நான் நின்றால் போதும். என்னை அவர் மறுக்கமாட்டாரென்று நன்கறிவேன்" என்றாள். ஒருகணம் எண்ணிய பின் "சரி, என்னுடன் கிளம்புக!" என்றான் ஸ்வேதன்.

அவள் சிறுமியைப்போல கூச்சலிட்டு கைகளைத் தூக்கியபடி துள்ளிக்குதித்து இரு கைகளாலும் ஆடையைப் பற்றியபடி மும்முறை சுழன்றாள். "சுதீரரே, மித்ரரே, நான் கிளம்பிக்கொண்டிருக்கிறேன்! மடைத்தலைவரிடம் சொல்லிவிடுங்கள்! நான் கிளம்புகிறேன்! இங்கிருந்தே" என்றாள். "உன் பொருட்களை எடுத்துக்கொள்" என்றான் ஸ்வேதன். "பொருளென்று எதுவுமில்லை, இவ்வாடைகளைத் தவிர. நான் தங்கள் புரவியுடன் ஓடியே வரமுடியும்" என்றாள். "நாங்கள் நெடுந்தொலைவு செல்வோம், விரைந்தும் செல்வோம். நாளை முழுக்க செல்லவேண்டியிருக்கும். மறுநாள் பிற்பொழுதில்தான் சென்றடைவோம்." "எத்தொலைவாயினும் நான் உடன் வருவேன். என் உடலின் ஆற்றல் நீங்கள் எண்ணுவதை விட மிகுதி" என்றாள் ரோகிணி.

56

மீண்டும் படைகளின் நடுவே செல்லத் தொடங்கியபோது ஸ்வேதன் சற்று விரைவு குறைத்தே புரவியை செலுத்தினான். வஜ்ரகுண்டலன் அவர்களை நோக்கியபடி சற்று விலகி வந்தான். ஆணிலியுடன் செல்வதை அவன் இழிவெனக் கருதுவதைக் காணமுடிந்தது. பந்தங்களின் ஒளி செந்நிறமாக வழியெங்கும் சிந்திக் கிடந்தது. வழியில் யானைகளை அவிழ்த்து இரட்டைக் கந்துகளில் இருபக்கமும் சங்கிலி நீட்டி கட்டியிருந்தார்கள். அவை செவியாட்டியபடி உப்புநீரில் நனைக்கப்பட்ட உலர்புல்லைச் சுருட்டி மண்போக காலில் அறைந்து தின்றுகொண்டிருந்தன. நூற்றுக்கணக்கான மணிகளின் ஓசை இணைந்து முழக்கமாக சூழ்ந்தது.

“நீ எப்போது இளைய பாண்டவரை அறிந்தாய்?” என்று ஸ்வேதன் கேட்டான். ரோகிணி சிறு ஓட்டமாக அவர்களுடன் வந்தபடி “நான் மொழி அறிகையிலேயே அவரைப்பற்றி அறிந்துகொண்டேன். மணிபூரக நாட்டில் அவர் பெண்ணுருக்கொண்டு சென்று சித்ராங்கதையை வென்ற கதையை ஒருநாள் சூதர் ஒருவர் எங்கள் மன்றில் பாடினார். அப்போது நான் எந்தையுடனும் அன்னையுடனும் இருந்தேன். அப்போது அவர்கள் உத்கலத்தில் ஒரு கற்கோயிலை செதுக்கிக்கொண்டிருந்தனர். ஒவ்வொரு நாளும் சிற்பப் பணி முடிந்த பின்னர் இளைப்பாறும் பொருட்டு சூதரைக்கொண்டு கதையும் ஆடலும் நிகழ்த்தினார் அவ்வூரின் சிற்றரசர். அன்னை மடியிலிருந்து அக்கதையை நான் கேட்டேன்” என்றாள்.

“என் நாவில் அப்போதும் மொழி திருந்தியிருக்கவில்லை. செவியறியும் சொற்களுக்கு பொருள் விரியும் பருவமும் அகவையும் அல்ல. ஆயினும் அக்கதையில் நான் முழுமையாக ஆழ்ந்தேன்” என்று அவள் தொடர்ந்தாள். “கரைவிளிம்பில் நின்றிருக்கையில் கால்தவறி பெருக்கெடுக்கும்

நதியொன்றில் விழுந்து கொண்டுசெல்லப்படுவதுபோல என்று பின்னாளில் அதை மீண்டும் மீண்டும் எண்ணி நோக்கியிருக்கிறேன். அந்நாளில் ஒவ்வொரு அந்தியிலும் ஒரு சூதர்கதையைக் கேட்டுக்கொண்டிருந்தேன். மாமன்னன் நளன் புரவி வென்ற கதை. ராகவராமன் படைகொண்டு சென்று இலங்கையை வென்றது. இந்திரன் வெண்ணிற யானை மேல் ஏறி விருத்திரனை அழித்தது. எந்தக் கதையும் பிறிதெங்கோ எவரோ இயல்வதாகவே எனக்குத் தோன்றியது. அந்தக் கதையில் மட்டும் நான் இளைய பாண்டவராக மாறினேன்."

முகம் மலர்ந்தவளாக அவள் சொல்லிக்கொண்டே வந்தாள். "வேர்கள் நெளியும் நீராழத்தில் நீந்தி வெளியே தெரியும் மங்கலான வானத்தைப் பார்த்துக்கொண்டிருந்தேன். இத்தனை ஆண்டுகளில் வேர் நெளியும் நீராழம் எத்தனையோ முறை என் கனவுகளில் வந்திருக்கிறது. ஒருமுறைக்கு மேல் அந்தக் கதையை நான் கேட்டதில்லை. அதன் சொற்களேதும் என் நினைவில் இல்லை. ஆனால் மிதக்கும் பசுந்தீவுகளில் ஏறினேன். மூங்கில் சூழ்ந்த கோட்டையைத் தாவிக்கடந்தேன். மூங்கிலாலான ஏழடுக்கு மாளிகை, பீதர்முகங்கொண்ட குடிகள் என ஒவ்வொரு காட்சியும் என்னுள் நூறாண்டு வாழ்ந்ததற்கு நிகராகப் பதிந்துள்ளது.

"வாழ்வைவிட கனவு எத்தனை ஒளிமிக்கதாய் பழுதற்றதாய் நோக்குந்தோறும் தெளிவதாக இருக்கிறது! ஏனெனில் இவ்வாழ்வைச் சூழ்ந்துள்ள ஒவ்வொரு பொருளும் வடிவம் கொண்டுள்ளது. நம் விழைவுக்கேற்ப உருமாறுவன எவையுமில்லை. இங்கே எட்டுத் திசைகளும் எட்டு விசைகளாக நம்மை இழுக்கின்றன. நம் கனவுகளோ நாமன்றிப் பிறிதொன்றிலாதவை. அங்கு தெய்வங்களுமில்லை. ஒரு தருணம் இளைய பாண்டவராக அங்கு நான் இருப்பேன். பிறிதொரு தருணம் சித்ராங்கதையாக அவர்மேல் பெருங்காதல் கொள்வேன். அரிதாக அவர்களுக்கு குற்றேவல் செய்யும் சிறுமியாக இருந்தேன்" என்றாள் ரோகிணி.

ஸ்வேதன் "அப்போதே உன்னை சிறுமி என்றுதான் எண்ணினாயா?" என்றான். அவள் திரும்பிப் பார்த்து "நான் என்னை எண்ணும்போதெல்லாம் சிறுமியாகவே உணர்ந்தேன்" என்றாள். "அக்கதையை உன்னிலிருந்து சென்று தொட்டது எதுவென்று உணர்வதொன்றும் கடினமானதல்ல" என்றான் ஸ்வேதன். ரோகிணி "ஆம், நீங்கள் சொல்வது என்ன என்று எனக்கு புரிகிறது. நான் ஆணிலியானதால் அக்கதைக்குள் சென்றேனா அன்றி அக்கதை என்னை ஆணிலியாக வார்த்தெடுத்ததா என்று நானும் எண்ணியதுண்டு" என்றாள்.

"பின்னர் பிருகந்நளையாக விராடபுரிக்குச் சென்ற கதையைக் கேட்டேன். அப்போது பெற்றோரைவிட்டு ஆணிலிகளுடன் சேர்ந்து

பெண்ணுருக்கொண்டு ஊர்கள் தோறும் அலையத் தொடங்கி விட்டிருந்தேன். பிறந்த குழந்தைகளைக் கைதொட்டு வாழ்த்தினேன். புத்தில்லங்களில் முதலில் நுழைந்தேன். இந்திரனுக்கு பூசனை நிகழும் இடங்களில் முதல்மலர் கொண்டும் செழிக்கா வயல்களில் இடக்கால் வைத்து சீற்றம்கொள்ளச் செய்தும் பாரதவர்ஷத்தின் நாடுகளெங்கும் அலைந்து திரிந்துகொண்டிருந்தேன். விராடபுரியின் பிருகந்நளையின் கதையைக் கேட்டுக் கேட்டு பெருக்கிக்கொண்டேன். ஒருமுறை அக்கதையைக் கேட்டுக்கொண்டிருந்தபோதுதான் என்னை அவரால் புரிந்துகொள்ளமுடியும் என்று தோன்றியது.

"அந்தக் கணத்தை நினைவுறுகிறேன். சூதன் அதைப் பாடிக் கொண்டிருந்தான். எனக்கு மிக அருகே அவர் நின்றிருப்பதாக உணர்ந்தேன். திரும்பிநோக்கினால் அவ்வுணர்வை இழந்துவிடக்கூடும் என அஞ்சி அவ்வாறே அமர்ந்திருந்தேன். அன்றுமுதல் அவரை சென்று சேர விழைவுகொண்டேன். என்றேனும் ஒரு நாள் அவரை நான் பார்ப்பேன் என்று என் அகம் உறுதி கொண்டிருந்தது. காண்கையில் அவரிடம் எனக்கு சொல்வதற்கு ஒன்றே இருக்கிறது. என் இறையே, என்னை ஆட்கொள்க! தாங்களன்றி பிறர் என்னை அறிய இயலாது. அது ஒன்றே. அச்சொல்லுக்கு அப்பால் இப்புவியில் எவரிடமும் எனக்கு சொல்வதற்கு ஏதும் இல்லை."

ரோகிணி பேசிக்கொண்டே சென்று சொல்முடிந்து வெறுமையை சென்றடைந்தாள். பின்னர் நெடுநேரம் தலைகுனிந்து நடந்து வந்தாள். அடுமனைகளில் பொருட்களிலிருந்து உணவு எழத் தொடங்கியது. கல்லில் தெய்வம் எழுவதுபோல என்று அதை சங்கன் சொல்வதுண்டு. அவன் புன்னகைத்தான். அத்தனை தெளிவாக, தொட்டு உண்டு உணரும்படி தெய்வத்தை அறிய வாய்ப்பவர்கள் நல்லூழ் கொண்டவர்கள்.

உணவின் மணத்தை உணர்ந்து அரைத்துயிலில் இருந்த படைவீரர்கள் எழுந்து அமர்ந்து மேலும் ஊக்கத்துடன் பேசிக்கொண்டிருந்தமையால் படைமுழக்கம் இருளுக்குள் கார்வையுடன் எழுந்தது. சங்கன் பசிகொண்டிருந்தான். அடுமனை மணம் அவனை மேலும் சோர்வுறச் செய்தது. அவர்களின் பேச்சில் அவன் உள்ளம் ஈடுபடவில்லை. புரவியின் கடிவாளத்தைத் தளர்வாகப் பிடித்தபடி தயங்கிய நடையில் புரவியை செல்லவிட்டு உடலை எளிதாக்கி இருபுறமும் ஆர்வமின்றி நோக்கியபடி வந்தான்.

படைவீரர்கள் சகட ஒலி கேட்டு திரும்பி நோக்கினார்கள். பேசிக்கொண்டிருந்தவர்களின் ஓசை நின்றது. அது விளக்குவண்டிகள் எனத் தெரிந்ததும் தொடர்ந்தனர். ஊன்நெய்க்கலம் ஏற்றப்பட்ட

ஒற்றைச் சகடவண்டியை ஒருவன் தள்ளியபடி வர இன்னொருவன் நீள்கைக்குடுவையால் நெய்யை அள்ளி ஊற்றி கற்களால் ஆன பந்தவிளக்குகளை எரியவிட்டான். "ஏன் கல்விளக்குகள்?" என்றான் சங்கன். "அவை எரியால் வெம்மை கொள்வதில்லை" என்று ரோகிணி சொன்னாள்.

உலர்ந்து விறகுபோலான ஊன்துண்டுகளை வெட்டுவதற்கு ஒரு கருவியை உருவாக்கியிருந்தனர். பெரிய மரப்பீடத்தில் அதை ஒருவன் வைத்தான். அதை வெட்டும் கத்தியின் பிடி மிக நீளமானதாக இருந்தது. முழு எடையாலும் அதை ஒருவன் அழுத்த பாக்குவெட்டிபோல அது ஊன்தடியை நறுக்கியது. அகன்ற உருளிகளில் கொதிக்கும் அரிசியுடன் ஊன் துண்டுகளையும் காய்கறிவற்றல்களையும் உலர்கிழங்குகளையும் போட்டனர். அவை வெந்து எழ இருபுறமும் நின்றபடி துடுப்பிட்டு படகோட்டுபவர்கள்போல கிளறினர். ஊன் சோற்றின் மணம் இனிதாக இருந்தது. களத்திலன்றி வேறெங்கும் அது அத்தனை மணமும் சுவையும் கொண்டிருக்க வாய்ப்பில்லை. நினைவில் மேலும் சுவைகொள்ளக்கூடும். முதுமையில் நினைவெழுந்தால் அமுதெனவே தோன்றும்போலும்.

உருளிகளைக் கயிறிட்டுத் தூக்கி மெல்ல சரித்து ஊன்சோற்றைப் பாய்விரிக்கப்பட்ட பீடவண்டியில் கொட்டினர். அதை தள்ளிக்கொண்டுசென்று அங்கிருந்த சோற்றுமலைமேல் கொட்டிக் குவித்தனர். பந்தவெளிச்சத்தில் ஆவி தழலென சுழன்றசைந்தது. பதினெட்டு மடைப் பணியாளர் நீண்ட மூங்கில் கழியில் பாதியாக வெட்டிய கொப்பரை பொருத்தப்பட்ட அகப்பையால் சோற்றுமலையில் அள்ளி அப்பாலிருந்த அகன்ற பீடத்தில் அடித்தனர். அங்கே சோற்றுருளை உருவாகியது. அதன்மேல் இலைகோட்டிச் செய்யப்பட்ட தொன்னையை வைத்து அழுத்தி எடுத்து அப்பால் அடுக்கினர். காயில் தோல்போல சோற்றுடன் இலை ஒட்டிக்கொண்டது.

"இரண்டுநாட்களுக்குப் பின் அந்த இலையின் மணம் சோற்றை மேலும் இனிதாக்கிவிட்டது" என்று ரோகிணி சொன்னாள். அவள் தன் உளஒழுக்கில் இருந்து மீண்டுவிட்டாள் என்று தெரிந்தது. "உலருணவு சிலநாட்களில் சலித்துவிடும் என நான் எண்ணினேன். ஆனால் சுவைமிகுந்தே வருகிறது. வறுத்த கோதுமையும் துருவிய இன்கிழங்கும் உலர்மீன்பொடியுடன் ஊன்கொழுப்பு சேர்த்து உருட்டி எடுப்பது... உண்ண உண்ணப் பெருகும் உணவு அது." சங்கன் "எங்களூரில் ஈசலையும் பனையின் விதைக்குள் உள்ள வெண்பருப்பையும் கோதுமையையும் சேர்த்து இடித்து உருட்டி கலங்களில் வைத்திருப்பார்கள். பெருமழைக்காலத்திற்கான உணவு அது" என்றான். ரோகிணி "மழையுடன் போரிடுகிறீர்கள்" என்றாள்.

“போரின்போது இனிப்பு உண்பதில்லையா? வெல்லம் கொண்டுவரப்படவே இல்லை என்று தோன்றுகிறது” என்றாள் ரோகிணி. “போரில் இனிப்பு உண்ணலாகாதென்று நூல்கள் சொல்கின்றன” என்றான் ஸ்வேதன். “ஏன்?” என்று அவள் கேட்டாள். “தெரியவில்லை” என்றபின் அவன் நினைவுகூர்ந்து “போருக்கெழும் படைகளில் தவிர்க்கவேண்டியவற்றின் நிரையை சொல்கிறது யுத்தவித்யா தரங்கிணி. அதில் பெண்டிர், குழந்தைகள், வீட்டு விலங்குகள், மலர்கள், பொன்னணிகள், அருமணிகள், பட்டாடைகள், நறுமணப்பொருட்கள், பஞ்சுச்சேக்கைகள், சாமரம், விசிறி, நீராட்டு எண்ணைகள், இசைக்கருவிகள், ஆடி, வாய்மணம் ஆகியவற்றுடன் பதினாறு இன்பங்களில் ஒன்றாகவே இனிப்பும் சொல்லப்பட்டுள்ளது” என்றான்.

அவள் சிரித்து “இன்பங்களும் நுகர்வுகளும் முற்றாக மறுக்கப்பட்டுள்ளன” என்றாள். “ஆம், படைவீரனை போர்த்துறவி என்று சொல்லும் வழக்கம் உண்டு. அவன் அணியும் ஆடையையும் துவராடை என்பார்கள்” என்றான். “அவர்கள் வீடுபேறை நோக்கி செல்கிறார்கள்” என்று சொல்லி அவள் மீண்டும் நகைத்தாள். ஸ்வேதன் “அவர்கள் தங்கள் துணைவியரையும் மைந்தரையும் எண்ணித் துயருறுகிறார்களா?” என்றான். “இல்லை, துயருற்றால்கூட அதை சொல்லமாட்டார்கள்” என்றாள். “ஆம், படைமுகம் கொண்டு கிளம்பிவிட்டால் ஒருமுறைகூட திரும்பிநோக்கலாகாது என்று நெறியுள்ளது. திரும்பி நோக்குபவனைப் பிடித்துக்கொள்வதற்காக நூற்றெட்டு இருள்தெய்வங்கள் காத்து நின்றிருக்கின்றன என்கின்றன நூல்கள்.”

“அவை என்ன செய்யும்?” என்று அவள் கேட்டாள். “அவை நூறாயிரம் மாயத்தோற்றங்கள் கொள்ளும். அன்னை என்றும் மனைவி என்றும் மைந்தர் என்றும் வந்து நின்று விழிநீர் வடிக்கும். விட்டுச்சென்ற கடமைகளும் எஞ்சும் வஞ்சங்களும் எய்தாத விழைவுகளும் சலிக்காத இன்பங்களுமாகப் பெருகிச்சூழும். சொற்களின் பொருளனைத்தையும் திரிபடையச் செய்யும். நாடும் குலமும் கொடியும் நெறியும் கடமையும் பிறிதொன்றென தோன்றச் செய்யும். விட்டுவந்த ஒவ்வொன்றையும் கணந்தோறும் பெருக்கும். அத்தெய்வங்களால் சூழப்பட்டுவிட்ட படைவீரன் அஞ்சுவான், ஐயுறுவான், தனிமைகொள்வான், நம்பிக்கை இழப்பான், வெறுமையில் உளம்திளைப்பான்.

“பின்நோக்கியமையால் தெய்வங்களால் பற்றப்பட்டு பித்தரானவர்கள் எப்போதும் படைகளில் இருப்பார்கள். கூச்சலிட்டு வெறிகொள்பவர்களும் நெஞ்சிலறைந்து அழுதபடி திரும்பி ஓடுபவர்களும் உண்டு. உளமுடைந்து அழுபவர்களும் சொல்லவிந்து ஆழ்ந்த அமைதிக்கு சென்றுவிடுபவர்களும்

உண்டு. எப்படையிலும் ஆயிரத்திலொருவர் திரும்பி நோக்காமலிருக்க மாட்டார் என்கிறார்கள்" என்றான் ஸ்வேதன். ரோகிணி "அவர்கள் திரும்பி நோக்காமலிருக்கலாம். ஆனால் ஓட்டைக் கலம் ஒழுகுவதுபோல வழியெங்கும் அவர்கள் தங்களை உதிர்த்தபடிதான் செல்கிறார்கள்" என்றாள்.

ஸ்வேதன் "எப்படி சொல்கிறாய்?" என்றான். ரோகிணி "ஐயமிருந்தால் பின்னிரவில் எழுந்து படைகளைப் பாருங்கள். வழிநடந்த களைப்பாலும் அந்தியில் அருந்திய மதுவாலும் அவர்கள் விரைவிலேயே துயின்று விடுவார்கள். உடல் களைப்பை இழந்ததும் உள்ளம் விழித்துக்கொள்ளும். பின்னிரவில் நான் அவர்களின் நீள்மூச்சுக்களைக் கேட்பதுண்டு. துயிலின்றி புரண்டு புரண்டு படுப்பார்கள்" என்றாள். ஸ்வேதன் "ஆம், அதை என்னால் புரிந்துகொள்ள முடிகிறது" என்றான்.

சங்கன் "இன்னும் நெடுந்தொலைவா, மூத்தவரே?" என்றான். "அணுகிவிட்டோம்" என்றான் ஸ்வேதன். உணவுருளைகளை ஏற்றியபடி வண்டிகள் படைகள் நடுவே செல்லத் தொடங்கின. படைவீரர்கள் கைகளை நீட்டி அவற்றைப் பெற்றுக்கொண்டார்கள். "நீத்தார்கடனுக்கு ஆற்று மீன்களுக்கு பொரி வீசுவதுபோலுள்ளது!" என்றாள் ரோகிணி. அந்த ஒப்புமை ஸ்வேதனைப் புன்னகைக்கச் செய்தது. அவள் கைவீசி பொரிபோடுவதுபோல நடித்தாள். பின் மீன்கள் பொரியை பாய்ந்து பாய்ந்து கவ்வுவதுபோல விரல்களைக் காட்டினாள்.

ஸ்வேதன் "நீ நடனமாடுவாயா?" என்று கேட்டான். "நான் காவியமும் இசையும் நடனமும் முறைப்படி பயின்றுள்ளேன். பாடல்களும் இயற்றுவேன். சற்றுமுன் பாடியது நான் அக்கணம் இயற்றிய செய்யுள்" என்று அவள் தாழ்ந்த குரலில் சொன்னாள். "நடனம் அறிவாய் எனில் உனக்கு வில்லும் கைப்பழக்கமே என்று எண்ணுகிறேன்" என்றான் ஸ்வேதன். "ஆணிலிகள் படைக்கலம் ஏந்தலாகாதென்பது அரசநெறி. நான் நாணல் கொண்டு பறவைகளை வேட்டையாடுவேன். தனித்த பயணங்களில் என் உணவு அவைதான். ஒருமுறைகூட இரண்டாவது அம்பொன்றை நான் செலுத்த நேர்ந்ததில்லை" என்றாள் ரோகிணி.

புரவிக்குளம்படி கேட்டுக்கொண்டிருந்தது. சிலகணங்களுக்குப் பிறகு ஸ்வேதன் "நானும் என் கனவுகளில் பெண்ணென உணர்ந்ததுண்டு" என்றான். அவள் விழிதூக்கி "மெய்யாகவா?" என்றாள். "வில்லவர் அனைவரும் எங்கேனும் ஆழத்தில் பெண்ணென்றும் இருப்பார்கள். ஏனெனில் வில்லென்பது நெளியும் பெண்ணுடல். அதனுடன் இணைந்து நெளியும் ஆணுடலில் பெண்மை குடியேறாமலிருக்காது" என்றான். "ஆம், நான் அதை உணர்ந்திருக்கிறேன். வில்பயில்பவர்களை தொலைவிலிருந்து

பார்க்கையில் அவர்கள் நடனமிடுவதுபோல் தோன்றும். அங்கே தெற்கே விற்கலையை வில்நடனமென்றே சொல்கிறார்கள்" என்றாள் ரோகிணி.

ஸ்வேதன் "நடனமிலாத விற்கலையும் உண்டு. அம்மரபு பரசுராமரிடமிருந்து அங்க நாட்டரசர் கர்ணன் வரை வந்தது. இரு கைகளையும் இரு நெளியும் நாகங்களென்றாக்கி, அவை சுழன்று பற்றியிருக்கும் நெடுந்தூணாக உடலை அசைவிலாது நிறுத்தி வில் பயிலும் கலை. அது விற்கலையின் ஆண்வடிவம். இளைய பாண்டவரின் விற்பயிற்சியை தனுர்நிருத்யம் என்கிறார்கள். அங்கருடையது தனுர்தாண்டவம்" என்றான். "அவை சிவனும் சக்தியும் போல. இருவரும் ஒருவரை ஒருவர் வெல்ல இயலாது. அணுவிலும் ஆயிரங்கோடி அளவுக்கே அவர்களிடையே உள்ள வேறுபாடு. அக்கணத்தின் தெய்வங்களால் முடிவெடுக்கப்படுவது அது."

"தாங்கள் இளமையிலேயே இளைய பாண்டவரை எண்ணியதுண்டா?" என்று ரோகிணி கேட்டாள். அவள் ஸ்வேதனுக்கு மிக அணுக்கமாகி அவன் புரவியின் கடிவாளத்தைப் பற்றியபடி நடந்தாள். ஸ்வேதன் "ஆம், நான் அன்னை மடியில் இருக்கும் அகவையில் முதல் முறையாக அவர் கதையொன்றைக் கேட்டேன். சுபத்திரையை தேரோட்டவிட்டு தேர்ப்பீடத்தில் அமர்ந்து இரு கைகளாலும் அம்பு தொடுத்து புயல்காற்றில் கனி உதிர்வதுபோல் உப்பரிகைகளிலிருந்தும் காவல் மாடங்களிலிருந்தும் வீரர்கள் உதிர விரைந்து சென்று துவாரகையின் எல்லையைக் கடக்கும் இளைய பாண்டவரின் காட்சி" என்றான். அவன் முகம் மலர்ந்தது. "அதன் பின் எத்தனையோ கதைகள் அவரைப்பற்றி. ஆனால் அந்த ஒரு காட்சியில் இத்தனை ஆண்டுகளாக வாழ்ந்துகொண்டிருக்கிறேன்."

ரோகிணி "அவை மானுட உடலில் தெய்வமெழும் தருணங்கள். நாம் வழிபடுவது அத்தெய்வத்தையே" என்றாள். ஸ்வேதன் "இது விராடரின் அக்ஷௌகிணி என நினைக்கிறேன், இளையோனே" என்றான். "ஆம்" என்று சொல்லி திரும்பிய எண்ணியிராக் கணத்தில் சங்கன் மிக அப்பால் ஓர் உடலசைவைக் கண்டான். உடல் விதிர்த்து கடிவாளத்தை நழுவவிட்டு விந்தையான ஓர் அலறல் ஒலியை எழுப்பினான்.

ஸ்வேதன் திரும்பிப் பார்த்து "என்ன? என்ன ஆயிற்று?" என்றான். கைசுட்டி வாயசைய சங்கன் நடுங்கினான். "என்ன சொல்கிறாய்?" என்று திரும்பிப்பார்த்தபோதே ஸ்வேதன் அடையாளம் கண்டுகொண்டான். "அவர்தான்! அவர்தான்!" என்று சங்கன் கூவினான். உடலில் வலிப்பெழ புரவியிலிருந்து விழப்போகிறவன் போலிருந்தான். "கடிவாளத்தை விடாதே, அறிவிலி!" என்று ஸ்வேதன் சீறினான். "முதலில் நாம் அவரிடம்

செல்வோம். நம்மிடம் நம்மை அடையாளம் காட்டும் ஓலைகள் உள்ளன. திருஷ்டத்யும்னரின் ஆணை உள்ளது.”

எச்சொற்களையும் செவிகொள்ளாமல் இரு கைகளையும் விரித்து தலை நடுங்க அமர்ந்திருந்த சங்கன் மறுகணம் தன் இரு கால்களையும் விரித்து ஓங்கி குதிமுட்களால் குதிரையின் விலாவில் குத்தி அதை பிளிறிக் கனைத்தபடி பாய்ந்தெழச்செய்து படைநடுவே அகன்ற சாலையில் கூழாங்கற்கள் அனல் பொறிகள் என மின்னி பின்னால் தெறிக்க, குதிரையின் வால் தழல்நெளிய பாய்ந்து முன்னால் சென்றான். “இளையவனே, பொறு... நில்... பொறு...” என்றபடி ஸ்வேதன் தன் புரவியை முடுக்கி பின்னால் விரைந்தான்.

முழு விசையில் புரவியில் சென்ற சங்கன் அதை நிறுத்தாமலே கையூன்றி கீழே தாவி இறங்கி பக்கவாட்டில் ஓடி அங்கு உணவுப் பொதிகளுடன் சென்று கொண்டிருந்த இரு வண்டிகளுக்கு நடுவே புரவியில் அமர்ந்து வண்டியோட்டிகளிடம் பேசிக்கொண்டிருந்த பீமனை அணுகி கைவிரித்தபடி கூவினான். “அரசே! என் இறையே!” முழங்கால் மடிந்து மண்ணில் அறைய விழுந்து “என் அரசே! என் தந்தையே!” என்று அலறினான். அவன் முகம் வலிப்புகொண்டதுபோல் இழுபட கண்களிலிருந்து நீர்வழிந்து கன்னங்கள் மின்னின. பீமன் திரும்பி அவனைப் பார்த்தான். புருவங்கள் சுளிக்க ஒருகணம் விழிநிலைத்தபின் தன் வலக்கையை நீட்டி வருக என்று அழைத்தான்.

கைகளை நீட்டி மூச்சிரைக்க ஓடிய சங்கன் அவ்விசையிலேயே முழந்தாள் மண்ணிலறைய விழுந்து பீமனின் வலக்காலைப் பற்றிக்கொண்டான். அவன் பாதக்குறடுகள்மேல் தலை வைத்து “எந்தையே! ஆசிரியரே! என் இறையே!” என்றான். பீமன் குனிந்து அவன் தோளைப்பற்றித் தூக்கினான். ஓங்கி படீரென அவன் தோளை அறைந்தான். சங்கன் தன் எடைமிக்க உடலால் அந்த அறையை வாங்கிக்கொண்டு சற்றே அசைந்தான். “பசித்திருக்கிறாய்...” என்ற பீமன் திரும்பி “சுமூர்த்தரே, அந்த ஊன்துண்டை எடும்!” என்றான். உலர்ந்து சுருங்கி கருமைகொண்டிருந்த ஆட்டுக்காலை எடுத்து நீட்டிய சுமூர்த்தர் “சுடா இறைச்சி” என்றார்.

“கதிரவனால் சுடப்பட்டது” என்றபடி அதை வாங்கிய பீமன் சங்கனிடம் அதை நீட்டி “உண்க!” என்றான். சங்கன் அதை இரு கைகளாலும் வாங்கிக்கொண்டான். அதன் ஒரு பகுதியை பிய்த்து சங்கனுக்கு பீமன் ஊட்டினான். “இதை உண்டிருக்க மாட்டாய்... நம்மைப்போன்றவர் வயிறுகளில்தான் இது எரியும்” என்றான். சங்கன் மென்றபடி “நன்று” என்றான். இன்னொரு துண்டை கிழித்து தன் வாயில் இட்டபடி “கொழுப்பில் வெந்த ஊன்... கதிரவனுக்கு நிகரான

அடுமனையாளன் வேறில்லை” என்றான். அவர்கள் மெல்லும் ஒலி மட்டும் கேட்டுக்கொண்டிருந்தது. ஸ்வேதன் அருகணைந்து புரவியில் இருந்து இறங்கி நின்றான். அடுமனையாளர்கள் தங்கள் பணிகளைத் தொடர்ந்தனர்.

“இன்னும் ஒன்று” என்றான் பீமன். “ஆம்” என்று சங்கன் சொன்னான். “இன்கனிகளை சமைத்த அடுமனையாளன் வாட்டிய ஊன்!” பீமன் “ஆ! இனிய சொல்... நீ சொல்பயின்றுள்ளாய்” என்று நகைத்தான். மீண்டும் இரு ஆட்டுக்கால்களை அடுமனையாளர் எடுத்து அளிக்க அவர்கள் உண்டனர். “நான் சற்றுமுன்னர்தான் உண்டேன். ஆனால் பிறர் உண்ண என்னால் பார்த்திருக்கவியலாது” என்றான் பீமன். சங்கன் “பிறர் உண்ணும் ஒலி இனிது... நாம் உண்ணும் ஒலி அளவுக்கே” என்றான். பீமன் அவன் தோளில் அறைந்து சிரித்தான். ரோகிணி “இருவரும் நீண்டகாலமாக அறிந்தவர்கள் போலிருக்கிறார்கள்” என்றாள். “அறிந்தவர்கள்தான்” என்றான் ஸ்வேதன்.

மேலும் இரு ஆட்டுத்தொடைகளை உண்டு முடிப்பது வரை அவர்களின் உலகில் எவரும் இருக்கவில்லை. ஏப்பத்துடன் எலும்பை அப்பால் வீசிய பீமன் கைகளை உரசித்துடைத்த பின் ஸ்வேதனைப் பார்த்தான். “யார் இவன்?” என்றான். “என் மூத்தவர், ஸ்வேதன்” என்றான் சங்கன். “உன் பெயரென்ன?” என்று பீமன் வாயைத்துடைத்தபடி கேட்டான். ஸ்வேதன் வணங்கி “அரசே, குலாடகுலத்து இளவரசனாகிய என் பெயர் ஸ்வேதன். இவன் என் இளையோனாகிய சங்கன். நாங்கள்...” என்று அவன் சொன்னதை நிறைவுறுத்தாமல் பீமன் சங்கனிடம் “நன்று, நீ இந்த உணவுக்குவைகளை ஏழாகப் பகிர்ந்து அடுமனையாளர் எழுவருக்கு அளித்துவிடு. பணிமுடித்து இன்று ஒளி அணைவதற்குள் என்னை என் தனியறையில் வந்து பார். இன்றிரவு நாம் இணைந்து உணவுண்போம்” என்றான்.

“ஆணை” என்றான் சங்கன். பீமன் அவன் தலையை அறைந்து “நீ பன்றி உணவு உண்பாயல்லவா?” என்றான். “உண்பேன், மிகுதியாக உண்பேன்” என்று சங்கன் சொன்னான். “இன்று இரவு உலர்ந்த பன்றியூனுக்கு சொல்லியிருக்கிறேன்... அதற்குள் கிழங்கை வைத்து சுடுகிறார்கள். மதுவுடன் காமம்கொண்டதுபோல் இணைவது” என்றபின் பீமன் ஸ்வேதனை மறந்து புரவியைத் தட்டி முன்னால் சென்றான். இரு கைகளையும் கூப்பியபடி சங்கன் நின்றான். ஸ்வேதன் “நாம் செல்வோம்” என்று ரோகிணியிடம் சொன்னான். “அவர்?” என்று அவள் கேட்டாள். “இனி அவனுக்கு உறவென்றும் சுற்றமென்றும் எவருமில்லை. அவன் தன் முழுமையை அடைந்துவிட்டான்” என்று ஸ்வேதன் சொன்னான்.

57

இருபுறமும் பெருகிப் பரந்திருந்த படைவெளிக்கு நடுவே மிகத் தொலைவில் வானில் சிறகசையாது நின்றிருக்கும் செம்பருந்துபோல தெரிந்த பொன்னிறக் கொடியில் குரங்கு முத்திரையை ஸ்வேதன் கண்டான். முதற்கணத்தில் அதை எப்படி அடையாளம் காண முடிந்ததென்று அவன் உள்ளம் உடனே வியந்து கொண்டது. அது ஒவ்வொரு கணமுமென தன் சித்தத்தில் இருந்துகொண்டிருந்தது என்றும் உள்ளிருக்கும் அந்த நோக்கே எழுந்து வெளியே அதை அடையாளம் கண்டது என்றும் எண்ணினான். அருகே வந்துகொண்டிருந்த ரோகிணியிடம் “அதுதான்” என்று சுட்டிக்காட்டினான்.

அவள் அந்தக் கொடியை அடையாளம் காணவில்லை. அப்போதுதான் அப்பகுதியெங்கும் அவ்வாறு பலநூறு கொடிகள் பறப்பதை அவன் கண்டான். தன் விழி பிறிதொன்றையும் காணவில்லை என்று எண்ணி புன்னகைத்துக்கொண்டான். ரோகிணி “எதை சுட்டுகிறீர்கள், அரசே?” என்றாள். “உன்னால் கண்டுபிடிக்க முடியாது, குரங்குக்கொடி” என்றான். “ஆம், அவரது கொடி குரங்கு முத்திரை கொண்டது என்று கேட்டிருக்கிறேன்” என்று அவள் சொன்னாள். “மூத்த பாண்டவர் பீமசேனருக்குரியவர்கள் மாருதர்கள். அவர்கள் ஏன் இளைய பாண்டவரின் கொடியில் அமர்ந்தார்கள்?”

ஸ்வேதன் “பல கதைகள். நானறிந்த கதை ஒன்றே. படைக்கலப் பயிற்சியின் போது வாயுதேவன் தனக்கிணையாக பறந்துவந்த அம்பு ஒன்றைக் கண்டு திகைத்து நின்றார். பின்னர் அதை எய்தவனை தேடிச்சென்றார். அங்கு அர்ஜுனர் வில்பயில்வதைக் கண்டு மகிழ்ந்து அவர் யாரென்று கேட்டறிந்தார். அவர் பீமசேனரின் இளையோன் எனக்கேட்டு மகிழ்ந்து

வாழ்த்தினார். தன் மைந்தர்களில் ஒருவனாகிய மனோவேகனை அர்ஜுனருக்கு தேராக அளித்தார். அது தேவையாகும்போது பெற்றுக்கொள்வதாக இளைய பாண்டவர் சொன்னார். குருக்ஷேத்ரம் அறிவிக்கப்பட்டதுமே சிற்பிகளை வரவழைத்து மனோவேகன் வந்தமையும் தேர் ஒன்றைச் செய்ய ஆணையிட்டார். இன்று பாரதவர்ஷத்திலேயே விரைவுமிக்க தேர் இது. இதைவிட விரைவாகச் செல்வது வாயுதேவனின் மேலாடை மட்டுமே. இதை பெருந்தேர்வலர் மட்டுமே செலுத்த முடியும்…” என்றான்.

ரோகிணி பரபரப்புடன் வானை துழாவிக்கொண்டிருந்தபின் “பார்த்து விட்டேன்! அதோ, அந்தக் கொடி!” என்றாள். “ஆம், உனக்கு வில்திறன் உள்ளது… ஒப்புகிறேன்” என்று ஸ்வேதன் புன்னகைத்தான். அவர்கள் அக்கொடியை அணுகுந்தோறும் அங்கிருந்த படைப்பிரிவில் அனைவருமே வில்லவர்களென்று தெரிந்தது. அவர்கள் முற்றிலும் விழியற்றவர்கள்போல் நிலைத்த நோக்குடன் சென்றுகொண்டிருந்தனர். “வில்லவர் விழிகள் ஒன்றையே நோக்குகின்றன. ஆகவே நோக்கற்றவைபோல் சிலைத்தன்மை கொண்டிருக்கின்றன” என்று அவன் ரோகிணியிடம் சொன்னான். “அதைத்தான் நானும் எண்ணிக்கொண்டு வந்தேன். கூர்விழிகள் மானுடத்தன்மையை இழந்துவிடும் ஒரு தருணம் உண்டு” என்றாள் ரோகிணி. “மானுடமென்பதே மாபெரும் அலைக்கழிவு மட்டும்தானா?” ஸ்வேதன் புன்னகைத்தான்.

அவர்கள் முந்தையநாள் இரவு விராடர்களின் படைப்பிரிவின் குடிலில் தங்கி காலையில் கிளம்பியிருந்தனர். பகலெல்லாம் பயணம் செய்து அர்ஜுனனின் படைப்பிரிவை வந்தடைந்திருந்தார்கள். படைத்தொடக்கத்தில் இந்திரனின் மின்படை பொறிக்கப்பட்ட பெரிய பட்டம் ஒன்று மூங்கில் தூணில் கட்டி தொங்கவிடப்பட்டிருந்தது. தொலைவிலிருந்து பார்க்கையில் முகபடாம் அணிந்த யானை காது அசைத்து மெல்ல திரும்புவதுபோல் தோன்றியது. அதனருகே இருந்த காவல்மாடமும் அந்தப் பட்டத்தூணும் அருகிருந்த சிற்றில்லும் சீர்நடையில் சென்றுகொண்டிருந்த படைகளுடன் சகடங்களில் ஒழுகிக்கொண்டிருந்தன. அங்கிருந்த ஒவ்வொன்றும் அடியிலொரு நதிப்பெருக்கால் கொண்டுசெல்லப்படுபவைபோல் சென்றன.

காவல்மாடத்தை அணுகியதும் அங்கு நின்றிருந்த காவலன் அவர்களை நோக்கித் தலைவணங்கி “தங்கள் ஆணையோலை…?” என்றான். ஸ்வேதனுடன் வந்த திருஷ்டத்யும்னனின் துணைப்படைத்தலைவன் வஜ்ரகுண்டலன் முன்னால் சென்று ஆணையோலையைக் காட்டினான். காவலன் தலைவணங்கி “இளவரசர் தன் குடிலில் இப்போது இல்லை. எங்கு சென்றிருக்கிறாரென்று தெரியாது. தாங்கள் காத்திருக்கலாம். அவர்

வரும்பொழுதை எவராலும் உரைக்க இயலாது. ஓய்வெடுப்பதென்றால் பாடிவீடுகளை ஒருக்கச் சொல்கிறேன்" என்றான். "வேண்டியதில்லை, காத்திருக்கிறோம்" என்று ஸ்வேதன் சொன்னான். ரோகிணியிடம் "இருபதாண்டுகளாகக் காத்திருக்கிறேன்" என்றான். அவள் புன்னகை புரிந்தாள். அவர்களை ஒரு வீரன் அழைத்துச்சென்றான். அந்த இடத்தை அடைந்ததுமே அதுவரை இருந்த உளக்கிளர்ச்சி அமைந்து ஆழ்ந்த நிறைவொன்றை ஸ்வேதன் அடைந்தான். "இனி அவரைப் பார்க்கவில்லை என்றாலும் தாழ்வில்லை. இங்கு கால்வைத்ததே நிறைவு" என்றான்.

அந்தப் பாடிவீடு எட்டு சகடங்களின் மேல் அமைக்கப்பட்டு எட்டு காளைகளால் இழுக்கப்பட்டு படையுடன் தானும் சென்று கொண்டிருந்தது. அதற்கப்பால் எழுந்து நின்ற குரங்குக்கொடி பறக்கும் கொடிக்கம்பமும் சகடங்கள் அமைந்த பீடத்தில் காளைகளால் இழுக்கப்பட்டு சென்றபடியே இருந்தது. அவர்கள் நடக்க நடக்க மிகக் குறைவாகவே இடைவெளி சுருங்கியது. ஸ்வேதனும் வஜ்ரகுண்டலனும் புரவிகளை காவலனிடம் ஒப்படைத்துவிட்டு இறங்கி மையக்குடிலுக்கு சென்றார்கள். அங்கு நின்றிருந்த காவலன் அவன் அளித்த கணையாழியையும் ஓலையையும் சீர்நோக்கி உள்ளே செல்லும்படி பணித்தான். சென்று கொண்டிருந்த பாடிவீட்டில் படிகளில் கால் வைத்தேறி உள்ளே சென்று அதன் சிறிய முகப்பில் போடப்பட்டிருந்த மூங்கில் பீடத்தில் அவன் அமர்ந்தான். வஜ்ரகுண்டலன் அருகே நிற்க விளிம்பில் ரோகிணி நின்றாள்.

உள்ளிருந்து வெளியே வந்த இளைஞனைப் பார்த்ததுமே ஸ்வேதன் அடையாளம் கண்டுகொண்டான். அவன் பார்த்த ஓவியங்களில் எழுதப்பட்டிருந்த அர்ஜுனனின் இளைய உருவம் போலவே இருந்தான். எழுந்து கைகூப்பி "பாண்டவ மைந்தர் சுருதகீர்த்தியை வணங்குகிறேன். நான் குலாட குலத்து இளவரசன் ஸ்வேதன். இளைய பாண்டவரை அடிபணிய வந்தேன்" என்றபின் திரும்பி தன் அருகே நின்ற திருஷ்டத்யும்னனின் துணைப்படைத்தலைவனைப் பார்த்தான். அவன் ஓலைகளையும் கணையாழியையும் நீட்ட சுருதகீர்த்தி முறைப்படி தலைவணங்கி அதைப் பெற்றுக்கொண்டான். "அமருங்கள், குலாடரே. தங்கள் வரவு நிறைவளிக்கிறது. இச்சந்திப்பால் நன்மை திகழ்க!" என்றான். பின்னர் ஓலையைப் படித்து கணையாழியை ஒருமுறை நோக்கியபின் அதை மட்டும் திரும்ப படைத்தலைவனிடம் கொடுத்தான்.

ஓலையை உள்ளே கொண்டுசென்று வைத்துவிட்டு திரும்பி வந்து "தந்தை இங்கில்லை. புலரியிலேயே படைகளின் அணிவகுப்பைப் பார்க்கச் சென்றார். அங்கிருந்து காட்டுக்குள் சென்றிருக்கக்கூடும்" என்றான். "தனியாகவா?' என்று ஸ்வேதன் கேட்டான். சுருதகீர்த்தி புன்னகைத்து "அவர் திரும்பிவரும் பொழுதை எவரும் சொல்லிவிடமுடியாது.

பெரும்பாலும் பின்காலையில் வருவார்” என்றான். ஸ்வேதன் “நான் அவருடன் படைத்துணையாக நின்றிருக்க விழைந்து வந்துள்ளேன். எனது படைகள் அங்கு திருஷ்டத்யும்னரின் படைகளுடன் நின்றுள்ளன” என்றான். “ஆம், பாஞ்சாலர் தன் ஓலையில் கூறியிருந்தார்” என்று சுருதகீர்த்தி சொன்னான். வஜ்ரகுண்டலன் வணங்கி விடைபெற்று திரும்பிச் சென்றான்.

மேலும் சொல்லெடுக்க ஏதுமின்றி இருவரும் அமைதியானார்கள். சுருதகீர்த்தி “தாங்கள் இங்கு காத்திருப்பதென்றால் நன்று. எனக்கு சில அலுவல்கள் உள்ளன. இன்னும் சற்று நேரத்தில் வந்துவிடுவேன்” என்றபின் பாடிவீட்டிலிருந்து இறங்கி தொடர்ந்து வந்துகொண்டிருந்த தன் படைவீரர்களை நோக்கிக் குதிரைக்காகக் கையசைத்தான். அவன் இறங்கியபோதுதான் அந்தப் பாடிவீடு நகர்ந்து சென்றுகொண்டிருக்கும் செய்தி மீண்டும் ஸ்வேதனின் உள்ளத்தை அறைந்தது. அருகே இருக்கும் அனைத்து சிறுபாடிவீடுகளும் நகர்ந்து வந்துகொண்டிருந்ததனால் நிலையான இடமொன்றென விழிகள் சமைத்துக்கொண்டிருந்தன. அவ்வப்போது மரங்கள் வரும்போது மட்டும்தான் ஒழுக்கு உணரப்பட்டது.

ஸ்வேதன் திரும்பி ரோகிணியிடம் “உன்னைக் குறித்து அவர் ஏதேனும் கேட்டிருந்தால் சொல்லலாம் என்று எண்ணினேன்” என்றான். “தாழ்வில்லை. எங்களை அரசகுடியினர் விழிகொண்டு நோக்குவது இல்லை. பெரும்பாலானவர்களுக்கு நாங்கள் கண்களில் படுவதே இல்லை” என்றாள் ரோகிணி. அவள் அதை புன்னகையுடன் சொன்னாலும் ஸ்வேதன் “அவர் இளைய பாண்டவரின் மைந்தர். சிற்றியல்புகள் எதுவும் அவரிடம் இருக்க வாய்ப்பில்லை” என்றான். “அவர் உங்களை ஓரவிழியால் பார்த்தார். நெடுநேரமல்ல, ஒருகணம்தான். அப்போது அவர் விழியை நான் பார்த்தேன். அதில் ஒவ்வாமை இருந்தது” என்று ரோகிணி சொன்னாள். “ஏன்?” என்று ஸ்வேதன் கேட்டான். ரோகிணி புன்னகைத்து “ஒருவேளை தாங்கள் அவர் மைந்தனோ என்று ஐயுறுகிறார் போலும். தன் தந்தைக்கு செல்லுமிடமெல்லாம் மைந்தர் என்பதை கேட்டுதானே அவரும் வளர்ந்திருப்பார்?” என்றாள்.

ஸ்வேதன் உரக்க நகைத்து “ஆனால் என்னிடம் இளைய பாண்டவரின் எந்த உருவ ஒப்பும் இல்லையே?” என்றான். ரோகிணி “உருவ ஒப்புமை என்பது குருதியினூடாக வந்து தசைகளில் திகழவேண்டுமென்பதில்லை. உள்ளத்தூடாக வந்தும் உடலசைவில் எழமுடியும். நான் முதலில் உங்களைப் பார்த்ததும் இளைய பாண்டவர் என்றே எண்ணினேன். சில கணங்களுக்குப் பின்னரே நீங்கள் பிறிதொருவர் என்று விழி தெளிந்தது” என்றாள். “நீ இளைய பாண்டவரை முன்னரே பார்த்திருக்கிறாயா?”

என்றான். "இல்லை. ஆனால் சொற்களினூடாக பல்லாயிரம் முறை அவரை என் உள விழிக்குள் நிகழ்த்தியிருக்கிறேன்" என்றாள். "அது எப்படி அவரது தோற்றமாகும்? சொல் அத்தனை தெளிவாக ஒருவரை விழிமுன் நிறுத்துமா என்ன?" என்றான். "என் உள்ளம் சொற்களை உணர்வது. அவரை நிகிழ்த்தும் களமென அது முன்னரே ஒருங்கியிருந்தது. அவர் நடந்துசென்ற காலடித்தடத்தையேகூட அடையாளம் காண இயலும் என்னால்" என்றாள் ரோகிணி.

அப்பால் புரவியொன்று வந்து நிற்க அதிலிருந்து இறங்கிய இளைஞனும் துணைப்படைத்தலைவனும் அவனை நோக்கி வந்தனர். ரோகிணி "அது அவர் மைந்தர்!" என்றாள். "என்ன சொல்கிறாய்?" என்று ஸ்வேதன் கேட்டான். "ஐயமே இல்லை, அது அவர் மைந்தர்! எங்கிருந்து வருகிறார் என்று கேளுங்கள்" என்றாள். ஸ்வேதன் எழுந்து வணங்கி "உள்ளே வருக, இளவரசே!" என்றான். வந்தவன் அர்ஜுனனின் அதே முகமும் உடலும் கொண்டிருப்பதை ஸ்வேதன் அப்போதுதான் உணர்ந்தான். அதுவரை விழியைத் தடுத்திருந்தது ஓர் ஒவ்வாமை. அவனால் சுருதகீர்த்தியின் ஒவ்வாமையைப் புரிந்துகொள்ள முடிந்தது.

அவ்விளைஞன் சுருதகீர்த்தியின் இளைய வடிவம் போலிருந்தான். சென்றுகொண்டிருந்த பாடிவீட்டிற்கு இணையாக நடந்தபடி அவன் "நான் பாண்டவர்களில் இளையவராகிய அர்ஜுனரைப் பார்க்கும்பொருட்டு வந்தேன். நாகர்குடியை சார்ந்தவன். என் பெயர் அரவான்" என்றான். ஸ்வேதன் "தங்களைப்பற்றி கதைகளைக் கேள்விப்பட்டிருக்கிறேன். தங்கள் தாயை இளைய பாண்டவர் மணந்த கதை சூதர் நாவில் திகழ்கிறது. இது அவருடைய பாடிவீடு. நானும் அவரை பார்க்கும்பொருட்டே வந்துள்ளேன். உள்ளே வருக, இளவரசே!" என்றான்.

அரவான் காலெடுத்து உள்ளேவைத்து மேலே வந்தான். ரோகிணியைப் பார்த்து தலைவணங்கி "வணங்குகிறேன்" என்றான். அவள் திகைத்து "ஆம், வணங்குகிறேன்" என்றாள். ஸ்வேதன் திரும்பிப்பார்த்து "இவள் பெயர் ரோகிணி. அடுமனையாட்டி. இளைய பாண்டவரை பார்க்கும் பொருட்டு என்னுடன் வந்தாள்" என்றான். அரவானின் விழிகளில் அவள் பெண்ணல்ல என்பது எந்த மாற்றத்தையும் உருவாக்கவில்லை என்பதைக் கண்டான். சிறு படபடப்புடன் அவனுடன் வந்த படைத்தலைவன் "எங்கள் தலைவர் என்னிடம் இவருடன் இங்கு வந்து ஓலை ஒன்றைக் கையளிக்கும்படி கூறினார்" என்றான். "நான் இப்பாடிவீட்டுக்கு பொறுப்பானவன் அல்ல. பாண்டவ மைந்தராகிய சுருதகீர்த்தியே இதை நடத்துகிறார். இன்னும் சிறுபொழுதில் அவர் இங்கு வருவார். ஓலையை அவரிடம் அளிக்கலாம்" என்றான் ஸ்வேதன்.

அரவான் நின்றுகொண்டிருக்க ஸ்வேதன் பீடத்தில் அமர்ந்த பின் "அமர்க, இளவரசே!" என்று பீடத்தைக் காட்டினான். அரவான் "இல்லை, நான் அவர் வரும் வரை நிற்கின்றேன்" என்றான். "அமர்வது முறைமை" என்றான் ஸ்வேதன். "அமர்ந்தாக வேண்டுமென்று நெறியுள்ளதோ?" என்ற பின் அரவான் மூங்கில் பீடத்தில் அமர்ந்தான்.

படைத்தலைவன் "நான் உடனே திரும்பிச்செல்லவேண்டும்" என்றான். "எங்கிருந்து வருகிறீர்கள்?" என்று ஸ்வேதன் கேட்டான். "ஏழாவது பிரிவின் பதினெட்டாவது துணைப் பிரிவில் இருந்து, அதை யாதவராகிய சாத்யகி நடத்துகிறார். இந்த ஓலை அவர் அளித்தது." அத்தருணத்தின் விந்தையால் அப்போதுதான் ஸ்வேதன் உளம் மலர்ந்தான். முற்றிலும் புதிய இருவர் இரு திசைகளிலிருந்து கிளம்பி அர்ஜுனனை பார்க்கும்பொருட்டு வந்திருக்கிறார்கள். அவர்களை அவர் மைந்தர் எதிர்கொள்கிறார்கள். ஒருவேளை ஒவ்வொரு நாளுமென மைந்தரும் மாணவரும் அவ்வாறு தேடிவரக்கூடுமோ? சுருதகீர்த்தி அரவானைப் பார்த்ததும் எப்படி எதிர்வினை புரிவான் என்னும் எண்ணம் எழுந்தது. அந்த ஒவ்வாமை மேலும் பெருகியிருக்கும் என்று தோன்றியது.

பீடத்தின் விளிம்பில் இலையில் தவளையென தொற்றி அமர்ந்திருந்த அரவான் விரல்களை ஒன்றுடன் ஒன்று கோத்திருந்தான். சிறிய உதடுகளை மடித்துக் கவ்வியிருந்தான். மென்மயிர் மீசையும் தாடியும் கரிய பளபளப்பான தோலும் கொண்ட முகத்தில் கண்கள் குழந்தைகளுக்குரிய தெளிவும் கற்றறிந்தோருக்குரிய கூர்மையும் கொண்டிருந்தன. உலூபியின் மைந்தன். நாகர் குலக்கன்னி. நாகமென்று மாறி இளைய பாண்டவர் புணர்ந்து பெற்றெடுத்தவன். இன்று மானுட உருக்கொண்டு அமர்ந்திருப்பினும் எக்கணமும் பாம்பென மாறி நெளிந்து சீறி படமுயர்த்த இவனால் இயலும். பத்து விரல்நகங்களும் நச்சுப்பற்களாகக்கூடும். விழிகள் இமையாமை கொள்ளும். சீறி வாய்திறந்தால் பிளந்த நாக்கு அனலென வெளிவந்து துடித்தாடும்.

கதைகளிலிருந்து மானுடர் எழுந்துவருவதை அவன் முன்னர் கண்டதில்லை. சொற்பரப்பைப் பிளந்து கதைகளை ஈரநீர்த்துளிகளென உதறி அவர்கள் வந்து நிகழ்காலம் முன் நிற்கிறார்கள். இங்குள்ள காற்றும் வெயிலும் அவர்களை உலரச்செய்து பிறிதொருவரைப் போலாக்குகிறது. மெல்ல மெல்ல நாம் அனைத்தையும் மறந்து அவர்களை நமக்கிணையானவர்கள் என்று எண்ணத்தொடங்குவோம். ஆனால் எக்கணமும் திரும்பப் பாய்ந்து அப்பெருநதிக்குள் சென்று மறைந்துவிட அவர்களால் இயலும். கதைகள் என்றுமுள்ளவை. நேற்றென்றும் நாளையென்றும் அறியாது என்றுமுள இன்றில் அலைகொள்பவை. அக்கதைப்பெருக்கில் ஒரு திவலை இவன்.

அவனால் அரவானை நோக்காமல் இருக்க இயலவில்லை. கால் நகங்களிலிருந்து புரிகுழல் அலைவரை மீளமீள பார்த்தான். பழுதற்ற முழுதுடல். முதுமையும் உலகியல் சுமைகளும் இப்போது இளைய பாண்டவரைத் தளர்த்தியிருக்கலாம். அவரிலிருந்து மீண்டும் மீண்டும் முளைத்தெழுந்துகொண்டே இருக்கிறது அவரென்றாகி மண்ணில் திகழும் இந்திரனின் ஒளி. அரவான் புலித்தோலாடை அணிந்திருந்தான். கழுத்தில் நாகவிழிமணிகளைக் கோத்த மாலை. நாகமண்டலிக் கொடியால் ஆன கங்கணங்கள். நாகமண்டலி பின்னிய கால்தளைகள். பாம்புத்தோலால் ஆன இடைக்கச்சை. அதில் மிகச் சிறிய குத்துவாள். காதுகளில் சிறு நாகக்குழவி சுற்றியிருப்பதுபோன்ற குண்டலங்கள். அதில் இரு ஒளித்துளிகளென கற்கள்.

இவன் அன்னை எங்கிருக்கிறார்? இப்போர் மூண்டெழுந்ததுமே மைந்தனை வாழ்த்தி இங்கு அனுப்பியது அவர்தான் போலும். இப்போரில் நாகர்களுக்கு என்ன இடம்? தன் அம்புப்பெருக்கால் மாநாகங்களின் காண்டவத்தை முற்றழித்தவர் இளைய பாண்டவர். நாகர்களின் வஞ்சம் ஒரு துளி எஞ்சவிடப்பட்டது. அது எங்கோ திரண்டு தன் துளித்தன்மையாலேயே விசைகொண்டு, ஒளிகொண்டு காத்திருக்கிறது என்கிறார்கள். இப்போரில் இந்திரனின் மைந்தனுக்கெதிராக எழுந்த இருபெரும் வல்லமைகள் கதிரவனின் வெங்கதிரும் நாகத்தின் நச்சுத்துளியும் என்று சூதர்கள் பாடுகிறார்கள். இவன் நாகத்தின் குழவி திசைமாறி அனல்நோக்கி நெளிந்தணைவதுபோல் வந்திருக்கிறான்.

புரவிக்குளம்படி கேட்டு அவன் திரும்பிப்பார்த்தான். சுருதகீர்த்தி புரவியிலிருந்து இறங்கி இயல்பாக நடந்து கால்வைத்து பாடிவீட்டின் படிகளிலேறி வந்தான். தொடர்பழக்கத்தினால் அதன் ஒழுக்கை அவன் கால் நன்கு பழகியிருந்தது. முதற்பார்வையிலேயே அவன் அரவானைப் பார்த்துவிட்டான். அரவான் எழுந்து நின்று கைகூப்பி தலைவணங்கினான். அவன் உடல் மெல்ல நடுங்கத்தொடங்கியதை ஸ்வேதன் கண்டான். சுருதகீர்த்தி அந்த துணைப்படைத்தலைவனைப் பார்த்து புருவம் சுழித்து “செய்தியுண்டா?” என்றான். அவன் தலைவணங்கி “பாண்டவ மைந்தர் சுருதகீர்த்தியை வணங்குகிறேன். நான் சாத்யகியின் முதற்படைத்தலைவன் அருபன். என்னிடம் படைத்தலைவர் கொடுத்த ஓலை இது. சான்றுக் கணையாழியும் உள்ளது” என்றான்.

சுருதகீர்த்தி வலக்கையை நீட்ட அவன் அந்த ஓலையை அளித்தான். கணையாழியை கையில் வாங்கிவிட்டு திருப்பிக்கொடுத்து ஓலையை கையால் நீவி இருமுறை படித்தான். அவன் மீண்டுமொரு நோக்கு அரவானுக்கு அளிக்கவே இல்லை. ஒரு சொல்லும் உரைக்காமல் ஓலையுடன் உள்ளறைக்குள் சென்றான். துணைப்படைத்தலைவன்

நிற்பதா செல்லலாமா என்று குழம்பி உள்ளறையைப் பார்த்துவிட்டு அரவானைப் பார்த்தான். ஸ்வேதன் “தங்கள் பணி முடிந்ததென்றால் கிளம்பலாம், படைத்தலைவரே” என்றான். தலைவணங்கி அவன் வெளியே இறங்குகையில் மண்ணுக்கும் பாடி வீட்டிற்குமான அசைவு மாறுபாடை கருத்தில் கொள்ளாமல் கால் வைத்து சற்றே தடுமாறி ஓரிரு அடிகள் முன்னால் வைத்து சென்றான்.

சற்று பின்னகர்ந்து அரவான் நின்றுகொண்டிருந்தான். ஸ்வேதன் “நீங்கள் அமரலாம்” என்றபின் தானும் அமர்ந்தான். அரவான் அறைக்குள் பார்த்தபின் தயங்கினான். உள்ளிருந்து சுருதகீர்த்தி வெளியே வருவான் என்று ஸ்வேதன் எதிர்பார்த்தான். சில கணங்களுக்குப் பின் அவன் வரப்போவதில்லை என்று தோன்றியது. அந்த வாயில் ஒரு விழியென மாறி அவர்களைப் பார்த்துக்கொண்டிருந்தது. ஸ்வேதன் அமைதியிழந்தான். அரவானை நோக்குவதைத் தவிர்த்தான். அரவானும் உள்ளே நோக்கவில்லை என்றாலும் அவன் உடல் பட்டாம்பூச்சி இறகென நடுங்கிக்கொண்டிருந்ததைக் காணமுடிந்தது.

பொழுது ஓடிக்கொண்டிருந்தது. அரவான் இருமுறை அறைவாயிலைப் பார்த்தபின் மெல்ல தயங்கி பீடத்தில் அமர்ந்தான். இரு கைகளையும் மடிமேல் கோத்து வைத்துக்கொண்டான். அவன் ஏன் உதடுகளை உள் மடித்து வாய்மூடியிருக்கிறான் என்று ஸ்வேதன் எண்ணினான். அது அவனை அஞ்சிய சிறுவனைப்போல் காட்டியது. கைகளை ஒருபோதும் விரல்கோத்து மடியில் வைத்துக்கொள்ளக்கூடாது, அது பணிவென்று உடல்மொழி காட்டும். தோள்கள் முன்தொய்ந்து வளையவும் வழி வகுக்கும். எங்கு அமர்ந்திருந்தாலும் இரு தோள்களையும் பின்தள்ளி நெஞ்சை முன்விரிக்கவேண்டும். அது நம்பிக்கையென வெளிப்படும். எவரையும் பார்க்காதபோது நேர்முன்னால் ஏதேனும் ஒரு பொருளில் விழிநட்டு அசையாதிருக்கவேண்டும் என்றும், ஒருபோதும் விழிதழைந்து கீழ் நோக்கியிருக்கலாகாது என்றும், மறுமொழிகளோ நேர்கூற்றுகளோ உரைக்கையில் முதற்சொல்லும் இறுதிச்சொல்லும் ஒலி குறைந்து மழுங்கிவிடலாகாதென்றும் அவனுக்குக் கற்பித்திருந்தனர்.

அவன் அதையெல்லாம் அரவானிடம் சொல்ல விரும்பினான். அவன் அன்னை அச்செய்திகளை அறியாதவராக இருக்கலாம். குலாடர்களைப்போலவே நாகர்களும் அன்னைவழி குலமுறை கொண்டவர்கள். அன்னையருக்குரிய முறைமைகளும் உடல்மொழிகளும் முற்றிலும் வேறு. அவன் அன்னை கலிங்கத்திலிருந்து போர்முறைப் பயிற்சியாளர் ஒருவரை வரவழைத்து அவனுக்குக் கற்பித்தார். அவர்கள் ஷத்ரியர்களாக ஆவதற்கான பயிற்சியில் இருக்கும் குடி. இவன் இன்னமும் அந்த எண்ணத்தையே அடையவில்லை. ஷத்ரியர் என்பது

ஓர் எதிர்நிலை. எதிர்காற்றுக்கு நெஞ்சுவிரிப்பதுபோல. ஊழுக்கும் இறப்புக்கும் மண்ணுக்கும் சூழுக்கும் எதிராக தருக்குதல்.

உள்ளிருந்து சுருதகீர்த்தி வெளியே வந்தான். அரவானை நோக்கி "முறைப்படி அரச குடியினரல்லாதவர்கள் இங்கு பீடத்திலமர்வது ஏற்கப்படுவதில்லை. தங்களிடம் நான் பீடம் சுட்டவும் இல்லை" என்றான். அரவான் திடுக்கிட்டு எழுந்து கைகூப்பி "பொறுத்தருள வேண்டும்" என்றான். சுவரோடு சாய்ந்து "நான்... இவர் என்னிடம்..." என்று குழறினான். ஸ்வேதன் "இளவரசே, அவருக்கு பீடம் அளித்தவன் நான். நான் அரசகுடியினன். எவருக்கும் எங்கும் பீடமளிக்கும் உரிமை எனக்குண்டு. அதை நீங்கள் மறுப்பீர்கள் என்றால் என்னை இப்போதே தனிப்போரில் நீங்கள் வெல்ல வேண்டும்" என்றான்.

சுருதகீர்த்தி சினத்தில் நெரிந்த முகத்துடன் "இது உங்கள் அரண்மனையல்ல" என்றான். "நான் இருக்கும் இடமெல்லாம் என் மாளிகையே. அதை மறுக்கும் எவரிடமும் போர்புரியவும் கொன்று வெல்லவும் துணிவேன்" என்றான் ஸ்வேதன். சுருதகீர்த்தி தன்னை அடக்கிக்கொண்டு "இது என் தந்தையின் பாடிவீடு. இங்கு நீங்கள் அவருடைய விருந்தினர்" என்றான். ஸ்வேதன் குரலை உயர்த்தாமல் அழுத்தம் ஏறிய சொற்களுடன் "அதை அவரிடமும் நீங்கள் கருதியிருக்க வேண்டும். அவரும் அரசகுடியினர் ஒருவரின் ஆணையோலையும் முத்திரையும் கொண்டு உங்கள் தந்தையைப் பார்க்க வந்தவர். இங்கு எவரை அமரவைக்கவேண்டும் எழவைக்கவேண்டும் என்று முடிவெடுக்கும் உரிமைகொண்டவர் அவரை அனுப்பியவரும் அவருடைய ஓலைபெறுபவருமே ஒழிய குடில்காப்பாளரான நீங்கள் அல்ல. இவர் தனக்கு பீடம் மறுக்கப்பட்டதன் பொருட்டு உங்களைத் தனிப்போருக்கு அழைக்க முடியும். அவருடன் தனிப்போர் புரியும் உரிமையை உங்கள் தந்தை உங்களுக்கு அளிக்கவில்லை என்பதனால் இங்கே அவர்முன் பணியவும் வேண்டியிருக்கும். அவ்விழிவை உங்களுக்கு அளிக்காமலிருப்பது அவர் உங்களுக்கு அளிக்கும் கொடை" என்றான்.

சுருதகீர்த்தி பற்களைக் கடித்து முகம் சிவக்க "முறைமைகளை நானும் அறிவேன். எனக்கு எவரும் கற்பிக்கவேண்டியதில்லை" என்றபின் எவரையும் நோக்காமல் "இந்தப் பாடிவீட்டில் அரசகுடியினரன்றி பிறர் அமர்ந்திருப்பதை நான் விரும்பவில்லை. இப்போதே அவர்கள் கிளம்பிச் செல்வார்களென்றால் அதுவும் நன்றே. அதை எந்த அவையிலும் நான் எழுந்து சொல்கிறேன்" என்றபின் திரும்பி உள்ளே சென்றான்.

அரவான் அவன் உள்ளே சென்றதை நோக்கியபின் ஸ்வேதனைப் பார்த்து மெல்லிய புன்னகை புரிந்தான். அப்போதுதான் அவன்

யார் என்று ஸ்வேதனுக்குப் புரிந்தது. முற்றிலும் புதிய சூழலை எதிர்கொண்டமையால் உடலில் பதற்றமும் தத்தளிப்பும் கூடியிருந்தும் உள்ளத்தில் மாறாநிலை கொண்டிருப்பவன் அவன். அத்தருணத்தை எதிர்கொள்கையிலேயே உள்ளே ஒருபாதி விலகி நின்று நோக்கிப் புன்னகை கொள்ளவும் இயல்கிறது அவனுக்கு. எந்நிலையிலும் தன்னை மறந்தொரு சொல்லோ செயலோ அவனிடமிருந்து எழப்போவதில்லை. அவன் களம்நின்று பொருதும் ஆற்றல் கொண்டவன் என்பதை அப்புன்னகையே உணர்த்தியது. ஸ்வேதன் புன்னகை புரிந்து “உங்கள் பொருட்டு நானும் நின்றுகொள்கிறேன்” என்றான். அரவான் மெல்ல தலைவணங்கினான்.

58

அரவான் முன்பிருந்ததைவிட இயல்படைந்ததுபோல் தோன்றியது. அச்சூழலை அவன் தன் அகத்தால் கடந்து அப்பாலிருந்து அதை நோக்கியிருக்கலாம் என ஸ்வேதன் எண்ணினான். அல்லது அங்கு நிகழ்ந்தவற்றுக்குள் சென்று கண்டிருக்கலாம். ரோகிணி அவனிடம் "நீங்கள் நாகர்காடுகளிலிருந்து முதல் முறையாக வெளிவருகிறீர்கள் போலும்" என்றாள். "ஆம், நான் மானுடரைக் கண்டதே அரிது. காட்டிற்கு அருகேயுள்ள சுனையொன்றிற்கு ஊர்மக்கள் மூதாதையருக்கு குருதி பலிகொடுத்து வணங்கும்பொருட்டு வருவார்கள். நாகரல்லாத மானுடரை நான் பார்ப்பது அப்போது மட்டும்தான். அவர்கள் என்னைப் பார்க்கமுடியாது. காட்டுக்குள் நின்று நோக்கிக்கொண்டிருப்பேன். அவர்களின் ஆடைகளும் உடலசைவுகளும் விந்தையாகத் தோன்றும். ஆகவே நான் அத்தருணத்தைத் தவறவிடுவதில்லை" என்றான்.

தாங்கள் பேசிக்கொள்வது உள்ளிருக்கும் சுருதகீர்த்திக்கு கேட்குமென்பது ஸ்வேதனுக்கு மெல்லிய உவகையை அளித்தது. அவன் மேலும் சற்று உரத்த குரலில் "தங்கள் அன்னையின் ஆணையை ஏற்று இங்கு வந்தீர்கள் போலும். முதற்பார்வையிலேயே தாங்கள் இளைய பாண்டவரின் மைந்தர் என்று தெரிந்துகொண்டேன். மைந்தர்கள் தந்தையைப்போல் இருப்பது இயல்பு. விழியசைவிலும்கூட தந்தையென்றே மைந்தர் தோன்றுவது சற்று அரிது" என்றான். "நான் தந்தையைப் பார்த்ததில்லை. அவருடைய ஓவியங்களும் எங்களிடம் இல்லை. என் அன்னை சொன்ன கதைகளினூடாகவே அவரை அறிந்திருக்கிறேன்" என்றான் அரவான்.

"காட்டிலிருந்து முதல்முறையாக வெளிவந்து மானுடரைப் பார்த்த உடனே அவர்கள் என்னை இளைய பாண்டவராகவே பார்த்தனர்.

செல்லுமிடமெங்கும் நான் முதற்சொல்லெடுப்பதற்குள்ளாகவே என்னை வணங்கினர்” என்று அரவான் சொன்னான். “ஓவியத்திலோ நேரிலோ இளைய பாண்டவரைப் பார்க்காதவர்கள் இங்கு அரிதினும் அரிது” என்று ஸ்வேதன் சொன்னான். “அனைத்து படைக்காவல்தலைவர்களும் தலைவணங்கி என்னை உள்ளே செல்ல ஒப்பினார்கள். உண்மையில் நான் காட்டிலிருந்து வெளிவந்து நுழைந்த நிலம் கௌரவ படைக்கூட்டிலுள்ள திரிகர்த்தர்களின் நாடு. அங்கு காவலரணுக்குப் பொறுப்பாக இருந்தவர் அஸ்தினபுரியைச் சேர்ந்த முதிய காவலர். என்னைப் பார்த்ததும் தலைவணங்கி இளவரசே தங்கள் வருகையால் அஸ்தினபுரி மகிழ்கிறது என்று சொன்னார்.”

அஸ்தினபுரியும் இந்திரப்பிரஸ்தமும் முரண்கொண்டு போரிட்டுக் கொண்டிருப்பதை அப்போது நான் அறிந்திருக்கவில்லை. தந்தை அஸ்தினபுரியின் இளவரசர் என்பதை அறிந்திருந்தேன். “நான் அஸ்தினபுரியின் பாண்டுவின் மூன்றாவது மைந்தராகிய அர்ஜுனரின் மைந்தன், அவரைப் பார்க்க விரும்புகிறேன்” என்று சொன்னேன். “அவர் இப்போது எங்கள் அரசுக்கெதிராகப் படைகொண்டு செல்கிறார். ஆயினும் குருதி என்றும் தனிவழி கொண்டது. தாங்கள் இங்கிருந்து இந்திரப்பிரஸ்தத்தின் படைப்பிரிவுகளை சென்றடைவதற்குரிய வழியைக் காட்டி உடனழைத்துச் செல்வதற்கு வீரர்களை அனுப்புகிறேன். தங்கும் வழியெங்கும் தங்களுக்கு அரசமுறைப்படி வரவேற்பு அளிக்கப்படும்” என்று அவர் சொன்னார்.

பின்னர் சற்று தயங்கி “தாங்கள் விரும்பினால் தங்கள் பெரிய தந்தை துரியோதனரைப் பார்த்து முறைப்படி அரசவணக்கம் செய்து மறுபக்கம் செல்லலாம்” என்றார். “அவ்வாறு மரபுண்டா?” என்று நான் கேட்டேன். “ஆம், அதுவே மரபு. அரசகுடியினர் ஒரு நிலத்தில் நுழைந்தால் அரசவைக்குச் சென்று அரசரிடம் முறைமை வணக்கம் தெரிவிக்கவேண்டும்” என்றார். “அவ்வண்ணமெனில் என்னை துரியோதனரிடமே அழைத்துச் செல்க!” என்றேன்.

ஸ்வேதன் “அங்கு சென்றா வருகிறீர்கள்?” என்றான். “ஆம், நான் கிளம்பிவருவதற்குள் அஸ்தினபுரியின் படைகள் அங்கிருந்து கிளம்பி குருக்ஷேத்ரத்திற்கு வரத்தொடங்கிவிட்டன. தப்தவனம் என்னும் காடருகே நான் அஸ்தினபுரியின் படைகளை சென்றடைந்தேன். படைப்பிரிவின் தொடக்கத்திலேயே இளைய கௌரவரான துர்மதரை நான் சந்தித்தேன். என்னை அவரிடம் அழைத்துச்சென்று நிறுத்திய படைத்தலைவர் ஏதும் சொல்வதற்குள்ளாகவே ஒற்றர்களிடம் பேசிக்கொண்டிருந்த அவர் என்னை திரும்பிப்பார்த்து இரு கைகளையும் விரித்தபடி ஓடி வந்து என்னை நெஞ்சுடன் அணைத்துக்கொண்டார்” என்றான் அரவான்.

அவர் என் கைகளை பற்றியபடி “நீ அர்ஜுனனின் மைந்தன் அல்லவா? எங்கிருந்து வருகிறாய்? உன் அன்னை பெயர் என்ன?” என்று கேட்டார். நான் சொல்வதற்குள் “இரு! நீ சொல்லாதே. நீ நாகர்குல அரசி உலூபியின் மைந்தன்” என்றார். “ஆம்” என்றேன். “உன் நடை நாகர்களுக்குரியது. ஆனால் இளையவன் எங்கெங்கு சென்றிருக்கிறான், எத்தனை மைந்தர் என்று யாருக்குத் தெரியும்?” என்று நகைத்த பின் என் தோளை அறைந்தார். அங்கிருந்தவர்களிடம் “அர்ஜுனனின் மைந்தன். இளமையில் அவனைப் பார்த்தது போலவே இருக்கிறானல்லவா?” என்றார். அங்கிருந்தவர்களில் மூத்தவர்கள் “ஆம், அவ்வுருவேதான்” என்றனர்.

என்னிடம் “உன் விழிகள் மட்டும் சற்று நாகமணித்தன்மை கொண்டுள்ளன. அதுவும் அழகே” என்றபின் “நீ அஸ்தினபுரிக்கு வந்திருக்கவேண்டும். உன் மூத்த அன்னையர் உன்னைப் பார்த்தால் மகிழ்ந்து கொண்டாடியிருப்பார்கள். அரண்மனையில் உனது பேரன்னை இருக்கிறார். அவர் மைந்தர்களை தொட்டுப் பார்ப்பதையே வாழ்வின் கொண்டாட்டமாக கொண்டவர். நன்று, இப்படைவீட்டில் உன்னை சந்திக்கவேண்டுமென்றிருக்கிறது. மூத்தவரிடம் உன்னை அழைத்துச் செல்கிறேன்” என்றார். பிறிதொரு தலைவர் “தாங்கள் இங்கிருந்து இப்போது செல்ல இயலாது, இளவரசே. நம் படைகள் நாளை காலையே இங்கிருந்து கிளம்பியாகவேண்டும்” என்றார். “ஆம், வேறுவழியில்லை. நான் என் இளையோனை உன்னுடன் அனுப்புகிறேன். எங்களுக்குத்தான் இளையவர் நிரை பெரிதாயிற்றே!” என நகைத்தார்.

இளைய கௌரவரான சாருசித்ரருடன் நான் கிளம்பி படை நடுவே இருந்த துரியோதனரின் மாளிகைக்கு சென்றேன். அது இதைப்போலவே சகடங்களின் மீது ஒழுகிச்செல்லும் மாளிகை, இதைவிட இருமடங்கு பெரிது. அதன் அருகில் நான் அணுகுவதற்குள்ளேயே இளைய கௌரவர்களும் உபகௌரவர்களுமாக பலர் என்னை நோக்கி ஓடிவந்தனர். அனைவரும் முதலில் கண்ட துர்மதரின் பிறிது வடிவங்களாகவே தெரிந்தனர். அவர்களுள் ஒருவர் என்னை அள்ளித்தூக்கி மேலே வீசினார். மற்றவர்கள் கைநீட்டி என்னைப் பற்றிக்கொண்டனர். உரக்க நகைத்து கூச்சலிட்டபடி என்னை அவர்கள் தூக்கி மீண்டும் மீண்டும் வானிலெறிந்து பிடித்தனர். மென்மயிர்த்தூவல்போல ஆகிவிட்டேன் என நான் மயங்கினேன்.

என்னை அரசர்முன் கொண்டு சென்றனர். அம்மாளிகையின் படியில் நான் ஏறுவதற்குள்ளாகவே உள்ளிருந்து படைத்தலைவருடன் பேசிக்கொண்டிருந்த அரசர் இறங்கி வெளியே வந்து என்னை அள்ளி தன் கைகளில் எடுத்துக்கொண்டார். அவர் அருகே அவரைப்போன்ற மூத்தவர் லட்சுமணன் நின்றிருந்தார். அவரிடம் என்னை காட்டி

“உன் இளையவன்! அர்ஜுனனின் மைந்தன்! நாகர்குலத்து உலூபிக்கு பிறந்தவன்” என்றார். “ஆம், சற்று முன் செய்தி வந்தபோதே அறிந்தேன்” என்று அவர் சொன்னார். “பார், இவன் விழிகள் நாகத்துக்குரியவை” என்றபின் என்னிடம் “உன்னால் இமையாது நோக்கமுடியுமா?” என்று கேட்டார். “ஆம், இமையா நோக்கும் சிறுவளைக்குள் பதுங்கிக்கொள்வதும் மரங்களில் இருந்து மரங்களுக்கு பறப்பதும் எங்கள் குலக் கலைகள்” என்று நான் சொன்னேன்.

“நச்சு அம்பு! நச்சு அம்பு விடுவாயா?” என்று அவர் உவகையுடன் கேட்டார். “ஆம், அரசே. நச்சம்பும் எங்கள் குலக் கலையே. சிறுநாணலை ஊதி அம்புவிடுகிறோம்” என்றேன். என் தோள்களை தன் பெரிய கைகளால் அறைந்தார். “இளமையிலேயே வில் பயின்றிருந்தால் எதிர்நிற்க எவருமிலாத வீரனாக இருந்திருப்பாய். விற்கலைக்குத் தேவையானது உடல் நெளிவு. நாகர்கள் எலும்பிலாத உடல் கொண்டவர்கள் என்பார்கள்” என்றார். “வில் எய்யும் அம்பை நோக்கலாம். எங்கள் நாணலை மானுடவிழி அறியாது” என்றேன். “ஆம், மெய்தான்” என்று சொல்லி “எப்படி மறுமொழி சொல்கிறான் பார்” என மேலும் நகைத்தார்.

அவன் அதை வேண்டுமென்றே உள்ளிருக்கும் சுருதகீர்த்தி கேட்க வேண்டுமென்பதற்காக சற்று உரக்க சொல்கிறான் என்று ஸ்வேதன் உணர்ந்தான். அவன் விழிகளை சந்தித்தபோது மீண்டும் அரவான் புன்னகைத்தான். “நான் ஒருநாள் அங்கிருந்தேன். என்னை அவர் தன்னுடன் உணவருந்தும்படி அழைத்தார். பாடிவீட்டில் அந்தியில் கௌரவர்களுடன் அமர்ந்து உணவுண்டேன். நான் ஊனுணவு மட்டுமே உண்பதைக்கண்டு அவர்கள் திகைத்தனர்” என்றான். ஸ்வேதன் “நீ ஊனுணவு மட்டுமே உண்பாயா?” என்றான். “ஆம் எங்கள் நாகர்குடியில் நாங்கள் ஊனை மட்டுமே உண்போம். பிறரைப்போல் கனிகளையும் தானியங்களையும் கிழங்குகளையும் உண்பதில்லை” என்றான். “ஏன்?” என்று ஸ்வேதன் கேட்டான். “நாங்கள் உயிருள்ள உணவுகளை உண்ணவேண்டுமென்பது எங்கள் குலமூதாதையரின் நெறி. நாகங்கள் உயிரற்றவற்றை உண்பதில்லை.” ஸ்வேதன் ஒருகணத்திற்குப் பின் புன்னகைத்து “ஆம், மெய்” என்றான்.

அன்று அனைவரிடமும் கால்தொட்டு வணங்கி வாழ்த்து கொண்டபின் அங்கிருந்து கிளம்பினேன். நூற்றுவரிடம் விடைபெற்றேன். கௌரவ மைந்தர்களிடம் விடைபெறுகையில் லட்சுமணரிடமும் துருமசேனரிடமும் கால்தொட்டு வாழ்த்துகொண்டேன். கௌரவ தந்தையர் ஒவ்வொருவராக என்னை நெஞ்சுடன் அணைத்து மீண்டும் மீண்டும் வாழ்த்தினர். மூத்த கௌரவர் துச்சாதனர் “நீ இதற்குமுன் படைப்பிரிவுகளில் பணியாற்றியிருக்கிறாயா?” என்று கேட்டார். “இல்லை,

தந்தையே. நான் மானுடரையே இப்போதுதான் முதன்முறையாக அணுக்கத்தில் பார்க்கிறேன்" என்றேன். அரசர் தொடைகளில் அடித்து உரக்க நகைத்து "நாகர்கள் மானுடர்களல்ல என்பது மெய்யே" என்றார். நான் "காடுகளிலிருந்து மானுடரைப் பார்த்திருக்கிறேன். அவர்கள் கைகூப்பியபடி அமைதியாக வருவார்கள். வெளிப்போந்து நான் பார்த்த அத்தனை மானுடரும் உரக்க கூச்சலிட்டுப் பேசிக்கொண்டிருக்கிறார்கள்" என்றேன். "நாங்கள்?" என்று துச்சகர் கேட்டார். "நீங்கள் பெருமானுடர்" என்றேன்.

"இவனிடம் இன்று முழுக்க அமர்ந்து மானுடரிடம் இவன் கண்ட சிறப்பியல்புகள் என்ன என்று கேட்டு தெரிந்துகொள்ள விழைகிறேன், இளையோனே" என்றார் அரசர். "பிற மானுடரிடமிருந்து எங்களை வேறுபடுத்துவது எது?" என்று பெரிய தந்தை சுபாகு கேட்டார். "மானுடரைவிட நீங்கள் சற்று பேருரு கொண்டிருக்கிறீர்கள். அவர்கள் நகைப்பதைவிட நீங்கள் மிகுதியாக நகைக்கிறீர்கள்" என்றேன். சுபாகு நகைத்து "ஆம், களத்திற்கு எழுந்த பின்னர் நாங்கள் நகைப்பது மேலும் மிகுதியாகிவிட்டது" என்றார். துச்சகர் "நீ இன்றே கிளம்பியாகவேண்டுமா என்ன? உன் மூத்தவர் ஆயிரத்தவர் இங்கிருக்கிறார்கள். ஓரிரு நாட்கள் இங்கிருந்தால் அனைவருடனும் சின்னாட்கள் மகிழ்ந்து விளையாடிவிட்டுச் செல்லலாம்" என்றார்.

நானும் அங்கிருக்கவே விழைந்தேன். ஆனால் தந்தை சுபாகு இடைபுகுந்து "அல்ல, அவன் அன்னை தந்தையிடமே அனுப்பியிருக்கிறார்" என்றார். அரசர் எனக்கு அவருடைய அருமணிக் கணையாழி ஒன்றை அளித்து "உன் மூத்த தந்தையின் பரிசென இதைக் கொள்க! என்றேனும் என் தந்தை திருதராஷ்டிரரை நீ சந்திப்பாயென்றால் இது என்னால் தரப்பட்டது என்று காட்டுக! உன் அன்னையை மீண்டும் பார்க்கும்போது எங்கள் குடி அவர் முன் தலைவணங்குகிறது என்று கூறுக!" என்றார்.

ஸ்வேதன் உளநெகிழ்வடைந்தான். "அவரைப்பற்றி பிறிதொருவகையில் எந்த நூலும் கூறவில்லை. எந்த சூதனும் மாற்று நடித்ததுமில்லை" என்றான். "பிறகு ஏன் இந்தப் போர் நிகழ்கிறது?" என்றான் அரவான். "இதற்கு அவரோ வேறெவருமோ மறுமொழி சொல்லிவிடமுடியாது. இப்போரை முன்நின்று நிகழ்த்தும் இளைய யாதவரேகூட" என்றான் ஸ்வேதன். துரியோதனனின் நினைவால் முகம் மலர்ந்த அரவான் "அங்கிருந்து இங்கு வருகையில் நான் பிறிதொன்றை எண்ணிவந்தேன். என்னை இந்திரப்பிரஸ்தத்தின் படை உவகையுடன் எதிர்கொள்ளும் என்று எண்ணினேன். ஆனால் படைமுகப்பில் என்னைப் பார்த்த வீரர்கள் முறைமைப்படி தலைவணங்கினார்களே ஒழிய ஒருவரும் மகிழ்வென எதையும் காட்டவில்லை. படைத்தலைவர் சாத்யகியும்

ஓரிரு சொற்கள் பேசி என் அடையாளங்களை நோக்கியபின் ஓலை அளித்து இங்கு அனுப்பினார். வழியெங்கும் என்னை விந்தையாகப் பார்க்கும் விழிகளையே கண்டேன். அது என்னை உளம் தளரவைத்தது” என்றான்.

புரவிகள் இரண்டு அணுகிவரும் குளம்படியோசை கேட்டது. சுருதகீர்த்தி உள்ளிருந்து வெளியே வந்து அவர்களிருவரையும் பார்க்காமல் படிகளிலிறங்கி அவர்களை அணுகினான். இரு புரவிகளும் விரைவழிந்து நிற்க முதற்புரவியிலிருந்து இறங்கிய அர்ஜுனன் தொடர்ந்து வந்த படைத்தலைவனிடம் குறுகிய சொற்களில் ஏதோ சொல்லி கையசைத்தபின் பாடிவீட்டை நோக்கி வந்தான். சுருதகீர்த்தியைப் பார்த்ததும் “ஓலைகள் வந்தனவா?” என்றான். “ஆம், அனைத்தையும் முறைப்படி அடுக்கி தங்கள் பீடத்தின் மீது வைத்திருக்கிறேன்” என்றான் சுருதகீர்த்தி. படிகளில் ஏறிய அர்ஜுனன் அரவானைப் பார்த்ததும் புருவம் சுளிக்க நின்றான். பின்னர் “உலூபியிடமிருந்து வருகிறாயா?” என்றான்.

“ஆம், தந்தையே. அன்னை என்னை தங்களிடம் வந்து சேரும்படி ஆணையிட்டார்கள். இப்போரில் நானும் பங்குகொள்ள வேண்டுமென்று அவர்கள் விழைகிறார்கள்” என்றபின் முன்னால் வந்து முழந்தாளிட்டு தன் தலையை அவன் காலடியில் வைத்து “வாழ்த்துங்கள்” என்றான். அர்ஜுனன் இடக்கையை அவன் தலையில் வைத்தபின் ஒரு சொல்லும் உரைக்காமல் உள்ளே சென்றான். சுருதகீர்த்தி படிகளிலேறி அசையாமல் நின்றான். உள்ளே அர்ஜுனன் மரத்தாலான சிறிய மணியொன்றை அடிக்கும் ஓசை கேட்டது. சுருதகீர்த்தி உள்ளே சென்று திரும்பி வந்து ஸ்வேதனிடம் “உங்களை அழைக்கிறார்” என்றான்.

ஸ்வேதன் உள்ளே சென்று அங்கு எழுத்துப்பீடத்தின் முன் தரையிலிட்ட மான்தோல் மேல் அமர்ந்திருந்த அர்ஜுனனை அணுகி கைகூப்பி வணங்கி “நான் குலாட குலத்து ஸ்வேதன். தங்கள் தாள் பணிந்து போர்ப் பணியாற்ற படையுடன் வந்தேன்” என்றான். “ஓலையில் பார்த்தேன்” என்றபின் அர்ஜுனன் “நீ விராடரின் மைந்தனல்லவா?” என்றான். “ஆம், ஆனால் அவர் அவ்வண்ணம் எங்கும் உரைத்ததில்லை. ஆகவே அதைக் கூறும் தகுதியை நான் இழந்துள்ளேன்” என்றான். “தந்தையின் அடையாளமில்லாதவர்களை இங்கே ஏற்கவியலாது. போர்நெறிகளில் அதுவும் ஒன்று” என்று அர்ஜுனன் சொன்னான். “நீயே படித்தறிந்திருப்பாய். போர்ச்சடங்குகளுக்கு தந்தைபெயர் சொல்லியாகவேண்டும்.”

ஸ்வேதன் அதற்கு மறுமொழியாக “என் இளையோன் தங்கள் மூத்தவரிடம் பணிக்கு சேர்ந்துள்ளான்” என்றான். “ஆம், அவர் காட்டுமனிதர்.

அவருக்கு நெறிகளேதுமில்லை” என்றான் அர்ஜுனன். கைகளைக் கட்டியபடி சாய்ந்துகொண்டு “நீ உன் தந்தையிடம் சொல் கோரலாம். உங்கள் குருதியை மறுக்கும் உரிமை விராடருக்கில்லை. ஏனெனில் அது குலமூத்தார் கூடி முறைப்படி நிகழ்ந்த திருமணம். விராடர் மூத்தவரின் அவையில் உங்களை தம் மைந்தரென்று அறிமுகம் செய்தாக வேண்டும். உத்தரன் தன் நிலத்தின்மேல் உரிமைகொண்டவர் என்று கூறியுமாக வேண்டும்” என்றான்.

“அது எனக்கு பெரிதாகப் படவில்லை. என் சிற்றூரிலிருந்து கிளம்பும்வரை அதை நான் எண்ணியதுண்டு. இன்று தங்கள் மாணவனாக படை முன் நிற்பதொழிய பிறிதொன்றும் பொருட்டெனத் தோன்றவில்லை” என்றான். அர்ஜுனன் “ஆனால் போர் ஒரு சாவுக்களம். அங்கு என்ன நிகழுமென்று எவரும் கூற இயலாது. குருதி வழி முழுமையாக ஒப்பப்பட்ட பின்னரே களம்படுவது வகுக்கப்பட்டுள்ளது. எவர் நீர்க்கடன் இயற்றவேண்டுமென்பதை வகுக்காமல் எவரும் போருக்கிறங்காலாதென்று கூறப்பட்டுள்ளது” என்றான். ஸ்வேதன் ஒருகணத்திற்குப் பின் “ஆனால் மைந்தரை தந்தையர் மதிக்க வேண்டுமென்று எந்த மூதாதையரும் ஆணையிடவில்லை. பெரும்பாலும் தந்தையர் மைந்தர்களைத் தேவையற்ற சுமையென்றே கருதுகிறார்கள்” என்றான்.

அர்ஜுனனின் முகம் சுருங்கி பின்னர் “நீ கூறவருவதென்ன?” என்றான். “தங்கள் மைந்தன் கால்தொட்டு வணங்கியபோது வாழ்த்தி ஒரு சொல்லும் தாங்கள் உரைக்கவில்லை” என்றான் ஸ்வேதன். “அவனை நான் இங்கு அழைக்கவில்லை. இது அவர்களுடைய போர் அல்ல” என்று அர்ஜுனன் உரக்க சொன்னான். “இது நாகர்களுக்கு எதிரான போர். இப்போருக்குப் பின் அவர்கள் எங்கும் எஞ்சமாட்டார்கள். நான் இவன் அன்னையை மறுக்கவில்லை. ஆனால் அதன்பொருட்டு இவன் என்னிடம் படைகொண்டு வந்து சேரவேண்டுமென்று கூறவில்லை. என் மைந்தர் கூறாதன இயற்றுவது எனக்கு உகந்ததுமல்ல” என்றான்.

“அவன் அன்னையின் ஆணை அதுவென்றால் அதுவே அவன் கடன்” என்றான் ஸ்வேதன். அர்ஜுனன் “அரசுசூழ்கையில் அவ்வாறு தனிஉணர்வுகளுக்கு இடமில்லை. அவன் இங்கு சேர்ந்துகொள்வதனூடாக நாகர்களுக்கு எதிரான என் வஞ்சம் குறைவுபடக்கூடும். போர் முடிந்தபின் நாகர்களுக்கு சில உரிமைகளை இவனூடாக நான் அளிக்கவும் நேரும். எஞ்சவிட்ட நஞ்சு என்று நாகர்களை எண்ணுகிறேன். மீண்டுமொரு நஞ்சு எஞ்சும்படிவிட எண்ணமில்லை” என்று சொன்னான். “இவனைக் கொல்வீர்களா?” என்றான் ஸ்வேதன். “இவன் தூய நாகன் அல்ல” என்றான் அர்ஜுனன்.

“அவன் அன்னை...” என்று ஸ்வேதன் மீண்டும் சொல்லத்தொடங்க “ஆம், அவன் அன்னையின் ஆணையை ஏற்று அவன் வந்துள்ளான். அவன் அன்னையின் எண்ணமென்ன என்று யாரறிவார்? அவள் தன் குலக்குழுவின் ஆணைக்குட்பட்டவள். இப்போரின் இருபுறமும் நாகர்கள் இருக்கவேண்டும் என்று அவள் எண்ணியிருக்கலாம். எப்பக்கம் வென்றாலும் நாகர் நிலத்தில் ஒரு பகுதி அவர்களுக்கு அரசமுறையாக அளிக்கப்படும் என்று கருதியிருக்கலாம்” என்றான் அர்ஜுனன்.

ஸ்வேதன் சலிப்புடன் தலையை அசைத்து “இதற்குமேல் நான் சொல்லெடுக்க விரும்பவில்லை. தாங்கள் என்னை படைத்துணைவனாக ஏற்கவேண்டுமென்று மட்டும் கோருகிறேன்” என்றான். அர்ஜுனன் சிலகணங்களுக்குப் பின் உடல் தளர்ந்து இடக்கையால் மீசையை முறுக்கி நீவியபடி “அடிபணிய வந்தபோதும்கூட உன் உளத்துக்குத் தோன்றிய உன் எண்ணத்தை சொல்லத் தயங்கவில்லை. அது உன் கரவின்மையையும் துணிவையும் காட்டுகிறது. நீ எனக்கு உகந்தவன். உன் படைகள் என்னுடன் நிற்கட்டும். அவையில் உன் தரப்பைச் சொல்லி உனக்குரிய இடத்தை அளிக்க ஆவன செய்கிறேன்” என்றபின் “நீ என் பொருட்டு வந்திருக்கலாம். ஆனால் உன் குலத்தின் பொருட்டே போர்புரிகிறாய். ஆகவே அரசரின் அவையில் இப்போருக்குப் பின் அரசர் உனக்கு அளிக்கவிருப்பதென்ன என்பதை கேட்டு முறையாக சொல்பெற்றுக்கொள்ளவேண்டும்” என்றான்.

ஸ்வேதன் “நாங்கள் விராடபுரிக்கோ கலிங்கத்திற்கோ கப்பம் கட்டும் நாடாக இதுவரை இருந்துகொண்டிருக்கிறோம். அரசர் யுதிஷ்டிரர் வென்று முடிசூடுகையில் நேரடியாக அஸ்தினபுரிக்கு கடன்பட்டவர்களாகத் திகழ வேண்டும். எங்கள் குடியில் ஓர் அரசி அஸ்தினபுரிக்கு மணமகளாக செல்லவேண்டும்” என்று ஸ்வேதன் சொன்னான். “நன்று! அதை அவையுரையாக சொல்க! மூத்தவர் ஏற்பாரென்றே எண்ணுகின்றேன்” என்றான் அர்ஜுனன். சுருதகீர்த்தியிடம் திரும்பி “இவரை அழைத்துச் செல்க! இவர் தங்கி ஓய்வெடுக்கட்டும். நாளை அரசரின் அவை கூடுகையில் இவர் வந்து அமரட்டும்” என்றான்.

சுருதகீர்த்தி தலைவணங்கி திரும்பி ஸ்வேதனிடம் மெல்ல தலையசைத்தான். ஸ்வேதன் ரோகிணியைப் பார்த்து அவளை மறந்துவிட்டதை உணர்ந்தான். அவள் இரு கைகளையும் கூப்பியபடி கண்களிலிருந்து நீர் வழிய மெல்லிய உடல் நடுக்குடன் தன்னை மறந்தவளாக நின்றிருந்தாள். அர்ஜுனன் அறைக்குள்ளிருந்து எழுந்து அவர்களுக்குப் பின்னால் வந்து “இவள் உன்னுடன் வந்தவளா?” என்று ரோகிணியைச் சுட்டிக் கேட்டான். “ஆம், அரசே. உங்கள் அடியாள். உங்களை எண்ணி உளம் நிறைந்தவள். உங்களைப் பார்க்கவென்று விழைந்தாள்” என்றான் ஸ்வேதன்.

அர்ஜுனன் குழந்தையை அணைக்க விழைவதுபோல தன் இரு கைகளையும் நீட்ட ரோகிணி அறியாது மேலும் பின்னகர்ந்தாள். புன்னகையுடன் அருகே வந்து அவள் தோள்மேல் கைவைத்து தன் உடலுடன் சேர்த்து அணைத்துக்கொண்டு “நீ அழகி. இங்கு நுழைந்தபோதே உன் கண்களைப் பார்த்தேன். நீர் நிறைந்த அழகிய கண்கள் எப்போதும் என்னை நிலைகுலைய வைக்கின்றன” என்றான். ரோகிணி முழந்தாள் மடிய நிலத்தில் விழுந்து அவன் கால்கள்மேல் தலைவைத்து உடல்குலுங்க அழுதாள். அர்ஜுனன் அவளை தோள்பற்றி தூக்கி “நீ இங்கு என்னுடன் இருக்கலாம். எனக்கு ஏவலர் இருவர் இருந்தனர். ஒருவரை நகுலனிடம் அனுப்பிவிட்டேன். நீ அணிஏவலர்களுடன் சேர்ந்துகொள்” என்றான். விசும்பல் ஓசையுடன் இரு கைகளாலும் முகம் பொத்தி ரோகிணி விழிநீர் சிந்தினாள்.

மறுபக்கம் சுவர் சாய்ந்து கூப்பிய கைகளுடன் அரவான் நின்றிருந்தான். அர்ஜுனன் அறைக்குள் செல்லும்பொருட்டு திரும்ப சுருதகீர்த்தி “தந்தையே, இவன் உங்கள் மைந்தன். உங்கள் நாவால் இவன் இன்னும் வாழ்த்தப்படவில்லை” என்றான். அர்ஜுனன் அரவானை நோக்கித் திரும்பி “உனக்கு என் வாழ்த்து இல்லை. உனக்கான வாழ்த்துகளை உன் அன்னைக்கே அளித்திருக்கிறேன். இங்கு உனக்கு இடமுமில்லை. உன் அன்னையின் ஆணைப்படி என்னை வந்து பார்த்துவிட்டாய். திரும்பிச் செல். நான் உன்னை படைஏற்பு செய்யவில்லை என்று அவளிடம் சொல்” என்றான்.

“போரில் கலந்துகொள்ளும்படி என் அன்னையின் ஆணை. ஆகவே நான் திரும்ப எண்ணமில்லை” என்று அரவான் சொன்னான். அர்ஜுனன் உரத்த குரலில் “அறிவிலி! நான் ஏற்காது நீ இங்கு படையில் சேர இயலாது” என்று சொன்னான். பதற்றமாகக் கைகளை வீசியபடி “நான் வாழ்த்துரைத்தால் என் மைந்தனென்றாகிவிடுவாய். அதுவே உன் உரிமையை அளிக்கும். ஆகவே அது என் நாவிலிருந்து எழாது. செல்க!” என்றான். அரவான் “அரசகுடியினனாக இப்படைப்பிரிவில் சேர்வதற்குத்தான் தங்கள் சொல் தேவை. எளிய படைவீரனாக எங்கு சேரவும் தங்கள் வாழ்த்து எனக்குத் தேவையில்லை” என்றான். “என் மறுப்பு இருக்குமென்றால் நீ இப்படையில் சேர இயலாது” என்று அர்ஜுனன் கூவினான்.

அவன் உடல் பதறுவதையும் முகம் சிவந்து கண்கள் ஈரமாவதையும் கண்டு ஸ்வேதன் அந்த மிகையுணர்ச்சி ஏன் என்று ஐயம் கொண்டான். அரவான் “எவரும் சேர்க்காவிட்டாலும் இக்களத்தில்

எங்கேனும் எவ்வகையிலேனும் என்னால் இருக்க இயலும். நாகர்கள் விழியறியாது உலவும் கலையறிந்தவர்கள். களம்விட்டு நீங்கமாட்டேன். வேண்டுமென்றால் நீங்கள் என்னைக் கொன்று அகற்றலாம்" என்றான். "கீழ்மகனே... என்ன எண்ணிவந்தாய்? என் எதிர்நின்று ஏன் சொல்லெடுக்கிறாய்?" என்றபடி அர்ஜுனன் கையோங்கி அரவானை நோக்கி சென்றான். சுருதகீர்த்தி "தந்தையே, தாங்கள் இவன் அன்னையுடன் ஆண் என்று இருந்ததை மறுக்கிறீர்களா? பாரதவர்ஷமே அறிந்த கதை அது" என்றான். "இல்லை, அவள் என் உளத்துக்கு என்றும் இனியவள்" என்றான் அர்ஜுனன். "மைந்தனை மட்டும் ஏன் மறுக்கிறீர்கள்?" என்று சுருதகீர்த்தி கேட்டான்.

"ஏனெனில் அவன் வாழவேண்டுமென்று விழைகிறேன். அவனாவது எஞ்சியிருக்க வேண்டும். ஆகவேதான் மணிபூரகத்திலிருந்து பப்ருவாகனன் இங்கு வந்து போரில் கலந்துகொள்ளலாகாதென்று ஆணையை அனுப்பினேன். இவன் வாழும் காடுவரை இப்போர்ச் செய்தி சென்று சேருமென்று நான் எண்ணவில்லை. இவன் அன்னை இப்படி அறிவின்றி இவனைக் கிளப்பி இங்கு அனுப்புவாள் என்று சற்றும் எதிர்பார்க்கவில்லை" என்று அர்ஜுனன் உடைந்த குரலில் சொன்னான். அரவானிடம் "செல்க! உயிருடனிரு, அறிவிலி... நான் உன்னை வாழ்த்துகிறேன். இங்கிருந்தல்ல, இப்போர்க்களத்தில் உயிருடன் எஞ்சினால் உன் அன்னையிடம் வந்து வாழ்த்துகிறேன். உயிர்துறந்தால் விண்ணிலிருந்து வாழ்த்துகிறேன். இப்படைப்பிரிவில் உனக்கிடமில்லை" என்றான்.

அரவான் "தந்தையே, தாங்கள் வாழ்த்தளிக்காமல் உள்ளே சென்றபோதே நான் அதை உணர்ந்தேன். என்னைப் பார்த்த முதற்கணத்திலேயே உளம் நெகிழ்ந்து நீங்கள் அளித்த நற்சொல்லை பெற்றுக்கொண்டேன். அந்த முதற்கணத்து உளநெகிழ்வின் பொருட்டு இங்கு படைநிற்கவும் உயிர்கொடுக்கவும் கடமைப்பட்டுள்ளேன்" என்று உரைத்தான். சுருதகீர்த்தி "தந்தை கூறுவது மெய்தான், இளையோனே. இப்போரில் முதன்மை அம்புகள் மைந்தர்களை நோக்கியே எழும். உன்னைப் பார்த்ததும் என்னுள் எழுந்த முதல் எண்ணமும் நீயும் களம்படக்கூடும் என்பதே. நீ திரும்பிச் செல்வதே நன்று" என்றான்.

"பொறுத்தருள்க, மூத்தவரே! நான் எதன்பொருட்டு காட்டிலிருந்து கிளம்பினேனோ அது எதன்பொருட்டும் மாற்றுப்படுவதில்லை" என்று அரவான் சொன்னான். தளர்ந்தவன்போல அர்ஜுனன் "எவரிடமும் எதையும் சொல்வதில் பயனில்லை. அனைத்து மானுடரையும் மீறிய

ஆணைகள் இங்கு நிறைந்துள்ளன" என்றான். பொருளில்லாமல் கையை வீசியபடி அரவானைப் பார்க்காமல் "எதுவாயினும் என் வாழ்த்து பெற்று இப்படையில் நீ சேரப்போவதில்லை" என்றபின் தன் அறைக்குள் சென்றான். சுருதகீர்த்தி ஸ்வேதனிடம் "வருக!" என்றான். பின்பு அரவானிடம் "உன் விழைவுப்படி ஆகுக! நாளை அரசரின் அவையில் இவருடன் நீயும் சென்று நிற்கலாம்" என்றான். பின்னர் அவன் தோளைத் தொட்டு "உன்னை நான் மீண்டும் பார்க்க விரும்பவில்லை. உன் தோற்றம் அளிப்பது அனல்சுடுவதுபோன்ற வலியை" என்றபின் இறங்கி வெளியே நடந்தான்.

59

யுதிஷ்டிரரின் அரசவை இருக்கும் படைமுன்னணி நோக்கி அரவானும் ஸ்வேதனும் சென்றனர். அரவான் புரவியில் ஏற மறுத்துவிட்டான். "என்னைக் கண்டாலே புரவிகள் மிரளும்..." என்றான். "ஏன்?" என்றான் ஸ்வேதன். "புரவிகள் நாகங்களை அஞ்சுகின்றன." அவன் அருகே சென்றதும் புரவி விழிகளை உருட்டி மெய்ப்புகொண்டு மெல்ல கனைத்தபடி பின்னடி வைத்தது. மூக்கை விடைத்து வாய்திறந்து தலையை ஆட்டியது. "நீ எப்படி வருவாய்?" என்றான் ஸ்வேதன். அரவான் "நான் புரவியைவிட விரைவாக நடப்பேன். நீங்கள் ஏறிக்கொள்ளுங்கள். நான் உடன் வருகிறேன்" என்றான்.

படைகள் நடுவே செல்லும் வழியிலெல்லாம் அரவான் சொல்நிலைக்காது பேசிக்கொண்டே வந்தான். "இத்தனை பெரிய படை இங்கிருக்குமென்று நான் எதிர்பார்க்கவில்லை. உண்மை, இதைவிடப் பெரிய படை அங்கிருப்பது. ஆனால் அதை முதலில் பார்த்தபோது படையை மதிப்பிட எனக்குத் தெரியவில்லை. தொலைவிலிருந்து பார்த்தபோது பெரிய நீர்நிலையொன்றை பார்ப்பதுபோல் தோன்றியது. ஆம், அதன் ஓசையும் அலைகளும் தெய்வங்கள் விளையாடும்பொருட்டு அமைக்கப்பட்ட விந்தையான ஒரு நீர்நிலை என்றே எனக்கு தோன்றச் செய்தன. அருகணையுந்தோறும் அதை ஊனுடல்களால் ஆன பெருங்காடென்று எண்ணத்தலைப்பட்டேன். மேலும் அருகணைந்தபோது அது மானுடரால் ஆன ஒரு சுவர் என்றும் உள்ளே நுழைந்த பின்னர் மானுட உடல்களை அடுக்கிக் கட்டப்பட்ட வீடுகளின் நிரை என்றும் தோன்றியது.

"அதன் பேருரு என் சித்தம் கடந்த ஒன்றாக இருந்தமையால் அதை நோக்காமல் சிறுகாட்சிகளில் விழியூன்றத் தொடங்கினேன்.

படைக்கலங்கள் ஒவ்வொன்றும் விந்தையானவையாக இருந்தன. நீண்ட மூங்கில்களின் முனையில் சேவலின் பின்தூவல்போல் அலகு வளைந்த ஓர் கருவியைக் கண்டேன். அது என்ன என்று கேட்டேன். அதன் பேர் வளரி என்றும் சுழற்றி புரவிகளின் குதிகால் தசையை அதனால் அறுத்துவிட முடியுமென்றும் அதன்பின் அப்புரவி ஒருபக்கமாக சரிந்து அதன் மேலிருப்பவரை கீழே தள்ளி தானும் விழுந்துவிடும் என்றும் சொன்னார்கள். அக்கணமே பிறிதொரு வளரியால் அப்படை வீரனின் கழுத்தை அறுத்துவிட முடியும். எறிந்தபின் திரும்பி வரும் வளைகத்தியை பார்த்தேன். கூர்முனைகொண்ட விந்தையான சகடங்கள். காற்றில் மிதந்து பறக்கும் தகடுகள். அம்பு முனைகளிலேயே எத்தனை வேறுபாடுகள்! நாகவால் என கூரியவை, நாகபடம் என அகன்றவை. நாக உடல் என மின்னுபவை. நாகமென வளைந்தவை.

“மனிதர்கள் மனிதர்களை எப்படியெல்லாம் கொல்கிறார்கள்! விலங்குகளின் கொம்புகளை, பற்களை, நகங்களை, கொடுக்குகளை, செதில்வாலை படைக்கலங்களென உருவாக்கியிருக்கிறார்கள். படைக்கலங்களில் மிகக் கூரியது நாகப்பல். அது மட்டும் அவர்களிடமில்லை” என்றான் அரவான். “அம்பு முனைகள் அனைத்துமே பறவைகளின் அலகுகளில் இருந்து பெற்ற வடிவங்கள் என்றார் கௌரவர். அக்கணமே என் நோக்கு திசைமாறியது. வாள்கள் அனைத்தும் புல்லிதழ்களின் வடிவங்களே என்றும் வேல்களெல்லாம் நாணல்களே என்றும் உணர்ந்துகொண்டபோது நான் பிறிதொரு காட்டிலிருக்கும் உணர்வை அடைந்தேன். புல் முதிர்ந்து கதிர்கொள்வதுபோல் மானுடர்கள் படைக்கலம் கொள்கிறார்கள்.

“அங்கிருக்கும் அத்தனை விலங்குகளும் படை பயின்றவை என்பது எனக்களித்த வியப்பு இன்னும் தொடர்கிறது. நான் கண்ட விலங்குகள் அனைத்தும் மானுடர் அறியா பிறிதொரு உலகில் வாழ்பவை. அவற்றின் மொழியும் உள்ளமும் முற்றிலும் வேறு. இங்கு யானைகள் மானுடனுடன் உரையாடின. புரவிகளும் ஆணையிட்டன, ஆணைகளுக்குப் பணிந்தன. மேலே பறக்கும் கொடிகளை யானைகள் அறிந்திருக்கின்றன என்று அறிந்த கணம் திகைத்து அசையாமல் நின்றுவிட்டேன். அவை பறையோசையைக் கேட்டு புரிந்துகொள்வதை என்னால் ஏற்றுக்கொள்ள முடிந்தது. கொடிகளை அவை விந்தையான மலர்கள் என்றோ வானில் பறக்கும் பறவைகள் என்றோ அல்லவா எண்ணவேண்டும்? இந்த யானைகளும் புரவிகளும் காட்டையே அறிந்ததில்லை என்று எண்ணுகின்றேன். காட்டில் அவை பூசலிடுவதுண்டு. இப்படி பெருந்திரளென அணிவகுத்து போருக்குச் செல்வதில்லை. போரென்பதே மானுடர் உருவாக்கிக்கொண்ட ஒன்று என்று அதன்பிறகு எண்ணினேன்.

“எங்கள் காடுகளில் நாகர்களுக்குள் பூசல் நிகழ்வதுண்டு. ஒருவருக்கொருவர் இருவருக்கிருவர் என்பதே அங்குள்ள நெறி. எந்நிலையிலும் நூற்றுவருக்கு

மேல் போரில் ஈடுபடுவதில்லை. வென்றவர்கள் தோற்றவர்களின் காலடியில் தங்கள் படைக்கலங்களை வைத்து மும்முறை தலையை நிலந்தொட வணங்க வேண்டும். அதன் பிறகு இருவரும் தோள்தழுவி ஒற்றைக்கோப்பையில் மதுவருந்தி மகிழ்வார்கள். இங்கு போருக்குப் பின் உணவுண்பதுண்டா என்று கேட்டேன். போர் முற்றிலும் முடிந்த பிறகு செறுகளத்தில் பேரூட்டு நிகழுமென்றும் அதற்கு உண்டாட்டு என்று பெயரென்றும் சொன்னார்கள். போர் எப்போது முடியுமென்று கேட்டேன். ஏதேனும் ஒரு தரப்பு பெரும்பகுதி கொன்றொழிக்கப்பட்டு எஞ்சியவர்கள் இங்கிருந்து தப்பியோடிய பின்பு என்றார்கள். எதிர்தரப்பின் அரசர்கள் கொல்லப்படவேண்டும், அல்லது சிறைபிடிக்கப்படவேண்டும் என்றனர்.

“இங்கு வரும் வரை நான் அதை எண்ணியும் பார்த்திருக்கவில்லை. அப்படியென்றால் இங்கு படைகொண்டு நின்றிருக்கும் இரு தரப்பினரில் எவரேனும் ஒருவர் இன்னும் சில நாட்களில் கொல்லப்படப் போகிறார், அல்லது கொண்ட அனைத்தையும் இழந்து இழிவுகொண்டு கண்காணாமல் தப்பியோடப் போகிறார். ஒன்று நானறிந்தேன், எந்நிலையிலும் கௌரவ மூத்தவர் அடிபணியமாட்டார். எந்தை பணிவதைப்பற்றி எண்ணிப்பார்க்கவே இயலவில்லை. அவ்வண்ணமெனில் இன்னும் சில நாட்களில் இங்கு இருவரில் ஒருவரின் இறப்பு நிகழும்” என்றான். “ஆம்” என்றான் ஸ்வேதன். “அதை நாம் பார்க்காமலிருக்க ஒரே வழி முன்னரே நாம் இறப்பதே.” அரவான் அதிலிருந்த நகையாடலை உணராமல் தலையசைத்தான்.

ஸ்வேதன் “நீ எப்படி எங்கள் மொழியை இத்தனை நன்றாகப் பேசுகிறாய்?” என்றான். அவன் திகைத்து “ஆம், இது மானுட மொழி அல்லவா?” என்றபின் “என் அன்னை எனக்குக் கற்பித்தார். இது என் தந்தையின் மொழி என்று சொன்னார். என்றாவது நான் என் தந்தையிடம் இந்த மொழியில் பேசவேண்டும் என்றார்.” ஸ்வேதன் “எழுதவும் படிக்கவும் உன்னால் முடியுமா?” என்று கேட்டான். “இல்லை, என் அன்னை சில எழுத்துக்களைக் கற்பித்தார். அவை மணலில் நண்டுகள் போலவும் இலைகளில் எறும்புகள் போலவும் இருந்தன. நான் எழுதும்போது அவை ஒவ்வொருமுறையும் ஒவ்வொன்றாக உருக்கொண்டன. அன்னை என்னிடம் எழுத்துக்கள் உருமாறலாகாது என்றார். அன்னையே நாம் பார்க்கும் ஒவ்வொன்றும் வளர்ந்து உருமாறியும் அழிந்துகொண்டும்தான் இருக்கின்றன என்றேன். அழியாதவையே எழுத்துக்கள் என்றார். அழியாமல் நின்றிருக்கும் நண்டுகளையும் எறும்புகளையும் என்னால் எண்ணிப்பார்க்கவே இயலவில்லை. பலமுறை முயன்றபின் அன்னை உன்னால் எப்போதும் எழுத்துக்களைக் கற்றுக்கொள்ள முடியுமென்று தோன்றவில்லை என்றார்.”

ஸ்வேதன் “ஆனால் உங்கள் நாகர் குடியில் நூற்றுக்கணக்கான குலூஉக்குறி குறிப்புகள் உண்டல்லவா?” என்றான். “ஆம், ஆனால் அவையனைத்தும் மாறிக்கொண்டே இருப்பவை. எழுதுபவனுக்கும் பெறுபவனுக்கும் நடுவே அவை வலையிலாடும் சிலந்திபோல இருமுனையும் தொட்டு ஆடிக்கொண்டிருக்கும்” என்றான். ஸ்வேதன் புன்னகைத்தான். “மாறாதனவற்றால் ஆனது மானுட உலகு. எங்கள் இல்லங்கள் மழைதோறும் உருமாறும். எங்கள் காடு நாள்தோறும் வளர்ந்துகொண்டிருக்கும். எங்கள் தெய்வங்கள் நெளிந்தபடியே இருப்பவை” என்றான் அரவான்.

அந்தியில் அவர்களுக்கு அளிக்கப்பட்ட சிறிய குடிலை சென்றடைந்தனர். அங்கு தங்கள் பொருட்களை வைத்துக்கொண்டு ஓய்வெடுத்தனர். அந்தி இறங்கத் தொடங்கியிருந்தது. தொலைவிலெங்கோ முதல் முரசு முழங்கியது. அதை கேட்டு ஒன்று தொட்டு பிறிதெனப் படையின் அனைத்து முரசுகளும் முழங்கின. “முகில்களில் இடியொலிப்பதுபோல!” என்று அரவான் சொன்னான். “அல்லது களிறுகள் உரையாடிக்கொள்வதுபோல” என்றான். “ஒவ்வொன்றையும் பிறிதொன்றுடன் ஒப்பிட்டுக்கொண்டே இருக்கவேண்டுமா என்ன?” என்று ஸ்வேதன் கேட்டான். “ஆம், ஒன்றை இன்னொன்றுடன் ஒப்பிட்டுத்தானே இரண்டையும் புரிந்துகொள்ளமுடியும்?” என்றான் அரவான். ஸ்வேதன் சிரித்து “மெய்தான், நாங்களும் அதைத்தான் செய்கிறோம். ஆனால் எங்கள் மொழியில் அந்த ஒப்புமைகள் முன்னரே மூதாதையரால் செய்து முடிக்கப்பட்டுவிட்டன. அவற்றை இளமையிலேயே கற்று திருப்பிச் சொல்வதை செய்து கொண்டிருக்கிறோம். நீ ஒவ்வொரு கணமும் புதிதாக நீயே உருவாக்கிக்கொள்கிறாய்” என்றான்.

படைகள் பின்னாலிருந்து விரைவழிந்தன. ஒவ்வொரு படைப்பிரிவுக்கும் நடுவே உள்ள இடைவெளி பலமடங்காகப் பெருக அவை ஆங்காங்கே நிலைகொண்டன. அரவான் “விந்தைதான்! ஒரு பெரும் படைப்பிரிவை உலர்ந்த அரக்கை இழுத்து நீட்ட முடிவதுபோல் நீளம்கொள்ளச்செய்ய முடிகிறது” என்றான். பின்னர் திரும்பிப் பார்த்து “வற்றிய நதியில் நீர்க்குட்டைகள் போல்” என்றான். ஸ்வேதன் “உன்னுடன் ஒருநாள் இருந்தால் இப்புடவியில் பார்க்கும் அனைத்தையும் பிறிதொன்றுடன் ஒப்பிட்டுக்கொண்டிருப்பேன்” என்றான். “மெய்யாகவே இப்புடவியிலுள்ள அனைத்தும் பிறவற்றுடன் ஏதேனும் ஒருவகையில் ஒப்பிடத்தக்கவையே” என்று அரவான் சொன்னான்.

ஸ்வேதன் மீண்டும் நகைத்து “ஒவ்வொரு சொற்றொடரிலும் வியக்க வைக்கிறாய்” என்றான். “உன் மொழியே விந்தையாக உள்ளது. நான் மலைமைந்தர்கள் எவருடனும் இத்தனை நெருக்கமாக இருந்ததிலை.”

அரவான் "நீங்கள் மலைமக்களலல்லவா?" என்று கேட்டான். ஸ்வேதன் "யார் சொன்னது?" என்று கேட்டான். "நான் வரும்போது என்னுடன் வந்த படைத்தலைவன் உங்களைப்பற்றி சொன்னான். நீங்கள் குலாடகுடி எனும் மலைக்குடியை சார்ந்தவர்கள் என்றான்" என்றான் அரவான். "நாங்கள் மலைக்குடியாக இருந்த காலம் பலநூறாண்டுகளுக்கு முன்பு" என்றான் ஸ்வேதன். "அப்படியென்றால் உங்களை ஏன் இன்னமும் மலைக்குடியென்று சொல்கிறார்கள்?" என்றான் அரவான். "வாழ்வால் உள்ளத்தால் நாங்கள் மலைக்குடியல்லாமலாகி நெடுங்காலமாகிறது. ஆனால் பாரதவர்ஷத்தின் அவைகளில் மலைக்குடியல்லாமல் ஆவதற்கு இன்னும் சில நூறாண்டுகளாகும்" என்றான் ஸ்வேதன். "ஏன்?" என்று அரவான் கேட்டான். "அதைப் புரிந்துகொண்டால் பாரதவர்ஷத்தின் அரசியலையே புரிந்துகொண்டதைப்போல" என்றான் ஸ்வேதன்.

அனைத்து படைப்பிரிவினரும் நிரைவகுத்து வெவ்வேறு சரடுகளாகப் பிரிந்தனர். "நீர்க்கலம் அனைத்துத் துளைகளூடாக பீறிடுவதுபோல" என்று அரவான் சொன்னான். ஸ்வேதன் தலையில் கைவைத்து "உண்மையில் இதை எப்படி நீ ஒப்புமை செய்யப்போகிறாய் என்றுதான் நான் எண்ணிக்கொண்டிருந்தேன்" என்றான். "அவர்கள் கலைகிறார்கள். இரவுக்குள் தங்கள் உடற்கடன்களை முடித்து உணவுண்டு படுப்பார்கள்" என்றான் அரவான். "கலைவது என்றால் கல்விழுந்த எறும்புக்கூடுபோல என்று எண்ணிக்கொண்டிருந்தேன். இப்படி நிரையெனவும் கலையமுடியும் என்பது விந்தை." ஸ்வேதன் "அவ்வாறு கலைந்தால் இப்பெரும்படை மீண்டும் ஒருங்கிணைவதெப்படி? ஒவ்வொருவரும் இத்திரளில் வழி தவறிவிடுவார்கள்" என்றான். அரவான் "எறும்புகள் வழி தவறுவதில்லை. மிகச் சில கணங்களிலேயே அவை மீண்டும் நிரை வகுத்துவிடும்" என்றான். "எறும்புகளை நோக்கித்தான் மிகப் பெரும்படைகள் அமைக்கப்பட்டுள்ளன. எறும்புகளின் முழுமையை எந்தப் படையும் இன்றுவரை அடைந்ததில்லை" என்று ஸ்வேதன் சொன்னான்.

குடிலுக்குள் தங்கள் பொதிகளை வைத்து அவிழ்த்து உள்ளிருந்து மாற்றாடையை எடுத்துக்கொண்டனர். ஸ்வேதன் வெளியே சென்று நின்று தன் பழைய மரவுரி ஆடையை அவிழ்த்து பலமுறை உதறி அதைக்கொண்டு தன் உடலை துடைத்துக்கொண்டான். பின்னர் அதை குடிலின் வெளியே மூங்கில் கழிகளில் தொங்கவிட்டான். அரவான் "என்னிடம் ஒரு மாற்றுத்தோலாடையே உள்ளது" என்றான். "நீ இப்படைப்பிரிவில் சேருவதாக இருந்தால் பொதுவண்ணத்தில் உனக்கு ஆடையை அளிப்பார்கள். எனக்கும் ஆடை வண்ணங்கள் இன்னும் அளிக்கப்படவில்லை" என்றான் ஸ்வேதன். "நாம் எப்போது அரசரை

சந்திப்போம்?” என்று அரவான் கேட்டான். “நாளை காலை” என்று ஸ்வேதன் சொன்னான்.

படையின் ஓசை கேட்கும்தோறும் மாறிவந்தது. முதலில் மெல்ல கலைவோசை எழுந்தது. அது பெருகி முழக்கமென்றாயிற்று. அதில் வெவ்வேறு அலைகளைக் கேட்க முடிந்தது. பின்னர் சீரான ஒழுக்காக மாறி அமையத்தொடங்கியது. சற்று நேரத்தில் சீவிடுகளின் முழக்கம்போல் அமைதியென தோன்றச்செய்யும் கார்வையென்றாகியது. விழிமூடி அமர்ந்தாலே அப்படைகள் என்ன செய்கின்றன என்று சொல்ல முடியுமென்று ஸ்வேதன் எண்ணினான். படைவீரர்கள் கலைந்து தங்கள் நண்பர்களையும் அணுக்கர்களையும் சந்தித்து நட்புச் சொல்லாடினர். பின்னர் ஆடைகளைக் களைந்து புழுதி போக உதறி காற்றில் ஆறவிட்டு மாற்றாடைகளை அணிந்துகொண்டனர். பெரும்பாலும் இடை மட்டும் மறைக்கும் சிற்றாடை அது. படைகளின் விளிம்பு வட்டம் முழுக்க புகைபோடப்பட்டு கொசுக்கள் அண்டாமல் செய்யப்பட்டன. அப்புகையில் போடப்பட்ட வேப்பந்தழைகளின் மணம் காற்றில் தைலம்போல முறுகி நின்றது. பின்னர் அவர்கள் ஒருவரோடொருவர் உரையாடியபடி சிறு குழுக்களாக ஆங்காங்கே அமைந்தனர்.

உணவு வண்டிகள் படைநடுவே அமைந்த சாலைகளினூடாக ஒற்றைக்காளைகளால் இழுத்துக் கொண்டுவரப்பட்டன. படைவீரர்கள் பதின்மருக்கு ஒருவர் என்ற கணக்கில் பெரிய கொப்பரைகளுடனும் தாலங்களுடனும் சென்று நின்று வாங்கிக்கொண்டனர். அவற்றை சிறிய வட்டங்களாகக் கூடி நடுவே வைத்து இலைத்தொன்னைகளில் அள்ளி பரிமாறிக்கொண்டு உண்ணத்தொடங்கினர். உணவு அப்படைகளில் பரவி எங்கும் சென்று நிறைந்தபடியே வருவதை அவன் ஒலியில் இருந்து உளவிழிக் காட்சியாக மாற்றிக்கொண்டான். ஒரு பெருங்கலம் நீர் நிறைந்து விளிம்பை அடைந்து அமைதிகொள்வதுபோல. உணவு பரிமாறி முடித்ததும் படையின் ஓசை மிகவும் குறைந்தது. தொலைவிலிருந்து மதுக்குடங்கள் வருவதை உணரமுடிந்தது. இலைகளை உலைத்தபடி பெருங்காற்றொன்று அணுகுவதுபோல அவர்களைச் சூழ்ந்து ஓசை சுழன்று கடந்து சென்றது.

ஏவலன் ஒருவன் அவர்களுக்கு உணவைக் கொண்டுவந்து வைத்தான். உலர்ந்த ஊனிட்டு காய்கறிகள் உடன் சேர்த்து வேகவைக்கப்பட்ட ஊன்சோறு. குடுவைகளில் கள். அரவான் “நான் இதிலுள்ள ஊனை மட்டுமே உண்ணவிரும்புகிறேன்” என்றான். ஸ்வேதன் திரும்பி ஏவலர்களிடம் “இவர் ஊன்மட்டுமே உண்பவர். ஊன்சோற்றிலிருந்து ஊன்துண்டுகளை மட்டும் தனியாக எடுத்து தாலத்தில் கொண்டு வா” என்றான். அரவான் மதுவை தொடவில்லை. “உங்கள் குடியில் மது

அருந்துவதில்லையா?” என்றான் ஸ்வேதன். “நாங்கள் அருந்தும் மது வேறுவகையானது. அது உரகத்தின் நஞ்சிலிருந்து எடுக்கப்படுவது. சில சொட்டுகளை நாக்கின் அடியில் விட்டு வாய்மூடி அமர்ந்திருப்போம். சற்று நேரத்தில் குருதியெங்கும் அனல் பரவ, காதுகள் கொதிக்க, களிமயக்கு ஏறத்தொடங்கும். எங்களுடைய மது நஞ்சுதான். மானுடர் அவற்றிலொரு துளி அருந்தினாலே உடற்தசைகள் நீலம் கொள்ளும். வலிப்பு வந்து உயிர்துறப்பார்கள். அந்நஞ்சுக்குப் பழகியவர்களுக்கு பிற மது அனைத்தும் நீர் மட்டுமே” என்றான் அரவான்.

ஸ்வேதன் அப்புளித்த மதுவை சிறிது சிறிதாக அருந்தி ஊன் சோற்றை உண்டான். “நான் இன்று காலை உணவுண்டது. உச்சிப்பொழுதுக்குரிய உணவை அங்கிருந்து கிளம்புகையில் எடுத்துக்கொள்ள மறந்துவிட்டேன்” என்றான். அரவானுக்கு கொண்டுவந்து வைக்கப்பட்ட ஊன் துண்டுகளை அவன் விரைந்து உண்டான். கைகளை இருமுறை உதறி துடைத்தபின் எழுந்து நின்று இடையில் கைவைத்து தொலைதூரம் வரை பரந்திருந்த பந்தங்களின் ஒளிப்புள்ளிப்பெருக்கைப் பார்த்தான். “விண்மீன்கள்போல, அல்லவா?” என்று ஸ்வேதன் கேட்டான். அவன் திரும்பி “அல்ல, அவை என்னவென்று எனக்கு சொல்லத்தெரியவில்லை” என்றான். பின்னர் “ஆம், வாழைக்காட்டில் மின்மினிகள்போல” என்றான். பின்னர் “இருண்ட நாகத்தின் செதில்மினுப்புப் புள்ளிகள்” என்றான்.

மிக விரைவிலேயே படைவீரர்கள் துயிலத்தொடங்கினர். ஸ்வேதன் “அனைவரும் களைத்திருப்பார்கள். மேலும் அவர்களுக்குப் பேசவும் ஒன்றுமிருக்காது” என்றான். அரவான் திரும்பிப்பார்த்து “ஏன், படைகள் நடந்து கொண்டிருக்கையில் பேச இயலாதே? அவர்கள் ஒருவருக்கொருவர் உரையாடிக்கொள்ளவேண்டுமென்றால் இப்போது மட்டும்தானே?” என்றான். “மெய்தான். படை நகரத் தொடங்குகையில் முதலிரு நாட்கள் அணிவகுப்பு கலைக்கப்பட்ட மறுகணமே பேசத்தொடங்குவார்கள். ஒவ்வொருவருக்கும் சொல்ல ஒவ்வொன்று இருக்கும். அணுகிக்கேட்டால் விந்தையானவற்றை எல்லாம் அறியமுடியும். இப்படைப் பிரிவை எப்படி வழிநடத்தவேண்டுமென்றும், இப்போரை எவ்வாறு நடத்தி முடிக்கவேண்டும் என்றும் ஒவ்வொரு படைவீரனுக்கும் முழுமையான திட்டங்களிருக்கும். அவற்றை உளக்கொந்தளிப்புடன் உரத்த குரலில் மாறி மாறி சொல்லிக்கொள்வார்கள். மறுப்பார்கள், எள்ளி நகையாடுவார்கள். நுணுக்கமாக விளக்குவார்கள். ஓரிரு நாட்களில் சொல்லடங்கிவிடும். ஏனெனில் ஒரு முழுப்பகலும் அவர்கள் நடந்துகொண்டிருக்கிறார்கள். அன்று மாலை சொல்வதற்கென நிகழ்வுகள் ஏதுமிருக்காது.”

“அவர்கள் தங்கள் உள்ளங்களுக்குள் நிகழ்வனவற்றை சொல்லலாமே?” என்றான் அரவான். ”உள்ளங்களுக்குள் ஒன்றும் நிகழ்வதில்லை.

உள்ளம் என்பது தனிமையில் நிகழும் ஒன்று. இப்பெரும்படையின் ஒரு துளியாக ஆகுகையில் முதலில் உள்ளமென்பது இல்லாமலாகிறது. மீண்டும் மீண்டும் ஓரிரு சொற்றொடர்களே உள்ளமென்று நிகழ்ந்துகொண்டிருக்கின்றன. பழைய பாடலொன்றில் படைவீரர்களின் உள்ளம் குதிரை குளம்படி தாளத்தில் ஓடும் நான்கு சொற்களாலானது என்று சொல்லப்பட்டுள்ளது. இன்னும் சில நாட்களில் முற்றாகவே இப்பெரும்படை சொல்லவிந்துவிட்டிருக்கும். அந்தியில் படைக்கலைவை அறிவிக்கையில்கூட ஓசையின்றிப் பிரிவார்கள். வட்டங்களாக அமர்ந்திருக்கையில் கையசைவுகளால் பேசிக்கொள்வார்கள். அனைத்து விழிகளும் ஒன்றேபோல மாறிவிட்டிருக்கும். சொல்லின்மை உருவாக்கும் விந்தையானதோர் ஒளி மட்டுமே எஞ்சியிருக்கும்" என்று ஸ்வேதன் சொன்னான்.

மிக விரைவிலேயே முழுப்படையும் துயில்கொள்ளத் தொடங்கியது. காவல்மாடங்களின்மேல் எரிந்த பந்தங்கள் அங்கே நின்றிருந்த படைவீரர்களை வானில் மிதக்கும் கந்தர்வர்கள்போல் காட்டின. புரவியிலேறிய இரவுக்காவலர்கள் மெல்லிய சீர்நடையில் நடுவே சென்ற பாதையினூடாக கடந்து சென்றுகொண்டிருந்தார்கள். அரவான் "நாங்கள் திறந்த வெளியில் உறங்குவதில்லை. எப்போதும் மரப்பொந்துகளுக்குள்ளோ புற்றுகளுக்குள்ளோ உடல் ஒடுக்கி துயில்வது எங்கள் வழக்கம்" என்றான். "திறந்த வெளியில் துயில்பவை அரவுகளே இல்லையோ?" என்று ஸ்வேதன் கேட்டான். "மரக்கிளையில் உறங்குவது மலைப்பாம்பு ஒன்றுதான். ஆனால் அது தன்னை மரத்தோடு பிணைத்துக்கொண்டு மரமென்று மாறிவிட்டிருக்கும். தன்னை வெளிக்காட்டித் துயிலும் அரவொன்று இல்லை" என்றான் அரவான். "நீ இக்குடிலுக்குள் சென்று துயிலலாம்" என்றான் ஸ்வேதன். "நான் பெரும்பாலும் திறந்த வெளியிலேயே துயில்பவன், இங்கிருக்கும் இந்தக் காற்றுக்குப் பழகியவன்."

ஸ்வேதன் பாயை உதறி பெரிய கூழாங்கற்களை காலால் தட்டி அகற்றி நிலத்தில் விரித்தான். கைகளைத் தலைக்கு வைத்துக்கொண்டு மல்லாந்து படுத்து விண்மீன்களைப் பார்த்துக்கொண்டிருந்தான். குதிரைக்குளம்படிகள் அணுகிவரும் ஓசையைக்கேட்டு கையூன்றி எழுந்து பார்த்தான். மெல்லிய நடையில் அணுகிவந்த புரவியிலிருந்து சுருதகீர்த்தி இறங்கி "அரவுக்குடியினன் இங்குதான் இருக்கிறானா?" என்றான். ஸ்வேதன் "ஆம்" என்றான். சுருதகீர்த்தி இறங்கிவர உள்ளிருந்து அரவான் வெளிவந்து "வணங்குகிறேன், மூத்தவரே" என்றான். சுருதகீர்த்தி "நான் உன்னிடம் ஓர் ஆணையைக் கூறிவிட்டுச் செல்லவே வந்தேன். எந்தை கூறியது சரியென்று என் குடிலுக்குச் சென்றபோது உணர்ந்தேன். அங்கு

உடன்பிறந்தவர் இருந்தனர். மூத்தவர் பிரதிவிந்தியன் இவ்வாணையைப் பிறப்பித்தார். அதை உன்னிடம் கூறவேண்டியது என் கடமை" என்றான்.

"தந்தையின் ஆணையை மீற உனக்கு உரிமை இல்லை. இவ்விரவிலேயே கிளம்பி மீண்டும் உனது காடுகளுக்கு செல்! உன் அன்னையிடம் சொல், தந்தை உன்னை தன் மைந்தனென ஏற்று இப்படைகளுக்குள் பணியாற்ற ஒப்புதல் அளிக்கவில்லை என்று" என்றான். "நான் என் சொற்களை முன்னரே கூறிவிட்டேன், மூத்தவரே" என்றான் அரவான். "மூத்தவரை எதிர்த்துப் பேசுகிறாயா? இது பாண்டவ மைந்தர்களில் மூத்தவராகிய பிரதிவிந்தியனின் ஆணை. இன்று வரை எங்களில் எவரும் மறுத்தொரு சொல் உரைத்ததில்லை" என்றான் சுருதகீர்த்தி. "நான் என் அன்னையின் பொருட்டு மறுத்துரைக்கக் கடன்பட்டிருக்கிறேன். என் அன்னை அளித்த ஆணை மாறாதது. அதைக் கடக்க எனக்கு உரிமையில்லை" என்றான் அரவான்.

சுருதகீர்த்தி "அறிவிலி, உன் குடிக்குரிய அறிவின்மையைக் காட்டுகிறாய். இங்கு வந்து படையில் சேருவதென்றால் என்னவென்று தெரியுமா? தந்தை ஏன் அத்தனை துயரடைந்தாரென்று புரிகிறதா உனக்கு?" என்றான். "புரிகிறது" என்று அரவான் சொன்னான். சுருதகீர்த்தி என்ன சொல்வதென்றறியாமல் தடுமாறி பின் "தந்தை நீ வாழவேண்டுமென்று விரும்புகிறார். எங்களில் தந்தையின் முழுதுருவும் அழகும் அமைந்தவன் நீ. இப்புவியில் அவர் வடிவாக நீ வாழவேண்டும். நம் தந்தை உன் குடிக்கு கனிந்து அளித்த பெருங்கொடை நீ. எண்ணுக, இப்போர் முடிந்தால் இங்குள்ள அத்தனை அரசர்களும் ஆற்றல் குன்றியிருப்பார்கள்! அன்று உன் குடிக்கு நீ படைத்தலைமை ஏற்றால் நீங்கள் நெடுங்காலத்துக்குமுன் கொண்டிருந்து பின் இழந்த அனைத்தையும் மீட்க முடியும். உன் குடிக்கு நீ தலைவனாவாய். இந்நிலத்தில் வெல்லமுடியாத பேரரசனும் ஆவாய். உன் கொடிவழிகள் இங்கு சிறப்புற்று வாழும். தந்தை உனக்களித்த ஆணை அது. சற்றுமுன் தமையனும் அதையே சொன்னார்" என்றான்.

குரல் கனிய "அவை ஆணையல்ல, உளம் நிறைந்த வாழ்த்துக்கள் என்றாவது உனக்கு புரிகிறதா?" என்றான் சுருதகீர்த்தி. "ஆம், மூத்தவரே. பிற அனைத்தையும்விட எனக்குப் புரிந்தது அதுவே. ஆனால் எந்தையும் தமையனும் தெய்வங்களும்கூட என் அன்னையின் ஆணையிலிருந்து என்னை விலக்க இயலாது. இங்கு படைமுகம் நின்று தந்தையின் பொருட்டுப் போரிடவே வந்தேன். தன் பிறவிப் பெருங்கடமை ஒன்றை ஆற்ற தந்தை வில்லெடுத்து களம் நிற்கையில் வேறொன்று கருதி காட்டில் தயங்கி இருந்தேன் என்னும் இழிசொல் எனக்கு வரலாகாது. என் குடிக்கு அது பெருமையல்ல" என்றான் அரவான்.

சுருதகீர்த்தி தளர்ந்து திரும்பி ஸ்வேதனிடம் “எவ்வகையிலேனும் இந்த அறிவிலிக்கு இதை புரிய வைக்கமுடியுமா உங்களால்?” என்றான். “அவர்கள் வேறுவகை குடிகள், இளவரசே. பெரும்பாலும் இறுதி முடிவெடுத்த பின்னரே செயலைத் தொடங்குகிறார்கள்” என்று ஸ்வேதன் சொன்னான். சுருதகீர்த்தி பற்களைக் கடித்து கழுத்துத்தசைகள் இறுக “எந்தைக்கு நிமித்திகர் உரைத்த சொல்லை எண்ணி அவர் அஞ்சிக்கொண்டிருக்கிறார். அவர் மைந்தரில் எவரும் வாழமாட்டார்கள்... தெரிகிறதா? இதற்கு மேலும் சொல்லவேண்டுமா உனக்கு?” என்றான். அரவான் “ஆம், எங்கள் நிமித்திகரும் என்னைப்பற்றி அதையே உரைத்தனர்” என்றான். சுருதகீர்த்தி அரவானை சில கணங்கள் நோக்கிய பின் “இதன்பொருட்டு உன் குடி துயருறும்” என்றபின் திரும்பிச் சென்றான்.

தன் புரவியை அணுகி அதன் சேணத்தில் கால்வைத்தேறி அமர்ந்து திரும்பி அரவானைப் பார்த்து “நீ தந்தைக்குப் பெருந்துயரொன்றை அளிக்கிறாய். இப்போது தன் அறையில் அவர் துயிலின்றி இருப்பார்” என்றான். அரவான் “என் ஊழ் அது என்றால் மாற்று பிறிதில்லை” என்றான். சுருதகீர்த்தி புரவியைத் தட்டி பெருநடையில் இருளுக்குள் சென்றான். ஒருக்களித்து தரையில் கையூன்றி வானை நோக்கிக்கொண்டிருந்த அரவான் அதுவரை நிகழ்ந்த அனைத்தையும் அக்கணமே மறந்தவன்போல விண்மீன்களைப் பார்த்தான். பின்னர் சிறுகுடிலுக்குள் ஓசையிலாது நுழைந்து மறைந்தான். பாம்பென அவன் நெளிந்து உட்செல்வதாக ஒருகணம் தோன்ற ஸ்வேதன் புன்னகை புரிந்தான்.

60

காலையில் முதற்புலரியில் கரிச்சான் குரலெழுப்பும்போதே விழித்துக்கொண்ட ஸ்வேதன் தன்னைச் சுற்றி நிழல்கள்போல பாண்டவர்களின் படை அசைந்துகொண்டிருப்பதைக் கண்டான். எழுந்தமர்ந்தபோது பல்லாயிரக்கணக்கான பந்தங்களின் ஒளியில் உருவங்களும் நிழல்களும் இணைந்து பலமடங்காக பெருகிய படை பறவைமுழக்கம்போல் ஓசையெழுப்பி காலைச் செயல்களை ஆற்றிக்கொண்டிருந்தனர். அவன் எழுந்து உடலில் படிந்திருந்த புழுதியைத் தட்டினான். புலரிக்குளிரில் புழுதியை அள்ளியபடி தெற்கிலிருந்து மலைக்காற்று வீசியிருக்கக்கூடுமென்று உணர்ந்தான்.

குழலை அவிழ்த்து கைகளால் உதறி மீண்டும் சுழற்றிக் கட்டியபோதுதான் அரவானின் நினைவு வந்தது. குடிலுக்குள் நுழைந்து ஒருகணம் கழித்தே அவன் அங்கில்லை என்பதை உணர்ந்து திடுக்கிட்டான். வெளியே வந்து நான்குபுறமும் சுற்றிப் பார்த்தான். அங்குள்ள அத்தனை பேரும் வேறுவகையான உடல்களுடனும் அசைவுகளுடனும் நீருக்குள் தெரியும் பாவைகள்போல அப்பாலிருந்தனர். அவர்கள் எவரிடமேனும் எதையாவது சென்று கேட்க முடியுமென்று தோன்றவில்லை. அப்பெருந்திரளில் அரவான் எங்காவது சென்றிருந்தால் அவனாகவே திரும்பி வரும் வரை கண்டறிவதும் எளிதல்ல.

அவன் என்ன செய்வதென்றறியாமல் தன் குடிலிருந்த பகுதியை சுற்றி வந்தான். அங்கு படைவீரர்கள் காலைக்கழிப்புக்காக சுரைக்குடுவைகளில் நீருடன் நீண்ட நிரைகளாக நின்றிருந்தார்கள். இடைவரை உயரமான நான்கு தட்டிகளால் ஒருவர் அமரும்படி மறைக்கப்பட்ட சிற்றிடத்திற்குள் குழி தோண்டப்பட்டு அதன்மேல் குழியுள்ள பலகை போடப்பட்டிருந்தது.

அந்தப் படைப்பிரிவின் அனைவரும் அங்கு மலம் கழித்ததும் அந்த துளையிடப்பட்ட மரமேடையை எடுத்தகற்றி தோண்டப்பட்ட குழியை மண்ணிட்டு மூடினர். முந்தைய நாளே ஒவ்வொருவரும் தங்களுக்கெனப் பிடித்து வைத்திருந்த நீரில் முகம் கழுவி பல்தேய்த்துக்கொண்டனர். அதற்குள் அவ்வாழ்க்கை பழகிவிட்டிருந்தமையால் மிகுந்த விரைவுடன் அதை நிகழ்த்திக்கொண்டிருந்தனர்.

அவன் அங்கு நின்று பிறவற்றில் உளம் செலுத்தியபோது அவன் எண்ணத்தின் ஆழம் மறுதிசைக்கு சென்று அமைந்தது. அரவான் அக்குடிலுக்குள்தான் இருக்கிறான் என ஒரு நுண்புலன் சொன்னது. மீண்டும் குடிலுக்குள் சென்று அதன் உட்பகுதியின் மூலைகளை நன்கு பார்த்தான். விழிதூக்கியபோது சரிந்த கூரையின் இரு மூங்கில்களுக்கு நடுவே கூரையுடன் ஒட்டியதுபோல படிந்து அரவான் துயின்றுகொண்டிருப்பதைப் பார்த்தான். முதலில் ஏனென்றறியாத ஒரு நடுக்குதான் உருவாகியது. அவன் வேறோர் உயிர் என்னும் எண்ணம். பின்னர் துணிந்து கைநீட்டி அவனைத் தொட்டான்.

அவன் கைவிரல் பட்டதுமே உஸ் என்ற ஒலியெழுப்பி பல்காட்டிச் சீறியபடி அவன் நெளிந்து தலைதூக்கினான். ஸ்வேதன் கையைப் பின்னிழுத்து நகர்ந்துகொண்டான். அரவானின் விழிகள் நீள்வட்ட கருவிழியுடன் இமையா மணிகள் போலிருந்தன. அவன் உடல் அரவெனவே மூன்று நெளிவு கொண்டிருந்தது. பின் அவன் ஸ்வேதனை அடையாளம் கண்டு புன்னகைத்து “மூத்தவரே, நீங்களா?” என்றான். கைநீட்டி தூணைப்பற்றி அரவுபோல உடல் நெளித்து கீழே வந்தான் “என்ன செய்கிறாய்?” என்றான் ஸ்வேதன். “நான் நேற்று இங்கு துயில முயன்றேன். இக்குடிலின் ஓரங்களில் பதுங்கிப் பார்த்தேன். என்னால் நிலத்தில் துயில முடிவதில்லை. பொந்துகளிலோ மரக்கிளைகளிலோதான் நாங்கள் துயில்வது வழக்கம். ஆகவே மேலே சென்றுவிட்டேன்” என்று அவன் சொன்னான்.

“மேலேயா? அங்கு எப்படி துயில முடிகிறது?” என்று ஸ்வேதன் கேட்டேன். “அங்குதான் நான் இடறின்றி துயில்வேன். தரையிலிருந்தால் அனைத்து காலடி ஓசைகளும் என்னை அதிரவைத்துக்கொண்டே இருக்கும்” என்றான் அரவான். ஸ்வேதன் மேலே பார்த்து “எப்படி துயிலில் உடலோய்ந்து விழாமல் அங்கு ஒட்டியிருக்கிறாய்?” என்றான். அரவான் புன்னகைத்தான். “வருக, பொழுதாகிறது!” என்றான் ஸ்வேதன். அரவான் தன் ஆடையை சீரமைத்தபடி வெளியே வந்தான். “நமக்கான நீர் உள்ளது. விரைந்து கிளம்பு” என்றான் ஸ்வேதன். “படைகிளம்புவதற்குள் நாம் கிளம்பவேண்டும். இன்னும் சற்று நேரத்தில் இங்கிருந்து பயணம் தொடங்கினால் வெயில் எழுவதற்குள் மாமன்னர் யுதிஷ்டிரரின்

படைப்பிரிவை சென்றடைவோம். அங்குதான் இன்று அவை கூடவிருக்கிறது. முறைப்படி நம்மை சந்தித்து நமக்குரிய படையாணையை அளிக்கவேண்டியது அவரே" என்றான் ஸ்வேதன்.

"ஆம், நேற்றே சொன்னார்கள். சற்று நேரத்தில் சித்தமாகிவிடுவேன்" என்றபடி அரவான் வெளியே சென்றான். ஸ்வேதன் காலைக்கடன்களை முடித்து முந்தைய இரவே ஏவலர் அளித்த உணவுருளைகளில் இருந்து ஊன்துண்டுகளை மட்டும் எடுத்து அரவானுக்கு அளித்தான். தானும் உண்டு நீரருந்தினான். பொடித்த வஜ்ரதானியமும் உலர் ஊனும் உப்புடன் சேர்த்து உருட்டப்பட்ட அவ்வுணவு சுவையாக இருந்தாலும் விழுங்குவது கடினமாக இருந்தது. அரவான் அதை மூன்று கவளங்களிலாக அப்படியே விழுங்கிவிட்டான்.

நடுநடுவே நீரருந்தியபடி உண்டுகொண்டிருந்த ஸ்வேதன் "விழுங்கி விட்டாயா?" என்றான். "ஆம்" என்று அரவான் சொன்னான். "நேற்றும் பார்த்தேன், நீ ஊனுணவுகளை அவ்வாறே விழுங்கிவிடுகிறாய். ஆனால் அவை சிறுதுண்டுகளாக இருந்ததால் அத்தனை வேறுபாடு தெரியவில்லை" என்றான் ஸ்வேதன். "நாங்கள் உணவை விழுங்குவதுதான் வழக்கம்" என்றான் அரவான். "நெஞ்சில் அடைத்துக்கொள்ளாதா?" என்று ஸ்வேதன் கேட்டான். "இல்லையே? அவ்வாறு ஆவதில்லை" என்றபின் "நீங்கள் ஒவ்வொரு கவளத்திற்கும் நீரருந்துவதுதான் எனக்கு விந்தையாக உள்ளது" என்றான். ஸ்வேதன் ஒருகணத்திற்குப் பின் "ஆம், பாம்புகள் நீரருந்துவதில்லை" என்றான்.

ஸ்வேதன் தன் புரவியில் ஏறிக்கொண்டான். அரவான் அவனுடன் இணைவிரைவுடன் நடக்க அவர்கள் படைநடுவே செல்லத்தொடங்கினர். தொலைவில் கொம்போசை எழுந்தது. உடன் முரசு எழுந்து இணைந்துகொண்டது. கொம்பும் முரசும் கலந்த ஓசை ஒற்றைச்சொல்லென ஒலித்து எதிரொலிகளாகப் பெருகி படைமுழுக்க பரந்து தழுவியது. அவ்வோசை சென்று தொட்ட இடமனைத்தும் படையின் அசைவில் எழுந்த மாற்றத்தை விழிகளால் பார்க்க முடிந்தது. அரவான் "நீர்ப்பரப்பின்மீது காற்று படுவதுபோல் இந்த ஓசை கடந்து செல்கிறது" என்றான். மறுகணமே அந்தப் படைகளின் மாற்றத்தை சிற்றலையின் வண்ணக்குலைவாக ஸ்வேதன் பார்த்தான். கண்மூடியபோது முரசொலியை அப்படை தன் குரல்முழக்கத்தால் எதிர்கொள்வதுபோல் தோன்றியது. அவன் எண்ணுவதற்குள்ளே அரவான் "ஓசையை குகைகள் முழக்கமாக மாற்றிக்கொள்வதுபோல" என்றான்.

ஸ்வேதன் கண்ணைத் திறந்து "உன் ஒப்புமைகளைக் கொண்டே இனி நான் இப்புவியைப் பார்க்கமுடியும் போலுள்ளது" என்றான்.

படைப்பிரிவுகள் அணிவகுத்துக்கொண்டிருந்தன. அவர்கள் நூறு வாரை செல்வதற்குள் அப்பெரும்படை முழுமையாகவே சீர்கொண்டுவிட்டிருந்தது. "அரைநாழிகைக்குள் இத்தனை ஆயிரம்பேர் பிழையின்றி அணிவகுப்பதென்பது நெடுநாள் பயிற்சியினூடாக அமைவது" என்று ஸ்வேதன் சொன்னான். "ஆனால் அப்பயிற்சியைப் பெரும்பொருட்டு அதற்கு முன்னரே பயிற்சிகொண்ட உள்ளம் அவர்களிடம் இருக்கவேண்டும். அது தலைமுறைகள்தோறும் கைமாறி வந்தணைய வேண்டும். அப்போது மட்டுமே பயிற்றுவிக்க முடியும்."

"யானைகளைப் பயிற்றுவிக்க முடியும், காட்டெருமைகளைப் பயிற்றுவிக்க முடியாதென்பார்கள்" என்றான் அரவான். ஸ்வேதன் "ஆம். இங்கு வந்துள்ள நிஷாதர்களிலும் கிராதர்களிலும்கூட பயிற்றுவிக்கவே முடியாத சிலர் இருந்தனர். அவர்களை தனிப்படைப்பிரிவாக பின்புறம் சேர்த்துக்கொண்டிருக்கின்றனர் என்று அறிந்தேன்" என்றான். அரவான் "எங்கள் படைகளை இவ்வாறு ஒற்றைப் பேருடலென மாற்ற முடியாது. பாம்புகள் ஒவ்வொன்றும் தனிநெளிவு கொண்டவை. நூறு பாம்புகள் செல்வதைக் கண்டால் உங்களுக்கு புரியும், அவை நூறு நெளிவுகளாகவே இருக்கும். அவற்றின் உடலிலுள்ள அவற்றுக்குரிய அந்நெளிவு பிறவியிலேயே அவற்றுக்கு வருவது. அதை அவற்றின் நுண்ணுடல் என்று எங்கள் மூத்தோர் கூறுவர்" என்றான்.

"தெய்வங்கள் காற்றிலும் ஒளியிலும் நீரிலும் இருந்து அசைவுகளை எடுத்து கலந்து அறியா வெளியில் ஒரு நாகத்தை செய்கின்றனர். உடலற்ற வெறும் நெளிவு அது. பின்னர் முட்டைக்குள் கருத் துளியென இருக்கும் ஒரு நாகத்திற்கு அதை அளிக்கின்றனர். அந்த நுண்நாகத்தை கருவடிவிலிருக்கும் பருநாகம் பெற்றுக்கொண்ட பின்னரே அது வளரத் தொடங்குகிறது. முட்டைக்குள் அதன் முதல் அசைவு நிகழ்ந்ததுமே முட்டை உடையத் தொடங்குகிறது. வெளிவந்து விழுந்ததும் தரையில் தனக்குரிய தனி நெளிவை அது நிகழ்த்துகிறது" என்றான் அரவான்.

காலையொளி எழத்தொடங்கியதும் படை ஏரிப்பரப்பென வெள்ளி மின்னல்களால் நிறைந்தது. "ஒவ்வொரு கவசப்பரப்பிலும் இப்படை பாவை ஒளிப்பு கொண்டுள்ளது. ஒவ்வொருவரும் தன் உடலில் இப்படையை ஏந்தியிருக்கிறார்கள்" என்று அரவான் சொன்னான். பின்னர் "விந்தைதான்! ஒவ்வொரு வேல்முனையிலும் இப்படை உள்ளது. ஒவ்வொருவர் விழிமணிகளிலும் இப்படை இருக்கும்" என்றான். ஸ்வேதன் "என் இளையோன் இருந்திருந்தால் அடுமனையிலிருந்து கற்ற எதையாவது சொல்லியிருப்பான்" என்றான்.

காவல்மாடங்களுடன் மாளிகைகளுடன் அப்படை அவர்களைச் சூழ்ந்து பெருகிச்சென்றது. அத்தனைமுறை வியந்த பின்னரும் அவன்

அந்த வியப்பில் மீண்டும் திளைத்தான். ஒவ்வொரு படைப்பிரிவுக்கும் எல்லையென அமைக்கப்பட்ட காவல்மாடத்தில் முத்திரைக் கணையாழிகளையும் ஆணையோலைகளையும் காட்டி அவர்கள் கடந்து சென்றனர். “மேலும் மேலுமென ஒவ்வொருவரும் இப்படையின் ஒரு பகுதியாக மாறிக்கொண்டிருக்கிறார்கள்” என்றான் அரவான்.

ஸ்வேதன் “படைக்கு அவ்வல்லமை உண்டு. அதன் பெரும்பரப்பு அசைவுகளின் ஒத்திசைவு. ஒவ்வொரு தனிப்படைவீரனையும் அவன் ஆளுமையை அழித்து தன்னுள் கலந்துகொள்கிறது. இவர்களில் ஒருவரை நிறுத்தி நீ யாரென்று கேட்டால் தன் படைப்பிரிவின் பெயரையும் எண்ணிக்கையையும் மட்டுமே சொல்வார். எவரும் பிறிதெதையும் எண்ணுவதில்லை” என்றான். “படைகளுக்குச் சென்றுவந்தவர்கள் சொல்லி கேட்டிருக்கிறேன். படைப்பிரிவில் வரும் ஆழ்துயில்போல எங்கும் வருவதில்லை. ஏனெனில் முற்றிலும் கடந்தகாலம் அகன்றுவிடும் போது உள்ளம் எச்சமின்றி கரைந்தழியும் நற்துயில் அமைகிறது. உள்ளமென்பது நினைவுகளின் பெருந்தொகுதிதான். அரவின் வால் வாயால் கவ்வப்படுவதுபோல் அதன் ஒருமுனையைப் பிறமுனை கவ்வி எதிர்காலம் என்றாகிறது. அப்பெருஞ்சுழல் நின்றுவிடுவதுபோல் இனிய நிலை வேறில்லை.

“தவத்தோர் அதையே ஊழ்கம் என்று சொல்கிறார்கள். படையிலமைதல் ஒருவகை ஊழ்கம். இறப்பு அருகிலிருக்கிறது. அதைவிடக் கொடிது உடற்சிதைவும் வாழ்நாளெல்லாம் எஞ்சும் அதன் துயரும். ஆயினும் படையில் மானுடர் மகிழ்ச்சியுடனிருக்கிறார்கள். போருக்குச் சென்றுவந்தவர் பின்னர் போரைப்பற்றி அன்றிப் பிறிதெதையும் பேசுவதில்லை. மானுடம் காதலைவிட உறவுகளைவிட பெருவிழவுகளையும் பேரழிவுகளையும்விட போரைப்பற்றியே மிகுதியாக பேசியிருக்கிறது. நம் சூதர் பாடல்களில் பெரும்பகுதி போர்களின் விவரிப்பே.” ஸ்வேதன் சொன்னான்.

“போரில் அல்ல, படையென்றாவதில் மானுடர் கொள்ளும் பேருவகை ஒன்றுள்ளது. ஒவ்வொருவரும் தங்களில் உள்ள குறையொன்றை பிறரைக்கொண்டு நிரப்புகிறார்கள். தந்தையை மைந்தரும் கணவனை மனைவியும் தனியனை குடியும் நிரப்புவர். நிரம்பா இடைவெளிகள் பல. ஆயின் படை ஒவ்வொருவரையும் எச்சமின்றி நிரப்பிவிடுகிறது. ஆற்றில் விழுந்து நிறைந்து அமிழ்ந்து செல்லும் சிறுகுடுவைகளாகிவிடுகிறார்கள் மானுடர்” என்றபின் நகைத்து “நூல்களில் பயின்றது. நூல்கள் நேர்காண்கையில்தான் மெய்ப்பொருள் கொள்கின்றன” என்றான் ஸ்வேதன்.

யுதிஷ்டிரரின் மையப் படைப்பிரிவிற்கு அவர்கள் இளவெயில் வெம்மைகொள்ளத் தொடங்கும்போது சென்று சேர்ந்தனர். அவர்கள்

செல்லும் செய்தி முன்னரே புறாக்களினூடாக அங்கு சென்றடைந்திருந்தது. தலைக்குமேல் பரந்திருந்த காற்றலைகளில் அப்படையை ஆளும் ஆணைகள் புறாக்களினூடாக மிதந்து கொண்டிருந்தன. "நம்மை ஆளும் சொற்கள்" என ஸ்வேதன் புறாக்களை சுட்டிக்காட்டினான். அரவான் "ஆம், புறாக்களினூடாக செய்திகள் சென்றடையுமென்று நான் அறிந்திருக்கிறேன். அப்புறாக்களுக்கு அச்செய்தி தெரிவதில்லை என்று என் அன்னை சொன்னாள்" என்றான்.

"புறாச்செய்திகள் முதன்மையான ஆணைகளை மட்டும் கொண்டு செல்கின்றன" என்றான் ஸ்வேதன். "ஒருவருக்கான புறா பிற எவரிடமும் செல்வதில்லை. அவர் எங்கு இடம் மாறினாலும் தேடிச் சென்று அவர் தோளில் மட்டுமே அமரும். அவர் துயின்றிருந்தால் காத்திருக்கும், மயங்கியிருந்தாலோ இறந்திருந்தாலோ திரும்பி வந்துவிடும். அவ்வேறுபாடு அவற்றுக்குத் தெரியும்." அரவான் வானை பார்த்தபடி வந்தான். "கழுகுகளும் செய்தி கொண்டு செல்கின்றன. இந்திரப்பிரஸ்தத்திலிருந்தும் அஸ்தினபுரியிலிருந்தும் உபப்பிலாவ்யத்திலிருந்தும் வரும் செய்திகளை அவை கொண்டு வருகின்றன" என்றான் ஸ்வேதன்.

அரவான் திரும்பி "ஏன் நாகங்களை செய்தி கொண்டுசெல்ல பழக்கலாகாது? புறாக்கள் விண்ணில் செல்வதைப்போல அவை காலடியில் செய்திகளுடன் சென்றிருக்குமே?" என்றான். ஸ்வேதன் சிரித்து "இதுவரை எவரும் அதற்கு முயலவில்லை என்று எண்ணுகின்றேன்" என்றான்.

யுதிஷ்டிரரின் படைப்பிரிவின் பொறுப்பாக யௌதேயனும் நிர்மித்ரனும் இருந்தார்கள். புரவியை ஏவலரிடம் அளித்தபின் யுதிஷ்டிரரின் அலுவல்மாளிகை முன் அவர்கள் சென்று நின்றதுமே யௌதேயன் நிமிர்ந்து ஒருகணம் அரவானை நோக்கினான். களைப்பால் அவன் கண்கள் தளர்ந்தவைபோல் இருந்தன. ஸ்வேதன் முகமன் சொல்வதற்குள் "நீங்கள் அந்த மையமாளிகைக்கு அருகே இருக்கும் சிறுமாளிகையில் அமர்ந்திருக்கலாம். இன்று அரசரின் அவை எட்டு நிகழ்வுகளாக ஒருங்கமைக்கப்பட்டுள்ளது. முதல் நிகழ்வில் அவர் ஒற்றர்களை சந்திக்கிறார். இரண்டாம் நிகழ்வில் படைத்தலைவர்கள் சந்திப்பு நிகழ்கிறது. மூன்றாவது சந்திப்பில்தான் படைசூழ்கைகள் குறித்த பேச்சு நிகழும். உங்களை மூன்றாவது சந்திப்பில் அழைக்க வாய்ப்பு மிகுதி. ஆனால் எப்போதுமே நீங்கள் சித்தமாக இருப்பது நன்று" என்றான்.

ஸ்வேதன் தலைதாழ்த்தி "காத்திருக்கிறோம்" என்றான். யௌதேயன் மீண்டும் அரவானைப் பார்த்தபின் "இவரை பார்க்க ஒருவேளை தந்தை விரும்பக்கூடும். நேற்று அவரிடம் வந்த ஓலைச்செய்தியில் இவர் சிறிய

தந்தையின் இளைய வடிவம் போலிருக்கிறார் என்று ஒரு வரி இருந்தது. அதை தந்தை மிக விரும்பியதாக முகக்குறி காட்டியது" என்றான். அரவான் புன்னகைத்தான். யௌதேயன் "நீ இளமையில் சுருதகீர்த்தி இருந்ததுபோல் இருக்கிறாய் என்று எனக்கு தோன்றுகிறது. எங்களில் அவனே அழகன். நாங்கள் அனைவரும் அவனை நோக்கி மகிழ்வதுண்டு" என்றான். "நீ அவனைப் பார்த்தாயல்லவா?"

"ஆம்" என்றான் அரவான். "எனக்கு தனிச்செய்தி அனுப்பியிருந்தான். எங்கள் அனைவருக்குமே உன் வருகை மகிழ்ச்சி அளிக்கிறது. ஆனால் நாம் எந்த மகிழ்ச்சியையும் கொண்டாடக்கூடாது. படைகளில் இருக்கையில் உறவுகள் கொண்டாடக்கூடாது என நெறி உள்ளது. நீ முன்னரே வந்திருக்கலாம்" என்றான் யௌதேயன். "உன்னை படையில் சேர்த்துக்கொள்ளலாகாது என்றும் உன் குலத்துக்கு நீ எஞ்சவேண்டும் என்றும் சிறிய தந்தை விரும்புகிறார். அவர் அதை எண்ணுவதற்குள்ளே அவ்வெண்ணத்தை சுருதகீர்த்தி அடைந்திருக்கிறான்" என்று யௌதேயன் சொன்னான். அரவான் "என் பணி இங்கு போரில் ஈடுபடுவதே. என் அன்னையின் ஆணை" என்றான்.

"நீ நாகமணிபோல் அரிதாகவும் அழகாகவும் இருக்கிறாய் என்று சுருதகீர்த்தியின் ஓலையில் எழுதப்பட்டிருந்தது. படைப்பிரிவில் அருமணியும் ஒரு கூழாங்கல்லே. அடுக்கிக் கட்டலாம், பொறுக்கி எறிந்து தாக்கவும் செய்யலாம். மணிமுடியில் சூடவேண்டிய வைரம் இங்கு எடையும் கூரும் மட்டுமே" என்றான். அரவான் "நான் என் முடிவை அவரிடம் தெரிவித்துவிட்டேன்" என்றான். "எவ்வாறாயினும் இறுதி முடிவை எடுக்கவேண்டியவர் தந்தை. அவர் முடிவு இளைய யாதவரின் எண்ணப்படியே அமையும். அதற்கு நீயும் நானும் இப்படையிலுள்ள ஒவ்வொருவரும் கட்டுப்பட்டவர்கள்" என்றான். அரவான் "நான் என் அன்னைக்கு மட்டுமே கட்டுப்பட்டவன்" என்றான். அந்த மறுமொழியை எதிர்பாராத யௌதேயன் திகைத்து பின் புன்னகைத்து "நன்று" என்றான்.

ஸ்வேதன் தலைவணங்கி "செல்கிறோம்" என்று சொல்லி முன்னால் சென்றான். யௌதேயன் இயல்பாக கைநீட்டி அரவானின் தோளில் தொட்டு "எங்கள் மொழியை நன்கு பேசுகிறாய்" என்றான். பின்னர் திரும்பி தன் காவல்நிலைக்கு சென்றான். நிர்மித்ரன் "உனக்கு இரவுணவு பிடித்திருந்ததா?" என்றான். அரவான் "நான் ஊனுணவை மட்டுமே உண்பவன்" என்றான். "ஆம், அதையும் ஓலையில் சொல்லியிருந்தான். அவ்வாறே உனக்கு உணவு அளிக்க மூத்தவர் ஆணையிட்டுள்ளார்" என்றபின் தவறி கையெடுப்பதுபோல அரவானின் தோளைத் தொட்டான். "செல்க!" என்றான்.

கடந்து செல்கையில் ஸ்வேதன் சிரித்துக்கொண்டிருந்தான். அரவான் “ஏன் நகைக்கிறீர்கள்?” என்று கேட்டான். “ஒன்றுமில்லை” என்றபின் ஸ்வேதன் “உன்னைப் பார்த்த முதற்கணமே அவர்கள் நெஞ்சோடு தழுவிவிட்டார்கள். படைப்பிரிவின் நெறிகள் அதை ஒப்புவதில்லை என்பதனால் தவிர்த்தார்கள். நூறுமுறை எண்ணி கணக்கிட்டு மெல்ல தோள்தொட்டு அதை நிறைவேற்றினார்கள்” என்றான். அரவான் புன்னகைத்தபடி “அத்தொடுகையில் அது இருந்தது” என்றான். “விந்தைதான்! எவரென்றே தெரியாதவரெனினும் குருதி தொட்டுக்கொள்ள விழைகிறது” என்றான் ஸ்வேதன்.

அவர்கள் சிறிய குடிலருகே சென்றனர். அதில் படைத்தலைவர்கள் மூவர் முன்னரே காத்திருந்தனர். அவர்கள் இருவரும் படிகளில் ஏறி அங்கிருந்த பீடத்தில் அமர்ந்தனர். படைத்தலைவர்களின் நோக்கு அரவானைத் தொட்டதுமே மாறுவதை ஸ்வேதன் கண்டான். அவர்கள் சொல்லின்றி தலைவணங்கினர். ஒருவரை ஒருவர் விழிகளால் நோக்கிக்கொண்டனர். அரவான் ஸ்வேதனிடம் நெருங்கி அமர்ந்து “இவர்களின் ஆடைகளிலிருந்து எந்தப் படைப்பிரிவென்று சொல்லிவிடமுடியுமா?” என்று மெல்ல கேட்டான்.

“படைப்பிரிவுகள் அனைத்திற்கும் தனி அடையாளங்களும் பெயர்களும் அளிப்பது வழக்கம். பாண்டவர்களின் படைகள் முழுக்கவே இலைகளாகப் பிரிக்கப்பட்டுள்ளன. இதோ இவர் மூன்றிலை படைப்பிரிவை சேர்ந்தவர். அதற்குக் கீழிருக்கும் எண் அவர்களுடைய பெயருக்கு நிகரானது. மின்படைக் குறியின் கீழ் இரண்டு கோடுகள் பொறிக்கப்பட்டுள்ளதால் இவர் இரண்டாம் நிலையினர். இவ்வண்ணம் ஏழு நிலைவரை உண்டு. எளிய படைவீரன் ஏழாம் நிலையினன்” என்றான் ஸ்வேதன். “இவர் அணிந்திருக்கும் கவசத்தின் வலப்பக்கம் சிந்துநாட்டின் கரடி முத்திரை உள்ளது. அதன் கீழ் உள்ள சுருள்கொடி அவருடைய தனி முத்திரை. பெரும்பாலும் அது அவருடைய குடியின் அடையாளமாக இருக்கும். இக்கவசத்தைக் கொண்டே இவர் சிந்து நாட்டில் எக்குடியில் எவ்வூரைச்சேர்ந்தவர் என்று கண்டுபிடிக்கமுடியும். இந்தப் படைப்பிரிவின் எப்பிரிவில் எந்நிலையிலுள்ள எவ்வீரர் என்றும் அறியமுடியும்.”

அரவானின் காதில் மட்டும் விழும்படி அவன் பேசிக்கொண்டிருந்தான். அங்கிருந்த காத்திருத்தலின் இறுக்கத்தைக் கடக்க அப்பேச்சு உதவியது. அரவானிடம் சொல்வதுபோல அவனே அச்செய்திகளை சேர்த்துக்கொண்டிருந்தான். “இந்தக் கவசத்திற்கு ஓர் எண்ணுண்டு. அந்த எண் இவருடைய மணிக்கட்டில் பச்சை குத்தப்பட்டிருக்கும். இக்கவசமின்றி இவர் களத்தில் விழுந்து கிடந்தால்கூட அவ்வெண்ணைக்கொண்டு

இக்கவசத்தைக் கண்டெடுக்கலாம். அதில் இவருடைய செய்திகள் அனைத்தும் இருக்கும். களத்தில் அடையாளம் காணாமல் ஓருடல்கூட மறைவு செய்யப்படலாகாதென்பது தொல்நெறி” என்று ஸ்வேதன் சொன்னான்.

அரவான் எண்ணுவதை உடனே உணர்ந்துகொண்டு ஸ்வேதன் “ஆம், ஒருவர் உடல் துண்டுபடக்கூடும். ஆகவே நெஞ்சு தோள்கள் கால்கள் என ஐந்து இடங்களில் அந்த எண் பச்சை குத்தப்பட்டிருக்கும்” என்றான். “போருக்குமுன் கவசங்களிலும் உடலிலும் எண்களையும் குறிகளையும் எழுதும் பணி பலநாட்கள் தொடர்ந்து நடக்கும். படைகளில் அது பெரிய சடங்கு. குலத்தையும் குடியையும் இளமையிலேயே பொறித்திருப்பார்கள். அரசுப்படைவீரனுக்குரிய முத்திரையும் அவன் உடலில் முன்னரே இருக்கும். இப்போருக்குரிய படைமுத்திரையை அவர்களின் படைக்களரியில் களரிதெய்வங்களுக்கு குருதிபலி கொடுத்து களரிஆசிரியர் தொட்டுக்கொடுக்க கூராணி எடுத்து பொறித்துக்கொள்வார்கள்.

“முறைப்படி செய்திகள் உடலிலும் கவசங்களிலும் படைக்கலங்களிலும் பொறிக்கப்பட்ட வீரன் எழுதப்பட்ட ஓலை ஆகிவிடுகிறான் என்பது நம்பிக்கை. அவன் தெய்வங்களுக்கு அனுப்பப்பட்டவன். அவன் திரும்பி வரும்போது மீண்டும் விரிவான படையல் பூசனைகளுக்குப் பின் அவனுக்கு இப்போருக்கென அளிக்கப்பட்ட அடையாளங்கள் அழிக்கப்படும்” என்றான் ஸ்வேதன். அரவான் “ஏன் அவ்வாறு அடையாளம் காணப்படவேண்டும்?” என்றான். “ஒருவன் படையில் படுவான் எனில் அவன் குலம் அதை அறியவேண்டும். இங்கு அவன் எரிமறைவோ மண்மறைவோ செய்யப்பட்டாலும் அவன் குடியில் அவனுக்கொரு நடுகல் அமையவேண்டும். அங்கு அவன் கொடிவழியினர் ஆண்டுதோறும் ஊனும் கள்ளும் செம்மலர்களும் படைத்து பலிக்கொடை நிகழ்த்தி குறுமுழவு மீட்டி அவன் களம்பட்ட செய்தியைப் பாட்டாகப் பாடவேண்டும். இங்கு அவனை மண்ணுக்கோ நெருப்புக்கோ அளிக்கையில் அவன் பெயர் சொல்லி குலத்தையும் ஊரையும் உரைத்து விடையளித்து இறுதிச் செயல் முடிக்கவேண்டும்” என்றான்.

அரவான் பெருமூச்சுவிட்டான். “உங்கள் குடியில் மறைந்தவர்களுக்கு நடுகற்கள் நாட்டுவதுண்டா?” என்றான் ஸ்வேதன். “இல்லை” என்று அவன் சொன்னான். “எப்படி நினைவுகூர்வார்கள்?” என்றான் ஸ்வேதன். “எங்கள் தொல்கதைகளின்படி நாங்கள் மண்ணுக்கு மேலே வந்து மானுடர்களின் தலைகளை மட்டும் சூடிக்கொண்ட நாகங்கள். மறைந்தவர்களின் தலையை மட்டும் வெட்டி இங்கே களிமண்ணால் ஆன பீடத்தில் வைப்பார்கள். உடலைப் புதைத்துவிடுவார்கள்.

அவை கீழே நிலத்தின் வேர்வெளியாக செறிந்திருக்கும் நாகருலகுக்கு சென்றுவிடும். தலை மட்டும் பதினெட்டு நாட்கள் பூசனை செய்யப்படும். பின் அதன்மேல் ஒரு கலத்தை வைத்து மூடுவார்கள். ஓராண்டுக்குப் பின் அங்கே வெள்ளோடு எஞ்சும். அதை கொண்டுசென்று வடகிழக்கே இருக்கும் மூதாதையரின் தலையோடுகளின் பெருங்குவியலுடன் சேர்ப்பார்கள்” என்றான் அரவான்.

61

யுதிஷ்டிரரின் அவைமாளிகையை அங்கிருந்து நோக்க முடிந்தது. அவர்கள் அமர்ந்திருந்த கூடமும் ஒழுகியமையால் அது அசைவிலாது நிற்பதுபோலவும் அப்பாலுள்ள வான்புலத்தை நோக்கியபோது ஒழுகுவதுபோலவும் விழிகளுடன் விளையாடியது அது. அதன் பேருருவே அது அசையாது என்னும் எண்ணத்தை உள்ளத்துக்கு அளிப்பதை ஸ்வேதன் உணர்ந்தான். சின்னஞ்சிறுபொருட்கள் அசைவிலாதிருந்தாலும் உள்ளம் அதே துணுக்குறலை அடைகிறது. மரத்தரைகளில் அறையப்பட்டுள்ள ஆணிகளில் கால்கள் முட்டிக்கொண்டு புண்ணாவதை அவன் பலமுறை நோக்கியதுண்டு.

பதினெட்டு காளைகளால் இழுக்கப்பட்டு நாற்பத்தெட்டு சகடங்களின் மேல் மெல்லிய அதிர்வுடன் ஒழுகிக்கொண்டிருந்த அம்மாளிகையைப் பார்த்தபடி அரவான் "அங்குதான் அரசர் சந்திப்பு நிகழ்த்துகிறார் என்று தோன்றுகிறது" என்றான். "ஆம், இப்போது ஒற்றர்களிடம் உரையாடிக்கொண்டிருக்கிறார் என்றனர்" என்று ஸ்வேதன் சொல்லி மீண்டும் புன்னகைத்தான். "என்ன? ஏன் புன்னகைக்கிறீர்கள்?" என்று அவன் காலைத் தொட்டான் அரவான். "இளைய பாண்டவமைந்தர் என்னைப் பார்த்ததுமே அவர்களில் ஒருவர் என்று எண்ணிவிட்டார். இல்லையேல் அங்கு என்ன நிகழ்கிறதென்று என்னிடம் சொல்லியிருக்கமாட்டார்" என்றான். "இதெல்லாம் எத்தனை எளிதாக முடிவெடுக்கப்படுகிறது! இம்முடிவு இவ்வாறு எடுக்கப்படவில்லை என்றால் எண்ணுவதும் இறுதிசூழ்வதும் எத்தனை கடினமானது!"

"ஆம்" என்று அரவான் புன்னகைத்தான். "என் அன்னை சொல்வதுண்டு, செவியும் கண்ணும் வெளியுலகிலிருந்து உள்ளே வருகின்றன. நாவும்

மூக்கும் உள்ளிருந்து வெளியுலகுக்கு செல்கின்றன. சுவையும் மணமுமே முடிவெடுக்க உதவவேண்டும் என்று” என்றான். பின்னர் “இத்தனை முறை ஒழுகும் மாளிகைகளை நோக்கியும்கூட இதன் விந்தை விழிக்கு சலிக்கவில்லை” என்றான். “வங்கநாட்டில் கங்கையின் அழிமுகத்தில் மிதக்கும் ஊர்கள் உண்டு. அங்கே வாழ்பவர்கள் நிலத்துக்கு வந்தால் நிலைகொள்ளாமல் தவிப்பதுண்டு. அமர்ந்து வாயுமிழ்பவர்களையும் கண்டிருக்கிறேன்” என்றான் ஸ்வேதன்.

“ஆம், அவர்கள் பீதர்குருதி கொண்ட மக்கள் என்று கேட்டிருக்கிறேன்” என்றான் அரவான். “அனைத்தும் அறிந்துள்ளாய்” என்று ஸ்வேதன் சொன்னான். “என் அன்னை என்னிடம் எப்போதும் பேசிக்கொண்டே இருப்பாள். இளமைமுதல் நாகசூதர்களின் கதைகள் கேட்டு வளர்ந்தவர்கள் நாங்கள் இருவருமே” என்றான் அரவான். “உங்களுக்கு எதற்கு வெளியுலகு?” என்றான் ஸ்வேதன். “நாகம் வளைக்குள் உடல்சுருட்டி வைக்கையிலும் தலையை வாயிலில் வைத்து வெளியே விழிநட்டு அமர்ந்திருக்கும். காட்டில் நாகமறியாத எதுவும் நிகழ்வதில்லை” என்று அரவான் சொன்னான்.

மீண்டும் மாளிகையை நோக்கி “வழியில் இந்தப் பெருமாளிகை போவதற்கு இடமில்லை என்றால் என்ன செய்வார்கள்? இதை எப்படி படகுகளில் ஏற்றுவார்கள்?” என்றான். “வெறும் நாற்பத்தெட்டு மரக்கொளுவைகளால் இணைக்கப்பட்டது இம்மாளிகை. இரண்டு தச்சர்களால் அரைநாழிகையில் இந்த மாளிகையை பலகைகளாகவும் சகடங்களாகவும் மாற்றிவிடமுடியும்” என்று ஸ்வேதன் சொன்னான். “மீண்டுமொரு அரைநாழிகையில் மாளிகையாக மாற்றிவிடுவார்கள்.” அரவான் “உரகங்களில் ஒருவகை செல்வழியின் அளவுக்கேற்ப சிறிதாகும். தேவையென்றால் தன்னை துண்டுகளாக ஆக்கிக்கொண்டு மறுபக்கம் சென்று மீண்டும் இணையும் என்று ஒரு கதை உண்டு” என்றான். “நாகருலகில் அனைத்துக்கும் கதைகள் உள்ளன” என்றான் ஸ்வேதன்.

ஸ்வேதன் அம்மாளிகையை மீண்டும் நோக்கியபோது அதன் பேருரு அவனை திகைப்புகொள்ளச் செய்தது. “இங்கு போர்ச்சிற்பிகள் சில ஆயிரம் பேராவது இருப்பார்கள். அவர்களால் நாம் நோக்கி நின்றிருக்கையிலேயே கங்கைக்குக் குறுக்காக ஆயிரம் பெரும்படகுகளை நிறுத்தி இணைத்துக்கட்டி அவற்றின் மேல் பலகைகளை அடுக்கி ஒரு பாலத்தை அமைக்க முடியும். படைகள் மறுபக்கம் வந்தவுடனேயே பலகைகளைக் கழற்றி படகுகளை வண்டிகளில் அடுக்கி கிளம்பிவிட முடியும்” என்று ஸ்வேதன் சொன்னான்.

“இவை மிக எடைகுறைவான பலகைகள்” என்றான் அரவான். “நன்கு பார்! இவை பலகைகளே அல்ல” என்று ஸ்வேதன் சொன்னான். தரையை

சிலகணங்கள் கூர்ந்து பார்த்தபின் எழுந்து அரவான் “ஆம், மூங்கில்கள்!” என்றான். “நன்கு முற்றி மணியோசை எழும் மூங்கில்களை பிளந்து பரப்பி பெரிய உருளைகளால் உருட்டி பலகைகளென மாற்றுகிறார்கள். இவை யானை நின்றாலும் ஒடியாத அளவுக்கு எடைதாங்கும். ஒரு பெரும்பலகையை ஒரு மனிதன் தன் கையால் எளிதில் தூக்கி அடுக்கிவிடமுடியும். இவற்றை மடிக்கவும் முடியும் சுருட்டவும் முடியும்” என்று ஸ்வேதன் சொன்னான். அரவான் அப்பலகைகளை கைகளால் தடவி நோக்கி “நேற்றுகூட எண்ணினேன், இது எந்த மரப்பலகை என்று. வெண்கலம்போல் பொன்மினுப்பு கொண்டுள்ளது” என்றான்.

யுதிஷ்டிரரின் மாளிகை முகப்பில் வந்து நின்ற காவலன் சிறு கொம்போசையை எழுப்பினான். உள்ளிருந்து ஒற்றர்கள் ஒவ்வொருவராக வெளியே வந்து ஓசையில்லாமல் புரவிகளிலேறி கலைந்து சென்றனர். காற்றில் சருகுகள் பறப்பதுபோல என ஸ்வேதன் எண்ணினான். அடுத்த கொம்போசைக்காக அவன் புலன்கள் காத்திருந்தன. இருமுறை பெருமூச்சுவிட்டு அத்தருணத்தின் இறுக்கத்தை கடந்தான். மீண்டுமொருமுறை கொம்புகள் ஒலித்தன. அம்மாளிகையிலிருந்து புரவியிலேறி அணுகி வந்த வீரன் “இந்திரப்பிரஸ்தத்தின் அரசரின் ஆணை! அரசுசூழ் அவை கூடவிருக்கிறது. அதில் குலாடகுடியின் இளவரசர் ஸ்வேதனும் உடன் வந்த நாகர்குல இளவரசன் அரவானும் அவைமுகம் கொள்க!” என்று அறிவித்தான்.

அரவான் பதற்றத்துடன் எழுந்துகொண்டு உடனே தயங்கி நின்று “எனக்கு முறைமைகள் எதுவும் தெரியாது. தாங்கள் செய்வதை அவ்வண்ணமே நானும் செய்கிறேன்” என்றான். ஸ்வேதன் “எந்த முறைமையும் தேவையில்லை. நீ பார்க்கப் போவது மும்முடி சூடி இந்திரப்பிரஸ்தத்தின் அரியணையில் அமர்ந்த அரசரை அல்ல. உனது மூத்த தந்தையை. அவர் பேரறத்தார், பேரன்பினர் என்பதை அறியாதவர் இல்லை. சென்றதும் கால் தொட்டு வணங்கி அருகே நில். அவர் உன்னை உடல் சேர்த்தணைத்துத் தழுவிக்கொள்வார்” என்றான். அரவான் அச்சம் விலகா முகத்துடன் தலையசைத்தான்.

எழுந்து அணுகியதும் மாளிகையின் சகடங்கள் பெரிதெனத் தெரிந்தன. எறும்புத்திரளால் இழுத்துச்செல்லப்படும் உணவுத்துணுக்கு என ஸ்வேதன் எண்ணினான். கீழிருந்து பார்க்கையில் தேரட்டையின் கால்கள்போல அதன் சகடங்கள் நிரையாக சென்றன. அதன் பின்னால் தானும் நகர்ந்துகொண்டிருந்த முற்றத்தில் தேர்களும் புரவிகளும் ஒவ்வொன்றாக வந்து நிற்க அவற்றிலிருந்து அரசர்களும் படைத்தலைவர்களும் இறங்கி பாண்டவ மைந்தர்களால் வரவேற்கப்பட்டு முகமனுரைகளுடன் உள்ளே அழைத்துச் செல்லப்பட்டனர். பெரும்பாலான வீரர்கள்

ஒளிரும் கவசங்கள் அணிந்திருந்தமையால் உருவிய உடைவாள்கள் உயிர்கொண்டலைவதுபோல தோன்றினர்.

மாளிகையின் ஓரத்தில் இருவர் சேர்ந்து செல்லும் அளவுக்கு அகலமிருந்த இடைநாழி இரண்டு வாயில்களை இணைத்தது. பின்னாலிருந்த வாயிலினூடாக அவையோர் உள்ளே கொண்டு செல்லப்பட்டனர். முதல் வாயிலில் யுதிஷ்டிரரின் காவலர்கள் இருவர் வாளுடன் நின்றிருந்தனர். ஸ்வேதன் வந்திறங்கும் அரசர்களையும் படைத்தலைவர்களையும் கூர்ந்து நோக்கி அடையாளம்காண முயன்றான். அங்கிருந்து பார்க்கையில் அவர்களின் கவசங்களிலிருந்த முத்திரைகளைக்கொண்டு நாடுகளை உய்த்துணர முடிந்தது. திருஷ்டத்யும்னன் வந்திறங்கி உள்ளே சென்றபோது அவன் அருகே நின்றிருந்த அரவானிடம் "பாஞ்சாலர்! அவரைத்தான் நாங்கள் முதலில் சந்தித்தோம்" என்றான்.

அரவான் வந்திறங்கி உள்ளே சென்றுகொண்டிருந்த அரசர்கள் எவரையும் பார்ப்பதில் ஆர்வம் காட்டவில்லை. அங்கிருந்த முறைமைகளையே கூர்ந்து நோக்கிக்கொண்டிருந்தான். "முறைமைகளிலுள்ள வேறுபாடு வியப்பூட்டுகிறது, மூத்தவரே" என்றான். "ஆம், முறைமைகளின் நோக்கமே வேறுபாடுகளை அழுந்த நிறுவுவதுதான்" என்றான் ஸ்வேதன். "முடிசூடியவருக்கு முதன்மை முறைமை அளிக்கப்படும். மூத்தோருக்கு பின்னர். அரசகுடியினருக்கு அதற்குப் பின்னர். படைத்தலைவர்களுக்கு அம்முறைமைகள் அளிக்கப்படுவதில்லை" என்றான் ஸ்வேதன்.

தேரிலிருந்து துருபதர் இறங்கினார். அவர் சர்வதனால் வரவேற்று அழைத்துச் செல்லப்பட்டார். தொலைவிலேயே உத்தரன் வருவதை ஸ்வேதன் பார்த்துவிட்டான். தன்னை அவன் பார்த்துவிடக்கூடாதென்று எண்ணியவன்போல சற்றே பின்னடைந்தான். ஆனால் தன் முகம் அவனுக்கு நினைவிருக்க வாய்ப்பில்லை என்று தோன்றியது. உத்தரன் புரவியிலிருந்து இறங்கி ஆடையை சீர்படுத்தியபடி யௌதேயனிடம் பேசிக்கொண்டு இடைநாழிக்குள் ஏறி உள்ளே சென்றான். அதன் பின்னர் வந்த தேரின் கொடி தொலைவிலேயே விராடரைக் காட்டியது. அவன் மெல்லிய குரலில் "தந்தை" என்றான்.

அரவான் "உங்கள் தந்தையா?" என்றான். "ஆம், நெடுங்காலம் முன் என் அன்னையை துறந்துவிட்டவர்" என்றான் ஸ்வேதன். "உங்கள் முகம் நினைவிருக்குமா?" என்று அரவான் கேட்டான். "இருக்கலாம். ஆனால் என் முகம் அவருடையதல்ல. நானும் என் இளையோனும் அன்னையின் தோற்றம் கொண்டவர்கள்" என்றான் ஸ்வேதன். "அது எங்கள் நல்லூழ். இல்லையேல் குலாடகுலத்திலும் தனிமைபட்டிருப்போம்." அரவான் "முதியவர்" என்றான்.

தேரிலிருந்து மெல்லிய நடுக்குடன் இறங்கிய விராடர் தன் உடன் இறங்கிய அமைச்சரிடம் முகம் கடுகடுக்க ஏதோ சொன்னார். பின்னர் முகமனுரைத்த நிர்மித்ரனிடம் அதே முகச்சுளிப்புடன் ஓரிரு வார்த்தைகள் சொன்னபின் நடுங்கும் சிற்றடிகள் வைத்து மாளிகை நோக்கி சென்றார். அரவான் "உடலெங்கும் நஞ்சு நிறைந்துள்ளது..." என்றான். "ஆம், படைஎழுந்தபின்னர் இரவும் பகலும் குடித்துக்கொண்டிருக்கிறார் என்றார்கள்" என்றான் ஸ்வேதன்.

அரவான் "ஓடுடன் விழுங்கிய நாகம் மிகையாக நெளியும் என எங்களிடம் ஒரு பழமொழி உண்டு" என்றான். ஸ்வேதன் பெருமூச்சுவிட்டு திரும்பி அரவானிடம் "உன் தந்தையைப் பார்த்தபோது என்ன உணர்ந்தாய்?" என்றான். "ஏன்?" என்று அவன் கேட்டான். "சொல், அது மகிழ்வூட்டுவதாக இருந்ததா?' என்றான் ஸ்வேதன். அரவான் "ஆம், என் வாழ்விலடைந்த பெருமகிழ்வு என்பது அதுவே" என்றான். "அக்கணத்தில் நான் இனித்து இனித்து எழுந்துகொண்டிருந்தேன்." புன்னகத்து "நாகர்குடியின் பழமொழி அதை தன்நிழலை இணையென எண்ணி பிணைந்து நெளியும் நாகத்தின் நிலை என்கிறது. முடிவிலாத் திளைப்பு அது" என்றான்.

"நீ அறிந்த அந்த உவகை எப்படிப்பட்டது? ஒரு நிலைகுலைவை பெரும்பதற்றத்தை உணர்ந்தாயா?" என்றான். அரவான் ஒருகணம் எண்ணியபின் "முதலில் அதை ஒரு பதற்றமாகவே உணர்ந்தேன். என்ன செய்ய வேண்டும் என்று தெரியாத பரபரப்பு என் உடலில் இருந்தது. எண்ணங்கள் தொடர்ச்சி கொள்ளவில்லை. ஆனால் எப்போதோ ஒரு தருணத்தில் அவர் என்னைப்போல் இருப்பதாகத் தோன்றியது. ஆடியில் என் முதிய உருவைப் பார்ப்பது போல. அப்போது என் அகம் துள்ளத்தொடங்கியது. பின்னர் அவர் என்னை சினந்த போதும்கூட உள்ளம் கொண்டாடியபடியேதான் இருந்தது" என்றான்.

ஸ்வேதன் பெருமூச்சுவிட்டு "நல்லூழ் கொண்டவன் நீ" என்றான். "உங்கள் தந்தையைப் பார்த்தது மகிழ்வூட்டவில்லையா?" என்றான் அரவான். "இல்லை. அது மகிழ்வூட்டாதென்றே எண்ணியிருந்தேன். ஆயினும்கூட இத்தருணம் மிகவும் ஏமாற்றத்தை அளிக்கிறது" என்றான் ஸ்வேதன். "ஏன்?" என்று அரவான் கேட்டான். ஸ்வேதன் சிலகணங்கள் வேறெங்கோ நோக்கி விழிகளில் ஒளி நின்றிருக்க அமைந்திருந்தான். பின் திரும்பிநோக்கி "மிகச்சிறியவர், மிக எளிய மனிதர்" என்று சொன்னான். அரவான் "அதை எப்படி உணர்ந்தீர்கள்?" என்றான்.

ஸ்வேதன் "தெரியவில்லை. அவரது உடலசைவிலும் முகத்திலும் அச்சிறுமை தான் இருக்கிறது. அவர் என் அன்னையைத் துறந்தது அன்னையின் பிழையாலோ அரசியல் அழுத்தங்களாலோ அல்ல. அவர்கொண்ட

உளச்சிறுமையால், அறிவின்மையால் மட்டும்தான். என் அன்னையை அவர் அஞ்சியிருக்கலாம். அன்றி வெறுமனே அறிவின்மையால்கூட இருக்கலாம். அறிவற்றோர் நினைவுகளை தொகுத்துப் பேணும் ஆற்றல் இல்லாததனாலேயே உறவுகளில் அழுத்தமற்றவர்களாக மாறுகிறார்கள். சென்ற காலத்தை அவ்வபோது வெட்டிவிட்டு நிகழ்காலத்தில் மட்டும் வாழ்கிறார்கள். அவரிடம் என்னைப்பற்றிய நினைவுகளல்ல, என் அன்னையைப்பற்றிய நினைவுகளேகூட அழுத்தமாக இருக்க வாய்ப்பில்லை. அவருடைய இறந்தகாலமே எஞ்சியிருக்காது அவருள். உண்மையில் இப்போது இந்த அவையை விரைவாக முடித்து மதுவுண்டு மயங்கும் பொருட்டு தன் பாடிமாளிகைக்கு மீள்வதைப்பற்றி மட்டுமே எண்ணிக்கொண்டிருக்கிறார் என்று தோன்றுகிறது" என்றான். "ஆம், அவரது உடல் நடுக்கு நஞ்சு நரம்புகளை சிதைத்துவிட்டிருப்பதைக் காட்டுகிறது" என்றான் அரவான்.

அவை நிறைந்துவிட்டதை அறிவிக்கும் சங்கொலி எழுந்தது. "நம்மை அழைக்கவிருப்பதாக சொன்னார்கள்" என்று அரவான் சொன்னான். "நாம் அவையமர்வதற்கு வரவில்லை. அவை முன் நின்று சொல்கொள்ள வந்துளோம். அவை முறைமைகள் முடிந்தபிறகே அழைக்கப்படுவோம்" என்றான் ஸ்வேதன். அரவான் "ஓர் அவையை முற்றிலும் நோக்கி அறிவதற்கு நான் விழைகிறேன், மூத்தவரே" என்றான். அவையின் முன் வாயில் மூடப்பட்டது. அரவானிடம் திரும்பி "உங்கள் குடியில் அவை இல்லையா?" என்றான் ஸ்வேதன்.

அரவான் "அது அன்னையர் அவை. அவர்கள் முறைமைகள் எதையும் பேணுவதில்லை. சிறிய வட்டமாக அமர்ந்து மெல்லிய குரலில் ஒருவரோடொருவர் பேசிக்கொள்வார்கள். பெரும்பாலும் மூதன்னையர். அவைமூத்த அன்னை இறுதியாக உரைப்பதை அனைவரும் ஏற்றுக்கொள்வர். நெடுங்காலமாக இதுவே வழக்கம்" என்றான். ஸ்வேதன் சிரித்து "நாங்கள் சற்றே முன்னகர்ந்திருக்கிறோம். எங்களுக்கும் அன்னையர் சொல்லே இறுதியானது. ஆனால் ஆண்களும் அவைகூட இயலும்" என்றான்.

அவையிலிருந்து சிற்றமைச்சர் சுரேசர் இறங்கி வந்து "இளவரசர்களே, தாங்கள் அவை முன் தோன்றும்பொருட்டு அழைப்பு விடுக்கப்பட்டுள்ளது" என்றார். ஸ்வேதன் அதுவரை இல்லாத படபடப்பை உணர்ந்தான். அவையில் அர்ஜுனன் இல்லையா என்ற எண்ணம் ஏற்பட்டது. ஒருவேளை முதல் அவையிலேயே அவர்கள் உள்ளே இருந்திருக்கலாம் என்று தோன்றியது. மெல்ல அரவானைத் தொட்டு "வருக!" என்றபடி அவன் நடந்தான்.

நகர்ந்துகொண்டிருந்த அவைமாளிகையில் படிகளிலேறும்போது சற்றே இடறி தூணை பற்றிக்கொண்டான். இடைநாழியினூடாக பின்புற வாயிலில் நுழைய முற்பட்டபோது சுரேசர் "அல்ல. அவையோர் நுழைவதற்குரியது இது. அரசர் முன் நிற்போர் நுழைவதற்கான வாயில் அது" என்று முன்வாயிலை நோக்கி அழைத்துச் சென்றார். வாயிலருகே அவர்கள் இருவரையும் நிற்கவைத்துவிட்டு அவர் உள்ளே சென்று அவர்களின் வரவை அறிவித்தார். பின் வெளியே வந்து "உள்ளே செல்க!" என்றார்.

ஸ்வேதன் அரவானிடம் கைகூப்பியபடி "வருக!" என்று உள்ளே நுழைந்தான். அரவானைப் பார்த்ததும் அவையில் எழுந்த வியப்பொலியின் கார்வை அவனை ஒருகணம் சொல்லிழக்க வைத்தது. அறியாமொழியின் ஒற்றைச் சொல் என. முறைமைப்படி அவை வணக்கத்தையும் அரசவணக்கத்தையும் உரைப்பதற்கு அவனால் இயலவில்லை. அவையிலிருந்த முதுநிமித்திகர் உரத்த குரலில் "இளைய பாண்டவர் அர்ஜுனரின் குருதியில் நாகர்குலத்து அரசி உலூபியின் வயிற்றில் பிறந்த மைந்தன் அரவான் அவை நிகழ்ந்திருக்கிறார். இங்குளோர் அனைவரும் சேர்ந்தளிக்கும் வாழ்த்துக்களும் இன்சொற்களும் அவருக்கு உரித்தாகுக! ஆம் அவ்வாறே ஆகுக!" என்றார்.

அவையிலிருந்தவர்கள் "வாழ்க! நலம் திகழ்க!" என்று குரலெழுப்பினர். அரவான் முன்னால் சென்று கைகூப்பித் தலைவணங்கினான். யுதிஷ்டிரர் எழுந்து கைநீட்டியபடி வந்து அரவானின் தோளை சுற்றிப் பற்றி தன் உடலுடன் சேர்த்துக்கொண்டார். ஸ்வேதன் அவருக்குப் பின்னால் அர்ஜுனனும் பீமனும் நகுலனும் சகதேவனும் நிற்கக் கண்டான். உடனே விழிகளை ஓட்டி அவையில் இளைய யாதவர் அமர்ந்திருப்பதைப் பார்த்தான். அவர் அங்கு இல்லாதவர்போல விழிசரித்து அமர்ந்திருந்தார். கைகள் இருக்கையின் பிடிகளில் தொய்ந்து அமைந்திருந்தன.

வாழ்த்தொலிகள் எழுந்தமைந்தன. ஸ்வேதன் சாத்யகியைப் பார்த்தான். யுதிஷ்டிரர் தாழ்ந்த குரலில் அரவானிடம் இன்சொற்களை சொல்லிக்கொண்டிருந்தார். நிமித்திகர் "குலாடபுரியின் இளவரசரும் விராடரின் மைந்தருமான ஸ்வேதனும் இளையவரும் தங்கள் படையுடன் நம் தரப்பில் நின்று போரிடும் பொருட்டு வந்திருக்கிறார்கள். அறத்திற்காக படைகொண்டு எழுந்த அவர்களின் வெற்றிக்காகவும் புகழுக்காகவும் இந்த அவை வாழ்த்துவதாகுக!" என்றார். "வெல்க! நலம் சூழ்க!" என்று அவையினர் வாழ்த்தினர்.

அப்போதுதான் பீமனுக்குப் பின்னாலிருந்து சங்கன் வந்து வணங்குவதை ஸ்வேதன் கண்டான். திடுக்கிட்டு நிலைமீண்டு அவையை நோக்கி மும்முறை

வணங்கியபின் யுதிஷ்டிரரிடம் "அரசே, நானும் என் இளையோனும் எங்கள் படையுடன் இங்கு வந்துள்ளோம். இப்போரில் எங்கள் குருதியும் ஒருதுளி விழுமென்றால் எங்கள் குலம் பெருமையுடையதாகும்" என்றான். யுதிஷ்டிரர் வலதுகையால் தழுவியிருந்த அரவானை இடது கை நோக்கிக் கொண்டு சென்ற பின் வலக்கையை அவனை நோக்கி நீட்டினார்.

ஸ்வேதன் அந்த அழைப்பை புரிந்துகொள்ளாமல் மெல்லிய உடல் நடுக்கத்துடன் நின்றான். "வருக!" என்று யுதிஷ்டிரர் அழைத்த பின்னரே அவர் தன்னை அழைக்கிறார் என்று புரிந்துகொண்டு பதறும் கால்களை எடுத்து வைத்து அவரை நோக்கி சென்றான். அவர் கை தன் தோளில் பட்டதும் முழந்தாளிட்டு அவர் காலடியைத் தொட்டு சென்னி சூடினான். அவர் அவனை தன் உடலுடன் இணைத்துக்கொண்டு "இளையவனாக இருக்கிறாய். போருக்கு வரும் அகவை உனக்கில்லை என்று தோன்றுகிறது" என்றார்.

"எங்கள் குடி சற்று சிறிய உடல் கொண்டது, அரசே" என்று ஸ்வேதன் சொன்னான். "என் இளையோன் மட்டுமே அதற்கு மாற்று. நான் வில்பயின்றது இளைய பாண்டவரின் நினைவை நெஞ்சில் நிறுத்தி. அவன் பீமசேனரின் மாணவரென்று கதை பயின்றான். இங்கு வந்து எங்கள் முழுதளிப்பை அவர்களுக்குக் காணிக்கையாக்க விழைந்தோம்" என்றான். யுதிஷ்டிரர் திரும்பி சங்கனை அழைக்க அவன் அணுகி கால்தொட்டு வணங்கினான். "இளமையில் மந்தன் இருந்ததைப்போல் இருக்கிறான். பெருந்தீனிக்காரன் என நினைக்கிறேன்" என்றார் யுதிஷ்டிரர். "ஆம், அவனாகவே நிறுத்துவதில்லை" என்றான் ஸ்வேதன்.

யுதிஷ்டிரர் பெருமூச்சுவிட்டு "மீண்டும் மீண்டும் இளையோர்! நான் சொல்வதற்கு ஒன்றுமில்லை. எத்தருணத்தில் இம்முடிவை எடுத்தேன் என்று தெரியவில்லை. ஒவ்வொரு கணமும் இதைத்தானே நீ எண்ணினாய் என்று என் முன் தளிர்களாகக் காட்டிக்கொண்டிருக்கிறது ஊழ்" என்றார். ஸ்வேதன் "நான் பிறந்த குடி இன்றுவரை அரசவைகளில் குடியொப்புதல் பெறாதது, அரசே. இப்போர் அதற்குரிய தருணமென்றே எண்ணுகிறேன்" என்றான். "அரசொப்புதல் பெறாத குடியா? என்ன சொல்கிறாய்? நீ விராடரின் மைந்தனல்லவா?" என்றார் யுதிஷ்டிரர். "ஆம், ஆனால் விராடபுரி எங்களை சென்ற பதினேழாண்டுகளாக ஏற்றுக்கொள்ளவில்லை" என்றான் சங்கன்.

யுதிஷ்டிரர் சினத்துடன் திரும்பி விராடரைப் பார்த்து "விராடரே, மைந்தர்களை நீங்கள் துறந்தீர்கள் என்பது உண்மையா?" என்றார். விராடர் திடுக்கிட்டு சுற்றும் நோக்கி அதன்பின்னர் கேள்வியை உணர்ந்து எழுந்து "இல்லை, அவ்வாறு முறைப்படி எதுவும் நிகழவில்லை. என் அரசு

கீசகனால் கையகப்படுத்தப்பட்டது. குலாடபுரியுடனான என் உறவுகளை முறித்துக்கொள்ளும் முடிவுகளை அவனே எடுத்தான். அவனுக்கப்பால் நான் எதுவும் எண்ணக்கூடவில்லை" என்றார். யுதிஷ்டிரர் உத்தரனை நோக்கித் திரும்பி "குலாடபுரியின் இளவரசர்களான இவர்களை ஏற்க உங்களுக்கு ஏதேனும் தடையுள்ளதா உத்தரரே?" என்றார்.

உத்தரன் "இல்லை அரசே, நான் இவர்களை சிற்றிளமையில் பார்த்தது. பின்னர் இவர்களைப்பற்றிய பேச்சே எழவில்லை. இத்தருணத்தில் எனக்கு ஆற்றல் கொண்ட இரு இளையோர் இருக்கிறார்கள் என்ற எண்ணமே ஊக்கத்தை அளிக்கிறது" என்றான். "ஆனால் என் இளையோன் இப்போரில் களமிறங்க வேண்டியதில்லை என்ற எண்ணமும் உடனெழுகிறது. இவர்கள் இக்களத்தில் பெரிதாக ஆற்றுவதற்கு ஏதுமில்லை. அவர்களை இங்கேயே நான் விராடபுரிக்கும் பட்டத்து இளவரசர்களாக நீர் வார்த்து அரியணை அமர்த்துகிறேன். எங்கள் இருகுடிக்கும் முடியுரிமை கொண்டவர்களாக இவர்கள் திகழவேண்டும்."

ஸ்வேதன் "நான் முடியையோ கொடியடையாளத்தையோ நாடி வரவில்லை. என் ஆசிரியரின் அடிநிழலில் அமர்ந்து இங்கு போரிடவே வந்தேன். பிறிதொன்றையும் வேண்டேன்" என்றான். உத்தரன் மேலும் ஏதோ சொல்ல நாவெடுக்க பீமன் "போருக்கென விழைந்து வந்த எவரையும் நாம் மறுக்க வேண்டியதில்லை" என்றான். ஸ்வேதன் "போரில் சிறப்புற்று கொள்ளும் செல்வமும் மண்ணுமே எங்களுக்குரியவை. நான் விழைவது எந்தை எங்களை ஏற்கவேண்டும் என்பதை மட்டுமே. அதை அவர் அளிப்பாரென்றால் நிறைவுற்றேன்" என்றான். "இது ஊழி. விதைகள் சில பேணப்படவேண்டும்" என்றான் உத்தரன்.

இளைய யாதவர் எழுந்து அவையை நோக்கியபோது அனைவரும் அமைதி கொண்டனர். "இது பாரதவர்ஷத்தின் பெரும்போர்க்களம். உள்ளத்தாலோ கனவாலோ இதில் ஈடுபடாதோர் இந்நிலத்தில் இல்லை. ஒவ்வொருவரும் தாங்கள் யாரென்றும், தங்களால் இயல்வதென்ன என்றும் அறிந்துகொள்ளும் தருணம் இது. முனிவரை தவத்திலிருந்தும் வீரனைக் களத்திலிருந்தும் விலக்கலாகாதென்று தொல்நெறிகள் சொல்கின்றன. தன் முழுமை நோக்கி செல்லும் உரிமை ஒவ்வொருவருக்கும் உண்டு. எனவே எவரையும் நாம் விலக்கவேண்டியதில்லை" என்றார்.

"மூத்தோர் சொல்லும், தந்தையரின் அச்சமும், குலத்தோரின் விலக்கும், துணைவியின் விழிநீரும் படைக்குச் செல்பவனுக்கு குறுக்கே நிற்கலாகாது என்பது தொல்வழக்கு. இவ்விளையோர் படைகொண்டு இத்துணை தொலைவு வந்ததே இவர்களின் ஊழ் செலுத்துவதனால்தான். அது அவ்வாறே ஆகுக!" என்றார் இளைய யாதவர். யுதிஷ்டிரர் "உங்கள்

சொற்களுக்கு அப்பால் எங்கள் அகம் எண்ணுவது ஏதுமில்லை. ஆனால்..." என்று சொல்லத் தொடங்க பீமன் உரத்த குரலில் "மூத்தவரே, நமது படைப்பிரிவில் இவர் அகவை கொண்ட பல்லாயிரம் இளைஞர்கள் உள்ளனர். அனைவரும் நமது மைந்தர்களே. அவ்வாறிருக்க நம் குருதியினர் பொருட்டு மட்டும் நீங்கள் கொள்ளும் இத்துயரில் அறமின்மை ஒன்று உள்ளது. அதை எண்ணுக!" என்றான்.

யுதிஷ்டிரர் தன் கைகளை விரித்து "நான் சொல்வதற்கு ஒன்றுமில்லை. இக்களத்தில் முற்றிலும் சொல்லிழந்து செயலற்றிருப்பவன் நானே. இப்பெருக்கு தன் வழி சேர்ந்து தன் இலக்கை சென்றடையும். நானும் அதில் ஒரு துளி மட்டும்தான்" என்றார். பீமன் திருஷ்டத்யும்னனிடம் "இவர்களின் படைப்பிரிவு நமது படையில் எங்கு எப்பணி ஆற்றும் என்பதை முதன்மைப் படைத்தலைவர் முடிவு செய்யட்டும்" என்றான்.

திருஷ்டத்யுமனன் "நேற்றே அப்படைகளை நோக்கிவிட்டேன். அவர்கள் குறைந்த தொலைவுக்கு விரைந்து சென்றபடி அம்பெடுக்கும் ஆற்றல் கொண்டவர்கள். ஆகவே எப்பொழுதும் படைமுகப்பிலேயே நிறுத்தத்தக்கவர்கள். அத்தகையோர் எந்த படைப்பிரிவிற்கும் பெரும் செல்வமென கொள்ளத்தக்கவர்கள். நாகத்தின் நாவாகவும் பருந்தின் உகிராகவும் நண்டின் கொடுக்கு முனையாகவும் காளையின் கொம்பென்றும் திகழும் ஆற்றல் கொண்டவர்கள்" என்றான். "இப்போது நம்மிடம் அத்தகைய படைப்பிரிவுகள் ஏழு மட்டுமே உள்ளன. குருக்ஷேத்ரத்திற்குச் சென்றபின் எதிரியின் படைசூழ்கை கண்டே நம் படையமைவை ஒருக்கவிருக்கிறோம். அங்கு சென்றபின் முடிவெடுப்போம்" என்றான். "அவ்வாறே ஆகுக!" என்று யுதிஷ்டிரர் கையசைத்தார்.

62

நிமித்திகர் அவைமேடையில் ஏறி "வெல்க மின்கொடி! வெல்க பாண்டவர்பெருங்குலம்!" என அறிவித்தார். அவை அமைதியடைந்தது. சுரேசர் கைகாட்ட யுதிஷ்டிரரையும் பாண்டவர்களையும் வணங்கிவிட்டு அரவானும் ஸ்வேதனும் சென்று பின்புறம் இருக்கைகளில் அமர்ந்தனர். சங்கன் மீண்டும் பீமனுக்குப் பின்னால் சென்று நின்றான். நிமித்திகர் "அரசரின் ஆணைப்படி இங்கு புதிய செய்திகளின் அடிப்படையில் போர்சூழ்கைகள் வகுக்கப்படும்" என்றார். அவை பிறிதொரு உளநிலைக்குச் செல்வதை சேர்ந்தசைந்த உடல்களால் ஆன சிற்றலை காட்டியது.

அரவான் மென்குரலில் "இங்கு படைசூழ்கைகளை வகுக்கமாட்டார்களா?" என்றான். "படைசூழ்கைகள் ஒவ்வொரு நாளும் வகுக்கப்படும். ஒவ்வொரு நாளும் மாற்றப்படும். உண்மையில் போர் அறிவிக்கப்பட்ட அன்றே படைசூழ்கை தொடங்கிவிட்டிருக்கும். இறுதிக்களத்தில் எப்படைசூழ்கை எதிர்ப்படைகளை சந்திக்கும் என்று எவராலும் சொல்லிவிடமுடியாது" என்றான் ஸ்வேதன். அரவான் "அவருடைய தொடுகை என்னை நிறைவுறச் செய்தது... கைக்குழவிபோல் உணர்ந்தேன்" என்றான். ஸ்வேதன் புன்னகை செய்தான்.

யுதிஷ்டிரர் திரும்பி கைகாட்ட சகதேவன் எழுந்து "அவையீரே, நமது படைநெறிகளை வகுத்து அளிக்கவேண்டிய நிலையில் இன்று இருக்கிறோம். இரு தரப்பிற்கும் உரிய படைமுறைமைகளை வகுக்கும் பொருட்டு அந்தணர் குழு ஒன்று மூன்று நாட்களுக்கு முன் அருகே உள்ள சமீகவனத்தில் கூடியுள்ளது. அவர்கள் தங்கள் சொற்களை இரு அவைக்கும் அனுப்பியுள்ளனர். இங்கு சொல்கொண்டு வந்த முதிய

அந்தணரும் சமீக குருமரபின் அதர்வ வைதிகருமான அத்வேஷரை அவைக்கு அழைக்கிறோம்” என்றான்.

அத்வேஷர் தன் ஏழு மாணவர்களுடன் அரங்கின் வலப்பக்கத்திலிருந்து எழுந்து அவைமுகப்பிற்கு வந்து நின்றார். கையில் ஓலைக்கட்டுடன் அவருக்குப் பின்னால் இளம் மாணவர் ஒருவர் நின்றார். அத்வேஷர் அவையை வணங்கி அதர்வத்தின் தொன்மையான காவல் செய்யுளை ஓதினார்.

“நீர்களில் உறையும் நெருப்பு
காத்தருள்க உங்களை! ஆம்!
மானுடர் கைகளில் எழும் எரி
காத்தருள்க உங்களை! ஆம்!
உயிரென அனைத்திலும் உறையும் தீயாகிய
வைஸ்வாநரன் உங்களை காத்திடுக! ஆம்!
மின்னலென விரியும் விண்கனல்கள்
உங்களை எரிக்காமலிருப்பதாக! ஆம்!
ஊன் பொசுக்கி உண்ணும் அனல்
துன்புறுத்தாதிருக்கட்டும் உங்களை!
வானமும் பூமியும் காத்திடுக! ஆம்!
கதிரோனும் நிலவும் காத்திடுக!
எங்கும் நிறைந்த வெளி
தன் இறைவல்லமையால் உங்களைக் காத்திடுக!
தன்னுணர்வும் அதன் எதிருணர்வும் காத்திடுக!
உறங்காதிருப்பதும் அசையாதிருப்பதும்
காத்திடுக உங்களை! ஆம்!
தனித்தும் விழித்துமிருக்கும் தெய்வங்கள்
காத்திடுக உங்களை!
அவை உங்களைக் காத்திடுக!
உங்களுக்குத் துணையென்றமைக!
அவையனைத்தையும் போற்றுகிறோம்
அவையனைத்திற்கும் இதோ அனற்கொடை
ஆம் அவ்வாறே ஆகுக!”

அவை ஓமென்று ஒலித்தமைந்தது. அத்வேஷர் தொடர்ந்தார். “அரசே, அவையே, அறிக! இது அதர்வம் துறைபோகிய அந்தணர் வகுத்தளித்த

தொல்நெறி. போர்கள் மூன்று வகை என்பதை படைசூழ்கைகள் கற்ற அனைவரும் அறிந்திருப்பீர்கள். ஷாத்ரம், கந்தர்வம், பைசாசிகம் என்று அவை முன்னோரால் வகுக்கப்பட்டுள்ளன. பைசாசிக நெறியென்பது நெறியின்மையே ஆகும். எவ்வகையிலும் எப்பொழுதிலும் எப்படைகொண்டும் எதிரியைத் தாக்கி முற்றழிப்பது அது. அசுரரும் அரக்கரும் கிராதரும் நிஷாதரும் அவ்வகைப் போர்முறைகளை கொண்டவர்கள். ஷத்ரியர்கள் அரிதாக அம்முறையைக் கைக்கொள்வதுண்டு. அசுரரையும் அரக்கரையும் கிராதரையும் நிஷாதரையும் வென்று அறத்தை நிலைநாட்ட அது ஒன்றே வழியென்றிருக்கையில் மட்டும் அதற்கு ஒப்புதல் உள்ளது.

“மகதத்தின் அரசர் ஜராசந்தர் தன் பெரும்பாலான போர்களில் அம்முறையையே கடைப்பிடித்திருக்கிறார். ஷத்ரியர் அதைக் கைகொண்டால் வெற்றிக்கு நிகராக பழியையும் அளிப்பது. அறத்தின் பொருட்டு அதை செய்தால் நூறுமுறை வேள்விசெய்து நூறாண்டு குடியறம் பேணி அப்பழியைக் களையவேண்டும். செல்வத்தின் பொருட்டன்றி வேறெதன் பொருட்டு அப்போர் நிகழ்ந்தாலும் அதற்கான பயன் விளைவதில்லை. செல்வத்தின் பொருட்டு அப்போர் நிகழ்ந்தால் அச்செல்வம் எளியோரையும் கற்றோரையும் வேதியரையும் முனிவரையும் வந்தடைந்தாகவேண்டும். அவர்கள் வாழ்த்துக்களே அப்பழியை நீக்கும் ஆற்றல்கொண்டவை. பைசாசிகப் போர்புரியும் அரசன் பிறர் தன்மேல் பைசாசிகப் போர் தொடுக்க ஒப்புதல் அளிப்பவன். அவனுக்கு இறுதி வெற்றி அமைவதில்லை. ஏனென்றால் நெறியிலா வாழ்வென்பது ஒவ்வொரு கூழாங்கல்லும் நாகப்பல்லென்றாகும் நிலத்தில் நடப்பதற்கு நிகர்” என்றார் அத்வேஷர்.

“பைசாசிகப் போர்புரிபவனை அவன் குடிகளே உள்ளூர வெறுப்பார்கள். ஏனென்றால் அதனூடாக அவன் அனைத்து அறங்களையும் அழித்துவிடுகிறான். ஒவ்வொரு சொல்லும் பொருளிழக்கும் அக்காற்றில் மூச்சு நஞ்சென்றாகும். இன்பமென ஏதும் எஞ்சாது. சொல்தோறும் தீமை பெருகும். காலத்துளிதோறும் பழி சேரும். அவ்வரசனுக்கு அந்தணர் வேத ஒப்புதல் அளிக்கமாட்டார்கள். சூதர் அவனை நோக்கி இழிசொல்லுரைப்பார்கள். முனிவர்கள் தீச்சொல்லிடுவார்கள். தெய்வங்கள் முனியும். வான்மழை பொய்க்கும். நதிகள் திசைமாறும். மலைகள் அசைந்துருளும். விலங்குகள் எல்லை மீறும். மண் பிளக்கும். நோய்கள் பெருகும்.

“ஷத்ரிய அரசன் பைசாசிகப் போர்முறைகளைக் கையாண்டால் என்றால் ஏழு தலைமுறைகளுக்கு அப்பழி நீடிக்கும். அவன் கொடிவழியினரின் மேல் அது மேலும் பெருகி நூற்றெட்டு தலைமுறைகளில் நிலைகொண்டு

வாழும். எனவே எந்நிலையிலும் பைசாசிகப் போரை ஒழிவதே அரசர்களுக்கு நன்று” என்றார் அத்வேஷர். “பைசாசிகம் போரில் நீரில் நஞ்செனன நுண்வடிவில் கலந்துள்ளது. விண்ணிறங்கி மண்தொட்ட கங்கையின் நீரில்கூட அணுவிலும் அணுவென நஞ்சு உறைகிறதென்று அறிக! எண்ணத்திலேனும் பைசாசிகம் நிகழாது போர் என ஒன்று மண்ணில் நிகழமுடியாது. நோயென்று துளியேனும் இல்லா உடல் இல்லை. ஆனால் உயிரனலை அணைக்கும் அளவுக்கு அந்நோய் எழுந்துவிடலாகாது என்று மட்டும் உறுதிகொள்க!

“காந்தர்வப் போர்முறைக்கு ஷத்ரியர்களுக்கு ஒப்புதல் அளிக்கப் பட்டுள்ளது” என அத்வேஷர் தொடர்ந்தார். “அது பெண்கொள்ளவும் பொருள்வெல்லவும் குறுகிய காலத்திற்கு மட்டுமே ஏற்கப்படுகிறது. எதிரியின் எல்லைகடந்து சென்று வென்று அப்பொழுதே மீளும் போர்முறை அது. இரவிலும் பெருமழையிலும் காந்தர்வப் போர்முறைகள் இயற்றப்படலாம். மாற்றுருக் கொண்டும் மாயங்களைப் பயன்படுத்தியும் அதை ஆற்றலாம். நம்பச்செய்து ஏமாற்றலாம். விளையாட்டிலும் திருவிழாக்களிலும் உட்புகலாம். ஆலயங்களிலும் அப்போர் நிகழலாம்.

“ஆனால் காந்தர்வப் போர்முறையில் போர்வீரர் அன்றி குடிகள் ஒருவர்கூட உயிர் துறக்கலாகாது. ஷத்ரியப் படைவீரர்கள் அன்றி பிறர் அப்போரில் ஈடுபடலாகாது. நிகரான ஷத்ரிய அரசர்களுக்கு நடுவே அது நிகழ்வது நன்று. பிறருடன் என்றால் வேதம்காக்கவும் குடியறம்நிலைகொள்ளவும் மட்டுமே அது ஆற்றப்படவேண்டும். அப்போருக்குப் பின் தோற்றவர் வென்றவரின் உரிமையை ஒப்புக்கொள்ளவேண்டும். ஏனென்றால் அது குடிகளுக்குப் பேரழிவை அளிக்கும் பெரும்போரைத் தவிர்ப்பதற்காகவே அரசர்களுக்கு ஒப்புதல் அளிக்கப்பட்டுள்ளது.

“ஷாத்ரமே ஷத்ரியர்களுக்கு பரிந்துரைக்கப்பட்ட போர். இரு நாடுகள் ஒன்றுடன் ஒன்று பொருதுகையில் ஷாத்ரமுறை மட்டுமே நெறியாகும். அறத்தின் பொருட்டோ, தொல்முறைமைகளைக் காக்கவோ, வேதச் சொல் நிலைநிறுத்தவோ, தெய்வ ஆணையின்பொருட்டோ நிகழும் போர்கள் ஷாத்ர முறைப்படி நிகழ்கையிலேயே நிலையான பயன் அளிக்கின்றன. இங்கு இரு நாடுகளுக்கும் நடுவே பிற நாடுகளின் துணையுடன் நிகழும் இப்போர் ஷாத்ரமுறைப்படி நிகழ்ந்தாகவேண்டும் என அந்தணர் அவை ஆணையிடுகிறது” என்றார் அத்வேஷர். “இது அதர்வநெறிகளின்படி அனல்தொட்டு அளிக்கப்படும் ஆணை! ஆளும் வேதத்தின் சொல். பாரதத்தில் அனல் குடியிருக்கும் அவைகொண்ட அனைத்தரசர்களும் இதற்கு கட்டுப்பட்டவர்களே.

“ஷாத்ரப்போரின் நெறிகளை நூல்களிலிருந்து எடுத்து இங்கு முன்வைக்க வேதியர் அவை என்னைப் பணித்துள்ளது. அவை பதினெட்டு நெறிகள்”

என்றார் அத்வேஷர். "புலரியிலிருந்து அந்திவரை மட்டுமே களத்தில் போர் நிகழவேண்டும். முதற்கதிர் எழுவதற்கு முன்பும் இறுதிக் கதிர் மறைந்த பின்னும் ஓர் அம்போ ஒரு வாட்சுழற்சியோகூட நிகழக்கூடாது. போருக்கான துவக்கமும் முடிவும் முறைப்படி இரு தரப்பினராலும் பெருஞ்சங்கங்களாலும் முரசுகளாலும் அனைத்துப் படைவீரர்களுக்கும் அறிவிக்கப்படவேண்டும். போர் நின்றதுமே இரு சாராரும் இயல்புநிலை கொள்ளவும் உணவுண்டு உறங்கவும் உரிமைகொண்டவர்களாவர். அதை குலைக்கும் எதையும் எதிர்த்தரப்பு செய்யலாகாது.

"படைக்களத்தின் நிலம் நான்காகப் பகுக்கப்படவேண்டும். நான்கிலொன்றில் ஒருமுனையில் ஒருபடையும் மறுமுனையில் எதிர்ப்படையும் நிலைகொள்ளவேண்டும். இரு படைகளுக்கும் நடுவே இருபங்கு நிலம் ஒழிந்துகிடக்கவேண்டும். படைகள் நிற்பவை நிலைக்களம் என்றும் ஒழிந்துகிடப்பவை செருகளம் என்றும் வகுக்கின்றன நூல்கள். செருகளத்தில் போர் நிகழும்போதன்றி பிற பொழுதுகளில் இரு நாட்டுப் படைகளும் படைக்கலங்களுடனும் வஞ்சத்துடனும் கால் வைக்கலாகாது. போர்நிகழும் மண்ணை கிளறுவதோ, சேறாக்குவதோ, முட்கள் நிரப்புவதோ, பிறவகைகளில் பழுதடையச் செய்வதோ பிழை.

"படைகொண்டு போர்கொள்ளும் தரப்பினர் ஒருவர் ஆடையைப் பிறிதொருவர் அணியலாகாது. ஒருவர் கொடியைப் பிறர் கையாளுதல் கூடாது. குறிச்சொற்களும் முரசோசைகளும் மாறி மாறி பயன்படுத்தப்படக்கூடாது. அது போரில் கரவுரைத்தல் என்றே பொருள்கொள்ளப்படும்" என்று அத்வேஷர் தொடர்ந்தார். "போர்க்களத்தில் நீரோ, காற்றோ, எரியோ, நஞ்சோ படைக்கலங்களாகப் பயன்படுத்தக்கூடாது. நேரடியாக உணவுத்தளத்தைத் தாக்கலாகாது. தாளமுடியாத இடியோ மழையோ எழுந்து ஒருதரப்பினர் கோரினால் போர் நிறுத்தப்படவேண்டும். பொய்ச்செய்தி பரப்புவதும் மாயம்காட்டி அச்சுறுத்துவதும் போர்நெறி மீறல். ஷாத்ரப்போர் அதைப் பழிகோள் என்றே கருதும்.

"தனிப்போர் நெறிகளும் உள்ளன" என அத்வேஷர் தொடர்ந்தார். "களத்தில் ஒருவனைப் பலர் சூழ்ந்து தாக்கலாகாது. நிகராற்றல் கொண்டவனை மட்டுமே வீரர்கள் எதிர்கொள்ளவேண்டும். வாள் வாளாலும், வில் வில்லாலும், கதை கதையாலும் எதிர்கொள்ளப்படவேண்டும். எந்தப் படைக்கலத்தை எடுப்பது என்னும் உரிமை எதிரிக்கு எப்போதும் வழங்கப்பட்டாகவேண்டும். ஒருவருடன் தனிப்போரில் ஈடுபட்டிருப்பவரைப் பிறிதொருவர் தாக்கலாகாது. படைக்கலம்

தாழ்த்தினோர் செருநிலையில் இருந்து விலக ஒப்பப்படவேண்டும். படைக்கலம் இழந்தோர் தாக்கப்படலாகாது. புண்பட்டவரோ, மயங்கியவரோ, துயில்வோரோ, ஊழ்கத்திலமர்ந்தோரோ தாக்கப்படலாகாது.

"எந்நிலையிலும் அடிபணிந்தோர் கொல்லப்படலாகாது. சிறைபிடிக்கப் பட்டோர் விருந்தினருக்கு நிகராகப் பேணப்படவேண்டும். எதன் பொருட்டும் அவர்கள் துன்புறுத்தப்படலாகாது, சிறுமைப்படுத்தப்படலும் ஆகாது. சிறைபிடிக்கப்பட்டவர்களைக் காட்டி எதிரியை அச்சுறுத்துவதும் அடிபணியக் கோருவதும் பெரும்பிழை. தூதர்கள் எந்நிலையிலும் சிறைபிடிக்கப்படுவதோ கொல்லப்படுவதோ கூடாது. அரசகுடிப்பிறந்தோர் எதிரிப்படைக்குள் எதன்பொருட்டேனும் சென்றுமீள முறைப்படி கோரினால் ஒப்புதல் அளிக்கப்படவேண்டும். போரில் பங்கெடுக்காத மானுடனோ விலங்கோ கொல்லப்படலாகாது. புறமுதுகிட்டவர் தாக்கப்படுவது தாக்குபவனுக்கு மேலும் இழிவை அளிப்பது. போரில் தாக்க வராத விலங்கு கொல்லப்படலாகாது" என்றார் அத்வேஷர்.

"படைக்கலமுறைமைகள் பேணப்படவேண்டும். விற்போரில் கால்களிலோ, கதைப்போரில் இடைக்குக் கீழோ தாக்கலாகாது. வாட்போரில் வாளை வீசுவதும் கேடயத்தை வீசுவதும் குற்றம். எதிரி அறியாத படைக்கலங்களைப் போரில் கொண்டுசெல்லலாகாது. படைக்கலங்களில் நுண்பொறிகளைக் கரந்தமைப்பது பிழை. படைக்கலங்களில் நஞ்சு இருக்குமென்றால் அது தெய்வப்பழியேயாகும். போரின்போது எதிரியை வசைபாடுவது பிழையல்ல என்றாலும் இழிவு. எதன்பொருட்டேனும் எதிரி போரில் பொழுதிடை கோரினால் அதை அளிப்பதே மாண்பு. புரவிச்சூதர்களும் அடுமனைச்சூதர்களும் ஏவலர்களும் களத்திலிருந்தாலும் அவர்களை நோக்கி அம்புகள் குறிவைக்கப்படலாகாது. போருக்குப் பின் எளியோர் ஒருவர்கூட கொல்லப்படவில்லை என்றால் மட்டுமே தெய்வங்கள் அதை அறப்போர் என்று அளிகூர்கின்றன என்று அறிக!"

அத்வேஷர் சொன்னார். "இவை ஓலையில் எழுதப்பட்டு அரசரிடம் அளிக்கப்படும். இந்த அவையினராலும் அரசாலும் இந்நெறிகள் முழுதேற்கப்பட்டன என்று அவைமுத்திரை பொறிக்கப்பட்டு எங்களிடம் அளிக்கப்படவேண்டும். இவற்றை எதிரிப்படைக்கு நாங்கள் கொண்டுசென்று சேர்ப்போம். அவர்கள் முத்திரைச்சாத்திட்ட ஓலை இங்கு வந்து சேரும். போர் முடியும்வரை இந்த நெறிகள் இரு படையையும் முற்றிலும் கட்டுப்படுத்தும்." அவையினர் பெருமூச்சுடன் அசைந்தமர்ந்தனர். "அந்தணரின் விழியிலாத இடம் பாரதவர்ஷத்தில் இல்லை என்றுணர்க! அறம்பிழைக்குமென்றால் மறுகணமே நாங்கள்

அதை அறிவோம். எங்கள் கடன் எவ்வரசுக்கும் எக்கொடிக்கும் அல்ல; வேதத்துக்கும், வேதம்புரக்கும் எளிய குடிகளுக்கும் மட்டுமே" என்று அத்வேஷர் சொன்னார்.

"எதன்பொருட்டேனும் இந்நெறி மீறப்படுமென்றால் மீறுபவரை அந்தணர் அவை வேதம் பழித்தோரென்று புறக்கணிக்கும். அவர்களின் நிலத்தில் வேள்விகள் செய்யவும் மூதாதையரை ஊட்டவும் தெய்வங்களை வழிபடவும் அந்தணர் நுழையலாகாது என விலக்களிக்கப்படும். வேதநெறி நிற்கும் நான்கு குலத்தவரும் அவ்வரசரின் நிலத்தைவிட்டு நீங்கும்படி வேதியர் அறைகூவுவர். முனிவர் அந்நிலத்தின்மீதும் எஞ்சும் குடிகளின்மீதும் தீச்சொல்லிடுவர்" என்றார் அத்வேஷர். பின்னர் மீண்டும் ஒருமுறை தலைவணங்கி "இச்சொற்கள் பொறிக்கப்பட்ட ஓலையை அரசர் பெற்றுக்கொள்ளவேண்டும்" என நீட்டினார்.

யுதிஷ்டிரர் எழுந்து தலைவணங்கி "இது அறத்தின் பொருட்டு நிகழும் போர். ஆகவே அறப்போரென்றே இது நிகழவேண்டும். இங்கு அந்தணர் குழு முன்வைத்த அனைத்து நெறிகளையும் நானும் என் உடன்பிறந்தாரும் இந்த அவையும் முற்றேற்கிறோம்" என்றார். அவையினர் அனைவரும் எழுந்து வாள் நீட்டி "ஆம், ஏற்கிறோம்!" என்றனர். "அந்தணரே, படைக்களத்தில் பொன்னுக்கு இடமில்லை என்பதனால் தங்களுக்கு நான் பரிசிலேதும் அளிக்கவியலாது. என் ஓலைச்சாத்தை நற்கொடை எனப் பெற்று என் குடியை வாழ்த்துக!" என்றார் யுதிஷ்டிரர். சுரேசர் கொண்டுவந்து அளித்த ஓலையை வாங்கி அவர் அளிக்க அத்வேஷர் அதைப் பெற்றுக்கொண்டார்.

"முறைப்படி அரசச் சாத்தளித்த இந்த ஓலையை அரைநாழிகைக்குள் தங்களிடம் அளிக்கிறோம்" என்று யுதிஷ்டிரர் சொன்னார். "நாளை மாலைக்குள் கௌரவ அரசர் சாத்தளித்த ஓலை இங்கு வந்துசேரும்" என்றார் அத்வேஷர். பீமன் "அந்தணரே, பொறுத்தருள்க! இது என் எளிய ஐயம். இந்த நெறிகளை அவர்கள் ஏற்கவில்லை என்றால் நாங்கள் என்ன செய்வது?" என்றான். அத்வேஷர் "அது அவர்களுக்கே பழிசேர்ப்பது. எதிரி நெறிமீறினாலும் தான் அறப்போரில் அமைவதே அரசர்களுக்கு உரிய நன்முறைமை" என்றார். "அதெங்ஙனம்? அவர்கள் ஏற்காதபோது நாங்கள் எப்படி அறத்திலமைய இயலும்?" என்றான் பீமன். "அறத்திலும் தெய்வங்களிலும் நம்பிக்கை இருந்தால் அமையலாகும்" என்றார் அத்வேஷர்.

"வீண்பேச்சு. நான் கதை கொண்டுசெல்கையில் அவன் வில்கொண்டு வந்து என்னை கொல்வான் என்றால் அறம் வந்து எனக்குக் காவலாகுமா? வேதம்தான் துணைவருமா?" என்றான் பீமன். "ஆம், அறம் கேடயமாகும்.

வேதம் ஒளிரும் வாளும் ஆகும். அவ்வாறு நம்புவதனால்தான் எங்கள் வாழ்வின் ஒவ்வொரு துளியையும் அறத்திற்கும் வேதத்திற்கும் அளித்துள்ளோம். அதை அன்றிப் பிறிதெதையும் நான் சொல்லவியலாது” என்றார் அத்வேஷர். “அவர்கள் நெறிகளை ஏற்கமாட்டார்கள்... இது உங்கள் வெற்றுமுயற்சி” என்றான் பீமன். “நெறிகளை அவர்கள் ஏற்றிருந்தால் இப்போரே தேவையில்லையே?” அத்வேஷர் “நாம் அறத்தில் நிற்பது நம் இயல்பு அது என்பதனால்தான். பிறருக்காக அல்ல. பிறர் நெறிமீறுவதே நாம் நெறிபிறழ்வதற்கான நிமித்தம் என்பதைப்போல் உளமறிந்த பொய் பிறிதில்லை” என்றார்.

“ஆம், நான் என்னுள்ளத்தில் நெறிமீறுகிறேன். அனைத்து அறங்களையும் மீறி எங்கள் நிலம் கொண்டவன் அவன். எங்கள் குலக்கொடியை இழிவுசெய்தவன். அவனுடன் பழிநிகர் செய்ய எழுந்த இப்போரில் இத்தனை நெறிகள் என்பதைப்போல விந்தையும் பொருளற்றதும் பிறிதொன்றில்லை” என்று பீமன் சொன்னான். அத்வேஷர் “ஆம், அவர்கள் அறம்பிழைத்தமையால்தான் நீங்கள் போருக்கெழுகிறீர்கள். ஆகவே நீங்கள் அறம்நின்றாகவேண்டும். அறம்மீறி அவர்களுடன் பொருதினால் அவர்கள் செய்த அறப்பிறழ்வுகளை நீங்கள் நிகர்செய்கிறீர்கள்” என்றார். பீமன் மேலும் சொல்லெடுக்க வாய் திறந்ததும் “அறத்தைச் சொல்லி ஏற்கவைக்க எவராலும் இயலாது, பாண்டவரே. அறம் ஒரு மெய்மைவட்டம். அதற்குள் நின்றால் மட்டுமே அது பொருள்கொள்கிறது. வெளியே சென்றுவிட்டவர்களுக்குப் பித்தென்றும் அறிவின்மை என்றும் அன்றி அது பொருள்படாது” என்றார் அத்வேஷர்.

அவையைப் பொதுவாக நோக்கி அத்வேஷர் சொன்னார். “ஷத்ரியர்களே, உங்கள் உணர்வுகளையும் எண்ணங்களையும் அறியவேண்டிய தேவை அந்தணர்களுக்கில்லை. நூல்நெறியும் மரபுநெறியும் வகுத்தவற்றை அவைமுன் வைப்பதொன்றே எங்கள் பணி.” யுதிஷ்டிரர் “அவன்மேல் சினம் ஒழிக, அந்தணரே! அரசன் என இது என் சொல். நான் அறப்போரை மட்டுமே ஆற்றவிருக்கிறேன். எந்நிலையிலும் நீங்கள் இங்குரைத்த நெறிகளை மீறி எதையும் செய்யமாட்டேன் என உறுதியளிக்கிறேன்” என்றார்.

அத்வேஷர் வாழ்த்தி “ஆம், இச்சொற்கள் உங்கள் நாவில் எழும் என்று உறுதிகொண்டே இங்கு வந்தேன். உங்கள் சொல்லுடன் அங்கு செல்வோம். அவர்கள் மீறமுடியாது. ஏனென்றால் வேதம் காக்கும்பொருட்டு படைகொண்டு எழுந்திருப்பதாக சொல்பவர்கள் அவர்களே” என்றார். யுதிஷ்டிரர் மீண்டும் வணங்கினார். “பாண்டவ மூத்தவரே, நான் இங்கிருந்து நீங்குகையில் உங்கள் தேரை வாழ்த்திவிட்டு செல்வேன். அதர்வ வேதத்தால் ஆளப்படும் தர்மசண்டிகை என்னும்

தெய்வம் அறத்தின் காவல் என உங்கள் தேரில் குடியிருப்பாள். உங்கள் தேரின் தடம் ஒருபோதும் மண்ணில் பதியாதென்பதைக் காண்பீர்கள்" என்றார் அத்வேஷர்.

யுதிஷ்டிரர் தலைவணங்க அவையினர் "பேரறத்தார் வாழ்க! குருகுலத்து அரசர் வாழ்க! மின்கொடி வெல்க!" என வாழ்த்து கூவினர். யுதிஷ்டிரரின் தலைதொட்டு வேதமோதி வாழ்த்தியபின் அத்வேஷர் தன் மாணவர்களுடன் மேடையிலிருந்து இறங்கி அகன்றார். வாழ்த்தொலிகள் மெல்ல அடங்கின. சகதேவன் "இங்கு சொல்லப்பட்ட படைநெறிகளை ஷத்ரியரும் அல்லாதவர்களுமான அனைத்து அரசர்களுக்கும் வீரர்களுக்கும் அரசாணையென அறிவிக்கிறோம். இவற்றில் எவையொன்றை மீறுவதும் அரசவஞ்சம் என்றே கொள்ளப்பட்டு தண்டனை வழங்கப்படும்" என்றான்.

பீமன் "ஆனால் இங்குளோர் அனைவரும் ஷத்ரியர்கள் அல்ல" என்றான். "அவர்கள் ஷத்ரியர் பொருட்டு வந்தவர்கள். நடக்கவிருப்பது ஷாத்ரமுறைமை சார்ந்த போர்" என்றான் சகதேவன். "இவ்வாணையின் செய்தியை ஒவ்வொருவரும் தங்கள் படைகளுக்கு அறிவிக்கவேண்டும். ஒவ்வொரு படைவீரனும் இன்றிரவுக்குள் இதை அறிந்துவிட்டிருக்கவேண்டும்" என்றவன் தலைவணங்கி அமர அவையினர் கைக்கோல்களைத் தூக்கி அதை ஏற்றனர். நிமித்திகன் மேடையிலேறி "இந்த அவையில் படைநகர்வுக்குரிய ஆணைகள் அளிக்கப்படும்" என்று அடுத்த நிகழ்வை அறிவித்தான்.

அரவான் "போரை அறமென்று கொண்டாலொழிய போரறம் என்று ஒன்று இருக்கவியலாது" என்றான். ஸ்வேதன் அவனைத் திரும்பி நோக்கியபின் "என்றேனும் போரும் வேட்டையும் ஒழிந்தநாள் இப்புவியில் அமையுமா என்ன?" என்றான். மேடையில் சுரேசர் ஓலைகளைக் கொண்டுவந்து யுதிஷ்டிரர் முன்னால் இருந்த பீடத்தில் வைத்தார். வழக்கமான அவைநிகழ்வு தொடங்கவிருக்கிறது என்னும் சலிப்பு அவையினர் உடல்களில் வெளிப்பட்டது. அரவான் "அவ்வாறு ஒரு காலம் வராதென்று எவ்வண்ணம் சொல்கிறீர்?" என்றான். "மானுடர் வஞ்சத்தால் விழைவால் தங்களைத் தொகுத்துக்கொள்பவர்கள்" என்றான் ஸ்வேதன். அரவான் ஒன்றும் சொல்லவில்லை. ஆனால் மெல்ல நெளிந்தமைந்து பெருமூச்சுவிட்டான்.

"இந்நெறிகள் போரை நெடுங்காலம் அறிந்தவர்களால் உருவாக்கப்பட்டவை. போரை அறியுந்தோறும் அதில் நெறிகளை அமைக்கவே சான்றோர் எண்ணுவார்கள்" என்று ஸ்வேதன் சொன்னான். "காட்டெரி காட்டின் உள்ளூறையும் விழைவிலிருந்து எழுவது. ஆனால் அது காட்டை

முற்றழிக்காமல் காக்க காடே முயல்வதைக் கண்டிருப்பாய்.” அரவான் “ஆம், எரியும் செடிகளின் எல்லைகளில் எரியாச் செடிகளாலான காட்டைக் காணலாம்” என்றான். ஸ்வேதன் “தாயவிளையாட்டில் சோழிகளைக் கலைத்துப் பரப்பி மீண்டும் வகுப்பதுபோல் படைகளை குருக்ஷேத்ரத்தில் அமைத்தாகவேண்டும்... ஆணைகளாலும் அங்குசத்தாலும் யானையை ஆள்வதுபோன்றது அது” என்றான்.

63

அரவானும் ஸ்வேதனும் பாண்டவப் படைப்பெருக்கினூடாக ஒழுகிச்சென்றனர். படையின் பொதுவிரைவை உடலால் கற்றுக்கொண்ட புரவிகள் சீரடி எடுத்துவைத்து சென்றன. விழிசரித்து பல்லாயிரம் குளம்புகளைப் பார்க்கையில் அவை நன்கு வகுக்கப்பட்ட அசைவுகளால் அலைகள் எனத் தெரிந்தன. உடல் மிக எளிதாகக் கற்றுக்கொள்கிறது, விலங்குகளின் உடல் மேலும் எளிதாக என்று ஸ்வேதன் எண்ணினான். அவ்விலங்குகளின் உடல்களிலிருந்து அதை ஊர்பவர்கள் படையின் ஒத்திசைவைப் பெற்றுக்கொண்டார்கள். அவர்கள் உடலிலிருந்து உள்ளத்திற்கு அவ்வொத்திசைவு சென்றது.

ஒவ்வொரு எண்ணத்திலும் திகழ்ந்த அந்தத் தாளம் அவர்களை சொல்லெடுக்க முடியாதவர்களாக்கியது. அரிதாக எதையேனும் உரைத்தவர்கள்கூட தனிச்சொற்கள் அந்த இசைவிலிருந்து மீறி விலகி நின்றிருப்பதை உணர்ந்து சொல்லவிந்தனர். அவர்கள் ஒருவருக்கொருவர் சொல்லிக்கொள்ளவும் ஏதுமிருக்கவில்லை. மொழியிலாத ஒற்றைப் பேருளமாக அனைத்து உடல்களிலும் அவர்கள் பரவியிருந்தனர். விண்ணில் எழுந்து சுழன்றமைந்த கொடிகளாலும், அக்காட்சியை ஒலியென நடித்த முரசுகளாலும் அவர்கள் இணைக்கப்பட்டனர். தேவையானபோது பிரிக்கப்பட்டனர்.

பாறைகளைக் கடந்துசெல்லும் ஆறுபோல சிற்றூர்களை வளைத்தும் சிறு குன்றுகளைக் கடந்தும் அப்படை சென்றது. ஒரு பெருவிலங்கு பிளிறி செதில்களை அசைத்து தனக்குத்தானே ஆணையிட்டுக்கொண்டு செல்வதுபோலிருந்தது. தொலைவில் மேட்டில் அது மேலேறும் ஆறுபோலிருந்தது. மறுபக்கம் சரிவிறங்கி ஏறியபோது வளைந்து மாபெரும்

வில் எனத் தோன்றியது. ஊடே வந்த பெரிய பாறையொன்றில் முட்டி இரண்டாகப் பிரிந்து வளைந்து மறுபக்கம் ஒன்றிணைந்தது. பல்லாயிரம் கவசங்களால் ஒளி கொண்டிருந்தது. மாபெரும் நத்தை ஒன்று உருவாக்கிச் சென்ற வெள்ளித்தடம் என அசைவில் அதில் வண்ணம் மின்னியது.

ஸ்வேதன் அப்படைப்பெருக்கின் ஓசைகள் எப்படி செவிக்குத் தெரியாதனவாக மாறிவிட்டன என்று வியந்தான். ஓசையென எண்ணி உளம் கொடுத்தபோது செவிப்பறைகள் கிழியும் முழக்கமென அது ஒலித்தது. பல்லாயிரம் குளம்படிகள், உலோகக் குலுங்கல், சகட முழக்கம், முரசொலிகள், கொம்பொலிகள். ஆனால் சீரான தாளத்தை அவை அடைந்தபோது ஒற்றைப் பரப்பென்றாகி பின்பு சித்தத்திலிருந்து மறைந்தது. ஓசையென்பது மீறல், அமைதியென்பது ஒத்திசைவு என்று ஸ்வேதன் எண்ணினான்.

இப்பெருக்கில் தன் உள்ளம் மட்டுமே அவ்வாறு சொற்களை வகுத்துக்கொள்கிறதோ என்ற எண்ணம் எழுந்தது. தான் ஒருவன் மட்டுமே சூழ்ந்திருக்கும் படைகளை தலைதிருப்பி நோக்கியபடி செல்வதை அவன் உணர்ந்தான். பல்லாயிரம்பேரில் ஒருவர் அவ்வாறு தன்னைப் பிரித்துக்கொண்டு அப்படையை பார்க்கும் நோக்கு கொள்கிறார்கள். அவர்கள் அப்படையால் வெளித்தள்ளப்பட்டு அழியக்கூடும், அன்றி அப்படையை வழிநடத்தி தலைமை என்றாகவும் கூடும்.

அந்தி இறங்கிக்கொண்டிருந்தது. வானில் முகில்கள் சிவந்து விளிம்புவட்டங்கள் மட்டும் ஒளிகொண்டிருந்தன. கதிர் முற்றாக மறைவதை முடிவெடுப்பது யார்? காட்டில் எப்போதும் அது ஒரு தனிப்பறவை என்பதை அவன் கண்டிருந்தான். அம்பென இலைப்பரப்பிலிருந்து சுழன்று கூச்சலிட்டு அது கீழே இறங்கும்போது அந்தியெனும் சொல்லை அனைத்துப் பறவைகளும் பெற்றுக்கொள்கின்றன. அக்கணமே காட்டின் ஓசைகள் முற்றாக மாறுபடுவதை அவன் கண்டிருக்கிறான். இங்கு எங்கோ ஒரு நிமித்திகன் அம்முடிவை எடுக்கிறான். இப்போது தேர்த்தட்டில் நின்றபடி அவன் கதிரவனைப் பார்த்துக்கொண்டிருக்கிறான். இப்பெரும்படையின் நாள்முடிவை அவன் வகுக்கிறான்.

எதிர்பார்க்கத் தொடங்கியதும் காலம் நீளலாயிற்று. கதிர் முற்றமைந்து விட்டது என்று அவனுக்குத் தோன்றியது. அனைத்து முகில்களும் விரைந்து அணைந்துகொண்டிருந்தன. ஓரிரு முகில்களில் மட்டும் செந்நிறத் தீற்றல் எஞ்சியிருந்தது. இன்னமும் அந்த நிமித்திகன் கதிரைப் பார்த்துக்கொண்டிருக்கிறான். அவன் பார்க்கும் கதிரவன் பிறிதொன்று என்றால் இப்பெரும்படை இருளில் நடந்துகொண்டிருக்கும்.

அவன் எண்ணி ஒழுகிக்கொண்டிருக்கையிலேயே விண்ணில் ஓர் எரிஅம்பு எழுந்து பொறிகள் வெடித்து மலராகச் சுழன்று கீழிறங்கியது. முரசுகள் முழங்கின. மிகத் தொலைவில் மெல்லிய அதிர்வென அவன் முரசுகளின் ஓசையைக் கேட்டான். யானையின் கரிய உடலுக்குள் முனகலோசை எழுவதுபோல. பின்னர் அந்த ஓசை பெருகிப் பெருகி சூழ்ந்திருந்த அனைத்து முரசுகளிலும் நிகழ்ந்து அவன் சித்தத்தை அள்ளிக்கொண்டது. அம்முழக்கில் அவன் சுழன்று மையச்சுழி நோக்கி செல்வதைப்போல இருந்தது. காதுகளில் அணையாத கார்வையை எஞ் சவிட்டு அது அவனைக் கடந்து மேலும் பின்னால் அகன்று சென்றது. மிகத் தொலைவில் ஒரு எளிய விம்மலாக மறைந்தது.

படைகளின் ஓசை முற்றாக மாறுபட்டது. அவன் தலைதிருப்பி நோக்கிய போது அதன் அசைவனைத்தும் நிலைமாறுவதைக் கண்டான். ஒரு காட்டில் காற்றில் அனைத்து இலைகளும் கவிழ்ந்து வண்ணமாறுபாடு கொள்வதைப்போல. அரவான் "பிறிதொரு இரவு, மூத்தவரே" என்றான். ஸ்வேதன் "ஆம்" என்று சொல்லி முன்னால் சென்று அவர்களுக்கான படைக்குடிலை ஏவலர் அமைப்பதைப் பார்த்தான். கழைமூங்கில்களில் மெல்லிய மூங்கில்கீற்றுத் தட்டிகள் கட்டப்பட்டு எட்டாக மடிக்கப் பட்டிருந்தது அக்குடில். அதை இழுத்தெடுத்து மண்ணில் வைத்து மடிப்பை விரித்து இரு இடங்களில் தறிகளை அறைந்ததும் கண்ணெதிரில் நிலம் திரண்டு எழுந்து யானையென்றாவதுபோல் குடில் உருவாகி வந்தது.

அரவான் நின்று சோம்பல் முறித்தான். ஸ்வேதன் தன் புரவியை ஏவலனிடம் அளித்துவிட்டு "நாளை உச்சிப்பொழுதில் நாம் குருக்ஷேத்ரத்தை சென்றடைவோம் என்கிறார்கள்" என்றான். அரவான் திரும்பிப்பார்த்து "அந்தியாகும் என்றார்களே?" என்றான். "அல்ல, இந்த விரைவு நம்மை அறியாமலேயே குருக்ஷேத்ரத்தை அணுகுந்தோறும் மிகுந்துவிடும். ஓரிரு நாழிகைகள் முன்னரே நாம் சென்று சேர்ந்துவிடுவோம்" என்றான் ஸ்வேதன்.

அரவான் சிற்றறைக்குள் புகுந்து தன் ஆடையை மாற்றத் துவங்கினான். ஸ்வேதன் தன் உடைகளை உதறி மீண்டும் அணிந்தபின் குழல்கற்றைகளைப் பிரித்து கைகளால் நீவியும் சீவியும் புழுதியையும் சருகுப்பொடிகளையும் அகற்றினான். அங்கிருந்த சிறுமரத்தினடியில் அமர்ந்து கால்களை நீட்டிக்கொண்டான். ஏவலர்குழு மேலும் மேலும் சிறுகுடில்களை நிரையென அமைத்தபடி கடந்து நெடுந்தூரம் சென்றுவிட்டிருந்ததை அங்கிருந்து பார்த்துக்கொண்டிருந்தான். அரவான் ஆடை மாற்றி குழல் திருத்தி அவனருகே வந்து அமர்ந்தான்.

ஸ்வேதன் "உனது குடியிலிருந்து எவரையும் இப்போருக்கு நீ அழைத்து வரவில்லையா?" என்றான். அரவான் சில கணங்களுக்குப்பின் "எங்கள் குடிக்கு புஜகர்கள் என்று பெயர். பதினெட்டு நாகர்குடிகளில் நாங்கள் முதன்மையானவர்கள். என் குடியினர் அனைவருமே திரண்டு போருக்கெழுந்துள்ளனர். அவர்கள் கௌரவர் பக்கம் சேர்ந்துள்ளனர்" என்றான். ஸ்வேதன் விழிகளை சுருக்கினான். அரவான் "தாங்கள் என் குலக்கதையை அறிந்திருப்பீர்கள். என் அன்னை இளமையில் எங்கள் குடியைச் சேர்ந்த காரகன் எனும் நாகனை மணந்திருந்தார். சிலகாலமே அவர்கள் சேர்ந்திருந்தனர். என் அன்னை காரகனை ஒருநாள் துறந்து தன் தந்தையிடம் மீண்டு வந்தார். ஏன் என்று தந்தை கேட்டபோது அவனிடம் நஞ்சு இல்லை என்றார். காரகன் பெரும் சினத்துடன் என் அன்னையை வெல்ல முயன்றார். அவர்களுக்குள் தொடர்ந்து பூசல்கள் நிகழ்ந்தன. காட்டில் நிகழ்ந்த ஒரு தழுவல்போரில் என் அன்னையின் தொடுகையால் நஞ்சேற்று மூன்று நாட்களுக்குப்பின் காரகன் உயிர் துறந்தார்."

நாகர் குடியில் அவ்வாறு பெண்டிரால் கணவர்கள் கொல்லப்படுவது அவ்வப்போது நிகழ்வது. ஆயினும் மூதன்னையர் என் அன்னைக்கு மூன்றாண்டுகள் கடுநோன்பு அளித்தனர். அன்னை தனியாகக் காட்டில் சிறுபொந்தில் வாழ்ந்து அந்நோன்பைக் கடைக்கொண்டிருந்தார். தன் நஞ்சுக்கும் விசைக்கும் ஈடுநிற்கும் ஆற்றல்கொண்ட ஒருவனுக்காக அத்தவத்தை அவர் மேற்கொண்டார். அவ்வாறுதான் எங்கள் ஐராவதீகம் எனும் நகருக்கு எந்தை வந்தார். அவரைக் கண்டதுமே என் அன்னை தான் காத்திருந்தது அவரையே என்றுணர்ந்தார். அவர்கள் காதலில் நான் பிறந்தேன். என் அன்னை தன் சீற்றத்தை முற்றும் இழந்து கனிந்தவளானார். எனது இருபத்தெட்டாவது நாளில் எந்தை ஐராவதீகத்திலிருந்து கிளம்பி மேலும் கிழக்குத்திசை நோக்கி சென்றார்.

நாகர்களுக்குப் பிறக்கும் குழந்தைகள் அனைவருமே ஆணும் பெண்ணுமின்றி குழந்தையென மட்டுமே இருப்பார்கள். இருபத்தெட்டாவது நாளில் என்னை ஆணென்று வகுத்து அரவான் என்று பெயரிட்டனர். என் அன்னையின் தந்தை மறைந்த பின்னர் எங்கள் குலமுறைப்படி என் அன்னையின் தாய்மாமன் அரசுப்பொறுப்புக்கு மூதன்னையரால் அமர்த்தப்பட்டார். அவருடைய மைந்தரே என் அன்னையால் நஞ்சு பெற்று மறைந்த காரகன். என் அன்னையின் தாய்மாமனால் நான் வெறுக்கப்பட்டேன். என்றோ ஒருநாள் அவரைக் கொன்று நான் எங்கள் குடியின் தலைவனாவேன் என்று அவர் அஞ்சினார். ஏனெனில் வெறியாட்டெழுந்து வருவது உரைக்கும் மூதன்னையர் மும்முறை எங்கள் ஐராவதீக நாகர்குடியில் ஆயிரம் ஆண்டுகளுக்குப்பின் நினைவுகூரப்படும்

ஒரே பெயர் என்னுடையது மட்டுமே என்றனர். என்னை மானுடரின் காவியங்களும் விதந்து பாடும் என்று உரைத்தனர்.

என்னைக் கொல்ல என் அன்னையின் மாதுலர் ஏழுமுறை முயன்றார். எனவே என் அன்னை என்னை எடுத்துக்கொண்டு நாகர்களுக்கு அயல்நிலமாகிய சக்ரதீபத்திற்கு சென்றார். அங்கு நான் என் அன்னையரின் உடன்பிறந்தார் சூழ வாழ்ந்தேன். எனக்கு நாகர்களின் நச்சுக்கலையையும் நாகமொழியையும் கற்பித்தார். உடன் மானுடமொழியும் அவரால் எனக்குக் கற்பிக்கப்பட்டது. என்றேனும் ஒரு நாள் என் தந்தையை நான் காண்பேன் எனில் அம்மொழியில் உரையாடவேண்டுமென்று அன்னை சொன்னார். என் அன்னையின் தாய்மாமன் எந்தைமேல் தீராச்சினம் கொண்டிருந்தார். எங்கள் குடி மாண்பு அவரால் குலைக்கப்பட்டது என்று கூறப்பட்டாலும் தன் மைந்தனைக் கொன்றபின் என் அன்னை அடைந்தது அயல்குடியினரான இளைய பாண்டவரை என்பதே அதற்கு மிகவும் அடிப்படையாக இருந்தது.

“நான் எந்தையை முன்பொருமுறை பார்த்தேன்” என்று அரவான் சொன்னான். “முன்பா?” என்று ஸ்வேதன் கேட்டான். “ஆம், என் அன்னையிடம் எந்தையை நான் பாக்கவேண்டுமென்று மீண்டும் மீண்டும் கேட்டேன். அன்னை என்னை எங்கள் குடியின் பூசகியாகிய உதிரையின் சிறு குகைக்கு அழைத்துச் சென்றார். இருண்ட சிறிய அப்பொந்திற்குள் நாங்களிருவரும் ஒருவர்பின் ஒருவராக தவழ்ந்து நெளிந்து நுழைந்தோம். ஏழு சுழல் வழிகளுக்குப்பின் உள்ளே மெல்லிய வெளிச்சம் தெரியலாயிற்று. அங்கு வட்ட வடிவமான சிற்றறைக்குள் உதிரை அமர்ந்திருந்தார். அவர் இடைக்குக்கீழ் அரவுடல் கொண்டிருந்தார். அன்னை வணங்கி என்னை தன் மைந்தனென அவரிடம் அறிமுகம் செய்தார். தன் தந்தையை இவன் காணவிழைகிறான் அன்னையே. அவர் எங்கிருந்தாலும் இவன் அங்கு சென்று கண்டுவருக என்றார் அன்னை” என்றான் அரவான்.

அன்னை தன் நாவை நீட்டியபோது அதில் இளநீல ஒளி பரப்பும் நாகமணி இருந்தது. அவர் நா நீண்டு ஒரு சிவந்த கையென மாறியது. அந்த நாகமணியை ஓரிடத்தில் வைத்தார். அவர் நா இரண்டெனப் பிரிந்து துடித்து வாய்க்குள் மறைந்தது. இரு கைகளையும் அவர் விரித்தபோது ஐந்து விரல்களும் ஐந்து நாகக் குழவியென நெளிந்தன. பத்து நாகங்களின் நாவுகளும் வெளிவந்து படபடத்தன. அவர் குரல் காற்றில் சீறும் ஒலியாலானதாக இருந்தது. அதில் சொல் எதுவும் இருக்கவில்லை. நான் அந்த நாகமணியின் நீலஒளியால் விழிகவரப்பட்டு அமர்ந்திருந்தேன். அதன் ஒளி பெருகிப் பெருகி என் நோக்கை முற்றாக கவர்ந்துகொண்டபோது அச்சீறலோசை சொல்லென்றாகியது.

“உன் தந்தை இப்போது இந்திர உலகில் இருக்கிறார். இந்திரனின் அவையில் இருக்கும் அவரை நீ விழைந்தால் சென்று பார்க்கலாம்” என்றார். நான் “ஆம்” என்று உரைத்தேன். என் உடலை தன் சுட்டுவிரலால் அன்னை தொட்டார். அந்தச் சிறு நாகம் எனை தன் நச்சு நாவால் முத்தமிட்டதும் குளிர்நடுக்கு கொண்டு என் கால்களும் கைகளும் பொன் என்று மாறலாயின. பொன்னிற உடல்கொண்டு எடையிழந்து மேலெழத் தொடங்கினேன். முகிலென மாறி விண்ணில் பரவிச் சென்றேன். உம்பர் உலகிற்கு ஒரு மழைத்துளியென சென்றடைந்தேன். அங்கு இடைக்குக்கீழ் பொன்னிற நாகஉடலும் இரு நீண்ட நாகக் கைகளும் இமையா மணிவிழிகளும் நாபறக்கும் வாயும் கொண்டவனாக ஊர்ந்து இந்திரனின் அறைக்கு சென்றேன்.

அங்கு என் தந்தை பீடத்தில் அமர்ந்து இந்திரனுடன் உரையாடிக் கொண்டிருந்தார். அவரை அணுகி கால்தொட்டு வணங்கினேன். “நான் உலூபியின் மைந்தன், தங்களை காணும்பொருட்டு இங்கு வந்தேன்” என்றேன். தந்தை என்னை இரு கைகளாலும் எடுத்து தன் மடிமேல் வைத்துக்கொண்டார். “உன் அன்னையின் விழிகள்” என்று மகிழ்ந்து சொன்னார். “அவளைக் காண்பதற்கு முன்னரே உன்னைப் பலமுறை என் கனவில் கண்டுள்ளேன்” என்று உரைத்தார். “நான் தங்களுக்கு என்ன செய்யவேண்டும், தந்தையே?” என்று கேட்டேன். “ஒரு பெரும்போர் வரும். அன்று எனக்குத் துணையாக வருக! போர் வெற்றி உன்னால் கூடும். என் குடியின் குருதி வழியில் எப்போதும் உன் பெயர் திகழும்” என்று சொல்லி என் நெற்றி தொட்டு தந்தை நல்வாழ்த்துரைத்தார்.

குகையிலிருந்து திரும்புகையில் அன்னையிடம் தந்தை உரைத்ததை நான் சொன்னேன். “ஆம், அவர் என்னை காணவந்தது அதன் நிமித்தமே என்று தோன்றுகிறது” என்றார். நான் அயல் நிலத்தில் வளர்ந்தேன். அனைத்துத் திறன்களையும் பெற்றேன். இப்போர் நிகழும் செய்தி சற்று பிந்தித்தான் காட்டுக்குள் வந்தது. நாகசூதர் சொல்லி அன்னை அறிந்தார். “தந்தை உனக்குரைத்த ஆணை அணுகியுள்ளது, கிளம்புக!” என்று வாழ்த்தி அனுப்பினார். என்னுடன் வருவதற்கு நாகவீரர்கள் எவருமில்லை. எங்கள் குடிகள் அனைத்தும் திரண்டு கௌரவர் தரப்புக்கு செல்ல வேண்டுமென்றும் காண்டவப் பெருங்காட்டை அழித்து நாகர்குடி ஒறுத்த எந்தையையும் அவர் குலத்தையும் முற்றும் பழிவாங்குவதே நாகர்களின் இலக்கு என்றும் காடுகள்தோறும் செய்தி பரவி வந்தது.

என் அன்னையின் தாய்மாமன் என்னை அழைத்து தன் அவையில் நிறுத்தி நாகர்குலத்தின் ஆணையை சொன்னார். “உன் குலத்தின்

பொருட்டு நின்று பொருதுக! உன் தந்தையுடன் நான் கொண்ட பழியை முடிப்பதும் உனது கடமை. நீ யார், நாகனா பாண்டவ மைந்தனா என்பதை இத்தருணத்தில் முடிவு செய்" என்றார். "நான் என் அன்னையின் மைந்தன் மட்டுமே. அன்னை தன்னை இளைய பாண்டவருக்கு முற்றளித்துவிட்டார். பிறிதொன்றும் எண்ணும் நிலையில் நான் இல்லை" என்றேன். என் குடியினர் சினந்து எழுந்து வாய் திறந்து பற்கள் ஒளிர என்னை சூழ்ந்தனர். நான் "என் அன்னை அளித்த நச்சுக்கலையால் உங்களில் நூற்றுவரைக் கொன்று இங்கு இருந்து எழுந்து செல்ல என்னால் இயலும், விலகுக!" என்றேன்.

என் அன்னையின் தாய்மாமன் "நீ எங்களுக்கெதிராக களம் நிற்பாயெனில் நாகர்குடியின் பழியை நீ ஏற்பாய். உன் நஞ்சால் குருக்ஷேத்ரப் பெருங்களத்தில் ஒரு நாகன் கொல்லப்பட்டாலும் உன் மூதன்னையர் மண்ணுலகின் அடுக்குகளில் பழிவஞ்சம் கொண்டு எழுவர். இது என் வஞ்சினம்" என்றார். நான் மறுமொழி சொல்லாது தலைவணங்கி அவர் அவையிலிருந்து மீண்டேன். அன்னையிடம் விடைபெற்றுக்கொண்டு இங்கு வந்தேன் என்னுடன் என் அன்னை அனுப்பிய நாக வீரர்கள் எழுவர் மட்டுமே வந்தனர். அரவான் சொல் ஓய்ந்தபின் ஒளியமைந்த கீழ்ச்சரிவை நோக்கியபடி வந்தான்.

குருக்ஷேத்ரத்தை அன்று சென்றடைவோம் என்னும் எண்ணம் விழிப்புவந்த முதற்கணமே ஸ்வேதனை வந்து தொட்டது. உடலில் திடுக்கிடலென நிகழ்ந்த விசையுடன் அவன் எழுந்தமர்ந்து இருளில் ஒலித்துக்கொண்டிருந்த படைகளின் முழக்கத்தைக் கேட்டான். அது முற்றிலும் மாறிவிட்டிருப்பது உடனே தெரிந்தது. அனைவருமே அவ்வெண்ணத்துடன்தான் விழித்துக்கொண்டிருக்கிறார்கள் என்று உணர்ந்தான். எழுந்து குடிலுக்குள் சென்று அதன் மூங்கில்களை ஒட்டி துயின்றுகொண்டிருந்த அரவானை அணுகி ஒருமுறை விரல் சொடுக்கினான். அவ்வோசையில் அரவானின் உடலில் ஒரு சிறு நெளிவு கடந்து சென்றது. சீறலோசையுடன் விழி திறந்து அவன் ஸ்வேதனைப் பார்த்தான். அவை நாகவிழியின் நீள் ஒளி கொண்டிருந்தன. பின்னர் நாகவிழியாக மாற அவன் நெளிந்து கீழே இறங்கி தரையில் நின்றான்.

"பொழுது விடியப்போகிறது. நாம் கிளம்ப சித்தமாக வேண்டும்" என்றான் ஸ்வேதன். "ஆம், இன்று குருக்ஷேத்ரத்தை அடைவோமல்லவா?" என்றான் அரவான். "நீயும் அவ்வெண்ணத்துடன்தான் விழித்தாயா?" என்று கேட்டான் ஸ்வேதன். "சற்றுமுன் நான் கனவில் அங்கிருந்தேன்" என்று அரவான் சொன்னான். "விழிதொடும் தொலைவுவரை மரங்களற்ற

வெட்டவெளி. நடுவே பல குளங்கள். செக்கச்சிவந்து தோலுரித்த தசைப்பரப்புபோல் மென்மைகொண்டிருந்தது மண். வாள் போழ்ந்த காயங்கள்போல் ஆழ்ந்த பிலங்கள். அவற்றில் குருதியோட்டம்போல் செந்நிற நீர் சென்றுகொண்டிருந்தது." அரவான் கனவிலிருப்பதுபோல் முகம் மலர "அங்கு நாகங்கள் நிறைந்திருந்தன. குவியல் குவியலாக விழுதுபின்னி நெளிந்துகொண்டிருந்தன. ஒரு புறம் கன்னங்கரிய அலைவெளி. மறுபுறம் பொன்னிற நாகங்களின் உடல் அலை. இரு பக்கங்களுக்கும் நடுவே பெரும் வெற்றிடம். அதில் இளங்காற்றில் புழுதி செவ்வலையென சுழன்றுகொண்டிருந்தது" என்றான்.

ஸ்வேதன் "நீ முன்பு குருக்ஷேத்ரத்தைப் பார்த்திருக்கிறாயா?" என்றான். "இல்லை" என்றான் அரவான். "உன் குடிகளில் எவர் பார்த்தார்கள்?" என்றான் ஸ்வேதன். "எவருமில்லை." ஸ்வேதன் "கதைகளினூடாக அறிந்தாயா?" என்றான். "இல்லை, அச்சொல்லையே சின்னாட்களுக்கு முன் அங்கிருந்து கிளம்பும்போதுதான் என் அன்னை சொன்னார்" என்று அரவான் சொன்னான். ஸ்வேதன் "நானும் குருக்ஷேத்ரத்தைப் பார்த்ததில்லை. ஆனால் வெவ்வேறு நூல்களில் அப்பெருநிலம் எவ்வண்ணமெல்லாம் சொல்லப்பட்டிருக்கிறதோ அதையே நீ கனவில் கண்டிருக்கிறாய்" என்றான். அரவென்றான விழிகளுடன் ஸ்வேதனின் விழிகளைப் பார்த்தபடி "அந்நிலம் என்னுள் உறைகிறது. நான் அதை நோக்கியே பிறவிகள்தோறும் வந்துகொண்டிருக்கிறேன் போலும்" என்றான் அரவான்.

"நாமனைவரும்தான்" என்று சொன்ன ஸ்வேதன் "கிளம்புவோம்" என்றான். அவர்கள் காலைக்கடன் முடித்து உணவருந்தி உச்சிப்பொழுதுக்கான உணவைத் துணிப்பையில் எடுத்துக்கொண்டு கிளம்பினர். முதல் அணிவகுப்பிற்கான அறைகூவல் எழுந்து அணைந்ததும் படைவீரர்கள் நீர்த்துளிகள் ஒன்றுடன் ஒன்று இணைவதுபோல குழுக்களாகி மேலும் பெரிய குழுக்களாக,படைத்திரள்களாக மாறினர்.பன்னிரண்டு சாலைகளும் நடுவே பெருஞ்சாலையும் நூற்றுக்கணக்கான கிளைச்சாலைகளும் கொண்ட படை ஒருங்கியது. "எங்கேனும் உயரத்திலிருந்து இப்படை குருக்ஷேத்ரத்திற்குள் நுழைவதைப் பார்க்கவேண்டுமென்று விழைகிறேன்" என்றான் ஸ்வேதன். "ஒரு மூங்கிலிருந்தால் மேலே சென்று பார்க்கலாம்" என்று அரவான் சொன்னான்.

"மூங்கிலில் ஏறுவது செய்தி நோக்கும் கழையர்களுக்கு மட்டுமே தெரிந்த கலை. அல்லது மூங்கிலை ஆழ நடவேண்டும்" என்றான் ஸ்வேதன். "நான் தங்களைக் கொண்டு செல்கிறேன்" என்றான் அரவான். ஸ்வேதன்

“அவ்வாறெனினும்கூட மூங்கிலை இங்கு நிலையாக நடமுடியாது. மேலேறி நோக்கி அக்கணமே கீழிறங்கிவிட வேண்டியிருக்கும்” என்றான். அரவான் திரும்பிப்பார்த்து “அதோ அந்த வண்டியின் மேல் மூங்கில் உள்ளது” என்றான். “ஓடும் வண்டியில் மூங்கிலை நிறுத்தி மேலேறுவதா? விளையாடுகிறாயா?” என்றான் ஸ்வேதன். “நான் தங்களை கொண்டு செல்கிறேன், அஞ்சவேண்டாம்” என்றான் அரவான்.

படைநகர்வுக்கான அறைகூவல் எழுந்ததும் பல்லாயிரம் உடல்களினூடாக அசைவென ஓர் அலை கடந்துசென்றது. பின்னர் முன்னாலிருந்த படைப்பிரிவு கிளம்பிச்செல்ல அடுத்த படைப்பிரிவுக்கும் அதற்கும் நடுவே இடைவெளி உருவாயிற்று. ஒவ்வொரு படைப்பிரிவும் தங்களுக்கு முன் ஒரு இடைவெளியை வைத்தபடி கிளம்பி செல்லத்தொடங்கின. குருக்ஷேத்ரம் என்னும் சொல்லே தன்னுள் நிறைந்திருப்பதை ஸ்வேதன் உணர்ந்தான். அதை குறித்த ஒவ்வொரு கதையும் அவன் நினைவில் வந்து மோதி மோதி சென்றது.

வெயில் உச்சிக்கு சென்றது. சிறிய மிடறுகளாக நீரை அருந்தி அவ்வப் போது உலருணவில் ஒரு பிடியள்ளி வாயிலிட்டுக்கொண்டான். வியர்வை பெருகி வழிய படைகளில் இருந்தெழுந்த காற்றில் உப்பு வாடை நிறைந்திருந்தது. புரவிகளின் உடலிலிருந்து வியர்வை துளித்துச் சொட்டியது. விழிகளில் வெயில்வெளி அலையடித்தது. மிக மெல்ல அவர்கள் ஒழுகிக்கொண்டிருந்தனர். மிகத் தொலைவில் மெல்லிய முழக்கமொன்று கேட்டது. அரவான் “குருக்ஷேத்ரத்தைப் பார்த்துவிட்டார்கள்” என்றான். “குருக்ஷேத்ரம்!” என்று கைவிரித்துக் கூவினான். “இல்லை, இங்கிருந்து பார்க்க இயலாது” என்று ஸ்வேதன் சொன்னான்.

“அல்ல, மூத்தவரே. இது மேட்டு நிலம். இங்கிருந்து பதினெட்டு கிளைகளாகப் பிரிந்து குருக்ஷேத்ரத்திற்குள் நுழையவிருக்கிறார்கள்” என்றான். “இது மேட்டு நிலம் என்று எப்படி அறிந்தாய்?” என்று ஸ்வேதன் கேட்டான். “அங்கு பறக்கும் பருந்துகள் இங்கிருந்து பார்க்கையில் தாழ்வாக செல்கின்றன. இங்கிருந்து பத்து ஆள் ஆழத்தில் உள்ளது குருக்ஷேத்ரம். ஆனால் மிக மெல்ல சரிந்திறங்குவதனால் அந்த ஆழம் நமக்குத் தெரிவதில்லை. முன்னால் சென்ற படைகள் தங்கள் குதிகால் தசைகளின் இறுக்கமாகவும் சகடங்கள் உரசும் கட்டைகளில் எடையாகவும் அச்சரிவை உணரத்தொடங்குவார்கள்” என்றான் அரவான்.

“நான் பார்க்கவிரும்புகிறேன், எப்படி குருக்ஷேத்ரத்திற்குள் நுழைகிறது இப்படை என்று” என்றான் ஸ்வேதன். “வருக!” என்று ஸ்வேதனின்

கைபிடித்து அரவான் அழைத்துச்சென்றான். அவர்களுக்கு முன்னால் பொதிகளை ஏற்றியபடி சென்றுகொண்டிருந்த வண்டியை அணுகி அதில் கிடைமட்டத்தில் வைக்கப்பட்டிருந்த மூங்கிலொன்றை எடுத்து அவ்வண்டியின் பின்புறத்தில் ஊன்றினான். அதைப் பற்றிக்கொண்டு மேலேறினான். கழையர்கள் மூங்கிலின் கணுக்களில் கால் வைத்து குரங்குபோல் ஏறி மேலே செல்வதை ஸ்வேதன் கண்டிருந்தான். ஆனால் அரவான் பாம்புபோல அதில் வளைந்து சுற்றிச் சுழன்று மேலேறினான். அதன் உச்சியில் சென்று தன் உடலைப் பொருத்திக்கொண்டு கைகளை விரித்து நின்றான். சென்று கொண்டிருந்த வண்டியின் மீது எழுந்து நின்ற கழைமேல் அவன் கைவிரித்து நின்றது மிக மெல்ல பறக்கும் ஒரு பருந்தைப்போல் தோன்றியது. பாம்பு பருந்தாவது என ஸ்வேதன் எண்ணிக்கொண்டான்.

மேலே பார்த்தபோது அரவான் மண்ணுடன் தொடர்பற்று மிதந்து கொண்டிருப்பதாகத் தோன்றியது. விழிதாழ்த்தி வண்டியின் கட்டையில் ஊன்றியிருந்த அம்மூங்கிலின் அடியைப் பார்த்தபோது எக்கணமும் நிலைதவறி அவன் விழக்கூடுமென்று வயிறு கூசியது. அவ்வெண்ணம் வந்ததுமே ஸ்வேதனின் உடல் நடுங்கலாயிற்று. அரவான் மூங்கிலின் முனையிலிருந்து மீண்டும் வளைந்து கீழிறங்கினான். “அது பெருங்காட்சி! தாங்கள் பார்த்தாகவேண்டும், மூத்தவரே” என்றான். இன்னொரு கழையை சுட்டிக்காட்டி “அதை எடுத்துகொள்ளுங்கள்” என்றான். “எனக்கு கழையிலேறும் பயிற்சியில்லை” என்றான் ஸ்வேதன். “நீங்கள் மூங்கிலைக் கையால் பற்றிக்கொள்ளுங்கள்” என்று அரவான் சொன்னான்.

ஸ்வேதன் அம்மூங்கிலை எடுத்து அதன் நுனியை வண்டியின் நுகத்திற்குப் பின்னாலிருந்த கட்டையில் ஊன்றி கையால் பிடித்துக்கொண்டான். அவன் கையை ஒரு கையால் பற்றிக்கொண்டு தன் மூங்கிலினூடாக மேலேறிய அரவான் அவனையும் இழுத்து மேலே கொண்டு சென்றான். இரு மூங்கிலின் முனைகளையும் உச்சியில் ஒன்றாக இணைத்து கைகளால் பற்றிக்கொண்டான். ஸ்வேதன் அதன் உச்சிக்குச் சென்று சற்று ஆடினான். அவன் உடலுக்குள் திரவங்கள் குலுங்க உயிர் பதைத்தது. “விழமாட்டீர்கள். உங்கள் எடையை நான் நிகர் செய்துகொண்டிருக்கிறேன்” என்று அரவான் சொன்னான். சில கணங்களுக்குப்பின் அவன் உடல் அதை அறிந்தது. அந்த இரு மூங்கில்களும் ஒன்றையொன்று தாங்கி முற்றிலும் நிகர் செய்திருந்தன.

கீழே சென்றுகொண்டிருந்த வண்டியின் அசைவுகூட அவன் உடலில் மெல்ல நிகழ மேலிருந்து கட்டி தொங்கவிடப்பட்டிருந்த கண்காணா சரடொன்றில் தொங்கிக்கிடப்பதுபோல அவன் வானில் நின்றான்.

"நோக்குக!" என்றான் அரவான். அவன் சுட்டிய திசையில் பாண்டவப் படை பற்பல கைவழிகளாகப் பிரிந்துகொண்டிருந்தது. அவை ஒழுகிச் சென்று குருக்ஷேத்ரத்திற்குள் இணைந்து அணிகளாகப் பெருகி நிறைந்தன. அவன் கனவிலென அக்காட்சியைப் பார்த்துக்கொண்டிருந்தான்.

உடல்களாலான படை நீர்போல மாறி பள்ளங்களை நிரப்பி வழிந்தோடி, சென்றமைந்த இடத்தின் வடிவை எடுத்து நிரப்பிக்கொண்டே இருந்தது. நெகிழ்கையில் அனைத்து பருப்பொருட்களும் திரவங்களாகின்றன என்று அவன் எண்ணினான். தனிப்பொருட்களாக இருக்கையில் மட்டுமே அவற்றுக்கு மாறா வடிவும் நிலையுருவும் உள்ளது. இங்குள்ள மக்கள், ஜனபதங்கள், நகரங்கள் அனைத்தும் திரவத்தால் ஆனவை. பாரதவர்ஷம் ஒரு பெரும் திரவத்தின் தேக்கம். விண்ணில் நிறைந்திருக்கும் நீரின் பிறிதொரு வடிவம். துளிகளில் அது பொருள். பெரும்பொதுமையில் அலையடிக்கும் நீர்மை. அவன் உளம்விம்ம பெருமூச்செறிந்தான்.

64

திருஷ்டத்யும்னனின் யானைத்தோல் கூடாரத்திற்குள் இருந்து வெளியே வந்தபோது ஸ்வேதனின் விழிகள் கூசின. கூடாரத்திற்குள் போதிய ஒளி இருந்தது. ஆனால் வெளியே பின்னுச்சிப்பொழுதின் வெயில் கண்களை நிறைத்து விழிநீர் பெருகச்செய்தது. நெடுநேரமாக தோல்பரப்பில் வரையப்பட்ட வரைபடங்களில் மெல்லிய கோடாகக் குறிக்கப்பட்டிருந்த வழிகளையும் செம்புள்ளிகளாகவும் நீலப்புள்ளிகளாகவும் தெரிந்த இடங்களையும் கூர்ந்து நோக்கியமையால் கண்கள் களைத்திருந்தன. வெளியே வந்தபோது முன்னுச்சிப் பொழுதில் இருந்து அங்கே கேட்டு அறிந்த அனைத்தையும் முற்றாக மறந்துவிட்டதாக உணர்ந்தான். நல்லவேளையாக அனைத்தையும் அவ்வப்போது ஓலையிலும் பொறித்துக்கொண்டோம் என்று ஆறுதல்கொண்டான். ஓலைக்கட்டை எடுத்து சரடை அவிழ்த்து முதல் ஓலையைப் பார்த்தான். உள்ளம் சலித்திருந்தமையால் ஒரு சொல்லும் உள்ளே செல்லவில்லை. மீண்டும் அடுக்கிக் கட்டி இடையில் வைத்துக்கொண்டு புரவியை நோக்கி சென்றான்.

திருஷ்டத்யும்னனின் அழைப்பை ஏற்று அவன் படைமுகப்பிலிருந்து காலையிலேயே கிளம்பி வந்திருந்தான். பாஞ்சாலத்து அமைச்சர்களான பார்க்கவரும் பத்ரரும் படைத்தலைவர் ரிஷபரும் அங்கிருந்தனர். அவர்கள் முன்னரே விரிவாகப் பேசி அனைத்தையும் வகுத்துவிட்டிருந்தார்கள். அவன் உள்ளே நுழைந்து வணங்கியபோது எதுவும் பேசாமல் கையை மட்டும் அசைத்த பின் பேச்சைத் தொடர்ந்தனர். பிரதிவிந்தியனும் சுதசோமனும் சதானீகனும் சுருதகீர்த்தியும் சர்வதனும் சேர்ந்து வந்தனர். யௌதேயனும் நிர்மித்ரனும் தனியாக வந்தார்கள். இறுதியாக உத்தரன்

வந்தான். அனைவரும் கைகளைக் கட்டியபடி திருஷ்டத்யும்னன் பேசுவதைக் கேட்டு நின்றனர்.

“இங்கே எப்போது வேண்டுமானாலும் போர் தொடங்கலாம். நாட்கள் பல ஆகவும் கூடும். அதுவரை நாம் இங்கே ஒவ்வொருநாளும் போருக்கு சித்தமாகவே தங்கவேண்டும். இப்போது அமைந்துள்ள அணிவகுப்பே போர்சூழ்கைகளாக உருமாற்றம் கொள்ளும் வகையில் அமையவேண்டும்” என்று திருஷ்டத்யும்னன் சொன்னான். “படைகளின் பின்புறம் வலப்பக்கம் ஒதுங்கி அடுமனைக்கூடங்கள் அமையட்டும். இடப்பக்கம் மருத்துவநிலைகள். அடுநிலைகளில் இருந்தும் மருத்துவநிலைகளில் இருந்தும் வண்டிகள் படைகளின் முகப்புவரை வருவதற்கு பெருவழிகள் இருக்கவேண்டும். அவை மரப்பலகைகள் போட்டு உறுதிசெய்யப்படவேண்டும். அவற்றிலிருந்து கிளைவழிகள் பிரிந்து அனைத்துப் படைப்பிரிவுகளுக்கும் செல்லவேண்டும்.” அவன் விரல்களால் சுட்டிக்காட்டி “அடுமனைக்கும் மருத்துவநிலைக்கும் நடுவே உள்ள இடைவெளிக்கு நேராகவே படைப்பிரிவில் எங்காயினும் போர்யானைகள் நிலைகொள்ளவேண்டும். அவை புண்பட்டால் அஞ்சி திரும்பி ஓடும் இயல்புள்ளவை. யானைகளைத் தொடர்ந்து செல்லும் படைகள் ஒற்றைக் கொம்போசையில் விரிந்து வழிவிட்டு அவற்றைப் பின்னால் செல்லவிடவேண்டும்படியே அமையும்” என்றான்.

ஸ்வேதன் முதலில் ஒவ்வொரு சொல்லையும் உளக்கிளர்ச்சியுடன் கேட்டுக்கொண்டிருந்தான். குடிநீர் கலங்களை ஏற்றிய வண்டிகள் படைமுழுக்க செல்லும் பாதைகள், ஒவ்வொரு படைப்பிரிவிலும் வீரர்கள் ஏந்தியவற்றுக்கு மேலாக மாற்றுப்படைக்கலங்களைக் கொண்டுசெல்லும் வண்டிகள் செல்லும் வழிகள் அனைத்தும் குறிக்கப்பட்டிருந்தன. முரசொலியாலும் கொடியசைவாலும் ஆணைகளை அளிக்கும் செய்திநிலைகள் நீலநிறமாகவும் கைவிடுபடைகளை ஏந்திய பீடங்கள் செந்நிறமாகவும் அடையாளப்படுத்தப்பட்டிருந்தன. யானைகள் இழுத்த காவல்நிலைகளுக்கும் அத்திரிகளும் காளைகளும் இழுத்த காவல்நிலைகளுக்கும் வெவ்வேறு அடையாளங்கள் இருந்தன. மெல்ல அவன் சலிப்புகொண்டான். இவை போர் தொடங்கிய பின்னர் இவ்வண்ணமே ஒழுங்குடன் இருக்குமா என்ற ஐயம் எழுந்தது.

“நிலைகுலையாத படையே படை. நிலைகுலைந்த கணம் முதல் அது வெறும் திரள்” என்று திருஷ்டத்யும்னன் சொன்னான். “நிலைகுலையாமலிருக்கச் செய்யும் விசைகள் இரண்டு. தாங்கள் ஒருவருக்கொருவர் தொடர்புடனிருக்கிறோம் என்று உணர்வது. தங்களை மேலிருப்பவர்கள் அறிந்து நடத்துகின்றனர் என்று உணர்வது அடுத்து. ஆகவே எந்நிலையிலும் செய்திமாடங்களில் ஆளொழியலாகாது.

நூறுமுறை செய்திமாடங்கள் தாக்கப்பட்டாலும் அடுத்தகட்ட வீரர்கள் மேலேறிவிடவேண்டும்.” உத்தரன் “படைப்பிரிவுகளில் செய்திகளை முற்றாக புரிந்துகொள்ள இயலாத கிராதர் பலர் உள்ளனர்” என்றான். “ஆம், ஆகவேதான் அவர்களின் அத்தனை பிரிவுகளிலும் நூற்றுவர் தலைவர்களுடன் ஒரு ஷத்ரிய வீரனையும் இணைப்பொறுப்பாளனாக அமைத்திருக்கிறேன்” என்றான் திருஷ்டத்யும்னன்.

பின்னர் ஒவ்வொருவருக்குமான ஆணைகள் பகிர்ந்தளிக்கப்பட்டன. படைப்பிரிவு முழுமைக்கும் குடிநீரும் உணவும் அளிக்கும் பொறுப்பு சுதசோமனுக்கும் சர்வதனுக்கும் அளிக்கப்பட்டது. படையெங்கும் செல்லும் செய்திப்புறாக்களும் தூதர்களும் யௌதேயனுக்கும் அனைத்துக் காவல்மாடங்களும் நிர்மித்ரனுக்கும் பொறுப்பளிக்கப்பட்டன. “செய்திப்புறாக்கள் அரிதாகவே அம்புகள் பட்டு விழுகின்றன. ஒரு புறா விழுந்தால் அச்செய்தி ஒருபோதும் சென்றுசேராமலாகக் கூடாது. ஒவ்வொரு எளிய செய்திக்கும் இரு புறாக்கள் செல்லவேண்டும். முதன்மைச் செய்திகளுக்கு மூன்று புறாக்கள். அரிதான மையச் செய்திகளுக்கு நான்கு” என்று திருஷ்டத்யும்னன் சொன்னான்.

படைகளுக்குரிய படைக்கலங்களின் பொறுப்பு சுருதகீர்த்திக்கும் வண்டிகளின் பொறுப்பு சதானீகனுக்கும் அளிக்கப் பட்டது. ஒற்றர்களை ஒருங்கிணைக்க சுருதசேனனுக்கு பொறுப்பளிக்கப் பட்டது. அரசர்களுக்குரிய முறைமைகளை நோக்கவும் அவர்களுக் கிடையேயான மோதல்களை பேசிமுடிக்கவும் பிரதிவிந்தியன் பொறுப் பேற்றுக்கொண்டான். உத்தரன் யானைகளுக்கும் பிற விலங்குகளுக்கும் பொறுப்பேற்றான். ஒவ்வொருவரும் தங்களுக்குமேல் நேரடியாக எவருடன் தொடர்புகொள்ளவேண்டும் என்று ஆணையிடப்பட்டது.

ஸ்வேதனை நோக்கித் திரும்பிய திருஷ்டத்யும்னன் “குலாடரே, நீர் மருத்துவநிலைகளுக்குப் பொறுப்பானவர். உமக்குக் கீழே நான்கு ஷத்ரியகுலத்தவர் மருத்துவநிலைகளை ஒருங்கிணைப்பார்கள். மருத்துவநிலைகள் மூன்று சாகைகளாக செயல்படுகின்றன. அரசர்களுக் குரியது ராஜன்யம். வீரர்களுக்குரியது ஷாத்ரிகம். விலங்குகளுக்குரியது வன்யம். மூன்று அமைச்சர்கள் அம்மூன்றுக்கும் பொறுப்பேற்பர். பிறிதொருவர் மருந்துகளுக்குப் பொதுவாகப் பொறுப்பாவார். இவற்றில் ஷாத்ரசாகை மிகப் பெரிது. நூற்றியெட்டு கண்டங்களாக பிரிக்கப்பட்டுள்ளது அது. ஒவ்வொரு கண்டத்துக்கும் ஒரு மூத்த மருத்துவர் தலைவராக இருப்பார். அவை ஒவ்வொன்றும் பத்து பத்ரங்களாகப் பிரிக்கப்பட்டுள்ளன. ஒவ்வொரு பத்ரத்துக்கும் ஏழு முதிர்ந்த மருத்துவர்கள் இருப்பார்கள். நூறு துணைமருத்துவர்களும் நாநூறு மருத்துவ உதவியாளர்களும் நூறு வண்டிகளும் ஆயிரம் மஞ்

சங்களும் கொண்டது ஒரு பத்ரம். ஒவ்வொரு பத்ரத்திலும் அதற்குரிய மருந்துகளும் பிற பொருட்களும் தனியாகக் கருதப்பட்டிருக்கும். ஒவ்வொன்றிலும் புண்படுவோரை நோக்கவும் நோயுற்றோரை பேணவும் வெவ்வேறு பகுதிகள் இருக்கும். நஞ்சூட்டப்பட்டோருக்கான பிரிவுகளும் உண்டு" என்றான்.

"வன்யத்தில் யானைகள், புரவிகள், அத்திரிகள், மாடுகள் ஆகியவற்றுக்கு தனித்தனியாக நிலைகள் உண்டு" என்று திருஷ்டத்யும்னன் சொன்னான். "அரசகுடியினருக்குரிய ராஜன்யத்தில் ஒவ்வொரு அரசகுடிக்கும் தனித்தனியான மருத்துவகுழுக்கள் அவர்கள் நாட்டிலிருந்தே வந்துள்ளன. அவர்களுக்குரிய அனைத்தையும் அவர்களே கொண்டுவந்துள்ளார்கள். ஒவ்வொரு அரசகுடியின் மருத்துவக்குழுவும் அந்நாட்டு அரசமுத்திரை பொறிக்கப்பட்ட வெண்கொடியுடன் செயல்படுவார்கள். ஷாத்ரப் பிரிவில் ஒவ்வொரு கண்டத்துக்கும் பத்ரத்துக்கும் தனித்தனியான முத்திரைகள் உண்டு. வெண்கொடியில் வலப்பக்கம் கண்டத்தின் முத்திரையும் இடப்பக்கம் பத்ரத்தின் முத்திரையும் இருக்கும்."

திருஷ்டத்யும்னன் விரல்சுட்டி மருத்துவநிலைகள் இருக்கும் இடத்தைக் காட்டினான். "இவை அனைத்தும் தனியாக புறாக்களாலும் கொடியடையாளங்கள் மற்றும் எரியம்புகளாலும் செய்தித்தொடர்பில் இருக்கவேண்டும். ஒவ்வொரு குழுவிலும் பிற குழுக்களுடன் தொடர்புகொள்வதற்குரிய மருத்துவத் தூதர்கள் இருக்கவேண்டும். எவ்வகையிலேனும் படைவழிகள் அடைந்துபோனால் அரைநாழிகைக்குள் வழி உருவாக்கப்படவேண்டும். இவை பிரிந்திருப்பது போதிய இடம் தேவை என்பதற்காக. ஆனால் செய்தித் தொடர்பால் இவை ஓரிடத்தில் ஒன்றென இருப்பதாகவே செயல்படவேண்டும்." ஸ்வேதன் தலைவணங்கினான். "உங்களுக்குமேல் செய்திகளைப் பெற்றுக்கொள்பவர் யயாதி. அவருக்குமேல் சகதேவர். இறுதியாகவே இளைய யாதவரும் அரசரும். அவர்களிடம் செய்திகள் சென்று சேராமலிருக்கும்தோறும் நாம் நன்கு ஒருங்கிணைகிறோம் என்று பொருள்."

ஸ்வேதன் "என் பணியை நான் முழுதாற்றுவேன், அரசே" என்றான். "இவை ஒவ்வொன்றும் அமைச்சர்களால் முழுமையாகவே வகுக்கப் பட்டுள்ளன. ஆனால் ஒருமுறை போர்ச்சங்கு ஊதப்பட்டுவிட்டால் அந்தணர்களுக்கு இங்கு இடமில்லை. ஆகவேதான் ஷத்ரியர்கள் பொறுப்பேற்கவேண்டியிருக்கிறது. படைத்தலைவர்கள் பலர் இருந்தாலும் அரசகுடியினர் ஒருவரின் ஆணையே அனைவராலும் இறுதியானதாகக் கொள்ளப்படும். ஆகவேதான் உங்களுக்குப் பொறுப்புகள் பிரித்தளிக்கப்படுகின்றன" என்றான் திருஷ்டத்யும்னன்.

ஒவ்வொருவரும் ஆணையோலைகளைப் பெற்றபின் கிளம்பினர். வெளியே பாஞ்சாலத்து இளவரசர்கள் உள்ளே செல்லும்பொருட்டு கூடி நின்றனர். வெளியே சென்ற உபபாண்டவர்கள் அவர்களை வணங்கி முகமன் உரைத்தார்கள். ஸ்வேதனிடம் வந்த சதானீகன் "அவர்கள் உபபாஞ்சாலர். சுமித்ரர், பிரியதர்சர், யுதாமன்யு, விரிகர், பாஞ்சால்யர், சுரதர், உத்தமௌஜர், சத்ருஞ்ஜயர், ஜனமேஜயர், துவஜசேனர்" என்றான். ஸ்வேதன் "ஆம், அவர்களின் முகங்கள் பாஞ்சாலர்களுக்குரியவை" என்றான். புரவிகளில் மேலும் இளவரசர்கள் வந்து இறங்கிக்கொண்டிருந்தனர்.

"நீர் எங்கு செல்கிறீர்?" என்று சுருதகீர்த்தி ஸ்வேதனிடம் கேட்டான். "எனக்குப் பொறுப்பளிக்கப்பட்டுள்ளது. இன்று மாலைக்குள் மருத்துவநிலையை முழுமையாக சுற்றிப்பார்த்து அதன் அமைப்பைப் புரிந்துகொள்ளவேண்டும்" என்றான் ஸ்வேதன். "எனக்கும் பொறுப்பளிக்கப்பட்டுள்ளது. போர் தொடங்க இன்னும் சிலநாட்களே உள்ளன. படைக்கலங்கள் குறைந்தால் இனி ஒன்றும் செய்யவியலாது. அவை ஒருங்கமைவதென்றால் இதற்குமுன் அமைக்கப்பட்டிருக்கும். நான் ஒன்றும் செய்வதற்கில்லை" என்றான் சுருதகீர்த்தி. "ஆம், வண்டிகளின் பொறுப்பு எனக்கு என்றார்கள். இங்கிருக்கும் வண்டிகளின் எண்ணிக்கையைக் கணக்கிடவே நாலைந்து நாட்களாகும். நாற்பத்தெட்டு சகடங்கள் கொண்ட பாடிவீடுகளையும் வண்டிகளாகக் கணக்கிடவேண்டும். இரண்டு சகடங்களுடன் வீரர்களால் தள்ளிச்செல்லப்படும் உணவுவண்டிகளும் வண்டிகள்தான்..." என்றான் சதானீகன்.

"நான் என் பொறுப்பை முடிந்தவரை நிறைவேற்றவே விழைகிறேன்" என்றான் ஸ்வேதன். "நான் குலாடகுடிமேல் கொண்ட அன்பினால் உம்மை அழைத்தேன். என் குடிலில் சிறந்த யவன மதுவும் உப்பிட்டு உலர்த்தப்பட்டு கனலில் சுட்ட பன்றித்தொடையும் வைத்திருக்கிறேன். நீர் வந்து அவற்றை உண்டு குடித்தால் உமது மூதாதையர் மகிழ்வார்கள்" என்றான் சுருதகீர்த்தி. ஸ்வேதன் புன்னகைத்து "பிறிதொருமுறை அவர்களை மகிழ்விக்கிறேன், இளவரசே" என்றான்.

பிரதிவிந்தியன் அப்பால் நின்று "அங்கே என்ன செய்கிறீர்கள்? பணிகள் நிறைந்துள்ளன!" என்றான். "தொடங்கிவிட்டார்... அவருக்கு ஏற்கெனவே அவர் செய்துகொண்டிருக்கும் பணிகள்தான், ஒற்றர்களை உளவறிதல்" என்ற சுருதகீர்த்தி "சென்று மருத்துவநிலைகளை பாரும். உம்மைக் கண்டதும் அங்கிருப்போர் மிகையான மதிப்பும் முறைமைச்சொற்களும் அளிப்பார்கள். அதன் பொருள் எங்களை வேலைசெய்யவிட்டு விலகிச்செல்கிறீர்களா என்பதுதான். அதை உணர்ந்ததும் நீரே திரும்பி

வருவீர். வந்ததும் எங்கள் குடிலில் உமக்கான பன்றித்தொடை காத்திருக்கும். யவன மதுவைப் பற்றி சொல்லமுடியாது. அது பாற்கடல் வெண்ணையைவிட இங்கே போட்டிக்குரியது” என்றான்.

ஸ்வேதன் “இங்கே இளையவர் அபிமன்யூவை காணவில்லையே?” என்றான். சுருதகீர்த்தி முகம் மாற “அவனிடம் எப்பொறுப்பை ஒப்படைப்பது?” என்றான். சதானீகன் ஸ்வேதன் தோளைத் தொட்டு “அவர் படைப்பயிற்சியில் இருக்கிறார்” என்றான். சுருதகீர்த்தி பிரதிவிந்தியனை நோக்கி செல்ல சதானீகன் “அவரிடம் அபிமன்யூ குறித்து கேட்கலாகாது” என்றான். “அவருக்கு தந்தையின் பிற மைந்தரை பிடிப்பதில்லையா?” என்றான் ஸ்வேதன். “அவ்வாறுதான் எண்ணினேன். ஆனால் இன்று காலைமுதல் அரவான் அவருடன்தான் இருக்கிறான். இருவரும் ஆடிப்பாவைகள்போல குடில்முகப்பில் நின்று பேசிக்கொண்டிருப்பதைக் கண்டேன்” என்றான்.

“வருகிறீர்களா இல்லையா?” என்றான் பிரதிவிந்தியன். “பணிகள் அளிக்கப்படுவதென்பது வில்லில் இருந்து அம்புகளை ஏவுவது என்பார்கள்.” சதானீகன் “இதோ கிளம்புகிறோம், மூத்தவரே” என்றபின் குரல் தாழ்த்தி “யாதவர்கள் அவர்களின் வளைதடிகள்போல. சென்றவிசையில் மீள்வார்கள்” என்றான். ஸ்வேதன் வாயை இறுக்கி சிரிப்பை அடக்கிக்கொண்டான். அவர்கள் புரவிகளில் ஏறி கிளம்பினர்.

ஸ்வேதன் தன் புரவியில் ஏறி ஒருகணம் தயங்கினான். ஏவலரிடம் வழிகேட்க எண்ணி அதை தவிர்த்து தன் சுவடிக்கட்டைப் பிரித்தான். விளிம்பு ஒட்டப்பட்டு இணைக்கப்பட்டிருந்த ஓலையடுக்கை விரித்து அதில் வரையப்பட்டிருந்த வரைபடத்தில் மருத்துவநிலைகளைப் பார்த்தான். அதை உளம்குறித்துக்கொண்டு கிளம்பினான்.

ஓர் இரவும் அரைப்பகலும் கடப்பதற்குள் பாண்டவப் படை முழுமையாகவே தன்னை ஒருங்கமைத்து அங்கே நிலைகொண்டுவிட்டது. செல்லும் வழியெங்கும் ஓர் இடத்தில்கூட அவனுக்குத் தடை ஏதும் நிகழவில்லை. ஒவ்வொரு அக்‌ஷௌகிணிக்கும் நான்கு சுற்றும் காவல்மாடங்கள் எழுந்து அவற்றில் தொலையம்புகளுடனும் முரசுகளுடனும் காவலர்கள் அமர்ந்திருந்தார்கள். வழிக்காவலர் முத்திரைகோரி நோக்கி அனுப்பிவைத்தனர். படைவீரர்கள் பெரும்பாலானவர்கள் தரையிலிட்ட பாய்களில் இடையில் கோவணம் மட்டும் சுற்றி அணிந்து வெற்றுடலுடன் துயின்றுகொண்டிருந்தனர். பலர் சிறுகுழுக்களாக அமர்ந்து தரையில் வரையப்பட்ட களங்களில் காய்களையும் கற்களையும் பரப்பி பகடை ஆடிக்கொண்டிருந்தார்கள். கைகளில் மதுக்கோப்பைகளுடன் சிலர்

அமர்ந்து பேசிக்கொண்டிருந்தனர். எங்கும் ஓய்வும் நிறைவும் தென்பட்டது. அவர்கள் அனைவர் முகங்களிலும் மகிழ்ச்சியினால் எழும் மெல்லிய சலிப்பே நிறைந்திருப்பதாக அவனுக்குத் தோன்றியது.

மருத்துவநிலையில் அவனைப் பொறுப்பாளர்களான சபரரும் சந்திரரும் வக்ரரும் எதிர்கொண்டனர். பிரகதர் மருந்துவண்டிகளின் அருகே நிற்பதாக சபரர் சொன்னார். அங்கே அப்போதும் ஒருங்கமைவுப் பணிகள் நிகழ்ந்துகொண்டிருந்தன. "புண்பட்டோரைக் கொண்டுவரும் இருசகட வண்டிகள் சகடங்கள் இன்றித்தான் வந்துசேர்ந்தன. தச்சர்கள் இப்போதுதான் அவற்றைப் பொருத்திக்கொண்டிருக்கிறார்கள்" என்றார் சபரர். அவன் தொலைவில் ஒரு வண்டியைப் பார்த்ததுமே அது ஏன் என்று புரிந்துகொண்டான். அதன் சகடங்கள் பெரிதாக இருந்தன. பெரிய சகடம்கொண்ட வண்டிகள் குழிகளில் விழுந்து அதிர்வதில்லை. ஆனால் சகடங்களுடன் அவற்றை வண்டிகளில் ஏற்றுவது கடினம். "படிகாரம் போதுமான அளவு உள்ளதா என்ற ஐயம் எழுந்தது. நோக்க சொல்லியிருக்கிறேன்" என்றார் வக்ரர்.

அவன் அந்த மருத்துவநிலையை நோக்கியபடி நடந்தான். தொலைவிலேயே தெரியும்படி அதன் இலச்சினைகள்கொண்ட கொடி மூங்கில்மேல் ஏற்றப்பட்டிருந்தது. "இப்பகுதியே மருத்துவநிலைகளால் ஆனது என்று அங்கே படைமுகப்பில் நின்றால் தெரியுமா?" என்று அவன் கேட்டான். "அங்கிருந்து தெரியாது..." என்றார் வக்ரர். "அங்கிருந்தே தெரியும்படி இங்கு ஓர் அடையாளம் வேண்டும். உயரமான இரு மூங்கில்கள் நடுவே மிகப் பெரிய பட்டம் ஒன்று இங்கே தொங்கவேண்டும். ஏனென்றால் போர் தொடங்கியபின் திசைகள் அழிந்துவிடும் என்று கேட்டிருக்கிறேன்" என்றான். வக்ரர் தலைவணங்கினார்.

வண்டிகளில் இருந்து கந்தகப்பொடியை பெரிய மூட்டைகளில் இறக்கிக்கொண்டிருந்தார்கள். அழுகிய ஊன் வாடையுடன் இருந்த அப்பகுதியெங்கும் பணியாளர்கள் மூக்கில் துணிகளைக் கட்டியிருந்தனர். பலகைகளை இறக்கிக்கொண்டிருந்த இடத்தை அடைந்து "இவை எதற்காக?" என்று அவன் கேட்டான். "போர்க்களத்தில் மஞ்சங்களுக்காக நிறைய இடம் தேவை. மஞ்சங்களை விரித்தால் மருத்துவரும் பிறரும் நெடுந்தொலைவு நடக்கவேண்டியிருக்கும். இவை நான்கடுக்கு மஞ் சங்கள். இருபுறமும் என எட்டு மஞ்சங்களால் ஆனது ஒரு கால்" என்றார் அங்கிருந்த முதிய ஏவலர். பெரிய பீதர்நாட்டு தாழிகள் இறக்கி வைக்கப்பட்டன.

"பெரும்பாலான மருந்துகளை உலர்த்தி இடித்து பொடிகளாகவே கொண்டுவந்துள்ளோம். நீரை கொதிக்கவைத்து பிழிசாறாக

மாற்றிக்கொள்ள வேண்டியதுதான்” என்று அவனுடன் வந்தபடி சந்திரர் சொன்னார். புண்ணில் கட்டு போடுவதற்குரிய வாழையிலைச் சருகுகள், நார்கள். கட்டுகளை ஒட்டுவதற்குரிய அரக்கும் சுண்ணப்பொடியும் தேன்மெழுகும் பெரிய உருளைகளாகவும் தட்டுகளாகவும் இறக்கி அடுக்கப்பட்டன. “முதன்மையான மருந்து அகிபீனாதான். கரும்பசையாகவும் இலைப்புகையாகவும். புண்பட்டோர் வலிமறப்பர், இறப்பவர் இனிய நினைவுகளில் திளைத்து கடந்துசெல்வர்” என்று சந்திரர் சொன்னார்.

அகிபீனா அடங்கிய மரப்பெட்டிகளை ஏவலர் கொண்டுசென்று தோல்கூடாரத்திற்குள் அடுக்கிக்கொண்டிருந்தார்கள். “மது?” என்று ஸ்வேதன் கேட்டான். “அது உணவுடன் அளிக்கப்படுகிறது. போரின்போது காலையில் அதில் ஃபாங்கத்தின் இலைகளும் அரைத்து கலக்கப்படும்” என்றார் சந்திரர். வண்டிகளின் அருகே நின்றிருந்த பிரகதர் வந்து வணங்கினார். “அனைத்து வண்டிகளும் வந்துசேர்ந்துவிட்டனவா?” என்றான். “அங்கிருந்து கிளம்பிய வண்டிகளின் எண்ணிக்கை நம்மிடம் இல்லை. வெவ்வேறு நாடுகளின் தலைநகர்களிலிருந்து வந்து ஒருங்கிணைந்தவை. இனி அவர்களிடம் கணக்கு கோருவதும் இயல்வதல்ல.” ஸ்வேதன் “சரி, இங்கு வந்த வண்டிகள் அனைத்துக்கும் ஒரு கணக்கு எடுக்கவியலுமா?” என்றான். பிரகதர் “அதற்கான பொழுது இப்போதில்லை” என்றார்.

ஸ்வேதன் “அப்படியென்றால் என்னதான் செய்யமுடியும்?” என்றான். “கோருமிடமெல்லாம் முடிந்தவரை வண்டிகள் சென்றுசேரும்படி செய்யலாம்” என்றார். “ஆம், அதை செய்யவேண்டும். ஆனால் கணக்கு இல்லாவிட்டால் நாம் வண்டிகளுக்காகப் பரிதவிப்போம். கட்டுப்பொருட்குவைகளிலோ படைக்கலத்திரளிலோ எவராலும் அறியப்படாமல் வண்டிகள் வெறுமனே கிடக்கும். அவை மருத்துவநிலை வண்டிகள் என்பதை நம்மால் மட்டுமே அடையாளம் காணமுடியும்” என்றான். பிரகதர் பேசாமல் நின்றார். “வண்டிகளின் அளவுள்ள எந்த பொருட்குவை எங்கிருந்தாலும் மருத்துவச்சூதர் ஒருவர் சென்று அங்கே வண்டிகள் உள்ளனவா என்று நோக்கிவரவேண்டும்” என்று அவன் ஆணையிட்டான். அவர் தலைவணங்கினார். “மருத்துவப்பொருட்கள் உணவுப்பொருட்களுடன் கலந்து சென்றிருக்க வாய்ப்புண்டு. மருத்துவர்குழு ஒன்று சென்று அனைத்து உணவுநிலைகளையும் நோக்கிவரவேண்டும். அவர்களுக்கு அதற்கு உரிமையளிக்கும் ஆணையோலையை நான் அளிக்கிறேன். எங்கும் எப்பொருளும் வீணாக கிடக்கலாகாது” என்றான் ஸ்வேதன். பிரகதர் மீண்டும் தலைவணங்கி “ஆணைப்படியே” என்றார்.

அவன் மருத்துவநிலையை சுற்றி முடித்தபோது வெயில் இறங்கத் தொடங்கியிருந்தது. பொதிகளிலிருந்து வந்த வெவ்வேறு மணமுள்ள பொடிகளினால் அவன் உடல் மெல்லிய ஆடையால் என போர்த்தப்பட்டிருந்தது. மீசையிலும் தாடியிலும் பொடி படிந்து அவை முட்கள்போல தோன்றின. படைகளில் நீராட்டு தடைசெய்யப்பட்டிருந்தது. குடிலுக்குச் சென்று மரவுரியால் உடலை அடித்துத் துடைத்து தூய்மை செய்துகொள்ளலாம் என்று தோன்றியது. கிளம்பும்போது "நான் நாளை காலை வருகிறேன். ஆணையோலைகளை இரவுக்குள் என் குடிலுக்கு வந்து வாங்கிச்செல்க!" என்றான். அமைச்சர்கள் வணங்கி சொல்லேற்றனர்.

மீண்டும் வண்டிகளை நோக்கி "இவற்றில் ஒரே தருணத்தில் எத்தனைபேர் ஏற்றி கொண்டுவரப்படுவார்கள்?" என்றான். "இருவர், இளவரசே" என்றார் பிரகதர். "உடல்கள் என்றால்?" என்றான். "உயிரற்ற உடல்களை புண்பட்டோர் முழுமையாக எடுத்துக்கொண்டு வரப்பட்ட பின்னர் இறுதியாகவே எடுப்பார்கள். அதற்கான வண்டிகள் வேறு. அவை நம்முடன் தொடர்புடையவை அல்ல" என்றார் பிரகதர். "அப்பணியை செய்யும் தொழும்பர்கள் பன்னிரண்டாயிரம் பேர் தனியாக வந்துள்ளனர். அவர்கள் நமக்கும் பின்னால் குறுங்காடுகளின் ஓரமாகத் தங்கியிருக்கிறார்கள். அவர்கள் எருமைகள் இழுக்கும் மாட்டுவண்டிகளை வைத்திருக்கிறார்கள். ஒரு வண்டியில் ஒன்றன்மேல் ஒன்றென நூறு உடல்களைக்கூட ஏற்றுவார்கள். எரிப்பதும் புதைப்பதும் அவர்களின் பொறுப்பு. ஒருநாளுக்கு ஐம்பதாயிரம் உடல்களை அவர்களால் இங்கிருந்து நீக்கி கொண்டுசென்று மண்ணிலும் தீயிலும் மறைவுசெய்ய முடியும்." ஸ்வேதன் பெருமூச்சுவிட்டான். "அவர்களுக்கான பொறுப்பை சிகண்டித்தேவருக்கு அளித்திருக்கிறர்கள். அவரும் அவர்களுடன் அங்குதான் பாடிவீடமைத்து தங்கியிருக்கிறார்" என்றார் வக்ரர்.

அவன் புரவியில் தொற்றியவன்போல அமர்ந்திருந்தான். உடலெங்கும் களைப்பு மிகுந்திருந்தது. ஒவ்வொரு தசையும் தொய்ந்திருந்தது. இறுதியாக அந்த சடலங்களைப் பற்றிக் கேட்டிருக்காவிடில் அத்தனை களைப்பு இருந்திருக்காதோ என அவன் எண்ணிக்கொண்டான். எவ்வண்ணமேனும் தன் குடில்வரை சென்றால்போதும் என்று தோன்றியது. குதிரையின் ஒவ்வொரு அடிவைப்பும் உடலில் அதிர்வாகி நெஞ்சில் பட்டது. கண்களை மூடினால் புரவியிலிருந்தபடியே துயில்கொண்டுவிடுவோம் என்று தோன்றவே இமைகளைத் தூக்கி தலையை இறுக்கி நிறுத்திக்கொண்டான்.

"மூத்தவரே!" என்ற ஓசை கேட்டு அவன் திடுக்கிட்டு விழித்தான். அப்போது குலாடபுரியில் இருப்பதாகவே தோன்றியது. சங்கன் புரவியில் விரைந்து

வந்தான். மூச்சிரைக்க நின்று பெரிய பற்கள் தெரிய சிரித்தபடி "நான் குடிலுக்கு சென்றிருந்தேன்... அங்கு நீங்கள் இல்லை. எங்கு சென்றீர்கள் என்று அறியாமல் வந்தபோது உங்களைக் கண்டேன்..." என்றான். ஸ்வேதன் "எப்படி இருக்கிறாய்?" என்றான். "நலமாக. நான் எப்போதுமே இளைய பாண்டவரின் கூடவே இருக்கிறேன். அவர் என்னை எருமை என்கிறார்." ஸ்வேதன் புன்னகைத்து "ஏன்?" என்றான். சங்கன் நாணி "தெரியவில்லை. ஆனால் அவரை நான் மாருதரே என்று அழைக்கிறேன். மெய்யாகவே அவர் மாருதியின் மைந்தர். சொன்னால் நம்பமாட்டீர்கள். நேற்று ஒரு பெரிய குரங்கு அருகிருக்கும் காட்டிலிருந்து வந்துவிட்டது. அடுமனைக்கு வெளியே அவர் அமர்ந்து உண்டுகொண்டிருந்தார். நான் பரிமாறினேன். அருகே விறகுக்குவியல் என எண்ணி திரும்பிநோக்கினேன். பெருங்குரங்கு. தாட்டான். என்னை நோக்கி பல்காட்டி சீறி உணவுபோடு மூடா என்றது. நான் தாலமிட்டு உணவைப் பரிமாறினேன். அவருக்கு இணையாக அமர்ந்து உருட்டி உண்டது. அவர் என்னிடம் அதற்குக் காரம் மட்டும் அளிக்கலாகாது என்றார். அவர் அந்த மாருதரிடம் உரையாடுகிறார். ஆம், மாருதமொழியில் உரையாடுகிறார். இருவரும் சிரித்துக்கொள்கிறார்கள்" என்றான்.

"அவர் உன்னிடம் அன்பாக இருக்கிறாரா?" என்றான் ஸ்வேதன். "தெரியவில்லை... ஆனால் அவரிடம் அனைவரும் அன்பாக இருக்கிறார்கள்" என்றான் சங்கன். "அன்பானவரிடம் மட்டும்தானே பிறர் அனைவரும் அப்படி இருப்பார்கள்?" ஸ்வேதன் புன்னகைத்தான். "மூத்தவரே, நான் படைமுகப்பைப் பார்க்கச் செல்கிறேன். வருகிறீர்களா?" என்றான் சங்கன். "படைமுகப்பையா? இந்நேரத்திலா? நான் களைத்திருக்கிறேன்" என்று ஸ்வேதன் சொன்னான். "இப்போது பார்த்தால்தான்... ஒருவேளை நாளையே போர் தொடங்கிவிட்டால் படைமுகப்பை நம்மால் பார்க்கவே முடியாமலாகலாம். ஆகவே தவறவிடக்கூடாது என்று கிளம்பினேன். இது ஓய்வுக்குரிய பொழுது. ஆகவே எவரும் தடைசொல்லமுடியாது... வருக!"

ஸ்வேதன் மறுப்பதற்குள் அவன் ஸ்வேதனின் புரவியின் கடிவாளத்தைப் பிடித்துத் திருப்பினான். "நான் இன்னொரு நாள்..." என சொன்னதை அவன் கேட்கவில்லை. அவனே ஸ்வேதனின் புரவியையும் தட்டி விரைவுகொள்ளச் செய்தான். பெருஞ்சாலை நேராகவே படைமுகப்பு நோக்கி சென்றது. அவர்கள் சென்ற பாதை முழுக்க பலகையிடப்பட்டிருந்தமையால் புரவிகள் ஓசையுடன் எளிதாக ஓடின. "வண்டிப்பாதை... குளம்புகளுக்கும் ஏற்றது" என்றான் சங்கன். "அங்கே என்ன ஓசை?" என்றான் ஸ்வேதன். "விளையாட்டு... எவரோ படைப்பயிற்சி எடுக்கிறார்கள்" என்றான் சங்கன். "படைப்பயிற்சியா? இங்கா?" என்று ஸ்வேதன் கேட்டான்.

“படையாசிரியர்கள் கொடியவர்கள். கடமையுணர்ச்சியை உடலுக்குள் இரும்புக்கம்பியாக குத்தி செலுத்திவிடுவார்கள்” என்றான் சங்கன்.

இரு படைகளின் நடுவே இருந்த திறந்தவெளியில் படைகள் ஒன்றையொன்று நோக்கி நின்றிருந்தன. காட்டுக்கு நடுவே பெருநதிபோல இருபுறமும் படைவிளிம்புகள் வேலிபோல் எல்லையிட்டிருக்க அந்தச் செம்மண்வெளி கிடந்தது. அதன் விளிம்பில் உபபாண்டவர்கள் படைக்கலப் பயிற்சி எடுத்துக்கொண்டிருந்தனர். ஆனால் அது முன்னரே விளையாட்டாக மாறிவிட்டிருந்தது. சுருதகீர்த்தி சதானீகனின் வாளை அம்பால் அடித்துத் தெறிக்கவிட்டான். அவன் அதை எடுக்கச் செல்லும்தோறும் அது அம்பு பட்டு துள்ளித் தெறித்தது. சுதசோமன் அதை நோக்கி சிரித்துக்கொண்டிருந்த சர்வதனை தூக்கிச் சுழற்றி வீசினான். அங்கே சிரித்துக்கொண்டும் கூச்சலிட்டுக்கொண்டும் இருந்த இளவரசர்கள் பலரை ஸ்வேதன் அறிந்திருக்கவில்லை. சர்வதன் சுருதசோமனைத் துரத்திப்பிடிக்க அவர்கள் தரையில் புரண்டு மற்போரிட்டனர்.

மறுபக்கம் கௌரவப்படையின் அருகில் உபகௌரவர்கள் படைபயின்றுகொண்டிருந்தார்கள். அங்கே நின்றிருந்த லட்சுமணன் இடையில் கைவைத்து நின்று அவர்கள் விளையாடுவதை நோக்கினான். சுதசோமன் மரத்தாலான ஒரு தலைக்கவசத்தைத் தூக்கி வீசி காலால் உதைத்து அவனை நோக்கி செலுத்தினான். லட்சுமணன் சிரித்தபடி அதைத் திரும்ப உதைத்து அவர்களை நோக்கி செலுத்தினான். உடன் துருமசேனன் வந்து சேர்ந்துகொள்ள சர்வதன் அந்தக் கவசத்தைத் திரும்ப உதைத்து செலுத்தினான். சங்கன் “அவன் பெயர் துருமசேனன். துச்சாதனரின் மைந்தன்…” என்று கூவினான். தலைக்கவசம் பந்துபோல இருபக்கமும் பறந்தது. சர்வதன் கூவிநகைத்தபடி களத்தில் இறங்கி ஓட இருபக்கமிருந்தும் இளையோர் ஓடிவந்தனர். சில கணங்களில் அந்த தலைக்கவசம் ஒரு பந்தென்றாக அங்கே களிப்பும் பாய்ச்சலுமாக விளையாட்டு ஒன்று தொடங்கியது.

“வருக, மூத்தவரே!” என்று கூவியபடி சங்கன் இறங்கி ஓடினான். சில கணங்கள் தயங்கிவிட்டு ஸ்வேதனும் இறங்கி ஓடி அந்த விளையாட்டில் கலந்துகொண்டான். இருபக்கமிருந்தும் இளவரசர்கள் வந்து சேர்ந்துகொண்டே இருந்தார்கள். மேலும் பல தலைக்கவசங்கள் காற்றில் பறக்கலாயின. பல குழுக்களாகப் பிரிந்து அவர்கள் உடற்கொப்பளிப்பும் கூச்சல்அலைகளுமாக விளையாடினார்கள்.

65

துணைப்படைத்தலைவனாகிய கஜன் குனிந்து கூடாரத்திற்குள் நுழைந்து முழந்தாளிட்டு அமர்ந்து தலைவணங்கி "மாமன்னர் யுதிஷ்டிரரின் அவைக்கு தங்களுக்கு அழைப்பு வந்துள்ளது, இளவரசே" என்றான். தரையிலிட்ட மரவுரிக்கு மேல் அமர்ந்து சிறுபீடத்தில் ஓலைகளை வைத்துப் படித்துக்கொண்டிருந்த உத்தரன் நிமிர்ந்து உள்ளத்தில் எஞ்சிய சொற்கள் விழிகளில் நிற்க "எப்போது?" என்றான். "முடிந்த விரைவில்" என்று கஜன் சொன்னான். "புரவிகளை சீர்செய்க!" என்றபின் அருகே கிடந்த மேலாடையை எடுத்தபடி உத்தரன் எழுந்தான். யானைத்தோல் இழுத்துக் கட்டப்பட்ட அந்தச் சிறிய கூடாரத்திற்குள் தலைநிமிர்ந்து நிற்க இயலாது. ஆனால் விரிந்தகன்ற போர்க்களத்தில் அதன் சிறிய உட்பரப்பு அணைப்புபோல் விருப்புக்குரியதாக இருந்தது.

அவன் வெளிவந்து கைகளை விரித்து முதுகை வளைத்து சோம்பல் முறித்தான். மெல்லிய பொறுமையின்மை ஒன்று முந்தைய நாளே அவனுக்குள் எழத்தொடங்கியிருந்தது. குருக்ஷேத்ரத்திற்குள் வந்து ஒருநாள் கடந்ததுமே அப்பொறுமையின்மையின் விதையை அவன் தன்னுள் உணர்ந்தான். குருக்ஷேத்ரம் போருக்கு அன்றி வேறு எதற்குமான இடம் அல்ல என்று உள்ளம் கருதியிருந்தது. அங்கு போரில்லாது தங்குவதென்பது அந்த இடத்தில் துருத்தி நிற்பதுபோல. அங்கு வந்ததுமே படைவீரர்களின் உள்ளங்களும் மாறத்தொடங்கியிருப்பதை அணிகளின் நடுவே வெறுமனே பார்த்துச் செல்லும்போதே அவன் உணர்ந்திருந்தான். அதுவரை ஒழுங்கும் முனைப்பும் கொண்ட படைகளாக வந்தவர்கள் அங்கே அவற்றை மெல்ல இழக்கத் தொடங்கினர். செயற்கையான

களியாட்டு உளநிலை ஒன்றை அவர்கள் உருவாக்கிக்கொண்டார்கள். பின்னர் அது அவர்கள் உள்ளத்திற்கே கடந்து சென்றது.

அவர்கள் சிறிய குழுக்களாக அமர்ந்து தாயமும் பகடையும் ஆடினர். ஆங்காங்கே ஒருவரையொருவர் உடல்தழுவி மல்லிட்டனர். அவர்களைச் சூழ்ந்திருந்த பிறர் கைதட்டியும் கூச்சலிட்டும் அவர்களை ஊக்கினர். படைபயிற்றும் வில்தேர்வும் விளையாட்டுகளாக மாறின. பின்னர் வெறும் விளையாட்டுகளே தொடங்கின. தலைக்கவசங்களை, குடுக்கைகளைப் பந்துகளாக்கி விளையாடினர். ஓடியும் துரத்தியும் விளையாடுவதற்கான இடம் குறைவாக இருப்பதனால் அதற்குரிய முறைமைகளை அவர்கள் வகுத்துக்கொண்டனர். ஒருபொருளை உயர தூக்கிப் போட்டு அது மண்ணில் வந்தடைவதற்குள் முதலில் பிடிப்பது யார் என்ற விளையாட்டே பெரும்பாலும் நிகழ்ந்தது.

கூடாரத்தைவிட்டு வெளியே வந்து வெறுமனே செவிகூர்ந்து கேட்கையிலேயே எங்கும் எழுந்துகொண்டிருந்த களியாட்டோசைகளை அறிய முடிந்தது. அது நன்றா தீதா என்று அவனுக்குத் தெரியவில்லை. துயரடையாமல் வீரர்கள் நாள்கழிப்பதே நன்று என்று முதலில் தோன்றியது. படைவீரர்கள் அவ்வாறு களியாடுவதே போருக்கு எதிரானதுதான் என்றும் பிறகு தோன்றத் தொடங்கியது. படைகளில் காமமும் உணவின்பமும் உடல் மகிழ்வுகளும் மறுக்கப்படுவதற்கு நிகராகவே இத்தகைய களியாட்டுகளும் மறுக்கப்பட வேண்டுமோ என்று அவன் எண்ணினான். ஆனால் தன் எண்ணங்களை அவையிலெழுந்து சொல்ல அவனால் இயலவில்லை. யுதிஷ்டிரர் அவையில் அவன் எப்போதும் சொல்லற்றவனாகவே இருந்தான்.

அவையில் ஒவ்வொரு நாளும் பலநாழிகை நேரம் அமைச்சர்களும் படைத்தலைவர்களும் இளைய பாண்டவர்களும் அமர்ந்து படைக்கான செய்திகளை ஓலைகளில் எழுதினார்கள். அவை புறாக்களின் கால்கள் வழியாக படைகளில் சென்று சேர்ந்துகொண்டிருந்தன. அங்கு ஒரு புதிய நகரம் உருவாகி முற்றிலும் புதிய ஆட்சிமுறையொன்று எழுவதைப்போல. படையைப் போருக்கென முன்னகர்த்தி கொண்டுசெல்லும் எண்ணமே யுதிஷ்டிரருக்கும் இளைய யாதவருக்கும் இல்லையோ என்ற எண்ணத்தை உத்தரன் அவைகளில் இருக்கும்போது அடைந்தான். ஆனால் தான் எந்தப் பெரும்போரையும் கண்டவனல்ல என்பதனால் எதையும் சொல்லலாகாது என்று அவனுக்கு தோன்றியது. படைகளுக்குள் முறைமைச் சொற்களையும் அவை அடங்கல்களையும் முற்றாகத் தவிர்க்கவேண்டுமென்ற நெறி இருந்தது. கூடுமானவரை குறைந்த சொற்களில் நேரடியான செய்தியை சொல்ல வேண்டுமென்றும் உரைக்கும் முதற்சொல்லே மையச் செய்தியாக இருக்கவேண்டும் என்றும்

படைத்தலைவர் கூறினார். ஆனால் அப்போதும் அரசகுடியினர் தங்கள் நாபயின்ற முறைமைச் சொற்களை உரைத்தபடித்தான் இருந்தார்கள்.

முறைமைச் சொற்கள்தான் உத்தரனுக்கு எப்போதும் கடினமாக இருந்தன. விராடபுரியில் முறைமைச் சொற்கள் மிகக் குறைவு. தங்களை ஷத்ரியர்களாக்கிக் கொள்ளும் பொருட்டு சூதர்களையும் கவிஞர்களையும் வரவழைத்து அவர்கள் முறைமைச் சொற்களைக் கற்றுக்கொண்டார்கள். அவைகளில் முன்னரே பயிற்சி எடுத்துக்கொண்டு பேசும்போது மட்டுமே அவற்றைக் கையாள முடிந்தது. பிற தருணங்களில் அவை இயல்பாக மறந்து போய்விடும். ஆகவே பாண்டவர்களின் அவைக்கு வந்தபிறகு அங்கு மீள மீள இயல்பாக நிகழ்ந்த முறைமைச் சொல்லாடல் உத்தரனை அஞ்சவைத்தது. அதுவே பெரும்பாலும் நாவை அடக்கியே வைக்கச் செய்தது. முறைமைச் சொற்களிலிருந்து விடுதலை என்பதே படைக்கு வந்தபின் அவன் அடைந்த முதல் அறிதல்.

ஆனால் முறைமைச் சொற்கள் என்பவை ஒருதருணத்தை முன்னரே வகுத்து வைத்திருக்கும் இயல்புக்குள் கொண்டு சென்று சேர்ப்பவை. ஒவ்வொரு புது தருணத்தையும் அவை பழகிய நடிப்பு என்றாக்கி கையாள்வதற்கு எளிதாகவும் சிக்கலற்றதாகவும் மாற்றிவிடுகின்றன. முறைமைச் சொற்கள் இல்லாதபோது புதிய எண்ணங்களையும் முன்பிலாத் தருணங்களையும் மொழியில் எதிர்கொள்வது கடினமாக இருந்தது. ஒவ்வொன்றுக்கும் உரிய சரியான சொற்றொடர்களைத் தேடி அமைத்துக்கொள்வதற்குள் அத்தருணம் நிகழ்ந்து கடந்தது. உத்தரன் படைகளுக்குள் வந்தபின் உள்ளூர சொற்களுக்குத் தவித்தவனாகவே இருந்தான். அந்தத் தவிப்பு அவன் முகத்திலும் உடல் அசைவுகளிலும் எப்போதும் வெளிப்பட்டது. பலமுறை சகதேவன் அவன் தோளில் கைவைத்து “பதற்றம் கொள்ளாதீர், விராடரே. இது ஒன்றும் மணத்தன்னேற்பு அல்ல, வெறும் போர்தான்” என்று சொன்னான். உத்தரன் பிற அனைத்தையும்விட நகையாடலுக்கே மேலும் பதற்றமடைந்தான். ஒருவர் நகையாடுகிறார் என்று புரிந்துகொள்ளவே சற்று பிந்தியது. அதற்கு நகைக்கலாமா, எதிர்நகைச்சொல் எடுக்கலாமா அன்றி பணிவை மட்டுமே காட்டவேண்டுமா என்று குழம்பி அத்தருணத்தில் அவன் உறைந்த முகத்துடன் நின்றான்.

கஜன் புரவிகளை கொண்டுவந்து நிறுத்தினான். அவற்றில் ஏறிக்கொண்டதும் இருவரும் படையணிகளினிடையே இருந்த பாதையினூடாக விரைந்த அடிகளில் சென்றனர். படைப்பிரிவுகள் அணிமாறாமலேயே கலைந்திருப்பதை அவன் கண்டான். நிரையாக நட்ட நாற்றுகள் காற்றில் கலைந்து கொந்தளிப்பதுபோல என்று அவனுக்குத் தோன்றியது. கஜனிடம் “எங்கும் இக்கொண்டாட்டம்தானா?”

என்றான். “ஆம், இளவரசே. மிகச் செறிவாகவும் முற்றொழுங்குடனும் வகுக்கப்பட்டுள்ள பாஞ்சாலப் படைகளிலேயே வாட்களைத் தூக்கி வீசி கீழே நின்று நெஞ்சுகாட்டி விளையாடும் போட்டிதான் நடந்துகொண்டிருக்கிறது” என்றான் கஜன். உத்தரன் திரும்பி நோக்க “ஆம். வாள் மிகச் சரியாக இரு கைகளுக்கும் நடுவே வரவேண்டும். அக்குளால் அழுத்தி பற்றிக்கொள்ள வேண்டும். சற்று பிந்தினாலும் அது நெஞ்சில் பாய்ந்து உயிர்குடிக்கும். இரண்டு நாட்களில் எண்பதுபேருக்கு மேல் உயிர் துறந்துவிட்டார்கள்” என்றான்.

“திருஷ்டத்யும்னர் அவ்வாடலை தடைசெய்து ஏதும் சொல்லவில்லையா?” என்று உத்தரன் கேட்டான். “இத்தருணத்தில் படைகளுக்கு எந்த முற்றாணையையும் அளிக்க இயலாது என்கிறார்கள். இவ்விளையாட்டு அரசாணையால் தடைசெய்யப்பட்டுள்ளது, ஆனால் அவ்வாணையைக் கீழ்நிலை வரை கொண்டுசெல்லமுடியாது” என்றான் கஜன். “மெய்தான். ஆணையிடும் உரிமையை அவை நமக்கு அளிக்கின்றன. அதற்கு மாறாக நாம் சில உரிமைகளை அளிக்கிறோம். தொடர்ந்து ஒரு சொல்லொப்பு மொழியிலாது இங்கு நிகழ்ந்துகொண்டிருக்கிறது. அதன் அடிப்படையிலேயே நாம் தலைவர்களாகவும் அவர்கள் படைகளாகவும் நீடிக்கின்றோம்” என்று உத்தரன் சொன்னான். படைகளை நோக்கியபடியே சென்ற உத்தரன் “விந்தைதான், படை என திரண்டு வந்தவர்கள் ஏன் இதை செய்கிறார்கள்? பயின்றவர்கள். தன் குடிக்கு புகழும் தன் நாட்டுக்குப் பெருமையும் தனக்கு வெற்றிச்சிறப்பும் விழைந்து எழுந்தவர்கள்” என்றான். “நான் அதை மூத்த வீரர் ஒருவரிடம் பேசினேன். இங்கு இறப்பு பொருளற்றதாக ஆகிவிடுகிறது என்று அவர் சொன்னார். பிறந்த கணம் முதல் இறப்பு பொருளற்றதாகும் தருணம் இது ஒன்றே. அது பெரும் விடுதலை. அதைக் கொண்டாடுகிறார்கள் என்றார்” என்றான் கஜன்.

அவர்கள் யுதிஷ்டிரரின் மையப்படையை சென்றடைந்தனர். யௌதேயன் தலைவணங்கி “ஏற்கெனவே அவை கூடியிருக்கிறது, விராடரே. தாங்களும் இருப்பது நன்று என்று தந்தை விரும்பினார். ஆகவேதான் செய்தியனுப்பினோம்” என்றான். உத்தரன் விழிகளில் தெரிந்த வினாவைக் கண்டு “அரசர்கள் மட்டும் கலந்துகொள்ளும் அவை இது. தங்கள் தந்தைக்கு செய்தி அனுப்பினோம். அவர் எழுந்து நடக்கும் நிலையில் இல்லை” என்றான். உத்தரன் விழிகளைத் திருப்பிக்கொண்டான். “விராடபுரிக்கு அரசராக தாங்கள் இத்தருணத்தில் அவையில் கலந்துகொள்ளலாம் என்று அமைச்சர் சொன்னார்” என்று யௌதேயன் சொன்னான். உத்தரன் தலையசைத்தான். நிர்மித்ரன் “வருக, இளவரசே” என்று அவனை அழைத்துச் சென்றான்.

கஜன் "நான் தங்களிடம் இதைக் கூறலாகாதென்று எண்ணினேன், இளவரசே. அரசர் கள்மயக்கில் பலமுறை கீழே விழுந்துவிட்டார். நேற்று விழுந்ததில் நெற்றியிலும் உதட்டிலும் புண்ணாகிவிட்டது" என்றான். உத்தரன் மறுமொழி சொல்லவில்லை. "இத்தருணத்தில் இச்செயல் மிகப் பிழையானது. இங்ஙனம் அரசர் இருக்கும் செய்தி படைமுழுக்க தெரிந்துள்ளது" என்றான் கஜன். "ஆம், படையில் நின்று ஒன்றை செய்வது குன்றின்மேல் ஆடையின்றி நிற்பதுபோல" என்றான் உத்தரன். "நான் பலமுறை அரசரின் அணுக்கர்களிடம் சொன்னேன். ஆனால் அரசரை அவர்களால் கட்டுப்படுத்த இயலவில்லை" என்றான் கஜன். உத்தரன் மறுமொழி சொல்லவில்லை.

"இது கோழைமை என்றும் இறப்புக்கான அச்சம் என்றும்தான் கொள்ளப்படும். அரசர் அப்படிப்பட்டவரல்ல என்றும் அவர் கொள்ளும் துயர் பிறிதொன்றினால் என்றும் நாம் அறிவோம். ஆனால் இங்குள பிற நாட்டு அரசர்களுக்கும் படையினருக்கும் அதை நாம் எப்படித் தெரிவிக்க முடியும்?" என்றான் கஜன். "நாம் இதைப்பற்றி இனிமேல் பேசிக்கொள்ள வேண்டியதில்லை" என்றான் உத்தரன். "ஒன்றுமட்டும் சொல்லத் தோன்றுகிறது, இளவரசே. அரசரின் துயர் குலாடகுடியின் இளவரசர்களை சார்ந்தது. அவர்களை அழைத்துச் சென்று அரசர் முன் நிற்கவைத்தால் போதும். அவர் உளம் கனிந்து அவர்களை தன் உடலுடன் சேர்த்து அணைத்துக்கொண்டு ஓரிரு விழிநீர்த்துளி உகுத்தால் மீண்டுவிடுவார்" என்றான் கஜன். "இல்லை, இன்று அவருக்குள் நிறைந்திருப்பது நாம் உணர முடியாத ஒரு நஞ்சு" என்றான் உத்தரன்.

நிர்மித்ரன் அவை வாயிலை சென்றடைந்து வருக என்று கைகாட்டினான். உத்தரன் திரும்பி கஜனிடம் தலையாட்டிவிட்டு அவைக்குள் பின் வாயிலினூடாக நுழைந்தான். அங்கு மையபீடத்தில் யுதிஷ்டிரர் அமர்ந்திருந்தார். அவருக்கு இருபுறமும் தம்பியர் இருந்தனர். இளைய யாதவரையும் திருஷ்டத்யும்னனையும் துருபதரையும் பிற அரசர்களையும் ஒருமுறை பார்த்துவிட்டு முகமனோ முறைமையோ உரைக்காமல் தலைவணங்கி உத்தரன் தன் பீடத்தில் அமர்ந்தான். அவர்கள் அவனுக்காக ஒருகணம் மட்டும் பேச்சை நிறுத்தியபின் மீண்டும் தொடர்ந்தார்கள். அவன் முதலில் கலைந்த சொற்களாகவே அதைக் கேட்டான். பின்பு சொல் துலங்கலாயிற்று. அதன் முன்தொடர்ச்சியை உள்ளம் உய்த்தறிந்தபோது சொற்கள் சொற்றொடர்களென்றாயின.

"சில முறைமைகள் உள்ளன. அவற்றை நாம் கைவிடமுடியாது. அவை ஒரு நோக்கில் பொருளற்றவையென்று தோன்றலாம். பொழுதுகடத்துவது என்றும் ஆகலாம். ஆயினும் அவற்றை வகுத்த மூதாதையர் தங்களுக்குரிய நோக்கங்களைக் கொண்டிருந்தார்கள் என்றே கொள்ளவேண்டும்"

என்று யுதிஷ்டிரர் சொன்னார். “நான் ஒருமுறைமையைக்கூட இந்தப் போரில் தவிர்க்க விரும்பவில்லை. போருக்கு முன் இறுதியாக மீண்டும் ஒருமுறை பேச்சுக்கு எதிரியை அழைக்கவேண்டும். போரை முறையாக அறிவிக்கவிருக்கும் பொழுதையும் படைகளின் எண்ணிக்கையையும் தலைமை தாங்குபவர்களையும் எதிரிக்குத் தெரிவிக்கவேண்டும். போருக்குப்பின் நாம் இயற்றப்போவதென்ன என்பது அவர்களுக்குத் தெளிவுறுத்தப்படவேண்டும். போரைத் தொடர்ந்து நிகழ்த்தி அழிவையும் இழப்பையும் உருவாக்குவதற்கான முழுப்பொறுப்பையும் இதன் வழியாக நாம் எதிரிக்கு அளிக்கிறோம். அதன் பின்னரே நாம் போர் புரியும் உரிமையைப் பெறுகிறோம். போருக்குப்பின் எதிரிநாடுகளிடமிருந்து போருக்கான இழப்புகளையும் கப்பங்களையும் பெறுவதற்குத் தகுதிகொள்கிறோம்.

“இங்கு அவையிலிருப்பவர்களின் உணர்வுகள் எனக்குத் தெரியும்” என்று யுதிஷ்டிரர் தொடர்ந்தார். “படைகள் உளவிசை அழிந்துவிட்டன, விளையாடுகின்றன என்கிறார்கள். அதைப்பற்றி நான் கவலைகொள்ளவில்லை. அதை எண்ணவேண்டியவர் எனது இளையோரும் இங்கிருக்கும் படைத்தலைவர்களும். அனைத்து முறைமைகளும் முடிந்துவிட்டன. முறைப்படி அனுப்பப்பட்ட அனைத்து ஓலைகளுக்கும் கௌரவரின் தரப்பிலிருந்து மாற்றோலை வந்துள்ளது. எந்நிலையிலும் நமது எச்சொல்லையும் செவிகொள்ளப்போவதில்லை என்று அவர்கள் தெளிவுபடுத்தியிருக்கிறார்கள். இப்போரிலிருந்து நாம் ஒழிவதற்கு இறுதியாக ஏதேனும் ஒரு வழியை நம் எதிரிகளாகிய அவர்கள் நமக்குக் காட்டுவார்களா என்று நேற்று நான் அனுப்பிய ஓலையில் கேட்டிருந்தேன். அதற்கு நமது முடியுரிமையை முற்றாகக் கைவிட்டு நாம் படைதிரண்டுள்ளமைக்கு பொறுத்தருள்கை கோரி பாரதவர்ஷத்தின் மும்முடி அரசராகிய திருதராஷ்டிரர் மைந்தர் துரியோதனரை சந்தித்து அடிபணிந்து அவர் அருளைப் பெறுவதொன்றே போரை தவிர்க்கும் வழி என்று ஓலை வந்துள்ளது.”

சிலகணங்கள் அவையை நோக்கியபின் “ஆகவே இத்துடன் நமது முறைமைகள் அனைத்தும் முடிவடைகின்றன. எப்போது வேண்டுமானாலும் போரைத் தொடங்குவதற்கான உரிமையை நாம் பெறுகிறோம்” என்றார். பீமன் “படைகள் உளத்தளர்வடைந்துள்ளன என்றோ விசை குன்றியுள்ளன என்றோ எண்ணவேண்டியதில்லை. இதுவரை வந்தது ஆறு. இப்போது ஏரியென தேங்கியுள்ளது. ஆற்றின் விசைமுழுக்க ஏரியின் கரைமுழுக்க முட்டிக்கொண்டிருக்கிறது என்பார்கள். இப்போது படைகள் கொண்டுள்ள விளையாட்டும் நகையாட்டும் ஓர் நடிப்பே. அவர்கள் அச்சமின்மையைப் பழகுகிறார்கள்”

என்றான். சகதேவன் "ஆம், இந்த பின்னடிவைத்தல் முழுவிசையுடன் முன் எழுவதற்கு அவர்களுக்குத் தேவையாகிறது" என்றான்.

யுதிஷ்டிரர் "நன்று" என்றபின் "இறுதியாக ஒரு முறைமை உள்ளது. அதன்பொருட்டு நான் இன்று பின்னுச்சிப்பொழுதில் இங்கிருந்து கிளம்பி கௌரவர் கொண்டுவந்துள்ள படைகளுக்கு செல்லவிருக்கிறேன்" என்றார். திகைப்புடன் திருஷ்டத்யும்னன் "அவர்களின் படைப்பிரிவுக்கா? அவ்வாறு முறைமையுள்ளதை நான் இதுவரை அறிந்ததில்லை" என்றான். "அவையோரே, எந்தப் போரும் மூத்தோர், ஆசிரியர் ஒப்புதலும் வாழ்த்தும் இன்றி தொடங்கப்பட இயலாது. நம் குடிக்கு மூத்தோர் பால்ஹிகரும் பீஷ்மரும் சல்யரும். நம் அனைவருக்கும் ஆசிரியர் துரோணரும் கிருபரும். அவ்விருவரின் சொல்பெறாது படையெழுகைக்கு நான் ஆணையிடமாட்டேன்" என்றார்.

சினத்துடன் எழுந்த பீமன் "என்ன சொல்கிறீர், மூத்தவரே? அவர்கள் இன்று நமக்கெதிராக படைகொண்டு நின்றிருக்கிறார்கள்" என்றான். "மெய். ஆனால் அதனால் அவர்கள் நமது பிதாமகரும் ஆசிரியரும் அல்லாமல் ஆவதில்லை" என்றார் யுதிஷ்டிரர். "மிக எளிதாக அவர்கள் உங்களைத் தோற்கடிக்க முடியும். வாழ்த்துரைக்க அவர்கள் மறுத்துவிட்டார்கள் என்றால் என்ன செய்வீர்கள்?" என்றான் பீமன். "அதை செய்யமாட்டார்கள் என நான் அறிவேன். செய்வார்கள் என்றால் அங்கேயே உயிர்துறப்பேன். பிறிதொன்றும் செய்வதற்கில்லை" என்றார் யுதிஷ்டிரர்.

"அறிவின்மை! அறிவின்மையன்றி வேறொன்றும் இல்லை இது!" என்று பீமன் உரக்கக் கூவினான். சகதேவன் "மூத்தவரே, இது அரசவை. தாங்கள் அரசரின் குடிமட்டுமே" என்று கூரிய குரலில் கூற பீமன் கையசைத்து அவனை விலக்கி அவையிலிருந்து வெளியே செல்லும்பொருட்டுத் திரும்பினான். "நாம் ஐவரும் சேர்ந்தே செல்கிறோம், மந்தா" என்றார் யுதிஷ்டிரர். "நானா?" என்று பீமன் திரும்ப "நீயும்தான். நீயும் உன் தம்பியரும் என்னுடன் வருகிறீர்கள். நம்முடன் விராடரும் வரட்டும். உடனிருக்கும் மாற்றுக் குடிஅரசர்களின் சார்பாக" என்று யுதிஷ்டிரர் சொன்னார். உத்தரன் எழுந்து தலைவணங்கினான். பீமன் உடைந்த குரலில் "இது என்ன வழக்கம், இளைய யாதவரே? இத்தகையதொரு வழக்கத்தை இதுவரை கேள்விப்பட்டதில்லை. எதிரியிடம் வாழ்த்து பெற்று தொடங்கும் போரென்று ஒன்று உண்டா? இது போரா அன்றி போர் விளையாட்டா?" என்றான்.

இளைய யாதவர் புன்னகையுடன் "எந்தப் போரும் போர் விளையாட்டே. எந்த விளையாட்டும் போரே" என்றார். "தாங்கள் என்ன எண்ணுகிறீர்கள்?

நாங்கள் தனியாக எதிரியின் படைப்பிரிவுக்குள் செல்வது முறையாகுமா? அவர்கள் இதுவரை இழைத்தவை அனைத்துமே அறமீறல்கள். எந்தத் தயக்கமுமின்றி அனைத்து குடியறங்களையும் மீறி நின்றிருப்பவர்கள் அவர்கள். அவர்களிடம் தன்னந்தனியாக நாம் செல்கிறோம். அவர்கள் நம்மைக் கொன்றுவிட்டால் என்ன செய்ய முடியும்? அன்றி சிறையிட்டுவிட்டு நம் படைகளிடம் அடிபணியும்படி ஆணையிட்டால் நாம் என்ன செய்வது? போருக்கு முன் தன் குடுமியை எதிரி மல்லனின் கைகளுக்கு அளிப்பதற்கு நிகர் இது" என்றான் பீமன். "அறப்போர் புரிவதாக அவர்கள் ஏற்று முத்திரைச்சாத்திட்ட ஓலை வந்துள்ளது, மந்தா" என்றார் யுதிஷ்டிரர். "அந்த ஓலைக்கு என்ன பொருள் என எனக்குத் தெரியும்..." என்று பீமன் கூவினான். "அது தூண்டில். அதை நம்பி நீங்கள் அடுத்த அடி எடுத்துவைக்கிறீர்கள்."

"அவ்வாறு செய்யமாட்டார்கள்" என்று இளைய யாதவர் சொன்னார். "அது அவர்களின் நல்லியல்பாலோ அறச்சார்பாலோ அல்ல. போர்சூழ்கை என்றவகையில் அது பிழையானது. பிதாமகரை முன்னிறுத்தி இப்போரை முன்னெடுக்கிறார்கள். தங்கள் தரப்பில் குடியறம் நின்றுள்ளது என்றும் நம் தரப்பில் இருப்பது வெறும் மண்விருப்பே என்றும் தங்கள் படைவீரர்களுக்குக் காட்டியே அவர்கள் உணர்வெழுச்சி கொள்ளச் செய்திருக்கிறார்கள். இத்தருணத்தில் பிதாமகரின் சொல்லை மீறி அப்படி ஒரு சிறுமையை அவர்கள் செய்தால் தங்களைத் தோற்கடித்துக் கொள்கிறார்கள். பிதாமகர் பீஷ்மரோ மைந்தர் தன்னை வந்து வணங்குவதை ஒருபோதும் தவிர்ப்பவரல்ல" என்றார்.

பீமன் சலிப்புடன் கையசைத்து "ஒருவேளை அவர்கள் நம்மை வாழ்த்தி திருப்பியனுப்பினாலும் அவர்களுக்கே நற்பெயர் ஆகும். அவர்கள் செய்த அறப்பிழைகளை சுட்டித்தான் நாம் நம் படைகளை வஞ்சினம் கொள்ளச்செய்து திரட்டிவந்துள்ளோம். அச்செயல் வழியாக அவர்கள் மேலெழுந்தால் நம் வீரர்கள் சினம் அழிவார்கள். அதைவிட நாம் மெய்யாகவே போரிடப்போகிறோமா என ஐயமும் கொள்வார்கள்" என்றான் பீமன். "அதன்பொருட்டு நான் என் அறத்தைக் கைவிடமுடியாது. என் மூத்தாரும் ஆசிரியரும் வாழ்த்தாமல் இப்போர் நிகழாது" என்றார் யுதிஷ்டிரர். "அத்துடன் நாம் நமக்கே ஒரு ஆணையைப் பிறப்பித்துக்கொள்கிறோம். இங்கு நாம் போர்புரிவது அறத்துக்காக. குடியறமும் பேரறமும் நம்முடன் நின்றிருக்கவேண்டும். சிறு அறமீறலை இயற்றி நாம் அவற்றை நம்மிடமிருந்து அகற்றிவிடலாகாது."

பீமன் பெருமூச்சுவிட்டு "அவையின் முடிவு அதுவென்றால் நான் ஒன்றும் கூறுவதற்கில்லை" என்றான். யுதிஷ்டிரர் "நாம் ஒரு நாழிகைக்குள்

கிளம்பவேண்டும். ஆவன செய்க!" என்றார். சுரேசர் "அவ்வண்ணமே, அரசே" என தலைவணங்கினார்.

கொம்போசை எழுந்து அரசர் வருவதை அறிவிக்க யுதிஷ்டிரர் எளிய வெண்ணிற ஆடை அணிந்து, அணியேதும் இல்லாமல் தன் பாடிவீட்டிலிருந்து வெளியே வந்தார். வெளியே காத்துநின்றிருந்த இளையோரும் உத்தரனும் தலைவணங்கினர். அவருடன் வந்த சுரேசர் அளித்த மலர்க்குடலையை மட்டும் கையில் வாங்கிக்கொண்டார். அவரது வலப்புறம் பீமனும் இடப்புறம் அர்ஜுனனும் பின்னால் நகுலனும் சகதேவனும் நடந்தனர். நகுலன் திரும்பிப்பார்த்து "வருக, விராடரே!" என்றழைத்து தன்னருகே சேர்த்துக்கொண்டான். உத்தரன் அவர்களைப்போல் சீரடி வைத்து நடந்தான்.

அவர்கள் பாடிவீட்டிலிருந்து நடந்து அணிகளின் நடுவே இருந்த பாதையினூடாக சென்றபோது இருபுறமும் இருந்த படைகள் கல்லென உறைந்த ஏரிப்பரப்புபோல் அசைவிலா அலையுடன் நின்றிருந்தனர். பல்லாயிரம் விழிகள் தங்கள் மேல் தொட்டுத் தொடர்வதை உத்தரன் உணர்ந்தான். முதலில் அவன் கால்களில் தயக்கம் இருந்தது. ஆனால் சற்று நேரத்திற்குப்பின் மெல்லிய பெருமிதமொன்று தோன்றியது. அத்தனை நோக்குகளும் தன்மேல் படிந்திருப்பது அத்தருணத்தின் முதன்மை என உணர்ந்தான். வரலாறென பின்னர் சொல்லுலகில் திகழப்போகும் ஒரு நிகழ்வில் அவனும் இருப்பதை ஒவ்வொரு அடியிலும் மேலும் மேலுமென உணர்ந்தான்.

திரும்பி அவ்விழிகளை சந்தித்து அங்கிருந்த உணர்ச்சிகளை அறிய விரும்பினான். ஆனால் அப்போது எவரையும் விழிநோக்கலாகாது என்றும் அறிந்திருந்தான். அவன் உள்ளம் அவ்விழிகளை ஒவ்வொன்றாக சென்று தொட்டு திரும்பி வந்தது. கண்முன் நிறுத்திய நோக்குடன் அவன் சீராக அடிவைத்து நடந்து சென்றான். இரு படைகளுக்கும் நடுவே இருந்த தொலைவைக் கடப்பதற்குரிய இரண்டு தேர்கள் ஒருக்கி நிறுத்தப்பட்டிருந்தன. படைகளில் அனைத்துத் தேர்களுமே போருக்குரியவை என்பதனால் அணிகளின்றி பெரிய சகடங்களுடன் உறுதியான பீடத்துடன் அமைந்திருந்தன அவை. முதலில் நின்ற மூன்று புரவிகள் இழுத்த தேரில் யுதிஷ்டிரரும் பீமனும் அர்ஜுனனும் ஏறிக்கொண்டனர். சற்று சிறிய இரண்டாவது தேரில் நகுலனும் சகதேவனும் உத்தரனும் ஏறினர்.

சுரேசர் கையசைக்க பாகன் வெறுமனே சவுக்கைச் சுழற்றி ஓசையெழுப்பியதும் புரவிகள் காலெடுத்து வைத்துப் பெருநடையில் செல்லத்தொடங்கின. அக்கணம் எங்கிருந்தோ முதிய குரலொன்று

எழுந்தது "பேரறச்செல்வர் யுதிஷ்டிரர் வாழ்க! குருகுல முதல்வர் வாழ்க! இந்திரப்பிரஸ்தமும் அஸ்தினபுரியும் ஆண்டருளும் அறச்செல்வர் வாழ்க!" அங்கிருந்த படை மறுகணமே வெடித்தெழுந்த பேரோசையுடன் அம்மொழிகளை உரக்கக் கூவியது. "அறத்தோன் வாழ்க! குடிமுதல்வோன் வாழ்க! பாண்டுவின் மைந்தன் வாழ்க! அவன் கொண்ட பேரறம் வாழ்க!" உத்தரன் மெய்ப்பு கொண்டு விழிகசிந்தான். அவனுக்குப் பின்னால் அந்த ஓசை மெல்ல அடங்கி அமிழ்ந்தது.

அங்கிருந்து அவர்கள் கிளம்புவதை மறு எல்லையில் கௌரவப் படையினரின் காவல்மாடத்திலிருந்து பார்த்துவிட்டிருந்தனர். செய்தி முன்னரே துரியோதனனின் அவைக்கு சென்றிருக்கும் என்று உத்தரன் அறிந்திருந்தான். அவர்கள் நெருங்குந்தோறும் மறுபக்கப் படைப்பிரிவிலிருந்து எழுந்த அதிர்வை தொலைவிலேயே காணமுடிந்தது. தாலத்தில் வைத்த நீரில் தாலத்தை தட்டும்போது எழும் அலைகள்போல என்று உத்தரன் எண்ணிக்கொண்டான். படைவிளிம்பு பெரிதாகி அணுகிவருந்தோறும் அவ்வதிர்வு மேலும் பெரிய அலைகளாகத் தென்பட்டது. பின்னர் முகங்கள் தெரியலாயின. வியப்பும் விளக்க இயலா உவகையும் கொண்ட முகங்கள். பின்னர் அஸ்தினபுரியின் படைகளிலிருந்து அரசரை வரவேற்பதற்குரிய முரசுகள் முழங்கத் தொடங்கின.

66

கௌரவப் படையின் முகப்பு அஸ்வத்தாமனால் ஆளப்பட்டது. தொலைவிலேயே அவனும் இரு படைத்தலைவர்களும் படை முன்னணிக்கு வந்து கைகூப்பியபடி நிற்பதைப் பார்க்கமுடிந்தது. யுதிஷ்டிரரும் இளையோரும் ஏறிய தேர்கள் செருகளத்தின் செம்மண் பூழியில் சகடத்தடம் பதித்தபடி சென்று கௌரவப் படைகளின் விளிம்பை அடைந்தன. அரசரை வரவேற்பதற்குரிய முழவுகளும் கொம்புகளும் ஏழுமுறை எழுந்தமைந்து ஓய்ந்தன. யுதிஷ்டிரர் கைகளைக் கூப்பியபடி தேரிலிருந்து இறங்கி நடந்தார். கையில் மலர்க்குடலையுடன் அவருக்கு வலப்பக்கம் அர்ஜுனனும் இடப்பக்கம் பீமனும் சென்றனர். தொடர்ந்து வந்த தேரிலிருந்து நகுலனும் சகதேவனும் இறங்கி அவர்களைத் தொடர்ந்து நடக்க சற்று விலகியவனாக உத்தரன் சென்றான்.

அஸ்வத்தாமன் கைகூப்பியபடி நடந்துவந்து குனிந்து யுதிஷ்டிரரின் கால்தொட்டு தலைசூடி "வருக, அரசே! தங்கள் குருதியினரின் இப்படை தங்கள் வருகையால் மகிழ்கிறது. இத்தருணம் மூதாதையருக்கு இனிதாகுக!" என்று முகமனுரைத்தான். யுதிஷ்டிரர் அவன் தலைதொட்டு வாழ்த்தி "வெற்றி கொள்க! நலம் சிறக்க!" என்று நற்சொல் உரைத்தபின் "நான் தொல்முறைப்படி போருக்கு முன் பிதாமகர்களையும் ஆசிரியர்களையும் சந்தித்து வாழ்த்துகொண்டு மீளும்பொருட்டு வந்துளேன்" என்றார். அஸ்வத்தாமன் "ஆம், அது அவர்களுக்கும் மகிழ்வளிப்பதாகவே இருக்கும். வருக, தங்களை நானே பிதாமகரின் பாசறைக்கு அழைத்துச் செல்கிறேன்!" என்றான்.

அஸ்வத்தாமனுக்காக தேர் ஒன்று ஒருங்கி நின்றிருந்தது. அவன் தேர்ப்பீடத்தில் ஏறி பாகனுக்கு ஆணையிட்டதும் செம்மண் புழுதி

புகையென பின்னால் கிளம்ப சகடங்கள் ஒலிக்க பலகைபாதை மேல் ஏறிக்கொண்டது. பலகைகள் நெரியும் ஒலியும் சகடஒலியுமாக விரைந்து முன்னால் சென்றது. அவனுக்குப் பின்னால் யுதிஷ்டிரரின் தேரும் உத்தரன் ஏறிய தேரும் சென்றன. சகதேவன் "நாம் எதன்பொருட்டு வருகிறோம் என்பதையும் உய்த்துக்கொண்டிருக்கிறார்" என்றான். நகுலன் "ஆம், அதுவும் நன்றே" என்றான்.

பாண்டவப் படைகளின் மையப்பாதையைவிட இருமடங்கு பெரிது கௌரவர்களின் பாதை என்பதை உத்தரன் கண்டான். பாண்டவப் படையைவிடவும் கௌரவப்படை அளவில் பெரியது என்பது அச்சிறு பகுதியின் அளவிலேயே தெரிந்தது. ஒன்றுக்கொன்று எவ்வகையிலும் மாறுபடாத செங்கற்களை அடுக்கி கட்டப்பட்டதுபோல் அந்தப் படை இருப்பதாக உத்தரன் எண்ணிக்கொண்டான். ஒவ்வொரு படைவீரனும் ஒருவன் பிறிதொருவன் போலவே அசைவிலும் நோக்கிலும் முழுமை கொண்டிருந்தான். செல்லச் செல்ல ஒன்றே மீளும் கொடுங்கனவுக்குள் சுழன்றுகொண்டிருப்பதாக உளமயக்கடைந்தான்.

பாண்டவப் படைகளின் கலவை இயல்பு அப்போதுதான் அவன் சித்தத்தை வந்தடைந்தது. குலக்குழுக்களின் வேறுபாடு, முகத்தோற்றங்களின் உடல் வண்ணங்களின் மாறுபாடுகள், படைக்கலங்களின் வகைகள், அணிவகுப்பில் எவ்வகையிலோ நிகழும் சிறிய தனித்தன்மைகள் என பாண்டவப் படை ஒரு பெருந்திரளாகவே தோன்றியது. அவன் எண்ணியதையே சகதேவனிடம் நகுலன் சொன்னான். "இப்படையை பார்க்கையில் நாம் ஒரு மாபெரும் சந்தையை அழைத்து வந்திருக்கிறோம் என்று தோன்றுகிறது" என்றான். சகதேவன் "ஆம். அச்சுறுத்தும் ஒழுங்குகொண்ட படை" என்றான்.

சற்று கழித்து "ஒத்திசைவும் ஒற்றை இயல்புமே படையின் ஆற்றல் என்று நமக்கு போர்நூல்கள் கற்பிக்கின்றன. ஆனால் அது எப்போதும் அவ்வாறே இருந்தாக வேண்டுமென்பதில்லை. கைவிரல்களில் ஒவ்வொன்றையும் ஒவ்வொரு அளவிலும் இயல்பிலும் படைத்த தெய்வங்கள் அறிந்த ஒன்று நமது படைகளில் உறையக்கூடும்" என்றான் சகதேவன். நகுலன் "ஆனால் மானுடர் உருவாக்கும் கருவிகள் மானுடக் கைகளைவிட பலமடங்கு விசையும் ஆற்றலும் செயல்முழுமையும் கொண்டவை. அவற்றில் இந்த மாறுபட்ட இயல்புகளின் தொகுப்புத்தன்மை இல்லை" என்றான்.

"ஆம் மானுட உறுப்புகளைக்கொண்டு உருவாக்கும் கருவிகள் அவ்வுறுப்புகளைவிட திறன்மிக்கவை, விசைகொண்டவை. ஆனால் முன்பு வகுக்கப்படாத ஒரு செயலை செய்கையில் கருவிகள் தோற்றுவிடுகின்றன. மானுடக் கைகள் தங்கள் வழியை முற்றிலும்

புதிதென சென்று கண்டுகொள்கின்றன. கணந்தோறும் மாற கைகளால் இயலும் கருவிகளுக்கு அத்திறன் இல்லை" என்று சகதேவன் சொன்னான். அத்தருணத்தில் உள்ளம் முன்னும் பின்னுமென அலைவதைத் தடுத்து அக்காலத்தில் நிற்க அப்பேச்சு அவர்களுக்கு உதவியது என உத்தரன் எண்ணினான். ஆனால் அதை செவிகொள்வதன் நடுவே அவன் உள்ளம் சந்திக்கப்போகும் பிதாமகர்களையும் ஆசிரியர்களையும் எண்ணியது. திரும்பிச்சென்று தன் படைகளுடன் நின்றது.

காவல்மாடங்கள்தோறும் முரசொலி எழுந்து யுதிஷ்டிரரை வரவேற்றது. ஏழு காவல்மாடங்களுக்கு அப்பால் தொலைவில் தெரிந்த துச்சாதனனின் அரவக்கொடியைக் கண்ட நகுலன் "அருகே பிதாமகர் பால்ஹிகர் இருக்கிறார். அவருடைய கொடி உடன் பறக்கிறது" என்றான். "அருகில்தான் பீஷ்ம பிதாமகரும் இருக்கிறார் என்பதைக் கொடிகள் காட்டுகின்றன" என்று சகதேவன் சொன்னான். சல்யரின் கொடியை அதன்பின் அவர்கள் கண்டனர். "பெரும்பாலும் பிதாமகர்களையும் ஆசிரியர்களையும் நாம் ஓரிடத்திலேயே பார்த்துவிடமுடியும்" என்றான் சகதேவன். துரோணரின் கொடியும் கிருபரின் கொடியும் துலங்கலாயின.

"அவர்கள் வெவ்வேறு படைப்பிரிவுகளுக்குத் தலைமை தாங்குவதாகத்தானே சொல்லப்பட்டது?" என்றான் நகுலன். "ஆம், ஆனால் அவைசூழ்கையின் பொருட்டு எளிதில் வந்தணையும்படி அண்மையிலேயே அவர்கள் இப்போது நிலைகொண்டிருப்பார்கள். நாம் கிளம்பி வரும் செய்தி உளவுப்புறாக்கள் வழி வந்துசேர்ந்திருக்கும். ஆகவே அனைவரும் ஓரிடத்தில் அமைய அரசர் ஆணையிட்டிருப்பார்" என்றான் சகதேவன்.

அவர்கள் படையணிகளைக் கடந்து யானைத்தோல் கூடாரங்களாலான பாசறைகளின் தொகுப்புக்கு சென்று சேர்ந்தனர். பதினெட்டு கூடாரங்கள் அரைவட்ட வடிவில் அமைந்த முற்றத்தில் தேர்கள் சென்று வளைந்து நின்றன. அஸ்வத்தாமன் முதல் தேரிலிருந்து இறங்கி வணங்கியபடி நிற்க நடுவே இருந்த பெரிய கூடாரத்திலிருந்து பீஷ்மரின் முதல் மாணவர் விஸ்வசேனர் கைகளைக் கூப்பியபடி வெளிவந்தார். யுதிஷ்டிரர் படிகளில் இறங்கி முற்றமென பதிக்கப்பட்டிருந்த பலகைப்பரப்பினூடாக நடந்தார். யுதிஷ்டிரரை அணுகிய விஸ்வசேனர் "பாண்டவ முதல்வரை பீஷ்ம பிதாமகர்பொருட்டு வணங்கி வரவேற்கிறேன்" என்றார். யுதிஷ்டிரர் "பிதாமகரின் தன்னுருவான மாணவருக்கு என் வணக்கம்" என்றார்.

உத்தரன் "ஒருகணம் பிதாமகர் பீஷ்மரே வெளியே வந்து வரவேற்கிறார் என்று எண்ணினேன்" என்றான். நகுலன் "அவர் பிதாமகரின் அணுக்கர். உடனிருந்து உடனிருந்து பிதாமகரின் அனைத்து இயல்புகளையும்

பெற்றுக்கொண்டவர்” என்றான். அவர்கள் கைகூப்பியபடி விஸ்வசேனரை அணுகி தலைவணங்கி முகமனுரைத்தனர். அவர் உள்ளே செல்லலாம் என கைகாட்டினார். உத்தரன் சகதேவனும் நகுலனும் உள்ளே செல்ல காத்துநின்று பின் தானும் நுழைந்தான்.

பீஷ்மரின் பாசறை வட்டமாக நடப்பட்ட மூங்கில் தூண்களுக்குமேல் யானைத்தோல் இழுத்துக்கட்டப்பட்டு நான்குபுறமும் வாயில்கள் கொண்டதாக பெரிய கூடம்போன்ற விரிவுடன் அமைக்கப்பட்டிருந்தது. அதன் முகப்பில் செந்நிற மரவுரித் திரைச்சீலை தொங்கிக்கொண்டிருந்தது. அதை மெல்ல விலக்கி விஸ்வசேனர் “வருக, அரசே!” என்றார். யுதிஷ்டிரர் உள்ளே நுழைந்து கைதொழுது “வணங்குகிறேன், பிதாமகரே. தங்கள் மைந்தனாக நான் நிகழ்த்தும் பெருஞ்செயலுக்கு வாழ்த்து பெறும்பொருட்டு வந்திருக்கிறேன்” என்றார். உள்ளே உயரமற்ற மரப்பீடத்தில் போடப்பட்ட மரவுரி மீது பீஷ்மர் அமர்ந்திருந்தார். அவருக்கு இருபுறமும் துரோணரும் கிருபரும் மான்தோல் இருக்கையில் அமர்ந்திருந்தனர்.

பீஷ்மர் வாயை இறுக்கி முகத்தை சற்று மேலே தூக்கியிருந்ததனால் நரைத்த தாடி கொக்கின் பின்னிறகுபோல நீட்டி நின்றது. அவர் தலையசைத்து கைகளால் அருகே வரும்படி அழைத்தார். யுதிஷ்டிரர் பீஷ்மரின் அருகே நின்று எட்டு உடலுறுப்புகளும் நிலம்தொட விழுந்து வணங்கினார். பீஷ்மர் புன்னகையற்ற முகத்துடன் அவர் தலையில் வலக்கையை வைத்து சொல்லில்லாது வாழ்த்துரைத்தார். யுதிஷ்டிரர் எழுந்து கிருபரையும் துரோணரையும் அவ்வாறே வணங்கினார். வாழ்த்துகொண்டு எழுந்து கைகூப்பியபடி நின்றார். பீமனும் அர்ஜுனனும் நகுலனும் சகதேவனும் சென்று மூவரையும் வணங்கி வாழ்த்து பெற்றனர்.

மூவர் முகங்களிலும் விந்தையானதோர் அமைதி இருப்பதை உத்தரன் பார்த்தான். அவர்கள் மகிழ்கிறார்களா சினங்கொண்டிருக்கிறார்களா அன்றி அத்தருணத்தை எவ்வாறு எதிர்கொள்வது என்று அறியாது திகைப்பு அடைந்திருக்கிறார்களா என்று அவனால் புரிந்துகொள்ள முடியவில்லை. யுதிஷ்டிரர் “இத்தருணம் தெய்வங்களை மகிழ்விக்கட்டும். நூல்நெறியின்படி மூத்தோரும் ஆசிரியரும் வாழ்த்துரைத்த பின்னரே போருக்குச் செல்லவேண்டும் என்று அறிந்தேன். நான் முதற்சொல்லைப் பேசக் கற்றுக்கொண்டது தங்களிடமிருந்துதான். நானும் என் இளையோரும் படைக்கலம் தொட்டு எடுத்தது ஆசிரியர்களாகிய தங்கள் கைகளால். இது எங்கள் வாழ்வின் உச்ச தருணம். இப்போரில் நாங்கள் வெல்லவும் சிறப்புறவும் உங்கள் வாழ்த்துச்சொல் பெறும்பொருட்டு இங்கு வந்தேன்” என்றார்.

பீஷ்மர் “நீ அவ்வாறு வந்தது எனக்கு உள மகிழ்வளிக்கிறது. நெறிகளின்பால் நிற்பவர் எந்நிலையிலும் நிறைவடைவார். நீ அறச்செல்வன் என்பதை உன் செயலால் காட்டினாய். உனக்கு எனது வாழ்த்துக்கள். ஆனால் எனது நெறியின்படி நான் இப்போது உனது எதிரியாகிய துரியோதனனின் படைத்தலைமைகொண்டு உனக்கு எதிராகப் போர் வஞ்சினம் உரைத்து இங்கு வந்துள்ளேன். ஆகவே எந்நிலையிலும் நீ வெல்ல வேண்டுமென்ற சொல்லை என் நா உரைக்காது. என் உளம் அதை எண்ணவும் செய்யாது” என்றார். அவர் அதை சொல்லக்கூடும் என உத்தரன் எண்ணியிருந்தாலும் மெல்லிய ஏமாற்றம் அடைந்தான்.

“தங்கள் நெறிகளை மீறவேண்டுமென்று ஒருபோதும் நான் கூறமாட்டேன், பிதாமகரே. நோன்பு என்பதே முழுதுளத்தாலும் கடைப்பிடிக்கவேண்டிய ஒன்றென்பது நானும் அறிந்ததே. தாங்களும் ஆசிரியர்களும் என் எதிர்தரப்பில் படைக்கலம் கொண்டு நின்றிருக்கிறீர்கள் என்றும் போர்முனையில் நானும் என் இளையோரும் உங்களை எதிர்கொண்டு வென்ற பின்னரே எங்கள் எண்ணத்தை அடையமுடியுமென்றும் அறிவேன். ஆனால் தங்கள் வாழ்த்துரை எனக்குத் தேவை. இத்தருணத்தில் அதை எவ்வகையில் தாங்கள் எனக்கு அளிப்பீர்கள் என்று எனக்குத் தெரியாது. கல்வியிலும் பட்டறிவிலும் தாங்கள் பெரியவர். அம்முடிவை உங்களிடமே விட்டுவிடுகிறேன்” என்றார் யுதிஷ்டிரர்.

முதல் முறையாக பீஷ்மரின் முகத்தில் மெல்லிய புன்னகை வந்தது. பழுத்த விழிகளில் அப்புன்னகை உருவாக்கிய ஒளியை பார்த்ததுமே யுதிஷ்டிரர் அவ்வாறு தன்னைத் தேடிவந்தது பீஷ்மருக்கு பெரும் உளநிறைவை அளித்துள்ளதென்பதை உத்தரன் உணர்ந்தான். பீஷ்மர் “இத்தருணத்திற்குரிய சொல் என்ன என்பதை நூல்கற்றும் பல்வேறு களங்களைக்கண்டும் நான் அறிந்திருக்கவில்லை. ஆனால் நோக்கு ஒழித்து தனியறைக்குள் தன் வாழ்வை நிறைவு செய்த காந்தாரப் பேரரசி அறிந்திருக்கிறார். எப்போதும் பெண்களின் வாயிலேயே சொல்லரசி எழுகிறாள். அவள் சொன்ன சொற்களையே நானும் உனக்கு சொல்கிறேன், பெறுக!” என்றார்.

யுதிஷ்டிரர் பீஷ்மரின் முன் முழந்தாளிட்டு கைகூப்பி “வாழ்த்துக, பிதாமகரே!” என்றார். “அறம் வெல்க! அறம் வெல்க! அறமே வெல்க!” என்றார் பீஷ்மர். யுதிஷ்டிரர் முகம் மலர்ந்து “ஆம், அறம் எதுவென்று நம்மால் முடிவு செய்ய இய்லாது. நாம் நம்பியிருக்கும் அறத்தின் பொருட்டு செயல்படவே கடமைப்பட்டுள்ளோம். எவர் வெல்லவேண்டுமென்று அறமே முடிவு செய்யட்டும். பிதாமகரே, தங்கள் சொற்கள் எனக்கு விண்வாழும் மூதாதையர்நிரையிலிருந்து கிடைத்த வாழ்த்துகள்” என்றார். பின்னர் எழுந்து துரோணர் முன் பணிந்து “உங்கள் சொல், ஆசிரியரே”

என்றார். துரோணர் “நான் சொல்லக்கூடுவதும் பிறிதொன்றல்ல, மூத்தவனே” என்றபின் தன் வலக்கையை அவர் தலைமேல் வைத்து “அறம் வெல்க! அறம் வெல்க! அறமே வெல்க!” என்றார்.

அவர் முகத்தில் தெரிந்த தத்தளிப்பை உத்தரன் உணர்ந்தான். தன்னுள் இருந்து அரியதொன்றை குருதி வழிய பிடுங்கி எடுப்பதுபோல சொற்களை அவர் உரைத்தார். கிருபர் எவ்வுணர்ச்சியுமின்றி “அறம் வெல்க! அறம் வெல்க! அறமே வெல்க!” என்று வாழ்த்தினார். துரோணர் பெருமூச்சுடன் நிலைமீண்டார். “மூத்தோனே, பயிற்சியின்றி உன் விரல்கள் நெளிந்துள்ளன. உன் அம்புகள் இலக்கடையா. எப்போதும் உன் வலப்பக்கம் பெருவில்லவன் ஒருவன் நின்றிருக்கவேண்டும். உன் தேர் பின்னகரும்பொருட்டு பின்னால் இடமிருக்கவேண்டும். நிலைவில்லை மட்டுமே தேர்க!” என்றார். யுதிஷ்டிரர் பணிவுடன் “ஆம் ஆசிரியரே, நூலாய்வில் இறங்கி வில்லை மறந்துவிட்டேன்” என்றார்.

அர்ஜுனன் பீஷ்மரை முழந்தாளிட்டு தாள்பணிந்து “பிதாமகரே, நான் இங்கு உங்கள் பெயர்மைந்தனாகவும் ஆசிரியர் இருவருக்கும் அணுக்கமாணவனாகவும் வந்துளேன். என் மூத்தவரின் முடியின்பொருட்டும் என் இறைவனின் சொல்பொருட்டும் களம்பொருதவிருக்கிறேன். நான் வெல்லும் வழியென்ன என்றும் என் கல்வியில் எஞ்சியுள்ளதென்ன என்றும் கேட்டறியும் உரிமை எனக்குண்டு. அதை நீங்கள் மூவரும் எனக்கு உரைக்கவேண்டும்” என்றான்.

பீஷ்மரின் முகத்தில் மிக மெல்லிய நிழலசைவுபோல வந்து சென்ற உணர்வென்ன என்று உத்தரனால் கணிக்க இயலவில்லை. கேள் என்பதுபோல் அவர் கையசைத்தார். “முதல் நாள் முதல் போரில் உங்களை எதிர்கொள்ளவிருக்கிறேன். நான் தங்களை வெல்லும் வழி எது?” என்றான் அர்ஜுனன். “ஆசிரியர்களாகிய துரோணரும் கிருபரும் எனக்கு உரைக்கவேண்டும், எனக்கு அவர்கள் கற்பித்தனவற்றில் நான் இன்னும் அறியாத கலையேதும் நீங்கள் அறிந்ததாக உள்ளதா? இல்லையெனில் நான் உங்களை வெல்வதெப்படி? ஆமெனில் அக்கலையை நான் கற்பதெப்படி?”

பீஷ்மர் வாய்விட்டு நகைத்து “நன்று! உண்மையில் உன் மூத்தோன் என்னை வணங்கி வாழ்த்து கொண்டதைவிட உன் இந்த உரிமைக்குரல் எனக்கு மகிழ்வூட்டுகிறது. மைந்தா, தன்னிடம் முறையாக உணவுகோரும் மைந்தனைவிட தன் வாயிலிருந்து கைவிட்டு தோண்டி எடுத்து உண்ணும் மைந்தனையே தந்தை மேலும் விரும்புகிறான். அவனைத்தான் சிரித்துக் கொண்டாடுகிறான்” என்றார். துரோணர் அதுவரை இருந்த அனைத்து தத்தளிப்புகளையும் கடந்தவராக நகைத்து “மெய்தான். இவ்வினாவை

இவன் எடுக்கையில் ஒருகணம் இவ்வாறு இவன் கேட்பான் என்று எனக்கு எப்படித் தோன்றாமல் போயிற்று என்றுதான் என் உள்ளம் வியப்படைந்தது” என்றார்.

கிருபர் “இளையவனே, குட்டி போட்ட அன்னைநாய் அறிந்த ஒன்றுண்டு. அதன் குட்டிகளில் ஒன்று மட்டும் முட்டி முட்டி இறுதித்துளி வரை பாலை உறிஞ்சி உண்ணும். குருதிவரை உறிஞ்சி அன்னை உயிர் குடிக்கும் கூற்றாகவும் அந்தக் குட்டி ஆவதுண்டு. ஆனால் அதை பேணி வளர்ப்பதே தன் கடன் என அன்னை அறியும்” என்றார். “நீ அத்தகையவன் என்பதை முதல் நாள் முதல் அம்பை நீ கையில் எடுக்கும்போதே அறிந்திருந்தேன். ஆகவே நான் ஒரு துளியும் எனக்கென வைத்துக்கொண்டிருக்கவில்லை. இத்தருணத்தில் விற்கலையில் நீ அறியாத ஓர் அசைவு கூட என்னிடம் இல்லை” என்றார். “என் பேறு அது” என்றான் அர்ஜுனன்.

“பார்த்தா, உண்மையில் உன்னை நிகர்த்த வில்லவன் அல்ல நான்” என பீஷ்மர் சொன்னார். “வில் பயின்று தேர்த்தட்டில் நிற்பவன் அசைவிலா உளம் கொண்டவனாக இருக்கவேண்டும். என்னுள் அந்த அசைவின்மை முழுமையாக கூடியதே இல்லை. உன்னில் அதை உனது ஆசிரியன் நிறைத்திருக்கிறான். ஆகவே நீ என்னை வெல்வாய்.” அர்ஜுனன் தலைவணங்கினான். “ஆனால் என்னைக் களத்தில் வெல்வது எளிதல்ல. ஏனெனில் என் விழைவின்றி எவனும் என்னை வெல்லலாகாது என்னும் சொல்லை என் தந்தையிடமிருந்தும் ஆசிரியரிடமிருந்தும் பெற்றுக்கொண்டுள்ளேன். நீ என்னை வெல்லவேண்டும் என்று எப்போது என் உள்ளத்தில் தோன்றுகிறதோ அப்போதே நீ வெல்லத் தொடங்கிவிட்டிருப்பாய். நீ வென்று கொண்டிருக்கிறாய் என்பதை அக்கணத்தில் நீ உன்னுள்ளே உணர்வாய்” என்றார் பீஷ்மர். அர்ஜுனன் மீண்டும் தலைவணங்கினான். பீஷ்மர் “இச்சொல்லை நினைவுறுக, சிம்மம் உண்ணாத இரை ஒன்றுண்டு” என்றார். அர்ஜுனன் அவர் விழிகளை நோக்கியபடி “அச்சொல் வழிகாட்டுக!” என்றான்.

துரோணர் “எந்த ஆசிரியனும் ஒரு கலையை மட்டும் பிறருக்குக் கற்பிக்காமல் தன்னுள் வைத்திருப்பான். சிலர் தன் மைந்தனுக்கு அதைக் கற்பிப்பதுண்டு. தன் மாணவனுக்கு அதைக் கற்பிக்கும் ஆசிரியர்கள் அரிதினும் அரிது. நீ என் மாணவனாக இருக்கையில் அன்றே நான் உணர்ந்த ஒன்றுண்டு, நீ என்னைக் கடந்து செல்வாய். பின்னர் எப்போதோ உன் அம்பால் நான் வீழ்த்தப்படலாம் என்னும் உணர்வையும் அடைந்தேன். அம்பு முனைகளை ஒன்றுடன் ஒன்று பொருத்தி கள நிமித்தம் நோக்கும் கலையொன்று உண்டு, விற்கலையில் அதுவும் ஒரு பகுதி. உனக்கு அதையும் நான் கற்பித்திருக்கிறேன். நீ களநிறைவு அடைந்த நாளுக்கு முந்தைய நாள் இரவு என் ஊழை அவ்வாறு

அம்பு பொருத்தி நானே அறிந்துகொண்டேன். வரவிருப்பதென்ன என்று தெளிவடைந்த பின்னரே மறுநாள் காலையில் இறுதி விற்கலையையும் உனக்கு அளித்தேன்” என்றார்.

“ஒருதுளி எஞ்சாமல் என் கலை என்னிலிருந்து செல்கையிலேயே அக்கலை எனக்குள் முழுமை கொண்டது. ஆணவத்தின் இறுதித்துளி அதுவரை அம்முழுமையைத் தடுத்துவைத்திருந்தது” என்றார் துரோணர். “நீ அறியாத ஒன்று என்னிடம் இல்லை. ஆகவேதான் நான் உனக்கு ஆணை ஒன்றை அளித்தேன். என் மைந்தனை எத்தருணத்திலும் உன் அம்புகள் கொல்லலாகாது. அதை மட்டும் இப்போது நினைவுறுத்த விரும்புகிறேன்” என்றார். “அது நான் அளித்த சொல்” என்றான் அர்ஜுனன். “எந்நிலையிலும்” என்று அவனைக் கூர்ந்து நோக்கியபடி துரோணர் சொன்னார். உத்தரனின் உள்ளம் கொடுந்தெய்வமொன்று எழக்கண்டதுபோல் திடுக்கிட்டது. ஆனால் அர்ஜுனன் விழிவிலக்காமல் “ஆம் ஆசிரியரே, எந்நிலையிலும்” என்றான்.

துரோணர் பெருமூச்சுவிட்டார். “நான் என் நினைவறிந்தநாள் முதல் கற்றுக்கொண்ட வில்வித்தை அனைத்தும் இதுவரை என் உள்ளத்திலேயே நிகழ்ந்தன. களத்தில் அவை நிகழ்கையில் நான் ஏமாற்றம் அடைந்தபடியே செல்வேன். ஒருகணத்தில் என் விற்கலை என்னை விட்டு முற்றாக அகலும். மொழியை முற்றிலும் மறந்த உளநோயாளன்போல ஆவேன். அது அகன்ற அக்கணத்திலேயே உனக்குத் தெரியும். மறுகணம் நீ என்னை வெல்ல முடியும்” என்றார் துரோணர். “இச்சொல்லை நினைவுகூர்க, யானை தன் உணவை நிறுத்திக்கொள்ளும் ஒரு தருணம் உண்டு” என்றார். அர்ஜுனன் அச்சொல்லை ஒருமுறை தன் உதடுகள் மட்டும் அசைய சொல்லிக்கொண்ட பின் தலைவணங்கினான்.

கிருபர் “என்னிடம் போரிடுகையில் உன் ஆற்றல் பெருகிவருவதை நீ உணர்வாய். ஒவ்வொரு அம்பாக என் முன் எடுத்து தோற்றுக்கொண்டிருக்கையில் உனக்குள் பிறிதொருவன் அதுவரை அறியாத ஒன்றை கற்றுக்கொண்டிருப்பான். ஒருகணத்தில் என் அம்புகளிலிருந்து நீ கற்றுக்கொள்ள மேலும் எதுவுமில்லையென்று உணர்வாய். அத்தருணமே நீ என்னை வெல்வது” என்றார். “நீ என்னை வென்ற பதினெட்டாவது நாள் என்னிடம் கற்க மேலும் உள்ளது என்று உணர்வாய். மீண்டும் வந்து என் அடிபணிவாய். இச்சொல் உடனிருக்கட்டும், நதிகள் வற்றும், நாழிக்கிணறுகள் என்றுமிருக்கும்.” அர்ஜுனன் தலைவணங்கினான்.

பின்னர் மூவரையும் மீண்டும் தாள் தலைச்சூடி வணங்கினான். “ஆசிரியர்களே, இங்கு வருகையில் இவ்வினாவை எழுப்பும் எண்ணம்

எனக்கிருக்கவில்லை. மூத்தவர் விழைந்தார் என்பதனால் உடன் வந்தேன். உங்களை பார்க்கையில் என் உளம் உணர்ந்தது, இப்படை நிற்பும் எதிர்கொள்ளலும் பாறைமேல் காற்றென மேலே நிகழ்வது என்று. தாங்கள் பிதாமகர்களும் ஆசிரியர்களும் என்பதும் நான் மைந்தனும் மாணவனும் என்பதும் மட்டுமே என்றுமுள்ள உண்மை என்று. எந்தையே, ஆசிரியர்களே, என்றேனும் எனது அம்புகளால் உங்கள் நெஞ்சு பிளக்கப்படும் எனில் அப்போதும் இச்சொற்கள் உங்களிடம் இருக்கவேண்டும். இவை எப்படி உங்கள் மைந்தனின் வணக்கங்களும் வாழ்த்துகளுமோ அவ்வாறே அவ்வம்புகளும்” என்றான்.

பீஷ்மர் தாடியை நீவியபடி நகைத்து “ஆம், மைந்தர் எட்டி நெஞ்சில் உதைப்பதைப்போல் தந்தையருக்கு இனிது பிறிதில்லை” என்றார். துரோணரும் சிரித்தார். “நினைவுறுகிறாயா, முன்பொருநாள் என் மாணவனாக வில்பயின்றபோது பிழையாக எய்த அம்பு என் காலில் பாய்ந்து குருதிப்புண் ஆகியது! அதை உன் பாதவணக்கமென்று கொண்டேன். இனியும் அவ்வாறே” என்றார் கிருபர். “ஆம், அவ்வாறே.”

பாண்டவர்கள் மீண்டும் அவர்களை வணங்கினர். யுதிஷ்டிரர் “விடைகொள்கிறேன், பிதாமகரே” என்றார். “நலம் திகழ்க!” என்று பீஷ்மர் வாழ்த்தினார்.

அவர்கள் வெளியே வந்தபோதும்கூட கைகள் கூப்பியே இருப்பதை உத்தரன் பார்த்தான். பீமன் மட்டுமே சற்று உளமுரண் தெரியும் உடலசைவுகளுடன் கைகளை வீசியபடி யானை நடையில் வந்தான். யுதிஷ்டிரர் திரும்பி சகதேவனிடம் “இத்தருணத்தில் நான் ஒன்றுணர்ந்தேன் இளையோனே, நம் ஆசிரியர்கள் அவர்களின் உடலிலேயே வெளிப்படுகிறார்கள். அவர்களின் சொல்லைவிட விழிகளைவிட உடலே இனிது. அவர்களை வெறுமனே நோக்குதலே ஊழ்கம் போன்றது” என்றார். சகதேவன் “உடல் அகத்தை நடிக்கிறது” என்றான்.

67

பீஷ்மரின் குடில் முற்றத்துக்கு வந்ததும் சகதேவன் “நாம் மாதுலர் சல்யரை சந்திக்கவேண்டும். பிதாமகர் பால்ஹிகரையும் இன்னும் சந்திக்கவில்லை” என்றான். யுதிஷ்டிரர் “ஆம், அவர்களிடம் நம் எண்ணத்தை நாம் முழுமையாக சொல்லவில்லையா?” என்றார். சகதேவன் திரும்புவதற்குள் அஸ்வத்தாமன் அருகே வந்து “மத்ரநாட்டரசர் சல்யர் தங்களுக்காக இன்னொரு குடிலில் காத்திருக்கிறார், அரசே. பிறருடன் சேர்ந்து தங்களை சந்திக்க அவர் விரும்பவில்லை. அந்நிரையில் தான் இல்லை என்று மறுத்துவிட்டார்” என்றான். “ஆம், அதுவே முறை” என்றார் யுதிஷ்டிரர்.

அஸ்வத்தாமன் அவர்களை யானைத்தோல் இழுத்துக் கட்டப்பட்ட கூடாரத்திற்கு அழைத்துச் சென்றான். வாயிலில் மத்ரநாட்டு இளவரசர்கள் ருக்மாங்கதனும் ருக்மரதனும் நின்றிருந்தார்கள். யுதிஷ்டிரர் அணுகியதும் அவர்கள் கைகூப்பியபடி வந்து வணங்கி “இந்திரப்பிரஸ்தத்தின் அரசருக்கு நல்வரவு. இத்தருணம் மூதாதையர் மகிழ்வதற்குரியது. தந்தை தங்களுக்காகக் காத்திருக்கிறார்” என்றார்கள். யுதிஷ்டிரர் “ஆம், மீண்டும் குருதிச்சுற்றத்தினருடன் ஒரு தருணம்... தெய்வங்கள் உடனிருக்கட்டும்” என வாழ்த்தினார். “வருக!” என அவர்கள் உள்ளே அழைத்துச் சென்றார்கள்.

குடிலுக்குள் மான்தோலில் சல்யர் அமர்ந்திருந்தார். யுதிஷ்டிரர் கைகூப்பியபடி உள்ளே சென்று நிலம்படிய வணங்கினார். “நீ தேடிவந்தது நிறைவளிக்கிறது, மைந்தா. உனக்கு நன்று நிகழ்க! நீ வெல்க!” என்றார் சல்யர். பீமனும் அர்ஜுனனும் நகுலனும் சகதேவனும் அவரை வணங்கி வாழ்த்து கொண்டார்கள். யுதிஷ்டிரர் “போருக்குமுன் மூத்தோர் வாழ்த்து

அமையவேண்டும் என விழைந்தேன். அது நிகழ்ந்துள்ளது. இனி எனக்கு உளக்குலைவே இல்லை” என்றார். சல்யர் “நீ முறைதேர்பவன் என அறிவேன்” என்றார். அவர் உள்ளூர நிலைகுலைந்திருப்பதை உத்தரன் கண்டான். அவர் மேலும் ஏதோ பேச விழைந்தார். அதை உடனே தவிர்த்தார்.

அதை உணர்ந்தவர்போல யுதிஷ்டிரர் “மூத்தவரே, நீங்கள் உங்கள் நாட்டுக்கும் குடிக்கும் உகந்த முடிவை எடுத்ததில் எனக்கோ இளையோருக்கோ எந்த உளவிலக்கும் இல்லை. அரசன் எந்நிலையிலும் அரசன் என்றே எண்ணம்கொள்ளவேண்டும் என நூல்கள் சொல்கின்றன. தாங்கள் பிற அனைத்தையும்விட நாட்டுநலம் நாடியதில் நான் பெருமையே கொள்கிறேன்” என்றார். சல்யர் முகம் மலர்ந்து “ஆம், நான் நாடியது மத்ரத்தின் நன்மையையே. இன்று நான் ஷத்ரியப் பேரவையில் மூத்தோன் என அமர்ந்திருப்பது அம்முடிவால்தான். இப்போருக்குப் பின் எவரும் நாங்கள் ஷத்ரியர்கள் என்றால் மாற்றுரைக்க மாட்டார்கள்” என்றார்.

பீமன் “அத்துடன் நீங்கள் உங்கள் உள்ளத்துக்கு உகந்தவனின் உடனிருக்கிறீர்கள் எனும் நிறைவும் உடனுள்ளது” என்றான். சல்யர் “ஆம்” என்றதுமே பீமன் குறிப்பது பிறிதொன்று என உணர்ந்துகொண்டு புருவம் சுருங்க ஏறிட்டு நோக்கினார். புரியாமல் உத்தரன் அவர்களிருவரையும் மாறிமாறி நோக்கினான். யுதிஷ்டிரருக்கும் அங்கே நிகழ்ந்தது புரியவில்லை. அவர் “ஆம், துரியோதனன் மூத்தவரின் உள்ளத்தைக் கவர்ந்தது புரிந்துகொள்ளத் தக்கதே” என்றார். சல்யர் பீமனிடம் “நீ சொல்வது புரியவில்லை” என்றார். “நீங்கள் இங்குதான் இருக்கமுடியும். உங்கள் அம்புகள் அவரை எதிர்த்து எழவியலாது” என்றான் பீமன். “அறிவிலி... நீ சொல்வது என்னை மட்டும் அல்ல...” என்றார் சல்யர். பீமன் “ஆம்” என்றான்.

சல்யர் தளர்ந்தார். பெருமூச்சுவிட்டு “ஆம்” என்றார். மீண்டும் மூச்செறிந்து “ஆம்” என்றார். யுதிஷ்டிரர் புரியாமல் பீமனை நோக்கிவிட்டு “நீ மாதுலரிடம் முறை மீறி ஒன்றும் சொல்லவில்லை என்று எண்ணுகிறேன், இளையோனே” என்றார். “இல்லை, அவன் உரைத்தது முறையே” என்றார் சல்யர். பின்னர் விழிதூக்கி பீமனை நோக்கி “ஆம், நீ எண்ணுவதே உண்மை. அதை நானே என்னிடம்கூட இதுவரை சொல்லிக்கொள்ளவில்லை. ஆனால் அதற்காக நான் நாணவில்லை. மானுடர் அனைவரும் என்னைப் போன்றவர்களே” என்றார். பீமனும் மெல்ல முகம் கனிந்து “மெய்தான்” என்றான்.

அர்ஜுனன் “களத்தில் அங்கரை நான் எதிர்க்கவேண்டியிருக்கும், மாதுலரே” என்றான். “ஆம்” என சொல்லி கூர்ந்து நோக்கினார்

சல்யர். "அங்கர் களம்புகுந்தால் அவருடைய விற்திறனுக்கு நிகராக இங்கே தேர்தெளிக்க எவருமில்லை. உங்களிடம் கௌரவ மூத்தவர் அதற்காகக் கோரக்கூடும்" என்றான். சல்யர் சீற்றத்துடன் "நானா? நான் ஷத்ரியன்..." என்று சொல்ல "ஆம், ஆனால் தேர்வலன் வில்லவனுக்கு நிகர்நின்றாகவேண்டும் என்பார்கள். அத்துடன் அவன் வில்லவனின் உள்ளறிந்தவனாக இருக்கவேண்டும். வில்லவனின் நலத்தை அனைத்துக்கும் மேலாக நாடுபவனாகவும் அமையவேண்டும்" என்றான் அர்ஜுனன்.

சல்யர் முகத்தைத் திருப்பிக்கொண்டார். "நீங்கள் தேர்தெளிவித்தால் வில்லேந்திய அங்கரை வெல்வது கடினம்" என்றான் அர்ஜுனன். "ஆனால் நான் வெல்வேன் என நம்புகிறேன். என்னுடன் அறமெனும் ஆற்றல் உள்ளது. பாரதவர்ஷத்தின் ஊழெனும் தெய்வம் உடனுறைகிறது." அவன் குரல் கூர்கொள்ள "ஆனால் அங்கரின் அம்புகளால் நாங்கள் கொல்லப்படக்கூடும்" என்றான். சல்யர் "அது நிகழாது... அவன்..." என்று சொல்லி நிறுத்திக்கொண்டார். "செஞ்சோற்றுக்கடனுக்காக எங்களைக் கொல்ல அங்கர் துணிவார். அவர் கௌரவ மூத்தவருக்கு சொல்லளித்துள்ளார்" என்றான் அர்ஜுனன்.

சல்யர் ஏதோ சொல்ல நாவெடுக்க அதை தடுப்பவன்போல அர்ஜுனன் மேலும் பேசினான். "அத்துடன் வேறு சில நோக்கங்களும் அவருக்கு இருக்கலாம். அவருள் வாழும் நஞ்சு மாத்ரியின் மைந்தர்களைக் கொல்லவே விழையும்." சல்யர் வலி கொண்டவராக தலையை அசைத்தார். "அன்னை குந்தி எனக்கும் மூத்தவருக்கும் அளிக்காத முலைப்பாலை இரு இளையோருக்கும் அளித்தார் என்பதை அறிந்திருப்பீர், மாத்ரரே. அதன்பொருட்டு என்னுள்ளும் மூத்தவர் பீமனின் ஆழத்திலும்கூட வஞ்சம் எஞ்சியிருக்கிறது" என்றான் அர்ஜுனன். "மாத்ரி தன்னிடம் அளித்துப்போன மைந்தருக்காக அன்னை தன்னை முற்றளித்தார். தன் மைந்தர் அனைவரைவிடவும் அவர்களை நெஞ்சோடு சேர்த்தார்.

"அன்னை மாத்ரி தன் மைந்தரை தங்களை நம்பியும் ஒப்படைத்துச் சென்றார்" என்றான் அர்ஜுனன். "தொல்குடிகளாகிய பால்ஹிகர்களுக்கு தாய்மாமன் தந்தைக்கும் ஒரு படி மேலானவன். மருகன்களைக் கொன்ற தாய்மாமனுக்கு சேர்வது மேலும் கொடிய நரகம்" என்றான் அர்ஜுனன். போதும் என சல்யர் கைகாட்டினார். அர்ஜுனன் அவரைக் கூர்ந்து நோக்கிக்கொண்டு அமர்ந்திருந்தான். சல்யர் மீண்டும் முகம் தூக்கியபோது விழிகள் சிவந்திருந்தன. "நான் செய்யவேண்டியதென்ன?" என்றார்.

"அவர் கையால் இளையோர் இறக்கலாகாது" என்றான் அர்ஜுனன். "நான் அச்சொல்லை அவனிடமிருந்து பெற இயலாது... அவனுக்கும்

எனக்கும் இக்கணம் வரை இணக்கம் இல்லை” என்றார் சல்யர். “மேலும்...” என தயங்கி “மேலும் நான் சொன்னதனாலேயே அவன் மேலும் வஞ்சம் கொள்ளவும்கூடும்” என்றார். அர்ஜுனன் “நீங்கள் நேரடியாக சொல்ல இயலாது. ஆனால் சொற்களால் உணர்த்தலாம்” என்றான். “சொல்” என்றார் சல்யர். அவர் முகம் கசப்பும் வலியும் கொண்டு சுளித்திருந்தது. தாடை இறுகி இறுகி அசைந்தது.

“மாதுலரே, தன் குடிகளின்பொருட்டு எவரைக் கொல்லவும் தெய்வ ஆணை கொண்டவன் ஷத்ரியன் மட்டுமே. சூதர்கள் நாடாளலாம், அப்போதுகூட அவர்களுக்கு ஷத்ரியர்களுக்குரிய உரிமைகளை மரபு வழங்குவதில்லை” என்றான் அர்ஜுனன். சல்யர் “ஆம்” என்றார். “தன்னை ஷத்ரியர் என்று எண்ணிக்கொள்வது அங்கரின் வழக்கம். அவர் சூதரே என நினைவூட்டுக!” என்றான் அர்ஜுனன். சல்யர் “எங்கு?” என்றார். “களத்தில். அவர் அம்புகளை கையில் எடுக்கையில் எல்லாம்” என்றான் அர்ஜுனன். சல்யர் “ஆனால்...” என்றபின் நிறுத்திக்கொண்டார்.

“பெருஞ்செயல் புரிந்து புகழ்கொள்பவர்களின் பிழைக்கொலைகளையும் தெய்வங்கள் பொறுத்தருள்கின்றன. ஆனால் பெருஞ்செயல் என்பது அறத்தின்பொருட்டு இயற்றப்படுவது. நட்பின்பொருட்டோ குருதியின் ஆணையாலோ போரிடுபவன் பெருஞ்செயலாற்றுபவன் அல்ல. பிறருக்குப் பணிபவன் எந்நிலையிலும் ஏவலனே. அதை அவருக்கு சொல்லுங்கள்” என்றான் அர்ஜுனன். சல்யர் “படைமுகத்தில் அவற்றை சொல்வதென்பது...” என தொடங்க “ஆம், உளவிசையை அழிப்பது. சினமெழச்செய்து சித்தம்குலைப்பது. ஆனால் பெருவீரர்கள் அவற்றால் உலைக்கப்படுவதில்லை. காற்று மலைகளை அசைப்பதில்லை” என்றான் அர்ஜுனன். “மாதுலரே, சில படைக்கலங்களை சற்றே கூர்மழுங்கச் செய்வதே அப்படைக்கலங்களை ஏந்துபவர்களுக்கு நல்லது. நீர்க்கப்பட்ட நஞ்சே மருந்தாகிறது” என்றான்.

சல்யர் நெடுநேரம் சரிந்த விழிகளுடன் அசைவிலாது அமர்ந்திருந்தார். பின்னர் கலைந்து நிமிர்ந்து நோக்கி “பெரும்பழி சேர்ப்பது. மூதாதையரும் தெய்வங்களும் உகக்காதது. ஆயினும் செய்கிறேன். என் இளையோள் பொருட்டு” என்றார். கைகளை விரித்து “இவ்வண்ணம் இரு முனைகளில் சிக்காமல் இப்போர்க்களத்தில் எவரேனும் உள்ளனரா? தெய்வங்களே...” என்றார். யுதிஷ்டிரர் அவரை புரியாமல் நோக்கியபின் அர்ஜுனனைப் பார்த்தார். “நான் இதைத் தங்கள் சொல்லுறுதியாகக் கொள்கிறேன், மாதுலரே” என்றபின் அர்ஜுனன் எழுந்துகொண்டான். சல்யர் அசைவிலாது அமர்ந்திருந்தார்.

அவர்கள் மீண்டும் வணங்கி வெளியே செல்லும்போது யுதிஷ்டிரர் “என்ன சொன்னாய், இளையோனே? உங்கள் நடுவே நிகழ்ந்த

உரையாடல் எனக்குப் புரியவில்லை” என்றார். புன்னகைத்த அர்ஜுனன் “அதைப் புரிந்துகொள்ளும் கரவு உங்களுக்கில்லை, மூத்தவரே” என்றான். சகதேவன் “அவர் சொன்ன அச்சொல் நன்று. ஆனால் அது எங்கள் பொருட்டென்பது நாணச்செய்கிறது” என்றான். அர்ஜுனன் பீமனிடம் “மூத்தவரே, அவர் தன் சொல்லைக் கடைப்பிடிப்பாரா? போர் என்பது மெல்லுணர்வுகள் மழுங்கி இருள்தெய்வங்கள் மேலெழும் வெளி” என்றான்.

பீமன் புன்னகைத்து “உறுதியாக செய்வார். ஏனென்றால் அவர் இயல்பிலேயே அதை செய்யத்தான் விழைவார். அவ்வுறவு அத்தகையது” என்றான். புன்னகை விரிய “இப்போது அப்பழியை நம் மீது ஏற்றிவைக்க நாம் வாய்ப்பளித்திருக்கிறோம்” என்றான். யுதிஷ்டிரர் “என்னதான் பேசிக்கொள்கிறீர்கள், அறிவிலிகளே?” என்று கூவினார். அர்ஜுனன் “இதைப் புரிந்துகொள்வதை விட்டுவிடுங்கள், மூத்தவரே” என்றான். பீமன் “அவ்வுறவின் ஆயிரம் பல்லாயிரம் முட்களில் ஒன்றுகூட இதுவரை எழுந்திருக்காது, இளையோனே. ஏனென்றால் அவர்கள் தனியாக சந்தித்துக்கொண்டதே இல்லை. இப்போது போர்நடுவே ஒரு தேருக்குள் தனித்திருக்கப்போகிறார்கள். சூழ்ந்து கொந்தளிக்கும் படைப்பெருக்கு ஒரு மாபெரும் திரை. வந்தணையவிருக்கும் இறப்புக்கான வாய்ப்பு அனைத்துத் தடைகளையும் விலக்குவது” என்றான்.

“அவர்கள் அணுக்கமாகக் கூடும்” என்றான் அர்ஜுனன். “ஆம், ஆனால் உறவுகளில் முட்களெழுவதே மிகுதி” என்றான் பீமன். “உங்களுள் உள்ள நஞ்சு அச்சுறுத்துகிறது, மூத்தவரே” என்றான் அர்ஜுனன். “போதும்! இனி இந்தப் புரியாப் பேச்சை நாம் தொடரவேண்டியதில்லை” என்றார் யுதிஷ்டிரர். “நாம் இன்னமும் மூத்த பால்ஹிகரை சந்திக்கவில்லை.” அர்ஜுனன் “அதையும் அஸ்வத்தாமனிடமே கேட்போம்” என்றான்.

யுதிஷ்டிரர் கையசைத்து அழைக்க அவர்களை அணுகி வந்து நின்ற அஸ்வத்தாமன் “பால்ஹிகர் காலையில் இங்கிருந்தார். நாம் வந்துகொண்டிருக்கையில் எங்கோ சென்றுவிட்டார். தேடி கொண்டுவரும்படி பூரிசிரவஸை அனுப்பியிருக்கிறோம்” என்றான். யுதிஷ்டிரர் “எங்கு சென்றார்?” என்றார். “அவர் அங்கிருந்தே ஓர் யானைமேல்தான் வந்தார். அதன்மேலேயே பெரும்பாலான பொழுதுகளில் இருக்கிறார். அதன்மேலேயே துயில்கொள்வதுமுண்டு என்கிறார்கள்” என்றான் அஸ்வத்தாமன். யுதிஷ்டிரர் புன்னகைத்தார். அஸ்வத்தாமனும் புன்னகைத்து “கவச உடைகளையும் கழற்றுவதில்லை” என்றான்.

அவர்கள் அங்கேயே காத்திருந்தனர். எவ்வளவு நேரம் நின்றிருக்க முடியும் என உத்தரன் வியந்தான். தொலைவில் ஓசை கேட்டதும்

அஸ்வத்தாமன் "வருகிறார்" என்றான். "எப்படி தெரிகிறது?" என்றார் யுதிஷ்டிரர். "அவரை படைவீரர்கள் வரவேற்கும் ஓசை கேட்கிறது. அவர் இங்குள்ள படைகளில் ஒரு போர்த்தெய்வமும் மூதாதைத்தெய்வமுமாக ஆகிவிட்டார். அவர்பொருட்டு மட்டுமே இப்படையில் கலைவோசை எழும். அவர் செல்லும் வழியை அங்கே எழும் களிப்புக் கூச்சலும் நகைப்பும் வாழ்த்துரையுமே காட்டும்" என்றான் அஸ்வத்தாமன்.

உத்தரன் பால்ஹிகரைப் பற்றி அவன் கேட்ட செய்திகளினூடாக உருவாக்கிக்கொண்ட ஓவியத்தை காணத்தொடங்கினான். சுண்ணமலை போன்ற பேருரு. பளிங்குவிழிகள். விண்ணேகிய மூதாதைநிரையில் இருந்து இறங்கிவந்தவர். அவன் உடல் மெய்ப்பு கொண்டபடியே இருந்தது. யுதிஷ்டிரர் "நான் அவர் உருவை மீளமீள நினைவில் வனைந்தபடியே இருந்தேன், அஸ்வத்தாமரே. அனைத்தும் முறையாக இருந்திருந்தால் அவர் அடி பணிபவர்களில் முதல்வனாக நானே இருந்திருப்பேன்" என்றார். "எத்தகைய நற்பேறு! நான்கு தலைமுறை முந்தைய மூதாதை ஊனுடலுடன் வந்திறங்கியிருக்கிறார். பிரதீபரும் சந்தனுவும் தேவாபியும் சித்ராங்கதரும் விசித்திரவீரியரும் வாழும் சொல்வெளியில் இருந்து முளைத்தெழுந்திருக்கிறார்."

அஸ்வத்தாமன் "இங்கு பெரும்பாலானவர்களுக்கு இன்னமும்கூட நம்பமுடியாத விந்தைதான்" என்றான். "உண்மையில் ஏராளமானவர்கள் இவர் தொல்மூதாதையான பால்ஹிகர் அல்ல என்றே எண்ணுகிறார்கள். ஒரு பிழைப்புரிதல், ஆனால் இனியது என்பதே அவர்களின் எண்ணம்." யுதிஷ்டிரர் "அவர் வந்திருக்கும் செய்தியை உபப்பிலாவ்யத்தில் ஒற்றர் சொல்லி அறிந்தபோது முதற்கணமே என் உள்ளம் ஏற்றுக்கொண்டுவிட்டது. சில நிகழ்வுகள் அவற்றிலுள்ள விந்தையாலேயே நம்பும்படி ஆகின்றன. இது அவற்றிலொன்று" என்றார். "அவரை எவ்வகையிலேனும் வந்து சந்திக்கவேண்டுமென விழைந்தேன். ஆனால் ஒன்று இன்னொன்று என நிகழ்வுகள் போர்நோக்கி வந்துகொண்டிருந்தன." பெருமூச்சுடன் "இதோ குலமூதாதை முன் எவரோ என நின்றுகொண்டிருக்கப்போகிறேன்" என்றார்.

அஸ்வத்தாமன் "அவருக்கு இங்குள்ள எவரும் ஒரு பொருட்டே அல்ல. எவரையும் அவர் அடையாளம் கண்டுகொள்வதில்லை" என்றான். யுதிஷ்டிரர் அவன் சொல்வதைப் புரிந்துகொள்ளவில்லை. வலுத்துவந்த ஓசையைக் கேட்டு அங்கே நோக்கிக்கொண்டிருந்தார். புரவியில் தூசெழ விரைந்துவந்து மூச்சுவாங்க இறங்கிய பூரிசிரவஸ் யுதிஷ்டிரரை வணங்கிவிட்டு அஸ்வத்தாமனிடம் "பிதாமகர் யானைமேல் வந்துகொண்டிருக்கிறார். படை எல்லையைக் கடந்து சென்றுவிட்டார். பின்னால் ஆளனுப்பி பிடித்துவரச் செய்துள்ளேன்" என்றான்.

அஸ்வத்தாமன் "நன்று" என்றான். பூரிசிரவஸ் மெல்ல வியர்வையுடன் தளர்ந்து "அவரைக் கட்டுப்படுத்துவது எளிதல்ல" என்றான்.

படைகளைப் பிளந்ததுபோல கவசயானை தோன்றியது. "அது அங்காரகன் அல்லவா?" என்றார் யுதிஷ்டிரர். "ஆம், அரசர் அதை அவருக்கு அளித்துவிட்டார். அவரை யானையும் ஏற்றுக்கொண்டுவிட்டது. அவர்கள் ஒரே பித்தில் வாழ்கிறார்கள்" என்றான் பூரிசிரவஸ். பீமன் "யானை பித்தை விரும்புவது" என்றான். வெயிலில் வெள்ளியென ஒளிவிட்ட கவசங்களுடன் அங்காரகன் மெல்ல அசைந்து வந்தது. அதன்மேல் வண்ணங்களாக கௌரவப் பெரும்படை நெளிந்தது. ஒரு சிறு குளம் அசைந்து வருவதுபோலிருந்தது. அதன்மேல் முழுக்கவச உடையணிந்து பால்ஹிகர் அமர்ந்திருந்தார். யானைமேல் இருக்கையிலும் அவருடைய பேருருவம் திகைப்பூட்டுவதாக இருந்தது.

அவர்களின் உள்ளத்தை உணர்ந்தவன்போல அஸ்வத்தாமன் "அவருக்காக கவசங்கள் வார்க்கப்பட்டன. அவை நிலத்திலிருக்கையில் கவசமெனும் எண்ணம் எவருக்கும் வருவதில்லை" என்றான். பால்ஹிகரின் முன்னால் யானையின் மத்தகம் மீதிருந்த பெரிய கதையைப் பார்த்த யுதிஷ்டிரர் "அது அஞ்சனை மைந்தரின் கதை அல்லவா?" என்றார். "ஆம் அரசே, அதை அவர் பெயர்த்து தூக்கிக் கொண்டார். தன்னுடன் யானைமேல் ஏற்றிக்கொண்டு இங்கே வந்தார். எப்போதும் உடன் வைத்திருக்கிறார். அவருக்கு ஒரு பொருள்மேல் பற்று எழுந்தால் இரவும் பகலும் அது அவருடன் இருக்கும்" என்றான் பூரிசிரவஸ்.

பால்ஹிகர் யானைமேல் ஒரு வெண்சுடர் என அமர்ந்திருந்தார். கவச உடையில் வானின் ஒளி நெளிந்தது. அவர்கள் அருகே வந்துகொண்டிருக்க பூரிசிரவஸ் "இங்கிருந்தே நீங்கள் வணங்கலாம். அவர் அறிந்து வாழ்த்துரைக்க வழியில்லை. அவர் வாழ்த்தினார் என்று கொள்ளவேண்டியதுதான்" என்றான். யுதிஷ்டிரர் "அது போதும், நான் அவரை வந்து வணங்கிச்சென்றேன் என்பதே எனக்கு நிறைவளிப்பது" என்றார். யானை அருகணைந்ததும் யுதிஷ்டிரர் தலைக்குமேல் கைகூப்பி "வாழ்த்துக, மூதாதையே!" என்று கூவினார். இளையவர்களும் அவ்வாறே வணங்கினர். பால்ஹிகர் அவர்களை நோக்கியபடி கடந்துசென்றார். அங்கிருந்த பல்லாயிரம் படைவீரர்களில் அவர் எவர் முகத்தையும் தனித்தறிந்ததாகத் தெரியவில்லை.

யானை கடந்துசென்றதும் யுதிஷ்டிரர் "பேருருவர்! ஹஸ்தியின் உடல் கொண்டவர்!" என வியப்புடன் சொன்னார். "நான் அவர் இத்தனை பெரிய உடல்கொண்டவர் என எண்ணியிருக்கவே இல்லை. சூதர்களின் மிகையாக்கம் என்றே எண்ணினேன்." அவர்கள் ஐவருமே பால்ஹிகரின்

பெருந்தோற்றத்தால் உளவிம்மிதம் கொண்டிருந்தனர். யுதிஷ்டிரர் “தெய்வமெழுகை என்றல்லாமல் வேறெந்த சொல்லாலும் விண்டுரைக்க இயலாது!” என்று நடுங்கும் குரலில் சொன்னார். சொல்லி ஆற்றாமல் “எந்தையரின் மண்வடிவம்” என்றார். குரல் இடறியது. உத்தரன் அவர் முகத்தை நோக்கினான். அவர் அழுதுகொண்டிருப்பவர்போல தோன்றினார்.

அங்காரகன் திரும்பி வருவதை பூரிசிரவஸ்தான் முதலில் பார்த்தான். “அவர் மீண்டு வருகிறார்” என்றான். “ஆம், திரும்பி வந்த இடத்துக்கே செல்கிறார்” என்றான் அஸ்வத்தாமன். அங்காரகன் வந்து அவர்களின் அருகே நின்றது. முதலைவால் என செதில்கவசம் அணிந்த அதன் பெரிய துதிக்கை நீண்டு பீமனை நோக்கி மோப்பம் பிடித்தது. பால்ஹிகர் மேலிருந்தபடி தன் கவசமணிந்த கையை நீட்டி பீமனைச் சுட்டி “பெருந்தோளன்!” என்றார். “உன்னை நான் முன்னரே பார்த்திருக்கிறேன்.” பீமன் கைகூப்பி நின்றிருக்க யுதிஷ்டிரர் “அவன் தங்கள் மைந்தன், மூதாதையே. உங்கள் பெயர்மைந்தரின் மைந்தனாகிய இவன் பெயர் பீமசேனன். நான் இவன் மூத்தவனாகிய யுதிஷ்டிரன்” என்றார். அச்சொற்களைக் கேளாதவராக பால்ஹிகர் “பெருந்தோளன்!” என்று மகிழ்வுடன் சொன்னார். பீமன் “வாழ்த்துக, தந்தையே!” என்றான். பால்ஹிகர் “நீ உன் உடன்பிறந்தாரைத் தூக்கிக்கொண்டு காட்டில் சென்றுகொண்டிருந்தாய். எங்கே? ஆம், காட்டில். நான் ஒரு யானையாக காட்டுக்குள் நின்று உன்னை பார்த்தேன். நீ என்னைப் பார்த்தபின் கடந்துசென்றாய்” என்றார். “அதன்பின் பன்றிவடிவன் ஒருவன் என்னிடம் வந்தான். அவன் என்னிடம் கேட்டபோது நான் சொன்னேன், நான் உன்னைக் கொல்வேன் என்று. அல்லது...” அவர் குழம்பி அவர்களை மாறி மாறி நோக்கி “அல்லது அவன் என்னைக் கொல்வான் என்று சொன்னேனா?” என்றார். பீமன் “இரண்டும் ஆகலாம், மூதாதையே” என்றான்.

அவர் அவன் சொற்களையும் செவிகொள்ளவில்லை. “பெருந்தோளன்... ஆம், நான் உன்னைப் பார்த்தேன்” என்றார். யானை துதிக்கை தூக்கிப் பிளிறியது. இரும்புத்திரளுக்குள் இருந்து அவ்வோசை உலோகம் உரசுவதுபோல் எழுந்தது. பால்ஹிகர் “செல்வோம்” என்றபின் அதைத் தட்டினார். அது முன்னால் சென்றது. அவர்கள் அவரை தொழுத கைகளுடன் நோக்கி நின்றனர். யானையின் அசைவு அது அணிந்திருந்த உலோகக் கவசங்களில் நிகழ்வது நெஞ்சுதுணுக்குறச் செய்வதாக இருந்தது. பின்னர் அவ்வசைவே யானை என்று தோன்றியது.

பெருமூச்சுடன் மீண்ட யுதிஷ்டிரர் “மந்தா, அவர் சொன்னதென்ன?” என்றார். “எனக்கும் புரியவில்லை, மூத்தவரே” என்றான் பீமன்.

அஸ்வத்தாமன் “அவர் வாழும் பித்துலகில் சொற்களுக்கெல்லாம் வேறு பொருள்” என்றான். பூரிசிரவஸ் “வணங்குகிறேன், அரசே” என விடைகொண்டு புரவியிலேறி பால்ஹிகரின் பின்னால் சென்றான். அவர்கள் தங்கள் தேர்நோக்கி செல்கையில் ஒரு சொல்லும் பேசிக்கொள்ளவில்லை. பீமன் தலைகுனிந்து கால்களால் மண்ணை கீறியபடியே நடந்தான். தேர்களின் அருகே வந்துபின் உடன் வந்த அஸ்வத்தாமனிடம் அவர்கள் விடைபெற்றனர்.

தேரிலும் நகுலனும் சகதேவனும் பேசாமல் அமர்ந்திருந்தார்கள். எதிரே பாண்டவப் படை அணுகுவதை கண்டபின் நகுலன் “பிதாமகர் நம் மூத்தவர் கையால் கொல்லப்படுவாரா?” என்றான். சகதேவன் மறுமொழி சொல்லவில்லை. “ஆம், கொல்லப்பட்டாகவேண்டும். குலாந்தகன் என்று அவரை சொல்கிறார்கள். அவர் கொள்ளும் குருதி அங்கிருந்தே தொடங்கும்” என்றான் நகுலன் மீண்டும். சகதேவன் அதைக் கேட்டதாகத் தோன்றவில்லை. நகுலன் பெருமூச்சுடன் “அவரைக் கொல்ல அவருடைய கை எழவேண்டும். நெஞ்சு துணியவேண்டும்... அதுவே தொடக்கம்” என்றான்.

தேர்கள் நின்றன. நகுலன் இறங்கியபடி “அந்த மாபெரும் கதாயுதம் கௌரவ மூத்தவர் பிறந்தபோது உடன் கிடைத்தது என்பார்கள். அவரை அது கொல்லும் என்றும், போரில் அவருக்கு உடன்பிறந்தான் என துணைநின்று அவருடைய முதன்மை எதிரியை அது வெல்லும் என்றும் இருபாற்பட்ட கதைகள் உள்ளன. அதை பீடத்திலிருந்து எவரும் அசைத்தெடுக்கவியலாது என்றும் ஆகவே அக்கதைகள் எல்லாம் பொருளற்றவை என்றும் அதை கௌரவமூத்தவர் மும்முடி சூடி அரசமர்கையில் அரியணைமுன் நிறுத்துவார் என்றும் காந்தாரர்கள் கூறுவதுண்டு” என்றான். சகதேவன் “ஆம்” என்றான். மேலும் ஏதோ சொல்ல வாயெடுத்தபின் நகுலன் தலையசைத்து சொல்விலக்கிக்கொண்டான். உத்தரன் இறங்கியதும் தேர் விலகிச்சென்றது.

68

புலரி எழத்தொடங்கியபோது உத்தரன் தன் படைமுகப்பிலமைந்த சிறுமுற்றத்தில் வில்பயின்றுகொண்டிருந்தான். நூறு அகல்சுடர்கள் நிரையாக ஏற்றி வைக்கப்பட்டிருக்க அவன் அம்புகள் ஒன்றன்பின் ஒன்றாக அச்சுடர்களை அணைத்தன. எட்டாவது அம்பு குறிபிழைத்ததும் வில்லைத் தரையில் ஊன்றி சலிப்புடன் தலையை ஆட்டியபடி திரும்பியபோது அங்கு நின்றிருந்த தன் ஒற்றனும் அணுக்கனுமாகிய கஜனைப் பார்த்தான். ஏவலன் அளித்த பன்னிரு அம்புகளை எடுத்து மேலும் எய்தான். அவற்றில் ஒன்பதாவது அம்பு பிழைத்தபோது வில்லைத் திரும்ப அளித்துவிட்டு கஜன் நின்றிருக்கும் இடத்தைப் பார்த்தான்.

அவன் நோக்குபட்டதும் கஜன் தலைவணங்கினான். அதிலிருந்த குறிப்புணர்ந்து போதும் என்று ஏவலனிடம் கைகாட்டிவிட்டு கையுறைகளைக் கழற்றியபடி அவன் அருகே சென்றான். கஜன் "செய்தி உள்ளது" என்றான். "சொல்க!" என்றபடி சிறு மரப்பீடத்தில் உத்தரன் அமர்ந்தான். கஜன் அருகே வந்து முழந்தாளிட்டு "ஒவ்வாச் செய்தி, அரசே" என்றான். "தந்தையா?" என்று உத்தரன் கேட்டான். சில நாட்களாகவே ஒவ்வொரு நாளும் காலையில் அந்நாளை முழுக்க கசப்பு கொள்ளவைக்கும் விராடரைப்பற்றிய ஒரு செய்தியை அவன் கேள்விப்பட்டுக்கொண்டிருந்தான்.

கஜன் "இல்லை" என்றபின் "நேற்று நமது படைப்பிரிவுக்குள் எட்டு விலைப்பெண்டிரை அழைத்து வந்திருக்கிறார்கள் நம் வீரர்கள்" என்றான். அச்செய்தியை முழுக்க உள்வாங்கிக்கொள்ளாமல் "எவர்?" என்று அவன் கேட்டான். "நமது படைவீரர்கள் அருகில் உள்ள சிற்றூர்களிலிருந்து விலைப்பெண்டிரை மாறுதோற்றம் அளித்து கூட்டிவந்திருக்கிறார்கள்.

அவர்கள் இரவு முழுக்க இங்கு தங்கியிருக்கிறார்கள்" என்றான் கஜன். "எவர் அழைத்துவந்தது?" என்று அப்போதும் முழு அழுத்தத்தையும் பெறாதவனாக உத்தரன் கேட்டான். "நமது பன்னிரண்டாவது வில்லவர் பிரிவு" என்றான் கஜன்.

"அவர்களா?" என்று தொடங்கிய உடனே சினம்கொண்டு முகம் சிவக்க உடல் பதற எழுந்த உத்தரன் "படைப்பிரிவுக்குள் கூட்டிக்கொண்டு வந்தார்களா? அப்படியெனில் அது சிலர் மட்டுமே செய்த மந்தணம் அல்ல. படைகள் அனைவருக்கும் தெரிந்திருக்கிறது. தெரியாமல் அது இயல்வதே அல்ல" என்றான். கஜன் "ஆம், அரசே. படைகளின் எல்லைக்காவலர்கள், அப்பால் சிற்றூர்களுக்கு சென்று மீளும் ஒற்றர்கள், பணியாட்கள், நூற்றுவர் தலைவர்கள் அனைவருக்கும் தெரியாமல் இது இயல்வதே அல்ல" என்றான்.

உத்தரனால் நிலைகொள்ள முடியவில்லை. தன் உடலிலேயே விம்மித் ததும்பியபடி அவன் கைகளை ஒன்றுடன் ஒன்று உரசிக்கொண்டான். பற்களைக் கடித்து "முழுப் படைப்பிரிவும் சேர்ந்து இயற்றியிருக்கிறார்கள் இதை" என்றான். "ஆம் இளவரசே, முழுப் படைப்பிரிவும்" என்று கஜன் சொன்னான். உத்தரன் எழுந்து என்ன செய்வதென்றறியாமல் கைகளை வீசி "இழிவு! கீழ்மை! இதைவிடப் பேரிழிவு நம் நாட்டிற்கு நிகழப்போவதில்லை" என்று கூவினான். முகம் உருகிநெளிய "இது என் ஆணை! இதில் தொடர்புடைய அனைவரையும் சிறைபிடித்து இழுத்துவாருங்கள். இம்முற்றத்திலேயே அனைவர் தலைகளையும் மண்ணிலுருட்ட ஆணையிடுகிறேன்... இல்லை கழுவேற்றுகிறேன். அலறிச் சாகவேண்டும் அவர்கள்... இவ்வீணர்களுக்குத் தண்டனை பிறிதில்லை. பெற்ற அன்னையின் முகத்தில் காறி உமிழ்ந்த கீழ்மக்கள்" என்றான்.

கஜன் சொல்லில்லாமல் நின்றான். "என்ன தயக்கம்? படைத்தலைவர் வருக! இப்போதே தொடர்புடைய அனைவரும் சிறைபிடிக்கப்படவேண்டும். இந்தப் பொதுமுற்றத்தில் வெயிலில் அவர்கள் கழுவேற வேண்டும்" என்றான் உத்தரன். கஜன் "ஒரு முழுப் படைப்பிரிவையும் கழுவேற்றுவதோ தலைகொய்வதோ இயல்வதல்ல, இளவரசே" என்றான். "குறைந்தது ஆயிரம்பேர் கொல்லப்படவேண்டும். அதற்கு ஈராயிரம் படைவீரர் பணியாற்றவேண்டும். இந்நிலையில் அது ஒரு பெருநிகழ்வு. எந்தப் படைத்தலைவரும் அப்பிழையை செய்யமாட்டார்கள். அது போர்முனையில் நின்றிருக்கும்போது உருவாக்கும் உளச்சோர்வு பெரிது.

"மேலும் இப்பொழுது முழுப் படைப்பிரிவின் பொறுப்பும் தங்களுக்கில்லை. இதை இன்று தலைமை தாங்குபவர் திருஷ்டத்யும்னரே. தண்டிக்கும்

உரிமை அவருடையது” என்றான் கஜன். “இவர்கள் விராடர்கள். எனது படைவீரர்கள்” என்று உத்தரன் சொன்னான். “அல்ல, பிறரும் பொறுப்பில் இருக்கிறார்கள். நமது அடையாளம் அவர்களுக்கு இருக்கிறது. ஆனால் படைகள் முழுமையாகவே ஒன்றென கலந்துள்ளன. அணிவகுக்கப்பட்ட பின்னர் அவை அந்தந்த அரசர்களின் தனி ஆட்சிக்கு உட்பட்டவை அல்ல” என்றான் கஜன்.

உத்தரன் “சரி, அவ்வண்ணமெனில் கிளம்பி என்ன நிகழ்ந்ததென்பதை திருஷ்டத்யும்னரிடம் சொல்கிறேன். அவர் தண்டிக்கட்டும்” என்றான். “அவர் இவர்களை தண்டிக்கும்படி எனக்கு ஆணையிட்டாரென்றால் நான் என் கைகளால் இவ்விழிமக்களை கொல்கிறேன்.” கஜன் “அவ்வாறு தாங்கள் கூறுவது மாண்புடையது. ஆனால் உடன் பிறிதொன்றையும் சொல்லியாகவேண்டும். இது நமது படைப்பிரிவில் மட்டும் நிகழவில்லை. இங்கு வருவதற்கு முன் வேறு ஒற்றர்கள் சிலரிடமும் சொல்லாடினேன். நேற்று மட்டும் ஆறு படைப்பிரிவுகளில் விலைப்பெண்டிர் அழைத்துவரப்பட்டுள்ளனர்” என்றான். “ஆறு படைப்பிரிவுகளிலா? எத்தனை பேர்?” என்றான் உத்தரன். “எப்படியும் நூறு பெண்டிருக்கு குறைவிருக்காது” என்றான் கஜன்.

உத்தரனால் மீண்டும் சொல்லெடுக்க இயலவில்லை. நிலையழிந்து கைகளை உரசிக்கொண்டான். பலமுறை சொல்தவித்தபின் உடைந்த குரலில் “என்னால் புரிந்துகொள்ள முடியவில்லை. இவ்வாறு போர்முனையில் நிகழ்வதுண்டா? இதற்கு ஏதேனும் முன் வரலாறுண்டா?” என்றான். “இறப்புக்கு முன் இவ்வாறு படைவீரர்கள் நடந்துகொள்வார்களா என்ற ஐயம் எனக்கும் இருந்தது. ஆனால் நூல்களிலோ முதிய ஒற்றர் கூறும் பட்டறிவிலோ இவ்வாறு நிகழ்ந்ததே இல்லை” என்றான் கஜன்.

“போருக்கு முந்தையநாள் வரை படைவீரர்கள் உவகைகொண்டாடுவார்கள். அச்சமின்மையை நடிப்பார்கள். இறப்பு பொருளற்றுப்போனதன் விடுதலை அது. ஆனால் போருக்கு ஒருநாள் முன் ஒவ்வொரு படைவீரரும் தங்கள் உணர்வுகளின் உச்சத்தில் நிற்பார்கள். தங்கள் இறப்பு நிகழுமென்றால் அது ஒரு பெரும் கொள்கையின் பொருட்டே ஆகவேண்டும் என்று அவர்களின் உள்ளம் விழைவதனால் அக்கொள்கைகளை எண்ணி எண்ணி பெருக்கி உணர்வுக்கொந்தளிப்புகளை அடைவதையே இவ்விரவில் அவர்கள் செய்வார்கள். சொல்லப்போனால் அவ்வுணர்வின் எழுச்சியால் ஒவ்வொரு கணமும் போர் வரவேண்டுமென்று விரும்பி உடல்துடிப்பு கொள்வார்கள். மக்களையோ குழந்தைகளையோ முற்றாகத் தவிர்ப்பார்கள். பலியாடுகள் ஒன்றையொன்று முட்டி பலிபீடத்திற்குத் தங்களை செலுத்திக்கொள்வதுபோல படைவீரர்கள் செல்வார்கள் என்று நூல்கள் சொல்கின்றன” என்று கஜன் சொன்னான்.

“எனில் இது எப்படி நடந்தது? இதன் பொருளென்ன?” என்று உத்தரன் கேட்டான். “கீழ்மை! இத்தகையதோர் கீழ்மை நம் படைகளில் நிகழுமென்று எண்ணவேயில்லை” என்று நிலத்தில் காறி உமிழ்ந்தான். “நம் குடிப்படைகளில் மட்டும் இது நிகழவில்லை என்பது மட்டுமே பெருத்த ஆறுதல்” என்று கஜன் சொன்னான். “தாங்கள் இதை திருஷ்டத்யும்னரிடமோ பேரரசரிடமோ சொல்லும்போது இதையும் சேர்த்து சொன்னீர்கள் என்றால் நம் குடிக்கென தனி இழிவுகளென எதுவும் வரப்போவதில்லை.”

உத்தரன் சற்றே சோர்ந்து மீண்டும் அமர்ந்தவனாக “ஆம், மெய்தான்” என்றபின் கசப்புடன் புன்னகைத்து “இழிவிலும் ஒரு சிறுதுளி நல்லூழ்” என்றான். பின்னர் “எவ்வாறு இது நிகழ்கிறது?” என்றான். தனக்கே என “இதன் பொருள் என்ன?” என்று அரற்றினான். “இதன் பொருள் ஒன்றே. இப்படைத்திரள்வை ஒருவகையான களியாட்டென்றே இப்போது எண்ணுகிறார்கள்” என்றான் கஜன். “என்ன சொல்கிறாய்?” என்றான் உத்தரன்.

அவன் சொல்வதைப் புரிந்துகொள்ள முயன்றவனாக உத்தரன் கூர்ந்து பார்த்தான். “ஏனென்றால் இது போர்முகப்பின் உணர்ச்சி அல்ல. பல்லாயிரம் பேர் ஓரிடத்தில் திரளும்போது திரளும் களியாட்டு மட்டுமே. ஆகவே இது விழவுக்குரிய உளநிலை. அது எப்போதும் காமத்தை நோக்கியே திரும்புகிறது” என்றான் கஜன். “போரில் எங்குமே காமம் இல்லை. போர் முடிந்தபின் மீண்டும் எழும் விழவுணர்வே காமத்தை நோக்கி செல்கிறது. போருக்கு முன் அவ்வாறு நிகழ்வதென்பது மிகப்பெரிய பிழை ஒன்று நிகழ்ந்துள்ளது என்பதையே காட்டுகிறது.”

“ஆம், நான் இதை திருஷ்டத்யும்னரிடம் விரித்துரைக்க வேண்டும்” என்றபின் “உன்னிடம் சான்றுகள் உள்ளனவா?” என்றான் உத்தரன். “ஆம், அரசே. எட்டு ஒற்றர்கள் சான்றுரைக்கிறார்கள். எங்களை அரசவைக்கு அழைத்தால்கூட அங்கு வந்து கூற சித்தமாக உள்ளோம் என்றனர்” என்றான் கஜன். உத்தரன் “நான் இப்போதே கிளம்புகிறேன். திருஷ்டத்யும்னரை சந்தித்து...” என்று சொல்லத்தொடங்க இடைமறித்த கஜன் “பொறுத்தருள வேண்டும், அரசே. இத்தருணத்தில் திருஷ்டத்யும்னரை சந்திப்பதைவிட நேரடியாக மாமன்னர் யுதிஷ்டிரர் அவைக்குச் செல்வதே சிறந்தது. திருஷ்டத்யும்னர் அந்த அவைக்கு வருகையில் அனைத்தையும் இயல்பாகப் பேசுங்கள்” என்றான். புரியாமல் கூர்ந்து நோக்கியபடி உத்தரன் “ஏன்?” என்று கேட்டான்.

“தங்களைப்போலவே திருஷ்டத்யும்னரும் நிலைகுலையும் செய்தி இது. ஏனெனில் பாஞ்சாலப் படையிலும் பதினொரு விலைப்பெண்டிர்

நுழைந்திருக்கிறார்கள். நாம் பயிலாத அரைமலைகுடிப் படையினர். அவர்களோ தொல்வரலாறு மிக்க ஷத்ரியப் பெருங்குடிப் படையினர். நம் படையினர் அனைவருக்கும் முன்காட்டாகத் திகழவேண்டியவர்கள். திருஷ்டத்யும்னர் அதை எண்ணிப் பெருமிதம் கொண்டவர். பல்வேறு சொற்களில் அதை அரசர் அவைகளிலும் உரைத்தவர். அவருடைய படைகளில் இவ்வண்ணம் நிகழ்ந்தது என்ற செய்தியால் தங்களைவிட பலமடங்கு அவர் நிலைகுலைவார்" என்றான் கஜன்.

"ஆம்" என்று உத்தரன் சொன்னான். "அங்கே அரசவையில் இளைய யாதவர் இருப்பார். அங்கு சொல்லப்படும் ஒவ்வொரு சொல்லும் அவர் முன்னிலையிலேயே என்பதை நாமனைவரும் அறிவோம். ஒவ்வொன்றுக்கும் உட்பக்கம் சென்று பார்க்கவும் ஒவ்வொன்றையும் பிறவற்றுடன் இணைத்து முழுமைநோக்கை சென்றடையவும் அவரால் மட்டுமே இயலும். அவர் இருக்குமிடத்தில் இச்செய்தியை முன்வையுங்கள்" என்று கஜன் சொன்னான். உத்தரன் "ஆம்" என்றபடி எழுந்துகொண்டான். கஜன் "இச்செய்தியை இன்று ஒரு நோய் அறிவிப்பாகவே பார்க்கவேண்டும். இவ்வாறு நிகழ்ந்தது பிழையென்றல்ல, இவ்வாறு நிகழ்வதற்குரிய உளநிலை ஏன் இங்கு உருவாயிற்றென்பதை எண்ணவேண்டும். அதை இளைய யாதவர் கண்டறிந்து சொல்லக்கூடும்" என்றான்.

ஒருகணத்திற்குப் பின் அவன் விழிகளைக் கூர்ந்து நோக்கி உத்தரன் "நீ சொல், ஏன் இந்த உளநிலை இங்கு எழுந்தது?" என்றான். கஜன் "அதை உய்த்துணர்ந்து கூறும் அரசறிவன் அல்ல நான். எனக்குத் தோன்றியது நமது படைகள் இங்கு போர் மெய்யாகவே நிகழும் என்று நம்பவில்லை என்று" என்றான். "ஏன்?" என்று உத்தரன் கேட்டான். "அறியேன். ஆனால் ஓரிரு நாட்களில் இல்லம் திரும்பிவிடுவோம் என்ற எண்ணம் நமது படைவீரர்களிடம் பரவலாக உள்ளது. ஆகவே இது ஒரு போர்நடிப்பு மட்டுமே என எண்ணுகிறார்கள். நமது குடிகளில் ஆண்டுதோறும் விழவுகளில் போர்நாடகம் வழக்கமானதே. ஒரு சிறு மாற்றுப்போர் நிகழலாம். அல்லது இருபுறமும் படைகளைக் கொண்டு நிறுத்தி உளப்போர் ஒன்றை நிகழ்த்தி இருதரப்பும் திரும்பிச் செல்லலாம். இதுவே நம் படைகளின் எண்ணமென்று தோன்றுகிறது" என்றான் கஜன்.

"ஏவலர்கள், கடைநிலைப் படைவீரர்கள் சிலரிடம் உரையாடியபோது அவர்கள் இவ்வெண்ணம் கொண்டிருப்பதை அறிந்தேன்" என்று கஜன் சொன்னான். உத்தரன் "நீ கூறிய அனைத்தையும் நான் அவையில் கூறுகிறேன். இளைய யாதவர் மேலும் அறிய விழைகின்றார் என்றால்

உன்னை அவைக்கு அழைக்கிறேன். நீ என்னுடன் வந்து அவைக்கு வெளியே நின்றிரு" என்றான்.

யுதிஷ்டிரரின் அவை நடத்துனனாகிய யௌதேயன் மாளிகை வாயிலிலேயே உத்தரனை எதிர்கொண்டு தலைவணங்கி முகமனுரைத்து "தங்களுக்கு சந்திப்புக்கு நேரம் ஒதுக்கப்பட்டுள்ளதா, விராடரே? அன்றி அழைப்பின் பொருட்டா வந்தீர்கள்?" என்றான். "இல்லை. மந்தணச்செய்தி ஒன்று, உடனடியாக..." என்று உத்தரன் சொன்னான். "சொல்பெற்றுவருகிறேன். பொறுத்தருள்க!" என்றபின் வணங்கி யௌதேயன் உள்ளே சென்றான்.

உத்தரன் நிலையழிந்தவனாக காத்திருந்தான். யௌதேயன் வெளியே வந்து "தங்களுக்கு அழைப்பு" என்றான். "உள்ளே எவர் இருக்கிறார்கள்?" என்று உத்தரன் கேட்டான். "அரசருடன் இளையோர் நால்வரும் இருக்கிறார்கள். இளைய யாதவரும் படைத்தலைவர்களும் இருக்கிறார்கள்" என்றான் யௌதேயன். "பாஞ்சாலர் இருக்கிறாரா?" என்று உத்தரன் கேட்டான். "ஆம்" என்று யௌதேயன் சொன்னான்.

உத்தரன் யுதிஷ்டிரரின் அவைக்குள் நுழைந்து தலைவணங்கி "அரசரை வணங்குகிறேன். வெற்றி சூழ்க!" என்று முகமனுரைத்தபின் தனக்குரிய பீடத்தில் அமர்ந்தான். அங்கு நிகழ்ந்துகொண்டிருந்த சொல்லாடலை நிறுத்தி அவனை நோக்கிய யுதிஷ்டிரர் "விரைவுச்செய்தி ஒன்றுடன் வந்திருக்கிறீர் என்று உணர்கிறேன்" என்றார். "ஆம் அரசே, எனது ஒற்றன் இன்று காலை வந்து சொன்ன செய்தி கருதுவதற்குரியது என்று தோன்றியது. ஆகவே வந்தேன்" என்றான்.

அனைவர் விழிகளும் கூர்கொண்டு தன்னை நோக்குவதை உணர்ந்த உத்தரன் எவரையும் நோக்காது விழிதாழ்த்தி நிகழ்ந்த அனைத்தையும் கூறினான். பலமுறை அங்கு சொல்லவேண்டியதை நெஞ்சுக்குள் ஓட்டியிருந்ததனால் அவனால் சுருக்கமாகவும் பிறழ்வுகளின்றியும் உரைக்க முடிந்தது. அவ்வாறு கூறுவதனூடாக அனைத்தையும் தொகுத்துக் கொண்டமையினாலேயே அவன் உள்ளத்திலிருந்த சுமை அகன்று எளிதானது.

அவன் சொல்லிக்கொண்டிருக்கையிலேயே திருஷ்டத்யும்னன் சீற்றத்துடன் எழுந்துவிட்டான். அவன் முடித்ததும் "இங்கு இச்செய்தியை சொல்ல வருவதற்குள் அவர்கள் சிறையிடப்பட்டிருக்கவேண்டும்... அவ்வீணர்களின் குருதியீரம் படிந்த கையுடன் இங்கு நுழைந்திருக்கவேண்டும்" என்று கூவினான். "பாஞ்சாலரே, என் படையில் மட்டும் அல்ல. பாஞ்சாலப் படையிலும் இதுவே நிகழ்ந்துள்ளது என்கின்றான் என் ஒற்றன்" என்றான் உத்தரன். திருஷ்டத்யும்னன் தீப்பட்டவனாகத் துடித்துப் பின்வாங்கி

மீண்டும் எரிந்தெழுந்து முன்னால் வந்து "பொய்... ஒருபோதும்..." என சொல்லெடுப்பதற்குள் இளைய யாதவர் "அவர் சொல்வது உண்மை" என்றார். திருஷ்டத்யும்னன் வாய்திறந்து கை அசைவிழக்க அப்படியே நின்றான். பின் ஓசையுடன் தன் இருக்கையில் விழுந்தமைந்தான்.

யுதிஷ்டிரர் கலங்கிவிட்டிருப்பது தெரிந்தது. அவையெங்கும் அமைதி சூழ்ந்திருந்தது. பீமன் இரு கைகளையும் இறுகப்பொருத்தி தோள்தசைகள் புடைத்தசைய பற்கள் கிட்டித்த குரலில் "பாஞ்சாலரே, நீர் என்ன சொல்கிறீர்? உங்கள் படைகளிலிருந்து தொடங்கவேண்டியிருக்கிறது" என்றான். யுதிஷ்டிரர் "பொறு இளையோனே, பெருஞ்சினத்திற்குரிய தருணமொன்று அமையுமென்றால் நான் சினம்கொள்ள மாட்டேன் என்று நமக்கு நாமே சொல்லிக்கொள்வதே முதலில் செய்யவேண்டியது" என்றார்.

"சினம்கொள்ள வேண்டிய இடத்தில் சினம் கொள்ளாதவனைக் கோழை என்பார்கள்" என்றான் பீமன். யுதிஷ்டிரர் "பொறு" என்று கூரிய குரலில் சொன்னதும் "நன்று. படையைக் கலைத்துவிட்டு பெருங்களியாட்டுக்கு ஆணையிடுங்கள். அது ஒன்றே எஞ்சியிருக்கிறது. இந்த அவையில் எனக்குப் பணியேதுமில்லை" என்று பீமன் திரும்பினான். "நில்! அவை முடிந்த பிறகு நீ செல்கிறாய்" என்றார் யுதிஷ்டிரர். தன் தொடையில் ஓங்கி அறைந்து பற்களைக் கடித்து "ஆணை!" என்றபின் பீமன் சற்றே பின்னடைந்து கைகளை மார்பில் கட்டியபடி தூண்சாய்ந்து நின்றான்.

யுதிஷ்டிரர் திருஷ்டத்யும்னனிடம் "சொல்க!" என்றதும் அவன் தன் உடலை உந்தி எழுந்து கைகூப்பி உடைந்த குரலில் "அரசே, இச்செய்தி எனக்கு நஞ்சு ஊட்டப்படுவதற்கு நிகர். இவ்வண்ணம் நிகழுமென்று சற்று முந்தைய கணம் வரை என் தந்தை சொல்லியிருந்தாலும் வாளுருவியிருப்பேன். ஆனால் இன்று எனக்கு ஒன்றும் சொல்வதற்கில்லை. செய்வதற்கொன்றே உள்ளது, இவ்வவைவிட்டு நீங்கி வாளை வானில் வீசி என் கழுத்தைக் காட்டுவது" என்றான். "உங்கள் உயிரும் படைகளும் உங்களுக்குரியதல்ல. அவற்றுக்குரியவன் நான்" என்று யுதிஷ்டிரர் சொன்னார்.

திருஷ்டத்யும்னன் எடையுடன் தன் பீடத்தில் அமர்ந்து தன் தலையைக் கையால் ஓங்கி அறைந்தான். அவன் உடல் துவண்டு விதிர்ப்பதை உத்தரன் கண்டான். அக்கையிலேயே தலையை சாய்த்து உடலை இறுக்கி பின் மெல்ல நெகிழவிட்டான். யுதிஷ்டிரர் அவனை சிலகணங்கள் நோக்கியபின் பிறரிடம் "என்ன நிகழ்கிறது? நமது படைகள் இத்தனை கீழ்மையில் எப்படித் திளைக்கின்றன? அதுவும் படைப்பிரிவுக்குள் விலைமகளிரைக் கொண்டுவருவதென்பது..." என்றபின் "அவர்களில் எவர் ஒற்றர் என்று எவரும் அறிய முடியாது. அனைத்துக் காவலரண்களும்

பயனற்றுவிட்டன. ஒரே செயலினூடாக இங்கிருப்பது படையல்ல வீணர் திரளென்று நிறுவிவிட்டார்கள்” என்றார்.

சகதேவன் “மூத்தவரே, வீணில் இங்கே அமர்ந்து சொல்பெருக்கிக்கொண்டிருப்பதில் பொருளில்லை. அது மேலும் மேலும் நம்மை சோர்வுறுத்தவே செய்யும். இதன் பொருளென்ன என்பதை எண்ணுவோம். முதலில் இத்தருணத்தில் இவ்வாறு ஒன்று இங்கு நிகழ்வது தெய்வங்களின் ஆணை எனக் கொள்வோம். விண் ஆற்றல்கள் நமக்கு எச்செய்தியையோ சொல்லியுள்ளன. அதை முழுமையாக உள்வாங்குவதே நாம் செய்யவேண்டியது” என்றான். “உன் எண்ணத்தை சொல்” என்று சோர்வுடன் யுதிஷ்டிரர் சொன்னார்.

“அதற்கு முன் விராடரிடம் ஒற்றர் சொன்னதென்ன? இது ஏன் நிகழ்கிறது என்று ஒற்றன் எண்ணுகின்றான்?” என்று சகதேவன் கேட்டான். உத்தரன் “போர் நிகழாதென்று நமது படைகள் எண்ணுகின்றன என்று என் ஒற்றன் கஜன் நினைக்கிறான்” என்றான். யுதிஷ்டிரர் திகைப்புடன் “ஏன்?” என்றார். “அதை அவனால் உய்த்துணர இயலவில்லை” என்றான் உத்தரன். யுதிஷ்டிரர் “ஏன் அவ்வாறு அவர்கள் எண்ணவேண்டும்?” என்றார். எவரும் மறுமொழி உரைக்கவில்லை

அனைவரும் அரைவிழியால் இளைய யாதவரை நோக்கிக்கொண்டிருந்தனர். அவர் அங்கிலாதவர் போலிருந்தார். அவர் எங்கிருக்கிறாரோ அங்கு தானும் இருப்பவன் போலிருந்தான் அர்ஜுனன். யுதிஷ்டிரர் சகதேவனிடம் “நாம் என்ன செய்வது, இளையோனே?” என்றார். “படையில் ஒருசிலர் அவ்வாறு எண்ணுகிறார்களா? முழுப் படையும் அவ்வெண்ணம் கொண்டுள்ளதா என்றுதான் நாம் இப்போது அறியவேண்டும். முழுப் படையும் அவ்வெண்ணம் கொண்டுள்ளதென்றால் அது பெருநோய். ஒருசிலர் அவ்வாறு எண்ணுகிறார்கள் என்றால் அது பிறழ்வு. பிறழ்வை வெட்டி சீரமைக்கவேண்டும். அவர்களில் எவரும் உயிருடன் இருக்கக்கூடாது” என்றான் சகதேவன்.

திருஷ்டத்யும்னன் எழுந்து “இக்கணமே கிளம்புகிறேன். இதனுடன் தொடர்புடைய அனைவரையும் கொன்று தலையுருட்ட ஆணையிடுகிறேன்” என்றான். “ஒருபோதும் அதை செய்யலாகாது. பல்லாயிரம் பேரை நாமே கொலை செய்வதென்பது நம் உடலிலேயே நமது கைவாளைப் பாய்ச்சிக்கொள்வதற்கு நிகர். அந்தக் கை பின்னர் எதிரியுடன் போருக்கென எழாது. பட்ட காயம் உயிர் பிரிக்கும்” என்று சகதேவன் சொன்னான்.

“பிறழ்வு கொண்ட அனைவரும் தண்டிக்கப்பட வேண்டும். ஆனால் அத்தண்டனையே நமக்கு மேலும் ஊக்கமூட்டுவதாக அமையவேண்டும்.

பிறழ்வுக்கு உட்பட்ட படைப்பிரிவு அனைத்தையும் இணைத்து ஒரு படையை உருவாக்குவோம். அப்படையை முன்னால் அனுப்பி எதிரிப்படையுடன் மோதவிட்டு முழுமையாகவே களப்பலி கொடுப்போம். அது நமது படைகளுக்கு வஞ்சத்தைப் பெருக்கும். உளவிசை கூட்டிக் களமெழச் செய்யும்."

"ஆம், அதுவே உகந்த வழி" என்று திருஷ்டத்யும்னன் சொன்னான். "ஆனால் அதற்கு முன் முழுப் படையும் அவ்வாறு எண்ணுகின்றதா என்று நாம் அறியவேண்டியுள்ளது" என்று சகதேவன் சொன்னான். பின்னர் திரும்பி யௌதேயனிடம் "இங்கிருந்து படைகளுக்குள் செல்க! ஒரு மரக்கவசத்தை எடுத்துச் சுழற்றி படைமேல் வீசு. அது சென்று எவர் மேல் விழுகிறதோ அவ்வீரனை அழைத்து வா" என்றான். யௌதேயன் தலைவணங்கி வெளியே சென்றான். உத்தரன் "ஒருவீரன் என்றால்..." என்றான். "இது ஒற்றைப்பெருக்கு. அதில் ஒருவன் தகுதியான சான்றே" என்றான் சகதேவன்.

அவர்கள் நிலையழிந்தவர்களாகக் காத்திருந்தனர். ஒவ்வொருவரின் விரல்களும் ஒவ்வொருவகையில் அசைந்துகொண்டிருப்பதை உத்தரன் பார்த்தான். ஆனால் அவன் மிக எளிதாகிவிட்டிருந்தான். எவ்வகையிலோ அவன் அகம் அறிந்துவிட்டிருந்தது, அது படை முழுக்க நின்றிருக்கும் உளச்சோர்வு என்று. திருஷ்டத்யும்னனின் உடலின் துடிப்பை நோக்கி அமர்ந்திருந்தபோது அவன் ஆழ்ந்த துயரை அடைந்தான். அவனுடைய இறப்பின் தருணம் அது என்று தோன்றியது.

யௌதேயன் அடிநிலைப்படைவீரன் ஒருவனுடன் அவைக்குள் வந்தான். தலைவணங்கி "அரசே, நான்காவது அக்ஷௌகிணியின் பன்னிரண்டாவது படைப்பிரிவைச் சேர்ந்த இவன் பெயர் சுமுகன். படையில் சேர்ந்து ஏழாண்டுகளாகின்றன. அஸ்தினபுரியிலிருந்து இந்திரப்பிரஸ்தத்திற்கும் அங்கிருந்து உபப்பிலாவ்யத்துக்கும் வந்தவன்" என்றான். அவ்வீரன் நிலத்தில் மண்டியிட்டு அரசரை வணங்கினான். அவன் உடல் மெல்ல நடுங்கிக்கொண்டிருப்பதை உத்தரன் கண்டான்.

சகதேவன் அவனிடம் "சுமுகரே, இது அரசரின் அவை. தெய்வம் குடியிருக்கும் ஆலயத்தின் முகப்பில் நின்றிருப்பதைபோல் உணர்க!" என்றான். உடல் முழுக்க நடுக்கத்துடன் அவன் மும்முறை வணங்கினான். "நான் கோருவதற்கு மெய்யுரைக்கவேண்டும். எங்களிடம் ஒரு சொல்லும் ஒளிக்கப்படலாகாது. நீரே உம் உள்ளத்திற்கு கரப்பதாகவும் அது அமையலாகாது" என்று சகதேவன் சொன்னான். சுமுகன் ஓசையின்றித் தலைவணங்கினான். "சொல்க, இங்கு எப்போது போர் நிகழுமென எண்ணுகிறீர்?"

சுமுகன் மீண்டும் தலைவணங்கினான். இருமுறை வாயை அசைத்தாலும் ஓசை எழவில்லை. “அஞ்சவேண்டாம், சொல்க!” என்றான் சகதேவன். சுமுகன் தன் குரலைத் திரட்ட உடலைக் கசக்குவது தெரிந்தது. பலமுறை முயன்றும் மூச்சு எழவில்லை. “அமைதிகொள்க! உம்மைத் திரட்டிக்கொள்க! இங்கு நீர் சொல்லும் எதன்பொருட்டும் தண்டிக்கப்படமாட்டீர். இங்கு நீர் சொல்லும் எச்சொல்லுக்காகவும் அரசர் உமக்குப் பரிசளித்து நிலைஉயர்வும் அளிப்பார்” என்றான்.

சுமுகன் தன் ஆடையை சீர் செய்தான். கைகளைப் பலமுறை இறுகச் சுருட்டி பற்றி விட்டான். பின்னர் “இங்கு போர் நிகழுமென்று நான் எண்ணவில்லை, அரசே” என்றான். யுதிஷ்டிரர் மெல்ல அசைந்தமைந்தார். “ஏன்?” என்று சகதேவன் கேட்டான். “ஏனெனில் இங்குள பெரியவர்களும் பிற அனைவரும் போர் நிகழாதென்றே சொல்கிறார்கள்” என்றான் சுமுகன். “படைத்தலைவர்கள்கூட போர் நிகழாதென்று எண்ணுகிறார்கள். அவர்களின் செயல்கள் அனைத்திலும் அது தெரிகிறது.”

“ஏன் போர் நிகழாது?” என்று சகதேவன் கேட்டான். “ஏனெனில் இருபுறமும் நின்றிருப்பவர்கள் உடன்குருதியினர். அரசருக்கு அஸ்தினபுரியின் அரசர் மீதும் அவருக்கு நம் அரசர் மீதும் உள்ள மதிப்பு ஒவ்வொரு நாளும் தெளிந்து வருகிறது. எக்கணமும் பகை மறந்து தோள்தழுவும் நிலையிலேயே இருவரும் இருக்கிறார்கள். நேற்று முன்னாள் நமது அரசர் எதிரிப்படைபிரிவுக்குச் சென்றபோது அவர்கள் அரசவாழ்த்தளித்து வரவேற்றார்கள். எதிரியின் முதற்படைத்தலைவரே கால்தொட்டு வணங்கி வாழ்த்தி அழைத்துச் சென்றார். அங்கிருக்கும் மூத்தவர்களை அரசர் வணங்கியபோது அவர் வெல்வார் என்று வாழ்த்தி அனுப்பியிருக்கிறார்கள்.

“அவர்கள் சொல் பிறழாது. எனவே அரசர் வெல்வார்” என்றான் சுமுகன். “ஆனால் அவர்கள் மறுதரப்பில் இருப்பதால் அவர்களும் வெல்வார்கள். அதுவே அவர்கள் சொன்னதற்கு மெய்ப்பொருள். இருவரும் வெல்லும் போரென்றால் அது அமைதிச் சாத்து மட்டுமே. அதுவே நிகழும்.” யுதிஷ்டிரர் ஏதோ சொல்ல வாயெடுத்தார். சகதேவனின் விழிகளை சந்தித்தபின் அடக்கிக்கொண்டார். “அப்படியென்றால் இப்பெரும்படைத்திரள் எதற்காக என்று எண்ணுகிறீர்?” என்றான் சகதேவன்.

சுமுகன் “இருதரப்பும் படைகளைத் திரட்ட முடிகிறதென்று ஒருவருக்கொருவர் காட்ட விரும்புகிறார்கள் என்று எங்கள் படையின் மூத்தவர் காலர் சொன்னார். அவர்கள் பதினோரு அக்ஷௌகிணி, நாம் ஏழு. ஆகவே அவர்களைவிட நாம் குறைவானவர்கள். அந்தக் கணக்கின்படி

மண்ணும் கருவூலமும் பகுத்துக்கொள்ளப்படும். அமைதிச் சாத்தை குடிமூத்தோரும் அமைச்சரும் ஒப்புகையில் இதுவே அளவுகோலாக இருக்கும்" என்றபின் "அமைதிச்சாத்து உருவாகிவிட்டதென்றும் இன்னும் ஓரிரு நாட்களில் அது நிகழுமென்றும் சொன்னார்கள்" என்றான்.

"நன்று, உன் சொற்கள் எங்களுக்குப் பயனுள்ளவை. வருக!" என்று யுதிஷ்டிரர் அழைத்தார். அவன் அருகே சென்று வணங்க தன் அருகே நின்ற நகுலனிடமிருந்து ஒரு செப்புக் கணையாழியை வாங்கி அவனுக்களித்து "இதைக் கொள்க! உன் படையில் ஒருநிலை மேலுயர்ந்தவனாவாய்" என்றார். சுமுகன் தலைவணங்கி "அரும்பேறு பெற்றேன். என் குடி தங்களை வாழ்த்துகிறது, அரசே" என்றான். பின்காட்டாமல் நகர்ந்து வெளியே சென்றான்.

யுதிஷ்டிரர் "நாண் அவிழ்ந்த வில்போல் கிடக்கிறது நம் படை" என்றார். சகதேவன் "ஆம். இவர்களை மீண்டும் போருக்கெழச் செய்வதென்பது எளிதல்ல" என்றான். பீமன் "இதைத்தான் நான் சொன்னேன். எதிரியிடம் சென்று கால்பணிவது, வாழ்த்து பெறுவது எல்லாம் சூதர்கள் பாடுவதற்குரியது. போரில் சூதர்சொல்லை வைத்து வெற்றி அமைவதில்லை. வெற்றி பெற்றவனுக்குப்பின் நாய்போல் வால் குழைத்துச் செல்வது அது" என்றான்.

யுதிஷ்டிரர் "நெறிகளைப்பற்றி நாம் இங்கு சொல்லாடவேண்டாம். நான் செய்ததில் எனக்கு மாற்று எண்ணமே இல்லை" என்றார். "எனக்கு மாற்று எண்ணமுள்ளது. நெறிகளின்படி தோற்று களத்தில் உயிர்விட எனக்கு விருப்பமில்லை. நெறிமீறியேனும் வெல்வதற்கே விழைவேன். நெறிகடந்துசென்றேனும் என் குலமகளின் வஞ்சம் முடிப்பதே என் காடு எனக்கு அளித்த அறம்" என்றான் பீமன்.

"மந்தா, இனி நீ அவையில் ஒரு சொல்லும் எடுக்கவேண்டாம். இது என் ஆணை" என்றார் யுதிஷ்டிரர். "எந்த அவையிலும் உண்மையில் என் உளச்சொற்களை நான் சொன்னதே இல்லை. வெற்று எதிர்வினைகளையே ஆற்றியிருக்கிறேன்" என்றான் பீமன். யுதிஷ்டிரர் "முறைமைகள் ஒருபோதும் நம்மைக் கைவிடுவதில்லை. அவை நமக்கு நன்றையே விளைவிக்கும். அதில் எனக்கு அணுவீடும் ஐயமில்லை" என்று மீண்டும் சொன்னார். "மூத்தவரே, அம்முறைமைகளினால்தான் இத்தனை உளச்சோர்வு நம் படைகளில் பரவியிருக்கிறது" என்றான் சகதேவன். யுதிஷ்டிரர் "ஆம், அவ்வாறாயினும் என் நிலையில் மாற்றில்லை" என்றார்.

"ஆனால் முறைமைகள் இல்லாவிட்டாலும் அவ்வுளச்சோர்வு எழுவதற்கு வாய்ப்புண்டு. முதல் நாள் படைத்தலைமை ஏற்று பிதாமகர் பீஷ்மர் வில்லுடன் வந்து நின்றால் நமது படைவீரர்கள் எத்தனை பேர் போர்

வெறி கொண்டு எதிர்த்து நின்றிருப்பார்கள்? இன்னும் நமக்கே அந்த உளத்துணிவு இல்லை. உண்டென்று சொல்பவர்கள் குரலுயர்த்தலாம்" என்றான் சகதேவன். "மூத்தவரே, தாங்கள் சொல்க! பிதாமகர் பீஷ்மர் எதிர்வந்து நின்றால் ஒருகணமும் உங்கள் உளம் தயங்காதா? பிதாமகர் பால்ஹிகர் கதையுடன் வந்து நின்றால் உங்கள் கதையுடன் எதிர்சென்று நிற்பீர்களா? அவர்கள் தலையுடைத்து வீசுவீர்களா?"

பீமன் மெல்லிய உறுமலுடன் தலையை அசைத்து முகத்தைத் திருப்பிக்கொண்டான். "மாட்டீர். நாம் அனைவருமே அவ்வாறுதான். ஆகவே அதைப்பற்றிப் பேசவேண்டியதில்லை" என்றான் சகதேவன். "இவ்வுளச்சோர்வைக் கடப்பதெப்படி என்று மட்டுமே நாம் எண்ணவேண்டும்." பீமன் மீண்டும் உறுமினான். "இளைய யாதவர் சொல்வதை எதிர்நோக்குகிறேன்" என்று யுதிஷ்டிரர் சொன்னார். அவையினர் அனைவரும் அவரை நோக்க அவ்விழித்தொடுகைகளால் அவர் விழிப்புற்று அவையை நோக்கினார். பின்னர் மேலாடையை சீரமைத்தபடி நிமிர்ந்து அமர்ந்தார்.

இளைய யாதவர் சகதேவனிடம் "இன்று காலை உனக்கு கௌரவர்களிடமிருந்து ஓலை எதுவும் வந்ததா?" என்றார். "நான் கிளம்புகையில் ஓலைகள் வந்தன. பிரித்துப் பார்க்கவில்லை" என்று சகதேவன் சொன்னான். "அவற்றை நான் பார்ப்பதுண்டு" என்று இளைய யாதவர் சொன்னார். "ஓர் ஓலை துரியோதனனிடமிருந்து வந்தது. அதில் இன்று ஒளியெழும் காலை உன்னை அவர் தனியாக சந்திக்க வருவதாகத் தெரிவித்திருக்கிறார்." அவையில் வியப்பொலி எழுந்தது. பீமன் திகைப்புடன் சகதேவனை நோக்கினான்.

சகதேவன் "தனியாகவா?" என்றான். "ஆம், தன் தம்பியும் தானும் மட்டுமே படைக்குள் நுழைவதாகவும், உன்னை சந்தித்து சொல்கேட்டு மீள்வதாகவும் கூறியிருக்கிறார். அதற்கான படையொப்புதல் கேட்டு திருஷ்டத்யும்னருக்கும் ஓலை போயிருக்கிறது" என்றார். திருஷ்டத்யும்னன் "நானும் காலையில் ஓலைகளைப் பார்க்கவில்லை" என்றான். பீமன் "ஏன் அவன் உன்னைப் பார்க்கவேண்டும்?" என்று கேட்டான். யுதிஷ்டிரர் "ஆம் இளையோனே, எதற்காக?" என்று கேட்டார்.

"சகதேவன் நிமித்த நூல் தேர்ந்தவன் என்பதை நாம் மறந்துவிட்டோம்" என்று இளைய யாதவர் சொன்னார். "இப்பொழுதில் நிமித்தம் நோக்கி அவன் என்ன இயற்றப்போகிறான்?" என்றார் யுதிஷ்டிரர். பீமன் எரிச்சலுடன் "இப்பொழுது எதற்காக நிமித்தநூல் தேர்வார்கள்? போருக்கு நாள்குறிக்க வருகிறான். உரிய பொழுதை சகதேவன் குறித்தளிக்க வேண்டுமென்று கோருவான்" என்றான். "இதன் பொருளென்ன?

மெய்யாகவே எனக்குப் புரியவில்லை, இதன் பொருளென்ன?” என்று யுதிஷ்டிரர் கேட்டார்.

“அரசே, நேற்றுமுன்னாள் நீங்கள் காட்டிய அப்பெரும்போக்குக்கு நிகர் செய்யப்படுகிறது. கூப்பிய கையுடன் இங்கு வந்து சகதேவனைக் கண்டு நாள்குறித்துச் சென்றால் அதன் பொருளென்ன? அது நீங்கள் சென்று பீஷ்மரையும் துரோணரையும் வணங்கி வாழ்த்து பெற்று வந்ததற்கு ஒரு படி மேலானது” என்றார் இளைய யாதவர். “இத்தருணத்தில் அதை ஏன் செய்கிறார்?” என்று நகுலன் கேட்டான். “மெய்யாகவே போருக்கு உகந்த பொழுதை கேட்டறிய விரும்பியிருக்கலாம். பிற எவரையும்விட அவர் நம்பும் நிமித்திகர் சகதேவனே” என்றார் இளைய யாதவர்.

“ஆம், சகதேவன் தன் கலைக்குப் பிழை இயற்றமாட்டான் என்று அவன் அறிந்திருப்பான்” என்றார் யுதிஷ்டிரர். “அதைவிட தன் வருகை இங்கு உருவாக்கும் உளச்சோர்வை அறிந்திருக்கிறார், ஐயமே இல்லை. அவர் இங்கு வந்து சென்றால் நமது படைகள் போர் முடிந்துவிட்டது என்ற உணர்வையே அடைவார்கள். நாம் அவருடன் அமைதிச்சாத்துக்கு சென்றே ஆகவேண்டும்” என்று இளைய யாதவர் சொன்னார்.

“அமைதிச்சாத்து ஒன்று நிகழும் என்றால் நமக்கு எவ்வுரிமையும் கிடைக்கப்போவதில்லை” என்று யுதிஷ்டிரர் சொன்னார். இளைய யாதவர் “இத்தருணத்தில் நாம் செய்வதற்கொன்றுமில்லை. இன்னும் ஓரிரு நாழிகையில் துரியோதனன் நமது படைப்பிரிவுக்குள் நுழைவார். முறைப்படி அவரை வரவேற்போம். யுதிஷ்டிரருக்கு அங்கு அளிக்கப்பட்ட அதே அரசமுறைமைகள் அவருக்கும் அளிக்கப்படட்டும்” என்றார்.

“ஆம்” என்று யுதிஷ்டிரர் பெருமூச்சுவிட்டார். உத்தரன் அதுவரை இருந்த உளக்கூர் நிலை தளர கைகளைத் தளர்த்தி பீடத்தில் கால்நீட்டி அமர்ந்தான்.

69

உத்தரன் வெளியே நடந்தபோது சகதேவன் அவனுக்குப் பின்னால் வந்து தோள்தொட்டு "என்னுடன் வருக, விராடரே" என்றான். உத்தரன் அத்தொடுகையால் நெகிழ்வடைந்து "ஆம், ஆணை" என்றான். "கௌரவகுல மூத்தவர் என்னைப் பார்க்க வருகிறார். அவர் போருக்கு நாள்குறிக்க விழைகிறார் என்று அறிகிறேன். அதை நான் செய்யும்போது நீங்களும் உடனிருக்கவேண்டும்." உத்தரன் விழிவினாவுடன் பேசாமல் நின்றான். புன்னகையுடன் "என் செயலுக்கு நீங்கள் சான்று" என்றான் சகதேவன்.

உத்தரன் "பாண்டவரே, அவ்வாறு நீங்கள் சான்றை உருவாக்கிக் கொள்ளவேண்டுமா? உங்கள் சொல் ஒருபோதும் பிழைக்காது என அறியாதோர் எவர்?" என்றான். "நேர்மையில் அனலோனுக்கு நிகரானவன் என்றாலும் பிறரைப் பாதிக்கும் செயல்களுக்கு உரிய சான்றுகளை வைத்திருக்கவேண்டும்" என்று சகதேவன் புன்னகைத்தான். "எவருக்காக இச்சான்று? உங்கள் மூத்தோருக்காகவா?" என்றான் உத்தரன். "முதன்மையாகப் படைகளுக்கு. பல்லாயிரம் விழிகளும் செவிகளும் கொண்ட பேருரு அது. பாண்டவகுடியின் படைகளுக்கு வெளியே நின்றிருப்பது விராடம். எங்கள் படைக்கூட்டின் அரசர்களில் ஒருவர் உடனிருப்பது நன்று" என்ற சகதேவன் "அத்துடன் இது என் மூத்தவருக்காகவும்தான். மானுட உள்ளத்தை அறிந்தவர்கள் அதை எந்நிலையிலும் முழுமையாக நம்பமாட்டார்கள்" என்றான்.

அவர்கள் வெளியே சென்று புரவிகளில் ஏறிக்கொண்டார்கள். சகதேவன் "நான் என் பாடிவீட்டுக்கு செல்கிறேன். நீங்கள் படைமுகப்புக்குச் சென்று கௌரவ மூத்தவரை முறைப்படி வரவேற்று என்னிடம்

அழைத்து வாருங்கள். நிமித்திகன் தன் இடத்தில் காத்திருப்பதே முறை" என்றான். உத்தரன் தலைவணங்கினான். சகதேவன் தன் படைப்பிரிவை நோக்கிப் பிரிந்துசெல்ல அவன் நோக்கி நின்றான். என்ன நிகழ்கிறதென்றே அவனுக்குப் புரியவில்லை. அனைத்தும் ஒருவகை கேலிக்கூத்துகளாகத் தோன்றின. பெருந்தன்மைகளை, நெறிச்சார்புகளை எவரிடம் காட்டிக்கொள்கிறார்கள்? ஒவ்வொன்றும் உயர்நடத்தையாகவும் போர்சூழ்ச்சியாகவும் ஒரேதருணத்தில் தோன்றும் விந்தைதான் என்ன?

அவன் படைமுகப்புக்குச் சென்றபோது அங்கே திருஷ்டத்யும்னன் ஏற்கெனவே காத்திருப்பதைக் கண்டான். அவன் அருகே சென்று வணங்கினான். திருஷ்டத்யும்னன் உளம் உடைந்தவன் போலிருந்தான். உடல் முழுமையாக தளர்ந்து முதுமை குடியேறியதுபோல தெரிந்தது. உத்தரன் "என்னிடம் அரசரை தன்னிடம் அழைத்துவரும்படி இளைய பாண்டவர் பணித்தார்" என்றான். "ஆம், அதை செய்ய என்னால் இயலாது. அதைத்தான் எண்ணிக்கொண்டிருந்தேன். நீங்கள் வந்தது நன்று" என்றான் திருஷ்டத்யும்னன்.

வெயில் ஏறிவந்தது. வியர்வை வழிய கண்கள் கூசின. விடாய் எழ உத்தரன் திரும்பி நோக்கினான். ஏவலன் கொண்டுவந்த நீர்க்குடுவையை வாயிலிருந்து எடுக்காமல் அருந்தினான். திருஷ்டத்யும்னன் விடாய்கொண்ட பறவைபோல தொண்டை அசைய சற்றே வாய் திறந்து நின்றிருந்தான். "நீர் வேண்டுமா?" என்றான் உத்தரன். அவன் வேண்டாம் என தலையசைத்தான். படைகள் வெயிலில் உருகியவைபோல வழிந்துகிடந்தன. அசைவில்லாதவை போலவும் அசைவன போலவும் விழிமயங்கச் செய்தன.

மறுஎல்லையில் முரசொலி எழுந்தது. "அவர்கள்தான்" என்றான் திருஷ்டத்யும்னன். "ஆம்" என்று உத்தரன் சால்வையைச் சீரமைத்தான். திருஷ்டத்யும்னன் "என்னென்ன முறைமைகள் என்றே தெரியவில்லை. இவ்வகை நடத்தைகள் இதற்குமுன் போர்முனைகளில் இருந்திருக்காது... இதில் எவருக்கு உளநிலை பிறழ்ந்துள்ளது என்றே தெரியவில்லை" என்றான். படைவீரர்கள் அனைவருக்கும் என்ன நிகழ்கிறதென்று தெரிந்திருக்கிறது என்று உத்தரன் உய்த்துக்கொண்டான். அவர்கள் எப்படியோ செய்திகளை அறிகிறார்கள். உடல்களை இணைக்கும் நுண்வடிவ உள்ளம் ஒன்று அவர்களின் விழிசெவி கடந்து காற்றென ஒளியென சூழ்ந்திருக்கிறது.

திருஷ்டத்யும்னன் கைகாட்ட பாண்டவர் பக்கம் வரவேற்பு முரசுகள் முழங்கத் தொடங்கின. யானைகள் எனக் கொம்புகள் பிளிறியடங்கின.

மறுபக்கமிருந்து ஒற்றைத்தேர் அரவுக்கொடி பறக்க வெயிலில் ஒளிரும் செம்புழுதியை சிறகெனச் சூடியபடி வந்தது. அணுகும் பறவையின் அலகுபோல அதை இழுத்த ஒற்றைப்புரவி கழுத்தை முன்னால் நீட்டி கூர்கொண்டு பெருகியது. விரைவழிந்து சிறகுகள் மடக்கி நிலத்தமரும் பறவையென நின்றது. புழுதிமுகிலை காற்று பிரித்து தள்ளிச் சுழற்றிக் கொண்டுசென்றது. திருஷ்டத்யும்னன் கைகூப்பி வணங்கியபடி முன்னால் சென்றான். உடன் உத்தரன் நடந்தான்.

தேரிலிருந்து துரியோதனனும் துச்சாதனனும் கைகளைக் கூப்பியபடி இறங்கினர். துச்சாதனன் கையில் ஒரு மரவுரிப்பை வைத்திருந்தான். துரியோதனன் எளிய வெண்ணிற ஆடை அணிந்து தோல்கச்சை கட்டியிருந்தான். அணிகளேதும் இல்லாத கரிய உடல் வியர்வையில் நீராடிவரும் எருமைத்தோல் என மின்னியது. விழிகளும் பற்களும் மட்டும் வெண்மையுடன் தெரிந்தன. திருஷ்டத்யும்னன் துரியோதனனை அணுகி குனிந்து கால்தொட்டு சென்னிசூடி "வாழ்த்துக, மூத்தவரே!" என்றன். "நலம் சூழ்க!" என்று தலைதொட்டு வாழ்த்திய துரியோதனன் "பாஞ்சாலர் நலமாக உள்ளார் அல்லவா?" என்றான். "ஆம், நலம். அங்கு மூத்தவர் அனைவரும் நலமென எண்ணுகிறேன்" என்றான் திருஷ்டத்யும்னன். துச்சாதனனிடம் சென்று தாள்தொட்டு வணங்கினான். அவன் திருஷ்டத்யும்னனின் தலைமேல் கைவைத்து வாழ்த்தினான்.

உத்தரன் அருகணைந்து வணங்கி "அஸ்தினபுரியின் அரசருக்கு வணக்கம். உங்கள் உடன்குருதியினரின் படைக்கு உங்கள் வாழ்த்துக்கள் அமைக!" என்றான். துரியோதனன் முகம் மலர்ந்து "விராடர்... நாம் களத்தில் சந்தித்திருக்கிறோம்" என்றான். "ஆம்" என்றபோது உத்தரன் முகம் சிவந்தான். "உங்களை அழைத்துச்செல்லும் பொறுப்பு இவருக்குரியது" என்றான் திருஷ்டத்யும்னன். "நன்று" என துரியோதனன் தன் பெரிய கையை உத்தரனின் தோள்மேல் வைத்தான். உத்தரன் என்னவென்றறியாமல் மெய்ப்பு கொண்டான். அவன் கால்கள் தளர்ந்தன. அக்கணம் தன்னுடன் சேர்ந்துகொள்ளும்படி துரியோதனன் அழைத்தால் சென்றுவிடுவோம் என்று தோன்றியது. ஏன்? அது வெறும்தொடுகை அல்ல. அத்தகைய அணுக்கத்தை அவன் எவரிடமும் உணர்ந்ததில்லை. அறியா இளமையில் விராடரிடம் அதை உணர்ந்திருக்கலாம். அது தந்தையின் தொடுகைதான். உளம்நிறைந்த கலப்பற்ற பேரன்பு திகழ்வதனாலேயே தெய்வச்சொல்போல் எண்ணும்தோறும் பொருள் நிறைந்தது.

இனி ஒருபோதும் இக்கணத்திலிருந்து என் உள்ளம் விடுபடப்போவதில்லை. எந்தையே, என் உளமுருகுவதை அறிவீர்களா? நான் என்றும் காத்திருந்தவர் நீங்கள் என்று உணர்ந்தீர்களா? அவன் விழிநீர் வந்த கண்களை சரித்து

இமைகொட்டி உலரச்செய்தான். என்ன விந்தை இது! முழுப்பித்து. பித்து அன்றி வேறில்லை. ஒரு தொடுகையில் நான் முற்றாக என்னை இழந்திருக்கிறேன். இதை நானே நேற்று அறிந்திருந்தால் நகைத்திருப்பேன். ஆனால் இத்தொடுகை மானுடருக்குரியதல்ல. ஆம், இது தெய்வத்தின் தொடுகை.

துரியோதனன் "அன்று களத்தில் அஞ்சிக்கொண்டிருந்தீர். இன்று உம்மை வென்று எழுந்துவிட்டீர்... இனி நீர் வெல்ல ஏதுமில்லை" என்றான். "அரசே..." என்றபோது உத்தரன் குரல் உடைந்தது. "என்னை நீங்கள் ஒருமையில் அழைக்கலாம். உங்கள் தம்பியர் நூற்றுவரில் ஒருவனாக..." துரியோதனன் நகைத்து "தம்பியர் நூற்றுவரல்ல, அதனினும் பலர்" என்றான். உத்தரன் மீண்டும் மெய்ப்பு கொண்டான். துரியோதனன் அவன் தோளைப்பற்றி "நீர் எனக்கு கீசகரை நினைவுறுத்துகிறீர். நான் மணத்தன்னேற்பரங்குகளில் அவரைக் கண்டிருக்கிறேன். தோள்கோக்க விழைந்திருந்தேன். உமது முகம் அவருடையது" என்றான்.

அவர்கள் வந்த தேரில் உத்தரன் ஏறினான். முன்னோக்கு வீரர் வழிகாட்ட தேர் படைகளினூடாக செல்கையில் அவன் எங்கிருக்கிறோம் என்றறியாத பேருவகையில் உடல் திளைக்க நின்றுகொண்டிருந்தான். துரியோதனன் சூழ்ந்து நின்றிருந்த பாண்டவப் படைகளை நோக்கவில்லை. உத்தரன் ஒரு வீரனின் விழியைப் பார்த்தான். அதிலிருந்தது பணிவு என்று தெரிந்ததும் விழிகளை நோக்கிக்கொண்டே சென்றான். அவர்கள் நோக்குவது மானுடனை அல்ல, தெய்வ உருவை என்று தோன்றியதும் திரும்பி துரியோதனனைப் பார்த்தான். நிகர்கொண்ட உடல். செதுக்கப்பட்டதுபோல சீர்முகம். விழியொளி. அசைவுகளின் அமைதி. இவர் மானுடரே அல்ல என்றிருக்குமா? தெய்வமேதானா?

சகதேவனின் பாசறை முன் தேர் நின்றது. உத்தரன் இறங்கி நின்று தொழுது "வருக, அரசே!" என்றான். துரியோதனன் இறங்கியதும் துச்சாதனன் கூடவே இறங்கி நிழலென நின்றிருந்தான். உத்தரன் தன் விழிகளை சந்தித்ததும் துச்சாதனன் புன்னகைத்தான். உத்தரன் பதறி விலக்கிக்கொண்டான். தன் உள்ளத்திலெழுந்த நெகிழ்ச்சியை அவன் உணர்ந்துவிட்டான் எனத் தெரிந்தது. அப்படி எத்தனையோ உள்ளங்களைப் பார்த்திருப்பான். சகதேவனின் குடில்முன் நின்றிருந்த நிர்மித்ரன் கைகூப்பியபடி அணுகினான். அவன் குனிந்து துரியோதனனின் தாள்தொட அவனை அள்ளி அணைத்தபடி "மெலிந்திருக்கிறாய்" என்றான். நிர்மித்ரன் தலைகுனிந்து "நாளும் படைக்கலப்பயிற்சி" என்றான். "உணவுண்பதற்கு என்ன? உண்பவர் இளைப்பதில்லை"

என்றான் துரியோதனன். நிர்மித்ரனின் தோள்களை அழுத்தி "பயிற்சியும் பெரிதாக இல்லை" என்று துச்சாதனனிடம் சொன்னான்.

தணிந்த குரலில் நிர்மித்ரன் "தந்தை காத்திருக்கிறார், மூத்த தந்தையே" என்றான். "இவ்வழி, அரசே" என உத்தரன் அழைத்துச் சென்றான். நிர்மித்ரன் அவர்கள் வந்திருப்பதை உள்ளே சென்று அறிவித்தான். உள்ளறைக்குள் இருந்து சகதேவன் கைகூப்பியபடி வெளியே வந்து "அஸ்தினபுரியின் அரசருக்கு நல்வரவு" என்றான். துரியோதனனின் கால்தொட்டு வணங்க அவனைத் தலையில் கைவைத்து துரியோதனன் வாழ்த்தினான். துச்சாதனனையும் வணங்கி வாழ்த்துகொண்டு "வருக, மூத்தவரே!" என்றான் சகதேவன்.

குடிலை நிறைக்கும் பேருடலுடன் உள்ளே சென்றபடி "இளையோனே, உன்னைப் பார்த்து சில நிமித்தக்குறிப்புகள் உசாவிச்செல்லலாம் என்று வந்தேன்" என்றான் துரியோதனன். "உனையன்றி எவரையும் நான் முழுக்க நம்பவியலாதென்று உணர்ந்தேன்." சகதேவன் "அது என் நல்லூழ். தங்கள் அளி" என்று கைகாட்டினான். உள்ளே விரித்திடப்பட்ட மான்தோலில் துரியோதனன் அமர அருகே துச்சாதனன் அமர்ந்தான். எதிரில் மரவுரியில் சகதேவன் அமர்ந்தான். குடில் முகப்பில் உத்தரன் நின்றான். அறைக்குள் ஒளி வரும்பொருட்டு நிர்மித்ரன் மறுபக்கச் சாளரத்தை திறந்தான்.

"முகமன்கள் இன்றி சொல்லவேண்டியிருக்கிறது, இளையோனே. போர் தொடங்கவிருக்கிறது, இன்னும் சிலநாட்களில். நான் போர்தொடங்குவதெனில் அதற்குரிய சிறந்த பொழுது எது? அதை நீ கணித்துச் சொல்லவேண்டும்." சகதேவன் "சிறந்த பொழுது எனில் தாங்கள் எண்ணுவதென்ன?" என்றான். துச்சாதனன் "நாங்கள் வெல்வதற்குரிய பொழுது" என்றான். சகதேவன் "மூத்தவரே, போர் என்றல்ல அனைத்துச் செயல்களும் ஊழின் ஆடலே. ஊழ் என்பது நாம் கண்முன் காணும் பல்லாயிரம் பொருள்விசைகள். பல்லாயிரம் பல்லாயிரம் உளவிசைகள். பலகோடி இணைவுகள். முடிவிலா தகவுகள். அவையனைத்துக்கும் அப்பாலென நின்றிருக்கும் அறியவொண்ணா நோக்கம்" என்று சொன்னான்.

"எந்த நிமித்திகனும் வருவதுரைக்க முடியாது என்று உணர்ந்தவனே நல்ல நிமித்திகன். அவன் உரைக்கக் கூடுவது ஊழின் போக்கை. அதன் விசைகளின் கூட்டை. அதிலிருந்து உய்த்தறிந்து அவன் சிலவற்றை சொல்கிறான்" என்றான் சகதேவன். துரியோதனன் "நானும் அதை அறிவேன். நிமித்திகர் தெய்வங்களல்ல. நான் கோருவது நற்பொழுதை மட்டுமே. இப்போரை நான் என் முழுத்திறனாலும் நிகழ்த்தவேண்டும்.

ஒருதுளியும் எஞ்சாமல் என்னுள் இயல்வன அனைத்தும் வெளிப்பட்டு நிறைவடையவேண்டும். அதற்குரிய களமே இது. அதன்பொருட்டே நன்னிமித்தம் கோருகிறேன்" என்றான்.

சகதேவன் புன்னகைத்து "ஆம், அதற்கான பொழுதை நான் உரைக்கவியலும்" என்றான். "உங்கள் பிறவிநூலும் உடன்பிறந்தார் அனைவரின் பிறவிநூலும் என்னிடம் உள்ளன. அவற்றைத் தொகுத்து எண்களாலான ஒரு கோலமென்றாக்கி வைத்திருக்கிறேன்" என்றான். அருகிருந்த ஆமாடப்பெட்டியை திறந்து அதற்குள் இருந்து ஆட்டுத்தோலால் ஆன சுவடிச்சுருள் ஒன்றை எடுத்து விரித்து நீவி தன் முன் வைத்தான். "பிதாமகர் பீஷ்மர், ஆசிரியர்களான துரோணர், கிருபர், நண்பர் அங்கநாட்டரசர், துணைவர்களான சல்யர், அஸ்வத்தாமர், ஜயத்ரதர், பூரிசிரவஸ், கிருதவர்மர் ஆகியோரின் பிறவிநூல்களையும் கணித்து ஒற்றைச் சுவடியென சுருக்கியிருக்கிறேன்" என்று இன்னொரு சுவடியைப் பிரித்து தன் முன் வைத்தான்.

அவற்றில் அவன் விரல்கள் சுழித்தும் தயங்கியும் விசைகொண்டும் ஓடிக்கொண்டிருந்தன. பின்னர் கண்களை மூடிக்கொண்டு விரலோட்டினான். விரல் இயல்பான விசையுடன் சுழன்றுகொண்டிருக்க சுவடிகளை விலக்கிவிட்டு தன் முன் தரையில் சுட்டுவிரலால் வரைந்தான். உதடுகள் நுண்சொல்லில் நடுங்கிக்கொண்டிருக்க மெல்ல விழிகள் சரிந்து முகம் ஊழ்கநிலை கொள்ள தன்னுள் ஆழ்ந்தான். துரியோதனன் அவனை நோக்கிக்கொண்டு அமர்ந்திருந்தான். பெருமூச்சொன்று எழ உத்தரன் அதை அடக்கினான்.

சகதேவன் விழிதிறந்து மூச்சொலியாக "ஓம்!" என்றான். "நலம் திகழ்க!" என சொல்கொண்டு "தெய்வங்கள் உடனிருக்கட்டும். மூத்தார் நிறைவுகொள்ளட்டும். மூத்த கௌரவரே, நாளை மறுநாள் புலரியில் போர் தொடங்குக! அது ஆடிமாதம் தேய்பிறை முதல்நாள். உங்களுக்குரிய தேவனாகிய கலி முழு வடிவுகொண்டு எழும் பொழுது அது" என்றான். "ஒவ்வொருநாளுமென உங்கள் தேவன் உங்களை முழுதாள்வான். பதினெட்டு நாட்கள் உங்களை அவன் தன் பேருருவென்றே நிறுத்துவான். உங்கள் மண்நிகழ்நோக்கம் நிறைவேறும். எச்சமில்லாது இவ்வாழ்வை நிறைவுசெய்தவராவீர். இப்புவியில் மானுடர் பெறும் வெற்றிகளில் முதன்மையானது தன்னறம் முழுமைகொள்ளும் பெருவாழ்வே" என்றான் சகதேவன்.

"ஆடி நன்று. காற்றுகளின் மாதம்" என்றான் துச்சாதனன். "ஆடிக்குரிய தெய்வங்கள் கலியும் கொற்றவையும். இப்போர் அவர்களுக்குள் நிகழ்வது. தெய்வங்கள் ஆடுக இனி!" என்றான் சகதேவன். துரியோதனன் கைகூப்பி

“அவ்வாறே ஆகுக!” என்றான். பின்னர் துச்சாதனனை நோக்கித் திரும்ப அவன் தன் கையிலிருந்த மரவுரிப்பையில் இருந்து சிறு மரத்தாலத்தை எடுத்து அதில் தன் கணையாழி ஒன்றை வைத்தான். “இது நிமித்திகருக்கு அஸ்தினபுரியின் அரசனின் பரிசு. ஏற்றருள்க!” என அளித்தான். சகதேவன் அதை வாங்கி கண்களில் ஒற்றிக்கொண்டான்.

துரியோதனன் கைகூப்பியபடி எழுந்து “விடைகொள்கிறோம், இளையோனே. களத்தில் காண்போம்” என்றான். சகதேவன் எழுந்து “தங்கள் வருகையால் பெருமைகொண்டேன், மூத்தவரே” என்றான். துரியோதனன் “நீ நற்துயில் கொள்வதில்லை என எண்ணுகிறேன். விழிகளுக்குக் கீழே கருமை படிந்துள்ளது” என்றான். சகதேவன் புன்னகைத்தான். துரியோதனன் “உங்கள் படைகள் புதிய வீரர்களால் ஆனவை என்றாலும் நன்கு அணிகொண்டுள்ளன. படைத்தலைவர்களிடம் என் பாராட்டுதல்களைத் தெரிவி” என்றான். சகதேவன் “அவர்களுக்கு அது பெருமதிப்பு” என்றான்.

அவர்கள் வெளியே சென்றனர். சகதேவன் கைகூப்பியபடி உள்ளேயே நின்றான். உடன் சென்ற உத்தரனை நோக்கிப் புன்னகைத்த துரியோதனன் “நாம் பிறிதொரு தருணத்தில் சந்தித்துக்கொண்டிருக்கலாம், இளையோனே. ஆனால் இவ்வண்ணமாவது இது நிகழ்ந்தது நன்று” என்றபின் உத்தரனின் தோளை வளைத்து மெல்ல தழுவினான். உத்தரன் நிலத்தில் மண்டியிட்டு “என்னை வாழ்த்துக, அரசே!” என்றான். “புகழ்கொள்க!” என்று துரியோதனன் வாழ்த்தினான். அவர்களுடன் தேரை நோக்கி செல்கையில் உத்தரன் நடுங்கிக்கொண்டிருந்தான்.

துரியோதனனும் துச்சாதனனும் ஏறிய தேர் புழுதி எழ நீரில் விழுந்த நாணயம் மூழ்குவதைப்போல் சென்று மறுபக்கப் படைப்பெருக்கில் மறைவதை நோக்கியபடி நின்றபோது உத்தரன் அரியதோர் இழப்புணர்வை அடைந்தான். வெறும் குருதியின் பொருட்டு இங்கே நின்றிருக்கிறேன் என்று அவன் அகம் அரற்றியது. மானுடரைக் குருதி முழுமையாக இணைக்கமுடியும் என்றால் ஏன் அறங்களென்று மண்ணில் சிலவற்றை அமைத்தன தெய்வங்கள்? அவன் பெருமூச்சுடன் திரும்பி நடந்தான். அவன் அருகே நின்றிருந்த திருஷ்டத்யும்னன் “இனி எதையுமே எண்ணவேண்டியதில்லை. நம்மை முற்றாகத் தோற்கடித்துவிட்டுச் செல்கிறார் கௌரவ மூத்தவர்” என்றான்.

உத்தரன் வெறுமனே நோக்கினான். “இன்று அவையிலிருந்து வந்ததுமே நோக்கினேன். எந்தப் படைவீரன் முகத்திலும் போர்வீரனுக்குரிய தோற்றம் இல்லை. இந்திரவிழவுக்கு எழுந்தவர்கள் போலிருக்கிறார்கள் மூடர்கள். பெரும்பாலானவர்கள் இரவெல்லாம் பேசிக்கொண்டிருந்திருக்கிறார்கள்.

குடியால் சிவந்து களைத்த கண்கள். ஒருவரோடொருவர் ஏளனமும் நகையாட்டுமாக சொல்லெடுக்கிறார்கள்" என்றான். "இவர்களால் போரிட இயலாது. ஐயமே தேவையில்லை. போர் அறிவிக்கப்படுமென்றால் தங்களை அரசர் யுதிஷ்டிரர் ஏமாற்றிவிட்டதாகவே உணர்வார்கள்."

அவனுடைய முகத்தை நோக்காமல் உத்தரன் நடந்தான். தளர்ந்த குரலில் "செய்வதற்கொன்றுமில்லை. போர் முடிந்துவிட்டது. ஆம்..." என்று திருஷ்டத்யும்னன் சொன்னான். "எப்போது பாஞ்சாலத்து ஷத்ரியவீரர்கள் விலைப்பெண்டிரைப் படைக்குள் கொண்டுவந்தார்களோ அப்போதே போரை இழந்துவிட்டோம்... நாளைமறுநாள் ஆடித் தேய்பிறை முதல்நாள் போர் அல்லவா? பீஷ்ம பிதாமகர் பெருவில்லை ஏந்தியபடி வந்து படைமுகம் நின்று நாணொலி எழுப்பும்போது இங்கிருப்பவர்கள் அவருக்கு வாழ்த்துகூவியபடி சென்று கூடுவார்கள்..."

உத்தரன் "நாம் என்ன செய்ய இயலும் அதற்கு? எந்தப் போரும் படைகளின் உள்ளத்தின் ஆழத்திலிருந்து எழவேண்டும். வெல்வதையும் தோற்பதையும் படைகளின் ஆழுள்ளத்தில் வாழும் தெய்வங்கள் முன்னரே முடிவெடுத்துவிடுகின்றன என்பார்கள்" என்றான். "ஆம், ஆனால் இப்போதும்கூட இளைய யாதவர் ஏதேனும் செய்ய முடியும். அவருடைய போர் இது. அவர் ஒருபோதும் தோற்கமாட்டார் என்ற நம்பிக்கையையே இறுதிப் பற்றுக்கோடெனக் கொண்டுள்ளேன்" என்றான் திருஷ்டத்யும்னன். "இத்தனை பெரும்போர் இவ்வளவு நுட்பமாக ஒருங்கமைவது தெய்வங்களின் விழைவாலேயே. நாம் அஞ்சுவதிலும் விழைவதிலும் பொருளில்லை. அதை சொல்லிச் சொல்லி என்னை எழுப்பிக்கொள்கிறேன். ஆனால் என் ஆழம் துவண்டுகிடக்கிறது."

தொலைவில் வந்த ஸ்வேதனைக் கண்டு உத்தரனின் அகம் திடுக்கிட்டது. முதற்கணம் உளம் திடுக்கிட்டது தன்னையே ஆடியில் கண்டதுபோல் தோன்றியமையால் எனத் தோன்ற அவனிடம் தன் சாயல் உள்ளதா என விழிகளால் வருடிநோக்கினான். அவன் அசைவுகளில் மட்டுமே தான் இருப்பதைக் கண்டுகொண்டான். ஸ்வேதன் புரவியில் இருந்து இறங்கி தலைவணங்கி "ஆணைகள் அனைத்தும் நிறைவேற்றப்பட்டுள்ளன, இளவரசே" என்றான். திருஷ்டத்யும்னன் ஆர்வமின்றி "நன்று" என்றான். உத்தரன் ஸ்வேதனிடம் "இளையோன் எங்குளான்?" என்றான். ஸ்வேதன் "அவனுக்கு அடுமனையில் பொறுப்பு" என்றான்.

ஸ்வேதனிடம் "அந்த நாகன் எங்குளான்?" என்றான் திருஷ்டத்யும்னன். "அவனுக்கான பணிகளில் முழுமையாக ஈடுபட்டிருக்கிறான்" என்றான் ஸ்வேதன். "அவனைப் புரவிகளால் மட்டும் ஏற்றுக்கொள்ள இயலவில்லை. அவன் உடலில் நாகமணம் வீசுகிறது." உத்தரன் "அவர்கள்

நாகநஞ்சு உண்பவர்கள். குருதியில் நஞ்சு ஊறியிருக்கும்” என்றான். திருஷ்டத்யும்னன் தலையசைக்க அவன் திரும்பிச் சென்றான். உத்தரன் ஒரு படபடப்பை உணர்ந்தான். “என்ன?” என்று திருஷ்டத்யும்னன் கேட்டான். “இல்லை... ஒரு நிலையழிவு” என்றான் உத்தரன். “என்ன?” என்றான் திருஷ்டத்யும்னன். உத்தரன் “அறியேன்” என்றான்.

அவர்கள் புரவிகளில் ஏறினர். “நிகழ்ந்தவற்றை அரசரிடம் சொல்வோம். இப்போது அங்கே படைத்தலைவர்கள் அனைவரும் கூடியிருப்பார்கள். போர் நாளைமறுநாள் தொடங்குமென்றால் நமக்கும் பொழுதில்லை” என்றான் திருஷ்டத்யும்னன். உத்தரன் அந்தப் படபடப்பு ஏன் என்று உணர்ந்தான். அவன் புரவியை இழுத்ததை உணர்ந்த திருஷ்டத்யும்னன் திரும்பி நோக்கி “என்ன?” என்றான். “அவனுக்குப் பின்னால் ஒரு நிழலை கண்டேன்” என்றான் உத்தரன். “நிழல்தானே?” என்றான் திருஷ்டத்யும்னன். “ஆம், ஆனால் வெறும் நிழல் அல்ல அது. அது பிறிதொன்று... அவன் அசைவுக்கேற்ப அது அசையவில்லை.”

திருஷ்டத்யும்னன் ஏளனத்துடன் உதட்டை சுழித்தான். “அல்ல, பாஞ்சாலரே. நீங்கள் ஷத்ரியர். உங்கள் விழிகளுக்கு அது தென்படாது. நான் இன்னமும் மலைக்குடி குருதி கொண்டவன். நான் பார்க்கிறேன். அந்நிழல்கள் ஒளியால் உருவாகின்றவை அல்ல. அவை மானுடரைத் தொடர்பவை. வளர்ந்தும் குறுகியும் எப்போதும் உடனிருப்பவை. அவை பேருருக்கொண்டு எழுகையில் அவர்கள் அதில் ஒரு துளியென்று ஆகிவிட்டிருப்பார்கள்.” திருஷ்டத்யும்னன் “போர்முனை இது. எளிய உளமயக்குகளுக்கு இடமில்லை இங்கே” என்றான். உத்தரன் பெருமூச்சுவிட்டான். “அவனுக்காக அஞ்சுகிறீர், விராடரே. உம் குருதியின் தழுவல் அது” என்றான் திருஷ்டத்யும்னன். “நீர் செய்யவேண்டியது ஒன்றே. உம் தந்தையிடம் சொல்க! இங்கேயே அவர் இவ்விருவரையும் தன் மைந்தராக ஏற்றுக்கொள்ளலாம். வேண்டுமென்றால் ஒரு சிறு சடங்கினூடாகவே அதை முழுமைப்படுத்தலாம்.”

உத்தரன் பேசாமல் வந்தான். “சொல்க!” என்றான் திருஷ்டத்யும்னன். “எந்தை அதற்கு ஒப்புவார் என நான் நினைக்கவில்லை” என்றான் உத்தரன். “நீர் பேசிப்பாரும்” என்றான் திருஷ்டத்யும்னன். “நான் அவரிடம் பேசுவதில்லை” என்றான் உத்தரன். “நான் பேசுகிறேன்... அல்லது எந்தையிடம் பேசும்படி சொல்கிறேன்.” உத்தரன் ஒன்றும் சொல்லவில்லை. “அவர்கள் இணை அகவையர். இருவருமே பாண்டவர்களுக்கு மகற்கொடை செய்தவர்கள். அவர்களால் பேசிக்கொள்ள முடியும்” என்றான் திருஷ்டத்யும்னன்.

உத்தரன் மறுமொழி சொல்லாமல் படைகளை நோக்கியபடியே சென்றுகொண்டிருந்தான். அவனால் ஒவ்வொரு முகத்தையும் தனித்தனியாகப் பார்க்கமுடிந்தது. எவர் முகத்திலும் அச்சமோ பதற்றமோ தென்படவில்லை. அனைவரும் முன்பிருந்ததுபோலவே களியாட்டுமுகம் கொண்டிருந்தார்கள். அனைவரும் துரியோதனன் போருக்கு நாள்குறித்துச் சென்றிருப்பதை அறிந்திருப்பார்கள். ஆனால் எவரும் அதை நம்பவில்லை. அப்படி போருக்கு நாள்குறிப்பதே இந்தப் படைசூழ்கையை முடித்துக்கொள்ளவிருக்கிறார்கள் என்று பொருள்படக்கூடும்.

ஒரு படைவீரன் தட்டிகளுக்கு சாயத்தால் எண்களிட்டுக்கொண்டிருந்தான். "என்ன செய்கிறாய்?" என்றான் உத்தரன். "எஞ்சிய தரைப்பலகைகளையும் தட்டிகளையும் கொண்டு இந்தக் குடில் அமைக்கப்பட்டது, இளவரசே. இதை கழற்றி எடுத்துக்கொண்டு சென்று மீண்டும் அமைக்கும்போது இவ்வெண்கள் தேவைப்படும்" என்றான் படைவீரன். உத்தரனின் விழிகளை திருஷ்டத்யும்னனின் விழிகள் சந்தித்தன. "நம் பொழுது அணுகுகிறது" என்று அவன் வேறுதிசை நோக்கியபடி சொன்னான்.

சற்று தொலைவு சென்றபின் திருஷ்டத்யும்னன் நின்று "சகதேவன் குறித்துக்கொடுத்த நாள் அவர்களுக்கு வெற்றியை அளிக்கும் என்றாரா?" என்றான். "அதை எவரும் சொல்லவியலாது என்றார். அப்பொழுதில் தொடங்கும் போரில் முதற்கௌரவர் தன் முழுமையை வெளிப்படுத்துவார் என்று மட்டுமே சொன்னார்" என்றான் உத்தரன். திருஷ்டத்யும்னன் மேலும் எதையோ சொல்ல விழைந்தான். ஆகவே புரவியை விரைவிலாது நடக்கச்செய்து வேறெங்கோ நோக்கியபடி பொழுதை நீட்டினான். உத்தரன் காத்திருந்தான்.

திருஷ்டத்யும்னன் "அவர் உம்மை தோள்தழுவியபோது எவ்வாறு உணர்ந்தீர்?" என்றான். உத்தரன் "எந்தை என" என்றான். மறுகணம் அவனே தன் உணர்வைக் கண்டுகொண்டான். "பெருந்தந்தைக்கான ஏக்கம் அனைத்து மைந்தரிடமும் உண்டு. நான் என் மதிப்பை ஈட்டாத தந்தைக்குப் பிறந்தவன். கௌரவ மூத்தவரின் தொடுகையில் என் மூதாதையரை உணர்ந்தேன்." திருஷ்டத்யும்னன் "அவர் அழைத்திருந்தால் சென்றிருப்பீரா?" என்றான். உத்தரன் "அவர் அவ்வாறு எவரையும் அழைக்கமாட்டார்" என்றான். "அழைத்தால்?" என்றான் திருஷ்டத்யும்னன். "அழைத்தால் அக்கணமே செல்வேன்... அது என் தெய்வத்தின் ஆணைக்கு நிகர்" என்றான் உத்தரன்.

திருஷ்டத்யும்னன் சீற்றம் கொள்வான் என உத்தரன் எண்ணினான். அவன் புரவியில் உடல் தொய்ந்திருக்க பேசாமல் செல்வதைக்

கண்டபோது எப்படி சீற்றம்கொள்ள முடியும் என்று தோன்றியது. யுதிஷ்டிரரின் பாடிவீட்டை அணுகுவதுவரை திருஷ்டத்யும்னன் மேலும் பேசவில்லை. அப்பால் படைமாளிகையின் ஒழுக்கைக் கண்டதும் கடிவாளத்தைப் பற்றியபடி நின்று "மெய்யுரைப்பதென்றால் நானும் அவ்வண்ணமே எண்ணினேன், விராடரே" என்றான். "தன் பிழையையும் வஞ்சத்தையும் விண்ணுக்கும் மண்ணுக்கும் ஒளிக்காமல் நின்றிருப்பதில் தெய்வங்களுக்குரிய நிமிர்வு ஒன்று உள்ளது... அத்தகையவர் பெருந்தந்தை என்பதில் ஐயமில்லை."

உத்தரன் அவன் சொல்வதை உள்வாங்கிக்கொள்ளாமல் நின்றான். திருஷ்டத்யும்னன் புரவியை ஓட்டி முன்னால் சென்று யுதிஷ்டிரரின் மாளிகை முகப்பில் தன்னை எதிர்கொண்ட யௌதேயனிடம் ஒரு சில சொற்களை உரைத்துக் கடந்துசெல்வதை வெறுமனே நோக்கிக்கொண்டிருந்தான்.

70

யுதிஷ்டிரரின் அவைக்குள் நுழைகையில் உத்தரன் தன் உடல்முழுக்க எடைமிக்க களைப்பை உணர்ந்தான். உள்ளே யுதிஷ்டிரரும் பிறரும்கூட அத்தகைய களைப்புடன் இருப்பதாகத் தோன்றியது. மதுக்களிப்பில் அகம்குழைந்து நாக்குழறி பேசிக்கொண்டிருப்பவர்களின் கூட்டம்போல அங்கிருந்த பேச்சொலிகள் முதற்செவிக்கு தோன்றின. அவன் உள்ளே நுழைந்ததும் அங்கே அமைதி உருவாகியது. அது அவன் உடலில் உருவாக்கிய கூச்சத்துடன் தலைவணங்கினான். அவனுக்குப் பின்னால் வந்த திருஷ்டத்யும்னன் தலைவணங்கி தன் இருக்கையை அடைந்து அமர்ந்தான். உத்தரன் “அஸ்தினபுரியின் அரசர் திரும்பிச்சென்றுவிட்டார், அரசே” என்றான்.

“நம் படைகளின் உளநிலை என்ன?” என்றார் யுதிஷ்டிரர். அதிலிருந்த பொருளின்மையால் உத்தரன் பேச்செழாமல் ஆனான். உரத்த குரலில் “வேறென்ன? நம் படைகள் உண்டாட்டுக்கு ஒருங்கியிருக்கின்றன. பெண் கிடைக்குமா என கேட்க விழைகின்றன, அவ்வளவுதான்” என்றான் பீமன். “இதைப்பற்றி இன்று முழுக்க இங்கிருந்து பேசுவோம். போர் தொடங்கும்போது அவர்களின் கதைகளுக்கு முன் மண்டையை கொண்டு கொடுப்போம். குமிழி உடைத்து விளையாடும் குழந்தைகள்போல அவர்கள் மகிழட்டும்.” யுதிஷ்டிரர் எரிச்சலுடன் “போதும், மந்தா!” என்றார். “அப்படியென்றால் இனி என்ன செய்யவேண்டும் என்று மட்டும் சொல்லுங்கள். இனி எவரும் கவலையையும் சோர்வையும் இங்கே பேசவேண்டியதில்லை” என்று பீமன் சொன்னான்.

“ஆம், அதையே நானும் எண்ணுகிறேன்” என்றான் சகதேவன். “நாம் இனி சொல்ல என்ன உள்ளது? இளைய யாதவர் சொல்லட்டும். இனி வஞ்

சினங்களுக்கெல்லாம் இடமில்லை. நமக்கு பொழுதே இல்லை” என்றார் துருபதர். அனைவரும் இளைய யாதவரைப் பார்க்க அவர் அதே விலகிய நோக்குடன் அமர்ந்திருந்தார். “இளைய யாதவர் இத்தருணத்தில் உரிய வழியொன்றை சொல்லவேண்டும்” என்றான் நகுலன். இளைய யாதவர் உயிர்கொண்டு “ஆம், உடனே ஏதேனும் செய்தாகவேண்டும்” என்றார். பின்னர் “இங்குள்ள நாம் போர்புரிந்து நெடுங்காலமாகிறது. தொடர்ந்து போரிலிருக்கும் குடிகளில் இருந்து எவரேனும் அவையிலிருந்தால் அவர்களிடம் பேச விழைகிறேன்” என்றார்.

எவரும் எழவில்லை. துருபதர் “எப்போதும் போரிலிருப்பவர்கள் என்றால் பாணாசுரரின் அசுரகுடியினர்தான்” என்றார். “அவர்கள் தங்கள் உடன்குருதியினரிடம்தான் பெரும்பாலும் பூசலில் இருக்கிறார்கள். அவர்களுக்கு ஏதேனும் தெரிந்திருக்கும்” என்றார் இளைய யாதவர். “ஆம், அது ஒரு வழி” என்றான் திருஷ்டத்யும்னன். “பாணாசுரரின் படையிலுள்ள மூத்த படைத்தலைவரை அழைத்துவருக!” என ஆணையிட்டார் யுதிஷ்டிரர். “நிஷாதர்களான மல்லர்களும் அசுரகுலத்தவரும் தொடர் போர்களில் இருப்பவர்கள். அவர்களின் தலைவர்களும் வரட்டும்” என்றார் இளைய யாதவர்.

ஏவலன் சென்றபின் தனக்குத்தானே என “நல்லவேளையாக அனைத்து மூத்த படைத்தலைவர்களையும் இங்கே அவைகூடலுக்கு வரச்சொல்லி ஆணையிட்டிருந்தேன். அருகில்தான் இருக்கிறார்கள்” என்றார். அவையில் ஒவ்வாமை உருவாக்கும் அமைதி நிலவியது. உத்தரன் பெருமூச்சுவிட்டு உடல்தளர்த்தி அமர்ந்தான். “நம் இளையோர் அனைவரும் வரட்டும். அவர்களுக்கும் ஏதேனும் தோன்றலாம். பொதுவாக இளையோர் ஊக்கநிலையில் இருப்பவர்கள். ஊக்கத்தை தக்கவைக்கும் கலை அறிந்தவர்கள்” என்றார் யுதிஷ்டிரர். “ஆம், அதுவும் நன்றே” என்ற திருஷ்டத்யும்னன் திரும்பி அவை ஏவலனிடம் “இளவரசர் அனைவரும் வருக!” என்றான்.

ஒவ்வொருவராக வரத்தொடங்கினர். பிரதிவிந்தியனும் சுதசோமனும் சுருதகீர்த்தியும் சதானீகனும் சுருதசேனனும் முதலில் வந்தனர். யௌதேயனும் நிர்மித்ரனும் தொடர்ந்து வந்தனர். ஸ்வேதன் அரவானுடன் வந்து அமர்ந்தான். சங்கன் தனியாக வந்தான். திருஷ்டத்யும்னனின் மைந்தர்களும் சாத்யகியின் மைந்தர்களும் வந்தார்கள். அசுரர்களும் அரக்கர்களும் நிஷாதர்களும் கிராதர்களுமாக மெல்ல அவை நிறைந்தது. மேலும் வந்த இளையவர்கள் பின்னால் சுவர்சாய்ந்து நின்றனர். மேற்கு நிஷாதஅரசின் ஹிரண்யநாபனும் அவன் இளையோன் ஹிரண்யபாகுவும் உத்தரனின் அருகே வந்து நின்றார்கள். மைய நிஷாதநிலத்து அரசர் மணிமானையும் அவர் மைந்தர் மணிகர்ணனையும் அவன் கைவீசி

அருகழைத்தான். அவர்களுடன் கீழ்நிஷாத நிலத்து அரசர் தண்டதரனும் அவர் மைந்தர் சார்ங்கதரனும் அவனருகே வந்து நின்றனர்.

அவையில் மூச்சொலியே முழங்கத் தொடங்கியது. "அபிமன்யூ எங்கே?" என்று யுதிஷ்டிரர் கேட்டார். "விற்பயிற்சியில் இருக்கிறார், அழைத்துவரச்சொல்லி தூதனை அனுப்பியிருக்கிறேன்" என்றான் யௌதேயன். அனுபநாட்டு மூதரசர் விருத்தஷர்மரும் அவர் மைந்தர் வசுதனரும், இளையோன் நீலனும் உள்ளே வந்தனர். தொடர்ந்து அபிமன்யூ மூச்சிரைப்புடன் உள்ளே வந்து தலைவணங்கி பின்னால் சென்று நின்றான். அவை நிறைந்ததைக் கண்ட யுதிஷ்டிரர் "இளைய யாதவர் அவர் விழைவதை உசாவலாம்" என்றார். இளைய யாதவர் "ஆம்" என அசைந்து அமர்ந்தார். முகமன் இன்றி நேரடியாகவே பேசலானார். "மூத்த போர்வீரர்களே, நீங்கள் இதற்குள் அறிந்திருப்பீர்கள். நம் படைகள் ஊக்கமழிந்துள்ளன. போர் வரக்கூடும் என்ற நம்பிக்கையை அனைவரும் இழந்துள்ளனர். களியாட்டுநிலை கொண்டிருக்கிறார்கள். இப்படியே இவர்களை நாம் போருக்குக் கொண்டுசெல்ல இயலாது. நாளை மறுநாள் புலரியில் அவர்கள் போருக்கு பொழுதுகுறித்துச் சென்றிருக்கிறார்கள்."

"ஆம்" என்றார் பாணாசுரரின் அமைச்சரான சுபூதர். "நமது படைகள் முதுகொடிந்த மலைப்பாம்புபோல கிடக்கின்றன." உத்தரமல்லநாட்டு தீர்க்கபிரக்யர் "அஸ்தினபுரியின் அரசர் செய்த அந்த சூழ்ச்சியை நாங்களும் செய்வதுண்டு. எதிரிகுடியின் தெய்வத்தையோ மூதாதையையோ அவர்களுக்குள் புகுந்து தொழுதுவருவோம். அவர்களின் வஞ்சத்தை அது அணையச்செய்யும், போர்விசை குறையும். கூடவே நம்முடைய தன்முனைப்பை அவர்களுக்குக் காட்டும். அது அவர்களை உள்ளூர அஞ்சவும் வைக்கும்." என்றார். அசுரகுலத்து அரசர் ஹிரண்யகட்கர் "அவர் போருக்கு நாள்குறித்துச் சென்றது உச்சகட்ட சூழ்ச்சி. இனி போரே நிகழாது, நிகழ்ந்தால் வெறும் கொலையாட்டு மட்டுமே" என்றார்.

"இந்நிலை உங்களுக்கு வந்தால் என்ன செய்வீர்கள்?" என்றார் இளைய யாதவர். அவர்கள் அந்த நேரடி வினாவால் குழம்பி தங்களுக்குள் பேசிக்கொண்டார்கள். "சொல்க!" என்றார் இளைய யாதவர். "எங்கள் குடிகளுக்குள் களிப்போர் அடிக்கடி நிகழும். சிலதருணங்களில் எங்கள் வீரர்கள் நிகழ்வது களிப்போர் என்ற உளநிலையிலேயே இருப்பார்கள். அவர்களை அதிலிருந்து மீட்பது கடினம். அவர்கள் செவிகொள்வதை நிறுத்திவிட்டிருப்பார்கள். பேசிப் புரியவைக்க முடியாது" என்றார் அசுரகுலத்து அரசர் ஹிரண்யகட்கர். "அதற்கான பொழுதும் போர்த்தருணங்களில் நமக்கு இருக்காது. அந்நிலையில் ஒரு அருநிகழ்வுதான் நமக்கிருக்கும் ஒரே வழி. அனைத்துப் படையினரும்

இடியுடன் மின் வந்து தொட்டதுபோல் அதை உணர்வார்கள். சொல்லின்றியே அவர்களை அது கிளர்ந்தெழச் செய்யும். இனி பிறிதொன்றில்லை என்ற உறுதிப்பாட்டை அளிக்கும்.”

“என்ன செய்வீர்கள்?” என்றார் இளைய யாதவர். “எண்ணவும் கடினமானதை. எண்ணினால் உளம் நடுங்குவதை” என்றார் ஹிரண்யகட்கர். “நினைவில் எழுபவை பல. எதிர்த்தரப்பிலிருந்து சிறைபிடித்துக் கொண்டுவந்து பணயப்பொருட்களாக வைத்திருந்த படைவீரர் நூற்றுவரை படைமுகப்பில் வைத்து தலைவெட்டி குவித்தோம் ஒருமுறை. அவர்களின் ஊர்களுக்குள் புகுந்து குழந்தைகளும் பெண்டிரும் துயிலும் வீடுகளுக்கு தீவைத்து சாம்பலாக்கிவிட்டு மீண்டோம். அவர்களின் குடிநீரில் நஞ்சு கலக்கி கொன்று அவர்களின் காதுகளைக் கொய்து மாலையாக்கி அணிந்துகொண்டு நான் ஒருமுறை தேரிலெழுந்து படைமுன் தோன்றியிருக்கிறேன். எதிர்த்தரப்பில் எழும் பெருவஞ்சம் நம்மில் ஒரு துளியைக்கூட எஞ்சவிடாது என்று தெரிந்தபின் நம் படைவீரர் துணிந்துவிடுவார்கள்.”

பாணாசுரரின் அமைச்சர் சுபூதர் “எங்கள் குருதிக் குடிகளுக்குள் போர் நிகழ்வதுண்டு. தங்கள் உற்றாரும் உறவினரும் மறுபக்கம் இருக்கக் கண்டு உளம் சோர்வுறுவர். தங்கள் அரசர்களும் குடித்தலைவர்களும் தங்கள் குருதியினர் ஒருவரை ஒருவர் கொன்றுகொள்வதை ஏற்க மாட்டார்கள் என்றும் ஆகவே இறுதியில் எப்படியும் இப்போர் சொல்லுறுதியில் நிகர்நிலை கொண்டு நின்றுவிடும் என்றும் எண்ணிக்கொள்வார்கள். அதுவே இப்போது இங்கேயும் படைகளில் திகழும் எண்ணம்” என்றார். “சுபூதரே, உங்கள் அசுரகுடியினர் இப்போது அவ்வாறு ஐயம் கொண்டுள்ளனரா?” என்றார் இளைய யாதவர். அவர் மறுமொழி சொல்லவில்லை. காரூஷ நிஷாதகுடித் தலைவர் அஷ்டஹஸ்தர் “ஆம், அரசே. எங்கள் குடியினர் ஐயம்கொண்டுள்ளனர்” என்றார்.

யுதிஷ்டிரர் சினத்துடன் “என்ன சொல்கிறார்கள்?” என்றார். “ஷத்ரியர்களும் அரசகுடியினரும் குருக்ஷேத்திரத்தில் நேருக்குநேர் போரிட வாய்ப்பில்லை என்பதுதான் இங்குள்ள படைகளின் பொதுவானபேச்சு. வேண்டுமென்றால் தங்கள் தரப்புகளின் ஆற்றலைக் காட்டிக்கொள்ளும்பொருட்டு ஒரு சிறு போர் இங்கு நிகழும், அதில் அசுரரும் நிஷாதரும் மடிவார்கள், தங்கள் ஆற்றலை நிறுவிக்கொண்டபின் அரசகுடியினர் அமைதிப் பேச்சுக்கு என அமர்வர், சொல்லுறுதிச் சாத்திட்டபின் தோள்தழுவிக்கொள்வார்கள், பகைமறந்து கண்கனிவார்கள், இரு அரசர்களும் ஒருவரோடொருவர் காட்டும் நட்பும் கனிவும் அதையே காட்டுகின்றன என்று படைகள் எண்ணுகின்றன” என்றார் காரூஷ நிஷாதகுடித் தலைவர் அஷ்டஹஸ்தர்.

யுதிஷ்டிரர் “அவ்வெண்ணத்தை அகற்ற நீங்கள் என்ன செய்தீர்கள்? நான் அறியவிழைவது அதையே” என்றார். சில கணங்களுக்குப்பின் “நானும் அவ்வண்ணம் ஐயம்கொண்டுள்ளேன், அரசே” என்றார் அஷ்டஹஸ்தர்

யுதிஷ்டிரர் சொல்லவிந்தார். அவர் உடல் பதறிக்கொண்டிருப்பதைக் காணமுடிந்தது. பின்னர் தளர்ந்த குரலில் “இது பெரும் குற்றச்சாட்டு. என் நேர்மையை மறுக்கிறீர்கள். என் சொற்களைப் புறந்தள்ளுகிறீர்கள்” என்றார். அஷ்டஹஸ்தர் மறுமொழி சொல்லவில்லை. உரத்த குரலில் “வேறு எவர் அவ்வாறு எண்ணுகிறீர்கள்? இந்த அவையில் வேறு எவருக்கேனும் அவ்வெண்ணம் உள்ளதா?” என்றார் யுதிஷ்டிரர். அவையில் அமைதி நிறைந்திருந்தது. அந்த அமைதி யுதிஷ்டிரரை அச்சுறுத்தியது. “என்ன சொல்கிறீர்கள்? அனைவரும் அந்த எண்ணத்துடன் உள்ளீர்கள் என்றா நான் கொள்வது?” என்றார். அரக்கர் குலத்தலைவர் வக்ரசீர்ஷர் “அரசே, இதில் தங்கள்மேல் நம்பிக்கையோ ஐயமோ கொள்வது என்பது எழவே இல்லை. ஆனால் அத்தகைய அரசுசூழ்கைகள் ஷத்ரியக் குடிகளில் இயல்பாக நிகழ்வனவே. இல்லை என நீங்கள் மறுக்கமாட்டீர்கள்” என்றார். யுதிஷ்டிரரின் உடற்தசைகள் தளர்வதைக் காணமுடிந்தது. பெருமூச்சுடன் அவர் தலையை அசைத்தார். அவையில் பலவகையான உடல் அசைவுகளின் ஓசைகள் எழுந்தன.

அசுரர் குடித்தலைவர் காகர் “அது தங்கள் நேர்மை மீதான நம்பிக்கையின்மையால் அல்ல அரசே, தங்கள் அறம் மீதுள்ள நம்பிக்கையால் எழும் எண்ணம். ஒருபோதும் உடன்குருதியர் போரிடலாகாதென்று தயங்கியவர் நீங்கள். மண்ணுக்காகவும் பெண்ணுக்காகவும் பிதாமகரையும் ஆசிரியர்களையும் உடன்பிறந்தவர்களையும் எதிர்க்கலாகாதென்று இறுதிக்கணம் வரை எண்ணியவர். இன்னும் ஒரு வாய்ப்பு அவ்வாறு அமையும் என்றால் அதை தவறவிடமாட்டீர்கள்” என்றார். யுதிஷ்டிரர் அந்த மறுமொழியால் சற்று அமைதிகொண்டார். ஆனால் முகம் சலிப்பும் கசப்பும் கொண்டது போலிருந்தது. பீமன் “இதை நான் எதிர்பார்த்திருந்தேன், பலமுறை இதையே சொல்லவந்தேன்” என்றான். யுதிஷ்டிரர் “மந்தா...” என்று கெஞ்சும் குரலில் சொல்ல பீமன் சினத்துடன் தலையை அசைத்தான்.

அவை அமைதியாக இருந்தது. சற்றுநேரம் கழித்து “நான் என்ன செய்யவேண்டும்? உங்கள் ஊக்கம் கெடாமலிருக்க நான் ஆற்றவேண்டியது என்ன?” என்று யுதிஷ்டிரர் கேட்டார். அவர்கள் பேசாமல் ஒருவரை ஒருவர் பார்த்தனர். “நான் உங்கள் படைகளை சந்திக்கிறேன். அவர்களுக்கு நான் உறுதியளிக்கிறேன். இது பெண்பழி தீர்க்க எழுந்த படை. அவ்வஞ்சம் அணையாமல் போரில் பின்வாங்குதல்

என்பதில்லை.” என்றார். பின்னிரையிலிருந்து பாணாசுரரின் மைந்தனான சக்ரன் “ஆனால் அது அரசியின் ஆணை மட்டுமே. அதை அரசி உரைப்பதுவரை உங்கள் குரல் எழவில்லை என நாங்கள் அறிவோம். ஷத்ரியகுடியினர் ஆண்களாலானவர்கள், அங்கு பெண்வஞ்சம் ஒரு பொருட்டே அல்ல என்பது தொல்கூற்று” என்றான். யுதிஷ்டிரர் ஏதோ சொல்வதற்காக வாயை அசைத்தார். பின்னர் கையசைத்து சோர்வுடன் சாய்ந்துகொண்டார்.

அவையில் இருந்த அமைதியின் எடை மிகுந்து வந்தது. அனைவரும் இளைய யாதவர் ஏதேனும் சொல்வார் என எண்ணியவர்களாக ஓரவிழியால் அவரை நோக்கி அமர்ந்திருந்தனர். திருஷ்டத்யும்னன் இளைய யாதவரை ஒருமுறை நோக்கியபின் எழுந்து “படைகள் நம்பிக்கை இழந்துள்ளன என்பது கண்கூடு. நம்பிக்கையிழப்பு இப்போது களியாட்டாக தோன்றுகிறதென்றாலும் போர்முரசு ஒலிக்குமென்றால் ஒரே கணத்தில் உளச்சோர்வாக மாறிவிடும். அது நமக்கு பேரழிவு” என்றான். “நாம் போருக்கு மெய்யாகவே எழுந்துள்ளோம் என்றும் முழுவெற்றியாலன்றி வேறெதனாலும் அமையமாட்டோம் என்றும் படைகளுக்கு சொல்லியாகவேண்டும். எத்துணை விரைவாக சொல்கிறோமோ அத்துணை நன்று. செவிகொண்டதை அவர்களின் உளம் அறியவேண்டும். அதிலிருந்து அவர்களின் எண்ணங்கள் ஊறியெழவேண்டும்... நமக்கு பொழுதில்லை. உடனே நாம் சொல்லியாகவேண்டும்.”

“இனி சொல்ல முடியாது. ஒரு படைமுன் எத்தனைமுறை வஞ்சினம் உரைப்பது?” என்று பீமன் உரத்த குரலில் சொல்ல திருஷ்டத்யும்னன் தயங்கினான். கெஞ்சும் குரலில் “மூத்தவரே...” என்றான் சகதேவன். பீமன் “ஆம், இனி எப்படிப் படைகளுடன் பேசுவீர்கள்? படைத்தலைவர்களிடம் நீங்கள் சொன்ன சொல் கசிந்திறங்கிப் பரவி கீழ்நிலை வீரன் செவிவரை சென்றடைய ஐந்து நாட்களாகும். அப்போது சொல்சென்று சேர அவர்களுக்குத் தலையிருக்காது” என்றான். திருஷ்டத்யும்னன் “நான் சொல்ல வருவதும் அதைத்தான், பாண்டவரே. இனி சொற்களால் பயனில்லை. எவ்வகையிலேனும் நாம் படைகளுக்கு அறிவித்தாகவேண்டும், நாம் முற்றிலும் துணிந்துவிட்டோம் என்று” என்றான்.

“பாஞ்சாலரே, நீர் சொல்வதன் பொருளின்மை உங்களுக்குப் புலப்படவில்லையா?” என்று பீமன் கை நீட்டியபடி முன்னால் வந்தான். “இங்கே நாம் போரையும், முழுவெற்றியையும், பெண்பழி தீர்ப்பதையும் பற்றியெல்லாம் வேண்டியமட்டும் பேசிவிட்டோம். அவர்கள் அப்பேச்சே பொய் என எண்ணுகிறார்கள். அது நம் மெய்யான நோக்கங்களை மறைத்துக்கொள்ளும் சூழ்ச்சி என நினைக்கிறார்கள். நமக்கு எதிரிமேல்

ஆழ்ந்த பகை ஏதும் இல்லை என்றும் இது வெறும் படைவிளையாட்டே என்றும் கருதுகிறார்கள். நாம் மேலும் உணர்வெழுச்சியைக் காட்டலாம். மேலும் சொல்லொழுங்குடன் பேசலாம். நம் பேச்சு அழுத்தமும் விசையும் கொள்ளும்தோறும் நாம் மேலும் ஏமாற்றுக்காரர்காளாகவே தெரிவோம்."

திருஷ்டத்யும்னன் கைவிரித்து "என்னால் சொல்லக்கூடுவதென ஏதுமில்லை.என் உள்ளமும் சோர்வடைகிறது" என்றபின் அமர்ந்தான்.பீமன் கசப்புடன் நகைத்து "நம் அரசர் குடியறமெனும் பெரும்படைக்கலத்தை எடுத்து களம் நின்றிருக்கிறார். பிதாமகரும் ஆசிரியரும் வாழ்த்தியதும் அப்படைக்கலம் பலமடங்கு கூர்கொண்டுவிட்டது. நாம் இங்கே நம் தலைகளைக் காத்து நின்றிருப்போம். அது சென்று பகைவென்று மீளட்டும்" என்றான். "மூத்தவரே, சற்று அமர்க! அவை நிகழவிடுங்கள்" என்றான் சகதேவன். "இனி என்ன அவை? அனைவரும் கிளம்புங்கள். சென்று அறத்தை அணைத்துக்கொண்டு படுத்துத் துயிலுங்கள். நாளைமறுநாள் காலை தலைகளை கொண்டுசென்று கௌரவன் வாள்முன் வைத்து கண்களை மூடிக்கொள்ளுங்கள்... அறம் நாவில் தித்திக்கும்" என்றான் பீமன். சகதேவன் சீற்றம்கொண்டு ஓங்கி ஒலித்த குரலில் "சொல்லமைக, மூத்தவரே!" என்றபின் திரும்பி கைகூப்பி "இளைய யாதவரே, உங்களை அன்றி எவரையும் இத்தருணத்தில் நாங்கள் எண்ணவில்லை" என்றான்.

இளைய யாதவர் "நான் இத்தகைய தருணத்தை முன்னர் எதிர்கொண்டதே இல்லை, நூல்களிலும் கண்டதில்லை" என்றார். "ஏனென்றால் இத்தகைய பெரும்போர்த் தருணம் முன்னர் இப்பாரதவர்ஷத்தில் அமைந்ததுமில்லை. இங்கே உள்ள இடர் என்னவென்றால் எவ்வகையிலும் ஒருவரோடொருவர் உறவில்லாத குடிகளின் திரள் ஒன்று களம்திரண்டுள்ளது. இப்படைகளில் நிற்பவர்களில் பெரும்பகுதியினருக்கு இங்கு வருவதற்குமுன் யுதிஷ்டிரர் எவரென்றே தெரிந்திருக்காது. வழக்கமாக ஷத்ரியப் படைகள் ஓர் அரசுக்கென, கொடிக்கென வஞ்சினம் கொண்டு எழுந்து வந்தவையாக இருக்கும். அவர்கள் நிலமும் குலமும் காக்க படைகொண்டெழுவது தங்கள் கடன் எனப் பிறவியிலேயே பயின்றவர்களாக இருப்பார்கள். ஆனால் இவர்கள் ஒவ்வொருவரும் ஒவ்வொன்றின்பொருட்டு களம்வந்துள்ளனர். அவை அவர்களுக்கு பிறவிமுதல் அளிக்கப்பட்ட இலக்குகள் அல்ல. கற்றவை, அளிக்கப்பட்டவை. ஆகவே ஐயம் எழுவது இயல்பே."

அவர் என்ன சொல்லவருகிறார் என்று புரியாமல் அனைவரும் வெற்றுநோக்குடன் அமர்ந்திருந்தார்கள். "ஷத்ரியர்களில் நீண்ட போர்ப்பின்னணி கொண்டவர் மூத்த பாஞ்சாலர். அவர் சொல்லட்டும்,

இத்தகைய தருணம் முன்னர் அவருக்கு முன் எழுந்ததுண்டா? அதற்கு என்ன செய்தார்கள்?” என்று இளைய யாதவர் கேட்டார். துருபதர் அமைதியின்மையுடன் அசைந்தமர்ந்து “படைமுகப்பில் தலைமைமீது படைவீரர் ஐயம் கொள்வது முன்பு நிகழ்ந்ததில்லை” என்றார். “ஆனால் படைவீரர் சோர்வுறுவதும் தங்கள்மேல் ஐயம்கொள்வதும் நிகழ்வதுண்டு. அத்தகைய தருணங்களில் பேச்சுக்களால் எப்பயனும் இல்லை. ஏனென்றால் படைநகர்வின் நாட்களில் எல்லாம் படைகள் கொம்பும் முழவும் கொடியும் அளிக்கும் ஆணைகளை ஏற்று பழகிவிட்டிருப்பார்கள். சொற்றொடர்களையும் கருத்துக்களையும் பொருளாக மாற்றிக்கொள்ளும் திறன் மறைந்திருக்கும். அவர்களைத் தூண்டுவது செயல்களே.

“அசுரரும் நிஷாதரும் இங்கு சொன்னதே ஷத்ரியர்களும் செய்வது. அவர்கள் சொன்னமையால் நானும் அதைச் சொல்கிறேன்” என துருபதர் தொடர்ந்தார். “படைத்திரளில் அமைந்தோர் அனைவரும் உடனடியாக அறிந்துகொள்ளும் ஒரு நிகழ்வு தேவை. அவர்களை நடுங்கச் செய்வது, கொந்தளிக்க வைப்பது. அதன் உட்பொருள் கிளர்ந்தெழுக என்னும் அறைகூவலாக இருக்கவேண்டும். இனி பின்னகர்தல் இல்லை என்னும் அறிவிப்பாக இருக்கவேண்டும். வெல்வோம் என்னும் நம்பிக்கையாக இருக்கவேண்டும். எதையும் இழக்கத் துணிந்துவிட்டோம் என்னும் வெளிப்பாடாகத் தெரியவேண்டும். அத்தகைய ஒன்றை இயற்றுவதே ஒரே வழி” என்றார் துருபதர். “போர்முனையில் அது தனிப்பெரும் வீரமும் இணையிலா தற்கொடையுமே. படைவீரர் ஒவ்வொருவரும் அதை தானும் நடிப்பார்கள். அதனூடாக கிளர்ந்தெழுவார்கள். அது நிறுவப்பட்ட வழி.

“எழுபது ஆண்டுகளுக்கு முன்பு உசிநாரர்களுடனான போரில் அவ்வாறு படைகள் சோர்ந்தன. ஏனென்றால் பாஞ்சாலத்தைவிட இருமடங்கு அவர்களின் படை. என் சிறுதந்தையாகிய பார்த்திபர் வாளை உருவியபடி போர்க்கூச்சலுடன் எதிரிமேல் பாய்ந்தார். வெட்டிவீழ்த்தியபடி முன்னால் சென்றார். எழுபதுபேர் அவர் வாளால் களம்பட்டனர். இறுதியில் அவர் வீழ்ந்தார். குருதியில் நனைந்த உடலுடன் அறுந்து தொங்கிய கைகளுடன் தேர்ப்பீடத்தில் அமர்ந்து எங்களை நோக்கி வெற்றிவேல் வீரவேல் எனக் கூவினார். அடுத்த கணம் அவர் தலை அறுந்து கீழே விழுந்தது. உடல் சரிந்து தேரிலிருந்து நிலத்தில் விழுந்து துடித்தது. எங்கள் படை வெற்றிவேல் வீரவேல் எனக் கூவியபடி பொங்கி முன்னெழுந்தது. நாங்கள் வென்றோம்.”

பீமன் தன் தோளை ஓங்கி அறைந்த ஒலிகேட்டு அவை திடுக்கிட்டது. “ஆம், அதுவே வழி...” என்று கூவியபடி அவன் முன்னெழுந்தான். “நான் செல்கிறேன்... நான் முன்னெழுந்து சென்று காட்டுகிறேன்.”

யுதிஷ்டிரர் “வாயைமூடு, மூடா” எனப் பற்களைக் கடித்தபடி சீறினார். பீமன் சீற்றத்துடன் திரும்பி “வேறு எவர் வாளேந்தி முன் சென்றாலும் இங்கு எழுந்துள்ள ஐயம் விலகாது. நாம் பிறரை வைத்தாடுகிறோம் என்பதே இவர்கள் கொண்டுள்ள எண்ணம். நம் ஐவரில் ஒருவர் எழுந்து சென்றாகவேண்டும்... நம் குருதி களத்தில் விழுந்தாகவேண்டும்... அல்லது நம் மைந்தரில் ஒருவர்.” பீமன் கைகளைத் தூக்கினான். வெடித்தெழுந்த குரலில் “ஆம், நம் மைந்தரில் ஒருவர், நம் குருதியினர். அதன் பின் எவருக்கும் ஐயமிருக்காது” என்றான்.

“நான் செல்கிறேன், தந்தையே” என்று சுதசோமன் கூவினான். தோளில் அறைந்து கூவியபடி சர்வதன் அரசமேடை நோக்கி சென்றான். “நான் செல்கிறேன்... நான் காட்டுகிறேன் வீரமென்றும் தற்கொடையென்றும் சொல்வதற்கு என்ன பொருள் என்று...” சுருதகீர்த்தி “கதைவீரர் செல்வதில் பொருளில்லை. நான் செல்கிறேன், ஒரு நாழிகைப்பொழுது அவர்களின் முழுப்படையையும் கலங்க வைப்பேன். ஆயிரம் உடல் சரியாமல் நான் விழமாட்டேன்... ஐயமே தேவையில்லை” என்றான். அபிமன்யூ “என்னால் மட்டுமே இதை செய்ய முடியும் என்று நீங்கள் அனைவரும் அறிவீர்கள் தந்தையே” என்றான். சதானீகனும் சுருதசேனனும் “நாங்கள் செல்கிறோம்... எங்களை அனுப்புங்கள்” என்று கூவியபடி அவைமேடையை அணுகினர்.

இளைய யாதவர் கைதூக்கி “பொறுங்கள்... இளமைந்தர் சென்று களம்நின்று வீரமென்ன என்று காட்டலாம். நம் மைந்தர் களப்பலியானால் அதன்பின் மறு சொல்லே இல்லை. நாம் எண்ணுவது குருதியை மட்டுமே எனக் களத்திலிருக்கும் அனைவருக்கும் அறிவிப்பதுதான் அது” என்றார். “ஆனால் எதிர்முனையில் இருப்பவர் பிதாமகர் பீஷ்மர். அவர் நம் மைந்தருக்கு எதிராகப் படைக்கலம் எடுக்கமாட்டார். அவர்களை அவர் எதிர்க்கவில்லை என்றால், கௌரவப்படைகளை இவர்கள் கொன்று அழித்த பின்னரும் திரும்பிவர ஒப்பினார் என்றால், என்ன ஆகும்?”

அவையினர் திகைக்க பிரதிவிந்தியன் “நான் அதை எண்ணினேன். பிதாமகர் பீஷ்மர் அந்த இளமைந்தனை நோக்கிப் புன்னகைத்து வாழ்த்தி திருப்பி அனுப்பினால் அவர்கள் அறத்தால் பெருகுவர். பலமடங்கு ஆற்றல் கொண்டவர்களாகத் தெரிவர். நாம் கேலிக்குரியவர்களாவோம்” என்றான். “இன்னொன்றும் நிகழலாம். பிதாமகரை எதிர்க்க அஞ்சி பாண்டவர்கள் தங்கள் மைந்தர்களை அனுப்புகிறார்கள் என்று எண்ணப்படலாம். அது நம் படைகள் எண்ணுவதை மேலும் உறுதிப்படுத்தும்...” யுதிஷ்டிரர் “போதும்” என சலிப்புடன் கைகாட்ட பீமனும் சோர்வுடன் கைகளைத் தொங்கவிட்டு பின்னகர்ந்தான்.

“இங்கு நிஷாதர்களும் கிராதர்களும் உள்ளனர். அவர்கள் சொல்லட்டும், என்ன செய்வதென்று” என்றார் இளைய யாதவர். “அவர்களின் குடிகளில் இத்தருணத்தில் என்ன செய்வார்கள்?” எவரும் ஒன்றும் சொல்லவில்லை. “சொல்க, இது நமக்கு இறுதி வாய்ப்பு!” என்றார் இளைய யாதவர். பின்நிரையில் இருந்த சம்பராசுரரின் மைந்தர் கீர்த்திமான் “எங்கள் வழிகள் உங்களுக்கு உவப்பானவை அல்ல” என்றார். “அதை பேசவேண்டாம்” என்று மூத்த கிராதமன்னர் கூர்மர் திரும்பி அவரை அடக்கினார். “அவர் சொல்லட்டும்... சொல்லுங்கள், கிராதரே” என்றார் இளைய யாதவர்.

“எங்கள் குடியில் போருக்குக் கிளம்புவதற்கு முன் எங்கள் மைந்தர்களில் ஒருவரை நாங்களே போருக்குரிய தெய்வமாகிய ரக்தைக்குக் கழுத்தறுத்து பலிகொடுப்போம். அத்தனை போர்வீரர்களும் சூழ்ந்திருக்க இது நிகழும்... அம்மைந்தனின் குருதி எங்களால் தவிர்க்கமுடியாத ஓர் ஆணை. எங்களுக்கே நாங்கள் இரக்கம் காட்டிக்கொள்ளவில்லை, எனவே எதிரிக்கு எவ்வகையிலும் இரக்கம் காட்டமாட்டோம் என்னும் அறிவிப்பு அது. எங்கள் மைந்தர்கள் அனைவரையும் போர்முன் நிறுத்தும் கட்டாயத்தை அது எங்களுக்கு அளிக்கும். எதிரியின் இளமைந்தர்களைக்கூட தயங்காமல் கொல்லும் ஆற்றலை எங்கள் போர்வீரர்களுக்கு கொடுக்கும். அம்மைந்தனின் குருதி நினைவில் இருக்கும்வரை போரில் எந்நிலையிலும் அஞ்சிப் பின்வாங்க முடியாது. எதன்பொருட்டும் எதிரியுடன் போர்முறிவு செய்துகொள்ள இயலாது... முழுவெற்றியோ முற்றழிவோ மட்டும்தான் என்னும் அறுதி முடிவு அது” என்றார் கீர்த்திமான்.

அவை திகைத்து அமர்ந்திருக்க அரவானின் குரல் எழுந்தது. “அதை எங்கள் குடியில் பிறிதொரு வகையில் செய்வார்கள். களத்தில் முதன்மைவீரன் ஒருவன் தன் கழுத்தைத் தானே அறுத்துத் தற்கொடை அளிப்பான்.” அனைவரும் திடுக்கிட்டுத் திரும்பி அவனைப் பார்த்தனர். புருவம் சுருங்க முகம் சுளித்து “என்ன சொல்கிறாய்?” என்று யுதிஷ்டிரர் கேட்டார். “அவன் பெரும்பாலும் அரசனின் இளைய மைந்தனாக இருப்பான். முதற்குருதியை தன் குடியிலிருந்து அளிக்கும் அரசனின் ஆற்றல் அளவிறந்தது. அவன் சொல் மாற்றிலாதது” என்றான் அரவான். அர்ஜுனன் “இது அரசப்பேரவை, உங்கள் குடியவை அல்ல. நீ அமர்க!” என்று எரிச்சலுடன் சொன்னான்.

அரவான் தலைவணங்கி “தந்தையே, நான் இப்போரில் படைமுகப்பில் தலைக்கொடை அளிக்கிறேன்” என்றான். அவையில் மென்முழக்கம் எழுந்தது. அவன் சொற்களை உத்தரன் முதலில் செவிகொண்டாலும் உளம் தொடவில்லை. பின்னர் ஊசியால் குத்தப்பட்டதுபோல உடல் அதிர அதை உணர்ந்து திரும்பி அரவானைப் பார்த்தான். அவன் முகம் மலர்ந்திருந்தது. அவை தன் சொற்களை உள்வாங்கவில்லை என

உணர்ந்த அரவான் “குருக்ஷேத்ரத்தில் முதலில் விழுவது என் குருதியாக அமையட்டும். என் குடிக்கும் எனக்கும் அது அழியாப் பெரும்புகழை அளிக்கட்டும்” என்றான். தன் இடையிலிருந்த சிறிய நாகக்குறுவாளை எடுத்துக் காட்டி “இது என் மூத்தார் எனக்களித்தது. இது என் கழுத்தை துணிக்கும் என்றால் அதைவிடப் பெருமை எனக்கில்லை” என்றான்.

உத்தரன் தன் இடத்தொடை துள்ளிக்கொண்டிருப்பதை உணர்ந்து கையால் அதை அழுத்திக்கொண்டான். மூச்சை பலமுறை இழுத்துவிட்டு தன்னை ஆற்றிக்கொண்டான். அவையில் அரவானின் முகம் மட்டும் தனித்துத் தெரிவதாகத் தோன்றியது.

71

உத்தரன் அர்ஜுனனின் முகத்தை மட்டுமே நோக்கினான். அருகே இருந்த மேற்கு நிஷாதஅரசின் ஹிரண்யநாபன் உத்தரனிடம் "என்ன சொல்கிறான் நாகன்?" என்றான். "படைகளை தூண்டும்பொருட்டு அவன் தற்கொடை அளிக்கவிருக்கிறான்" என்றான் உத்தரன். அவன் வாய் திறந்திருக்க உளமழிந்து வெறுமனே நோக்கினான். அர்ஜுனன் அரவானிடம் "உன்னை எவர் இங்கே அழைத்தது? உனக்கு பேச உரிமையளித்தவர் எவர்?" என்று திரும்பி சுரேசரை நோக்கி "அமைச்சரே, அரசர் அமர்ந்திருக்கும் இந்த அவையில் நேற்று வந்த இளையோன் எப்படி நுழைந்தான்?" என்றான். "நான் உங்கள் குருதியினன். அரசகுடியினருக்கு எந்த அவையிலும் இயல்பாகவே இடம் அமைகிறது, தந்தையே" என்றான் அரவான்.

"வாயைமூடு அறிவிலி... உன்னிடம் எவரும் இங்கு பேசும்படி சொல்லவில்லை" என்று கையை ஓங்கிக்கொண்டு அர்ஜுனன் அரசமேடையிலிருந்து பாய்ந்து கீழிறங்கினான். அப்போதுதான் தன்னால் அர்ஜுனன் உள்ளத்தை எத்தனை அணுக்கமாகத் தொடரமுடிகிறது என்று உத்தரன் அறிந்துகொண்டான். அந்தச் சினப்பெருக்கை அவன் நன்கறிந்திருந்தான். அதற்கு அடியில் அர்ஜுனனின் உளம்கொண்ட துயரையும் உணர்ந்திருந்தான். எழுந்து சென்று அர்ஜுனனின் அருகே நிற்க விழைந்தான். அர்ஜுனன் சற்றே திரும்பியபோது பக்கவாட்டில் அவன் விழிகள் நீர்கொண்டு மின்னுவதைக் கண்டதும் அவன் கைகளும் கால்களும் பதறின. அங்கிருந்த அனைவர் மேலும் சினம் ஓங்கியெழுந்தது. எழுந்து நின்று நெஞ்சிலறைந்து 'நிறுத்துக, இந்தக் கீழ்மைகளை!' என்று கூவவேண்டும் என்று நெஞ்சு பொங்கியது.

மைய நிஷாதநிலத்து அரசர் மணிமான் "பார்த்தரே, எங்கள் மைந்தரும் களம்நிற்கிறார்கள். அவர்களும் குருதிகொடுக்கவே ஒருங்கியிருக்கிறார்கள்" என்றார். "ஆம், எங்கள் மைந்தரின் குருதியும் செந்நிறமே" என்றார் முதிய கிராதமன்னர் கூர்மர். அர்ஜுனன் ஓங்கிய கை அசைவிழக்க அப்படியே நின்றான். அவையினரின் அமைதியும் விழிக்கூர்களின் தொடுகையும் அவனை நடுக்கு கொள்ளச் செய்தன. அவன் கை மெல்ல தளர்ந்தது. "எங்கள் மைந்தருக்காக நாங்களும் இவ்வாறு கொந்தளிக்கலாம்" என்றார் அசுரர் குடித்தலைவர் காகர். "பாண்டவ மைந்தர்கள் அனைவரும் போரில் படைகளுக்குப் பின்னால்தான் நிற்கப்போகிறார்கள் என்றால் அதை சொல்லுங்கள்" என்றார் சம்பராசுரரின் மைந்தர் கீர்த்திமான்.

அர்ஜுனன் குரல் தளர்ந்து "அவன் என் மைந்தன் ஆயினும்..." என்றான். பொருளின்றி இருமுறை கை அசைந்தது. பின் விழிகளில் ஈரமெழ "ஆனால் அவன் இன்றுவரை இளவரசனாக வாழவில்லை. அரசகுடிக்குரிய எந்தச் சிறப்பையும் அடையவில்லை. ஆகவே அவனுக்கும் இப்போருக்கும் தொடர்பில்லை" என்றான். அரவான் "நான் என்றும் என்னை பாண்டவ மைந்தனாகவே எண்ணினேன், தந்தையே. என் கடமையை உணர்ந்தே இங்கு வரவேண்டும் என முடிவெடுத்தேன்" என்றான். அர்ஜுனன் "இல்லை, அவன் இதற்குரியவன் அல்ல. அவன் குடிக்கு நாம் செய்யும் வஞ்சம் இது... அவன் அன்னைக்கு நான் செய்யும்..." என்றபின் குரல் ஏங்க பீமனை நோக்கி "மூத்தவரே..." என்றான்.

பீமன் "மைந்தர் எவரும் பலியாக வேண்டியதில்லை. எந்த மைந்தன் பலியானாலும் அது நமக்கும் நம் படைகளுக்கும் உளச்சோர்வையே அளிக்கும். பலியாகவேண்டியவர்கள் நம் ஐவரில் ஒருவர்" என்றான். "மைந்தரைப் பலிகொடுத்தோம் என்பதனால் நாம் வீரர் எனத் தெரிவோம் என்றால் அதைவிட இழிவு நமக்குப் பிறிதில்லை." அசுரர் குடித்தலைவர் காகர் "நீங்கள் வீரர்கள் என அனைவரும் அறிவார்கள், அரசே. இரக்கமற்றவர்களா, வெற்றிக்கென எதையும் செய்பவர்களா, அனைத்து இழப்புகளுக்கும் சித்தமாக இருக்கிறீர்களா என்பதே வினா" என்றார். அவைமூத்தவரான கூர்மர் "ஆம், நாம் பேசிக்கொண்டிருப்பது அதைப் பற்றியே" என்றார். பீமன் மேலும் எதையோ சொல்வதற்குள் "அரசே, உங்கள் மேல் நம்பிக்கையில்லை என்றே இந்த அவை சொல்கிறது" என்றார் அரக்கர் குலத்தலைவர் வக்ரசீர்ஷர். "அரிதினும் அரிதை அளிக்கவும் துணிபவர்களுக்கே தெய்வங்கள் அருள்கின்றன. நீங்களோ இல்லக் கிழவியர்போல மைந்தரைத் தழுவி அமைய விழைகிறீர்கள்."

பீமன் "நான் செல்கிறேன். எவர் ஆணையும் எனக்குத் தேவையில்லை" என்றான். திருஷ்டத்யும்னன் "பாண்டவ ஐவரில் எவர் முதற்பலியானாலும் அது கௌரவர்களின் முதல்வெற்றி என்றே கொள்ளப்படும்.

அவர்களில் ஒருவரை பீஷ்மர் கொல்வார் என்றால் அது அவர்களின் இரக்கமின்மைக்குத்தான் சான்றாகும். பிதாமகர் பீஷ்மர் அதை செய்யத் தயங்கவும் மாட்டார். எனவே அது அறிவின்மை, அதை எண்ணவே வேண்டாம்” என்றான். பீமன் “நிறுத்துங்கள் இந்த வெற்றுச்சொற்களை! சொல்லிச்சொல்லியே கோழைகளென்றும் வீணர்களென்றும் வாள்தீனியாக வந்து அமர்ந்திருக்கிறோம். செயலற்ற வெற்றுத்தசையுருளை எழுப்பும் சொல்லுக்கும் அடிக்காற்றுக்கும் வேறுபாடென்ன?” என்றான். பொறுமையிழந்த யுதிஷ்டிரர் “மந்தா, நீ சொல்லடக்கு...” என்றார்.

அரவான் “ஐயமே வேண்டாம். என் தலைக்கொடை பாண்டவர்கள் எதையும் இழக்கவும் எத்தொலைவு செல்லவும் ஒருங்கிவிட்டனர் என்பதைப் படைகளுக்கு காட்டும். ஏனென்றால் நான் எந்தையின் அதே உருவம் கொண்டவன். களத்தில் வாளுடன் நான் சென்று நின்றாலே படையினர் உளம்பதறி விழிநீர் விடத்தொடங்குவர்” என்றான். “எங்கள் குலத்தில் தொன்றுதொட்டே அவ்வழக்கம் இருப்பதனால் நான் அவர்களின் பெருங்கல்லுக்கு உரியவன் ஆவேன். அச்சமோ தயக்கமோ இன்றி நான் அச்செயலை செய்ய இயலும். ஏனென்றால் அதற்கான உளப்பயிற்சி பெற்றவன் நான்.” அர்ஜுனன் தளர்ந்து பீடத்தில் அமர்ந்தான். உத்தரன் தனக்கென எண்ணமில்லாமல் முகங்களிலிருந்து முகங்களுக்குச் சென்று படியும் விழிகளுடன் சொற்களைக் கேட்டுக்கொண்டிருந்தான்.

“அனைத்துக்கும் மேலாக ஒன்றுண்டு, நான் என் நஞ்சினால் மட்டுமே போரிடமுடியும். என் நஞ்சுக்கு மாற்றோ முறிவோ இங்கு எவரிடமும் இல்லை. மானுடர் விழிதொடவியலா அம்புகளால் நான் பீஷ்மரையும் துரோணரையும் கௌரவர் அனைவரையும் கொன்றழித்துவிடமுடியும். என்னால் கொல்லப்பட முடியாதவர் அங்கநாட்டரசர் கர்ணன் ஒருவரே. அவையோரே, நான் களமுகப்பில் நின்றால் ஒருநாள் மாலைக்குள் இப்போர் முடிந்துவிடும். எதிர்த்தரப்பில் தலைமை என எவரும் எஞ்சமாட்டார்கள். ஐயமிருப்பின் சொல்க, இந்த அவையில் நின்றபடியே அங்கிருக்கும் ஒரு தலைவனை கொன்று காட்டுகிறேன். நீங்கள் விழைந்தால் அரைநாழிகையில் பிதாமகர் பீஷ்மரைக் கொன்று காட்டுகிறேன்.”

உறைந்தவர்களாக அவை நோக்கியிருக்க அரவான் சொன்னான். “ஆனால் அது எந்தையின் வீரத்திற்கு மாண்பல்ல. பாண்டவ அரசருக்குத் தீரா இழிவை அளிக்கும். போரில் நஞ்சூட்டுவதற்கு ஷத்ரியகுடிகளில் நெறியொப்புகை இல்லை.” புன்னகையுடன் அவன் அவையினரை நோக்கிக் கைகூப்பி சொன்னான் “ஆகவே வீரன், பாண்டவ மைந்தன் என நான் இங்கே செய்யக்கூடுவது களப்பலியாவது மட்டுமே.” அவை முழுமையாகவே குழம்பி நிலையழிந்து அமர்ந்திருந்தது. ஒவ்வொருவரும்

தனிமைப்பட்டுப் பிரிந்து பிறிதொருவராக ஆனார்கள். அங்கிருந்து எழுந்து அகன்றுவிடவேண்டும் என்பதே பெரும்பாலானவர்களின் எண்ணமாக இருந்தது. அத்தருணத்தை பிறிதொருபோதும் மீண்டும் எண்ணிநோக்கவும் கூடாது என அவர்கள் விழைந்தனர். உத்தரன் தன்னைச் சூழ்ந்திருந்த உடல்கள் வெம்மையுமிழ்வதைப்போல் உணர்ந்தான்.

அரவான் அந்த அமைதியைப் பயன்படுத்திக்கொண்டு அத்தருணத்தை முழுமையாக நிரப்பினான். புன்னகை நிறைந்த முகமும் தணிந்த மென்குரலுமாக அவன் சொன்னான். "இச்செயல் துயரத்திற்குரியதோ அஞ்சத்தக்கதோ அல்ல. ஏனென்றால் இங்கிருக்கும் மைந்தர்களில் எவர் எஞ்சுவார் என்பதை இப்போது எவரும் சொல்லிவிடமுடியாது. மிகப் பெரும்பாலானவர்கள் களம்படுவார்கள் என்பதே உண்மை. அவர்களில் சிலர் கொடிய புண்பட்டு பலநாள் துன்புற்று உயிர்துறக்கலாம். சிலருக்கு தலையுடைவது, புறப்புண்படுவது போன்ற இழிந்த இறப்பு அமையலாம். அவையோரே, உரிய வீரரால் அன்றிக் கொல்லப்படுவது வீரருக்கு பேரிழிவு. களத்தில் மிக எளிய வீரன் கையால் இறப்பதற்கான வாய்ப்பு எந்தப் பெருவீரனுக்கும் உள்ளது. என் இறப்பை நானே தேர்கிறேன். எம்மவர் சூழ்ந்திருக்க, வாழ்த்தொலிகள் முழங்க என் படைக்கலத்தால் மாண்புடன் உயிர்விடுகிறேன். பெருவீரர்களும் கனவுகாணும் சிறப்பை அடைகிறேன். அவ்வகையில் இது ஒரு குறுக்குவழி அன்றி வேறல்ல."

அவன் அர்ஜுனனை நோக்கி "ஐயம் வேண்டாம் தந்தையே, உங்கள் தனிவடிவான மைந்தனைக் களப்பலிக்கு அனுப்பினீர்கள் என்றால் உங்கள் தயங்காமையே புகழப்படும். மண்ணுக்கும் குடிக்கும் அறத்துக்கும் நீங்கள் அளிக்கும் தற்கொடையென்றே அது கருதப்படும். இப்போரில் முதற்பெரும் வீரராக மட்டும் அல்ல முதன்மை இழப்பை அடைந்தவராகவும் எண்ணப்படுவீர்கள். நீங்களே காண்பீர்கள், நான் படைமுகத்தில் விழுந்த அக்கணமே நம் படைகளின் சோர்வு அகலும். களத்தில் தற்பலி கொடுத்துக்கொள்பவனின் குருதியைத் தொட்டு நெற்றியிலிட்டு போருக்கெழுவது மரபு. என் குருதி அனலென்றாகி நம் படைப்பெருக்கில் பற்றி எரிந்து காட்டெரியாக மாறிச் சூழ்வதை காண்பீர்கள்" என்றான்.

அவன் குரல் இறைஞ்சியது. "எந்தையே, உங்கள் படையெழுச்சிக்கு என்னால் இயன்ற பெருங்கொடை இது ஒன்றே. இத்தருணத்தை எனக்களியுங்கள், என் குடிமாண்பு குன்றாமல் புகழ்கொள்கிறேன். இது மறுக்கப்பட்டால் இப்படையில் எளியோரில் ஒருவனாக சிறுமைகொண்டு நிற்பேன். புரவிப்படை நடுவே நாகம் என மிதிபட்டு இறப்பேன். அந்த இழிவை எனக்கு அளிக்கவேண்டாம்..." மீண்டும் ஒரு முறை தலைதாழ்த்தி வணங்கியபின் கூப்பிய கைகளைப் பிரிக்காமல் அவன் நின்றான்.

உத்தரன் பெருமூச்சுவிட்டான். அவன் அகம் கொந்தளித்தபடியே இருந்தது. உடலுக்குள் பிறிதொன்று புரண்டு எழுந்தமைந்தது. பீமன் ஏதோ சொல்ல வாயெடுப்பதற்குள் அவ்வசைவை மறித்து ஸ்வேதன் எழுந்தான். உரத்த குரலில் "அரசே, மூத்தவர்களே, மீள மீள இந்த அவையில் நிகழ்வதைக் கண்டு சலிப்புற்றுவிட்டேன். நீங்களெல்லாம் பெருவீரர்கள், களம்நின்று போர்புரியவேண்டியவர்கள், நாங்கள் பேணிக்காக்கப்பட வேண்டிய இளமைந்தரன்றி வேறல்ல என்று எண்ணிக்கொள்கிறீர்கள். அளிகூர்ந்து அதை நிறுத்துங்கள். நாங்களும் வீரர்கள்தான். நாங்களும் களம்கண்டு புகழ்பெறும்பொருட்டே படைக்கலம் ஏந்தி இங்கு வந்துள்ளோம். நாங்கள் செய்யவேண்டியதென்ன என்பதை நாங்களே முடிவெடுக்கிறோம். போரிடவும் களப்பலியாகவும் உங்கள் ஒப்புதலுக்கு நாங்கள் ஏங்கி நிற்கவில்லை" என்றான்.

சர்வதன் தன் தோளில் அறைந்து வெடிப்போசை எழுப்பி பெருங்குரலில் "ஆம், நான் சொல்ல விழைவதும் அதையே. இது களம். இங்கே தந்தையென்றும் மைந்தரென்றும் உறவு ஏதுமில்லை. படைத்தலைவர்களாகப் பேசுங்கள், சிற்றுணர்ச்சிகளை அவையில் காட்டி உங்களை சிறுமை செய்துகொள்ளவேண்டாம்" என்றான். சுருதகீர்த்தி "ஆம், இளையோருக்கும் எண்ணமும் தரப்பும் உண்டு என எண்ணுக!" என்றான். அர்ஜுனன் "வாயை மூடு, அறிவிலி!" என்று கூவியபடி முன்னால் வந்தான். "நான் இங்கு உங்கள் மைந்தனாக நிற்கவில்லை, தந்தையே. என் புகழ்நோக்கி செல்ல எனக்கு உரிமையுண்டு. எவரும் அதைத் தடுக்கமுடியாது" என்றான் சுருதகீர்த்தி. அர்ஜுனன் மேலும் ஏதோ சொல்லி முன்னெழ அவனை நகுலன் தணிந்த குரலில் பேசித் தடுத்தான்.

பாண்டவ மைந்தர்கள் அனைவரும் "ஆம், நாங்கள் வீரர்கள், மழலைகள் அல்ல" என்று கூவினர். "போருக்கு வந்துள்ளோம், விளையாட்டுக்கு அல்ல." "தந்தையரின் களிப்பாவைகள் அல்ல நாங்கள்." "எங்களை எவரும் பேணவேண்டியதில்லை" என்று சேர்ந்து குரலெழுப்பினர். அரவான் "நான் சொன்னதையே அனைவரும் சொல்கிறார்கள், தந்தையரே. எங்கள் புகழை நாங்கள் ஈட்ட ஒப்புக்கொள்ளுங்கள். உங்கள் விழிநீருக்குக் கட்டுப்பட்டவர்கள் அல்ல நாங்கள்" என்றான். பாண்டவ மைந்தர் கை தூக்கிக் கூச்சலிட்டார்கள். "அஞ்சுவதில்லை, தயங்குவதில்லை." "இங்கு ஆணென எழாவிட்டால் நாங்கள் பேடிகள் என்றே பொருள்." பீமன் "படைபொருத வந்தீர்களா, களத்தில் மடிய வந்தீர்களா? மூடர்களாகப் பேசுகிறீர்கள்" என்றான்.

"ஆம், நாங்கள் அனைவரும் களம்படுவோம். அதனூடாகப் புகழ்பெறுவோம். எவர் தடுப்பார்?" என்றான் சுதசோமன். அவனுடன்

பாஞ்சால மைந்தர்களும் சாத்யகியின் மைந்தர்களும் இணைந்துகொண்டு குரலெழுப்பினர். “வெற்றியும் புகழும் எங்களுக்கும் உரியவை! நாங்கள் களத்தில் முன்னிற்போம்...” என்றனர். “தந்தையர் விலகி நிற்கட்டும். வெற்றியை ஈட்டி உங்கள் கால்களில் படைக்கிறோம்!” என்றான் அபிமன்யூ. “ஆம், தந்தையர் விலகட்டும். நாங்கள் நடத்துகிறோம் இப்போரை” என்றான் சர்வதன். யௌதேயன் “படைசூழ்கைகளை நாங்களே அமைக்கிறோம்... தந்தையர் எங்கள் திறம் என்ன என்று இனிமேலாவது உணரட்டும்” என்றான். கூச்சல்களும் கையசைவுகளுமாக அவை கொந்தளித்தது.

துருபதர் எழுந்து கையமர்த்தி “அமைக... அமைக!” என்றார். அவர்கள் மெல்ல அமைந்ததும் “நாம் ஆற்றுவதென்ன என கூடி முடிவெடுப்போம். உங்கள் சொற்களை உரைத்துவிட்டீர்கள். படைசூழ்கையைப் பின்னர் வகுப்போம். இப்போது இளைய யாதவர் சொல்லட்டும், இனி ஆவதென்ன என்று” என்றார். அப்போதுதான் அங்கே இளைய யாதவர் இருப்பதை உணர்ந்தவர்களாக அனைவரும் அமைதிகொண்டனர். இளைய யாதவர் “தற்கொடை என்பது அவ்வாறு எளிதாக செய்வது அல்ல. அதற்கென நெறிகள் உள்ளன... கிராதர்களே, உங்கள் குடிநெறிகள் என்னென்ன?” என்றார்.

அரக்கர் குலத்தலைவர் வக்ரசீர்ஷர் “எங்கள் குடிமரபின்படி எட்டு இலக்கணங்கள் முழுதமையவேண்டும். தன் விண்மீன் முழுநிலையில் அமைந்த பொழுதில் பிறத்தல், அரசக்குருதி கொண்டிருத்தல், பழுதற்ற உடலும் புலன்களும் உள்ளமும் அமைதல், காமத்தை அறியாதவனாக இருத்தல், படைப்பயிற்சி பெற்றிருத்தல், எவருக்கும் ஏவலனாகவோ அடிமையாகவோ இல்லாமலிருத்தல், அன்னையிடமும் குடிமூத்தாரிடமும் முழுதுளத்துடன் விடைபெற்று வருதல், எங்கும் எஞ்சும் கடமையேதும் இல்லாதிருத்தல் என அவை வகுக்கப்பட்டுள்ளன” என்றார். அர்ஜுனன் உளவிசையுடன் “நாகர்குடியில் அவற்றில் நான்கு அமைவது மிகக் கடினம்” என்றபடி எழுந்தான்.

“இல்லை தந்தையே, நான் பிறந்ததுமே பெருமைக்குரிய இறப்பு எனக்கு அமையும் என நிமித்திகர் கணித்தனர். ஆகவே இந்த எட்டு இலக்கணமும் பொருந்தவே நான் வளர்ந்துள்ளேன்” என்றான் அரவான். “ஒன்று குறைய இவ்வெட்டும் எங்கள் குலத்திலும் உள்ள நெறிகளே.” அர்ஜுனன் சினமா கசப்பா என்று மயங்கிய முகத்துடன் “உன் அன்னையிடம் விடைபெற்றாயா? போருக்கென்று அல்ல, இங்கு தற்பலிக்கென வாழ்த்துகொண்டாயா?” என்று உரக்க கேட்டான். “மெய் சொல், உன் அன்னை உளம்கனிந்து அனுப்பினாளா உன்னை?” அரவான் “ஆம், நான் கிளம்பும்போது அன்னையிடம் சொன்னேன், வேண்டுமென்றால்

தற்பலியாக என்னை அளித்து பாண்டவர்களை வெல்லச் செய்வேன் என்று. அன்னை அதற்கும் வாழ்த்தளித்தார்" என்றான். பீமன் இரு கைகளையும் விரித்து "அவன் இதற்கெனவே வந்துள்ளான், இளையோனே" என்றபின் சினத்துடன் தலைதிருப்பிக்கொண்டான்.

அர்ஜுனன் சோர்ந்தவனாக மீண்டும் பீடத்தில் அமர்ந்து தலையை கைகளால் பற்றிக்கொண்டான். அரவான் "நான் தற்பலியாவதனூடாகவே இப்போர் வெல்லவிருக்கிறது. இத்தருணத்தில் அதை உறுதியாக உணர்கிறேன்" என்றான். சுருதகீர்த்தி "ஆம், அவன் தேரும் வழி அதுவென்றால் அதுவே ஆகட்டும். நீ முன்னால் விண்செல்க இளையோனே, நாங்கள் அனைவரும் புகழீட்டி ஒளிகொண்டு அங்கு வந்து சேர்கிறோம்" என்றான். "அங்கே மீண்டுமொரு பந்தாடலை நிகழ்த்துவோம்!" என்றான் சர்வதன். சங்கன் உரக்க சிரித்தபடி "அங்கேயும் நானே வெல்வேன்! ஆம், மீண்டும் நானே வெல்வேன்!" என்றான். அவர்கள் மாறிமாறி கூச்சலிட்டு நகைத்தனர். தோள்களையும் கைகளையும் அறைந்து கொண்டாடினர்.

அரவான் "தந்தையே, என்னை வாழ்த்துக!" என்றான். அர்ஜுனன் சரிந்து நிலம் நோக்கிய விழிகளுடன் அசையாமல் அமர்ந்திருந்தான். இளைய யாதவர் "இளைய பாண்டவரே, அவன் இறப்பை தவிர்க்க ஒரு வழி உங்கள் முன் உள்ளது. அவன் உங்கள் மைந்தன் அல்ல என அவைமறுப்பு உரைக்கலாம். அவன் தற்பலியாவதே பொருளற்றதாக ஆகிவிடும்" என்றார். அரவான் திகைத்து நின்றான். இளைய யாதவர் அரவானிடம் "சென்று வணங்குக, மைந்தா! ஏற்பதும் மறுப்பதும் அவருடைய தெரிவென்றாகுக!" என்றார்.

அரவான் கைகூப்பியபடி மேடையேறி அர்ஜுனனை அடைந்து கால்தொட்டு வணங்கினான். அர்ஜுனன் உதடுகளை இறுக்கி கழுத்துத்தசைகள் இழுபட்டு அசைய நின்றான். பின் குனிந்து மைந்தன் தலையில் கைவைத்து வாழ்த்தினான். மெல்லிய கேவலோசையுடன் அவனை தோள்தொட்டு தூக்கி தன் மார்புடன் அணைத்து இறுக்கிக்கொண்டான். அவன் பிடி மேலும் மேலும் இறுக அரவான் மூச்சுத்திணறினான். அவன் தோளில் முகம் பதித்து உடல்தசைகள் நெரிபட்டு அசைய நின்றான். அவையினர் விழிகளும் நீரணிந்திருப்பதை உத்தரன் கண்டான். நகுலன் அர்ஜுனன் தோளைத்தொட்டு அவனைத் தன்னுணர்வுகொள்ளச் செய்தான். மைந்தனை விட்டுவிட்டு அர்ஜுனன் மறுபக்கம் திரும்பிக்கொண்டான்.

நகுலனின் காலடிகளைத் தொட்டு அரவான் வணங்கினான். அவன் தலைதொட்டு வாழ்த்தினான். சகதேவன் ஓரிரு சொற்கள் சொல்லி

வாழ்த்தினான். பீமனை வணங்கியபோது அவனும் அரவானை அள்ளித் தூக்கி நெஞ்சோடு இறுக்கி அணைத்துக்கொண்டான். அரவானின் கால்கள் நிலம்தொடாமல் காற்றில் துழாவின. பீமன் அரவானின் நெற்றியிலும் தோள்களிலும் முத்தமிட்டான். நகுலன் அவன் தோளைத்தொட அரவானை கீழிறக்கிவிட்டு மீண்டும் அள்ளி அணைத்து வெறியுடன் முத்தமிட்டான். நகுலன் தோள்தொட்டு உலுக்கி அரவானை விடுவித்து யுதிஷ்டிரரிடம் வாழ்த்து பெறும்படி சொன்னான். அரவான் யுதிஷ்டிரரை வணங்கினான். அவர் உணர்வேதுமின்றி தலையில் கைவைத்து வாழ்த்தினார்.

துருபதர் "இது அவையில் முடிவாயிற்று என்றால் எவ்வண்ணம் இது நிகழவேண்டுமோ அவ்வண்ணம் அமைக!" என்றார். அரக்கர் குலத்தலைவர் வக்ரசீர்ஷர் "போர்தொடங்குவதற்கு முன்பு தன் வாளுடன் படைமுகப்புக்கு ஓடிச்சென்று எதிரித்தரப்பை நோக்கி முழந்தாளிட்டமர்ந்து குடித்தெய்வங்ளையும் மூதாதையரையும் அழைத்து எதன்பொருட்டு தற்பலியாகிறோம் என்று விண்நோக்கிக் கூவியறிவித்த பின் தன் கழுத்தை அறுத்துக்கொண்டு வலப்பக்கமாக சரிந்து விழுந்து உயிர்துறக்கவேண்டும்" என்றார். "ஆம், எங்கள் குடியின் நெறியும் அதுவே" என்றான் அரவான். அரக்கர் குலத்தலைவர் வக்ரசீர்ஷர் "இறுதிவிழைவாக மூன்றை கோரிப்பெற தற்பலிவீரனுக்கு உரிமை உண்டு என்பார்கள். இளைய நாகர் அவர் விழைவை சொல்லலாம்" என்றார்.

"ஆம், அதுவும் எங்கள் குடிமுறைதான்" என்றான் அரவான். "என் விழைவுகள் இவை. எங்கள் குடிநெறியின்படி என் உடல் மட்டுமே எரியூட்டப்பட வேண்டும். நான் கொண்ட வஞ்சினம் முழுமைகொள்ளும் வரை என் தலை இந்தக் களத்தில் ஒரு களிமண் பீடத்தில் வைக்கப்பட்டிருக்க வேண்டும். பின்னர் என் மண்டையோடு என் நிலத்திற்கு கொண்டு செல்லப்பட்டு அங்கே புதைக்கப்பட்டு நடுகல் எழுப்பப்பட வேண்டும்." அவையில் பெருமூச்சுகள் எழுந்தன. அரவான் யுதிஷ்டிரரைப் பார்க்க அவர் ஆகுக எனக் கையசைத்தார். "என் தந்தைகுலத்தில் நீத்தாருக்கு அளிக்கப்படும் அன்னமும் நீரும் பதினெட்டு தலைமுறைக்காலம் எனக்கும் அளிக்கப்படவேண்டும்" என்றான் அரவான். யுதிஷ்டிரர் தலையசைத்தார். "இறுதிக்கோரிக்கை எந்தையிடம். அவர் என் அன்னையை மீண்டும் சென்று சந்திக்கவேண்டும். அவர் அன்னையுடன் ஒருநாளேனும் மகிழ்ந்திருக்கவேண்டும்." அர்ஜுனன் சொல்லின்றி அமர்ந்திருந்தான். "எந்தை சொல்லளிக்கவில்லை" என்றான் அரவான். அர்ஜுனன் கைவீசி அதை ஏற்பதாக அறிவித்தான்.

சகதேவன் "மைந்தா, ஒன்று குறைய எட்டு நெறியும் உன் குடிக்கும் உண்டு என்றாயே, அது என்ன?" என்றான். "சிறிய தந்தையே, என்

குடியில் மணமான பின்னரே தற்கொடைக்குச் செல்லவேண்டும் என்பது மரபு” என்றான் அரவான். “ஆனால் பெண்ணில் காமத்தை அறிந்தவன் போர்நிலத்திற்கு உகந்த பலி அல்ல என்பதே எங்கள் குடிவழக்கு” என்றார் அரக்கர் குலத்தலைவர் வக்ரசீர்ஷர். அரவான் “என் குடிநெறியை இங்கு நான் பொருட்டெனக் கருதவில்லை. உங்கள் குடிநெறி திகழட்டும்” என்றான். “உன் குடிநெறியைக் கடந்தவன் என்றால் உனக்கு நாகநிலத்தில் கல்நிற்குமா? அறிவிலி...” என்றான் பீமன். “அவ்வாறென்றால் நான் இன்றே ஒருத்தியை மணக்கிறேன். காமத்தை அறியாது களம்புகுகிறேன்” என்றான் அரவான்.

“போர்க்களத்தில் பெண்கள் இல்லை என்று அறியாதவனா நீ?” என்றான் பீமன். “இங்கு ஒரு பெண்ணைக் கொண்டுவர இனி பொழுதும் இல்லை. நாளைமுழுக்க படைநிலை ஒருக்கவே தேவைப்படும்...” அரவான் “ஆம், ஆனால் இங்கு ரோகிணி என்னும் ஆணிலி இருக்கிறாள். அவளை நான் மணந்துகொள்கிறேன்” என்றான். பீமன் சீற்றம் தாளாமல் இரு கைகளையும் ஓங்கி அறைந்தபடி “என்ன பேசுகிறாய்? அறைந்தே கொன்றுவிடுவேன் உன்னை” என்றபடி அரசமேடையிலிருந்து கீழே தாவ துருபதர் எழுந்து அவனை தடுத்தார். அரவான் “அரசே, எங்கள் நாகர்குடி நெறிகளின்படி நாங்கள் அனைவருமே ஆணோ பெண்ணோ அல்லாதவர்களாகவே பிறக்கிறோம். ஆணென்றும் பெண்ணென்றும் எங்களை நாங்களே சூடிக்கொள்கிறோம். எங்கள் குடிவழக்கப்படி ரோகிணி தன்னைப் பெண் என உணர்கிறாள் எனில் அவள் பெண்ணே. அவளை மணப்பதில் எப்பிழையும் இல்லை” என்றான்.

“இது ஷத்ரிய நிலம். இங்கே ஆணிலியை ஆண்கள் மணப்பதில்லை” என்று துருபதரால் தடுக்கப்பட்டு அப்பால் நின்ற பீமன் கைநீட்டி கூவினான். “ஆம், ஆனால் இந்த மணமே என் குடியின் ஏற்புக்காகத்தான் செய்யப்படுகிறது” என்றான் அரவான். “இங்கு நான் நுழைந்தபோதே அவளைக் கண்டேன். அப்போதே அவள் எனக்கு மிக அணுக்கமானவள் என்னும் எண்ணத்தை அடைந்தேன். முற்பிறப்பின் எச்சம் ஒன்று எங்கள் நடுவே உள்ளது என எண்ணுகிறேன்.” சகதேவன் “ஆம், உன் பிறவிநூலை நான் கணித்துள்ளேன். உனக்கு மனைவி உண்டு, மைந்தர் இல்லை என்பதே நான் கண்டது” என்றான்.

“வாயை மூடு! உன் பிறவிநூல் குவியலை அள்ளி தீவைப்பேன்... அறிவிலி!” என பீமன் சகதேவனை நோக்கி சீறினான். துருபதர் “அவன் சொல்வது மெய்தான், பாண்டவரே. அவன் குடியில் அது வழக்கமென்றால் நாம் எப்படி மறுக்கமுடியும்?” என்றார். “அறிவிலிகள்.... வீணர்கள்” என்று நிலத்தில் துப்பிய பின் பீமன் வெளியே செல்ல முற்பட “மந்தா, அவைமேடையில் அமர்க!” என்றார் யுதிஷ்டிரர். “இங்கு நான் இருக்க

விழையவில்லை. இது பித்தர்களின் கூட்டம் போலிருக்கிறது" என்றான் பீமன். "அமர்க, இது என் ஆணை!" என்றார் யுதிஷ்டிரர். பீமன் பற்களைக் கடித்து தன் தொடையை அறைந்தபடி எடையுடன் பீடத்தில் அமர்ந்து கைகளைக் கோத்துக்கொண்டான்.

யுதிஷ்டிரர் "அது அவன் விருப்பம் என்றால் அதுவே நிகழ்க! மணம் எவ்வகையில் எங்கு நிகழவேண்டும்?" என்றார். "நமக்குப் பொழுதில்லை. இப்போதே அந்தி எழுந்துவிட்டது. நாளை புலரிமுதல் படைநிலை அமைக்கத் தொடங்கவேண்டும்... இங்கேயே மணம்நிகழட்டும். மூத்தோரும் அரசரும் கூடிய அவை அதற்குப் பொருந்துவதே" என்றார் துருபதர். யுதிஷ்டிரர் "களத்தில் மணம் நிகழ்வதற்கென ஏதேனும் முறைமைகள் உண்டா, பாஞ்சாலரே?" என்றார். "களத்தில் மணம் நிகழ்வதில்லை. ஆனால் அரிதாக படைகள் தங்கும் ஊர்களில் மணம் நிகழ்வதுண்டு. படைக்கு வந்த அந்தண மூத்தவர் அதை முன்னின்று நிகழ்த்துவார்" என்றார். "அதற்கென தனி முறைமைகள் உண்டா எனத் தெரியவில்லை. அந்தணர் அறிந்திருப்பார்."

யுதிஷ்டிரர் "ஆம், அவ்வாறே ஆகுக! அந்த ஆணிலியை அழைத்து வருக! திருமணத்துக்கான அனைத்தும் ஒருங்குக!" என்றார். ஏவலர்தலைவன் தலைவணங்கி வெளியே சென்றான். அவனுடன் ஸ்வேதனும் சங்கனும் சென்றார்கள். அவர்கள் செல்வதை அவை ஓசையவிந்து நோக்கி அமர்ந்திருந்தது. உத்தரன் மீண்டும் தன்னையும் சூழலையும் உணர்ந்தான்.

72

அவை மெல்ல தளர்ந்தமையத் தொடங்கியது. பெருமூச்சுகளும் மெல்லிய முணுமுணுப்புகளும் ஒலித்தன. அதுவரை அந்தச் சொல்லாடல் செல்லும் திசை எது என்பதே அவர்களை முன்னெடுத்துச் சென்ற விசையாக இருந்தது. அது கண்ணுக்குத் தெரிந்ததும் முதலில் மெல்லிய சலிப்பும் பின்னர் சோர்வும் அவர்களை ஆட்கொண்டது. அங்கிருந்து கிளம்பிச் செல்லவும் தங்கள் சிறிய பாடிவீடுகளுக்குள், அறிந்த சுற்றங்களுக்குள் ஒடுங்கிக்கொள்ளவும் அவர்கள் விழைந்தனர்.

உத்தரன் கண்களை மூடி குருதித்துளிகள் உடலுக்குள் உதிர்ந்து அமையும் ஓசையைக் கேட்டுக்கொண்டு அமர்ந்திருந்தான். அதுவரை எத்தனை உளவுச்சத்தில் இருந்திருக்கிறோம் என அப்போதுதான் தெரிந்தது. குருதி படிவது இனிய களைப்பை அளித்தது. கைகால்கள் தளர்ந்து விரல்கள் விடுபட்டன. நினைவுகள் தவறித் தவறிச் செல்ல அவன் விராடபுரியில் இருந்தான். இளவேனில் எழுந்திருந்தது. அணிக்காடுகள் பூத்திருந்தன. தரையெங்கும் பொன்மலர்களை விரித்திருந்தன கொன்றையும் வேங்கையும். அவன் ஒரு மரநிழலில் அமர்ந்து அப்பால் ஒளிகொண்டு சென்ற ஆற்றை நோக்கிக்கொண்டிருந்தான்.

தன் குறட்டையைத் தானே கேட்டு விழித்துக்கொண்டான். பாண்டவ மைந்தர்கள் ஒருவரோடொருவர் மெல்லிய குரலில் பேசிக்கொண்டிருந்தனர் அரவானுடன் சர்வதனும் சுருதகீர்த்தியும் யௌதேயனும் சதானீகனும் நகையாடிக்கொண்டிருந்தனர். நிர்மித்ரனும் சுருதசேனனும் பிரதிவிந்தியன் அருகே நின்றிருந்தார்கள். அரவானின் தோளில் கைவைத்து சர்வதன் ஏதோ சொல்ல அவர்கள் வெடித்துச் சிரித்து உடனே ஓசை அடக்கினர். உத்தரன் அவைமேடையை

நோக்கினான். அங்கே பீமன் தன் கைகளை நோக்கியபடி தலைகுனிந்து அமர்ந்திருந்தான். அர்ஜுனன் வேறெங்கோ நோக்கியபடி கோணலாக பீடத்தில் வீற்றிருந்தான். யுதிஷ்டிரர் அருகணைந்த ஒற்றர்தலைவரிடம் மெல்லிய குரலில் பேசிக்கொண்டிருந்தார். அவ்வப்போது நகுலனிடமும் சகதேவனிடமும் ஓரிரு சொற்கள் உசாவினார். இளைய யாதவர் அங்கிலாதவர் போலிருந்தார்.

உத்தரன் நீள்மூச்சுடன் அசைந்தமர்ந்தான். ஏவலர்தலைவன் உள்ளே வந்து வணங்கினான். நகுலன் "வருகிறாளா?" என்றான். ஏவலர்தலைவன் "மணப்பெண்ணென அணிகொள்ளவேண்டும் என்றாள். அணிகொள்ளாமல் வர மறுத்துவிட்டாள். இங்கே அணிப்பொருட்கள் எதற்கும் ஒப்புதல் இல்லை. அணிசெய்வோரும் இல்லை. அடுமனைப் பொருட்களைக் கொண்டே அணிசெய்யும்படி குலாடர் ஆணையிட்டார். சற்றுநேரத்தில் வந்துவிடுவாள்" என்றான். அமைச்சர் சுரேசர் இரு துணையமைச்சர்களுடன் உள்ளே வந்து வணங்கினார். "அரசே, இங்கு படைகளில் நானே மூத்த அந்தணன். இந்த மணத்தை நிகழ்த்தும்பொருட்டு எனக்கு ஆணையிடப்பட்டது" என்றார்.

உத்தரன் ஒவ்வாமையால் உடல்கூச விழிகளைத் தழைத்தான். நெற்றி நரம்புகள் துடித்துக்கொண்டிருந்தன. என்ன நிகழ்கிறது என அவன் உள்ளம் சலித்துக்கொண்டே இருந்தது. எழுந்து சென்றால் என்ன என்ற எண்ணம் எழுந்ததுமே உடலில் மெல்லிய அசைவும் உருவாகிவிட்டது. அதை அடக்கும்பொருட்டு பெருமூச்சுவிட்டு தன்னைத் தளர்த்திக்கொண்டான். ஏன் என் உள்ளம் கூசுகிறது? ஆணிலியை மணப்பதனாலா? அல்ல, அது மணமே அல்ல. வாழ்வை முன்னிறுத்தி அது இயற்றப்படவில்லை. நீத்தார் சடங்குகளில் தெரிவதுபோல மங்கலமே மங்கலமின்மையென ஆகும் தருணம். அவ்வெண்ணத்தால் அவனே திகைத்து அதை விலக்கும்பொருட்டு தன்னை அசைத்து அமர்ந்தான்.

வெளியே சங்கொலி கேட்டது. காவலன் ஒருவன் இந்திரப்பிரஸ்தத்தின் கொடியுடன் அவைக்குள் நுழைந்தான். தொடர்ந்து ஸ்வேதன் கைகூப்பியபடி வர அவனைத் தொடர்ந்து சங்கன் வந்தான். அவர்களுக்குப் பின்னால் பொன்னிற கச்சைத்துணியை மேலாடையாக அணிந்து கழுத்தில் மலர்மாலையுடன் தலைகுனிந்து ரோகிணி நடந்து வந்தாள். வாயிலில் அவளுடைய நடை தளர்ந்தது. ஏவலன் ஏதோ சொல்ல அவள் கைகளைக் கூப்பியபடி வந்து அவைநடுவே நின்றாள். அவள் முகத்தை அங்கிருந்து நோக்க இயலவில்லை. குளிர்கொண்டவள்போல தோள்களை நன்கு குறுக்கியிருந்தாள்.

ஸ்வேதன் "அரசே, இவள் பெயர் ரோகிணி. என் குலத்தையும் தங்கையின் இடத்தையும் இவளுக்கு அளிக்கிறேன். நானும் என் இளையோனும் உடன்பிறந்தாராக இருபுறமும் நின்று இவளை இந்த அவைக்கு கொண்டுவந்தோம். தங்கள் அவையில் இவள் மாண்புறட்டும்" என்றான். ரோகிணி கைகூப்பித் தலைவணங்கினாள். "குலாடகுடியினளாகிய ரோகிணியே, இங்கே நீ எதன்பொருட்டு வந்திருக்கிறாய் என்று அறிவாயா?" என்றார் யுதிஷ்டிரர். "ஆம், அறிவேன்" என்றாள் ரோகிணி. "நீ என் இளையோனின் மைந்தனுக்கு மணமகளாக வருகிறாய். மூதன்னையராலும் பேரரசியராலும் சிறப்புற்ற என் குடி உன்னால் மேலும் சிறப்புறுக! என் அன்னை குந்தியும் அம்பையும் அம்பிகையும் அம்பாலிகையும் உன்னை வாழ்த்துக! விண்ணுறையும் பேரன்னை சத்யவதி உனக்கு அருள்க!" என்றார் யுதிஷ்டிரர்.

அவர் தளர்ந்த குரலில் மெல்ல பேசினாலும் அவையிலிருந்த அமைதியால் அக்குரல் அனைவருக்கும் நன்கு கேட்டது. "எங்கு எவ்வகையில் நிகழ்ந்தாலும் மூத்தோரும் சான்றோரும் சுற்றமும் வாழ்த்தினால் அது நல்மணமே என்கின்றன நூல்கள். இந்த அவையில் நீ என் மைந்தனை மணம்கொள்கிறாய். என் குடியின் மருமகளாக நீ வருக! உனக்கு அனைத்து தெய்வங்களும் அருள் பொழிக!" ரோகிணியின் விசும்பலோசை அவையெங்கும் கேட்டது. மெல்லிய இறகு ஒன்று வந்து தொட்டு கூரிய கத்திபோல் உடல்கிழித்துச் சென்றதுபோல என உத்தரன் எண்ணிக்கொண்டான். கண்களை மூடிக்கொண்டு ஓசை வழியாகவே அங்கே நிகழ்வதைக் கண்டான்.

துருபதர் எழுந்து "குலாடர்களே, இந்த அவையின் மூத்தவனாகவும் ஷத்ரியக்குடிகளில் முதல்வனாகவும் இந்த மணத்திற்கு நான் ஒப்புதல் அளிக்கிறேன். இதை நடத்தி வைக்கும்பொருட்டு அந்தணராகிய சுரேசரிடம் விண்ணப்பிக்கிறேன்" என்றார். சுரேசர் கைகூப்பி அதை ஏற்றார். பின் ஸ்வேதனிடம் "குலாடரே, உங்கள் குலமகளின் கைகளைப் பற்றி முன்னால் வருக!" என்றார். ஸ்வேதன் ரோகிணியின் கைபற்றியபடி மூன்றடி முன்னால் சென்றான். அவனுக்குப் பின் சங்கன் வாளேந்தியபடி தொடர்ந்தான். "பாண்டவ குடியில் இளையவரான அர்ஜுனனுக்கு நாகர்குலத்து உலூபியில் மைந்தனாகப் பிறந்த அரவான் இந்த இளையோளை மணம்கொள்ள விழைந்திருக்கிறான். தந்தை கைபற்றி அவன் முன்னெழுக!" என்றார் சுரேசர்.

உத்தரன் விழிதிறந்து அர்ஜுனனை நோக்கினான். அர்ஜுனன் அதே உடற்கோணலுடன் அமர்ந்திருந்தான். "இளைய பாண்டவரே, உங்கள் மைந்தன் மணம்கொள்ள உடன் வருக!" என்று சுரேசர் சொன்னார். அர்ஜுனனின் தாடை இறுகி அசைந்தது. அவன் திரும்பவில்லை.

பிரதிவிந்தியன் “அந்தணரே, என் இளையோருக்கு நான் தந்தையுமானவன். நான் கைபிடித்து மணம் செய்விக்கிறேன்” என்றான். சுரேசர் “ஆம், அதற்கும் நெறியுள்ளது” என்றார். பிரதிவிந்தியன் அரவானின் வலக்கையைப் பற்றி முன்னால் வர அவனுக்குப் பின்னால் சுருதகீர்த்தியும் சுதசோமனும் சுருதசேனனும் சதானீகனும் யௌதேயனும் நிர்மித்ரனும் சர்வதனும் இரு நிரைகளாக வந்தனர். கைகளைக் கட்டியபடி விழிகூர்ந்து நோக்கி அபிமன்யூ மட்டும் அப்பால் நின்றான்.

“குலமகளைக் கைப்பிடித்து அளியுங்கள், குலாடரே” என்றார் சுரேசர். ஸ்வேதன் ரோகிணியின் கைபற்றி அரவானிடம் நீட்டி “பாண்டவ மைந்தரே, என் தங்கையைக் கொள்க! இவளால் உங்கள் குடி சிறப்புறுக!” என்றான். “குலமகளைக் கைக்கொள்க, பாண்டவ மைந்தரே!” என்றார் சுரேசர். பிரதிவிந்தியன் “என் இளையோன் அரவானின் பொருட்டு இக்குலமகளை என் குடிக்குரியவளாக கொள்கிறேன்” என்றான். ரோகிணியின் கையைப் பற்றி அரவானின் கையில் சேர்த்து வைத்தான். அவர்கள் விரல்பற்றிக்கொள்ள மென்துகிலால் அவர்களின் கைகளை சேர்த்துக் கட்டினான்.

சுரேசர் “மனையாட்டியின் கைபற்றி கிழக்கு நோக்கி ஏழு அடி எடுத்து வையுங்கள். குலமகளே, நீ அங்கே விழியறியாது உளமறிய மின்னிக் கொண்டிருக்கும் அருந்ததியை எண்ணிக்கொள்க!” என்றார். அரவான் ரோகிணியின் கை பற்றி ஏழு அடி எடுத்து வைத்தான். அவள் நடுங்கிக்கொண்டிருந்தமையால் விழப்போகிறவள்போல தோன்றினாள். தொலைவிலேயே அவள் தோள்கள் அழுகையில் அதிர்வதைக் காணமுடிந்தது. “அன்னையர் என்றும் தந்தையர் என்றும் மூவர் என்றும் முப்பத்து முக்கோடி என்றும் நம் தெய்வங்கள் பலர். ஆனால் போர்க்களத்தில் வாளே நம் தெய்வம். இளையோனே, உன் வாளை உருவி மும்முறை தாழ்த்தி வணங்குக! இவள் உன் துணைவி என்றும், எந்நிலையிலும் நீ இவளுக்குரியவன் என்றும் உறுதிபூணுக!” என்றார் சுரேசர்.

அரவான் தன் வாளை உருவி மும்முறை ஓங்கி நிலம்தொட தாழ்த்தினான். “அரசரையும் தந்தையையும் வணங்குக! அவர்கள் சொல்லால் தெய்வங்கள் உங்களை ஏற்றருள்க!” என்றார் சுரேசர். ரோகிணியுடன் அரசமேடையில் ஏறிச்சென்ற அரவான் யுதிஷ்டிரரை அணுகி கால்தொட்டு வணங்கினான். அவர் இருவர் தலை மேலும் கை வைத்து “சிறப்புறுக!” என வாழ்த்தினார். பீமனை அவர்கள் வணங்கியபோது அவன் பேருடலில் தசைகள் அலையிளகின. அர்ஜுனன் முகம் திருப்பி அவர்களை நோக்காமலேயே கைகளால் இருவர் தலையிலும் தொட்டு

வாழ்த்தினான். நகுலனையும் சகதேவனையும் வணங்கியபின் கீழிறங்கி வந்து துருபதரையும் விராடரையும் வணங்கி வாழ்த்து கொண்டான்.

அரவான் ரோகிணியுடன் இளைய யாதவரை நோக்கி சென்றபோதுதான் அவர் அங்கிருப்பதை மீண்டும் உத்தரன் உணர்ந்தான். அவர்கள் வணங்கும்போது இளைய யாதவரின் உணர்வு என்னவாக இருக்கும் என அவன் எண்ணினான். அவர் இனிய புன்னகையுடன் அவர்களை வாழ்த்தி நற்சொல் உரைத்தார். அரவானின் தோள்தொட்டு மெல்ல தழுவிக்கொண்டார். உத்தரன் மீண்டும் ஏனென்றறியாத எரிச்சலையும் கசப்பையும் அடைந்தான். அவன் அருகே நின்றிருந்த ஹிரண்யபாகு "அவர் அவ்வப்போது இங்கிருந்து மறைகிறார். மீண்டும் தோன்றுகிறார்" என்றான். உத்தரன் மறுமொழி உரைக்கவில்லை. "வேறு எங்கிருந்தோ அவர் நம்மை நோக்கிக்கொண்டிருக்கிறார் என்ற உணர்வை அடைந்தேன். எறும்புக்கூட்டை குனிந்து நோக்குபவர்போல நம்மை பேருருவாக நின்று பார்த்துக்கொண்டிருக்கிறார்" என்று ஹிரண்யபாகு மீண்டும் சொன்னான்.

மீண்டும் கொம்பொலி எழுந்தது. அரவான் அவைநோக்கித் திரும்பி தலைவணங்கி "அவையினர் வாழ்த்தையும் மூத்தோரின் நற்சொல்லையும் விழைகிறேன்" என்றான். அவையிலிருந்த அனைவரும் எழுந்து நின்று தங்கள் குடிக்கோல்களையும் வாள்களையும் தூக்கி வாழ்த்துக்கூவினர். மங்கலப்பொருட்கள் எதற்கும் படையில் ஒப்புதல் இல்லாமையால் வாழ்த்தொலி மட்டுமே அவர்களுக்கு அளிக்கப்பட்டது. அரவான் ரோகிணியின் கை பற்றி நிலத்தில் நெற்றிதொட விழுந்து வணங்கினான்.

மீண்டும் கொம்போசை எழுந்தது. சகதேவன் "இளையோர் அவை அகல்க!" என்றான். பாண்டவ மைந்தரும் பிற இளையோரும் அவை நீங்கினர். உத்தரனும் எழுந்தான். இளைய யாதவர் "நீங்கள் இருக்கலாம், இளைய விராடரே. இங்கே நாங்கள் நாளைய படைநகர்வைப் பற்றிய இறுதிமுடிவை எடுக்கவிருக்கிறோம்" என்றார். உத்தரன் அமர்ந்தான். திருஷ்டத்யும்னன் "நமக்கு இனி நேரம் இல்லை. இப்போதே நடுநிசி. இன்னும் சில நாழிகைகளில் பொழுது விடியும். நாளை பகல் முழுக்க படைகளை அமைக்கவே தேவைப்படும். அனைத்து முடிவுகளும் இன்றே எடுக்கப்படவேண்டும். நாளை கௌரவர் படைகளிலிருந்து போர் அறிவிப்பு எழும்போது நாம் ஒருக்கமாக இருக்கவேண்டும்" என்றான்.

பீமன் "நமது சூழ்கை என்ன என்று இளைய பாஞ்சாலர் வகுத்துள்ளார் என்றால் முன்வைக்கட்டும்" என்றான். திருஷ்டத்யும்னன் "நாளைமறுநாள் நாம் முதற்செருகளத்தை சந்திக்கிறோம். எதிரியின் படைவல்லமை

மட்டுமே இப்போது நமக்குத் தெரியும். அவர்களின் உளவிசை நாம் இன்னும் அறியாதது. அவர்களின் கருதல்பிழைகளும் சூழ்கைப்பிழைகளும் முதற்போரிலேயே தெரியவந்துவிடும். உண்மையில் அதன் பின்னரே நாம் மெய்யாக போர்புரியத் தொடங்குகிறோம். முதற்போரில் முதன்மைப் படைவீரர்கள் முன்னணியில் நின்று பொருதும் வழக்கம் இல்லை. படைகளை மதிப்பிட்டபடி அவர்கள் பின்னணியில் நின்றிருப்பார்கள்” என்றான்.

“வெம்மையை அறியும்பொருட்டு மெல்ல தொட்டுநோக்குவதே முதல்நாள் போர் என்பார்கள்” என்றான் திருஷ்டத்யும்னன். “என் படைசூழ்கை அதனடிப்படையிலேயே அமைந்துள்ளது. முதல்நாள் நாம் அமைக்கவிருக்கும் படை மாண்டூக்யம். நான்கு கால்களை நன்கு பரப்பி மிக மெல்ல எதிரியை நோக்கி செல்கிறோம். கூடவே பெரிய விழிகளால் முப்புறமும் கூர்ந்து நோக்குகிறோம். தேவையான அனைத்தையும் அறிந்துகொள்கிறோம். நாம் நோக்குகிறோம் என்று அவர்கள் அறிவதுமில்லை. தவளையை நோக்கினால் அது கல்லென்றே தோன்றும். அதனால் விரைவுகொள்ளலாகுமா என ஐயம் எழும். ஆனால் தவளை தேவையென்றால் தாவும். எதிரி தொடுதொலைவில் வந்தால் சற்றும் எதிர்பாராத கணத்தில் நாவை எய்து கொய்தெடுத்து மீளும். முதல்நாள் போரில் ஒரேயொரு வலுவான எதிரியை வென்று மீண்டால்கூட நம் படைகளை அது ஊக்கமூட்டும். மறுநாள் புத்தெழுச்சியுடன் கிளம்பிச் செல்லச் செய்யும்” என்று திருஷ்டத்யும்னன் சொன்னான்.

“தவளையின் கால்கள் என அர்ஜுனரும் பீமசேனரும் சாத்யகியும் விராடரும் அமைக! விழிகள் என துருபதரும் யுதிஷ்டிரரும் கூர்கொள்க! நாவென நான் நிற்பேன். விரைந்தெழுந்து நீண்டு கௌரவப் படைப்பிரிவுக்குள் ஊடுருவி அதே விரைவில் மீள்வேன். என் கொடுக்கில் ஓர் இரை சிக்குமென்று உறுதியளிக்கிறேன்” என அவன் தொடர்ந்தான். “ஆனால் மிகுவிரைவுப் புரவிகள் கொண்ட படை நமக்கு தேவை. மலைச்சரிவில் பயின்றவர்களாக அவர்கள் இருக்கவேண்டும்” என்று இளைய யாதவர் சொன்னார். “அவர்களை தெரிவுசெய்துள்ளேன். விராடகுடிப் படைகள் குறுகிய தொலைவுக்கு மிகுவிரைவில் செல்லும் பயிற்சி கொண்டவை” என்றான் திருஷ்டத்யும்னன். “விராடபுரியின் நிலமும் புரவிகள் விரைவைப் பழகுவதற்குரியது. முதல்நாள் போரில் மையமென அமையவேண்டியவர் விராடரே.”

“ஆம், இதுவே சிறந்த படைசூழ்கை. இவ்வாறே அமைக!” என்றார் யுதிஷ்டிரர். “இளைய யாதவரின் கருத்தை அறிய விழைகிறேன்” என்றான் திருஷ்டத்யும்னன். இளைய யாதவர் “நாம் அறியவேண்டியது பாண்டவப் படைகளை அல்ல, பீஷ்ம பிதாமகரைப் பற்றி மட்டுமே”

என்றார். “முதல்நாளே நாம் அவர் முன் சென்று நிற்கவிருக்கிறோம். இப்போரின் முடிவை அமைக்கும் மாவீரர்களில் ஒருவர் முன் அவ்வாறு முதற்கணமே சென்று நிற்பதுதான் நமக்கிருக்கும் பேரிடர். அதை குறித்து மட்டுமே பேசுவோம்.”

துருபதர் “நானும் அவ்வண்ணமே எண்ணினேன்” என்றார். “நாளை மறுநாள் போரில் அவர் மெய்யாகவே போர்வெறி கொள்வாரா, கடமைக்கென வில்லேந்துவாரா என்ற ஐயம் என்னுள் அலைகொள்கிறது.” இளைய யாதவர் “நாளைமறுநாள் முதல்நிகழ்வு அரவானின் தற்பலி. அது ஒருவகையில் நன்று. அர்ஜுனனின் இளமைமுகத்தை அறிந்தவர் பிதாமகர். அவர் கண்ணெதிரே அவன் கழுத்தறுத்து விழுவது அவருக்கு நிகழப்போவதென்ன என்பதை காட்டிவிடும். அவர் வாழ்நாளெல்லாம் அஞ்சி தவிர்த்துவந்தது தொடங்கிவிட்டது என்னும் அறிவிப்பு அது. அவர் உளம் நடுங்கும் என நான் எண்ணுகிறேன். கையில் வில்லும் நடுங்குமென்றால் நமக்கு முதல் வெற்றி” என்றார் இளைய யாதவர். “அந்நடுக்கு குறைவதற்குள் நாம் அவரை கைசோரச் செய்தாகவேண்டும். அவருக்கு முன் நம் இளமைந்தர்களே படைகொண்டு செல்லட்டும்.”

திருஷ்டத்யும்னன் “ஆனால் நம் மைந்தர்...” என்று தயங்க துருபதர் “அது உகந்தது அல்ல. அங்கே அறம் உணராத சகுனியும் ஜயத்ரதனும் உள்ளனர். அஸ்வத்தாமனும் வஞ்சமென்று வந்தால் அனைத்து எல்லைகளையும் கடப்பவர். நம் மைந்தர் சிலர் களம்பட்டால் அதன் விளைவுகள் கணிக்கக்கூடியவை அல்ல. படையினர் உளச்சோர்வடையக்கூடும். பாண்டவர்களேகூட அத்துயரால் நிலையழிந்துவிடுவதும் ஆகும்” என்றார். இளைய யாதவர் “ஆம், அதையும் எண்ணித்தான் ஆகவேண்டும்” என்றார். சாத்யகி “அவ்வண்ணமென்றால் பாண்டவ மைந்தர் அல்லாத இளையோர் செல்லட்டும்” என்றான். “அவர்களுக்கு பின்துணை என நாம் நிற்போம். எதிரி அம்புகளில் இருந்து அவர்களைக் காப்போம். அவர்களைக் கண்டு பீஷ்மரின் உளம்தழையும் என்றால் எழுந்து நின்று அடிப்போம்.”

திருஷ்டத்யும்னன் “அவ்வண்ணமெனில் குலாடர்கள் முன்னிற்கட்டும். முதன்மைப்படைகள் குலாடநாட்டு புரவியர்களே” என்றான். சாத்யகி “ஆம், சங்கனும் ஸ்வேதனும் பெருவீரர்கள்” என்றான். உத்தரன் “எங்கள் புரவிப்படைகளே போதும். முதல்நாள் போரை நாங்கள் நிகழ்த்துகிறோம். நானும் படைமுகப்பில் நிற்கிறேன்” என்றான். “ஆனால்...” என சாத்யகி தொடங்க “யாதவரே, குலாடர் படைமுகப்பில் நிற்கையில் நான் பின்னிற்க இயலாது. நானும் முகப்பில் நிற்பேன்” என்று உத்தரன் உறுதியாக சொன்னான். இளைய யாதவர் “ஒருவகையில் அது நன்று. நாம் பயிலாத கிராதரையும் நிஷாதரையும் முன்னிறுத்தவில்லை. முன்நிற்போர்

ஷத்ரியரும் அல்ல. விராடர்களும் குலாடர்களும் சிறுவெற்றிகளை அடைந்தால்கூட ஷத்ரியர் சீண்டப்படுவார்கள்” என்றார். “குலாடர்களும் விராடர்களே. நாங்கள் இப்போரை தொடங்கிவைக்கிறோம்” என்றான் உத்தரன்.

திருஷ்டத்யும்னன் “அவ்வாறே ஆகுக!” என்றபின் யுதிஷ்டிரரிடம் “எனில் உகந்த சூழ்கை முப்புரிவேல். நடுவே உத்தரர். இருபுறமும் ஸ்வேதனும் சங்கனும். நாம் வேலின் பிடி என பின்னால் நீண்டிருப்போம். வேண்டுமெனில் நீட்டிக்குத்தியும் உகந்தமுறையில் சுழற்றி வெட்டியும் முறைப்படி பின்னிழுத்தும் போரிடுவோம்” என்றான். யுதிஷ்டிரர் “முப்புரிவேலுக்கு அவர்கள் என்ன எதிர்சூழ்கை அமைக்கக் கூடும்?” என்றார். “நான் என்றால் மான்கொம்புச் சூழ்கை. மையத்தண்டென பிதாமகரும் கிளைகள் எனப் பிறரும். முப்புரிவேலை கவர்களால் தடுக்கவும் கூர்களால் முறிக்கவும் இயலும்” என்றான். “யானைமருப்பும் நல்ல சூழ்கை. மையத்தில் கவசத்துடன் பிதாமகர். இருபுறமும் கொம்புகளாக துரோணரும் கிருபரும்” என்றார் யுதிஷ்டிரர்.

“பிதாமகரின் உளச்சோர்வு எஞ்சினால் இரு நாழிகை நீடிக்கலாம். சேற்றுக்குத் தயங்கும் யானை எனக் கருதுக! அதற்குள் நம் இளையோர் வென்று முன்சென்றிருக்கவேண்டும்” என்றார். “ஆம், அன்றுமாலை கொண்டாடுவதற்கு சில முதன்மைத்தலைகள் கொய்யப்படவேண்டும்” என்றான் திருஷ்டத்யும்னன். “தெய்வங்கள் உடனிருக்கட்டும்” என்று துருபதர் சொன்னார். “களம்கண்டவர்கள் அறிவர், அறிவும் ஆற்றலும் அங்கு இரண்டாம்நிலையே. வாய்ப்பும் இறையருளுமே முதன்மை.” சாத்யகி “இறை நம்முடன் உள்ளது” என்றான். “ஆம்” என்றார் யுதிஷ்டிரர்.

சகதேவன் கைகாட்ட அவை நிறைவை அறிவித்து நிமித்திகன் எழுந்து கொம்போசை எழுப்பினான். யுதிஷ்டிரர் களைப்புடன் எழுந்து கைகூப்பி பின்னாலிருந்த சகதேவனிடம் ஏதோ சொன்னபின் வெளியே நடந்தார். சகதேவனும் நகுலனும் அவரைத் தொடர்ந்தனர். பீமன் கைகளைப் பின்னால் கட்டியபடி வெளியே சென்றான். இளைய யாதவர் தன்னருகே வந்த சாத்யகியிடம் பேசியபடி செல்ல திருஷ்டத்யும்னன் துருபதரை அணுகி சொல்லுரைத்தான். அவர் அவன் தோளைத்தொட்டு செவிகொடுத்தபடி வெளியேறினார். அர்ஜுனன் மட்டும் அந்தப் பீடத்தில் தனியே அமர்ந்திருந்தான்.

நிஷாதஅரசின் ஹிரண்யநாபனும் அவன் இளையோன் ஹிரண்யபாகுவும் உத்தரனின் தோளைத் தொட்டு “வரவில்லையா?” என்றனர். “ஆம், வரவேண்டும்” என்றான் உத்தரன். அர்ஜுனன் அருகே சென்று

ஏதேனும் சொல்லவேண்டும் என அவன் விழைந்தான். ஹிரண்யநாபன் “அந்த நாகனுக்கு வேறு வழியில்லை. அவன் தந்தைக்கென உயிர்கொடுத்தாகவேண்டும். படைமுகம் நின்றால் மறுபக்கம் திரண்டுள்ள தன் குடியினரை அவன் கொல்லவேண்டியிருக்கும்” என்றான். ஹிரண்யபாகு “வருக, விராடரே!” என வெளியே நடந்தான். அவை முழுமையாகவே ஒழிந்துவிட்டிருந்தது. அர்ஜுனன் இருக்கையில் உடல்தொய்ந்து தலைசரிந்து விழிமூடியதுபோல் அமர்ந்திருந்தான். உத்தரன் ஹிரண்யபாகுவுடன் வெளியே சென்றான்.

73

படைகளின் முகப்பினூடாக புரவியில் பெருநடையில் செல்கையில் திருஷ்டத்யும்னன் தன்னுள் ஒரு நிறைவை உணர்ந்தான். பலநாட்களாக செதுக்கி முடித்த சிற்பம் கண்திறந்து நிற்கக் காண்பது போலிருந்தது. எங்கோ ஒரு சிறு குறை இருப்பதாக அஞ்சி விழி துழாவிக்கொண்டே இருந்தது. அந்த விந்தையான இருநிலையை அவன் வியந்தான். குறைகளைத் தேடிக்கொண்டிருந்தமையால் ஒரு சிறு குறை காணநேரிட்டபோது உள்ளம் மகிழ்வுகொண்டது. ஆனால் ஒவ்வொரு குறைக்குப் பின்னரும் பதற்றமும் உருவாகியது. முன்புலரியின் அரையிருளில் முகங்கள் அனைத்தும் விழிகள் ஒளிர அரைநிழல் பரவிய நீண்ட ஆலயச் சுற்றுவட்ட சிற்பநிரைகளைப் போன்று தோன்றின.

அவனை நோக்கி வந்த சாத்யகியின் மைந்தன் அசங்கன் "அரசர் ஒருங்கிவிட்டார். உங்களை உசாவினார்" என்றான். அவன் "இளையவர்கள் வந்துவிட்டார்களா?" என்றான். "சகதேவரும் நகுலரும் பின்னிரவிலேயே வந்துவிட்டார்கள். பீமசேனரும் பார்த்தரும் சற்றுமுன் வந்தனர்" என்று அவன் சொன்னான். "பாண்டவ மைந்தர் அனைவரும் அவர்களின் படைப்பிரிவுகளுக்கே சென்றுவிட்டார்கள். அங்கே சிற்றலுவல்களை நோக்க என்னிடம் பணித்தார் பாஞ்சால அரசர்." திருஷ்டதுய்ம்னன் பெருமூச்சுவிட்டான். பின்னர் "இளைய யாதவர் இருக்கிறாரா?" என்றான். "இன்னும் அவர் வரவில்லை."

காலையில் இளங்குளிர் இருந்தது. முந்தையநாள் கீழ்ச்சரிவில் சற்று முகில்கணங்கள் சேர்ந்து இடிமுழக்கம் எழுப்பிக்கொண்டிருந்தன என அவன் நினைவுகூர்ந்தான். பின்னிரவில் காற்று விசையுடன் கிழக்கு நோக்கி சென்றுகொண்டிருந்தது. தெற்குப் படைப்பிரிவை

நோக்கும்பொருட்டு அவன் சென்றபோது நீர்த்துளிகள் காற்றில் கலந்து வீச உடல் மெய்ப்பு கொண்டது. மழை பெய்யுமா என அவன் ஐயுற்றான். ஆனால் நிமித்திகர் "இன்னும் இரண்டு வாரங்களுக்கு மழை இல்லை, ஐயமே தேவையில்லை" என்று பலமுறை கூறியிருந்தனர்.

யுதிஷ்டிரரின் பாடிவீட்டின் முன்னால் காவல்படை ஒன்று அணிவகுத்து நின்றது. புலரிக்காற்றில் மின்கொடியும் யுதிஷ்டிரரின் நந்தக்கொடியும் பறந்துகொண்டிருந்தன. அவன் புரவியை நிறுத்திவிட்டு இறங்கி பாடிவீட்டுக்குள் சென்றான். அங்கு நெய்விளக்கின் ஒளியில் முதன்மைப்பீடத்தில் யுதிஷ்டிரர் அரசணிக்கோலம் பூண்டு அமர்ந்திருந்தார். அவருக்கு அருகே ஒரு சிறு மேடையில் அவருடைய மணிமுடி வைக்கப்பட்டிருந்தது. நகுலனும் சகதேவனும் முழுக்கவச உடையில் பின்னால் தலைக்கவசங்களை கைகளில் வைத்தபடி நின்றிருந்தனர். இரும்புக்கவசம் மின்ன பீமன் எதிரே பீடத்தில் கால்நீட்டி அமர்ந்திருந்தான். பெரிய இரும்புக்கலம்போல தலைக்கவசம் அவன் மடிமேல் இருந்தது. திருஷ்டத்யும்னன் உள்ளே நுழைந்து சொல்லின்றி தலைவணங்கி பீடத்தில் அமர்ந்தான்.

யுதிஷ்டிரர் "பாஞ்சாலரே, இன்று துரியோதனன் யானைமேல் ஏறி அரசணிக்கோலத்தில் படைமுகம் கொள்ளக்கூடும் என்று செய்தி வந்தது. நான் எவ்வண்ணம் படைமுகம் கொள்வது என்று பேசினேன். கவசமும் மணிமுடியும் அணிந்து செல்வதென்று முடிவெடுத்தோம். ஆனால் யானைமேல் செல்வதில் எனக்கு உடன்பாடில்லை. போர்க்களத்தில் அம்பாரிமேல் அமரவியலாது. யானையின் வெற்றுமுதுகின்மேல் நெடுநேரம் அமர்வது எனக்குக் கடினம்" என்றார். திருஷ்டத்யும்னன் "அரசர்கள் போருக்கு மணிமுடிசூடி எழுவது வழக்கம்தான், அரசே. அது படைகளுக்கு ஊக்கமளிக்கும்" என்றான். "ஆனால் தேரில் எழுந்தருளினால் எவர் அதைப் பார்க்கவியலும்?" என்றான் நகுலன். பீமன் "செய்திமாடத்தில் ஏறி நின்றிருக்கலாம். வேண்டுமென்றால் யானைகளைக் கொண்டு அதை இழுக்கலாம்" என்றான்.

அந்த இளிவரல் யுதிஷ்டிரரை சினம்கொள்ளச் செய்தது. "மந்தா, நான் உன் அரசன். எனக்காகவே நீ படைமுகம் கொண்டிருக்கிறாய். என்மேல் மதிப்பில்லை என்றால் கவசம் களைந்து நீ கிளம்பலாம்" என்றார். "என் குலமகளின் வஞ்சம் முடித்தபின் கிளம்பத்தான் போகிறேன்" என்றான் பீமன். "அவள் எனக்கும் குலமகள்தான்" என்றார் யுதிஷ்டிரர். "மெய்யாகவா?" என்றான் பீமன். "மூத்தவரே..." என்று சகதேவன் பீமனை அடக்கினான். திருஷ்டத்யும்னன் "அரசே, உங்கள் தேருக்குத் தடம் விழாது என்று அதர்வர் அருளியிருக்கிறார்" என்றான். யுதிஷ்டிரர் முகம் மலர்ந்து "ஆம், மெய்யாகவே அது உருண்டுசெல்கையில் தடம் விழவில்லை.

பலமுறை நோக்கிவிட்டேன். சேற்றுப்பரப்பிலும் தடமில்லை. அதர்வர் கொண்டுவந்த கலிங்கச் சிற்பிகளின் திறனா அல்லது ஏதேனும் மாயமா என்று வியந்தேன்" என்றார்.

"அப்போதுகூட தன் அறம் மீது நம்பிக்கை வரவில்லை. அந்தத் தன்னடக்கம் நன்று" என்றான் பீமன். "வாயை மூடு, அறிவிலி!" என்று யுதிஷ்டிரர் சீறினார். "மூத்தவரே, இது நாம் போர்முகம் கொள்ளும் தருணம். இத்தனை கசப்பும் பூசலும் தேவையில்லை" என்றான் சகதேவன். "கசப்பும் பூசலும் இருப்பதனால்தான் போர்முகம் கொள்கிறோம்" என்றான் பீமன். "அன்பும் அறமும் கொண்டா மண்ணுக்கும் பெண்ணுக்கும் வாளெடுக்கிறோம்?". திருஷ்டத்யும்னனே சற்று சலிப்படைந்தான். நகுலனிடம் "இளைய யாதவர் வரவில்லையா?" என்றான். "வந்துகொண்டிருக்கிறார். அவரை எதிர்கொள்ள பார்த்தன் வெளியே சென்று நின்றிருக்கிறான்" என்றார் யுதிஷ்டிரர்.

"இந்தப் போரில் இளைய யாதவர் எப்படி கலந்துகொள்ளவிருக்கிறார்?" என்று திருஷ்டத்யும்னன் கேட்டான். நகுலன் தயங்கியபடி "அவர் இப்போது அரசர் அல்ல. ஷத்ரியரும் அல்ல. ஆகவே தேர்ச்சூதராக போர்முகப்புக்கு வருவதாக சொன்னார். மூத்தவர் பார்த்தருக்கு தேரோட்டுகிறார்" என்றான். திருஷ்டத்யும்னன் சில கணங்களுக்குப்பின் "தேரோட்டியாகவா?" என்றான். "ஆம்" என்றான் நகுலன். யுதிஷ்டிரர் "இப்படை ஒரு தேர் எனில் அவர் அதன் பாகன்" என்றார். "சூதர்பாடலுக்கு சிறந்த முதலடி" என பீமன் முனகிக்கொண்டு அசைந்து அமர்ந்தான். யுதிஷ்டிரர் சலிப்புடன் தலையசைத்து பெருமூச்சுவிட்டார். திருஷ்டத்யும்னன் மீண்டும் பேச்சை விலக்கி "அரசே, தங்கள் தேர் மண் தொடுவதில்லை என்று படைகளிடம் பேச்சு உள்ளது. அத்தேரில் நீங்கள் படைமுகப்புக்கு எழுவதே உகந்தது. அதைக் கண்டதுமே வீரர்கள் அதன் சகடங்களைத்தான் உற்றுப்பார்ப்பார்கள். தேர்த்தடம் விழவில்லை என்றால் அதுவே பெரும் கொந்தளிப்பாக ஆகும்" என்றான்.

"ஆம், அது உகந்ததே" என்றார் யுதிஷ்டிரர். "படைகளுக்கு முன் சிலமுறை முன்னும்பின்னும் ஓட்டிக்காட்டலாம்" என்றான் பீமன். திருஷ்டத்யும்னன் "மெய்யாகவே அதை செய்யலாம், மாருதரே. படைகளை பார்வையிட அரசர் அவ்வாறு செல்வது வழக்கம்தான்" என்றான். யுதிஷ்டிரர் "மூத்தவர்களும் ஆசிரியர்களும் கூடி நின்றிருக்கும் படையை எதிர்த்து நான் படைகொண்டு செல்வது அந்தத் தேர் அளிக்கும் நம்பிக்கையால்தான்" என்றார். "அது என்னை அறத்தோன் என எனக்கே காட்டுகிறது. அறத்தை தன்னுள் எவரும் ஐயமற உணரமுடியாது. உள்ளிருக்கும் அந்த துலாமுள் அலைபாய்ந்துகொண்டேதான் இருக்கும். புறத்தேதான் நம் அறத்தின் சான்றுகளை நாம் தேடிக் கண்டடையவேண்டும்"

வெளியே சங்கொலி எழுந்தது. யுதிஷ்டிரர் பேச்சை நிறுத்தி பெருமூச்சுடன் நிமிர்ந்து அமர்ந்தார். குறடுகள் ஒலிக்க தலைகுனிந்து குடிலுக்குள் அர்ஜுனன் நுழைந்தான். வெள்ளியென மின்னிய இரும்புக் கவச உடை அணிந்திருந்தான். இரும்பு வளையங்கள் பதிக்கப்பட்ட கையுறைகளை இழுத்துவிட்டபடி வந்து யுதிஷ்டிரரை வணங்கி "யாதவர் வந்துகொண்டிருக்கிறார்" என்றான். திருஷ்டத்யும்னன் "அவர் உங்களுக்கு பாகன் என்றார்கள்" என்றான். அர்ஜுனன் அவனை நோக்காமல் "ஆம்" என்றான்.

அர்ஜுனன் நிலைகுலைந்திருப்பதுபோல தோன்றியது. "அவர் உடனிருப்பது நன்று. புரவியின் உள்ளமறிந்த தேர்ப்பாகன் தேரின் ஆத்மா என்பார்கள். உன் எண்ணங்கள் அனைத்தும் அவரினூடாக புரவிக்கு செல்லும். கவிஞர் பாடும் உளத்தேர் போல அது உன் உள்ளமென்றே செயல்படும்" என்றார் யுதிஷ்டிரர். அர்ஜுனன் பெருமூச்சுடன் "அவர் துயருற்றிருக்கிறார்" என்றான். யுதிஷ்டிரர் அமைதியாக நோக்க "நேற்றிரவு அவரை பாடிவீட்டில் சென்று தேடினேன். அவருடன் இருந்த அணுக்கன் அவர் முன்மாலையில் கிளம்பிச் சென்றுவிட்டதாக சொன்னான். நான் அவரைத் தேடிச்சென்றேன். எப்போதுமே அவரைத் தேடிச்செல்கையில் என் எண்ணங்களை மயங்கவிட்டு உள்ளத்தை அதர்தேடிச் செல்லவிடுவேன். என்னை அது கொண்டுசென்று சேர்த்துவிடும். அவர் கிழக்குமூலை அறிவிப்புமேடைமேல் இருந்தார்" என்றான். "ஆம், சிலமுறை அவரை அங்கே கண்டிருக்கிறேன்" என்றார் யுதிஷ்டிரர்.

"நானும் மேலேறி அவர் அருகே சென்றேன்" என்றான் அர்ஜுனன். "அவர் நான் வருவதை உணர்ந்ததாகத் தெரியவில்லை. அருகே நின்றிருந்தேன். நெடுநேரம் அவர் என்னை உணரவில்லை. அவர் விழிகள் எங்கிருக்கின்றன என்று பார்த்தேன். அவர் நேர்முன்னால் விரிந்துகிடந்த கௌரவப்படைகளை நோக்கிக்கொண்டிருந்தார். அவர் என்ன எண்ணுகிறார் என்று எனக்குப் புரிந்தது. மூத்தவரே, அவர் அங்கே தன்னை எதிர்த்து படைக்கலம் கொண்டு நின்றிருக்கும் தன் குடியினரை எண்ணிக்கொண்டிருந்தார்" என்றான் அர்ஜுனன். "நான் திரும்பி வந்துவிட்டேன். இன்று புலரியில் மீண்டும் அவரைத் தேடிச்சென்றேன். அவர் அதே செய்திமாடத்தில் அவ்வண்ணமே அமர்ந்திருப்பதாக சொன்னார்கள். ஆகவேதான் திரும்பிவிட்டேன்."

"அவர் துயர்கொள்வது தன் குடியினருக்காக மட்டும் அல்ல" என்றான் பீமன். அர்ஜுனன் அவனை திரும்பி வெறுமனே நோக்கினான். அங்கிருந்தவர்கள் அச்சொற்றொடரைக் கடக்க சற்று பொழுதாகியது. யுதிஷ்டிரர் "இளையோனே, நீ ஓர் உறுதியை கொள்க! ஒருபோதும் உன்

கைகளால் நீ யாதவர்களைக் கொல்லலாகாது" என்றார். "எவர் கொன்றால் என்ன?" என்றான் பீமன். "நம் கைகளால் கொல்லவேண்டியதில்லை" என்றார் யுதிஷ்டிரர். "அதாவது நாம் குற்றவுணர்வுகொள்ளாது காப்போம் என்கிறீர்கள்?" என்றான் பீமன். "உன்னிடம் பேச என்னால் இயலாது" என்று யுதிஷ்டிரர் சொன்னார். அர்ஜுனன் "என்னால் அவரை எதிர்கொள்ள முடியாது என்று தோன்றிவிட்டது, மூத்தவரே" என்றான். "இப்போது அவர் இங்கு வருவார். அவ்விழிகளை நோக்கி நான் ஒருசொல்லும் உரைக்கவியலாது"

"நீ கனவில் கேட்ட வேதாமுடிபுப்பாடல் உன்னை ஆட்கொள்ளவில்லையா? உனக்கு அது எதையும் அளிக்கவில்லையா?" என்றார் யுதிஷ்டிரர். "அது விடை. நான் சென்றடையும் எல்லை. மூத்தவரே, நான் கிளம்புவது என் துயரிலிருந்தும் தத்தளிப்பில் இருந்தும்தான். மீண்டும் மீண்டும் பலநூறு முனைகளிலிருந்து அந்த புள்ளிக்குச் சென்றுசேர்ந்துகொண்டிருக்கிறேன்" என்றான் அர்ஜுனன். "நகர்நடுவே தெய்வம் என என்னுள் அது உறைந்துள்ளது. அங்காடிகளில் அடுமனைகளில் மதுவிடுதிகளில் எங்கும் அதன் நோக்கு திகழ்கிறது"

வெளியே சங்கொலி கேட்டது. யுதிஷ்டிரர் எழுந்துகொண்டு "அவரை நாம் சென்று வரவேற்போம். இது அவருடைய போர்" என்றார். கைகளைக் கூப்பியபடி அவர் செல்ல உடன் பீமனும் நகுலனும் சகதேவனும் சென்றனர். அர்ஜுனன் தயங்கி நின்றான். அருகே நின்ற திருஷ்டத்யும்னன் "அவர் இப்போரைத் தவிர்த்திருக்க முடியாது என்றே எண்ணுகிறேன், இளவரசே" என்றான். "ஆம்" என்றான் அர்ஜுனன். "ஆகவே அவர் துயர்கொள்ளவேண்டியதில்லை" என்றான் திருஷ்டத்யும்னன். "மூத்தவர் சொன்னதே சரி, ஞானிகள் துயர்கொள்வது தங்கள் பொருட்டல்ல, மானுடர்பொருட்டு" என்றான் அர்ஜுனன். "ஆகவே பிறிதிலாத மாற்றிலாத துயர் அது. அதன்முன் நாம் மிகச் சிறியோர்."

அவன் சொல்வது புரியாமல் வெறுமனே நோக்கிவிட்டு திருஷ்டத்யும்னன் பெருமூச்செறிந்தான். பின்னர் "வருக!" என அர்ஜுனனை அழைத்துக்கொண்டு வெளியே சென்றான். அர்ஜுனனின் காலடிகளின் ஓசையிலேயே தயக்கத்தை உணரமுடிந்தது. துயருக்கும் ஐயத்திற்கும் பருநிலை எடை உண்டுபோலும். செவிகளால் அதை உணரமுடியும்போலும்.

பாடிவீட்டின் முற்றத்தில் யுதிஷ்டிரர் கைகூப்பி நின்றார். அவர் அருகே வலப்பக்கம் பீமனும் இடப்பக்கம் நகுலனும் சகதேவனும் நின்றனர். தொலைவில் மரப்பாதையில் குளம்படி முழங்க புரவி வருவது தெரிந்தது. வெண்புரவிமேல் இளைய யாதவர் நெஞ்சில் மட்டும் கவசம் அணிந்து

வந்துகொண்டிருந்தார். அவருடன் வேறெவரும் இருக்கவில்லை. புரவித்தாளம் மெல்ல ஓய அவர் வந்து கால்சுழற்றி இருந்து இறங்கி கடிவாளத்தை ஏவலனிடம் அளித்துவிட்டு கைகூப்பியபடி யுதிஷ்டிரரை நோக்கி வந்தார்.

யுதிஷ்டிரர் அவரை வணங்கி "வருக, யாதவனே! இந்நாளில் உன் அருளால் களம்காண்கிறோம்" என்றார். "நன்று நிகழ்க!" என்று இளைய யாதவர் அவரை வாழ்த்தினார். நகுலனும் சகதேவனும் அவர் கால்களைத் தொட்டு வணங்க "வெல்க!" என அவர் அவர்களை வாழ்த்திவிட்டு அர்ஜுனனைப் பார்த்தார். அவர் முகம் உவகைமிக்க செய்தியொன்றை சற்றுமுன் கேட்டதுபோல் மலர்ந்திருந்தது. "போருக்கு ஒருங்கிவிட்டாய் அல்லவா?" என்றார். அர்ஜுனன் "ஆம்" என்றான். அவர் தலையில் நீலப்பீலி பிறிதெங்கோ நோக்கு கொண்டிருந்தது.

இளைய யாதவர் அருகே வந்து அர்ஜுனனின் தோளில் கைவைத்து "மகிழ்வுடன் செய்யப்படாத எச்செயலும் முழுமைகொள்வதில்லை" என்றார். பின் திருஷ்டத்யும்னனின் தோளைத் தொட்டு "படைகள் முற்றொருங்கிவிட்டனவா?" என்றார். "ஆம், அரசே" என்று திருஷ்டத்யும்னன் சொன்னான். "நன்று, நாம் களம்செல்வதற்கான நற்பொழுது குறிக்கப்பட்டுள்ளதா?" என்றார் இளைய யாதவர். சகதேவன் "ஆம் யாதவரே, இந்த ஒருநாழிகையும் உகந்த நற்பொழுதுதான்..." என்றான். "இத்தருணத்தின் தெய்வம் எது?" என்றார் இளைய யாதவர். "கருவிழிக் கொற்றவை" என்றான் சகதேவன். "அன்னையை துதிக்கும் பாடல் எழுக!" என்றார் இளைய யாதவர்.

சகதேவன் கைகாட்ட ஏவலன் ஓடிச்சென்று முதிய சூதரை அழைத்துவந்தான். நரம்புகள் பரவிய எலும்புடலும் பழுத்த விழிகளும் கொண்ட சூதர் தன் கிணைப்பறையை மீட்டி ஆழ்ந்த குரலில் பாடத்தொடங்கினார்.

யோகிகளின் தலைவியை வணங்குகிறேன்.

பரம்பொருளின் தோற்றமே

அலகிலியில் வாழ்பவளே

அழிவற்றவளே குன்றாதவளே

மூவிழியன் துணைவியே

கரியவளே இருண்டவளே

வணங்குகிறேன் உன்னை.

அடியார்க்கு அருள்பவளே

உன் அடிவணங்குகிறேன்
காளி, நலமருள் நங்கை
வணங்குகிறேன் உன்னை.
அனைத்தையும் அழிப்பவனின் துணையே
பெரியவளே காப்பவளே
அனைத்தும் அருள்பவளே
என்னுடன் நிலைகொள்க!
காத்யரின் குலத்தோளே
தொழுதற்குரியவளே
கொடியோளே வெற்றித்திருமகளே
வெற்றிவடிவானவளே
மயிற்கொடியினளே
அணிநிறைந்தோளே
அணியென சூலம் கொண்டவளே
வாளும் கேடயமும் ஏந்தியவளே
இடையருக்கு உகந்தவளே
எழுக இத்தருணத்தில்!
இருளெருமைச் செங்குருதி ஆடுபவளே
குசிகருக்கு உரியவளே
மஞ்சள் சுற்றியவளே
ஓநாய் பசி கொண்டு
தீயோரை விழுங்குபவளே
போரில் களிப்போளே
வணங்குகிறேன் உன்னை
வெண்ணிறத்தோளே கரியோளே
கைடபனைக் கொன்றவளே
அலகிலா விழியோளே
புகைவண்ண விழிவிரித்தோளே
நோக்குக என்னை
அருள்க அன்னையே!

அர்ஜுனன் கைகூப்பி விழிமூடி நின்றான். சகதேவன் கைகாட்ட அப்பால் ஒருங்கி நின்றிருந்த தேர் வந்து நின்றது. அதன் மேல் குரங்குக்

கொடி பறந்தது. அப்பால் இசைச்சூதர்கள் தங்கள் கலங்களுடன் வந்து அணிவகுத்தனர். தேர்ப்பாகன் அமரமேடையில் இருந்து மறுபக்கம் இறங்கினான். ஏழு வெண்புரவிகளும் நீண்ட கழுத்துக்களுடன் மெலிந்த கால்களுடன் நாரைகள் விலங்குருக் கொண்டவைபோல தோன்றின. இளைய யாதவர் நிலம்தொட்டு வணங்கி தேரை அணுகி வலக்கால் வைத்து ஏறி அமரமேடையில் அமர்ந்தார். அவர் கடிவாளத்தை எடுத்தபோது புரவிகளில் ஒன்று அவர் ஏறிக்கொண்டதில் மகிழ்வுற்று பர்ர்ர் என ஓசையிட்டது. இன்னொரு புரவி மணிகள் கட்டப்பட்ட தலையை அசைத்து சலங்கையோசை எழுப்பியது.

"பார்த்தா, உன் தேரில் ஏறிக்கொள்க! உன் தெய்வங்கள் உடனமைக! உன் மூதாதையர் வாழ்த்துக! சீற்றம்கொண்டெழும் அறம் உன் வில்லில் குடியேறுக! அறத்தின்பொருட்டு எழுந்த அத்தனை சொற்களும் அம்புகளென உன் ஆவநாழியில் நிறைக!" என்றார் இளைய யாதவர். அர்ஜுனன் கைகளைக் கூப்பியபடி சென்று அங்கே நடப்பட்டிருந்த மின்கதிர்க்கொடியை வணங்கியபடி நின்றான். மிக மெல்ல ஒரு மின்னல் கீழ்வானில் எழுந்தமைய தொலைவில் ஓர் இடியோசை முழங்கியது. திருஷ்டத்யும்னன் அறியாது மெய்ப்பு கொண்டான். குளிர்காற்றில் ஆடைகள் எழுந்து சிறகடிக்க அந்த ஓசை மட்டும் கேட்டது.

அர்ஜுனன் யுதிஷ்டிரரையும் பீமனையும் வணங்கிவிட்டு தேரை சுற்றிவந்தான். இளைய யாதவரின் கால்களைத் தொட்டு வணங்கிவிட்டு நின்றான். காண்டீபத்தை இரு வீரர்கள் எடுத்துவந்தார்கள். சூதர்கள் மங்கல இசைமுழக்க அவன் காண்டீபத்தைத் தொட்டு வணங்கி கையில் எடுத்தான். தேரின் படியைத் தொட்டு வணங்கியபின் மேலேறி பீடத்தில் நின்று இடக்கையில் காண்டீபத்தைப் பற்றி தனக்கிணையாக நிறுத்திக்கொண்டான். புரவிகளில் ஒன்று முன்காலால் நிலத்தைத் தட்டி கனைத்தது. அர்ஜுனன் வில்லில் நாண் பொருத்தி ஒரே இழுப்பில் பூட்டினான். முழவுகள் விசைகொண்டு துடிக்க மங்கல இசை விரைவுகொண்டது.

அர்ஜுனன் தேர்த்தட்டில் நிமிர்ந்த தலையுடன் நின்றான். அவன் நெஞ்சு ஏறியிறங்கியது. இளைய யாதவர் திரும்பி நோக்கிப் புன்னகையுடன் "அனைத்தறங்களையும் கைவிடுக, என்னையே அடைக்கலம் புகுக!" என்றார். பின் தன் இடையிலிருந்த பாஞ்சஜன்யத்தை எடுத்து ஓங்கி முழக்கமிட்டார். அர்ஜுனன் நாணில் வலக்கை விரலோட்டி அதை விம்மச் செய்தான். உரத்த யாழிசைபோல நாண் ஒலி செய்தது. பின்னர் சிம்மம்போல் உறுமியது. அவன் தன் தேவதத்தத்தை எடுத்து ஓமென்ற ஒலியை எழுப்பினான். இளைய யாதவர் சாட்டையால் புரவியை மெல்ல

தொட அவை குலுங்கி எழுந்து சீரான விரைவுத்தாளம் கொண்டு பலகைப்பாதையில் ஏறி கிழக்கு நோக்கி சென்றன.

திருஷ்டத்யும்னன் யுதிஷ்டிரரை நோக்கினான். அவர் விழிநீர் வழிய கைகூப்பி நின்றிருந்தார். நகுலனும் சகதேவனும்கூட விழிவழிந்துகொண்டிருந்தார்கள். பீமன் சினமோ சலிப்போ கொண்டவன்போல் தலையை அசைத்தான். திருஷ்டத்யும்னன் யுதிஷ்டிரரின் அருகணைந்து “தாங்கள் கிளம்பும் பொழுதும் அணைகிறது, அரசே” என்றான்.

74

குருக்ஷேத்ரத்திற்கு வடக்கே கஜபதம் என அழைக்கப்பட்ட மேட்டுநிலத்தில் அமைந்திருந்த திருதராஷ்டிரரின் பெரிய கூடாரத்திற்கு வெளியே சஞ்சயன் கைகளைக் கட்டியபடி காத்து நின்றான். உள்ளே அவரை சங்குலன் அணிவித்து ஒருக்கிக்கொண்டிருந்தான். அவர்கள் ஒருவருக்கொருவர் பேசிக்கொள்வது மிக அரிது என்று சஞ்சயன் அறிந்திருந்தான். பெரும்பாலும் தனக்குள் என திருதராஷ்டிரரே பேசிக்கொள்வார். சங்குலன் எப்போதாவது மறுமொழி இறுத்தால்கூட அதுவும் திருதராஷ்டிரரின் குரல் என்றே கேட்கும். வெளியே நின்றிருப்பவர்களுக்கு உள்ளே இருவர் இருக்கும் உணர்வே எழாது. இருவரும் பேருடலும் எடைமிக்க கால்களும் கொண்டவர்களாயினும் யானைபோல் ஓசையிலாது நடப்பவர்கள். ஆகவே அவ்வுரையாடல் ஒலி மிகையாக கேட்கும்.

ஒருக்கங்கள் முடிந்ததை அறிவிக்கும் பொருட்டு கைகளால் சங்குலன் இருமுறை கதவைத் தட்டியதும் சஞ்சயன் கைகளை விலக்கி தலைவணங்கி நின்றான். உள்ளிருந்து நிமிர்ந்த பேருடலுடன் வெளியே வந்த திருதராஷ்டிரர் பெருமூச்சுடன் “சஞ்சயா, என்ன செய்கிறாய்?” என்றார். சஞ்சயன் அருகே சென்று வணங்கி “இங்குளேன், அரசே” என்றான். அவன் தோளில் கைவைத்து “பொழுது புலர்ந்துவிட்டதா?” என்று திருதராஷ்டிரர் கேட்டார். “புலர்ந்துகொண்டிருக்கிறது. இன்னும் இரண்டு நாழிகை ஆகும் முதல் ஒளி எழுவதற்கு” என்றான் சஞ்சயன். “அப்படியென்றால் கருக்கிருட்டு...” என்றார் திருதராஷ்டிரர்.

சங்குலன் தலைவணங்கி அவர்கள் செல்லலாம் என்பதை அறிவித்தான். அவ்வசைவின் காற்றை ஏற்று சங்குலனை நோக்கி செவிதிருப்பிய பின்

“இவன் வரவில்லையா?” என்று திருதராஷ்டிரர் கேட்டார். “இல்லை அரசே, நாம் இருவர் மட்டுமே அங்கு செல்கிறோம். வேறெவரும் செல்ல ஒப்புதல் இல்லை” என்றான் சஞ்சயன். “செல்வோம்” என்றார் திருதராஷ்டிரர். அவரது வலக்கையை பற்றி அழைத்துச்சென்று அங்கே காத்து நின்றிருந்த தேரை அணுகினான். அதன் பக்கவாட்டிலிருந்த படியை விரித்துக் கீழிறக்கினான். திருதராஷ்டிரர் போர்த்தேருக்குப் பழகிவிட்டிருந்தமையால் படியில் கால்வைத்து அதன் அமைப்பை உணர்ந்தபின் ஒரே மூச்சில் ஏறினார். பீடத்தில் எடையுடன் அமர்ந்து கால்களை நீட்டி கைகளை பீடத்தில் வைத்து முதுகை நன்கு சரித்து தலையை மேலே தூக்கி “தெய்வங்களே...” என்று முனகினார். படிகளினூடாக ஏறி உள்ளே சென்று படிகளை மடித்து பின்னால் வைத்து பாகனிடம் செல்லலாம் என்று சஞ்சயன் கைகாட்டினான். பாகன் சவுக்கு முனையால் புரவிகளைத் தொட அவை குளம்போசை எழுப்பியபடி விரைவு கொண்டன.

காற்று குளிராக வந்து ஆடைகளை படபடக்கச் செய்தது. குழல் கட்டவிழ்ந்து பறக்கத் தொடங்கியதும் சஞ்சயன் விடுதலை உணர்வை அடைந்தான். மலைச்சரிவில் கட்டப்பட்டிருந்த அந்தக் கூடாரத்தில் அவர்கள் வந்து தங்கியிருந்த அந்நான்கு நாட்களும் பெரும்பாலான பொழுதுகளில் முகப்பிலிடப்பட்டிருந்த மரப்பீடத்தில் திருதராஷ்டிரர் அமர்ந்திருக்க அவரருகே நின்றபடி அவன் அவர் கேட்கும் வினாக்களுக்கு மறுமொழியிறுத்துக் கொண்டிருந்தான். இரண்டு நாள் கழிந்த பின்னர் ஒரு கணம் அவன் உணர்ந்தான், அவர் மீள மீள ஐந்து கேள்விகளையே கேட்டுக்கொண்டிருக்கிறார் என்று. அவ்வைந்து கேள்விகளையும்கூட ஒற்றைக்கேள்வியாக சுருக்கிவிடமுடியுமென்று மீண்டும் எண்ணிக்கொண்டான். “படைகளில் என்ன நிகழ்கிறது?”

ஆனால் அவர்கள் இருந்த கூடார முகப்பிலிருந்து மிகத் தொலைவில் ஆழத்தில் குருக்ஷேத்ரமாக ஆகும் செம்மண்வெளியின் சரிவு மட்டுமே தெரிந்தது. இருபுறமும் நிலைகொண்ட படைகளின் ஓசை அங்கு ஒரு சிறு வண்டுக்கூடு இருப்பதுபோல் தோன்றச் செய்தது. “இங்கிருந்தால் எதுவும் தெரிவதில்லை, அரசே” என்று அவன் பலமுறை சொன்ன பின்னரும் என்ன நிகழ்கிறது என்று திருதராஷ்டிரர் கேட்டுக்கொண்டே இருந்தார். “என்ன செய்கிறார்கள்?” என்று சலித்துக்கொண்டார். மீண்டும் ஒரு சொல்பரிமாற்றம் நிகழ்ந்து போர் தவிர்க்கப்படுமென அவர் எதிர்பார்க்கிறாரா என அவன் எண்ணிக்கொண்டான். ஆனால் அவர் அவ்வாறு சொல்லவில்லை. உடலோ உள்ளமோ எங்கும் அமரவியலாதவராக இருந்தார்.

அவர் துயின்றுவிட்டார் என்று குறட்டையொலி கேட்டு அவன் புரிந்துகொண்டான். அவர் இரவில் துயில்வது மிக அரிதாகிவிட்டிருந்தது.

ஆகவே பகலில் எண்ணங்களில் அமையும்போதெல்லாம் துயிலில் மூழ்கி குறட்டை ஒலி எழுப்பினார். முழுத் துயில் உடலை அழுத்துகையில் அந்த எடையாலேயே விழித்துக்கொண்டு உரத்த குரலில் மூச்சிரைத்து இருமி தன்னை உணர்ந்தார். ஒவ்வொரு முறை துயில் விழிக்கும்போதும் அவர் நெஞ்சில் ஒரு வேல் பாய்ந்ததுபோல் உடலில் விதிர்ப்பு பரவுவதை அவன் பார்த்திருந்தான். துயில் நீப்பினால் அவர் உடல் வெளிறி மெலிந்திருந்தது. வாய் உலர்ந்து மடிந்திருக்க, பெரிய வெண்பற்கள் எழுந்து வெளியே நீட்டியிருந்தன. பெரும்பாலான பொழுதுகளில் அவர் சீற்றம்கொண்டிருப்பதாக தோன்றச்செய்தது அது.

அவன் அறிந்திருந்த திருதராஷ்டிரர் அவ்வுடலுக்குள் தன்னை இழுத்துக் கொண்டு மறைய உள்ளே சிறு விதையென உறங்கிய பிறிதொருவர் எழுந்து அவ்வுடலில் பரவி முன்னால் நிற்பதுபோல இருந்தது. திருதராஷ்டிரர் உடலில் எப்போதும் ஓர் அழகு இருப்பதை அவன் கண்டிருந்தான். அவ்விழிகளின் வெறுமை உருவாக்கும் துணுக்குறலை விழி கடந்து சென்றுவிட்டதென்றால் ஒவ்வொன்றிலும் தணியாத ஆர்வம் கொண்ட ஒரு பேருருவச்சிறுவனை அவரில் கண்டடைய முடியும். மைந்தரையோ விலங்குகளையோ தொடுகையில் அவர் முகத்திலெழும் கனிவுக்கு நிகரான பிறிதொன்றை மானுட முகத்தில் அவன் கண்டதில்லை. இப்போது அவரால் ஒரு குழவியை தன் மடியில் எடுத்துவைத்து கனிந்து முத்தமிடமுடியும் என்று அவனுக்குத் தோன்றவில்லை.

விழித்துக்கொண்ட திருதராஷ்டிரர் இரு தொடைகளிலும் கைகளால் அறைந்தபடி “எங்கிருக்கிறோம்? எங்கிருக்கிறோம்?” என்றார். “சென்றுகொண்டிருக்கிறோம், அரசே” என்றான் சஞ்சயன். “இங்கிருந்து படைகள் தெரிகின்றனவா?” என்று அவர் கேட்டார். “இவ்விருளில் எங்கிருந்தாலும் படை தெரியாது” என்றான் சஞ்சயன். “விடிந்துகொண்டிருக்கிறது என்றாய்?” என்றார். “இரவு என்பது விடியலின் முன்வடிவம். உள்ளத்தில் விடிவு தொடங்கி நெடும்பொழுதுக்குப் பின்னரே முதல் ஒளி வந்தடைகிறது” என்றான் சஞ்சயன். “மூடன்! மூடன்!” என்று கூறியபடி தன் இரு தொடைகளிலும் அவர் அறைந்து கொண்டார். தேர்ச்சகடம் சீராக ஒலித்தது. வளைவுகளில் நிறுத்துகட்டைகள் உரசி முனகின.

“இன்னும் நெடுந்தொலைவா?” என்றார். “அணுகிக்கொண்டிருக்கிறோம்” என்றான் சஞ்சயன். “அதுவும் இதைப்போலத்தான் அல்லவா? நாம் அணுகத்தொடங்கிய பின்னரே பாதை குறுகத் தொடங்குகிறது” என்றார் திருதராஷ்டிரர். சஞ்சயன் புன்னகைத்தான். அவன் புன்னகைப்பதை விழியின்மையாலேயே அவரால் உணரமுடியும். அது அவரை சற்றே எளிதாக்கியது. “அறிவிலி, உனக்கு சொற்கள் விளையாட்டுப் பொருட்கள்.

வெளியே சென்று உலகை அறியாதவன். நீ அறிந்ததெல்லாம் நூல்களில் இருந்து. இருந்த இடத்திலிருந்தே சொல்லாடி இதோ பொருளின்மையை நோக்கி சென்றுகொண்டிருக்கிறாய்” என்றார் திருதராஷ்டிரர். “இன்று கண்முன் நிகழ்வுப்பெருக்கை காணவிருக்கிறாய்.”

“ஆம் அரசே, சொல்லில் இருந்து காட்சிகளை உருவாக்குபவன் நான். இன்றுமுதல் காட்சிகளில் இருந்து சொல்லை உருவாக்கவேண்டும்” என்றான் சஞ்சயன். திருதராஷ்டிரர் மீண்டும் பெருமூச்சுடன் தளர்ந்து “விடியும்போது நாம் அங்கிருப்போம்” என்றார். “ஆம்” என்று சஞ்சயன் சொன்னான். “அங்கிருந்தால் படைகள் நன்கு தெரியுமா?” என்று அவர் கேட்டார். “நன்கு தெரியுமிடத்திலேயே நோக்குமாடம் அமைக்கப்பட்டுள்ளது” என்றான் சஞ்சயன். “அங்கு பீதர் நாட்டிலிருந்து வரவழைக்கப்பட்ட தொலைநோக்கு ஆடியொன்று பொருத்தப்பட்டுள்ளது. அதனூடாக நாம் தேவர்களுக்கிணையாக விழிகளைப் பெறமுடியும். நெடுந்தொலைவை அங்கிருந்தே பார்க்கமுடியும்” என்றான். “ஆடியினூடாகவா?” என்று அவர் கேட்டார். “நீர்த்துளியை அழுத்திப் பரப்பியது போன்றது அது என்றார்கள். நான் இன்னமும் அதைப் பார்க்கவில்லை” என்று அவன் சொன்னான்.

“ஆம், நீர்த்துளியினூடாக நோக்கினால் பொருட்கள் அண்மையில் வரும் என்று நான் கேட்டிருக்கிறேன்” என்று திருதராஷ்டிரர் சொன்னார். “இரண்டு நீர்த்துளிகளை ஒன்றன்பின் ஒன்றென வைத்தால் தொலைவு அவ்விரண்டிற்கும் நடுவே பலமடங்கு மடிந்து சுருங்கிவிடுகிறது என நான் கண்டுள்ளேன். அண்மையும் சேய்மையும் தங்களை நிலைமாற்றிக்கொள்கின்றன” என்றான் சஞ்சயன். “பீதர்கள் இப்பருவெளியுடன் ஓயாது விளையாடிக்கொண்டிருக்கிறார்கள்” என்றார் திருதராஷ்டிரர். சஞ்சயன் “நமது முனிவர்கள் தங்கள் அகத்துடன் விளையாடுவதுபோல” என்றான். “நம் முனிவர்கள் ஊழ்கத்தில் சென்று அடைந்த அனைத்தையும் கையிலும் கருத்திலும் தொட்டு அடையும் பொருள்வெளியில் அளைந்தே பீதர்களும் அடைந்திருக்கிறார்கள்.”

தேர் மலைப்பாதையின் வளைவினூடாக வளைந்து சென்றுகொண்டிருந்தது. புரவிகளின் கால்பட்டு தெறித்த சில கூழாங்கற்கள் மலைவிளிம்பினூடே உருண்டு ஆழம் நோக்கி சென்றன. பாதை மேலேறிச் சென்றமையால் புரவிகள் மூச்சிரைத்து மெல்ல விரைவழிய மேலும் மேலும் அவற்றை சாட்டையால் அடித்து ஊக்கி முன்செல்லச் செய்தான் பாகன். “அவர்கள் எங்கிருக்கிறார்கள்?” என்று திருதராஷ்டிரர் கேட்டார். அவர் கேட்பதைப் புரிந்துகொண்ட சஞ்சயன் “நேற்று ஒற்றர்களை அனுப்பி செய்தி கொண்டுவரச் சொன்னேன். பாஞ்சாலப் பேரரசி திரௌபதியும் பாண்டவர்களின் அன்னை குந்தியும் குருக்ஷேத்ரத்திற்கு

வெளியே பாண்டவர்களின் படைகளுக்குப் பின்னால் மிருண்மயம் என்னும் சிற்றூரில் தங்கியிருக்கிறார்கள்" என்றான். "ம்ம்" என்றார் திருதராஷ்டிரர்.

"அங்கிருந்து ஒவ்வொரு நாளும் நூறு புறாக்கள் பாண்டவர் படைகளுக்கு சென்று மீள்கின்றன. அங்கு நிகழ்வன அனைத்தையும் ஒற்றர்களினூடாகத் தெரிந்துகொண்டிருக்கிறார்கள். ஒவ்வொருநாளும் ஆணைகளை இடுகிறார்கள்" என்றான் சஞ்சயன். "வேறு பெண்டிர் எவரும் உடனில்லையா?" என்று திருதராஷ்டிரர் கேட்டார். "இரண்டு சேடியர் உள்ளனர். அரசகுடியினர் எவருமில்லை" என்றான் சஞ் சயன். "இப்போரை நிகழ்த்துபவர்கள் அவர்கள் இருவரும்தான்" என்று திருதராஷ்டிரர் சொன்னார். "பாண்டவரின் படை ஒரு பெருந்தேர். தேரோட்டியின் இடத்தில் குந்தி அமர்ந்திருக்கிறாள். தேர்த்தட்டில் வில்லுடன் நிற்பவள் பாஞ்சாலத்து அரசி." மீண்டும் பெருமூச்சுடன் கைகளை உரசிக்கொண்டு "வெல்லப்போகிறவர்கள் அவர்களே. ஆனால் வெல்வதென்ன என்று அவள் இன்னும் அறிந்திருக்கவில்லை" என்றபின் "தெய்வங்களே! மூதாதையரே!" என்று முனகியபடி மீண்டும் பீடத்தில் அசைந்து அமர்ந்தார்.

தேர் மிக மெல்ல சென்றுகொண்டிருந்தது. மலை உச்சியில் தனித்த விண்மீன்போல தெரிந்த ஒளியைக் கண்டு சஞ்சயன் "அணுகிவிட்டோம். நோக்குமாடத்தின் நெய்விளக்கு தெரிகிறது" என்றான். "இன்னும் எத்தனை பொழுதாகும் அங்கு சேர?" என்றார் திருதராஷ்டிரர். "முதல் முகில் ஒளிகொண்டுவிட்டது, அரசே. நாம் அங்கு சென்று அமர்கையில் கீழே ஒளிபரந்துவிடும்" என்றான் சஞ்சயன். திருதராஷ்டிரர் "விடிவது என்பதன் பொருளே மாறிவிட்டது" என்றார். அவன் திரும்பி வானத்தை நோக்கிக்கொண்டிருந்தான். எத்தனை விரைவில் ஒன்றிலிருந்து ஒன்றென முகில்கள் பற்றிக்கொண்டன என்று வியந்தான்.

"இங்கிருந்தால் நமது படைகளின் ஓசை கேட்குமா?" என்று திருதராஷ்டிரர் கேட்டார். "இல்லை, இது நெடுந்தொலைவு. ஆனால் அதுவும் நன்று. ஓசை திரைபோல நிகழ்வன அனைத்தையும் மறைத்துவிடும்" என்றான் சஞ்சயன். பின்னர் "தொலைவு மிக நன்று. அது விரைவை அழிக்கிறது. ஒவ்வொன்றையும் உற்று நோக்குவதற்கு நமக்கு முழுப்பொழுதும் கிடைக்கிறது. தேவர் விண்ணிலிருந்து மானுடரை அசைவில்லாதவர்களாகத்தான் பார்த்துக்கொண்டிருக்கிறார்கள் என்று ஒரு தொல்நூல் சொல்கிறது. அத்தனை பெருந்தொலைவில் இருந்து நோக்குகையில் அசைவு முற்றிலும் பொருளிழந்துவிடும்" என்றான்.

"எனக்கு நீ இந்த அணிச்சொற்களால் எதையும் சொல்லவேண்டியதில்லை.

உன் சொற்களினூடாக நான் அனைத்தையும் பார்க்கவேண்டும். பொருள்வய வெளியென மாறாத நுண்சொற்கள் ஒன்றுகூட எனக்குத் தேவையில்லை” என்றார் திருதராஷ்டிரர். சஞ்சயன் “அரசே, இறுதியாக நான் ஒன்றை சொல்ல விழைகிறேன். தாங்கள் எதன் பொருட்டு இதைப் பார்க்கவேண்டும் என்று இன்னமும் எனக்குத் தெரியவில்லை” என்றான். “நானும் அறியேன். முதலில் இதை பார்க்க விழையவில்லை. ஆனால் பார்க்காமலிருக்க என்னால் இயலவில்லை என்று பின்னர் உணர்ந்தேன். இதை பார்க்காதொழிய என்னால் இயலுமென்றால் எப்போதோ இளையோனுடன் கிளம்பி நானும் காட்டுக்கு சென்றிருப்பேன்” என்றார் திருதராஷ்டிரர். “நான் இதனுள் இருக்கிறேன். இங்குள்ள ஒவ்வொரு படைவீரனுக்குள்ளும் என் ஒரு துளி உள்ளது. என்னால் இதைப் பார்க்காமலிருக்க இயலாது.”

“பார்த்தவற்றிலிருந்து நீங்கள் எஞ்சிய வாழ்நாள் முழுக்க விடுபட இயலாது என்று அறிந்துகொள்ளுங்கள் அரசே” என்றான் சஞ்சயன். “ஆம், அதை நானும் அறிவேன். ஆனால் அதன்பொருட்டு எவரும் வாழ்க்கையின் பெருந்தருணங்களைத் தவறவிடுவதில்லை” என்று திருதராஷ்டிரர் சொன்னார். “இது நற்தருணமாக அமைய வாய்ப்பில்லை” என்றான் சஞ்சயன். “இளையோனே, என் நீண்ட வாழ்நாளில் கண்டறிந்த ஒன்றுண்டு. வாழ்வின் பெருந்தருணங்கள் அனைத்தும் தீயவையே” என்றார் திருதராஷ்டிரர். “அதன்பொருட்டு எந்த மானுடனும் அவற்றைத் தவறவிடுவதுமில்லை.” சற்றுநேரத்திற்குப் பின் சஞ்சயன் “ஒருவேளை தெய்வங்கள் மானுடருக்கு வீசியிருக்கும் தூண்டிலே இதுதான் போலும்” என்றான்.

தேர் நோக்குமாடத்தின் முன் சென்று நின்றபோது இலைகள் மெழுக்குப்பூச்சு ஒளிரும்படி தெளியும் அளவுக்கு நுண்வெளிச்சம் எங்கும் பரவியிருந்தது. “இன்னும் சற்று நேரத்தில் பொழுது விடிவதற்கான அறிவிப்பு எழுந்துவிடும்” என்று அவன் திருதராஷ்டிரரிடம் சொன்னான். “ஆம், நான் பறவைக்குரல்களை கேட்டுக்கொண்டிருக்கிறேன். கரிச்சான் ஓய்ந்தது. காகங்கள் கரைந்து பறக்கின்றன” என்று திருதராஷ்டிரர் சொன்னார். நோக்குமாடத்திலிருந்து இரண்டு காவலர்கள் வந்து தேர் அருகே வணங்கி நின்றனர். சஞ்சயன் திருதராஷ்டிரரை மெல்ல கைபற்றி இறக்கினான். படிகளினூடாக இறங்கி நிலத்தில் நின்ற அவர் உடலை நிமிர்த்தி “தெய்வங்களே... மூதாதையரே...” என்று முனகினார்.

தேர் நகர்ந்ததும் இரு வீரர்களும் தலைவணங்கி “இவ்வழி, அரசே” என்றனர். “வருக!” என்று சஞ்சயன் அவர் கைபற்றி அழைத்துச் சென்றான். பன்னிரண்டு அடுக்குகளாக மரத்தாலும் மூங்கிலாலும் கட்டப்பட்டிருந்த அந்த நோக்குமாடத்தின் படிகளை அணுகியதும் “அரசே, செங்குத்தான

படிகள். கைப்பிடியைப் பற்றிக்கொண்டு மெல்ல ஏறுங்கள்" என்றான் சஞ்சயன். இரண்டு படிகளில் கால் வைத்ததும் அதன் கணக்கைப் புரிந்துகொண்ட திருதராஷ்டிரர் விரைந்து மேலேறினார். சஞ்சயன் மெல்ல காலெடுத்துவைத்துத் தொடர்ந்தான்.

இறுதி நிலையை அடைந்தபோது சஞ்சயன் மூச்சிரைத்துக்கொண்டிருந்தான். திருதராஷ்டிரர் திரும்பிப்பார்த்து "என்ன ஓசை அது? நீயா மூச்சிரைக்கிறாய்?" என்றார். "ஆம்" என்றான் சஞ்சயன். "செங்குத்தான ஏணி... மிகு உயரம்." திருதராஷ்டிரர் "சொற்களில் அளைகிறாய். ஒருநாளாவது களரிக்குச் சென்று உடல்பயில அமர்ந்துளாயா?" என்றார். சஞ்சயன் "சொற்களை நிறுத்திவிட்டு உடல்பயில வேண்டியிருக்கிறது. அது என்னைப் போன்றவர்களால் இயலாது" என்றான். "அறிவிலி" என்று கையை வீசியபின் "இங்கே எந்த இடம்?" என்றார் திருதராஷ்டிரர். "வருக!" என அவரை அழைத்துச்சென்று அங்கு அவருக்கென போடப்பட்டிருந்த பீடத்தில் அமர்த்தினான். அவர் கால்களை முன்னால் நீட்டிக்கொள்ளும் பொருட்டு குறும்பீடத்தை முன்னால் நகர்த்திவைத்தான்.

"முழுநாளும் தாங்கள் இங்கு அமர்ந்திருக்கலாம், அரசே. வெயில் தங்களைத் தொடாதபடி மேலே யானைத்தோல் கூரையிடப்பட்டுள்ளது. நோக்கு நெடுந்தொலைவை சென்றடையும்பொருட்டு முப்புறமும் முற்றிலும் திறந்திருந்தாலும் வெயிலுக்கேற்ப நாம் கூரையை சாய்த்து வைக்கலாம்" என்று சஞ்சயன் சொன்னான். சுற்றும் நோக்கி, "இதோ தோல்போர்வையிட்டு மூடப்பட்டிருப்பதுதான் பீதர்நாட்டு தொலைநோக்கி என்று எண்ணுகின்றேன்" என்றான். கீழிருந்து வந்து ஓரமாக நின்ற பீதர்நாட்டு ஏவலன் "ஆம்" என்று தலைவணங்கினான். சஞ்சயன் "காட்டுக!" என்றான்.

பீதர்நாட்டு ஏவலன் அருகே வந்து அத்தோல் போர்வையை விலக்கினான். நீண்ட அமரப்பலகையின் முதல் முனையில் பெரிய குவியாடி பொருத்தப்பட்டிருந்தது. அதற்குப் பின்னால் சற்று சிறிய இன்னொரு குவியாடி இருந்தது. முதல் ஆடி மெலிந்து பரந்ததாகவும் இரண்டாம் ஆடி குவிந்து உருளைபோலவும் இருந்தது. "இரண்டு பெரிய நீர்த்துளிகளேதான்" என்று அவன் திருதராஷ்டிரரிடம் சொன்னான். உளக்கிளர்ச்சி தெரியும் குரலில் "பனிக்கட்டியில் செய்யப்பட்டவை என எண்ணுக! முற்றிலும் ஒளி ஊடுருபவை. இங்கிருந்து நோக்குகையிலேயே வெளியே தெரியும் காட்சி அதற்குள் சுருங்கி சுழன்று சுழியென்று ஆவதை என்னால் காண முடிகிறது" என்றான்.

பீதர்நாட்டு ஏவலன் இரண்டாவது ஆடிக்குப் பின்னால் இடப்பட்ட சிறிய பீடத்தில் அமர்ந்தான். அதன் முன் அமைந்த சிறிய குழிவளைவின் மீது

தன் தாடையைப் பதித்து இரண்டாவது ஆடியினூடாக ஒருகண்ணை மூடி மறுகண்ணை கூர்ந்து பார்த்து ஆடிகளை முன்னும்பின்னும் நகர்த்தி சீரமைத்தான். "தாங்கள் அமர்ந்து பார்க்கலாம். தங்கள் விழிநோக்கின் அளவுக்கேற்ப என்னால் ஒழுங்கு செய்ய இயலும்" என்றான். அவன் எழுந்துகொள்ள சஞ்சயன் சிறுபீடத்தில் அமர்ந்து தாடையை அதில் பதித்து வைத்துக்கொண்டான். அவன் கண்களுக்குள் நேரடியாக ஒளிவிழ கூசி விழிகளை விலக்கிக்கொண்டான். பின்னர் நீர்வழியும் கண்களை துடைத்தபடி மீண்டும் நோக்கினான்.

முதலில் அவனுக்கு கண்கூசும்படி உடைந்த காட்சிகளின் சுழல் மட்டுமே தெரிந்தது."தங்கள் விழி இன்னும் இவ்வாடிகளைப் புரிந்துகொள்ளவில்லை. கூர்ந்து நோக்குக! உளம் அதில் ஒருங்கட்டும். மெல்ல காட்சிகள் தெளியத்தொடங்கும். அதன் பின் இந்நெடுந்தொலைவை விழிகடந்து சென்று நோக்குவீர்கள்" என்று பீதர்நாட்டு ஏவலன் சொன்னான். இரு ஆடிகளையும் அவன் அணுவணுவாக நகர்த்தி ஒன்றுடன் ஒன்று இணையச் செய்துகொண்டிருந்தான். காட்சிகள் வளைந்தும் நெளிந்தும் இழுபட்டும் குவிந்தும் உருமாறிக்கொண்டிருந்தன. ஒரு கணத்தில் எதையோ அடையாளம் கண்டுகொண்ட சஞ்சயனின் உள்ளம் திடுக்கிட்டது. "பொறு" என்று கைகாட்டினான். பின் "மெல்ல மெல்ல" என்று ஆடிகளை நகர்த்தும்படி கைகாட்டினான். போதும் என்று கைகாட்டியபின் விழிகள் பொருந்தியிருக்க அசைவற்று அமர்ந்தான்.

பின்னர் விழிவிலக்கி தான் பார்த்ததென்ன என்று அவன் உளம்கூர்ந்தான். மீண்டும் நோக்கினான். அது குரங்குமுத்திரை பொறிக்கப்பட்ட கொடி. "குரங்குக்கொடி!" என்றான். பின்னர் அவனே கைநீட்டி ஆடிகளை மெல்ல நகர்த்தினான். "இளைய பாண்டவர் அர்ஜுனரின் தேர்" என்றான். திருதராஷ்டிரர் "படைமுகப்பில் நிற்கிறார்களா?" என்றார். "ஆம் பேரரசே, அவர்களின் தேர் படைமுகப்பில்தான் நின்றுள்ளது" என்றான் சஞ்சயன்.

ஆடியை கீழே சரித்து தேரை முழுவதும் பார்த்து "அவர் தேர்த்தட்டில் அமர்ந்திருக்கிறார். தேரை இளைய யாதவர் ஓட்டிக்கொண்டிருக்கிறார்" என்றான். "இளைய யாதவனா?" என்று திருதராஷ்டிரர் கேட்டார். "ஆம், அவர்தான். நன்கு தெரிகிறது. இங்கிருந்து புரவிகளின் குளம்புகளைக்கூட நோக்க முடிகிறது. அவற்றின் விழிகளை, குஞ்சி முடிகள் ஒவ்வொன்றையும் பார்க்க இயல்கிறது" என்றான். "இளைய யாதவர் தேர்த்தட்டில் சவுக்குடன் அமர்ந்திருக்கிறார். இடையில் அவருடைய வெண்சங்கு. சூதர்களுக்குரிய வகையில் குழல்சுழற்றிக் கட்டியிருக்கிறார் அதில் பீலி சூடியிருக்கிறார்" என்றான்.

“ஆழி கொண்டிருக்கிறானா?” என்றார் திருதராஷ்டிரர். “இல்லை, அவர் படைக்கலத்துடன் இருப்பதாகத் தெரியவில்லை” என்றான் சஞ்சயன். “அறிவிலி... அவன் படைக்கலம் இன்றி இருக்கமாட்டான். நோக்கு!” என்றார் திருதராஷ்டிரர். அவன் கூர்ந்து நோக்கி “இடையில் குறுவாள் ஒன்று இருப்பதுபோல் உள்ளது” என்றான். “அது குறுவாள் அல்ல, படையாழி. எட்டு பிறைகளாக அதைப் பிரிக்க முடியும். பீதர்நாட்டு விசிறிபோல் ஒன்றென விரிக்கவும் இயலும்... இப்போர்க்களத்திலேயே கொடிய படைக்கலம் அது. அது எந்நிலையிலும் இடையிலிருந்து கைகளுக்கு வராமலிருக்கவேண்டும்” என்றார் திருதராஷ்டிரர். சஞ்சயன் “நீலப்பீலி விழிதிறந்து களத்தை நோக்கிக்கொண்டிருக்கிறது” என்றான்.

75

உதடுகளின் அசைவிலிருந்து பேசப்படும் சொற்களை விழிகளால் கேட்டறியும் அதரஸ்புடம் என்னும் கலையை ஏழாண்டுகள் பயின்றிருந்தான் சஞ்சயன். அவன் இளைய யாதவரின் உதடுகளையே நோக்கிக்கொண்டிருந்தான். காலமே அற்றவனாக அச்சொற்களினூடாக அவன் கடந்துசென்றான். "பார்த்தா சித்தத்தைக் குவித்து நீ சொற்களைக் கேட்டாயா? உன் உளமயக்கு அழிந்ததா?" என்றார் இளைய யாதவர். அர்ஜுனன் "ஆம், உன் அருளால் என் அகத்திகைப்பு அழிந்தது. நான் நிலைமீண்டேன். ஐயங்கள் அழிந்தேன். நீ ஆணையிடுவதைச் செய்வேன்". சஞ்சயன் பெருமூச்சுவிட்டான்

"என்ன? என்ன?" என்றார் திருதராஷ்டிரர். "வாசுதேவனுக்கும் பேருள்ளத்தோனாகிய பார்த்தனுக்கும் இடையே நிகழ்ந்த சொற்களை நான் கேட்டேன். விண்ணோரும் அறியவிழையும் ஆழ்பொருள் கொண்டவை அவை". திருதராஷ்டிரர் "சொல், என்ன? என்ன அங்கே?" என்றார். சஞ்சயன் பெருமூச்சுவிட்டு "தேரோட்டியும் வில்லவனும் ஒன்றென்றாகும் தருணம்" என்றான்.

திருதராஷ்டிரர் பரபரப்படைந்திருந்தார். இரு கைகளாலும் பீடத்தின் கைப்பிடிகளைத் தட்டியபடி "என்ன நிகழ்கிறது? சொல்! என்ன நிகழ்கிறது?" என்றார். "பொறுங்கள் அரசே, முதலில் நான் பார்த்துக்கொள்கிறேன்" என்று சஞ்சயன் சொன்னான். "பொறுத்துக்கொள்வதற்காக இங்கு வரவில்லை. இன்னும் பொழுதில்லை. சொல்! அங்கென்ன நிகழ்கிறது? படைகள் எவ்வண்ணம் உள்ளன? எவர் எங்கு நிற்கிறார்கள்? என்ன சூழ்கை அமைக்கப்பட்டுள்ளது? நீ பார்க்கப் பார்க்க சொல்லிக்கொண்டே இரு" என்றார்.

சஞ்சயன் “நான் பார்த்து தொகுத்துச் சொன்னாலொழிய தங்களால் புரிந்துகொள்ள முடியாது, பேரரசே. ஒருகணம் நுண்காட்சியாகவும் மறுகணம் பெருந்தோற்றமாகவும் படைகளைப் பார்த்துக்கொண்டிருக்கிறேன்” என்றான். “நான் தொகுத்துக்கொள்கிறேன். நான் தொகுத்துக்கொள்கிறேன்” என்று திருதராஷ்டிரர் கூவினார். “நீ பார்த்ததை அவ்வண்ணமே சொல்! உன் கண் அவ்வாறே சொற்களாக மாறட்டும். உன் கண்ணை நான் அடைவேன். சொல்!” என்றார். ஒரு கணம் அவரை திரும்பி நோக்கியபின் “ஆம், அதுவும் உகந்த வழியே” என்று சஞ்சயன் சொன்னான்.

“பேரரசே, கீழே குருக்ஷேத்ரப் பெருங்களம் மாபெரும் பன்னிரு படைக்களம்போல் தோற்றமளிக்கிறது. அதன் மேற்கு எல்லையில் கிழக்கு நோக்கியவர்களாக பாண்டவர்களின் படை நின்றுகொண்டிருக்கிறது. மறுபக்கம் மேற்கு நோக்கி கௌரவப் படை நிற்கிறது. இரு படைகளுக்கும் பின்புறம் மிக விலகி ஐந்து வெவ்வேறு குழூக்களாக அடுமனையாளர்களும், ஏவலர் குழூக்களும், மருத்துவ நிலைகளும், அமைச்சர் குடில்களும், பொருள் வைப்பு நிலைகளும் அமைந்துள்ளன. பாண்டவப் படைகள் முப்புரிவேலின் வடிவில் இப்போது சூழ்கை கொண்டுள்ளன. வேலின் நடுவே அதன் கூர் என விராட மைந்தனாகிய உத்தரன் நின்றிருக்கிறார். அவருக்குப் பின்னால் விராடர்களின் விரைவுப்புரவிப் படை வெள்ளி ஒளிவிடும் கவசங்களுடன் அணிவகுத்துள்ளது. தொடர்ந்து இருபுறமும் திருஷ்டத்யும்னராலும் பீமனாலும் அவர் காக்கப்படுகிறார்.”

“முப்புரிவேலின் இடப்பக்கக் கூராக குலாடகுடியின் சங்கன் தன் விரைவுப்புரவிப் படையுடன் நின்றிருக்கிறார். வலது கூர்முனையாக குலாடகுடியின் மூத்தவனாகிய ஸ்வேதன் நின்றிருக்கிறார். விரைவுப்படைகள் அனைத்தும் புரவிகளில் எடுத்துச்செல்லத்தக்க நீளமில்லாத விற்களை ஏந்தியவர்கள். அப்புரவிப்படைகளின் பின்னால் நீள்வில் ஏந்திய வில்லவர் அமர்ந்த விரைவுத்தேர்ப்படைகள் நின்றிருக்கின்றன. அவற்றுக்குப் பின்னால் காலாட்படைகள் நிலைகொள்கின்றன” என்றான் சஞ்சயன். “ஆம், விற்புரவிப் படைகள் ஊடுருவ தேர்ப்படைகள் அவற்றைத் தொடர்ந்து வழியமைக்க அதில் காலாட்படைகள் நுழையும்படி அமைந்துள்ளது சூழ்கை” என்றார் திருதராஷ்டிரர். “தேர்ப்படைகளுக்குப் பின்னால் அத்தேர்கள் அளிக்கும் இடைவெளியின் அகலத்திலேயே நீளமாக வேலேந்திய காலாட்படைகள் அமைந்துள்ளன” என்று சஞ்சயன் சொன்னான். “ஆம், அவை தேர்களால் இழுத்துச் செல்லப்படுவதுபோல் தோன்றும்” என்றார் திருதராஷ்டிரர்.

அவர் எவ்வகையிலோ விழிநோக்கு கொண்டிருக்கிறார்போலும் என்னும் திகைப்பை சஞ்சயன் அடைந்தான். “அரசே, ஒவ்வொரு படை நடுவிலும்

பின்னாலிருக்கும் படை தேவையெனில் மேலும் பிரிந்து முன்னால் வருவதற்கான இடைவெளி உள்ளது. ஒன்றிலிருந்து ஒன்றைப் பிரித்து நீளமாக்கவும் ஒன்றுடன் ஒன்று செருகிக்கொண்டு அகலமாக்கவும் இயலும் வகையில் படைகள் அமைந்துள்ளன. படைகளின் முகப்புகளில் ஆயிரத்தவர் தங்கள் கொடிகளுடன் நின்றிருக்கிறார்கள். ஒவ்வொரு ஆயிரத்தவர் குழுக்களுக்குள்ளும் நூற்றுவர்களின் பத்துக் கொடிகள் தென்படுகின்றன. ஓர் ஆயிரத்தவர் குழுவுக்கு மூன்றடுக்கு கொண்ட காவல்நிலையொன்று சகடங்கள் அமைந்த பீடத்தின் மேல் ஏழு புரவிகளால் இழுக்கப்படுவதாக அமைக்கப்பட்டுள்ளது. அதன்மேல் கொடிவீரர்களும் முழவோசை எழுப்புபவர்களும் அமைந்திருக்கிறார்கள். ஓர் அக்ஷௌகிணிக்கு மையத்தில் பெருங்காவல்நிலை உள்ளது. அதன்மேல் பெருமுரசும் கொம்புகளும் ஏந்தி வீரர்கள் அமர்ந்திருக்கிறார்கள்."

"ஆம், அவை வெவ்வேறு ஒலி எழுப்பும் முழவுகள். அக்ஷௌகிணிகளின் முழவுகள் இடியோசை கொண்டவை. ஆயிரத்தவர் முரசுகள் சற்றே உலோக ஒலி கலந்தவை" என்றார் திருதராஷ்டிரர். "நமது படைகளும் அவ்வாறே அணிவகுத்துள்ளன, அரசே" என்றான் சஞ்சயன். "அமுதகலக்கொடி பறக்கும் பதினெட்டு செய்திமாடங்களால் சூழப்பட்டுள்ளது நமது படையின் முகப்பு. நமது படைகள் பூண்டுள்ள மான்கொம்பு வடிவின் முதற்கிளையின் கூர்முகப்பில் மீன்கொடி பறக்கும் தேரில் தன்னைவிட இருமடங்கு பெரிய நிலைவில்லை இடக்கால் கட்டைவிரலுக்கும் நெடுவிரலுக்கும் நடுவே ஊன்றி இடையில் கையூன்றி களத்தை கூர்ந்து நோக்கியபடி பீஷ்மர் நின்றுள்ளார். அவர் வெண்ணிறத் தலைப்பாகை அணிந்திருக்கிறார். அவருடைய தேரும் வெள்ளி என ஒளிவிடுகிறது. அவருடைய முதன்மை மாணாக்கனாகிய விஸ்வசேனர் அவருக்கு தேர் செலுத்துகிறார். அரசே, ஒருகணம் பீஷ்மரே அங்கும் அமர்ந்திருப்பதாக எண்ணி திகைப்புகொண்டேன்."

"அவருக்குப் பின்னால் பன்னிரு கவர்களாகப் பிரிந்து நின்றிருக்கிறது நமது படை. ஒவ்வொரு கவர் முனையிலும் நமது பெருவீரர் ஒருவர் நின்றிருக்கிறார். துரோணர், கிருபர், சல்யர், துரியோதனர், சகுனி, அஸ்வத்தாமர், ஜயத்ரதர், பூரிசிரவஸ், கிருதவர்மர், பிரக்ஜ்யோதிஷ மன்னர் பகதத்தர், மாளவமன்னர் இந்திரசேனர், கலிங்க மன்னர் ஸ்ருதாயுஷ் ஆகியோரை தெளிவாகக் காண முடிகிறது" என்று சஞ்சயன் சொன்னான். "ஒவ்வொருவரையாகப் பார்க்கிறேன், அரசே. கமண்டலமும் வில்லும்கொண்ட கொடியுடன் துரோணர், எருதுக்கொடியுடன் கிருபர், சிம்மவால் கொடியுடன் அஸ்வத்தாமர், கரடிக்கொடியுடன் ஜயத்ரதர், கலப்பைக்கொடியுடன் சல்யர், பசுக்கொடியுடன் கிருதவர்மர், சூரியக்கொடியுடன் கலிங்கனான கேதுமான், ஈச்சையிலைக் கொடியுடன்

சகுனி, மலைச்சூரியக் கொடியுடன் ஸ்ருதாயுஷ், படகுக்கொடியுடன் பகதத்தர்" என்று சஞ்சயன் தொடர்ந்தான்.

"அவர்களின் கவசங்களில் அந்த முத்திரைகள் உள்ளன. தேர்க்குஞ்சியிலும் தெரிகின்றன. ஒவ்வொருவர் அருகிலும் கழையன் ஒருவன் நீள்கழையுடன் செல்கிறான். தேர்களில் ஆவத்துணைவர் இருவரும் அறிவிப்பாளர் ஒருவரும் உடன் நிற்கிறார்கள். அவர்களின் புரவிகளும் கழுத்திலும் விலாவிலும் இரும்புவலைக் கவசங்கள் அணிந்துள்ளன. முழங்கால் வளைகளும் மூட்டுக்காப்புகளும் கொண்டு காக்கப்பட்டுள்ளன" என்றான் சஞ்சயன். "மான்கொம்பின் ஒவ்வொரு கவரும் முனையில் ஒரு வேல்கொண்டு முன் வளைந்து நீண்டுள்ளது."

"ஆம், மான்கொம்புச் சூழ்கை நன்று" என்று திருதராஷ்டிரர் சொன்னார். பெரிய வெண்பற்களைக் காட்டி சிரித்து தலையைச் சுழற்றியபடி "மிகச் சரியான படைசூழ்கை அது. முப்புரி வேலுக்கு மான்கொம்புதான் கேடயமாக இயலும். மிக எளிதில் ஏதேனும் ஒரு கவரில் வேலின் கணு சிக்கிக்கொள்ளும். சற்றே சுழற்றினால் போதும்" என்றார். அவர் கையை தூக்கி மான்கொம்பை சுழற்றுவதுபோல் அசைத்து "முப்புரிவேலை கைவிட்டுவிடவேண்டியிருக்கும். வலு காட்டினால் வேலின் மூன்று கவர்களும் ஒன்றிலிருந்து ஒன்று விலகி நெளியும். ஆம்!" என்றார். இரு கைகளாலும் பீடத்தின் கைப்பிடியை அறைந்து "ஆம்! ஆம்! அதுதான் நிகழவிருக்கிறது. அதுதான்! நான் அறிகிறேன்! பிதாமகர் பீஷ்மர் முன்னணியில் நிற்கையில் மான்கொம்பு கொல்திறல் படைக்கலம் என்றும் ஆகும். மான்கொம்பின் இயல்பு அது. கேடயமாகவும் படைக்கலமாகவும் மாறிமாறி செயல்படும் விந்தையான கருவி" என்றார்.

சஞ்சயன் திரும்பி அவருடைய உணர்வெழுச்சியைப் பார்த்தான். அதுவரை அவரிலிருந்த துயரமும் விலக்கமும் முற்றாக பறந்துபோய் போர்க்களத்தில் படைக்கலமேந்தி போர்முரசு முழங்கக் காத்திருக்கும் படைவீரனின் வெறியும் உவகைக்கொப்பளிப்பும் கொண்டவராக மாறிவிட்டிருந்தார். அவர் உடலின் வாயில்களைத் திறந்து முற்றிலும் புதிய ஒருவர் வந்தமர்ந்திருப்பதைப்போல. ஆனால் அந்தப் புதியவரை அவன் மேலும் நன்கறிந்திருப்பதாக அவனுக்குத் தோன்றியது. அவன் தொடர்ந்து சொன்னான். "நம் படைகள் முற்றிலும் பழுதின்றி நிரைகொண்டுள்ளன, அரசே. என்ன நிகழ்கிறதென்பதை இங்கிருந்து தெளிவாகப் பார்க்க இயல்கிறது. புறாக்கள் படைகளுக்குமேல் புலரி ஏரியில் நீராவிப்படலம்போல் படர்ந்துகொண்டிருக்கின்றன. அவை சென்றமரும் இடங்களில் எல்லாம் செய்திகள் சென்று விழுந்து எரியென பற்றிக்கொண்டு அக்கணமே முரசொலியும் கொம்போசையுமாக மாறுகின்றன. அதற்கேற்ப படை மேலும் மேலும் தன்னைக் கூர்மைப்படுத்தி திரட்டிக்கொள்கிறது."

“படைவீரர்கள் எருமைத்தோலாலும் யானைத்தோலாலும் ஆன கவசங்களும் ஆமையோட்டுக்கவசங்களும் அணிந்திருக்கிறார்கள். வில்லவர்களை எதிர்கொள்ளும் காலாட்படையினர் மார்பில் இரும்புச் சங்கிலி பின்னிய கவசங்களை அணிந்திருக்கிறார்கள். தலைக்கவசங்கள் இரும்புக்குமிழிகள்போல் மின்ன இங்கிருந்து பார்க்கையில் ஒரு பெரும்நுரைப்படலமெனத் தெரிகிறது படைப்பெருக்கு” என்றான் சஞ்சயன். “ஆம், அதை என்னால் பார்க்கமுடிகிறது... நுரைப்படலம்! இரும்பு நுரைப்படலம்!” என்று திருதராஷ்டிரர் கூவினார். “அரசே, இரு நகரங்கள் ஒன்றையொன்று நோக்கி அமைக்கப்பட்டுள்ளதுபோல் உள்ளன படையமைவுகள். மிதக்கும் படகுகளாலான பெருநகரங்கள் என்று சொல்லலாம். எக்கணத்திலும் தன்னைக் கலைத்து புதிய வடிவில் அடுக்கிக்கொள்ள வாய்ப்புள்ளவை. இங்கிருந்து பார்க்கையில் அவை ஒன்றையொன்று முட்டும்போது ஒன்றின் இடைவெளிகளில் இன்னொன்று மிகச் சரியாகப் புகுந்துகொண்டு ஒற்றை வெளியென ஆகும்பொருட்டு அமைக்கப்பட்டவைபோல் தோன்றுகின்றன.”

“இருவகை கவசப்படைகளைக் காண்கிறேன். தேர்களால் கொண்டு செல்லப்பட்டு ஒன்றுடன் ஒன்று இணைத்து அடுக்கப்படும் ஆளுயர நிலைக்கவசங்கள். அவற்றைக் கொண்டுசெல்லும் தேர்களுக்கு மேல் அவை தூக்கி வைக்கப்பட்டுள்ளன. ஆணை எழுந்ததும் அவற்றைத் தாழ்த்தியபடி முன்னால் சென்று இணைத்து கவசங்களாலான சுவரை அமைக்க முடியும். யானைகள் கொண்டுசெல்லும் இரும்புக்கவசங்கள் இரண்டு ஆள் உயரமானவை. அவை யானைகளின் முட்டுதலையும் தாங்குபவை. அவற்றை தங்கள் முன் சாற்றி வைத்தபடி நின்றிருக்கின்றன யானைகள்” என்றான் சஞ்சயன். “யானைப்படை மூன்றுவகை. முள்கொண்ட உருளைகளை சங்கிலிகளில் கட்டி துதிக்கையில் வைத்திருக்கும் தாக்குதல்யானை. முன்னணி கவசத்தடைகளை உடைக்கும் நீண்ட தூண்களை ஏந்திய தண்டானை. கவசங்களை ஏந்திய தடையானை” என்றான். “இந்தப் போரில் இருபுறமும் யானைப்படை முன்னணிக்கு அனுப்பப்படவில்லை.” திருதராஷ்டிரர் “எதிரியின் படைசூழ்கை கோட்டைபோலிருந்தாலொழிய யானைகளால் பெரும்பயன் ஏதுமில்லை” என்றார்.

“நீர்ப்பரப்பில் மீன்கள் துள்ளி எழுந்தமைவதுபோல படைவெளியின் நடுவே கழையர் எழுந்து இறங்கிக்கொண்டிருக்கிறார்கள். படையணிவகுப்பை ஒவ்வொரு தலைவரும் தீரா ஐயத்துடன் நோக்கிக்கொண்டிருக்கிறார்கள். கிருதவர்மர் மேலும் மேலும் பதற்றம் கொண்டிருக்கிறார். ஏனென்றால் அவருடன் வந்திருப்பவர்கள் யாதவர்கள். அவர்களில் விருஷ்ணிகளின் நிலை குறித்த ஐயம்

நின்றிருக்கிறது. படைமுகத்தில் தங்கள் தலைவரான இளைய யாதவரைக் கண்டால் அவர்கள் எப்படி எதிர்வினையாற்றுவார்கள் என்று பிற யாதவகுடியினர் எண்ணிக்கொண்டிருக்கிறார்கள்” என்றான் சஞ்சயன். திருதராஷ்டிரர் “அவர்கள் மேலும் கடுமையாக நடந்துகொள்வார்கள். மேலும் மேலுமென பாண்டவர்களைக் கொன்று குவிப்பார்கள். ஏனென்றால் மானுட உள்ளம் எப்போதும் ஓர் உச்சநிலையில் இருந்து மறுஎல்லைக்கே செல்கிறது. அவர்கள் பாண்டவர்கள் மீது கொண்டிருந்த அன்புக்கு அடியில் எஞ்சியிருந்த வெறுப்பு பேருருக் கொள்ளும். இளைய யாதவரை வாழ்த்தி கண்ணீர்மல்கிய போதெல்லாம் அடிபட்டு நஞ்சுகொண்ட ஆணவம் ஆயிரம் படம் விரித்து எழுந்து வரும்” என்றார்.

“அரசே, நமது படைகளில் அவந்தியின் விந்தனும் அனுவிந்தனும் மாங்கனி கொடிகளுடன் நின்றிருக்கிறார்கள். அவர்களுக்கு அருகே கோசலமன்னன் பிரஹத்பலன் மயில்கொடியுடன் நின்றிருக்கிறார். சௌவீரர்களும் பால்ஹிகர்களும் பால்ஹிக மன்னர் சலன் தலைமையில் அணிகொண்டிருக்கிறார்கள். காந்தாரர்களின் படைப்பிரிவுகளை சுபலர் தலைமைதாங்குகிறார். மறுபக்கம் ஒட்டகக் கொடியுடன் காம்போஜத்தின் சுதக்ஷிணனும் சூரியக்கொடியுடன் அங்கநாட்டரசர் கர்ணனின் மைந்தர் விருஷகேதுவும் இளையோரும் நின்றிருக்கின்றார்கள். காமரூபத்தின் படைகளை அவர்களுக்குப் பின்னால் பார்க்கிறேன். இணையாக வங்கநாட்டுப் படைகளும் நின்றிருக்கின்றன. அதற்கும் அப்பால் நின்றிருப்பவை திரிகர்த்தர்களும் உசிநாரர்களும் இணைந்த பெரும்படை. அதை திரிகர்த்தனாகிய சுசர்மன் தலைமை தாங்குகிறார். மிகத் தொலைவில் கூர்ஜரத்தின் படைகளைக் காண்கிறேன். அவர்கள் சைப்ய நாட்டு கோவாசனரால் நடத்தப்படுகிறார்கள்.”

திருதராஷ்டிரர் மெல்ல அமைதியடைந்தார். பற்களைக் கடித்து தாடையை முன் நீட்டி கூர்ந்த தணிந்த குரலில் “மறுபக்கம் பார்த்தனும் பீமனும் நின்றுள்ளனர் அல்லவா?” என்றார். “ஆம், அவர்கள் தங்கள் படைகளின் அணிகளை நோக்கிவிட்டு படைமுகப்புக்கு வந்துகொண்டிருக்கிறார்கள். முப்புரிவேலின் கைப்பிடியில் அமைந்த இரு கவர்களென அவர்களின் படைகளை நிறுத்தியிருக்கிறார்கள். இளைய பாண்டவராகிய பீமன் உடலெங்கும் இரும்புக்கவசங்கள் அணிந்திருக்கிறார். தலைக்கவசத்தை வலக்கையில் நெஞ்சோடணைத்து பற்றியிருக்கிறார். சிம்மக்கொடி பறக்கும் பெருந்தேரில் நெஞ்சகன்ற ஏழு யவனப்புரவிகள் பூட்டப்பட்டுள்ளன. தேர்த்தட்டில் நின்றபடி கைசுட்டி தன் படையின் பல்வேறு பகுதிகளை நோக்கித் தேரைத் திருப்பும்படி பாகனுக்கு ஆணையிட்டுக்கொண்டிருக்கிறார். அவரைப்போன்றே

இரும்புக்கவச உடையணிந்தவர்களால் ஆன படைகள் அவரைப்போலவே உடல்நடிக்கின்றன. அவர்களின் முகப்பில் புரவிவீரர்களும் தொடர்ந்து தேர்களும் பின்னர் காலாட்படையினரும் நின்றிருக்கிறார்கள்."

"பார்த்தன்! பார்த்தன் எங்கே? அவர்களைப்பற்றி சொல்! அவர்களைப் பற்றி சொல்லவந்து விட்டுவிட்டாய்!" என்றார் திருதராஷ்டிரர். சஞ்சயன் "அரசே, மறுப்பக்க கவரில் இப்போது நான் அர்ஜுனரைப் பார்க்கிறேன். அவரது படைமுகப்பில் நின்றிருக்கும் தேரில் குரங்குக்கொடி பறக்கிறது. இளைய யாதவர் தேர்ப்பாகனாக அமர்ந்திருக்கிறார். முழுக்கவச உடையணிந்து தலையில் அணிந்த தலைக்கவசத்தை தோளுக்குப் பின்னால் சரித்து நின்றுகொண்டிருக்கிறார் பாண்டவர். இளைய யாதவர் அவருக்கு படைகளைக் கைசுட்டி எதையோ சொல்லிக்கொண்டிருக்கிறார். பின்னால் நின்றிருக்கும் இரண்டு ஆவத்துணைவர் அம்புகளை எடுத்து சீராக அடுக்கிக்கொண்டிருக்கிறார்கள். அத்தேரின் பின்பக்கம் தூண்கள் முழுக்க அம்பறாத்தூணிகள் அம்புநிறைத்து தொங்கவிடப்பட்டுள்ளன. போருக்கென அவர்கள் ஒருங்கிக்கொண்டிருப்பதுபோல் தோன்றவில்லை. ஒரு இனிய விழாவிற்கான உளநிலை அவர்கள் முகத்தில் தெரிகிறது" என்றான்.

அவன் ஆடியை மீண்டும் மெல்ல நெருக்கி "இளைய யாதவர் கனவிலிருப்பதுபோல் அரைவிழி மூடியிருக்கிறார். நான் அவர் விரல்களைப் பார்க்கிறேன். ஊழ்கத்தில் என அவை ஒன்றுடன் ஒன்று படிந்து அமைந்திருக்கின்றன. அவர் உதடுகளும் ஊழ்கநுண்சொல்லை உரைப்பவைபோல் மெல்ல அசைகின்றன. அவர் இளைய பாண்டவருக்கு சொல்லும் சொற்களை செவிகளால் கேட்க அவராலும் இயலாது. அவை ஒருவரை ஒருவர் நன்கறிந்தவர்கள் சொல்லின்றி அறியும் மொழியாலானவை போலும். அரசே, கார்நீலரின் தலையிலிருக்கும் பீலி விழிதிறந்து திகைத்ததுபோல் அப்பெரும் போர்க்களத்தைப் பார்த்துக்கொண்டிருக்கிறது. அவர் மஞ்சள் மரவுரி ஆடை மட்டும் அணிந்திருக்கிறார். மார்பிலோ கைகளிலோ தோளிலோ எங்கும் கவசங்களில்லை. ஏழு புரவிகள் பூட்டப்பட்ட தேர் அது. ஒன்றுடன் ஒன்று முற்றிலும் ஒத்த, மெலிந்து நீண்ட கால்களும் ஒட்டிய வயிறும் கொக்கின் கழுத்தும் கொண்ட வெண்புரவிகள். சிவந்த மூக்கும் சிவந்த கண்களும் கொண்டவை. அவை சோனக நாட்டிலிருந்து வரவழைக்கப்பட்டவை. பாலையின் வெண்மணல் அலைகளால் உருவாக்கப்பட்ட கால்கள் கொண்டவை. மிகுவிரைவு கொள்ளும் ஆற்றல் பெற்றவை" என்றான் சஞ்சயன்.

"என் மைந்தர் எங்கே? என் மைந்தர் என்ன செய்கிறார்கள்? அதை சொல்!" என்றார் திருதராஷ்டிரர். "அரசே, துரியோதன மாமன்னர்

யானைமேல் வெண்கொற்றக்குடை சூடி போர்க்களத்தின் முகப்பு நோக்கி செல்கிறார். அவரைச் சூழ்ந்து இசைச்சூதரும் பிறரும் வாழ்த்தொலி எழுப்பியபடி செல்கிறார்கள். அவருக்கு முன்னால் செல்லும் யானைமேல் அமுதகலக்கொடி பறக்கிறது. அவர் தலைக்குமேல் அரவுக்கொடி பறக்கிறது. முற்றிலும் உடல்மறைக்கும் இரும்புக்கவசத்துடன் அவர் தோன்றுகிறார். களமெழுந்த போர்த்தேவன் என தோன்றுகிறார். அவரைச் சூழ்ந்து இலங்கும் கொடிகளும் பாவட்டாக்களும் மின்னும் கொம்புகளின் வளைவுகளும் மலர்க்காடென உளம்மயங்கச் செய்கின்றன.”

“துரியோதன மாமன்னரை தலைக்கவசமின்றி நோக்கினால் பீமசேனர் என்றே தோன்றும். அவருக்கு நேர் பின்னால் துச்சாதனரும் அவர்களுக்குப் பின்னால் துச்சகரும் துச்சலரும் துர்மதரும் தேர்களில் நின்றிருக்கிறார்கள். பிற கௌரவ இளவரசர்கள் தொடர்ந்து அணி நிரந்துள்ளனர். அவருக்கு வலப்பக்கம் சுபாகு அவரைப் போலவே கவசம் அணிந்து கதையுடன் தேர்த்தட்டில் நின்றிருக்கிறார். அனைவரும் ஒருவர் பிறிதொருவர்போல் தோன்றுகிறார்கள். அவர்கள் நூற்றுவருக்குப் பின்னால் கௌரவ மைந்தர் ஆயிரத்தவரும் அதேபோல கவச உடையணிந்து புரவிகளில் அமர்ந்திருக்கிறார்கள். அனைவருமே தங்கள் தமையனுக்குரிய அரவுக்கொடியும் அரவு முத்திரையும் கொண்டிருக்கிறார்கள். அரசே, ஒருகணம் பீமனாகவும் துரியோதனராகவும் கௌரவ பாண்டவ மைந்தராகவும் உருக்கொண்டு நின்றிருப்பது ஒன்றே என்னும் உளமயக்கு உருவாகிறது.”

“மறுபக்கம் யுதிஷ்டிரர் தேருக்கு வந்துவிட்டார்” என்று சஞ்சயன் தொடர்ந்தான். “நந்தமும் உபநந்தமும் அமைந்த வெண்கொடி பறக்கும் அவருடைய தேரின் இடப்பக்கம் சரபக்கொடி கொண்ட நகுலரின் தேரும் வலப்பக்கம் அன்னக்கொடியுடன் சகதேவரின் தேரும் தெரிகின்றன. நகுலரும் சகதேவரும் தேரிலிருந்து இறங்கி மூத்தவரின் கால்தொட்டு வணங்கி வாழ்த்துகொண்டு தங்கள் படைப்பிரிவுகளுக்குத் திரும்பிச்செல்கிறார்கள். அவர்கள் அகன்றதும் காத்து நின்றிருந்த அபிமன்யூ துள்ளும் மீன் பொறிக்கப்பட்ட கொடியுடன் வந்து யுதிஷ்டிரரை வணங்குகிறார். அவரைத் தொடர்ந்து சுருதகீர்த்தி காளைக்கொம்பு பொறிக்கப்பட்ட கொடிகொண்ட தேரில் வந்து அவரிடம் வாழ்த்து பெறுகிறார். பாண்டவ மைந்தர் ஒவ்வொருவராக வந்துகொண்டிருக்கிறார்கள்.”

“கோவிதாராக் கொடி கொண்ட தேரில் திருஷ்டத்யும்னர் ஆணைகளைப் பிறப்பித்தபடி படைமுகப்பில் தேரில் சென்று கொண்டிருக்கிறார். விற்கொடித்தேரில் பாஞ்சாலர் நின்றிருக்க அவரைத் தொடர்ந்து அவருடைய படைகள் ஏழு நீள்சுவர்கள்

என அணிகொண்டிருக்கின்றன. சாத்யகியின் காளைக்கொடியை காண்கிறேன். தொலைவுவரை விரிந்துள்ள இந்திரப்பிரஸ்தத்தின் படைகளை அவர் ஆள்கிறார். மச்சர்களின் மீன்கொடிகளும் முதலைக்கொடிகளும் மீன்குத்திக்கொடிகளும், மல்லநாட்டவரின் எருமைக்கொடிகளும் பன்றிக்கொடிகளும் கழுதைக்கொடிகளும், கிராதர்களின் காகக்கொடிகளும் ஆந்தைக்கொடிகளும், நிஷாதர்களின் ஆமைக்கொடிகளும் முள்ளம்பன்றிக்கொடிகளும் அசுரர்களின் யானைக்கொடிகளும் கழுகுக்கொடிகளும் வல்லூறுக்கொடிகளும் நெடுந்தொலைவுவரை நிரந்துள்ளன."

"கௌரவர்களின் புரவிகள் அனைத்தும் கரும்பட்டுபோல் உடல் கொண்டவை. விரிந்த நெஞ்சும் உறுதியான கால்களும் நரம்புகள் புடைத்த பெரும் கழுத்தும் கொண்டிருக்கின்றன" என்றான் சஞ்சயன். "ஆம், அவை தளராதவை. எத்தனை விரைந்தாலும் போர்க்களத்தில் அவை நாக்கை நீட்டுவதில்லை. நுரை உமிழ்வதில்லை" என்றார் திருதராஷ்டிரர். "தேர்களிலும் வேறுபாடுள்ளது. கௌரவர்களின் தேர்கள் எடைமிக்கவை, வலிமையானவை. பெரும்பாலும் அவை ஒன்றுக்குமேற்பட்ட புரவிகளால் இழுக்கப்படுகின்றன. சகடங்களில் அச்சுகளில் பிற சகடங்களை வெட்டும்படி சுழலும் கத்திகள் கொண்டவை. அவற்றின் புரவிக்கால்களிலும் அணுகுபவர்களை வெட்டும் கூர்கத்திகள் உள்ளன. பாண்டவர் படைகளில் ஒற்றைப்புரவிகளால் இழுக்கப்படும் மெல்லிய தேர்களே மிகுதி. அங்கே பெரும்பாலான படைவீரர்கள் எளிய காலாட்கள்" என்றான் சஞ்சயன். "அவர்கள் அவன் ஒருவனை மட்டுமே நம்பி வந்துள்ளனர்" என்றார் திருதராஷ்டிரர்.

"நான் இப்போது அஸ்வத்தாமரைப் பார்க்கிறேன். அவர் இரு கைகளையும் கட்டி ஊழ்கத்திலென முகம்கொண்டு வலக்காலை முன்வைத்து வில்லூன்றி தேர்த்தட்டில் காத்து நின்றிருக்கிறார். பீஷ்மர் அதோ தேர்த்தட்டில் அரைவிழிமூடி நின்றிருக்கிறார். அவருடைய வில்லின் நாண் மட்டும் இறுகி விம்மி நின்றுள்ளது. பூசனைக்கோ நூல்நவிலவோ அமர்ந்திருக்கும் யோகியினுடையதுபோல் தோன்றுகிறது அவர் முகம். அரசே, துரோணரைப் பார்க்கிறேன். அவர் தன் தாடியை மென்மயிர் வலையால் கட்டி கொண்டை போலாக்கியிருக்கிறார். தலையிலும் தோலாலான நாடாக்களைச் சுற்றி கொண்டையிட்டிருக்கிறார். அவர் மடியிலுள்ளது நீண்ட வில். அம்பறாத்தூணியை வலப்பக்கம் வைத்து ஒவ்வொரு அம்பாக எடுத்து அதன் கூர்முனையை நோக்கி மீண்டும் வைத்துக்கொண்டிருக்கிறார். முட்டை விரித்து அப்போதே வெளிவந்த சிறு கோழிக்குஞ்சுகளை கை அழுத்தாமல் எடுத்து மென்மயிர்ப்பட்டு நலுங்காமல் நோக்கி அவற்றின் நெல்மணி அலகை வருடி வைப்பவர்

போலிருக்கிறார். முகமும் அவ்வண்ணமே கனிந்துள்ளது” என்றான் சஞ்சயன். “கிருபர் அருகே நின்றிருக்கும் ஏவலனுக்கு ஆணைகளைப் பிறப்பித்துக்கொண்டிருக்கிறார். அவர் ஓர் வகுப்பில் இருப்பவர்போலவே தோன்றுகிறார்.”

“ஜயத்ரதர் தன் கைகளில் தோலுறைகளை ஒவ்வொரு விரலாக இழுத்து நன்கு அணிந்துகொண்டிருக்கிறார். இல்லை, அவற்றை அவர் கழற்றுகிறார். மீண்டும் அணிந்துகொள்கிறார்” என்றான் சஞ்சயன். திருதராஷ்டிரர் “ஆம், அவன் இயல்பு அது. ஒவ்வொன்றும் அதன் மிகச் சரியான வடிவிலேயே அமையவேண்டுமென்று எண்ணுபவன். ஆகவே ஓயாமல் தன்னைத் திருத்திக்கொண்டிருப்பவன்” என்றார். “அவ்வியல்பாலேயே அவன் இலக்குகள் குறிதவறாமல் சென்று அமைகின்றன.” “கிருதவர்மரும் தன் கவசங்களை சீரமைத்துக்கொண்டிருக்கிறார். அஸ்வத்தாமர் விழிகளைச் சுழற்றி படைகளை மீள மீள நோக்குகிறார். பூரிசிரவஸ் பதற்றம் கொண்டிருக்கிறார். தேரின் தூணை கைகளால் தட்டிக்கொண்டிருக்கிறார். கைகளை மார்பில் கட்டியபடி நிலைகொண்ட உடலுடன் இரும்புச்சிலை என வீற்றிருக்கிறார் துரியோதனர்.”

திருதராஷ்டிரர் மெல்ல தளர்ந்து “போர் ஒருங்கிவிட்டது. முன்னரே உளங்களில் நிகழத் தொடங்கிவிட்டது. நான் இப்போது என் முன் நிகழவிருக்கும் போரைக் கண்டுகொண்டிருக்கிறேன்” என்றார். எரிச்சலுற்றவரைப்போல “வானைப் பார். பொழுது விடிய இன்னும் எவ்வளவு நாழிகையிருக்கிறது?” என்றார். சஞ்சயன் “வானம் நன்கு ஒளிபெற்றுவிட்டது, பேரரசே. ஒவ்வொருவரும் பிறிதொருவர் விழியை நன்கு நோக்கும் கணம் வரை போருக்குப் பொழுது விடியவில்லை என்பதே கணக்கு. ஆகவே இன்னும் சற்று நேரத்தில் அறிவிப்பு மேடையிலிருந்து செய்தி எழக்கூடும்” என்றான். “ஆம்” என்று திருதராஷ்டிரர் பெருமூச்சுவிட்டார்.

“ஒவ்வொருவரும் பொறுமையின் எல்லையில் நின்றிருக்கிறார்கள். அரசே, யானைகள் நிலையழிந்து அசைகின்றன. புரவிகள் முன்கால்களால் நிலத்தைத் தட்டுகின்றன. தேர்களின் சகடங்கள் முன்னும் பின்னுமென அசைந்துகொண்டிருக்கின்றன. மெல்ல திரும்பும் வேல்முனைகளில் விழியொளி தோன்றி மறைகிறது. தேர்களின் குமிழ்முகடுகளில் காலையொளி குடியேறிவிட்டிருக்கிறது. ஒவ்வொருவரும் தங்கள் உயிர்நிகழ்வின் உச்சத்தில் நின்றிருக்கிறார்கள்” என்றான் சஞ்சயன். திருதராஷ்டிரர் “ஆம், நாண் இழுபட்டு நின்றிருக்கும் அம்பின் உறைநிலை” என்றார். “அப்போது அதன் கூரில் அமைந்த தெய்வம் ஆம் ஆம் ஆம் என சொல்லிக்கொள்கிறது என்பார்கள்.”

சஞ்சயன் "அரசே..." என்றான். மேலும் பேச அவனால் இயலவில்லை. அவன் மேற்கிலிருந்து எழுந்து பாண்டவப் படைகளைக் கடந்து கிழக்குநோக்கி சென்ற காற்றைக் கண்களால் பார்த்துக்கொண்டிருந்தான். பல்லாயிரம் ஆடைகளும் கொடிகளும் பாவட்டாக்களும் அசைய செம்மஞ்சள் வண்ண ஒழுக்கெனச் சென்று கௌரவர் படையை அடைந்தது அது. அங்கே வண்ணம் மாறி செந்நீல அலையென்று உருக்கொண்டது. எதிர்காற்றில் கௌரவர் விழிமூடி தூசுப்படலத்தைத் தவிர்த்தனர். கொடிகளும் யானைகளின் செவிகளும் பின்னோக்கித் திரும்பின. "என்ன?" என்றார் திருதராஷ்டிரர். "காற்று" என்று அவன் சொன்னான். "எங்கிருந்து?" என்று அவர் கேட்டார். "மேற்கிலிருந்து" என்றான். அவர் மறுமொழி சொல்லாமல் நீள்மூச்செறிந்தார்.

76

கரிச்சான் குரலெழுப்பிய முற்புலரியிலேயே சங்கன் விழித்துக்கொண்டான். முந்தையநாள் முன்னிரவிலேயே அவன் துயின்றுவிட்டிருந்தான். வழக்கத்திற்கு மாறாக அன்று ஒளியறா மாலையிலேயே உணவு பரிமாறப்பட்டுவிட்டிருந்தது. பன்றியிறைச்சித் துண்டுகள் இட்டு சமைக்கப்பட்ட ஊனுணவை தொட்டியில் இருந்து பெரிய உருளைகளாக அள்ளி உண்டபடி இடக்கையில் இருந்த ஆட்டுத் தொடையையும் கடித்துத் தின்றான். வயிறு நிறைந்த உணர்வை அடைந்தபின் எழுந்து குடில் வாயிலுக்கு வந்து மெழுக்கு படிந்த கையை மண்ணில் துடைத்தபின் அங்கேயே படுத்து விண்மீன்களைப் பார்த்துக்கொண்டிருந்தான்.

பெரும்பாலும் திறந்த வானின் கீழ் வெறுந்தரையில் துயில்வதே அவன் வழக்கம். குலாடகுடியின் இளையோர் பலரிடம் அவ்வழக்கம் இருந்தாலும் அரசிளமைந்தன் அவ்வாறு துயில்வது குறித்த ஏளனச் சொற்கள் அங்கிருந்தன. “மண்ணில் படுத்து விண்ணை நோக்காதவன் துயிலென்பதை அறிவதில்லை” என்று அவனுக்கு கதைப்படை பயிற்றுவித்த குலாட மூத்தவரான விசோகர் கூறியது அவன் நினைவில் எழுவதுண்டு. இளநாள் முதலே விண்மீன்களை விழித்துநோக்கிக்கொண்டு எண்ணங்கள் மெல்ல நிலைக்க உளமழிந்து துயிலில் ஆழ்வது அவன் வழக்கம். மண்ணிலுள்ள அனைத்துப் பொருட்களும் ஏதேனும் பொருள் கொண்டவையாக இருக்க விண்மீன்கள் மட்டிலும் முற்றிலும் பொருளற்றவையாக விழிநிறைத்து வெளி அமைத்து இருப்பதாக அவன் எண்ணினான். ஒரு விண்மீனைக்கூட தனித்துப் பார்த்ததில்லை என்று முன்பொருமுறை அவன் வியந்துகொண்டதுண்டு. ஒருமுறை நோக்கிய விண்மீனை மறுமுறை அடையாளம் கண்டுகொண்டதில்லை. ஒவ்வொரு நாளும் அங்கெழுவது ஒவ்வொரு விண்மீனா என்றும் தோன்றும்.

அன்று சித்தத்தின் இறுதித் துளியில் 'நாளை' என்றொரு சொல் எஞ்சியிருந்தது. முதல் விழிப்பில் அச்சொல்லே மீண்டும் எழுந்துவந்தது. நாளை! ஆனால் மறுகணம் சிறு துரட்டியால் குத்தப்பட்டதுபோல உடல் அதிர அச்சொல் அவனுள் உருமாறியது... 'இன்று'. "ஆம், இன்று!" என்றபடி இரு கைகளையும் தரையில் அறைந்து எழுந்து அமர்ந்தான். சூழ நோக்கியபோது பாண்டவப் படைகளில் பந்தங்கள் ஒழுகி அலையத் தொடங்கியிருப்பதைக் கண்டான். வானை நோக்கி விடிவதற்கு மேலும் பொழுதிருப்பதை உணர்ந்தான். எழுந்து ஆடையிலிருந்த மண்ணையும் பொடியையும் உதறி உடல் நிமிர்த்திக்கொண்டான். தசைகள் இழுபட்டு நிமிர்கையில், எலும்புகள் ஓசையுடன் மூட்டுகளில் அமைகையில் எழும் உடலின்பமே அவனுக்கு இருக்கிறேன் என்னும் உணர்வென்றாவது. ஒவ்வொருநாளையும் அழகுறச் செய்யும் தொடக்கம்.

புலரியின் குளிர்காற்று உடலை மெய்ப்பு கொள்ளச் செய்தது. அதில் குதிரைகளும் யானைகளும் வீழ்த்திய சாணியும் சிறுநீரும், அரைபட்ட புல்லும் கலந்த மணம் நிறைந்திருந்தது. குலாடபுரியிலேயே அவன் பெரும்பாலும் யானைக்கொட்டிலருகேதான் துயில்வது வழக்கம். புலரியில் மட்டும் எழும் அந்த வாடையே புலரிக்கான மணம் என்று அவன் உள்ளத்தில் பதிந்திருந்தது. அரிதாக சூதர் பாடல்களை செவிகொள்கையில் புலரி மணமென்பது மலர்களிலிருந்து எழுவது என்றும் புலரியின் ஓசையென்பது பறவைகளின் குரல்களே என்றும் அவர்கள் பாடக் கேட்பான். ஒருபோதும் அவன் அதை உணர்ந்ததில்லை. தொழுமணமும் யானைச்சங்கிலிகளும் குதிரைமணிகளும் ஒலிக்கும் ஓசை குளம்போசையுடன் கலந்தொலிக்கும் முழக்கமும் அச்சொற்களின் பொருளென்று அவனுள் மாறின.

அவன் சிறுகுடிலை அடைந்து அதன் வாயில் திரையை விலக்கி உள்ளே பார்த்தான். தென்மேற்கு மூலையில் அரவான் நிமிர்ந்த உடலுடன் கைகளை மடியில் கோத்து விழிமூடி ஊழ்கத்தில் அமர்ந்திருப்பதைக் கண்டான். அவன் முகம் கனவுகண்டு புன்னகைக்கும் குழந்தையினுடையதாகத் தோன்றியது. சிறிய சிவந்த உதடுகள் மெல்ல அசைவு கொள்கின்றனவா? திரும்பி வந்து குடிலுக்கு அப்பால் பாயில் ஒருக்களித்து துயின்றுகொண்டிருந்த ஸ்வேதனை அணுகி "மூத்தவரே..." என்றான். முதல் அழைப்பிலேயே விழித்துக்கொண்ட ஸ்வேதன் எழுந்தமர்ந்து "புலரி அழைப்பு எழுந்துவிட்டதா?" என்றான். "இல்லை. ஆனால் இன்னும் சற்று நேரத்தில் எழும்" என்றான் சங்கன்.

ஸ்வேதன் எழுந்து தன் ஆடைகளையும் குழலையும் புழுதி போகத் தட்டிக்கொண்டான். சங்கன் கிழக்கே குருக்ஷேத்ரத்தின் உயரமான எல்லையில் அமைக்கப்பட்டிருந்த ஏழு அடுக்குள்ள பொழுதறிவிப்பு

மேடையை எண்ணிக்கொண்டான். கௌரவர்களும் பாண்டவர்களும் சேர்ந்து அமைத்த நிமித்திகர் குழு அங்கே முதல்தளத்தில் அமர்ந்திருந்தது. அவர்களின் அறிவிப்புகளை படைகளுக்கு தெரிவிக்கும் பொருட்டு முரசறைவோரும் எரியம்பு எய்வோரும் கொம்பூதிகளும் இரண்டாம் தளத்தில் நின்றனர். மூன்றாம் தளத்தில் படைக்கலமேந்திய காவலர். இரு பக்கமும் பல்லாயிரம் விழிகளும் செவிகளும் கிழக்கே அந்த மேடையைத்தான் கூர்ந்திருக்கின்றன என்று சங்கன் எண்ணினான்.

“உணவருந்தினாயா?” என்றான் ஸ்வேதன். “இல்லை, மூத்தவரே. இப்போதுதான் எழுந்தேன். தங்களை எழுப்பிவிட்டுச் செல்லலாம் என்றிருந்தேன்” என்றான் சங்கன். “அரவான் எங்கே?” என்று ஸ்வேதன் கேட்டான். சங்கன் “ஊழ்கத்தில் அமர்ந்திருக்கிறார்” என்றான். “நேற்று முன்னிரவில் அமர்ந்தது” என்றான் ஸ்வேதன். சங்கன் தலையசைத்தான். சங்கனை நோக்காமல் “அவள் எங்கே?” என்று ஸ்வேதன் கேட்டான். “அடுமனைப்பிரிவில் வைப்பறைகளின் இடுக்கில் அவள் அமர்ந்திருப்பதை நேற்று அந்தியில் பார்த்தேன்” என்று சங்கன் சொன்னான். “எவர் முகத்தையும் ஏறிட மறுக்கிறாள். எவர் சொல்லையும் செவி அறிவதில்லை. தெய்வமெழுந்தவள்போல் விழிகொண்டிருக்கிறாள்.”

ஸ்வேதன் அக்கறையில்லாதவன் போன்ற ஒலிக்குறிப்புடன் “அழுகிறாளா?” என்றான். சங்கன் “இல்லை. வேறெங்கோ இருந்துகொண்டிருக்கிறாள்” என்றான். ஸ்வேதன் “நான் அவனிடம் பொழுதணைகிறதென்று சொல்கிறேன். நீ ஒருங்கி உணவுண்டு சித்தமாகு. இன்று நம் நாள்” என்றான். இன்று எனும் சொல் சங்கனை அதிரச்செய்தது. “ஆம் மூத்தவரே, இன்று” என்றான். ஸ்வேதன் திரும்பிப் பார்க்கவில்லை. “நான் நேற்று முன்மாலையிலேயே இளைய பாண்டவரைக் கண்டு கால்தொட்டு வணங்கி வாழ்த்து பெற்றேன்” என்றான் சங்கன். ஸ்வேதன் “நன்று!” என்றபடி அரவானை எழுப்ப குடிலுக்குள் நுழைந்தான்.

சங்கன் தன் புரவியிலேறிக்கொண்டு விரைந்து அடுமனைப் பகுதியை அடைந்தான். அங்கு அவனுக்கு அணுக்கமான அடுமனையாளர்கள் விதர்க்கரும் விடங்கரும் புன்னகையுடன் தலைவணங்கினர். “உணவு ஒருக்கமல்லவா?” என்று அவன் கேட்டான். “புலரியில் அடுமனை எழவேண்டியதில்லை என்று ஆணை. நேற்றைய உணவு பெருமளவு எஞ்சியுள்ளது. படைகளுக்கான உணவு அனைத்தும் இரவே அளிக்கப்பட்டுவிட்டன” என்றார் விதர்க்கர். “நன்று! சிறுபொழுது” என்றான் சங்கன். பின்னர் “அவள் என்ன செய்கிறாள்?” என்றான். “அவ்வண்ணமே” என்றார் விடங்கர். ஒருகணம் அவரை நோக்கிவிட்டு அவன் சென்று காலைக்கடன் முடித்து அங்கிருந்த கொப்பரையிலிருந்த சிறிதளவு நீரில் முகம் கைகழுவி வந்தமர்ந்தான்.

முந்தைய நாள் எஞ்சிய உணவு இரு மரத்தொட்டிகளில் அவன் முன் கொண்டுவைக்கப்பட்டது. பன்றியூன் துண்டுகளை இரு கைகளாலும் எடுத்து விரைந்து உண்டான். அப்பங்களையும் கள்ளையும் அருந்தி முடித்து எழுந்து கைகளை உதறியபடி "நான் படைமுகம் கிளம்புகிறேன்" என்றான். "வெற்றி சூழ்க!" என்றார் விடங்கர். சங்கன் "இந்நாட்களில் என் நாவும் வயிறும் மகிழும்படி உணவளித்தீர்கள், விடங்கரே. உங்கள் அனைவருக்கும் நான் நன்றிக்கடன் பட்டிருக்கிறேன். இச்சொல் ஒன்றே இப்போது என்னால் அளிக்கத்தக்கது" என்றான். விடங்கர் "இவ்வாய்ப்பும் இச்சொல்லும் இறை எங்களுக்கு அளித்த பரிசு. என்றும் எண்ணியிருப்போம், இளவரசே" என்றார்.

மீண்டும் அவன் தன் குடிலை அடைந்தபோது அங்கு அவனுக்கான கவசங்களுடனும் படைக்கலங்களுடனும் ஏவலர் காத்திருந்தனர். அவன் அவற்றை நோக்கியபடியே அணுகினான். அது அவனுடைய பிறிதுடல் என சிதறிக்கிடந்தது. அவ்வெண்ணம் எழுந்ததுமே உள்ளம் அதிர்ந்தது. அவன் சென்று நின்றதும் அவர்கள் அவன் தோளிலும் மார்பிலும் இரும்புவலையாலான கவசங்களை அணிவித்தனர். தோளிலைகளும் முழங்கைக்காப்பும் முழங்கால்காப்பும் கைகால்களில் மூட்டுக்காப்பும் பொருத்தி ஆணியிட்டு இறுக்கினர். அவன் எழுந்ததும் இடையில் இரும்புக்கச்சையை கட்டி அதில் உடைவாளையும் குத்துக்கத்தியையும் பொருத்தினர்.

அவன் விரலில் தோலுறைகளை அணிந்து விரல்களை நீவி இழுத்து விட்டான். இரு கால்களிலும் இரும்புப் பட்டையிட்ட தோல்குறடுகளை ஏவலர் அணிவித்து இறுக்கிக் கட்டினர். தன் உடல் இருமடங்கு எடைகொண்டுவிட்டதென்று தோன்றியது. காலடி எடுத்துவைத்து சற்று நடந்தான். பின்னர் திரும்பி புன்னகைத்து "யானையென்று உணர்கிறேன்" என்றான். அவன் தலைக்கவசத்தை ஒரு வீரன் கையில் வைத்திருந்தான். அரைக்கணம் விழிதிருப்பியபோது தன் தலையே அவன் கையிலிருப்பதாக உளமயக்கெழ சங்கன் உரக்க நகைத்து "நன்று! உடைந்தால் மீண்டும் அணிந்துகொள்ள இன்னொரு தலை" என்றான். பின்னர் அதை கையில் வாங்கிக்கொண்டு "என் கதை தேரிலிருக்கட்டும். வில்லும் அம்புகளும் ஆவக்காவலனிடம்" என்றான். "ஆணை!" என்று ஏவலன் தலைவணங்கினான்.

சங்கன் காலடிகள் மண்ணில் அழுந்தி ஒலிக்க நடந்து ஸ்வேதனின் குடில் முகப்பை அடைந்தான். அங்கு ஸ்வேதனுக்கு இரண்டு ஏவலர் கவசங்களை அணிவித்துக்கொண்டிருந்தனர். கையுறைகளை இழுத்தணிந்தபின் எழுந்த ஸ்வேதன் அவனை நோக்கித் திரும்பி "கற்சிலை போலிருக்கிறாய், இளையோனே" என்றான். "சற்றுமுன் யானை என

உணர்ந்தேன்” என்றபடி சங்கன் அருகே வந்தான். ஸ்வேதன் அணிந்த இரும்புக்கவசத்தின் மார்புவளைவில் தன் முகத்தைப் பார்த்தான். அது நீரலையிலென வளைந்திருந்தது. “நேற்று நன்று துயின்றீர்களா, மூத்தவரே?” என்றான். “ஆம்” என்றான் ஸ்வேதன். “சற்றுநேரம்தான். ஆனால் ஆழ்ந்த உறக்கம்.”

“போருக்கு முன்னர் வீரர்கள் ஆழ்ந்துறங்குவர் என்று கேட்டிருக்கிறேன்” என்றான் சங்கன். “நானும் நன்கு உறங்கினேன். ஆனால் அது வழக்கமான உறக்கம் என்று எண்ணிக்கொண்டேன்.” ஸ்வேதன் “ஆனால் பின்னிரவிலேயே விழித்துக்கொண்டேன். என்னுள் ஏற்கெனவே படுகளம் பேரோசையுடன் நிகழத்தொடங்கிவிட்டது” என்றான். “நான் பார்க்கும் அனைவரும் போர்க்களத்துள் நிற்பதுபோன்ற விழிகளுடன்தான் தெரிகிறார்கள்” என்றான் சங்கன். ஸ்வேதன் “போரைப்போல மானுடன் தன்னை முழுமையாக ஒப்புக்கொடுக்கும் பிறிதொன்று இல்லை” என்றான். “நாகர் எழுந்துவிட்டாரா?” என்றான் சங்கன். “ஆம், ஆடைமாற்றிக்கொண்டிருக்கிறான்” என்று ஸ்வேதன் சொன்னான்.

“நாம் விடைகொள்கிறோம், மூத்தவரே. எனது இடம் இடது எல்லையில். தங்களது வலது எல்லை. இன்று போர் அணைந்து இரவெழுகையில் இறையருளிருந்தால் மீண்டும் பார்ப்போம்” என்றான் சங்கன். ஸ்வேதன் தன் உணர்வுகளை வென்று புன்னகைத்து “எங்கிருந்தாலும் நாம் பார்த்துக்கொண்டுதான் இருப்போம், இளையோனே” என்றான். சங்கன் குனிந்து ஸ்வேதனின் கால்களைத் தொட்டு தலைசூடி “வாழ்த்துக, மூத்தவரே!” என்றான். “என்றும் என் தந்தையின் இடத்தில் தாங்கள் இருந்தீர்கள்.” ஸ்வேதன் உணர்ச்சிகளை உள்ளே சுருக்கிக்கொண்டு அவன் தலையில் கைவைத்து “சிறப்புறுக! தெய்வங்கள் துணையமைக! மூதாதையர் வாழ்த்துக!” என்று வாழ்த்தினான்.

குடிலுக்குள்ளிருந்து அரவான் பாண்டவப் படைகளுக்குரிய செம்மஞ்சள் வண்ண உடையுடன் வெளிவருவதை சங்கன் கண்டான். புன்னகைத்து “படைக்கோலம் பூண்டுவிட்டீர்கள், நாகரே” என்றான். அரவான் புன்னகைத்து “ஆம், நான் பிறிதொரு ஆடையை அணிவது வாழ்வில் முதல்முறை” என்றான். சங்கன் “பிறிதொருவர் ஆகிறீர்கள்” என்றான். வானில் ஒரு சிறுபறவை இன்குரலெழுப்பி கடந்து சென்றது. அரவான் அண்ணாந்து நோக்கி “நற்பொழுது” என்றான்.

சங்கன் தன் தேரில் ஏறி பாகனிடம் “படைமுகப்புக்கு” என்றான். தேர்த்தட்டில் அவனுடைய கதை வைக்கப்பட்டிருந்தது. வில்லும் ஆவநாழியும் கொண்டு ஆவக்காரன் நின்றிருந்தான். சங்கன் தேர்த்தட்டில் கைகளைக் கட்டியபடி நின்று இருபுறமும் பாண்டவப்

படைகள் அரையிருளில் அசைவதை நோக்கினான். பந்தங்கள் அலைந்துகொண்டிருந்தன. படைவீரர்கள் அனைவருமே விழித்தெழுந்து ஒருக்கச்செயல்களில் ஈடுபட்டிருந்தனர். அவர்கள் ஒவ்வொருவரும் ஒவ்வொரு செயலில் கலைந்திருந்தாலும் அதற்குள் வழியும் நீருக்குள் படிகளின் வடிவம் என படையணிவகுப்பு தெரிந்தது. அவன் நோக்கியபடியே சென்றான். 'என் படை!' என்ற எண்ணம் முதன்முதலாக எழுந்தது. 'நான்!' என அவ்வெண்ணம் வளர்ந்தது.

கிழக்கில் தொலைவில் புலரியெழுகையை அறிவிக்கும் ஏழு எரியம்புகள் ஒன்றன்மேல் ஒன்று எழுந்து இருண்ட விண்ணில் புதைந்தன. அவ்வொளியின் ஒலிவடிவமாக கொம்புகள் ஆர்த்தன. போர்முரசுகள் அதிரத்தொடங்கின. ஒரு முரசிலிருந்து பிறிதொன்று தொடுத்துக்கொண்டு விரிந்து ஒற்றைப்பேரலை எனப் படைப்பெருக்கினூடாக கடந்து விளிம்புகளை நோக்கி சென்றது அவ்வோசை. தொடர்ந்து பெருமுழக்கத்துடன் படை தன்னுணர்வு கொண்டது. அத்தருணம் பாகனின் சவுக்கினூடாக புரவியை அடைந்து அதை ஓடச்செய்தது. சங்கன் “மெல்ல” என்றான். பாகன் புரவியின் மேல் மெல்ல தட்டி விரைவழியச் செய்தான். இடைச்சாலையினூடாக பலகை மேல் சகடங்கள் ஓசையிட தேர் விரைந்து சென்றது.

படை கிளர்ந்தெழுந்துவிட்டிருந்தது, அதற்குள் இருந்து பேருருக்கொண்ட பிறிதொன்று எழத் திமிறுவதுபோல. பெருவெள்ளம் எழுகையில் கங்கையின் நீருக்குள் போர்வைக்குள் போரிடும் பெருமல்லர்கள் இருப்பதாக சிற்றகவையில் அவன் எண்ணுவதுண்டு. கவசங்களைப் பொருத்தியவர்களும், காப்புகளில் ஆணியை இறுக்கிக்கொண்டிருந்தவர்களும் ஒருவருக்கொருவர் உதவிக்கொண்டார்கள். அனைவருமே உளவிசையால் உடல் ததும்பிக்கொண்டிருந்தனர். ஆகவே ஒவ்வொன்றையும் மிக விரைவில் ஆற்றினர். ஒருவரையொருவர் நோக்கி வீசும் கையசைவுகளுடன் கூச்சலிட்டனர். எதையேனும் எடுப்பதற்கு ஓடிச்சென்றனர். சந்துவழியில் எதிர்ப்பட்டவர்களிடம் ஒற்றைச் சொல்லாடினர். சிலர் வெடித்து நகைத்தனர். சிலர் இரு கைகளையும் விரித்து உடலை பெருக்கிக்கொள்வதைப்போல் நெஞ்சு விரிப்பதை, சிலர் தங்கள் படைக்கலங்களைத் தீட்டி கூர்நோக்குவதை அவன் பார்த்தான்.

படைகளில் பெரும் சோர்வு ஒன்றிருப்பதாக முந்தைய நாள் ஸ்வேதன் சொன்னதை நினைவுகூர்ந்தான். அத்தருணத்தில் அவர்கள் அனைவரும் கிளர்ந்தெழுந்தவர்களாகவே தோன்றினர். அவன் விழிகளை நோக்கிக்கொண்டே சென்றான். ஊக்கமும் திளைப்புமே தெரிந்தது. ஆனால் சற்றுநேரம் கழித்து இயல்பாக ஒருவனின் விழிகளை நோக்கியபோது

அவன் உணர்ந்தான், அவனிடம் போருக்குரிய உணர்வு இல்லை என. உடனே அத்தனை முகங்களிலும் அதைக் காணலானான். அவர்கள் ஒரு பெருவிழவுக்கு எழும் கொண்டாட்டத்தையே கொண்டிருந்தனர். போர் ஒரு பெருவிழவு, ஆனால் இறப்பால் அடியிடப்பட்டது. அனைத்திற்கும் அடியில் அச்சமென ஒன்று இல்லாமலிருக்காது. பொருளின்மை ஒன்றை உளம் சென்று தொடாமலிருக்காது.

போர்முகம் கொள்ளும் படைவீரர்களின் விழிகளில் வெறி நகைப்பும், புரிந்துகொள்ள இயலாமை ஒன்றின் திகைப்பும் தெரியுமென்று அவன் ஆசிரியர் சொன்னதை நினைவுகூர்ந்தான். "இவர்கள் போரை எதிர்நோக்கவில்லை" என்று தனக்குள் சொல்லிக்கொண்டான். தங்கள் முன்னணிப்படைவீரர் இறந்து விழும்போது, பின்னால் செல்பவர்கள் அந்தப் பிணக்குவையில் முட்டி விழுந்து குருதிபூசி எழுந்து நிற்கும்போது, அருகே நின்றிருப்பவர் அலறிவிழத் தொடங்கும்போது, என்றும் கண்டு கண்பழகிய படைக்கலங்களின் கூர்களனைத்தும் புதுப்பொருள் கொள்ளத் தொடங்கும்போது இக்கொண்டாட்டம் நீரலைபட்டு சுடர்கள் அணைவதுபோல் மறையும். இவர்கள் என்ன செய்வார்கள்? அஞ்சி அலறியபடி பின்வாங்குவார்களா?

பின்வாங்கும் படை என்பது அதிலுள்ள அனைவரையும் அடித்துச் சுழற்றிக் கொண்டுசெல்லும் பேராற்றல் கொண்டது. பின்வாங்கும் எண்ணம் அனைவருக்கும் எழவேண்டியதில்லை. எவரோ ஒருவர் உள்ளத்தில் தோன்றினால் போதும். சொல்லின்றியே அது பரவும். கணப்பொழுதில் முழுப்படையும், வளைந்து பின்மடிந்துவிடும். அதன்பின் எதுவும் அவர்களை தடுக்கவியலாது. குலாடகுடியின் முதல் போர். இதில் அவர்கள் பின்வாங்கினால் பெரும்போர்களுக்குரியவர்களல்ல நிஷாதர் என்னும் இழிசொல் மீண்டும் உறுதிப்படும். இன்னும் ஆயிரமாண்டுகாலம் குலாடர் அரசர்களென்று அறியப்பட இயலாது.

இப்போரில் ஒருவர் எச்சமின்றி கொல்லப்பட்டால்கூட அவர்களின் புகழ் நிலைகொள்ளும். அவர்களைப் பின்னகர விடக்கூடாது. பின்னகர்ந்தாலும் அம்புகளால் கொன்று முற்றழிக்கப்படும்படி அமைக்கவேண்டும் தன் படைநிலையை. ஆனால் அதை முன்னரே ஷத்ரியர் கணித்துவிட்டனரா? அவர்களின் படைகளை அதனால்தான் முன்னால் நிறுத்தினார்களா? அவர்களுக்கு நேர்பின்னால் திருஷ்டத்யும்னனின் படைகளும் அதற்குப் பின்னால் நகுலனின் படைகளும் நின்றன. பின்னகர விடாத தடைச்சுவர்கள் அவை. அவ்வாறென்றால் இன்று அவர்களின் நாள். பலிபீடம் ஒருங்கிவிட்டிருக்கிறது.

படைமுகப்பில் அவனுடைய தேர் வந்து நின்றபோது அவன் உள்ளம் எண்ணங்களால் கொந்தளித்துக்கொண்டிருந்தது. அவனைக் கண்டதும்

வாழ்த்தொலிகள் எழுந்தன. இடையில் கைவைத்தபடி அவன் தன் படைகள் அணிவகுப்பதை நோக்கி நின்றான். ஒவ்வொருவரும் முன்னரே தங்களுக்கு அளிக்கப்பட்ட இடத்தை சென்றடைய அரைநாழிகைக்குள் அவன் படை செங்கல் அடுக்கிக் கட்டப்பட்ட சுவராகி மடிந்து மாளிகையாகி எழுந்தது. சங்கன் எங்கேனும் சிறு பிழையோ பழுதோ உள்ளதா என்று விழிகளால் தொட்டு தேடினான். ஒவ்வொன்றும் முழுதமைந்திருந்தன. ஒவ்வொரு படைவீரனும் முற்றிலும் அணியும் ஆடையும் கொண்டிருந்தான். படைக்கலங்களின் விளிம்புகள் ஒற்றை நேர்கோடென நின்றன.

விழிசுழன்று மீண்டும் வருகையில் அவன் ஒரு படைக்கலம் சற்றே விலகி நிற்பதைக் கண்டான். அது அவனுக்கு விந்தையான ஓர் ஆறுதலை அளித்தது. அதை சீரமைக்க முயலாமல் புன்னகையுடன் கடந்து அப்பால் சென்றான். படைமுகப்பில் வந்து அவன் தேர் நின்றபோது அவனுக்குப் பின்னால் குலாடர்களின் படை பன்னிரண்டு நிரைகளாக நின்றது. அங்கிருந்து அவனால் பாண்டவப் படைகளின் விரிவை உளத்தால் அறிய இயலவில்லை. அவன் படை முப்புரிவேலின் ஒரு முகம். நடுவில் உத்தரனின் படை. அப்பால் ஸ்வேதனின் படை. வேலுக்கு ஏழு கவர்கொண்ட பிடியென பாண்டவர்களும் திருஷ்டத்யும்னனும் சாத்யகியும்.

படைப்பிரிவுகள் ஒன்றுடன் ஒன்று இணைந்து நீளுருக்கொள்வதை அவன் கண்டான். பொழுது எழுவதற்காக பாண்டவப் படை காத்து நின்றது. முகில்களையே அவர்கள் நோக்கிக்கொண்டிருந்தனர். சங்கன் செருகளத்தின் செம்மண் பரப்பைப் பார்த்தான். முந்தைய நாள் அதில் விழுந்த காலடிகள் அனைத்தையும் இரவெலாம் சுழன்று வீசிய காற்று அகற்றி மெல்லிய செவ்வலைவெளியை உருவாக்கியிருந்தது. தோல் உரிக்கப்பட்ட ஊன்பரப்பென அது உயிரசைவு கொண்டிருப்பதாகத் தோன்றியது. இன்னும் சற்று நேரத்தில் பல்லாயிரம் அம்புகள் எழுந்து அதன் மேல் தைக்கும். பல்லாயிரம்பேர் குருதி வழிய அலறி அதில் விழுவார்கள். அதில் உடல் புதைந்து துடித்து உயிர் விடுவார்கள். அது குருதிச்சேறென்றாகி மிதிபட்டு குழம்பும். அதன் மடிப்புகளில் குருதி ஓடையென செல்லும்.

அவ்வெண்ணம் தன்னுள் எந்த அச்சத்தையும் உருவாக்கவில்லை என்று அவன் உணர்ந்தான். ஆனால் கிளர்ச்சியையும் உருவாக்கவில்லை. முன்னரே நிகழ்ந்து முடிந்த ஒன்றை எத்தொடர்பும் இன்றி எண்ணுவதாகவே தோன்றியது. முகில்களின் விளிம்புகள் ஒளிகொள்ளத் தொடங்கின. அவன் கையசைக்க கழையறிவிப்பாளன் தன் கணுக்கழையை நாட்டி அதன் மேல் தொற்றி அணிலென ஏறி ஒரேகணம் நாற்புறமும்

நோக்கி உடனே கீழிறங்கினான். “படைகள் முற்றணிகொண்டுவிட்டன! முப்புரிவேல் கௌரவப்படை நோக்கி நின்றுள்ளது. மறுபுறம் கலைமான் கொம்பு எழுந்துள்ளது. அதன் முகப்பின் முதல்கூர் என பிதாமகர் பீஷ்மரின் படை. பீஷ்மர் தன் வில்லும் அம்பும் கொண்டு தேர்த்தட்டில் அமர்ந்திருக்கிறார்” என்றான்.

சங்கன் மீண்டும் தன் உடலை நிமிர்த்தி கைகளை இறுக்கி பின்பு தளர்த்தினான். துளித்துளியென பொழுது கடந்துகொண்டிருந்தது. அங்கிருந்து பார்க்கையில் விராடர் படைப்பிரிவின் கூர்மூக்கின் வளைவு துலக்கமாகத் தெரிந்தது. அங்கே அரவான் இருக்கக்கூடும் என்று எண்ணினான். அரையிருளில் விழிகூர்ந்து நோக்கிக்கொண்டிருந்தான். நோக்க நோக்க தெளிவதுபோல் காலை எழுந்தது. ஒருகணத்தில் அவன் அரவானைப் பார்த்தான். படைமுகப்பில் இடையில் தன் நாகக்கத்தியுடன் வெறுந்தரையில் அவன் நின்றிருந்தான். அவனுக்குப் பின்னால் உத்தரன் தேரில் நின்றிருக்க வலது பக்கம் விராடரின் தேர் நின்றது. அரவான் தனித்து நின்றிருந்தான். காட்டிலிருந்து ஓர் இலை மட்டும் உதிர்ந்து விலகிக்கிடப்பதுபோல. அப்படையினர் அனைவரும் நிகழப்போவதென்ன என்று அறிந்திருந்தார்கள் என்று தோன்றியது.

சங்கன் மீண்டும் கையசைக்க கழையன் மேலேறி நோக்கி இறங்கி “கௌரவப் படைகளில் அனைவரும் கொடியுடன் தேரிலெழுந்துவிட்டனர், இளவரசே. கலைமான் கொம்பின் பத்து கவர்முனைக் கூர்கள் என துரோணரும் கிருபரும் சல்யரும் துரியோதனரும் அஸ்வத்தாமரும் ஜயத்ரதரும் கிருதவர்மரும் மாளவர் இந்திரசேனரும் கலிங்கமன்னர் ஸ்ருதாயுஷும் பிரக்ஜ்யோதிஷத்தின் பகதத்தரும் நின்றிருக்கிறார்கள்” என்றான். “போர் வெடிப்புறுவதற்கு முந்தைய கணங்கள் முற்றமைந்துவிட்டன என்பதை படைநிலைகள் காட்டுகின்றன. நம் படைகளில் விழிதொடும் எல்லை வரை அசைவின்மை ஆற்றல்கொண்டு நின்றுள்ளது” என்றான்.

சங்கன் கைவீசினான். அவன் கழையை சரித்தபடி முன்னால் சென்று நின்றான். சங்கன் பெருமூச்சுவிட்டு தன் வில்லை எடுத்து இணையாக நிறுத்தி அதன் நாணை கையால் வருடினான். அவன் மட்டுமே கேட்கும்படி அது “ஆம்” என விம்மியது. ஓர் அம்பை எடுத்து அதில் குலாடகுடியின் முத்திரையைப் பார்த்தான். முதல் அம்பு. அதற்கு இரையாகும் கௌரவ வீரன் இப்போது பொறுமையிழந்து போர் தொடங்குவதற்காகக் காத்திருப்பான். கனியின் கனிந்த காம்பு என அவன் கால் மண்ணிலிருந்து எழ வெம்பிக்கொண்டிருக்கும்.

வானில் ஒற்றை எரியம்பு எழுந்து சுடர்ந்து அணைந்தது. படைகளிலிருந்து குரலற்ற ஓசை ஒன்று முழக்கமென எழுந்து சுழன்றது. முகில்கள்

ஒளிகொள்வதை சங்கன் கண்டான். ஒவ்வொரு கணமும் அத்தனை நீளம் என அப்போதறிந்தான். இரண்டாவது அம்பு எழுந்து வெடித்து அணைந்தது. செவிகள் மேலும் மேலும் துலங்க பெருமுழக்கத்திற்குள் ஒவ்வொரு தனியோசையும் தெளிந்தது. ஒவ்வொரு படைக்கலமும் தனியாக ஒலித்தது. ஒவ்வொரு மூச்சொலியையும் தனித்தனியாகக் கேட்க இயலும் என தோன்றியது. தலைப்பாகைகள் வண்ணம் துலங்கின. வாள் முனைகளில் ஒளிப்புள்ளிகள் குடியேறின. தேர்வளைவுகளும் கவசங்களின் பரப்புகளும் மெழுக்கும் மினுக்கும் கொண்டன. புலரியில் அவன் அன்று அடைந்த சொல்லை மீண்டும் அடைந்தான். 'இன்று! ஆம், இன்று!'

மூன்றாவது அம்பு எழுந்து அணைந்ததும் பொழுது அறிவிப்பு முரசுகளும் கொம்புகளும் முழங்கின. தொடர்ந்து இரு படைகளிலும் பல்லாயிரம் போர்முரசுகள் ஒற்றைப் பெருங்குரலில் ஒலித்தன. அவ்வோசை கேட்டு உடலில் குடியேறிய விதிர்ப்புடன் அவன் விழிகள் படைகளில் அலைந்தன. மறுகணம் சித்தம் சென்று தொட அவன் ஆழம் திகைத்தெழுந்தது. விழிகளால் துழாவி அரவானைப் பார்த்தான். அவன் தன் நாகக்கத்தியைத் தூக்கியபடி கூச்சலிட்டு முன்னால் ஓடி செருகளத்தின் எல்லையைக் கடந்து சிவந்த மண்ணில் விழுவதுபோல சென்று முழங்கால் மடிய அமர்ந்து வான் நோக்கி இரு கைகளையும் விரித்து மும்முறை குரலெழுப்பியபின் இடக்கையால் தன் குடுமியை பிடித்திழுத்து வலக்கையால் தன் கழுத்தை கத்தியால் அறுத்தான்.

இழுத்த இடக்கையில் அவன் தலை தனியாக பிரிந்து விலகி அதிர்ந்தது. வலப்பக்கமாக அவன் உடல் மண்ணில் விழுந்தது. அவன் தலையை இடக்கை நீட்டிப் பிடித்திருக்க அவன் உடல் அங்கு கிடந்து துடிப்பதை சங்கன் பார்த்தான். தன் இடத்தொடை வெட்டுண்டதுபோல் துள்ளிக்கொண்டிருப்பதை உணர்ந்து அதை கையால் பற்றி நிறுத்தினான். படைமுகப்பில் நின்ற உத்தரன் தன் வாளை உருவி மும்முறை ஆட்டி "வெற்றிவேல்! வீரவேல்!" என்று கூவினான். அக்கூச்சலுடன் அவன் தேர் கிளம்பிய அக்கணம் "வெற்றிவேல்! வீரவேல்!" என்ற போர்க்குரல் எழுந்தது. பாண்டவப் படை பேரலையென பெருகிச் சென்று செருகளத்தை அடைந்தது.

77

சங்கன் ககனவெளியிலிருந்து பல நூறு தெய்வங்கள் திரண்டெழுந்து தன் உடலில் வந்து பொருந்தும் உணர்வை அடைந்தான். உடற்தசைகள் அனைத்தும் வெவ்வேறு உயிரும் தனித்தனியே விழைவும் தமக்கென்றேயான அசைவும் கொண்டவைபோல் தோன்றின. தோள்கள் சினமெழுந்த இரு பெரும்மல்லர்கள். இரு கால்களும் புரவிகள். நெஞ்சுள் தேரேறிய வில்லவர்கள் இருவர். விழிகளில், செவிகளில், உடலெங்கும் பரவி பலகோடி விழிகளென்றான தோலில் தெய்வங்கள் கூர்கொண்டன. வில்லை நாட்டி அம்பைக் கையிலெடுத்து செவிவரை நாணிழுத்து முதல் அம்பைத் தொடுத்தான்.

அது விம்மிச் சென்று தைக்க உடல் திடுக்கிட்டு பாய்ந்துவந்த கரிய புரவியிலிருந்து சரிந்து உதிர்ந்த கௌரவ வீரனின் இறுதி விழிமின்னை ஒருகணம் அருகிலெனக் கண்டான். அத்தருணத்தில் உடல்விதிர்க்க எழுந்த துள்ளல் தன்னுடையதல்ல என்றுணர்ந்தான். அது பல்லாயிரம் குருதி குடித்து சுவையறிந்த தொல்தெய்வமொன்றின் களிப்பு. ஒவ்வொரு அம்பும் நாணிழுக்கப்படுகையில் தன்னுள் முறுகி மேலும் மேலும் என்று வெறிகொண்ட தெய்வங்களின் ததும்பலை அவன் அறிந்தான். இம்மென்று ஒலித்து எழுந்து சென்ற அம்புடன் அவர்கள் தாங்களும் பறந்து சென்றனர். சென்று தைத்து மெல்ல இறகு நடுங்கி நின்ற அம்பிலிருந்து அவ்வுடலுக்குள் பாய்ந்தேறினர். வழிந்த குருதியை ஆயிரம் மென் நாக்குகளால் நக்கி உண்டு திளைத்தனர். சரிந்து மண்ணில் அறைந்து விழுந்த அவ்வுடலுக்குள் ஒருவரோடொருவர் முட்டிமோதி கொந்தளித்து களித்தனர்.

இறந்த விழிகளில் இருந்த வியப்பை அவன் பார்த்தான். அன்றுவரை அவர்கள் காணாத ஒன்றைக் கண்டு அக்கணமே நிலைத்தவை. ஆனால் அவர்கள் நன்கறிந்திருந்தவை. எப்போது முதலில் புண்பட்டார்களோ, முதற்குருதித்துளி தொட்டு சுட்டுவிரலால் தரையில் இழுத்து விளையாடினார்களோ, என்று முதற்படைக்கலத்தை ஆசிரியன் தொட்டளிக்க வாங்கி அச்சமும் தயக்கமுமாக மெல்ல சுழற்றி நான் நான் என்று உணர்ந்தார்களோ அப்போது அவர்கள் கண்டது அந்த தெய்வம். என்றும் உடனிருந்தது. கனவுகளில் வந்து புன்னகைத்தது. தனித்தது, மானுடனை நன்கறிந்தது, முடிவிலாது காத்திருப்பது.

அம்புகள் சென்று சென்று தைத்து வீரர்களை வீழ்த்திக்கொண்டிருந்தன. எண்ணியவை பிழைத்தன. எண்ணா இலக்கில் சென்று தைத்தன சில. மண்ணில் தைத்து நடுங்கின சில. தேர்த்தட்டில் முட்டி உதிர்ந்தன பிற. இலக்கடையாத தெய்வங்கள் சீற்றம்கொண்டு திரும்பி வந்தன. குருதிக்கென நெடுந்தவம் இருந்தவை. விழிகொண்டு நாநீட்டி எழுந்தவை. அவை கணத்திற்கொன்று படைக்கலத்திற்கொன்று. ஒன்று பிறிதொன்றாகின்றவை. ஒன்றிலிருந்து நூறு ஆயிரமென முளைத்தெழுபவை. தெய்வங்களாலான பெருவெளிக்குக் கீழே அவற்றின் கால்புழுதியின் கொந்தளிப்பென இரு படைகளும் ஒன்றுடன் ஒன்று சென்று நெஞ்சறைந்துகொண்டன. கைகளும் கால்களும் பின்னிக் கோக்க ஒற்றை உடலென ஆகி இறுகி விதிர்த்து விசையுச்சியில் அசைவிழந்து பின் சுழன்றன.

ஒவ்வொரு வீரனும் முற்றிலும் தனித்தவனாக, தன்னை முழுமையாக தன்னுள் எழுந்த தெய்வங்களுக்கு ஒப்புக்கொடுத்தவனாக, நூறு கைகளும் நூறுநூறு கால்களும் ஆயிரம் விழிகளும் ஆயிரமாயிரமென பெருகும் செவிகளும் கொண்டு எழுந்தான். அம்புகள் பறவைகளாக எழுந்து சிறகு விம்ம வளைந்திறங்கி தைத்து நடுங்கின. உடல்களைத் துளைத்து சரிந்து உடன் விழுந்து துடிக்கும் உடல்மேல் குத்தி நின்றிருந்தன. வாள்கள் காற்றில் குறுமின்னல்களென வளைந்து சுழன்றன. வேல்கள் எழுந்து அரைவட்டமென சுழன்று வெட்டி, குருதி தெறிக்க மீண்டும் சுழற்சி கொண்டன. கைகளிலிருந்தெழுந்து விசையுடன் வளைந்து உடல்களில் குத்திச் சரித்து மண்ணிலிறங்கி நின்றதிர்ந்தன. விழுந்தவர்கள்மேல் விழுந்தவர்கள் இறுதித் திணறலில் ஒருவரையொருவர் தழுவிக்கொண்டனர். மண்ணில் ஒரு திரள் மற்போர் என.

விழுந்தவர்களின் துடிப்புகள் திளைப்பு கொள்ள அவற்றுக்கு மேல் புரவிகள் குளம்புகள் அறைந்து தாவி முன் சென்றன. தேர்ச்சகடங்கள் ஏறி விழுந்து அதிர்ந்து மீண்டும் ஏறிச் சென்றன. சகடங்களால் எலும்புகள்

உடைவதை தசைகள் கிழிபடுவதை மேலிருந்தே உணரமுடிந்தது. படைகள் முதலில் எழுந்த விசையை எதிரிப்படையின் விசை தடுக்க விரிசலிட்டு பக்கவாட்டில் விரிந்தன. அவை உருவாக்கிய இடைவெளியில் பின்னாலிருந்த படைகள் வந்து நிறைய நீண்ட கூர்முக்கோணமென அமைந்திருந்த சங்கனின் படை விரிந்து பிறைவடிவம் கொண்டது. வில்ஓயாது அம்புதொடுத்தபடி அவன் ஆணைகளைக் கூவினான். அங்கே எழுந்த பேரொலியில் சொற்கள் சிதறி மூழ்கின. ஆனால் உதடுகளை விழிகளால் கூர்ந்தால் அச்சொற்களை செவி சென்றடைந்தது. அவன் சொற்களை நோக்கியபடி இரு துணைப்படைத்தலைவர்கள் இருபுறமும் வந்துகொண்டிருந்தனர். அவன் ஆணைகளை அவர்கள் கூவ கொடிமேடையில் இருந்து அவை விழிச்சொல்லாயின. முரசொலியென எழுந்து இடிகொண்டன.

ஒருநோக்கை தான் தாக்கும் இலக்குக்கும் மறுநோக்கை தன்னைச்சுற்றி இருந்த படைக்குமென மாறி மாறி அளித்தபடி அவன் முன்சென்றான் "இதோ! இதோ!" என்று அம்பெடுத்து எய்து நகைத்த மறுநாவசைவால் "வலதுமுனை முன்னேறுக! வலதுமுனைக்கு மேலும் எண்பதின்மர் செல்க! பன்னிரண்டாவது நூற்றுவன் பின்னடைகிறான். உதவிக்கு செல்க!" என்று ஆணைகளைக் கூவினான். அவனது ஒவ்வொரு சொல்லும் மறுகணமே கொடியசைவென வண்ண நா கொண்டது. ஒலிவடிவென எழுந்து படைக்குமேல் முழங்கியது. அவன் எண்ணியது சிலகணங்களில் நிகழ்வென்று மாறியது. சற்று நேரத்தில் அந்த ஒத்திசைவு முழுமையாக கைகூட அப்படையை அவன் தன் எண்ணத்தால் ஆண்டான். தன் கைகளென அதை உணர்ந்தான். பேருருக்கொண்டு எதிரிப் படைப்பிரிவைத் தாக்கினான்.

தனக்கு முன் அஸ்வத்தாமனின் தேர் வருவதை சங்கன் கண்டான். அவனுடைய தேரின் விரைவு மிகுதியாக இருக்க தொடர்ந்து வந்த காவல்படைகளை அம்புகள் தாக்கி தயங்கச்செய்தமையால் தனித்து முன்னால் வந்துவிட்டிருந்தான். "தாக்குக! இன்று நமக்கு ஒரு பெருந்தலை சிக்கவிருக்கிறது! முன்னேறுக!" என்று கூவியபடி அஸ்வத்தாமனை நோக்கி சென்றான். "மும்மடங்கு அம்புகள் பொழியவேண்டும். துணைப்படையினர் அருகணையாது வானில் வேலியெழுக!" என்றபடி கையை தூக்கி போர்க்கூச்சலெழுப்பினான். அஸ்வத்தாமனின் காவல்படை முன்னால் விழுந்த புரவிகளின் உடல்களில் தொடர்ந்த புரவிகள் கால்தடுக்க மேலும் மேலும் பின்னடைந்தது. குலாடர்களின் விரைவுக் குதிரைப் படை அஸ்வத்தாமனின் படையைச் சூழ்ந்து வந்த புரவிகளை எதிர்கொண்டது. அலறல்களும் குருதித் தெறிப்புகளும் தலைக்கவசங்களின் கொப்பளிப்புமாக அப்பகுதி ஏரியில் இரைவீசப்பட்ட மீன்கொப்பளிப்பு எனக் கொந்தளித்தது.

சங்கனின் தேர் அஸ்வத்தாமனை நோக்கி சென்றது. தேர்த்தட்டில் நின்ற அஸ்வத்தாமன் அவனைக் கண்டு நகைத்து “மைந்தா, இல்லத்துக்கு திரும்புக! இளமைந்தரை நான் கொல்வதில்லை” என்றான். சங்கன் “இளமைந்தரால் உயிர்துறப்பதென்பது நற்பேறு. உங்கள் தந்தையின் நல்லூழால் அது அமைந்துள்ளது, பாஞ்சாலரே” என்றான். அவனுடைய சொற்களை உதடசைவிலிருந்தே புரிந்துகொண்ட அஸ்வத்தாமன் விழிதொடரா விரைவுடன் கைசுழல அம்பெடுத்து அவன்மேல் எய்தான். சங்கன் முழந்தாளிட்டு அவ்வம்பை தவிர்த்த மறுகணமே தன் அம்பை எய்தான். இரு அம்புகளும் ஒன்றையொன்று விண்ணில் சந்தித்தன. உலோக நகைப்பொலி எழுப்பி முட்டிக்கொண்டு உதிர்ந்தன.

சங்கனின் வில் போர்வெறி எழுந்ததுபோல் நின்று துள்ளியது. அவன் அம்புகள் இரைகொண்டுவரும் அன்னையைக் கண்ட குருவிக்குஞ்சுகள் என தூளியில் எம்பித்தாவின. அவன் நாண் விரல்விளையாடும் யாழின் நரம்பென அதிர்ந்து முழங்கியது. காற்றாடி இறகென கைசுழல அவன் அம்புகளை செலுத்தினான். ஒவ்வொரு அம்பும் தைக்குமிடத்தில் ஒருகணம் விழிசென்று தொட்டது. உளம் சென்று தொட்ட இடத்தில் தான் சென்று தொட்ட அம்பு தன் கனவிலிருந்து எழுவதுபோல் தோன்றியது. ஒருபோதும் அவன் அம்புகள் அத்தனை கூர்மையாக இலக்கடைந்ததில்லை.

அவர்களிருவரையும் இரு பக்கங்களிலும் காத்த புரவிவீரர்கள் அம்புகளால் சூழ வேலியொன்றை அமைத்தனர். அதில் முட்டிச் சிதறியவர்களாக புரவியூர்ந்த வீரர்கள் விழுந்தனர். அஸ்வத்தாமனின் வில்லை தன் அம்பு முறித்தபோது ஒருகணம் திகைத்து பின் கைதூக்கி வெடிப்பொலி எழுப்பினான் சங்கன். அஸ்வத்தாமன் அதை எதிர்பாராமல் துணுக்குற்று மறுகணமே இடக்காலால் இன்னொரு வில்லை எடுத்து நாணிழுத்து சங்கனின் தேரை அடித்தான். தேர்த்தூணில் பட்டு அந்த அம்பு துள்ளியது. அஸ்வத்தாமன் “நன்று! நீ வில் பயின்றிருக்கிறாய்! நன்று!” என்று கூவினான். “இன்னும் காண்பீர்கள், பாஞ்சாலரே” என்றபடி சங்கன் தன் பிறையலகு அம்புகளை தொடுத்தான். அஸ்வத்தாமன் வெடித்து நகைத்து “நன்று! நன்று!” என்று கூவினான்.

அம்புகளாலேயே ஆன சரடால் தொடுத்துக்கொண்டு மெல்ல சுழன்றனர். சங்கன் அப்பெருங்களத்தை, அங்கு நின்றுகொண்டிருந்த படைப்பெருக்கை, போர்க்கொந்தளிப்பை முற்றிலும் மறந்தான். அஸ்வத்தாமனும் அவனும் மட்டுமே அங்கே இருந்தனர். ஒருவரையொருவர் அம்புச் சரடுகளால் தொடுத்துக்கொண்டு அம்புகளினூடாகவே ஒருவரையொருவர் முற்றிலும் அறிந்தவர்களாக தனிமையில் அங்கு நின்றனர். வேறெப்போதும் இன்னொரு மானுடனை

அவ்வளவு அணுக்கத்தில் உணர்ந்ததில்லை என்று சங்கன் அறிந்தான். அஸ்வத்தாமனின் ஒவ்வொரு விழியசைவையும் அவனால் பார்க்க முடிந்தது. அவனுடைய கை எழுவதற்குள் அது எடுக்கும் அம்பை அவன் விழிதொட்டுவிட்டிருந்தது. தன்னை அவ்வாறே அவன் உணர்கிறான் என்பதை அவன் அறிந்தான். ஒருவர் இருவரென பிரிந்து நின்றாடும் ஆடல் போரிலன்றி மானுடரால் இயலாது. போரென்பது உடல்உதறி உள்ளங்கள் எழுந்த ஒரு வெளியில் ஒன்றாகி நின்றிருக்கும் தருணம்.

மேலும் மேலும் என்று அவர்கள் சுற்றிவந்தனர். பெருங்காதலுடன் காமம் கொண்டாடுபவர்களின் முத்தங்கள்போல அம்புகளால் மொய்த்துக்கொண்டார்கள். ஊடே புகுந்த ஒவ்வொருவரும் அலறி வீழ்ந்தனர். குருதியால் நனைந்த செம்மண் மீது விழுந்து துடித்தவர்களின்மேல் சகடங்கள் ஏற உடலுடைந்து அலறிய ஓலம் எங்கிருந்தோ எனக் கேட்டது. இளஞ்சாரல் என குருதித்துளி தெறித்தது. குருதி வழிந்து உடல் குளிர்ந்து தசைகளில் வெம்மையை ஆற்றியது. உலர்ந்த குருதி தோல் மேல் பிறிதொரு தோலென இருக்க அதன் மேல் விழுந்த பசுங்குருதி உப்பு கரைத்து நிணவிழுதென்றாகி தயங்கி வழிந்தது. தன் புருவங்களிலிருந்தும் மூக்கு நுனியிலிருந்தும் சொட்டும் குருதியை தலையுதறி அவன் உதிர்த்தான்.

ஒருவரை ஒருவர் அணுகிய ஒரு கணத்தில் தன் தொடையில் ஓங்கி அறைந்து கூச்சலிட்டபடி சங்கன் கதையை எடுத்துக்கொண்டு பாகனைத் தாண்டி புரவிமேல் நடந்து குதித்து தரையில் இறங்கினான். அதை ஏற்று நகைத்தபடி அஸ்வத்தாமன் தன் கதையுடன் பறந்து இறங்கி மண்ணில் சிறகொடுக்கி அமையும் சிறுபுள்ளென குதித்து கதையுடன் நிலத்தில் நின்றான். சங்கனின் கதையின் ஐந்திலொரு பங்கு எடையும் அளவும்தான் அஸ்வத்தாமனின் கதைக்கு இருந்தது. அவன் எண்ணியது போலவே அஸ்வத்தாமனின் கதை விழிதொட்டு நோக்க இயலாத விரைவு கொண்டிருந்தது. இரு கதைகளும் ஒன்றையொன்று முட்டிய கணத்தில் விசையாலேயே அது எடைகொண்டிருப்பதை அவன் உணர்ந்தான்.

கதைகளின் இரும்புத்தலைகள் ஒன்றுடன் ஒன்று முட்டிக்கொண்டு அனல் தெறித்தன. கால்களை நிலைமண்டிலமாக விரித்து தோள்களை அகற்றி கதை சுழற்றி அவன் அஸ்வத்தாமனை எதிர்கொண்டான். கீழே விழுந்து ஒன்றின் மேல் ஒன்றென அடுக்கப்பட்டவைபோல் கிடந்த சடலங்களின் மீது கால் வைத்து அவர்கள் தாவியும் அமைந்தும் எழுந்தும் போரிட்டனர். இரும்புக்கோள்கள் இருவரைச் சுற்றி பறந்தன. காற்றுவெளியில் மோதி மோதி அனல்தெறிக்க அதிர்ந்தன. சுழலும் கதையின் இரும்புக்குமிழ் பெருகி உருவான கவசமொன்றை அஸ்வத்தாமன் அணிந்திருந்தான். அதில் சிறுவிரிசல் தேடி தவித்தது சங்கனின் கதை. அமர்வதற்கு கிளை

தேடும் பறவையென சங்கனைச் சூழ்ந்து பறந்தது அஸ்வத்தாமனின் கதை.

பின் ஒரு கணத்தில் என்ன நிகழ்ந்ததென்று அறியாமல் சங்கன் பின்னால் சரிந்து விழுந்தான். அவன் தோளை அறைந்த அஸ்வத்தாமனின் கதை சுழன்று தலை நோக்கி வருவதற்குள் பின்னாலிருந்து விரைந்து வந்த திருஷ்டத்யும்னனின் புரவி சங்கனை அணுகி அவன் மேல் தாவி அப்பால் சென்றது. அதே விசையில் குனிந்த திருஷ்டத்யும்னன் சங்கனின் தோள் பற்றி சுழற்றித் தூக்கி தன் முன் படுக்கவைத்து கொண்டுசென்றான். திருஷ்டத்யும்னனைத் தொடர்ந்து வந்த படைகள் அரண்போல அஸ்வத்தாமனுக்கும் அவர்களுக்கும் நடுவே குவிந்தன. அஸ்வத்தாமனின் கதையால் தலை உடைபட்டு வீரர்கள் நிலத்தில் விழுந்தனர். அவர்களின் அலறல்களும் சிதறும் குருதியும் அவர்களை சூழ்ந்தன.

திருஷ்டத்யும்னன் "தேர் வருக! தேர் நிரை தொடர்க!" என்று கூவினான். சங்கனின் தேர் தொடர்ந்து வந்தது. அவன் மீண்டுமொருமுறை சங்கனை தூக்கிச் சுழற்றி தேர்த்தட்டிலிட்டான். சங்கன் தேர்த்தட்டில் கையூன்றி புரண்டெழுந்து நின்றான். "இளையோனே, செல்க... சற்றே ஓய்வெடு" என்றான் திருஷ்டத்யும்னன். "இல்லை, தசை மட்டுமே அடிபட்டிருக்கிறது. மீண்டும் களம் நிற்போம். தாழ்வில்லை" என்று சங்கன் கூவினான். திருஷ்டத்யும்னன் "நன்று இளையோனே, நீ நமது படைகளின் சுவையின் ஒரு திவலையை அவர்களுக்கு அளித்துவிட்டாய்" என்று கைதூக்கிக் கூவியபடி முன்னால் சென்றான். அவன் கையசைவுக்கு ஏற்ப பின்னால் காவல்மாடத்திலிருந்து "அணிகொள்க! அடியை மீண்டும் இறுக்குக!" என்று ஆணை எழுந்தது.

சிதறிப்பரந்த படைவீரர்கள் பின்னகர்ந்து எஞ்சியவர்கள் ஒருங்கிணைந்து மீண்டும் முப்புரிவேல் வடிவத்தை அடைந்தனர். போர் விசைகொண்டு மீண்டும் தொடங்கியபோது சங்கன் தன்னுள் தெய்வங்கள் உறுமியெழுவதை உணர்ந்தான். தன் வில்லை எடுத்து நிறுத்தி நாணிழுத்தபோது உடலில் ஒரு சிறு நிலையின்மை தோன்றியது. மறுகணம் உள்ளிருந்து ஒரு தெய்வம் "செல்க... செல்க!" என ஆர்ப்பரித்தது. வலத்தோளை அசைக்க இயலவில்லை. முழுமூச்சையும் இழுத்து எரிய வைத்து ஆற்றல்திரட்டி எய்தான். அவ்விசையிலேயே மீண்டும் தன்னை முன்செலுத்திக்கொண்டான்.

முதல் அம்பிலேயே எதிரிவீரனின் உடல் தைத்து அப்பால் சென்றது அம்பு. அடுத்த அம்பு இன்னொருவனின் நெஞ்சுபிளந்து நின்றது. இன்னொருவன் கவசம் உடைந்து தெறிக்க சரிந்து விழுந்தான். அவன் தலையை கொய்தது பிறையம்பு. தலையற்ற உடல் தள்ளாடி முன்னகர்ந்து

அணைப்பதுபோல் கைவிரித்து மண்ணில் விழுந்தது. திகைத்த புரவி தன்னைத்தான் சுழன்றபடி கனைத்தது. சங்கன் வெறிகொண்டு கூவியபடி முன்னால் சென்றான். “செல்க! ஒருகணமும் நில்லற்க!” என்று கூச்சலிட்டான். கௌரவ மைந்தர் குத்ஸிதனும் சுபானுவும் அவனை எதிர்கொண்டனர். இரு அம்புகளால் அவர்களின் கவசங்களை உடைத்து கொன்றுவீழ்த்தினான். வெறிக்கூச்சலுடன் வந்த அவர்களின் மூத்தவனான உன்மத்தனைக் கொன்றபடி கடந்துசென்றான்.

அப்பால் அஸ்வத்தாமனுக்கும் திருஷ்டத்யும்னனுக்கும் உச்சகட்டப் போர் நிகழ்வதை அவன் பார்த்தான். மறுபக்கம் நகுலனின் தேரை சகுனியின் தேர் எதிர்கொண்டது. துரியோதனனைச் சூழ்ந்து தாக்கிக்கொண்டிருந்தனர் பாண்டவ மைந்தர். காற்றில் இறகதிரும் அம்புகள் நிறைந்திருந்தன. சருகுப்புயலடிக்கும் காட்டுக்குள் எனத் தன்னை உணர்ந்தான். ஏதோ ஒருகணத்தில் போர் தனக்கு சலிப்பூட்டும் என முன்னர் எண்ணியிருந்தான். ஆனால் அது ஒவ்வொரு கணமும் பெரும் களியாட்டென்று தொடர்ந்தது. இத்தனை ஆண்டுகள் அள்ளி உண்ட உணவனைத்தும் இத்தருணத்திற்காகவே. அன்னை கருவிலிருந்து உடல் திரட்டி எழுந்ததும் இதற்காகவே. இன்றொரு நாள்! இன்று! ஆம் இன்று! இத்தனை அம்புகளுக்குப்பின் இருக்கும் ஊழ்க நுண்சொல் அது! இன்று!

இன்று இன்று இன்று இன்று... ஒவ்வொரு சொல்லுக்கும் அம்புபட்டு வீரர்கள் விழுந்துகொண்டிருந்தனர். அவன் கவசத்தின்மீது வந்து முட்டி உலோக ஓசையை எழுப்பி விழுந்தன அம்புகள். அவன் தலைக்கவசத்தை உரசி கேவலொலி எழுப்பிச் சென்றது ஓர் அம்பு. புரவி ஒன்று அவனை விரைந்தணுகி அம்புபட்டு கனைத்தபடி விழியுருட்டி சரிந்தது. அதன் குளம்புகள் உதைத்துக்கொள்ள அதன் மேல் உருண்டு வந்து கவிழ்ந்தது ஒரு தேர். ஒரு கேடயம் பறந்து வந்து பூழி மண்ணில் விழுந்தது. அதன்மேல் கணகணவென ஒலியுடன் அம்புகள் பெய்தன.

“சைந்தவரை சூழ்க!” என்று அவன் ஆணையிட்டான். அவன் படை அக்கணமே இரு கைகளாக மாறி நீண்டு அணைப்பதுபோல் ஜயத்ரதன் படைகளை நோக்கி சென்றது. ஜயத்ரதன் படைகளிலிருந்து எழுந்த இரு கைகள் அவற்றைக் கோத்துக்கொள்ள இரு மல்லர்கள் என படைகள் கைகோத்துக்கொண்டன. படைசுழிப்பென போர் நிகழத்தொடங்கியது. அம்புகளால் எதிர்ப்படுபவரை வீழ்த்தி வழிவகுந்தபடி விழுந்த உடல்களின் மேல் ஏறி தேர் முன்செல்ல அவன் ஜயத்ரதனை அணுகினான்.

அவன் அணுகுவதைப் பாராமல் மறுபக்கம் அம்புகளைத் தொடுத்துக் கொண்டிருந்தான் ஜயத்ரதன். களத்தில் அத்தனை ஒன்றி அவனால்

போர்புரிய முடிவதை சங்கன் வியந்தான். அத்தனை பொறுப்பின்மையுடன் இருக்குமளவுக்கு தன் ஆற்றல் மேல் நம்பிக்கையுடன் இருப்பதை எண்ணி வியந்தான். அவன் அம்பு ஜயத்ரதனை நோக்கி சென்றபோது விழி அறியாமலேயே அவன் உடல் நெளிந்து அதைத் தவிர்த்தது. மீண்டும் மீண்டுமென பதினெட்டு அம்புகளை அவன் ஜயத்ரதனை நோக்கி அனுப்பினான். ஒவ்வொரு அம்பையும் அவன் உடலே ஒழிந்தது.

தான் எடுத்த இலக்கை முற்றாக அழித்தபின் ஜயத்ரதன் திரும்பினான். நிஷாதகுடித் தலைவர்கள் எழுவர் தலையறுந்து விழ அவர்களைச் சூழ்ந்து படை வீரர்களின் உடல்கள் விழுந்து துள்ளிக்கொண்டிருந்தன. அவர்கள் வந்த பகுதியே ஒழிந்து ஒரு வெற்றிடமாக அங்கு எழுந்த வெறுமையை நோக்கிக் களிக்கூச்சலிட்டபடி திரும்பி அவன் சங்கனைப் பார்த்தான். “நீயா? வா வா… இன்று ஒரு பெரிய மீனுடன் பாடிவீடு திரும்புவேன்” என்றபடி அவன் சங்கனை நோக்கி வந்தான். நீந்துபவனுக்கு முன் எழும் அலை என அவனுக்கு முன்னால் அம்புச்சுழல் எழுந்து அணைந்தது. அவ்வம்புகளாலேயே அவன் சுமந்து கொண்டுவரப்படுபவன் போலிருந்தான்.

சங்கனைச் சுற்றி நூறுநூறு அம்புகள் பறந்துகொண்டிருந்தன. பெருநதியின் ஆழத்தில் நீந்தித் திளைக்கையில் வெள்ளி மீன்களால் சூழப்பட்டிருப்பதுபோல் அவன் உணர்ந்தான். அவன் கவசங்களை அம்புகள் அறைந்தறைந்து துடிக்கவைத்தன. மீன்கள் கொத்தி புரட்டும் தசைத்துண்டென அவன் அவற்றால் சுழற்றப்பட்டான். தன்னை தேர்த்தட்டிலிருந்து விலக்கி தூணுடன் உடல் ஒட்டி நிறுத்திக்கொண்டபடி அவன் அம்புகளை எய்து ஜயத்ரதனை தாக்கினான். “ஓர் அம்பு! இளையோனே, ஒரேயொரு அம்பேனும் என் மேல் தொடுத்தாய் என்றால் நீ வென்றாய்” என்று சிரித்தபடி ஜயத்ரதன் கூவினான். அவன் பற்களின் மின்னலை, கண்ணிலெழுந்த நகைப்பின் ஒளியை மிக அருகிலெனக் கண்டான்.

பாரதவர்ஷத்தின் மாபெரும் வில்லவன் ஒருவனை எதிர்கொண்டிருக்கிறேன். இத்தருணத்தில் அரைநாழிகைப் பொழுது இங்கு தலையறுந்து விழாது நின்றிருப்பேனெனில் என் குடி எனக்காக பெருமைகொள்ளும். “ஒருநாழிகைப்பொழுது! ஒரேநாழிகை!” சங்கன் உள்ளம் கூவியது. ஜயத்ரதன் அம்பு அவன் தேர் முகடை உடைத்தெறிந்தது. அவனுக்குப் பின்னால் நின்ற அறிவிப்பாளனின் தலை தெறித்து அப்பால் விழ அவன் தேர்த்தட்டில் தள்ளாடி சங்கனின் மேல் விழுந்தான். அவனை வலது தோளால் உந்தி அப்பால் தள்ளிய சங்கன் அம்புகளைத் தெறிக்கவிட்டான். ஜயத்ரதனின் தேரை ஓர் அம்புகூட நெருங்க இயலவில்லை.

“ஓர் அம்பு! ஒருநாழிகைப்பொழுது!” என்று உள்ளம் ஓலமிட சங்கன் அம்பை எய்துகொண்டிருந்தான். இதோ... இதோ... எத்தனை பொழுது ஒருகணத்திற்கு? ஓர் அம்பு! ஒருகணத்திற்கு நூறு அம்புகள் எதிர்வருகின்றன. கணம் கணமெனச் செல்லும் காலம். ஒரு நாழிகையின் நீளமென்ன? இக்கணம் உயிர்பிழைத்தேன். மீண்டும் ஒரு கணம். ஒருகணத்தில் மானுடன் இத்தனை நெடுந்தூரம் வாழ முடியுமா? ஒருகணத்தில் இத்தனை அறிந்து, இத்தனை துயருற்று, இவ்வளவு களிகொண்டு நிறைய முடியுமா? ஒவ்வொரு கணமும் தோள்களால் அசைக்க முடியாத பெரும்பாறைபோல் கடந்து சென்றது. கணம் கணமென உந்தி உந்தித் தள்ளி அவன் போரிட்டுக்கொண்டிருந்தான்.

காதளவு இழுத்து விட்ட நாணின் ஓசை அவனுடன் பேசிக்கொண்டிருந்தது. விம் விம் என்று ஒற்றைச் சொல். பின் அது ஒரு மொழியாயிற்று. இத்தருணம். புகழ்கொள்ளும் தருணம். இதுவரை நீ வாழ்ந்தது ஒருகணம். இக்கணம் முழு வாழ்வின் பெருக்கு. இங்கிரு! இதை நிறை! இதை வென்று ஆள்! இதிலிருந்து வென்றெழுவது என ஏதுமில்லை. இரு! இருந்துகொண்டிரு! நிறை! நிறைந்து கடந்து அப்பால் செல்! அவன் தோள் கவசம் உடைந்து தெறித்தது. ஜயத்ரதனின் அம்பு ஒன்று வந்து அவன் தோளில் தைத்து நின்றது. ஒருநாழிகைப் பொழுதுக்கு இன்னும் எவ்வளவு கணம்? இந்நாழிகையை நான் நிறைவுறச் செய்யப்போவதில்லை. இதோ இது அறுபட்டு நிற்கும். இவ்வம்பில். இது பிழைத்தது. அதில். அதுவும் பிழைக்கிறது. பிழைக்கும் அம்புகளாலானது என் காலம்.

நிற்பேன். விழமாட்டேன். ஒருநாழிகைப்பொழுது ஜயத்ரதன் முன் நின்ற முதல் வீரன் நான். ஆனால் இதோ தொடுவானில் இருக்கிறது இந்நாழிகையின் எல்லை. ஒருகணம் அவன் உளம் சோர்ந்தான். மறுகணம் உள்ளிருந்து எழுந்த பிறிதொரு தெய்வம் அவன் பிடரியில் ஓங்கி அறைந்து ஆணையிட்டது. “முன்செல், மூடா! இத்தருணத்தில் இறந்தால் நீ மூங்கில் கழைமேல் துடித்து எழும் வெற்றிக்கொடி!” அவன் தன் முழுவிசையால் உடல் திரட்டி எழுந்து மீண்டும் அம்புகளால் ஜயத்ரதனை அடித்தான். அவன் நெஞ்சக்கவசம் பிளந்தது. சற்றே திரும்புவதற்குள் அவன் இடத்தோள் தசையை சீவிச்சென்றது ஓர் அம்பு.

“இளையோனே, செல்! அவ்வளவுதான், போர் முடிந்துவிட்டது” என்று ஜயத்ரதன் கூவினான். “வெற்று நெஞ்சுடன் என் முன் நிற்கத் துணிபவர் பாரதவர்ஷத்தில் எவருமில்லை. செல்க!” சங்கன் தன் அம்பை இழுத்து ஜயத்ரதனின் கவசத்தை அறைந்தான். கைவிலக்கி அதை ஏற்று நகர்ந்த ஜயத்ரதன் “துணிவு கொண்டிருக்கிறாய், நன்று!” என்றான். “இன்னும் ஒரு சில கணங்கள்! ஒரு நாழிகைப்பொழுது உங்கள் முன் நின்றிருக்கிறேன். ஓர் அம்பையாவது உங்கள் உடலில் தொடுக்காமல் அகலமாட்டேன்.” சங்கன்

ஒவ்வொரு அம்பும் எழுகையில் ஒரு துளி குருதி அகன்றதுபோல் உடல் ஒழிந்து எடை இழந்தான். ஒவ்வொரு எண்ணமும் விலக உளமொழிந்து வெற்றுத் தக்கையென அங்கே அலையடித்த உடற்பெருக்கின் மேல் ததும்பினான்.

ஜயத்ரதன் தன் வில்லை தூக்கி "வென்றுவிட்டாய் குலாடனே, ஒரு நாழிகை என் முன் நின்றாய். நீ எனக்கு நிகரானவன் என்று இதோ அறிவிக்கிறேன்" என்றான். "ஆம், உங்களை வெல்லவும் கூடும் நான்" என்றபடி அவன் நாணிழுத்து அம்பைவிட்டான். அது பறந்து சென்று சற்றே வளைந்து ஜயத்ரதனின் கவசங்களுக்கு நடுவே முழங்கையை தைத்தது. உரக்க நகைத்தபடி அந்தக் கையை மேலே தூக்கி "நன்று! நன்று!" என்று அவன் கூவினான். படைகள் "வெற்றிவேல்! வீரவேல்! குலாடர் வெல்க! பெருவீரர் சங்கர் வெல்க!" என்று கூவின.

சங்கன் முழு ஆற்றலையும் இழந்தவன்போல் தேர்த்தட்டில் சாய்ந்தான். அவனுக்கு பின்பக்கமிருந்து சாத்யகியின் படை பெருகிவந்து அவர்களுக்கு நடுவே புகுந்தது. ஜயத்ரதன் தன் தேரை திருப்பிக்கொண்டு மறுபக்கம் செல்ல வாழ்த்தொலிகளும் வெற்றிக்கூச்சல்களுமாக வீரர்கள் சங்கனின் தேரை கைகளால் தள்ளி முன்னெடுத்தனர். தேர்த்தட்டில் நீண்ட மூச்சுவிட்டு தன் தோளிலிருந்த அம்பை சங்கன் உருவி எடுத்தான். ஜயத்ரதனின் கையில் பதிந்திருந்த தன் அம்பை மிக அருகில் காண்பவன்போல் நினைவுகூர்ந்தான். அதில் குலாடகுடியின் போர் முத்திரை இருந்தது. அது ஜயத்ரதன் தனக்களித்த பரிசு என்று அப்போது அவன் உணர்ந்தான்.

78

ஆடிப்பீடத்தில் முகவாயை அழுத்தி ஒரு கண் மூடி ஒரு கண்ணால் கூர்ந்து நோக்கி வலக்கையால் இரு ஆடிகளையும் விலக்கியும் இணைத்தும் பார்வையை முழுப் படை நோக்கி விரித்தும் தனிவீரன் விழியளவு நோக்கிக் குவித்தும் குருக்ஷேத்ரப் போர்க்களத்தை நோக்கிக்கொண்டிருந்த சஞ்சயன் ஆடிக்குழிவால் சூரியன் இரண்டாக தெரிவதைக் கண்டான். ஒன்றையொன்று காய்ந்தன இரு எரிவட்டங்களும். ஆடியை விலக்கி இணைத்து ஒரு கணம் சேய்மை பிறிதொரு கணம் அண்மையென்றாக்கி நோக்கினான். தன் விழிதொட்ட அனைத்தையும் அக்கணமே சொல்லாக்கினான். மிக விரைவிலேயே அச்செயல்கள் அனைத்தும் முற்றிலும் ஒத்திசைவு கொள்ள அவனிடமிருந்து இடைமுறியாது எழுந்த சொற்பெருக்கில் திருதராஷ்டிரர் அங்கு அமர்ந்திருப்பதை முற்றிலும் மறந்து இரு கைகளாலும் பீடத்தின் கைப்பிடிகளைப் பற்றிக்கொண்டு உடல் முன்சரித்து தலையை சற்றே திருப்பி தசைகள் விதிர்க்க உதடுகள் குவித்தும், மீண்டும் பற்களைக் கடித்தும், அவ்வப்போது முனகியும், ஊடே கூச்சலிட்டலறியும் மெய்ப்பாடுகளை காட்டியபடி களத்தை கண்முன் பார்த்துக்கொண்டிருந்தார்.

பருந்தென அகன்றும் சிறுபுள்ளென களத்திற்குள் தோளிலிருந்து தோள்பாய்ந்தும் சஞ்சயன் அனைத்தையும் பார்த்தான். “பேரரசே, இரு கண்ணீர்த்துளிகளுக்கு நடுவே என இந்த ஆடிகளுக்குள் காலமும் வெளியும் மடிந்து மடிந்து செறிந்துள்ளன. என் சித்தத்தால் ஒவ்வொரு அடுக்காகப் பிரித்துக்கொண்டிருக்கிறேன்” என்றான். “இதோ இரு படைகளும் ஒன்றுடன் ஒன்று ஊடுருவி நெடுந்தொலைவுக்கு சென்றுவிட்டிருக்கின்றன. இங்கிருந்து பார்க்கையில் இரு படைகளுக்கும்

நடுவே அச்சந்திப்புக்கோடு பாறைவெளியில் சரிந்திறங்கி வரும் வெண்நுரை ஆற்றுவழிவுபோல கொந்தளிக்கும் நீண்ட பெருக்கென்று தோன்றுகிறது. அதில் நுரைக்குமிழிகள் எனத் தேர்முகடுகளும் தலைக்கவசங்களும். இரு படைகளின் வண்ணங்களும் ஒன்றுடனொன்று கலக்கின்றன. செம்மஞ்சள் நிறமும் செந்நீலமும் கலந்து உருவான புதிய வண்ணம் சொல்லற்கரியது” என்றான்.

நமது படைகள் மான்கொம்பின் வடிவை தக்கவைத்துக்கொண்டே போரிடுகின்றன. மான்கொம்பு விரிந்தும் ஒவ்வொரு கணுவும் ஒரு விழுதுபோல் நீண்டும் சென்று பாண்டவர்களின் படைப்பிரிவுகளை வளைத்துக்கொள்கின்றன. பீஷ்மரும் அஸ்வத்தாமரும் நடத்தும் படைகளால் ஆன இரு கணுக்களின் நடுவே விராட மைந்தனாகிய உத்தரன் சிக்கிக்கொண்டிருக்கிறார். அவருக்கு வலப்பக்கம் ஜயத்ரதரும் இடப்பக்கம் சல்யரும் இப்போது நின்றிருக்கிறார்கள். ஆயினும் அவர் அஞ்சியதுபோல் தெரியவில்லை. போர்க்களம் அவரை மேலும் மேலும் ஆற்றல்கொள்ளச் செய்கிறது.

பீஷ்மர் மான்கொம்பின் முனையிலிருந்து சருகுப்பரப்பை எரித்து ஊடுருவும் அனல்துளிபோல பாண்டவர்களின் படைப்பிரிவுக்குள் நுழைந்திருக்கிறார். பீஷ்மரின் அம்புகளால் அவரைச் சூழ்ந்துள்ள பரப்பு நாம் நோக்கியிருக்கவே ஆளொழிந்து வெட்டவெளியென்றாகிறது. இங்கிருந்து பார்க்கையில் அவருடைய தேர்முகடு காலைஒளியில் வெண்சுடர்விடுகிறது. இதோ அணுகிச்சென்று அவர் முகத்தை பார்க்கிறேன். கண்கள் நன்கு இடுங்கி இருப்பதனால் அவரது உணர்வை கண்டுபிடிக்க இயலவில்லை. காற்றில் தாடி பறந்துகொண்டிருக்கிறது. அதில் குருதி வழிந்து மயிர்முனைகளில் செம்மணிகளெனத் திரண்டு காற்றில் பறக்கிறது. அவர் கொன்ற வீரர்கள் அலறிச் சரிகையில் தெறிக்கும் குருதிச்சாரல் பட்டு அவரது வில் கையில் வழுக்குகிறது.

அரசே, இத்தனை தொலைவில் இருந்தும், ஒவ்வொன்றும் அசைவின்மை கொள்ளும் தேவர் நோக்கிலும், என்னால் அவருடைய கையசைவைப் பார்க்க இயலவில்லை. அவருடைய அம்புகள் மிகச் சிறியவை. அவை எழும் கணத்தை வில்லதிர்வால் நோக்குகிறேன். தொடும் கணத்தை வீழ்பவனில் பார்க்கிறேன். அவை எழுந்து காற்றிலேறிச் செல்வதைக் காண இங்கிருந்து மேலும் பின்னகர்ந்து விண் விளிம்பில் நின்றிருக்க வேண்டும் போலும். படைகள் நீள்வாக்கில் சிறு அலகுகளாகப் பிரிக்கப்பட்டுள்ளன. ஆகவே பெரிய பல்கொண்ட சீப்பால் சீவி நிறுத்தப்பட்ட கூந்தலென அவை இங்கே தெரிகின்றன. ஒரு படையென முன்னெழுகையிலும் அவர்கள் தனிநிரைகளென்றே செல்கிறார்கள். இது நிரைகள் விலகிப் பரக்கவும் மீண்டும் இணைந்து இறுகவும்

உதவுகிறது. ஒரு சரடு சற்றே விலக அவ்விடைவெளியில் பிறிதொன்று புகுந்துகொள்கிறது. வீழ்பவர்களை வருபவர்கள் இடைவெளியின்றி நிரப்பிக்கொண்டிருக்கிறார்கள். படைமுகப்பில் குவிந்த பிணங்களைக் கடந்து தேர்களும் புரவிகளும் செல்கின்றன. இப்போரில் இதுவரை யானைகள் களமிறக்கப்படவில்லை.

இதோ அர்ஜுனரை பீஷ்மர் எதிர்கொள்கிறார். அவர்கள் ஒருவரையொருவர் பார்த்துவிட்டதுமே சூழ்ந்திருக்கும் இரு தரப்புப் படைகளும் விற்களையும் வேல்களையும் தூக்கிக் கூச்சலிடுகின்றன. அவ்வசைவை ஒரு சிற்றலையென இங்கிருந்து பார்க்க முடிகிறது. அனைவரும் விலகி உருவான வட்டத்திற்குள் அவர்கள் இருவரின் தேர்களும் ஒன்றையொன்று சந்திக்கின்றன. அர்ஜுனர் பீஷ்மரை நோக்கி வணங்கி முதல் அம்பை அவர் காலடி நோக்கி எய்கிறார். அடுத்த அம்பு அவருடைய நெஞ்சுக்குச் செல்ல அதை அவர் தடுக்கிறார். அவர் கையிலிருந்த அம்பு அர்ஜுனர் தலையிலிருந்த செம்பருந்தின் இறகை சீவிச்செல்கிறது. இரு வீரர்களுக்கும் நடுவே புகைக்கீற்று ஒன்று இருப்பதுபோல் ஒளிரும் அம்புகள் படலமாகி அலைகொண்டு தெரிகின்றன. ஒளிவிடும் அம்புகளால் ஆன வளைந்த பாலம். இந்தத் தொலைவில் அது ஓர் இறகுக்கீற்று.

அரசே, அதோ இரு படைகளும் எல்லைக்கு வெளியிலிருந்து நிரைநிரையாக அம்புகளை ஒற்றைப்புரவிகள் இழுக்கும் சிறுவண்டிகளில் படைமுகப்புக்கு கொண்டுசென்று கொண்டிருக்கிறார்கள். எரியனலில் அவியூற்றுவதுபோல அம்புகள் அப்பொருதுமுனை நோக்கி சென்றுகொண்டிருக்கின்றன. செருகளத்தை அடியிலி நோக்கித் திறக்கும் பெரும் பிலம் என்று எண்ணுகிறேன். இருபுறத்திலிருந்தும் நீர்ப்பரப்பு பெருகிவந்து மடிந்து அதிலிறங்கி மறைந்துகொண்டிருக்கிறது. மானுட உயிர்கொள்ளத் திறந்த கவந்தனின் வாய். சுவைத்து உண்டு மேலும் பசிகொண்டு உறுமி அதிர்ந்துகொண்டிருக்கிறது அது.

அரசே, அஸ்வத்தாமரை திருஷ்டத்யும்னர் எதிர்கொள்கிறார். அப்பால் பீமன் ஜயத்ரதரை சந்திக்கிறார். இருபுறமும் அம்புகளால் வெறிகொண்டு தாக்கிக்கொள்கிறார்கள். பீமன் தன் தேரிலிருந்து பாய்ந்திறங்கி கதையைச் சுழற்றியபடி முன்னகர்கிறார். தேரிலிருந்து ஜயத்ரதரும் இறங்கி நிற்கிறார். இருவரும் கதைகளால் ஒருவரை ஒருவர் குறிநோக்கியபடி மண்டிலக் கால்வைத்து மெல்ல சுழன்றுவருகிறார்கள். ஒருகணம் மறுகணம் என காலம் செல்ல சூழ்ந்து நின்றிருக்கும் படைவீரர்கள் மூச்சடக்கிக் காத்திருக்கிறார்கள். இரு குமிழிகளென கதையுருளைகள் தாக்கிக்கொள்கின்றன. சூழ்ந்திருக்கும் வீரர்கள் படைக்கலங்களைத் தூக்கி கூச்சலிட்டு ஆர்ப்பரிக்கிறார்கள். இருபுறமும் கதைகள் பறக்கும்

வட்டம் ஒரு நீர்ச்சுழி. அல்ல, ஒரு வெள்ளி நாகம். அவர்கள் அதன் நடுவே நின்று நடனமிடுகிறார்கள்.

பீமனின் அறைபட்டு ஜயத்ரதரின் கவசம் உடைந்து தெறிக்கிறது. பீமன் கதையைச் சுழற்றி அவர் தலையை அறைந்துடைக்கச் செல்கிறார். பின்னிருந்து பிரக்ஜ்யோதிஷத்தின் பகதத்தரும் உத்தரகலிங்க நாட்டு சூரியதேவரும் இரு கைகளென நீண்டு வந்து ஜயத்ரதருக்கும் பீமனுக்கும் நடுவே நுழைகிறார்கள். அவர்கள் ஜயத்ரதரை அள்ளி விலக்கி கொண்டுசெல்ல கௌரவர்களின் தேர்ப்படையினர் இடைபுகுந்து அவர்களை பீமனிடமிருந்து விலக்கி கொண்டுசெல்கிறார்கள். பீமன் தன் கதையை வானில் தூக்கி வெறிக்கூச்சலிட்டு நகைக்கிறார். ஜயத்ரதரை வீரர்கள் தேரிலிட்டு கொண்டுசெல்ல அணுக்கர் தேரிலேறி அவர் புண்களைப் பார்க்கிறார்கள். அவர் கலம்நிறைய மதுவாங்கி அருந்தி ஓய்வெடுக்கிறார். அவர் உயிர்ப்புண்பட்டிருக்கவில்லை என்று தேர்த்தட்டில் எழுந்து நிற்பதிலிருந்து தெரிகிறது.

“ஆம், கதைப்போரில் என் மைந்தனன்றி எவர் பீமனை எதிர்க்கவியலும்?” என்று திருதராஷ்டிரர் சொன்னார். சஞ்சயன் தொடர்ந்தான். “இங்கிருந்தே குருதிச்செம்மையை பார்க்க இயல்கிறது. பொருதுகளமே சிவந்து நீண்ட சாட்டைப் புண்போல் தெரிகிறது. செந்நிறக் கரையிட்ட பெருந்துகில் என குருக்ஷேத்ரத்தைப் பார்க்கிறேன். முன் முகப்பில் விழுந்த வீரர்களை ஈடு செய்ய பின்னிருந்து படைகளை அனுப்பும் கொடிகள் அசைகின்றன. இரு படைகளும் பின்னிரையிலிருந்து பெரிய ஒழுக்குகளாக மழைநீர் ஓடைகளெனப் பெருகி ஆறு நோக்கி செல்வதுபோல பொருதுமுனை நோக்கி சென்றுகொண்டிருக்கிறார்கள். அரசே, பொருதுமுனை மிக மெல்ல பாண்டவர் படைகளைப் பின்னுக்குத் தள்ளி முன்னேறுவதைப் பார்க்கிறேன்.”

இரு கைகளாலும் தொடையை அறைந்தபடி “ஆம்! பீஷ்ம பிதாமகர் வெல்வார்! அவருக்கு நிகர் எங்கும் இல்லை! அவரை எதிர்கொள்ள அவர்களால் இயலாது!” என்று திருதராஷ்டிரர் கூவினார். “ஆம் அரசே, பீஷ்மர் நெடுந்தொலைவு உள்ளே சென்றுவிட்டார். அவர் உருவாக்கிச் சென்ற பாதையினூடாக பூரிசிரவஸும் அஸ்வத்தாமரும் பின்தொடர்ந்து அவ்விரிசலை அகற்றி பெரிதுபடுத்துகிறார்கள். இரு எல்லையில் கிருபரும் துரோணரும் பாண்டவப் படைகள் தங்கள் பிறை வட்டத்தை முழுமை செய்து கௌரவப்படைகளை வளைத்துக்கொள்ளாமல் காக்கிறார்கள். அரவொன்றின் தலையை துரோணர் அம்புகளால் அறைந்தறைந்து பின்னுக்கு தள்ளுகிறார். அதன் வாலை கிருபர் அறைந்து பின்செலுத்துகிறார். எதிரியை சுற்றிவளைத்து கவ்வ முயன்ற நாகம் உயிர்வலி கொண்டு நெளிகிறது. எனினும் இழந்த வஞ்சத்தை மீட்டுக்கொண்டு மீண்டும் மீண்டும் நெளிந்து வருகிறது.

பாண்டவப் படைகள் அடிவைத்து அடிவைத்து பின்னகர்கின்றன. நமது படைகள் ஒவ்வொரு முன்னகர்வுக்கும் களிகொள்கின்றன. நான் கௌரவ அரசரைப் பார்க்கிறேன். யானையிலிருந்து இறங்கி தேரிலேறிக்கொண்டு முன்னால் செல்கிறார். தனது தேர்த்தட்டில் களிவெறிகொண்டு கூச்சலிட்டபடி தோளிலும் தொடையிலும் ஓங்கி அறைந்து அவர் நடனமிடுகிறார். அவருக்கு வலப்பக்கம் துச்சாதனர் கூச்சலிட்டபடி தேர்த்தட்டில் நின்று சுழல்கிறார். துர்மதர் முன் நோக்கி அம்பு செலுத்தி பின்நோக்கி ஆணைகளைக் கூவுகிறார். இதோ இதோ அவர் உதடுகளை நான் பார்க்கிறேன். அவர் சொல்வதென்ன? வென்றுவிட்டோம்! வெல்கிறோம்! இதோ சரிகிறது அந்த மாளிகை. அடித்தளம் விரிசலிட்டுவிட்டது. தூண்கள் நிலையழிகின்றன. செல்லுங்கள் இன்னும் ஒரு முட்டு. இன்னும் ஓர் உந்தல். முற்றிலும் நிலைசரிந்து விழும் அது. எழவிடாதீர்கள். ஒருவரையும் எஞ்சவிடாதீர்கள்.

வெறிகொண்டு தேரிலிருந்து தன் கதையுடன் இரு புரவிகளின்மேல் கால்வைத்து பாய்ந்து முன்னால் மண்ணில் இறங்கி தன் முன்வந்து நின்ற படைவீரர்களின் தலைகளை அறைந்து உடைத்து மூளையும் குருதியும் சிதறி தன்மேலேயே விழுந்து உடல் நனைத்து வழுக்கிச் சொட்ட முன்னகர்கிறார் அரசர். அவரை எதிர்கொள்ள வருகிறார்கள் கிராத மன்னர் கார்த்தரும் ஏழு இளவரசர்களும். அவர்களின் தலைகள் சிறுகுமிழிகள் என உடைந்து தெறிக்கின்றன. மல்ல நாட்டு இளவரசர்கள் பிரதக்ஷிணரும் உபபிரதக்ஷிணரும் சிதைந்தனர். கீழமச்ச நாட்டு சம்ப்ரதனும் சௌகிருதனும் சௌமூர்த்தனும் இதோ இறந்தனர். யானை சேற்றுவயலை மிதித்து குழப்பி முன்செல்வதுபோல் சென்றுகொண்டிருக்கிறார் அரசர். அரசே, விராட நாட்டு அரசர் இப்போது உங்கள் மைந்தரை எதிர்கொள்கிறார். தன் கதையை எடுத்தபடி தேரிலிருந்து இறங்கி அவர் ஓடி வருகிறார். வெறிநகைப்புடன் துரியோதனர் அவரை நோக்கி செல்கிறார். அவர்களை சுற்றி படைகள் விலகி அமைந்த சிறுகளத்தின் நடுவே இருவரும் கதைகளால் முட்டிக்கொள்கிறார்கள்.

முதல் அறையிலேயே விராடரின் நெஞ்சை அறைந்து பிளக்கிறார் துரியோதனர். வாயிலும் மூக்கிலும் குருதி வழிய மல்லாந்து விழுந்த விராடரின் தலையை பிறிதொரு அறையால் உடைக்க முன்னெழுகிறார். கொக்கிச் சரடை வீசி விராடரின் கால்தளையில் கொளுத்தி இழுத்து பின்னால் எடுத்துக்கொள்கிறார்கள் விராடப் படையினர். தரையில் விழுந்து கிடந்த விராடரின் கொழுங்குருதியை ஓங்கி காலால் மிதித்து சிதறடிக்கிறார் அரசர். சூழ்ந்திருந்த நமது வீரர்கள் பெருங்கூச்சலெழுப்பி ஆர்ப்பரிக்கிறார்கள். விராடர்கள் அஞ்சி நடுங்கியபடி பின்னகர்கிறார்கள். துச்சாதனர் “தொடருங்கள்! ஒரு அணுவும் இடைவிடாது தொடருங்கள்” என்று கூச்சலிட்டபடி தன் படைத்திரளைக் குவித்து முன்னகர்கிறார்.

விராட இளவரசர் உத்தரன் தன் தந்தை கொல்லப்பட்டதாக எண்ணி பெருஞ்சினம் கொண்டு கைகளால் தொடையிலும் நெஞ்சிலும் அறைந்தபடி வில்லுடன் படைகளைப் பிளந்தோடி வருகிறார். அவரைத் தொடர்ந்து வரும் விரைவுப் புரவிப்படையின் அம்புகளால் நமது புரவி வீரர்கள் மடிந்து உதிர்கிறார்கள். நிலையழிந்த புரவிகள் சுற்றிச் சுற்றி வர அவற்றைத் தன் கதையால் அறைந்து விலக்கியபடி உத்தரனை நோக்கி செல்கிறார் துரியோதனர். தன் தேரிலேறிக்கொண்டு வில்லெடுக்கிறார். இருவரும் அம்புகளால் சந்தித்துக்கொள்கிறார்கள். ஒவ்வொரு அம்பும் இலக்கு தேடி மயிரிழையில் தவறவிட்டு உதிர்கின்றன. ஒன்றுடன் ஒன்று மோதி முறிகின்றன. நம் அரசரின் தேர் முள்ளம்பன்றியின் உடலென தைத்த அம்புகளால் நிறைந்திருக்கிறது. உத்தரனின் வெறிகண்டு நம் அரசரே சற்று உளம் திகைத்தவர் போலிருக்கிறார். அவரது கை சோர்ந்துவிட்டது.

உத்தரனின் அம்பொன்று அரசரின் மணிக்கட்டை தாக்குகிறது. கையை உதறி அவர் பின்நகர வலப்பக்கத்திலிருந்து பூரிசிரவஸ் தன் அம்புகளை ஒன்றன்பின் ஒன்றென ஏவி ஒரு முள்வேலியை ஏற்படுத்தியபடி உதவிக்கு வருகிறார். மறுபக்கத்திலிருந்து அஸ்வத்தாமரும் வருகிறார். அரசரை மீட்டுப் பின்னால் கொண்டுசெல்கிறார்கள். இருவருக்கும் நடுவே கேடயங்கள் சுமந்த படையொன்று திரையென இழுத்துவிடப்படுகிறது. தேர்த்தட்டிலிருந்து நின்று தலையை அறைந்தபடி வெறிக்கூச்சலிடுகிறார் உத்தரன். விராடர் இறக்கவில்லை என அவரிடம் சொல்கிறார் திருஷ்டத்யும்னர். உத்தரனை சினமடங்கச்செய்து அழைத்துச்செல்கிறார்.

நான் குலாடகுடியின் ஸ்வேதனைப் பார்க்கிறேன். அரசே, அவர் இப்போது பகதத்தரை எதிர்க்கிறார். இளையவனென்று எண்ணி சற்றே இயல்பு நிலையுடன் அவரை எதிர்கொண்ட பகதத்தர் தொடர்ந்து வந்த அம்புகளால் நிலையழிந்து பலமுறை தேர்த்தட்டில் பின்வாங்கினார். அவரது கவசங்கள் உடைந்தன. காலின் உருளைக்கவசம் உடைய தொடையில் அம்பொன்று தைத்தது. முழந்தாளிட்டு அமர்ந்தபோது அவர் கொல்லும் வெறியுடன் தன் தலைக்கு மேல் சென்ற மூன்று அம்புகளைப் பார்த்தார். மீண்டும் அம்பெடுத்தபோது வில் உடைந்து தெறித்தது. அடுத்த அம்பில் தலைக்கவசம் உடைந்து விழுந்தது. தேர்த்தட்டிலேயே அவர் உடல் பதிக்க அவர் பாகன் தேரைத் திருப்ப பின்னணியில் வந்துகொண்டிருந்த நூறு தேர்களுக்கு நடுவே சென்று மறைந்துகொண்டார்.

நூறு தேர் வீரர்களும் அம்பெடுத்து எய்ய அந்த அம்பு மழையிலிருந்து தப்பும்பொருட்டு உடல் வளைத்து தலைகுனிந்து தேர்ப்பாகனிடம்

பின்னால் நகர ஆணையிட்டார் ஸ்வேதன். அவரது தேர்ப்படையினர் இருபுறத்திலிருந்தும் வந்து அவரை காத்தனர். இரு தேர்ப்படைகளும் அம்புகளால் ஒன்றையொன்று தாக்கிக்கொண்டன. தேர்த்தட்டிலிருந்து வில்லவர்கள் அலறிவிழுகிறார்கள். ஆளற்ற தேர்கள் விசையழியாது ஒன்றுடன் ஒன்று முட்டிக்கொள்கின்றன. கவிழ்ந்த தேரின் சகடமொன்று பித்தெடுத்ததுபோல் சுழன்றுகொண்டிருக்கிறது. எழமுயன்ற புரவிகள் மேல் மீண்டும் மீண்டும் அம்புகள் விழுந்து இறங்குகின்றன. அவற்றின் விழித்த கண்ணுருளைகளை, வெறித்த சோழிப்பல்நிரைகளைக் காண்கிறேன். அவை சென்ற பிறவியில் களம்படாது இறந்தவர்களின் மறுபிறவிகள். துடித்துத் துடித்து தங்கள் கடன் முடிப்பவை.

துரோணரை யுதிஷ்டிரர் எதிர்கொள்கிறார். அவரது அம்புகளை மிக எளிதில் அறைந்தொடுக்கி அவர் நெஞ்சு நோக்கிப் பேரம்பு ஒன்றைத் தொடுத்து உரக்க நகைக்கிறார் துரோணர். திகைத்து ஒரு கையில் அம்பும் ஒரு கையில் வில்லுமென நின்றிருக்கும் யுதிஷ்டிரரைப் பார்த்து "செல்க! எனது அம்பு இலக்கு பிழைப்பதில்லை" என்றபின் துரோணர் திரும்பி மறுபக்கம் சென்றார். நான் யுதிஷ்டிரர் கண்களைப் பார்க்கிறேன். சிறுமைகொண்டு துயருற்று தேரில் நிற்கிறார். அவர் உதடுகளைப் பார்க்கிறேன். "போதும், திரும்புக!" என்று அவர் தன் பாகனிடம் சொல்கிறார். அவரைக் காக்கும்பொருட்டு இரு மைந்தர்கள் தேர்களில் அம்பு தொடுத்தபடி வருகிறார்கள்.

ஒருபுறம் சுருதசேனனும் மறுபுறம் சுருதகீர்த்தியும் வந்து அவருக்கு அரணமைக்க தொலைவில் இருந்து அபிமன்யூ தன் பெருந்தேரில் ஊடே சென்ற வில்லவர் புரவிகளை விலக்கி முன்னால் வருகிறார். "நில்லுங்கள், ஆசிரியரே! நில்லுங்கள்!" என்று அவர் துரோணரை அழைக்கிறார். துரோணரும் அவரும் அம்புகளால் சந்தித்துக்கொள்கின்றனர். துரோணரின் அம்புகள் முறிந்து தெறிக்கின்றன. அவரது நெஞ்சுக்கவசம் உடைந்து தெறிக்கிறது. இதோ தலைக்கவசம் சரிகிறது. துரோணரின் விலாவிலும் நெஞ்சிலும் அவர் அம்புகள் தைக்கின்றன. ஒரு அம்பைக்கூட அவரால் அபிமன்யூ உடலில் செலுத்த முடியவில்லை. இளையோன் காற்றில் தாவும் சிறு புள் போலிருக்கிறார். வில்லை நாணேற்றி அம்பு தொடுத்தபடியே தேரிலிருந்து புரவிகளில் தாவுகிறார். புரவித்தலைமேல் கால் வைத்து பிறிதொரு தேர் மேல் ஏறிக்கொள்கிறார். தேரிலிருந்து தேர் முகடுக்குச் சென்று அம்பு விடுகிறார். அங்கிருந்து விரையும் புரவிகள் மீதும் நின்றிருக்கும் அறிவிப்புமாடத்தின் விளிம்பிலும் தொற்றிக்கொள்கிறார். அரசே, அவர் ஊர்வதற்கு காற்றே போதுமென்று தோன்றுகிறது.

நச்சை உமிழ்ந்து காட்டுப்பறவைகள் அனைத்தையும் கொன்று சருகுகள் என உதிர்க்கும் பெருநாகம்போல் சென்ற வழியெங்கும்

அவர் வீரர்களை அழிக்கிறார். துரோணர் இப்போது அம்புகளால் தன்னைத் தற்காத்துக்கொள்கிறார். அம்புகளை எய்தபடியே தன் தேரைப் பின்னெடுத்துச் செல்கிறார். அவர் பின்னகர்வதைக் கண்டு உதவிக்கு இருபுறமும் மாளவ மன்னர் இந்திரசேனரும் பால்ஹிக இளவரசன் சலனும் வருகிறார்கள். அவர்களும் கவசமுடைந்து அம்புபட்டு தேர்த்தட்டில் விழுகிறார்கள். கூர்ஜர இளவரசன் மஹிபாலன் நெஞ்சுக்கவசம் உடைய கழுத்தில் அம்பு பாய்ந்து தேர்த்தட்டில் கைவிரித்து மல்லாந்து விழுகிறார். மேலும் மேலுமென பின்னகர்ந்து துரோணர் தன் வில் குலைத்து அம்புவிட்டுக்கொண்டே மறைகிறார்.

உரக்க நகைத்து "செல்க ஆசிரியரே, பிறிதொரு முறை நாம் எதிர்கொண்டால் உங்கள் உயிருடன் திரும்பிச் செல்வேன்" என்று அபிமன்யூ கூச்சலிடுகிறார். சுருதகீர்த்தி ஜயத்ரதரை எதிர்கொள்கிறார். புண்பட்டிருப்பதனால் ஜயத்ரதர் சுருதகீர்த்தியை எதிர்கொள்ளத் திணறுகிறார். அதோ சுதசோமனும் துச்சாதனரும் கதையுடன் சந்தித்துக்கொள்கிறார்கள். அப்பால் சர்வதனும் லட்சுமணனும் கதையுடன் போர்புரிகிறார்கள். நான் பார்ப்பது ஒவ்வொருவரும் தங்களுக்கு நிகரானவருடன் செய்துகொண்டிருக்கும் போரை.

இதோ இந்த தனிவீரனைப் பார்க்கிறேன். பாஞ்சாலத்தின் முத்திரை கொண்டவன். இன்னமும் அவனுக்கு மீசை முளைக்கவில்லை. பற்களைக் கடித்து வெறிகொண்டு அம்புகளைத் தொடுத்தபடி புரவியைப் பாயச்செய்கிறான். மேலும் மேலும் புரவியை விரையச் செய்து கௌரவப் படைகளுக்குள் தாவுகிறான். அரசே, பிறையம்பு ஒன்று அவன் தலையை வெட்டி அப்பாலிட உடல் மட்டும் புரவியூர்ந்து பாய்ந்து செல்கிறது. உடல் உதிர்ந்த பின்னரும் விசையழியாத புரவி முன்னால் சென்று வீழ்ந்து கிடப்பவனின் தூக்கிய வேல்மேல் பாய்ந்து அடிவயிற்றில் செருகிய வேலுடன் நின்று குளம்பு காற்றில் உதைத்துக்கொள்ள சடலங்கள் மேல் புரண்டு அப்பால் உருண்டு செல்கிறது.

அவனுக்கு நேர் பின்னால் ஒரு கௌரவ வீரன் சற்றுமுன்னர்தான் கைவெட்டப்பட்டான். பிறிதொரு கையில் வாளுடன் முன் செல்கிறான். அவனை எதிர்கொண்ட இன்னொருவன் தலையை வெட்டி அவன் உடலை சரித்து விழச்செய்கிறான். ஓங்கிய கையிலிருந்து வாள் விசை குறையாமல் காற்றை வெட்டுவதைக் காண்கிறேன். இதோ பிறிதொரு இளைஞன் கதை சுழற்றியபடி முன்னால் பாய்கிறான். கௌரவ மைந்தனான குஜநாசன் அவனை எதிர்கொள்கிறார். இளவரசர் விந்தரின் மைந்தன். அவர்கள் கதைகள் சுழன்று தாக்குகின்றன. மூன்றாவது சுழற்சியில் தலையுடைந்து அவ்வீரன் விழுகிறான். குஜநாசன் தன் கதையை வானில் தூக்கிப்போட்டுப் பிடித்து வெறிக்கூச்சல் எழுப்புகிறார். அவர் தசைகள் வெறிகொண்டு கொப்பளிப்பதைக் காண்கிறேன்.

இங்கு நிகழ்வது போரெனில் நாம் நூல்களில் கற்ற எதுவும் போரல்ல. இது வெறும் கொலை வெறியாட்டென்றால் இங்கு இனி போரென்பது இதுதான். நமது கௌரவ மைந்தர் ஆயிரத்தவரும் இதோ களத்தில் இருக்கிறார்கள். பெரும்பாலானவர்கள் கதைகொண்டு போரிடுகிறார்கள். சுருதசேனனின் அம்புகளுக்கு முன் நமது ஆயிரத்தவர் மைந்தர் இருவர் இதோ அலறி மண்ணில் விழுகிறார்கள். சர்வதன் கதை வீசி மூவரின் தலைகளை அறைந்து உடைக்கிறார். சுதசோமனை சூழ்ந்திருக்கிறார்கள் கௌரவ மைந்தர் எழுவர். ஒருவனை ஒருவன் எதிர்கொள்ளவேண்டுமென்பதை அவர்கள் வெறியில் மறந்துவிட்டார்கள் போலும். ஏழு கதைகளைத் தனி கதையால் எதிர்கொள்கிறார் சுதசோமன். அரசே, ஒவ்வொருவராக எழுவரும் தலையுடைந்து விழ தன் கதையை சுழற்றியபடி வெறிகொண்டு கூச்சலிட்டு ஓடிச்சென்று தேரிலேறி முன்னால் செல்க என்று கைவீசிக் கூச்சலிடுகிறார்.

போர் நிகழும் மண்ணை வேட்டை முடித்த வேங்கையின் செந்நா என்கின்றன நூல்கள். வானளாவிய வேங்கையொன்றை நான் பார்க்கிறேன். விண்ணிலெழுந்துள்ளன இரு பெருவிழிகள். பேரரசே, அதோ அக்களத்தின் தெற்கு மூலையில் களிமண்ணால் எழுப்பிய பெருமேடைக்குமேல் அரவானின் தலை வெறித்த விழிகளுடன் அங்கு நிகழ்வன அனைத்தையும் நோக்கி அமர்ந்திருக்கிறது. அத்திறந்த வாயில் பற்களில் நான் ஒரு பெருஞ்சிரிப்பைப் பார்க்கிறேன்.

79

போர்முரசு கொட்டும் கணம் வரை என்ன நிகழ்கிறது என்பதையே உணராதபடி பலவாகப் பிரிந்து எங்கெங்கோ இருந்துகொண்டிருந்தான் உத்தரன். இளமைந்தனாக விராடநகரியின் ஆறுகளில் நீந்திக் களித்தான். அரண்மனைச் சேடியருடன் காமம் கொண்டாடிக்கொண்டிருந்தான். அறியா நிலமொன்றில் தனித்த புரவியில் சென்றுகொண்டிருந்தான். அர்ஜுனனுடன் வில்பயின்றுகொண்டிருந்தான். கனவு நிலமொன்றில் எவரென்றறியாத நாககன்னிகை ஒருத்தியைத் துரத்திக்கொண்டிருந்தான். படைமுழக்கம் எழுந்து கண்முன் இரு படைகளும் அலையோடு அலையென மோதிக்கொள்வதைக் கண்ட பின்னரே திடுக்கிட்டு விழித்தான். இரு கைகளையும் தூக்கி "வெற்றிவேல்! வீரவேல்!" என்று பெருங்குரலெழுப்பியபடி "செல்க! செல்க!" என்று தன் பாகனை ஊக்கினான். தேர் அதற்கென படைபிளந்துகொண்டு அமைந்த பாதையினூடாக விரைந்து முன்னகர்ந்தது.

அம்புகளை ஆவக்காவலரிடமிருந்து வாங்கி வாங்கி நாணேற்றி காதளவு இழுத்து செலுத்தினான். ஒவ்வொரு அம்புடனும் தன்னுள் ஒரு துளி எழுந்து விம்மிச்செல்வதை கண்டான். அது சென்று தைத்து சரித்த வீரனை முற்பிறவிகளில் அறிந்திருந்தான். கொல்பவனுக்கும் கொல்லப்படுபவனுக்கும் நடுவே அவ்விறுதிக் கணத்தில் நிகழும் விழித்தொடர்பு எத்தனை விந்தையானது! "பீஷ்மரை அணுகுக! பீஷ்மரை!" என்று அவன் கூவினான். பாகன் சவுக்கை வீசி புரவிகளை ஊக்கி தேரை அணிபிளந்து செலுத்தி பீஷ்மரை நோக்கிக் கொண்டுசென்றான். அங்கிருந்து பார்க்கையில் பீஷ்மரின் முகம் பின்புறம் எழுந்த சூரியனின் ஒளியில் பொற்கம்பிகளாக கூந்தலிழைகள் மின்ன வெண்ணிறத் தாடி பறக்க மூதாதை தெய்வம் ஒன்று எழுந்து வந்ததுபோல் தெரிந்தது.

பீஷ்மரின் தேர் நீரலைபோல் மின்னிக்கொண்டிருந்தது. அவர் கையிலிருந்த வில்லை விழிகொண்டு நோக்க இயலவில்லை. வலக்கை அம்பறாத்தூணிக்கும் நாணுக்குமென சுழல்வது பறக்கும் பறவையின் சிறகென ஓர் அரைவட்டமாக, பளிங்குத்தீற்றலாக, நீர்வளையமாக தெரிந்தது. அவரிலிருந்து எழுந்த அம்புகள் தீப்பொறிபோல் இருபுறமும் சிதறித் தெறித்து படைவீரர்களை சாய்த்தன. ஒற்றைக்கணத்தில் வெடித்து விழிநோக்கவே பதினெட்டு முப்பத்தாறு அறுபத்துநான்கு என்று பெருகும் அம்புகளை அவர் வில் தொடுப்பதுபோலிருந்தது. அவர் சென்ற வழியெங்கும் வெற்றிடமென தடம் எஞ்சியது.

“மேலும் நகர்க! ஒவ்வொரு கணமும் அவரை எதிர்கொள்க!” என்று உத்தரன் தனது படைவீரர்களுக்கு ஆணையிட்டான். அவர்கள் முன்னால் விழுந்த பிணங்களையே தங்களுக்கு எல்லைக்காப்பென அமைத்து மேலும் மேலும் என இறந்துவிழுந்து முன்னேறினர். விழுந்தவர்கள் எழுவதுபோல் விழிமயக்கு காட்டியது அந்நகர்வு. முன்னேறிச்சென்ற தேர்கள் புரவிகள் அம்புபட்டு விழ விசை நிலைமாறி பக்கவாட்டில் சரிந்தன. பிறையம்புகளால் தலையறுந்து விழுந்து துடித்த குதிரைகள்மேல் ஏறி மேலும் சரிந்தன தேர்கள். குளம்புகள் உதைக்க கனைத்துப் புரண்டெழுந்த புரவிகளை மீண்டும் சாய்த்தன அம்புகள். அம்புகளின் பெருக்கு கரையுடைத்து பெருவெள்ளம் ஒன்று அலைசுருண்டு முன்வருவதுபோல் தோன்றியது. பல்லாயிரக்கணக்கில் எழுந்த பறவைக்கூட்டம்போல வளைந்து படைகளின் மீது பொழிந்தது.

உத்தரன் தன் கை அம்புகளை, நாணை, இலக்கைத் தானே அறிந்துகொண்டிருப்பதை உணர்ந்தான். தன் கட்டுகளுக்கு அப்பாலென தன் முன் எழுந்து செல்லும் தன் அம்புகளை அவனுள் அமைந்து அவனே திகைத்து நோக்கினான். பீஷ்மரின் அம்புவெளிக்குள் அவன் குளிர்நீர் பெய்யும் மலையருவிக்குள் எனத் தலைதாழ்த்தி உடல்குறுக்கி நுழைந்தான். அவன் உடலெங்கும் பீஷ்மரின் அம்புகள் உலோக முத்தங்களுடன் மொய்த்து கீழே உதிர்ந்தன. விரிகலத்தில் கொதிக்கும் நெய்யின் குமிழியுடையும் ஓசை. வெறிக்கூச்சலுடன் அவன் தன் அம்புகளை அவரை நோக்கித் தொடுத்தான். முட்ட வரும் களிற்றெருதை எதிர்கொள்வதுபோல் அந்த அம்புக்கொந்தளிப்பில் முட்டிக்கொண்டான். எதிரே வந்த பீஷ்மரின் அம்புகளால் அவை ஒவ்வொன்றும் காற்று வெளியிலேயே முறியடித்து கீழே உதிர்க்கப்பட்டன.

மேலும் மேலுமென சலிக்காமல் அம்புகளை செலுத்திக்கொண்டே இருந்தான். தன் கை நூறு அம்புகளுக்குள் சலித்துவிடுவதையே முன்னர் அவன் அறிந்திருந்தான். ஆனால் களத்தில் ஒவ்வொரு அம்புக்குமென தோள்களின் ஆற்றல் பெருகி வந்தது. விழிகள் கூர்மை கொண்டன.

அம்பும் விழியும் கைகளுமன்றி பிற எதுவும் அவனல்ல என்று ஆயிற்று. அவன் அம்பொன்று சென்று பீஷ்மரின் தேரின் தூணில் பட்டு நின்றது. பீஷ்மர் திரும்பி அவனை நோக்கிப் புன்னகைத்தார். "ஆசிரியரே, இதோ உங்களுக்கு என் அன்பு!" என்றபடி உத்தரன் இன்னொரு அம்பை எய்தான். "மேலும் அணுகுக! மேலும் அணுகுக!" என்றபடி தன் பாகனைத் தூண்டினான். அம்புகள் சென்று எதிரம்பால் தடுக்கப்பட்டு சரிந்தபடியே இருக்க பிறிதொரு அம்பு பீஷ்மரின் மிக அருகே சென்று தேர்த்தூணில் பாய்ந்தது. மறுகணம் பீஷ்மரின் அம்பு ஒன்று அவன் தோளைத் தைத்தது.

அது அளித்த சிற்றுதையால் நிலைநடுங்கி சற்றே பின்னடைந்தபின் அவன் மீண்டும் வெறிகொண்டு அம்புகளை எய்தான். அவனுடைய விழி தொடுமிடமெல்லாம் அம்புகள் உள்ளத்திலிருந்தே ஆணை பெற்று சென்று கொண்டிருப்பதுபோல் தோன்றியது. அருகணைந்து அவன் இன்னொரு அம்பை அவருடைய நெஞ்சுக்கு எய்தான். அம்பறாத்தூணியிலிருந்து அம்பெடுக்கும் விசையாலேயே அதை தட்டித் தெறிக்கவிட்டு அவ்வம்பினாலேயே அவன் நெஞ்சுக்கவசத்தை பிளந்தார் பீஷ்மர். அவன் முழந்தாளிட்டு தேரில் அமர்ந்து காவலன் எடுத்தளித்த அடுத்த கவசத்தை நெஞ்சில் பொருத்திக்கொண்டான். அதே விசையில் எழுந்து இன்னொரு அம்பை அவரை நோக்கி எய்தான். "நன்று! நன்று!" என்று பீஷ்மர் சிரித்துக் கூச்சலிட்டார். மீண்டும் ஓர் அம்பு அவன் தலைக்கவசத்தை உடைத்தெறிந்தது. அவன் அம்பெடுப்பதற்குள் அவனது இரண்டாவது கவசமும் உடைத்தெறியப்பட்டது. மூன்றாவது அம்பு அவன் தோளில் தைத்து நின்றது.

மீண்டும் ஓர் அம்பு அவன் விலாவில் தைத்ததுமே பின்னிருந்து அர்ஜுனன் "விலகு! விலகு!" என்று கூவியபடி தன் தேரில் பாய்ந்து முன்னால் வந்தான். அவன் தேரின் முன்னால் சவுக்குடன் அமர்ந்திருந்த இளைய யாதவர் புன்னகைப்பதுபோல் தோன்றியது. இரு பக்கங்களிலும் இருந்து தேர்ப்படை எழுந்துவந்து இரும்புக்கேடயங்களை சுவர்கள் என்றாக்கி உத்தரனை சூழ்ந்துகொண்டது. தேர்த்தட்டில் அவன் விழுந்து கிடக்க பாகன் தேரைப் பின்பக்கம் கொண்டு சென்றான். "என் அம்புகளைப் பிடுங்குக! அம்புகளைப் பிடுங்குக!" என்று உத்தரன் கூவினான். தேரில் பாய்ந்தேறிய அணுக்க வீரனொருவன் அவன் உடலில் இருந்து அம்புகளைப் பிடுங்கி எடுத்தான். உருகிக்கொண்டிருந்த தேன்மெழுகில் மூலிகைச்சாறு கலந்து அக்காயங்களின் மேல் வைத்து துணியால் அழுந்தக் கட்டினான். வலியுடன் முனகியபடி உத்தரன் கண்களை மூடிக்கொண்டான். "தசைக்காயங்கள்தான், விராடரே" என்றான் அணுக்கன். உத்தரன் கையூன்றி எழுந்து தேர்த்தூணைப்

பற்றியபடி நின்று தொலைவில் பீஷ்மருக்கும் அர்ஜுனனுக்குமிடையே மூண்டுவிட்ட கடும்போரைப் பார்த்தான்.

அர்ஜுனன் தன் முதல் அம்பை எடுத்து பீஷ்மரின் காலடியை நோக்கி செலுத்தினான். அவரது இரு கால்களுக்கு நடுவே சென்று தைத்து நின்று சிறகதிர்ந்தது அது. பீஷ்மர் அதை நோக்கியபின் அவனைப் பார்த்துப் புன்னகைத்தார். அவருடைய அம்பு ஒன்று பறந்து வந்து அர்ஜுனனின் தலைக்கவசத்திலிருந்த செம்பருந்தின் இறகைத் தட்டியெறிந்தது. அக்கணமே என எழுந்த இருவரின் அடுத்த அம்புகளும் வானில் ஒன்றையொன்று முறித்து கீழே விழுந்தன. இயல்பாக அவர்களை சூழ்ந்திருந்தவர்கள் போரை நிறுத்திக்கொண்டு நோக்கி நிற்கலாயினர். படைக்கலங்களில் இருந்து பித்து ஒழிய, உடற்தசைகள் தளர, விழிகளும் முகங்களுமென்றாகி சூழ்ந்தனர். பின்னர் போரில் அவர்களின் உள்ளங்கள் ஈடுபட்டன. கூச்சல்கள், முனகல்கள், சிரிப்புகள், வாழ்த்தொலிகள் என அவர்கள் அப்போருக்கு அருகு வகுத்தனர்.

பீஷ்மரின் தேரிலிருந்த விஸ்வசேனர் பீஷ்மரே பிறிதுடலாக ஆனது போலிருந்தார். பீஷ்மர் அவரிடம் ஒரு சொல்லும் உரைக்க வேண்டியிருக்கவில்லை. இளைய யாதவரோ தானே வில்லேந்தி தேர்த்தட்டில் நின்றிருப்பதுபோல் தேர் செலுத்தினார். சூழ்கையையும் திசையையும் விசையையும் தேரிலிருந்தே பார்த்தனின் வில் பெற்றுக்கொண்டது. ஒருசில கணங்களில் இரு தேர்களும் இரு சிம்மங்கள் என நிலம் அறைந்து இடியோசை எழுப்பி சுற்றிவந்து பாய்ந்து அறைந்து விலகி பதுங்கி மீண்டும் பாய்ந்து அப்போரை நிகழ்த்திக்கொண்டிருப்பதாகத் தோன்றியது. பருப்பொருட்கள் மானுடரைப் புரிந்துகொள்ளும் தன்மைபோல் விந்தை பிறிதில்லை என உத்தரன் எண்ணினான். பருப்பொருட்களில் தன் உள்ளத்தைப் பொறித்து எடுத்து மானுடன் செய்தவை தேர்கள், படைக்கலங்கள். அவை தங்கள் பருவியல்பை உதறி விழிநோக்கும் மானுட உள்ளமென்றாகும் தருணம் எழும்.

அம்புகளாலான ஓர் உரையாடல். அம்புகள் வானில் தங்களுக்கென ஒரு உலகை அமைத்துக்கொண்டவைபோல. அந்த உலகில் அவை காமம் கொண்டாடின. சிணுங்கியும் சிரித்தும் சொல்லாடிக்கொண்டன. முத்தமிட்டன. தழுவிச் சரிந்தன. இருவர் கவசங்களும் உடைந்தன. வீரர்கள் எடுத்தளித்த மறு கவசங்களை மறுகணமே அணிந்துகொண்டனர். கவசங்களை அணிவதும் அம்பை எடுப்பதும் தொடுப்பதும் ஆகிய மூன்று செயல்களையும் ஒற்றை அசைவாலேயே செய்ய அவர்களால் இயன்றது. பீஷ்மர் புன்னகைத்து அர்ஜுனனை நோக்கிக் கையசைத்தார். அர்ஜுனனின் மார்புக்கவசம் பிளந்துவிழுந்தது. அவன் அதை நோக்கும்

கணத்தில் அவன் தொடைக்கவசமும் பிளந்தது. பிறிதொரு அம்பு அவன் தலைகொய்ய வர இளைய யாதவர் புரவிக்கடிவாளத்தைப் பற்றி மெல்ல இழுத்துத் திருப்பி அதைக் கடந்துசெல்லச் செய்தார். கூகைபோல் கதறியபடி வந்தது பின்னும் ஒரு வாளி. மீண்டும் ஒன்று. கழுதைப்புலி என நகைத்தபடி மின்அதிர்ந்து வந்தது பஞ்சமுக ஆவம்.

இளைய யாதவரின் கையில் கடிவாளம் தேர்ந்த இசைச்சூதனிடம் யாழ்நரம்பென இழுபட்டு சுண்டப்பட்டு தெறிப்புகொண்டது. அக்கடிவாளத்தின் அசைவுகளை புரவிக்குளம்புகள் பெருக்கி தாங்களும் நடித்தன. தேர் இளவிறலி என நடனமிட்டது. தரையில் கிடந்த சடலங்களின் மேல் கழைக்கூத்தி என நின்று ஆடியது. பீஷ்மரின் அம்புகள் வேழாம்பல் என முறச்சிறகு வீசும் ஒலியுடன் வந்து பதிந்தன. தேரின் தூண்கள் சிதறின. கொடியுடன் முகடு உடைந்து சிம்புகளாகத் தெறித்தது. அர்ஜுனன் அம்புகள் பீஷ்மரைச் சூழ்ந்து பறந்து திகைத்து அப்பால் விழுந்தன. விஸ்வசேனரின் கைகள் அசைவதாகவே தெரியவில்லை. ஆனால் கடிவாளங்களினூடாக புரவி அவர் எண்ணுவதனைத்தையும் அறிந்தது. அர்ஜுனனின் தலைக்கவசம் உடைந்தது. அவன் குனிந்து தலையைக் காக்க கழுத்துக்கு வந்த பிறையம்பு கடந்துசென்று ஒரு வீரனை தலைகொய்து சென்றது. அவன் எழுவதற்குள் பிறிதொரு அம்பு அவன் காதுள் கொசுவென மீட்டிக் கடந்துசென்றது. அவன் எய்த மூன்று அம்புகளில் ஒன்று பீஷ்மரின் முழங்காலில் குத்தி நின்றது. அதேகணம் அவர் எய்த அம்பு அவன் தோளிலையை உடைத்தெறிந்தது. மறுகணமே அடுத்த அம்பு தோளில் குத்தி நின்றது.

இளைய யாதவர் கைவீச அர்ஜுனனைக் காப்பாற்றும்பொருட்டு பின்பக்கம் படைநிரையிலிருந்து முரசொலி எழுந்தது. பீமனும் மறுபுறம் திருஷ்டத்யும்னனும் அம்புகளை எய்து பீஷ்மருக்கும் அர்ஜுனனுக்கும் நடுவே திரையொன்றை அமைத்தபடி அணுகி வந்தனர். கவசத்தேர்கள் உள்ளே புகுந்து முற்றிலும் அம்புகளைத் தடுத்து சுவரென்றாக்கின. குருதி வழிய தேர்த்தட்டில் சற்றே தளர்ந்த அர்ஜுனனை இளைய யாதவர் ஒரே கணத்தில் தேரைத் திருப்பி எழுப்பி படைநிரைகளுக்குள் புதைத்து மூழ்கடித்து அப்பால் கொண்டு சென்றார். அவன் அந்த அம்பைப் பிடுங்கி எடுக்க முயல “வேண்டாம், தசையைக் கிழித்துக்கொள்ளாதே!” என்று இளைய யாதவர் கூவினார். அவர்கள் மறைந்த இடைவெளியிலிருந்து வில்லவர்கள் நின்ற விரைவுத்தேர்கள் புற்றிலிருந்து ஈசல்கள் எனக் கிளம்பி வந்தன. அம்புகள் பீறிட்டு பிஷ்மரை சூழ்ந்தன. ஆனால் பீஷ்மரை எவரும் அணுக இயலவில்லை. பீமன் அவருடைய அம்புச்சுழலுக்குள் சிக்கிக்கொள்ள “பின்னகருங்கள்... தனியாக செல்லவேண்டாம்” என்று திருஷ்டத்யும்னன் கூவினான். பீமன் உடைந்த கவசங்களும் தோளிலும்

மார்பிலும் பாய்ந்த அம்புகளில் ஊற்றெடுத்துப் பெருகிய குருதியுமாகப் பின்னடைந்தான்.

"துணை! துணை! துணை!" என முரசுகள் முழங்கின. நகுலனும் சகதேவனும் சிசுபாலனின் மைந்தன் திருஷ்டகேதுவும் அம்புகளைப் பெய்தபடி பிதாமகரை சூழ்ந்துகொண்டார்கள். "முழுப் படையும் எழுக! முழுப் படையாலும் பிதாமகரை செறுத்து நில்லுங்கள்" என்று முரசொலி அறைகூவியது. "பிதாமகர் முதல் நாள் முதல் போரிலேயே முற்றிலும் கொலைவெறி கொண்டிருக்கிறார்" என்று திருஷ்டத்யும்னன் கூவினான். "பிதாமகர் பீஷ்மரை படைத்தலைவர் அணுக வேண்டியதில்லை... பிதாமகர் பீஷ்மரை அணுக வேண்டியதில்லை" என்று முரசுகள் ஆணையிட்டுக்கொண்டே இருந்தன. "கவசவீரர்கள் மட்டும் அவரை சூழ்ந்துகொள்க! அம்புகளை எதிர்கொண்டு அவரைத் தடுத்து நிறுத்துக!" நூறு தேர்வீரர்களால் பீஷ்மர் சூழப்பட்டார். செந்நாய்த்திரளை மதயானை என அவர் அவர்களை எதிர்கொண்டார். "கேடயங்களால் சூழ்ந்துகொள்க!" என்று முரசு அறைகூவியது. பெருங்கேடயங்களைக் கொண்டு சுவரமைத்து அவரை சூழ்ந்தனர் தேர்வீரர்கள். ஆனால் பீஷ்மரின் அம்புகள் தைக்க புரவிகள் கால்மடிந்து வீழ்ந்தன. நிலையழிந்த தேர்வீரனின் கேடயம் சரிய அவ்விடைவெளியில் நாகமென நுழைந்து அவனைக் கொன்றது அவருடைய வாளி. ஒருவன் விழுந்தால் அவ்விடைவெளியை இன்னொரு தேர் நிறைப்பதற்குள் மூவர் அலறிவிழுந்தனர். உடைந்த தேர்களும் துடிக்கும் குதிரையுடல்களும் அவற்றுக்குமேல் அலறிவிழும் வில்லவர்களுமாக அப்பகுதி சூழப்பட்டது.

பீஷ்மருடன் போரிடுகையில் அர்ஜுனன் கையிலிருந்து அம்புகள் தவறிவிட்டதை உத்தரன் பார்த்தான். அவ்வாறு நிகழுமென்று அவன் எண்ணவேயில்லை. "பார்த்தன் கை தளர்வதென்றால் நம் படைகள் தோற்றுவிட்டன என்று பொருள்" என்றான். தேர்ப்பாகன் "அவருடைய புண் எளியதுதான்" என்றான். அப்பால் நின்றிருந்த திருஷ்டத்யும்னன் "பீஷ்மர் பல்லாயிரம் கைகொண்டு எழுந்திருக்கிறார். இப்போது முக்கண் விழியனோ உலகளந்தானோகூட அவரை எதிர்கொள்ள இயலாது... விலகிசெல்க!" என்றான். மறுபக்கம் பீமன் தன் புண்களை மெழுகுத்துணியால் கட்டிக்கொண்டு மீண்டும் பீஷ்மரை எதிர்கொண்டான். "விலகுக!" என்று கூவி இரு தேர்களை விலக்கி அவன் உட்புகுந்தான். அவன் அம்புகளில் ஒன்று பீஷ்மரின் புரவி ஒன்றைக் கொன்றது. அவருடைய தேர் நிலையழிய அவன் அவருடைய தோளிலையை உடைத்தான். விஸ்வசேனர் அக்கணமே புண்பட்ட புரவியை தேரிலிருந்து அறுத்து அகற்றி தேரைத் திருப்பி நிலைமீட்டார்.

உறுமியபடி பீஷ்மர் ஒரே வீச்சில் எழுந்த பன்னிரு அம்புகளால் பீமனின் கவசங்களையும் காதிலணிந்த குண்டலம் ஒன்றையும் வெட்டி எறிந்தார். குனிந்தும் துள்ளியும் அவ்வம்புகள் தன் தலையை அறுக்காமல் தப்பிய பீமன் தேர்த்தூணருகே மண்டியிட்டமர்ந்தான். பீஷ்மர் கைதூக்கி "ஓடுக சிறியவனே, உயிர் கொண்டு ஓடுக!" என்று கூவினார். "உங்கள் கண்முன் கௌரவக்குடியைக் கொன்றழிப்பேன் பாருங்கள், பிதாமகரே! ஒன்று உணர்க, எந்நிலையிலும் குந்தியின் மைந்தன் புறம்காட்டமாட்டான்!" என்று பீமன் கூவினான். மீண்டும் மீண்டும் பீமனை அம்புகள் தாக்கின. இருண்ட பலநூறு வௌவால்களால் தாக்கப்படும் கரடி என அவன் தேர்த்தட்டில் நிலைகுலைந்து சுழன்றான். "பீமனைக் காக்கவேண்டும்! பீமனைக் காக்கவேண்டும்!" என்றது முரசு. படை அலையெழுந்து அணையும் சுடரைக் கைகாப்பதுபோல பீமனைக் காத்து அப்பால் எடுத்துச் சென்றது.

உத்தரன் "என்னைக் களமுகப்புக்குக் கொண்டு செல்க!" என்றான். துயருடன் "விராடரே..." என்று தேர்ப்பாகன் அழைத்தான். "இல்லை, இனி தயங்குவதில்லை. இத்தருணத்தில் தயங்கினால் இனி ஒருபோதும் நாம் வெல்லப்போவதில்லை" என்று உத்தரன் கூவினான். "நாம் இங்கு வந்ததே பெருவாய்ப்பு. முதலணி பின்வாங்கிய படை வென்ற வரலாறே இல்லை." அவனுக்குப் பின்னால் விராடப் படைகள் பின்வாங்கத் தொடங்கியிருந்தன. இரு கைகளையும் விரித்து "முன்னேறுக! முன்னேறுக!" என்று கூவியபடி அவன் தேரை முன்னோக்கி செலுத்தினான். நீர்ப்பாசியை சுட்டுவிரல் என அவன் தேரால் அவனுடைய படை இழுபட்டு தேருக்குப் பின்னால் ஒழுகி வந்தது.

பீஷ்மரைச் சுற்றி குவிந்துகிடந்த பிணங்களைக் கண்டு ஒருகணம் உத்தரன் உளம் தயங்கினான். பின்னாலிருந்த திருஷ்டத்யும்னன் "நீ அவரை எதிர்கொள்ள இயலாது. எவ்வகையிலும் அவருக்கு முன்நிற்க இயலாது. விலகுக! விலகிச் செல்க!" என்று கூவினான். "இல்லை, நான் அவரை எதிர்கொள்வேன். இக்களத்தில் புகழுடன் இறப்பேன்! முதற்பலியென என்னை இங்கு நிறுவுவேன்!" என்று உத்தரன் கூவினான். "இத்தருணத்தில் இங்கு என்னை நான் நிறுவிக்கொள்ளாவிட்டால் இனி ஒரு தருணம் எனக்கு வாய்க்கப் போவதில்லை! செல்க! செல்க!" என்றான். அவனுக்குப் பின்னால் தன் அம்புகளை ஏவியபடி வந்த திருஷ்டத்யும்னன் "வேண்டாம் இளையோனே, நமக்கின்னும் போர்க்களங்கள் பல உள்ளன!" என்று கூவினான். உத்தரன் அச்சொற்கள் தேய்ந்து அகல முன்னேறி முகப்புக்கு சென்றான்.

உத்தரன் தனக்கு முன்னால் தோன்றிய அஸ்வத்தாமனை எதிர்கொண்டான். அஸ்வத்தாமன் "விலகி ஓடுக, மைந்தா! இப்போரில்

முதல் நாள் பலி நீயாக வேண்டியதில்லை” என்றான். “ஆம், நானே முதற்பலி. அதன்பொருட்டே வந்துளேன். உங்கள் கையால் அல்ல, பிதாமகர் பீஷ்மரின் கையால்” என்றான் உத்தரன். அஸ்வத்தாமனின் மேல் அம்புகளை எய்தபடி அவன் முன்னால் செல்ல அஸ்வத்தாமன் அவனைத் தடுத்தான். திருஷ்டத்யும்னன் உத்தரனைத் தொடர்ந்து வந்து அஸ்வத்தாமனை எதிர்கொண்டான். இருவரும் ஒருவரை ஒருவர் நோக்கிப் பெய்த அம்புகளால் இணை நின்று பொருதியபடி சுழன்று வர திருஷ்டத்யும்னன் உத்தரனிடம் “பிதாமகர் முன் நம் கேடயத்தேர்கள் மட்டும் எழட்டும். ஆணை, அவர் முன் எவரும் நிற்கலாகாது” என்றான். உத்தரன் “இல்லை, பாஞ்சாலரே. அவர் குருதிவெறி கொண்டுவிட்டார். விசை கொண்டுவரும் பெருந்தேரின் முன் மரச்சக்கையை இட்டு விரைவழிப்பதுபோல அவர் முன் செல்கிறேன்” என்று கூவியபடி தன் தேரை பீஷ்மரை நோக்கி செலுத்தினான்.

பீஷ்மரைச் சூழ்ந்து நின்றிருந்த கேடயத்தேர்களின் நடுவே இடைபிளந்து அவன் அவ்வளையத்தின் உள்நுழைந்தான். பீஷ்மர் அவனைக் கண்டதும் உரக்க நகைத்து “மீண்டும் வந்துளாய், வா!” என்றார். “ஆம், உங்கள் எதிர்நிற்கப் போகிறேன்” என்று அவன் கூவினான். பீஷ்மரின் அம்புகள் அவனை அறைந்தன. அவ்வம்புமுனைகளையன்றி அவன் பிறிதொன்றையும் பார்க்கவில்லை. தன் அம்புகளால் ஒவ்வொன்றையும் அடித்துக் கீழே உதிரச்செய்தான். எத்தனை பொழுதென்பதே அவன் முன் உள்ள வினாவாக இருந்தது. அம்புகள் சென்று அறைந்தபடியே இருந்தன. பீஷ்மரின் அம்புகளால் செத்து உதிர்ந்துகொண்டிருக்கும் வீரர்களை அவன் நோக்கினான். உடைந்த தேர்களால், விழும் பிணங்களால் அவன் அகற்றப்பட்டான்.

அவன் புரவிகளில் ஒன்று வெட்டுண்டு சரிய தேர் நிலையழிந்தது. தொடர்ந்த அம்புகளால் அவன் புரவிகள் அனைத்தும் கழுத்தறுந்து முகம் பதித்து நிலத்தில் விழ அவன் தேர் சரிந்தது. அவன் பிணங்கள் நடுவே விழுந்தான். “இளவரசே...” என அலறியபடி எழுந்த தேர்ப்பாகனின் தலை அறுந்து சரிய அவன் அசைந்தாடி உத்தரன் மேல் விழுந்தான். அவன்மேல் ஒரு தேர்ச்சகடம் ஓடி அப்பால் சென்றது. தன்மேல் விழுந்த பிணங்களை உந்தி அகற்றியபடி உத்தரன் தவழ்ந்து இரு தேர்களினூடாக அப்பால் சென்றான். பின்னிருந்து திருஷ்டத்யும்னன் மேலும் மேலுமென தேர்நிரைகளை அனுப்பினான். அலையென அவை அவனைத் தூக்கி அகற்றின.

உடலெங்கும் குருதியும் நிணமுமாக உத்தரன் எழுந்து நின்றான். வெறியுடன் இரு கைகளையும் விரித்து வானோக்கிக் கூவினான். திரும்பி அங்கே கிடந்த நீண்ட வேலை எடுத்துக்கொண்டு நோக்கியபோது

மேலிருந்து பாகன் விழுந்துவிட நிலையழிந்துகொண்டிருந்த கேடயம் ஏந்திய களிற்றைக் கண்டான். ஓடிச்சென்று அதன் கழுத்துக்கயிற்றைப் பற்றித் தொற்றி மேலேறினான். அதன் இரு விலாவிலும் எடைமிக்க வேல்கள் அடுக்கப்பட்ட தூளிகள் தொங்கின. கைவேலைச் சுழற்றி அங்கே நின்ற கௌரவ நூற்றுவர்தலைவனை நோக்கி வீசினான். அவன் இரும்புக்கவசத்தை உடைத்து உட்புகுந்து அப்பால் சென்று தேர்த்தட்டில் அவனைத் தைத்தது அது. வேல்களை உருவி தேர்வீரர்களை எறிந்து வீழ்த்தியபடி அவன் முன்னெழுந்தான்.

“நில், விராடனே!” என்று கூவியபடி சல்யர் அவனெதிரே வந்தார். சீற்றத்துடன் கூவியபடி அவன் அவரை எதிர்கொண்ட முதற்கணத்திலேயே அவருடைய தேரின் மூன்று புரவிகளை வேலெய்து வீழ்த்தினான். சரிந்த தேரிலிருந்து அருகே வந்த புரவிமேல் பாய்ந்த சல்யர் அப்புரவியும் அவன் வேலால் குத்தப்பட்டு சரிய நிலத்தில் பாய்ந்து நின்றார். ஒரு தேர் அவரை மறைத்தபடி சென்றமையால் அவர் நெஞ்சுநோக்கி அவன் செலுத்திய வேலில் இருந்து தப்பினார். தேர்ச்சகடத்துக்கு அப்பால் ஒளிந்துகொண்டு வில்லை இழுத்து நாண் தொடுத்து அவன் தோளில் எய்தார். அவன் வீசிய வேல் அவர் அருகே வந்து தைக்க பாய்ந்து நிலத்தில் விழுந்து சுழன்று எழுந்த விசையில் அடுத்த அம்பை எய்தார். அவன் யானைமேலிருந்து கீழே விழுந்தான். அவர் கீழிருந்து வாளொன்றை எடுத்தபடி பாய்ந்து ஒரே வீச்சில் அந்த யானையின் துதிக்கையை வெட்டி எறிந்தார்.

சரிந்து விழுந்த யானைக்கு அடியிலிருந்து உருண்டு உடல் விடுவித்து எழுந்த உத்தரன் இறுதி வேலை அவர் மேல் வீச அவர் அதை ஒழிந்தபோது தொடையில் வேல் குத்தியது. ஆழ இறங்கிய வேலுடன் அவர் நின்று தள்ளாடினார். யானையின் உயிர்த்துடிப்புக்கு அடியில் இருந்து அவன் தன்னை முழுமையாக விடுவித்து காலூன்றி எழுந்தபோது வெறிகொண்டு கூவியபடி பாய்ந்து அவன் நெஞ்சில் ஓங்கி உதைத்தார். அவன் நிலையழிந்து தள்ளாட மேலும் உதைத்த சல்யர் அதே வீச்சில் மல்லாந்து விழுந்த அவன் தலையை வெட்டினார். கழுத்திலிருந்து துண்டுபட்ட அவன் தலை உருண்டு தெறிக்க அதை அவர் ஓங்கி உதைத்து உருட்டினார். உடல் நிலத்தில் கிடந்து கைகளை மண்ணில் அறைந்து கால்கள் உதைத்துக்கொண்டு துடித்து இழுபட அவர் வேல் தைத்த காலை நிலத்தில் ஊன்றி நின்றபின் நிலையழிந்து வேலுடன் பக்கவாட்டில் தள்ளாடி விழுந்தார்.

உத்தரன் கொல்லப்பட்டதை கண்ட முதல் வீரன் தன் இடையிலிருந்த கொம்பை எடுத்து ஊத ஒன்றிலிருந்து ஒன்றென கொம்புகளும் முரசுகளும் ஒலிக்கலாயின. சூழ்ந்திருந்த படைவீரர்கள் அதிர்ந்து படைக்கலம் தாழ்த்தி செய்வதறியாது நின்றனர். முரசொலிதான் அவர்களுக்கு

“வீழ்ந்தார் விராடர்! விராடர் வீரச்சாவு! விராட பெரும்பலி!” என்று கூவி அறிவித்தது. பாண்டவப் படையிலிருந்து “விராட மைந்தர் விண்ணேகுக! வீரவிராடர் நிறைவுறுக! விராடகுலச் சிம்மம் புகழ் நிலைகொள்க!” என வாழ்த்தொலிகள் எழுந்தன. திருஷ்டத்யும்னன் தன் தேரைத் திருப்பி விரைந்து வந்து துண்டாகிக் கிடந்த உத்தரனின் உடலைக் கண்டு திகைத்து வில் தாழ்த்தினான். உடைந்து குவிந்த தேர்களினூடாக சல்யரின் மகன் ருக்மாங்கதன் தலைமையில் வந்த கௌரவப் படையினர் சல்யரைத் தூக்கி தேரிலிட்டுக் கொண்டுசென்றார்கள். எலும்பில் கோத்த அவருடைய தொடைவேல் நின்று ஆடியது. அவர் கை வாளை இறுகப்பற்றியபடி நினைவிழந்திருந்தார். சல்யரின் இளைய மகன் ருக்மரதன் தன் கொம்பை எடுத்து வெற்றிக்கூச்சலை எழுப்ப கௌரவப் படை வெற்றிமுழக்கமிடத் தொடங்கியது.

80

உத்தரன் களம்பட்ட செய்தியை முரசுகளின் ஓசையிலிருந்து ஸ்வேதன் அறிந்தான். விராடர் களத்தில் விழுந்த செய்தியால் விராடப் படையினர் உளஎழுச்சி அணைந்து ஒருவரை ஒருவர் தோளோடு தோள்பட அழுத்தியபடி பின்னகர்ந்துகொண்டிருந்தனர். உத்தரன் இறந்த செய்தி அவர்களை மேலும் தளரச்செய்தது. உடலில் இருந்து உடலுக்கெனப் பரவிய சோர்வு அவர்களை அலைவளைவெனப் பின்னகரச் செய்தது. படைகளின் பின்னால் இருந்த அறிவிப்பு மேடையிலிருந்து "விராடப் படைகளைத் தடுத்து நிறுத்துங்கள். அவை கலைந்து குவிவதைத் தடுங்கள். அவற்றுக்கிடையே ஐந்து விரல்களென பாஞ்சாலத்தின் படைகளும் இந்திரப்பிரஸ்தத்தின் படைகளும் ஊடுருவட்டும். ஒவ்வொரு விராடப் படைப்பிரிவுடனும் பிற படைப்பிரிவு ஒன்று இணைந்திருக்கவேண்டும். பின்னடைவை நிறுத்துக! ஒருமுனை கொண்டு எழுந்து நில்லுங்கள்!" என்று ஆணை வந்துகொண்டிருந்தது. அந்த ஆணையால் சிறுமையுணர்ந்த ஸ்வேதன் தன் படைகளை நோக்கி "முன்னேறுங்கள்! முன்னேறுங்கள்!" என்று கூச்சலிட்டான்.

விராடர்களின் உளநிலையை குலாடர்களும் அடைந்தனர். அவர்களுக்கிடையே எந்த ஒப்புமையும் உரையாடலும் இல்லாத போதும்கூட உடல்மொழியால், புரவிகளை செலுத்தும் முறையால் ஒருவரோடொருவர் அடையாளம் கண்டுகொண்டிருந்தனர். தன்னுடைய படை பின்னால் செல்வதைக் கண்டு ஸ்வேதன் கையை தூக்கி "பின்னிருக்கும் படை அசையாமல் நிற்க வேண்டும். பின்னிருந்து தேர்நிரையொன்று முன்னால் காலாட்களை உந்தி வரவேண்டும். புரவிப்படைவீரர்கள் பதினெட்டுப் பிரிவுகளாகப்

பிரிந்து தங்கள் நடுவே காலாட்படைகளுக்கு இடங்கொடுங்கள். புரவிப்படையும் காலாட்படையும் இணைந்து முன்னகர வேண்டும்” என்று ஆணையிட்டான்.

புரவிப்படை காலாட்கள் நடுவே செல்லும்போது அதன் விரைவு குறைகிறது. விரைவு குறைவது ஆற்றலை குறைக்கும். ஆனால் பின்நகர்கையில் அதுவே பின்நகர்வதற்குரிய தடையுமென்றாகிப் படையை நிறுத்தும். “முன்நகர்க! முன்நகர்க!” என்று கூவியபடி அவன் தன் தேரை எதிர்த்து வந்துகொண்டிருந்த கௌரவப் படைகளின் நடுவே நிறுத்தி அம்புகளால் தாக்கிக்கொண்டிருந்தான். கௌரவ நூற்றுவரும் இருண்ட கோட்டைச்சுவரென தங்கள் தேர்களில் நின்றவாறு பிறை வடிவில் அவனை சூழ்ந்துகொண்டிருந்தனர். உலோகநீரலை ஒன்று உலோகநீரலையைச் சந்திப்பதுபோல அம்புகளால் முட்டியபடி அவன் துச்சகனை எதிர்கொண்டான். அம்புகளால் பொருதி ஒருசிறு இடைவெளியினூடாக துச்சகனின் கவசத்தை உடைத்தான். அவன் நெஞ்சிலும் தோளிலும் அம்பை செலுத்தி தேர்த்தட்டில் விழவைத்தான். அவனைக் காக்கும்பொருட்டு இடைபுகுந்த துர்மதனின் தலைக்கவசத்தை சிதறடித்து அவன் காதை சீவி எறிந்தான். பிறிதொரு அம்பினால் அவன் கழுத்தில் தாக்கி குருதி பீறிட தேரிலிருந்து பாய்ந்திறங்கச் செய்தான்.

விந்தனும் அனுவிந்தனும் அவர்களின் காவலுக்கு வர அவர்களை ஒரே தருணத்தில் எதிர்கொண்டான். தொடைக்கவசம் உடைந்து தெறிக்க அம்பு பாய்ந்து தேரிலிருந்து புரண்டுவிழுந்த விந்தனைப் படைவீரர்கள் சூழ்ந்தனர். அனுவிந்தன் தன் புரவியை இழுத்தபடி பின்னால் சென்றான். துச்சலன் “கொல்லுங்கள் அந்த விராடனை! கொல்லுங்கள் நிஷாதனை! அவனைக் கொல்லாமல் இன்னொரு அடியை நாம் முன்னெடுக்க இயலாது” என்று கூவினான். உரக்க நகைத்தபடி ஸ்வேதன் “என்னைக் கொல்ல உங்களால் இயலாது, கௌரவரே. நான் வில்விஜயனின் மாணவன்” என்று கூவினான். சதாசுவாக், உக்ரசிரவஸ், உக்ரசேனன், சேனானி ஆகியோர் வில்கொண்டு முன்னால் வந்தனர். அவர்களின் விற்களை உடைக்கவும் கைகளிலும் தோளிலும் கவசங்களை உடைத்து அம்புகளை செலுத்தவும் அவனுக்கு சில கணங்களே தேவைப்பட்டன.

அத்தருணத்தில் துச்சலன் எய்த அம்பு வந்து அவன் நெஞ்சக் கவசத்தைத் தாக்கியது. அவன் நிலைகுலைந்து தேர்த்தட்டில் முழங்காலிட்டு அமர தலைக்கவசத்தை பிறிதொரு அம்பு உடைத்துச் சென்றது. தான் ஓர் அடி பின்னகர்ந்தால்கூட தன் ஒட்டுமொத்தப் படையும் இடிந்து பின்னால் சரியும் என்று உணர்ந்து “முன்நகர்க! முன்நகர்க!” என்று கூவியபடி

ஸ்வேதன் தேரை செலுத்தினான். அவனைத் தொடர்ந்து குலாடர்களின் படை முட்டித்ததும்பி வந்தது. "ஒரு கணமும் நில்லாதீர்கள்! அம்பு தொடுங்கள்! தயங்கவேண்டாம்!" என்று அவன் கூவினான். பின்னாலிருந்து சாத்யகியின் மைந்தர்கள் உத்ஃபுதனும் சந்திரபானுவும் சபரனும் சாந்தனும் முக்தனும் தேரில் வந்தனர். பாஞ்சால மைந்தர்கள் திருஷ்டகேதுவும் க்ஷத்ரதர்மனும் க்ஷத்ரஞ்சயனும் மனாதனும் உடன் எழுந்து வந்தனர். படைகளிலிருந்த இளையோரின் திரளொன்று அவனைச் சூழ அவர்கள் வெறிகொண்டு அம்புகளால் தாக்கியபடி கௌரவர்களைப் பின்னகர்த்திச் சென்றனர்.

பூரிசிரவஸின் குரல் அப்பால் கேட்டது. "பாண்டவ இளையோர் இங்கிருக்கிறார்கள்! அவர்களை சூழ்ந்துகொள்க!" ஸ்வேதன் பூரிசிரவஸை நோக்கி சென்றான். கௌரவப் படையிடம் "இளையோர் அச்சமற்றவர்கள். அவர்களின் விசை நம்மை இரண்டாகப் பிளந்துவிடக்கூடும்" என்றான் பூரிசிரவஸ். ஸ்வேதன் தொலையம்பை எடுத்து பூரிசிரவஸின் தேரைத் தாக்கினான். அம்பு குறிதவறி பூரிசிரவஸின் தேர்ப்பாகனின் தலையைத் துண்டித்தது. தேர் மேடையிலிருந்து விழுந்து புரவிகளின் காலடியில் அவன் சிக்கிக்கொண்டான். பூரிசிரவஸ் முழந்தாளிட்டு அமர்ந்து புரவிகளின் கடிவாளத்தைப் பிடித்து இழுத்து தேரைத் திருப்பி அப்பாலிருந்த தன் படைகளுக்குள் புகுந்தான். கௌரவ மைந்தர்கள் எழுவர் கூச்சலிட்டபடி விற்களுடன் அவனை நோக்கி வந்தனர். ஸ்வேதன் அவர்களை ஒவ்வொருவரையாக அம்பால் அறைந்தான். சப்தமனும் தசமனும் வராகனும் விப்ரலிப்தனும் ஒவ்வொருவராக அவன் அம்புகளை நெஞ்சிலும் கழுத்திலும் ஏற்று தேரிலிருந்து அலறி விழுந்தனர். கராளனும் முகுந்தனும் முத்ரனும் தலையறுந்து விழுந்தார்கள். கௌரவ மைந்தர்களைக் காக்க மேலும் இளையோர் அங்கிருந்து கிளம்பி கூச்சலிட்டபடி வந்தனர்.

ஸ்வேதன் ஒவ்வொருவரையாக வீழ்த்தினான். ஒருவர் வீழ்வது இன்னொருவரின் கண் பிறழவும் கை தளரவும் செய்தது. மாளவ மன்னனின் இளைய மைந்தன் உலூகனையும் கூர்ஜர மன்னனின் இளைய மைந்தன் உத்ஃபுதனையும் அவன் அம்புகளால் துளைத்து சரியச்செய்தான். தொடர்ந்த விசைகொண்ட தாக்குதலால் கௌரவர்கள் பின்னடையத் தொடங்கினர். குறையா விசையுடன் பாண்டவர்களைப் பின்தள்ளிக்கொண்டிருந்த கௌரவப் படையின் அப்பகுதி மட்டும் தொய்வுற்றுப் பின்னகரத் தொடங்கியது. "விடாதீர்கள்! மேலும் சற்று தொலைவுதான்! இப்படையை இரண்டாகப் பிளந்துவிடலாம்! ஊடுருவி பிளந்துவிட்டால் அதன் பிறகு அவர்களால் முன்னேற இயலாது" என்று ஸ்வேதன் கூவினான். வெற்றி இளையோரை களிப்புறச் செய்தது.

ஒருவருக்கொருவர் கூச்சலிட்டு நகையாடியபடி அவர்கள் கௌரவர்களை அழுத்தி வளைத்துப் பின்னால் கொண்டுசென்றனர்.

பின்னடைந்த விராடர்களின் படையை சாத்யகியும் திருஷ்டத்யும்னனும் நகுலனும் இணைந்து தடுத்து ஒன்றாக்கினர். படைகளின் பின்நிரையில் நின்றிருந்த யானைப்படை பெரிய கேடயத் தடுப்புகளை துதிக்கைகளால் தூக்கி ஒன்றுடன் ஒன்று பொருந்தவைத்து ஒரு கோட்டைச்சுவரென்று ஆக்கி பின்னகர்ந்தவர்களைத் தடுத்து முன்னால் உந்திகொண்டு வந்தது. முன்நகர்வு நிகழ்ந்ததுமே ஒவ்வொரு படைவீரனுக்கும் அது ஓர் உடற்செய்தியாக சென்று சேர்ந்தது. சில அடிகள் முன்நகர்ந்ததுமே பின்னடைய வேண்டுமென்ற விழைவை அவர்கள் இழந்தார்கள். தன்னியல்பால் மேலும் மேலும் முன்னகரத் தொடங்கினர். உடலின் முன்நகர்வே உள்ளத்தின் முன்நகர்வாக மாற வெறிக்கூச்சலெழுப்பி மேலும் சென்றனர். அவர்கள் முன்நகர்ந்து வரக்கண்டதுமே தடையின்றி முன்நகர்ந்து கொண்டிருந்த கௌரவப் படைகள் அறியாமல் பின்னடி வைத்தன. அவர்களை பின்னடைய வைக்க முடிகிறது என்ற எண்ணம் பாண்டவப் படைகளை மேலும் விசைகொண்டு முன்நகரச் செய்தது.

கௌரவப் படைகளின் சூழ்கை மெல்ல மாறிக்கொண்டிருப்பதை ஸ்வேதன் பார்த்தான். மான்கொம்பின் கிளைகள் ஒன்றின் வாலை பிறிது விழுங்கும் நாகங்கள் என கவ்விக்கொண்டு பெருஞ்சுருள் என்றாயின. அச்சுழியின் மையத்தில் பீஷ்மர் நின்றிருந்தார். அணுகும் அனைவரையும் சுழற்றி இழுத்துக்கொண்டு சென்று பீஷ்மர் முன் செலுத்தியது அச்சுழியின் சுழற்சி. “மண்டலச்சூழ்கை!” என்று அவன் கூவினான். திருஷ்டத்யும்னன் அதை உணர்ந்திருக்கிறானா என்று அவன் எண்ணி திரும்புவதற்குள் “மண்டலம் சூழ்கிறது. பின்நகர்ந்து ஒன்றுதொடுத்துக்கொள்க! மின்கதிர் எனச் சூழ்க!” என்று முரசொலி எழுந்தது.

பாண்டவப் படையினர் ஒருவரோடொருவர் மலர்கள் சரமாவதுபோல் தொடுத்துக்கொள்ள மின்கதிர் என சூழ்கை ஒருங்கியது. சவுக்கென நெளிந்தும் நாகமென பாய்ந்தும் சுருங்கி விரிந்து தாக்கியது அவர்களின் படை. “மின்படை கூர்கொண்டு செல்க! மண்டலத்தின் வளைவுகளை உடைத்து சிதறடியுங்கள்!” என ஆணை எழுந்தது. சுழியின் அறுபடாச் சுழற்சியே அதன் ஆற்றல். அதை எங்கு உடைத்தாலும் அது சிதறத்தொடங்கும். ஸ்வேதன் “முன்செல்க... வளையத்தை உடையுங்கள்!” என்று ஆணையிட்டபடி முன்னால் பாய்ந்தான்.

அவர்களின் முதல் அடியிலேயே கௌரவப் படையின் அலைவளைவு இரண்டாக துண்டிக்கப்பட்டது. “தொடர்ந்து செல்லுங்கள்! அவ்விரிசலை விரிவாக்குங்கள்! அவர்களை இணைய விடாதீர்கள்!” என்று

பின்னாலிருந்து திருஷ்டத்யும்னன் கூவினான். எஞ்சிய விராடப்படையும் குலாடர்களின் படையும் இணைந்து அந்த இடைவெளியினூடாக உள்ளே நுழைந்தன. கௌரவப் படைகளின் பிளவின் இரு விளிம்புகளையும் ஒன்றாக இணைக்கும்பொருட்டு ஒருபுறம் அஸ்வத்தாமனும் மறுபுறம் ஜயத்ரதனும் அம்புகளை எய்தபடி தங்கள் படைகளால் அழுத்தினர். ஆனால் முன்நகரும் விசைகொண்டிருந்த குலாடர்களின் படை அவர்களை மேலும் மேலும் விலக்கிச் சென்றது.

"இன்றொரு நாள்! இன்றொரு நாள்!" என்று ஸ்வேதனின் உள்ளம் தாவியது. உள எழுச்சியால் கைவிரல் நுனிகளில் குருதி உறுத்துவதை அப்போதுதான் உணர்ந்தான். எழும் படையைப் பின்னடையச் செய்துவிட்டால் இந்த நாளைக் கடந்துவிடுவேன். இன்றொரு நாள்! குலாடம் பாரதவர்ஷத்தை வென்று முன் நிற்கும். என் மூதாதையர் ஆயிரமாண்டு கண்ட கனவு. இதை எங்கிருந்து எண்ணிக்கொண்டிருக்கிறேன்? என் கைகள் வெறிகொண்டு அம்புகளை எய்கின்றன. என் உள்ளம் ஒவ்வொரு இலக்கை வெல்லும்போதும் கூச்சலிடுகிறது. என் சித்தம் அம்புகளையும் படைநகர்வுகளையும் எதிரியின் சூழ்கைகளையும் அங்கிருக்கும் ஒவ்வொரு படைவீரனின் எண்ணத்தையும் தொட்டுக் கணக்கிடுகிறது. இவற்றுக்கு அப்பால் நின்று காலமின்மையில் திளைத்து இத்தருணத்தை நோக்கிக்கொண்டிருக்கிறது பிறிதொன்று. ஒரு மனிதனுக்குள் குடிகொள்வது எத்தனை ஆழம்? பல்லாயிரம்பேர் திரண்டு ஒருடலென போர்புரியும் இப்படைப்பிரிவும்கூட ஓர் உடல்தானா? சிதறிப்பரந்த பெருமானுடன்! ஒன்றென்று குடிகொள்பவன்!

அப்பாலிருந்து சங்கொலி எழுந்தது. "பீஷ்மர்! பீஷ்மர்!" என்று குரல்கள் முழங்கின. பீஷ்மர் வந்துகொண்டிருக்கிறார் என்று பாண்டவர்களின் முரசுகள் ஆணையிட்டன. "சூழ்ந்து கொள்ளுங்கள்! பீஷ்மரை இவ்விரு படைகளை இணைக்கும் இடத்துக்கு வரவிடாதீர்கள்! முன்னேறுங்கள்! ஒருகணமும் நில்லாதீர்கள்!" என்று ஆணையிட்டபடி தன் படைவீரர்கள் தன்னைத் தொடர கைகாட்டி கௌரவர்களின் தேர்நிரையை உடைத்து சித்ரகுண்டலனையும் சுஜாதனையும் அம்புகளால் அறைந்து தேர்த்தட்டில் விழச்செய்தான் ஸ்வேதன். சுஜாதனின் தேர்ப்பாகன் தலையறைந்து விழ தேர்கள் விசைகொண்டு முன்நகர்ந்து கவிழ்ந்தன. அதில் முட்டி குண்டசாயியின் தேர் கவிழ்ந்தது. சித்ராயுதன் அம்புபட்டு புரவியிலிருந்து விழுந்தான். சுஜாதன் அம்பு பாய்ந்த விலாவுடன் புண்பட்ட காலை இழுத்து கூச்சலிட்டபடி துர்விகாகனின் தேரை நோக்கி ஓடினான்.

ஸ்வேதன் தன்னை வழிமறித்த புரவிகள் இரண்டை வாளால் வெட்டிச் சரித்து அந்த இடைவெளியினூடாக புரவியை கொண்டு சென்று பீஷ்மரை அணுகினான். பின்னாலிருந்து "பீஷ்மரை சூழ்ந்துகொள்க! வில்லவர்

அனைவரும் பீஷ்மரை சூழ்ந்துகொள்க!" என்று முரசு ஆணையிட்டது. மல்ல நாட்டு இளவரசர்கள், கிராதர்கள், அசுரர்கள், அரக்கர்கள் என வில்லவர் அனைவரும் தங்கள் தேர்களில் வெவ்வேறு படைகளிலிருந்து பிதுங்கி திரண்டெழுந்து வலை போலாகி பீஷ்மரை சூழ்ந்துகொண்டனர். ஸ்வேதன் தலை திருப்பி நோக்கியபோது அனைவருமே இளமைந்தர் என்பதைக் கண்டான். பீஷ்மர் அவர்களை எப்படி எதிர்கொள்வார் என்று எழுந்த எண்ணம் முடிவதற்குள்ளகாவே மச்சர் குலத்து இளவரசன் குண்டலன் தலையறுந்து தேர்த்தட்டில் விழுந்து துடித்தான். கீர்வ நாட்டு இளவரசன் ஹயன் பிறையம்பால் துண்டுபட்டு கீழே விழுந்தான். மீசைஅரும்பாத முகம், சிறுகுழவிக்குரியவை என உதடுகள், அப்போதும் புன்னகை எஞ்சியிருந்த அழகிய விழிகள்.

உடலெங்கும் நடுக்கு எழ ஸ்வேதன் பீஷ்மரைப் பார்த்தான். அவர் தலையிலிருந்து கால்வரை நிணமும் குருதியும் வழிந்துகொண்டிருந்தன. நாணிழுத்து அம்புவிட்டபோது துடித்த வில்லிலிருந்து குருதித்துளிகள் தெறித்தன. இளையோரின் அம்புகள் எவையும் அவரை சென்றடைய வில்லை. ஆனால் அவர் விடுத்த ஒவ்வொரு அம்பும் இளவரசர்களின் தேர்களை சிதைத்தன. கவசங்களை உடைத்து வீழ்த்தின. அவர்கள் நிலைதடுமாறிய கணம் கழுத்தறுத்து வீசின. நெஞ்சுபிளந்து தேர்த்தட்டிலிருந்து கீழே சரித்தன. வெறிகொண்டவர்போல் நகைத்தபடி பீஷ்மர் இளையவரைக் கொன்று குவித்தார். மகாநிஷாதகுலத்து சந்திரகனும் அவன் ஏழு உடன்பிறந்தாரும் இறந்து விழுந்தனர். குலித குடியின் இளவரசன் உக்ரசீர்ஷனும் பன்னிரு உடன்பிறந்தாரும் கொல்லப்பட்டார்கள். சுருதசேனன் நெஞ்சில் அம்புபட்டு தேர்த்தட்டில் விழுந்தான். அவனுக்கு உதவச்சென்ற சதானீகன் தொடையில் அம்புபட்டு தேரிலிருந்து கீழே விழுந்தான். அவர்களை கொக்கிகளை வீசி தூக்கி எடுத்து அகற்றிக் கொண்டுசென்றனர் காப்புப்படையின் கேடய வீரர்கள்.

பீஷ்மரைச் சூழ்ந்து இளைய உடல்கள் மண்ணில் புழுத்திரள் எனத் துடித்துக் குமிழியிட்டுக்கொண்டிருந்தன. தலையோ கால்களோ அறுபட்டு உருவழிந்ததுமே தசையென்றாகிவிடுகின்றன உடல்கள். உயிர் வெற்றசைவென எஞ்சியிருப்பவை. இறுதிவிசையால் முள்ளில் சிக்கியிருக்கும் ஆடை காற்றிலெழுந்து பறப்பதுபோல விலகி அகல விழைந்து துடிக்கிறது உடல். மண்ணில் உதைக்கும் கால்கள். காற்றைப் பற்றும் கைகள். வெறித்த விழிகள், வெண்பற்கள். இவன் அஸ்வகுடியின் இளவரசன் காமிகன். இவன் காந்தகுடியின் குமுதன். அதோ மாதல குடியின் சுதீரன். போர் என்று உளம் கிளர்ந்து எழுந்த இளையோர். அன்னையர் மடியில் அமர்த்தி ஊட்டிய பால்சோறு இன்னமும்

அவர்களின் உடல்களில் இருந்து அகன்றிருக்காது. சாவின் பெருங்களம். தன் நெஞ்சில் அச்சொற்கள் துயரில்லாப் பெருக்கென ஓடுவதை ஸ்வேதன் உணர்ந்தான். சாவின் பெருங்களம் என்ற சொல் காற்றில் ஒரு சித்திரப்பதாகை என அவன் முன் நின்றது. அதைக் கிழித்தபடி அவன் முன்னால் சென்றான்.

“இளையோர் பின்வாங்குக! இளையோர் பின்வாங்குக!” என்று முரசு முழங்கத் தொடங்கியது. ஆனால் இளவரசர்கள் எவரும் அதை செவி கொள்ளவில்லை. கூர்வ குலத்து இளவரசன் சம்ப்ரகன் “முன்னேறுக! இது தருணம்! வெல்வோம் அல்லது வீழ்வோம்!” என்று கூவியபடி பீஷ்மரை நோக்கி அம்புகள் தொடுத்தபடி முன்னேறினான். அவன் கை துண்டாகி கீழே விழ திகைத்துத் திரும்பிய உடல் இறந்த மீனை பசித்த மீன்கள் கொத்தித் தூக்கிக் குதறுவதுபோல அம்புகளால் அலைக்கழிக்கப்பட்டது. தேர்த் தூணில் ஒட்டி உடலெங்கும் அம்புகளுடன் நின்று துடித்தபின் அவன் சரிந்து ஓடிக்கொண்டிருந்த குதிரைகளின் காலடியில் விழுந்தான். அவன் மேல் ஏறி அப்பால் சென்றது அவனுடைய தேர். ஜம்புக குடியின் இளவரசன் சுக்ரனை பீஷ்மரின் அம்புகள் நீர்பட்ட அகல்சுடர் எனத் துளைத்து துள்ளி நடமிட்டு சரியச் செய்தன. ஸ்வேதன் தன் அம்புகளைப் பெய்தபடி நடுவே புகுந்து இளையோரைக் காத்து அப்பால் இட்டுச்சென்றான்.

எதிர்த்துவந்த இளவரசர் அனைவரையும் கொன்று சரித்தபின் பீஷ்மர் நாணொலி எழுப்பியபடி அவனை நோக்கி வந்தார். அவன் வில்லோசையுடன் அவரை நோக்கி செல்ல அவனுக்குப் பின்னால் திருஷ்டத்யும்னனின் குரல் கேட்டது. “குலாடரே, பின்நகருங்கள். பிதாமகர் கொலைவெறியுடன் இருக்கிறார். பார்த்தரன்றி பிறர் எவரும் அவரை எதிர்கொள்ள இயலாது. பின்நகர்க! பின்நகர்க!” அவன் அச்சொற்களைத் தவிர்த்து “முன்னால் செல்க!” என்று காலால் தன் தேரோட்டியின் விலாவை மிதித்தான். “இளவரசே... மைந்தர்களை பீஷ்மர் கொல்லாது தவிர்ப்பார் என்று எண்ணி இச்சூழ்கையை அமைத்திருக்கிறார்கள். அது பொய்யாயிற்று. தளிர்மரங்களை ஒடித்துக்குவிக்கும் மதவேழம்போல் வந்துகொண்டிருக்கிறார். இது நம் தருணமல்ல... வேண்டாம் திரும்புவோம்” என்று பாகன் சொன்னான்.

“செல், மூடா! முன்னால் செல்!” என்றபடி ஸ்வேதன் அவன் விலாவை ஓங்கி ஓங்கி மிதித்தான். பற்களைக் கடித்தபடி சவுக்கை எடுத்து ஓங்கி அறைந்த பாகன் கண்ணில் நீருடன் “இது உகந்ததல்ல, குலாடரே! இது போரல்ல, தற்கொலை!” என்றான். “முன்னால் செல்! முன்னால் செல்!” என்று ஸ்வேதன் கூவினான். பீஷ்மரின் அம்பு வளையத்திற்குள் சென்றதும் நாணிழுத்து முதல் அம்பால் அவர் தலையிலணிந்திருந்த

தோல்பட்டையை அறைந்தான். பீஷ்மர் திரும்பி நகைத்தபடி "வருக! நீ ஒருவனே எஞ்சியிருக்கிறாய்" என்றபடி எட்டு அம்புகளால் அவனை எதிர்கொண்டார். அவன் இணையாக அம்புகளை அவர்மேல் எய்தான்.

அம்புகள் ஒன்றையொன்று விம்மிக்கடந்து செல்கையில் ஸ்வேதன் ஒன்று உணர்ந்தான். முதியவர் இளமைந்தரை கனிந்து எதிர்கொள்வார் என்று எண்ணியதைப்போல் பிழை பிறிதில்லை. தந்தையாயினும் மூதாதையாயினும் உடலால் உள்ளத்தால் அவர் முதியவர் என்பதே முதன்மையானது. மண்ணிலுள்ள அனைத்து இளையவரும் முதியவர்களுக்கு எதிரிகளே. அவர்கள் கொண்டுள்ள இளமையால், அவர்களுக்கு எஞ்சியிருக்கும் வாழ்க்கையால், எங்கும் முதுமை தளர்ந்து கைவிடும் இடங்களையெல்லாம் எடுத்துக்கொள்வது இளமை என்பதனால். வாழ்த்தும் கைகளுக்கும் நோக்கி மகிழும் கண்களுக்கும் அடியில் வஞ்சம் கொண்ட விலங்கொன்றிருக்கிறது. பீஷ்மர் அங்கு போரிட்டுக்கொண்டிருப்பது குருக்ஷேத்ரத்தில் அல்ல. அவருள் என்றுமிருந்த தொல்தெய்வம் ஒன்று எழுந்து ஆயிரம் கை கொண்டு நின்றது.

அவர்களுக்குக் குறுக்கே அம்புடன் புகுந்த சுதீர நாட்டு இளவரசன் கபந்தன் தலையறுந்து விழுந்தான். காகன், ககோலன், ககோடன், குனிலன் என இளவரசர்கள் அவர் அம்புக்குமுன் அலறியும் ஓசையிலாது உடல்துடித்தும் அனல்பட்டதுபோல் துள்ளிவிதிர்த்தும் விழுந்துகொண்டே இருந்தனர். நெஞ்சு துளைத்த அம்பு முதுகில் புடைத்தெழ சம்புகன் விழுந்தான். சுகிர்தன் நெஞ்சில் தைத்த அம்பைப் பற்றியபடி சரிந்தான். கவசங்களை எளிய முட்டை ஓடு என உடைக்கும் விசைகொண்டிருந்தன பீஷ்மரின் அம்புகள். எங்கோ ஒரு கணத்தில் ஸ்வேதன் தன் உடல் நெஞ்சு துளைபடக் கிடந்து துடிக்கும் காட்சியைக் கண்டான். அவன் உடலெங்கும் வெப்ப அலை ஒன்று எழுந்தது. அது உடனே குளிர்ந்து நடுக்கென்றாகியது. அக்காட்சி அவன் மிக நன்றாக அறிந்ததாக இருந்தது

அறியாது தன் வில்லை ஸ்வேதன் தாழ்த்த பாகன் அதை உணர்ந்து தேரைத் திருப்பிப் பின்னடையச் செய்தான். பீஷ்மர் "அறிவிலியா நீ? அஞ்சி திரும்புவதென்றால் ஏன் வில்லெடுத்து வந்தாய்?" என்று கூவியபடி முன்னால் வந்தார். ஸ்வேதன் தன் நெஞ்சுக்குள் எடைமிக்க பாறாங்கல் என அச்சம் திரள்வதை உணர்ந்தான். கைகளும் கால்களும் அசைவிழந்தன. ஆனால் மறுகணம் முழு விசையையும் திரட்டி தேர்ப்பாகனின் விலாவை உதைத்து "முன்னால் செல்! முன்னால் செல்!" என்று கூவினான். பாகன் "வேண்டாம், குலாடரே" என்று

கூவினான். அவன் கண்களிலிருந்து நீர் வழிந்தது. ஸ்வேதன் தொண்டை உடைந்தொலித்த குரலில் "அறிவிலி! முன்னால் செல்!" என்றான். தேர்ப்பாகன் இரு கால்களையும் நுகத்திலூன்றி எழுந்து நின்று சவுக்கை வீசி புரவிகளை முன்னால் செலுத்தினான்.

பீஷ்மரின் அம்புகள் பறக்கும் சிம்மங்களென ஓசையிட்டபடி அவனைக் கடந்துசென்றன. தேர்ப்பாகன் தலையறுந்து குதிரை மேலேயே விழுந்தான். அவன் கழுத்திலிருந்து குருதி வெண்குதிரையின்மேல் பெருகிவழிந்து செம்மணிகளென உருண்டது. ஒரு குதிரை தலையறுந்து துண்டாகி குருதியுடன் தொய்ந்து விழ தேர் பக்கவாட்டில் சரிந்து விழுந்தது. சகடம் ஒன்று விலகிச்சுழல அதன் நுகத்திற்கடியில் இருந்து உதைத்து எழுந்த இன்னொரு புரவியால் தேர் மீண்டும் நிலைகொண்டது. நிலத்தில் விழுந்து உருண்டு எழுந்த ஸ்வேதன் தன் முழு ஆற்றலையும் திரட்டி நாணிழுத்து அம்பை எய்து பீஷ்மரின் தோள்கவசத்தை சிதறடித்தான். அவர் திரும்பி நோக்கும் அரைக்கணத்திற்குள் அவர் தோளில் அம்பைப் பாய்ச்சினான். பிறிதொரு அம்பால் அதே அம்பை முறித்து இன்னொன்றைப் பாய்ச்சினான். செயலிழந்த இடக்கையை உதறியபடி காலால் வில்லைப் பிடித்து ஒற்றைக்கையால் அம்பெடுத்து இழுத்துத் தொடுத்து அவன் நெஞ்சின் மேல் எய்தார் பீஷ்மர்.

அந்த அம்பு பறந்து வரும் ஒவ்வொரு கணத்துளியையும் அவன் பார்த்தான். பெருவிசையுடன் வந்து அவன் கவசத்தைப் பிளந்து நெஞ்சுக்குள் சென்றது. அவன் எண்ணிக்கொண்டிருந்த உளச்சொல்லை இரண்டாகத் துண்டித்தது. "என்ன?" எனும் சொல்லை அவன் உளம் இறுதியாக அடைந்தது. தரையில் விழுந்து வானைப் பார்த்தான். மிக அண்மையில் பிறிதொரு அம்பு வந்து குத்தி நின்றது. ஸ்வேதன் "ஆம்!" எனும் சொல்லை தன்னுள் மிக ஆழத்தில் உணர்ந்தான்.

81

“திரும்புக, பின் திரும்புக... எதிர்கொள்ளல் ஒழிக! நிலைக்கோள்! நிலைக்கோள்” என பாண்டவப் படையின் முரசுகள் முழங்கிக் கொண்டிருந்தன. திருஷ்டத்யும்னன் தன் படைகளுக்கு “நிலைகொள்ளுங்கள்... எவரையும் பின்நகர விடாதிருங்கள்” என்று ஆணையிட்டபடி தேரிலிருந்து தாவி புரவியிலேறிக்கொண்டு படைகளினூடாக விரைந்தான். அவனைச் சூழ்ந்து அம்புபட்டு பாண்டவப் படையின் வீரர்கள் விழுந்துகொண்டிருந்தனர். ஒன்றுமேல் ஒன்றென விழுந்து குவியல்களாகத் துடித்துக்கொண்டிருந்தன சாகும் பிணங்கள். அவன் புரவி பல இடங்களில் தயங்கி கனைத்தபடி மறுபக்கம் தாவிச்சென்றது.

யுதிஷ்டிரரின் தேரை அணுகியதும் அவன் விரைவைக் குறைத்தான். மறுபக்கம் தேரில் வந்த சாத்யகி புரவியில் வந்து யுதிஷ்டிரரின் தேரின் அருகே நின்றான். யுதிஷ்டிரர் தேர்த்தட்டில் அமர்ந்திருந்தார். அவருடைய புண்களுக்கு மருத்துவன் வெதுப்புமருந்து வைத்து ஒட்டிக்கொண்டிருந்தான் “என்ன நடந்தது?” என்று திருஷ்டத்யும்னன் கேட்டான். “சல்யருக்கும் அரசருக்குமான தனிப்போர்... அரசரை மீட்கும்படி ஆகிவிட்டது” என்றான் சாத்யகி. அவனும் பதற்றம் கொண்ட நிலையில்தான் இருந்தான். நெடுந்தொலைவுவரை அலைக்கொந்தளிப்பின் சருகுப்படலம் என நெளிந்தமைந்த பாண்டவப் படை முழுக்க பதற்றம் நிறைந்திருந்தது. “அரசே” என்றான் திருஷ்டத்யும்னன்.

யுதிஷ்டிரர் விழிதிறந்து பதறியபடி எழுந்தார். “என்ன நிகழ்கிறது? நம் தரப்பின் இளையோர் பெரும்பாலானவர்கள் கொல்லப்பட்டுவிட்டனர். பீஷ்மர் இரக்கமே இன்றி சிறுவர்களை கொன்று குவிக்கிறார். உங்கள்

சூழ்கைக் கணக்குகள் அனைத்தும் பிழைத்துவிட்டன. சிறுவரை முன்னே அனுப்பினால் பிதாமகரின் வில் தயங்கும் என எண்ணினீர்கள். சிறுவர்களைக் கொன்று வீசி தான் எதனாலும் தயங்கப்போவதில்லை என அவர் தன் படைகளுக்குக் காட்டிவிட்டார். அவருடைய தயங்காமை கண்டு கௌரவர் வெறிகொள்ள நம்மவர் சோர்ந்துவிட்டனர்... பேரழிவு... முதல்நாளே நம் படைகளில் ஐந்திலொன்று அழிந்துவிட்டது...” என்று கூவினார். மூச்சுவாங்காமல் “போதும், இனி இளையோர் அழியக்கூடாது... பின்வாங்கும்படி சொல்க... இளையோர் எவரும் படைமுகம் செல்லக்கூடாது” என்றார்.

திருஷ்டத்யும்னன் “அரசே, பீஷ்மர் எண்ணியிராதபடி கொலைவெறி கொண்டிருக்கிறார். நிகழ்ந்தது பேரழிவு. இரண்டுமே உண்மை. ஆனால் இத்தருணத்தில் நாம் பின்வாங்குவோம் என்றால் நாளை நம்மால் எழவே முடியாது. இன்று மாலை வரை எதிர்த்து நிற்போம்... இப்போதே வெயில் மங்கலடைந்து வருகிறது. இன்னும் சற்றுநேரம்தான்...” என்றான். பற்களைக் கடித்து விழிகளில் ஈரத்துடன் “நிறுத்து... இது போரே அல்ல. இது வெறும் படுகொலை. பலியாடுகள் என சென்று நின்றிருக்கிறோம்...” என்று யுதிஷ்டிரர் கூவினார். “அரசே, நீங்கள் உளம்சோர வேண்டியதில்லை. அர்ஜுனர் பீஷ்மரை நிறுத்தினார். அதைவிட இளையவர் அபிமன்யூவால் பீஷ்மர் வெல்லப்பட்டார். நாம் வெல்வோம்...” என்றான் திருஷ்டத்யும்னன். “அது பிதாமகரின் விளையாட்டு... வெல்லமுடியும் என விருப்பு காட்டி நம் மைந்தரை களத்திற்கு ஈர்க்கிறார். அவர்களை இன்றே அவர் கொன்று கூட்டுவார்... வேண்டாம்! இக்கணமே அவர்கள் திரும்பியாகவேண்டும்.”

சாத்யகி “நாம் பொருதிநிற்கவேண்டும் என்றே எண்ணுகிறேன், அரசே” என்றான். மேலும் உரக்க “போரில் தோற்பவர்கள் தோல்வியை முன்னரே ஏற்றுக்கொண்டவர்கள்தான். நாம் தோற்கக்கூடும் என்ற ஐயமே எழக்கூடாது. நம்மால் வெல்லமுடியும்” என்றான். யுதிஷ்டிரர் சினத்துடன் “எப்படி? கொன்றுகுவித்துக்கொண்டிருக்கிறார் முதியவர். நச்சு கலக்கப்பட்ட குளத்தில் மீன்கள்போல கிடக்கிறார்கள் நம் வீரர்கள். இனிமேலும் நாம் நம் இளையோரை பலிகொடுக்க வேண்டியதில்லை” என்றார். சாத்யகி “இளையோர் செல்லவேண்டியதில்லை. நாம் செல்வோம். அரசே, பாண்டவ மைந்தர் அபிமன்யூ முதியவரை ஒரு நாழிகைப்பொழுது திணறச்செய்தார். நாம் இளைய பாண்டவர் அர்ஜுனரையும் அபிமன்யூவையும் சுருதகீர்த்தியையும் சேர்த்து அனுப்பி அவரைத் தடுத்து நிறுத்துவோம்” என்றான்.

“இளையோர் செல்லவேண்டாம்... இது என் ஆணை! பார்த்தனும் திருஷ்டத்யும்னனும் நீயும் சென்று அவரை செறுத்து நிறுத்துங்கள்” என்று

யுதிஷ்டிரர் சொன்னார். அப்போது படைகளிலிருந்து பெருங்குரலில் வாழ்த்தொலிகள் எழுந்தன. “என்ன? என்ன நிகழ்கிறது அங்கே?” என்றார் யுதிஷ்டிரர். ஒரு வீரன் புரவியில் விரைந்து வந்து திரும்பி “அரசே, தன் தந்தையையும் உடன்பிறந்தாரையும் கொன்ற துரோணருக்கும் சல்யருக்கும் பீஷ்மருக்கும் எதிராக மண்ணில் கையறைந்து வஞ்சினம் உரைத்து சங்கன் எழுந்துள்ளார்” என்றான். யுதிஷ்டிரர் “அறிவிலி... அறிவிலி... உடனே செல்க! அவனைத் தடுத்து நிறுத்துக!” என்றார்.

“அரசே, அவர்களைக் கொல்வேன் என அவர் மண்ணறைந்துள்ளார்” என்றான் வீரன். “அவன் சொன்ன சொற்களை சொல்” என்றார் யுதிஷ்டிரர். “தமையன் கொல்லப்பட்டதைக் கேட்டதும் அவர் தேரிலிருந்து பாய்ந்திறங்கினார். வானை நோக்கிக் கைநீட்டி தெய்வங்களே மூதாதையரே என்று கூவினார். நாங்கள் அவரை சூழ்ந்தோம். மண்ணில் மும்முறை அறைந்து வஞ்சினம் வஞ்சினம் என்றார். கண்ணீர் வழிய என் மூத்தோரை, என் படைத்துணைவரைக் கொன்றழித்த துரோணர், சல்யர், பீஷ்மர் எனும் மூவரையும் களத்தில் எதிர்த்து நின்று கொல்வேன். குருதிப்பழி கொள்வேன். ஆணை என்றார். நாங்கள் தெய்வங்கள் அறிக, வானோர் அறிக, மூத்தோர் அறிக, வஞ்சம் நிகழ்க, வெற்றிவேல் வீரவேல் என வாழ்த்து கூவினோம்” என்றான் வீரன்.

“வஞ்சினம் உரைத்தவனை அதை ஒழியச்செய்வது மாண்பல்ல” என்றான் சாத்யகி. “நன்று, அவ்வஞ்சம் நடக்கட்டும். ஆனால் அதில் இன்று மாலைக்குள் என்னும் சொல் இல்லை. ஆகவே இன்றல்ல, வரும்நாளில் அவன் தன் வஞ்சத்தை நிறைவேற்றட்டும். இது என் ஆணை!” என்றார் யுதிஷ்டிரர். திருஷ்டத்யும்னனை நோக்கி “முதியவர்களை பின்னர் பார்த்தன் எதிர்கொள்வான். குலாடகுடியின் இளையோனின் வஞ்சம் நம்மால் முடிக்கப்படும். இப்போது அவனைத் தடுத்து நிறுத்துக! அவன் பிதாமகரின் முன் சென்றுவிடலாகாது” என்றார்.

திருஷ்டத்யும்னன் தலைவணங்கி புரவியைத் திருப்பி படையணிகளின் நடுவே பாய்ந்துசென்றான். அம்புகள் படாமலிருக்க அவன் புரவிமேல் முதுகு வானுக்குக் காட்டி நன்கு குனிந்திருந்தான். அவன் புறக்கவசம்மீது அம்புகள் கூழாங்கல் மழை என உதிர்ந்துகொண்டிருந்தன. அலறி விழுந்துகொண்டிருந்த வீரர்களின் உடல்கள் மேல் பாய்ந்து சென்றுகொண்டிருக்கையில் அவன் உள்ளம் சொல்லின்றி திகைத்திருந்தது. முதல்நாள் முதல்நாள் என்று அது துடித்து விழித்துக்கொண்டது.

அவன் சங்கனை தொலைவிலேயே பார்த்துவிட்டான். கைகளைத் தூக்கி “சங்கனை சூழ்ந்துகொள்க!” என ஆணையிட்டான். அவன் உதடுகளில் இருந்தும் கையசைவிலிருந்தும் ஆணையைப் பெற்ற கேட்டுச்சொல்லி

அதை உரையாக்க முரசுகள் அதை இடியோசையாக்கின. கவசவீரர்களும் வில்லவர்களும் சங்கனை சூழ்ந்தனர். கேடயத் தேர்கள் சங்கனை மறித்து கோட்டை அமைத்தன. அவன் அவர்களை நோக்கி "வழிவிடுக... வழிவிடுக!" என்று கூவினான். அவனை அணுகிய திருஷ்டத்யும்னன் "இளையோனே, இது அரசாணை. இன்று நம் போர் முடிந்துவிட்டது. குறைந்த இழப்புகளுடன் காப்புப்பூசல் நிகழ்த்தி அந்தியை அணைவதே இனி நம் போர்முறை. போதும், பின்வாங்குக! உன் படைகளைத் தொகுத்து மீண்டும் வேல்முனைச் சூழ்கை அமைத்துக்கொள்க! குறைந்த இறப்புகளுடன் பின்நகர்ந்து மையப்படையுடன இணைக!" என்றான்.

சங்கன் வெறிகொண்டிருந்தான். "இல்லை பாஞ்சாலரே, இனி இக்களத்திலிருந்து நான் குருதிப்பழி கொள்ளாது மீள்வேன் என்றால் எனக்கும் என் குலத்திற்கும் இழிவு... நான் வஞ்சினம் உரைத்துவிட்டேன்" என்றான். "வஞ்சினம் அவ்வாறே இருக்கட்டும். இன்று மட்டும்தான் பின்னடைகிறோம். அந்தியில் அமர்ந்து புதிய படைசூழ்கைகளை அமைப்போம். ஆற்றலை தொகுத்துக்கொண்டு நாளை வந்து திருப்பி அடிப்போம். அதுவே அறிவுடைமை. இன்று முந்துவது பொருளிலாச் செயல். நாம் செல்லவேண்டிய தொலைவு மிகுதி" என்றான் திருஷ்டத்யும்னன். "இல்லை, உரைத்த வஞ்சினத்திற்கே வீரன் கடன்பட்டவன். தெய்வங்களைவிட, மூதாதையரைவிட, அரசனையும் தந்தையையும்விட" என்றான் சங்கன்.

"ஆம், உன் வஞ்சினம் நிலைகொள்ளட்டும். இன்று மாலைக்குள் குருதிப்பழி கொள்வேன் என நீ சொல்லவில்லை அல்லவா?" என்றான் திருஷ்டத்யும்னன். "இன்று மாலைக்கு இன்னும் மிகைப்பொழுதில்லை. நோக்கியிருக்கவே கதிரிறக்கம் நிகழும்." வெறியுடன் சிரித்தபடி சங்கன் "நீங்கள் சொல்வது புரிகிறது, பாஞ்சாலரே. அது நான் என்னையே ஏமாற்றிக்கொள்வதன்றி வேறல்ல. நான் வஞ்சினம் உரைக்கையில் இன்று இக்கணம் என எண்ணியே சொன்னேன். அதுவே நான் கொள்ளும் பொருள்" என்றான். "இது முதன்மை படைத்தலைவனாக என் ஆணை!" என்றான் திருஷ்டத்யும்னன். "அதை நான் மீறுகிறேன். விழைந்தால் என்னைக் கொல்ல ஆணையிடுக!" என்றபடி சங்கன் தன் தேரைச் செலுத்தும்படி பாகனுக்கு ஆணையிட்டான்.

தேர் விசைகொண்டு சென்று கேடயத்தேர் ஒன்றை முட்டியது. அது உருவாக்கிய இடைவெளியினூடாக சங்கன் அப்பால் சென்றான். "அவரை சூழ்ந்துகொள்க! எக்கணமும் அவர் உதவிக்கு இரும்புத்திரை எழவேண்டும்" என்று திருஷ்டத்யும்னன் ஆணையிட்டான். "அரசே, துரோணரின் தாக்குதல் மிகுந்து வருகிறது. நெடுந்தொலைவு உள்ளே வந்துவிட்டார்" என்றான் தூதன். "இதோ" என்று அவன் புரவியைத்

திருப்பி விரைந்து தன்னை நோக்கி வந்த தேரில் ஏறிக்கொண்டான். துரோணருடன் அபிமன்யூ வில்கோத்திருந்தான். “அபிமன்யூவை காத்து நில்லுங்கள். சுருதகீர்த்தி சல்யரை எதிர்கொள்ளட்டும். பாண்டவ மைந்தர் பின்னடைக! அபிமன்யூவின் பின்னால் சாத்யகி செல்க!” என அவன் ஆணையிட்டான்.

சங்கன் கைகளைத் தூக்கி கூச்சலிட்டபடி பீஷ்மரை நோக்கி செல்வதை திருஷ்டத்யும்னன் கண்டான். தேரைத் திருப்பி சங்கனின் பின்னால் செல்ல ஆணையிட்டான். “ஆலிலை, பன்னிரண்டாவது பிரிவு இரண்டாக உடைந்துள்ளது. நடுவே துரியோதனரின் படை உட்புகுந்துள்ளது” என செய்தி வந்தது. “ஆணை, அர்ஜுனன் அங்கே சென்று அப்படைப்பிரிவை இணைக்கவேண்டும். கௌரவர் பின்னுக்குத் தள்ளப்படவேண்டும்” என்றான். அலறியபடி துதிக்கை வெட்டுண்ட யானை ஒன்று ஓடி வந்தது. எதிர்ப்பட்டவர்களை மிதித்துத் தள்ளியபடி தேர்களைச் சரித்தபடி வந்து முழங்கால் மடித்து விழுந்து கொம்புகள் நிலத்தில் குத்தியிறங்க உடல்துடித்து பக்கவாட்டில் சரிந்தது.

அந்த யானை உருவாக்கிய வழியில் பூரிசிரவஸ் தோன்றினான். உடலெங்கும் யானையின் கொழுங்குருதி உருகிய செவ்வரக்கென விழுதுகளாக வழிய அவன் தன் வழுக்கும் வில்லை ஏந்தி அம்புகளை தொடுத்துக்கொண்டிருந்தான். சங்கனும் பூரிசிரவஸும் விற்களால் எதிர்கொண்டார்கள். அம்புகள் பறந்து முட்டி உதிர நோக்கை மறைக்கும் குருதிவழிவை தலையை உதறித் தெறிக்கவைத்தபடி சங்கன் போரிட்டான். இரு தேர்களும் ஒரு சுழலும் சகடத்தின் இருமுனைகளில் அமைந்த ஆணிப்புள்ளிகள் என ஒன்றையொன்று சுற்றிவந்தன. கீழே கிடந்த குதிரை ஒன்றின்மேல் ஏறிய பூரிசிரவஸின் தேர் சற்றே சரிய அவன் தலையை அறைந்து கவசத்தை உடைத்தது சங்கனின் அம்பு. மீண்டுமொரு அம்பு பூரிசிரவஸின் தலைக்குச் செல்ல அவன் திரும்பி அதை ஒழிந்தபோது கன்னத்தைக் கீறிச்சென்றது. அவன் விட்ட அம்பு சங்கனின் தோளிலையை உடைத்தது.

திருஷ்டத்யும்னன் மேலே நோக்கினான். கதிரவன் மேற்கே சரியத் தொடங்கிவிட்டிருந்தான். பாண்டவப் படையின் நீள்நிழல்கள் கௌரவப் படைகள் மேல் விழுந்து சுழன்றாடின. கௌரவர்கள் அனைவருமே அனல் பற்றி எரிவதுபோல் ஒளிகொண்டிருந்தார்கள். கவசங்களிலிருந்து தழலெழுந்தாடுவதுபோல தோன்றியது. இன்னும் சற்று பொழுது. பூரிசிரவஸின் புரவி ஒன்று சங்கனின் அம்பில் கழுத்து அரிபட்டு தலைதாழ்ந்துவிட அவன் தேர் சரிந்தது. அவன் தன் வாளை உருவியபடி தேரிலிருந்து பாய்ந்து நிலத்தில் நின்று அறைகூவினான். திருஷ்டத்யும்னன் “சங்கனைக் காக்க!” என ஆணையிட்டபடி தன்

புரவியில் பிணக்குவியல்களைக் கடந்து தாவி “பால்ஹிகரே, என்னுடன் பொருதுக! இளையோனுடன் ஆற்றல்காட்டி தருக்கவேண்டாம்” என்றான்.

பூரிசிரவஸ் நகைத்து “நீர் அங்கநாட்டரசர் அல்ல என்றால் இன்று என் வாளுக்கு பலியாவீர். இந்நிலத்தில் வேறெவரும் எதிர்நிற்கவியலாது என்று அறிந்திருப்பீர்” என்று கூவினான். சங்கனை கேடயப்படை சூழ்ந்து அப்பால் தள்ளிக்கொண்டு சென்றது. திருஷ்டத்யும்னன் நிறைவுணர்வுடன் பூரிசிரவஸை வாளெதிர்கொண்டான். “நோக்குவோம்... போரில் திறனல்ல, தெய்வங்களே ஊழாடுகின்றன” என்றான் திருஷ்டத்யும்னன். தன் வாளால் அவன் பூரிசிரவஸின் வாளை சந்தித்தான். அவன் வாள் எடைமிக்கது, நீண்டது. அதன் ஓர் அடியை பூரிசிரவஸின் வாள் எதிர்கொள்ளவியலாது. ஆனால் விழிநோக்கவியலா விரைவுகொண்டது பூரிசிரவஸின் வாள் என அவன் அறிந்திருந்தான். அவன் தன் வாளைச் சுழற்றி வீச கைகளால் காற்றை உந்தி மெல்ல எழுந்து பின் விலகி அந்த வீச்சை ஒழிந்தான் பூரிசிரவஸ்.

அவன் முழு விசையுடன் வாளை சுழற்றிக்கொண்டிருந்தான். வண்ணத்துப்பூச்சியை வாளால் வெட்ட முயல்வதுபோல தோன்றியது. எதிர்பாராத கணத்தில் பூரிசிரவஸ் பாய்ந்து முன்னால் வந்தான். அவன் கண்கள் இரு கரிய வண்டுகள் என நேருக்குநேர் பறந்து வரக் கண்டு அவன் உள்ளம் திகைத்தது. அவன் வாள் அப்போது ஒரு வீச்சின் சுழற்சியில் வளைந்து அப்பால் சென்றிருக்க அவன் நெஞ்சு காப்பற்றிருந்தது. அவன் கவசத்தின் இடைவெளியில் புகுந்தது பூரிசிரவஸின் வாள். அவன் தன் உடலை உந்தி பின் தள்ளி மல்லாந்து விழுந்தான். வாள் தன் நெஞ்சை ஊடுருவிவிட்டதென்றே தோன்றியது. வலக்கை தனியாக துடித்தது. அதிலிருந்த வாள் கீழே விழுந்தது.

கேடயங்களுடன் காப்புப்படை வந்து அவனை சூழ்ந்துகொண்டது. இரண்டு வீரர்கள் தூண்டில்கொக்கிகளை அவனை நோக்கி வீசி அவன் கச்சையில் கோத்து இழுத்து தூக்கிக்கொண்டனர். கேடய வீரர்கள் இருவரை வீழ்த்திவிட்டு பாய்ந்து புரவியொன்றின்மேல் ஏறிய பூரிசிரவஸ் அதன் விலாவில் தொங்கிய வில்லை எடுத்து அவன் மேல் அம்புகளை எய்தான். திருஷ்டத்யும்னனைத் தேரிலேற்றிக்கொண்டு பின்னகர்ந்தனர் பாஞ்சாலர். பூரிசிரவஸுடன் வந்து சேர்ந்துகொண்ட சலனும் தார்விக நாட்டரசன் சசாங்கனும் திரிகர்த்த நாட்டரசன் க்ஷேமங்கரனும் சௌவீர நாட்டரசன் சுமித்ரனும் அம்புகளால் பாண்டவப் படைகளைத் தாக்கிப் பின்னடையச் செய்தனர். எடை மிகுந்தோறும் தாழும் தூளி என பாண்டவப் படை தழைந்து வளைந்து பின்னடைந்தது. தேரில்

படுத்தபடி திருஷ்டத்யும்னன் "மேலும் படைகள் இம்முகப்புக்கு வருக! அவர்களைத் தடுத்து நிறுத்துக" என ஆணையிட்டான்.

அணுக்கன் தேரிலேறி அவன் தோள் கவசத்தைக் கழற்றினான். புண்மேல் மெழுகுச்சீலையை வைத்து இறுகக் கட்டினான். குருதி நின்றாலும் தீப்புண் என காந்தியது தோள். "கழுத்துநரம்புக்கு வந்த வெட்டு இளவரசே, திறம்படத் தப்பிவிட்டீர்கள்" என்றான் அணுக்கன். "திறமையால் அல்ல, கால்தடுக்கி பின்னால் விழுந்தேன். மூத்தோர் அருளால். நாம் செல்ல இன்னும் நெடுந்தொலைவுள்ளது. ஆற்றவேண்டிய கடமைகள் பல உள்ளன" என்றான் திருஷ்டத்யும்னன். அவனிடம் ஓடிவந்த படைத்தூதன் "நூற்றுவர்தலைவர் எழுபதுபேர் இறந்தனர் இளவரசே, ஆயிரத்தவர் அறுவர் பூரிசிரவஸால் கொல்லப்பட்டுவிட்டனர்" என்றான். "கழையர் நோக்குக!" என்று அவன் சொன்னான். ஏறி இறங்கிய கழையன் "இளவரசே, நமது படைகள் மிகவும் பின்வாங்கிவிட்டிருக்கின்றன. செருகளத்தின் எல்லைவரை நம்மை செலுத்திவிட்டனர் கௌரவர்" என்றான். "சொல்க!" என அவன் கூவினான். "அர்ஜுனர் துரோணருடன் பூசலிடுகிறார். துரியோதனருக்கும் பீமனுக்கும் போர் நிகழ்கிறது. சகுனியை சாத்யகி எதிர்கொள்கிறார். அப்பால் ஜயத்ரதரிடம் அபிமன்யூ போரிட்டுக்கொண்டிருக்கிறார். அவருக்குத் துணையாக சர்வதனும் சுதசோமனும் இருபுறமும் நின்றிருக்கிறார்கள்."

திருஷ்டத்யும்னன் "சங்கன் எங்கே? சங்கன் என்ன ஆனான்?" என்றான். "அரசே, அவர் பீஷ்மரை எதிர்கொள்கிறார்." திருஷ்டத்யும்னன் தேரில் கையூன்றி எழுந்தமர்ந்து "எங்கே?" என்றான். "எத்தனை பொழுதாக?" வீரன் "அரைநாழிகைப்பொழுதாக. அவர் துரியோதனரை எதிர்கொண்டார். அங்கிருந்து பீஷ்மரிடம் சென்றார்" என்றான். தேர்த்தூணைப் பற்றி எழுந்து நின்று திருஷ்டத்யும்னன் ஆணையிட்டான் "செல்க! படைமுகப்புக்கு... பீஷ்மரின் முன்னிலைக்கு!" தேர்ப்பாகன் "அரசே..." என "செல்க!" என அவன் கூவினான். தேர்ப்பாகன் புரவியை தட்டியதுமே அது கிளம்பிப் பாய்ந்தது. தேரின் ஒவ்வொரு அசைவுக்கும் அவன் உடல் அதிர்ந்து புண் வலிகொண்டது. "விரைக! விரைக!" எனக் கூவினான். தேர் சென்றுகொண்டிருக்கையிலேயே "சங்கனைக் காத்துக்கொள்க!" என ஆணையிட்டான். "கேடயப் படை அவனை சூழ்க!"

திருஷ்டத்யும்னன் வானைப் பார்த்தான். முகில்கள் ஒளியிழந்து வெண்பஞ்சுகளாகிவிட்டிருந்தன. "இன்னும் எத்தனை பொழுது?" என்றான். "இளவரசே, ஒரு நாழிகை... மிஞ்சினால் ஒன்றேகால்" என்றான் பாகன். "நிமித்திகர் அதை முடிவெடுக்கவேண்டும். நாம் அவர்களை நம்பியுள்ளோம்." அவன் சங்கனை பார்த்துவிட்டான். சங்கன் அருகே ஒருபுறம் பாஞ்சாலத்தின் சத்ருஞ்ஜயனும் விரிகனும்

நின்றிருக்க மறுபக்கம் மத்ஸ்யநாட்டு சதானீகன் நின்றிருந்தான். அவர்கள் இணைந்து பீஷ்மரை எதிர்கொண்டனர். அம்புத்திரைக்கு அப்பால் உதடுகளை உள்மடித்து அரைவிழி மூடி ஊழ்கத்திலென பீஷ்மரின் முகம் தெரிந்தது. அவனை நோக்கி ஓடிவந்த பாஞ்சால இளவரசன் யுதாமன்யு "இளையோனே, இங்கு நிகழ்ந்துகொண்டிருப்பது வெறும் படுகொலை. பீஷ்மரின் உடலில் ஒரு கீறலைக்கூட எம்மவரால் அளிக்கமுடியவில்லை. அவர் அறுவடைசெய்வதுபோல் கதிரும் தளிருமாக சீவி அடுக்கிக் கொண்டிருக்கிறார்" என்றான்.

திருஷ்டத்யும்னன் "இன்னும் ஒரு நாழிகை... அதுவரை எதிர்த்து நில்லுங்கள். நாளை என்ன செய்வதென்று எண்ணுவோம்..." என்றான். அவனை நோக்கிப் புரவியில் வந்த உத்தமௌஜன் "இளையோனே, உபமல்லநாட்டு இளவரசர்கள் கார்த்தன், கடம்பன், கருணன், கும்பிகன் ஆகியோர் கொல்லப்பட்டுவிட்டனர். இன்று இறந்த இளவரசர்களின் எண்ணிக்கை எண்பதைக் கடந்துவிட்டது" என்றான். "ஒரு நாழிகைப்பொழுது..." என்று திருஷ்டத்யும்னன் கூவினான். "ஒரு நாழிகைப் பொழுது மட்டும் நிலைகொள்ளுங்கள்." அவன் உடல் வலியால் சோர்ந்தது. தேரின் தூணைப் பற்றிக்கொண்டு நின்றான். தலைசுழல கண்களை மூடிக்கொண்டான். "உபநிஷாத நாட்டு இளவரசர்கள் சுந்தரனும் சுதீரனும் காமிகனும் கொல்லப்பட்டார்கள்" என குரல் எழுந்தது. "நூறு... இன்று அணைவதற்குள் நூறு இளையோரின் உயிர் உண்பார் பிதாமகர்" என்று பாகன் சொன்னான். "அவரை சூழ்ந்துகொள்க!" என்று திருஷ்டத்யும்னன் ஆணையிட்டான்.

எதிரில் சங்கன் வெறிகொண்டவனாக பீஷ்மரிடம் பொருதிக் கொண்டிருப்பதை அவன் கண்டான். அவன் தேர்மாடமும் கொடியும் சிதைந்திருந்தன. தேர்த்தூண்கள் சிம்புகளாக உடைந்து நின்றிருந்தன. வலத்தோளின் தோளிலை உடைந்திருக்க அங்கே ஓர் அம்பு தைத்து நின்றது. தொடைக்கவசத்தை உடைத்து ஓர் அம்பு பாய்ந்திருந்தது. "ஒரு நாழிகை பிதாமகர் முன் நின்றுவிட்டார். இன்று உயிருடன் மீண்டார் எனில் இவரே இன்றைய நாளின் வீரர்" என்று பாகன் சொன்னான். சங்கனின் தோள்களின் விசை வியப்புறச் செய்வதாக இருந்தது. அவன் அம்புகளில் அவ்விசை இருந்தது. அவன் அம்புபட்டு பீஷ்மரின் குதிரை ஒன்று கழுத்தறுந்து மூச்சு சீறி குருதி தெறிக்க முகம் தாழ்த்தி முன்னால் விழுந்தது. பீஷ்மரின் தேர் நிலைகுலைய அசைந்து அலைக்கழிந்த தேர்மேல் அவர் விளக்குச்சுடர் என நிலையழியாமல் நின்றார்.

"விலகுக!" என்று கூவியபடி திருஷ்டத்யும்னன் அச்சூழ்கை நடுவே புகுந்தான். "என்னைத் தொடர்க!" என்று கேடயவீரர்களுக்கு ஆணையிட்டு சங்கனை நோக்கி சென்றான். கேடயத் திரையால் மறைக்கப்பட்ட

சங்கன் அவனை நோக்கிய அம்புகள் இரும்புப்பலகைகள் மேல் அறைபடுவதைக் கேட்டு திரும்பிநோக்கி “விலகுக பாஞ்சலரே, இது என் பகைமுடிக்கும் பொழுது” என்று கூவினான். “நீ வென்று நின்றுவிட்டாய், இளையோனே… போதும்” என்று திருஷ்டத்யும்னன் கூவினான். “இதோ பொழுதணைகிறது. இன்று நீ அவரை எவ்வண்ணமும் கொல்லவியலாது. திரும்பு!” சங்கன் “என்னைத் தடுக்கவேண்டாம், பாஞ்சாலரே” என்று கூவ “அவனை அழைத்துச்செல்லுங்கள்” என்றான் திருஷ்டத்யும்னன்.

கேடயப்படை சங்கனைத் தள்ளிக்கொண்டு சென்றது. கைதூக்கி “சூழ்ந்துகொள்க… பிதாமகர் இந்த வட்டத்தைவிட்டு மீறலாகாது” என்று ஆணையிட்டு திரும்பிய திருஷ்டத்யும்னன் தன் எதிரே துரோணரைக் கண்டான். தாடிமயிர் குருதி உலர்ந்து சடையெனக் கருமைகொண்டு தொங்க தேரில் அமர்ந்து அணுகிய துரோணர் நகைத்து “இன்று என்னுடன் பொருதுக, பாஞ்சாலனே! உன் தந்தையின் கடனை நீ முடி, அல்லது நான் முடிக்கிறேன்” என்றார். “இதோ… இதுவே அத்தருணம்” என்றபடி திருஷ்டத்யும்னன் தன் நாணை ஒலிக்கவிட்டுக்கொண்டு அவரை நோக்கி சென்றான். ஆனால் பின்னால் விராடரின் குரல் கேட்டது. “விலகுக பாஞ்சாலரே, இது என் மைந்தனின் சாவுக்கு என் வஞ்சம்… விலகுக!” அவன் “செல்க, விராடரே! இது உங்களுக்குரிய போர் அல்ல” என்று சொன்னான். அதற்குள் விராடர் தன் தேருடன் துரோணரின் அம்புவளையத்திற்குள் புகுந்து வெறிகொண்டு தொடுக்கத் தொடங்கிவிட்டிருந்தார்.

விராடர் அழுதுகொண்டும் பொருளிலாது கூச்சலிட்டுக்கொண்டும் அம்புகளை எய்தார். அவருடைய பயிலா கைகளால் ஒற்றை அம்பைக்கூட துரோணரை அணுகச்செய்ய முடியவில்லை. துரோணரின் அம்புகள் அவரை அறைந்து அறைந்து கவசங்களை உடைத்தன. அவர் வில் ஒடிந்தது. தோளில் பாய்ந்த அம்புடன் அவர் தேர்த்தட்டில் அமர்ந்தார். துரோணரின் அம்புகளால் அவர் தேர்ப்புரவிகள் வெட்டுண்டு சரிந்தன. தேர் அவரைச் சரித்து கீழே தள்ளி சகடங்கள் உருள இழுத்துச்சென்றது. திருஷ்டத்யும்னன் “துரோணரே, இது நமது போர்” என்று கூவியபடி அவரை நோக்கிப் பாய்ந்து அம்புகளால் அவர் தோளிலைகளை உடைத்தான். அவர் உடலின் கவசங்களை அணுக்கன் அகற்றிக்கொண்டிருக்க அதை அறியாதவர்போல் அவர் வில்தொடுத்துக்கொண்டிருந்தார்.

பின்னாலிருந்து சங்கன் “தந்தையே…” என்று கூவியபடி வந்தான். விராடர் மண்ணில் உருண்டு எழுந்து ஓடிச்சென்று மைந்தனின் தேரில் ஏறிக்கொண்டார். சங்கனைத் தழுவியபடி அவர் “நம் குடியை முற்றழித்தவர் இவர்… மைந்தா, நம் குடியை முற்றழித்தவர்கள் இவரும் பீஷ்மரும்” என்று கூவியபடி நடுங்கினார். “அமைதிகொள்க, தந்தையே!”

என்று சொன்னபடி சங்கன் தேரை முகப்புக்கு செலுத்தினான். “விலகுக... விலகிச்செல்க!” என்றான் திருஷ்டத்யும்னன். “இன்னும் பொழுதில்லை... இதோ முடிகிறது இந்நாள். நீ களம்நின்று காட்டிவிட்டாய், மைந்தா. செல்க!” என்று கூவிக்கொண்டே துரோணரை எதிர்த்தான்.

சங்கன் “என் குலத்தோரின் குருதிக்கு இன்றே பழிநிகர் செய்கிறேன்” என்றபடி அம்புகளை ஏவிக்கொண்டு துரோணர் முன் சென்றான். அவன் தலைக்கவசம் ஓசையுடன் உடைந்தது. அவன் திரும்புவதற்குள் பிறையம்பு அவன் தலையை வெட்டி வீழ்த்தியது. தலையற்ற உடல் விராடரின் மடியில் விழுந்து துள்ளியது. கவிழ்த்த குடத்தில் இருந்து என குருதி அவர் மேல் கொப்பளித்துக் கொட்டியது. விலங்கொலியில் “மைந்தா! என் மைந்தா!” என்று கூவியபடி விராடர் உடல் வலிப்புகொள்ள நினைவிழந்து பின்னால் சரிந்தார். அவரை கேடயப்படை சூழ்ந்துகொண்டது.

தொலைவில் பொழுதணைந்துவிட்டதை அறிவித்தபடி எரியம்புகள் எழுந்தன. முரசுகள் தொடர்ந்து முழங்கலாயின. படைவீரர்கள் காற்று ஓயும் காடு என மெல்ல அசைவிழந்தனர். வெட்டுண்டவர்கள் இறுதியாகச் சரிய வெட்டியவர்கள் அவர்களை என்ன நிகழ்ந்தது என்று அறியாதவர்கள்போல் திகைத்து நோக்கி நின்றனர். “போர் முடிவு! போர் முடிவு!” என அறிவித்தபடி கொம்புகள் ஒலித்தன. படைகளின் பின்னிரையில் இருந்து ஆர்ப்பொலிகளும் கூச்சல்களும் எழுந்தன. முன்னிரையில் நின்றவர்கள் கால்கள் தாளாமல் உடல் எடைகொண்டவர்கள்போல் வாளையும் கதையையும் ஊன்றி நின்றனர். சிலர் கால்தளர்ந்து அமர்ந்தனர். சிலர் புண்களில் இருந்து குருதி வழிய நிலத்தில் படுத்தனர்.

“கூடுக! கூடுக! கூடுக!” என முரசு முழங்கியது. படைவீரர்கள் ஒருவரோடொருவர் தழுவியபடி சிறு தொகைகளாக மெல்ல நடந்தார்கள். ஒவ்வொருவரும் முற்றிலும் எண்ணமொழிந்து தெய்வமொழிந்த வெறியாட்டன்போல உடல்மட்டுமாக எஞ்சினார்கள். கௌரவப் படைகளில் இருந்து “வெற்றி! வெற்றி! வெற்றி!” என முரசு முழங்கத் தொடங்கியது. அங்கே பின்நிரையில் இருந்த வீரர்கள் படைக்கலங்களைத் தூக்கி “வெற்றிவேல்! வீரவேல்! கௌரவர் தலைவருக்கு வெற்றி! அஸ்தினபுரிக்கு வெற்றி!” என முழக்கமிட்டனர்.

82

கதிர் இறங்கிய பின்னரும் மண்ணில் வான்வெளிச்சம் எஞ்சியிருந்தது. உலோகப்பரப்புகளில் ஒளி ததும்பியது. சாத்யகி தன் புரவியில் களத்தினூடாகச் சென்று திரண்டு மீண்டும் நிரைகொண்டுவிட்ட பாண்டவப் படைகளின் நடுவே மையப்பாதையில் நுழைந்தான். புண்பட்ட வீரர்களைக் கொண்டுசெல்வதற்காக அமைக்கப்பட்டிருந்த சிறிய பலகைப்பாதைகளினூடாக ஒற்றை அத்திரிகள் இழுத்த இருசகட வண்டிகள் நீண்ட நிரையாக சென்றுகொண்டிருந்தன. தோளுடன் தோள் என இணையாக அடுக்கப்பட்டிருந்த வீரர்கள் குருதி வழிய முனகிக்கொண்டும் அரற்றிக்கொண்டும் இருந்தனர். வண்டிகளில் இருந்து சொட்டிய குருதியால் பலகை சிவந்து தசைக்கதுப்புபோல் ஆகிவிட்டிருந்தது. வண்டிகள் சென்ற வழியெங்கும் குருதி ஊறி வழிந்தது. சாலையின் பலகைப்பொருத்துக்களில் சகடம் விழ வண்டி அதிர்ந்தபோது புண்பட்டவர்கள் உடல் உலைந்து அலறினார்கள்.

சாத்யகி முகங்களை நோக்கிக்கொண்டு சென்றான். புண்பட்டவர்களில் சிலர் பித்துநிறைந்த கண்களுடன் வெறித்து நோக்கினர். சிலர் காய்ச்சல்கண்டவர்களாக நடுங்கிக்கொண்டிருந்தார்கள். சிலர் தங்களுக்குள் மென்குரலில் அரற்றினார்கள். சிலர் அருகே செல்பவர்களை நோக்கி "வீரர்களே! தலைவர்களே!" என கூவி அழைத்தனர். அவர்களில் சிலர் ஏற்கெனவே இறந்துவிட்டிருந்தனர் என்பது நிலைத்த விழிகளில் இருந்து தெரிந்தது. ஒன்றன்பின் ஒன்றாக வண்டிகள் முடிவிலாது சென்றுகொண்டே இருந்தன. அவற்றை ஓட்டிச்சென்றவர்களும் குருதியில் நனைந்திருந்தார்கள். போர் நிகழ்ந்த பகல் முழுக்க குருதிமணம் நிறைந்திருந்த காற்று சித்தத்தை அடையவில்லை. விழிகளும் செவிகளும்

விழிசெவியென்றான உடலும் மட்டுமே புலன்களென்றிருந்தன. போர் அணைந்த மறுகணமே மூக்கு உயிர்கொண்டது. வானும் மண்ணும் குருதிவாடையால் மூடப்பட்டன.

களத்தில் இருந்த அனைத்தும் வெட்டிவைத்த தசைகளின் வாடை கொண்டிருந்தன. காற்று சுழன்றடிக்கையில் குமட்டல் எழுந்தது. அறியாமல் வயிறு அதிர வாய் ஊறிக்கொண்டே இருந்தது. அங்கிருந்த அனைவருமே காறிக்காறி துப்பினர். களத்தில் விரிந்து கிடந்த சடலப்பரப்பை அவன் இடையில் கைவைத்து நின்று விழியோட்டி நோக்கினான். உடல் வலிப்புகொண்டமையால் முகம் கோணலாகி உதடுகள் இழுபட பற்கள் வெறித்து அவை நகைப்பவைபோல் தோன்றின. வெட்டுண்ட தலைகளில் மட்டும் விழிமூடிய ஆழ்ந்த அமைதி தெரிந்தது. உடலின் பொறுப்பிலிருந்து விடுபட்டமையின் அமைதியா அது?

ஒருவன் அலறிக்கொண்டே இருந்தான். அவனை நோக்கியபின்னரே அந்த அலறல் காதில் விழுந்தது. அவன் எவரையும் நோக்கி அழவில்லை. வானிடம் இறைஞ்சிக்கொண்டிருந்தான். புண்பட்ட அனைத்து விலங்குகளுமே வானிடம்தான் முறையிடுகின்றன. அங்கு எவரேனும் இருக்கிறார்களா? தேவர்கள், தெய்வங்கள், அலகிலியாகிய பிரம்மம்? இல்லை என்றால் இந்தக் கண்ணீருக்கும் முறையீட்டுக்கும் என்ன பொருள்? எதற்குத்தான் பொருள்? அன்பு, அளி, மானுடம் அனைத்தும் போர் தொடங்குவதற்கு முன்னரே பொருளிழந்து உதிர்ந்துவிடுகின்றன. நெறி, அறம் என ஒவ்வொன்றாக உடைந்து களத்தில் சரிகின்றன. வெற்றி என்ற சொல் மட்டுமே எஞ்சியிருக்கிறது. தெய்வங்களே, மூதாதையரே, இறுதியில் அச்சொல்லேனும் பொருளுடன் எஞ்சவேண்டும்.

உயிர்நோக்கிகள் நீண்ட ஈட்டிகளுடன் சடலங்களின் நடுவே கால்தூக்கி வைத்து நடமிடுபவர்கள்போல சென்றனர். கீழே கிடந்த உடல்களைப் புரட்டி நோக்கி உயிரில்லை என்றால் அப்பால் சென்றனர். தேறும்புண்பட்டு உயிர் எஞ்சியிருப்பதைக் கண்டால் அவ்வுடல் மேல் வெண்சுண்ணத்தால் வட்டமுத்திரை ஒன்றை பதித்தபின் அருகே ஒரு சிறிய வெண்கொடி கட்டப்பட்ட மூங்கிலை நட்டுவிட்டு முன்னால் சென்றனர். சிறுவிரல் அளவுள்ள மூங்கில்களின் கீழ்நுனியில் இரும்புக்கூர் இருந்தது. குருதி நனைந்து ஊறிய தரையில் அதை எளிதில் குத்தி நிறுத்த முடிந்தது.

அவர்களுக்கு அப்பால் வந்துகொண்டிருந்த களக்காப்பர்கள் அந்தக் கொடிகளை அடையாளமாகக் கொண்டு அணுகி புண்பட்டவர்களின் அருகே குருதியில் ஊறி துளிசொட்டிக்கொண்டிருந்த மரவுரியை விரித்து உடல்களைப் புரட்டி அதிலிட்டு இருபுறமும் பற்றித்தூக்கி சகடப்பரப்பில்

வைத்தபின் மரவுரியை உருவி எடுத்தனர். உடலில் தைத்திருந்த அம்புகளை அவர்கள் பிடுங்கவில்லை. அம்புகள் அசைந்தபோது புண்பட்டோர் முனகினர், விழித்தவர்கள் கூச்சலிட்டனர். விழுந்த மரங்களில் எழுந்த தளிர்கள் என அவன் உடல்களில் நின்ற அம்புகளைப்பற்றி எண்ணினான். பின்னர் அவ்வெண்ணத்திற்காக நாணி அகம் விலக்கிக்கொண்டான்.

அலறிக்கொண்டிருந்தவனை அணுகிய உயிர்நோக்கிகளில் ஒருவர் குனிந்து அவன் உடலை நோக்கினார். அவன் வயிற்றில் பெரிய வாய் ஒன்று திறந்திருந்தது. உள்ளே செக்கச்சிவந்த நாக்கு ஒன்று தவித்தது. அவன் “மூத்தோரே! மூத்தோரே!” என்று கூவினான். உயிர்நோக்கி முதிர்ந்தவராக இருந்தார். விழிகள் விலங்கு விழிகள் என உணர்வற்று, மானுடரை அறியும் மொழியொளி அற்று, இரு வெறிப்புகளாக தெரிந்தன. அவர் கையை அசைக்க பின்னால் வந்த வீரன் ஈட்டியை ஓங்கினான். அவர் தலையசைத்ததை உணர்ந்த புண்பட்டவன் “வீரரே! தந்தையே” என்று கூவி கையை நீட்டி தடுக்க அவன் மிக இயல்பாக, செயல்தேர்ந்த கையசைவின் பிழையின்மையுடன் ஈட்டியால் அவன் நெஞ்சில் இரு விலாவெலும்புகளுக்கு நடுவே குத்தி இறக்கி சற்றே சுழற்றினான். ஈட்டியை உருவியபோது குருதி சொட்டியது. அதை அப்புண்பட்டவனின் உடையிலேயே துடைத்தபின் அவன் முன்னால் சென்றான்.

நெஞ்சக்குமிழை ஈட்டிமுனை வெட்டியதனால் இருமுறை உடல் உலுக்கிக்கொண்டு புண்பட்டவன் வாய்திறந்து ஒலியிலாச் சொல் உரைத்து உறைந்தான். உயிர்நோக்கிகள் அவனைத் திரும்பி நோக்காமல் முன்னால் சென்றனர். இன்னொருவனைக் குனிந்து நோக்கி மீண்டும் தலையசைத்தார் முதியவர். மீண்டும் ஈட்டி மேலெழுந்து இறங்கியது. அதே விலாவெலும்பின் இடைவெளி. அதேபோன்ற ஆழ்நடுகை. அவர்களின் ஒவ்வொரு செயலிலும் தேர்ச்சியின் முழுமை இருந்தது. இக்களத்தில் இன்று பல்லாயிரம்பேர் விழுந்திருக்கக்கூடும். மானுடருக்கும் உடல்களுக்கும் நடுவே மெல்லிய வேறுபாடு மட்டுமே. அதை அவர்கள் அறிவார்கள். அவர்களின் விழிகள் அதை மட்டுமே அறியும்.

சாத்யகி திருஷ்டத்யும்னனின் கூடாரத்தை அணுகியபோது மிகவும் தளர்ந்திருந்தான். வெளியே தோல்வார்கள் இழுத்துக் கட்டிய உயரமற்ற கட்டிலில் ஆடையில்லாமல் திருஷ்டத்யும்னன் படுத்திருந்தான். அவன் உடலில் இருந்து அம்புமுனைகளையும் உடைந்த தேர்ச்சிம்புகளையும் மருத்துவர் பிடுங்கிக்கொண்டிருந்தனர். அவன் அவ்வப்போது நடுங்கி முனகிக்கொண்டிருந்தாலும் சூழ்ந்து நின்றிருந்த துணைப்படைத்தலைவர்களுக்கு ஆணைகளை இட்டுக்கொண்டிருந்தான். படைத்தலைவன் சிம்மவக்த்ரன் பாண்டவப் படைகளின் இழப்பை சொல்லிக்கொண்டிருந்தான். “இன்னும் கணக்கு எடுக்கப்படவில்லை.

இறந்தவர்களை முத்திரை நோக்கிக் கணக்கிட ஏவலர்களை அனுப்பியிருக்கிறோம். ஆனால் விழிநோக்கிலேயே தெரிகிறது நம் இழப்பு அரை அக்ஷௌகிணிக்கு குறையாது..." பின்னர் தயங்கி "ஒருவேளை ஓர் அக்ஷௌகிணிகூட இருக்கலாம்" என்றான்.

திருஷ்டத்யும்னன் "ஆம், இருக்கும். பீஷ்மர் இன்று ஆடிய கொலைத்தாண்டவம் எண்ணற்கும் அரிது" என்றான். "இத்தனை நாள் இரவும்பகலும் அவர் பயின்ற வில் இதன்பொருட்டே போலும்... இளமைந்தர்களின் குருதியாட!" கசப்புடன் சிரித்து "இறந்த மைந்தர்களின் ஆத்மாக்கள் இன்று அவர் துயிலும் கூடாரத்தை சூழ்ந்திருக்கும்... நன்கு உறங்கட்டும் பிதாமகர்" என்றான். சாத்யகியைக் கண்டதும் "யாதவரே, நமது பிணங்களை முறைப்படி விண்ணேற்றும் பொறுப்பை உம்மிடம் அளிக்கிறேன். எரியேற்றுவதும் புதைப்பதும் அந்தந்தக் குடிகளின் முறைமைப்படி நிகழ்க! சுடலைப்பொறுப்பை மூத்தவர் சிகண்டி ஏற்றுக்கொண்டிருக்கிறார்" என்றான். "முறைப்படி அதை செய்ய ஈராயிரம் ஏவலர்களை எட்டுப் பிரிவுகளாக அமைத்துள்ளேன். ஆயிரம் வண்டிகள் அதற்கென்றே அனுப்பப்பட்டுள்ளன. நள்ளிரவுக்குள் மானுடர் அனைவரும் மண்ணோ எரியோ புகுந்தாகவேண்டும். அதன்பின் விலங்குகள். விடிவதற்குள் மீண்டும் களம் தூய்மையடையவேண்டும்" என்றான்.

சாத்யகி தலையசைத்தான். "ஒருவர் உடல்கூட முறைப்படி இறுதிச்செயல்கள் இன்றி செல்லக்கூடாது. அதை உறுதிசெய்க! இறந்தவர்களின் எண்ணிக்கை புலரிக்கு முன் என் கைக்கு வரவேண்டும். முற்புலரியில் அரசர் அவைகூடும்போது நான் அதை அளிக்கவேண்டும்" என்றான் திருஷ்டத்யும்னன். "ஆணை!" என்றான் சாத்யகி. திருஷ்டத்யும்னன் அருகே நின்றிருந்த படைத்தலைவன் சிம்ஹநேத்ரனிடம் "எனக்கு ஒவ்வொரு படைப்பிரிவிலும் எஞ்சியுள்ளோரின் கணக்கு இன்று இரவு எழுவதற்குள் வந்தாகவேண்டும். நள்ளிரவுக்குள் தேய்ந்துவிட்ட படைப்பிரிவுகளுக்கு புதிய வீரர்களை அனுப்பவேண்டும்" என்றான். சாத்யகி தலைவணங்கி விடைகொண்டான்.

மீண்டும் புரவியை அடைந்தபோது அவன் இறப்பின் தருணம் என களைத்திருந்தான். எங்காவது விழுந்து மண்ணில் உடல்பதித்து மறந்து உறங்கவேண்டும் என விழைந்தான். புரவிமேல் உடல் கோணலாக அமைய தளர்ந்த தோள்களுடன் அமர்ந்திருந்தான். எச்சில் மார்பில் விழுந்தபோதுதான் விழித்துக்கொண்டான். புரவி குளம்புகள் செந்தாளம் இட சீராக சென்றுகொண்டிருந்தது. அவன் தன் சித்தத்துக்குள் பெரும்போர் ஒன்று நிகழ்ந்துகொண்டிருந்ததை எண்ணி பெருமூச்சுவிட்டான். அங்கிருந்து நோக்கியபோது எறும்புநிரை என புண்பட்டோரை ஏற்றிய

அத்திரிவண்டிகள் ஒன்றுடன் ஒன்று நெருக்கியபடி மருத்துவநிலை நோக்கி செல்வதைக் கண்டான். ஒழிந்த வண்டிகள் இன்னொரு சாலையினூடாக மீண்டும் களம்நோக்கி சென்றன. நீர் இரைக்கும் சகடக் கலநிரை என அவ்வரிசை சுழன்றுகொண்டிருந்தது.

அவன் எரிநிலையை சென்றடைந்தபோது அங்கே சிகண்டி இருக்கவில்லை. அவருடைய துணைப்படைத்தலைவன் காதரன் "பாஞ்சாலர் தெற்குக் காட்டுக்குள் சென்றிருக்கிறார், யாதவரே" என்றான். "நான் அரக்கு கொண்டுசெல்லும் வண்டிகளைக் கணக்கிட்டு செலுத்தும்பொருட்டு இங்கே அமைக்கப்பட்டுள்ளேன்." சாத்யகி தெற்கே விரிந்திருந்த குறுங்காட்டுக்குள் சென்றான். தொலைவிலேயே பேச்சொலிகள் கேட்டன. அவன் உள்ளே நுழைந்தபோது சிகண்டியின் அணுக்கக் காவலன் வணங்கி எதிர்கொண்டான். சாத்யகி "மூத்த பாஞ்சாலரைப் பார்க்கவந்தேன்" என்றான். அக்காவலனுக்கும் சிகண்டியின் உயிரிழந்த விழிகள் இருந்தன. அவன் சொல்லில்லாமல் தலைவணங்கி அவனை உள்ளே அழைத்துச் சென்றான்.

குறுங்காட்டில் நீர் வழிந்தோடி உருவான ஆழமான பள்ளத்திற்குள் பத்து பெருஞ்சிதைகள் ஒருக்கப்பட்டுக்கொண்டிருந்தன. எருதுகள் இழுத்த வண்டிகளில் கொண்டுவரப்பட்ட எடைமிக்க விறகுக் கட்டைகள் பள்ளத்திற்குள் உருட்டப்பட்டன. அங்கிருந்தவர்கள் அவற்றைப் பிடித்துத் தூக்கி அடுக்கினர். இரண்டு சிதைகள் அடுக்கப்பட்டு இறுதிநிலையில் இருந்தன. மேலே அரக்குக் கட்டைகளை அடுக்கி அவற்றின்மேல் மெல்விறகை நிரப்பினர். சிகண்டி அப்பால் ஏவலருடன் பேசிக்கொண்டு நின்றிருந்தார். அவன் அருகே சென்று தலைவணங்கினான். "சொல்!" என்று அவர் சொன்னார். "பாஞ்சாலரே, இறந்தவர்களின் மொத்தக் கணக்கு நாளை காலைக்குள் அரசருக்கு அளிக்கப்படவேண்டும் என்றார் படைத்தலைவர்" என்றான் சாத்யகி. "கணக்கிடாமல் இங்கே எரிப்போம் என எவர் சொன்னது?" என்றார் சிகண்டி. அவருடைய எரிச்சலை நோக்கி மேலும் பணிவுகொண்டு "இல்லை, பாஞ்சாலரே. நீங்கள் முறையாகவே செய்வீர்கள் என அறிவேன். அனைத்தையும் ஒருங்கிணைப்பது மட்டுமே என் பணி" என்றான் சாத்யகி.

"பிணக்கணக்கு குறிப்பதற்கு அறுபது பேரை அமரச்செய்துள்ளேன். இறந்தவரின் பெயர், குலம், படைப்பிரிவு, நாடு ஆகியவை முறையாகப் பதிவுசெய்யப்படும். கிளம்பும்போதே அனைத்துச் செய்திகளும் ஏடுகளில் பதிவுசெய்யப்பட்டிருந்தன. அச்சுவடிகளின் பிறிதோலைகள் அனைவரிடமும் அளிக்கப்பட்டுள்ளன. நோக்கிக் கண்டு பதிவுசெய்வார்கள்" என்று சிகண்டி சொன்னார். சாத்யகி "நன்று" என்றான். "எங்களுக்கிருக்கும் மிகப் பெரிய இடர் பிழையாக

அடையாளம் காணப்பட்டு கௌரவர் தரப்பினரின் உடல்கள் இங்கு வந்துவிடுவது. அவற்றை மீண்டும் திரும்ப கொண்டுசெல்வது பெரும்பணி. அங்கு சென்று அடையாளம் காணும் பணிகளை மேலும் செம்மை செய்க... இதுவரை எழுபது உடல்கள் வந்துவிட்டன" என்றபின் அவன் செல்லலாம் எனக் கைகாட்டியபடி சிகண்டி அப்பால் சென்றார்.

சாத்யகி அருகே நின்ற சூதரை நோக்கிப் புன்னகைத்தான். அவரும் புன்னகைக்கும் வழக்கம் இல்லாதவராக, இறந்த விழிகொண்டவராக தோன்றினார். எதையாவது பேசவேண்டும் என்பதற்காக "ஏன் குழிகளில் சிதைகள் ஒருக்கப்படுகின்றன?" என்றான் சாத்யகி. "மேட்டில் என்றால் சிதை மேலும் மேடாகும். விறகுகளைத் தூக்கி மேலே கொண்டுசென்று அடுக்கவேண்டியிருக்கும். சிதையடுக்க யானைகளைக் கொண்டுவரும் வழக்கமில்லை" என்றார் சூதர். சினம் எழுந்தாலும் அவன் அதை அடக்கிக்கொண்டான். "நன்று" என்றபடி நடந்தான்.

சிதைகளை அடுக்கிக்கொண்டிருந்தவர்கள் பெரும்பாலும் படைவீரர்கள். பிறப்பால் இடுகாட்டுத்தொழில் செய்பவர்கள் அங்கே மேல்நோட்டப் பொறுப்புகளை மட்டுமே ஆற்றினர். சிதைகளின் அளவை அப்போதுதான் அவன் நோக்கினான். ஒவ்வொன்றும் மூன்று ஆள் உயரம் இருக்கும். இருபது வாரை நீளமும் இரண்டுவாரை அகலமும் கொண்ட விறகுக்குவைகள். "ஒவ்வொன்றிலும் எத்தனை பேரை எரிப்பார்கள்?" என்றான். மேல்நோட்டக்காரர் திரும்பி "ஒன்றில் இருநூறுபேர் வரை அடுக்கலாம்" என்றார். அவன் உள்ளத்தில் ஓடிய எண்ணத்தை உணர்ந்து "குருதியும் சலமும் நிறையவே இருக்கும். ஆகவேதான் இத்தனை விறகு. அரக்கும் இருப்பதனால் விறகு எளிதில் எரிந்தேறும். ஆனால் பேரனல் எழுந்துவிட்டதென்றால் வாழைத்தண்டையும் விறகாக்கலாம்" என்றார்.

அப்பால் நின்றிருந்த முதிய சிதைக்காரர் ஈறிலிருந்து நீண்டு நின்ற பற்களைக் காட்டி சிரித்து "முதல் நூறு எரிந்துகொண்டிருக்கையிலேயே அடுத்த நூறை உள்ளே செலுத்துவோம். பின்னர் விறகே தேவையில்லை. உடல் உருகும் கொழுப்பே எரியுணவாகும். ஒரு பிணம் இன்னொரு பிணத்துக்கு விறகாகும்" என்றார். அவன் அவர்களின் முகங்களை மாறிமாறி நோக்கினான். அவற்றில் ஓர் அறியவொண்ணா நுண்களிப்பு இருக்கிறதா? அது தங்கள் பணியைத் திறம்படச் செய்பவர்களுக்கு உருவாகும் நிறைவா? அடுமனையாளர் விழவூட்டுகளில் அடையும் உவகை. அன்றி வேறேதுமா? அவனுக்கு சிதையில் ஊனுண்ண வரும் பாதாள தெய்வங்களைக் குறித்த சூதர்பாடல்கள் நினைவிலெழுந்தன. அத்தெய்வங்கள் இவர்களில் குடியேறியுள்ளனவா?

அவன் சிதைகளில் இருந்து விலகிச்சென்றான். சிற்றமைச்சர் ஜலஜர் சாலமரத்தடியில் நிற்பதைக் கண்டான். அவனைக் கண்டதும் அவர் தலைவணங்கினார். அவன் அருகணைந்து "தாங்கள் இங்கு பொறுப்பிலிருக்கிறீர்களா, உத்தமரே?" என்றான். "இல்லை, இங்கு நிகழவேண்டிய வைதிகச் சடங்குகளுக்கு மட்டுமே நான் பொறுப்பு" என்றார். "நாங்கள் நூறு அந்தணர் இங்கு வந்துள்ளோம். வைதிக முறைப்படி இறந்தவர்களுக்கு அவர்களின் மைந்தர்களோ தந்தையோ ஆசிரியரோ எரியூட்டி இறுதிச்சடங்கு இயற்றலாம். ஆசிரியர்களாக நின்று நாங்கள் அதை செய்வோம்." அப்பால் ஒரு கூண்டு வண்டியில் இருந்து வைதிகர்கள் இறங்கி வெண்ணிற ஆடைகள் அந்திவெளிச்சத்தில் துலங்கித்தெரிய கைகளில் தர்ப்பையும் மரக் கமண்டலங்களுமாக ஓசையில்லாமல் நடந்து வந்தனர்.

"தாங்கள் இங்கே பொறுப்பு கொள்கிறீர்களா?" என்றார் ஜலஜர். "ஆம், இவையனைத்தையும் ஒருங்கிணைக்க என்னிடம் பணித்துள்ளனர். ஆனால் இங்கே நான் செய்வதற்கென்ன உள்ளது என்றுதான் புரியவில்லை" என்றான் சாத்யகி. ஜலஜர் "ஆம், பாஞ்சாலர் இங்கு வருவதற்குமுன் உபப்பிலாவ்யத்திலேயே இங்கு எத்தனை பேர் இறக்கக்கூடும் என மதிப்பிட்டிருந்தார். இன்று போர் முடிந்ததுமே எத்தனை பேர் இறந்திருப்பார்கள் என முழுமையாகக் கணக்கிட்டுவிட்டார். விறகு, அரக்கு வண்டிகள், அத்திரிகள், அந்தணர் என அனைத்தையும் முன்னரே முடிவுசெய்துவிட்டார்" என்றார். "மெய், நான் அவரிடம் ஒரு சொல்லும் உசாவமுடியாது என்றும் உணர்ந்துகொண்டேன்" என்றான் சாத்யகி. "புதைப்பவர்களை என்ன செய்கிறார்கள் என்று மட்டும் நோக்கிவிட்டால் களத்துக்கு செல்வேன்."

ஜலஜர் "முன்னரே பாஞ்சாலர் இக்களத்திற்கு வந்து நோக்கிப் புதைப்பதற்கு உரிய எளிய வழிகளைக் கண்டடைந்துவிட்டிருக்கிறார். இங்கே மண்ணுக்குள் மாபெரும் வெடிப்புகளும் பிலங்களும் உள்ளன. அவ்வெடிப்புகளில் உடல்களைப் போட்டு மண்ணிட்டு மூடுகிறார்கள். மண்ணுக்குள் ஓடும் பிலங்களுக்குமேல் சிறு குழிகளைத் தோண்டி அத்துளைகளினூடாகப் பிணங்களை உள்ளே போட்டுத் துளையை மூடுகிறார்கள்" என்றார். "இல்லாவிடில் இத்தனைபேருக்கும் குழிகள் தோண்டுவது போரைவிட பெரிய பணி. நள்ளிரவுக்குள் பிணங்கள் முழுமையாகவே மறைந்துவிடும். நாளை களம் தூய்மையாக இருக்கும்." அவர் பற்கள் தெரிய சிரித்து "உண்ட தாலத்தை அடுத்த உணவுக்கு கழுவி வைப்பதுபோல" என்றார்.

சாத்யகி "முன்பும் இவ்வாறுதான் செய்தார்கள் போலும்" என்றான். அங்கே பெரும்பாலானவர்கள் எதையாவது சொல்லி சிரிப்பதை அவன்

உணர்ந்தான். அச்சிரிப்பு அவர்களின் உள்ளம் கொள்ளும் இறுக்கத்தை நிகர்செய்யும் வழியா? அதனூடாக அவர்கள் உடையாது தங்களைத் தொகுத்துக்கொள்கிறார்களா? அன்றி அவர்களில் வந்தமர்ந்து அறியாத் தெய்வங்கள்தான் மானுடரை நகையாடுகின்றனவா? ஜலஜர் "ஆம், பெரும்பாலான பிளவுகளுக்குள் நொதிக்கும் செஞ்சேறு குருதி என நிறைந்துள்ளது. ஓரிரு நாட்களில் உடல்களை செரித்துக்கொள்ளும் பசி கொண்டவை அவை. பிலங்கள் அடியிலிபோல் ஆழமானவை. இங்குள்ள முழுப் படையினரையும் உள்ளே செலுத்தினாலும் நிறையாதவை" என்றார். சாத்யகி பெருமூச்சுவிட்டான். "பிலங்களுக்குள் பல்லாயிரமாண்டு எலும்புகள் குவிந்திருப்பதாகவும் பலகோடி பேய்கள் வாழ்வதாகவும் கதைகள் உள்ளன, யாதவரே" என்றார் ஜலஜர்.

மீண்டும் புரவியிலேறி குறுங்காட்டின் மறுபக்கம் வழியாக அவன் வெளியே சென்றான். அங்கே உடல்களை ஏற்றிய வண்டிகள் எருதுகளால் இழுக்கப்பட்டு நீண்ட நிரையாக வந்து வளைந்து நின்றன. அவற்றிலிருந்து பிணங்களை இறக்கி நீண்ட பன்னிரு வரிசைகளாக அடுக்கி நிரத்தினர் வீரர்கள். தோளோடு தோள் ஒட்டி மல்லாந்து கிடந்த உடல்களில் அறுபட்ட தலைகளை பொருத்தாமல் சற்று அப்பால் தனியாக வைத்தனர். வெட்டுண்ட கைகளையும் கால்களையும் வயிற்றின்மேல் வைத்தனர். உடல்களை அடையாளம் காண்பதற்குரிய முத்திரைகளையும் படைக்கலங்களையும் பிற பொருட்களையும் மார்பின் மேல் சீராக அமைத்தனர். அங்கிருந்து நோக்கியபோது ஒரு பெரும்படையைக் கிடைமட்டமாகப் பார்ப்பதுபோல் தோன்றியது. அவர்களனைவரும் எங்கோ போருக்கு சென்றுகொண்டிருப்பதுபோல.

துணைக்கணக்கர்கள் ஒவ்வொரு சடலத்தையாக நோக்கி அடையாளங்களைக் கொண்டு குலத்தையும் பெயரையும் படைப் பிரிவையும் நாட்டையும் அடையாளம் கண்டு உரக்க கூவிச் சொன்னார்கள். "கிருவிகுலத்தைச் சேர்ந்த முத்ரன். எட்டாவது பாஞ் சாலப் படைப்பிரிவு." அந்த இளைஞனின் தலை தனியாக தரையில் மல்லாந்து விண்நோக்கி வெறித்திருந்தது. வெண்பற்களுடன் அவன் எதையோ சொல்ல விழைவதுபோல. அவனுடைய உடல் அந்த ஓசைக்கு அப்பால் வெறும் பருப்பொருளாக கிடந்தது. விழிகள் இருந்தமையால் அந்தப் பெயரை அவன் தலை அறிந்தது, ஆனால் அதற்கு எதிர்வினை ஆற்றவில்லை. அந்தப் பெயரையும் குலத்தையும் படையையும் நாட்டையும் கேட்டு அது திகைப்பதுபோல தோன்றியது. பெயர்கள் ஒலித்துக்கொண்டே இருந்தன. "துர்க்கும குலத்து அகாதன். மூன்றாவது விராடப் படைப்பிரிவு." அவன் கண்மூடி துயின்றுகொண்டிருந்தான். சூழ நிகழ்வதை அவன் கேட்பதுபோல, அவன் கனவுக்குள் வேறொன்றாக அதை அறிந்துகொண்டிருப்பதுபோல.

மீண்டும் செல்லத்தொடங்கியபோதுதான் ஏன் தலைகள் இணைத்து வைக்கப்படவில்லை என்பதை சாத்யகி எண்ணிப் புரிந்துகொண்டான். வெட்டுண்ட தலை சேர்க்கப்பட்டால் பாதாள உயிர்கள் அவ்வுடலில் குடியேறிவிடக்கூடும். புதிய விழிகளுடன் எழுந்து நிற்கக்கூடும். ஏனென்றறியாமல் அவன் உடல் மெய்ப்புகொண்டது. தன் உடலெங்கும் வந்து மொய்த்த அறியா விழிகளின் நோக்கை அவன் உணர்ந்தான். இறந்தவர்களின் விழிகள்! காற்றில் எழுந்த அவர்களின் ஆத்மாக்களின் மூச்சு அவன் மேல் மெல்லிய காற்றென தொட்டது. அவன் புரவிக்கு வலப்பக்கம் முடிவிலாது பிணங்களின் அடுக்கு வந்தபடியே இருந்தது. அது முடிந்ததை விழிதிருப்பாமலேயே கண்டு அவன் நீள்மூச்சுவிட்டு எளிதானான்.

தென்மேற்கே ஏழு ஆழ்ந்த நிலவெடிப்புகள் உண்டு என அவன் கேட்டிருந்தான். புரவியை அவன் செலுத்தாமலேயே அது அத்திசை நோக்கி சென்றது. அங்கேயும் பிணங்களின் நீண்ட நிரை உருவாகிக்கொண்டிருந்தது. அவன் சென்று இறங்கி அங்கே நின்றிருந்த துணைப்படைத்தலைவனிடம் "பாஞ்சாலர் ஆணைப்படி கணக்குகள் பதிவாகின்றன அல்லவா?" என்றான். அத்துணைப்படைத்தலைவனின் முகமும் சிகண்டியின் முகம்போலவே இருந்தது. எப்போதோ உள்ளூர இறந்துவிட்ட முகம். "ஆம், இப்போதுதான் தொடங்கியிருக்கின்றன" என்று அவன் சொன்னான். சாத்யகி உள்ளே சென்றான்.

அங்கே நிலப்பிளவின் விளிம்பில் படைவீரர்கள் நின்றிருந்தார்கள். அவர்கள் அனைவருமே நிஷாதர்களும் கிராதர்களும் அரக்கர்களும் அசுரர்களும்தான் என்பதைக் கண்டான். அகன்ற பலகைகள் சாலையென வந்து உடைந்த பாலம்போல பிலத்தின் விளிம்பில் நீட்டி நின்றன. நிரையிலிருந்து ஓர் உடலை ஒருவர் சிறு நடைவண்டியில் வைத்துத் தள்ளிக்கொண்டுவந்து அந்தப் பலகையில் வைத்தார். குடிமூத்தார் ஒருவர் தலையில் கழுகிறகு சூடி குடிக்கோலை இடக்கையில் ஏந்தி நின்றிருந்தார். அவருக்கு உதவ இருவர் தாலங்களில் காட்டுமலர்களுடன் பின்னால் நின்றனர். குடிமூத்தார் "சூக குலத்து காரகனே, மூதாதையருடன் மகிழ்ந்திரு! உனக்கு அங்கே நிறைவுண்டாகுக! உன் கொடிவழியினருக்கு நீ வேரென்றாகுக! மண்ணுக்கு அடியில் இருந்து உயிரும் உப்புமென எழுந்து நீ மீண்டும் வருக! ஆம், அவ்வாறே ஆகுக!" என்றார். அவ்வுடல்மேல் ஒரு மலர் வைக்கப்பட்டதும் ஏவலன் பலகையை சரித்தான். உடல் சரிந்து ஆழத்தில் சென்று விழுந்தது. அடுத்த உடல் கைவண்டியில் அருகணைந்தது.

சாத்யகி அதை நோக்கியபடி நின்றான். இருபது இடங்களில் அவ்வாறு நீப்புச்சொற்களுடன் உடல்கள் மண்ணுக்குள் செலுத்தப்பட்டன.

பசிஅணையா வாய் ஒன்றுக்கு ஊட்டிக்கொண்டே இருந்தனர். எடைகொண்டு குளிர்ந்திருந்த கால்களை உந்தி நீக்கியபடி நடந்து அவன் மீண்டும் புரவியை அணுகினான். துணைப்படைத்தலைவனிடம் "நான் புலரிக்கு முன் வந்து இந்தப் பெயர்பதிவைப் பெற்றுக்கொள்கிறேன்" என்றபின் கிளம்பினான். இருட்டத் தொடங்கிவிட்டிருந்தது. அவன் படைமுகப்பு நோக்கி செல்லத் தொடங்கியபோது தொலைவில் ஒரு சங்கொலி கேட்டது. மணியோசையும் வாழ்த்துக்குரல்களும் உடன் எழுந்தன. அவன் நின்று செவிகூர்ந்தான். பின்னர் அத்திசைநோக்கிப் புரவியை செலுத்தினான்.

அப்பகுதி குறுங்காட்டில் தனியாகக் காவலிட்டுப் பிரிக்கப்பட்டிருந்தது. அவன் அணுகியபோது அங்கிருந்த காவலர்தலைவன் தலைவணங்கி உள்ளே செல்ல ஒப்புதல் அளித்தான். உள்ளே மேலும் காவலர்கள் தென்பட்டனர். சிற்றமைச்சர் சந்திரசூடர் அங்கே நின்றிருந்தார். அவனைக் கண்டதும் அருகணைந்து தலைவணங்கினார். "என்ன நிகழ்கிறது?" என்றான். "இங்கே அரசகுடியினருக்கான எரியூட்டல் நிகழ்கிறது. இளவரசர் அரவான் முதலில் சிதைகொள்கிறார்" என்றார். தயக்கத்துடன் "அந்த உடல் இங்குதான் உள்ளதா?" என்றான் சாத்யகி. "ஆம், யாதவரே. பிற இளவரசர்களின் உடல்கள் அவர்களின் படைப்பிரிவுக்குக் கொண்டுசெல்லப்பட்டுள்ளன. அங்கே அரசகுடியினருக்குரிய நீப்புச்சடங்குகள் நிகழ்கின்றன. அவை இங்கே நள்ளிரவுக்குப் பின்னர்தான் ஒவ்வொன்றாக வந்துசேரும்" என்றார் சந்திரசூடர். "இந்நாளில் பெரும்பலி விராடர்களுக்கும் குலாடர்களுக்கும்தான். அவர்களின் உடல்கள் அங்கே குடிச்சடங்குகளுக்காக வைக்கப்பட்டுள்ளன. அரசரும் உடன்பிறந்தாரும் அங்கு சென்றுள்ளனர்."

பின்னர் குரல் தாழ்த்தி "இது அரவானின் உடல் மட்டுமே. முறைப்படி நாகர்குடிக்குரிய சடங்குகள் அந்த தலைக்குத்தான் செய்யப்படும். இதை வெறுமனே எரித்துவிடும்படி ஆணை" என்றார். "எச்சடங்கும் இன்றியா?" என்றான் சாத்யகி. அவருடைய விழிகள் மேலும் சுருங்கின. "சடங்கு என்றால்..." என்றபின் "அந்த ஆணிலி வந்திருக்கிறாள். அவள் அவரைத் தன் கணவன் என்கிறாள். அவருடன் சிதையேறுவேன் என்று சொல்கிறாள். அதை ஒப்புவதா என்று அறியாமல் குழம்பி அரசருக்கே செய்தியனுப்பினோம். அவள் விருப்பம் நிறைவேறுக என ஆணை வந்துள்ளது" என்றார்.

சாத்யகி புரவியில் இருந்து இறங்கி குறுங்காட்டின் சிறு பாதையினூடாக நடந்தான். அவன் உடல் ஓய்ந்து தசைகள் உயிரற்றவைபோல தோன்றின. கண்ணிமைகள் அவனை மீறி மூடிமூடி எழுந்தன. ஒரு சில கணங்கள் எண்ணங்கள் சூழலிழந்து எங்கோ அலைந்து மீண்டன. சற்று பள்ளமான

இடத்தில் ஓர் ஆள் உயரமுள்ள நீண்ட சிதை ஒருக்கப்பட்டிருந்தது. அதன்மேல் அரக்குபொழிந்த விறகு அடுக்கப்பட்டு அரவானின் தலையிலாத உடல் வெண்கூறை மூடி வைக்கப்பட்டிருந்தது. அவன் கீழே செல்ல எண்ணினாலும் உடலை அசைக்காமல் மேலேயே மகிழமரத்தின் அடியில் நின்று நோக்கிக்கொண்டிருந்தான். அரவானுக்கான சிதைநெருப்பை வைக்கும் அந்தணர் தெற்குமூலையில் அமர்ந்து சடங்குகளை செய்துகொண்டிருந்தார். அங்கிருந்து நோக்கியபோது அவர் செய்வதென்ன என்று தெரியவில்லை. அவர் அருகே முழவும் மணியும் சங்கும் கொண்டு மூவர் நின்றிருந்தனர்.

கீழே சிதையின் கால்பகுதியில் கைகளைக் கூப்பியபடி ரோகிணி நின்றிருப்பதைக் கண்டான். அவள் அருகே குலாடகுடியின் இரு படைத்தலைவர்கள் உருவிய வாளுடன் நின்றனர். அவள் செந்நிறமான புத்தாடை சுற்றி கழுத்தில் செம்மலர்மாலை அணிந்திருந்தாள். குழலிலும் மலர்களை சூடியிருந்தாள். முகம் சிலைபோல் உறுதிகொண்டிருந்தது. முழவொலியும் சங்கொலியும் மணியோசையும் எழ அந்தணர் சடங்குகளை முடித்து கையில் அனற்கலத்துடன் எழுந்தார். அவருக்கு முன்னால் சங்கூதியபடி ஒருவன் சென்றான். அவர் மும்முறை சிதையை வலம் வந்து அதன் காலடியை வணங்கியபின் நெஞ்சில் அனல்கலத்தை வீசினார். மீண்டும் மும்முறை வணங்கிவிட்டு திரும்பிப்பாராமல் நடந்து அப்பால் சென்றார். முழவும் மணியும் உச்சவிசைகொண்டு ஓசையெழுப்பி ஓய்ந்தன. சங்கை மும்முறை ஊதியபின் அவர்கள் சென்று ரோகிணியின் அருகே நின்றனர்.

அரக்கில் நெருப்பு பற்றிக்கொண்டு செவ்விதழ்களாகப் பெருகிக் கொழுந்துவிட்டு எரிந்து மேலேறுவதை சாத்யகி கண்டான். அவன் உள்ளம் எந்தப் பரபரப்பும் இன்றி உறைந்து கிடந்தது. இப்பெரும்போருக்குப் பின் அன்றி வேறெப்போதாவது இந்நிகழ்வைப் பார்த்திருந்தால் உடலும் உள்ளமும் பதறித் துடித்திருக்கும் என்று எண்ணிக்கொண்டான். மீண்டும் சூதர்கள் முழவுகளையும் மணிகளையும் முழக்கத் தொடங்கினர். மும்முறை சங்கு முழங்கியது. ரோகிணி சிதையின் எரியும் கால்பகுதியை வணங்கி கைகளைக் கூப்பியபடி மும்முறை சுற்றிவந்தாள். முழவோசை தேம்பல்போல ஒலித்தது. மூன்றாவது சுற்றுக்குப்பின் அவள் சற்றே பின்னகர்ந்து பாய்ந்து சென்று சிதைமேல் ஏறி கைகளை விரித்தபடி அரக்குடனும் விறகுடனும் உருகி உடைந்து பொசுங்கி கொழுந்தாடி எரிந்துகொண்டிருந்த அரவானின் உடல்மேல் விழுந்தாள். அவள் உடல் அங்கே இருமுறை துள்ளியது. பின்னர் தழல்கள் அவளை முழுமையாக மூடிக்கொண்டன.

சாத்யகி தழலை நோக்கிக்கொண்டிருந்தான். அதற்குள் அவள் உடலின் அசைவுகள் தெரிவன போலவும் அது தழலாட்டம் மட்டுமே என்றும் தோன்றியது. பின்னர் பெருமூச்சுடன் திரும்பியபோது இடக்கால் செயலிழந்ததுபோல மண்ணில் பதிந்திருந்தது. அவன் காலை இழுத்து நடந்தபோது ஒரு தசைமட்டும் விதிர்த்தபடியே இருந்தது.

பூரிசிரவஸ் கௌரவப் படைகளினூடாக புரவியில் செருமுகப்பு நோக்கி சென்றான். படைகள் முற்றமைந்துவிட்டிருந்தமையால் மரத்தாலான பாதையில் அவனால் விரைந்து செல்ல முடிந்தது. வானில் வெளிச்சம் மீதியிருந்தது. தொலைவில் மருத்துவநிலைகளில் மட்டும் நெய்விளக்குகள் ஏற்றப்பட்டிருந்தன. அடுமனை நெருப்புகளை தொலைவில் காணமுடிந்தது. அந்தச் செவ்வெளிச்சத்தைப் பார்த்ததுமே பசி பொங்கி எழுந்தது. சூடான ஊன்கஞ்சி, இப்பொழுதை நிறைக்கவல்லது அதுதான். இப்போது இங்கிருக்கும் வீரர் அனைவருக்கும் பிற எவற்றையும்விட முதன்மையானது சூடான புத்துணவு.

பிறிதெப்போதும் உணவு இத்தனை சுவைகொள்ள வாய்ப்பில்லை. உணவு என உருக்கொண்டு மண் தன் அத்தனை சுவைகளுடன் சூழ்ந்துகொள்ளும். வானம் அத்தனை மணங்களுடன் அணைத்துக்கொள்ளும். உயிர் “ஆம், இதோ நான்” என்று உணவிடம் சொல்லும். உணவு “ஆம், இதோ நீ” என்று உயிரிடம் சொல்லும். நல்லுணவுக்குப்பின் மல்லாந்து மண்மேல் படுத்து விண்ணைநோக்கும் வீரன் நிறைவுடன் புன்னகைப்பான். ஒவ்வொருநாளும் மரங்கள் விண் நோக்கி அடையும் விரிவை முதல்முறையாகத் தானும் அடைவான்.

பூரிசிரவஸ் படைமுகப்பை அடைந்தபோது மெல்லிய பாடலோசை கேட்டது. அதை முதலில் அழுகையோசை என்றுதான் பழகிப்போன செவி புரிந்துகொண்டது. மேலும் அணுகியபோதுதான் அது பலர் இணைந்து மெல்லிய குரலில் பாடுவது என்று புரிந்தது. அவன் புரவிமேல் தளர்வாக அமர்ந்து அப்பாடலைக் கேட்டுக்கொண்டே சென்றான். சொற்கள் புரியவில்லை. ஆனால் சீரான தாளத்துடன் அது அமைந்திருந்தது. அதில் துயரில்லை என்பது முதலில் தெரிந்தது. மெல்லிய களியாட்டு இருப்பது பின்னர் புரிந்தது. மேலும் அணுகியபோதுதான் அது செருகளத்தின் பிணக்குவியல்களின் நடுவிலிருந்து ஒலிப்பதை அவன் புரிந்துகொண்டான்.

செருகளம் முதற்பார்வைக்கு பெருவெள்ளம் வடிந்தபின் சேற்றை நிறைத்துப் பரவியிருக்கும் மட்கிய மரக்கட்டைகளின் குவியல்போல தெரிந்தது. இடைவெளியே இல்லாமல் உடல்கள். மனிதர்கள், புரவிகள். நடுவே பாறைகள் என ஆங்காங்கே யானைகள். அவற்றின் நடுவே

அலைநீரில் ஆடுபவைபோல சிறிய நெய்விளக்குகள் அலைந்தன. அவற்றின் பின் அவற்றை ஏந்தியவர்களின் நிழல்கள் எழுந்து ஆடின. சிறுகுழுக்களாக அவர்கள் செருகளத்தில் பரவியிருந்தனர். அவர்கள் ஒன்றாகச் சேர்ந்து அப்பாடலைப் பாடிக்கொண்டிருந்தார்கள். பிணங்களின் நடுவே காலடி வைத்து நடக்கும்போதும் பிணங்களைக் குனிந்து நோக்கும்போதும் அவர்களின் உடல்கள் இயல்பான தாளத்துடன் அசைய அந்தப் பாடல் எழுந்தது.

விளக்கொளியால் பிணங்களின் அடையாளங்களை நோக்கிக் கண்டடைந்ததும் "யானை!" என்றோ "எருது!" என்றோ கூவினர். யானை என்பது கௌரவப் படையை குறிக்கிறது என்று அந்த உடல் உடனே அங்கிருந்து தூக்கப்பட்டு கிழக்குப் பக்கமாக ஒதுக்கப்படுவதிலிருந்து பூரிசிரவஸ் அறிந்தான். ஒதுக்கி வைக்கப்பட்ட பிணங்களை அவை அணிந்திருந்த ஆடையால் தலையும் உடற்பகுதிகளும் சேர்த்து தரையிலிட்டு உருட்டி சுற்றிக் கட்டினர். அவற்றை இருவர் தூக்கி சிறிய கைவண்டிகளில் வைக்க ஒருவர் தள்ளிக் கொண்டுவந்து செருகளத்தின் விளிம்பில் மரப்பாதைமேல் நின்றிருந்த பிணவண்டிகளில் அடுக்கினர். விறகுபோல ஒன்றன் மேல் ஒன்றென வண்டி நிறைந்து கவியும் அளவுக்கு அடுக்கியதும் அது முன்னகர அடுத்த வண்டி வந்து நின்றது. வண்டியோட்டிகளும் அப்பாடலை மெல்ல பாடிக்கொண்டிருந்தார்கள்.

பூரிசிரவஸ் அங்கே நின்று அவர்களின் பணியை நோக்கிக்கொண்டிருந்தான். மேலும் சற்று தொலைவில் நின்று அந்த இடத்தை நோக்கினால் அங்கே உளம்நிறைவடையச் செய்யும் இனிய சடங்கொன்று நிகழ்வதாகவே எவருக்கும் தோன்றும் என எண்ணிக்கொண்டான். அந்தப் பாடல் கொஞ்சுவதுபோலவும் வேடிக்கையாக ஊடுவதுபோலவும் ஒலித்தது. ஆனால் மென்முழக்கமாக ஒலித்தமையால் சொல் புரியவில்லை. அந்தப் பாடலில் அவர்கள் வானிலிருந்து தொங்கும் சரடு ஒன்றில் ஆடிச் சுழலும் பாவைகள் என ஆனார்கள். சற்றுநேரம் கழித்தே அவர்கள் ஒரே திரளாகப் பணியாற்றுவதை அவன் உணர்ந்தான். அவர்களில் இரு தரப்பிலும் இருந்து வந்த ஏவலர் இருந்தனர். ஓர் உடலை மேற்கே இழுத்து விலக்கிவிட்டு இன்னொன்றை கிழக்கே கொண்டு சென்றனர்.

அப்பால் புரவியில் வருவது சாத்யகி என அவன் புரவியில் அமர்ந்திருந்ததில் இருந்தே உணர்ந்தான். சாத்யகி புரவியை இழுத்து நிறுத்தி அவர்களை நோக்கினான். அவன் தன்னைப் பார்த்துவிட்டதை பூரிசிரவஸ் உணர்ந்தான். "அவர்கள் கழையர்கள், முரசும் கொம்பும் ஒலிக்கும் அறிவிப்பாளர்கள்" என்று அவன் வேறெங்கோ நோக்கியபடி சொன்னான். அது அவனை நோக்கி சொல்லப்படாததனாலேயே விந்தையானதோர் அழுத்தம் கொண்டிருந்தது. சற்றுநேரம் கழித்து

“ஆம்” என்றான். “அவர்கள் போரின் நடுவே இருக்கிறார்கள். ஆனால் போரிடுவதில்லை. முழுப் படையையும் பறவைநோக்கில் பார்க்கிறார்கள். அவர்கள் பார்க்கும் படையைப் பிற எவரும் பார்ப்பதில்லை” என்று சாத்யகி மீண்டும் சொன்னான். அப்பேச்சு ஏன் என அவனுக்குப் புரியவில்லை. சாத்யகி பேசவிழைகிறான் என்று மட்டும் புரிந்தது. ஆனால் அதன்பின் நெடுநேரம் இருவரும் பேசிக்கொள்ளவில்லை.

மீண்டும் பேசியபோது சாத்யகியின் குரல் மாறிவிட்டிருந்தது. “வலுவான புண்களேதும் இல்லையே?” என்றான். “இல்லை, தங்களுக்கு?” என்றான் பூரிசிரவஸ். “இல்லை” என்று சாத்யகி சொன்னான். படைகளில் பந்தங்கள் எழத்தொடங்கின. சற்றுநேரத்தில் நெடுந்தொலைவு வரை செந்தழல்களின் நிரை எழுந்தது. சாத்யகி “இன்னும் சில நாழிகைகளில் மனித உடல்கள் அகற்றப்பட்டுவிடும்” என்றான். “ஆம், ஆனால் அதன்பின்னர் புரவிகளும் யானைகளும் உள்ளன. தேர்களின் உடைவுகளை நீக்கவே நெடும்பொழுதாகும்” என்றான். சாத்யகி “யானைகளை அரசன்போலவும் புரவிகளை வீரன்போலவும் எரியூட்டவேண்டும் என்று நெறி” என்றான்.

பூரிசிரவஸுக்கு அது புதிய செய்தியாக இருந்தது. “மெய்யாகவா?” என்றான். “ஆம், யானைகள் கான்வேந்தர் என்றே நூல்களில் சொல்லப் பட்டுள்ளன. யானைகள் இறந்தால் அரசனின் ஓலை படிக்கப்பட்டு முறைப்படி இறுதிச்சடங்குகள் செய்யப்பட்டு சிதையேற்றப்படவேண்டும். ஏழாண்டுகள் நீர்க்கடன் அளிப்பார்கள்” என்றான் சாத்யகி. “புரவிகள் இறந்தால் புதைக்கலாம். ஆனால் அவற்றுக்கு நடுகல் நிறுத்தப்படும். ஓராண்டு நிறைவில் கள்ளும் மலரும் படைத்து வணங்கி விண்ணேற்றுவார்கள்.”

மீண்டும் அவர்கள் சொல்லின்மையை அடைந்தனர். பூரிசிரவஸ் சிலமுறை பேச எண்ணினான். ஆனால் சொற்கள் எழவில்லை. பின்னர் அவன் அம்முயற்சியைக் கைவிட்டு அமைதியிலாழ்ந்தான். சாத்யகியும் பிறகு பேச முற்படவில்லை. ஆனால் அருகருகே இருக்க விழைந்தனர். களம் முழுக்க ஒலித்துக்கொண்டிருந்த அந்தப் பாடலை கேட்டபடி நின்றிருந்தார்கள்.

•●•

சொல் விளக்கம்

அகம்படி, அகம்படியர்	–	அரசனின் பரிவாரங்கள்
அகிபீனா	–	அபின்
அக்காரம்	–	வெல்லம்
அக்கை	–	அக்காள்
அடியிலி	–	அதலம், ஆழம், அடியில்லாதது.
அடுமனை	–	சமையலறை
அணங்கு	–	பேய், வெறியாட்டு, அச்சம்.
அணிநிரத்தல்	–	அணிவகுத்தல்
அணுக்கர், அணுக்கன்	–	சிநேகர்
அண்மை	–	சமீபம், அருகில், பக்கம்.
அதர்	–	வழி
அத்திரி	–	கோவேறுக் கழுதை
அந்தணர்சோலை	–	அந்தணர்கள் குடியிருக்குமிடம்
அமரமுனை	–	படகின் குவிந்த முன்முனை
அம்பி	–	தோணி, தெப்பம், மரக்கலம், நீண்ட படகு
அரசுசூழ்தல்	–	ராஜதந்திர ஆலோசனை
அரவணை	–	அரவு + அணை, பாம்புப்படுக்கை
அரவுக்குறை	–	நாகதோஷம்
அரிமலர்	–	அட்சதையும் மலரும்
அருகு	–	அருகம்புல்
அலகிலி	–	அளவற்றது
அலர்	–	வம்பு, பழிச்சொல், தூற்றல்.
அவி, அவிப்பொருள்	–	வேள்வியில் அர்ப்பிக்கப்படும் உணவு, ஹவிஸ்.

அவை	–	சபை
அழல்	–	தீயின் கதிர், நெருப்பு, தீக்கொழுந்து, எரிவு, வெப்பம், கோபம், நஞ்சு.
அளி	–	கருணை
அளியர்	–	பரிதாபத்திற்குரியவர், காக்கப்படத்தக்கவர், அன்புமிக்கவர்.
அளைதல்	–	துழாவுதல், தழுவுதல், அனுபவித்தல்
அறைகூவல்	–	சவால்
ஆகுதிப்பொருட்கள்	–	வேள்வியில் தீயிலிடும் பொருட்கள்
ஆசு	–	குற்றம், ஆணவமலம்
ஆடி	–	கண்ணாடி
ஆடிப்பாவை	–	கண்ணாடியில் தெரியும் உருவம்
ஆநிலை	–	பசுக்கொட்டில்
ஆமாடப்பெட்டி	–	ஆமையோட்டை மூடியாகக் கொண்ட சிறிய பெட்டி
ஆமுகம்	–	ஆரம்பம், தொடக்கம்.
ஆயம்	–	விசை
ஆயர்குடி	–	யாதவ குலம்
ஆரம்	–	மாலை
ஆழி	–	சக்கரம், வட்டம், மோதிரம், கடல், கடற்கரை, கட்டளை.
ஆழிஏழில் இதழாயிரமலர்	–	“ஏழாவது சக்ரமான சகஸ்ரபத்மம். [குண்டலினி முதல் ஏழு சக்கரங்கள் உள்ளன. ஏழாவது சக்ரமான சகஸ்ராரம் ஆயிரம் இதழ் தாமரையாக நெற்றிப்பொட்டில் மலர்கிறது]
இசைச்சூதர்	–	பாணர்
இடத்துஇணை	–	“சிவனின் இடப்பக்கத்துணை உமை. சம்ஸ்கிருதத்தில் வாமபாகம்.
இடைநாழி	–	திண்ணை
இரிதல்	–	கெடுதல், ஓடுதல், விலகுதல், வடிதல், அஞ்சுதல்
இழி	–	கீழான, கீழ்மை, இறங்குதல், குறைதல்.
இழிசினர்	–	புலைமகன்கள், தாழ்ந்தோர்

இளிவரல்	–	ஏளனம், அங்கதம்.
ஈச்சையோலை	–	பேரீச்ச மர ஓலை
உகிர்	–	பறவை விலங்குகளின் கால் நகம்
உசாவுதல்	–	தகவலறிதல், விசாரணை.
உடம்பாடு	–	உடன்படிக்கை
உண்டாட்டு	–	உணவுண்டு மகிழும் விழா, போருக்குப்பின் நிகழும் பெரு விருந்து.
உந்தி	–	முன்தள்ளி, தொப்புள், நாபி, கொப்பூழ், உயர்த்தி, நீர்ச்சுழி, நதி, ஆற்றிடைக்குறை, நீர், நடு, கடல், தேரின் உருளை, தேர்த்தட்டு.
உமிநீறு	–	உமியில் தீயிட்டுக் கிடைக்கும் சாம்பல்
உரகத்தின்	–	“தலை தூக்காத பாம்பு
உரகம்	–	நாகம்
உருள்	–	உருளை, உருளுதல்
உலைதல்	–	மெல்ல அசைதல், அலைதல், நிலைகுலைதல்
உழிச்சில்	–	உடலை நரம்புகள் இழுபடும்படி தடவும் சிகிழ்ச்சை முறை
உழிந்தல்	–	மெல்லச் சுழற்றுவது
உளநா	–	மனதிலுள்ள நாக்கு
உளமயக்கு	–	பிரமை
ஊர்மன்று	–	ஊரிலேயுள்ள மன்றம், ஊர்ப்பொதுவிடம், ஊர்ச் சாவடி.
ஊழ்கம்	–	தியானம்
எதிர்க்களித்தல்	–	இரைப்பையிலுள்ள பொருள் வாய்வழி வெளியேறுதல், பின்னோட்டம், பின்னேற்றம்.
எந்தை	–	என் தந்தை
ஏதிலி	–	ஏதும் இல்லாதவர். அகதி.
ஏழிரட்டி	–	ஏழுமடங்கு
ஐம்பத்தாறு நாடுகள்	–	ஆரியவர்த்தம் எனப்பட்ட நாடு ஐம்பத்தாறு நாடுகளாகப் பிரிக்கப்பட்டிருந்தது.

ஒசிதல்	–	சாய்தல், துவளல், முறிதல், ஒடிதல், நுடங்குதல், நாணுதல், வருந்துதல், ஓய்தல், தளர்தல்.
ஒத்துதீர்ப்பு	–	சமரசம்
ஒப்பளிப்பு	–	அர்ப்பணிப்பு
ஒறுத்தல்	–	அடக்குதல், ஒடுக்குதல்.
ககனவடிவான பரையை பஸ்யந்தி	–	இது மொழிகளின் அடுக்குகள். பரா, பஸ்யந்தி, மத்யமா, வைகரி. வைகரி நாவால் சொல்லப்பட்டு உலகில் புழங்கும் மொழி. மத்யமா உள்ளத்திலும் நாவிலும் உள்ளது. அதாவது நாம் சிந்திக்கும் மொழி. பஸ்யந்தி அதற்கும் அப்பாலுள்ள ஆழ்மன மொழி. பரை எங்குமுள்ள என்றுமுள்ள அழியாத நுண்மொழி. அப்படி ஒரு ஆழத்து மொழி இருப்பதனால்தான் நாம் பேசும் மொழி இன்னொருவரால் அர்த்தப்படுத்தப்படுகிறது. இன்றைய நவீன மொழியியல் இதை langue parole என பிரிக்கிறது. லாங் மனதிலுள்ள மொழி. பரோல் நம்மால் வெளியே பேசப்படுவது.
கங்கணம்	–	கைவளை, காப்பு நாண், ஒருவகை நீர்வாழ் பறவை, உறுதி, சபதம்
கங்காளி	–	கங்காளம் என்னும் கருவியை மீட்டும் காளி
கடகம்	–	பனையோலையால் செய்யப்படும் பெரிய பெட்டி, கையில் அணியும் ஒரு ஆபரணம், நண்டு, பனிரெண்டு ராசிகளில் ஒன்று.
கடிமணம்	–	முறையான திருமணம்
கட்டகம்	–	கட்டமைப்பு, முறையான அமைப்பு, காந்தக்கல், சித்திர வேலைப்பாடு.
கணியர்	–	வானியலிலும் அதனடிப்படையிலெழுந்த சோதிடத்திலும் வல்லவர்கள்
கணையாழி	–	முத்திரை மோதிரம்

கந்தர்வர்கள்	–	இந்துத் தொன்மவியலின் அடிப்படையில் பதினான்கு கணங்களில் ஆடல் பாடலில் வல்ல ஒரு இனக்குழுவினர். கந்தர்வ லோகத்தில் வசிப்பவர்.
கரந்தல்	–	மறைத்தல், மறைதல்.
கரவறை	–	ரகசிய அறை
கலவறை	–	பாத்திரங்கள், ஆபரணங்கள் வைக்கும் அறை.
கலுவம்	–	மருந்து அரைக்கப் பயன்படுத்தும் குழிக்கல், குழி அம்மி, குழி உரல்.
கலுழுதல்	–	அழுதல், கலங்குதல், கண்ணீர் சிந்துதல்
கவந்தப்பெருமீன்	–	வாயும் வயிறும் மட்டும் உள்ள கபந்தன் என்னும் அரக்கனுக்கு நிகரான பசிகொண்ட பெரிய மீன்.
கவர்	–	கிளைப்பிரிவு
களிப்பாவை	–	விளையாட்டு பொம்மை
களிமகன்	–	கள்ளுண்ணுபவன், கட்குடியன்.
களிறு	–	ஆண்யானை
கற்துறுங்கு	–	கற்சிறை. (துறுங்கு என்றால் சிறை, பொந்து.)
கன்மாஷன்	–	குறைந்த குலப்பதவி கொண்டவன்.
கன்மை	–	கல்தன்மை, உறுதி
காப்பிரி நாடு	–	ஆப்பிரிக்கா
கார்வை	–	ஒலியின் முழக்கம்
கால்கோள் விழா	–	பந்தற்கால், முகூர்த்தக்கால் நடும் விழா
கிளத்துதல்	–	புலப்படக்கூறுதல், விதந்துகூறுதல்.
குதிமுள்	–	புரவி ஓட்டுபவன் அதைக் குத்தும் பொருட்டுத் தன் கால்குறடில் பொருத்தியிருக்கும் முள்
குந்திரிக்கம்	–	சாம்பிராணி, வெள்ளைக்குங்கிலியம். புகைபோடப் பயன்படுவது.
குமுகம்	–	பொது இயல்புகளைக் கொண்டிருக்கும் பல மனிதர்களின் குழு.
குரவை	–	மகளிர் விசேஷகாலங்களில் நாவாற் குழறி இடும் மகிழ்ச்சியொலி.

குருளை	–	குஞ்சு, குட்டி, பிள்ளை, கன்று, குழந்தை. புலி, சிங்கம் போன்றவற்றின் குட்டி.
குலாந்தகன்	–	குல அந்தகன். குலத்தை அழிப்பவன்.
குவடு	–	திரட்சி, மலை, குன்று, சிகரம்.
குவை	–	குவியல் (பசுங்குவை, குவைமுலை, முலைக்குவை, கந்தகக்குவை, விறகுக் குவை, ஊன்குவை, விரல்குவை, கருங் குவை, முகில்குவை, கூரைக்குவை, கம்பளிக்குவை, இரும்புக்குவை, பொற்குவை, குவைமாடம், குவைமுகடு, முலைக்குவை, முகில்குவை ...)
குழவி	–	குழந்தை
குளம்பு	–	விலங்குகளின் பாதம் (குதிரை, மாடு)
கூகை	–	ஆந்தை, கோட்டான்.
கூடம்	–	இரும்புச்சுத்தியல், வீட்டின் மையப் பகுதி, அனைவரும் ஒன்றுகூடும் இடம்.
கூத்தர்கள்	–	கூத்து ஆடுபவர்கள்.
கூற்று	–	பேச்சு, எமன்.
கைவிடுபடை	–	மனித உதவியின்றி இயங்கும் தானியங்கி ஆயுதங்கள்.
கொதும்புத்தோணி	–	கதம்பை நாரில் செய்த சிறிய நீரூர்தி. கொதும்பு என்றால் தேங்காய் நார் அல்லது கதம்பை நார்.
கொம்பரக்கு	–	பெண் பூச்சிகளின் உடலிலிருந்து பிசின் போன்ற திரவம் சுரந்து மரக் கிளைகளில் படிகிறது. இது ஒரு செ.மீ. கனத்துக்குப் படியும். இக்கிளையை வெட்டியெடுத்து அவற்றில் உள்ள அரக்கைச் சுரண்டி எடுப்பார்கள். இதுவே ‘கொம்பரக்கு’ எனப்படும். பின் அதனை கொதிக்கும் நீரில் போட்டு அதிலுள்ள அசுத்தங்களை அகற்றுவார்கள். இவ்வாறு சுத்தம் செய்த அரக்கு ‘மணியரக்கு’ எனப்படுகிறது. மணியரக்கை மேலும் தூய்மைப்படுத்தி தகடு வடிவில் தயாரிப்பார்கள். இது ‘தகடரக்கு’ என்று அழைக்கப்படுகிறது.

கொழுநர், கொழுநன்	–	கணவர்
கோட்டல்	–	கொள்ளுதல், வளைத்துக்கொள்ளுதல். தோள்கோட்டி, இதழ்கோட்டி, செவிகோட்டி...
கோதை	–	ஒரு ஆறு, இருபக்கமும் முடிந்த மாலை.
கோத்து, கோத்தல்	–	கோர்த்து, கோர்த்தல்.
கோன்மை	–	ஆளுமை, வலிமை, அரசாட்சி. மேல்கோன்மை, சொற்கோன்மை,...
சகடம்	–	சக்கரம்
சத்ராபதி	–	சத்ரம் என்றால் வெண்கொற்றக்குடை. சக்ரவர்த்தி, அரசர்.
சத்ராஜித்	–	சத்ரம் என்றால் வெண்கொற்றக்குடை. அனைத்து அரசர்களையும் வென்று வெண்கொற்றக்குடையின்கீழ் ஆளும் பேரரசர்.
சரப்பொளி	–	சிறிய பதக்கங்களை அடுக்கிச் செய்த மாலை. காசுமாலை போன்றது.
சழக்கர்	–	தீயவர்
சாளரம்	–	வெளிச்சமும் காற்றும் உட்புக அமைக்கப்படும் ஜன்னல்
சிதல்	–	கரையான்
சிதல்புற்று	–	கரையான் புற்று
சித்தம்	–	பிரக்ஞை
சிபிநாடு	–	பாகிஸ்தானில் உள்ள சிபி மாவட்டம்.
சிவை	–	துர்க்கை (சிவனின் பெண்பால்)
சிற்றில்	–	சிறு குடில்
சுக்கான்	–	கப்பல், படகு போன்றவற்றை தேவையான திசையில் திருப்புவதற்கு உதவும் கருவி.
சுடராட்டு	–	தீபாராதனை
சுண்டுதல்	–	கயிறு போன்றவற்றை ஒரு கணம் தொய்வாக விட்டுப் பின்னர் விசையுடன் இழுத்தல், நீர் கொதித்து வற்றுதல், சொடுக்குவதன் மூலம் ஒலி எழுப்புதல்.

சுரிகை	–	உடைவாள், கத்தி
சுனை	–	இயற்கை நீர்நிலை
செச்சை	–	வெள்ளாட்டுக் கடா
செட்டை	–	சிறகு, இறகு, இறக்கை, தோட்பட்டை, கைப்பட்டை.
செண்டு	–	கொத்து; செண்டுமணிகள்.
செலவு	–	செல்லுதல், பயணம், பணத்தைச் செலவழித்தல்.
செவிமயக்கு	–	ஒலிப் பிரமை
சென்னி	–	தலை
சேக்கை	–	மெத்தை, படுக்கை. வெண்சேக்கை, மரவுரிச் சேக்கை.
சேடி	–	வேலைக்காரப்பெண், ஏவல்செய்வோள்.
சேய்மை	–	தூரம், நீளம், தொலைவு
சொல்திறம்பாமை	–	சொன்ன சொல் மாறாதிருத்தல். திறம்பல் – மாறாக நடத்தல், தவறுதல்.
சோரி	–	ரத்தம்
சோனக நாடு	–	அரபு நாடு
தண்ணளி	–	கருணை, குளிர்ந்த அருள்.
தமக்கை	–	தம்+அக்கை; தமக்கு மூத்தவள், அக்கா
தமையன்	–	தம்+ஐயன்; தமக்கு மூத்தவன், அண்ணன்.
தருக்குதல்	–	ஆணவம்கொள்ளல்; தருக்கு – ஆணவம்.
தலைக்கோள்	–	முதன்முதலான, முதன்மையான.
தழல்	–	நெருப்பு, சங்ககாலக் காதலன் தன் காதலிக்குத் தரும் விளையாட்டுக் கருவி
தாலமுழிதல்	–	தாலம் என்றால் தாம்பாளம். உழிதல் என்றால் சுழற்றுதல். ஆரத்தியெடுத்தல்.
தாலம்	–	தாம்பாளம்
திகைதல்	–	சரியாகப் பொருந்துதல், நிறைவுறுதல், முடிவுறுதல்.
தீயூழ்	–	தீவினைப் பயன், துரதிருஷ்டம்
துயில்	–	தூக்கம்
துரியம்	–	யோகியர் தன்மயமாய் நிற்கும் உயர்நிலை.

துலா	–	தராசு, கிணற்றிலிருந்து நீரை அல்லது ஒரு இடத்திலிருந்து பெரிய பொருள்களை எடுப்பதற்குப் பயன்படும் நெம்புகோல் வகையைச் சார்ந்த ஒரு பொறி.
துளித்து	–	துளியிட்டு
துறித்தல்	–	புடைத்தல், உந்துதல்.
தென்னெரி	–	தட்சிணாக்கினி
தேரட்டை	–	பெரிய கரிய குழாய் போன்ற அட்டை
தேற்றைகள்	–	கோரைப்பற்கள் (வளைத்தேற்றை, பன்றித்தேற்றை...)
நடுகல்	–	இறந்தவரின் நினைவாக எடுக்கப்படும் நினைவுக்கல்
நண்ணுதல்	–	அணுகுதல், கிட்டுதல், பொருந்துதல், செய்தல், இருத்தல்.
நலுங்குதல்	–	மெல்ல அலைவுகொள்ளுதல்
நாகணவாய்	–	மைனாப் பறவை
நாணிலி	–	நாணமில்லாதவன்(ள்)
நாண்	–	நாணம், வெட்கம், கூச்சம், பழிக்கு அஞ்சுதல், கயிறு, வில்லின் கயிறு, வட்டத்தின் பரிதியில் இருக்கும் எந்த இரு புள்ளியையும் இணைக்கும் நேர்க்கோடு, மாங்கல்யம் கோத்த சரடு.
நாழிகை	–	24 நிமிடங்கள்
நாளவன்	–	சூரியன்
நாற்களம்	–	சதுரங்கம், சதுரங்க விளையாட்டு.
நிகுதி	–	வரி
நிமித்திகர்	–	புறக்குறிகளைக்கொண்டு வருவது உரைப்பவர்கள்.
நிரந்த	–	நிரையாக, வரிசையாக அமைந்த
நீணாள்	–	நீண்டநாள்
நீர் பொடிய	–	நீர் துளிர்க்க
நீர்ப்பாவை	–	நீரில் தெரியும் உருவம்
நுகம்	–	மாடுகள், குதிரைகளை வண்டியில் அல்லது கலப்பையில் கட்டப்படும் முகப்புத்தடி (தேர்நுகம்)

நூற்றுவர்தலைவன்	–	நூறு படைவீரர்களின் தலைவன்
நெற்று	–	முதிர்ந்து காய்ந்த காய்
நொய்மை	–	மென்மை, மெதுமெதுப்பு, மெலிவு, தளர்ச்சி, மிருதுத்துவம், பலமின்மை, நுண்மை, வறுமை, மனத்திடமின்மை.
பகன்றை	–	பெரிய பெரிய இலைகளும் வெள்ளை மலர்களும் கொண்ட கொடிவகை.
பகைப்புலம்	–	பின்புலம்
படிக்கம்	–	எச்சில் உமிழும் கலம், முழுக்குநீர் முதலியவற்றைச் சேர்க்கும் பாண்டம்.
படிவர்	–	முனிவருக்கான தமிழ்ப்பெயர்
பதிட்டை	–	பிரதிஷ்டை
பரத்தை	–	பொதுமகள், விபசாரி, தீயநடத்தை, ஒருசெடிவகை, அயல்தன்மை.
பள்ளை	–	விலா (படகுப்பள்ளை)
பறதி	–	பதற்றம்
பாங்கர்	–	அணுக்கத்தோழர்
பாங்கன்	–	தோழன், ஏவலன்
பாடிவீடு	–	பாசறை
பாடிவீடுகள்	–	களத்தில் அமைக்கப்படும் தற்காலிக இல்லங்கள்
பார்ப்புப்பழி	–	பிரம்மஹத்தி
பிச்சி	–	பித்துப் பிடித்தவள்
பிடியானை	–	பெண்யானை
பிரஜாபதி	–	தன்னிலிருந்து படைப்பை உருவாக்கும் ஓர் ஆதி விசை அல்லது ஆதி இருப்பு.
பிராமணம்	–	மந்திரபாகமல்லாத வேதப்பகுதி. ஒவ்வொரு வேதத்துடனும் இணைந்த, சரியான முறையில் சடங்குகளைச் செய்வதற்கான விளக்கங்களும் வேதச் சடங்குகளின் குறியீட்டுப் பொருள் விளக்கங்களுமான பகுதியாகும்.
பிறவிநூல்	–	ஜாதகம்
பீதர் நாடு	–	சீனா

பீதர்நாட்டவர்	– மஞ்சள்நிறமானவர். சீனன், திபெத் லடாக் பகுதியினர்.
புடவி	– பிரபஞ்சம்
புரத்தல்	– பாதுகாத்தல், மிகுதியாகக் கொடுத்தல், ஆதரவளித்தல்.
புரை	– சிறிய அறை (ஊட்டுபுரை)
புலரி	– விடியல்
புளைதல்	– நெளிதல்
பூசெய்கை	– பூசை
பூதவேள்வி	– ஐவகை வேள்விகளுள் விதிப்படி உயிர்கட்கு பலியுணவு கொடுக்கும் வேள்வி.
பூழி	– குழைசேறு, புழுதி, தூள்.
பூனைக்காது மலர்	– சங்குபுஷ்பம்
பெற்றி	– இயல்பு, தன்மை, பெருமை
பேதை	– சூதுவாது அற்றவன்(ள்), முட்டாள், 5 முதல் 7 வயது வரையான பெண்ணின் பருவம்.
பேருரு	– விஸ்வரூபம், பிரம்மாண்டமான உருவம்
பைதல்	– சிறுவன், மைந்தன்.
பொதி	– மூட்டை
பொதுநீட்டு	– நீட்டு என்றால் அரசாணை எழுதப்பட்ட ஓலை
பொழுதிணைவு வணக்கம்	– சந்தியா வந்தனம்
பொறை	– பொறுமை, பொறுத்தல், பிழையை மன்னித்தல்
போழ்ந்து	– பிளந்து
மகாவேதிகை	– உயர்ந்த பீடம் (வேதிகை என்றால் மேடை, பீடம்.)
மங்கலைகள்	– மங்கலமான பெண்கள்
மண்டுதல்	– அதிகமாதல், திரளுதல், நெருங்கித்தாக்குதல், அதிகம் உண்ணுதல்.

மதகளிறு	–	மதம் பிடித்த ஆண்யானை
மந்தணம்	–	ரகசியம், அந்தரங்கம்.
மரச்சில்லை	–	கடைசியாக வந்துள்ள சிறிய கிளை
மருகன்	–	மருமகன்
மறலி	–	எமன்
மறுமைந்தர்	–	மகளின் கணவர், மாப்பிள்ளை
மன்று	–	மன்றம், அவை, சபை.
மாப்பு	–	மன்னிப்பு, மிகுதி, மீன் கூட்டம்.
மானுட முதல்துயர்	–	இது ஆதிமானுஷம் என்னும் துயரம். மனிதனால் வரும் துயர். ஆதிதெய்விகம் என்பது தெய்வம் அளிக்கும் துயரம்
முக்ரையோசை	–	எருமையின் தாழ்ந்த ஓசை
முதற்றாதை	–	முதல் தாதை
முழவு	–	கையால் மீட்டும் சிறிய பறை
முழுது	–	முழுவதும்
முழை	–	குகை, துடுப்பு, துளை, நுழை. (மண்முழை, தொண்டைமுழை, மத்தகமுழை, தோள்முழை...)
முழைகள்	–	முழை என்றால் இப்போது முண்டு என்று சொல்வது,
முழைக்கோல்	–	நுனியில் முண்டு கொண்ட குச்சி முகபடாம் – முகத்திரை, யானையின் நெற்றிப்பட்டம்.
முனிதல்	–	வெறுத்தல், சினங்கொள்ளுதல்
மூச்சுலகு	–	பிராணலோகம்
மெய்ப்புகொண்டபடி	–	புல்லரிப்பு
மென்பூழி	–	மெல்லிய மணல்
மேழி	–	கலப்பை
யவனம், யவனநாடு	–	கிரேக்கம், கிரேக்க நாடு
யவனர்	–	கிரேக்கர், ரோமானியர்
யானம்	–	வாயகன்ற பாத்திரம், ஊர்தி.
வடவை	–	ஊழித்தீ, வடவாக்னி.
வலியிலி	–	வலிமையில்லாதவன்
வழிவு	–	பொங்கி வழிதல்

வழுத்துதல்	–	வாழ்த்துதல், துதித்தல்.
வறுதி	–	பஞ்சம்
வறுந்தலை	–	மொட்டைத்தலை
வனைதல்	–	உருவமையச் செய்தல், சித்திரமெழுதுதல், அலங்கரித்தல்.
வாரை	–	இரு கைகளையும் விரிக்கும் அளவு நீளம்
வாலறிவு	–	குறைவில்லாத முழுமையான அறிவு.
வாவி	–	நீர்நிலை, தடாகம், ஆற்றோடை, நடைக்கிணறு.
விசும்புதல்	–	மெல்லோசையுடன் அழுதல், வெறுப்புடன் விலக்குதல், கயிறு முதலியவற்றைச் சுண்டியிழுத்தல்.
விண்ணவர்	–	தேவர்
விதிர்த்தல்	–	நடுங்குதல்
விதிர்ப்பு	–	நடுக்கம்
வியாழவட்டம்	–	12 ஆண்டுகள். வியாழன் கிரகம் சுற்றிவரும் காலம்.
விராடவடிவம்	–	பிரம்மாண்ட வடிவம்
விழவு	–	விழா
விழிதுறித்து	–	விழிகளை உருட்டி, பிதுக்கி
விழிமயக்கு	–	தோற்றமயக்கம், பிரமை.
விழைவு	–	விருப்பம்
விளம்புதல்	–	உணவு பரிமாறுதல்
வீணன்	–	தீயநெறி நடப்போன், சோம்பேறி, பயனற்றவன்.
வெய்யோன்	–	சூரியன்
வெருகுப் பூனை	–	காட்டுப் பூனையை விடச் சற்று பெரிதாகவும் உருவத்தில் சிறுத்தையை ஒத்ததாகவும் இருக்கும் ஒரு வகைப் பூனை.
வெறியாட்டு	–	தன்னுடலில் இறை புகுந்ததாக ஆவேசம்கொண்டு கோயிற் பூசாரி ஆடும் வெறியாட்டம், மதுவருந்தி தன்னிலையிழந்து ஆடும் களியாட்டு.

வெற்பு	–	மலை, பக்கமலை.
வேங்கை	–	புலி, ஒருவகை மரம்
வேட்டல்	–	விரும்புதல்
வேதாங்கம்	–	சிட்சை, வியாகரணம், சந்தோபிசிதம் (சந்தசு), நிருத்தம், சோதிடம், கற்பம் என ஆறுவகைப்பட்ட, வேதப்பொருளை உணர்தற்குரிய கருவி.
வேய்ங்குழல்	–	புல்லாங்குழல்
வேளிர்	–	வேளாளர்
ஜனபதம்	–	மக்கள்வாழும் நிலப்பகுதி. சிறிய சமூகக்கட்டமைப்பு. ஆரியவர்த்தம் 16 ஜனபதங்களாக வேதகாலத்தில் பிரிக்கப்பட்டிருந்தது.
ஸ்தாபத்யம்	–	கட்டடம் அமைக்கும் சிற்பக்கலை.

www.ingramcontent.com/pod-product-compliance
Ingram Content Group UK Ltd.
Pitfield, Milton Keynes, MK11 3LW, UK
UKHW042112021026
15589UKWH00001B/351

9 789351 350453